ആനയ്ക്കുണ്ടൊരു
കഥ പറയാൻ

സംശോധനം:
രഘ്ലീഷ് ഹരിഹരൻ

പുറംചട്ടരൂപകല്പന:
ഷാഹുൽ അലിയാർ

ചിത്രീകരണം:
മധുലാൽ

സംശോധനസഹായം:
ഇ.സി. പ്രദീപ്, ശാന്തിനി കെ.ആർ.

അക്ഷരവിന്യാസം:
സിബി എടത്വാ

ചിത്രങ്ങൾ:
ജിജോ പരവൂർ, ജയചന്ദ്രൻ പാണാവള്ളി,
കണ്ണൻ മുഹമ്മ, കണ്ണൻ ഇളങ്കുളം,
ശശി മീനുസ്റ്റുഡിയോ പുല്ലുവഴി,
ഉണ്ണി ഭാവനാസ്റ്റുഡിയോ ഗുരുവായൂർ

ചിത്രങ്ങൾക്ക് കടപ്പാട്:
അഡ്വ. ആർ.എൻ. ചന്ദ്രശേഖർ വൈക്കം,
ഗോപൻ വൈക്കം, മണിക്കുട്ടൻ വൈക്കം,
വിമൽ രവീന്ദ്രനാഥ്, മനോജ്, മധു ചിറയ്ക്കൽ

നിർവഹണം:
സുബിൻ ഡി., കൃഷ്ണൻ എച്ച്.,
അരുൺ ജി., ഉമമഹേശ്വരി എസ്.

ശ്രീകുമാർ അരൂക്കുറ്റി

ആനയ്ക്കുണ്ടൊരു കഥ പറയാൻ

AUTHENTIC BOOKS

Malayalam ANAKKUNDORU KADHAPARAYAN
Stories on Elephants by
SREEKUMAR AROOKUTTY

First edition March 2008
Third Edition April 2021
Price ₹590.00

Printed, Published and Distributed by
AUTHENTIC BOOKS

C V Samskarika Nilayam
Pound Road, Thycaud
Thiruvananthapuram 695014
Phone: 9847758979, 9961190885

web.www.authenticbooksindia.com
email: authenticbooksindia@gmail.com

ISBN 978-81-89125-09-7

AB1003-0421 500

അ-അമ്മ, ആ-ആന എന്ന് ആദ്യാക്ഷരങ്ങൾ ചൊല്ലിപ്പഠിക്കുന്ന മലയാളികളെ സംബന്ധിച്ച് ആന കേവലം കരയിലെ ഏറ്റവും വലിയ ജീവി മാത്രമല്ല.

പൗരാണികകാലം മുതൽക്കേ ആനകൾ നമ്മുടെ സംസ്കൃതിയുടെ ഭാഗമത്രെ! ഗണപതി രൂപത്തിൽ ഈശ്വരനായും, പഴയകാലങ്ങളിൽ യുദ്ധത്തിലും സമാധാനത്തിലും ശക്തിയുടേയും അധികാരത്തിന്റേയും അവസാനവാക്കായും ആന കരുതപ്പെട്ടിരുന്നു. ഇന്നും അവ പ്രൗഢിയുടെയും ആഡംബരത്തിന്റെയും ലക്ഷണത്തികവിന്റെയും ഉത്സവക്കാഴ്ച തന്നെ. താളത്തിലുള്ള ആ ചങ്ങലക്കിലുക്കം ഏതു കേരളീയനെയും ചെവിവട്ടം പിടിക്കാൻ പ്രേരിപ്പിക്കുകതന്നെ ചെയ്യും.

കേരളത്തിലങ്ങോളമിങ്ങോളമുള്ള ലക്ഷണോത്തമൻമാരും ഉത്തമകളുമായ ആനകളുടെ ചരിത്രവും, ലക്ഷണ-സ്വഭാവ പ്രത്യേകതകളും കഴിയുന്നത്ര ചിത്രങ്ങൾ ഉൾപ്പെടുത്തി അവതരിപ്പിക്കുകയാണിവിടെ; ഇത്തരമൊരു ഗ്രന്ഥം ഒരുപക്ഷേ ആദ്യമായിരിക്കാം.

കഴിഞ്ഞ നാലു വർഷങ്ങൾക്കിടെ, ഗ്രന്ഥകാരൻ പരിചയപ്പെട്ട ആനകളിൽ നിന്നും തിരഞ്ഞെടുത്തവയാണ് ഈ ഗ്രന്ഥത്തിലൂടെ അവതരിപ്പിക്കുന്നത്.

നാട്ടാനപരിപാലനത്തിലെ ശരിയും ശരികേടുകളും മാതൃകകളും ഇവിടെ ചർച്ചാവിഷയമാകുന്നു. ആനകളെ അവരുടെ പക്ഷത്തുനിന്നു കാണുന്ന രീതിയാണ് ഗ്രന്ഥകർത്താവ് സ്വീകരിച്ചിരിക്കുന്നതെന്നു കാണാം. ആന-ഉടമ-ചട്ടക്കാരൻ ബന്ധത്തിന്റെ ഉത്തമ മാതൃകകൾ ഇവിടെ ഇതൾ വിരിയുന്നു.

തുമ്പിക്കൈയുയർത്തി നിൽക്കുന്ന രണ്ടാനകളെ ഔദ്യോഗിക അടയാളമായി സ്വീകരിച്ചിരിക്കുന്ന നാം കേരളീയർ ഈ ഗ്രന്ഥത്തിലൂടെ അവയെ അടുത്തറിയുകയാണ്.

പ്രവർത്തകർ

AUTHENTIC BOOKS

ശ്രീകുമാർ അരൂക്കുറ്റി

തിരുവിതാംകൂറിന്റെ വടക്കേയറ്റത്തുള്ള, അരൂക്കുറ്റിയിൽ കുട്ടംവീട്ടിൽ ശിവരാമൻ നായരുടേയും ശാന്ത കുമാരിയമ്മയുടേയും പുത്രൻ.

അരൂക്കുറ്റി ഗവ. യു.പി. സ്കൂൾ, വടുതല ജമാഅത് സെക്കന്ററി സ്കൂൾ എന്നിവിടങ്ങളിൽ സ്കൂൾ വിദ്യാഭ്യാസം; തേവര സേക്രട്ട് ഹാർട്ട് കോളേജിൽ നിന്നും സാമ്പത്തിക ശാസ്ത്രത്തിൽ ബിരുദം. കേരള പ്രസ് അക്കാദമിയിൽ നിന്നും പത്രപ്രവർത്തനത്തിൽ പോസ്റ്റ് ഗ്രാജ്വേറ്റ് ഡിപ്ലോമ, സിദ്ധാർഥ ലോ കോളേജിൽ നിന്നും നിയമബിരുദം എന്നിവയും നേടി.

സെവൻ ആർട്സ് എന്ന ചലച്ചിത്ര നിർമാണ-വിതരണ സ്ഥാപനത്തിന്റെ പബ്ലിക് റിലേഷൻസ് ഓഫീസറായി ഔദ്യോഗിക ജീവിതം ആരംഭിച്ചു. മലയാളത്തിലും തമിഴിലുമായി ഇരുപതിലേറെ ചിത്രങ്ങളിലെ വാർത്താ പ്രചാരകൻ. തുടർന്ന് പ്രമുഖ സംവിധായകരായ തമ്പി കണ്ണന്താനം, ജോഷി മാത്യു, വി.ആർ. ഗോപാലകൃഷ്ണൻ തുടങ്ങിയവർക്കൊപ്പം പ്രവർത്തിച്ചു. ആദ്യമായി കഥയെഴുതിയ സിനിമയാണ് 'ദേശാടനം'. ആ ചിത്രത്തിലൂടെ മികച്ച കഥാകൃത്തിനുള്ള ഫിലിം ക്രിട്ടിക്സ് അവാർഡ് നേടി. തുടർന്ന് 'ആറ്റുവേല', ദി വാറണ്ട്', 'ചില്ലക്ഷരങ്ങൾ'(റിലീസ് ചെയ്തിട്ടില്ല) എന്നീ ചിത്രങ്ങളുടെ കഥയും തിരക്കഥയും സംഭാഷണവും രചിച്ചു.

സുകുമാർ അഴിക്കോടിനെക്കുറിച്ചുള്ള 'അഴീക്കോട്ടേയ്ക്കുള്ള വഴികൾ', വി.ആർ. കൃഷ്ണയ്യരെക്കുറിച്ചുള്ള 'സ്നേഹത്തിന്റെ നിയമപുസ്തകം' തുടങ്ങി ഒട്ടേറെ ഡോക്യുമെന്ററി ചിത്രങ്ങളും വീഡിയോ ആൽബങ്ങളും സംവിധാനം ചെയ്തിട്ടുണ്ട്. ചലച്ചിത്ര സാങ്കേതിക പ്രവർത്തകരുടെ സംഘടനയായ മാക്ടയുടെ എക്സിക്യൂട്ടീവ് കമ്മിറ്റി അംഗമായും മാക്ടയുടെ മുഖപ്രസിദ്ധീകരണമായ 'ടൺറി ഫോർ ഫ്രെയിംസി'ന്റെ എക്സിക്യൂട്ടീവ് എഡിറ്ററായും പ്രവർത്തിക്കുന്നു.

2005 മുതൽ കൈരളി ടി.വി. സംപ്രേഷണം ചെയ്യുന്ന 'ഇ ഫോർ എലിഫന്റ്' പരമ്പരയുടെ രചനയും സംവിധാനവും നിർവഹിച്ചുവരുന്നു. 'ഇ ഫോർ എലിഫന്റിന്റെ' സംവിധാനത്തിന്, 2007-ലെ സംസ്ഥാന ടെലിവിഷൻ അവാർഡ് ജൂറിയുടെ പ്രത്യേക പരാമർശം ലഭിച്ചിരുന്നു.

അഡ്വക്കേറ്റ് ജനറൽ ഓഫീസിലെ ജീവനക്കാരി സിന്ധുവാണ് ഭാര്യ; മക്കൾ: നിരഞ്ജൻ, ചിന്മയി; സഹോദരി: ശ്രീകുമാരി.

വിലാസം: കുട്ടംവീട്, അരൂക്കുറ്റി പി.ഒ., ചേർത്തല-688 535, email:sreekumararookutty@yahoo.co.in

സമർപ്പണം

ഞങ്ങൾ കുട്ടികളെല്ലാം നമ്മടച്ഛൻ എന്നുവിളിച്ചിരുന്ന അപ്പൂപ്പന്...

ആമുഖം

ആനയെന്ന 'വല്യേട്ടൻ' ചങ്ങലയൊച്ചയും കേൾപ്പിച്ച് ദൂരെയെവിടെ നിന്നെങ്കിലും നടന്നുവരുമ്പോൾതന്നെ ഏതൊരാളുടേയും ശ്രദ്ധ അങ്ങോട്ടോടിയെത്തും. തിരക്കില്ലാത്ത നേരത്താണെങ്കിൽ നമ്മുടെ കാഴ്ചയിൽനിന്ന് മറയുംവരെയുള്ള ഏതാനും നിമിഷങ്ങൾ-ആനയെ കണ്ടാൽ, അതിന്റെ ചങ്ങലകിലുക്കം കേട്ടാൽ-ശ്രദ്ധിക്കാത്ത മലയാളിയുണ്ടാവില്ല; മാനുഷരുണ്ടാവില്ല. ആനയോടുള്ള ഇഷ്ടമോ, അതോ കരയിലെ ഏറ്റവും വലിയ ജീവിയെ ഇത്തിരിയില്ലാത്ത വടിയുടേയും തോട്ടിയുടേയും ബലത്തിൽ അടക്കിയൊതുക്കി കൊണ്ടുനടക്കുന്ന മനുഷ്യന്റെ അധീശത്വത്തോടുള്ള ആമോദമോ? ആനയോടുള്ള ഇഷ്ടംകൊണ്ട് മാത്രമെന്ന് പറയാനാവും ഏവർക്കും താത്പര്യം.

ആനയെ കണ്ടാൽ, എല്ലാവരെയുംപോലെ വെറുതേയൊന്ന് നോക്കിവിടുന്ന ഒരാൾ. അതിനപ്പുറം കടന്നുപോയവനാരെന്നോ; അവനുമൊരു പേരുണ്ടാവില്ലേ എന്നോ ചിന്തിക്കാനും അന്വേഷിക്കാനും മെനക്കെടുമായിരുന്നില്ലാത്ത ഒരാളായിരുന്നു ഞാനും. എന്നെപ്പോലെ തന്നെയാണ് എന്റെ നാടും. തിരുവിതാംകൂറിന്റെ വടക്കേയറ്റത്തുള്ള (ആലപ്പുഴ ജില്ലയുടെ അതിർത്തി) അരൂക്കുറ്റി എന്ന ഗ്രാമം. പണ്ട് തിരുവിതാംകൂർ, കൊച്ചി എന്ന രണ്ട് രാജ്യങ്ങൾക്കിടയിലെ അതിരുകുറ്റിയാണ് കാലാന്തരത്തിൽ അരൂക്കുറ്റിയായി മാറിയതെന്ന് സ്ഥലനാമചരിത്രം. അരൂക്കുറ്റിയിലും അങ്ങനെയാർക്കും ആനക്കമ്പമുണ്ടായിരുന്നില്ല. ഇവിടത്തെ ക്ഷേത്രങ്ങളിലെ ഉത്സവമടുക്കുമ്പോൾ ഉത്സവച്ചടങ്ങുകളുടെ ഭാഗമാണല്ലോ എന്നോർത്തുമാത്രം ഇവിടത്തുകാരും ഏതെങ്കിലും ആനകളെ ഉൾപ്പെടുത്തും; ക്ഷേത്രത്തിന്റെ വരവിനും പിരിവിനും അനുസരിച്ച്, ഒന്നുവേണോ മൂന്നുവേണോ അഞ്ചുവേണോ. അത്രേയുള്ളൂ ആനക്കാര്യങ്ങളിലുള്ള ചർച്ച. അതിനപ്പുറം, വരുന്ന ആനകളുടെ പേരെന്ത്, അല്ലെങ്കിൽ പേരുകേട്ട ആനകളെ കൊണ്ടുവരണ്ടേ എന്ന ചിന്തകളൊന്നും ഞങ്ങളെ അലട്ടിയിരുന്നില്ല. ഞാൻകൂടി കാര്യക്കാരനായി നിന്നു നടത്തിയ തൃച്ചാറ്റുകുളം അമ്പലത്തിലെ ഒരുത്സവത്തിന്റെ വെളുപ്പാൻ കാലത്ത് അമ്പലമതിൽക്കകത്ത് ആനയിടഞ്ഞു. ആർക്കും ഒരപകടവുംകൂടാതെ എങ്ങനെയെങ്കിലും കുഴപ്പക്കാരൻ ഒന്നു പോയിക്കിട്ടിയാൽ മതിയെന്ന് മാത്രമായിരുന്നു അന്ന് എന്റേയും ചിന്ത. ഇടഞ്ഞ ആനയ്ക്ക് ഒരു വില്ലന്റെ പ്രതിഛായയായിരുന്നു മനസ്സിൽ. അല്ലാതെ എന്തുകൊണ്ട് ആന കൈവിട്ടുവെന്നോ, ആനയ്ക്ക് ആനയുടേതായ എന്തെങ്കിലും പ്രശ്നങ്ങളുണ്ടായിരുന്നോ എന്നൊന്നും അന്വേഷിക്കാൻ തോന്നിയിരുന്നില്ല. ഏഴോ എട്ടോ വർഷം മുമ്പുനടന്ന ആ സംഭവത്തിലെ 'പ്രതി'യുടെ പേരുപോലും എനിക്കറിയില്ല. ഞങ്ങളാരും അന്വേഷിച്ചില്ല. 'ആനക്കാര്യ'ത്തിൽ അന്ന് ഞാൻ എവിടെയാണ് നിന്നിരുന്നതെന്ന ചിത്രം ഇതിൽനിന്നും വ്യക്തമാണല്ലോ.

ചെറുപ്പംമുതലേ വളർത്തുമൃഗങ്ങളോട് അത്യാവശ്യം അടുപ്പക്കാരനായിരുന്നു ഞാൻ. പിന്നെന്തുകൊണ്ട് ആനയോടിഷ്ടംകൂടാൻ പോയില്ല എന്നു ചോദിച്ചാൽ ഉത്തരമൊന്നേയുള്ളൂ; പേടി. അതേ, കൂടുതൽപേരേയും പോലെ ആനയെ സുരക്ഷിതമായ അകലത്തിൽ ദൂരെമാറിനിന്നുമാത്രം കാണാൻ ഇഷ്ടപ്പെട്ടിരുന്ന ഒരു കുട്ടിയായിരുന്നു ഞാനും. പക്ഷേ, ചെറുപ്പം മുതൽ പൂച്ചക്കുട്ടികളോടും നായ്ക്കുട്ടികളോടുമൊക്കെ ഇത്തിരിയധികം ഇഷ്ടമുണ്ടായിരുന്ന ഒരു മനസ്സായിരുന്നു എന്റേത്. പലപ്പോഴും പൂച്ചക്കുട്ടികളും ഞാനും ഒന്നിച്ചായിരുന്നു ഉറക്കം; മുതിർന്നവർ ചിലപ്പോഴെങ്കിലും ദേഷ്യപ്പെടുമായിരുന്നെ

ങ്കിലും. എന്റെ അപ്പൂപ്പനും ഇക്കാര്യത്തിൽ എന്നെപ്പോലെ തന്നെയായിരുന്നു. ഞാനും ചേച്ചിയും പിന്നെ ഞങ്ങളുടെ തരത്തിൽപ്പെട്ട കുട്ടികളുമെല്ലാം 'നമ്മടച്ഛൻ' എന്നു വിളിച്ചിരുന്ന എന്റെ അപ്പൂപ്പൻ പൂച്ചയോടും നായ്ക്കളോടുമൊക്കെ വല്ലാത്ത ഇഷ്ടവും അടുപ്പവും സൂക്ഷിച്ചിരുന്ന ആളായിരുന്നു. ഉപ്പുസത്യാഗ്രഹവും വൈക്കം സത്യാഗ്രഹവുമടക്കമുള്ള ഒട്ടേറെ സ്വാതന്ത്ര്യ സമരങ്ങളിൽ പങ്കാളിയായിരുന്നു 'നമ്മടച്ഛ'നായ എന്റെ അപ്പൂപ്പൻ എൻ. കേശവൻ നായർ. കുട്ടികളെയെന്നല്ല, ഒരിക്കലും ഒരു ജീവിയെപ്പോലും നമ്മടച്ഛൻ എന്തിന്റെയെങ്കിലും പേരിൽ ശിക്ഷിച്ചിരുന്നതായി ഞങ്ങളാരും കണ്ടിട്ടില്ല. എന്നിട്ടും ഒരിക്കൽ ഒന്നു സംഭവിച്ചു. ആറിലോ ഏഴിലോ പഠിച്ചുകൊണ്ടിരുന്ന എന്റെ മനസ്സിനെയാകെ പിടിച്ചുലച്ച സംഭവം.

ഞങ്ങൾക്കൊരു നായയുണ്ടായിരുന്നു–ജിമ്മി. ഏതോ വീട്ടിൽനിന്നും അമ്മ എടുത്തുകൊണ്ടുവന്ന കറുത്തുകൊഴുത്ത നായക്കുട്ടി. വീട്ടിൽ പശുക്കറവ ഉണ്ടായിരുന്നതിനാൽ കാര്യമായി പാലൊക്കെ കൊടുത്താണ് വളർത്തിയത്. നല്ല ശൗര്യത്തോടെ വളരുവാൻവേണ്ടി, ആരോ പറഞ്ഞതനുസരിച്ച് ചെറിയപ്രായത്തിൽ അവനെ കുഴികുഴിച്ച് അതിലിടുമായിരുന്നു. കുഴിയിൽനിന്നും കരകയറുവാനുള്ള പരിശ്രമത്തിലും പരാക്രമത്തിലും നായയുടെ വീറും വാശിയും വർധിക്കുമെന്നതായിരുന്നു അതിനുപിന്നിലെ യുക്തി. പക്ഷേ, ജിമ്മിയുടെ ശൗര്യം പ്രതീക്ഷിച്ചതിനുമൊക്കെ അപ്പുറമായോ എന്നു സംശയം; സംശയമല്ല. ഉറപ്പ്.

വീട്ടിലെല്ലാവരോടും വലിയ ഇഷ്ടക്കാരനായിരുന്നെങ്കിലും പ്രായത്തിനനുസരിച്ച് കുറുമ്പും കൂടിയ ജിമ്മി ഇടയ്ക്കിടെ വീട്ടിലേക്കുവരുന്നവരെ കടിക്കാൻ തുടങ്ങി. കടി എന്നുപറഞ്ഞാൽ, തുടങ്ങിയാൽപ്പിന്നെ നിർത്താതെയുള്ള കടി! ഒടുവിൽ കരച്ചിലും ബഹളവുംകേട്ട് വീട്ടുകാർ ആരെങ്കിലും ഓടിച്ചെന്ന് അവനെ വട്ടംപിടിച്ച് പിൻതിരിപ്പിക്കണം. വേമ്പനാട്ടു കായലിന്റെ തീരത്താണ് എന്റെ വീട്. അന്നൊന്നും വീടിന്ടുത്തേക്ക് റോഡ് സൗകര്യവുമായിട്ടില്ല. തോടും വയലുമൊക്കെ നീന്തിയും ചാടിക്കടന്നും വേണം അരൂക്കുറ്റി സർക്കാരാശുപത്രിയിലെത്താൻ. നായയുടെ കടിയേറ്റവരെ വള്ളം വിളിച്ചുവേണം കൊണ്ടുപോകുവാൻ.

കടിക്കുന്നതിനും വിട്ടുവീഴ്ചയില്ലാതെ പ്രതികരിക്കുന്നതിനും ജിമ്മിക്ക് എന്നും ഓരോ ന്യായമുണ്ടായിരുന്നു. നമുക്ക് തരുവാനായിട്ടാണെങ്കിൽപോലും പറമ്പിൽ കിടക്കുന്ന തേങ്ങ ആരെങ്കിലും ഒന്നെടുത്ത് പിടിക്കുക, ചോദിക്കാതെയും പറയാതെയും ബഹളം വച്ചുകൊണ്ട് ഓടിക്കയറിവരിക, അങ്ങനെയങ്ങനെ തനിക്ക് അഹിതമായിട്ടുള്ളതെന്തെങ്കിലും കണ്ണിൽപ്പെട്ടാൽ പിന്നെ മുന്നും പിന്നും നോക്കാതെ ജിമ്മി കടിച്ചിരിക്കും. ഇതിനിടെ നായയെക്കൊണ്ടുള്ള ശല്യം തുടർച്ചയായപ്പോൾ അയൽക്കാരും നാട്ടുകാരുമൊക്കെ മുറുമുറുക്കാനും പ്രതിഷേധിക്കാനും തുടങ്ങിയിരുന്നു.

ഓരോ വട്ടം കടി കഴിയുമ്പോഴും ചെയ്ത തെറ്റ് അവനെ ഓർമപ്പെടുത്തുമാറ് അച്ഛനും അമ്മാവനും ചിലപ്പോഴെങ്കിലും ഞാനുമൊക്കെ ജിമ്മിക്ക് അടികൊടുക്കാറുണ്ട്. ഒന്നോ രണ്ടോ നേരത്തേക്കെങ്കിലും ഭക്ഷണം നിഷേധിച്ച സന്ദർഭങ്ങളുമുണ്ടായിട്ടുണ്ട്. പക്ഷേ, എത്രയൊക്കെ പാഠംപഠിപ്പിച്ചാലും ജിമ്മിക്ക് ജിമ്മിയല്ലാതാവാൻ കഴിയില്ലായിരുന്നു.

വീട്ടിലെ മൂപ്പൻ പണിക്കാരനായ നാരായണനേയും വടക്കേതിലെ വിശംഭരനേയും ഏറ്റവുമൊടുവിൽ തെക്കേതിലെ കൊച്ചുപാപ്പിയേയും വരെ അവൻ കടിച്ചു. വീട്ടിൽ വന്നുകയറിയ നാൾമുതൽ ഞങ്ങളെയെന്നപോലെതന്നെ അവൻ കണ്ടുവരുന്നതാണ് കൊച്ചുപാപ്പിയേയും. അതുംകൂടിയായപ്പോഴേക്കും നാട്ടുകാരുടെ പ്രതിഷേധം ഉച്ചഘട്ടത്തിലെത്തിയിരുന്നു.

ഒടുവിൽ, ഒരുദിവസം ഒരു ഫിബ്രുവരി പന്ത്രണ്ടാം തീയതി ഉച്ചകഴിഞ്ഞനേരത്ത് വീടിന്റെ പുറത്ത് കുറേപ്പേർ- നാട്ടുകാരും കക്കാപണിക്കാരായ ചെറുപ്പക്കാരുമൊക്കെ- കൂട്ടംകൂടി നിൽക്കുന്നതു കണ്ടപ്പോഴാണ് ഞാനാവിവരം അറിയുന്നത്. ജിമ്മിയെ കൊല്ലാൻ പോകുന്നു! നമ്മടച്ഛനും അതിന് സമ്മതിച്ചിരിക്കുന്നു!

വഴിനടക്കാൻപോലും സമ്മതിക്കാതെ സ്ഥിരം പേടിസ്വപ്നമായി മാറിയ നായയെ തല്ലിക്കൊല്ലാൻ അവസരം കിട്ടിയപ്പോൾ, സ്വന്തം പണികൾ മാറ്റിവച്ച് ചോരത്തിളപ്പും ചങ്കുറപ്പുമുള്ള ചെറുപ്പക്കാർ ഉത്സാഹത്തോടെ രംഗത്തെത്തി. 'വേണ്ട, വേണ്ടെന്ന്' ഞാനും ചേച്ചിയും എല്ലാവരോടും കരഞ്ഞുപറഞ്ഞെങ്കിലും എല്ലാം വൈകിപ്പോയിരുന്നു. അവസാനം നമ്മടച്ഛൻ തന്നെയാണ് അവന്റെ ചങ്ങലയഴിച്ചത്. അന്നേരം "കഴിഞ്ഞെടാ, ഇന്നത്തെ കൊണ്ടെല്ലാം കഴിഞ്ഞു" എന്നുംപറഞ്ഞ് അവനെ തലോടിക്കൊണ്ട് കിഴക്കേ വേലിക്കുപുറത്തേക്കു കൊണ്ടുപോകുമ്പോൾ, പിന്നോട്ട് ബലംപിടിക്കാതെ, പ്രതിഷേധത്തിന്റെ സൂചനകളില്ലാതെ ഒപ്പം നടന്ന ജിമ്മിയുടെ ചിത്രം ഇന്നും മനസ്സിലുണ്ട്.

നായയെക്കൊല്ലാൻ ആളെ ഏർപാടാക്കിയ ചന്ദ്രൻ ചേട്ടനേയും നിർദ്ദയം അവനെ അവർക്കു മുന്നിലേക്ക് കൊണ്ടുപോകുന്ന നമ്മടച്ഛനേയുമെല്ലാം വായിൽ തോന്നിയ 'ചീത്ത'കളെല്ലാം ഒന്നിച്ചുവിളിച്ചും കരഞ്ഞുവിളിച്ചും ഞാൻ തെല്ലുനേരംകൂടി അവന്റെ അവസാനയാത്ര നോക്കിനിന്നു. അവസാനം അവനെ നമ്മടച്ഛൻ അവർക്ക് മുന്നിൽ ഒരു മരത്തിൽ കെട്ടിക്കൊടുക്കുന്നതുവരെ മാത്രം. പിന്നെ ഒരു നിമിഷംപോലും അതു കണ്ടുനിൽക്കുവാനുള്ള ധൈര്യമില്ലാതെ, മനസ്സുറപ്പില്ലാതെ ഞാൻ കണ്ണുകളിറുക്കിയടച്ചുകൊണ്ട് അകത്തേക്കോടി. നിമിഷങ്ങൾക്കകം ഉയർന്ന ലിഞ്ഞ ജിമ്മിയുടെ ദീനരോദനങ്ങൾ! അത് കാതിൽ വന്നുവീഴുമ്പോൾ ഞാൻ കണ്ണുകളിറുക്കിയടച്ച് ലോകത്തെ മുഴുവൻ ശപിച്ച് വലിയ കരച്ചിലായിരുന്നു. ദുഷ്ടനെന്നു വിളിച്ച് നമ്മടച്ഛനെവരെ ഞാനന്ന് ശപിച്ചു.

പക്ഷേ, ഇന്നെനിക്കറിയാം, അന്ന് വലിയ വായിൽ അലറിക്കരഞ്ഞ എന്നേക്കാൾ കടുത്ത വേദനയും സങ്കടക്കടലും മനസ്സിൽ അമർത്തിവച്ചുകൊണ്ടാണ് നമ്മടച്ഛൻ ആ നിമിഷങ്ങളിൽ അടക്കിപ്പിടിച്ചു നിന്നതെന്ന്. മനസ്സറിഞ്ഞൊന്ന് കരയുന്നതിനേക്കാളേറെ വിഷമകരമാണ് കരയാൻപോലും കഴിയാതെ എല്ലാം അടക്കിപ്പിടിച്ച് നിൽക്കുന്നതെന്ന്!

ഓർമശക്തിയുടെ കാര്യത്തിൽ അന്നുമിന്നും ഞാൻ പിന്നാക്കക്കാരനാണ്. ഏതു വർഷമാണ് പത്താംക്ലാസ് പാസ്സായതെന്നോ ഡിഗ്രി കഴിഞ്ഞതെന്നോ കല്യാണം കഴിഞ്ഞതെന്നോ പോലും ഓർത്തുവയ്ക്കാൻ അറിയില്ലാത്ത ഒരു മടിയൻ മനസ്സ്. പക്ഷേ, ജിമ്മി മരണത്തിലേക്ക് കൂസലില്ലാതെ നടന്നുപോയ ആ ഫിബ്രുവരി പന്ത്രണ്ട് ഏതുറക്കത്തിൽ വിളിച്ചുചോദിച്ചാലും, അതെന്റെ മനസ്സിലുണ്ടാകും. നാമെല്ലാം പ്രതീക്ഷിക്കുന്നതുപോലെ പ്രായമായി, ബന്ധുമിത്രാദികൾക്ക് മധ്യേ മരണക്കിടക്കയിൽ നീണ്ടുനിവർന്നു കിടന്നുള്ള ഒരു മരണമാണ് എന്റേതുമെങ്കിൽ, മെല്ലെ മെല്ലെ മരണത്തിന്റെ പടികളിറങ്ങിത്തുടങ്ങുന്ന നിമിഷങ്ങളിലും 'ഫിബ്രുവരി 12, ജിമ്മിയുടെ മരണനാൾ' എന്നത് എന്റെ മനസ്സിൽ ഉണ്ടാവുമെന്നുതന്നെ ഞാൻ വിചാരിക്കുന്നു.

നമ്മൾ മനുഷ്യർക്ക് നാമൊഴികെ സൂര്യനു താഴെയുള്ള മറ്റെന്തും നമ്മുടെ ഇഷ്ടങ്ങൾക്കും അനിഷ്ടങ്ങൾക്കുമൊപ്പം വേണ്ടതും വേണ്ടാത്തതുമായി മാറുമെന്നും ഏറെ പ്രിയപ്പെട്ടതെന്നു വിചാരിക്കുന്നതുപോലും ഇത്തിരിനേരംകൊണ്ട് നമുക്ക് അധികപ്പറ്റായി മാറുമെന്നുമുള്ള ചിന്ത, ഒരുപക്ഷേ ജിമ്മിയുടെ ജീവിതത്തിലൂടെയാവാം എന്റെ മനസ്സിൽ രൂഢമൂലമായിത്തീർന്നത്.

ജിമ്മി കൊല ചെയ്യപ്പെട്ടതിന്റെ പിറ്റേന്നാൾ ഞാൻ അവനെ കുഴിച്ചിട്ടിരിക്കുന്നിടത്തു ചെന്നു നോക്കി. ഇളകിയ മണ്ണിൽ ചെറിയൊരു മൺകൂന. കൊല്ലാൻ കൊണ്ടുപോകുന്ന നേരത്ത്, അവനെ രക്ഷിക്കാൻ തയ്യാറാവാതിരുന്ന എന്നോടും എല്ലാ മനുഷ്യരോടുമെന്നപോലെ ജിമ്മിക്ക് വെറുപ്പായിരിക്കുമോ? ജിമ്മി ഇനിയും എന്നെങ്കിലും ഒരു നായയായി ജനിക്കുമോ? അപ്പോൾ അവൻ എന്നെക്കണ്ടാൽ തിരിച്ചറിയുമോ? അതൊക്കെയായിരുന്നു പിന്നെ ദിവസങ്ങളോളം എന്റെ ചിന്തകൾ; എന്റെ ആകുലതകൾ.

ഓരോ ജീവിയും നമ്മൾ മനുഷ്യരെപ്പോലെ ചിന്തിച്ചേക്കാമെന്നും നമ്മുടെ ഭാഷയിൽ സംസാരിക്കുന്നില്ലെങ്കിൽക്കൂടി അവർക്കും നമ്മളെപ്പോലെയോ, നമ്മളേക്കാൾ നന്മയുള്ളതോ ആയ ഒരു മനസ്സുണ്ടാകാമെന്നുമുള്ള ഒരു ചിന്ത, ജിമ്മി മുത

ലോ, ജിമ്മിക്കു മുമ്പോ എന്റെ മനസ്സിൽ കയറിക്കൂടിയിരുന്നു. നമ്മുടെ നാട്ടിലെ ചൂടും ചൂരുമുള്ള ആനക്കേമന്മാരുടേയും കേമത്തികളുടേയും ജീവിതം ആദ്യം ടെലിവിഷൻ പരമ്പരയായി സാക്ഷാത്കരിക്കുകയും ഇപ്പോൾ പുസ്തകമായി പ്രസിദ്ധീകരിക്കുകയും ചെയ്യുമ്പോൾ എന്റെ അടിസ്ഥാന മൂലധനവും അതുതന്നെയാണ്. അവർക്കും വേറിട്ടൊരു മനസ്സുണ്ടെന്ന തിരിച്ചറിവ്. നമ്മുടെ ഭാഷയിലല്ല അവർ സംസാരിക്കുന്നത് എന്നതുകൊണ്ടു മാത്രം, അവർക്കീ ലോകത്തോട് പറയാനുള്ളത് ആരും കേൾക്കാതെ പോകരുതെന്ന ചിന്താഗതി.

'ചൂലു'പോലെയെന്നും 'മുറം'പോലെയെന്നുമൊക്കെ തങ്ങളുടെ മനസ്സിൽ അനുഭവപ്പെട്ടതുപോലെ ആനയെ ആവിഷ്കരിക്കാൻ ശ്രമിച്ച അഞ്ചു കുരുടന്മാരെപ്പോലെ തന്നെയായിരുന്നു എന്റേയും തുടക്കം; അതിശയോക്തികളുണ്ടാകാം, അർധസത്യങ്ങളുണ്ടാകാം. പക്ഷേ പറഞ്ഞു ഫലിപ്പിക്കലിന്റെ രുചിക്കുവേണ്ടിയുള്ള മനഃപൂർവമായ കല്ലുവച്ച നുണകൾ, അതൊരിക്കലും ഈ വരികളിൽ ഉണ്ടാവില്ലെന്ന് സത്യസന്ധമായി തന്നെ പറയട്ടെ.

പേരിനുപോലും ആനക്കമ്പക്കാരനായിരുന്നിട്ടില്ലാത്ത ഒരാൾ, അയാൾക്കെങ്ങനെ ആനകളുടെ ലോകത്തേക്ക് ഇത്രയെളുപ്പം ഒരു കടന്നുകയറ്റം സാധ്യമായി. ആനക്കാര്യങ്ങൾ അരച്ചുകലക്കി കുടിച്ചു നടക്കുന്നവർക്കുവരെ ഒരു പരിധിവരെയെങ്കിലും 'ഈ ഫോർ എലിഫന്റി'നോട് ഒരു കൗതുകവും കാരുണ്യവും സ്വീകാര്യതയും എങ്ങനെയുണ്ടായി? ഞാൻ തന്നെ പലപ്പോഴും അദ്ഭുതത്തോടെ ആലോചിക്കാറുള്ള ഒരു കാര്യമാണത്. നാടിന്റെ ഗുണം എന്നു പറയാനാണെങ്കിൽ, ആനക്കാര്യങ്ങളിൽ ഞങ്ങളുടെ നാടിന്റെ കാര്യവും ഒട്ടുംതന്നെ ആശാവഹമായിരുന്നില്ല എന്ന് സൂചിപ്പിച്ചുവല്ലോ. പിന്നെ നമ്മുടെ ഗുണം അല്ലെങ്കിൽ നമ്മുടെ കഴിവ് എന്നു പറയാനാണെങ്കിൽ, അതിലും എത്രമാത്രം സത്യമുണ്ടാകാമെന്ന് സംശയമാണെനിക്ക്. എന്തെന്നാൽ നമ്മുടെ കഴിവുകൊണ്ട് മാത്രമാണെങ്കിൽ, ഞാനാഗ്രഹിക്കുന്ന, എനിക്ക് കഴിയുമെന്ന് ഒത്തിരി ആത്മവിശ്വാസത്തോടെ വിചാരിക്കുന്ന വേറെയും കുറെ കാര്യങ്ങളുണ്ട് (അറിയപ്പെടുന്ന ഒരു ചലച്ചിത്ര സംവിധായകനാകണമെന്നും ജനങ്ങൾ സ്നേഹിക്കുന്ന കുറച്ച് സിനിമകൾ എടുക്കാൻ കഴിയണമെന്നുമാണ് എക്കാലത്തും എന്റെ ഏറ്റവും വലിയ ആഗ്രഹം).

പക്ഷേ, അതൊന്നും നാം വിചാരിക്കുന്നതുപോലെ നമ്മുടെ വഴിക്ക് വരുന്നില്ലല്ലോ. അപ്പോൾ നമ്മുടെ കഴിവിനും യുക്തിയ്ക്കുമപ്പുറം കാര്യങ്ങളുടെ കടിഞ്ഞാൺ മറ്റാരുടെയോ കൈയിലാവാം, അല്ലേ? സ്വന്തം ജീവിതവും സ്വപ്നങ്ങളും ബലികഴിച്ച് മനുഷ്യർക്കുവേണ്ടി ചത്തുജീവിക്കുന്ന പാവം കുറേ ജീവികളുടെ 'കഥയും കാര്യങ്ങളും' തിരയാൻ, അഥവാ അവരുമിവിടെ ജീവിച്ചു കടന്നുപോകുന്നുണ്ടെന്ന സത്യം കുറച്ചുപേരെയെങ്കിലും ഓർമപ്പെടുത്തുവാൻ 'ഇങ്ങനെയൊരുത്തനെ അങ്ങോട്ട് വിട്ടേക്കാം' എന്ന് വേണ്ടപ്പെട്ടവർ കാലേകൂട്ടി മുകളിലെവിടെയോ ഇരുന്ന് തീരുമാനിച്ചുറപ്പിച്ചിട്ടുണ്ടാവും. കഥയൊന്നുമറിയാത്ത (കഥയില്ലാത്ത) പാവം നമ്മൾ അവരുടെ കൈകളിലെ വെറും കുഴച്ചട്ടുകങ്ങൾ മാത്രവും! അങ്ങനെതന്നെ വിശ്വസിക്കാനാണ് എനിക്ക് താത്പര്യം. അല്ലായിരുന്നെങ്കിൽ, എങ്ങനെയാണ് നാടുവിറപ്പിച്ചുനടന്ന കൊലകൊല്ലിയെന്ന കാട്ടാനയെ കണ്ടുമുട്ടുന്നത്. വിതുര-പേപ്പാറ വനമേഖലയിൽ ആളും അർഥവുമുള്ള ചാനലുകളിലെയും പത്രങ്ങളിലെയും മാധ്യമപ്രവർത്തകർ സർവസന്നാഹങ്ങളുമൊരുക്കി ദിവസങ്ങളോളം കാത്തുകെട്ടിക്കിടന്നിട്ടും അവർക്കൊന്നും മുഖംകൊടുക്കാതെ ഒളിച്ചുകളിക്കുകയും അവരെയെല്ലാം ഓടിച്ചുവിടുകയും ചെയ്ത പാവം കൊലകൊല്ലി. അവൻ എന്തിനായിരുന്നു തിരിച്ചുപോരാനുള്ള ബസ്സിന്റെ സമയത്തെക്കുറിച്ചു ചിന്തിച്ച് തല പുകച്ച് ഓടിക്കിതച്ചെത്തിയ ഞങ്ങൾക്ക് മുന്നിലേക്ക് വെറും അരമണിക്കൂറിനുള്ളിൽ ഇല്ലാത്ത സമയമുണ്ടാക്കി കടന്നുവന്നത്. അന്നോളം ഏതാണ്ടെല്ലാവരെയുംതന്നെ കൊലവിളിയോടെ പറപറത്തിയ ചരിത്രം മാത്രമുള്ളവൻ എന്തിനായിരുന്നു ഞങ്ങളെ മാത്രം ഒരു തരി മണ്ണുപോലും നുള്ളിയിടാതെ കൈപ്പാടകലെ നിന്നും

ദയാവായ്പോടെ തിരിച്ചുവിട്ടത്. അവിടെ നമ്മുടെ കഴിവിനെന്തുവില?

ഇനിയങ്ങനെ വിധിയിലും നിമിത്തത്തിലുമൊന്നും ഒട്ടുമേ വിശ്വാസമില്ലാത്തവരുടെ ഭാഗത്തുനിന്ന് ചിന്തിച്ചാൽ എന്തായിരിക്കും 'ഇ ഫോർ എലിഫന്റിന്' രക്ഷയും തുണയുമായി വർത്തിച്ചത്. സത്യം പറഞ്ഞാൽ ശുദ്ധശൂന്യതയിൽ നിന്നുള്ള തുടക്കംതന്നെ.

ആനക്കമ്പത്തിന്റെയും ഉത്സവാഘോഷത്തിന്റെയും പേരിൽ നാട്ടാനകൾ വൻതോതിൽ പീഡിപ്പിക്കപ്പെടുന്നു എന്ന സന്ദേശവുമായി ഡോക്യുമെന്ററി ചെയ്യാൻ ഇറങ്ങിത്തിരിച്ചയാൾ, അവസാനം ആനക്കമ്പത്തിന്റെ കാണാപ്പുറങ്ങളിലൂടെ അതിന് ചൂട്ടു കത്തിച്ചുകൊണ്ട് നടക്കേണ്ടിവരുകയെന്നാൽ അതിനെ വിധിവൈപരീത്യം എന്നല്ലാതെ മറ്റെന്ത് പറയാൻ. ആനയെക്കുറിച്ച് യാതൊന്നുമറിയില്ല എന്ന അറിവും തിരിച്ചറിവും തന്നെയായിരുന്നു എന്നും എവിടേയും എന്റെ ഏറ്റവും വലിയ സമ്പാദ്യം. പക്ഷേ, അതുകൊണ്ട് എന്തുണ്ടായി? ഒരു ഒപ്പു കടലാസുപോലെ എന്തും വലിച്ചെടുക്കാൻ പാകത്തിലുള്ള ഒരു തുറന്ന മനസ്സ്; അത് ആദ്യമേ സ്വന്തമായി. ഒരു ആനയെപ്പറ്റി എന്തൊക്കെ, എവിടെനിന്നൊക്കെ അറിയുകയും കേൾക്കുകയും ചെയ്തിട്ടുണ്ടെങ്കിലും അതൊന്നും തട്ടിക്കളയാതെ സ്വീകരിച്ചിട്ടുണ്ട്. പിന്നീട് ചോദിക്കേണ്ടവരോടും പറയേണ്ടവരോടും ചോദിച്ചും പറഞ്ഞും ഉറപ്പുവരുത്തിയാണ് ഓരോ ആനയുടേയും തനത് ലോകങ്ങൾ സൃഷ്ടിച്ചെടുക്കുവാൻ ശ്രമിച്ചിട്ടുള്ളതും.

ആനകളുമായി നാലോ അഞ്ചോ വർഷത്തെ അടുപ്പവും അനുഭവവും മാത്രമുള്ള ഒരാൾ കുറഞ്ഞ സമയത്തിനുള്ളിൽ എല്ലായിടവും ഓടിയെത്താൻ ശ്രമിക്കുമ്പോൾ ചെറിയ ചെറിയ കുറവുകൾ സംഭവിച്ചേക്കാം. പക്ഷേ, ഒരേ ഒരാനയെ മാത്രം, അല്ലെങ്കിൽ ഏതാനും പ്രിയപ്പെട്ടവരെമാത്രം മനസ്സിൽ പ്രതിഷ്ഠിച്ച് ഊണിലും ഉറക്കത്തിലും അവരുടെമാത്രം ചിന്തകളുമായി കഴിയുന്ന ആനപ്രേമികൾക്കോ ആന പാപ്പാൻമാർക്കോ ആനയുടമകൾക്കോ ഒക്കെ അമൂല്യവും അപൂർവവുമായ ചിലതെങ്കിലും ലോകത്തോട് പങ്കുവയ്ക്കാൻ ഉണ്ടായേക്കും. അങ്ങനെയുള്ള സത്യസന്ധമായ വിവരങ്ങൾ അറിയിക്കുവാൻ തയ്യാറായാൽ ഈ പുസ്തകത്തിന്റെ പുതിയ പതിപ്പുകളിൽ അവകൂടി ഉൾപ്പെടുത്തുവാൻ സാധിക്കുമെന്നും അതിനു നൂറുശതമാനം സന്തോഷമേയുള്ളൂ എന്നും പ്രത്യേകം ഓർമിപ്പിക്കട്ടെ.

മനസ്സുലച്ച ചില വേർപാടുകൾ, ദുരന്തങ്ങൾ, അത് എല്ലായ്പ്പോഴും ഞങ്ങളോടൊപ്പം ഉണ്ടായിരുന്നു. നാലു വർഷത്തിനുള്ളിൽ എത്രയെത്ര ആനകളും പാപ്പാൻമാരുമാണ് കൺമുന്നിലൂടെയെന്നപോലെ മരണത്തിലേക്ക് നടന്നകലുന്നത്. തൃപ്രയാർ രാമചന്ദ്രന്റെ ചിത്രീകരണത്തിനിടയിൽ ഞങ്ങളുടെ ക്യാമറയ്ക്കുമുമ്പിൽ പിടഞ്ഞുവീണു മരിച്ച തൃപ്രയാർ രാമദാസ്, എന്നും ലോകത്തിന്റെ മുഴുവൻ കണ്ണുകൾക്കും വിരുന്നൂട്ടായിരുന്ന പറമേക്കാവ് പരമേശ്വരന്റെ അവസാന നിമിഷങ്ങൾ, പ്രിയപ്പെട്ട സാജ്പ്രസാദിന്റെ ദുരന്തം; ഏറ്റവുമൊടുവിൽ കണ്ടമ്പുള്ളി ബാലനാരായണനും യാത്രയായി.

'ഇ ഫോർ എലിഫന്റ്' എന്ന പരമ്പര സംവിധാനം ചെയ്യുകയും ഇപ്പോൾ ഇത് പുസ്തകമാക്കുകയും ചെയ്യുമ്പോൾ നന്ദിയോടെ സ്മരിക്കേണ്ട ഒട്ടേറെ മുഖങ്ങൾ, പേരുകൾ എന്റെ മുന്നിൽ ഉണ്ട്. എന്റെ വാക്ക് വിശ്വസിച്ച് ആനയെങ്കിൽ ആന, ചേനയെങ്കിൽ ചേന എന്നുപറഞ്ഞ് ഒരു ഡോക്യുമെന്ററിക്കായി പണം മുടക്കാൻ തയ്യാറായ, നാട്ടിലെ എന്റെ സുഹൃത്തുക്കൾ ഉണ്ണിക്കൃഷ്ണനോടും ജയകുമാറിനോടുമാണ് ആദ്യം നന്ദി പറയേണ്ടത്. സത്യത്തിൽ അവരാണ്, അവരുടെ മനസ്സാണ് എല്ലാത്തിനും നിമിത്തമായത്. പിന്നീട് ജൻസോ. എറണാകുളം ലാൽ മീഡിയയിലെ ജൻസോയാണ് ഇങ്ങനെയൊരു ആനപ്പരിപാടിയുമായി ഒരാൾ കറങ്ങുന്ന വിവരം കൈരളി ടിവിയിലെ ഷിബുചക്രവർത്തിയോട് പറയുന്നത്. പിന്നീട് 'ഇ ഫോർ എലിഫെന്റ്' എന്ന ഈ പേരിടുന്നതും ഓരോ ആനയെക്കുറിച്ചും ഓരോ എപ്പിസോഡ് എന്ന നിർദ്ദേശം മുന്നോട്ട് വയ്ക്കുന്നതും ഷിബുചക്രവർത്തിയാണ്.

അതിനുശേഷം, പ്രിയപ്പെട്ട മാടമ്പ് സാർ; അക്ഷരങ്ങളുമായും ആനകളുമായും എന്നും

കുലീനബന്ധം പുലർത്തിവരുന്ന മാടമ്പ് സാറിന്റെ സ്ഥാനത്ത് അവതാരകനായി മറ്റൊരാളെ ഇന്ന് എനിക്ക് സങ്കൽപിക്കാൻ പോലും കഴിയില്ല എന്നുവരുമ്പോൾ, ഈ ആനക്കാഴ്ചകളിൽ അദ്ദേഹത്തിന്റെ മൂല്യവും ഞങ്ങളുടെ മാനസിക ഐക്യവും വ്യക്തമാകുമല്ലോ. അതുകഴിഞ്ഞാൽ ആനകളുടെ നാവും ശബ്ദവുമായി മാറിക്കഴിഞ്ഞ അലിയാർ സാർ. ആനകളുടെ ചിന്തകളും ആശകളും നോവുകളും പ്രണയവുമൊക്കെയായി ഞാൻ സ്വപ്നംകണ്ട ഒരപൂർവലോകത്തിന് എന്തെന്നില്ലാത്ത ഒരാനച്ചന്തവും ചാരുതയും പകരുന്നതിൽ ആ ശബ്ദത്തിനുള്ള സ്ഥാനം പകരം വയ്ക്കാൻ ഇല്ലാത്തതുതന്നെ.

പിന്നെ ആനക്കാഴ്ചകളുടെ ചിത്രീകരണത്തിന് എന്നോടൊപ്പം സഹകരിച്ച ക്യാമറമാൻമാർ-ജയചന്ദ്രൻ പാണാവള്ളി, കണ്ണൻ മുഹമ്മ, ദീപു അരൂക്കുറ്റി, മനോജ്, ജിസ്, പ്രവീൺ, സീനു തുടങ്ങി ഒട്ടേറെ പേരുണ്ട്. ജയചന്ദ്രനും കണ്ണനുമാണ് ഏറ്റവുമധികം എപ്പിസോഡുകൾക്ക് ക്യാമറ ചലിപ്പിച്ചത്. ഏതുനേരത്തും ആനകൾ അപകടകാരികൾ ആയേക്കാമെന്നതും തങ്ങൾക്കുമുന്നിൽ അഭിനയിക്കുന്ന ആനകളിൽ ചിലരെങ്കിലും നാലുമഞ്ചുമൊക്കെ കൊലപാതകങ്ങളിലെ പ്രതികളാണെന്നതും ഓർക്കാതെ, ഏതിന്റെ മുന്നിലേക്കും ചുമ്മാ പിള്ളേരുകളിപോലെ ഓടിക്കയറുന്ന കണ്ണന്റെ ധൈര്യം ചിലപ്പോഴൊക്കെ തലവേദനയായി മാറാറുണ്ടെങ്കിലും അതെടുത്തുപറയാതെവയ്യ. ഞങ്ങൾ മറ്റുള്ളവരെല്ലാം കൈരളി ചാനലിന്റെ പുറത്തുള്ളവരാണെങ്കിലും എഡിറ്റർമാർ കൈരളി കുടുംബാംഗങ്ങൾ തന്നെയാണ്. മുരളിയും ഗണപതിയുമാണ് ബഹുഭൂരിപക്ഷം എപ്പിസോഡുകളുടെയും എഡിറ്റർമാർ. മധു പൊതുവാൾ, സൂരജ്, സതീഷ്, ദീപു, രാജേഷ്, ഷിബു തുടങ്ങിയവരും പ്രവർത്തിച്ചിട്ടുണ്ട്. അവരെ സംബന്ധിച്ചിടത്തോളം ഇതും നിത്യേനചെയ്യുന്ന അനേകം ജോലികളിൽ ഒന്നുമാത്രമെങ്കിലും ഈ ആനക്കാര്യങ്ങളോട് പ്രത്യേക മമതയും സഹകരണവും പ്രകടിപ്പിക്കാറുണ്ടായിരുന്നു.

എന്നും ഒരു കൊച്ചനുജനോടെന്ന വാത്സല്യത്തോടെ പ്രോത്സാഹിപ്പിക്കുകയും മനസ്സറിഞ്ഞ് പിന്തുണയ്ക്കുകയും ചെയ്യാറുള്ള സുന്ദർമേനോൻ സാറിനോടുള്ള നന്ദിയും കടപ്പാടും വാക്കുകൾക്കതീതമാണ്. സത്യത്തിൽ ഈ ആനവ്യൂഹത്തിൽ ഞാനെത്തിപ്പെടുംമുമ്പേയുള്ള എന്റെ സ്വപ്നലോകത്തേക്കുള്ള സങ്കൽപങ്ങൾ മരവിക്കാതെ, പ്രതീക്ഷയോടെ പിടിച്ചുനിർത്തുന്നതിനും നിരാശയില്ലാത്തൊരു മനസ്സുമായി ആനകൾക്കു പിന്നാലെ കൂടുന്നതിനും ഒരർഥത്തിൽ ശക്തിയും പ്രചോദനവുമായത് ആ വലിയ മനസ്സുതന്നെയാണ്.

വേണ്ട ഉപദേശ-നിർദ്ദേശങ്ങൾ നൽകി എന്നും ഗുരുസ്ഥാനത്തു നിന്നിട്ടുള്ള ഡോ. കെ.സി. പണിക്കർ, ആദ്യംമുതൽ ഒപ്പമുണ്ടായിരുന്ന സി.എ. മേനോൻ, കുട്ടംകുളങ്ങര മുകുന്ദേട്ടൻ തുടങ്ങി നന്ദിയും കടപ്പാടുമുള്ള ഒട്ടേറെപ്പേർ ഇനിയുമുണ്ട്. എന്നും സഹകരണം നൽകിയിട്ടുള്ള ആനയുടമകൾ, നല്ലവരായ ആനപാപ്പാൻമാർ, ആഘോഷ കമ്മിറ്റികൾ എല്ലാത്തിനുമുപരി ഈ ആനക്കാര്യങ്ങളുടെ യഥാർഥ ശക്തിയും പിന്തുണയുമായിരുന്ന പ്രിയപ്പെട്ട പ്രേക്ഷകർ, ആനപ്രേമികൾ, അഭ്യുദയകാംക്ഷികൾ, അവരുടെ സഹായഹസ്തങ്ങൾ ഈ പുസ്തകത്തിനൊപ്പം ഉണ്ടായിരിക്കണമെന്ന് ഞാൻ ആഗ്രഹിക്കുകയാണ്. പിന്നെ, ആനക്കാഴ്ചകളിലേക്ക് എനിക്ക് വഴിതുറന്ന കൈരളി ചാനലിനോടും ഒരുപാടൊരുപാട് നന്ദിയുണ്ട്. ഒപ്പം ഈ ആനക്കഥകൾ പുസ്തകമാക്കുവാൻ മുന്നോട്ടുവന്ന ഓഥന്റിക് ബുക്സ്, ഇതൊരു പുസ്തകരൂപത്തിലാക്കാൻ ആത്മാർഥമായി പ്രവർത്തിച്ച ഓഥന്റിക് ബുക്സിന്റെ എഡിറ്റോറിയൽ പ്രവർത്തകർ, ചിത്രങ്ങൾ തന്നുസഹായിച്ചവർ, ഫോട്ടോഗ്രാഫർമാർ തുടങ്ങിയവരോടും ഒത്തിരി നന്ദിയുണ്ട്. എന്നെ സഹായിച്ച, പരിഗണിച്ച എല്ലാവരോടും നന്ദി പറയുമ്പോൾ, ആരുടെയെങ്കിലും പേര് വിട്ടുപോയിട്ടുണ്ടെങ്കിൽ സദയം ക്ഷമിക്കുക.

ആനയുടെ വാലും പിടിച്ചുനടന്ന് നാലഞ്ചു വർഷക്കാലം കൊണ്ട് എന്ത് നേടിയെന്ന് പലപ്പോഴും സ്വയം ചിന്തിച്ചിട്ടുണ്ട് . മറ്റെല്ലാത്തിനുമുപരി കുറെയേറെ ബന്ധങ്ങൾ, സൗഹൃദങ്ങൾ.

അതുതന്നെയാണ് ഏറ്റവുംവലിയ സമ്പാദ്യം. എവിടെയെങ്കിലും ഒരു ആന തളർന്നുവീണാൽ, അല്ലെങ്കിൽ അതൊന്ന് തെറ്റിയാൽ ആ നിമിഷം അത് വിളിച്ചറിയിക്കുന്ന ആനപ്രേമികളായ സുഹൃത്തുക്കൾ. പുത്രനിർവിശേഷം സ്നേഹിച്ചു വളർത്തിയ സാജ്പ്രസാദ് എരണ്ടക്കെട്ട് നിമിത്തം മരണപ്പെട്ടപ്പോൾ കൊച്ചുകുട്ടിയെപ്പോലെ വാവിട്ടുകരഞ്ഞുകൊണ്ട് അതിന്റെ ഉടമയായ കുമാരേട്ടൻ പറഞ്ഞവാക്കുകൾ, അത് ഇന്നും എന്റെ കാതുകളിൽ മരവിച്ചുനിൽക്കുന്നുണ്ട്- 'ശ്രീകുമാറേ, നമ്മുടെ പ്രസാദ് പോയി'. അതുപോലെ എരണ്ടക്കെട്ടിനോട് ദിവസങ്ങളോളം മല്ലടിച്ച ശേഷം ചിറയ്ക്കൽ കാളിദാസന്റെ വയറ്റിൽ നിന്നും എരണ്ടം പുറത്തുപോയി അവൻ രക്ഷപ്പെട്ടപ്പോൾ, ഏറ്റവും ആദ്യം അത് വിളിച്ചുപറഞ്ഞ മധുവേട്ടൻ. എരണ്ടക്കെട്ടിന്റെ അതീവ ഗുരുതരാവസ്ഥയിൽ പാമ്പാടി രാജൻ വലയുമ്പോൾ പത്രങ്ങൾക്കുവേണ്ടി ഒരു സ്റ്റിൽ ഫോട്ടോപോലും എടുക്കുവാൻ സമ്മതിക്കാതിരുന്ന ഉടമകൾ ആ അവസ്ഥയിലും ഷൂട്ട് ചെയ്യുവാൻ ഞങ്ങളെ മാത്രം അനുവദിച്ചു. അതെ, ഒരു ടെലിവിഷൻ പരമ്പരയുടെ സംവിധായകനും എഴുത്തുകാരനുമെന്ന ഔപചാരികബന്ധത്തിനുമപ്പുറം അവരുടെ പ്രശ്നങ്ങളും കൂടിയറിയുന്ന, അവരിലൊരാളായി തന്നെയാണ് കേരളത്തിലെ നാട്ടാനപരിപാലന രംഗം എന്നെ പരിഗണിച്ചത്. അതിലെനിക്കു നന്ദിയുണ്ട്; എല്ലാവരോടും ഒത്തിരിയൊത്തിരി സ്നേഹത്തോടെ... കടപ്പാടോടെ...

ശ്രീകുമാർ അരൂക്കുറ്റി
10.03.08

അവതാരിക

മാതംഗവക്ത്രം പ്രണിപത്യ

ഭൂമിയിൽ ജീവിക്കുന്ന ജന്തുക്കളിൽ ഏറ്റവും വലിയത് ആനയാകുന്നു. ഭൂമിയിൽ എന്നുപറയുമ്പോൾ കരയിൽ എന്ന് അർഥം. ശരീരവലിപ്പത്തിലും ബലത്തിലും ബുദ്ധിശക്തിയിലും മുമ്പു നിൽക്കുന്നതും ഈ വമ്പൻതന്നെ. വേദകാലം മുതൽ മനുഷ്യർ ആനയെ ഇണക്കാനും പണിക്കും പോരിനും ഉപയോഗിക്കുവാൻ തുടങ്ങി. യുദ്ധത്തിലും സമാധാനത്തിലും ഗജവ്യൂഹം ഐശ്വര്യലക്ഷണമായിരുന്നു. അലങ്കാരവും ആർഭാടവും ആവശ്യവുമായിരുന്നു. ഇന്നു കാണുന്ന സമസ്ത ശാസ്ത്ര-സാഹിത്യ-കലാരൂപങ്ങളുടേയും മുരടന്വേഷിച്ചുപോയാൽ വേദത്തിലെത്തും. അതിനും മുമ്പുള്ള ഒരു വാങ്മയവും കണ്ടുകിട്ടിയിട്ടില്ല. അറിയാവുന്നതിന്റേയും മുമ്പുള്ള ചരിത്രസൂചനയും വേദത്തിലുണ്ട്. വേദം അപൗരുഷേയമാണ്. പ്രകൃതിസത്യങ്ങൾ എന്നും എവിടേയും ഒന്നാകുന്നു. അവ കണ്ടെത്തിയ ഋഷികളുടെ വാക്കുകളാണ് വേദം. സത്യം കണ്ടെത്തിയെന്ന് അർഥം. അതാണ് സത്യവചനങ്ങൾ അപൗരുഷേയങ്ങളാണ് എന്നുപറയുന്നതിന്റെ പൊരുൾ. ഭൂമി ഉരുണ്ടതാണ് എന്ന ശാശ്വത സത്യം ഒരു മഹാമനീഷി തിരിച്ചറിഞ്ഞു. ആ ഋഷി അത് പറയുന്നതിനു മുമ്പും ഭൂമി ഉരുണ്ടതായിരുന്നു. ഇതാണ് വേദം അനാദിയാണ് എന്നു പറയുന്നതിന്റെ അർഥം.

ലോകത്ത് പല ഭൂഖണ്ഡങ്ങളിലും ആനയുണ്ട്. എന്നാലോ ആനയെപ്പറ്റിയുള്ള സമഗ്രമായ ശാസ്ത്രീയപഠനം ആദ്യം നടന്നത് ആർഷഭൂമിയായ ഭാരതത്തിലാകുന്നു. മറ്റു നൂറായിരം ശാസ്ത്രസത്യങ്ങൾ കണ്ടറിഞ്ഞ്, പഠിച്ചുപാസിച്ച് പിൻപിറപ്പുകൾക്കു വരദാനമായി നൽകിയ പൂർവികരെപ്പോലെ പാലകാപ്യൻ എന്ന മഹർഷി ആനകളെപ്പറ്റി പഠിച്ചു. പന്തീരായിരം കാലം ആനക്കൂട്ടങ്ങൾക്കൊപ്പം ജീവിച്ച് അവയുടെ ഭക്ഷണം, നിദ്ര, സുഖാസുഖം, ഇഷ്ടാനിഷ്ടം, രോഗം, രോഗശമനം, മദം, മൈഥുനം, പ്രസവം, ഋതുപരിചരണം എന്നിവ വേണ്ടുംവണ്ണം മനസ്സിലാക്കി മഹർഷി രചിച്ച ഗ്രന്ഥമാണ് ഹസ്ത്യായുർവേദം. പാലകാപ്യമുനിയുടെ ഹസ്ത്യായുർവേദത്തേക്കാൾ ആധികാരികമായ ഒരു ഗ്രന്ഥം ഭാരതത്തിലുണ്ടായിട്ടില്ല. പുത്തൻശാസ്ത്രം ഏറെ വികസിച്ച ഈ കാലത്തും ഹസ്ത്യായുർവേദംപോലെയുള്ള ഒരു ശാസ്ത്രഗ്രന്ഥം ആധുനിക മൃഗശാസ്ത്ര രംഗത്തും രചിക്കപ്പെട്ടിട്ടില്ല. പൂർണതയാണ് ഹസ്ത്യായുർവേദത്തിന്റെ സ്വഭാവം. ഭാരതീയശാസ്ത്രം, അങ്ങനെയാണ്. അന്നേവരെ ലഭിച്ച സമസ്ത ജ്ഞാനവും ഒരുക്കുകൂട്ടി ആ വിഷയത്തെ സംബന്ധിച്ച് പൂർണമായ അറിവു നൽകുന്നു. ശാസ്ത്രത്തിന്-അറിവിന്-അവസാനമില്ല എന്ന് നമ്മളേക്കാൾ അന്നത്തെ ആചാര്യന്മാർക്ക് അറിയാം. അപ്പോൾ, അന്നേവരെ അറിഞ്ഞതിന്റെ പൂർണത എന്നർഥം.

മോഡേൺ സയൻസിന്റെ കണ്ടെത്തലനുസരിച്ച് പരിണാമപ്രക്രിയയിലൂടെ ഉരുത്തിരിഞ്ഞ ഗജങ്ങളുടെ ഉൽപത്തിയും ഹസ്ത്യായുർവേദം പറയുന്ന ഉൽപത്തിക്കഥയും വേറെയാണ്. അഥവാ, പാലകാപ്യമഹർഷി ഗജോൽപ്പത്തി ആർഷസമ്പ്രദായമനുസരിച്ചുള്ള ഒരു കവികൽപനയാൽ ഒതുക്കുന്നു. അതത്ര സാരമുള്ള വിഷയമല്ല. ഭാരതീയമായ ഒരു-ഒരേയൊരു-സമ്പ്രദായം എന്നേയുള്ളൂ. മേൽച്ചുണ്ട് നീണ്ട് തുമ്പിയായിത്തീർന്ന ഒട്ടേറെ ജീവജന്തുക്കൾ ഈ ഭൂമിയിലുണ്ടായിരുന്നു എന്ന് ജന്തുപരിണാമചരിത്രം സ്ഥാപിക്കുന്നു; ഉണ്ടാവും. അവയിൽ കരയിൽ ജീവിക്കുന്ന

പ്രകടമായ ലക്ഷണങ്ങളൊത്ത ഒരേയൊരു ജീവി ആനയാകുന്നു. കടലിലും ഒരു കടലാനയുണ്ടല്ലോ. മേൽച്ചുണ്ടു നീണ്ട് തുമ്പിപോലെ പരിണമിച്ച ഒരു ജലജീവി. അതൊക്കെ ഗജപരിണാമ കഥകളാണ്. ഈ കുറിപ്പിന്റെ പരിധിയിൽപ്പെടുന്നതല്ല; ഇതെഴുതുന്ന ഞാൻ അധികാരിയുമല്ല.

ഇവിടെ വിഷയം ശ്രീകുമാർ അരൂക്കുറ്റി എഴുതിയ പുതിയ പുസ്തകമാകുന്നു. കൈരളി ചാനലിൽ നൂറ്റിയറുപത് ആഴ്ചകളായി അദ്ദേഹം 'ഇ ഫോർ എലിഫെന്റ്' എന്ന ദൃശ്യപരമ്പരയുടെ രചനയും സംവിധാനവും നിർവഹിച്ച് കേരളത്തിനകത്തും പുറത്തും വിദേശത്തുമുള്ള ആനപ്രേമികളുടെ മുഴുവൻ സ്നേഹാദരങ്ങൾക്ക് പാത്രമായിത്തീർന്നിട്ടുണ്ട്. ഇന്ന് കേരളത്തിലെ ആനകളെപ്പറ്റി ആധികാരികമായി പറയുവാൻ ശ്രീകുമാർ അരൂക്കുറ്റിക്കു കഴിയും. നേരായി ധരിക്കുവാൻവേണ്ടി മാത്രം പറയട്ടെ; അദ്ദേഹം വെറ്ററിനറി ഡോക്ടറല്ല, പാരമ്പര്യ രീതിയിൽ പഠിച്ച ആന വൈദ്യനുമല്ല; ആനയുടമസ്ഥനുമല്ല. സാധാരണ അർഥത്തിൽ, ഈ പരമ്പര തുടങ്ങുംവരെ ആനക്കമ്പവുമുണ്ടായിരുന്നില്ല. പക്ഷേ, ഇന്ന് കേരളത്തിലെ ആനകളുടെ ചരിത്രം ഏറ്റവും കൂടുതലറിയാവുന്നത് ശ്രീകുമാർ ആരൂക്കുറ്റിക്കാണ്. മുഴുവൻ ആനകളുടെ കഥയല്ല. എണ്ണൂറിലധികം ആനകൾ കേരളത്തിലുണ്ടത്രെ. നാലിലൊന്നോളം ആനകളെ മാത്രമേ ഇ ഫോർ എലിഫെന്റിൽ പരിചയപ്പെടുത്തിയിട്ടുള്ളൂ. അതുതന്നെ ലോകാദ്ഭുതമാകുന്നു. ഒരേയൊരു ജന്തുവിനെക്കുറിച്ച് ഇത്രയധികം എപ്പിസോഡുകൾ ഒരു രാജ്യത്തും ഒരു ചാനലും പ്രക്ഷേപണം ചെയ്തതായി അറിയില്ല. ഇനിയും ബാക്കിയുള്ള അറുനൂറിലധികം ആനകളെ പരിചയപ്പെടുത്തുമ്പോൾ ഇ ഫോർ എലിഫെന്റ് മഹാദ്ഭുതമായി പരിണമിക്കും. അല്ലെങ്കിൽപ്പിന്നെ ഏതൊരു കർമത്തെയാണ്, ചാനൽ ദൃശ്യത്തെയാണ് മഹാദ്ഭുതം എന്നു വിളിക്കേണ്ടത്.

ശ്രീകുമാർ അരൂക്കുറ്റിയുമായി ഇതേവരെ സഹകരിച്ച് ഒപ്പംനിന്ന ഒരു വ്യക്തിയെന്ന നിലയ്ക്ക് എനിക്കറിയാം ഈവിധം ഒരു ഗജപരമ്പര നിർമിക്കുവാനുള്ള വിഷമങ്ങൾ. ഇപ്പോൾ കണ്ടുപരിചയപ്പെടുത്തിയ നൂറ്ററുപത് ആനകളിൽ നിന്ന് അമ്പതോളം ആനകളെമാത്രം വേർതിരിച്ച് വിവരിച്ചാണ് ഈ ഹസ്ത്യാനുഭവകഥ **'ആനയ്ക്കുണ്ടൊരു കഥപറയാൻ'** രൂപപ്പെടുത്തിയിട്ടുള്ളത്. ഇനിയും ഈതരം പലപല ഗ്രന്ഥഖണ്ഡങ്ങൾ തുടർന്നുവരുവാനുണ്ട്. ഒട്ടും താമസിയാതെ രണ്ടും മൂന്നും ഖണ്ഡങ്ങളും ആനപ്രേമികളുടെ

▼ മാടമ്പ് കുഞ്ഞുക്കുട്ടൻ, ക്യാമറമാൻ ജയചന്ദ്രൻ പാണാവള്ളി, ശ്രീകുമാർ അരൂക്കുറ്റി എന്നിവർ ഇ ഫോർ എലിഫെന്റിന്റെ ചിത്രീകരണവേളയിൽ

മുമ്പിലെത്തുമെന്ന് പ്രതീക്ഷിക്കാം.

ഈ അവതാരികക്കുറിപ്പ് അവസാനിപ്പിക്കുന്നതിനു മുമ്പ് രണ്ടു കാര്യങ്ങൾ പറയുവാനുണ്ട്. ആദ്യം; ആനയെ ഗണപതിയായി സങ്കൽപിച്ച് പൂജിക്കുന്നവരാണ് നമ്മൾ ഇന്ത്യക്കാർ; കേരളീയരും. എന്നിട്ടും ആനകളെ ഏറ്റവും കൂടുതൽ ദ്രോഹിക്കുന്നവർ മലയാളികളാകുന്നു. ദൈവത്തിന്റെ സ്വന്തം നാട്ടുകാർ. വിഘ്നേശ്വരനെ തല്ലി-കുത്തി-കുതിഞ്ഞരമ്പു മുറിച്ചും കാലൊടിച്ചും കണ്ണുകുത്തിപ്പൊട്ടിച്ചും ഗണപതിപൂജ നിർവഹിക്കുന്നു. രണ്ടാമതായി, ഇത്രയധികം ആനകളും ആനപാപ്പാന്മാരും ഉടമസ്ഥരും ഉത്സവപ്രേമികളും ആനക്കമ്പക്കാരുമുണ്ടായിട്ടും ഗജപരിപാലനവിധികൾ തീരെ മനസ്സിലാക്കാത്തവരും മനസ്സിലാക്കിയാൽ അനുഷ്ഠിക്കാത്തവരുമാണ് നമ്മൾ. ആന ജീവനുള്ള ഒരു 'ജന്തു'വാണ് എന്നെങ്കിലും അധികാരികൾ മനസ്സിലാക്കിയാൽ ഈ ഗ്രന്ഥോദ്ദേശ്യം സാധിച്ചു എന്ന് കരുതാം.

ഇനി, കൈരളി ചാനലിനേയും അതിന്റെ പ്രവർത്തകരേയും ശ്രീകുമാറിന്റെ വീഡിയോഗ്രാ

ഫർമാരേയും സർവോപരി പ്രൊഫസർ അലിയാരെയും കെട്ടിപ്പിടിച്ച് ചങ്ങാത്തം പങ്കിടാതെ ഈ കുറിപ്പ് അവസാനിപ്പിക്കുവാൻ വയ്യ. ഡോക്ടർ കെ.സി. പണിക്കർ, സുന്ദർമേനോൻ, ആനമേനോൻ എന്ന പട്ടംകെട്ടിയ സി.എ. മേനോൻ എന്നിവരും ഈ പുസ്തകത്തിന് മുഖക്കുറിപ്പെഴുതുമ്പോൾ എന്റെ മുമ്പിൽ കൈകോർത്തു നിൽക്കുന്നു.

ശ്രീകുമാർ അരൂക്കുറ്റി എന്റെ അടുത്ത സുഹൃത്താണ്, സഹപ്രവർത്തകനാണ്, അതിലധികം സമാനഹൃദയനുമാണ്. അതുമതി എനിക്ക് അഭിമാനിക്കുവാൻ. ഈ കുറിപ്പെഴുതുവാനുള്ള അവകാശം അതുമാത്രവുമാകുന്നു.

ശുഭം

മാടമ്പ് കുഞ്ഞുക്കുട്ടൻ
മാടമ്പുമന
കിരാലൂർ പി.ഒ.
ബേലൂർകൊച്ചിൻ വഴി, തൃശ്ശൂർ

അഭിനന്ദനം

ചില വസ്തുക്കളില്ലേ, എത്രകണ്ടാലും മതി വരാത്തതായി. അതിന്റെ രൂപപരമായ സവിശേഷത കൊണ്ടാവാം ചിലവ നമ്മെ ആകർഷിക്കുന്നത്. *'Small is Beautiful'* എന്നൊരു ചൊല്ലുതന്നെയുണ്ടല്ലോ. 'അറിയാത്ത അനവധി രഹസ്യങ്ങളെ ഗർഭത്തിൽ വഹിക്കുന്ന സമുദ്രം' ഒരു നിത്യവിസ്മയമാണ്. അക്കൂട്ടത്തിൽ ഒന്നാണ് ആന എന്ന പെരുംശരീരികൾ. കരയിലെ ഏറ്റവും വലിയ ജീവി. അതിന്റെ രൂപപരമായ സവിശേഷതകളെപ്പറ്റി എത്ര പറഞ്ഞാലും തീരില്ല.

കുഞ്ഞുനാൾ മുതൽതന്നെ ആനയെ വളരെ അടുത്തുകാണാനുള്ള ഭാഗ്യം എനിക്കു കിട്ടിയിട്ടുണ്ട്. ഇത്തിക്കരയാറിന്റെ തീരത്ത് കുറേക്കാലം ഞങ്ങൾ താമസിച്ചിരുന്നു. അന്നൊക്കെ ആനയെ കുളിപ്പിക്കാൻ ആറ്റിൽക്കൊണ്ടുവരാറുണ്ട്. കുളിപ്പിച്ചുകയറി ആറ്റിൻകരയിലുള്ള തെങ്ങിൻപുരയിടത്തിൽ തളയ്ക്കും. ഞങ്ങൾ കുട്ടികൾ മണിക്കൂറുകളോളം ആനയെ നോക്കി നിന്നിട്ടുണ്ട്. അത് മവിട്ടത്ത് ഉണ്ണിത്താന്മാരുടെ (അടൂർ ഗോപാലകൃഷ്ണന്റെ കുടുംബം) ആനയായിരുന്നു; ആന പാപ്പാൻ പരമുനായർ ഞങ്ങളുടെ അയൽവാസിയും. കറുത്തുമെലിഞ്ഞ അല്പപ്രാണനായ പരമുനായർ ഞങ്ങൾക്കൊരു വിസ്മയമായിരുന്നു. പിന്നെപ്പിന്നെ ഉത്സവസമയങ്ങളിലെ എഴുന്നെള്ളത്തിനും പറയെടുപ്പിനുമൊക്കെ കാണാൻ കഴിഞ്ഞിരുന്നു. അങ്ങനെ പോയി അക്കാലം...

ഡബ്ബിംഗ് ഒരു ഉപതൊഴിലായി സ്വീകരിച്ചതിനുശേഷം നൂറുകണക്കിന് ഡോക്യുമെന്ററികൾക്ക് വിവരണം നൽകാനുള്ള അവസരം കിട്ടിയിട്ടുണ്ട്. അങ്ങനെ ഇരിക്കെയാണ് കൈരളിയിൽ നിന്നൊരു വിളിവരുന്നത്. ഇ ഫോർ എലിഫെന്റ് എന്നൊരു പരിപാടി. വിവരണം നൽകണം. മൂന്നുനാല് എപ്പിസോഡുകൾ സംപ്രേഷണം ചെയ്തു കഴിഞ്ഞു. പരിപാടിക്ക് അനുയോജ്യമായ ഒരു ശബ്ദം വേണമെന്ന് സംവിധായകൻ ശ്രീകുമാർ അരൂക്കുറ്റിക്ക് നിർബ്ബന്ധം. അങ്ങനെയാണ് അന്വേഷണം എന്നിലേയ്ക്ക് നീണ്ടത്. ആദ്യദിവസം വളരെ സമയമെടുത്തു. എങ്കിലും ക്ഷമയോടെ ചെയ്തു തീർത്തു. ഏതാനും എപ്പിസോഡുകൾ കഴിഞ്ഞപ്പോൾ ആളുകൾ കാണുന്നിടത്തൊക്കെവച്ച് നല്ല അഭിപ്രായം പറഞ്ഞുതുടങ്ങി. ഇ ഫോർ എലിഫെന്റ് എനിക്കൊരു നല്ല മേൽവിലാസംതന്നെ ഉണ്ടാക്കിത്തന്നു.

പിന്നീട്, ഇന്നിപ്പോൾ മൂന്ന് വർഷം കഴിഞ്ഞിരിക്കുന്നു. ഞാനാലോചിച്ചുനോക്കി. എന്താണ് ഇതിന്റെ പ്രത്യേകത? പ്രധാനം ആന എന്നതുതന്നെ. ചില ആനകളുടെ പ്രവൃത്തി കാണുമ്പോൾ തോന്നും ഇവയുടെ മനോഗതം എത്ര വിചിത്രമെന്ന്? മനുഷ്യരെപ്പോലെതന്നെ വികാരവിചാരങ്ങളും തിരിച്ചറിവും പ്രകടിപ്പിക്കുന്ന ചില ആനകളെയെങ്കിലും പരിചയപ്പെടാനുമായി. അത് ശരിയാണെങ്കിലും ഇല്ലെങ്കിലും ആനയ്ക്ക് മനുഷ്യന്റെ വൈകാരിക ഭാവവും അതിനനുയോജ്യമായ ഒരു ഭാഷയും നല്കിക്കൊണ്ടുള്ള ശ്രീകുമാറിന്റെ കമന്ററി ഈ ഡോക്യുമെന്ററിയുടെ ഏറ്റവും വലിയ സവിശേഷതയാണ്.

ആനകളുടെയും പാപ്പാന്മാരുടെയും ദീർഘമായ ആത്മഭാഷണങ്ങൾ കമന്ററിയിൽ അവിടവിടെ പ്രക്ഷേപിക്കുന്നുണ്ട്. പരിമിതമായ നിർമാണ സൗകര്യങ്ങൾ ഉപയോഗിച്ചുകൊണ്ടുതന്നെ ചാരുതയാർന്ന ദൃശ്യങ്ങൾ ഒരുക്കുവാനുള്ള സംവിധായകന്റെ ശ്രമവും ശ്ലാഘനീയമാണ്.

എഡിറ്റിംഗിലും ശബ്ദസന്നിവേശത്തിലും സാങ്കേതിക വിദഗ്ധന്മാർ പ്രകടിപ്പിക്കുന്ന കൈയ

ടക്കവും ശ്രേഷ്ഠതരമാണ്.

ഈ പരമ്പരയിൽ വന്നിട്ടുള്ള പ്രധാന ആനകളുടെ സവിശേഷ ജീവിതമുഹൂർത്തങ്ങളും ചരിത്രവും പുസ്തകരൂപത്തിൽ പുറത്തുവരുന്നു എന്നത് സന്തോഷം നൽകുന്ന വാർത്തയാണ്. ആനക്കമ്പക്കാർക്ക് ഇതിൽപ്പരം ആനന്ദം നൽകുന്ന ഒരുവാർത്ത എന്താണ്? ഈ ഉദ്യമത്തിന് എല്ലാ ഭാവുകങ്ങളും.

പ്രൊഫ. അലിയാർ
ഗസൽ, T.C. 12/1236
ലോ കോളേജ് Jn.
വഞ്ചിയൂർ, തിരുവനന്തപുരം.

ഉള്ളടക്കം

	പേജ്
ഗുരുവായൂർ പദ്മനാഭൻ	23
പാറമേക്കാവ് ശ്രീപരമേശ്വരൻ	29
ഗുരുവായൂർ വലിയകേശവൻ	37
നന്തിലത്ത് ഗോപാലകൃഷ്ണൻ	44
പാമ്പാടി രാജൻ	57
സാജ്പ്രസാദ്	66
തെച്ചിക്കോട്ടുകാവ് രാമചന്ദ്രൻ	80
എഴുത്തച്ഛൻ ശ്രീനിവാസൻ	89
കുട്ടംകുളങ്ങര രാമദാസ്	94
കൊടുങ്ങല്ലൂർ ഗീരീശൻ	100
എഴുത്തച്ഛൻ ശിവശങ്കരൻ	106
പൂതൃക്കോവിൽ ഗണപതി	111
കോങ്ങാട് കുട്ടിശങ്കരൻ	118
തിരുവമ്പാടി ശിവസുന്ദർ	123
മംഗലാംകുന്ന് ഗണപതി	130
തിരുനക്കര ശിവൻ	137
മംഗലാംകുന്ന് അയ്യപ്പൻ	150
കരുനാഗപ്പള്ളി മഹാദേവൻ	156
തൃക്കടവൂർ ശിവരാജു	164
കുട്ടംകുളങ്ങര അർജുനൻ	172
ചിറയ്ക്കൽ കാളിദാസൻ	181
ചെർപ്പുളശ്ശേരി പാർഥൻ	186
ഏഷ്യാഡ് അപ്പു	192
ചിറയ്ക്കൽ മഹാദേവൻ	198
ഇരിങ്ങപ്പുറം പ്രകാശ്ശങ്കർ	203
പുത്തൻകുളം അനന്തപദ്മനാഭൻ	214
മംഗലാംകുന്ന് കർണൻ	219
കൊലകൊല്ലി	226
ഷേണായി ചന്ദ്രശേഖരൻ	239

	പേജ്
പുത്തൻകുളം മഹാദേവൻ	248
പാറമേക്കാവ് പദ്മനാഭൻ	254
തിരുവമ്പാടി കുട്ടിശങ്കരൻ	260
തൃപ്രയാർ രാമചന്ദ്രൻ	266
തടത്താവിള സുരേഷ്	273
ചേർത്തല പ്രമീള	279
ബാസ്റ്റ്യൻ വിനയശങ്കർ	286
മനിശ്ശേരി രഘുറാം	292
മുള്ളത്ത് ഗണപതി	298
പൂമുള്ളി പൃഥിരാജ്	305
ഇരിങ്ങോൾക്കാവ് ലക്ഷ്മി	310
എറണാകുളം ശിവകുമാർ	315
ഗുരുജിയിൽ ശിവനാരായണൻ	322
മുതുമല മൂർത്തി	328
നാകേരി അയ്യപ്പൻ	335
പള്ളത്താംകുളങ്ങര ഗിരീശൻ	345
ഊട്ടോളി രാജശേഖരൻ	351
അടിയാട്ട് അയ്യപ്പൻ	356
കിരൺ നാരായണൻകുട്ടി	364
ഗുരുവായൂർ (മുറിവാലൻ)മുകുന്ദൻ	369
ഈരാറ്റുപേട്ട അയ്യപ്പൻ	376
പുല്ലുകുളങ്ങര ഗണേശൻ	382
മലയാലപ്പുഴ രാജൻ	394
ചുള്ളിപ്പറമ്പിൽ വിഷ്ണുശങ്കർ	404
മുതുമല രതി	410
രവിപുരം ഗോവിന്ദൻ	415
തിരുവാണിക്കാവ് ജയറാം കണ്ണൻ	424
കിടങ്ങൂർ സേതുലക്ഷ്മി	428
അനുബന്ധം: മേൽവിലാസങ്ങൾ	433

ഗുരുവായൂർ പദ്മനാഭൻ

ഗജകേസരിയുടെ ദൈവികപരിവേഷത്തിനു മുന്നിൽ മറ്റൊന്നുമില്ല

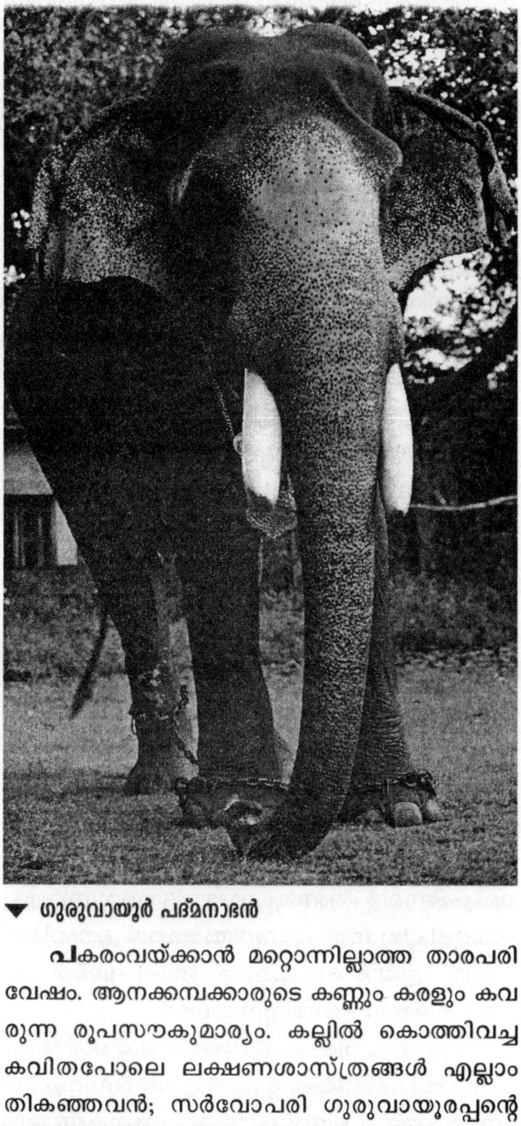

▼ ഗുരുവായൂർ പദ്മനാഭൻ

പകരംവയ്ക്കാൻ മറ്റൊന്നില്ലാത്ത താരപരിവേഷം. ആനക്കമ്പക്കാരുടെ കണ്ണും കരളും കവരുന്ന രൂപസൗകുമാര്യം. കല്ലിൽ കൊത്തിവച്ച കവിതപോലെ ലക്ഷണശാസ്ത്രങ്ങൾ എല്ലാം തികഞ്ഞവൻ; സർവോപരി ഗുരുവായൂരപ്പന്റെ ദിവ്യസാന്നിധ്യമെന്ന ദൈവിക പരിവേഷവും. ഗുരുവായൂർ ദേവസ്വംവക പദ്മനാഭൻ ഒരേസമയം ആനകളിലെ ദൈവവും ദൈവത്തിന്റെ സ്വന്തം ആനയുമാകുന്നത് ഇക്കാരണങ്ങൾ കൊണ്ടാണ്. ശ്രീകൃഷ്ണന്റെ മൃഗം ഗോക്കളായിരുന്നുവെങ്കിൽ ഗുരുവായൂരപ്പന്റെ മൃഗം ആനയാണ്; ഗുരുവായൂരിലെത്തുന്ന കൃഷ്ണഭക്തർ ആനയെ വെറും വന്യമൃഗമായിട്ടല്ല കാണുന്നത്. അതിനാൽ ഗുരുവായൂരപ്പന്റെ ആന എന്നനിലയിൽ പദ്മനാഭന്റെ ദിവ്യപരിവേഷം നാൾക്കുനാൾ വർധിച്ചുവരുന്നു.

നന്നേ ചെറുപ്രായത്തിൽതന്നെ നിലമ്പൂർ കാടുകളിൽ നിന്നും എങ്ങനെയോ കൂട്ടംതെറ്റി മനുഷ്യാധീനത്തിൽ വന്നുപെട്ട ആനക്കുട്ടി, ആദ്യകാഴ്ചയിൽ അത്ര കേമത്തം എടുത്തുപറയാനില്ലാത്ത നന്നേ ശോഷിച്ച മട്ടിലുള്ള ഒരു ശരാശരിക്കാരൻ മാത്രമായിരുന്നു. പക്ഷേ, അപ്പോഴും വരുംകാലവൈഭവങ്ങളുടെ മിന്നലാട്ടമെന്നപോലെ ചില അത്യപൂർവമായ ലക്ഷണപ്പെരുക്കങ്ങളുടെ തിരയിളക്കങ്ങൾ അവനിൽ കാണാമായിരുന്നു. ഇ പി. ബ്രദേഴ്സ് എന്ന പേരിൽ അറിയപ്പെട്ടിരുന്ന ഒറ്റപ്പാലത്തെ ഇരാണ്ടത്ത് പുത്തൻവീട്ടിൽ കുടുംബത്തിലെ അച്യുതൻ നായർ, മാധവൻ നായർ എന്നീ സഹോദരങ്ങളാണ് പദ്മനാഭനെ ഗുരുവായൂരിൽ നടയ്ക്കിരുത്തിയത്.

ഇ. പി. ബ്രദേഴ്സിന്റെ മുത്തശ്ശിയായിരുന്ന ലക്ഷ്മിയമ്മ അക്കാലത്ത് നാട്ടിൽ സർവാദരണീയയായ ഒരു കുടുംബിനിയായിരുന്നു. പക്ഷേ, ഇടക്കാലത്ത് ലക്ഷ്മിയമ്മയെ കാര്യമായ എന്തോ രോഗം അലട്ടിയത്രെ! പലപല ചികിത്സകൾ ചെയ്തിട്ടും രോഗം ശമിക്കാതിരുന്നപ്പോൾ, ഇത് മാറിക്കിട്ടാൻ ഗുരുവായൂരപ്പന് കൊമ്പനാനയെ നടയ്ക്കിരുത്തിക്കൊള്ളാമെന്ന് നേർച്ച നേർന്നു. ചികിത്സകളുടെ ഫലമായിട്ടായാലും ഗുരുവായൂരപ്പന്റെ കാരുണ്യംകൊണ്ടായാലും താമസിയാതെ രോഗം ഭേദമായി എങ്കിലും കൊമ്പനാനയെ നടയ്ക്കിരു

ത്താമെന്ന നേർച്ച മാത്രം പൂർത്തീകരിക്കപ്പെടാതെ അവശേഷിച്ചു. ഒടുവിൽ ലക്ഷ്മിയമ്മയുടെ വാർധക്യകാലത്ത് അവരുടെ പേരക്കുട്ടി ഇതിനുള്ള പരിഹാരമായി തന്റെ കഴുത്തിൽ കിടന്ന മാങ്ങമാല ഗുരുവായൂരിലേക്ക് സമർപ്പിക്കുകയും ചെയ്തു.

പക്ഷേ, അധികകാലം കഴിയും മുമ്പേ കുടുംബത്തിൽ ഓരോരോ പ്രശ്നങ്ങളും ദുർന്നിമിത്തങ്ങളും തുടർച്ചയായി കാണപ്പെടുവാൻ തുടങ്ങി. അപ്പോൾ ഇതിന്റെ കാരണം തിരഞ്ഞ് ഇരാണ്ടത്തു വീട്ടുകാർ പേരുകേട്ട ഒരു ജ്യോത്സ്യന്റെ മുന്നിലെത്തി. രാശിപ്പലകയിൽ കവടികൾ നിരന്നു- വ്യഴം പിഴച്ചിരിക്കുന്നു എന്നാണ് അപ്പോൾ പ്രശ്നത്തിൽ കാണാനായത്. വ്യാഴം പിഴച്ചെന്നു പറഞ്ഞാൽ മറ്റാരുമല്ല, സാക്ഷാൽ ഗുരുവായൂരപ്പൻ കുറച്ചു ക്ഷോഭിച്ചിരിക്കയാണെന്ന് സാരം. മാങ്ങാമാല കൈപ്പറ്റി ബോധിച്ചതൊക്കെ വേറെ കാര്യം. പക്ഷേ, അത് വഴിപാട് സമർപ്പിക്കുന്നതിൽ വന്ന കാലതാമസത്തിന്റെ പേരിൽ പലിശയിനത്തിലാണ് വരവുവച്ചിരിക്കുന്നതുപോലും!

എന്തായാലും ഏറെത്താമസിയാതെ ഭഗവാന്റെ അഭീഷ്ടം സാധിച്ചുകൊടുക്കുവാൻതന്നെ ഇരാണ്ടത്തു സഹോദരൻമാർ തീരുമാനിച്ചു. പിന്നെ, നാടായനാടുമുഴുവൻ ലക്ഷണമൊത്തൊരു കുട്ടിക്കൊമ്പനുവേണ്ടി അന്വേഷണമായി.

അന്ന്, ആലത്തൂരുകാരനായ ഒരു സ്വാമിക്ക് അത്യാവശ്യം ആനക്കച്ചവടവും ആനയെപ്പോറ്റലുമൊക്കെ ഉണ്ടായിരുന്നു. ആനക്കുട്ടിയെ തിരഞ്ഞ് ഇ. പി. ബ്രദേഴ്സ് അവിടെയെത്തി. ലക്ഷണമൊത്തൊരു ആനക്കുട്ടി സ്വാമിയുടെ ആനശേഖരത്തിലുണ്ടായിരുന്നു. തന്റെ പക്കലുള്ള മറ്റേത് ആനയെ വേണമെങ്കിലും തരാമെന്നും ലക്ഷണക്കുഞ്ഞനെമാത്രം ചോദിക്കരുതെന്നുമുള്ള കടുത്ത നിലപാടിലായിരുന്നു ആദ്യം സ്വാമി. എന്നാൽ ഗുരുവായൂരപ്പന് സമർപ്പിക്കുന്നെങ്കിൽ അത് കൂട്ടത്തിൽ നല്ലതുതന്നെ വേണമെന്ന കാര്യത്തിൽ ഇ. പി. ബ്രദേഴ്സും ഉറച്ചുനിന്നു. അവസാനം സ്വാമിയുടെ ആനക്കുട്ടി ഗുരുവായൂരിലേക്കുതന്നെ എത്തിച്ചേർന്നു. ഗുരുവായൂരിലേക്കുള്ളതാണെന്ന ഒറ്റക്കാരണത്താലായിരുന്നു സ്വാമി അന്ന് ആനക്കുട്ടിയെ വിൽക്കുവാൻ തയ്യാറായത്. അവനെ വീട്ടിൽ നിന്നും കൊടുത്തുവിടുമ്പോൾ കൊച്ചുകുട്ടികളെപ്പോലെ സ്വാമി വലിയവായിൽ കരയുകയായിരുന്നു. അതുകണ്ടപ്പോൾ ആ നേരമത്രയും എങ്ങനെയെങ്കിലും അവനെത്തന്നെ കിട്ടണം എന്ന കാര്യത്തിൽ വാശിപിടിച്ചിരുന്ന ഇ.പി. ബ്രദേഴ്സിനും വിഷമമായി.

ആനക്കുട്ടിയെ നടയ്ക്കിരുത്തി കുറച്ചുദിവസങ്ങൾക്കകം ഇ. പി. സഹോദരങ്ങൾക്ക് സ്വാമിയിൽ നിന്നും ഒരു കത്തുവന്നു. അതിൽ ഇങ്ങനെ കുറിച്ചിരുന്നു- 'ആനക്കുട്ടിയെ വിൽക്കേണ്ടിവന്നതിൽ എനിക്കിപ്പോൾ അശ്ലേഷം ദുഃഖമില്ല. അവൻ ഗുരുവായൂരപ്പനുള്ളതു തന്നെയാണ്. ഭഗവാന്റെ കാരുണ്യംകൊണ്ട് അവനുപകരം എനിക്ക് നല്ലൊരാനക്കുട്ടിയെ കിട്ടുകയും ചെയ്തു'.

പതിനാലാം വയസ്സിലാണ് ഗുരുവായൂരിലേക്ക് പദ്മനാഭനെ നടയ്ക്കിരുത്തിയത്. നടയ്ക്കിരുത്തുമ്പോൾ പദ്മനാഭന് കേവലം നാലടിപ്പൊക്കം മാത്രമേ ഉണ്ടായിരുന്നുള്ളൂ. ആരുടേയും ശ്രദ്ധയിൽപ്പെടാതെ ആനക്കോട്ടയിലെ 'ആൾക്കൂട്ടത്തിൽ ഒരുവനായി' കഴിഞ്ഞുകൂടാനായിരുന്നു ആദ്യകാലത്ത് പദ്മനാഭന്റെ വിധി. നവയൗവനവും വന്ന് നല്ല പ്രായത്തിലേക്കെത്തിയിട്ടും പദ്മനാഭൻ ശരാശരിക്കാരനായിത്തന്നെ സേവനം തുടർന്നുപോരുകയും ചെയ്തു. അന്നൊക്കെ ആനക്കോട്ടയിലെ ആനകളെ പുറത്ത് തടിപ്പണിക്കും അയയ്ക്കാറുണ്ടായിരുന്നു. പദ്മനാഭനും അട്ടിമറിത്തൊഴിലാളിയായി പോയിട്ടുണ്ട്. അന്ന് കോട്ടയിൽ ഗോപാലകൃഷ്ണൻ എന്നൊരാനയുണ്ടായിരുന്നു. പലപ്പോഴും ഉത്സവങ്ങളിലും എഴുന്നെള്ളത്തുകളിലുമൊക്കെ പദ്മനാഭനെ ഗോപാലകൃഷ്ണന്റെ തുണയാനയായിട്ടായിരുന്നു എഴുന്നെള്ളിച്ചിരുന്നത് എന്നറിയുമ്പോൾ ഊഹിക്കാമല്ലോ, ഇവൻ ഒരുകാലത്ത് അത്ര വലിയ ഗജകേസരിയൊന്നുമായിരുന്നില്ലെന്ന്.

ഏതാനും വർഷം കഴിഞ്ഞപ്പോൾ ഞൊടിയിടയിലായി പദ്മനാഭന്റെ വളർച്ച. വളർന്നുവളർന്ന് നേരെ പത്തടി ഉയരത്തിലേക്ക്! ആരുകണ്ടാലും കൊതിക്കുന്ന ലക്ഷണങ്ങൾ തന്നെയായിരുന്നു പദ്മനാഭന്റെ ഏറ്റവും വലിയ സവിശേഷതകൾ.

എല്ലാത്തിനുമുപരി ഐശ്വര്യം ഓളംവെട്ടുന്ന മുഖശ്രീ. അതിലാണ് ആരും വീണുപോകുന്നത്. ചെറിയൊരു ന്യൂനത വലത്തേക്കൊമ്പിന്റെ ചെറിയ വളവുമാത്രം. ഉള്ളിലേക്ക് തെല്ല് വളഞ്ഞ വലത്തേക്കൊമ്പ് പദ്മനാഭന് കണ്ണുകിട്ടാതിരിക്കുവാൻ സ്രഷ്ടാവുതന്നെ ഒപ്പിച്ച ഒരു സൂത്രപ്പണി ആയിരിക്കാനാണ് സാധ്യത.

ആനച്ചരിത്രത്തിലെ എക്കാലത്തേയും വലിയ കഥാപുരുഷനായിരുന്ന ഗുരുവായൂർ കേശവൻ ചരിയുമ്പോൾ, അവൻ ഒഴിച്ചിട്ടുപോയ താരസിംഹാസനത്തിലിരിക്കാൻ അടുത്തതാര് എന്നത് സംബന്ധിച്ച് യാതൊരു സന്ദേഹവും ഗുരുവായൂർ ദേവസ്വത്തിനും ആനപ്രേമികൾക്കും ഉണ്ടായിരുന്നില്ല. പകരം വയ്ക്കാനില്ലാത്ത പത്തരമാറ്റ് തങ്കത്തിളക്കവുമായി പദ്മനാഭൻ അപ്പോഴേക്കും മറ്റു പ്രതിയോഗികളെയെല്ലാം അനേകമനേകം ആനച്ചുവടുകൾക്ക് പിന്നിലാക്കിക്കഴിഞ്ഞിരുന്നു. 1976 ഡിസംബർ 2-ാം തീയതിയാണ് ചരിത്രപുരുഷനായി ഏറെക്കാലം ജ്വലിച്ചുനിന്ന കേശവൻ ദിവംഗതനാകുന്നത്. അവിടംമുതലിങ്ങോട്ട് പുന്നത്തൂർ കോട്ടയുടെ ചെങ്കോലും കിരീടവും പദ്മനാഭനെന്ന ഒരേയൊരാൾക്കു മാത്രം സ്വന്തം.

എൺപതുകളുടെ പകുതി കഴിഞ്ഞും തൊണ്ണൂറുകളുടെ ആരംഭത്തോടെയുമാണ് കേവലം ഒരാനയെന്ന ജന്മനിയോഗത്തിൽ നിന്നും ഗുരുവായൂർ പദ്മനാഭൻ ഒരവതാരപ്പിറവിയുടെ അപൂർവനിയോഗങ്ങളിലേക്കും ജനപ്രീതിയുടെ ഉത്തുംഗശൃംഗങ്ങളിലേക്കും നടന്നുകയറിയത്.

ഗുരുവായൂർ കേശവൻ മലയാളിയുടെ മനസ്സിൽ വെറുമൊരാന മാത്രമായിരുന്നില്ല. ഭക്തർക്കത് ദൈവികസാന്നിധ്യം തന്നെയായിരുന്നു; പ്രത്യക്ഷദൈവം തന്നെയായിരുന്നു. ഗുരുവായൂർ കേശവനു ശേഷം കേരളത്തിലെ നാട്ടാനകളുടെ കിരീടവും ചെങ്കോലും ഏറ്റുവാങ്ങി അസുലഭസുന്ദരമായ രാജവാഴ്ച ആഘോഷിക്കുന്നത് ഗുരുവായൂർ പദ്മനാഭനാണ്. പദ്മനാഭനേക്കാൾ തടിമിടുക്കും തലയെടുപ്പും ഉയരവുമൊക്കെയുള്ള ആനകൾ പലരുമുണ്ട്. പക്ഷേ, പദ്മനാഭൻ ഒരു ഉത്സവപ്പറമ്പിലേക്ക് എഴുന്നള്ളിയാൽ മറ്റുള്ളവരെല്ലാം നിഷ്പ്രഭരാകും. പൂരപ്പറമ്പുകളിൽ എഴുന്നെള്ളിപ്പാനയാകുകയെന്നതാണല്ലോ ആനകളുടെ നിലയുടേയും വിലയുടേയും മാനദണ്ഡം. (പ്രധാന ദൈവത്തിന്റെ തിടമ്പേന്തുന്ന, കൂട്ടത്തിൽ പ്രമുഖനായ ആനയെയാണ് എഴുന്നെള്ളിപ്പാനയെന്ന് വിളിക്കുന്നത്).

▼ ഗുരുവായൂർ കേശവന്റെ പ്രതിമ

തലപ്പൊക്കവും ഉയരപ്പെരുമയും നോക്കിയാണ് എഴുന്നെള്ളിപ്പാനയെ നിശ്ചയിക്കുന്നത്. പക്ഷേ, ഗുരുവായൂർ പദ്മനാഭൻ കൂട്ടത്തിലുണ്ടെങ്കിൽ ഈ പറഞ്ഞ മാനദണ്ഡങ്ങളെല്ലാം കാറ്റിൽ പറത്തേണ്ടിവരും. എഴുന്നെള്ളിപ്പിന് പദ്മനാഭൻ നിൽക്കുന്നുണ്ടെങ്കിൽ, നിൽക്കണമെന്നുണ്ടെങ്കിൽ തിടമ്പ് പദ്മനാഭന്റെ ശിരസ്സിൽ തന്നെയായിരിക്കണമെന്നത് ഒരലിഖിത നിയമമാണ്. 'തിടമ്പെടുത്ത പദ്മനാഭനേക്കാൾ ഉയരവും തലയെടുപ്പും അവന്റെ ഇരുപുറവും നിലയുറപ്പിച്ചിട്ടുള്ള ആനകൾക്കുണ്ടല്ലോ. പിന്നെയെന്താ ഇങ്ങനെയെന്ന്?' ആരെങ്കിലും സംശയിച്ചാൽ, അറിയാതെയൊന്ന് ചോദിച്ചുപോയാൽ ആനക്കമ്പക്കാർ മൂക്കത്ത് വിരൽവച്ച് ചിരിക്കും. "അതാണടോ പദ്മനാഭൻ, ഗുരുവായൂരപ്പന് ആരുടെയെങ്കിലും പിന്നിൽ രണ്ടാമനോ മൂന്നാമനോ ആവാൻ പറ്റോ? ഗുരുവായൂരപ്പൻ തന്നെ പദ്മനാഭൻ. പദ്മനാഭൻ തന്നെ ഗുരുവായൂരപ്പൻ" എന്നതായിരിക്കും അവരുടെ ഉത്തരം. കാട്ടിലെ തടിയേയും നാട്ടിലെ ദൈവങ്ങളേയും ചുമക്കുവാനാണ് കേരളത്തിലെ ബഹുഭൂരിപക്ഷം നാട്ടാനകളുടേയും നിയോഗമെങ്കിൽ പദ്മനാഭന്റെ ശിരസ്സിലേറാൻ കഴിയുന്നതുതന്നെ മഹാഭാഗ്യമായി കരുതുന്ന

മൂർത്തികളും ഈ മണ്ണിലുണ്ടാവും.

തിടമ്പെടുത്ത് കഴിഞ്ഞാൽ ലക്ഷണമൊത്ത് അന്തസ്സോടെ നിൽക്കുകയെന്നതാണ് എഴുന്നെള്ളിപ്പാനകളുടെ പ്രഥമ യോഗ്യത. 'അന്തസ്സോടെ നിൽക്കുക'യെന്ന പ്രയോഗംവഴി ചിട്ടയോടെ നിൽക്കുകയെന്ന സ്വഭാവഗുണം തന്നെയാണ് വിലയിരുത്തപ്പെടുന്നത്. ഗുരുവായൂരപ്പനെ ശിരസ്സിലേന്തുന്നവൻ എന്ന ദിവ്യത്വം കഴിഞ്ഞാൽ പിന്നെ മാതംഗശാസ്ത്രത്തിൽ നിഷ്കർഷിക്കുന്ന ലക്ഷണയുക്തതയും അനിതരസാധാരണമായ സ്വഭാവ വൈശിഷ്ട്യവുമാണ് പദ്മനാഭന്റെ ഈടുവയ്പുകൾ.

▼ ഗുരുവായൂർ പദ്മനാഭൻ നെറ്റിപ്പട്ടമണിഞ്ഞ്

നല്ല ആരോഗ്യമുള്ള, കരുത്തനായ ആന കൂടുതൽ ആക്രമണകാരിയാകാനുള്ള സാധ്യത സ്വാഭാവികമാണ്. ആനയുടെ മദപ്പാട് ലൈംഗികതയുമായും ലൈംഗികതൃഷ്ണ ആരോഗ്യവുമായും പരസ്പര പൂരകമാണെങ്കിൽ കേരളത്തിലെ എണ്ണം പറഞ്ഞ ആനകളിൽ നല്ലൊരു പങ്കും 'പൂരംകലക്കികൾ' ആണെന്നു കാണാം. ഇക്കാര്യത്തിൽ പദ്മനാഭനെ വേറിട്ടു നിർത്തുന്നത് അവന്റെ ആധ്യത്വവും സൗമ്യശീലവുമാണ്. കൊമ്പുകളിൽ പലകുറി ചോരപ്പാടണിഞ്ഞിട്ടുണ്ടെങ്കിലും കൊലപാതകങ്ങളിലൊന്നും പദ്മനാഭൻ പ്രതിയല്ല; ഉത്സവപ്രേമികളുടേയും ആനക്കാരുടേയും പേടിസ്വപ്നവുമല്ല. പക്ഷേ, സൗമ്യശീലന്മാരുടെ നായകൻ എന്നു പേരുള്ള പദ്മനാഭനും അപൂർവമായെങ്കിലും പ്രശ്നക്കാരനാകാറുണ്ട്.

പാപ്പാൻമാരെക്കൊണ്ട് ഒരിക്കലും 'അയ്യോ പാവം' എന്ന് പറയിക്കുന്ന വെറും ഒരാനയല്ല പദ്മനാഭൻ. പത്തറുപത്തഞ്ച് വർഷക്കാലത്തിനുള്ളിൽ ഒപ്പം നടന്നിട്ടുള്ളവർക്കും നടത്തിച്ചിട്ടുള്ളവർക്കുമൊക്കെ തന്നെക്കൊണ്ടാവുംവിധം എന്തെങ്കിലും കൊടുത്തുവിട്ടിട്ടുള്ള ചരിത്രമേയുള്ളു പദ്മനാഭന്. ചിലപ്പോൾ അതൽപം കടന്നകയ്യായിപ്പോയെന്നുവരാം. കുറഞ്ഞപക്ഷം ഒരിക്കലെങ്കിലും അതിത്തിരി കടുത്തുപോയി. അന്ന് വേങ്ങാട് വേലായുധൻ നായരായിരുന്നു പദ്മനാഭന്റെ പാപ്പാൻ. ചാലിശ്ശേരി പൂതഞ്ചേരിക്കാവിൽ വച്ച് പെട്ടന്നാണെല്ലാം സംഭവിച്ചത്. ഇടഞ്ഞ പദ്മനാഭന്റെ കാലിനടിയിൽപ്പെട്ട് എങ്ങനെയോ വേലായുധൻ നായർ മരിച്ചു! എഴുന്നെള്ളിച്ചു നിൽക്കെ, പെട്ടന്ന് തീവെട്ടി ആനയുടെ മേൽ വീഴുകയും ആ വെപ്രാളത്തിന് ആന പിന്നോട്ട് ചാടുകയുമാ യിരുന്നത്രെ! അപ്പോൾ ആനയുടെ മുൻകാലിൽ ചാരിയിരുന്ന് ഉറങ്ങുകയായിരുന്ന പാപ്പാൻ അറിയാതെ അബദ്ധത്തിൽ ആനയുടെ കാൽച്ചുവട്ടിൽപ്പെട്ടുപോയതാണ്. ആ കറുത്തനാളിനെ അങ്ങനെ വിശേഷിപ്പിക്കാനും വിശ്വസിപ്പിക്കാനും ഇഷ്ടപ്പെടുന്നവരാണ് പദ്മനാഭന്റെ നല്ലൊരു ശതമാനം ആരാധകരും.

പദ്മനാഭനുമായി അസാമാന്യമായ മാനസികൈക്യം ഉണ്ടായിരുന്ന ആളായിരുന്നു വേലായുധൻ നായർ എന്നറിയുമ്പോൾ അവരുടെയാ വിശ്വസത്തിൽ കഴമ്പില്ലാതില്ല എന്ന് ആർക്കും തോന്നിപ്പോകുന്നതും സ്വാഭാവികം. പക്ഷേ, അറിഞ്ഞോ അറിയാതെയോ സംഭവിച്ചുപോയ ആ കൈയബദ്ധത്തിന് ആയുസ്സുമുഴുവൻ പശ്ചാത്തപിക്കുവാനും പാപപരിഹാരം ചെയ്യുവാനും അവസരം കിട്ടുന്നു എന്ന അപൂർവ വിശേഷതയും പദ്മനാ

ഭന് സ്വന്തമാണ്. ഗുരുവായൂർ കേശവൻ ഇഹലോകവാസംവെടിഞ്ഞ വാർഷികദിവസം എല്ലാ വർഷവും കേശവന്റെ ചിത്രം ശിരസ്സിൽ വഹിച്ച് എഴുന്നെള്ളിക്കുന്നതും കേശവന് അഭിവാദ്യം സമർപിക്കുന്നതും പദ്മനാഭന്റെ പതിവാണ്. അപ്പോൾ അവൻ തന്റെ ശിരസ്സിലേറ്റുന്ന ഗുരുവായൂർ കേശവന്റെ ചിത്രത്തിൽ കേശവന്റെ കൊമ്പും പിടിച്ചു നിൽക്കുന്നത് പദ്മനാഭന്റെ കൈയബദ്ധത്തിൽ മരണമടഞ്ഞ അതേ വേലായുധൻ നായർ തന്നെയാണ്! (വേലായുധൻ നായർ കുറേക്കാലം ഗുരുവായൂർ കേശവന്റേയും പാപ്പാനായിരുന്നു).

മുമ്പ് പദ്മനാഭന്റെ സാരഥിയായിരുന്ന രവി എന്ന പാപ്പാനും ഒരപകടത്തിൽപ്പെട്ടാണ് മരണമടഞ്ഞത്. പക്ഷേ, ആ അപകടത്തിന്റെ കാരണം ആനയായിരുന്നില്ല. മറിച്ച് ആനവണ്ടിയായിരുന്നെന്ന് മാത്രം. പദ്മനാഭനെയും കൊണ്ട് വഴി നടക്കുന്നതിനിടെ കെ.എസ്.ആർ.ടി.സി. ബസ്സിടിച്ചാണ് രവി മരണമടഞ്ഞത്. കോങ്ങാട് സ്വദേശിയായ രാധാകൃഷ്ണനാണ് കഴിഞ്ഞ ഒരു പതിറ്റാണ്ടായി പദ്മനാഭന്റെ ഒന്നാം പാപ്പാൻ. കാര്യമായ പിണക്കങ്ങളും ഇടച്ചിലുകളുമില്ലാത്ത ഒരു സുകൃതബന്ധം. 'സിംഗൻ' എന്നുവിളിക്കുന്ന കൃഷ്ണമൂർത്തി രണ്ടാമനായും പദ്മനാഭനൊപ്പം താമസിക്കുന്നു.

തൃപ്പൂണിത്തുറയ്ക്കടുത്തുവച്ചായിരുന്നു പദ്മനാഭൻ ഏറ്റവും അവസാനം ഇടഞ്ഞത്. കലിപൂണ്ട് ആദ്യം ഒന്നാം പാപ്പാനെ വിരട്ടിയോടിച്ചു നിൽക്കുമ്പോൾ, ശാന്തനായെന്നു കരുതി അടുത്തുവന്ന രണ്ടാം പാപ്പാനെയും വിറപ്പിച്ചു; കാലിലെ കനത്ത ചങ്ങല പൊട്ടിച്ചുകൊണ്ട് പാഞ്ഞു. ഒടുവിൽ മയക്കുവെടി വച്ചാണ് ആനയെ ശാന്തനാക്കിയത്.

കേരളത്തിൽ ഏറ്റവും നന്നായി പരിപാലിക്കപ്പെടുന്നവനും ദൈവതുല്യനും സ്വതവേ സൗമ്യശീലനുമായ ഗുരുവായൂർ പദ്മനാഭന്റെ മദപ്പാടുകാലം ഏപ്രിൽ-മേയ് മാസങ്ങളിലാണ്. ആ സമയങ്ങളിൽ ഗുരുവായൂരപ്പന്റെ ആനത്താവളമായ പുന്നത്തൂർ കോട്ടയിൽ പദ്മനാഭൻ അസുരതാണ്ഡവമാടും. ഇക്കാലം ദൈന്യതയും കാർക്കശ്യവും നിറഞ്ഞതാണ്. മദപ്പാടിനുശേഷം സുഖചികിത്സ ആരംഭിക്കും. ഗുരുവായൂർ പദ്മനാഭൻ എന്ന ഗജവീരന് മദപ്പാടുകാലത്ത് കഷ്ടപ്പെടേണ്ടിവരുന്നെങ്കിൽ, താരപരിവേഷമൊന്നുമില്ലാത്ത സർവസാധാരണക്കാരായ ആനകളുടെ ഗതി എത്രമേൽ കഷ്ടമായിരിക്കുമെന്ന് ചിന്ത്യം.

2004-ൽ ഗുരുവായൂർ ദേവസ്വത്തിന്റേയും പരസഹസ്രം ആരാധകരുടേയും സംയുക്താഭിമുഖ്യത്തിൽ പദ്മനാഭന് ഗജരത്നം ബഹുമതി സമർപ്പിക്കപ്പെട്ടു. അതിനുശേഷം പല പേരുകളിൽ പല സംഘടനകളും ക്ഷേത്രങ്ങളും ആനപ്രേമിസംഘങ്ങളും പദ്മനാഭന് എണ്ണമറ്റ പാരിതോഷികങ്ങളും സ്ഥാനപ്പേരുകളുമൊക്കെ സമർപിച്ചിട്ടുണ്ടെങ്കിലും സ്വന്തം തറവാട്ടുകാർ ചാർത്തിക്കൊടുത്ത 'ഗജരത്നം പദ്മനാഭൻ' എന്ന പേരിൽ തന്നെയാണ് ഈ ആന ഏറ്റവുമധികം അറിയപ്പെടുന്നത്.

ഇന്നിപ്പോൾ വലിയവലിയ ഏക്കത്തുകയ്ക്ക് ടെണ്ടർവച്ച് പദ്മനാഭരാജനെ സ്വന്തം നാടുകളിലേക്ക് ആനയിക്കുന്നവർ, ഉത്സവത്തിന് എണ്ണം തികയ്ക്കാനുള്ള ആനകളിൽ ഒരെണ്ണം എന്ന നിലയ്ക്കല്ല അവനെ വീക്ഷിക്കുന്നതും സമീപിക്കുന്നതും. 'എമ്പ്രാന്റെ വിളക്കത്ത് വാര്യരുടെ അത്താഴമെന്ന്' പറയുന്നതുപോലെ, പദ്മനാഭന്റെ സാന്നിധ്യത്തിലൂടെ തങ്ങളുടെ ക്ഷേത്രത്തിനും ഉത്സവത്തിനും അങ്ങനെ നാടിനും കൂടി ഇത്തിരി പേരും പ്രസിദ്ധിയും. അതാണ് എല്ലാവരും ലക്ഷ്യമിടുന്നത്. സൂര്യനു താഴെ ഏറ്റവുമധികം അംഗീകാരങ്ങളും പുരസ്കാരങ്ങളും നേടിയിട്ടുള്ള ജീവാത്മാവ് എന്ന ബഹുമതിക്ക് ഗിന്നസ്ബുക്കിൽ ഒരിടമുണ്ടെങ്കിൽ, തീർച്ചയായും അത് അനുദിനമെന്നോണം ഗജരാജപ്പട്ടങ്ങളും ഗജകേസരിക്കിരീടങ്ങളും വീരശൃംഖലകളും വാരിക്കൂട്ടുന്ന സാക്ഷാൽ പദ്മനാഭനല്ലാതെ 'മറ്റൊരാൾ'ക്കായിരിക്കില്ല.

1994-ൽ നെന്മാറ ദേശക്കാർ 41,000 രൂപയെന്ന ഏക്കത്തുകയ്ക്ക് പദ്മനാഭനെ നേടിയപ്പോൾ 2003-ൽ ആ തുക 75,551 രൂപയായി വർദ്ധിച്ചു. 2004-ൽ ഇത് 2,22,222 രൂപയായി ഉയർന്നു. ഇത് സർവകാല റെക്കോർഡാണ്. വല്ലങ്ങി-നെന്മാറ വേലയ്ക്കായി വല്ലങ്ങി ദേശക്കാരാണ് ഈ റെക്കോർഡ് തുക നൽകി അന്ന് പദ്മനാഭനെ

ഗുരുവായൂർ പദ്മനാഭൻ: നിറഞ്ഞുനിൽക്കുന്ന ദൈവികത്വം

കുട്ടിക്കൊണ്ടുപോയത്. സാധാരണ ആനകൾക്ക് ഏക്കത്തുക ശരാശരി 3,000 രൂപയാണ് എന്നറിയുമ്പോഴാണ് പദ്മനാഭന്റെ പ്രാധാന്യം ശ്രദ്ധേയമാകുന്നത്. കേവലം രണ്ടോ, മൂന്നോ ലക്ഷം രൂപ നൽകിയാൽ ഒരു കുട്ടിയാനയെത്തന്നെ വിലയ്ക്കു വാങ്ങാമായിരുന്ന കാലത്താണ് ഇത്രയേറെ തുക ഈ ഗജവീരന്റെ ഒരു ദിവസത്തെ എഴുന്നെള്ളിപ്പിനായി നൽകാൻ പൂരപ്രേമികൾ തയ്യാറായത്; അവരുടെ ഹൃദയങ്ങളിൽ പദ്മനാഭന്റെ സ്ഥാനം എത്രമേൽ വലുതായിരുന്നു എന്നതിന് തെളിവാണിത്. ആരാധകർ അറിഞ്ഞോ അറിയാതെയോ വിസ്മരിക്കുന്ന ഒരു കാര്യമുണ്ട്. പദ്മനാഭന്റെ പ്രായം. എഴുപതു വയസ്സിനോടടുക്കുന്ന പദ്മനാഭൻ ന്യായമായും കുറച്ചുകൂടി വിശ്രമവും സ്വസ്ഥതയും അർഹിക്കുന്നില്ലേ എന്നത് വലിയൊരു വിഭാഗം ഗജസ്നേഹികളും പ്രകൃതിസ്നേഹികളും ഉന്നയിക്കുന്ന ന്യായമായ ചോദ്യമാണ്.

ഗുരുവായൂർ പദ്മനാഭൻ സങ്കല്പിക്കാനാവാത്ത പെരുമയിലേക്ക് ദിനംപ്രതി വലുതായിക്കൊണ്ടിരിക്കുന്നു; കേരളത്തിലെ ഉത്സവക്കാഴ്ചകൾക്ക് കുളിർമ പകരാനായി...

***

പാറമേക്കാവ് ശ്രീപരമേശ്വരൻ

ദൈവികത്വമുള്ള സാന്നിധ്യം; പക്ഷേ ഓർമയിൽ

ഒരു പൂരക്കാലത്ത്...

ഒളിമ്പിക്സിന്റെ അമ്മത്തൊട്ടിലാണ് ഏതൻസ്. പക്ഷേ, ലോകകായിക മാമാങ്കത്തിന്റെ അവസാനവാക്കായ ഒളിമ്പിക്സിന് ഏതൻസിൽ പോലും കാണികൾ കൈയൊഴിഞ്ഞ ഇരിപ്പിടങ്ങൾക്കു മുമ്പിൽ അരങ്ങേറേണ്ടിവരുന്നത് സമകാലിക യാഥാർഥ്യമാണ്. പക്ഷേ, തൃശ്ശൂർകാരോട് അവന്റെ ഏറ്റവും വലിയ മാമാങ്കമേതെന്ന് ചോദിച്ചാൽ ചോദിക്കുന്നവനാവും മണ്ടനാവുക. തൃശ്ശൂർപ്പൂരത്തിന്റെ പ്രപഞ്ചതാളങ്ങൾ തിരിച്ചറിയാത്ത 'ഇവനെന്തു ജന്തു' എന്ന മട്ടിൽ അവർ നമ്മളെ നോക്കി ഊറിച്ചിരിക്കും.

ആളും അർഥവുമുണ്ടെങ്കിൽ ആനയും അമ്പാരിയും ആനച്ചമയങ്ങളുമെല്ലാം തൃശ്ശൂർപ്പൂരത്തെ വെല്ലുംവിധം തന്നെ നമുക്ക് സജ്ജീകരിക്കാം; പുനസ്സൃഷ്ടിക്കാം. പക്ഷേ, ആയിരം കൈകൾ കൊണ്ട് ആവാഹിച്ചെടുത്താലും ആയിരം കോടികൾ വാരിവിതറിയാലും തൃശ്ശൂർപ്പൂരത്തിന്റെ ആത്മാവിനെ ലോകത്ത് മറ്റൊരിടത്തും പുനഃപ്രതിഷ്ഠിക്കാനാവില്ല. ഒരു ജനതയുടേയും ഒരു ദേശത്തിന്റേയും ആത്മാവിഷ്കാരമാണ് തൃശ്ശൂർപ്പൂരം.

വടക്കുംനാഥന്റെ പൂരമെന്നാണ് പൊതുവെ അറിയപ്പെടുന്നതെങ്കിലും പൂരം പൊടിപാറുന്നത് പാറമേക്കാവ്-തിരുവമ്പാടി തട്ടകങ്ങളിലാണ്. പതിനഞ്ച് ഗജരാജാക്കൻമാർ വീതം ഇരുഭാഗങ്ങളിലും അണിനിരക്കുന്ന തെക്കോട്ടിറക്കത്തിന്റേയും കുടമാറ്റത്തിന്റേയും വർണാഭമായ ചിത്രമാണ് തൃശ്ശൂർപ്പൂരമെന്നു കേൾക്കുന്ന മാത്രയിൽ തന്നെ ലോകത്ത് എവിടേയുമുള്ള മലയാളിയുടെ മനസ്സിലേക്ക് ആദ്യം ഓടിയെത്തുന്നത്. ഒരർഥ

ത്തിൽ ആനച്ചന്തം തന്നെയാണ് പൂരച്ചന്തം. ആനയില്ലാത്ത തൃശ്ശൂർപ്പൂരത്തെപ്പറ്റി സങ്കൽപിക്കുവാൻപോലും ആർക്കുമാകില്ല. (ഇപ്പോൾ പൂരം നടത്തിപ്പിന് നിരവധി നിയമങ്ങൾ പ്രാബല്യത്തിലുണ്ടെങ്കിലും പൂരം 'പൂര'മായിത്തന്നെ മലയാളികളുടെ മനസ്സിൽ നിറഞ്ഞു നിൽക്കുന്നു). ഏതാനുംവർഷം മുമ്പുവരെ പാറമേക്കാവ് ഭാഗത്ത് ശ്രീപരമേശ്വരനും തിരുവമ്പാടിയിൽ ശിവസുന്ദറുമാണ് തിടമ്പെടുത്തിരുന്ന ഗജരാജാക്കൻമാർ.

പതിനഞ്ചുവർഷത്തിലേറെ പാറമേക്കാവിന്റെ തിടമ്പേറ്റിയ ശ്രീപരമേശ്വരന്റെ നാമം മലയാളികൾക്ക് മനഃപാഠമാണ്. ഗുരുവായൂർ പദ്മനാഭൻ കഴിഞ്ഞാൽ ദൈവികാംശം ഏറ്റവുമധികം പ്രതിഷ്ഠിക്കപ്പെടുകയും ആരാധിക്കപ്പെടുകയും ചെയ്തിരുന്ന ആനയെന്ന സവിശേഷതയും ശ്രീപരമേശ്വരനുണ്ടായിരുന്നു. ഗജമേളകളിലും ഉത്സവനാളുകളിലുമെല്ലാം പ്രത്യക്ഷഗണപതി സങ്കൽപത്തിൽ ശ്രീപരമേശ്വരൻ എന്ന ഗജരാജൻ പൂജിക്കപ്പെട്ടിരുന്നു.

കേരളത്തിൽ തലയെടുപ്പിന്റെ പ്രതിരൂപമായി വിളങ്ങുന്ന പല കരിവീരൻമാരെയുംപോലെ, ശ്രീപരമേശ്വരനും ഉത്തരേന്ത്യൻ ഹൃദയഭൂമിയിൽ നിന്നും കുടിയേറിയവനാണ്. ബീഹാറിൽ നിന്നും കേരളത്തിലേക്ക് ആനകൾ ഇറക്കുമതിചെയ്യപ്പെട്ടു തുടങ്ങുന്ന ആദ്യനാളുകളിൽ തന്നെ ഇവിടെ എത്തിയതാണ് ഈ ആനച്ചന്തം. പത്തടിയോടടുത്ത ഉയരവും വീണെടുത്ത ഭംഗിയാർന്ന കൊമ്പുകളും മദഗിരികൾ ചൂട്ടികുത്തിയ ഐശ്വര്യത്തികവാർന്ന മസ്തകവും വേണ്ടത്ര ഉടൽ നീളവും ഉറപ്പാർന്ന കാലുകളുമൊക്കെയായിരുന്നു ഇവന്റെ പ്രത്യേകതകൾ. അങ്ങനെ, ലക്ഷണശാസ്ത്രപ്രകാരം തികവിന്റെ മേൻമകൾ എത്ര വേണമെങ്കിലും എണ്ണിപ്പറയാമെങ്കിലും ഇതെല്ലാത്തിനുംമേലെ, കോലം കയറ്റിക്കഴിഞ്ഞാൽ രാജകീയപ്രൗഢിയോടെ തലയുയർത്തിപ്പിടിച്ചുകൊണ്ടുള്ള നിൽപാണ് ശ്രീപരമേശ്വരന് ഉത്സവപ്പറമ്പുകളിൽ താരകിരീടം ചാർത്തിക്കൊടുത്തിരുന്നത്.

ബീഹാറിലെ സോൺപൂർമേളയെ ലോകത്തിലെ ഏറ്റവും വലിയ ആനച്ചന്തയെന്ന് വിശേഷിപ്പിക്കാം. പുരാണത്തിലെ 'ഗജേന്ദ്രമോക്ഷം' നടന്നത് ഗംഗയുടെ കൈവഴിയായ സോൺനദീതീരത്താണെന്നാണ് വിശ്വാസം. വൃശ്ചികമാസത്തിലെ വെളുത്തവാവുദിവസം നടക്കുന്ന ആനച്ചന്തയിൽ അതിനാൽ തന്നെ ആത്മീയതയും കലരും. ഇവിടെ നിന്നാണ് ശ്രീപരമേശ്വരനെ കണ്ടെത്തുന്നത്.

ഉത്രാളിക്കാവ് പൂരത്തിന് വടക്കാഞ്ചേരി വിഭാഗത്തിന് എഴുന്നെള്ളിക്കാൻ സ്വന്തമായി ഒരാനയെ വാങ്ങുകയെന്ന ലക്ഷ്യവുമായി രൂപംകൊണ്ടതാണ് ബാലാജിട്രസ്റ്റ്. കെ. രാമനാഥഅയ്യർ രക്ഷാധികാരിയായി സംഘടിക്കപ്പെട്ട ട്രസ്റ്റ്, ആനയെ കണ്ടെത്തി സ്വന്തമാക്കുവാനുള്ള ദൗത്യം സി.എ.മേനോനെയാണ് ഏൽപിച്ചത്. ഉത്സവങ്ങളുടേയും അന്തമില്ലാത്ത ലോകസഞ്ചാരത്തിന്റേയും നിത്യോപാസകനായ സി. എ. മേനോൻ എന്ന അരവിന്ദാക്ഷമേനോനെ വി. കെ. ശ്രീരാമൻ 'വേറിട്ടകാഴ്ച'കളിലൂടെ മലയാളികൾക്ക് പരിചയപ്പെടുത്തിയിട്ടുണ്ട്. സോൺപൂർ മേളയിൽ നിന്ന് ഒരാനയെ കണ്ടെടുക്കുകയെന്ന ലക്ഷ്യവുമായി മേനോൻ 1970-ലെ മേളയ്ക്കെത്തി. ആ വർഷം മേളയ്ക്കെത്തിയത് എണ്ണൂറോളം ആനകളായിരുന്നു. കൊമ്പൻമാർ തന്നെ മുന്നൂറിലധികം. അതിൽ നിന്നും എല്ലാംതികഞ്ഞ ആണൊരുത്തനെ തിരഞ്ഞുപിടിക്കുവാൻ, കരിമ്പിൻ തോട്ടത്തിലിറങ്ങിയ ആനയുടെ ആക്രാന്തത്തോടെ പാഞ്ഞുനടന്ന മേനോന്റെ മനസ്സിലേക്ക് പാലക്കാടൻ കാറ്റുപോലെയാണ് ഒരുവൻ ഇടിച്ചുകയറിയത്. ഒറ്റനോട്ടത്തിൽ 'അത്രയ്ക്കങ്ങട് പോര' എങ്കിലും നാട്ടിൽ കൊണ്ടുവന്ന് വേണ്ടവണ്ണം പരിചരിച്ചാൽ കേമനാക്കാമെന്ന് മനസ്സിലൊരു വിശ്വാസം.

പിന്നെ, രണ്ടാമതൊന്ന് ആലോചിച്ചില്ല. അപ്പോഴേ കച്ചവടം ഉറപ്പിച്ചു. പിറന്ന കാടിനോടും നാടിനോടും എന്നെന്നേയ്ക്കുമായി വിടപറഞ്ഞ് മേനോനോടൊപ്പം ട്രക്കിൽ ആ ആന ഒരു ദേശാടനത്തിന് ഇറങ്ങിത്തിരിച്ചു. ലോകംമുഴുവൻ കറങ്ങിയിട്ടുള്ള ആളാണ് മേനോൻ. പക്ഷേ, എവിടെയൊക്കെ ചുറ്റിയടിച്ചിട്ടുണ്ടെങ്കിലും അപ്പൂപ്പൻതാടിപോലെ എന്നും പറന്നുനടക്കുന്ന മേനോന്റെ

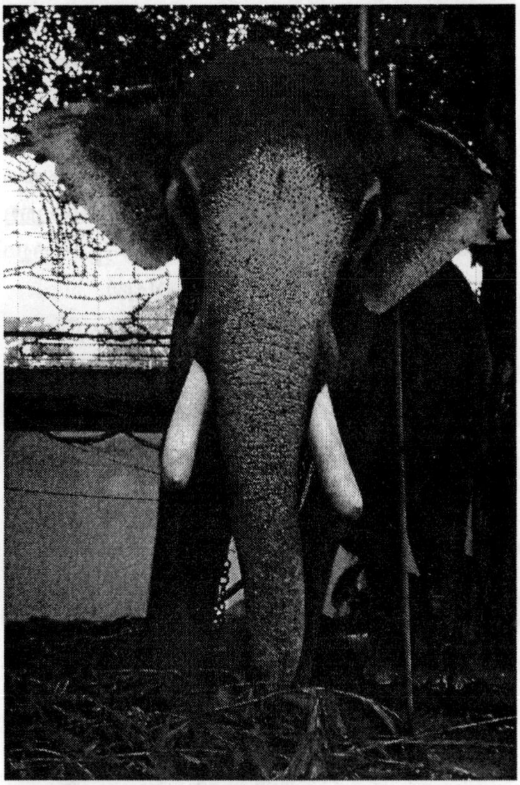

▼ പാറമേക്കാവ് ശ്രീപരമേശ്വരൻ

മനസ്സിൽ ഏറ്റവും ഇഷ്ടപ്പെട്ട യാത്രയായി ഇന്നും നിറഞ്ഞുനിൽക്കുന്നത് ഇന്ത്യ മഹാരാജ്യത്തിന്റെ വിരിമാറിലൂടെ എന്തിനുംപോന്ന ഒരു ഗജരാജനൊപ്പം നടത്തിയ ആ ട്രക്ക് യാത്രയാണ്. വെറും ഇരുപത്തെണ്ണായിരം കൊടുത്താണ് മേനോൻ ആനയെ അന്ന് സ്വന്തമാക്കിയത്. പിന്നെ ട്രക്ക് വാടകയും മറ്റു വഴിച്ചെലവുകളുമായി ഒരു പതിനായിരം വേറെയും.

ആറു രാപകലുകൾ താണ്ടി, ഒടുവിലവർ വാളയാർ ചുരംകടന്ന് ഞാറ്റുവേലയുടെ ദേശത്തെത്തി. ഉത്രാളിക്കാവിൽ വന്നിറങ്ങിയ ആ ഗോസായിക്കുട്ടന് നാട്ടുകാർ പുതിയ പേര് നൽകി-കൃഷ്ണഗോപാൽ. അന്നത്തെ ഉത്രാളിക്കാവ് കൃഷ്ണഗോപാലാണ് പിന്നീട് ലോകത്തിന്റെ മുഴുവൻ കണ്ണുകളും തന്നിലേക്ക് പിടിച്ചുവലിച്ചെടുക്കുന്ന വന്യഗാംഭീര്യവുമായി, തൃശ്ശൂർപ്പൂരത്തിന്റെ തിടമ്പേന്തിയ ശ്രീപരമേശ്വരനായി മാറിയത്. പിന്നെയെല്ലാം ചരിത്രമാണ്. ഒടുവിൽ, ശ്രീപരമേശ്വരന്റെ താരത്തിളക്കത്തിനുള്ള തിലകക്കുറിയെന്നോണം ആനക്കമ്പക്കാരും പാറമേക്കാവ് ദേവസ്വവും ചേർന്ന് ആനകളിലെ ഈ ആറാംതമ്പുരാന് 'ഗജോത്തമൻ' പട്ടവും ചാർത്തിക്കൊടുത്തു. സാക്ഷാൽ കാഞ്ചികാമകോടി പീഠാധിപതി ശ്രീ ശങ്കരാചാര്യരാണ് ജനസഹസ്രങ്ങളുടെ സാന്നിധ്യത്തിൽ അവന് ഈ കീർത്തിമുദ്ര സമ്മാനിച്ചത്.

ശ്രീപരമേശ്വരനായതിനു ശേഷം, തൊണ്ണൂറുകളുടെ രണ്ടാം പാദംമുതൽ അംഗീകാരങ്ങളും വീരാപദാനങ്ങളും കൊണ്ട് മലയാളക്കരമുഴുവൻ ഈ ആനച്ചന്തത്തിനുമേൽ പൂമൂടുകയായിരുന്നെങ്കിൽ, രണ്ടു പതിറ്റാണ്ടുകൾക്കപ്പുറം ഇവൻ ഇവിടേക്ക് വരുമ്പോൾ കഥ മറ്റൊന്നായിരുന്നു. അവഗണനയുടേയും അധിക്ഷേപത്തിന്റേയും പുതിയ വാരിക്കുഴികളായിരുന്നു അന്ന് ഇവനു ചുറ്റും എവിടെയും വായും പിളർത്തി കാത്തിരുന്നത്. ആദ്യനാളുകളിൽ അവഗണനയുടെ കയ്പ്പുനീർ ധാരാളം കുടിക്കേണ്ടിവന്നുവെന്ന് ചുരുക്കം.

അന്നൊക്കെ തൃശ്ശൂരും പാലക്കാട്ടും പുതുതായി വാങ്ങുന്ന ആനകളെ ഒരുദിവസം ഗുരുവായൂരിൽ എഴുന്നെള്ളിക്കുവാൻ ഉടമകൾ കൊണ്ടുപോകുമായിരുന്നു. ആ പതിവു തെറ്റിക്കാതെ മേനോനും കൂട്ടരും കൃഷ്ണഗോപാലിനേയും ഗുരുവായൂരിൽ കൊണ്ടുചെന്നു. പുതിയൊരാന വന്നിട്ടുണ്ടെന്നറിഞ്ഞ് കാണാനെത്തിയ പൂമുള്ളി തമ്പുരാൻ "ഇതെന്ത് മൃഗാടോ ഈ സാധനം" എന്നു ചോദിച്ചുവെന്നാണ് കേട്ടുകേൾവി.

ഇവനെ നാട്ടിലേക്കാനയിച്ച സി. എ. മേനോൻ തൃശ്ശൂർപ്പൂരത്തിന്റെ പ്രധാനപങ്കാളികളായ തിരുവമ്പാടി തട്ടകത്തിൽപ്പെടുന്ന ആളാണ്. പൂരങ്ങളുടെ പൂരമായ തൃശ്ശൂർപ്പൂരത്തിന് കൃഷ്ണഗോപാലിനേയും എഴുന്നെള്ളിക്കണമെന്ന മോഹവുമായി ഏറെ പ്രതീക്ഷയോടെ ആനയേയുംകൂട്ടി തിരുവമ്പാടി ആനപ്പറമ്പിൽ എത്തുകയും ചെയ്തു. പക്ഷേ, മേനോന്റെ ആന അത്രയ്ക്കൊന്നും ആയിട്ടില്ലെന്ന് പറഞ്ഞ് അവസരം നിഷേധിക്കപ്പെടുകയായിരുന്നു. 1980-ലെ പൂരത്തിന് എഴുന്നെള്ളിക്കുന്ന പതിനഞ്ച് ആനകളിൽ ഒരുവനായി, കൂട്ടാനയായി നിൽക്കാനുള്ള അവസരം ലഭിക്കാതെ മേനോന്റെ ആന തഴയപ്പെട്ടത്

ചരിത്രം.

അന്ന് എല്ലാ ആരവങ്ങളിൽ നിന്നും അകന്നു മാറി സി. എം. എസ്. സ്കൂൾ ഗ്രൗണ്ടിലെ ആന പ്പറമ്പിൽ തപ്തഹൃദയരായി നിന്ന മേനോനെയും ആനയെയും ചിലരെങ്കിലും ഓർക്കുന്നുണ്ടാകും. കാലപ്രവാഹത്തിൽ പിന്നീട് ശ്രീപരമേശ്വരനായി പാറമേക്കാവിന്റെ തിടമ്പുമേന്തി, പണ്ട് തന്നെ നിഷ്കരുണം തഴഞ്ഞ തിരുവമ്പാടിക്കാരുടെ മുഖ ത്തോടുമുഖം നിൽക്കുമ്പോൾ, താൻ കുടിച്ച അവ ഗണനയുടെ കയ്പ്പുനീർ പരമേശ്വരന്റെ മനസ്സി ൽ കാളകൂടവിഷം പോലെ ദഹിക്കാതെ കിട ന്നിട്ടുമുണ്ടാകണം. അപ്പോൾ പിന്നെ പാറമേ ക്കാവ് പരമേശ്വരന്റെ തലതാഴുന്ന പ്രശ്നമുണ്ടോ?

അവഗണനയുടെ നാളുകളിൽ ഗുരുവായൂരി ലെത്തിയ കൃഷ്ണഗോപാലിനെക്കണ്ട് ഇത്തിരി പരിഹസിച്ച അറിവിന്റെ തമ്പുരാൻപോലും നാലു വർഷം കഴിഞ്ഞ് ഇവനെ കണ്ടപ്പോൾ “എന്താടോ മേനോനെ താനീ ആനയെ ചെയ്തത്” എന്നു ചോദിച്ചുകൊണ്ട് അദ്ഭുതംകൂറിയത്രെ! ആദ്യം ആരുടേയും കണ്ണിനു പിടിക്കാതെപോയ കൃഷ്ണ ഗോപാൽ അപ്പോഴേക്കും ആരുടെ കണ്ണുകളും പിടിച്ചെടുക്കാൻ പോന്നവിധം അസ്സൽ ഒരാനച്ച ന്തമായി മാറിക്കഴിഞ്ഞിട്ടുണ്ടായിരുന്നു.

ബീഹാറിലെ നക്കാപ്പിച്ച വയ്ക്കോലും ഭക്ഷ ണങ്ങളും മാത്രം തിന്നുശീലിച്ച പട്ടിണിപ്പാവ ത്തിന്റെ ഉള്ളിൽ പനമ്പട്ടയും രസായനങ്ങളു മെല്ലാം നേരാന്നേരം കൃത്യമായി എത്തിയപ്പോൾ ആനയൊന്ന് കൊഴുത്തുരുണ്ടു. തങ്ങളുടെ ആന നാൾക്കുനാൾ കേറികൊഴുക്കുന്നതും ആളുകൾ അസൂയയോടെ അവനെ കണ്ണെടുക്കാതെ നോക്കി നിൽക്കുന്നതും കണ്ട് മനസ്സുനിറഞ്ഞ ബാലാജി ട്രസ്റ്റിന് പക്ഷേ, തലവേദനയുടെ നാളു കൾ വരാനിരിക്കുന്നതേ ഉണ്ടായിരുന്നുള്ളൂ.

ആദ്യമാദ്യം കുട്ടിക്കുറുമ്പുകളായും തമാശക ളായും തുടങ്ങിയ ഇവന്റെ ഇടച്ചിലുകൾ പോകെ പ്പോകെ ദിനചര്യകളായി മാറിയപ്പോൾ, വല്ല നാട്ടു കാർക്കും നഷ്ടപരിഹാരം കൊടുക്കേണ്ട വകയിൽ തന്നെ നല്ലൊരു തുക മാറ്റിവയ്ക്കേണ്ട അവസ്ഥ യിലായി ട്രസ്റ്റ്. 1986-ൽ പട്ടിക്കാടുവച്ച് കുഴപ്പ ങ്ങളൊപ്പിച്ച ആന, 87-ൽ ചേറ്റുവാ നേർച്ചയ്ക്കെ ത്തിയപ്പോൾ വീണ്ടും ഇടയുകയും തിരുവമ്പാടി കുട്ടിശങ്കരനെന്ന ആനയെ തോണ്ടിക്കൊണ്ട് കായലിൽ ഇറങ്ങി സ്വയംഭരണം പ്രഖ്യാപി ക്കുകയും ചെയ്തു. ഉപ്പെന്ന് വച്ചാൽ ആനകൾക്ക് ജീവനാണ്. ഉപ്പുതിന്നവൻ വെള്ളം കുടിക്കുമെ ന്നല്ലേ പ്രമാണം. ഇത് ഒന്നിച്ച് കിട്ടിയാലുള്ള കഥയോ? ചേറ്റുവാക്കായലിലെ ഉപ്പുവെള്ളം അന്നവൻ പറക്കണക്കിനാണ് വറ്റിച്ചത്.

കൃഷ്ണഗോപാലിന്റെ വിശ്വരൂപവും സംഹാ രതാണ്ഡവവും ശരിക്കും കണ്ട പ്രകടനം 1989 ജനുവരി 18-ന് ആയിരുന്നു. പള്ളത്താംകുളങ്ങര ഉത്സവം കഴിഞ്ഞ് മടങ്ങുകയാണ് ഏതാനും ആന കളും ആനക്കാരും. കൂട്ടത്തിൽ നമ്മുടെ നായക നുമുണ്ട്. ചെറായി സെന്റ്മേരീസ് പള്ളിയുടെ അടുത്തെത്തിയപ്പോൾ യാതൊരു പ്രകോപനവും കൂടാതെ പെട്ടെന്ന് ഒരലർച്ചയും കുതിച്ചുചാട്ടവും! മുമ്പിൽ നടക്കുകയായിരുന്ന ആനയെ കുത്തിമ റിച്ചിട്ട് കൃഷ്ണഗോപാൽ അക്ഷരാർഥത്തിൽ ഭീക രാന്തരീക്ഷം തന്നെ സൃഷ്ടിച്ചു.

എളവള്ളി ഗോപിപ്പണിക്കരുടെ ഗോപാലകൃ ഷ്ണൻ എന്ന ആനയുടെ മാറു പിളർന്ന് കുടൽമാ ലകൾ കുത്തിപ്പുറത്തിട്ട് അന്നവൻ ഭീകരനായ കൊലപാതകിയായി! പിന്നെ, മേമ്പൊടിക്ക് പുഴ യിൽ ഇറങ്ങി പുലകുളിയും നടത്തി. കണ്ണിൽ കണ്ട ബോട്ടുകളും ചീനവലകളുമെല്ലാം നശിപ്പി ച്ചു. അന്ന് ഏതാണ്ട് ഒരാനയുടെ വിലതന്നെ ഗോപിപ്പണിക്കർക്ക് മാത്രം നഷ്ടപരിഹാരം കൊടു ക്കേണ്ടിവന്നു. ദാഹിച്ചുമോഹിച്ച് ആദ്യമായി വാങ്ങിയ ആന നടുറോഡിൽ മാറുപിളർന്ന് ചത്തു മലച്ചു കിടക്കുന്ന കാഴ്ച കാണേണ്ടിവന്ന എളവ ള്ളിപ്പണിക്കരുടെ ആനക്കമ്പവും അതോടെ തീർന്നു.

നഷ്ടപരിഹാരകണക്കുകൾ കൊണ്ട് ബാലാജി ട്രസ്റ്റ് നട്ടംതിരിഞ്ഞു. സ്വതവേ പ്രശ്നക്കാരനാണ് ആന. പോരാത്തതിന് നാലുകാശ് വരുമാനം കിട്ടുന്ന ഉത്സവനാളുകളിൽ ആനയ്ക്ക് മദപ്പാടും. ഇങ്ങനെയൊരാനയെ ഈയവസ്ഥയിൽ കൈയേ ൽക്കുവാൻ ആരും രണ്ടാമതൊന്നാലോചിക്കില്ലേ.

എന്നാൽ, ബാലാജിട്രസ്റ്റിന്റേയും കൃഷ്ണഗോ പാലിന്റേയും നല്ലകാലത്തിന് പാറമേക്കാവ്

ദേവസ്വം അവനെ സ്വന്തമാക്കാനെത്തി. തൃശ്ശൂർ പൂരത്തിനു തിടമ്പേറ്റുവാൻ സ്വന്തമായി ഒരാനയെ തേടുകയായിരുന്നു പാറമേക്കാവ് ദേവസ്വം. സത്യം പറഞ്ഞാൽ പ്രശ്നക്കാരനായ കൃഷ്ണ ഗോപാലിനെ വാങ്ങുന്നതിലൂടെ അവർ ഒരൽപം സാഹസം ഏറ്റെടുക്കുകയായിരുന്നു. ഒപ്പം കുറഞ്ഞ വിലയ്ക്ക് നല്ലൊരാനയെ കിട്ടുകയെന്ന മെച്ചവുമുണ്ട്. തിരുവമ്പാടി തട്ടകത്തിന് അന്നു തന്നെ പേരുകേട്ട ചന്ദ്രശേഖരനാന സ്വന്ത മായുണ്ടായിരുന്നു. പാറമേക്കാവ് ദേവസ്വം പുറ മേനിന്നുള്ള ആനകളിലാണ് തിടമ്പേറ്റിയിരുന്നത്. അങ്ങനെ, തിരുവമ്പാടി ചന്ദ്രശേഖരനു മുന്നിൽ ഒട്ടും കുറയാത്ത ഒരാനയ്ക്കുവേണ്ടിയുള്ള അന്വേ ഷണമാണ് അവസാനം കൃഷ്ണഗോപാലിൽ എത്തിനിന്നത്. പാറമേക്കാവ് ദേവസ്വത്തിന്റെ പ്രധാനിയായിരുന്ന കുറുപ്പാൾമാഷ് വന്ന് ചോദി ച്ചപ്പോൾ തന്നെ "ഒരുറുപ്പിക തന്നിട്ട് ആനയെ എടുത്തോളൂ മാഷേ" എന്നാണ് മേനോനും കൂട്ടരും പറഞ്ഞത്. എങ്കിലും അവൻ വരുത്തിവച്ച നഷ്ടങ്ങളുടെ പരിഹാരമായി ഒരുലക്ഷത്തിലധികം വരുന്ന നല്ലൊരുതുക കൂടി പാറമേക്കാവുകാർ നൽകുകയുണ്ടായി.

പാറമേക്കാവിലെ പ്രതിഷ്ഠാദിനത്തിലായി രുന്നു തിങ്ങിനിറഞ്ഞ പുരുഷാരത്തിനു മധ്യേ യുള്ള ആ കൈമാറ്റം. അങ്ങനെ ഉത്രാളിക്കാവ് കൃഷ്ണഗോപാൽ പാറമേക്കാവ് ശ്രീപരമേശ്വര നായി ചരിത്രത്തിലേക്ക് ചാടിക്കയറി. ഒരിക്കൽ തന്നെ അവഗണിച്ചു വിട്ടവർക്കു മുന്നിൽ നേർക്കു നേർ നിന്ന് പൂരത്തിടമ്പുതന്നെ ശിരസ്സിലേന്തി ക്കൊണ്ട് തിരിച്ചടി നൽകി ശ്രീപരമേശ്വരൻ. ആ മധുരപ്രതികാരത്തിന്റെ ലഹരിയിൽ മറ്റെല്ലാ വന വ്യഥകളും ഉൻമത്തചിന്തകളും അവൻ വഴിയിൽ ഉപേക്ഷിച്ചു കാണണം. കേരളത്തിൽ ഒരു നാട്ടാ നയ്ക്ക് സ്വപ്നം കാണാൻ കഴിയുന്ന ഏറ്റവും വലിയ ഇടത്തിലും തലത്തിലുമാണ് താൻ എത്തി നിൽക്കുന്നതെന്ന തിരിച്ചറിവിൽ ശ്രീപരമേശ്വരൻ ആളാകെ മാറിയെന്ന് പറഞ്ഞാൽ അതാണ് സത്യം.

പാറമേക്കാവ് ദേവസ്വത്തിന് ശ്രീപരമേശ്വരൻ ഒരിക്കലും ഒരു വരുമാനമാർഗമല്ലായിരുന്നു. മറിച്ച്

▼ നെന്മാറ - വല്ലങ്ങി വേല

അവരുടെ പ്രൗഢിയും ആഢ്യത്വവുമാണ് ഇവൻ വിളംബരം ചെയ്തത്. നിലയ്ക്കും വിലയ്ക്കു മൊത്ത കുറച്ച് ഉത്സവങ്ങൾക്കു മാത്രമേ ശ്രീപര മേശ്വരൻ പുറത്ത് എഴുന്നെള്ളിപ്പിനു പോകാറു ള്ളായിരുന്നു. നീരുകഴിഞ്ഞ് അഴിച്ചാൽ കുറ്റിയങ്കാ വിലായിരുന്നു ആദ്യത്തെ എഴുന്നെള്ളിപ്പ്. പിന്നെ ഉത്രാളിക്കാവ്, നെന്മാറ-വല്ലങ്ങി തുടങ്ങി ഏതാ ണ്ട് അമ്പതോളം എഴുന്നെള്ളിപ്പുകളിൽ മാത്രം പങ്കെടുക്കും. അതുപോലെ പരമേശ്വരന്റെ സുഖ ചികിത്സയും വ്യത്യസ്തമായിരുന്നു. സുഖചികി ത്സക്കാലത്ത് ആട്, കോഴി, താറാവ് എന്നി വയിൽത്തുടങ്ങി പതിനഞ്ചോളം ഉടുമ്പുകളേയും രസായനമാക്കി പരമേശ്വരൻ അകത്താക്കുമായി രുന്നു.

ജനപ്രീതിക്കൊപ്പം പരമേശ്വരൻ എന്നും മാധ്യ മലോകത്തിന്റെയും മാനസപുത്രനായിരുന്നു. ഈ ഗജകേസരിയെ കേന്ദ്രകഥാപാത്രമാക്കിക്കൊണ്ട് ബോസ്റ്റൺ ടിവി, ജപ്പാനിലെ സെൻഡായി ഫിലിം സ്, ഫ്രഞ്ച് ടിവി കമ്പനി തുടങ്ങി ഒട്ടേറെ വിദേശ ചാനലുകൾ നിരവധി ടിവി പരിപാടികളും ചല ച്ചിത്രങ്ങളും തയ്യാറാക്കിയിട്ടുണ്ട്. ഭാഗ്യംചെയ്ത ജൻമമായിരുന്നു ശ്രീപരമേശ്വരൻ എന്നതിന്റെ മറ്റൊരുദാഹരണമാണ് വർഷങ്ങളായി മാറ്റമി ല്ലാതെ ഇവനോടൊപ്പം സഹവസിച്ചിരുന്ന ഇവന്റെ പാപ്പാൻമാർ.

പാറമേക്കാവ് ശ്രീപരമേശ്വരനെന്ന പേരിൽ പാറമേക്കാവ് ദേവിയുടെ ദാസനായി മാറിയ ശ്രീപരമേശ്വരൻ ചെറുപ്പത്തിലെ കുസൃതികൾക്കു ശേഷം കാര്യമായ ഒരു കുഴപ്പത്തിനും നിന്നിട്ടി

ല്ല. പാറമേക്കാവിലമ്മയുടെ പുണ്യമെന്നാണ് പരമേശ്വരന്റെ മാനസാന്തരത്തെ അവന്റെ മുൻകാല വിളയാട്ടങ്ങൾ അറിയാവുന്നവർ വിലയിരുത്തിയിരുന്നത്.

നീണ്ട പതിനഞ്ചാണ്ടുകൾ തൃശ്ശൂർപ്പൂരത്തിന് പാറമേക്കാവിലമ്മയുടെ പൊൻതിടമ്പുമേന്തി ലോകത്തിന്റെ മുഴുവൻ കണ്ണുകൾക്കും മുന്നിൽ ആനച്ചന്തത്തിന്റെ അതുല്യകാന്തിയായി വിരാചിച്ച ശ്രീപരമേശ്വരൻ 2005 ജനുവരി 31-ാം തീയതിയാണ് വിടപറഞ്ഞത്.

ആനച്ചന്തമെന്നാൽ, അത് സഹ്യപുത്രൻമാരായ നാട്ടാനകളുടെ താവഴിസ്വത്തും തറവാട്ട് കുത്തകയുമാണെന്ന് ഏറ്റവുമധികം വാശിപിടിക്കുന്ന ഒരുനാട്ടിൽ, കാൽനൂറ്റാണ്ടിനു മുമ്പ് ഉത്തരേന്ത്യയിൽ നിന്നും ഞാറ്റുവേലയുടെ മണ്ണിലെത്തി, സാക്ഷാൽ പൂരത്തിടമ്പുതന്നെ ശിരസ്സിലേന്തിക്കൊണ്ട് മലയാളി മനസ്സുകളിലെ മാതംഗചിന്തകളിൽ ഒരു വിചാരവിപ്ലവം സൃഷ്ടിച്ച പരമേശ്വരന്റെ ജീവിതയാത്രകൾക്കും അവന്റെ ജീവനകലകൾക്കും അതിജീവന പാഠങ്ങൾക്കും ഒരു നാടോടിക്കഥയുടെ വിസ്മയചാരുതയും ഐതിഹാസിക ഭാവവും എന്നും നിറം ചാർത്തിയിരുന്നു. അതുപോലെതന്നെയായിരുന്നു അവന്റെ മരണവും.

ഏതാനും വർഷങ്ങളായി പരമേശ്വരനെ വിടാതെ അലട്ടിക്കൊണ്ടിരിക്കുന്ന പാദരോഗവും പിന്നെയുണ്ടായ ശ്വാസകോശരോഗവുമാണ് മരണകാരണമായത്. കാൽനഖങ്ങൾക്കു ചുറ്റും ചെറുതായി പഴുപ്പ് ബാധിക്കുന്ന പാദരോഗം മൂന്ന് വർഷത്തോളം പരമേശ്വരനെ ബുദ്ധിമുട്ടിച്ചു. ആയുർവേദവും അലോപ്പതിയുമൊക്കെയായി ചെയ്യാത്ത ചികിത്സകളും പരീക്ഷിക്കാത്ത മരുന്നുകളുമില്ല. പക്ഷേ, ഒന്നും ഫലിച്ചില്ല. വേദന കൂടി കാൽ നിലത്തുകുത്താൻ വയ്യാതായതിനാൽ കുറച്ചുകാലമായി കൃത്യമായ എഴുന്നെള്ളത്തും പൂരവുമൊന്നും പതിവില്ലാതാകുകയും ചെയ്തിരുന്നു.

പാറമേക്കാവ് ഭഗവതിയുടെ ജൻമനാളെന്ന് കരുതപ്പെടുന്ന അത്തം നക്ഷത്രത്തിലാണ് പരമേശ്വരനെ മരണം തേടിയെത്തിയത്. ചരിയുന്നതിന് ഒരാഴ്ചമുമ്പ് അവശനായി രണ്ടുതവണ ആന വീണുവെങ്കിലും ഒരുവട്ടംകൂടി അവൻ അവിടെ നിന്നും എഴുന്നേറ്റ് ക്ഷേത്രനടയിൽ എത്തി. തുമ്പികൈയുയർത്തി, ചിന്നം വിളിച്ചുവണങ്ങി ഭഗവതിയോട് എന്നെന്നേയ്ക്കുമായി യാത്രപറഞ്ഞുപോന്ന ആ ശനിയാഴ്ച ആന ഒരിക്കൽകൂടി മുട്ടുകുത്തി വീണു. പിന്നെ, എഴുന്നേൽക്കലുണ്ടായില്ല. രണ്ടുമണിക്കൂറോളം കൊമ്പുകുത്തി ഇരുന്ന ആന, കുറച്ചുദൂരം കൊമ്പുകുത്തിത്തന്നെ നിരങ്ങിനീങ്ങുകയും ചെയ്തു. പിന്നെ ചലനങ്ങൾ കുറഞ്ഞുവന്ന് കൈകാലുകൾ നീട്ടിവച്ച് വളരെ സമാധാനത്തോടും ശാന്തതയോടും മരണത്തെ കാത്തുകിടന്നു.

പതിനേഴുവർഷത്തോളം പരമേശ്വരന്റെ കണ്ണുംകൈയുമായി കൊമ്പിൽ പിടിച്ചു നടന്നിരുന്ന ഒന്നാംപാപ്പാൻ ഗോപി വെള്ളം കൊടുത്തുകൊണ്ടിരിക്കുന്നതിനിടെയായിരുന്നു മരണം. ബീഹാറിലെ സോൺപൂർ മേളയിൽ നിന്നും ആനയെ കൊണ്ടുവന്ന അരവിന്ദാക്ഷമേനോനും ശിവരാമകൃഷ്ണ അയ്യരും അവസാനനിമിഷങ്ങളിലും അവന്റെ ചാരത്തു തന്നെയുണ്ടായിരുന്നു. കുറച്ചുനാളുകളായി പരമേശ്വരൻ അവശനിലയിലാണെന്നും ഇനിയൊരു രണ്ടാംവരവിന് സാധ്യതയില്ലാത്ത വിധം ആന വീണുകഴിഞ്ഞുവെന്നുമെല്ലാം അവന്റെ ആരാധകർ അറിയുന്നുണ്ടായിരുന്നു. എങ്കിലും തങ്ങളുടെ പ്രിയപ്പെട്ട പരമേശ്വരനുവേണ്ടി, ആനച്ചന്തത്തിന്റെ അപൂർവങ്ങളിൽ അപൂർവമായ ആൺപിറപ്പിനുവേണ്ടി അവർ നടത്തിയ പ്രാർഥനകൾക്കും വഴിപാടുകൾക്കും കയ്യും കണക്കുമില്ല.

ഇടക്കാലംകൊണ്ട് ആനയുടെ രണ്ടുപല്ലുകളും നഷ്ടമായി. അതോടെ പനമ്പട്ടയും കടുപ്പമേറിയ ഭക്ഷണങ്ങളും ചവച്ചരയ്ക്കാനാകാത്ത പരമേശ്വരന് പാൽക്കഞ്ഞിയും പഴങ്ങളും നൽകി പാറമേക്കാവ് ദേവസ്വം ഏറെ കരുതലോടെയാണ് പരിപാലിച്ചിരുന്നത്.

പരമേശ്വരന്റെ മരണവാർത്ത പരന്നതോടെ തൃശ്ശിവപേരൂരിന്റെ മുഖവും മുഖശ്രീയും പൊടുന്നനെയാണ് വാടിത്തളർന്നത്. എല്ലാ വഴികളും മെല്ലെമെല്ലെ പാറമേക്കാവിന്റെ ആനപ്പറമ്പിലേ

ക്കായി. തൃശ്ശൂർപ്പൂരത്തിന്റെ തെക്കോട്ടിറക്കത്തിന് മന്ദംമന്ദം ചുവടുവയ്ക്കുന്ന പരമേശ്വരൻ ഇനിയൊരു ഓർമ മാത്രമാണെന്ന ഉള്ളുരുക്കത്തിൽ, അവന്റെ ഓർമയ്ക്ക് മുന്നിൽ കണ്ണീർപൂക്കൾ അർപ്പിക്കുവാൻ ഒത്തുകൂടിയവരിൽ പലരും അക്ഷരാർഥത്തിൽ വാവിട്ടു കരയുകയായിരുന്നു.

വർഷങ്ങളായി ആനയോടൊപ്പം ഉണ്ടായിരുന്ന പാപ്പാൻമാരും അതീവ ദുഃഖിതരായിരുന്നു. അവർക്ക് കൊമ്പും പിടിച്ചുനടക്കാൻ പാറമേക്കാവ് ദേവസ്വത്തിന് വേറെയും ആനകളുണ്ട്. ഇനിയും വാങ്ങുകയും ചെയ്യാം. അവർക്കിവിടെ നഷ്ടമാകുന്നത് ജീവന്റെ ഭാഗംതന്നെയാണ്. ഒരു കാലത്ത് മഹാവഴക്കാളിയെന്ന് പേരുകേൾപ്പിച്ചിട്ടുള്ള ആന, തങ്ങളെയെല്ലാം ബാക്കിയാക്കി നിശ്ചേതനായി ശയിക്കുമ്പോൾ അവന്റെ കൊമ്പുംപിടിച്ച് വടിയും തോട്ടിയുമേന്തി ഒരായുഷ്കാലം ഒപ്പം നടന്ന മനസ്സുകൾക്ക് എങ്ങനെയാണത് താങ്ങാനാവുക.

പരമേശ്വരന്റെ മരണം സ്ഥിരീകരിച്ച ഉടൻ ദേവസ്വം ഭാരവാഹികൾ ഭസ്മം തൊടുവിച്ച്, അവനെ പട്ടുപുതപ്പിച്ചു. പിന്നെ, ലോകത്തിന്റെ നാനാ കോണുകളിൽ നിന്നും ഫോൺവിളികളുടേയും അനുശോചന സന്ദേശങ്ങളുടേയും മഹാപ്രവാഹമായി. പതിനഞ്ചാണ്ടിലേറെയായി തന്നെ ശിരസ്സിലേറ്റി, അഭിമാനത്തോടെ നടന്നിരുന്ന ആനയുടെ മരണം പാറമേക്കാവിലമ്മയേയും കണ്ണീരണിയിച്ചിട്ടുണ്ടാവാം. അവന്റെ മരണം മുതൽ അടഞ്ഞുകിടന്ന ക്ഷേത്രനട പിന്നീട് പരമേശ്വരന്റെ ശരീരം ക്ഷേത്രവളപ്പിൽ നിന്നും കൊണ്ടുപോയ ശേഷം മാത്രമാണ് തുറന്നത്.

ജീവിതത്തിന്റെ നാനാതുറകളിലുംപെട്ടവർ റീത്തുകൾ കൊണ്ടും പൂക്കൾ കൊണ്ടും പരമേശ്വരന് അന്ത്യോപചാരം അർപ്പിക്കുവാൻ കൂട്ടംകൂട്ടമായി ഒഴുകിയെത്തിക്കൊണ്ടേയിരുന്നു. വിയോഗം എന്ന പദത്തിന് ഇത്ര ദാരുണമായ അർഥമുണ്ടെന്ന് ആനക്കമ്പക്കാർ അനുഭവിച്ചറിഞ്ഞ നിമിഷങ്ങളായിരുന്നത്. മേളചക്രവർത്തിമാർ മുതൽ സാധാരണക്കാർവരെ, പരമേശ്വരന് എന്നും ആരാധകരുടെ ഒരു നീണ്ടനിര തന്നെയുണ്ടായിരുന്നു. പത്രങ്ങൾ സ്പെഷ്യൽ പതിപ്പുകളിറക്കിയും ആരാധകർ പരമേശ്വരന്റെ ചിത്രങ്ങൾ അച്ചടിച്ച് വിതരണംചെയ്തും ദുഃഖത്തിൽ പങ്കാളികളായപ്പോൾ അത് ഭൂമിയിൽ ഒരു ഗജരാജന് നൽകാവുന്ന ഏറ്റവും വീരോചിതമായ യാത്രയയപ്പ് തന്നെയായി.

രാത്രി ഏറെ വൈകിയിട്ടും പരമേശ്വരന് അന്ത്യോപചാരമർപ്പിക്കുവാനുള്ളവരുടെ നിര അനസ്യൂതം നീളുകയായിരുന്നു. ക്ഷേത്രച്ചടങ്ങുകൾ മുടങ്ങിയിരിക്കയാണെന്നതിനാൽ ഒടുവിൽ മനസ്സില്ലാമനസ്സോടെയാണെങ്കിലും അവന്റെ ഭൗതികശരീരം ക്ഷേത്രവളപ്പിൽ നിന്നും പുറത്തേക്കെടുക്കാൻ തീരുമാനിച്ചു. ജീവിതത്തിൽ പരമേശ്വരൻ കണ്ട വിവിധ മുഖങ്ങൾ, പരമേശ്വരനെ ക്കണ്ട വിവിധ മുഖങ്ങൾ, പരമേശ്വരനെ പാറമേക്കാവ് പരമേശ്വരനാക്കിയവർ അവരെല്ലാം അപ്പോഴേക്കും ആ അവസാന യാത്രയയ്പ്പിന് മനസ്സ്

പാകപ്പെടുത്തുകയായിരുന്നു.

പരമേശ്വരനെ എഴുന്നെള്ളിച്ചിട്ടുള്ള വിവിധ ക്ഷേത്രക്കമ്മിറ്റികൾ, ഉത്സവാഘോഷ സമിതികൾ അങ്ങനെ മരണവാർത്തയറിഞ്ഞ് കേരളത്തിന്റെ നാനാദിക്കുകളിൽ നിന്നും ആളുകളെത്തി. പരമേശ്വരനെ അവസാനമായി ഒരുനോക്ക് കാണുവാൻ, കിട്ടിയ വണ്ടിപിടിച്ച് തൃശ്ശൂരേക്കെത്തിയവർ മരണമില്ലാത്ത അവന്റെ ഓർമകൾക്കു മുന്നിൽ തുലാമഴ പോലെ സ്വയംമറന്ന് വിങ്ങിപ്പൊട്ടി. പകലും രാത്രിയുമെന്ന വ്യത്യാസം മറന്ന് ഒരു ജനത ഒരു നാൽക്കാലി മൃഗത്തിന്റെ അവസാന യാത്രയയ്പ്പിനായി മണിക്കൂറുകൾ കാത്തുനിന്ന മുഹൂർത്തം.

“ഞങ്ങളും കൂടി ഒന്നു വന്നുകണ്ടിട്ടേ പരമേശ്വരനെ അവിടന്നെടുക്കാവേ” എന്ന ദീനവിലാപങ്ങളുമായി രാത്രിയിലും ഫോൺ കോളുകൾ ഇടമുറിയാതെ ആർത്തലച്ചുകൊണ്ടേയിരുന്നു. ആനക്കമ്പം സിരകളിൽ ആവാഹിച്ച അവരെല്ലാം തന്നെ കണ്ണീർപ്പൂക്കൾ അർപിച്ചുകൊണ്ട് പരമേശ്വരന്റെ അന്ത്യയാത്രയിൽ മൂകസാക്ഷികളായി. ഗുരുവായൂർ കേശവനും തിരുവമ്പാടി ചന്ദ്രശേഖരനും ശേഷം ഒരാനയുടെ വേർപാടിനോടുള്ള ഒരു നാടിന്റെ വികാരനിർഭരമായ പ്രതികരണമായിരുന്നു ആ രാത്രി.

പരമേശ്വരനെ അവസാനമായി ഒന്ന് ചുംബിച്ചുകൊണ്ട് “പരമേശ്വരാ... എടാ” എന്ന് ഇടറുന്ന സ്വരത്തിൽ യാത്ര പറയുന്ന ഒന്നാംപാപ്പാൻ ഗോപിയുടെ ദീനസ്വരത്തിൽ ഒരു ജൻമം മുഴുവനുള്ള സ്നേഹവിശ്വാസങ്ങളുടെ നോവും നന്ദിയുമായിരുന്നു. ആ രംഗം കണ്ടുനിന്നവരെയും കണ്ണീരണിയിച്ചു. തന്റെ ജീവനും ജീവിതവും ബാക്കിവച്ച് തനിക്കു മുമ്പേ കടന്നുപോകുന്ന ആനയോടുള്ള കടപ്പാടിനും സ്നേഹത്തിനുമപ്പുറം അതിൽ ജൻമബന്ധങ്ങളുടെ ഇഴയടുപ്പം തന്നെ ദൃശ്യമായിരുന്നു. തങ്ങൾക്ക് എന്നും പ്രിയങ്കരനായിരുന്ന പരമേശ്വരന്റെ അന്ത്യനിമിഷങ്ങൾ പകർത്താൻ മാധ്യമങ്ങളെല്ലാം എത്തിയിരുന്നു.

രാത്രി പതിനൊന്ന് മണിയോടെ പരമേശ്വരനെ പടുകൂറ്റൻ ക്രെയിനിൽ ട്രെയിലറിലേക്ക് എടുത്തുവയ്ക്കുമ്പോൾ, ആ രംഗം കണ്ടുനിൽക്കാനാവാതെ കുട്ടികളും മുതിർന്നവരും ഒരേപോലെ വലിയവായിൽ കരയുകയായിരുന്നു. മൂവാറ്റുപുഴയ്ക്കടുത്തുള്ള അരക്കപ്പുഴ ആൽബിയുടെ പറമ്പിലാണ് പരമേശ്വരനെ അടക്കം ചെയ്തത്. മൂവാറ്റുപുഴയിലേക്കുള്ള യാത്രയിൽ നൂറുകണക്കിന് ആനക്കമ്പക്കാരും ആരാധകരുമാണ് അനേകം വാഹനങ്ങളിൽ ഗജരാജനെ അനുഗമിച്ചത്.

ഇന്ത്യാമഹാരാജ്യത്തെ ആയിരക്കണക്കായ ആനകളിൽ എത്രയെത്ര പരമേശ്വരൻമാരുണ്ടാകും. എന്നാൽ പാറമേക്കാവ് പരമേശ്വരനെന്ന് പറഞ്ഞാൽ ആരും തിരിച്ചറിയും. അതാണാ മേൽവിലാസത്തിന്റെ ശക്തിചൈതന്യം. പരമേശ്വരനെ പരമേശ്വരാക്കുന്നത് ‘പാറമേക്കാവ്’ എന്ന ആ പഞ്ചാക്ഷരീമന്ത്രം തന്നെയാണെന്ന സത്യം ഈ നിമിഷത്തിൽ ഓർക്കേണ്ടതാണ്.

ഇപ്പോൾ, പൂരത്തിന് പാറമേക്കാവിലമ്മയുടെ തിടമ്പേന്താൻ പരമേശ്വരനില്ലെങ്കിലും പൂരത്തിനെത്തുന്ന ലക്ഷോപലക്ഷങ്ങളിൽ ഒരുവനായി പരമേശ്വരന്റെ ആത്മാവ് പൂരപ്പറമ്പിൽ തന്നെയുണ്ടാവും. ആനകൾക്ക് പണ്ട് വലിയ ചിറകുകൾ ഉണ്ടായിരുന്നെന്നും ആകാശത്ത് പാറിപ്പറന്നിരുന്നെന്നുമാണ് പുരാണങ്ങൾ പറയുന്നത്. ഒരു ജനതയുടെ ഓർമകളിലൂടെ പാറമേക്കാവ് ശ്രീപരമേശ്വരൻ പറന്നു നടക്കുകയാണ്; ഒരിക്കലും ഉറവ വറ്റാത്ത ആരാധനയും ദൈവികതയും ആ ചിറകുകൾക്ക് ശക്തി നൽകുകയാണ്...

***

ഗുരുവായൂർ വലിയകേശവൻ

അഴക്, ആരോഗ്യം, സൽസ്വഭാവം; ഒപ്പം ദൈവികത്വവും

▼ ഗുരുവായൂർ വലിയകേശവൻ

മലയാളമണ്ണിലെ ആനച്ചരിതങ്ങളുടേയും ഗജപുരാണങ്ങളുടേയും കൺകണ്ടദൈവം എന്നു വിശേഷിപ്പിക്കാവുന്ന സാക്ഷാൽ ഗുരുവായൂർ കേശവന്റെ പിൻഗാമി; ദൈവത്തിന്റെ സ്വന്തം ആനയെന്നും ആനകളിലെ ദൈവമെന്നും വിശേഷിപ്പിക്കാവുന്ന ഗുരുവായൂർ പദ്മനാഭനുശേഷം, പുന്നത്തൂർ ആനക്കോട്ടയുടെ കിരീടവും ചെങ്കോലും ഏറ്റുവാങ്ങേണ്ട കാർമേഘവർണ്ണൻ. ഇവനാണ് ഗുരുവായൂർ ദേവസ്വം വലിയ കേശവൻ.

ഇന്ന് കേരളത്തിലെ ഏറ്റവും മികച്ച ആനച്ചന്തങ്ങളിലെ ഒരുവൻ. ഏതൊരാനക്കമ്പക്കാരന്റേയും മനസ്സിളക്കുവാൻപോന്ന ഗന്ധർവസൗന്ദര്യത്തിനുടയോൻ. മലയാളമണ്ണിലെതന്നെ ഏറ്റവുമുയരമുള്ള ആദ്യത്തെ ഏഴാനകളെയെടുത്താൽ നിശ്ചയമായും ആരോടും ചോദിക്കാതെ, ആരുടേയും ഔദാര്യമില്ലാത്ത അതിലൊന്നാവാൻ എടുപ്പും തുടുപ്പുമുള്ളവൻ; 'ദൈവംതമ്പുരാന് ഏറെ വേണ്ടപ്പെട്ടവൻ' എന്ന ദിവ്യപരിവേഷത്തിനപ്പുറം വലിയകേശവന്റെ ഗുണഗണങ്ങൾ ഇവ്വിധം എത്രവേണമെങ്കിലും നിരനിരയായിട്ടുരചെയ്യാം.

മലയാളത്തിനും മലയാളിത്തത്തിനും മറ്റെന്തിനേക്കാളുമേറെ പ്രാധാന്യം കൽപിക്കുന്ന മലയാളിയുടെ തട്ടകത്തിൽ, പുതിയ ചരിത്രങ്ങൾ രചിക്കാനെത്തുന്ന വലിയകേശവൻ നമ്മൾ പ്രതീക്ഷിക്കുന്നതുപോലെ അസ്സൽ മലയാളിയല്ല. ആനച്ചന്തങ്ങളെത്തേടി മലയാളികൾ പുറംനാടുകളിലേക്ക് അങ്ങനെയധികമൊന്നും കറങ്ങിത്തുടങ്ങിയിട്ടില്ലാത്ത നാളുകളിൽ, സ്വന്തം നിലയ്ക്ക് ഉത്തരേന്ത്യയിൽ ചുറ്റാനിറങ്ങുകയും അവിടെ നിന്നും നല്ല ആനകളെ കണ്ടെത്തി തീവണ്ടിമാർഗം കേരളത്തിലെത്തിച്ച് ആനയിറക്കുമതിക്ക് തുടക്കമിടുകയും ചെയ്ത കുറുവട്ടൂർ സ്വാമിയെന്ന ആനന്ദമണി അയ്യരാണ് ഇവന് കേരളത്തിലേക്കുള്ള വഴി കാട്ടിയായത്. നൂറുകണക്കിന് ആനകളെ വിൽക്കുകയും വാങ്ങുകയും ചെയ്തിട്ടുള്ള കുറുവട്ടൂർ സ്വാമിയുടെ ആനവ്യാപാരത്തിലെ അവസാന ഇടപാടുകളിൽ ഒന്നാണ് വലിയ കേശവൻ. ആനക്കച്ചവടത്തിന്റെ അവസാനവാക്ക് എന്ന് വിശേഷിപ്പിക്കാവുന്ന സോൺപൂർമേള എന്ന ആനച്ചന്ത

യിൽ നിന്നുമായിരുന്നു എണ്ണംപറഞ്ഞ ആ കണ്ടെത്തൽ.

മേളയിൽ കച്ചവടത്തിനെത്തിയ നൂറുകണക്കിന് ആനകളിൽ ഉയരക്കേമൻമാരുടെ പിന്നാലെയാകും വാങ്ങാനെത്തുന്നവരിൽ വലിയൊരു ശതമാനംപേരും ചുറ്റിത്തിരിയുന്നത്. എന്നാൽ തിരക്കിൽനിന്നും ബഹളത്തിൽനിന്നുമൊഴിഞ്ഞ്, നല്ലൊരു മരത്തണലിൽ 'ഞാനൊന്നുമറിഞ്ഞില്ലേ രാമനാരായണ' എന്ന ഭാവത്തിൽ നിന്നുറങ്ങുന്ന കറുത്തുകൊഴുത്ത ഒരു ഇടത്തരക്കാരനെയും അവന്റെ കാൽച്ചുവട്ടിലായി കയറ്റുകട്ടിലിൽ കൂർക്കംവലിച്ചുറങ്ങുന്ന ഉടമയേയും കുറുവട്ടൂർ സ്വാമിക്ക് നന്നേ ബോധിച്ചു. മറ്റാനകളിൽനിന്നും ഉടമസ്ഥരിൽ നിന്നും വ്യത്യസ്തമായി അവരുടെ ചുറ്റുവട്ടത്ത് ആനയുടെ ഗുണഗണങ്ങൾ വാഴ്ത്തിപ്പാടി ആവശ്യക്കാരനെ വലയിലാക്കാൻ മത്സരിക്കുന്ന ബ്രോക്കർമാരുടെ അഖണ്ഡനാമജപങ്ങളും വിലപേശലുകളുമില്ല- രഘുനാഥ്പൂരിൽ നിന്നെത്തിയ ശിപ്പായിസിംഗ് അങ്ങനെയാണ്. വെറുതേ 'ഞഞ്ഞാപിഞ്ഞാ' വിലപേശലും 'ഒരു വില-രണ്ടുവില-മൂന്നുവില' ലേലംവിളിയുമൊന്നും കക്ഷിക്കിഷ്ടമല്ല. എടുത്തുപറയാൻ ആനയ്ക്കും അംഗപ്രത്യംഗലക്ഷണത്തികവുകൾ അത്രകണ്ട് ഒത്തുകിട്ടിയിട്ടില്ലെങ്കിലും, വെറുതെ നിൽക്കുമ്പോഴുള്ള ആനയുടെ ഒറ്റനിലവും പിന്നെ കണ്ണുകളിലെ തിളക്കവുമാണ് സ്വാമിയെ ആകർഷിച്ചത്. കൂടുതൽ പേശാനും കിഴിക്കുവാനും നിന്നില്ല സ്വാമി. സോൺപൂർ ആനച്ചന്തയിൽ നിന്നും കുറുവട്ടൂർ സ്വാമി കേരളത്തിലേക്ക് മടങ്ങുമ്പോൾ കൂടെ അവനുമുണ്ടായിരുന്നു- ഹീറോ പ്രസാദ്.

കേരളത്തിലെത്തി അധികകാലം കഴിയും മുമ്പേ ഹീറോ പ്രസാദ് സ്വാമിയിൽ നിന്നും മനിശ്ശേരി ഹരിയിലേക്ക് എത്തിച്ചേർന്നു. അതും ഒരിടത്താവളം മാത്രമെന്ന് ഒട്ടുംതാമസിയാതെ അവനറിഞ്ഞു. മുക്കാച്ചക്രത്തിന്റെ ലാഭത്തിനുവേണ്ടി വിൽക്കാനും വാങ്ങുവാനുമുള്ള വെറും ചരക്കുകൾ മാത്രമാണോ മലയാളിക്ക് ആനകൾ എന്നവൻ സ്വയം ചോദിച്ചിട്ടുണ്ടാകും. വിൽക്കാനും അതിന്റെ ലാഭംവാങ്ങി പോക്കറ്റിലിടാനും മാത്രമല്ല, സ്നേഹമെന്ന വികാരത്തിനും മലയാളിമനസ്സുകളിൽ ഇടമുണ്ടെന്ന് അവനെ ബോധ്യപ്പെടുത്തിക്കൊണ്ട് അവസാനം ഒരാൾ എത്തി- നാകേരി വാസുദേവൻ നമ്പൂതിരി.

നന്നേ ചെറുപ്പം മുതൽതന്നെ നല്ലൊരാനക്കമ്പക്കാരനായിരുന്ന നമ്പൂതിരിക്കുട്ടി നല്ലൊരാനയെക്കണ്ടാൽ ആദ്യം ചിന്തിക്കുക, ഇങ്ങനെയൊരെണ്ണം എന്നാണ് തനിക്ക് സ്വന്തമായിത്തീരുന്നതെന്നായിരിക്കും. മുതിർന്നപ്പോൾ ഗുരുവായൂർ ക്ഷേത്രത്തിലെ കീഴ്ശാന്തിക്കാരനായി മാറുകയും പിന്നീട് സ്വന്തമായി ഒരാനയെ വാങ്ങുവാനുള്ള അവസ്ഥയുണ്ടാവുകയും ചെയ്തപ്പോൾ ഒട്ടും കാത്തിരിക്കാതെ നമ്പൂതിരി ആനയെ വാങ്ങിക്കുകതന്നെ ചെയ്തു. ആനയുടമയാകുക എന്ന സ്വപ്നം യാഥാർഥ്യമായപ്പോൾ പിന്നെ കേമൻമാരായ ആനകളെത്തന്നെ സ്വന്തമാക്കുകയെന്നതായി നാകേരി നമ്പൂതിരിയുടെ സ്വപ്നം. അങ്ങനെ നാകേരി നമ്പൂതിരി ദാഹിച്ചുമോഹിച്ച് മനിശ്ശേരി ഹരിയിൽ നിന്നും നല്ല വിലകൊടുത്ത് സ്വന്തമാക്കിയ മാനസപുത്രനാണിന്നത്തെ വലിയകേശവൻ; നാകേരിയിൽ ഇവന്റെ പേര് നാകേരിമന അയ്യപ്പൻകുട്ടിയെന്നായിരുന്നു.

തന്റെ മനസ്സിലെ ആഗ്രഹംപോലെ ഏതാനും ആനകളെ സ്വന്തമാക്കാനായാൽ, ഒരാനയെ ഗുരുവായൂരപ്പന് നടയ്ക്കിരുത്തിക്കൊള്ളാമെന്ന് നമ്പൂതിരി നേർച്ച നേർന്നിട്ടുണ്ടായിരുന്നു. തന്റെ ആനകളുടെ സംഖ്യ അഞ്ചാവുമ്പോൾ ഗുരുവായൂരപ്പന് ഒന്നിനെ നൽകുമെന്നായിരുന്നു നമ്പൂതിരിയുടെ നേർച്ചയെന്നും പറയപ്പെടുന്നു. ഗുരുവായൂരേക്ക് ഒരാനയെ നടയ്ക്കിരുത്തുക എന്നുപറയുമ്പോൾ ചെറിയൊരാനക്കുട്ടി, അല്ലെങ്കിൽ ഇടത്തരം ആനകൾ അങ്ങനെയാവും അധികംപേരും ചിന്തിക്കുന്നത്. തന്റെ പക്കലുള്ളതിൽ മോശമല്ലാത്ത ഒന്നിനെ ഭഗവാന് സമർപ്പിക്കാമെന്നാവും നമ്പൂതിരിയും വിചാരിച്ചിട്ടുണ്ടാവുക. പക്ഷേ, ഭക്തന്റെ കണക്കുകൂട്ടലുകളും പ്രതീക്ഷകളും തിരുത്തിക്കുറിക്കുന്നതായി ഭഗവാന്റെ ഇംഗിതം; അഥവാ ഭഗവാനെ പ്രതിനിധീകരിക്കുന്നവരുടെ മനസ്സിലിരിപ്പ്. നമ്പൂതിരി മനസ്സിൽ വിചാരിച്ചിരുന്ന ആന ചില അനാരോഗ്യകാരണങ്ങളുടെ പേരിൽ നടയ്ക്കിരു

ത്തുന്നതിൽ നിന്നും ഒഴിവാക്കപ്പെടുന്നു. നടയ്ക്കിരുത്തുവാനുള്ള ദിവസം മനസ്സിലുറപ്പിച്ചു പോയതിനാൽ ഇനി മറ്റൊന്നിനെ കണ്ടെത്തുവാനുള്ള സാവകാശം നമ്പൂതിരിക്കുണ്ടായിരുന്നുമില്ല. എങ്കിൽ നമ്പൂതിരിയുടെ പക്കലുള്ള ആനകളുടെയെല്ലാം പേരെഴുതി ഗുരുവായൂർ ക്ഷേത്രനടയിൽ വച്ച് നറുക്കിട്ടെടുക്കുക; ഏതിനെയാണ് വേണ്ടതെന്ന് ഭഗവാൻതന്നെ തീരുമാനിക്കട്ടെയെന്നായി ചിലരുടെ നിർദ്ദേശം. എന്തായാലും പൂർണമനസ്സോടെ അല്ലെങ്കിൽ അർദ്ധമനസ്സോടെ നമ്പൂതിരി അതിനു വഴങ്ങുകയായിരുന്നെന്ന് പറഞ്ഞാൽ അതായിരിക്കും കൂടുതൽ സത്യം.

ഒടുക്കം നറുക്കിട്ടപ്പോഴോ, കള്ളക്കൃഷ്ണൻ തന്റെ തനിസ്വഭാവം പുറത്തെടുക്കുകയും ചെയ്തു. നമ്പൂതിരിയുടെ കൈയിലുള്ളതിൽ തന്നെ ഏറ്റവും വലിയവയും നമ്പൂതിരി ദാഹിച്ചു മോഹിച്ച്, തന്റെ സ്വപ്നസാഫല്യംപോലെ താലോലിച്ച് വളർത്തിവലുതാക്കിയവനുമായ സാക്ഷാൽ അയ്യപ്പൻകുട്ടിയുടെ പേരാണ് നറുക്കിൽ വീണത്. നാകേരി മനയുടെ പേരും പുകഴും നാടൊട്ടുക്കും വിളംബരം ചെയ്യും എന്ന നൂറുശതമാനം ഉറപ്പോടെ, താഴത്തും തലയിലും വയ്ക്കാതെ നെഞ്ചിലേറ്റി വളർത്തിയവൻ; അന്നുതന്നെ ദശലക്ഷങ്ങൾ വിലമതിക്കുന്നവൻ; അവനാണ് ഒരൊറ്റ നിമിഷംകൊണ്ട് തന്റേതല്ലാതായിത്തീരുവാൻ പോകുന്നത്. എത്ര വലിയ കോടീശ്വരനും ഏത് കൊടികെട്ടിയ ആനയുടമയും തീർത്തും പതറിപ്പോകാവുന്ന സന്ദർഭം. വേണമെങ്കിൽ ഇത്തിരി കഴിഞ്ഞിട്ടായാലും യാതൊരു അസുഖവുമില്ലാത്ത നല്ലൊരാനക്കുട്ടിയെ നടയ്ക്കിരുത്തി പരിഹാരം ചെയ്യാം. അല്ലെങ്കിൽ മറ്റെന്തെങ്കിലും പ്രശ്നപരിഹാരകർമങ്ങൾ ചെയ്യാം. തന്റെ അയ്യപ്പൻകുട്ടിയെ തനിക്കായിതന്നെ വിട്ടുതന്നേക്കുവാൻ ഉപാസനാമൂർത്തിയോട് അപേക്ഷിക്കാം. പക്ഷേ, നാകേരിനമ്പൂതിരി ഒഴിവുകഴിവുകളുടെ ഉപായങ്ങളൊന്നും അവലംബിച്ചില്ല. അയ്യപ്പൻകുട്ടിയെ ഭഗവാനു സമർപിക്കുന്നതു സംബന്ധിച്ച് ഒരാളോട് മാത്രമേ നമ്പൂതിരിക്ക് ചോദിക്കാനുണ്ടായിരുന്നുള്ളൂ- സ്വന്തം അമ്മയോട്.

"ഭഗവാന്റെ ഇംഗിതം അതാണ്ച്ചാ അങ്ങനെ തന്നാവട്ടെ വാസുദേവാ" എന്നാണമ്മയും പറഞ്ഞത്. പിന്നെ കൂടുതലൊന്നും ചിന്തിക്കാനുണ്ടായിരുന്നില്ല. അങ്ങനെയാണ് തൊട്ടടുത്തുതന്നെയുള്ള ഗുരുവായൂർ സവിധത്തിലേക്കുള്ള നാകേരി അയ്യപ്പൻകുട്ടിയുടെ തിരുപ്പുറപ്പാടിന് അരങ്ങൊരുങ്ങുന്നത്. കുറവട്ടൂർ സ്വാമിയിൽ നിന്നും മനിശ്ശേരിവഴി നാകേരിയിലേക്ക് എത്തുകയായിരുന്നെങ്കിലും കുറച്ചുമുമ്പേ ഇവനെത്തേടി അതിലും വലിയൊരു നിയോഗം ഏതാണ്ടടുത്തു വരെ എത്തിയിരുന്നു.

കുറുവട്ടൂർ സ്വാമി കൊണ്ടുവന്ന ആനച്ചന്തത്തിന്റെ മണവും ഗുണവും ആനപ്രേമികൾ, വിശിഷ്യാ ആനക്കാര്യങ്ങളുടെ അലകും പിടിയും അറിയാവുന്നവർ തിരിച്ചറിഞ്ഞു തുടങ്ങുന്ന കാലം. പോയകാലത്തെ പേരുകേട്ട ആനകളിൽ മുമ്പനായിരുന്ന ക്രാങ്ങാട്ട് കേശവനടക്കം ഒരുനിര മല്ലൻമാരുടെ തട്ടകമായിരുന്ന ക്രാങ്ങാട്ട് മനക്കാരാണ് ആദ്യമിവനെ നോട്ടമിടുന്നത്. ഭാവിയിൽ ഇവനൊരൊന്നാന്തരം ഉരുപ്പടിയാകുമെന്ന നൂറുശതമാനം ഉറപ്പിൽ ക്രാങ്ങാട്ട് നമ്പൂതിരി കച്ചവടത്തിനടുത്തുവരെ എത്തിയതുമാണ്. പക്ഷേ അപ്പോഴേക്കും ഒരിടങ്കോൽ- തിരുവമ്പാടി ചന്ദ്രശേഖരന്റെ പിൻഗാമിയായി വാഴിക്കാൻ തൃശ്ശൂർ പ്പൂരത്തിന്റെ പ്രധാന കക്ഷികളിലൊന്നായ തിരുവമ്പാടിക്കാർക്കും ഇവനെത്തന്നെ വേണം. തിരുവമ്പാടിക്കാരുടെ അപേക്ഷ തട്ടിക്കളയാൻ ക്രാങ്ങാട്ട് നമ്പൂതിരിക്ക് കഴിയുമായിരുന്നില്ല. അവസാന നിമിഷം തൃശ്ശൂർപ്പൂരത്തിനുള്ള സന്നാഹങ്ങൾക്കിടെ, തിരുവമ്പാടിയുടെ കോട്ടയായ സി.എം.എസ്. സ്കൂളിനടുത്തുള്ള വലിയ മാഞ്ചുവടുവരെ ഇവനെത്തുകയും ചെയ്തു. സി.എം.എസ്. സ്കൂൾ പരിസരത്തെ ആ ആനമാവിനൊരു പ്രത്യേകതയുണ്ട്. ആനക്കാര്യങ്ങളിലെ സിംഹാസനമെന്ന് ആ മാഞ്ചുവടിനെ വിശേഷിപ്പിക്കാം. നാളെ തങ്ങളുടെ പതാകവാഹകനാകേണ്ട ആനയ്ക്കുചുറ്റും തിരുവമ്പാടിയുടെ യൗവനങ്ങൾ സാകൂതം അരിച്ചുപെറുക്കി. അവസാന നിമിഷം പക്ഷേ ചിലർക്കൊരു സന്ദേഹം. ലക്ഷണങ്ങൾ അത്രയ്ക്കങ്ങോട്ട് കൊഴുക്കുന്നില്ലേയെ

ന്നൊരു സംശയം.

എന്തായാലും അവരുടെ അന്നത്തെയാ സംശയവും ആശയക്കുഴപ്പവും തുണയായത് നാകേരി വാസുദേവൻ നമ്പൂതിരിക്കായിരുന്നു. നല്ലൊരാനയ്ക്കായി ഗുരുവായൂരപ്പനോട് മനസ്സുരുകി പ്രാർഥിച്ചുകൊണ്ടിരുന്ന നാകേരിനമ്പൂതിരി മനിശ്ശേരി ഹരി മുഖേന കുറുവട്ടൂർ സ്വാമിയിൽ നിന്നും ആനയെ വാങ്ങി. ആഗ്രഹിച്ചിരുന്നതുപോലുള്ള ആന കൈയിലെത്തിയതോടെ മനംനിറഞ്ഞ നമ്പൂതിരി ആനയെ തലയിലും താഴത്തും വയ്ക്കാതെയെന്നോണം മനസ്സറിഞ്ഞുതന്നെ പരിപോഷിപ്പിച്ചു. നാകേരി അയ്യപ്പൻകുട്ടിയായി, അങ്ങനെ ചെത്തിച്ചിന്തേരിട്ട് നടക്കുന്നതിനിടയിലും ഇവനെത്തേടി മറ്റൊരു കൂട്ടർ എത്തുകയുണ്ടായി. തിരുവമ്പാടി തട്ടകത്തിൽപ്പെടുന്ന കുട്ടംകുളങ്ങര ദേവസ്വംകാർ. പക്ഷേ, നാകേരിമനയുടെ പേരും പെരുമയും ആനക്കേരളം മുഴുവൻ എത്തിക്കുവാൻപോന്ന തന്റെ അയ്യപ്പൻകുട്ടിയെ വിൽക്കുന്നതിനെക്കുറിച്ച് ചിന്തിക്കുവാൻപോലും അന്ന് നമ്പൂതിരിക്ക് കഴിയുമായിരുന്നില്ല. ചോദിക്കുന്ന വില എണ്ണിക്കൊടുക്കാമെന്നുവരെ കുട്ടംകുളങ്ങരക്കാർ പറഞ്ഞുനോക്കി. പക്ഷേ, താൻ എന്നെങ്കിലും ആനപരിപാലനം നിർത്തുകയാണെങ്കിൽ അന്നിവനെ നിങ്ങൾക്കു തന്നെ തന്നേക്കാമെന്നു പറഞ്ഞ് നമ്പൂതിരി അവരെ ഒരുവിധത്തിൽ യാത്രയാക്കി- 'ചോദിക്കുന്നതല്ല, അതിന്റെയിരട്ടി തന്നാലും തന്റെയീ തങ്കക്കുടുക്കയെ ഒരിക്കലും കൈവിട്ടുകളയുകയില്ലെന്ന ഉറച്ച തീരുമാനത്തോടുതന്നെ'.

പലരും പലവട്ടം കണ്ണുവച്ച ആന. തൃശ്ശൂർപ്പൂരത്തിന്റെ സുവർണതിടമ്പടക്കം ശിരസ്സിലേറ്റുവാൻ പരിഗണിക്കപ്പെട്ടവൻ. പല മോഹനവാഗ്ദാനങ്ങൾ ഉണ്ടായിട്ടും അവിടെയൊന്നും തട്ടിത്തടഞ്ഞു നിൽക്കാതെ അവസാനം അവൻ സാക്ഷാൽ പുന്നത്തൂർകോട്ടയിൽത്തന്നെ എത്തിപ്പെട്ടത്, ഈ സുന്ദരക്കുട്ടപ്പനുമേൽ ആദ്യമേതന്നെ ഗുരുവായൂർ കൃഷ്ണൻ കണ്ണുവച്ചതുകൊണ്ടാകാമെന്നാണ് നാകേരിനമ്പൂതിരിയടക്കം പലരും വിശ്വസിക്കുന്നത്.

ഇടയ്ക്കിടെ കേശവൻ വഷളനാകാറുണ്ട്. പക്ഷേ, പാപ്പാന്മാർക്ക് മുന്നിൽ ഇങ്ങനെ ഉറഞ്ഞുതുള്ളുന്ന ഭ്രാന്തിന്റെ മൂർധന്യത്തിലും ഉടമസ്ഥനെ തിരിച്ചറിയുകയും രോഷപ്രകടനങ്ങൾ അടക്കി നല്ലപിള്ളയാവുകയും ചെയ്യുന്ന ആനയെന്ന സവിശേഷതയും കേശവനുണ്ട്. ഓർമയുടെ നല്ല ദിനങ്ങളിൽ ഉടമകൾ സ്നേഹലാളനകളോടെ വായിൽവച്ചുകൊടുത്ത ഒരുണ്ട ശർക്കരയുടേയും ഒരു പടല പഴത്തിന്റേയും മധുരം, മദപ്പാടിന്റെ കലിയാട്ടവേളകളിലും അവന്റെ നാവിലേക്കോടിയെത്തുന്നുണ്ടാകും. നടയ്ക്കിരുത്തും മുമ്പുള്ള മദപ്പാടുവേളകളിൽ അന്നത്തെ ഉടമയായിരുന്ന നാകേരിനമ്പൂതിരിക്ക് അടുത്തുചെല്ലുവാനും അത്യാവശ്യം ചങ്ങല ഇളച്ചിടുവാനും മറ്റുമുള്ള സ്വാതന്ത്ര്യം ആന നൽകിയിരുന്നു.

ഇന്നും, ഗുരുവായൂരമ്പലത്തിന്റെ തൊട്ടടുത്തുതന്നെയുള്ള നാകേരിമനയുടെ പരിസരത്തുകൂടി കടന്നുപോയാൽ, മനയുടെ മുന്നിലെത്തുമ്പോൾ അവനൊന്ന് നിൽക്കും. പിന്നെ ഊക്കോടെ ശരീരം മൊത്തത്തിൽ കുലുക്കി പ്രത്യേക ചങ്ങലശബ്ദം കേൾപ്പിച്ച് തന്റെ വരവറിയിക്കും. 'ഈവഴി എപ്പോഴും അങ്ങോട്ടുമിങ്ങോട്ടും വച്ചുപിടിക്കുന്ന ഏതെങ്കിലും ഒരാനയല്ലിവൻ, നിങ്ങളുടെ പഴയ അയ്യപ്പൻകുട്ടി തന്നെയാണ്. എനിക്കുള്ള പങ്ക് ഇങ്ങോട്ടെടുത്തോ' എന്ന അഭ്യർഥനയും ആവശ്യവുമാണ് ആ ചങ്ങലകിലുക്കൽ.

2002 മെയ് ഒമ്പതിനായിരുന്നു ഇവന്റെ നടയ്ക്കിരുത്തൽ. നടയ്ക്കിരുത്തുമ്പോൾ 276 സെ.മീ. ഉയരമുണ്ടായിരുന്നു. മറ്റൊരർഥത്തിൽ പറഞ്ഞാൽ ഗുരുവായൂരിലേക്ക് അന്നുവരെ നടയ്ക്കിരുത്തപ്പെട്ടവയിൽ ഏറ്റവും ഉയരമുള്ള ആന. ഗുരുവായൂർ ക്ഷേത്രത്തിന്റെ ആനത്താവളമായ പുന്നത്തൂർകോട്ടയിൽ അമ്പതാമനായിട്ടാണ് അയ്യപ്പൻകുട്ടി കടന്നുചെല്ലുന്നത്. വാസുദേവൻ നമ്പൂതിരിയുടെ അച്ഛൻ കേശവൻ നമ്പൂതിരിയുടെ സ്മരണാർഥം നടയ്ക്കിരുത്തപ്പെട്ടവൻ, ഗുരുവായൂരപ്പന് സ്വന്തമായതോടെ വലിയകേശവനായി മാറി. കൂട്ടത്തിൽ വലിയവൻ കേശവൻ!

നാളെ സാക്ഷാൽ ഗുരുവായൂർ കേശവന്റെ അനന്തരാവകാശിയാകുവാൻ പോകുന്ന പ്രതിപുരുഷൻ എന്ന അർഥത്തിലായാലും ശരി, വലിയ

കേശവൻ എന്ന ആ നാമം അന്വർഥമായിത്തീരുകയായിരുന്നു. ഇന്ന് 308 സെ.മീറ്ററോളം ഉയരമുള്ള വലിയകേശവൻ പുന്നത്തൂർ ആനക്കോട്ടയിലെ അറുപത്തിനാലോളം ആനകളിൽതന്നെ ഏറ്റവും ഉയരമുള്ളവനാണ്. സാക്ഷാൽ ഗുരുവായൂർ കേശവനും കേശവനു മുമ്പുണ്ടായിരുന്ന പഴയ പദ്മനാഭനും ഇന്ന് ഗുരുവായൂരപ്പന്റെ പ്രത്യക്ഷസാന്നിധ്യമെന്നോണം ഒരു നാടുമുഴുവൻ പൂവിട്ട് പൂജിക്കുന്ന ഗുരുവായൂർ പദ്മനാഭനുമെല്ലാം നമ്മുടെ കാടുകളിൽതന്നെ പിറന്നുവളർന്ന സഹ്യപുത്രന്മാരായിരുന്നുവെങ്കിൽ, ആ അസുലഭ പദവിയിലേക്ക് അവരോധിക്കപ്പെടുന്ന ആദ്യത്തെ ഉത്തരേന്ത്യൻ എന്ന സവിശേഷത വലിയകേശവനുമാത്രം സ്വന്തമാണ്.

▼ ഗുരുവായൂർ കേശവൻ

നല്ല ഇടനീളവും 'ഒറ്റനിലവ്' എന്ന മോശമല്ലാത്ത തലയെടുപ്പുമാണ് വലിയകേശവന്റെ പ്രധാന ആകർഷക ഘടകങ്ങൾ. വീണെടുത്ത് അകന്നത് എന്നു വ്യാഖ്യാനിക്കപ്പെടുവാൻ പോന്നത്രയും മികച്ചവയല്ല കൊമ്പുകൾ. എന്നാൽ തീർത്തും കീഴ്ക്കൊമ്പന്മാരുടെ പട്ടികയിലേക്ക് പതിച്ചിട്ടുമില്ല. കണ്ണുകൾക്ക് തേൻ നിറമല്ല; ഇളം മഞ്ഞനിറമാണ്. മറ്റൊരാനയ്ക്കും അവകാശപ്പെടാനില്ലാത്ത ഈ ഒരു പ്രത്യേകത ഇവന്റെ കൃഷ്ണമണികൾക്കുണ്ട്. തുമ്പിക്കൈ നിലത്തിഴയുകയില്ലെങ്കിലും നിലംതൊടുന്നവ തന്നെ. പതിനെട്ട് നഖങ്ങൾ, രോമങ്ങൾ നിറഞ്ഞിടതൂർന്ന വാല്, കനത്ത ഉറപ്പാർന്ന മുൻകാലുകൾ- വലിയകേശവന് ഗുണഗണങ്ങൾ എണ്ണിയെണ്ണിപ്പറയാൻ ഇനിയുമുണ്ടേറെ. പക്ഷേ, അംഗോപാംഗം ലക്ഷണത്തികവുകളേക്കാളേറെ ഗുരുവായൂർ വലിയകേശവനെ ആനക്കമ്പക്കാരുടേയും ഉത്സവനഗരികളുടേയും പ്രിയങ്കരനാക്കുന്നത് അഴക്, ആരോഗ്യം, സൽസ്വഭാവം എന്ന ത്രിഗുണങ്ങളാണ്.

അഞ്ചു ടണ്ണിനടുത്തു ശരീരഭാരവും പത്തടിയോളം ഉയരവുമായി കേരളത്തിലെതന്നെ ഏറ്റവും അതികായന്മാരായ ആനകളിൽ ഒരുവനായി വിരാജിക്കുമ്പോഴും, ആനയുടെ വലിപ്പത്തിന് ചേർന്ന കൈയാങ്കളിയും കൈയിലിരിപ്പും വലിയകേശവനില്ല. കാഴ്ചയിലെ കടുംപിടിത്തവും കാഠിന്യവുമൊന്നും മനസ്സിലില്ലാത്ത ഒരു ശാന്തൻ. എന്നാലോ കൊച്ചുകുട്ടികളെപ്പോലെ ഇത്തിരിക്കാര്യങ്ങളുടെ പേരിൽ പിണങ്ങാനും അധികസമയമൊന്നും വേണ്ട. പക്ഷേ, പിണക്കങ്ങളും പിന്നെയതിന്റെ പേരിലുള്ള പ്രതിഷേധങ്ങളും കൂടുതൽ അവസരങ്ങളിലും ആനയ്ക്കും പാപ്പാനുമിടയിലുള്ള ആഭ്യന്തരപ്രശ്നമായി ഒതുങ്ങുമെന്നതിനാൽ വലിയകേശവന്റെ തെറ്റലുകൾ വാർത്തയും വിവാദങ്ങളുമാകാറില്ല; ഉത്സവപ്പറമ്പുകളുടെ ഉറക്കം കെടുത്താറുമില്ല.

പിണക്കം ഇത്തിരി കാര്യമായി, തെറ്റലിന്റേയും ഉടക്കിന്റേയും അളവൽപം കൂടിപ്പോയാൽ വലിയകേശവൻ ചില വേലത്തരങ്ങൾ പുറത്തെടുക്കും. പിണങ്ങേണ്ട താമസം അവൻ തന്റെ ചങ്ങലയെല്ലാംകൂടി വാരിയെടുക്കി തുമ്പിക്കൈയിൽ ചുറ്റിപ്പിടിക്കും. 'ഈ ചങ്ങല താഴെകിടന്നാലല്ലേ മനുഷ്യർ അതിന്റെ പിന്നാലെ ഞാന്നുകിടന്ന് എവിടെയെങ്കിലും കെട്ടിയൊതുക്കാൻ തക്കം പാർത്ത് നടക്കുകയുള്ളൂ' എന്ന് കേശവനറിയാം. അല്ലെങ്കിൽ, ഈ തെറ്റലിന്റെയും പിണക്കത്തിന്റേയും അവസാനം പുതിയ ലോകമൊന്നും കിട്ടാനില്ലെങ്കിൽകൂടി ഉള്ള ചങ്ങലകൾ നഷ്ടപ്പെടുത്തേണ്ട എന്ന മുൻകരുതലുമാകാം. ദേഷ്യവും

സങ്കടവും സഹിക്കവയ്യാതെ 'കടുന്തുടികൊട്ടി പ്പോയാൽ', അപൂർവമായിട്ടെങ്കിലും ചിലപ്പോൾ പാപ്പാനെയും പുറത്തിരുത്തി ഏതാനും കിലോ മീറ്ററുകൾ ഒരു ഓട്ടപ്പരിശീലനം. അല്ലെങ്കിൽ വെള്ളത്തിൽ നിന്നും കരയ്ക്കു കയറാതെയുള്ള കുത്തിയിരുപ്പ് സമരങ്ങൾ. വലിയകേശവന്റെ എത്രവലിയ പെരുങ്കളിയാട്ടങ്ങളും 'കണ്ണിൽ കൊള്ളാതെ പുരികത്തുകൊണ്ട്' ചായക്കോപ്പ യിലെ കൊടുങ്കാറ്റുപോലെ കെട്ടടങ്ങും.

സ്വതവേയുള്ള ശാന്തതയ്ക്ക്, നീരുകാലമെന്ന മദപ്പാടെത്തിയാൽ അവൻ പലിശസഹിതം കണക്കുതീർക്കും. ചട്ടവും നിയമവും പറഞ്ഞ് പാപ്പാന്മാർ ആ സമയം കോലും വടിയുമെടുത്ത് മുന്നിലെങ്ങാൻ വന്നുപോയാൽ അവൻ പുന്ന ത്തൂർകോട്ട അപ്പാടെ കീഴ്മേൽ മറിച്ചുകളയും.

ആനക്കോട്ടയിലെ ഏറ്റവും ഉയരമുള്ള ആന യായിരുന്നിട്ടും വലിയ കേശവന്റെ നിറസാന്നിധ്യ ത്തിനായി ആവശ്യക്കാർ ഏറെയേറെയുണ്ടായിരു ന്നിട്ടും അടുത്തകാലംവരെ ഈ ഗജശ്രേഷ്ഠന് അർഹമായ സ്ഥാനവും പദവിയും കിട്ടാതെ പോകുന്നുണ്ടോ എന്നു സംശയിക്കുന്ന ആനപ്രേ മികൾ നിരവധിയായിരുന്നു. ആവശ്യക്കാർക്കും ആരാധകർക്കും യാതൊരു പഞ്ഞവുമില്ലെങ്കിലും വലിയകേശവന്റെ തലയെടുപ്പ് ഇപ്പോഴും അത്ര യധികം ഉത്സവപ്പറമ്പുകളിലേക്ക് എത്തിക്കാണു ന്നില്ലായെന്നതാണ് കേശവപ്രേമികളുടെ പരാതി ക്കടിസ്ഥാനം. പക്ഷേ, വലിയകേശവന്റെ വമ്പ ത്തവും കേമത്തവും ആയിരം നാവുകൊണ്ട് വാഴ്ത്തിപ്പാടാൻ മത്സരിക്കുന്ന കടുത്ത ചില ആരാധകർക്കുപോലും അറിയാത്തൊരു രഹസ്യം അഥവാ ദൗർബല്യം കേശവനുണ്ട്. കേശവൻ ലോറിയിൽ കയറില്ല. എത്ര വലിയ ദൂരമായാലും അവിടേക്ക് കാൽനടയായിത്തന്നെയെത്തണം. അതിനാൽ ഇന്നൊരു ഉത്സവം കഴിഞ്ഞ് തൊട്ടടു ത്തനാൾ കുറച്ചകലെയുള്ള മറ്റൊരുത്സവം ഏൽക്കുവാൻ ഇവന് കഴിയാതെ പോകുന്നു. ഉത്സവം കഴിഞ്ഞ് നെറ്റിപ്പട്ടം അഴിച്ചുതീരുംമുമ്പേ ആനകൾ ലോറിയിലേക്ക് ചാടിക്കയറുകയും ആനവണ്ടികൾ അടുത്ത ഉത്സവനഗരി ലക്ഷ്യമാക്കി ഇടതടവില്ലാതെ കുതിച്ചുപായു കയും ചെയ്യുന്ന ഇന്നത്തെ ലോകത്ത്, ഇക്കാര്യ ത്തിൽ വലിയകേശവന്റെ മെല്ലെപ്പോക്കുനയം വലിയൊരളവോളം അവന്റെ പ്രചുരപ്രചാരത്തിനു മുന്നിൽ കടമ്പകൾ തീർക്കുന്നുണ്ട്.

ഒരിക്കൽ ആലപ്പുഴ ജില്ലയിൽപെട്ട തുറവൂർ ക്ഷേത്രത്തിലെ ഉത്സവത്തിനായി ഗുരുവായൂരിൽ നിന്നും നാലുനാൾ കൊണ്ടാണ് കേശവനാശാൻ ഒരുവിധം ഒന്ന് ആടിക്കുഴഞ്ഞ് നടന്നെത്തിയത്. കേശവന്റെ സാവകാശത്തിനൊപ്പം ആനക്കാരുടെ 'നടപ്പ് ബാറ്റ'യിനത്തിലും ഉത്സവക്കമ്മിറ്റികൾക്ക് നല്ലൊരു തുക നീക്കിവയ്ക്കേണ്ടിവരുമെന്നതും ഒരു പ്രശ്നമാണ്. പക്ഷേ, അർഹമായ സിംഹാ സനങ്ങളും കിരീടങ്ങളും ഇനിയും അകന്നകന്നു മാറുന്നത് സ്വയം തിരിച്ചറിഞ്ഞോ എന്തോ, തന്റെ പരിമിതികൾക്കും പരാധീനതകൾക്കും ഒരു പരി ഹാരം കണ്ടെത്തുവാൻ അവസാനം വലിയകേ ശവൻ തന്നെ കൈയും മെയ്യും മറന്ന് രംഗത്തിറ ങ്ങി. പേടിച്ചു പേടിച്ചാണെങ്കിലും മടിച്ചുമടിച്ചാ ണെങ്കിലും അവസാനം കേശവനെ ലോറിയിൽ കയറ്റുന്നതിൽ പാപ്പാന്മാർ വിജയംവരിച്ചു. പുന്ന ത്തൂർ കോട്ടയ്ക്കകത്തെ റോഡിലൂടെ, മറ്റാന കൾക്ക് മുന്നിലൂടെ അവൻ ഒന്നുരണ്ടുവട്ടം വലം വയ്ക്കുകയും ചെയ്തു.

നടയ്ക്കിരുത്തുമ്പോൾ ഇവനോടൊപ്പമുണ്ടാ യിരുന്ന മണി ഒമ്പതുവർഷം കേശവന് വഴികാട്ടി യായി നിന്നു. ഏറ്റവുമധികം കാലം കേശവനു മായി സഹവസിച്ചിട്ടുള്ള പാപ്പാനും മണി തന്നെ യാവും. നാകേരി അയ്യപ്പൻകുട്ടിയായിരുന്ന കാലത്ത് ഇവനെ കൊണ്ടുനടന്നിരുന്ന പേരാമം ഗലം ശങ്കരൻനായർ എന്ന പാപ്പാനും ഇവന്റെ ജീവിതത്തിൽ നിർണായക പ്രാധാന്യമുണ്ട്. ചില ആനക്കാർക്ക് ചില ആനകളോട് ഇഷ്ടവും മമ തയും ഏറുമ്പോൾ ആന ഒരിക്കലും തന്റെ കൈവിട്ടുപോകാതിരിക്കാൻ, അല്ലെങ്കിൽ ആന യിൽ നിന്നു തന്നെ ഒഴിവാക്കാതിരിക്കുവാൻ ചില നുണുക്കുവിദ്യകൾ പ്രയോഗിക്കും. ആനയെന്നും താനൊരാളെമാത്രം അനുസരിക്കുന്ന ഒറ്റച്ചട്ടക്കാ രനായി ഇരിക്കാൻ വേണ്ടിയുള്ള പാപ്പാന്മാരുടെ ചില വിരുതത്തരങ്ങൾ ആനക്കഥകളിലെ ആറി യാരഹസ്യങ്ങളാണ്. മറ്റു പാപ്പാന്മാർക്ക് പെട്ടെന്ന്

ഗ്രഹിച്ചെടുക്കാൻ കഴിയാത്ത ചില 'തോണ്ടൽ-വിരൽ' പ്രയോഗങ്ങളും ഇതിൽപ്പെടുന്നവയാണ്. ആനയ്ക്കും പാപ്പാനുമിടയ്ക്കുള്ള ആശയവിനിമയത്തിന്റെ ഇത്തരം മായാവിരൽ പ്രയോഗങ്ങൾ പെട്ടെന്നാർക്കും ഗ്രഹിച്ചെടുക്കാനാകുകയില്ല.

ശങ്കരൻനായരുടെ കാലത്ത് കേശവനും അത്തരം ചില വിദ്യകൾക്ക് വിധേയനായിരുന്നു. ആരെങ്കിലും ദേഹത്ത് കൈവച്ചാൽ പറഞ്ഞുതീരുന്നതിനുമുമ്പ് കേശവന്റെ വക വാലുകൊണ്ടുള്ള ചുട്ടപെട അന്ന് മൂന്നരത്തരമായിരുന്നു. ആനകളെ ചില പ്രത്യേകസ്വഭാവക്കാരാക്കി മാറ്റുന്ന അന്നത്തെ ഒറ്റച്ചട്ടത്തിൽ നിന്നും പുറത്തു ചാടിയതോടെ കേശവൻ ഒരുകാലത്ത് തന്റെ സ്ഥിരംപരിപാടിയായിരുന്ന വാലുകൊണ്ടുള്ള അടിയും മറന്നുകഴിഞ്ഞിരിക്കുന്നു.

നാൽപതു വയസ്സുമാത്രം പ്രായമായ യുവരാജൻ. ഇവന്റെ ഓരോ കുതിപ്പുകളും കിതപ്പുകളും ആനക്കമ്പക്കാരായ മലയാളി കണ്ണിമയ്ക്കാതെ നോക്കിനിൽക്കും. ഇന്ന് പ്രത്യേക പരിഗണനയോടെയും സ്ഥാനമാനങ്ങളോടെയും ഇവന്റെ വഴികളിൽ ചെമ്പട്ട് വിരിക്കുവാൻ ആനപ്രേമികളും ഉത്സവക്കമ്മിറ്റിക്കാരുമൊക്കെ മത്സരിക്കുമ്പോഴും, കേശവൻ താൻ പിന്നിട്ട വഴികൾ മറക്കുന്നില്ല. വലിയകേശവൻ ചരിത്രം രചിച്ചുതുടങ്ങുന്നതേയുള്ളൂ. മറ്റൊരർഥത്തിൽ പ്രശസ്തിയിലേക്കവൻ പിച്ചവച്ചു തുടങ്ങുന്നതേയുള്ളൂ. അനന്യമായ തലയെടുപ്പിന്റെ തങ്കത്തിളക്കവും അത്യപൂർവഭാഗ്യമായ ദൈവികപരിവേഷത്തിന്റെ വജ്രതേജസ്സുമായി കാലത്തിന്റേയും ലോകത്തിന്റേയും സമയരഥങ്ങൾക്ക് ഒരുപടിമുമ്പേയെങ്കിലും ഇവൻ ചുവടുകൾ വയ്ക്കും.

കണ്ണന്റെ പ്രതിപുരുഷനാവാൻ, സാക്ഷാൽ ഗുരുവായൂർ കേശവന്റെ സിംഹാസനത്തിലേറാൻ പിറവിയെടുത്ത അപൂർവ സുകൃതജന്മം. വലിയ കേശവന്റെ രാജനടകളിൽ കണ്ണുകൾ ഊന്നി അവന്റെ വീരാപദാനങ്ങൾക്കായി മനസ്സുനട്ട് നമുക്കു കാത്തിരിക്കാം.

***

നന്തിലത്ത് ഗോപാലകൃഷ്ണൻ

ആനകൾക്കിടയിലെ തിരുത്തൽവാദി

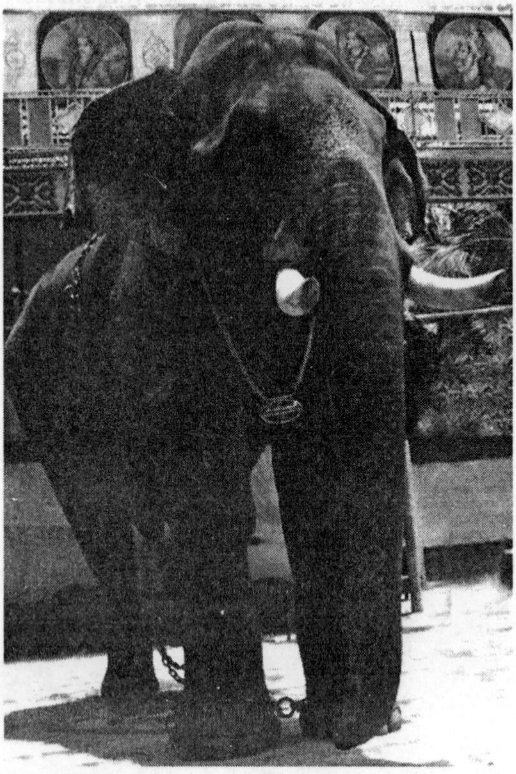

▼ നന്തിലത്ത് ഗോപാലകൃഷ്ണൻ

ആനച്ചന്തമെന്നാൽ സാധാരണക്കാരായ ബഹുഭൂരിപക്ഷം ജനങ്ങൾക്കും ആനയുടെ ഭംഗി അഥവാ അതിന്റെ ആകെ ചന്തമെന്നതാണ്. പക്ഷേ, ആനക്കാര്യങ്ങളുടെ അലകും പിടിയും അറിയുന്ന കറതീർന്ന ആനക്കമ്പക്കാർക്കാവട്ടെ ആനച്ചന്തമെന്നത് ഗജലക്ഷണശാസ്ത്രങ്ങൾ അനുശാസിക്കും പ്രകാരമുള്ള അംഗോപാംഗസൗന്ദര്യം തന്നെയാണ്. വീണെടുത്ത കൊമ്പ്, നിലത്തിഴയുന്ന തുമ്പിക്കൈ, ഉയർന്ന വായുകുംഭം അങ്ങനെ ആനയുടെ ഓരോ അംഗവും എപ്രകാരമൊക്കെ വേണമെന്നതു സംബന്ധിച്ച് മാതംഗലീലയടക്കമുള്ള ആധികാരിക ഗ്രന്ഥങ്ങൾ വ്യക്തമായി പറയുന്നുണ്ട്. മറ്റെന്തിനേക്കാളുമേറെ ആനയുടെ ഉയരവും തലയെടുപ്പും മാത്രമാണ് മത്സരപ്പൂരങ്ങളിലെ മാനദണ്ഡവും മാറ്റുരയ്ക്കലുമെങ്കിലും ആനച്ചന്തത്തിലെ പ്രത്യക്ഷഭാവങ്ങളായ ഗജവീരൻമാരെ മനസ്സിൽവച്ചാരാധിക്കുകയും അവരുടെ അവയവപ്പൊരുത്തങ്ങൾക്കു മുന്നിൽ മണിക്കൂറുകളോളം വിടർന്ന കണ്ണുകളും നിറഞ്ഞ മനസ്സുമായി കണ്ണെടുക്കാതെ നോക്കിനിൽക്കുകയും ചെയ്യുന്ന ആയിരക്കണക്കായ ആനക്കമ്പക്കാർ ഇന്നും ഉത്സവനഗരികളുടെ ഹൃദയചൈതന്യമാണ്.

കഴിഞ്ഞ ഒരു ദശാബ്ദക്കാലത്ത് മലയാളനാട് കണ്ടിട്ടുള്ള, ലക്ഷണോത്തമൻമാർ എന്നു പേര് നേടിയിട്ടുള്ള അപൂർവം ചില ആനകളിൽ ഒരുവൻ, പൊടുന്നനെയെന്നോണം ആനക്കേരളത്തിന്റെ മുഴുവൻ ശ്രദ്ധാകേന്ദ്രമായിത്തീരുകയും ചർച്ചാവിഷയമായി മാറുകയും ചെയ്തിട്ടുണ്ട്. വർഷങ്ങളോളം ചാരംമൂടിക്കിടന്ന ശേഷം ഒരു സുപ്രഭാതത്തിൽ പ്രശസ്തിയിലേക്കും സുവർണകാന്തിയിലേക്കും ജ്വലിച്ചുയർന്ന കുപ്പയിലെ മാണിക്യം- നന്തിലത്ത് ഗോപാലകൃഷ്ണൻ.

തൃശ്ശൂരിലെ വ്യവസായപ്രമുഖരായ ഗോപു നന്തിലത്ത് ഗ്രൂപ്പിന്റെ സ്വന്തമായിരുന്നു നന്തിലത്ത് ഗോപാലകൃഷ്ണൻ. ക്ഷണിക്കപ്പെടാത്ത അതിഥിയായി വന്നുകയറിയ മരണത്തോടൊപ്പം പോയ്മറഞ്ഞില്ലായിരുന്നെങ്കിൽ, ഇപ്പോൾ പാറമേക്കാവ് ഗോപാലകൃഷ്ണൻ എന്നപേരിൽ പാറമേക്കാവ് ദേവസ്വത്തിന് സ്വന്തമാകേണ്ടിയിരുന്നവൻ. നന്തിലത്ത് ഗോപുവിൽ നിന്നും പാറമേക്കാവ് ദേവസ്വത്തിലേക്കുള്ള കൈമാറ്റ തയ്യാറെടുപ്പുകൾക്കിടയിലായിരുന്നു നല്ലപ്രായത്തിൽ തന്നെയുള്ള ഗോപാലകൃഷ്ണന്റെ മരണം.

അനുപമമായ ആനച്ചന്തവും പകരംവയ്ക്കാനില്ലാത്ത തെമ്മാടിത്തരവും സമന്വയിച്ച നാട്ടാനക്കൂട്ടത്തിലെ കാതലുള്ള ധിക്കാരിയായിരുന്നു ഗോപാലകൃഷ്ണൻ. തൃശ്ശൂരിലെത്തി നന്തിലത്ത് ഗോപാലകൃഷ്ണനായി മാറുംമുമ്പ് ഇവന്റെ സാമ്രാജ്യം തിരുവിതാംകൂറായിരുന്നു. അന്നിവൻ നന്തിലത്ത് ഗോപാലകൃഷ്ണനല്ല. ഉളിയനാട് ബാലകൃഷ്ണനായിരുന്നു. ഉളിയനാട് പ്ലാവിള വീട്ടിൽ ഗോപാലകൃഷ്ണപിള്ളയുടെ സ്വന്തം ബാലകൃഷ്ണനാന. ഉളിയനാട്ടുകാർക്കന്നിവൻ അഭിമാനം മാത്രമായിരുന്നില്ല; പേടിസ്വപ്നവുമായിരുന്നു.

പ്രശസ്തിയുടെ നെറുകയിലേക്കുള്ള കുതിച്ചുകയറ്റത്തിലേക്ക് ഇവനെ കൈപിടിച്ച് നടത്തിയത് 'ആനക്കാരിലെ ഇരട്ടച്ചങ്കൻ' എന്ന് വിശേഷിപ്പിക്കാവുന്ന പാപ്പാൻ ഓണക്കൂർ പൊന്നനാണ്. കർമകാണ്ഡത്തിന്റെ അവസാനപാദത്തിൽ ഓണക്കൂർ പൊന്നനും പൊന്നന്റെ മകൻ ശിവനുമായിരുന്നു ഈയാനയുടെ ജീവിതത്തിലെ പ്രധാന വേഷങ്ങളണിഞ്ഞതെങ്കിലും ജീവിതപ്പടവുകളുടെ ശൈശവദിശയിൽ പ്ലാവിള വീട്ടിൽ ഗോപാലകൃഷ്ണപിള്ളയായിരുന്നു ഇവന്റെയെല്ലാമെല്ലാം. ഉടമയെന്നതിനേക്കാൾ അവന്റെ കളിയച്ഛൻ എന്നുപറയുന്നതാവും ഏറെ ശരി.

ആദ്യം ബാലകൃഷ്ണനും പിന്നെ നന്തിലത്ത് ഗോപാലകൃഷ്ണനുമായി, ജീവിച്ചകാലമത്രയും കളംനിറഞ്ഞാടിയ ഇവന്റെ ജീവിതകാണ്ഡത്തിലെ പ്രധാനരംഗങ്ങളിൽ അധികവും അരങ്ങേറിയത് കൊല്ലത്തും പരിസരത്തുമാണ്. എന്നാൽ തൃശ്ശൂരിലെത്തിച്ചേർന്ന ശേഷമുള്ള രണ്ടോമൂന്നോ വർഷത്തെ അവതാരദൗത്യങ്ങളിലൂടെയാണ് നന്തിലത്ത് ഗോപാലകൃഷ്ണൻ ആനക്കേരളത്തിന്റെ മുഴുവൻ ശ്രദ്ധപിടിച്ചുപറ്റുന്നത്.

ഗോപാലകൃഷ്ണപിള്ളയുടെ ദിനങ്ങളിലേക്ക് ഇവൻ കടന്നുവരുംമുമ്പ് പിള്ളയ്ക്കൊരാനയുണ്ടായിരുന്നു. ഒരാനയെ വാങ്ങണമെന്ന മോഹമുദിച്ചപ്പോൾ ഒട്ടും അമാന്തിച്ചില്ല. തെറ്റില്ലാത്ത ഒന്നിനെ വാങ്ങി; ഒരു രാജശേഖരൻ. മഹാതെമ്മാടിയാണെന്ന സത്യം ഒട്ടും വൈകാതെ അനുഭവിച്ചറിഞ്ഞു. പൊരുത്തപ്പെടുവാൻ പരമാവധി പണിപ്പെട്ടുവെങ്കിലും അവന്റെ തെമ്മാടിത്തരം ഒന്നിനൊന്ന് കൂടുന്നതല്ലാതെ കുറവൊന്നുമില്ലെന്ന് വന്നപ്പോൾ അറ്റകൈക്ക് വിറ്റൊഴിവാക്കുകയും ചെയ്തു.

ആന പടികടന്നുപോയാലും വേണ്ടപ്പെട്ടവരുടെ മനസ്സുകളിൽ അവശേഷിപ്പിച്ചു പോകുന്ന ഭ്രമകല്പനകൾക്ക് എന്തെങ്കിലും കുറവുണ്ടാകുമോ? എങ്ങനേയും ഒന്നിനെ സ്വന്തമാക്കുകയെന്ന ലക്ഷ്യത്തോടെ ഗോപാലകൃഷ്ണപിള്ള ഒരു കറക്കത്തിനിറങ്ങി. കൂടെ ആനബ്രോക്കറായ കോട്ടയംകാരൻ ശങ്കരൻനായരും. പലതിനേയും കണ്ടു. പക്ഷേ, ഒന്നുമങ്ങോട്ട് മനസ്സിന് പിടിക്കുന്നില്ല. ഒടുവിലാണ്, പെരുമ്പാവൂർ നാലഞ്ചാനകൾ സ്വന്തമായുള്ള ഒരു മുസ്ലീം കുടുംബത്തിൽ എത്തുന്നത്. വീട്ടിൽ നിന്നും തെല്ലകലെ അവർക്കൊരു തടിക്കമ്പനിയും അറക്കമില്ലുമൊക്കെയുണ്ട്.

ഗോപാലകൃഷ്ണപിള്ളയും ശങ്കരൻനായരും ചെല്ലുമ്പോൾ, ആണും പെണ്ണും വലുതും ചെറുതുമൊക്കെയായി തരാതരംപോലെ നാലഞ്ചാനകൾ മില്ലിലുണ്ട്. എന്നാൽ കാർഷെഡ്ഡിൽ കിടന്നുറങ്ങുന്ന, ഇടത്തരം പോത്തിന്റെ മുഴുപ്പ് മാത്രമുള്ള ആനക്കുട്ടിയിലാണ് ഗോപാലകൃഷ്ണന്റെ കണ്ണുകൾ ഉടക്കിയത്. മുമ്പെങ്ങും ഒരു മുഖപരിചയമില്ലാത്ത രണ്ടുപേർ തന്റെ ചുറ്റും തത്തിക്കളിച്ചിട്ടും ഹസ്തരേഖയും മുഖലക്ഷണവുമൊക്കെ അളന്നുകുറിച്ചിട്ടും ഉണ്ണിക്കിടാവിന് മാത്രം യാതൊരു ഭാവഭേദവുമില്ല. ഒരു അനങ്ങാപ്പാറ നയം. ഒടുവിൽ മില്ലിലെ ഒരു പണിക്കാരനോട് പറഞ്ഞാണ് ഒന്നു തട്ടിവിളിച്ച് എഴുന്നേൽപ്പിക്കുന്നത്. തീരെ പിടിക്കാത്തമട്ടിൽ ചാടിയെഴുന്നേറ്റ് തുറിച്ചുനോക്കിയ കുട്ടിയാനയുടെ മട്ടും ഭാവവും കണ്ണുകളിലെ തിളക്കവും കണ്ടപ്പോൾ തന്നെ ഗോപാലകൃഷ്ണപിള്ള ഉറപ്പിച്ചു- ഇവൻ എന്റെ ആന!

ആഗതനും ആനക്കുട്ടിയുമായി കണ്ണുകൾകൊണ്ട് കടുക് വറുത്തു നിൽക്കുന്നതിനിടെയാണ് ചെറുപ്പക്കാരനായ ഉടമ എത്തുന്നത്. ബ്രോക്കർ മുഖേന വരവിന്റെ ഉദ്ദേശ്യം അറിയിച്ചപ്പോൾ, ഇരുപത്തയ്യായിരം വച്ചിട്ട് ആനക്കുട്ടിയെ കൊണ്ടുപൊയ്ക്കോ എന്നായി ഉടമ. ഇരുപത്തയ്യായിരം എന്ന് കേട്ടപ്പോൾ തന്നെ ബ്രോക്കർക്ക്

ഒന്നുറപ്പായി, ഇത് നീക്കുപോക്കുള്ള കാര്യമല്ല. അതിനെ കൊടുക്കുവാൻ ഉദ്ദേശിക്കുന്നില്ല എന്നത് ഇത്തരത്തിൽ പറഞ്ഞുവെന്ന് മാത്രം. എന്തെന്നാൽ, ഇരുപത്തയ്യായിരം രൂപയ്ക്ക് എഴു പതുകളിൽ വലിയൊരാനയെത്തന്നെ കിട്ടും.

വില കേട്ട് തെല്ലിട വിളറിയ ഗോപാലകൃ ഷ്ണനെ സമാധാനിപ്പിച്ച് ബ്രോക്കർ തിരിഞ്ഞു നടക്കാൻ തുടങ്ങി. പക്ഷേ, ഗോപാലകൃഷ്ണ പിള്ള നേരെ പോയത് ഉടമയുടെ അടുത്തേക്കാ ണ്. പോക്കറ്റിൽ ആകെയുണ്ടായിരുന്ന രണ്ടായിരം രൂപയിൽ നിന്നും ആയിരം മുൻകൂർ കൊടുത്തു. കൂടുതൽ പേശാനും കിഴിക്കാനും ഒന്നും നിൽ ക്കാതെ!

"മുതലാളി എന്ത് മണ്ടത്തരാ ഈ കാണിച്ചെ. അതിനെത്തന്നെ വേണംന്നുണ്ടായിരുന്നേല് ഞാൻ പറഞ്ഞും പിടിച്ചും അതിന്റെ ഒരു ന്യായ മായ വിലയ്ക്ക് ഒറപ്പിക്കത്തില്ലായോ," എന്നായി ശങ്കരൻനായർ. പക്ഷേ ശങ്കരൻനായരല്ല, ഭൂമിമല യാളത്തിലെ ആനബ്രോക്കർമാരെല്ലാം അണ്ഡക ടാഹം അരിച്ചുപെറുക്കി നടന്നാലും ഇത്രയും ലക്ഷണത്തികവാർന്ന ഒരാനക്കുട്ടിയെ കണ്ടെടു ക്കാൻ ബുദ്ധിമുട്ടുമെന്ന് ഗോപാലകൃഷ്ണപിള്ള യ്ക്കുറപ്പായിരുന്നു.

അത്രയ്ക്ക് തെളിവാർന്നതായിരുന്നു ആനക്കു ട്ടിയുടെ നിറചൈതന്യത്തിന്റെ മുഖമുദ്രകൾ. ഒന്നിനും ഒരു കുറ്റവും കുറവും പറയാനില്ലാത്ത, ആരുകണ്ടാലും നോക്കിനിന്നുപോകുന്ന ആണ ത്തത്തിന്റെ രാജകല. അതായിരുന്നു അവനെ ബാലകൃഷ്ണനാക്കിയത്. ഒറ്റവാശിക്ക് കൈയിലി രുന്ന അഡ്വാൻസ് കൊടുത്തെങ്കിലും, വിലയായ ഇരുപത്തയ്യായിരം ഒപ്പിക്കുവാൻ ഗോപാലകൃ ഷ്ണപിള്ള പെടാപ്പാട് പെട്ടു. വിറ്റും പെറുക്കിയും ഇരുപത്തയ്യായിരം കൊണ്ടുക്കൊടുത്തപ്പോൾ അത്തരമൊരാനക്കുട്ടിക്ക് അതൽപം കടന്ന വിലതന്നെയാണെന്ന തിരിച്ചറിവാലാകാം, പെരു മ്പാവൂരുകാർ മനസ്സലിവു തോന്നി വഴിച്ചെലവി നെന്ന് പറഞ്ഞ് കുറച്ചു കാശ് തിരിച്ചുകൊടുത്തു.

കോടനാട് ആനക്കൂട്ടിൽ നിന്നുമാണ് ആദ്യ ഉടമകൾ ഇവനെ ലേലംവിളിച്ചെടുത്തത്. നാല ഞ്ചാനകളെ ഒന്നിച്ചെടുത്തതിന്റെ കൂട്ടത്തിൽ ഒരു കൊമ്പൻകുഞ്ഞും. അത്ര മാത്രമേ അവരും വില കൽപിച്ചിരുന്നുള്ളൂ. ബാലകൃഷ്ണൻ എന്ന പേര് അവിടത്തെ ഒരു ഫോറസ്റ്റ് ഓഫീസർ ഇട്ടുകൊ ടുത്തതാണ്. അകാലത്തിൽ പൊലിഞ്ഞ നല്ലൊരു സുഹൃത്തിന്റെ ഓർമയ്ക്കായാണത്രെ റേഞ്ച് ഓഫീസർ ആനക്കുട്ടിക്ക് ആ പേരിട്ടത്. പിന്നെ പെരുമ്പാവൂരുകാരിൽ നിന്നും ഉളിയനാട്ടുകാരൻ ഗോപാലകൃഷ്ണൻ മേടിച്ചപ്പോൾ ഉളിയനാട് ബാലകൃഷ്ണനായെന്ന് മാത്രം. ഉളിയനാട്ടെത്തു മ്പോൾ ഇവന്റെ ഉയരം വെറും നാലടി ഏഴിഞ്ചാ യിരുന്നു.

പെരുമ്പാവൂരിൽ നിന്നും കോട്ടയം, കൊട്ടാര ക്കര വഴി കൊല്ലത്തിനടുത്തുള്ള ഉളിയനാട്ടേക്ക് കുട്ടിയാനയും ആനക്കാരും നടന്നെത്തിയത് ഒമ്പ തുദിവസം കൊണ്ടാണ്. ഇന്നത്തെപ്പോലെ ആന ലോറികൾ തലങ്ങും വിലങ്ങുമൊക്കെ പായുന്ന സമ്പ്രദായമൊന്നും അന്ന് കേട്ടുകേൾവി പോലു മില്ലായിരുന്നു. പെരുമ്പാവൂരിൽ നിന്നുള്ള ഒരാന പാപ്പാൻ ചെറിയൊരു വടിയുംപിടിച്ച് മുമ്പേ നട ന്നു. പാപ്പാന്റെ വടിയുടെ അറ്റത്ത് കുഞ്ഞിത്തുമ്പി ചുരുട്ടിപ്പിടിച്ച് മടിച്ചുമടിച്ച് നടന്നു നമ്മുടെ കഥാ നായകൻ. ഇടയ്ക്കൊരു തണലുകണ്ടാൽ വടി യിലെ പിടുത്തം വിട്ട് കക്ഷി തണലത്ത് മാറി നിൽക്കും. നടക്കാമെന്നുപറഞ്ഞ് നിർബന്ധിച്ചാൽ ആനക്കാർക്ക് ആനക്കുട്ടിയുടെ മുന്നിൽ വാ പൊത്തി നിൽക്കാമെന്നല്ലാതെ കണ്ണുരുട്ടിയും മീശപിരിച്ചും വടിചുഴറ്റിയും അവനെ അനുസരി പ്പിക്കാനാവില്ല.

ഉളിയനാട് പ്ലാവിള വീട്ടിലെ മുറ്റത്ത് എപ്പോഴും പൂത്തുലഞ്ഞ് കിടക്കുന്ന രണ്ടുമൂന്ന് അശോകമര ങ്ങൾ ഉണ്ടായിരുന്നു. മനുഷ്യർക്ക് മാത്രമല്ല ആനയ്ക്കും അശോകം ഒന്നാന്തരം ഔഷധമാണ്. അശോകത്തിലെ പൂക്കുലകൾ പൊട്ടിച്ച് ഉടമ ഗോപാലകൃഷ്ണൻ പുഴുവും കീടങ്ങളുമില്ലാതെ അതെല്ലാം വൃത്തിയാക്കി വയ്ക്കും. പുഴയിൽ കുളിച്ചുവരുന്ന കുട്ടിക്കൊമ്പന് ആദ്യ അമൃതേത്ത് അശോകപ്പൂക്കൾ കൊണ്ടാണ്. ഒരുദിവസം ഒരു പറപ്പൂവുവരെ തിന്നുമായിരുന്നു ആന. അശോക പ്പൂക്കൾ കഴിഞ്ഞാൽ പിന്നെയവന്റെ ദൗർബല്യം നല്ല കൈതത്തടിയുടെ ഇളം കൂമ്പുകളാണ്.

കൈത വെട്ടിക്കൊണ്ടുവന്ന് ഇലയും മുള്ളും കളഞ്ഞ് ചെറിയ കഷണങ്ങളാക്കി അവന്റെ വായിൽ വച്ചുകൊടുക്കുന്നതും ഉടമയായ ഗോപാലകൃഷ്ണപിള്ളതന്നെയാണ്.

ഒരാനയുടെ ജൻമം നേരും നെറിയുമില്ലാത്ത മനുഷ്യരുടെ ധാർഷ്ട്യങ്ങളുടേയും ഉത്സവങ്ങൾ എന്നപേരിലുള്ള വെയിലുകായലിന്റേയും പേരിൽ ബലികഴിക്കാനുള്ളതല്ലെന്ന അവന്റെ തിരിച്ചറിവുകളും ചെറുത്തുനിൽപുകളും കുട്ടിക്കളികളിൽ നിന്നും കൗമാരത്തിലേക്കുള്ള ചുവടുമാറ്റഘട്ടത്തിൽ തന്നെ വെളിപ്പെട്ടുതുടങ്ങിയിരുന്നു. ഈ ആന മനുഷ്യരുടെ കണക്കിലും കച്ചവടത്തിലും പെട്ടന്ന് കൊള്ളിക്കാൻ കഴിയാത്ത ഒരുരുപ്പടിയാണെന്ന സത്യം ബാലകൃഷ്ണനാന വിളിച്ചോതിക്കഴിഞ്ഞിരുന്നു.

ഇടയ്ക്കിടെ ബാലകൃഷ്ണൻ തെറ്റും. അപ്പോൾ വാലുംപൊക്കി പോരുകാളകളെപ്പോലെ ഒരുവരവാണ്. ആ വരവ് കണ്ടാൽ സാക്ഷാൽ ദേവേന്ദ്രൻ പോലും പേടിച്ചുപോകും. എന്നിട്ടല്ലേ പാപ്പാൻമാർ. തെറ്റിയാൽ പിന്നെ പാപ്പാൻമാരൊന്നും കൂട്ടിയാൽകൂടാത്ത വലിയൊരു കണക്കും സമസ്യയുമായി മാറും ബാലകൃഷ്ണൻ. അവസാനം അശോകപ്പൂക്കളും ആട്ടിൻസൂപ്പും കൊടുത്ത് ബാലകൃഷ്ണനെ ആണൊരുത്തനാക്കിമാറ്റിയ സാക്ഷാൽ ഗോപാലകൃഷ്ണപിള്ള തന്നെ കളത്തിലിറങ്ങേണ്ടിവരും കലാപം അവസാനിപ്പിക്കാൻ.

ഒരിക്കൽ പുത്തൻകുളത്തിനു സമീപത്തുള്ള വലിയൊരു വയലേലതന്നെയാണ് ബാലകൃഷ്ണൻ തന്റെ അങ്കത്തട്ടാക്കി മാറ്റിയത്. പരാജയം സമ്മതിച്ച് പിന്തിരിഞ്ഞ പാപ്പാൻമാരൊക്കെ ബാലകൃഷ്ണന്റെ കൺവെട്ടത്തുപോലും വരാതെ ജനക്കൂട്ടത്തിനു മറവിലേക്ക് പിൻവാങ്ങി. ബാലകൃഷ്ണന്റെ പുത്തരിയങ്കം കാണുവാൻ ശിവരാത്രി മണപ്പുറംപോലും തോറ്റുപോകുന്നത്ര ആൾക്കൂട്ടവും.

ജനക്കൂട്ടവും ബന്ധുക്കളുമെല്ലാം ആവുന്നത്ര വിലക്കിയിട്ടും വിവരമറിഞ്ഞെത്തിയ ഗോപാലകൃഷ്ണപിള്ള നേരെ ചെന്നിറങ്ങിയത് മല്ലയുദ്ധവീരന്റെ മുന്നിലേക്കാണ്. "ബാലകൃഷ്ണാ.. എടാ.."

എന്നുള്ള വിളിയിൽ അൽപം ഒരധികാരത്തിന്റേയും ശാസനയുടേയും ഗന്ധമുണ്ടായിരുന്നിരിക്കാം. വയൽമധ്യത്തിൽ നിന്നും ആന ഒരു പാച്ചിലായിരുന്നു. പാച്ചിലെന്ന് പറഞ്ഞാൽ കൊടുംങ്കാറ്റ് തോറ്റുപോകുന്ന ഒരു പകർന്നാട്ടം. ചുവന്നുകലങ്ങിയ കണ്ണുകളും വട്ടംപിടിച്ച ചെവിയും ഉയർത്തിപ്പിടിച്ച വാലുമായി, കൺമുന്നിൽ കാണുന്നതെല്ലാം തകർത്ത് തരിപ്പണമാക്കാനുള്ള ആവേശത്തോടെ ആന ഗോപാലകൃഷ്ണപിള്ളയ്ക്കടുത്തേക്ക് പാഞ്ഞടുത്തപ്പോൾ മീറ്ററുകൾക്കിപ്പുറം അതുകണ്ടുനിന്ന ജനം പറന്നു. ദാഹിച്ചുമോഹിച്ചു വാങ്ങിയ ആനയുടെ കൊമ്പിൽ തന്നെ തന്റെ ജീവിതം ഒടുങ്ങിയെന്ന് ഗോപാലകൃഷ്ണപിള്ളയും ഉറപ്പിച്ചു. പക്ഷേ, തന്റെ വളർത്തച്ഛന്റെ മരണത്തിന് വെറും പത്തടിയപ്പുറം അവൻ പിടിച്ചുനിർത്തിയെന്നപോലെ നിന്നു.

നന്തിലത്ത് ഗോപാലകൃഷ്ണൻ എന്ന പഴയ ഉളിയനാട് ബാലകൃഷ്ണന്റെ കണ്ണുകളിൽ ഈ ഭൂമിയിലെ ഏറ്റവും വലിയ ഹിംസ്രജന്തു മനുഷ്യൻ മാത്രമായിരുന്നു. ജീവികൾ സ്വന്തം രക്ഷയ്ക്കും വിശപ്പകറ്റാനും മാത്രം മറ്റൊരു ജീവിയെ കൊല്ലുന്നെങ്കിൽ, മനുഷ്യന്റെ രാക്ഷസ ബുദ്ധി മാത്രം മറ്റു ജീവജാലങ്ങളെയെല്ലാം ജീവിതാഘോഷങ്ങൾക്കായുള്ള വെട്ടിപ്പിടുത്തത്തിന്റേയും വളച്ചുകെട്ടലിന്റേയും പേരിൽ കൊന്നും കൊല്ലാതെ കൊന്ന് പരിപാലിച്ചും പ്രകൃതിയെ കുരുതിക്കളമാക്കി മാറ്റുന്നു.

നന്തിലത്ത് ഗോപാലകൃഷ്ണൻ എന്ന ആനയും മനുഷ്യനും തമ്മിലുള്ള തർക്കവിഷയം എന്നും അതൊന്നുമാത്രമായിരുന്നു. ഒരാന ഈ ഭൂമിയിൽ എന്തിന് ജനിച്ചു, എന്തിന് ജീവിക്കണം എന്ന ഒരേയൊരു വിഷയം മാത്രം. തിന്നാനും കുടിക്കാനും കിട്ടുന്ന ആനയ്ക്ക് നേരാന്നേരം അതു കൊടുക്കുന്ന മനുഷ്യൻ ആഗ്രഹിക്കും പോലെ പണിയെടുക്കുന്നതിൽ എന്താണിത്ര തെറ്റ് എന്നത് നമ്മൾ മനുഷ്യർക്ക് ഒരു ന്യായമായ ചോദ്യമാണ്. പക്ഷേ, ഈയാനയ്ക്ക് ജീവിതം അതിനുള്ളതായിരുന്നില്ല. ഞാൻ ഒരാനയാണ്. പക്ഷേ അടിമയല്ല. അതായിരുന്നു അവന്റെ ന്യായം!

ആനച്ചന്തത്തിന്റെ കൺകണ്ട രൂപമെന്ന വിശേഷണം തന്നെയാവാം വലിയൊരു മോഹവില നൽകി ഈ ആനയെ സ്വന്തമാക്കുവാൻ നന്തിലത്ത് ഗോപുവിന് പ്രചോദനമായത്. ഇത്രയും ഭംഗിയുള്ളൊരാന പൂരനഗരിയുടെ തിരുമുറ്റത്തെത്തിയാൽ അവനെ പൂർണകുംഭം വച്ച് വരവേൽക്കുവാൻ ആനപ്രേമികൾ നിരനിരക്കുമെന്ന തികഞ്ഞ വിശ്വാസത്തിലാകണം ഗോപു നന്തിലത്ത് തിരുവിതാംകൂറിന്റെ തട്ടകത്തിൽ നിന്നും ഇവനെ കൈയേറ്റ് അഭിമാനപുരസ്സരം തൃശ്ശിവപേരൂരിന്റെ ആനമണമുള്ള മണ്ണിലേക്ക് ആനയിക്കുന്നത്.

പൂരനഗരിയിൽ കത്തിജ്വലിക്കുമെന്ന പ്രതീക്ഷയോടെ ആദ്യമായി ഉടമയിവനെ കണികാണിച്ചതാവട്ടെ സാക്ഷാൽ തൃശ്ശൂർപ്പൂരത്തിനും. നാടായനാടുമുഴുവനുമുള്ള ആനച്ചന്തങ്ങളും ആനയുടമകളും ആനക്കമ്പക്കാരുമെല്ലാം ഒത്തുചേർന്ന ആ തൃശ്ശൂർപ്പൂരത്തിന് കൊടിയിറങ്ങുമ്പോൾ, ആനക്കമ്പക്കാരുടേയും പൂരനഗരിയിലെ ജനങ്ങളുടേയും മനസ്സുകളിൽ ഒരൊറ്റനാമം മാത്രമേയുണ്ടായിരുന്നുള്ളൂ-നന്തിലത്ത് ഗോപാലകൃഷ്ണൻ.

ഉടമ പ്രതീക്ഷിച്ചതിലും വളരെപ്പെട്ടന്നായിരുന്നു ആ ആനപ്പേര് ഒരു നഗരത്തിന്റേയും ഒരു ജനതയുടേയും മനസ്സുകളിൽ കയറിപ്പറ്റിയത്. അത് അവന്റെ അനുപമസുന്ദരമായ ആനച്ചന്തം കൊണ്ട് മാത്രമായിരുന്നില്ല. അതിനേക്കാളേറെ ജനമനസ്സുകളിലേക്ക് തീ വാരിയിട്ട അവന്റെ കൈയിലിരിപ്പിന്റെ കാടത്തം കൊണ്ടുമായിരുന്നു. തൃശ്ശൂരിലെത്തി ആദ്യവർഷം തന്നെ പൂരപ്പറമ്പിൽ ഗോപാലകൃഷ്ണൻ ഒരു പണിയൊപ്പിച്ചുകളഞ്ഞു.

പ്രധാന എഴുന്നെള്ളത്തിനുള്ള പതിനഞ്ചാനകൾ അണിനിരക്കേണ്ട നേരമായപ്പോൾ, ഗോപാലകൃഷ്ണനെ ആദ്യം നിർത്തിയ സ്ഥാനത്തുനിന്നും തരംതാഴ്ത്തി ഏഴാമനായും പിന്നെ പത്താമനായും പന്ത്രണ്ടാമനായും ഒടുവിൽ പതിനാലാമനായുമൊക്കെ തോന്നുംപോലെയിട്ട് തട്ടിക്കളിച്ചു. അത് ഈ അഭിമാനിയുടെ മനസ്സിനെ നോവിച്ചുകാണണം. കുറച്ചുകഴിഞ്ഞ് അപ്പുറമിപ്പു

ഗുരുവായൂർ പദ്മനാഭൻ

പാമ്പാടി രാജൻ

സാജ്പ്രസാദ്

തെച്ചിക്കോട്ടുകാവ് രാമചന്ദ്രൻ

റമുള്ള ആനകളിൽ ഒരുവൻ ഗോപാലകൃഷ്ണന്റെ മുഖത്ത് പൃഷ്ഠംവച്ചുരയ്ക്കാൻ ഒരു ശ്രമം നടത്തി. അതോടെ എല്ലാപിടിയും വിട്ടു. അവന്റെ നെഞ്ചുംകൂട് നോക്കി ഒരു പെട കൊടുത്തു. അടി കിട്ടിയവനേക്കാൾ വേഗത്തിൽ വെച്ചടിച്ച് പാഞ്ഞത് കണ്ടുനിന്ന ആനകളാണ്. കൂട്ടത്തിൽ ജനങ്ങളും.

ഒരൊറ്റ രാത്രി ഇരുട്ടിവെളുത്തപ്പോൾ സുന്ദര വീരനായകന് പ്രതിനായകന്റെ കത്തിവേഷം! 'കൂട്ടാനക്കുത്തിന്റെ കിങ്കരൻ' എന്ന അപരനാമം നന്തിലത്ത് ഗോപാലകൃഷ്ണനേക്കാൾ ഒരുപടി മുമ്പേ കൊല്ലത്തുനിന്നും തൃശ്ശിവപേരൂരിന് വണ്ടി പിടിച്ചെത്തിയെന്ന് പറഞ്ഞാൽ അതാണ് സത്യം. പിന്നെ പ്രശ്നക്കാരൻ ഉത്സവപ്പറമ്പുകളിൽ നിന്നും അവഗണിക്കപ്പെട്ട് കെട്ടുംതറികളുടെ ഏകാന്തതയിലേക്ക് ഒറ്റപ്പെടുകയായിരുന്നു.

ആളും തിരക്കും ആരവങ്ങളും അകന്നുനിന്ന ദശാപഹാരങ്ങളുടെ ഒരു ഗ്രഹണകാലം. ഏകാന്തമായ ആനത്തറകളിൽ ഒരഭിശപ്തജൻമം പോലെ അങ്ങനെ ഒന്നുരണ്ട് വർഷങ്ങൾ കടന്നുപോയി. അതിനിടെ 'ഓഹോ ഇവനാണോ സാധനം, ഇവനെ ഞാനിപ്പൊ ശരിയാക്കിത്തരാം' എന്ന വീറും വാശിയുമായി പല പാപ്പാൻമാരും രംഗത്ത് വരുന്നുണ്ടായിരുന്നു. പക്ഷേ, ഒന്നും ഒന്നും കൂട്ടിയാൽ അവരൊക്കെ പഠിച്ചിട്ടുള്ളതു പോലെ എല്ലായ്പ്പോഴും രണ്ടല്ല. ചിലപ്പോഴെങ്കിലും 'ഇമ്മിണി വല്യ ഒരൊന്നു'തന്നെ ഉത്തരമായേക്കാമെന്ന സത്യം ഗോപാലകൃഷ്ണൻ അവർക്ക് കാട്ടിക്കൊടുക്കും.

അങ്ങനെയൊരിക്കൽ ഒരു പാപ്പാൻ പത്തുപന്ത്രണ്ട് കൂട്ടാളികളുമായി വന്ന് തന്നാലാവുംവിധമൊക്കെ ഒരുരാത്രി മുഴുവൻ കെട്ടിയഴിക്കലെന്ന പേരിൽ ഗോപാലകൃഷ്ണനോട് മല്ലിട്ട് നോക്കി. ആ നേരം ഇതെല്ലാം കണ്ടും കേട്ടും മറ്റൊരാന കൂടി ആനപ്പറമ്പിൽ ഉണ്ടായിരുന്നു. ഇന്നത്തെ പാറന്നൂർ നന്ദൻ. സാധാരണഗതിയിൽ ഒരു സംഘം പാപ്പാൻമാരുടെ കൈക്കരുത്ത് മുഴുവൻ കെട്ടിയഴിക്കലെന്ന പേരിൽ ഏറ്റുവാങ്ങാൻ വിധിക്കപ്പെട്ട ആന, അടുത്തനാൾ പ്രധാന പാപ്പാൻ 'ഇരിയാനേ' എന്ന് പറയേണ്ട താമസം പേടിച്ച് മൂത്രമൊഴിക്കുന്നതും ഇരിക്കുന്നതും ഒന്നിച്ചായിരിക്കും. പതിവുപോലെ തലേന്നത്തെ മല്ലിന്റെ ദേഹാസ്വാസ്ഥ്യം മറന്ന് പാപ്പാൻ വന്ന് ഗോപാലകൃഷ്ണനോട് പറഞ്ഞു-"അവിടിരിയാനേ". ആജ്ഞ വായിൽനിന്നും വീഴേണ്ട താമസം ആനയുടെ ഇരിക്കലും മൂത്രമൊഴിക്കലും ഒന്നിച്ചുകഴിഞ്ഞിരുന്നു. പക്ഷേ, അത് നമ്മുടെ കഥാനായക

▼ പാറന്നൂർ നന്ദൻ

നായ ഗോപാലകൃഷ്ണനായിരുന്നില്ല. മറിച്ച് അതു കണ്ടുനിന്ന പാറന്നൂർ നന്ദൻ എന്ന പാവത്താനായിരുന്നുവെന്നുമാത്രം. കണ്ടുനിന്നവർ പേടിച്ചുമൂത്രമൊഴിച്ച് പോയാലും, ഈ നേരമത്രയും അതു കൊണ്ടുനിന്നവൻ പതറിയില്ല. തെല്ലും കൂസാതെ, തലകുനിക്കാതെ ചോര തുപ്പിച്ചിരിക്കുന്ന ആണത്തം. അതായിരുന്നു നന്തിലത്ത് ഗോപാലകൃഷ്ണൻ.

മദപ്പാട് കഴിഞ്ഞുള്ള കെട്ടിയഴിക്കലിൽ ഗോപാലകൃഷ്ണനു മുന്നിൽ പുതിയ പാപ്പാൻമാർ തോൽവിപറഞ്ഞു കോലൊടിച്ചു. പക്ഷേ,

അവനെത്തേടി പുതിയൊരാൾ എത്തി. ആൾ എന്നതിനേക്കാളേറെ ആനക്കാർക്കിടയിലെ 'ഒരവതാരം' എന്നുതന്നെ വിശേഷിപ്പിക്കാവുന്ന ഓണക്കൂറുകാരൻ പൊന്നൻ. എന്നും പ്രശ്നക്കാരെത്തന്നെ തേടിപിടിച്ച് വഴിനടത്തുന്നതിൽ രസം കണ്ടെത്തുന്ന പാപ്പാൻ. ചങ്കുറപ്പിന്റെ നേർരൂപം എന്നുവിശേഷിപ്പിക്കാവുന്ന പൊന്നൻ തന്നെ ഒടുവിൽ നന്തിലത്ത് ഗോപാലകൃഷ്ണനെന്ന യാഗാശ്വത്തെ പിടിച്ചുകെട്ടാൻ എത്തിയപ്പോൾ പലരും പലതും പ്രതീക്ഷിച്ചു. എട്ടുദിക്കുകളും പഞ്ചഭൂതങ്ങളും വീർപ്പടക്കിപ്പിടിച്ച് കാത്തുനിന്നു. ഇന്നേവരെ പരാജയം എന്തെന്നറിയാത്ത ഗോപാലകൃഷ്ണനും പൊന്നനും; ആരും ആർക്ക് മുന്നിലും വഴങ്ങിക്കൊടുത്തിട്ടുള്ള ചരിത്രമില്ല! ആര് ആരെ തോൽപ്പിക്കും എന്നതായിരുന്നു ആനക്കമ്പക്കാരുടെ മനസ്സുകളിലെ ചോദ്യം. പക്ഷേ, ഒരൊത്തുതീർപ്പ് വ്യവസ്ഥയായിരുന്നു ആ പോരാളികളുടെ മറുപടി. പലരും പലവട്ടം ദിവസങ്ങളോളം പണിപ്പെട്ടിട്ടും മനസ്സുതുറക്കാതിരുന്ന ഗോപാലകൃഷ്ണൻ, പൊന്നന്റെ ജാലവിദ്യയ്ക്കു മുന്നിൽ നിമിഷങ്ങൾക്കകം പൂച്ചക്കുട്ടിയായി മാറി. അല്ലെങ്കിൽ ഗോപാലകൃഷ്ണനെന്ന പുലിജൻമത്തിന് പൊന്നനെന്ന പാപ്പാന്റെ 'ഉരുളയ്ക്കുപ്പേരിത്തരം' ബോധിച്ചുകാണണം. കൂട്ടാനക്കുത്തിന്റെ ഉസ്താദെന്ന പേര് മേടിച്ചുവച്ച നന്തിലത്ത് ഗോപാലകൃഷ്ണനേയും കൊണ്ട് ഓണക്കൂർ പൊന്നനും മകൻ ശിവനും ഉത്സവനഗരികളിലൂടെ ഊരുചുറ്റുന്ന കാഴ്ചയ്ക്കാണ് പിന്നീട് ജനം സാക്ഷ്യം വഹിച്ചത്.

ഗുരുതരമായ യാതൊരു പ്രശ്നങ്ങളും ഇടച്ചിലുകളുമില്ലാതെ നന്തിലത്ത് ഗോപാലകൃഷ്ണനേയും കൊണ്ട് ആ അച്ഛനും മകനും ഒരുത്സവ സീസൺ പൂർത്തിയാക്കിയപ്പോൾ ആ ആനയുടെ ജീവിതത്തിൽ തന്നെ ഏറ്റവുമധികം ഉത്സവങ്ങളിൽ പങ്കെടുത്ത വർഷമായി അത് മാറി. നന്തിലത്ത് ഗോപാലകൃഷ്ണൻ എന്ന ആനച്ചന്തത്തെ ഉത്സവപ്രേമികൾ യഥാർഥത്തിൽ തിരിച്ചറിഞ്ഞ് അംഗീകരിച്ചതും ഈ കാലയളവിൽ തന്നെയായിരുന്നു. തൃശ്ശൂർപ്പൂരവും തിരുവില്വാമല നിറമാലയും വടക്കൻപറവൂർ പെരുവാരം ഉത്സവവും ഉൾപ്പെടെ അനവധി ഉത്സവങ്ങളിൽ നന്തിലത്ത് ഗോപാലകൃഷ്ണൻ ആനച്ചന്തത്തിന്റെ മോഹനരൂപമായി നിറഞ്ഞുകത്തി.

വരാനുള്ളതെന്തോ മനസ്സിലാക്കിയിട്ടെന്നോണം ലോകത്തിനു മുന്നിൽ ഗോപാലകൃഷ്ണന്റെ മനഃപൂർവമായൊരു വിഡ്ഢിവേഷംകെട്ടൽ എന്ന് ഇക്കാലയളവിനെ വിശേഷിപ്പിക്കാം. മൂന്നുപതിറ്റാണ്ടിലേറെ നീണ്ട ജീവിതത്തിൽ അവന്റേതുമാത്രമായ ജീവനകലയിൽ ഗോപാലകൃഷ്ണൻ നല്ലപിള്ളയായി ജീവിച്ചു എന്ന് പറയാവുന്ന ആ കാലഘട്ടത്തെ 'അറിഞ്ഞുകൊണ്ടുള്ള ഒരു വിഡ്ഢിവേഷംകെട്ടൽ' എന്ന് വ്യാഖ്യാനിക്കുന്നതുതന്നെയാവും കൂടുതൽ ശരി. എത്രയൊക്കെ ശാന്തനായാലും എത്രയൊക്കെ സഹിച്ചാലും ക്ഷമിച്ചാലും ഗോപാലകൃഷ്ണൻ എന്ന തീപ്പൊരിക്ക് വല്ലപ്പോഴുമെങ്കിലും മനുഷ്യാഭ്യാസങ്ങൾക്ക് എതിരെ പ്രതികരിക്കാതിരിക്കാൻ കഴിയുമായിരുന്നില്ല. അല്ലെങ്കിൽ മനുഷ്യന്റെ ആട്ടും തുപ്പും സഹിച്ച് ജീവിതം മറ്റാർക്കൊക്കെയോവേണ്ടി ജീവിച്ചുതീർക്കുന്ന ആനരൂപികളുടെ മനസ്സും അവസ്ഥയും എങ്ങനെ എത്രത്തോളം ശോചനീയം എന്നറിയുവാനുള്ള അവന്റെ മറ്റൊരു സമരമുറയായിരുന്നിരിക്കും ആ ഒരിടവേള. എങ്കിലും പൊന്നനോടൊപ്പമുള്ള ആ കാലത്തെ, അവന്റെ ജീവിതരാമായണത്തിലെ സമാധാനപർവം എന്നുതന്നെ വിശേഷിപ്പിക്കാം.

ഒരിക്കലും കൃത്യമായ മദപ്പാടും മദനീരൊലിച്ചുപോകലും ഇല്ലാതിരുന്നതാണ് ഗോപാലകൃഷ്ണന്റെ വിക്രിയകൾക്കെല്ലാം കാരണം എന്ന് വിശ്വസിക്കുന്നവർ നിരവധിയാണ്. അതെന്തായാലും ഒരുത്സവകാലം കഴിഞ്ഞപ്പോൾ, കാര്യമായ ദേഹരക്ഷയും പരിചരണങ്ങളും, വേണ്ട മരുന്നും മന്ത്രവും എല്ലാം നൽകി, നന്നായി മദജലം ഒലിച്ചുപോകുവാൻ മാസങ്ങളോളം അവനെ തറയിൽ കെട്ടിയിട്ടിരിക്കുകയായിരുന്നു. ഇതിനിടയിലാണ് പാറമേക്കാവ് പരമേശ്വരൻ ചരിഞ്ഞ ഒഴിവിലേക്ക് പുതിയ ആനകളെ തേടുന്ന പാറമേക്കാവ് ദേവസ്വത്തിന്റെ കണ്ണുകൾ നന്തിലത്ത് പദ്മനാഭനിലേക്കു തിരിയുന്നത്. ഒപ്പം ഗോപാലകൃഷ്ണനിലേക്കും.

ആടറവിന് ആരാണ് ആടിന്റെ സമ്മതം ചോദിക്കുന്നത്? വിൽപനയായാലും നടയ്ക്കിരുത്തലായാലും മനുഷ്യർ തമ്മിൽ തങ്ങളെ വച്ച് നടത്തുന്ന ക്രയവിക്രയങ്ങൾക്ക് ഒരാനയുടെ മനസ്സമ്മതം എന്തിന്! പക്ഷേ, നന്തിലത്ത് ഗോപാലകൃഷ്ണൻ അവിടെയും ഒരൊറ്റയാനായിരുന്നിരിക്കണം. തന്നോട് ചോദിക്കാതെ, തന്റെ സമ്മതം കേൾക്കാതെ നന്തിലത്ത് നിന്നും പാറമേക്കാവ് ദേവസ്വത്തിലേക്കുള്ള ഒരു പടിയിറക്കത്തിന് ഒരു പക്ഷേ അവൻ തയ്യാറായിരുന്നിരിക്കില്ല.

ദാഹിച്ചുമോഹിച്ചു കൊണ്ടുവന്ന ആന ഇപ്പോഴാണ് ഒന്ന് നന്നാവാൻ തുടങ്ങിയത്. അപ്പോൾ അവനെക്കിട്ടാതെയൊരു രക്ഷയുമില്ലെന്നും പറഞ്ഞ് പാറമേക്കാവുകാർ ഒറ്റക്കാലിലും- അവസാനം ഒരു പരസ്പരധാരണയുടെ അടിസ്ഥാനത്തിൽ തന്റെ ആനയെ കൈമാറാമെന്ന് ഗോപു സമ്മതിച്ചു. കൂട്ടാനക്കുത്തിന്റെ പേരിൽ നിന്ദയുടേയും ആക്ഷേപശരങ്ങളുടേയും മുൾക്കിരീടങ്ങൾ ഏറ്റുവാങ്ങി ഒരിക്കൽ ആട്ടിയിറക്കപ്പെട്ട തന്റെ ആന, പാറമേക്കാവിന്റെ പ്രതിനിധിയായി പൂരത്തിനങ്ങനെ വിളങ്ങി നിൽക്കട്ടെയെന്ന് ഗോപുവിനും തോന്നിക്കാണണം. നന്തിലത്ത് ഗോപാലകൃഷ്ണനെ കുളിപ്പിച്ച് കുറിയും തൊടുവിച്ച് പാറമേക്കാവ് ഗോപാലകൃഷ്ണനാക്കി നടയ്ക്കിരുത്തുവാനുള്ള ഒരുക്കങ്ങൾ അരങ്ങിൽ തകൃതിയായി മുന്നേറി. എന്നാൽ മനസ്സിന്റെ അണിയറയിൽ അധികമാരുമറിയാതെ മറ്റൊരു യാത്രപറച്ചിലിനുള്ള മനസ്സൊരുക്കത്തിലായിരുന്നു ഗോപാലകൃഷ്ണൻ.

പെട്ടെന്നാണ് കാര്യങ്ങൾ തകിടംമറിഞ്ഞത്. ഉള്ളന്നൂർ മനയിലെ ആനപ്പറമ്പിൽ നിന്നും പാറമേക്കാവിന്റെ ആനപ്പറമ്പിലേക്ക് തട്ടകം മാറ്റപ്പെട്ട ഗോപാലകൃഷ്ണൻ ഭക്ഷണം കഴിക്കുന്നതും വെള്ളംകുടിക്കുന്നതും നന്നേ കുറഞ്ഞു. പിന്നെ ശ്വാസം എടുക്കാൻ വല്ലാത്ത പ്രയാസവും. അപ്പോഴാണ് ആനയ്ക്കെന്തോ അസുഖമുണ്ടെന്ന കാര്യം ബന്ധപ്പെട്ടവരുടെ ശ്രദ്ധയിൽപ്പെടുന്നത്. കാര്യമായ രോഗനിർണയം സാധ്യമാവാതെ, ആദ്യം പല മരുന്നുകൾ നൽകപ്പെട്ടു. പക്ഷേ, ഒന്നും ഫലവത്തായില്ല. ഇതിനിടെ കണയിറക്കി മൂത്രമൊഴിക്കാതെയുമായി. താമസിയാതെ അടിവയറ്റിലും കാലുകളിലുമെല്ലാം നീർവീക്കത്തിന്റെ ലക്ഷണങ്ങളും കണ്ടുതുടങ്ങി.

രോഗം തുടങ്ങി ഏതാനും ദിവസങ്ങൾ കഴിഞ്ഞാണ് ഗോപാലകൃഷ്ണനെ പിടികൂടിയിരിക്കുന്നത് ന്യുമോണിയയാണെന്ന് തിരിച്ചറിയുന്നതും ഊർജിതചികിത്സ നൽകിത്തുടങ്ങുന്നതും. പക്ഷേ, എല്ലാം വെള്ളത്തിൽ വരച്ച വരപോലെ നിഷ്പ്രഭമായിത്തീർന്നു. അപ്പോഴും അവൻ വല്ലാത്ത ക്ഷീണത്തിലായിരുന്നെങ്കിലും അരുതാത്തതെന്തെങ്കിലും സംഭവിക്കുമെന്ന പ്രതീക്ഷ ആർക്കും ഇല്ലായിരുന്നു. പക്ഷേ അധികം വൈകാതെ ആന ചെരിഞ്ഞു; (2006-ൽ). ജീവിച്ചിരുന്നപ്പോൾ കല്ലെറിഞ്ഞവർപോലും പൂകൊണ്ട് മൂടിയ അന്ത്യയാത്ര. അന്ത്യോപചാരങ്ങൾ; യാത്രയയ്പ്പുകൾ.

ആനയുടെ രോഗകാരണത്തെപ്പറ്റി പലതും പറഞ്ഞുകേട്ടു. ഓണക്കൂർ പൊന്നൻ എന്ന പാപ്പാൻ നയിച്ചിരുന്ന ആനകളിൽ ചിലത് ഇതിനു മുമ്പും അകാലചരമം അടഞ്ഞിട്ടുണ്ടത്രെ! ഒരിക്കലും ആർക്കും വഴങ്ങാൻകൂട്ടാക്കിയിട്ടില്ലാത്ത ഗോപാലകൃഷ്ണനെ അവസാനകാലം വഴിനടത്തിയ പാപ്പാൻ പൊന്നന്റെ ഭാഗത്തുനിന്നുണ്ടായ ഒരു കൈയബദ്ധം അല്ലെങ്കിൽ കടുംകൈ. അതാവാം ഗോപാലകൃഷ്ണന്റെ ദുരന്തത്തിന് നിമിത്തമായതെന്ന് ചിലരെങ്കിലും കണ്ണുമടച്ച് വിശ്വസിക്കുന്നു; അല്ലെങ്കിൽ വിശ്വസിച്ചു. പൊന്നൻ താൻ കാരണമല്ല ഗോപാലകൃഷ്ണനിത് സംഭവിച്ചതെന്ന് മരിച്ചുകിടന്ന അവന്റെ കൊമ്പിൽത്തൊട്ട് ആണയിട്ടു. ആർക്കും ആരെക്കുറിച്ചും എന്തും പറയാം. വിശേഷിച്ചും സംഘടിതശക്തിയും അവകാശസമരങ്ങളുമില്ലാത്ത ആനക്കാരൻ എന്ന പാവം തൊഴിലാളിയെക്കുറിച്ചാകുമ്പോൾ. ഇതിനിടെ പല വിവാദങ്ങളും അണിയറയിൽ നീറിപ്പുകയുന്നുണ്ടായിരുന്നു.

ആനപ്രേമികളും ആനയുടമകളും ആനക്കാരും ആനചികിത്സകരുമെല്ലാം ചേർന്ന ആനലോകത്ത് നന്തിലത്ത് ഗോപാലകൃഷ്ണന്റെ ചരമംപോലെ തന്നെ ഏറെ ചർച്ചാവിഷയവും ദുരൂഹതകളും ഉയർത്തിയതായിരുന്നു അവന്റെ മര

ണകാരണവും. ന്യുമോണിയ കാരണമാണ് ഗോപാലകൃഷ്ണൻ ചരിഞ്ഞതെന്ന് പോസ്റ്റുമോർട്ടം റിപ്പോർട്ടുകളിൽ വ്യക്തമായി രേഖപ്പെടുത്തിയിട്ടുണ്ടെങ്കിലും അതിനുമപ്പുറം അറിയപ്പെടാത്ത മറ്റൊരപ്രിയസത്യം കൂടി ഇതിനു പിന്നിലുണ്ടാകാമെന്ന് കുറച്ചുപേരെങ്കിലും വിശ്വസിക്കുന്നു. പൊതുജനത്തിനും ഡോക്ടർമാർക്കും പരസ്പരം പഴിചാരാം. ഉടമയ്ക്കും ആനക്കാരനും കൃത്യമായ രോഗനിർണയം നടത്തുന്നതിൽ പരാജയപ്പെട്ട ഡോക്ടർമാരെ കുറ്റപ്പെടുത്താം. തർക്കങ്ങളും പഴിചാരലുകളും തുടരുമ്പോഴും ഒന്ന് സത്യമാണ്-കുറ്റപ്പെടുത്തിയാലും പഴിചാരിയാലും പോകാനുള്ളത് പോയി!

ഗോപാലകൃഷ്ണന്റെ മരണത്തിന് അപൂർവം ചില ആനപ്രേമികൾ കുറ്റകരമായ അനാസ്ഥയും ശ്രദ്ധക്കുറവും ആരോപിച്ചേക്കാമെങ്കിലും ആ വിടവാങ്ങലിനെ നിത്യദുരിതത്തിൽനിന്നുള്ള മോചനവും മോക്ഷവുമായി കരുതുന്ന ഒരാത്മാവ് ഈ ലോകത്തുണ്ടാവും. അത് നന്തിലത്ത് ഗോപാലകൃഷ്ണന്റേതുമാത്രമായിരിക്കും.

കനത്ത ചങ്ങലക്കെട്ടുകളിൽ നിന്നും മനുഷ്യന്റെ നിത്യബന്ധനത്തിൽ നിന്നും ഊരിത്തെറിച്ച അവന്റെ ആത്മാവ് ലോകത്തോട് മന്ത്രിക്കുന്നത് ഇങ്ങനെയാവാം. 'ഉത്സവത്തിടമ്പുകളും ഗജരാജപ്പട്ടങ്ങളും കണ്ട് അഭിരമിക്കുന്ന ചില അടിമജൻമങ്ങൾ ഈ മണ്ണിൽ ആനകളുടെ രൂപത്തിലും ജനിച്ചുജീവിക്കുന്നുണ്ടാകാം. ഇനിയൊരു ജൻമമുണ്ടെങ്കിൽ പൂരത്തിടമ്പ് തലയിൽവയ്ക്കാൻ സുകൃതംചെയ്തവനായിത്തന്നെ ജനിക്കണമെന്ന് ആഗ്രഹിച്ച് അന്ത്യശ്വാസം വലിച്ചവരുണ്ടാകാം. പക്ഷേ, ഈ നന്തിലത്ത് ഗോപാലകൃഷ്ണൻ ഇനിയൊരു ജൻമമുണ്ടെങ്കിൽ ഒരിക്കലും ഒരാനയായി പിറക്കാൻ പ്രാർഥിക്കുകയില്ല. അഥവാ അങ്ങനെയൊന്ന് ആഗ്രഹിച്ചാൽ, സംഭവിച്ചാൽ അന്ന് ഈ ഭൂമിമലയാളത്തിന്റെ രൂപവും ഭാവവും ഇമ്മട്ടിലായിരിക്കില്ല!'

***

പാമ്പാടി രാജൻ

സ്വന്തം ദേശത്തിന്റെ നാമം അതിർത്തികൾക്കപ്പുറമെത്തിച്ച ലക്ഷണയുക്തൻ

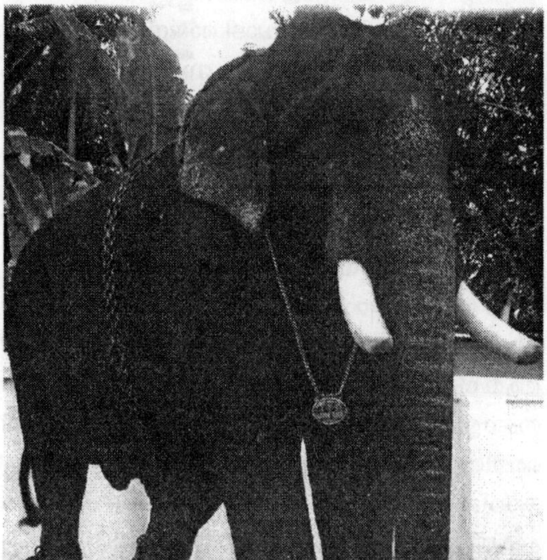

▼ പാമ്പാടി രാജൻ

കേരളത്തെപ്പോലെ ആനകളെ ഇത്രകണ്ട് കാര്യഗൗരവത്തോടെ സംരക്ഷിക്കുകയും പരിപാലിക്കുകയും ചെയ്യുന്ന മറ്റൊരു നാടുമില്ല. ഇന്ത്യയിലെന്നല്ല, ലോകത്തൊരിടത്തും ആനയേയും ആനക്കമ്പത്തേയും ലഹരിയായി നെഞ്ചേറ്റി ലാളിക്കുന്ന മറ്റൊരു ജനതയുമുണ്ടാവില്ല. ഇന്ന് ഇന്ത്യയിൽ ആനകളുടെ ഏറ്റവും നല്ല വിപണിയും കേരളമാണ്. അഴകും ലക്ഷണവുമൊത്ത ഗജവീരൻമാർക്കുവേണ്ടി ലക്ഷങ്ങൾ വാരിയെറിയുന്നതിന് ആനക്കമ്പക്കാരായ മലയാളികൾക്ക് നൂറു മനസ്സാണ. അങ്ങനെ ആരും കണ്ണുവയ്ക്കുന്ന ഒരു ഗജരാജൻ, മോഹിക്കുന്ന ഒരു ആനക്കേമൻ; അവൻ നമ്മുടെ ഞാറ്റുവേലയുടെ കൂടപ്പിറപ്പായ സഹ്യപുത്രൻ തന്നെയാണെങ്കിലോ; ആ കമ്പം പറയുകയും വേണ്ട. അങ്ങനെ, നമ്മുടെ നാടനാനകളുടെ ഗണത്തിലെ ലക്ഷണോത്തമനും മാതംഗശാസ്ത്രം അനുശാസിക്കുന്ന ലക്ഷണത്തികവുകളുടെ കല്ലിൽ കൊത്തിവച്ച പ്രതിരൂപവുമാണ് പാമ്പാടി രാജൻ. എല്ലാവിശേഷണങ്ങൾക്കും മേലെ തലയുയർത്തിനിൽക്കും ഇവന്റെ ആനച്ചന്തം.

ഇന്ന് കേരളത്തിലെ നാടൻ ആനകളിൽ, ചെറുപ്പക്കാരുടെ തലമുറയിൽ ഏറ്റവും പേരും പെരുമയും നേടിയ രണ്ടാനകളാണ് പാമ്പാടി രാജനും തിരുവമ്പാടി ശിവസുന്ദറും. ഇതിൽ ശിവസുന്ദർ, ഇടക്കാലത്ത് കേരളം കണ്ടിട്ടുള്ളതിൽവച്ച് ഏറ്റവും വലിയ വിലയ്ക്കു നടന്ന ഒരു ആനക്കച്ചവടത്തിലെ കഥാപാത്രമാണ്. കേരളത്തിൽ ആനകളുടെ വില കുതിച്ചുയരാൻ ഇടയാക്കിയ ആ ആനക്കച്ചവടത്തിന് മുൻപും പിൻപുമായി പലരും പാമ്പാടി രാജനെ കണ്ണെറിഞ്ഞിട്ടുണ്ട്. കേട്ടാൽ ഞെട്ടുന്ന മോഹവിലകൾ ചൊല്ലി ഇവനെ സ്വന്തമാക്കാൻ ശ്രമിച്ചിട്ടുണ്ട്. പക്ഷേ, വിലമതിക്കാനാവാത്ത കിട്ടാക്കനിയായി രാജനാന പിന്നെയും അവരെയെല്ലാം മോഹിപ്പിച്ചുകൊണ്ടേയിരിക്കുമ്പോൾ, ആനയുടമയായ ബേബിച്ചായൻ എന്ന എം. എ. തോമസ് അതുകണ്ട് ചിരിക്കും.

പത്തടിയോടടുത്ത ഉയരവും മുപ്പതിനുമുകളിൽ മാത്രം പ്രായവുമുള്ള രാജനാന കോട്ടയം പാമ്പാടി സ്വദേശിയായ മൂടങ്കല്ലിൽ ബേബിയെന്ന എം.എ.ബേബിയുടെ സ്വന്തവും സ്വകാര്യ അഹങ്കാരവുമാണ്. കോടനാട് ആനക്കളരിയുടെ എക്കാലത്തേയും മികച്ച വാഗ്ദാനമെന്നു വിശേഷിപ്പിക്കാവുന്ന രാജനെ, 1977-ലെ ലേലത്തിലാണ് ബേബിച്ചായൻ സ്വന്തമാക്കുന്നത്. പല പ്രായത്തി

ലുള്ള പന്ത്രണ്ടോളം ആനകളുണ്ടായിരുന്ന ആ ലേലത്തിൽ രാജനെ സ്വന്തമാക്കിക്കൊണ്ട് നല്ല നേരത്ത് ആനക്കച്ചവടത്തിലും ആനവളർത്ത ലിലും പ്രവേശിച്ച ബേബി, അതിനുശേഷം ഏതാണ്ട് അമ്പതോളം ആനകളെ വാങ്ങുകയും വിൽക്കുകയും ചെയ്തിട്ടുണ്ട്. പക്ഷേ, ആദ്യമായി വലതുകാൽ വച്ച് തന്റെ വീട്ടിലേക്കു കയറിവന്ന കൊച്ചാനയെമാത്രം വിലപേശുവാൻ ഇന്നോളം ആരെയും അനുവദിച്ചിട്ടില്ല. എന്തെന്നാൽ മൂടങ്ക ല്ലിൽ ബേബിക്ക് തന്റെ കൊച്ചാന ആത്മാവിന്റെ ഭാഗമായ ആദ്യത്തെ കൺമണി തന്നെയാണ്.

ആനലേലത്തിൽ ആദ്യമായി പങ്കെടുക്കാൻ എത്തിയ ബേബിക്ക് ഒറ്റ നോട്ടത്തിൽ തന്നെ ഒരു മൂന്നുവയസ്സുകാരൻ ആനക്കുട്ടിയെ പെരുത്തിഷ്ട മായി. ഒപ്പം മറ്റുപലർക്കും. വാശിയേറിയ ലേലം വിളി മുറുകി. ആരും പിന്നോട്ടുപോകുന്ന ലക്ഷ ണമില്ല. ഒടുവിൽ ഇരുപത്തിനാലായിരത്തിലധി കംവരുന്ന തുകയ്ക്ക് ലേലം ഉറപ്പിച്ച് കുഞ്ഞുരാ ജനേയും വഹിച്ചുകൊണ്ട് ബേബിയുടെ ജീപ്പ് മല യിറങ്ങി.

വീട്ടിലെത്തിയ കുട്ടിക്കുറുമ്പൻ വീടിനകത്തും പുറത്തുമെല്ലാം ഒരേപോലെ ഓടിത്തിമിർക്കും. സ്വതവേ ഗൗരവക്കാരനായ ബേബിച്ചായനടുത്ത് വലിയ കളിതമാശകൾക്ക് നിൽക്കാറില്ലെങ്കിലും കുടുംബനാഥയായ ലീലാമ്മച്ചേട്ടത്തിയുടേയും മക്കളുടേയും അടുത്താണ് അവന്റെ വിക്രിയകൾ മുഴുവൻ ചെലവാക്കാറ്. കളിയും കുസൃതിയും അതിരുകടക്കുമ്പോൾ ബേബി "കൊച്ചാനേ" യെന്ന് ഒന്നുകനപ്പിച്ച് വിളിക്കും. അതോടെ അവൻ പൂച്ചക്കുട്ടിയാവും. അന്നും ഇന്നും പാമ്പാടി രാജൻ ഉടമയായ ബേബിക്ക് കൊച്ചാന യാണ്. ഇന്ന് ഇവൻ എന്തിനുംപോന്ന ആണൊ രുത്തനുമായിട്ടും ബേബിച്ചായന്റെ 'കൊച്ചാനേ' യെന്ന വിളിക്ക് മാത്രം മാറ്റമില്ല.

തൃശ്ശൂർപ്പൂരത്തിന് പാറമേക്കാവ്-തിരുവമ്പാടി വിഭാഗങ്ങളുടെ തിടമ്പേന്തുന്നത് അതാതുകൂട്ട രുടെ സ്വന്തം ആന തന്നെയായതിനാൽ, ആ ആനകളുടെ ഏറ്റവും അടുത്തുചേർന്നു നിലയു റപ്പിക്കുവാനാണ് മറ്റുള്ള ആനകളുടേയും ഉടമക ളുടേയും മത്സരം. ഈ അടുത്തകാലത്ത്, എഴു ന്നെള്ളിപ്പാനയുടെ വലത്തേകൂട്ടോ ഇടത്തേ കൂട്ടോ ആയി പൂരത്തിന് തന്റെ ആന ഇടംപിടി ക്കുവാൻവേണ്ടി അരലക്ഷത്തോളം രൂപ വേണ്ട പ്പെട്ടവരുടെ മുന്നിൽ വീശുവാൻ തയ്യാറായ ഉടമ കൾപോലുമുണ്ടത്രെ! ഒപ്പം മന്ത്രിതലം മുതലുള്ള ശുപാർശയും. തൃശ്ശൂർപ്പൂരം കേരളത്തിലെ ആന കൾക്ക് ഒളിമ്പിക്സാണ്. അതിൽ പങ്കെടുക്കാൻ കഴിയുന്നതുതന്നെ ഒളിമ്പിക്സ് സ്വർണത്തിനും അപ്പുറമാണെങ്കിൽ, പാമ്പാടി രാജന് ആ സ്വർണം അപ്പാടെ തൂത്തുവാരാനുള്ള സൗഭാഗ്യമുണ്ടായി ട്ടുണ്ട്.

2001-ലെ പൂരത്തിൽ പ്രശസ്തമായ മഠത്തിൽ വരവിന് എഴുന്നെള്ളിക്കുന്ന മൂന്നാനയിൽ ഒരുവ നായി തിരുവമ്പാടി വിഭാഗം ഇവനെ തിരഞ്ഞെ ടുക്കുന്നതോടെയാണ് രാജന്റെ ജാതകത്തിനു മേൽ പേരിന്റേയും പെരുമയുടേയും വെള്ളിവെ ളിച്ചം ആദ്യമായി പതിയുന്നത്. എന്നാൽ, 2002 ആയപ്പോഴേക്കും പാറമേക്കാവുകാർ ഇവനെ തങ്ങളുടെ തട്ടകത്തിനുവേണ്ടി വലവീശിക്കഴി ഞ്ഞിരുന്നു. 2002-ലെ പൂരത്തിന് പാറമേക്കാവു കാരുടെ സ്വന്തം ഗജരാജനായ ശ്രീപരമേശ്വരന് പകൽപ്പൂരം കഴിഞ്ഞ് അസ്വാസ്ഥ്യം അനുഭവപ്പെ ട്ടു. അപ്പോൾ രാത്രി എഴുന്നള്ളിപ്പിന് ആ തിടമ്പ് ആരാണ് വഹിക്കുകയെന്നതായി എല്ലാ മനസ്സു കളിലേയും ചോദ്യം. ഉയരത്തിനൊപ്പം ആനയുടെ ലക്ഷണത്തികവിനും മേൽക്കൈ നൽകുന്ന തൃശ്ശൂർകാർക്ക് ആ പൊൻതിടമ്പ് പാമ്പാടി രാജ നെന്ന ലക്ഷണോത്തമന്റെ ശിരസിലേക്കാവാഹി ക്കാൻ കൂടുതലൊന്നും ആലോചിക്കേണ്ടിവന്നില്ല.

തൃശ്ശൂർപ്പൂരത്തിന്റെ പൊൻതിടമ്പ് തലയിലേ ന്തിയ ആ സുവർണ മുഹൂർത്തം, അക്ഷരാർഥ ത്തിൽ പാമ്പാടി രാജൻ എന്ന ഗജവീരന്റെ കിരീ ടധാരണച്ചടങ്ങായി മാറുകയായിരുന്നു. കേരള ത്തിലെ ആയിരക്കണക്കായ നാട്ടാനകളുടെ വരും കാലചക്രവർത്തി ഇവൻ തന്നെയെന്ന് ഒരു ദേശം മുഴുവൻ ഒറ്റമനസ്സോടെ പ്രഖ്യാപിച്ച അപ്രതീ ക്ഷിത സന്ദർഭം! അവിടെ നിന്നും പാമ്പാടി രാജന്റെ ജൈത്രയാത്ര ആരംഭിക്കുന്നു.

പാമ്പാടി മഞ്ഞാളി ക്ഷേത്രത്തിലാണ് ആദ്യ മായി രാജനെ എഴുന്നെള്ളിക്കുന്നത്. ഇന്ന് രാജ

▶ പാമ്പാടി രാജൻ: അവഗണിക്കാനാകാത്ത ആനച്ചന്തം

നില്ലാതെ പ്രശസ്തമായ പൂരങ്ങളും ഉത്സവങ്ങളും പൂർണമാവില്ലെന്ന അവസ്ഥയാണ്. 2001-ൽ 101 എഴുന്നെള്ളിപ്പുകളിൽ പങ്കെടുത്ത രാജൻ 2003-ൽ 119 ഉത്സവങ്ങളിലാണ് കാശുവാരിയത്.

ഇന്ന് നാടുമുഴുവൻ പേരെടുത്ത രാജനാനയ്ക്കും, തടിമില്ലുകളിലും കൂപ്പുകളിലും ചോര നീരാക്കിയ പൂർവകാലമുണ്ട്. അന്നിവൻ ഇത്രയ്ക്കൊന്നുമായിട്ടില്ല. ഒരു ശരാശരി ആന. എത്ര സ്നേഹനിധിയായ ഉടമയാണെങ്കിലും തന്റെ തീറ്റയ്ക്കുള്ളവക താനായിത്തന്നെ കണ്ടെത്തണമെന്ന രാജന്റെ വാശിയോ അതോ ഉടമയുടെ താത്പര്യമോ, അത് എങ്ങനെയായാലും അവസാനം അവൻ കർണാടകത്തിലെ തടികൂപ്പുകളിൽ എത്തി. എല്ലാ ലക്ഷണങ്ങളും തികഞ്ഞ ഒരു ഗജരാജൻ തടിമില്ലിൽ പണിയെടുത്ത് ജന്മം പാഴാക്കുകയാണെന്നറിഞ്ഞ് ആനയുടമകൂടിയായ ചെറായി സ്വദേശി ബാലൻ മാഷാണ് ഏഴെട്ട് വർഷം മുമ്പ് കർണാടകത്തിൽ നിന്നും ഇവനെ ക്ഷണിച്ചുവരുത്തുന്നത്.

നല്ല ആനയെ കണ്ടാൽ കണ്ണും മിഴിച്ച് വായും പിളർന്ന് നോക്കിനിന്നു പോകുന്ന ആനക്കമ്പക്കാർക്കിടയിലേക്ക് രാജൻ ചെന്നിറങ്ങേണ്ട താമസമേ ഉണ്ടായിരുന്നുള്ളൂ. ലക്ഷണങ്ങളെല്ലാം അച്ചട്ടായ കരിവീരനെ അവർ നെഞ്ചിലേറ്റി ലാളിക്കുകതന്നെ ചെയ്തു. ഒരിക്കൽ തന്റെ തട്ടകത്തിൽ വന്നിറങ്ങിയ രാജനെ പിന്നീടൊരിക്കലും ബാലൻ മാഷ് തടിപ്പണിയുടെ അടിമലോകത്തേക്ക് തിരിച്ചയച്ചിട്ടില്ല. തടിപ്പണിക്കെന്നല്ല, ഉടമയുടെ വീട്ടിലേക്കുപോലും ബാലൻമാഷ് നല്ല നേരംനോക്കി മാത്രമേ രാജനെ അയയ്ക്കാറുള്ളൂ എന്നൊരു ഏഷണിയും ആനലോകത്തെ മറ്റു കക്ഷികൾക്കുണ്ട്. കാരണം, തന്റെ അക്ഷയനിധിയെ മറ്റാരെങ്കിലും റാഞ്ചിയെടുത്താലോ എന്ന ഉൾഭയം! പൊൻമുട്ടയിടുന്ന ആനയെ കൈവിട്ടുകളയാൻ ബാലൻമാഷെന്നല്ല ബുദ്ധിയും ബോധവുമുള്ള ആരും തയ്യാറാവില്ല.

കാഴ്ചയിൽതന്നെ തെല്ല് മുൻകോപിയെന്ന് തോന്നിപ്പിച്ചേക്കാവുന്ന രാജൻ പ്രവൃത്തിയിലും മോശക്കാരനല്ല. 'ഞാൻ ആനയാണ്' എന്നൊരു പ്രഖ്യാപനവും വെല്ലുവിളിയും ശ്രദ്ധിച്ചുനോക്കി

യാൽ ഇവന്റെ കണ്ണുകളിൽ നിന്നുതന്നെ വായിച്ചെടുക്കാം. അവകാശവും സ്വാതന്ത്ര്യവുമുള്ളവർ ഒഴികെ മറ്റാരും അത്ര അടുത്തിടപഴകുന്നതും അധികസ്വാതന്ത്ര്യം എടുക്കുന്നതും ഇഷ്ടമുള്ള കൂട്ടത്തിലല്ല രാജൻ.

ഭക്ഷണപ്രിയനായ രാജൻ ആരുടെ കൈയിൽ നിന്നും തീറ്റയും തൊടുമധുരവുമൊക്കെ സ്വീകരിച്ചെന്ന് വരും. പക്ഷേ, ആ അവകാശവും പറഞ്ഞ് അധികാരം കാണിക്കാൻ ചെന്നാൽ എപ്പോഴാണ് തരംമാറുന്നതെന്നറിയില്ല. നല്ല ബുദ്ധിയിൽ തന്നെ ഗൗരവക്കാരനായ രാജന്റെ മദപ്പാടുകാലത്തെ വിക്രിയകൾ കാണേണ്ടതുതന്നെയാണ്. ഒന്നാം പാപ്പാനൊഴികെ ഒരു മനുഷ്യജീവിയും ഏഴയലത്തുപോലും വരുന്നത് ഇഷ്ടമല്ലാത്ത ആന, ആ നേരങ്ങളിൽ ഒരാൾ ഉയരത്തിൽവരെ അമരം എന്ന പിൻകാലുകൾ ഉയർത്തി തൊഴിക്കുമത്രെ! നീരുകാലത്ത് രാജനെ കെട്ടാറുള്ള പറവൂരിനടുത്തെ തട്ടാംപടിയിലുള്ള ഒരു മനയിൽ അവന്റെ വിക്രിയകൾ കാണാൻ തടിച്ചുകൂടുന്ന ജനം ആലുവാ-പറവൂർ റൂട്ടിലെ ഗതാഗതംപോലും തടസ്സപ്പെടുത്തിയ സന്ദർഭങ്ങളും വിരളമല്ല.

പല ആനകൾക്കും കൊലയാളിയെന്ന പേര് വീഴാത്തത് അവരുടെ ജാതകഗുണംകൊണ്ട് കൂടിയാവാം. രാജന്റെ പേരിലും ഇന്നോളം അത്തരം കടുംകൈകളുടെ കുറ്റച്ചാർത്തലുകൾ ഉണ്ടായിട്ടില്ല. എങ്കിലും ചില നേരങ്ങളിൽ ഇവനും പ്രശ്നക്കാരനാകാറുണ്ട്.

മദപ്പാടിന്റെ ഭ്രാന്തിൽ നല്ല ഓർമകൾ മുഴുവൻ വിസ്മരിക്കുകയും ചീത്ത വിചാരങ്ങൾ ഒന്നാകെ തിരയടിച്ചാർത്ത് ഉരുണ്ടുകൂടുകയും ചെയ്യുന്ന ആനയുടെ മനസ്സ്, മദപ്പാട് കഴിയുമ്പോൾ അനുസരണയുടെ പാഠങ്ങളും പാപ്പാനോടുള്ള വിധേയത്വവുമെല്ലാം വിസ്മരിച്ചിട്ടുണ്ടാകാം. അതിനാൽ മദപ്പാടു കഴിഞ്ഞ് അഴിക്കുമ്പോൾ പാപ്പാൻമാർക്ക് മാറ്റമില്ലെങ്കിൽകൂടി അനുസരണയുടെ ഓർമപ്പെടുത്തലുകളുമായി കെട്ടിയഴിക്കലെന്ന അത്യാവശ്യം മർദ്ദനമുറകൾ പുറത്തെടുക്കേണ്ടിവരും. പക്ഷേ, ആനയുമായുള്ള സഹവാസത്തിൽ നിന്നും ഉരുത്തിരിയുന്ന വിശ്വാസത്തിൽ മദപ്പാടു കഴിഞ്ഞ് അഴിക്കുമ്പോൾ ചില പാപ്പാൻമാർ മർദ്ദനമുറകൾക്ക് മുതിരാറില്ല. ഒരിക്കൽ മദപ്പാടു കഴിഞ്ഞ് അഴിക്കുമ്പോൾ അന്നത്തെ ഒന്നാം പാപ്പാനായിവന്ന സാജൻ കാര്യമായ മർദ്ദനങ്ങൾക്കും ഓർമപ്പെടുത്തലുകൾക്കും തുനിഞ്ഞതുമില്ല.

പള്ളത്താംകുളങ്ങരയിൽ വച്ച് ആനയെ കെട്ടിവാറാക്കാൻ മുന്നിൽചെന്നതായിരുന്നു സാജൻ. അപ്പോഴാണ് കൊച്ചുവർത്തമാനവുമായി ഒരാൾ അങ്ങോട്ടെത്തുന്നത്. വറ്റുനീരിന്റെ കലിപ്പ് കെട്ടടങ്ങിയിട്ടില്ലാതിരുന്ന ആന അയാളോടുള്ള ദേഷ്യം തീർത്തത് പാപ്പാന്റെ നേർക്കും. പറഞ്ഞ നേരംകൊണ്ടാണ് ആന സാജനെ തുമ്പികൊണ്ട് തട്ടിവീഴ്ത്തി കുത്താനാഞ്ഞത്.

ആനപ്പണിപോലെ ഇത്രയും അനിശ്ചിതത്വം നിറഞ്ഞ മറ്റൊരു തൊഴിൽരംഗവും ലോകത്തുണ്ടാവില്ല. അവിടെ ആയുസ്സിന്റെ ബലവും വീട്ടിലിരിക്കുന്നവരുടെ പ്രാർഥനകളും മാത്രമേ ആനപാപ്പാന്മാർക്ക് തുണയാകാറുള്ളൂ. പേരുകേട്ട ഗജരാജാക്കന്മാരുടെ വന്യസൗന്ദര്യത്തിനുമുന്നിൽ മതിമറന്നു നിൽക്കുന്ന നമ്മൾ പൊതുജനം, ഒരു ചാൺവയറിനുവേണ്ടി എന്തിനുംപോന്ന ഒരു വന്യമൃഗത്തേയുംകൊണ്ട് ജനമധ്യത്തിലേക്കിറങ്ങുന്നവരുടെ അടിവയറ്റിലെ ആന്തൽ ഒട്ടും തിരിച്ചറിയാറില്ലെന്നത് സത്യാൽ സത്യം.

പതിനെട്ടാം വയസ്സിൽ ആനപ്പണിയുടെ ലോകത്തെത്തിയ സാജൻ രാജനോടൊപ്പം നാലു വർഷത്തിലേറെ നിന്നു. കങ്ങഴ സ്വദേശി രാമൻനായർ എന്ന പാപ്പാനാണ് ഏറ്റവുമധികംകാലം രാജനെ വഴിനടത്തിയിട്ടുള്ളത്. പിന്നീട് കുറേക്കാലം ആ മനുഷ്യന്റെ മക്കളും ഇവന് തുണയായി.

ബേബിയുടെതന്നെ സ്വന്തവും ഉത്തർപ്രദേശിൽ ജനിച്ചവനുമായ സുന്ദരൻ എന്ന ആനയുമായുള്ള പാമ്പാടി രാജന്റെ സൗഹൃദത്തിനും പതിറ്റാണ്ടുകളുടെ പഴക്കമുണ്ട്. എഴുന്നെള്ളിപ്പിന്റെ വേളകളിൽ ഒഴികെ എപ്പോഴും ചാഞ്ചാടിക്കൊണ്ടിരിക്കുന്ന സ്വഭാവമുള്ള രാജനെ അപേക്ഷിച്ച് പാമ്പാടി സുന്ദരൻ ആള് ഗൗരവക്കാരനാണ്. എടുത്തുചാട്ടത്തിനൊന്നും അവനെ കിട്ടില്ല. പാമ്പാടി രാജനെപ്പോലെ പാമ്പാടി സുന്ദരനും

▼ പാമ്പാടി സുന്ദരൻ

സ്വന്തം മേൽവിലാസത്തിലേക്ക് നീങ്ങുകയാണ്.

വാർധക്യത്തിനും രോഗത്തിനും ആനയുടമ ബേബിച്ചായനും പാമ്പാടി രാജനുമായുള്ള ആത്മ ബന്ധത്തെ കീറിമുറിക്കാനാവില്ല. മക്കളും ഇതു പോലെ ആനയെ സ്നേഹിക്കുമോ? അവരും തന്നെപ്പോലെ ഇവനെ കൈവിടാതെ സൂക്ഷിക്കു മോ? എന്നിങ്ങനെയുള്ള ചോദ്യങ്ങളാവാം ബേ ബിച്ചായനെ ഇപ്പോൾ അലട്ടിക്കൊണ്ടിരിക്കുന്നത്.

എല്ലാവരുടേയും മോഹപുഷ്പമായി നാടുവാ ഴാൻ പിറവികൊണ്ട ജന്മമാണ് പാമ്പാടി രാജൻ. വളർച്ചയുടെ പടവുകൾ ഇനിയും ബാക്കിയുള്ള ഈ യുവസുന്ദരനെ സാംസ്കാരിക കേരളം കൂടു തൽ മോഹിക്കാനിരിക്കുന്നതേയുള്ളൂ. വാലിന്റെ ചെറിയൊരു വളവ് മാത്രമാണ് പാമ്പാടി രാജനിൽ കണ്ടെത്താനാവുന്ന ഏക ലക്ഷണക്കുറവ്. കരി ങ്കറുപ്പ് നിറവും വാലിന്റെ ചെറിയ വളവുമാണ് കോടനാട്ടുനിന്നും നൽകിയ വനംവകുപ്പ് രേഖ കളിൽ ഇവന്റെ അടയാളങ്ങളായി രേഖപ്പെടുത്തി യിട്ടുണ്ടായിരുന്നത്.

ലക്ഷണത്തികവുകളുടെ പാഠപുസ്തകമെന്ന് വിശേഷിപ്പിക്കാവുന്ന ഇവനെ കണ്ണുവച്ച് പലരും പലവട്ടം ബേബിയുടെ മുന്നിൽ ചെന്നിട്ടുണ്ട്. എന്തുവില പറഞ്ഞാലും കിട്ടില്ലെന്ന മുന്നനുഭവ ങ്ങളുടെ വെളിച്ചത്തിൽ വില നിശ്ചയിക്കുവാ നുള്ള സ്വാതന്ത്ര്യം പൂർണമായും ബേബിക്ക് വിട്ടു കൊടുത്തുകൊണ്ട് അവർ പഞ്ചപുച്ഛമടക്കി കാത്തിരിക്കും. പക്ഷേ, ബേബി വില പറയില്ലെന്നു മാത്രമല്ല അവരെക്കൊണ്ട് പറയിക്കുകയുമില്ല. പിന്നെയും പണമെറിഞ്ഞ് കണ്ണു മഞ്ഞളിപ്പിക്കാൻ നിൽക്കുന്നവരെ ചിലപ്പോഴൊക്കെ ശല്യം സഹി ക്കവയ്യാതെ ആട്ടിയിറക്കേണ്ടിയും വന്നിട്ടുണ്ട്.

മുറി നിറയെ സ്വർണം അപ്പുറത്തിരിക്കു മ്പോൾ, ചെയ്യുന്ന തൊഴിലിനോട് ആത്മാർഥത യുള്ള ഒരു കള്ളന് കിടന്നാൽ ഉറക്കം വരില്ലെന്ന് പറഞ്ഞതുപോലെയാണ് പാമ്പാടി രാജനും തൃശ്ശൂ രുകാരുമായുള്ള ഇടപാട്. അവർ ഈ ആനച്ച ന്തത്തെ കോട്ടയംകാരന്റെ കുത്തകയിൽ നിന്നും മോചിപ്പിക്കുവാൻ കൊണ്ടുപിടിച്ച ശ്രമം ആരംഭി ച്ചിട്ട് നാളുകളേറെയായി.

നൂറുകണക്കിന് ആനകളെ താരതമ്യം ചെയ്യു മ്പോൾ ആരിലും അദ്ഭുതമുണ്ടാക്കുന്ന ഒന്നാണ് പാമ്പാടി രാജന്റെ നിലം കൈയടി. നിലത്തിഴ യുന്ന തുമ്പിക്കൈകൊണ്ട് ചെമ്പുകുടം നിലത്ത ടിക്കുംപോലെ ഇവൻ ഉണ്ടാക്കുന്ന ആംഗ്യവും ശബ്ദവും കണ്ടും കേട്ടും നിൽക്കുന്നതുതന്നെ രസമാണ്. ആനപാപ്പാൻ വടിയെടുക്കുമ്പോഴുള്ള മുൻകൂർ ജാമ്യമാണ് പലപ്പോഴും ഈ നിലം കൈയടി; അല്ലെങ്കിൽ എന്തിനോടെങ്കിലുമുള്ള നീരസപ്രകടനം!

രാജന്റെ പാപ്പാനായിരുന്ന സാജനെക്കുറിച്ച് ചിലത് പറയാനുണ്ട്. ഏതാണ്ട് നാലുവർഷത്തി ലേറെ സാജനും രാജനുമായുള്ള ജോഡിപ്പൊ രുത്തം നീണ്ടുനിന്നു. ഒരിക്കൽ നീരിൽനിന്നുമ ഴിച്ച് ഏതാനും ദിവസത്തിനുള്ളിൽ പാമ്പാടി രാജ നിൽ നിന്നും കാര്യമായൊരു ഭീഷണി സാജൻ നേരിടുകയുണ്ടായി. അന്ന് കഷ്ടിച്ച് രക്ഷപ്പെടു കയായിരുന്നു.

പാമ്പാടി രാജന് കുത്തേണ്ടതുപോലെ

കുത്താനറിയില്ല എന്നതാണ് സത്യം. അതുകൊണ്ടുതന്നെ രാജന്റെ പാപ്പാന്മാർ പലപ്പോഴും മുടിനാരിഴ വ്യത്യാസത്തിലെങ്കിലും രക്ഷപ്പെടും. ദേഷ്യം വന്നാൽ കോരിയൊരേറാണ്. ആ ഏറിനുള്ളിൽ കൊമ്പുകൊണ്ടുള്ള അടി കിട്ടാതിരുന്നാൽ രക്ഷപ്പെട്ടു. ആദ്യത്തെ ദേഷ്യം ഒറ്റനിമിഷംകൊണ്ടുതന്നെ അടങ്ങുകയും ചെയ്യും. രാജനു മാത്രമല്ല, വീണ്ടെടുത്ത കൊമ്പുള്ള ആനകളിൽ നല്ലൊരു ശതമാനത്തിനും അവർ വിചാരിക്കുന്നപോലെ പെട്ടന്ന് കുത്താൻ കഴിയാറില്ല. അത് വളഞ്ഞ കൊമ്പുകളുടെ പ്രത്യേകതയാണ്. കൊമ്പുചേർത്തുവച്ച് ചതയ്ക്കാനാവും പിന്നെയവരുടെ ശ്രമം.

വല്ലപ്പോഴുമൊരിക്കലുള്ള ഉരുൾപൊട്ടലുകളുടെ കൂലംകുത്തിയൊഴുക്കുപോലെയായിരുന്നു സാജനും രാജനുമായുള്ള ബന്ധം. ഇണങ്ങിയും പിണങ്ങിയും മുന്നോട്ടുപോയിരുന്നെങ്കിലും അതൊരിക്കലും പ്രശ്നമാകാറില്ലായിരുന്നു. കേരളം മുഴുവൻ അറിയപ്പെട്ടിരുന്ന ആ ജോഡിപ്പൊരുത്തത്തിന് വിരാമമിട്ടുകൊണ്ട് സാജൻ ഒടുവിൽ പാമ്പാടി രാജനോട് വിടപറയാൻ നിർബന്ധിതനായി. പക്ഷേ അതിന്റെ കാരണം, ഒരിക്കലും രാജനെന്ന വില്ലാളിവീരനിലുള്ള ആശങ്കയും ഭയവും ആകാൻ ഇടയില്ല. എന്തെന്നാൽ ജീവനിലുള്ള കൊതികൊണ്ട് അങ്ങനെ പണിമതിയാക്കി രക്ഷപ്പെടുവാനായിരുന്നെങ്കിൽ സാജനത് എന്നേ ആകാമായിരുന്നു.

രാജനെ വിട്ടുപോയ സാജനെക്കുറിച്ച് പിന്നീട് കേൾക്കുന്നത് അയാൾ മരിച്ചെന്നാണ്. കർണാടകത്തിലെ കുടകിനടുത്തുവച്ച് കോട്ടയം പാപ്പാലപ്പറമ്പ് കുടുംബത്തിന്റെ പുതുപ്പള്ളി അർജുനൻ എന്ന ആന സാജനെ കൊലചെയ്യുകയായിരുന്നു. 2006 ജൂലൈ പതിനഞ്ച് വെള്ളിയാഴ്ച വൈകിട്ട് അഞ്ചരയോടെയാണ് അത്യാഹിതമുണ്ടാകുന്നത്. മംഗലാപുരത്തുള്ള ഒരു സ്വകാര്യാശുപത്രിയിൽ പ്രവേശിക്കപ്പെട്ടുവെങ്കിലും ഒമ്പതരയോടെ മരണമടഞ്ഞുവെന്നാണ് വീട്ടുകാർ അറിയുന്നത്.

കേരളത്തിൽ വച്ചാണ് സാജനെപ്പോലെ ആനക്കമ്പക്കാരുടെ ഇഷ്ടഭാജനമായ ഒരാനക്കാരന് അപകടമുണ്ടാകുന്നതെങ്കിൽ, നിമിഷങ്ങൾക്കുള്ളിൽ ആനപ്രേമികൾക്കിടയിൽ കാട്ടുതീപോലെ വാർത്ത പരക്കും. പക്ഷേ, അങ്ങകലെയുണ്ടായതും ഏതാനും പത്രങ്ങളിലെ മൂന്നുവരിയായി മാത്രം ചുരുങ്ങിയതുമായ ആ ദുരന്തവാർത്ത സാജനോട് ഏറെ അടുപ്പമുണ്ടായിരുന്നവർ പോലും സമയത്തിന് അറിഞ്ഞില്ലെന്നതാണ് വാസ്തവം.

നാടുവിറപ്പിക്കുന്ന ഗജപോക്രികളെ നാടറിയുന്ന ഗജരാജാക്കന്മാരായി പരിപാലിക്കുന്നതും മാറ്റിയെടുക്കുന്നതും ധൈര്യത്തിന്റെ പ്രതിരൂപങ്ങളായ ഒരുപറ്റം പാപ്പാന്മാരാണ്. ദേശദേശാന്തരങ്ങൾക്കപ്പുറം പുകഴ്പെറ്റ ഗജരാജാക്കന്മാരുടെ ചരിത്രം ആനപരിപാലനമെന്ന അപൂർവനിയോഗത്തിനായി ജീവനും ജീവിതവും ഉഴിഞ്ഞുവച്ച കുറേയേറെ മനുഷ്യരുടെ കഥകൂടിയാണ്. പക്ഷേ നമ്മൾ പാവം ആനപാപ്പാന്മാർക്ക് തിരിച്ചുനൽകുന്നതോ?

കുടകിലെ ആളും ആരവവുമൊഴിഞ്ഞ മരക്കുപ്പിന്റെ ഏതോ ഒരു കോണിൽ, ഒരഭിശപ്തനിമിഷത്തിൽ ആ ദുരന്തം അരങ്ങേറുമ്പോൾ ദൃക്സാക്ഷികളായിപ്പോലും അധികമാരും പരിസരത്തുണ്ടായിരുന്നില്ല. യാതൊരു പ്രകോപനവുമില്ലാതെ പെട്ടന്ന് ക്രുദ്ധനായ അർജുനൻ സാജനെ ചുഴറ്റിയെടുത്ത് ചവിട്ടുകയായിരുന്നെന്നാണ് പറയപ്പെടുന്നത്.

കേരളത്തിലെ ഉത്സവസീസൺ കഴിയുന്നതോടെ കുറേയധികം പാപ്പാന്മാരെങ്കിലും തങ്ങളുടെ ആനകളുമായി കർണാടകത്തിലെ തടിക്കൂപ്പുകളിലേക്ക് പോകാറുണ്ട്. അല്ലെങ്കിൽ നാട്ടിൽ തങ്ങൾ കൊണ്ടുനടക്കുന്ന ആന നീരിലാകുകയും നീരുകാലമെന്ന മദപ്പാടുകാലം സാമാന്യത്തിലധികം നീളുകയും ചെയ്താൽ അവർ കുടക് പോലുള്ള കർണാടകത്തിലെ തടിക്കൂപ്പുകളിൽ സ്ഥിരം തൊഴിലാളികളായ ഏതെങ്കിലും ഒരാനയുടെകൂടെ തൽക്കാലം പണിക്കു കയറുകയും ചെയ്യും.

ഉത്സവങ്ങൾ ഒഴിഞ്ഞുമാറുന്ന സീസണിലും ആനകളെക്കൊണ്ട് ഒന്നും ചെയ്യിക്കാൻ സാധിക്കാതെവരുന്ന മദപ്പാടുമാസങ്ങളിലും പലപ്പോഴും പ്രധാന ആനക്കാരനുപോലും കേവലം അമ്പതു

രൂപയാവും പ്രതിദിനം കിട്ടുന്നത്. ഇതുകൊണ്ടു കൂടിയാണ് ആനക്കാർ അത്തരം ഘട്ടങ്ങളിൽ അന്യസംസ്ഥാനങ്ങളിലെ തടിക്കൂപ്പുകളേയും പുതിയൊരാനയേയും ആശ്രയിക്കുവാൻ നിർബ ന്ധിതരാവുന്നത്.

സാഹസികതയും മനക്കരുത്തും തന്നെയായി രുന്നു എന്നും സാജന്റെ കൈമുതലും നീക്കിയി രിപ്പും. വലിയൊരു സ്വർണമാലയൊക്കെ കഴുത്തി ലിട്ട്, എപ്പോഴും ചിരിക്കുന്ന മുഖവുമായി പാമ്പാടി രാജന്റെ ഒപ്പത്തിനൊപ്പം നിൽക്കുന്ന പാപ്പാനെ ഒരിക്കൽ കണ്ടവർ മറക്കില്ല. രാജനെ സഭകളിലെ നടുനായകനാക്കുന്നതിലും അവനു കിട്ടേണ്ട പട്ടവും ചട്ടവുമെല്ലാം പിടിച്ചുവാങ്ങുന്നതിലും പല പ്പോഴും സാജൻ കൈവിട്ടകളികൾക്കുവരെ തയ്യാ റായിരുന്നു എന്നു പറഞ്ഞാൽ അതാണ് സത്യം.

തൃശ്ശൂർപ്പൂരത്തിന് പാമ്പാടി രാജനെ എഴുന്നെ ള്ളിക്കുന്നതിനും രാത്രിപൂരത്തിന്റെ തിടമ്പ് അവന്റെ ശിരസ്സിലേക്കെത്തിക്കുന്നതിനും കാരണ മായത് സാജൻ എന്ന പാപ്പാന്റെ ധൈര്യം മാത്ര മായിരുന്നു. പൂരസമയത്ത് മദപ്പാടിന്റെ സർവല ക്ഷണങ്ങളും പ്രകടമാക്കുന്ന പാമ്പാടി രാജനെ രണ്ടുംകൽപിച്ചാണ് സാജൻ പൂരപ്പറമ്പിലെ ലക്ഷോപലക്ഷങ്ങൾക്കു മുന്നിലേക്കു കൈപിടിച്ച് നടത്തിയിരുന്നത്.

സാജൻ ഒഴിഞ്ഞതിനുശേഷം രാജനെ പൂര ത്തിന് എഴുന്നെള്ളിക്കുവാൻ കഴിഞ്ഞിട്ടില്ല. എന്തെന്നാൽ അപ്പോഴേക്കും ആനയെ മദപ്പാടിൽ തളച്ചുകഴിഞ്ഞിരിക്കും.

പാമ്പാടി രാജനിൽ നിന്നും ഒഴിഞ്ഞ സാജനെ പിന്നീട് കാത്തിരുന്നത് ഒട്ടും മോശമല്ലാത്ത നിയോഗം തന്നെയായിരുന്നു. കേരളത്തിൽതന്നെ ഏറ്റവും വലിയ തലയും തുമ്പിയുമുള്ള, ഏതൊരു നാടനാനയേയും വെല്ലുന്ന ചന്തത്തിനുടമയായ ആനക്കരുത്തൻ എഴുത്തച്ഛൻ ശ്രീനിവാസന്റെ കൂടെയാണ് പിന്നീട് ജനം സാജനെ കാണുന്നത്.

പതിനെട്ടാമത്തെ വയസ്സിലാണ് സാജൻ പൂർണമായും ആനപ്പണിക്കായി ഇറങ്ങുന്നത്. ഏതുരംഗത്തുമെന്നപോലെ ആനപ്പാവിലും ചിലർക്കൊരു കൈപ്പുണ്യം ഉണ്ടാകും. അല്ലെ ങ്കിൽ ഒത്തുകിട്ടും. മറ്റുചിലർക്കാവട്ടെ, ആയുസ്സു മുഴുവൻ പനകയറുവാനും വലിയ കോലും മറ്റു സാമഗ്രികളുമെടുത്ത് മൂന്നാം പാപ്പാനും നാലാം പാപ്പാനുമൊക്കെയായി എന്നും ഒതുങ്ങിക്കൂടാനു മാകും വിധി.

രേഖാവാൻ, യുക്തിമാൻ, ബലവാൻ...

ഗജശാസ്ത്രപ്രകാരം മൂന്നുതരം പാപ്പാൻമാരുണ്ട്- രേഖാവാൻ, യുക്തിമാൻ, ബലവാൻ. രേഖാവാൻ മിക ച്ചതും യുക്തിമാൻ ശരാശരിയും ബലവാൻ ദോഷവു മാണ്.

രേഖാവാൻ: ആനയുടെ സുഹൃത്തും സംരക്ഷക നുമായ, എപ്പോഴും ആനയുടെ സ്വഭാവത്തിനനുസൃ തമായി പ്രവർത്തിക്കുന്ന പാപ്പാനാണ് രേഖാവാൻ. ഇദ്ദേഹം ആനയോട് സ്നേഹത്തോടെ പെരുമാറു കയും യഥാസമയം ആഹാരവും ജലവും നൽകു കയും ചെയ്യും.

യുക്തിമാൻ: യുക്തിക്കനുസരിച്ച് ആനയെ പരി ചരിക്കുന്നവരാണ് ഈ ഗണത്തിൽപ്പെടുന്ന പാപ്പാൻ മാർ. ഇവർ ആനയുടെ ഇഷ്ടങ്ങൾക്കൊപ്പം തങ്ങളുടെ സൗകര്യംകൂടി നോക്കി പ്രവർത്തിക്കുന്നവരാണ്. ആനയെ വരുതിക്കു നിർത്താൻ പ്രത്യേകം ശ്രദ്ധിക്കാ റുണ്ട്.

ബലവാൻ: തന്റെ ബലം മുഴുവൻ ആനയെ ദണ്ഡിച്ചു വരുതിയിലാക്കാൻ ഉപയോഗിക്കുന്ന പാപ്പാൻമാരാണ് ബലവാൻമാർ. ഇങ്ങനെയുള്ളവർ തങ്ങളുടെ ബുദ്ധിക്കും ശക്തിക്കും ശേഷിക്കുമനുസ രിച്ചേ പ്രവർത്തിക്കാറുള്ളു. ആനയ്ക്ക് കൃത്യമായി ഭക്ഷണം നൽകുന്നതിൽ ഇക്കൂട്ടർ ശ്രദ്ധാലുക്കളായി രിക്കില്ല. ആവശ്യമില്ലാതെ ആനയെ ശാസിക്കുന്നതും ഈ ഗണത്തിൽപ്പെടുന്നവരുടെ സ്വഭാവമാണ്.

ആനയെന്ന മഹാമേരുവിന്റെ കൊമ്പുംപിടിച്ച് ആണത്തത്തിന്റെ പ്രതിരൂപംപോലെ പുരുഷാര ത്തിന് മധ്യത്തിലേക്ക് നെഞ്ചുംവിരിച്ച് ചുവടുവ യ്ക്കുന്ന ഒന്നാം പാപ്പാനാവുകയെന്ന സ്വപ്നം ഒരഭിനിവേശമായി ഊതിക്കാച്ചിയിരുന്ന സാജൻ, അതിനുവേണ്ടി അനന്തമായി കാത്തിരിക്കുവാൻ തയ്യാറായിരുന്നില്ല. വെറ്റിലയും പാക്കും പിന്നെ പകരംവയ്ക്കാനില്ലാത്ത ആത്മധൈര്യവും ഗുരു ദക്ഷിണയായി സമർപിച്ച് ആനപ്പണിയെന്ന രണാ ങ്കണത്തിൽ സാജൻ ചുവടുറപ്പിച്ച് നിന്നപ്പോൾ, ആദ്യമാദ്യം കരതീർന്ന ആനക്കമ്പക്കാരും പിന്നെ പ്പിന്നെ ആനയുടമകളും അടക്കംപറഞ്ഞു- ഇവൻ

ആനക്കാരനാവാൻ പിറന്നവൻ!

ഒട്ടും താമസിയാതെ കാലം സാജനെ ഒന്നാം പാപ്പാന്റെ പടച്ചട്ടയണിയിച്ചു. ലക്കീപ്രസാദെന്ന ആനയിലാണ് സാജൻ ആദ്യം ഒന്നാം പാപ്പാനാവുന്നത്. ഒന്നാം ചട്ടക്കാരനായിക്കഴിഞ്ഞാൽ പിന്നെ ഒന്നാമന്മാരുടെ ഒന്നാമനാകുകയെന്നതായിരിക്കും ആനക്കാരന്റെ സ്വപ്നം. ലക്കീപ്രസാദിൽ നിന്നുള്ള ചുവടുമാറ്റം, ഒരു മാറ്റംതന്നെയായിരുന്നു.

തീപ്പൊരി ചിതറുന്ന ഒരടുപ്പിനരുകിൽ വെടിമരുന്ന് നിറച്ചുവച്ച കതിനാക്കുറ്റിയെന്നപോലെ, തൊട്ടാൽ പൊട്ടാനും പൊട്ടിക്കാനും പാകത്തിൽ ചോരതുടിക്കുന്ന പ്രായവുമായി പാമ്പാടി രാജൻ എന്ന ക്ഷുഭിതയൗവനം ഉത്സവകേരളത്തിന്റെ രുദ്രതാളമായപ്പോൾ, അവന്റെ കൊമ്പുംപിടിച്ച് ആ പടനയിക്കാൻ സർവസൈന്യാധിപനായി സാജനെത്തി. സത്യത്തിൽ പാമ്പാടി രാജന്റെ പാപ്പാൻ എന്ന നിലയിലാണ് രാമപുരംകാരൻ സാജൻ അംഗീകരിക്കപ്പെടുന്നതും അറിയപ്പെടുന്നതും. പാമ്പാടി രാജൻ കേരളത്തിലെ ആനവീര്യങ്ങളുടെ മുന്നണിപ്പോരാളിയെന്ന പേരും പെരുമയും ആർജിക്കുന്നതും സാജനോടൊപ്പമുള്ള ആ കൂട്ടുകെട്ടിലൂടെതന്നെ!

സാജൻ നാലാംക്ലാസുവരെയേ പഠിച്ചിട്ടുള്ളൂ. അല്ലെങ്കിൽ അതിനേ കഴിഞ്ഞുള്ളൂ. അതിനിടെ അച്ഛനുസംഭവിച്ച ഒരപകടംമുതലാണ് എല്ലാം മാറിമറിയുന്നത്. ചികിത്സയ്ക്കായി മാസങ്ങളോളം ആശുപത്രിയിൽ കിടക്കേണ്ടിവന്ന അവസ്ഥ. അമ്മയുംകൂടി ആശുപത്രിയിൽ നിൽക്കേണ്ടിവന്നപ്പോൾ ഇത്തിരിയില്ലാത്ത ആമ്പിള്ളേർ മാത്രം കൊച്ചുവീട്ടിൽ.

വിശപ്പും ഭക്ഷണവും ഏറ്റവും വലിയ സമസ്യയാകുമ്പോൾ സ്കൂളിൽപോക്കിന്റെ കാര്യമെല്ലാം എങ്ങനെ ശരിയാവാനാണ്? പോയാൽ പോയി, ഇല്ലെങ്കിൽ ഇല്ല എന്ന അവസ്ഥ. ഇതിനിടെ വീടിനടുത്തുള്ള പള്ളിയാമ്പുറം ക്ഷേത്രത്തിൽ ഉത്സവവുമെത്തി. ഉത്സവം വിളിച്ചറിയിച്ചുകൊണ്ട് ചങ്ങലകിലുക്കത്തിന്റെ വിളംബരജാഥകളുമായി ആനകളുമെത്തി. പണ്ടുതന്നെ ആനയെന്നുകേട്ടാൽ മറ്റെല്ലാം മറക്കുമായിരുന്ന പയ്യന്റെ വിശപ്പും ദാഹവുമെല്ലാം അതോടെ പറപറന്നു. ഊണും ഉറക്കവുമെല്ലാം പിന്നെ ആനകൾക്കും ആനക്കാർക്കുമൊപ്പം.

ആശുപത്രിയിൽ നിന്നും അച്ഛനമ്മമാർ മടങ്ങിയെത്തുമ്പോഴേക്കും സാജന്റെ പഠിപ്പും പാഠാവലിയുമെല്ലാം ആനകളുടെ അദ്ഭുതലോകം മാത്രമായി മാറിക്കഴിഞ്ഞിരുന്നു. ആരൊക്കെ വഴക്കുപറഞ്ഞാലും പറിച്ചുമാറ്റാനാവാത്തവിധം ആ ബാലന്റെ മനസ്സ് ആനയെന്ന ജീവിയോടും ആനപ്പാവെന്ന തൊഴിലിനോടും അത്രമേൽ ഒട്ടിച്ചേർന്നുകഴിഞ്ഞിരുന്നു. അങ്ങനെയായിരുന്നു സാജൻ എന്ന ബാലൻ ആനകളുടെ വഴിയേ തിരിയുന്നത്.

പാലായ്ക്കടുത്തുള്ള രാമപുരമാണ് സാജന്റെ ജന്മനാട്. രാമപുരം കുടപ്പുലം കരിപ്പുകാട്ട് വീട്ടിൽ ചന്ദ്രശേഖരൻ നായരുടേയും രമണിയുടേയും മൂന്നുമക്കളിൽ മൂത്തയാൾ. കുടിയേറ്റ കാർഷികമേഖലയിലെ വാഗ്ദത്തഭൂമിയിൽ ജീവിതം കരുപിടിപ്പിക്കുവാൻ എത്തിയ ആ കുടുംബത്തിന്റെ അകന്നബന്ധത്തിൽ പോലും അന്നോളം ആരെങ്കിലുമൊരാൾക്ക് ആനയോടോ ആനപ്പണിയോടോ അടുപ്പമില്ല. എന്നിട്ടും സാജൻ എന്ന ചെറുപ്പക്കാരന് ആനക്കാരനാവാനായിരുന്നു ശിരോലിഖിതമെങ്കിൽ അത് വിധിവിഹിതമല്ലാതെ മറ്റെന്താണ്?

സാജന്റെ അനുജനും ആനപാപ്പാനാണ്. സാജൻ മരിച്ചതിന്റെ, ഹൃദയം നുറുങ്ങുന്ന നഷ്ടത്തിനും നടുക്കത്തിനുമിടയിലും ആ ആനപ്രേമിക്കും ആനപ്പണിയോട് അശ്ശേഷം അകൽച്ചയില്ല. അതാണ് ആനപാപ്പാൻമാരുടെ ജീവിതം. ജീവനും ജീവിതത്തിനും മുന്നിൽ മരണം ഓരോ നിമിഷവും നിഴൽപോലെ ഒപ്പം നടക്കുമ്പോഴും ആനയ്ക്കും ആനപ്പാവിനുമായി ജീവിതം സമർപ്പിക്കുന്നവർ...

സൂര്യനുതാഴെ മനുഷ്യർ ഏർപ്പെടുന്ന തൊഴിലുകളിൽ ഏറ്റവും ദുഷ്കരവും അപകടകരവുമായ രംഗമേത് എന്ന് ചോദിച്ചാൽ പലർക്കും പലതും പറയാനുണ്ടാകും. പക്ഷേ, മലയാളമണ്ണിലെ ഗജപരിപാലനരംഗത്തിന്റെ അകംപൊരുളുകളെക്കുറിച്ചും ഉൾപ്പിരിവുകളെക്കുറിച്ചും അടു

ത്തറിയാവുന്ന ഒരാളോട് ചോദിച്ചാൽ അത് ആനപ്പണിയെന്ന പാപ്പാൻതൊഴിലല്ലാതെ മറ്റൊന്നുമല്ലെന്ന് തീർത്തുപറയും. എന്നാൽ ഇത്രമേൽ അപകടകരവും മരണം നിഴൽപോലെ കൂടെ നടക്കുന്നതുമായ പാപ്പാന്മാരുടെ ജീവിതാവസ്ഥകളും വേതനവ്യവസ്ഥകളും പരിഗണിച്ചാൽ അവഗണന മാത്രം എന്നും കൈനീട്ടിവാങ്ങാൻ വിധിക്കപ്പെട്ട അസംഘടിത തൊഴിലാളിവർഗം മാത്രമാണ് ഇവരെന്ന് വ്യക്തമാകും. ആനപ്പണിക്കിടെ ഉണ്ടാകുന്ന അപകടങ്ങൾക്കും മരണങ്ങൾക്കുമുള്ള ഇൻഷുറൻസ് സംരക്ഷണവും തീർത്തും അപര്യാപ്തവുമാണ്. പലപ്പോഴും ആനക്കാർക്ക് ഇൻഷുറൻസ് പരിരക്ഷ ഉണ്ടാവണമെന്നുതന്നെയില്ല. ഇനി ഉണ്ടായാലോ, പത്തും അമ്പതും ലക്ഷം വിലമതിക്കുന്ന ഒരാനയ്ക്കും പാപ്പാന്മാർക്കുമെല്ലാം ചേർത്ത് പരമാവധി നാലോ അഞ്ചോ ലക്ഷം രൂപയുടെ ഇൻഷുറൻസ് മാത്രമാവും കമ്പനികൾ അനുവദിക്കുന്നത്. അതിൽത്തന്നെ ജീവനും കൊമ്പിനും ഏറെ വിലയുള്ള ആനകൾക്ക് മൂന്നോനാലോ ലക്ഷം നീക്കിവച്ചുകഴിഞ്ഞാൽ, പിന്നെ ഏറിയാൽ ഒന്നും ഒന്നരലക്ഷവുമൊക്കെയാവും ആനക്കാരന്റെ ജീവനും മരണത്തിനും ഇടുന്ന വില.

കണ്ണീർക്കാഴ്ചകൾ തീരുന്നില്ല. മരണത്തിന്റെ കൊമ്പുംപിടിച്ച് ജീവിതത്തിന്റെ നൂൽപ്പാലം താണ്ടുന്ന ആനക്കാരൻ. മരണത്തിനും ജീവിതത്തിനും ഇടയ്ക്കുള്ള ഇത്തിരി മണ്ണ് ഇടിഞ്ഞുതാഴാൻ ഞൊടിയിടനേരം മാത്രം. സൂര്യനുതാഴെ ഏറ്റവും ആപത്കരവും സാഹസികവുമായ ജോലിയെടുക്കുന്ന ഈ തൊഴിലാളിവർഗത്തെ പുരോഗമന-മതേതരത്വ മലയാളി ഇനിയും വേണ്ടപോലെ തിരിച്ചറിയുന്നുണ്ടോ? നമ്മുടെ കാഴ്ചവട്ടങ്ങൾക്ക് വിഭവങ്ങൾ ഒരുക്കുകയും സ്വയം വിഭവങ്ങളായി നിവേദിക്കുകയും ചെയ്യുന്ന ഇവരോട് നാം വേണ്ടത്ര നീതിപുലർത്തുന്നുണ്ടോ? ചിന്തിക്കേണ്ടതല്ലേ.

പാമ്പാടി രാജന്റെ വിലയും നിലയും നിമിഷങ്ങൾകൊണ്ട് കത്തിക്കയറുകയാണ്. ഇവനെ സ്വന്തമാക്കുവാൻ കോടീശ്വരൻമാർ ദിനംപ്രതി എത്തുന്നു. എന്നാൽ അവർക്കാർക്കും പിടികൊടുക്കാതെ രാജൻ പാമ്പാടിയുടെ സ്വന്തം ആനയായി പുതിയ ചരിത്രങ്ങൾ കുറിക്കാനുള്ള പുറപ്പാടിലാണ്.

പിൻകുറുപ്പ്: എരണ്ടക്കെട്ടെന്ന രോഗത്താൽ പാമ്പാടി രാജൻ കുറച്ചുനാളുകൾക്കു മുമ്പ് തീരെ അവശനായിരുന്നു. ഇപ്പോൾ രോഗം ഭേദമായെന്നും വീണ്ടും ഉത്സവങ്ങളിൽ പങ്കെടുത്തു തുടങ്ങിയെന്നുമാണ് ഒടുവിൽ ലഭിച്ച വാർത്തകൾ. കേരളത്തിന്റെ അഭിമാനമായ ഈ ഗജവീരൻ, ശക്തിചൈതന്യത്തോടെ മലയാളികളുടെ ഉത്സവോന്മാദങ്ങളിൽ നിറഞ്ഞുനിൽക്കുമെന്ന് പ്രതീക്ഷിക്കാം; പ്രാർഥിക്കാം.

***

സാജ്പ്രസാദ്

ചന്തവും ചങ്ങാത്തവും; ശേഷം...

▼ തടികൊണ്ടുള്ള ആനയുടെ ശിൽപം

ആനപിടുത്തം ഔദ്യോഗികമായി നിരോധിക്കപ്പെട്ടതോടെ, കേരളത്തിലെ കാടുകളിലടക്കം കാട്ടാനകളുടെ എണ്ണം കഴിഞ്ഞ കുറച്ചുകാലമായി വർധിക്കുകയാണെന്നും അതിനാൽ കാട്ടിലെ ജന്തുജാലങ്ങളുടെ സന്തുലിതാവസ്ഥ നിലനിർത്തുവാൻ ആനപിടുത്തം പുനരാരംഭിക്കണമെന്നും ശക്തമായ ഒരു വാദഗതി നിലവിലുണ്ട്. കാലാകാലങ്ങളായി ആനത്തലമുറകൾ ഉപയോഗിച്ചുപോന്നിരുന്ന 'ആനത്താര'കളുടെ ഉൻമൂലനവും ആനക്കൊമ്പിനായുള്ള നിർദ്ദയമായ വേട്ടകളും അവിരാമം തുടരുമ്പോൾ ആനകളുടെ എണ്ണം എങ്ങനെ പെരുകാനെന്ന് ചോദിച്ചാൽ, അതൊരു ഉത്തരമില്ലാത്ത ചോദ്യമായിത്തന്നെ അവശേഷിച്ചെന്ന് വരും. നമ്മുടെ കാട്ടിലും നാട്ടിലും നാൾക്കുനാൾ ആനകൾ കുറഞ്ഞുവരികയാണെങ്കിലും തൃശ്ശൂർ ജില്ലയിലെ ചേർപ്പിലുള്ള ആശാരിക്കുന്ന് മേഖലയിലേക്കെത്തിയാൽ അവിടെ ആനയില്ലാത്ത വീടുകളുണ്ടാവില്ല. ആശാരിക്കുന്നിലെ ഒട്ടുമിക്ക വീടുകളിലും അനേകമനേകം കൈകളിലൂടെ, അനേകമനേകം മനസ്സുകളിലൂടെ എണ്ണമറ്റ ആനകളാണ് ദിനംപ്രതി ഉരുവംകൊള്ളുന്നത്.

ഈട്ടിത്തടിയിലും 'റെയിൻട്രീ'യെന്നറിയപ്പെടുന്ന 'ഉറക്കംതൂങ്ങി'മരത്തിലും നിർമിക്കപ്പെടുന്ന നല്ലൊരുശതമാനം ആനകളുടേയും പ്രധാനവിപണി വിദേശരാജ്യങ്ങളാണ്. നിർമാണത്തിനുപയോഗിക്കുന്ന മരത്തിനും ആനകളുടെ വലിപ്പത്തിനും അനുസരിച്ച് വിലയിൽ വ്യത്യാസം വരും. ഒരാൾപ്പൊക്കത്തിലുള്ള നല്ലൊരാനയ്ക്ക് ചിലപ്പോൾ ജീവനുള്ള ഒരു കുട്ടിയാനയേക്കാൾ വലിയ വിലതന്നെ ആകുകയും ചെയ്യാം. ഓർക്കുക-'ആന നിന്നാലും ചരിഞ്ഞാലും പന്തീരായിരം' എന്ന പഴമൊഴിയൊക്കെ കാടുകയറിക്കഴിഞ്ഞിരിക്കുന്നു.

ഒരു ചങ്ങലകിലുക്കം കേട്ടാൽതന്നെ ആരുമൊന്ന് നോക്കിപ്പോകുന്ന ആന. അറിയാതെയൊന്ന് കണ്ണയച്ചാൽ കണ്ണുകൾ തിരിച്ചെടുക്കാനാകാത്തവിധം ഉടക്കിപ്പോകുന്ന ശരീരപ്രകൃതി. ലക്ഷണശാസ്ത്രങ്ങളുടെ നൂലാമാലകളൊന്നും അറിയാത്ത സാധാരണക്കാരനെപ്പോലും പ്രഥമദർശനത്തിൽ തന്നെ അനുരാഗവിവശനും ആരാധകനുമാക്കി മാറ്റുന്ന സൗന്ദര്യവാൻ. ആനച്ചന്തത്തിന്റെ മുഖപ്രസാദം. അതാണ് സാജ്പ്രസാദ്; അഥവാ അതായിരുന്നു സാജ്പ്രസാദ്.

ഇത്തിരിപ്പോന്ന പ്രായത്തിൽ ഉത്തരേന്ത്യയിൽ നിന്നും വണ്ടിപിടിച്ച് ഞാറ്റുവേലയുടെ നാടുതേടിയിറങ്ങിയ ഒരു ആന. പക്ഷേ, ആനക്കാര്യങ്ങളുടെ അലകുംപിടിയും അറിയുന്നവരെന്ന് അഭിമാനിക്കുന്ന ആനപ്രേമികൾപോലും പ്രസാദിനെ കണ്ടാൽ സഹ്യപുത്രനെന്നല്ലാതെ മറിച്ചൊന്നും ചിന്തിക്കില്ല. സാജ്പ്രസാദിന്റെ ഏറ്റവും വലിയ സവിശേഷതയും കാഴ്ചക്കമ്പത്തിലെ ഈ കൺകെട്ടുജാലം തന്നെയായിരുന്നു. തൃശ്ശൂർജില്ല

▼ സാജ്പ്രസാദ്

യിൽ നാഷണൽ ഹൈവേയിൽ തന്നെയുള്ള ചേർപ്പ് പെരുമ്പുളിശ്ശേരി സാജ് ടിമ്പേഴ്സ് എന്ന മരക്കച്ചവടസ്ഥാപനത്തിന്റെ സ്വന്തവും പകരംവയ്ക്കാനില്ലാത്ത സ്വകാര്യ അഹങ്കാരവുമായിരുന്നു സാജ്പ്രസാദ്.

വരത്തൻമാരുടെ ഗണത്തിൽ, ഉയരത്തിന്റെ കാര്യത്തിൽ ബീഹാർ ആനകൾ മറ്റാരേക്കാളും രണ്ടടിമേലെ നിൽക്കുമെങ്കിലും ഭംഗിയിൽ ആസ്സാം ആനകളാണ് മുന്നിൽ. ആസ്സാം-ബീഹാർ സങ്കരം നടന്നാൽ അനന്തരതലമുറകൾക്ക് ഉയരപ്പെരുമയ്ക്കൊപ്പം ചന്തവുമേറിയേക്കാമെന്ന് വിശ്വസിക്കുന്ന ആനപ്രേമികളുമുണ്ട്. എഴുത്തച്ഛൻ ശ്രീനിവാസൻ, പള്ളത്താംകുളങ്ങര ഗിരീശൻ, ഗുരുവായൂർദേവസ്വം വലിയകേശവൻ തുടങ്ങിയവരുടേയും പിന്നെ സാജ്പ്രസാദിന്റേയും സൗന്ദര്യരഹസ്യം ഇപ്പറഞ്ഞ ബീഹാർ-ആസ്സാം സങ്കരം തന്നെയാകാം.

കുറേക്കാലംമുമ്പ് ബാസ്റ്റ്യൻ വിനയശങ്കർ എന്ന പഴയ ചങ്ങനാശ്ശേരി സ്വാമിഅയ്യപ്പനെ അന്വേഷിച്ച് പെരുമ്പുളിശ്ശേരിയിൽ എത്തുമ്പോൾ, തൊട്ടടുത്ത മില്ലിൽ ഒരാനയുണ്ടെന്നും അവന്റെ പണിയൊന്ന് കാണേണ്ടതുതന്നെയാണെന്നും നാട്ടുകാരായ ചില ആനപ്രേമികൾ നിർദ്ദേശിച്ചു. എല്ലാം തികഞ്ഞ ഒരാനയായിരുന്നിട്ടും ഉത്സവനഗരികളിലേക്ക് വല്ലപ്പോഴുമൊരിക്കൽ മാത്രം വന്നുപോകാനും ബാക്കി സമയമത്രയും തടിമില്ലിലെ വൻമരങ്ങളോട് മല്ലിട്ട് ചോരനീരാക്കുവാനും വിധിക്കപ്പെട്ട ജീവിതസാഹചര്യത്തിലേക്ക് ആനയെ തള്ളിവിട്ട ചുമതലക്കാരോടുള്ള തെല്ല് ഈർഷ്യയും നീരസവും കലർന്ന മുൻവിധിയായിരുന്നു അന്ന് മനസ്സ് നിറയെ. പക്ഷേ, ഗജപരിപാലനരംഗവും ആനകളുടേതു മാത്രമായ അദ്ഭുതലോകവും പലപ്പോഴും നമ്മൾ സാമാന്യജനത്തിന്റെ ചിന്തകൾക്കും യുക്തികൾക്കും മുൻവിധികൾക്കുമപ്പുറം ദുരൂഹസമസ്യകളുടെ ഒരു മഹാസമുദ്രമായി നമ്മുടെ മുന്നിൽ അലയടിച്ചാർക്കുകയാണ്. നാലു കാലും വാലും തലയും തുമ്പിയുമുള്ള ഭൂമിയിലെ വിചിത്രജൻമങ്ങളായ ആനകളെല്ലാം ഒരുപോലെയാണെന്നും ആനയായിപ്പിറന്നവർക്കെല്ലാം ഒരേ പ്രശ്നങ്ങളും ഒരേ പ്രേരണകളുമാണെന്നുമെന്ന മട്ടിൽ മാത്രം ചിന്തിക്കുകയും ചെയ്യുന്ന നമുക്കു മുന്നിൽ, ഒരു പൊളിച്ചെഴുത്തുമായി സാജ്പ്രസാദ് പുതിയ തിരിച്ചറിവുകളിലേക്ക് ആനയിക്കുകയായിരുന്നു.

ഓരോ ആനയും വേറിട്ടൊരു ജൻമമാണെന്നും ഓരോ ആനയ്ക്കും അവരവരുടേതു മാത്രമായ ഇഷ്ടാനിഷ്ടങ്ങളും അഭിരുചികളും നൈസർഗ്ഗികമായ കഴിവുകളുമുണ്ടെന്നും ലോകത്തോട് മുഴുവൻ ഉദ്ഘോഷിക്കാൻ പോന്നതാണ് സാജ്പ്രസാദ് എന്ന ഗജരാജന്റെ ജീവിതസന്ദേശം. കൊല്ലുന്ന ഉച്ചച്ചൂടിൽ, അല്ലെങ്കിൽ കാതടപ്പിക്കുന്ന കരിമരുന്ന് പ്രയോഗങ്ങൾക്ക് മധ്യേ, എല്ലാ ചലനസ്വാതന്ത്ര്യങ്ങളും നിഷേധിക്കപ്പെട്ട്, കല്ലേപ്പിളർക്കുന്ന ഉഗ്രശാസനകൾക്കു മുന്നിൽ കരിങ്കൽ ശിൽപങ്ങൾപോലെ മണിക്കൂറുകളോളം ഒരേ നിൽപ് നിൽക്കേണ്ടിവരുന്ന ഉത്സവനഗരിക

ളിലെ ആനക്കേമൻമാരെ പൂവിട്ടുപൂജിക്കുകയും തടിമില്ലിലെ ചുമട്ടുതൊഴിലാളികളായ ആനകളെ സഹതാപത്തോടെയും അവജ്ഞയോടെയും അവഗണിക്കുകയും ചെയ്യുന്ന നമ്മുടെ വീക്ഷണ കോണുകളോടുള്ള പ്രതിഷേധത്തിന്റെ ഒരു തീപ്പൊരിയാണ് സാജ്പ്രസാദ്. അറിയുന്ന പണി ചെയ്യേണ്ടതുപോലെ ചെയ്ത്, അർഹതപ്പെട്ട അംഗീകാരങ്ങളും ആനുകൂല്യങ്ങളും പിടിച്ചുവാങ്ങി, സമാധാനത്തോടെ അന്തിയുറങ്ങുന്ന അഭിമാനബോധമുള്ള അധ്വാനവർഗത്തിന്റെ പ്രതീകം.

പെരുമ്പുളിശ്ശേരി ആറ്റുപുറത്ത് കുമാരനാണ് സാജ് ടിമ്പേഴ്സിന്റെ അമരക്കാരൻ. കുമാരന്റെ പിതാവായ അയ്യപ്പനെഴുത്തച്ഛൻ നാട്ടിൽ ചെറിയ രീതിയിൽ ആരംഭിച്ച തടിക്കച്ചവടം പിന്നെ സാജ് ടിമ്പേഴ്സായി മാറുന്നതും സാജ് ടിമ്പേഴ്സിനു സ്വന്തമായി പ്രസാദ് എന്ന ആന വലതുകാൽവച്ച് വന്നുകയറുന്നതും ഒരു കഥ തന്നെയാണ്. അന്നൊക്കെ വ്യാപാരാവശ്യങ്ങൾക്കായി ലക്കിടിയിലുള്ള മുഹമ്മദാലി സായ്‌വിന്റെ തടിമില്ലിൽ പോകാറുള്ള കുമാരന്, സായ്‌വിന്റെ ആനയിൽ ഒരു കമ്പംകയറിയത് എന്നുമുതലാണെന്നറിയില്ല. എപ്പോൾ ചെന്നാലും മില്ലിൽ പരിചയസമ്പന്നരായ പണിക്കാരേക്കാളെല്ലാം മിടുക്കനായി, എടുത്തോപിടിച്ചോ എന്നമട്ടിൽ ചുറുചുറുക്കോടെ നിൽക്കുന്ന ഒരാനമിടുക്കനുണ്ടാകും.

ലക്കിടിയിലുള്ള സായ്‌വിന്റെ വീട്ടിൽ വലിയ ചങ്ങലയും ബന്ധനങ്ങളുമൊന്നുമില്ലാതെ, സായ്‌വിന്റെ എട്ടൊമ്പത് മക്കളോടൊപ്പം കളിച്ചു പുളച്ച് നടക്കുന്ന ആന, മില്ലിലും കൂപ്പിലും പണിക്കുപോകാനുള്ള സമയമായാൽ ആരും പറയാതെ തന്നെ നേരെചെന്ന് ലോറിയിൽ കയറും. ലോറിയിലും കെട്ടലും പിടിക്കലുമൊന്നുമില്ല. ലോറിയുടെ മുൻഭാഗത്തെ ക്രാസിയിലൂടെ തുമ്പിക്കൈയിട്ട് ഒരു ചുറ്റിപ്പിടുത്തം! അതുതന്നെ ധാരാളം. അടിയുടേയും വടിയുടേയും ഭീകരമർദ്ദനങ്ങളില്ലാതെ അസ്സലായി തടിപ്പണിചെയ്യുന്ന ആനയുടെ കഴിവും സാമർഥ്യവുമാണ് കുമാരനെ പ്രസാദിലേക്കാകർഷിച്ചത്. പ്രസാദാനയും തൊഴിലാളികളുമൊക്കെയായി കൂപ്പിലേക്കുള്ള ആ പോക്ക്തന്നെ അന്നൊക്കെ ലക്കിടിക്കാർക്ക് ഒരു കാഴ്ചശീവേലിയായിരുന്നു.

കണ്ടുകണ്ടങ്ങിരിക്കെ പ്രസാദിനെ എങ്ങനേയും സ്വന്തമാക്കണമെന്നതായി കുമാരന്റേയും പങ്കുകച്ചവടക്കാരുടേയും പിന്നത്തെ താത്പര്യം. നാലോ അഞ്ചോ വയസ്സുള്ളപ്പോൾ ബീഹാറിൽ നിന്നും കൊണ്ടുവന്ന ആനക്കുട്ടിയെ മേടിച്ച്, വീട്ടിലെ ആട്ടിൻകുട്ടികൾക്കൊപ്പം കളിക്കാൻ വിട്ട സായ്‌വിനോട് അങ്ങനെയൊന്നും ചോദിച്ചാൽ ആനയെ കിട്ടില്ലെന്നുറപ്പ്. കാശിനാണെങ്കിൽ സായ്‌വിന് പഞ്ഞവുമില്ല. പക്ഷേ, സായ്‌വിനൊരു ദൗർബല്യമുണ്ട്. നോട്ടുകെട്ടുകൾ ഒരുമിച്ചുകണ്ടാൽ തെല്ലിട മനസ്സൊന്നിടറിയേക്കാം. അക്കാര്യം കൃത്യമായി മനസ്സിലാക്കിയിരുന്ന കുമാരനും കൂട്ടുകാരും എല്ലാ തയ്യാറെടുപ്പുകളോടെയും ചെന്ന് ഒരു ദിവസം സായ്‌വിനോട് 'ഈയാനയ്ക്ക് ഇപ്പൊ എന്തുവിലയുണ്ടാവും' എന്നും 'എന്തുകിട്ടിയാൽ ഇവനെ കൊടുക്കും' എന്നും ചോദിച്ചു.

അന്ന് കഷ്ടിച്ച് ഇരുപത് വയസ്സ് മാത്രം പ്രായ

വും ശരാശരി ശരീരവലിപ്പവും മാത്രമുള്ള പ്രസാദിന് ഏറിയാൽ ഒരുലക്ഷം വിലമതിച്ചേക്കാമെന്ന് ഇരുകൂട്ടർക്കും അറിയാം. കൊഴുത്തുരുണ്ട ശരീരവുമായി ഓടിനടക്കുന്ന ആനയെ നോക്കി അഭിമാനത്തോടെയും തെല്ലൊരഹങ്കാരത്തോടെയും സായ്‌വ് പറഞ്ഞു. "പിന്നെന്താ കൊടുക്കാലോ... രണ്ടരലക്ഷം എണ്ണി മേശപ്പുറത്തുവച്ചാൽ മ്മക്ക് സബൂലാക്കാം".

സായ്‌വിന്റെ നാവിൽ നിന്നും വിലയൊന്ന് വീണുകേൾക്കേണ്ട താമസം, നേരത്തേതന്നെ എണ്ണിയടുക്കിവച്ചിരുന്ന നോട്ടുകെട്ടുകൾ മേശപ്പുറത്ത് നിരന്നു. പിടയ്ക്കുന്ന നോട്ടുകെട്ടുകളുടെ തിളക്കത്തിൽ ഒരുനിമിഷം തന്റെ ആനക്കുട്ടന്റെ മൂല്യം സായ്‌വ് വിസ്മരിച്ചോ, അതോ ഈ കാശിന് ഇവനെപ്പോലെ മൂന്നാനയെ വാങ്ങി പറമ്പിൽ കെട്ടാമെന്ന കച്ചവടതാത്പര്യമോ. എന്തായാലും ആ നിമിഷം മുതൽ പ്രസാദാന സാജ് ടിമ്പേഴ്സിന് സ്വന്തമായി. കച്ചവടം കഴിഞ്ഞ് ഒരു നിമിഷംപോലും കളയാതെ ആനയുടെ മുന്നിൽ ലോറി നിർത്തിയപ്പോൾ, പതിവിൻപടിയുള്ള തന്റെ ജോലിക്കെന്ന വിശ്വാസത്തിൽ ആന ലോറിയിൽ ചാടിക്കയറുകയും ചെയ്തു. പക്ഷേ, ആ പോക്ക് ഭാരതപ്പുഴയുടെ തീരത്തുനിന്നുള്ള, എന്നെന്നേക്കുമായുള്ള വിടപറച്ചിലായിരുന്നെന്ന് തൃശ്ശൂരെ തടിമില്ലിൽ വന്നിറങ്ങിയപ്പോഴാണ് പ്രസാദാനയ്ക്ക് മനസ്സിലായത്.

മുഹമ്മദാലി സായ്‌വ് തിരിച്ച് വീട്ടിലെത്തിയപ്പോൾ പുകിലായി. തങ്ങളോടൊപ്പം കളിച്ചുവളർന്ന ആനത്തോഴനെ എന്നെന്നേയ്ക്കുമായി കൈവിട്ടിട്ടാണ് ബാപ്പ വന്നിരിക്കുന്നതെന്നറിഞ്ഞ മക്കൾ ഒറ്റക്കെട്ടായി ലഹളയ്ക്കൊരുങ്ങി. നിരാഹാരവും ബഹിഷ്കരണവും നിർത്താതെയുള്ള കരച്ചിലുമൊക്കെയായപ്പോൾ കിട്ടിയതിനേക്കാൾ ഏതാനും പതിനായിരങ്ങൾ കൂടി കൈയിലെടുത്ത് മുഹമ്മദാലിയും മക്കളും സാജ് ടിമ്പേഴ്സിലെത്തി.

മുഹമ്മദാലിയുടേയും മക്കളുടേയും അവസ്ഥയും വിഷമവും മനസ്സിലാകാഞ്ഞിട്ടല്ല. പക്ഷേ, ദാഹിച്ചുമോഹിച്ച് ആദ്യമായി ഭാഗ്യസൂക്തമെന്നോണം വന്നുകയറിയ ആനയെ തിരിച്ചുകൊടുക്കേണ്ടിവരികയെന്ന് പറഞ്ഞാൽ കുമാരനും കുടുംബത്തിനും അത് ചിന്തിക്കാൻ പോലും കഴിയുമായിരുന്നില്ല. ഒടുവിൽ കണ്ണീരും കൈയുമായി തൊട്ടും തലോടിയും യാത്രപറഞ്ഞിറങ്ങിയ ഇക്കാക്കമാരെയും കുഞ്ഞനിയൻമാരെയും കണ്ണിൽനിന്നും മറയുംവരെ നിർന്നിമേഷനായി നോക്കിനിന്ന പ്രസാദ്, ഒരുപക്ഷേ അന്നാദ്യമായിട്ടാവാം ജീവിതത്തിൽ തെല്ല് തെമ്മാടിയും തല്ലുകൊള്ളിയുമാകാത്തതിന്റെ നഷ്ടബോധം തിരിച്ചറിയുന്നത്. സ്നേഹിക്കാൻ മാത്രമറിയാവുന്ന നല്ലവനായതുകൊണ്ടല്ലേ എല്ലാവരും ഇങ്ങനെ മത്സരിച്ച് മത്സരിച്ച് സ്നേഹിക്കുന്നതും ആ സ്നേഹം ചിലപ്പോഴെങ്കിലും ഉള്ളിന്റെയുള്ളിലെ വിങ്ങലായി മാറുന്നതും.

കരച്ചിലടക്കി സായ്‌വും കുടുംബവും പടിയിറങ്ങിയിട്ട് മാസം ഒന്ന് തികയുംമുമ്പേ കുമാരന്റെ വീട്ടിലും കൂട്ടക്കരച്ചിലുയർന്നു. കുമാരന്റെ നാല് പെൺമക്കളാണ് കഥാപാത്രങ്ങൾ. വീട്ടുമുറ്റത്ത് ആനയും പാപ്പാനും നിൽക്കുന്നു. അന്ന് നാലഞ്ച് വയസ്സ് മാത്രമുണ്ടായിരുന്ന കുമാരന്റെ മകൾ ലക്ഷ്മി ആനയ്ക്ക് കശുമ്മാങ്ങ പെറുക്കിക്കൊടുക്കുകയായിരുന്നു. പൊടുന്നനെയാണ് ആന പാപ്പാൻ വേലായുധനെ അടിച്ചുതെറിപ്പിച്ചത്. കൊച്ചുപെൺകുട്ടിയാകട്ടെ ആനയുടെ കാൽച്ചുവട്ടിലും. തന്നെ കൈയിൽ കിട്ടിയാൽ മുളകഷ്യം വച്ചുകുടിക്കാനുള്ള ദേഷ്യവുമായി നിൽക്കുന്ന ആനയുടെ പിടിയിൽ നിന്നും ഓടിമാറിയ വേലായുധന് തൊട്ടടുത്ത മതിലിൽ പൊത്തിപ്പിടിച്ചുകയറിയശേഷമാണ് ശ്വാസം നേരെവീണത്. ആനയുടെ അടുത്തേക്ക് ചെല്ലാനോ ആനയെ വിലക്കുവാനോ ഉള്ള ധൈര്യമില്ല.

ആന തെറ്റിയതറിഞ്ഞ് മില്ലിൽ നിന്നും കുമാരൻ ഓടിയെത്തുമ്പോൾ പാപ്പാൻ മതിലിന്റെ മുകളിലും മകൾ ആനയുടെ താടച്ചുവട്ടിലും; വീട്ടിലാകെ കൂട്ടക്കരച്ചിലും. ഒരു മാസം മാത്രം അടുപ്പവും അറിവുമുള്ള ആനയുടെ മുന്നിൽ എന്തു ചെയ്യണമെന്നറിയാതെ വിയർത്ത കുമാരൻ, കുട്ടിയുടെ ജീവിനെക്കുറിച്ചോർത്തപ്പോൾ മുന്നും പിന്നും നോക്കാതെ നേരെ ചെന്നത് ഇടഞ്ഞു നിൽക്കുന്ന ആനയുടെ മുന്നിലേക്ക്. "പ്രസാദേ

എന്താടാ നീയീ കാട്ടണേ". കുമാരന്റെ ചോദ്യമുയർന്നതും ആന പിന്നെ കുമാരന്റെയടുത്തേയ്ക്കായി. പക്ഷേ പ്രശ്നമൊന്നുമില്ല. ആനയടുത്തെത്തിയപ്പോൾ കൈകാലുകൾ വിറയ്ക്കുകയായിരുന്നെങ്കിലും ധൈര്യം വിടാതെ നിന്നു. ആനയെ ചോറുകൊടുക്കാൻ അടുക്കളഭാഗത്തേക്ക് വിളിച്ചോളാനായി അപ്പോൾ മതിലിനുമുകളിലിരുന്നുകൊണ്ടുള്ള ആനക്കാരന്റെ വിളിച്ചുചൊല്ലി പ്രായശ്ചിത്തം. അന്ന്, തോക്ക് ചൂണ്ടിയ ഭീകരനു മുന്നിൽ നടക്കുന്ന ബന്ദിയെപ്പോലെ കുമാരൻ അടുക്കളഭാഗത്തേക്ക് നടകൊണ്ടപ്പോൾ ആനയും പിന്നാലെ ചെന്നു. ഇതിനിടയിൽ ആരോ ചെന്ന് കുഞ്ഞിനെ എടുത്തുമാറ്റുകയും ചെയ്തു.

ചോറൂണും ഊട്ടലുമൊക്കെ മുറയ്ക്ക് നടന്നുകൊണ്ടിരിക്കുമ്പോഴും എന്തുസംഭവിക്കുമെന്നറിയാതെ വീട്ടുകാരും നാട്ടുകാരും എങ്ങനേയും ആനയുടെ മുന്നിൽ നിന്ന് രക്ഷപ്പെട്ടുകൊള്ളുവാൻ കരഞ്ഞുപറയുകയായിരുന്നു. എന്നാൽ പ്രസാദ് ഇനിയും അവിവേകമൊന്നും കാട്ടില്ലെന്നും തന്റെ നേർക്ക് കടുംകൈയൊന്നും പ്രവർത്തിക്കില്ലെന്നും അതിനകം കുമാരന് ഉറപ്പായിക്കഴിഞ്ഞിരുന്നു. പിന്നെ, പാപ്പാൻ പറഞ്ഞതുപോലെ ആനയുടെ കാലിൽ ചങ്ങലയിടുകയും ഇടപൂട്ടി ആനപ്പറമ്പിൽ കൊണ്ടു തളയ്ക്കുന്നതും വരെ കുമാരനു തന്നെയായിരുന്നു ആനയുടെ ചുമതല. മറ്റാനകളിൽ നിന്നും വ്യത്യസ്തമായി സാജ്പ്രസാദിന്റെ ശരീരത്തിൽ ഇങ്ങനെയല്ലാത്ത അവസരങ്ങളിൽ, കനത്ത ചങ്ങലക്കെട്ടുകളുടെ കൊടിയ ബന്ധനങ്ങൾ പതിവില്ലായിരുന്നു.

ഒരിക്കൽ പ്രസാദിന്റെ കൈയിൽ നിന്നും ഭാഗ്യത്തിനു രക്ഷപ്പെട്ട പാപ്പാൻ വേലായുധൻ, പിന്നീടങ്ങോട്ട് തുടർച്ചയായ പതിനഞ്ചാണ്ടുകൾ അവനോടൊപ്പം തന്നെയായിരുന്നു. പണിയെടുപ്പിക്കാനും അരുതാത്തതിൽ നിന്ന് വിലക്കാനുമൊന്നും വേലായുധന് ഒരിക്കലും പ്രസാദിന്റെ നേർക്ക് മൂന്നാംമുറകളുടെ പാഠഭേദങ്ങൾ മാറി മാറി പരീക്ഷിക്കേണ്ടിവന്നിട്ടില്ല. പരസ്പരവിശ്വാസത്തിന്റെ യഥാർഥപൊരുളായിരുന്നു അവരുടെ കൂട്ടുകെട്ട്.

പ്രസാദിന്റെ വരവോടെ സാജ് ടിമ്പേഴ്സിനെ ഐശ്വര്യവും ഭാഗ്യവുമാണ് തേടിയെത്തിയതെങ്കിൽ മുഹമ്മദാലിയുടെ മില്ലിന് അവന്റെ അഭാവം നികത്താനാകാത്ത നഷ്ടമാണ് വരുത്തിവച്ചത്. പ്രസാദിന് പകരമായി മുഹമ്മദാലി വടക്കാഞ്ചേരി ജോർജിൽ നിന്നും വാങ്ങിയ ആനയ്ക്ക് തടിയും മരവുമെന്നൊക്കെ കേട്ടാൽ തന്നെ ഹാലിളകും. ഓട്ടത്തിലാണെങ്കിലോ, മത്സരം പി.ടി.ഉഷയോടും. ഓട്ടത്തിലെ കേമത്തം കൊണ്ടാകാം ആനയ്ക്ക് 'റോക്കറ്റാന'യെന്ന പേരും വീണുകിട്ടി. ഒരിക്കൽ പഴയ പ്രസാദിനെപ്പോലെ താങ്ങുമരങ്ങളുടെ ഉറപ്പൊന്നുമില്ലാതെ പുതിയ ആനയേയും ലോറിയിൽ കയറ്റി കൂപ്പിലേക്ക് വച്ചടിച്ചതാണ്. ഒരു വളവ് തിരിച്ചെടുത്തപ്പോൾ ആനയുടെ ബാലൻസ് തെറ്റി ലോറിയിൽ നിന്നും റോഡിലേക്ക് തെറിച്ചുവീണു. ആ വീഴ്ചയിൽ വർഷങ്ങളോളം പ്രസാദാനയുടെ പാപ്പാനായി നടന്നിരുന്ന ശിവൻ ആനയുടെ അടിയിൽപെട്ട് മരണമടയുകയും ആനയുടെ കൊമ്പ് ഒടിയുകയും ചെയ്തു. അധികം താമസിയാതെ ആനയും ചരിഞ്ഞു.

മുഹമ്മദാലി മരണമടഞ്ഞെങ്കിലും തൃശ്ശൂർ വഴി കാറിൽ പോകുമ്പോഴൊക്കെ മുഹമ്മദാലിയുടെ മക്കൾ തങ്ങളുടെ പഴയ കളിക്കൂട്ടുകാരനെ കാണുവാനെത്തുമായിരുന്നു. തൊട്ടും പിടിച്ചും ഓടിക്കളിച്ച ഇന്നലേകളുടെ സ്മരണകളുമായി അവർ പ്രിയപ്പെട്ട പ്രസാദിന് മധുരങ്ങൾ സമ്മാനിക്കുമായിരുന്നു.

ഇടച്ചിലുകളും ഗുരുതരമായ ക്രമസമാധാനപ്രശ്നങ്ങളുമൊന്നും അജണ്ടയിൽ ഇല്ലാത്തതുകൊണ്ട് മയക്കുവെടിയുടെ ചൂരും ചൂടുമൊന്നും പ്രസാദ് അനുഭവിച്ചറിഞ്ഞിട്ടില്ല. വല്ലപ്പോഴുമൊക്കെ ഒരിടച്ചിലും ഓട്ടവുമൊക്കെയായില്ലെങ്കിൽ പിന്നെന്ത് കൊമ്പൻമാരെന്ന് സഹപ്രവർത്തകരിൽ ആരെങ്കിലും ചോദിച്ചാൽ 'എന്റാശാനേ, ഈയൊരു ഉണ്ടക്കാട്ടൻ ശരീരവും കൊണ്ട് എവിടെയെങ്കിലും ഒന്ന് നടന്നെത്തുന്നതിന്റെ പാട് ബാക്കിയുള്ളവനറിയാം. അപ്പഴാണ് ആർക്കാനും വേണ്ടിയൊരു ഓട്ടം. 'ചെമ്മീൻ ചാടിയാൽ ചട്ടിയോളം' എന്നു പറഞ്ഞമട്ടിൽ, അല്ലെങ്കിൽ തന്നെ ആനയോടിയാൽ എവിടംവരെ ഓടാനാ'- ഇങ്ങ

നെയൊക്കെയാവാം കഥാനായകന്റെ മനോവ്യാപാരങ്ങളും ജീവിതദർശനങ്ങളും.

മനിശ്ശേരി ഹരിയാണ് പ്രസാദിനെ ആദ്യം കേരളത്തിലേക്ക് എത്തിക്കുന്നത്. അവിടന്നാണ് ലക്കിടിയിലെ സായ്‌വ് സ്വന്തമാക്കുന്നത്. അല്ലലും അലട്ടലുമില്ലാതെ പെരുമ്പുളിശ്ശേരിയിലെ തടിമില്ലുകളിലും ആനപ്പറമ്പുകളിലുമായി രാപാർത്ത് പോന്നിരുന്ന സാജ്പ്രസാദിന് കഴിഞ്ഞ ഏതാനും വർഷങ്ങളായി നിനച്ചിരിക്കാത്ത പുതിയ ദൗത്യങ്ങൾ കൂടി വന്നുചേർന്നിരുന്നു. നാഷണൽ ഹൈവേയുടെ ഓരത്തുനിന്ന് തടിപിടിച്ച് ആയുസ്സ് പാഴാക്കുന്ന ആനച്ചന്തത്തെ കണ്ടുബോധിച്ച ആനപ്രേമികളും അഭ്യുദയകാംക്ഷികളുമാണ് ഉത്സവനഗരി അവനുവേണ്ടി പരവതാനി വിരിച്ച് കാത്തിരിക്കുകയാണെന്ന വാർത്തയുമായി എത്തിയത്.

തൃശ്ശൂർപ്പൂരത്തിന്റെ തെക്കോട്ടിറക്കത്തിനണിനിരക്കുന്ന പതിനഞ്ചാനകളിൽ ഒരുവനാവാൻ കേരളമങ്ങോളമിങ്ങോളമുള്ള ഗജകേസരികളും അവരുടെ ഉടമകളും അരങ്ങിലും അണിയറയിലും ഇഞ്ചോടിഞ്ച് പൊരുതുമ്പോൾ, പൂരനഗരിയോട് തൊട്ടുരുമ്മിക്കിടക്കുന്ന പെരുമ്പുളിശ്ശേരിക്കാരനായ സാജ്പ്രസാദിനോട് 'പൂരം വേണോ, നിത്യത്തൊഴിലഭ്യാസമായ തടിപ്പണി വേണോ'യെന്ന് ചോദിച്ചാൽ തെല്ലും സംശയമുണ്ടാവില്ല. അവന്റെ ഉത്തരം നമ്മുടെ പ്രതീക്ഷകൾക്ക് കടകവിരുദ്ധമായിരിക്കുമെന്നുമാത്രം. അതായിരുന്നു സാജ്പ്രസാദ്.

തെക്കുംവടക്കുമെന്ന വ്യത്യാസമില്ലാതെ, ഉത്സവാഘോഷക്കമ്മിറ്റിക്കാരും ആനപ്രേമികളും ആനച്ചന്തത്തിന്റെ ഈ കൺകണ്ടരൂപനെ തേടിയെത്തുമ്പോഴും വിളിക്കുന്ന ഉത്സവങ്ങൾക്കെല്ലാം പങ്കുകൊള്ളാൻ പ്രസാദിന് കഴിഞ്ഞിരുന്നില്ല. ഒരുത്സവത്തിനു പോയാൽ കിട്ടുന്നതിനേക്കാൾ ഇരട്ടി തുകയ്ക്കുള്ള പണി ഏതാനും മണിക്കൂറുകൾകൊണ്ടുതന്നെ തന്റെ തടിമില്ലിൽ എടുക്കുന്ന കാര്യത്തിൽ മിടുക്കനായിരുന്നു സാജ്പ്രസാദ്. അങ്ങനെയുള്ള ഒരാനയെ ഉത്സവങ്ങളുടെ പേരിൽ നാടുമുഴുവൻ ഓടിക്കുന്നത് ഒരർഥത്തിൽ തെല്ല് നഷ്ടക്കച്ചവടമാകും എങ്കിലും ആനക്കമ്പക്കാരുടെ നിരന്തരമായ സമ്മർദ്ദങ്ങൾ കാരണം ഉത്സവനഗരികളിൽ സാജ്പ്രസാദിന്റെ സാന്നിധ്യം ഒടുവിലൊടുവിലായപ്പോൾ വർധിക്കുകതന്നെയായിരുന്നു.

ഉത്സവനഗരികളിൽ പ്രസാദിനേക്കാൾ ഉയരമുള്ള ആനകൾ പലതുമുണ്ടാകാറുള്ളതിനാൽ സാധാരണനിലയ്ക്ക് തിടമ്പേറ്റുവാനുള്ള അവസരം കാര്യമായി ഉണ്ടാകാറില്ലെങ്കിലും പ്രസാദിനെ പിടിച്ചപിടിയാലെയെന്നോണം ഉത്സവങ്ങൾക്കായി കൂട്ടിക്കൊണ്ട് പോകുന്നവരുടെ ലക്ഷ്യം ഒന്നുമാത്രം-ഇത്ര അഴകും ആരോഗ്യവുമുള്ള ലക്ഷണോത്തമനെ തങ്ങളുടെ നാട്ടുകാരും ഒന്നുകാണട്ടെ!

ദൂരെദേശങ്ങളിൽ നിന്നുപോലും സാജ്പ്രസാദിനെത്തേടി ആനക്കമ്പക്കാരെത്തിയിരുന്നു. ഒരു തവണത്തെ ഏറ്റുമാനൂർ ഉത്സവത്തിനായി, പറയുന്ന കാശും കൊടുത്ത് പ്രസാദിനെ കൊണ്ടുപോകാൻ കോട്ടയത്തെ ആനപ്രേമികൾ എത്തിയതാണ്; പൊന്നാനകളുടെ നാട്ടിൽ ഇരുപത്തിരണ്ട് കാരറ്റിന്റെ തങ്കത്തിളക്കമുള്ള ഒരൈശ്വര്യശ്രീമാൻ കൂടി ഇരിക്കട്ടേയെന്ന കണക്കുകൂട്ടലിലാവാം. പക്ഷേ, നേരത്തെതന്നെ നാട്ടിലെ ചെറിയൊരുത്സവത്തിൽ പങ്കെടുക്കാമെന്ന് ഏറ്റുപോയിരുന്നതിനാൽ ഏറ്റുമാനൂരേക്കുള്ള ക്ഷണം സ്വീകരിക്കാനായില്ല. 'എങ്കിൽപ്പിന്നെ അടുത്ത വർഷത്തെ ഉത്സവത്തിനായി പ്രസാദിനെ കിട്ടിയേതീരൂ, അന്ന് ഒഴിവുകഴിവൊന്നും പറയരുത്' എന്ന ശാഠ്യത്തിൽ അപ്പോൾ തന്നെ പ്രസാദിനെ ബുക്ക്ചെയ്താണ് ഏറ്റുമാനൂരപ്പന്റെ പ്രതിനിധികൾ മടങ്ങിയത്. പക്ഷേ, ഉത്സവമെന്നും പേരും പ്രശസ്തിയുമെന്നുമൊക്കെ കേട്ടാൽ മനസ്സ് തുടിക്കാത്ത പ്രസാദിന് തുടർച്ചയായി ഉറക്കമിളച്ചുള്ള ഉത്സവങ്ങളോട് തെല്ലൊരീർഷ്യ തന്നെയായിരുന്നു. അടുത്തടുത്ത് മൂന്നോനാലോ ദിവസം എഴുന്നെള്ളിപ്പുകളുണ്ടെങ്കിൽ അഞ്ചാം ദിവസം പാപ്പാൻ വേലായുധന് പ്രസാദിന്റെ വക ഒരു തട്ടോമുട്ടോ കിട്ടും. ഇത് തന്റെ ക്ഷീണം പാപ്പാനെ അറിയിക്കുന്ന നിശ്ശബ്ദ സൂചനയാണ്. പക്ഷേ, പ്രസാദും പാപ്പാൻ വേലായുധനുമല്ലാതെ മൂന്നാമതൊരു ജീവിപോലും ഇവരുടെ ഈ കലാപരിപാടി അറി

ആനപ്പുറത്തേറി ഉപജീവനം തേടുന്നവർ...

യില്ലെന്ന് മാത്രം. പുറത്തെവിടെയെങ്കിലും പോയാൽ പ്രസാദിന് ഉറക്കവും ശരിയാകാറില്ല. ഇതറിയാവുന്ന ഉടമ ഒരാഴ്ചയിൽ കൂടുതൽ തുടർച്ചയായി ആനയെ എഴുന്നെള്ളിപ്പിന് വിടുന്ന പതിവില്ല.

കേരളത്തിലെ നാട്ടാനകളുടെ അവസ്ഥ എന്തു തന്നെയായിരുന്നാലും ആനകളും ഉത്സവങ്ങളുമായി ബന്ധപ്പെട്ട് അന്നന്നത്തെ അപ്പത്തിനുള്ള വക തേടുന്ന അനേകജൻമങ്ങളുണ്ട്. വലിയ ഉത്സവങ്ങളുടെ ഭാഗമായ എഴുന്നെള്ളിപ്പുകൾക്ക് ആനപ്പുറം കയറുന്നവർ ഇക്കൂട്ടരിൽ ചിലരാണ്. ഉത്സവസീസൺ ആരംഭിച്ചാൽ ഉത്സവനഗരികളിൽ നിന്നും ഉത്സവനഗരികളിലേക്ക് ഒഴുകിയൊഴുകി നീങ്ങുന്ന ഇവർ, എഴുന്നെള്ളത്തുകൾക്ക് ആനപ്പുറത്ത് കയറി ആനക്കുട പിടിക്കുന്നതിലും മേളങ്ങളുടെ താളവട്ടങ്ങൾക്കനുസരിച്ച് ഒരൊറ്റ മനസ്സോടെ എണ്ണയിട്ട യന്ത്രങ്ങൾ പോലെ ആലവട്ടവും വെഞ്ചാമരവും വീശുന്നതിലുമൊക്കെ പ്രത്യേകകഴിവും പരിചയവുമുള്ളവരാണ്. ഒരൊറ്റ ഉത്സവദിവസം തന്നെ രണ്ടുംമൂന്നും തവണ ഇങ്ങനെ ആനപ്പുറം കയറേണ്ടിവരുന്ന ഇവർക്ക് ചെലവു കഴിഞ്ഞ് മുന്നൂറ് രൂപവരെയാകും പ്രതിഫലം. ആനപ്പുറത്ത് നിന്നുകൊണ്ട് വെഞ്ചാമരവും ആലവട്ടവും വീശുന്നതുതന്നെ ഏറെ ശ്രദ്ധയും സൂക്ഷ്മതയും വേണ്ടുന്ന കാര്യമാണ്.

ആനകൾ പ്രശ്നക്കാരോ, പാവത്താൻമാരോ എന്നൊന്നും നോക്കാനും തിരഞ്ഞെടുക്കാനും കഴിയാതെ, ഏതൊരാനയുടേയും പുറത്ത് വലിഞ്ഞുകയറാൻ നിർബന്ധിതരായ ഇവരേയും കൊണ്ട് ചിലപ്പോൾ ചില 'കൊസറാകൊള്ളികൾ' കിലോമീറ്ററുകളോളം ഓടിയെന്നു വരും. തുമ്പിക്കൈകൊണ്ട് പിടിക്കാനും കുലുക്കിത്താഴെയിട്ട് കൊല്ലാനും ശ്രമിക്കുന്ന മദയാനയുടെ പുറത്ത് അള്ളിപ്പിടിച്ചിരിക്കുമ്പോൾ ഇവർ വിളിക്കാത്ത ദൈവങ്ങളുണ്ടാവില്ല. പക്ഷേ ചിലപ്പോൾ അവരുടെ കരച്ചിലും വിളിയും കേട്ട് ആദ്യം ഓടിയെത്തി കുട്ടിക്കൊണ്ടു പോകുന്നത് യമദേവനായെന്നും വരും. എല്ലാം അരച്ചാൺ വയറിന്റെ ആന്തലകറ്റാനുള്ള പങ്കപ്പാടുകൾ! അതും ഉത്സവക്കാഴ്ചകളുടെ ഭാഗം. ഇടവപ്പാതിയും പിന്നെ കർക്കിടകവും കടന്നുവരുന്നതോടെ, ഉത്സവസീസൺ കഴിഞ്ഞ് ആനകൾ തടിക്കൂപ്പുകളിലേക്കും സ്വകാര്യതാവളങ്ങളിലേക്കുമായി പിൻവലിയുന്നതോടെ, ഇവരും പഞ്ഞമാസങ്ങളുടെ നീരാളിപ്പിടു

ത്തത്തിൽ നിന്നും കരകയറാൻ തൽക്കാലം മറ്റു പണികൾ അന്വേഷിക്കും. അണമുറിയാതെ പെയ്യുന്ന മഴയുടെ ആരവത്തിനുമേൽ അടുത്ത ഉത്സവകാലത്തിന്റെ വരവറിയിച്ചുകൊണ്ടുള്ള ചെണ്ടക്കോലിന്റെ വീഴ്ചയ്ക്കുവേണ്ടി ഇവർ കാത്തിരിക്കും.

'ആന'യെന്ന രണ്ടക്ഷരത്തിൽ 'അനിശ്ചിതത്വം' എന്ന വലിയൊരർഥംകൂടി അന്തർലീനമാണ്. ആനക്കാര്യങ്ങളുടെ അലകും പിടിയും നന്നായറിയുന്ന ഡോക്ടർ കെ.സി.പണിക്കരുടെ ഭാഷയിൽ പറഞ്ഞാൽ 'Most unpredictable animal of the universe' (ഈ പ്രപഞ്ചം ദർശിച്ചിട്ടുള്ളതിൽ വച്ചുതന്നെ ഏറ്റവും പ്രവചനാതീതമായ സ്വഭാവത്തിനുടമയായ ജന്തു). അതാണ് ആന.

മയക്കുവെടി കൊള്ളുകയെന്ന് പറഞ്ഞാൽ ആനയ്ക്കും ആനയുടമയ്ക്കും ഒരേപോലെ ക്ഷീണമാണ്. കൂടെക്കൂടെയുള്ള മയക്കുവെടികൾ ആനകളുടെ ആരോഗ്യത്തെയും ഉൾക്കരുത്തിനേയും വല്ലാതുലച്ചുകളയും. ആനയിടഞ്ഞ് മയക്കുവെടിസംഘത്തിന് ആളയച്ചാലോ, ഡോക്ടർമാരുടെ സംഘം കാറുംപിടിച്ചുവന്ന് തോക്ക് പുറത്തെടുത്ത് പൊട്ടിച്ചുപോയാൽ കുറഞ്ഞത് പതിനായിരമെങ്കിലും ഉടമയുടെ പോക്കറ്റിൽ നിന്നും പറപറക്കും. ആനയ്ക്ക് മദപ്പാടിന്റെ കാലമെത്തിയാലും അതിന്റെ ലക്ഷണങ്ങൾ കാണിച്ചുതുടങ്ങിയാലും കഴിയുന്നത്ര ഉത്സവങ്ങൾ കൂടുതൽ എടുക്കുകയെന്ന ഉദ്ദേശ്യത്തോടെ ആനയുടെ തീറ്റയും വെള്ളവും കുറച്ച് അതിനെ വാട്ടിക്കൊണ്ട് നടക്കുന്നതാണ് നല്ലൊരുശതമാനം ആനയിടച്ചിലുകൾക്കും കാരണം. ഉത്സവങ്ങളിൽ നിന്ന് ഉത്സവങ്ങളിലേക്കും ഊണും ഉറക്കവുമില്ലാതെ ആനയെ നെട്ടോട്ടമോടിച്ച് പരമാവധി കൊയ്ത്തു നടത്താൻ ഉടമയ്ക്ക് താത്പര്യമില്ലാത്തതിനാൽ സാജ്പ്രസാദിന്റെ മദക്കാലവിഭ്രമങ്ങൾ വലിയ വാർത്തയും പ്രശ്നങ്ങളുമാകാറില്ല. പ്രസാദിനും അവന്റെ ഉടമകളായ പെരുമ്പുളിശ്ശേരി സാജ് ടിമ്പേഴ്സിനും അതൊരു വീട്ടുകാര്യം മാത്രം.

മദക്കോളിന്റെ കാലമായാൽ, താമസിയാതെ നട്ടപ്രാന്തിലേക്ക് നീങ്ങുമെന്ന് അറിയിക്കേണ്ടവരെ അറിയിക്കാൻ പ്രസാദിന് ചില പൊടിക്കൈകളൊക്കെയുണ്ട്. തോണ്ടിയും പിടിച്ചും പാപ്പാനും ആനയും കൊച്ചുവർത്തമാനം പറഞ്ഞിരിക്കുന്നതിനിടയിലാവും ചിലപ്പോൾ പാപ്പാൻ വേലായുധന് പ്രസാദിന്റെ വക ഒരു തട്ട് കിട്ടുന്നത്. അല്ലെങ്കിൽ വാലുകൊണ്ടുള്ള ഒരടി. അല്ലെങ്കിൽ പനമ്പട്ടവലിച്ചെടുക്കും പോലെ പാപ്പാന്റെ കാലിൽ ചുറ്റിപ്പിടിച്ച് ഒരു വടംവലി മത്സരം. അതാണതിന്റെ ലക്ഷണം. പ്രസാദിന്റെ ഈ ആചാരവെടി ഇങ്ങനെ മുഴങ്ങിയാൽ പിന്നെ, മില്ലിൽ എത്രയൊക്കെ പണി ബാക്കി കിടപ്പുണ്ടെങ്കിലും ആനയെ അന്നുതന്നെ തറിയിൽ കൊണ്ടുക്കെട്ടി വാറാക്കും. രണ്ടോ മൂന്നോ ദിവസത്തിനുള്ളിൽ ആനയ്ക്ക് നീരൊലിക്കുവാനും തുടങ്ങും.

രണ്ടുമാസം വരെ നീളാവുന്നതാണ് പ്രസാദിന്റെ ഓരോ മദപ്പാടും. ആ സമയം ഒന്നാംപാപ്പാനെ കാണുന്നതുതന്നെ ഇഷ്ടമല്ല. പക്ഷേ, ഉടമയ്ക്ക് അടുത്തുചെല്ലാം; തീറ്റ കൊടുക്കാം. ഇടച്ചട്ടക്കാർക്ക് ശ്രദ്ധിച്ചു ചെന്ന് അമരമെന്ന പിൻകാലുകളിലെ ചങ്ങലയൊക്കെ ചെറുതായൊന്ന് ഇളച്ചിടുകയും ചെയ്യാം. പക്ഷേ, മദക്കോളിന്റെ മൂർധന്യത്തിൽ അതും പറ്റാതാവും. അപ്പോൾ ചങ്ങല ഇറുകി കാലിൽ വലിയ വ്രണങ്ങളായി പൂണ്ടുകയറിയെന്നും വരും. പ്രസാദിന്റെ ശരീരത്തിൽ എന്തെങ്കിലും മുറിവോ ചതവോ നമുക്ക് കണ്ടെത്താൻ കഴിയുന്നതും ഇത്തരത്തിലുള്ള മുറിപ്പാടുകൾ മാത്രമായിരിക്കും.

മദപ്പാടുകാലത്ത് ആനകളുടെ ഭയാനകമായ ക്രൗര്യത്തിനും ആനക്കാരുടെ നിസ്സഹായതയ്ക്കും ഇടയിൽ, കാൽച്ചങ്ങല കാലിൽ മുറുകിയുണ്ടാകുന്ന പഴുപ്പും വ്രണവും നമ്മൾ പൊതുജനത്തെ പലപ്പോഴും തെറ്റിധാരണയിലേക്ക് നയിക്കും. നീരുകാലം കഴിഞ്ഞ് അഴിച്ച ആനയുടെ കാലിലെ മുറിവ് ഉണങ്ങാൻ കുറച്ചുസമയമെടുക്കും. ഈ വലിയ മുറിവ് കാണുന്ന പൊതുജനമാകട്ടെ, ക്രൂരനായ പാപ്പാൻ ആനയുടെ കാൽ കുത്തിക്കീറിവച്ചിരിക്കുകയാണെന്നാവും ധരിക്കുന്നത്. വെറുപ്പിന്റേയും ദേഷ്യത്തിന്റേയും മുൻവിധി കലർന്ന കാഴ്ചപ്പാടോടെയാകും സത്യമറിയാത്ത നമ്മൾ ആനക്കാരനെ നോക്കിക്കാണുന്നത്.

നീരുകാലത്ത് മറ്റെല്ലാ ആനകളേയും പോലെ

പ്രസാദിന്റേയും തീറ്റ കുറയും. അഥവാ വിമ്മിട്ട പ്പെട്ടായാലും ഇഷ്ടപ്പെട്ടതെങ്കിലും തിന്നണമെ ങ്കിലോ അത് വായിൽവച്ചുതന്നെ കൊടുക്കണ മെന്ന ശാഠ്യവും. കുറച്ചുകാലം മുമ്പുവരെ പ്രസാ ദിന്റെ നല്ല മദക്കോളുസമയത്ത് ഉടമയായ കുമാ രൻ അവന്റെ വായിൽ തീറ്റ വച്ചുകൊടുക്കുമായി രുന്നു. ഒരിക്കൽ പ്രസാദിൽ നിന്നുണ്ടായ അനു ഭവം കുമാരനൊരു പാഠമായി. സ്നേഹം മാത്രം ഉരുക്കിയൊഴിച്ച് വാർത്തെടുത്ത ആനച്ച ങ്ങാത്തങ്ങളാണെങ്കിൽപോലും മദപ്പാടുകാല മെന്ന ആനകളുടെ നട്ടപ്രാന്തിന്റെ നേരത്ത് ഭാഗ്യ പരീക്ഷണത്തിന് നിൽക്കരുതെന്ന പാഠം.

ഒരു മദപ്പാടുദിവസം തീറ്റകൊടുത്ത് കൈ തി രിച്ചെടുക്കാൻ ശ്രമിക്കുമ്പോഴാണ് സംഗതി പന്തി യല്ലെന്ന് കുമാരൻ ഞെട്ടലോടെ തിരിച്ചറിഞ്ഞത്. എടുക്കാവുന്ന ബലമൊക്കെ എടുത്തിട്ടും ആന യുടെ പിടി അയയുന്നില്ല. അടുത്തെങ്ങും ഒരാന ക്കാരനുമില്ല. ഒച്ചയിട്ട് ബഹളം കൂട്ടാമെന്ന് വച്ചാൽ തൊണ്ടയിൽ നിന്ന് ഒച്ച പുറത്തുവരുന്നുമില്ല. മാത്രമല്ല, മദക്കോളിന്റെ മൂർധന്യത്തിൽ നിൽക്കുന്ന ആനയല്ലേ! ഒറ്റനിമിഷത്തിന്റെ പ്രകോ പനത്തിന് എന്തായിരിക്കും ചെയ്യുന്നത്. ആനയെ വാങ്ങാൻ തോന്നിയ നിമിഷവും ലക്കിടിയിലെ സായ്വിന്റെ മക്കളുടെ സങ്കടവും കുമാരന്റെ മന സ്സിലൂടെ പൊന്നീച്ചകളായി പറന്നു. ജീവിത ത്തിന്റെ ഭൂതകാലം മാത്രമല്ല, വാപിളർന്ന ദുർഭൂ തത്തെപ്പോലെ തന്നെ തുറിച്ചുനോക്കുന്ന ഭാവി യെപ്പറ്റിയും ആ നിൽപിൽ ഉരുകിയൊലിച്ചു കൊണ്ട് കുമാരൻ ചിന്തിച്ചുപോയി. 'മോനേ, കുട്ടാ'– എന്നൊക്കെ വിറയ്ക്കുന്ന ചുണ്ടുകളോടെ ഇടയ്ക്കൊക്കെ വിളിക്കുന്നുണ്ടെങ്കിലും അതൊന്നും പുറത്തേക്കെത്തുന്നതുമില്ല. എത്തി യതാവട്ടെ പ്രസാദിന്റെ കാതിലേക്ക് കയറിയമട്ടു മില്ല.

ആനയും ഉടമയുമായുള്ള ആ 'ധൃതരാഷ്ട്രാ ലിംഗനം' ഏതാണ്ട് മുക്കാൽ മണിക്കൂറോളം നീണ്ടു. എങ്കിലും 'തന്റെ പ്രസാദ് തന്നോടിങ്ങനെ ചെയ്തല്ലോ'യെന്ന നീറ്റലിൽ കുമാരന്റെ സങ്കടം പിന്നെ തെല്ല് ദേഷ്യമായി. ഒരുനിമിഷത്തെ സ്വയം മറക്കലിന്റെ ഒടുവിൽ കുമാരൻ ഒരു അറ്റകൈ പ്രയോഗം നടത്തി. തന്റെ മുഖത്തേക്ക് ഭാവഭേദ മൊന്നുമില്ലാതെ തുറിച്ചുനോക്കുന്ന ആനയുടെ കണ്ണിനുനേർക്ക് വിരൽകൊണ്ട് കുത്തുവാൻ ആയുംപോലെ ഒരാംഗ്യം. ഒരുനിമിഷം കണ്ണൊന്ന് ചിമ്മി. ആ ഞെട്ടലിൽ പിടിയൊന്നയഞ്ഞു. ജീവനും കൊണ്ട് പാഞ്ഞ കുമാരൻ കുറേ ദൂരെ ഓടിമാറി. നല്ല മദക്കോളിൽ നിൽക്കുന്ന ആന യുടെ കണ്ണിൽ കുത്താൻ ഒരുങ്ങിയിട്ടും അവിവേ കമൊന്നും കാട്ടാതിരുന്നത്, ഓർമയുടേയും ബോധത്തി ന്റേയും കുഴമറിച്ചിലുകൾക്കിടയിലും സാജ്പ്രസാദെന്ന പാവത്താന്റെ മനസ്സിൽ എവി ടെയോ പച്ചപിടിച്ചുകിടന്നിരുന്ന സ്നേഹനിലാ വിന്റെ തിളക്കം തന്നെയാകണം.

പ്രസാദ് അടിയുടേയും വടിയുടേയും ആന ക്കാരന്റെ അലർച്ചകളുടേയും അകമ്പടിയേതുമി ല്ലാതെ തടിമില്ലിൽ പണിയെടുക്കുന്നതു കണ്ട് നിൽക്കാൻ തന്നെ ഒരു രസമുണ്ട്. അമ്പലത്തിന്റെ ശ്രീകോവിലിനുള്ളിൽ മന്ത്രവും തന്ത്രവുമായി ഒതുങ്ങിക്കൂടുന്നവരിൽ ഒരാളോട് ഒരുചാക്ക് അരി ചുമന്ന് വീടുവരെ എത്തിക്കാൻ പറഞ്ഞാൽ കക്ഷി നിന്നു വിയർക്കും. മനസ്സില്ലാമനസ്സോടെ ചുമക്കാനൊന്നു ശ്രമിച്ചാൽതന്നെ, എപ്പൊ താഴെ യിട്ടെന്ന് ചോദിച്ചാൽ മതി. പക്ഷേ, പരിചയസ മ്പന്നനായ ഒരു ചുമട്ടുതൊഴിലാളിയാണെങ്കിലോ? കാശിന്റെ കണക്ക് പറയുമ്പോഴായിരിക്കും അരി ച്ചാക്ക് എത്തേണ്ടിടത്ത് എത്തിക്കഴിഞ്ഞ കാര്യം മറ്റുള്ളവരറിയുന്നത്. സാജ്പ്രസാദിന് മരപ്പണി യെന്ന് പറഞ്ഞാൽ അത്രേയുള്ളൂ. തരത്തിനും തഞ്ചത്തിനും നിന്ന് മുട്ടേണ്ടപോലെ മുട്ടുകയും തള്ളേണ്ടതുപോലെ തള്ളുകയും ചെയ്താൽ ഏതു വൻമരവും താൻ വരച്ച വഴിയേ വരുമെന്ന് മരപ്പണിക്കാര്യത്തിലെ 'പെരുന്തച്ച'നറിയാം.

അബ്ദുൾകലാമിനോട് നൂറ് മീറ്റർ ഓട്ടത്തിൽ ഒന്നാമനാവാൻ പറഞ്ഞിട്ട് കാര്യമുണ്ടോ. പി.ടി.ഉ ഷയോട് ഒറ്റയിരിപ്പിന് അമരകോശം മുഴുവൻ കാണാപ്പാഠം പഠിച്ച് ചൊല്ലുവാൻ പറഞ്ഞാലും കുഴഞ്ഞെന്ന് വരും. ഓരോരുത്തർക്കും ഓരോന്ന് പറഞ്ഞിട്ടുണ്ട്. അവനവന്റെ ആരോഗ്യത്തിനും അഭിരുചിക്കും ചേരുന്ന പണികൾ ജീവനോപാ ധിയായി തിരഞ്ഞെടുക്കുവാൻ കഴിയുന്നവർ

ഭാഗ്യവാൻമാർ.

വണ്ടിയിൽ മരങ്ങൾ ലോഡ് ചെയ്യുന്നതിനും ഇറക്കുന്നതിനുമെല്ലാം പ്രസാദിന് വല്ലാത്തൊരു വാസനയും പ്രതിഭയുമുണ്ട്. പ്രസാദ് ഒരു വൻമരം എടുത്ത് വണ്ടിയിലേക്ക് വച്ചാൽ വണ്ടിയൊന്ന് അറിയുകപോലുമില്ലെന്നതാണ് വാസ്തവം. മരം വണ്ടിയിലേക്ക് എടുത്തെറിയുകയല്ലെന്ന് ചുരുക്കം. ഉയരംകൂടിയ കൂറ്റൻ ട്രെയിലറുകളുടെയൊക്കെ ടയറിൽ ചവുട്ടിക്കയറി നിന്ന് മരങ്ങൾ അട്ടിയിടുന്നതും കക്ഷിക്ക് നിസ്സാരം. തുടർച്ചയായി മരങ്ങൾ കടിച്ചുവലിക്കുന്നത് പ്ലാസ്റ്റിക്ക് കയറിന്റെ വക്കകൊണ്ടാണെങ്കിൽ ആനയുടെ പല്ലുകൾക്ക് പെട്ടന്ന് തേയ്മാനം വരും. അതിനാൽ ചണനൂലുകൾ ചുറ്റി ഏറെക്കുറേ സുരക്ഷിതമാക്കിയ സ്പെഷ്യൽ വക്കയാണ് പ്രസാദിനായി തയ്യാറാക്കിയിരുന്നത്.

സാജ് ടിമ്പേഴ്സിന്റെ മാത്രമല്ല, പെരുമ്പുളിശ്ശേരി പെരുവനം ഗ്രാമത്തിന്റെയാകെ അഭിമാനവും കളിക്കൂട്ടുകാരനുമായാണ് സാജ്പ്രസാദ് ജീവിച്ചത്. ഇവന്റെ പ്രവർത്തനരംഗമാവട്ടെ തൃശ്ശൂർ ജില്ലയിലെ ഏറ്റവും മികച്ച സർക്കാർ സ്കൂളുകളിൽ ഒന്നായ ചേർപ്പ് ഗവൺമെന്റ് ഹൈസ്കൂളിനോടു തൊട്ടുരുമ്മിയും. ഒരിക്കൽ പിരിവിനെത്തിയ ചില പാർട്ടിക്കാർക്ക് പ്രസാദിന്റെ ഉടമ നൽകിയ തുക അത്രയ്ക്കങ്ങോട്ട് കണ്ണിൽ പിടിച്ചില്ല. പ്രസാദാന സ്കൂളിനും സ്കൂൾകുട്ടികൾക്കും ഭീഷണിയാണെന്നും അതിനാൽ ഇവനെ സ്കൂൾ പരിസരത്ത് കൊണ്ടുവരുന്നതിൽ നിന്ന് തടയണമെന്നും പൊതുതാത്പര്യ ഹർജി ഹൈക്കോടതിയിൽ സമർപ്പിച്ചുകൊണ്ടാണ് പിരിവുകാർ പകരംവീട്ടിയത്. പക്ഷേ, സ്കൂളിലെ ഹെഡ്മിസ്ട്രസും കുട്ടികളും ഒറ്റക്കെട്ടായി പ്രസാദിന് ഐക്യദാർഢ്യം പ്രഖ്യാപിച്ചതോടെ ഹർജിക്കാരും പ്രസാദിന്റെ ആരാധകരായി.

സ്നേഹിക്കുന്നവർക്ക് ഹൃദയംതന്നെ പറിച്ചു നൽകിയിട്ടുള്ളവനാണ് സാജ്പ്രസാദ്. പ്രസാദിന്റെ താവളമായ മിത്രാനന്ദപുരം ക്ഷേത്രത്തിനടുത്തുള്ള പറമ്പിൽ താമസിക്കുന്ന രണ്ടു പെൺകുട്ടികൾ ഇങ്ങനെ പ്രസാദിന്റെ കൂട്ടുകാ

രായതിനു പിന്നിൽ ഒരു കഥയുണ്ട്.

പതിനഞ്ചുവർഷം മുമ്പ് സാജ് ടിമ്പേഴ്സിൽ ജോലിയന്വേഷിച്ചെത്തിയതാണ് തമിഴ്നാട് ട്രിച്ചി സ്വദേശിയായ രാജൻ. സാജ് ടിമ്പേഴ്സിലെ തൊഴിലാളിയായി മാറിയതോടെ തന്റെ കുടുംബത്തെയും ഇങ്ങോട്ടു കൊണ്ടുവന്നു. സാജ് ടിമ്പേഴ്സ് ഉടമ കുമാരൻ മിത്രാനന്ദപുരത്തെ പറമ്പിലുള്ള വീട് ഇവർക്ക് താമസിക്കാനായി നൽകി. അവിടെയായിരുന്നു പ്രസാദിനെയും തളച്ചിരുന്നത്. അങ്ങനെയാണ് രാജന്റെ മക്കളായ ലക്ഷ്മിയും നിത്യയും പ്രസാദിന്റെ കളിത്തോഴരാകുന്നത്. ഇവർ തങ്ങൾക്കു കിട്ടുന്ന പലഹാരങ്ങളുടെ ഒരു പങ്ക് പ്രസാദിനായി മാറ്റിവച്ചു. അവരുടെ വീടിനരികിലൂടെ പോകുമ്പോൾ തന്റെ കൂട്ടുകാരികളുടെ സാമീപ്യത്തിനും തൊടുമധുരത്തിനും പ്രസാദ് കൊതിച്ചു. മദപ്പാടുകാലത്തുപോലും പ്രസാദ് അവർക്ക് സർവസ്വാതന്ത്ര്യങ്ങളും അനുവദിച്ചു. നിത്യയുടെയും ലക്ഷ്മിയുടെയും സാന്നിധ്യമറിയുമ്പോൾ തലയാട്ടി എല്ലാവരെയും അദ്ഭുതപ്പെടുത്തുന്ന സാജ്പ്രസാദ് ഇങ്ങനെ ആനയും മനുഷ്യനും തമ്മിലുള്ള ആത്മബന്ധത്തിന്റെ മറ്റൊരധ്യായം എഴുതിച്ചേർക്കുന്നതിലും വിജയിച്ചു.

സ്കൂൾകുട്ടികളിൽ നിന്നും പെരുമ്പുളിശ്ശേരിക്കാരിൽ നിന്നും സ്നേഹവും മധുരവും മാത്രം ഏറ്റുവാങ്ങി ജീവിക്കുന്ന പ്രസാദിനോട് ഒരിക്കൽ

ഒരു നാട്ടുകാരൻ ഇത്തിരി കടുംകൈ ചെയ്ത ചരിത്രമുണ്ട്. സ്വർണപ്പണിക്കാരുടെ നാടായ പെരുമ്പുളിശ്ശേരിയിൽ ആനവാൽ മോതിരത്തിന് നിരവധി ആവശ്യക്കാരുണ്ട്. പക്ഷേ, പ്രസാദിന്റെ വാലിലെ ഒരുരോമം പോലും പിഴുതെടുക്കാൻ ഉടമയും പാപ്പാനും ആരെയും അനുവദിക്കാറില്ല. ഉടമയും പാപ്പാനും കണ്ണിലെണ്ണയൊഴിച്ചാണ് അവനെ പരിപാലിച്ചുപോന്നത്. പക്ഷേ, ആന നല്ല ഉറക്കമായിരുന്ന ഒരു രാത്രിയിൽ ഏതോ ഒരു തിരുമാലി പാവം പ്രസാദിന്റെ വാൽരോമങ്ങൾ മുച്ചൂടും മുറിച്ചുകൊണ്ട് കടന്നുകളഞ്ഞു. ഏതെങ്കിലും ഒരാനക്കാരനല്ലാതെ സാധാരണ വ്യക്തിക്ക്, ബഷീർകഥയിലെ 'ആനവാരി രാമൻനായരെ'പ്പോലെ ഉറങ്ങിക്കിടക്കുന്ന ആനയുടെ വാൽരോമം മോഷ്ടിക്കുവാനുള്ള ചങ്കുറപ്പ് ഉണ്ടാവാൻ സാധ്യത കുറവാണ്.

ഉടമകളിൽ നിന്നും ആനക്കാരിൽ നിന്നും സ്നേഹം മാത്രം ഏറ്റുവാങ്ങാൻ ഭാഗ്യം ചെയ്ത ഒരപൂർവ ജൻമം. അടിമത്തത്തിന്റെ കനത്ത ചങ്ങലക്കെട്ടുകളേക്കാളധികം സ്നേഹത്തിന്റെ പൊൻനൂലിഴകൾകൊണ്ട് കോർത്തെടുത്ത ആനയും മനുഷ്യനുമായുള്ള ഒരപൂർവബന്ധം. കൂടാതെ തൃശ്ശൂർപ്പൂരത്തിനു നിറയുന്ന തേക്കിൻകാട് മൈതാനത്തേക്കാൾ, എടുത്താൽ പൊങ്ങാത്ത തേക്കുമരങ്ങളോട് ഏറ്റുമുട്ടാൻ ഇഷ്ടപ്പെടുന്ന കാതലുള്ള ആൺപിറപ്പുണ്ടെങ്കിൽ അതാണ് സാജ്പ്രസാദ്; അതായിരുന്നു സാജ്പ്രസാദ്.

പിൻകുറിപ്പ്: സാജ്പ്രസാദ്, കർമത്തിന്റെയും സ്നേഹത്തിന്റെയും നനുത്ത ചരിത്രങ്ങൾ സൃഷ്ടിച്ചുകൊണ്ടിരിക്കെ എഴുതിയതാണ് മേൽവിവരിച്ച കഥകൾ. വലിയ കുന്നിന്റെ ഇറക്കമെന്നപോലെ, നാണയത്തിന്റെ മറുവശമെന്നപോലെ വിധി അവനെത്തേടിയും എത്തി- സാജ്പ്രസാദ് ഇന്ന് ജീവിച്ചിരിപ്പില്ല!

2007 ആഗസ്റ്റ് 21-ാം തീയതി, ചിങ്ങമാസം അനിഴം നാളിൽ, വരാനിരിക്കുന്ന തിരുവോണം തന്റെ ആരോധകരോടും കൂട്ടുകാരോടുമൊപ്പം ആഘോഷിക്കണമെന്ന കാര്യമോർക്കാതെ സാജ്പ്രസാദ് മറ്റൊരു ലോകത്തേക്ക് പുറപ്പെട്ടു. അവിടെ മകനെയെന്നവണ്ണം അവനെ സ്നേഹിച്ച ഉടമ കുമാരനും കുടുംബവുമില്ല. സ്നേഹനിധികളായ ആരാധകരില്ല. കൊമ്പിനും തുമ്പിക്കും വ്യായാമമേകുന്ന സാജ് ടിമ്പേഴ്സിലെ മരങ്ങളില്ല. നിത്യയും ലക്ഷ്മിയുമില്ല. തിരുവുള്ളക്കാവിലെ തടിക്കമ്പനിയിൽ മരണവാർത്തയറിഞ്ഞെത്തി നിറഞ്ഞുകവിഞ്ഞ ജനങ്ങൾക്കു നടുവിൽ, ഭൂമിയിൽ ആടിത്തീർത്ത കഥാപാത്രത്തിന്റെ ചമയങ്ങളഴിച്ച് സാജ്പ്രസാദ് ഉറങ്ങിക്കിടന്നു; തനിക്കു ചുറ്റും നിന്നുയരുന്ന കരച്ചിലുകളും വിങ്ങിപ്പൊട്ടലുകളും നെടുവീർപ്പുകളും അറിയാതെ.

എരണ്ടക്കെട്ട് (ദഹനക്കേട്) എന്ന രോഗാവസ്ഥയാണ് പ്രസാദിന്റെ ചരിയലിനു കാരണമായത്. വിരേചനഗുണമില്ലാത്ത ഭക്ഷ്യവസ്തുക്കൾ തിന്നുമ്പോഴാണ് ഇരണ്ടക്കെട്ട് ഉണ്ടാകുന്നത്. ആനയൂട്ടലിലെ വിഭവങ്ങളിൽ (ഉദാ:കരിമ്പ്, തേൻ, ശർക്കര, നാളികേരം) പലതും ഈ രോഗാവസ്ഥയ്ക്കു കാരണമാകുന്നുണ്ട്. തീറ്റ തിന്നാതിരിക്കുക, മലബന്ധം ഉണ്ടാകുക, അടിവയറ് വീർക്കുക എന്നിവയാണ് പ്രാഥമിക ലക്ഷണങ്ങൾ. ഇരണ്ടക്കെട്ടിന്റെ ലക്ഷണങ്ങൾ കണ്ടതു മുതൽ പ്രസാദിന് ചികിത്സ നൽകിയിരുന്നു. ഉടമ കുമാരൻ അവന്റെ കാര്യത്തിൽ ചെയ്യാവുന്നതെല്ലാം ചെയ്തു. ആരാധകരുടേയും സ്നേഹിതരുടേയും പ്രാർഥനയും ഫലിച്ചില്ല. ഒരുമാസത്തെ ചികിത്സയ്ക്കുശേഷം മരണം പ്രസാദിനെ തേടിയെത്തി. (എരണ്ടക്കെട്ടുമൂലം മരണം സംഭവിക്കുന്നത് മുമ്പ് അപൂർവമായിരുന്നു. ഇപ്പോൾ എരണ്ടക്കെട്ട് ബാധിച്ച നിരവധി ആനകളുടെ കാര്യം കേൾക്കാനുണ്ട്. ഇങ്ങനെ മരണകാരണമാകുന്ന എരണ്ടക്കെട്ടിന് 'അനാഹം' എന്നാണ് ഗജശാസ്ത്രഗ്രന്ഥങ്ങൾ പരാമർശിക്കുന്നത്).

സാജ്പ്രസാദിന്റെ മരണം ദുഃഖത്തോടൊപ്പം ഒരു പാഠവും നൽകുന്നു-ആനയെ സ്നേഹിക്കുന്നവർ അവർക്കു കൊടുക്കുന്ന ഭക്ഷണത്തിന്റെ കാര്യത്തിലും ശ്രദ്ധചെലുത്തേണ്ടതാണ്. ആനയുടെ ശരീരത്തിന് ദോഷമുണ്ടാക്കുന്ന വസ്തുക്കൾ അവ ഭക്ഷിക്കാതിരിക്കുവാൻ നിർബന്ധബുദ്ധി പുലർത്തേണ്ടതാണ്; മറ്റൊരു എരണ്ടക്കെട്ടു മരണം ഒഴിവാക്കാനായെങ്കിലും...

2007 ആഗസ്റ്റിൽ തൃശ്ശൂർ വടക്കുംനാഥ ക്ഷേത്ര

▶ തൃശ്ശൂർ വടക്കുംനാഥക്ഷേത്രത്തിലെ ആനയൂട്ട്

ത്തിലെ ആനയൂട്ടിനുശേഷം കൊക്കർണ്ണിപ്പറമ്പിൽ വനംവകുപ്പിന്റെ ആഭിമുഖ്യത്തിൽ നാട്ടാനകൾക്കെല്ലാം മൈക്രോചിപ്പ് ഘടിപ്പിക്കുന്ന പരിപാടിയുണ്ടായിരുന്നു. നല്ലൊരു ശതമാനം ആനകളേയും നടവിലങ്ങും കൂച്ചുവിലങ്ങുമൊക്കെയിട്ട് രണ്ടും മൂന്നും പാപ്പാൻമാർ ചേർന്നാണ് 'ചിപ്പ് പിടിപ്പിക്കൽ' കുത്തിവയ്പിനായി ഉന്തിത്തള്ളി എത്തിച്ചതെങ്കിൽ പ്രസാദിനൊപ്പം കൃശഗാത്രനായ പാപ്പാൻ വേലായുധൻ മാത്രം. അതിനാൽ കുത്തിവയ്പിന്റെ സമയത്ത് അവനെ തൊട്ടുതലോടി ആശ്വസിപ്പിക്കുവാൻ ഉടമയായ കുമാരൻ കൂടെത്തന്നെയുണ്ടായിരുന്നു. പ്രസാദ് പെരുമ്പുളിശ്ശേരിയിലെത്തിയിട്ട് ഏതാണ്ട് 18 വർഷങ്ങൾ കഴിയുന്നേയുള്ളുവെങ്കിലും പ്രസാദും ഉടമയായ കുമാരനുമായുള്ള ആത്മബന്ധത്തിന് അനേകം ജന്മങ്ങളുടെ പഴക്കമുണ്ടായിരുന്നു. ആത്മാവിന്റെ പുസ്തകത്താളിൽ ഓർത്തുവയ്ക്കാൻപോന്ന നൂറുനൂറ് സ്നേഹനിലാവുകളുടെ സമന്വയമായിരുന്നു അവരുടെ സ്നേഹബന്ധം.

പെരുമ്പുളിശ്ശേരിയിലെത്തുന്ന കാലം പ്രസാദിന്റെ കൊമ്പുകൾക്ക് ഇത്ര കനമുണ്ടായിരുന്നില്ല. മില്ലിൽ പണിയൊക്കെ കഴിഞ്ഞ് പ്രസാദ് വിശ്രമിക്കുമ്പോഴോ അല്ലെങ്കിൽ അതിന്റെ ഇടവേളകളിലോ ഇത്തിരി ഒഴിവ് കിട്ടുന്ന സമയം കുമാരനും അടുത്തെത്തും; അവന്റെ കൊമ്പിൽ പിടിക്കും. കുമാരേട്ടൻ കൊമ്പിൽ പിടിക്കാൻ കാത്തിരുന്നെന്നപോലെ, പ്രസാദ് പിന്നെയൊരു പണിയൊപ്പിക്കും. മെല്ലെമെല്ലെ തുമ്പികൊണ്ട് വളർത്തച്ഛന്റെ കയ്യിൽ അമർത്തുകയും കുമാരേട്ടന്റെ മുഖത്തുനിന്നും കണ്ണെടുക്കാതെ കുസൃതിച്ചിരിയോടെ നോക്കിക്കൊണ്ട് നിൽക്കുകയും ചെയ്യും. അവസാനം തുമ്പികൊണ്ടുള്ള അമർത്തൽ അഥവാ ധൃതരാഷ്ട്രാലിംഗനം സഹിക്കാതാവുമ്പോൾ 'എടാ, മത്യേടാ പ്രസാദേ' എന്ന് ഇത്തിരി ശബ്ദമുയർത്തി താണുകേണപേക്ഷിച്ചാലേ ആ പിടുത്തം പ്രസാദും ഇളയ്ക്കാറുണ്ടായിരുന്നുള്ളൂ.

അത്, അവരുടെ ഒരു കളിയായിരുന്നു. ആത്മാവ് ആത്മാവിനെ തൊട്ടുതലോടുന്ന ഒരു നിമിഷം. എരണ്ടക്കെട്ടിന്റെ അസഹ്യതയിലും അസ്വസ്ഥതയിലും നിൽക്കുമ്പോൾപോലും കുമാ

രൻ ചെന്നുവിളിച്ചാൽ അവൻ വിളികേൾക്കുകയും കൊമ്പിൽ പിടിച്ചാൽ സ്വന്തം വല്ലായ്കയെല്ലാം തെല്ലിടമാറ്റിവച്ച് കടുംപിടുത്തം വീണ്ടെടുക്കുകയും ചെയ്യുമായിരുന്നു.

മരണത്തിന്റെ ദുശ്ശാഠ്യത്തിന് കീഴടങ്ങുന്നതിന്റെ തൊട്ട് തലേന്നാൾ, കുമാരേട്ടൻ കൊമ്പിൽ പിടിച്ചപ്പോൾ, അന്നുമാത്രം അവൻ പതിവ് തെറ്റിച്ചു. തുമ്പികൊണ്ട് അമർത്താതെ കുറച്ചുനേരം കുമാരേട്ടന്റെ മുഖത്തുതന്നെ നോക്കിനിന്നു. പ്രസാദിന്റെ ശരീരത്തിന്റെ ശേഷിയും പേശീബലവും ഒന്നൊന്നായി അഴിഞ്ഞുവീഴാൻ തുടങ്ങിയിരുന്നോ? അതോ, നാളെമുതൽ നമ്മുടെയീ കൊമ്പിൽപിടുത്തവും തുമ്പിയമർത്തിക്കളിയുമായി ഒപ്പംകൂടാൻ താൻ ബാക്കിയുണ്ടാവില്ലെന്ന് അവൻ തിരിച്ചറിഞ്ഞു കഴിഞ്ഞിരുന്നോ!

ഉത്സവക്കമ്പക്കാർക്ക് മാത്രമല്ല, പെരുമ്പുളിശ്ശേരിയിൽ പ്രസാദിന്റെ അയൽക്കാരെന്ന് പറയാവുന്ന പെരുമ്പുളിശ്ശേരിയിലെ ഡ്രൈവർമാർക്കും നാട്ടുകാർക്കും കൂടെ പണിയെടുക്കുന്നവർക്കുമെല്ലാം പ്രസാദ് എക്കാലവും ഏറെ പ്രിയങ്കരനായിരുന്നു. സമീപത്തുള്ള മറ്റുചില തടിമില്ലുകളിലും ആനകളുണ്ട്; മരപ്പണിയുമുണ്ട്. പക്ഷേ, അവിടെ 'അതെടാനെ, ഇതെടാനെ, ഇടത്താനെ, വലത്താനെ' തുടങ്ങിയ വായ്ത്താരികളും വഴക്കാചട്ടങ്ങളുമൊക്കെയാവും ഇടയ്ക്കിടെ മുഴങ്ങിക്കേൾക്കുന്നതെങ്കിൽ, സാജ്ടിമ്പേഴ്സിൽ അങ്ങനെയൊരു വഴക്കുമില്ല, കീഴ്വഴക്കവുമില്ല. 'അതെടുക്കടാ, ഇതെടുക്കടാ' തുടങ്ങിയ വാടാപോടാ വിളികൾ മാത്രമേ പ്രസാദിന്റെ ക്യാമ്പിൽനിന്നു കേൾക്കാനാവുമായിരുന്നുള്ളൂ.

ഏതെങ്കിലും ഒരു മരത്തിൽ ചോക്കുകൊണ്ട് നമ്പറിട്ട് കൊടുക്കേണ്ട കാര്യമേയുള്ളൂ. പ്രസാദ് കൃത്യം ആ തടിതന്നെ അട്ടിയിടുകയോ വണ്ടിയിൽ എടുത്തുവയ്ക്കുകയോ ചെയ്യുമായിരുന്നു. ചെയ്യാനുള്ളതെല്ലാം ചെയ്തുതീർത്ത്, ഉത്തരവാദിത്വങ്ങളെല്ലാം എത്രയും പെട്ടന്ന് പൂർത്തീകരിച്ച് ഏതോ ഒരു മഹായാനത്തിനുള്ള തിടുക്കത്തിലും തയ്യാറെടുപ്പിലുമായിരുന്നോ അവസാനകാലത്ത് പ്രസാദ്. അങ്ങനെവേണം അനുമാനിക്കാൻ. തങ്ങളുടെ പ്രിയപ്പെട്ട പ്രസാദ് ഒന്നിലും രണ്ടാമനാവരുതെന്ന് നിർബന്ധമുണ്ടായിരുന്ന അവന്റെ ആരാധകർ ഏതാനും മാസങ്ങൾക്കപ്പുറം സാജ്പ്രസാദിന് 'ഗജോത്തമൻ' എന്ന വിശിഷ്ട സേവാ പുരസ്കാരവും സമർപിച്ചു. പൂരനഗരിയോട് ചേർന്നുള്ള വിയ്യൂർ മണലാർക്കാവ് ക്ഷേത്രത്തിൽ നടന്ന സാജ്പ്രസാദിന്റെ പട്ടാഭിഷേകച്ചടങ്ങിന് ആദ്യവസാനം ഒപ്പമുണ്ടായിരുന്നെങ്കിലും, നമ്മുടെ ചുള്ളൻ പ്രസാദിന് ഇപ്പൊഴേ ഈ പട്ടമൊക്കെ ചാർത്തിക്കൊടുത്ത് അവനെയൊരു കാരണവസ്ഥാനത്തേക്ക് മാറ്റി പ്രതിഷ്ഠിക്കേണ്ടതുണ്ടോ, യുവകേസരിയുടെ മുന്നിൽ കാലമിനിയും എത്ര ബാക്കികിടക്കുന്നു എന്ന ചിന്തയാണ് സത്യത്തിൽ അപ്പോൾ മനസ്സിൽ നിറഞ്ഞുനിന്നിരുന്നത്.

എരണ്ടക്കെട്ടിന്റെ അസ്വസ്ഥതകൾ വിട്ടൊഴിയാതെ തുടർന്നപ്പോൾ, പഴയ ഉടമയായ ലക്കിടിയിലെ സായ്‌വിന്റെ വീട്ടിലേക്കും വിവരം അറിയിച്ചിരുന്നു. സായ്‌വിന്റെ മക്കളും കൊച്ചുമക്കളുമടങ്ങുന്ന സംഘങ്ങൾ അവനെ കാണാൻ പലപ്പോഴായി എത്തുകയും ചെയ്തു. പക്ഷേ, പ്രസാദ് എന്നെന്നേയ്ക്കുമായി കണ്ണുകളടച്ചുവെന്ന് കേട്ടപ്പോൾ, അവർ എത്തിയില്ല. എന്നും കളിചിരികുസൃതികൾ മാത്രം അകമ്പടി സേവിച്ചിരുന്ന പ്രസാദിന്റെ ഓർമകളുടെ സ്ഥാനത്ത്, തണുത്തുവിറങ്ങലിച്ച അവന്റെ മുഖം കാണുവാൻ അവർക്കാർക്കും കഴിയുമായിരുന്നില്ല.

ആഗസ്റ്റ് 21-ാം തീയതി രാവിലെ പ്രസാദ് ഇരിക്കാൻ ശ്രമിച്ചും കിടക്കാൻ ശ്രമിച്ചും പിന്നെ അപ്പോൾതന്നെ എഴുന്നേൽക്കാൻ തുനിഞ്ഞുമൊക്കെ അസ്വസ്ഥതകൾ പ്രകടിപ്പിക്കുന്നതു കണ്ടപ്പോൾതന്നെ സാജ് ടിമ്പേഴ്സിൽ എന്നും പ്രസാദിന്റെ കാര്യങ്ങൾ നോക്കിനടത്തിയിരുന്ന പ്രദീഷ് ഡോക്ടർമാരെ വിളിച്ചു. അതൊരു പക്ഷേ, എരണ്ടം തള്ളിപ്പോരുന്നതിന്റെ ലക്ഷണങ്ങളാകാമെന്നായിരുന്നു ഡോക്ടർമാർ സമാധാനിപ്പിച്ചത്. അതിനിടെ അവൻ മെല്ലെ കൈകൾ കുത്തി കിടന്നുകഴിഞ്ഞിരുന്നു. അപ്പോഴേക്കും ഉടമയായ കുമാരനും ഓടിയെത്തി. ചെറുതായ ശ്വാസംവലികൾ! ഇതിനിടെ 'അവനിത്തിരി വെള്ളംകൊടുക്ക് കുമാരാ' എന്ന് ആനക്കാര്യങ്ങ

ളുടെ ഏതാണ്ടെല്ലാമറിയുന്ന ചിറ്റിലപ്പള്ളി ഡേവിസ് പറഞ്ഞപ്പോൾ കുമാരൻ ഒരു കപ്പിൽ വെള്ളമെടുത്ത് വായിലേക്ക് പകർന്നുകൊടുത്തു. അതുവരെ വടക്കോട്ടു തലവച്ചു കിടക്കുകയായിരുന്ന പ്രസാദ്, കിടന്നകിടപ്പിൽതന്നെ ഇത്തിരി വെട്ടിത്തിരിഞ്ഞ് തല കിഴക്കോട്ടാക്കി എല്ലാവരോടും യാത്രപറയുമ്പോലെ തുമ്പി ചുരുട്ടിപ്പിടിച്ചു. ഒത്തിരിയൊത്തിരി ദൈവങ്ങൾക്കും ഒത്തിരിയൊത്തിരി ക്ഷേത്രങ്ങൾക്കും മുമ്പിൽ എത്രയോവട്ടം തുമ്പിക്കൈ ചുരുട്ടിയുയർത്തിപ്പിടിച്ച് യാത്രപറഞ്ഞിട്ടുള്ള പ്രസാദിന്റെ അവസാന നിമിഷങ്ങളും അവസാന ശ്വാസങ്ങളുമാണ് ആ കടന്നുപോകുന്നതെന്ന് അപ്പോൾ അധികമാരും മനസ്സിലാക്കിയില്ല. അതിനിടെ ഡേവിസ് പ്രസാദിന്റെ തുറന്നുപിടിച്ച കണ്ണുകൾ മെല്ലെ കൈകൾകൊണ്ട് മൂടുവാൻ ശ്രമിക്കുന്നത് കണ്ടപ്പോഴാണ്, അതു സംഭവിച്ചുകഴിഞ്ഞിരിക്കുന്നു, പ്രസാദെന്ന ചെമ്പനിനീർപ്പൂവ് കൊഴിഞ്ഞുവീണിരിക്കുന്നു എന്ന പൊള്ളുന്ന സത്യം ഏവരും തിരിച്ചറിയുന്നത്. പിന്നെ, പ്രസാദിന്റെ ചേതനയറ്റ ശരീരത്തിനുമുന്നിൽ ഇത്തിരിയില്ലാത്ത കുഞ്ഞുങ്ങളെയെന്നപോലെ വാവിട്ടുകരഞ്ഞ കുമാരനെ എല്ലാവരും ചേർന്ന് നിർബന്ധിച്ച് വീട്ടിലേക്കയയ്ക്കുകയായിരുന്നു.

വർഷമൊത്തിരി കഴിഞ്ഞ്, ഒത്തിരിയൊത്തിരി വർഷമേഘങ്ങൾ പെയ്തൊഴിഞ്ഞുകഴിഞ്ഞ്, പെരുമ്പുളിശ്ശേരി ആറ്റുപുറത്ത് വീട്ടിലെ കുമാരന്റെ കൊച്ചുമക്കൾ പ്രൈമറി ക്ലാസുകളിലെയും നേഴ്സറി ക്ലാസുകളിലെയും കൂട്ടുകാരോട് അഭിമാനത്തോടെ ഇങ്ങനെ പറഞ്ഞേക്കാം- 'ഞങ്ങളുടപ്പൂപ്പന് ഒരാനയുണ്ടായിരുന്നു. വീട്ടിറമ്പിൽ കുഞ്ഞുകുഞ്ഞു വാരിക്കുഴികളൊരുക്കി, പാവം പ്രാണികളെയും കുഞ്ഞുറുമ്പുകളെയും ചതിച്ചു വീഴ്ത്താൻ കാത്തിരിക്കുന്ന കുഴിയാനയല്ല. ആരു കണ്ടാലും മോഹിക്കുന്ന ഒരതിസുന്ദരൻ കൊമ്പൻ. ഉത്സവനഗരികളുടെ ഇഷ്ടതോഴനായിരുന്ന ഒരു പ്രസാദ്. രാവിലെ ഒരു പായ്ക്കറ്റ് ബ്രെഡ്ഡും ശാപ്പിട്ട് തലയിലൊരു തോർത്തും കെട്ടി പണിക്കിറങ്ങിയാൽ നെടുനെടുങ്കൻ മരങ്ങളെപ്പോലും അപ്പൂപ്പൻതാടി ഊതിപ്പറത്തുന്ന ലാഘവത്തോടെ പറപറപ്പിച്ചിരുന്ന ആനപ്പെരുന്തച്ചൻ സാജ്പ്രസാദ്'. അങ്ങനെയൊരാനക്കേമൻ, ഒരദ്ഭുതപ്പിറവി ഞങ്ങളുടെ ആറ്റുപുറത്തുവീടിന്റെയും പെരുമ്പുളിശ്ശേരിയുടേയും അഭിമാനമായി ഇവിടെ ജീവിച്ചിരുന്നു എന്നവർ ആവേശത്തോടെ പറഞ്ഞേക്കാം.

ഈ ലേഖകന്റെ ഇത്രയുംകാലത്തെ അനുഭവത്തിനിടയിൽ സ്വന്തം ആനയോട് ഇത്രമേൽ സ്നേഹവും ആത്മാർഥതയും പുലർത്തിക്കണ്ടിട്ടുള്ള ചുരുക്കംചില ആനയുടമകളിൽ പ്രധാനിയായിരുന്നു കുമാരൻ എന്ന കുമാരേട്ടൻ.

***

തെച്ചിക്കോട്ടുകാവ് രാമചന്ദ്രൻ

പൂരപ്പറമ്പിലെ താരങ്ങളുടെ താരം

▼ തെച്ചിക്കോട്ടുകാവ് രാമചന്ദ്രൻ

ഇന്നോളം കേരളം കണ്ടിട്ടുള്ളതിൽവച്ച് ഏറ്റവും ഉയരംകൂടിയ നാട്ടാനയായിരുന്നു രംഗനാഥൻ എന്ന ചെങ്ങല്ലൂർ രംഗനാഥൻ. തമിഴ്നാട്ടിലെ ശ്രീരംഗം ക്ഷേത്രത്തിന്റെ സ്വന്തമായിരുന്ന രംഗനാഥൻ 99 വർഷങ്ങൾക്കു മുമ്പാണ് തൃശ്ശൂരിനടുത്തുള്ള അന്തിക്കാട്ടെ ചെങ്ങല്ലൂർ മനയിലെത്തി ചെങ്ങല്ലൂർ രംഗനാഥനായത്. ശ്രീരംഗം ക്ഷേത്രത്തിലേക്ക് കാവേരി നദിയിൽ നിന്നും ഭീമാകാരൻ അണ്ടാവുകളിൽ വെള്ളം ചുമന്നു കൊണ്ടുവരുക എന്നതായിരുന്നു രംഗനാഥന്റെ മുൻകാലജോലി. 1914-ലെ ആറാട്ടുപുഴ പൂരത്തിന് കൂട്ടാനയായ അകവൂർ ഗോവിന്ദന്റെ കുത്തേറ്റുവീണതിനെത്തുടർന്ന് ഏറെത്താമസിയാതെ രംഗനാഥൻ മരിച്ചു. പതിനൊന്നടിയോളം ഉയരമുണ്ടായിരുന്ന രംഗനാഥന്റെ അസ്ഥിപഞ്ജരം ഇന്നും തൃശ്ശൂരിലെ പുരാവസ്തുമ്യൂസിയത്തിൽ സൂക്ഷിച്ചിട്ടുണ്ട്.

വളർന്ന് വല്ലാതങ്ങ് ഉയരംവച്ചപ്പോൾ രംഗനാഥന് ശ്രീരംഗം ക്ഷേത്രഗോപുരം കടക്കാൻ കഴിയാതാവുകയും അങ്ങനെ ഒരർഥത്തിൽ അധികപ്പറ്റായി ഒടുവിൽ വിൽക്കുകയുമായിരുന്നത്രെ! കേരളത്തിലെത്തി നല്ല ഭക്ഷണവും വേണ്ട പരിചരണവും കിട്ടിയതോടെ എക്കാലത്തേയും അതികായനായി മാറിയ ചെങ്ങല്ലൂർ രംഗനാഥൻ, അക്കാലത്ത് ഒന്നാമനായി വിലസിയിരുന്ന പൂമുള്ളി ശേഖരനെയൊക്കെ പിന്തള്ളിക്കൊണ്ട് ജനലക്ഷങ്ങളുടെ ഹരമായി മാറിയത് ശരവേഗത്തിലായിരുന്നു. രംഗനാഥന്റെ ഉയരപ്പെരുമയിൽ കേരളം കോൾമയിർ കൊള്ളുന്ന കാലത്താണ് രാമചന്ദ്രൻ അവതരിക്കുന്നത്.

ഗുരുവായൂർ പദ്മനാഭനെ പൂരപ്പറമ്പുകളിലെ അനിവാര്യനാക്കുന്നത് 'താൻപാതി ദൈവം പാതി എന്ന മട്ടിലുള്ള' ദൈവികപരിവേഷമാണെങ്കിൽ, ഇതൊന്നുമില്ലാതെ സ്വന്തം ആകാരസൗഷ്ഠവം കൊണ്ടും അംഗ-പ്രത്യംഗ-ലക്ഷണസൗകുമാര്യം കൊണ്ടും ഉത്സവപ്പറമ്പുകളുടേയും ആനപ്രേമികളുടേയും ഹരമായി മാറിയ താരമാണ് തെച്ചിക്കോട്ടുകാവ് രാമചന്ദ്രൻ.

പത്തടിക്കുമേൽ ഉയരമുള്ള കേരളത്തിലെ അപൂർവം ആനകളിൽ പ്രഥമഗണനീയൻ. 310 സെ.മീ. ഉയരമുള്ള, ശരിക്കും പറഞ്ഞാൽ കേരളത്തിൽ ഏറ്റവുമധികം ഉയരമുള്ള രണ്ടാമത്തെ ആന. (ഇപ്പോൾ ഒന്നാമൻ രാമചന്ദ്രൻ തന്നെ

യാണ്. 318 സെ.മീ. ഉയരമുള്ള പഴയ കണ്ടമ്പുള്ളി ബാലനാരായണൻ (പുതിയപേര്-എഴുത്തച്ഛൻ ശിവശങ്കരൻ) ഈയിടെ ചരിഞ്ഞു). (രണ്ട് നട കൾക്കിടയിലുള്ള ഇരിക്കസ്ഥാനത്തിന്റെ ഉയര മാണ് ആനകളുടെ ഉയരമായി പരിഗണിക്ക പ്പെടുന്നത്).

▼ കണ്ടമ്പുള്ളിയും തെച്ചിക്കോടനും

വിരിഞ്ഞ മസ്തകം, കൊഴുത്തുരുണ്ട നീണ്ട ഉടൽ, ആനക്കാരുടെ തലപ്പൊക്കത്തേക്കാൾ ഉയർന്നുനിൽക്കുന്ന പനന്തൂണുകൾപോലുള്ള ഉറച്ച കാലുകൾ, ആകർഷകമായ നടത്തം; അങ്ങ നെയങ്ങനെ മറുനാട്ടിൽ നിന്നും വന്ന് മലയാളി യുടെ മനംകവർന്ന രാമചന്ദ്രന്റെ മേന്മകൾ ഒന്നൊ ന്നായി എത്രവേണമെങ്കിലും എണ്ണിപ്പറയാം.

പ്രതിസന്ധികളുടേയും പ്രതിബന്ധങ്ങളു ടേയും കാറും കോളും നിറഞ്ഞ ആകാശം പോലെയായിരുന്നു ഒരുകാലത്ത് രാമചന്ദ്രന്റെ ജീവിതം. ആദ്യമാദ്യം ആരുടേയും കണ്ണിന് വലിയ കാഴ്ചവട്ടമൊന്നുമാകാതെ അനേകരിൽ ഒരുവനായി ജീവിതം തീർക്കുവാൻ വിധിക്കപ്പെട്ട വെറുമൊരാന; അതായിരുന്നു പഴയ രാമചന്ദ്രൻ. തച്ചപ്പള്ളി വിജയൻ എന്ന പരേതനായ കണ്ട മ്പുള്ളി വിജയനേയും എഴുത്തച്ഛൻ ശ്രീനിവാസ നേയുമൊക്കെ കൊട്ടും കുരവയുമായി ബീഹാ റിൽ നിന്നും ഞാറ്റുവേലയുടെ നാട്ടിലേക്ക് വര വേറ്റ നാളുകളിൽ, എടക്കുന്നി ഉണ്ണിയെന്ന ഉണ്ണി യേട്ടനാണ് ഇവനെയും ബീഹാറിൽ നിന്ന് പൊക്കുന്നത്. വലിയ വാശിയും വിലപേശലുമൊ ന്നുമില്ലാതെ, ഓടേമുക്കാൽ കാശിന് കൈയിലു ള്ളതും കൊടുത്ത് കയറ്റിവിട്ട എട്ടടിക്കാരൻ. അവൻ താമസിയാതെ കേരളത്തിലെ ഏറ്റവും വലിയ ആനക്കരാറുകാരനെന്ന് പറയാവുന്ന തൃശ്ശൂർ ഗണപതിനിവാസിൽ വെങ്കിടാദ്രിയെന്ന രാജുസ്വാമിയുടെ കൈകളിലെത്തി. അന്നിവൻ രാമചന്ദ്രനായിട്ടില്ല; ഗണേശനായിരുന്നു. ആനക്കാര്യങ്ങളുടെ ഈറ്റില്ലമെന്ന് പറയാവുന്ന ഗണപതിനിവാസിലെ ആനയ്ക്ക് 'ഗണേശൻ' എന്നുതന്നെയല്ലേ ഏറ്റവും പറ്റിയ പേര്. നേരം പുലർന്നാൽപ്പിന്നെ ആനയും ആനക്കാര്യങ്ങളും മാത്രം വന്നുനിറയുന്നൊരു വീട്ടിൽ, അനേക മനേകം ഗജകേസരികളേയും അവരുടെ വീരശൂരപരാക്രമങ്ങളേയും കണ്ടും കേട്ടും മതിയും കൊതിയും തീർന്നിരിക്കുന്ന വീട്ടിൽ, ഉത്സവങ്ങൾക്ക് തലയെണ്ണം തികയ്ക്കാൻ ഒരാന! അതിലേറെ പ്രസക്തിയൊന്നും അക്കാലത്ത് അവനവിടെ ഉണ്ടായിരുന്നില്ല.

പേരാമംഗലം തെച്ചിക്കോട്ടുകാവ് എന്ന ചെറിയ ക്ഷേത്രത്തിനും നാട്ടുകാർക്കും ഒരാനയെ മേടിച്ചാൽ കൊള്ളാമെന്ന മോഹമുദിക്കുന്നത് അക്കാലത്താണ്. ഒന്നാമൻമാരെയും രണ്ടാംനിര ക്കാരെയുമൊക്കെ വെറുതെകണ്ട് മോഹിക്കാമെ ന്നല്ലാതെ, അവരെ സ്വന്തമാക്കാനുള്ള പാങ്ങില്ല. അതിനാൽ ആനയെ ചോദിച്ചെത്തിയത് രാജുസ്വാമിയുടെ വീട്ടിൽ. ഇന്ദിരാഗാന്ധി മരിച്ച ദിവസമാണ് കച്ചവടം നടക്കുന്നത്. വിലയായി നിശ്ചയിച്ച എഴുപതിനായിരം രൂപയിൽ മുപ്പത്ത യ്യായിരം രൊക്കം, ബാക്കി കടം.

ഇന്ദിര വെടിയേറ്റുവീണ ദിവസം വെങ്കിടാ ദ്രിക്ക് ഒരു തീരാനഷ്ടമായെങ്കിൽ, തെച്ചിക്കോട്ടു കാവ് ദേവസ്വത്തിന്റേയും പേരാമംഗലം നാടിന്റേയും ചരിത്രത്തിൽ ആ ദിനം തങ്കലിപിക ളാൽ കുറിക്കപ്പെട്ടു. കൈവിട്ടുകളയാൻ തെച്ചി ക്കോട്ടുകാവ് ദേവസ്വം തയ്യാറാകില്ലാത്ത ഈയാ ന, ഇപ്പോൾ ഒരു ദേശത്തിന്റെയാകെ അഭിമാ നവും കാമധേനുവുമാണ്. 'ശരാശരിയെട്ടടി'ക്കാ

രൻ ഗണേശൻ തെച്ചിക്കോട്ടുകാവ് രാമചന്ദ്രനാവുകയും പിന്നെയവൻ മലയാളമണ്ണിലെ ആനക്കാഴ്ചകളിലെ കിരീടംവയ്ക്കാത്ത ചക്രവർത്തിയായി മാറുകയും ചെയ്തപ്പോൾ ശിരോലിഖിതങ്ങൾ തിരുത്തിക്കുറിക്കപ്പെട്ടത് ഒരു നാടിന്റേയും ഒരു ക്ഷേത്രത്തിന്റേയുമായിരുന്നു. പേരാമംഗലം എന്ന ഈ ദേശത്തിന്റെ നാമം ലോകം മുഴുവൻ അറിയപ്പെടുന്നുണ്ടെങ്കിൽ അതിനുകാരണം കേവലം ഈയൊരാനപ്പിറവി തന്നെ!

സാധാരണഗതിയിൽ അമ്പലം വികസിച്ച് ആനയെ വാങ്ങുകയാണ് പതിവെങ്കിൽ തെച്ചിക്കോട്ടുകാവിന്റെ കാര്യത്തിൽ തിരിച്ചാണെന്നതാണ് വാസ്തവം. ആനയെക്കൊണ്ട് അമ്പലം വികസിച്ച കഥയാണ് ഇവിടത്തുകാർക്ക് പറയാനുള്ളത്. രാമചന്ദ്രനിൽനിന്നുള്ള വരുമാനം കൊണ്ട് ഇന്ന് ക്ഷേത്രത്തിന് വലിയൊരു ഓഡിറ്റോറിയവും മറ്റൊരു കുട്ടിക്കൊമ്പനും സ്വന്തമായിരിക്കുന്നു. (അവനാണ് തെച്ചിക്കോട്ടുകാവ് ദേവീദാസൻ). കൂടാതെ രാമചന്ദ്രന് യാത്ര ചെയ്യാൻ സ്വന്തം ലോറിയും. രൂപലാവണ്യത്തിലും പേരിലുമൊന്നും ഇവന്റെ അടുത്തെങ്ങും വരില്ലാത്ത ആനകൾക്ക് അമ്പതു ലക്ഷത്തിനുമേൽ വിലയുണ്ടെന്ന് തൃശ്ശൂരിലെയും പാലക്കാട്ടെയും ആനപ്രേമികൾ അടക്കം പറയുമ്പോൾ, ഇവന്റെ ഇന്നത്തെ മതിപ്പുവില എത്രവരുമെന്ന് ഊഹിക്കാവുന്നതേയുള്ളൂ. ഇന്നിപ്പോൾ ഒരു കോടി രൂപ വാഗ്ദാനം ചെയ്താൽപോലും തെച്ചിക്കോട്ടുകാവ് ദേവസ്വം ഇവനെ വിൽക്കാൻ സാധ്യതയില്ല.

പഴയ ഉടമകൂടിയായ വെങ്കിടാദ്രിയാണ് രാമചന്ദ്രന്റെ ബുക്കിംഗ് കാര്യങ്ങൾ ഇപ്പോൾ നോക്കി നടത്തുന്നത്. ശരാശരി പതിനായിരത്തിനും ഇരുപതിനായിരത്തിനുമിടയ്ക്ക് പ്രതിദിന ഏക്കത്തുകയുള്ള രാമചന്ദ്രൻ ഒരു സീസണിൽ കുറഞ്ഞത് തൊണ്ണൂറ് മുതൽ നൂറുവരെ ഉത്സവങ്ങളിൽ പങ്കെടുക്കാറുണ്ട്. ചിങ്ങം ഒന്നിന് രാമചന്ദ്രന്റെ ഉത്സവ ബുക്കിംഗ് ആരംഭിക്കും. ഒരേ ദിവസം തന്നെ നിരവധി ആവശ്യക്കാർ എത്തിയാൽ ടെണ്ടർ വയ്ക്കും. രാമചന്ദ്രന്റെ വർണക്കലണ്ടർ പ്രിന്റു ചെയ്ത് വിൽക്കുന്നതുതന്നെ ദേവസ്വത്തിന് പ്രധാന വരുമാനമാണ്. ഒന്നിനു പത്തുരൂപ പ്രകാരമുള്ള കലണ്ടർ വിൽപനയിൽ നിന്നുതന്നെ ദേവസ്വത്തിന് പ്രതിവർഷം ലക്ഷങ്ങളാണ് വരുമാനം.

ഇന്ന് എവിടെച്ചെന്നാലും സ്വീകരണങ്ങളുടെയും അംഗീകാരങ്ങളുടെയും പൂമഴയാണ് ഈ ആനപ്രമാണിയെ കാത്തിരിക്കുന്നതെങ്കിൽ ഒരിക്കൽ കഥകളുടേയും കാര്യങ്ങളുടേയും പോക്ക് കടകവിരുദ്ധമായിട്ടായിരുന്നു. കൂട്ടാനക്കുത്തായിരുന്നു കാരണം. ആദ്യം പുന്നത്തൂർ സതീശൻ രാജയുടെ അർജുനനാനയെ കുത്തിക്കൊന്നപ്പോൾ തന്നെ ആനയുടമകളുടേയും ഉത്സവകമ്മിറ്റിക്കാരുടേയും നോട്ടപ്പുള്ളിയായിമാറി രാമചന്ദ്രൻ. ശേഷം കൂനന്തറ കേശവനാനയെ കൊന്നു. പിന്നെയൊരിക്കൽ തൃശ്ശൂർ പൂരത്തിനിടയ്ക്ക് പൂരനഗരിയുടെ മാനസപുത്രനായിരുന്ന തിരുവമ്പാടി ചന്ദ്രശേഖരനെ കുത്തിമലർത്തിയതോടെയാണ് ഇവൻ തികച്ചും അവഗണിക്കപ്പെടുന്നതും ഒറ്റപ്പെടുന്നതും. തൃശ്ശൂർ രുധിരമാല ക്ഷേത്രത്തിൽവച്ച് നടന്ന സംഭവത്തിൽ, വീണുകിടന്നുകരഞ്ഞ തിരുവമ്പാടി ചന്ദ്രശേഖരനെ വീണ്ടും വീണ്ടും കുത്തി, കുടൽമാല പുറത്തു ചാടിച്ച രാമചന്ദ്രന്റെ ക്രൗര്യത്തിന് മുന്നിൽ അന്ന് തൃശ്ശൂർ പൂരനഗരി ഒന്നാകെ കരയുകയായിരുന്നു. തിരുവമ്പാടി കൃഷ്ണന്റെ തിടമ്പേന്തുന്ന തങ്ങളുടെ പ്രിയപ്പെട്ട ചന്ദ്രശേഖരന്റെ ജീവനുവേണ്ടി അന്ന് ഒരു നാടുമുഴുവൻ തോരാത്ത കണ്ണീരോടെ പ്രാർഥനയിൽ മുഴുകി. അവശതയുടേയും ദൈന്യതയുടേയും ദിനങ്ങളിൽ പൂരക്കമ്പക്കാർ ചന്ദ്രശേഖരന് മാസങ്ങളോളം പാൽക്കഞ്ഞി മാത്രം നൽകിയാണത്രെ അവന്റെ ജീവൻ നിലനിർത്തിയത്. ചന്ദ്രശേഖരനോടുള്ള സ്നേഹാധിക്യത്തിലാവാം, കൂക്കുവിളിച്ചും കല്ലെറിഞ്ഞുമാണ് ആൾക്കൂട്ടം അന്ന് രാമചന്ദ്രനെ പൂരപ്പറമ്പിൽ നിന്നും ആട്ടിപ്പായിച്ചത്. (ഇന്നും തിരുവമ്പാടിക്ക് ഒരു ചന്ദ്രശേഖരനുണ്ട്- തിരുവമ്പാടി ചെറിയ ചന്ദ്രശേഖരൻ). പിന്നെ, പാപബോധത്തിന്റെ ഉമിത്തീയിൽ സ്വയം ഉരുകിയൊലിച്ച്, ക്രൂരമായ അവഗണനയിലും ഒറ്റപ്പെടുത്തലിലും പരിഭവങ്ങൾ പങ്കുവയ്ക്കാൻ പോലും ആരോരുമില്ലാതെ കുപ്രസിദ്ധിയുടെ മുൾക്കിരീടങ്ങൾമാത്രം ഏറ്റുവാങ്ങാൻ വിധിക്കപ്പെട്ട കറുത്ത

നാളുകൾ! ഏതോ ഒരു കൊടും ഭീകരനെ കാണുന്നതുപോലെയാണ് അന്നൊക്കെ ഒരു നാട് മുഴുവൻ രാമചന്ദ്രനെ നോക്കിക്കണ്ടത്.

▼ തിരുവമ്പാടി ചെറിയ ചന്ദ്രശേഖരൻ

'കൂട്ടാനക്കുത്തിന്റെ തലതൊട്ടപ്പൻ' എന്ന മട്ടിൽ മുദ്രകുത്തപ്പെട്ടപ്പോൾ ക്ഷേത്രകവാടങ്ങൾ ഒന്നൊന്നായി അവനു മുന്നിൽ കൊട്ടിയടക്കപ്പെട്ടു. നാൾക്കുനാൾ തണ്ടുംതടിയും ഉയരവും വച്ച് കരുത്തുറ്റ പൂവൻവാഴപോലെ വച്ചടിവച്ചടി കയറാൻ തുടങ്ങുന്ന ആനയെ, കൂട്ടത്തിൽ കയറ്റാൻ കൊള്ളാത്തവൻ എന്ന മട്ടിൽ താറടിച്ച് മുളയിലേ ഒതുക്കുവാനുള്ള ചില സ്ഥാപിതതാത്പര്യക്കാരുടെ കരുനീക്കങ്ങളും കൂടിയായപ്പോൾ രാമചന്ദ്രന്റെ കാര്യം 'പോക്കാണെ'ന്നുതന്നെ പലരും വിധിയെഴുതി.

മദപ്പാടിലും എഴുന്നെള്ളിക്കാവുന്ന ചില മര്യാദരാമൻമാരായ ആനകളാണ് കൂട്ടാനകളെ പലപ്പോഴും ദുരന്തത്തിലേക്കു നയിക്കുന്നത്. ചെന്നിനായകത്തിന്റേയോ വെടിമരുന്നിന്റേയോ പോലെ വെറിപിടിപ്പിക്കുന്ന ഒരു രൂക്ഷഗന്ധമുണ്ട് മദനീരിന്. ഈ രൂക്ഷഗന്ധവും മദയാനയുടെ അപാരമായ കായബലത്തെക്കുറിച്ചുള്ള പേടിയും കൂട്ടാനകളെ വല്ലാതെ വിറളിപിടിപ്പിച്ചുകൊണ്ടിരിക്കും. പൂരം കലക്കുന്ന കൂട്ടാനക്കുത്തിന് വഴിമരുന്നിടുന്നത് യഥാർഥത്തിൽ ഈ ഭീതി തന്നെയാണ്. ഭയം വല്ലാതെ അധികരിച്ച് ഒടുക്കം പ്രകോപിതരായി ആക്രമണം തന്നെയാണ് ഏറ്റവും നല്ല പ്രതിരോധമാർഗമെന്ന പദ്ധതി ഇവർ നടപ്പിലാക്കും.

കൂട്ടാനക്കുത്തിന് രാമചന്ദ്രനെ പ്രേരിപ്പിക്കുന്നതിനു കാരണമായ ഒരു കഥയുണ്ട്. അത് നടക്കുന്നത് ബീഹാറിൽ നിന്നും കേരളത്തിലേക്കുള്ള ഇവന്റെ കന്നിയാത്രക്കിടയിലാണ്. അന്ന് രാമചന്ദ്രനോടൊപ്പം മറ്റൊരാനയേയും കൂടി കയറ്റിയാണ് ലോറി ബീഹാറിൽ നിന്നും കേരളത്തിലേക്ക് തിരിക്കുന്നത്- ഏതാണ്ട് എട്ടടിയോളം വരുന്ന കഥാനായകനും ആറടിക്കടുത്തുവരുന്ന ചെറിയൊരാനയും. അന്നിവൻ രാമചന്ദ്രനല്ല, മോട്ടീപ്രസാദ്. മറ്റേയാന കുഞ്ഞൻ മുന്നയും.

'മുൻപരിചയമില്ലാത്ത ഒരു ദേശക്കാർ. മലയാളമെന്നോ മറ്റോ പറയുന്ന ഭാഷയിലാണവരുടെ സംസാരം. അവരോടൊപ്പമാണ് ഏതോ ഒരു നാട്ടിലേക്കുള്ള ലോറിയാത്ര. തന്നേക്കാളേറെ വെപ്രാളവും സംഭ്രമവും കൊച്ചുമുന്നയ്ക്കാണ്'. അവനെ സമാശ്വസിപ്പിച്ച് കൂടെനിർത്തിയതും നീണ്ട യാത്രയിലുടനീളം അവന് തുണയായതും രാമചന്ദ്രനെന്ന മോത്തീപ്രസാദായിരുന്നു. പക്ഷേ, ഇടയ്ക്കൊരിടത്തുവച്ച് കൊച്ചുകുട്ടൻ ഒരു കുരുത്തക്കേട് കാട്ടി. ആരോടൊക്കെയോ ഉള്ള ദേഷ്യത്തിന്, അവൻ കുഞ്ഞിക്കൊമ്പുകൾ കൊണ്ടൊരു ഊക്കൻ കുത്തുകുത്തിയത് രാമചന്ദ്രന്റെ മുൻകാലിൽ. ചോരവാർന്നൊഴുകി. പിന്നെ രണ്ടിനേയും ലോറിയിൽ നിന്നിറക്കി രാമചന്ദ്രന്റെ കാലിൽ മരുന്നുവച്ചുകെട്ടിയ ശേഷമാണ് യാത്ര തുടർന്നത്.

ഒട്ടും പ്രതീക്ഷിക്കാത്തിടത്തു നിന്നും കിട്ടിയ നന്ദികേട്; ചതിപ്രയോഗം. ഒരു പക്ഷേ, അതാവാം അവിടുന്നിങ്ങോട്ട് മറ്റാനകളെയെല്ലാം തെല്ല് സംശയക്കണ്ണുകളോടെ മാത്രം വീക്ഷിക്കാനും വേണ്ടിവന്നാൽ ഇങ്ങോട്ട് കിട്ടും മുമ്പേ ഒരു കുത്ത് അങ്ങോട്ട് കൊടുത്തുനിർത്താനുമൊക്കെ

രാമചന്ദ്രനെ പ്രേരിപ്പിച്ചത്. പിന്നീടൊരവസരത്തിൽ, ഏതോ പാപ്പാന്റെ കൈക്കുറ്റപ്പാടിൽ അവന്റെ ഒരു കണ്ണിന്റെ കാഴ്ചയ്ക്കും മങ്ങലേറ്റു. അപ്പോൾ ആ വശത്തുവന്നു നിൽക്കുന്ന ആനയെക്കുറിച്ച് വല്ലാത്തൊരാശങ്കയുണ്ടാവുക സ്വാഭാവികം. അതിനാൽ ആക്രമണം തന്നെയാണ് ഏറ്റവും നല്ല പ്രതിരോധം എന്ന ഉറപ്പിൽ അവൻ ഒന്ന് പെടച്ചെന്നിരിക്കും. ചോരത്തിളപ്പിന്റെ നവയൗവനത്തിൽ അങ്ങനെയൊക്കെ ചെയ്തില്ലങ്കിലല്ലേ അദ്ഭുതമുള്ളൂ. അല്ലെങ്കിൽ പിന്നെന്താന? പിന്നെന്ത് ഗജകേസരി?

പക്ഷേ, ഇന്നതൊക്കെ പഴങ്കഥകൾ. കൂട്ടാനക്കുത്തിന്റെ പേരിലുള്ള മാറ്റിനിർത്തലിന്റേയും ഒതുക്കലിന്റേയും ഗ്രഹണകാലം താണ്ടി ആർക്കും തടുത്തുനിർത്താനാവാത്ത സൂര്യശോഭയോടെ തെച്ചിക്കോട്ടുകാവ് രാമചന്ദ്രൻ എന്ന ആനക്കരുത്തൻ കത്തിജ്വലിച്ചു നിൽക്കുന്നു. പഴയതെല്ലാം തന്റെ ജാതകത്തിലെ യമകണ്ടകാലം എന്ന് വിശേഷിപ്പിക്കാനായിരിക്കും രാമചന്ദ്രൻ ഇഷ്ടപ്പെടുന്നത്. ലോകത്തിലാദ്യമായി സ്വന്തം പ്രയത്നംകൊണ്ട് ഒരാനയുടമയായി മാറിയ ആദ്യത്തെ ആനയും ഇവൻ തന്നെയായിരിക്കും.

ആൾക്കൂട്ടത്തിൽ ഒരുവനാവാനല്ല, ആയിരത്തിൽ ഒരുവനായി, ആവേശമായി ജീവിക്കുകയെന്നതു തന്നെയാണ് തന്റെ ജീവിതനിയോഗമെന്ന് വിശ്വസിക്കുന്നവനാവാം രാമചന്ദ്രൻ. കഴിവുള്ളവരേയും അർഹതയുള്ളവരേയും അറിഞ്ഞാദരിക്കുന്നതിൽ നമ്മൾ മലയാളികൾക്ക് തെല്ല് വൈമുഖ്യം കൂടുതലാണെന്നറിയുന്ന ഈ ബീഹാറി, അതിനുവേണ്ടി അനന്തമായി കാത്തിരിക്കാനൊന്നും ആദ്യം മുതലേ തയ്യാറായിരുന്നില്ല. കാണേണ്ടവർ കണ്ടിട്ടും കണ്ടില്ലെന്ന് നടിച്ച് മുഖം തിരിച്ചാൽ, 'അയ്യോ കണ്ടേ, കണ്ണുനിറച്ചും നിന്നെ ഞങ്ങള് കണ്ടെന്റെ രാമചന്ദ്രാ' എന്ന് പറയിക്കാൻ പാകത്തിലുള്ള ചില കൺകെട്ട് വേലകൾ ഇവൻ എടുത്തു പ്രയോഗിച്ചെന്ന് വരും. അടുത്തു കാണുന്ന ഏഴുനില കെട്ടിടത്തിന്റെ ഉച്ചിയിലേക്ക് ഓടിക്കയറാനായിരിക്കും ചിലപ്പോൾ രാമചന്ദ്രന് തോന്നുക. തോന്നിയാൽ പിന്നെ ആലോചനയില്ല. കയറിയിട്ടുതന്നെ ബാക്കി കാര്യം!

പാലക്കാട്ടുവച്ചു നടത്തിയ, അങ്ങനെയൊരു കയറ്റത്തിലൂടെയാണ് തെച്ചിക്കോട്ടുകാവ് രാമച

ന്ദ്രൻ എന്നൊരാന ഇവിടെ ജീവിച്ചിരിക്കുന്നുണ്ടെന്ന കാര്യം മലയാളി ആദ്യം അറിയുന്നതും ശ്രദ്ധിക്കുന്നതും. പാപ്പാനെ പിന്തുടർന്നോടിച്ച്, പാപ്പാൻ കയറിയ പടികൾ നിസ്സാരമായി ചാടിക്കയറി, ഭൂമിമലയാളം കാൽക്കീഴിലാക്കി നിൽക്കുന്ന ആനക്കുറ്റനെ കണ്ട് മാലോകരുടെ ചങ്കുകത്തി. കയറിയപോലെ ആനയ്ക്കൊരിക്കലും തിരിച്ചിറങ്ങാനാവില്ലെന്ന പരിപൂർണ്ണ വിശ്വാസത്തിൽ പോലീസും പട്ടാളവും തോക്കും സന്നാഹങ്ങളുമെല്ലാം അണിനിരന്നു. എല്ലാം തയ്യാറായിക്കഴിഞ്ഞപ്പോഴാകട്ടെ, ഒരു മൂളിപ്പാട്ടും പാടി രാമചന്ദ്രനിങ്ങിറങ്ങിപ്പോരുകയും ചെയ്തു. എന്നാൽ ഫയർഫോഴ്സിന്റേയും ക്രയിനിന്റേയും ചെറിയ സഹായം വേണ്ടിവന്നുവെന്ന് മാത്രം. പർവതാകാരനായ രാമചന്ദ്രൻ കയറിയിട്ടും തകരാതിരുന്ന വാർക്കക്കെട്ടിടം പണിതീർത്ത കോൺട്രാക്ടർക്ക് അതോടെ പേരായി. മനംനിറഞ്ഞ കോൺട്രാക്ടറുടേയും സിമന്റുകമ്പനിയുടേയുംവക പാരിതോഷികങ്ങൾ ആനയ്ക്കും അമ്പലത്തിനും വെവ്വേറെ ലഭിച്ചു. ഒപ്പം 'കേറ്റക്കാര'നെന്നൊരു ചെല്ലപ്പേരും ചുളുവിൽ സ്വന്തമായി.

നാട്ടിൽ നമ്മൾ മനുഷ്യൻ നിശ്ചയിക്കുന്ന ലക്ഷ്മണരേഖയ്ക്കുള്ളിൽ അടങ്ങിയൊതുങ്ങി അനുസരണക്കുട്ടന്മാരായി നടകൊള്ളുന്ന ആനകൾ, കാട്ടിലെ തികഞ്ഞ അഭ്യാസികളാണ്. ഏതു കൂറ്റൻ പാറക്കെട്ടിലും അവൻ കയറിപ്പറ്റും. ചെങ്കുത്തായ ഏത് ഇറക്കവും ഞൊടിയിടയിൽ ഊർന്നിറങ്ങും. 'എവിടെയും ഇഴഞ്ഞെത്തുവാൻ കഴിവുള്ളവൻ' എന്ന അർഥത്തിലാണ് ആനയ്ക്ക് 'നാഗം' എന്ന പര്യായപദം കൂടി സ്വന്തമായത്.

ഒരു നാടും നാട്ടുകാരും ചേർന്ന് ഒറ്റ മനസ്സോടെ, അരയണത്തുട്ട് മുതൽ സ്വരൂപിച്ച്, ദാഹിച്ചു മോഹിച്ച് സ്വന്തമാക്കിയ ആന, വരുമാനത്തേക്കാൾ പിടിവലിയും കുത്തുമൊക്കെയായി സ്ഥിരം പ്രശ്നക്കാരനായപ്പോൾ 'ഇവൻ ഒരു മുടിയനായ പുത്രനാവുമോ എന്റെ തെച്ചിക്കോട്ടുകാവിലമ്മേ!' എന്ന് നാട്ടുകാർ നെഞ്ചിൽ കൈവച്ച് വിളിച്ചിട്ടുണ്ടാവണം. എങ്കിൽ ഇവന് നല്ല ബുദ്ധി തോന്നിപ്പിച്ചിട്ടുതന്നെ ബാക്കിക്കാര്യമെന്ന് ശക്തിസ്വരൂപിണിയായ ദേവിയും നിനച്ചു കാണണം. ഏത് ബോധിവൃക്ഷത്തിന്റെ ചുവട്ടിൽ വച്ചാണ് രാമചന്ദ്രന് വെളിവും വെള്ളിയാഴ്ചയുമുണ്ടായതെന്ന് അറിവില്ല. നല്ല പിള്ളയാവാൻ രാമചന്ദ്രനൊന്ന് മനസ്സുവയ്ക്കേണ്ട താമസമേ ഉണ്ടായിരുന്നുള്ളൂ. പിന്നീടിന്നോളം തെച്ചിക്കോട്ടുകാർക്ക് ഭാഗ്യപരീക്ഷണത്തിന്റെ ഓണംബമ്പർ എടുക്കേണ്ടി വന്നിട്ടില്ല. സമയവും ആനയും നല്ലതാണെങ്കിൽ ഭാഗ്യദേവത രാമചന്ദ്രന്റെ രൂപത്തിലും കടന്നുവരാമെന്ന് പോകെപ്പോകെ പേരാമംഗലംകാർ തിരിച്ചറിഞ്ഞു.

ഓട്ടവും ഇടച്ചിലും കൂടെക്കൂടെയുള്ള കലാപരിപാടികളാക്കിയിരുന്ന നാളുകളിൽപോലും ക്ഷേത്രച്ചടങ്ങുകളോടും വിശിഷ്യാ മേളത്തോടും രാമചന്ദ്രന് വല്ലാത്തൊരാത്മബന്ധം തന്നെയുണ്ടായിരുന്നെന്നാണ് അനുഭവസ്ഥർ സാക്ഷ്യപ്പെടുത്തുന്നത്. ഒരിക്കൽ കൈപ്പറമ്പ് കാവിൽ പൂരത്തിന് ഗംഭീരമഴ. മഴയിൽ ആനകളെല്ലാം നനഞ്ഞുവിറച്ച് നിൽക്കുന്നു. ഇനി എഴുന്നെള്ളത്തും മേളവുമൊന്നും നടക്കില്ലെന്ന വിശ്വാസത്തിൽ, ക്ഷേത്രനടയിൽ ഒന്ന് കൊട്ടി അവസാനിപ്പിച്ചേക്കാമെന്നുവച്ച് മേളക്കാർ കലാശക്കൊട്ട് തുടങ്ങി. കാര്യമായ ബന്ധനമില്ലാതെ നിന്നിരുന്ന രാമചന്ദ്രനാകട്ടെ, കൊട്ടുകേൾക്കേണ്ട താമസം എഴുന്നെള്ളത്തിനായി ക്ഷേത്രനടയിലെത്തി, 'ഞാനിതാ തയ്യാർ' എന്ന് പ്രഖ്യാപിക്കുന്നു. ആവേശത്താൽ അരയും തലയും മുറുക്കി പൂരപ്രേമികൾ ആനയ്ക്കൊപ്പം അണിനിരന്നപ്പോൾ മഴയിലും പൂരം പൊടിപാറി. ചെണ്ടക്കാർക്ക് മാത്രം ചെറിയ വിമ്മിട്ടം- മഴയത്ത് ചെണ്ടയുടെ തുകൽ നനഞ്ഞാൽ സംഗതി പ്രശ്നമല്ലേ.

മറ്റൊരിക്കൽ, രാമചന്ദ്രനെ രാമചന്ദ്രനാക്കി വളർത്തിയെടുത്ത തെച്ചിക്കോട്ടുകാവ് ദേവിയുടെ തട്ടകത്തിൽതന്നെ സമാനമായ ഒരു സംഭവവും അരങ്ങേറി. 2002-ലെ മകരസംക്രമ ഉത്സവം. ചെറിയൊരു പ്രശ്നത്തിനും ഉന്തിനുംതള്ളിനുമിടയ്ക്ക് ഉത്സവത്തിന് എഴുന്നെള്ളിച്ചു നിർത്തിയ ഏഴാനകളും ഓടി. അവരിൽ ഒരാളായി രാമചന്ദ്രനും നെറ്റിപ്പട്ടമുൾപ്പെടെയണിഞ്ഞ് ഓടി. ഓടിയെങ്കിലും, തിങ്ങിനിറഞ്ഞ പുരുഷാരത്തിൽ ഒരാളെ

ഒന്ന് ചവിട്ടുകപോലും ചെയ്യാതെ സുരക്ഷിതമായി, അടുത്തകണ്ട തൊടിയിൽ കയറി നിലയുറപ്പിച്ചു. മേളക്കാർ കലാശക്കൊട്ട് തുടങ്ങിയപ്പോൾ രാമചന്ദ്രൻ വീണ്ടും തയ്യാറായി വന്നു. അവനെ മാത്രം നിർത്തി എഴുന്നെള്ളത്തും പകൽപ്പൂരവുമൊക്കെ ചിട്ടപ്പടി തന്നെ പൂർത്തിയാക്കി. തന്റെ ദേവിയുടെ വൃശ്ചികോത്സവം ഭംഗംവരാതെ കാക്കുവാൻ അന്ന് രാമചന്ദ്രനു കഴിഞ്ഞു. രാമചന്ദ്രന് അകമ്പടിയായി ഒരു മേളവാദ്യസംഘത്തെക്കൂടി എപ്പോഴും കരുതിവച്ചാൽ, ഇടയ്ക്കൊന്ന് ഇടഞ്ഞാൽക്കൂടി മയക്കുവെടിയും കുടുക്കുകയറുമില്ലാതെ തന്നെ കക്ഷിയെ വഴിക്ക് വരുത്താമെന്നാണ് അനുഭവപാഠം.

ഗജരാജപ്പട്ടവും ആനയൂട്ടുമൊക്കെ നമ്മൾ മനുഷ്യർക്ക് കളിതമാശകളാണെങ്കിലും, ആനകൾക്ക് കേരളത്തിലങ്ങോളമിങ്ങോളം പ്രചുരപ്രചാരം നേടിക്കൊടുത്തുകൊണ്ടിരിക്കുന്നത് ഇത്തരം ചടങ്ങുകളാണ്. അതുപോലെയാണ് ആനകളുടെ തലയെടുപ്പ് മത്സരം അഥവാ തലപ്പൊക്കമത്സരം. അവിടെ രാമചന്ദ്രൻ തന്നെയാണ് ഒന്നാമൻ; അല്ലെങ്കിൽ ഒന്നാമൻമാരിൽ ഒരുവൻ. ചെറായി, ഇത്തിത്താനം തുടങ്ങിയ ക്ഷേത്രങ്ങളിലെ തലപ്പൊക്കമത്സരങ്ങളിൽ രാമചന്ദ്രൻ വിജയം ഒരു ശീലമാക്കിക്കഴിഞ്ഞിട്ടുണ്ട്. അത്യപൂർവമായിട്ടെങ്കിലും രാമചന്ദ്രനെ ഇക്കാര്യത്തിൽ ഒന്ന് ഞെട്ടിക്കാറുള്ളതും ഞെട്ടിച്ചിട്ടുള്ളതും മംഗലാംകുന്ന് കർണ്ണനും ചരിഞ്ഞ കണ്ടമ്പുള്ളി ബാലനാരായണനുമാണ്.

മനുഷ്യരെപ്പോലെ ആനകൾക്കിടയിലും ഉണ്ടായേക്കാവുന്ന കുടിപ്പകയുടേയും മദമാത്സര്യാദികളുടേയും പ്രകടമായ ഉദാഹരണമാവാം തെച്ചിക്കോട്ടുകാവ് രാമചന്ദ്രനും മംഗലാംകുന്ന് കർണ്ണനുമായി കാലാകാലങ്ങളായി നിലനിന്നുപോരുന്ന ശീതസമരം. കർണ്ണനെ ഒന്നു തോണ്ടുവാൻ കിട്ടുന്ന അവസരങ്ങൾ മുമ്പൊന്നും ഒട്ടും പാഴാക്കാറില്ലായിരുന്നു രാമചന്ദ്രൻ. പണ്ടെങ്ങോ കിട്ടിയ ഒരു തട്ടിന്റെയോ മുട്ടിന്റെയോ ബാക്കിപത്രവും കുടിപ്പകയുമാകാം. അല്ലെങ്കിൽ, നാളെയിവനാവും തലപ്പൊക്കമത്സരങ്ങളിൽ തന്റെ പ്രധാന പ്രതിയോഗിയായി വരികയെന്ന ദീർഘവീക്ഷണത്തോടെയുള്ള നടപടികളായിരിക്കാം. രാമചന്ദ്രന് കുപ്രസിദ്ധി ചാർത്തിക്കൊടുത്ത ചന്ദ്രശേഖരനെ കുത്തിയ കേസിലും യഥാർഥലക്ഷ്യം ചന്ദ്രശേഖരനായിരുന്നില്ല; കർണ്ണനായിരുന്നെന്ന് വിശ്വസിക്കുന്നവർ ഏറെയുണ്ട്. കർണ്ണനു വച്ചത് പാവം ചന്ദ്രശേഖരനായിപ്പോയെന്ന് മാത്രം.

ആകാശത്തുനിന്നും വാരിക്കുഴിയിലേക്ക്

ആനകളുടെ, ഭൂമിയിലെ ഉദ്ഭവത്തെപ്പറ്റി 'മാതംഗലീല' പറയുന്നതിപ്രകാരമാണ്. ബ്രഹ്മാവ് പ്രപഞ്ചത്തിന്റെ അണ്ഡം(ഗോളം) കൈയിലെടുത്ത് ആദിത്യസൃഷ്ടി നടത്തുന്ന അവസരത്തിൽ, ഗോളത്തിന്റെ ഇരുപാളികളും പൊട്ടിപ്പിളരുന്നതുകണ്ട ബ്രഹ്മർഷികൾ സപ്തസാമമന്ത്രങ്ങളാലപിച്ചു. തത്ഫലമായി ബ്രഹ്മാവിന്റെ വലതുകൈയിലെ പാളിയിൽ നിന്ന് ഐരാവതം, വാമനൻ, സുപ്രതീകൻ, പുണ്ഡരീകൻ, കുമുദൻ, അഞ്ജനൻ, പുഷ്പദന്തൻ, സർവഭൗമൻ എന്നിങ്ങനെയുള്ള അഷ്ടദിഗ്ഗജങ്ങൾ ഉണ്ടായി. ബ്രഹ്മാവിന്റെ ഇടതുകൈയിലെ പാളിയിൽ നിന്ന് പിംഗല, കപില, അഭ്രമു, അനുപമ, അംഗന, ശുഭ്രദന്തി, അഞ്ജനാവതി, താമ്രകർണി എന്നീ അഷ്ടദിഗ്കരണികൾ ഇണകളായുമുണ്ടായി. ഇവർ സ്വാതന്ത്ര്യത്തോടെ, ഏതു രൂപവും ധരിച്ച്, ആകാശത്തും ഭൂമിയിലും ചിറകടിച്ച് നടന്നു. അവർക്ക് ധാരാളം പിൻഗാമികളുണ്ടായി. ഹിമാലയത്തിന്റെ വടക്കേ കോണിലുണ്ടായിരുന്ന വലിയ ആൽമരത്തിലായിരുന്നു ഇവർ വിശ്രമിച്ചിരുന്നത്. ഒരിക്കൽ അഹങ്കാരികളായ ഒരുപറ്റം ആനകൾ ആൽമരക്കൊമ്പൊടിച്ച് ദീർഘതപസ്സ് മുനിയുടെ ആശ്രമത്തിനു മേലേയിട്ടു. കോപാകുലനായ മുനി ആനക്കൂട്ടത്തെ മുഴുവൻ ശപിച്ചു. അങ്ങനെയത്രെ ആകാശത്ത് ചിറകടിച്ച് നടന്നിരുന്ന ആനകൾ ഭൂമിയിലേക്ക് നിപതിക്കുകയും മനുഷ്യന്റെ അടിമയാകുകയും ചെയ്തത്.

ലക്ഷണപ്പിടിവാശികൾ ഒന്നും ഇല്ലാത്ത സാധാരണ ജനങ്ങൾക്ക് മുന്നിൽ, കേരളത്തിലെ ആയിരത്തിനടുത്ത് വരുന്ന നാട്ടാനകളെ മുഴുവൻ കൊണ്ടുനിർത്തിയിട്ട് ഇതിൽനിന്നും ഏറ്റവും ഇഷ്ടപ്പെട്ടവനെ തിരഞ്ഞെടുക്കാൻ പറഞ്ഞാൽ ഒരു കാര്യം ഉറപ്പ്. അവരിൽ മഹാഭൂരിപക്ഷവും വിരൽചൂണ്ടുന്നത് ഒരേയൊരു ആനക്കരുത്തന് നേർക്കായിരിക്കും– അത് തെച്ചിക്കോട്ടുകാവ് രാമചന്ദ്രനായിരിക്കും. തുമ്പിക്കൈ നിലത്തിഴഞ്ഞെന്ന്

വരില്ല. കൊമ്പുകൾ വീണ്ടെടുത്തവയുമല്ല. പക്ഷേ ആനയെന്ന രണ്ടക്ഷരം നമ്മുടെ കാതിൽ വീഴുന്ന മാത്രയിൽ മനസ്സിലേക്കോടിയെത്തുന്ന രൂപം; നമ്മുടെ സങ്കൽപങ്ങളിലെ ആനച്ചന്തം- അതാണ് രാമചന്ദ്രൻ.

തെച്ചിക്കോട്ടുകാവ് രാമചന്ദ്രനെ ഒരിതിഹാസമെന്നോ, അദ്ഭുത പ്രതിഭാസമെന്നോ ഒന്നും വിളിക്കുന്നില്ല. പക്ഷേ, ഇവനാണ് ആന. രാമചന്ദ്രന്റെ വീരഗാഥകൾ ഇനിയുമിനിയും ബാക്കിയാണ്. ഇവന്റെ ഏകാധിപത്യത്തിനുമേൽ വെല്ലുവിളിയുടെ പുതിയ ഉയരങ്ങളും പുത്തൻ കരുത്തുമായി മറ്റൊരാന ഇനിയും പിറക്കേണ്ടിയിരിക്കുന്നു. അംഗീകാരങ്ങളും അനുമോദനങ്ങളും വൈകിയാണ് വരുന്നതെങ്കിലും, വന്നാൽ ഒരു വരവ് തന്നെയായിരിക്കും. അതാണ് രാമചന്ദ്രന്റെ അനുഭവം.

കേരളത്തിലെ ഏറ്റവും കരുത്തനും ഭീമാകാരനുമായ ആനയെന്ന വിശേഷണത്തിന് അർഹനായ രാമചന്ദ്രന് പ്രസിദ്ധിക്കൊപ്പം മറ്റു ചില കുഴപ്പങ്ങളുമുണ്ട്. കരുത്തനായ രാമചന്ദ്രനെ ഇരുപുറവും രണ്ട് പാപ്പാൻമാർ കൊമ്പുകളിൽ പിടിച്ചു നിന്നുകൊണ്ടാണ് സാധാരണ എഴുന്നള്ളിക്കുന്നത്. കൂട്ടാനക്കുത്തിനെതിരായുള്ള ജാഗ്രത മാത്രമല്ല ഇതിന്റെ പിന്നിൽ. ആനക്കമ്പക്കാരായ ഓരോ മലയാളിയും മനസ്സിൽ കൊത്തിവച്ചാരാധിക്കുന്ന തെച്ചിക്കോട്ടനായുടെ വലതുകണ്ണിന് കാഴ്ചയില്ലെന്നതുകൊണ്ടു കൂടിയാണ് ഈ മുൻകരുതലും സുരക്ഷയും.

ആന കൂറ്റനും കൈയിലൊതുങ്ങാത്തവനുമാകുന്നതോടെ ആനക്കാരുടെ ഭയം വർധിക്കും. ഒരിക്കലും ഒതുങ്ങാത്ത ആനകളെ കൈകാര്യം ചെയ്യുമ്പോൾ കഠിനഹൃദയരായ ആനക്കാർ ചെയ്യുന്നൊരു അറ്റകൈപ്രയോഗമുണ്ട്. കാരക്കോലിന്റെ മുട്ടുള്ള ഭാഗം കൊണ്ടടിച്ച് കണ്ണ് കലക്കുക! കാഴ്ച നഷ്ടപ്പെട്ട, എല്ലായ്പ്പോഴും സംശയാലുവായ ആനയ്ക്ക് പിന്നെ അപാരമായ ഘ്രാണശക്തിയും പാപ്പാനിലുള്ള വിശ്വാസവും മാത്രമാകും ജീവിതാന്ധകാരത്തിലെ തുണ.

തെച്ചിക്കോട്ടുകാവ് രാമചന്ദ്രനുൾപ്പെടെ കേരളത്തിലെ അമ്പതിലേറെ ആനകൾ പൂർണമായോ

▼ തെച്ചിക്കോട്ടുകാവ് ദേവീദാസൻ

ഭാഗികമായോ കാഴ്ചശക്തി നഷ്ടപ്പെട്ടവരാണെന്നതാണ് പൊള്ളുന്ന യാഥാർഥ്യം. തിമിരം-വെള്ളിരോഗം തുടങ്ങിയ രോഗങ്ങളുടെ കണക്കിൽ ഇത്തരം ക്രൂരതകളുടെ പാപഭാരം ഇറക്കിവയ്ക്കാൻ പാപ്പാൻമാർക്ക് കഴിയുകയും ചെയ്യുന്നു. തെച്ചിക്കോട്ടാനയുടെ മല്ല് സഹിക്കാതായപ്പോൾ പഴയ ഒരു പാപ്പാൻ തല്ലിക്കലക്കിയതാണ് രാമചന്ദ്രന്റെ വലംകണ്ണെന്നൊരു ശ്രുതി ആനപ്പറമ്പുകളിൽ ചുറ്റിയടിക്കാറുണ്ട്. ആനയുടെ ആയുസ്സ് 120 വർഷമാണെന്നാണ് വയ്പ്. രാമചന്ദ്രന് ഇപ്പോൾ പ്രായം നാൽപത്തഞ്ച് കഴിയുന്നതേയുള്ളൂ; കാഴ്ചയില്ലാതെ ദീർഘനാൾ കഴിയേണ്ടതുണ്ട് എന്നതാണ് ഇവിടെ ശ്രദ്ധിക്കേണ്ടുന്ന സംഗതി.

ആനയുടെ കാഴ്ചക്കുറവുകൊണ്ടുണ്ടാകുന്ന അബദ്ധങ്ങൾ ചിലപ്പോൾ വൻ അപകടങ്ങൾക്കു തന്നെ വഴിതെളിച്ചേക്കാം. നെന്മാറ-വല്ലങ്ങി വേലത്തിരക്കുകൾക്കിടയിൽ കാൽപാദത്തിൽ ആണി തറച്ചുകയറിയ രാമചന്ദ്രന്റെ പരാക്രമങ്ങൾ കുറച്ചൊന്നുമല്ല ആനപ്രേമികളെ പരിഭ്രമിപ്പിച്ചത്. വേദനകൊണ്ടു പുളഞ്ഞ രാമചന്ദ്രൻ ഒരുവേള ശിരസ്സിലേറ്റിയ തിടമ്പ് മറിച്ചു താഴെയിടാനും ശ്രമിച്ചു.

തെമ്മാടിയെന്നും താന്തോന്നിയെന്നും വിളിച്ചാക്ഷേപിക്കാനും കുറ്റംപറഞ്ഞ് മാറ്റിനിർത്തുവാനും ആയിരം പേരുണ്ടാവും; പതിനായിരം നാവുണ്ടാവും. പക്ഷേ, ഒരാൾ എന്തേയിങ്ങനെയായി, അല്ലെങ്കിൽ ഒരാനയെന്തേ ഈവിധം പെരുമാറാൻ എന്ന് എത്ര പേർ ചിന്തിക്കും? ചതിയൻ ചന്തുവിന്റേയും തടിയൻ ഭീമസേനന്റേയും മനസ്സിന്റെ കാണാപ്പുറങ്ങളും അവരുടെ അറിയാക്കഥകളും കണ്ടെടുക്കാനും പകർന്നു നൽകാനും എം.ടി.യെങ്കിലും ഉണ്ടായി. പക്ഷേയീ രാമചന്ദ്രന്റെ മനസ്സറിയാൻ ആർക്കുണ്ട് നേരം? ആർക്കുണ്ട് ക്ഷമയും സാവകാശവും?

മണിയാണ് രാമചന്ദ്രന്റെ ഒന്നാം ചട്ടക്കാരൻ. കൃഷ്ണൻ രണ്ടാം പാപ്പാനും മഹേഷ് മൂന്നാം പാപ്പാനുമായി ജോലിചെയ്യുന്നു. കൂടാതെ രാമചന്ദ്രന്റെ കാര്യങ്ങൾ പ്രത്യേകം ശ്രദ്ധിക്കുന്നതിന് ദേവസ്വംവക രാധാകൃഷ്ണൻ എന്ന മാനേജരുമുണ്ട്.

ലാലുപ്രസാദിന്റേയും കർപ്പൂരി ഠാക്കൂറിന്റേയും നാട്ടിൽ നിന്നെത്തി, നേരെ മലയാളമനസ്സുകളിലെ ആനക്കമ്പത്തിന്റെ അറപ്പുര വാതിൽ തള്ളിത്തുറന്ന് ഉപവിഷ്ടനായ ഗജരാജ പ്രമുഖൻ തെച്ചിക്കോട്ടു രാമചന്ദ്രൻ കേരളത്തിലെ ആയിരത്തോളംവരുന്ന മറ്റേത് നാട്ടാനയേക്കാളും അനേകം ആനച്ചുവടുകൾക്ക് മുന്നിലാണ്; എടുപ്പിലും നടപ്പിലും.

***

എഴുത്തച്ഛൻ ശ്രീനിവാസൻ

തലപ്പൊക്കത്തിന്റെ തങ്കത്തിളക്കം

▼ എഴുത്തച്ഛൻ ശ്രീനിവാസൻ

നമ്മുടെ നാട്ടാനകളിൽ അപൂർവം ചിലരെങ്കിലും സ്വന്തമായി ജാതകവും തലക്കുറിയുമുള്ളവരായിരിക്കും. കാട്ടിലെവിടെയോ പിറന്നുവീഴുന്ന ആനക്കുട്ടികളുടെ ജനനസമയവും നാളും പക്കവും കൃത്യമായി കൂട്ടിക്കിഴിച്ചെടുക്കുവാൻ പ്രയാസമാണെങ്കിലും, ഏകദേശം പ്രായവും ഉടമയുടെ വീട്ടിൽ വന്നുകയറുന്ന മുഹൂർത്തവുമൊക്കെ അടിസ്ഥാനമാക്കിയാവും ആനകളുടെ ജാതകമെഴുതുക. നമ്മൾ മനുഷ്യരെപ്പോലെ ആനകൾ ജാതകത്തിൽ വിശ്വസിക്കുന്നുണ്ടോയെന്നറിയില്ല. അല്ലെങ്കിൽ ഈ ജാതകം എന്ന സങ്കൽപത്തെപ്പറ്റി ആനകൾക്ക് കേട്ടറിവെങ്കിലും ഉണ്ടായിരിക്കുമോ എന്നും നിശ്ചയമില്ല. ഇങ്ങനെ ആനകൾക്കും നമുക്കുമിടയിൽ എന്നും ഉത്തരമില്ലാത്ത കടങ്കഥകളായിതന്നെ അവശേഷിക്കുന്ന ഒരുപാട് ചോദ്യങ്ങളുണ്ട്.

ജാതകത്തിൽ വിശ്വസിച്ചാലും ഇല്ലെങ്കിലും നാട്ടാനകളുടെ ഗണത്തിൽ കുറേ ഭാഗ്യജാതകങ്ങളും ഭാഗ്യജന്മങ്ങളുമുണ്ട്- നരകീയമായ നിത്യയാതനകളിലും ആയുഷ്കാല ബന്ധനങ്ങളിലും ജീവിതം ഹോമിച്ചുതീർക്കുവാൻ വിധിക്കപ്പെട്ട നാട്ടാനകൾക്കിടയിലെ അപൂർവം ചില തിരുപ്പിറവികൾ. മറ്റു ശരാശരി ആനകളെ അപേക്ഷിച്ച് ഏതാനും ഇഞ്ചുകളുടെ ഉയരക്കൂടുതലും ബാഹ്യരൂപത്തിലെ ചില കൽപിത ലക്ഷണത്തികവുകളുമൊക്കെയാവും ഒരു നാട്ടാനയെ ഭാഗ്യജാതകത്തിന് ഉടമയാക്കുന്നത്. പക്ഷേ, നമ്മൾ ഭാഗ്യമെന്ന് മുദ്രകുത്തുന്ന ഈയൊരവസ്ഥ, ആനകളെ സംബന്ധിച്ച് ഭാഗ്യമോ ദൗർഭാഗ്യമോ എന്ന് തിരിച്ചറിയണമെങ്കിൽ അവരുടെ മനസ്സറിയുന്ന മന്ത്രവും യന്ത്രവും ഇനിയും കണ്ടുപിടിക്കപ്പെടേണ്ടിയിരിക്കുന്നു. അതുവരെ നമുക്ക് അങ്ങനെ തന്നെ വിളിച്ചുവരാം- ഇവർ ആനകളിലെ ഭാഗ്യജന്മങ്ങൾ.

ആനയെന്ന പെരുംശരീരികൾക്ക് പിന്നാലെ അന്തംവിട്ട മനസ്സുമായി ഉലകം ചുറ്റുന്ന ആനക്കമ്പക്കാരും, ഉത്സവക്കമ്പമെന്നാൽ അത് ആനച്ചന്തമല്ലാതെ മറ്റൊന്നുമല്ലെന്ന് ഉറച്ചുവിശ്വസിക്കുന്ന ഉത്സവപ്രേമികളും കണികണ്ടുണരാൻ കൊതിക്കുന്ന അത്യപൂർവ ആനച്ചന്തമാണ് നാണു എഴുത്തച്ഛൻ ശ്രീനിവാസൻ. കേരളത്തിൽ ഇന്ന് പേരും പ്രശസ്തിയുമുള്ള അനവധി ഉത്സവത്തിടമ്പുകൾ സ്ഥിരമായി ശിരസ്സിൽ ഏന്തുന്ന ഗജരാജൻ എന്ന അപൂർവ ബഹുമതിയും ശ്രീനിവാസന് സ്വന്തം. ജന്മംകൊണ്ട് ബീഹാറിയാണ് ശ്രീനി. ബീഹാറി

എന്ന് പറയുമ്പോൾ അത് ഉത്തർപ്രദേശ്, മധ്യപ്രദേശ്, ജാർഖണ്ഡ്, ബീഹാർ- ഇവിടെ എവിടെ നിന്നായാലും ബീഹാറിലെ സോൺപൂർ മേളയ്ക്ക് എത്തിയവനാകാം. ജന്മംകൊണ്ട് ബീഹാറിയാണെങ്കിലും കാഴ്ചയിലും കർമത്തിലും സാക്ഷാൽ തുഞ്ചത്തെഴുത്തച്ഛൻപോലും തോറ്റുപോകുന്ന മലയാളിത്തം. ആനപ്പിണ്ഡം നോക്കി ആനയെ തിരിച്ചറിയുമെന്ന് വീമ്പിളക്കാറുള്ള കറതീർന്ന ആനക്കമ്പക്കാർക്കുപോലും ശ്രീനിവാസൻ സഹ്യന്റെ പുത്രനല്ലെന്ന് വിശ്വസിക്കാനാവില്ല.

'കേരളത്തിൽ ഇന്നുള്ളതിൽ ഏറ്റവുമധികം ശരീരഭാരവും ശരീരവലിപ്പവുമുള്ള ആനകളിൽ മുമ്പൻ' എന്ന സ്ഥാനവും ഇവനുണ്ട്. ശരീരവലിപ്പം മാത്രമല്ല, അതിനൊത്ത തലവലിപ്പവുമുണ്ട് ശ്രീനിക്ക്. അതിനാൽ ഏതുത്സവത്തിനായാലും അവിടുള്ളതിൽ ഏറ്റവും വലിയ നെറ്റിപ്പട്ടം ഇവനായി മാറ്റിവയ്ക്കണം. വലിയ ചെവികളാണ് മറ്റൊരു പ്രത്യേകത. ഗജലക്ഷണശാസ്ത്രപ്രകാരം ആനയുടെ ഇരുചെവികളും മസ്തകത്തിൽ ഒന്നിച്ച് വീശിയടിച്ചാൽ പരസ്പരം കൂട്ടിമുട്ടണമെന്നാണ് പ്രമാണം. ശ്രീനിവാസന്റെ ചെവി ഇങ്ങനെ കൂട്ടിമുട്ടുന്നില്ലെങ്കിൽ മറ്റാനകളുടെ കാര്യം പറഞ്ഞിട്ടുതന്നെ കാര്യമില്ല.

ബീഹാറിൽ നിന്നും കേരളത്തിലെത്തിയ ആദ്യബാച്ച് ആനകളുടെ ഗണത്തിൽപ്പെടുന്ന ശ്രീനിവാസൻ അമ്പതുകൾ താണ്ടുകയാണ്. ആറ് ടണ്ണിലേറെ ഭാരവും അതിനുതക്ക വണ്ണവുമുള്ള ഈ ആന, ഇവന്റെ തിളയ്ക്കുന്ന യൗവനത്തിൽ ശരീരവലിപ്പം നിമിത്തം തൃശ്ശൂർ വടക്കുംനാഥന്റെ ഗോപുരം കടക്കാൻ നന്നായി പണിപ്പെടേണ്ടി വന്നിട്ടുണ്ടത്രെ! കീഴ്ക്കൊമ്പുകൾ എന്ന പോരായ്മ മാത്രമാവും ലക്ഷണത്തികവുകളുടെ മാറ്റുരയ്ക്കുമ്പോൾ ശ്രീനിവാസനെതിരെ ഉന്നയിക്കാവുന്ന ഒരേയൊരു കുറ്റച്ചാർത്ത്.

ഉയരം പത്തടിക്ക് താഴയേ വരൂ. പക്ഷേ, ഉയരമല്ല ഇവന്റെ തുറുപ്പുചീട്ട്. എല്ലാം തികഞ്ഞ ലക്ഷണോത്തമൻ എന്ന കാരണവസ്ഥാനം. അതാണ് കാര്യം. അവിടെ മറ്റെല്ലാം വഴിമാറും. എഴുത്തച്ഛൻ ശ്രീനിവാസനുണ്ടെങ്കിൽ ഉത്സവത്തിന്റെ പ്രധാന തിടമ്പിൽ മറ്റൊരു ഗജരാജനും കണ്ണെറിഞ്ഞിട്ട് കാര്യമില്ല. ഗുരുവായൂർ പദ്മനാഭൻ അല്ലെങ്കിൽ ഗുരുവായൂരപ്പന്റെ പ്രിയ ആനകൾക്ക് പിന്നിൽ മാത്രമേ ശ്രീനിവാസൻ സാധാരണഗതിയിൽ കൂട്ടാനയായി നിൽക്കേണ്ടി വരാറുള്ളൂ; വന്നിട്ടുള്ളൂ.

തൃശ്ശൂർ തിരുവമ്പാടി ക്ഷേത്രത്തിന് അടുത്തുള്ള നാണു എഴുത്തച്ഛൻ ഗ്രൂപ്പിന്റെ സ്വന്തമാണ് ഇന്നീഗജരാജൻ. ഗജപരിപാലനരംഗത്ത് വർഷങ്ങളുടെ പരിചയമുള്ള എറണാകുളത്തെ വിശ്വനാഥ ഷേണായിയാണ് ബീഹാറിൽ നിന്നും ഇവനെ മലയാളനാട്ടിലേക്ക് ആനയിക്കുന്നത്. അന്ന് ഇവനോടൊപ്പം മറ്റൊരുവനെക്കൂടി ഷേണായി കൊണ്ടുവന്നിരുന്നു. അവനത്രെ പള്ളത്താംകുളങ്ങര ഗിരീശൻ. ആദ്യം പള്ളത്താംകുളങ്ങരക്കാർ ആനയെ നോക്കാനെത്തിയപ്പോൾ, ഷേണായിയുടെ പക്കൽ രണ്ട് പേരുമുണ്ടായിരുന്നു- ശ്രീനിവാസനും ഗിരീശനും. സ്വാഭാവികമായും പ്രഥമദർശനത്തിൽ ഇഷ്ടപ്പെടേണ്ടതും ശ്രീനിവാസനെയാണ്. പക്ഷേ, 'ഒരുപിടി മണ്ണ്' കാര്യങ്ങളെല്ലാം കീഴ്മേൽ മാറ്റിമറിച്ചു.

പള്ളത്താംകുളങ്ങര ദേവസ്വത്തിന്റെ ആൾക്കാർ ആനയെ അടിമുടി പരിശോധിക്കുന്നതിനിടയ്ക്കാണ് ശ്രീനിവാസൻ ഒരു വികൃതി ഒപ്പിച്ചത്. അന്നേരത്തെ ഒരു തോന്നലിന് ഒരു പിടി മണ്ണ് തുമ്പിയിലെടുത്ത് സംഘത്തിലെ പ്രധാനിയുടെ നേർക്ക് ഒരു ഏറ്! കുപിതനായ പ്രധാനി, നൊടിയിടയിലെ ചൊടിക്കലിനിടയിൽ ഗിരീശനേയും കൊണ്ട് സ്ഥലംവിട്ടുകഴിഞ്ഞിരുന്നു. അന്ന് ശ്രീനിവാസനു പകരം ഗിരീശനേയും കൊണ്ട് പോയതിന് പള്ളത്താംകുളങ്ങര ദേവസ്വം നൽകേണ്ടിവന്ന വില പിന്നീടവർക്ക് മനസ്സിലാകുകയും ചെയ്തു.

ഏതായാലും അന്നത്തെ ഒരു പിടിമണ്ണ് പള്ളത്താൻകുളങ്ങരക്കാരുടെ ദൗർഭാഗ്യമായി മാറിയെങ്കിൽ, ആദ്യം ഷേണായിക്കും പിന്നീട് എഴുത്തച്ഛൻ ഗ്രൂപ്പിനും അത് ഒരു വരപ്രസാദം തന്നെയായി മാറിയെന്നതാണ് യാഥാർഥ്യം. ഗിരീശന്റെ വിൽപനയ്ക്കുശേഷം ഷേണായി തന്റെ മുഴുവൻ സ്നേഹവും ഈ 'വിശപ്പിന്റെ വീരന്' ഒന്നിച്ചു

നൽകിയതോടെ ശ്രീനിവാസന്റെ മട്ടും ഭാവവും മാറി. ആരുടേയും കണ്ണുകൾ വലിച്ചുപറിച്ചെടുക്കാൻ പാകത്തിൽ ആന കൊഴുത്തുരുണ്ട് ഭീമാകാരനായതോടെ ഷേണായി കുടുംബത്തിന്റെ ആനപ്പെരുമ വാനോളം ഉയർന്നു.

പോകെപ്പോകെ ഈ മോഹപുഷ്പത്തെ സ്വന്തമാക്കാൻ ആഗ്രഹിച്ച് വരുന്നവരെയെല്ലാം വിലപറയാൻ അനുവദിക്കാതിരിക്കുന്നതും കേട്ടാൽ ഞെട്ടുന്ന വില തിരിച്ചുപറഞ്ഞ് എറണാകുളം ജില്ലയുടെ അതിർത്തിക്കപ്പുറത്തേക്ക് ആട്ടിപ്പറത്തിവിടേണ്ടിവരുന്നതും ഷേണായി കുടുംബത്തിൽ പതിവായി. എന്തെന്നാൽ അത്രയേറെയായിരുന്നു ഓരോ ദിവസവും ശ്രീനിവാസനെ ലക്ഷ്യംവച്ചു വരുന്ന ആവശ്യക്കാരുടെ എണ്ണം. അന്ന് എല്ലാംതികഞ്ഞ ഒരാനയ്ക്ക് ഏറിയാൽ ഒരു മുക്കാൽ ലക്ഷം; പരമാവധി മോഹവില ഒരു ലക്ഷംവരെയെത്തിയേക്കാം. അതായിരുന്നു കമ്പോള നിലവാരം. അങ്ങനെയിരിക്കെ തൃശ്ശൂരിൽ നിന്നും നാണു എഴുത്തച്ഛന്റെ പുത്രൻ കൃഷ്ണകുമാർ എന്ന ചെറുപ്പക്കാരൻ ഒരു ആന ബ്രോക്കറോടൊപ്പം ഷേണായിയെന്ന ബാലികേറാമലയുടെ മുന്നിലെത്തി; ലക്ഷ്യം ശ്രീനിവാസൻ. 'പുതിയ പയ്യനല്ലേ, കൊടുക്കുന്നില്ലെങ്കിലും ചെറുപ്പക്കാരൻ ഒന്ന് ഞെട്ടട്ടെ' എന്ന ഉദ്ദേശ്യത്തോടെ, ഉള്ളിൽ ചിരിച്ചുകൊണ്ട് ആഗതന്റെ മുഖത്തു നോക്കാതെ ഷേണായി ഒരു വില പറഞ്ഞു- രണ്ട് ലക്ഷം.

ഇന്നത്തെ ഏറ്റവും പേരുകേട്ട ആനയ്ക്ക് ഒരു കോടി രൂപവരെ മോഹവില ഉണ്ടാകാമെങ്കിൽ അതിന് മൂന്ന് കോടി ചോദിക്കുക- അങ്ങനെയൊരു വിലയായിരുന്നു ഷേണായി ചോദിച്ച അന്നത്തെ രണ്ടുലക്ഷം. പക്ഷേ, ഷേണായി പൊട്ടിച്ച ആ മയക്കുവെടിയിൽ ഞെട്ടിയതും വിയർത്തുപോയതും കൃഷ്ണകുമാറായിരുന്നില്ല; സാക്ഷാൽ ഷേണായി തന്നെയായിരുന്നു. ഷേണായിക്ക് രണ്ടാമതൊന്ന് ആലോചിക്കാനും മറുത്ത് എന്തെങ്കിലും പറയാനും അവസരം ലഭിക്കും മുമ്പ് കൃഷ്ണകുമാർ ബാഗ് തുറന്ന് നോട്ടുകെട്ടുകൾ ഷേണായിയുടെ കൈയിൽ പിടിപ്പിച്ചു കഴിഞ്ഞിരുന്നു. ഒരു രൂപയ്ക്കുപോലും വിലപേശാതെയുള്ള ഒരു ആനക്കച്ചവടം.

പറഞ്ഞുപോയ വാക്കിന്റേയും വിറയ്ക്കുന്ന കൈകളിലെ നോട്ടുകെട്ടുകളുടേയും ഭാരം, മുറ്റത്തു നിൽക്കുന്ന ശ്രീനിവാസനെ കണ്ടപ്പോൾ ഷേണായിയിൽ നിന്നും ഗദ്ഗദങ്ങളായി പുറത്തുവന്നു- “പോയല്ലോടാ മോനേ...”. കേരളത്തിൽ ഇന്നുള്ളതിലെ അമൂല്യമായ ആനച്ചന്തം ഷേണായിയുടെ കൈക്കുടന്നയിലൂടെ ഊർന്നൊലിച്ച് എഴുത്തച്ഛൻ ഗ്രൂപ്പിന്റെ ഐശ്വര്യമായി പെയ്യുകയായി പിന്നീട്. ഷേണായി ശ്രീനിവാസൻ പിന്നീടിങ്ങോട്ട് നാണുഎഴുത്തച്ഛൻ ശ്രീനിവാസൻ എന്ന പേരിലാണ് വിഖ്യാതനായത്.

മരക്കമ്പനികളും കൂപ്പുമായിരുന്നു എഴുത്തച്ഛൻ ഗ്രൂപ്പിന്റെ പ്രധാന പ്രവർത്തനരംഗം. അങ്ങനെയാണ് ഗജപരിപാലനത്തിലേക്ക് തിരിയുന്നതും. നാണു എഴുത്തച്ഛന് നാലു മക്കൾ- ശങ്കരനാരായണൻ, സുബാഷ്ചന്ദ്രൻ, കൃഷ്ണകുമാർ, ബൽറാം. ഇവരിൽ ശങ്കരനാരായണനായി പിന്നീട് ശ്രീനിവാസന്റെ ഉടമസ്ഥാവകാശം. ശങ്കരനാരായണന്റെ മരണശേഷം പുത്രൻമാരായ രാജഗോപാൽ, ജയഗോപാൽ, വേണുഗോപാൽ, നന്ദഗോപാൽ എന്നിവരായി പുതിയ കാര്യക്കാർ. പിന്നെ ശ്രീനിവാസന്റെ മനസ്സറിയുന്ന കുടുംബനാഥയായി അവരുടെ അമ്മ രുഗ്മിണിയും.

ആനകളുടെ ശരീരചലനത്തിനുതന്നെ ചില സവിശേഷതകളും ലക്ഷണങ്ങളുമുണ്ട്. ചിലതിന്റെ ചലനങ്ങൾ ഉടമസ്ഥനും കൊണ്ടുനടക്കുന്നവനും ദോഷം വരുത്തുന്നവയാവും. ചില ആനകളുടെ ആട്ടം- തലകുനിച്ച് നിർത്താതെയുള്ള ആട്ടം- നിന്നിടം കുഴിക്കുന്നതാണെന്നാണ് സങ്കൽപം. ഇങ്ങനെ ഒരുപാട് വിശ്വാസങ്ങളും അന്ധവിശ്വാസങ്ങളും കാൽപനികതകളും കെട്ടുപിണഞ്ഞതാണ് ഗജപരിപാലനരംഗം. ശ്രീനിവാസനും ആടാറുണ്ട്. പക്ഷേ, ശ്രീനിവാസന്റെ ആട്ടം അന്തസ്സുറ്റതാണ്. താൻ നിൽക്കുന്നിടം മേൽക്കുമേൽ അഭിവൃദ്ധി പ്രാപിക്കുമാറുള്ള അഭിജാതജന്മം.

കൊഴുത്തുരുണ്ട ശ്രീനിവാസന്റെ ശരീരവലിപ്പം ശരിക്കും അറിയണമെങ്കിൽ മറ്റാനകളോടൊപ്പം നിരന്നുനിൽക്കുമ്പോൾ ആനകളുടെ

പിന്നിൽ ചെന്നു നോക്കണം. ഇവന്റെ ആടിക്കുഴഞ്ഞുള്ള ആനനടയും ഒന്നു കാണേണ്ടതു തന്നെയാണ്. 'ഗജരാജവിരാജിത മന്ദഗതി' എന്തെന്ന് കണ്ടറിയണമെങ്കിൽ ശ്രീനിവാസനോടൊപ്പം തന്നെ നടക്കണം. പക്ഷേ, അതുകൊണ്ടുതന്നെ ശ്രീനിവാസൻ എവിടെയെങ്കിലും ഒന്ന് നടന്നെത്തണമെങ്കിൽ ഇത്തിരി സമയം കൂടുതൽ എടുക്കും. കാലേകൂട്ടി പുറപ്പെട്ടില്ലെങ്കിൽ സമയത്തിന് അമ്മാത്ത് എത്തിച്ചേരില്ലെന്ന് സാരം. ഹിഡുംബൻ ശരീരമാണെങ്കിലും പ്രശ്നക്കാരനായ ഒരു സ്ഥിരം വഴക്കാളിയുടെ മനസ്സല്ല ശ്രീനിവാസന്റേത്. പക്ഷേ, ചില നേരങ്ങളിലെ ചെറിയ കുറുമ്പുകൾ; അതെപ്പോഴും ഉണ്ടാവാം. ഒരിക്കലും ഗുരുതരമായ ക്രമപ്രശ്നങ്ങളിലേക്ക് എത്തിച്ചേരാറില്ലെന്നു മാത്രം.

ചോരത്തിളപ്പിന്റെ കാലത്ത് ഒരടിയൊക്കെ കൊടുത്താൽ ശ്രീനിവാസന് യാതൊരു കുലുക്കവുമുണ്ടായിരുന്നില്ല. 'ഏയ്, എന്റെ ദേഹത്ത് ഒരീച്ച വന്നിരുന്നോ' എന്ന മട്ടിൽ അവനങ്ങനെ ചെറഞ്ഞുനിൽക്കും. അതായിരുന്നു ഈ ആനയുടെ കരുത്തും ചൈതന്യവും. ആദ്യമൊക്കെ അല്ലറ ചില്ലറ പ്രശ്നങ്ങളുമുണ്ടായിരുന്നു. ഇന്നും തൃശ്ശൂർ നഗരത്തിൽ എവിടെയെങ്കിലും വച്ച് പാപ്പാന്മാരോടോ, നാട്ടുകാരോടോ ഒന്നു തെറ്റിയാൽ, പാപ്പാന്മാരുടെ മട്ടും മാതിരിയും ശരിയല്ലെന്ന് അവനു തോന്നിയാൽ ശ്രീനി പിന്നെ മുന്നും പിന്നും നോക്കില്ല. നേരെ തറവാട്ടിലേക്ക് വച്ചുപിടിക്കും. വഴിയൊക്കെ ഹൃദിസ്ഥം. ട്രാഫിക് സിഗ്നലും പോലീസുമൊക്കെ വഴിയൊതുങ്ങി നിന്നാൽ അവർക്കു കൊള്ളാം. അതുപോലെതന്നെ വീട്ടിൽ അടുപ്പിച്ച് ഒരഞ്ചാറ് ദിവസം തിന്നും കുടിച്ചും നിന്നിട്ട് പെട്ടെന്ന് എവിടേക്കെങ്കിലും പോകേണ്ടി വരുമ്പോൾ അവന്റെ ചില മുടന്തൻ ന്യായങ്ങളുണ്ട്; ഓണാവധി കഴിഞ്ഞ് സ്കൂൾ തുറക്കുമ്പോഴുള്ള കുട്ടികളുടെ മുട്ടേൽപനിപോലെ. നടന്ന് പാതിവഴിയാവുമ്പോൾ ഏതെങ്കിലും വണ്ടിയുടെ വലിയ ഹോൺ ശബ്ദമോ, സഡൻബ്രേക്കോ പോലൊന്ന് അവൻ കണ്ടുപിടിച്ചിരിക്കും. അതൊരു കാരണവും മറയുമാക്കി കത്തിച്ചുവിട്ടാൽ പിന്നെ തിരിച്ച് വീട്ടിൽ എത്തിയേ നിൽക്കാറുള്ളൂ.

കാഴ്ചയിൽ ഭീമസേനനാണെങ്കിലും യുധിഷ്ഠിരനെപോലെ സമാധാനപ്രിയനും പേടിത്തൊണ്ടനുമാണ് ശ്രീനിവാസൻ. ട്രെയിലർ വാഹനങ്ങൾ കാണുന്നതുതന്നെ ഭയമാണ്. ഒരിക്കൽ തെച്ചിക്കോട്ടുകാവ് രാമചന്ദ്രനാനയിൽ നിന്നും കാര്യമായ 'കുത്ത്' കിട്ടിയതോടെ കൂട്ടാനക്കുത്തും പേടിസ്വപ്നമായിത്തീർന്നിരിക്കുന്നു.

തൃശ്ശൂർക്കാരൻ ഒരാനയെ വാങ്ങുന്നെങ്കിൽ അത് തൃശ്ശൂർ പൂരത്തിന് എഴുന്നെള്ളിക്കുവാൻ പോന്ന ആനയായിരിക്കണമെന്നതാവും സ്വപ്നം. എന്നും പാറമേക്കാവ് ഭാഗത്തായിരുന്നു തൃശ്ശൂർ പൂരത്തിൽ ശ്രീനിവാസന്റെ സ്ഥാനം. 1989-ൽ തൃശ്ശൂർ പകൽപ്പൂരത്തിന്റെ തെക്കോട്ടിറക്കത്തിന് തിടമ്പേറ്റുകയെന്ന അപൂർവഭാഗ്യവും ശ്രീനിവാസനു കൈവന്നിട്ടുണ്ട്. പാറമേക്കാവ് ദേവസ്വത്തിന്റെ സ്വന്തം ആനയായ പരമേശ്വരനുള്ളപ്പോൾ തന്നെയാണ് ശ്രീനിവാസന് ഈ സ്ഥാനം നൽകിയെന്നത്, ശ്രീനിവാസനോടുള്ള പൂരക്കമ്മറ്റിയുടേയും ആനക്കമ്പക്കാരുടേയും സ്നേഹവും മമതയും എടുത്തുകാണിക്കുന്നു. 1993 വരെ സ്ഥിരമായി തൃശ്ശൂർ പൂരത്തിൽ പങ്കെടുത്തിരുന്നു ശ്രീനി. പിന്നീട് പൂരത്തിനൊപ്പമായി ഇവന്റെ മദപ്പാടുകാലം. അതിനാൽ പൂരം കൂടാൻ കഴിയാതെയായി. എങ്കിലും പൂരംപോലെതന്നെ പ്രാധാന്യമുള്ള പാറമേക്കാവ് വേലയ്ക്ക് സ്ഥിരമായി തിടമ്പേന്തുന്നത് ഇവനാണ്. ആനയുടെ ഉയരത്തേക്കാളുപരി, അതിന്റെ ലക്ഷണങ്ങളും ആനച്ചന്തവും നോക്കി എഴുന്നെള്ളിപ്പാനകളെ നിർണയിക്കുന്ന ആഭിജാത്യമാർന്ന പൂരങ്ങളിലൊക്കെ ശ്രീനിവാസൻ ഇന്നൊരു അനിവാര്യതയും അഭിമാനപ്രതീകവുമാണ്. പിടിച്ചു വാങ്ങാതെതന്നെ ഉത്സവത്തിടമ്പ് ആനക്കമ്പക്കാർ ശ്രീനിവാസന്റെ ശിരസ്സിൽ അർപ്പിക്കുകയും ചെയ്യും.

എഴുന്നള്ളത്തിനെത്തുന്ന നിരവധി ഗജവീരന്മാരിൽ ഇങ്ങനെയൊരംഗീകാരം ശ്രീനിവാസനു മാത്രമേ ലഭിക്കാറുള്ളൂ. ശ്രീനിവാസന്റെ നെറ്റിപ്പട്ടത്തിൽ സംഘാടകരും അവന്റെ ആരാധകരും, നേതാക്കൻമാർക്ക് നോട്ടുമാല ഇടുന്നതുപോലെ കറൻസി നോട്ടുകൾ തുന്നിച്ചേർത്ത് വയ്ക്കാ

റുണ്ട്.

ഡൽഹി ഏഷ്യാഡിലും ശ്രീനിവാസൻ പങ്കെടുത്തിട്ടുണ്ട്. കഴിയുന്നതും നാടൻ ആനകളെ മാത്രം ഉൾക്കൊള്ളിക്കുന്ന ഏഷ്യാഡ് ടീം സെലക്ഷന്റെ മാനദണ്ഡങ്ങൾ ശ്രീനിവാസന്റെ ആനച്ചന്തത്തിനു മുന്നിൽ കണ്ണടച്ചു. ഏഷ്യാഡ് ഉദ്ഘാടനച്ചടങ്ങിലെ മിന്നുന്ന പ്രകടനങ്ങൾക്കു ശേഷം ഡൽഹി ആർ.കെ.പുരം ക്ഷേത്രത്തിൽ നടത്തിയ ഗംഭീര കേരളമോഡൽ എഴുന്നെള്ളത്തിന് തിടമ്പേറ്റിയതും ശ്രീനിവാസനായിരുന്നു.

ഏറെ വിഖ്യാതമാണ് വൈക്കത്തഷ്ടമി. വൈക്കത്തഷ്ടമി നാളിൽ വൈക്കത്തപ്പന്റെ പുത്രനായ സുബ്രഹ്മണ്യൻ ഉദയനാപുരം ക്ഷേത്രത്തിൽ നിന്നും അച്ഛനെ കാണാൻ പുറപ്പെടാറുണ്ട്. ഇതാണ് 'പുറപ്പാടായി' ആഘോഷിക്കുന്നത്. ഉദയനാപുരം ക്ഷേത്രത്തിൽ നിന്നുള്ള ഈ പുറപ്പാട് ഏറെ പ്രസിദ്ധമാണ്. കേരളത്തിലെ ആയിരക്കണക്കിന് ക്ഷേത്രോത്സവങ്ങളിൽ ഏറ്റവും ഭാരമേറിയതാണ് ഉദയനാപുരത്തപ്പന്റെ എഴുന്നെള്ളിപ്പുതിടമ്പ്. ആനപ്പുറത്തേക്ക് സന്ധ്യയോടെ തിടമ്പേറ്റുന്ന ഈ എഴുന്നെള്ളിപ്പ് തീരുന്നതാവട്ടെ പിറ്റേന്ന് പുലർച്ചയോടെ മാത്രവും. ഭാരമേറിയ തിടമ്പും മണിക്കൂറുകൾ നീളുന്ന എഴുന്നെള്ളിപ്പ് രീതിയും ഏതൊരാനയേയും ക്ഷമയുടെ നെല്ലിപ്പടി കാണിക്കുന്നതാണ്. പക്ഷേ, അനേകവർഷങ്ങൾ തുടർച്ചയായി ഈ തിടമ്പ് ശിരസ്സിലേറ്റിക്കൊണ്ട് ശ്രീനിവാസൻ പകരം വയ്ക്കാനില്ലാത്ത തന്റെ ആഭിജാത്യം വിളംബരം ചെയ്യുന്നു.

അഷ്ടമി രാത്രിയിലെ മണിക്കൂറുകൾ നീളുന്ന എഴുന്നെള്ളത്തിനുശേഷം തിടമ്പേറ്റിയ ആനകൾ വൈക്കത്തപ്പനോട് യാത്രാമൊഴി ചൊല്ലി പിരിയുന്നത് ഒരപൂർവ രംഗമാണ്. വാദ്യങ്ങൾ അക്ഷരാർഥത്തിൽ ശോകചരായ പടർത്തുന്ന വിടപറയൽ ചടങ്ങിൽ, ആനകൾ നല്ല അഭിനേതാക്കളായി മാറും. ഈ ചടങ്ങിൽ വൈക്കത്തപ്പന്റെ തിടമ്പ് പലപ്പോഴും ഗുരുവായൂർ പദ്മനാഭനും ഉദയനാപുരത്തപ്പന്റെ തിടമ്പ് ശ്രീനിവാസനുമാണ് വഹിക്കാറുള്ളത്.

നാട്ടാനകൾ മരിച്ചുജീവിക്കുന്ന കേരളത്തിൽ, ഗുരുവായൂർ പദ്മനാഭനേയും എഴുത്തച്ഛൻ ശ്രീനിവാസനേയുംപോലെ ചുണ്ടിൽ വെള്ളിക്കരണ്ടിയും ചുറ്റുവട്ടത്തെമ്പാടും ആയിരക്കണക്കിന് ആരാധകവൃന്ദങ്ങളുമായി അപൂർവം ചില ഭാഗ്യജന്മങ്ങളുണ്ട്. ഉത്തരേന്ത്യൻ കാടുകളിൽ എവിടെയോ ഒരിക്കൽ മനുഷ്യനാൽ ചതിക്കപ്പെട്ട ഒരാനക്കുട്ടി, അന്ന് സ്വർഗീയ സ്വാതന്ത്ര്യത്തിൽ നിന്നും നിത്യബന്ധനത്തിലേക്ക് തലവച്ചു കൊടുക്കുമ്പോൾ ഒരിക്കലും വിചാരിച്ചു കാണില്ല, തെക്കുതെക്കൊരു ദേശത്ത് ഒരു കൂട്ടം മനുഷ്യർ തന്നെ തലയിലും താഴത്തും വയ്ക്കാതെ നെഞ്ചിലേറ്റി ആരാധിക്കുവാൻ കാത്തിരിക്കുന്നുണ്ടെന്ന്. അതായിരുന്നു ശ്രീനിവാസന്റെ നിയോഗം- ആനക്കമ്പക്കാരായ ഒരു ജനതയുടെ മുഴുവൻ ആരാധനയും പിടിച്ചുപറ്റാൻ; ദൈവികപരിവേഷത്തോടെ ജീവിക്കുവാൻ.

ശ്രീനിവാസന്റെ ഓരോ ചുവടുവയ്പ്പുകളും ആനക്കമ്പക്കാർക്ക് ഓരോ പുതിയ അധ്യായങ്ങളാണ്. അവന്റെ ഓരോ ചലനങ്ങളിലും അവർ മാതംഗശാസ്ത്രത്തിന്റെ പുതിയ പരിപ്രേക്ഷ്യങ്ങൾ തേടുന്നു. മലയാളിയുടെ ആനക്കമ്പത്തിന്റെ നടുത്തളത്തിൽ നിറഞ്ഞുനിൽക്കുകയാണ് ഇന്ന് എഴുത്തച്ഛൻ ശ്രീനിവാസൻ. ചരിത്രത്തിന്റെ രാജരഥ്യകളിലേക്ക് മന്ദം മന്ദം നടന്നുകൊണ്ടും സ്വയം ചരിത്രം രചിച്ചുകൊണ്ടും ആനക്കാര്യമെന്ന വലിയ കാര്യങ്ങളുടെ തമ്പുരാൻ അരങ്ങുവാഴുന്നു.

***

കുട്ടംകുളങ്ങര രാമദാസ്

ആനച്ചന്തത്തിന്റെ കൺകണ്ട രൂപം

കുട്ടംകുളങ്ങര രാമദാസ്

ആനകളെക്കുറിച്ച് ഇനിയും പറയാനുണ്ടേറെ. എവിടേയുമെന്നപോലെ, കേരളത്തിലെ കാടുകളിലും ആനകൾ ദിനംപ്രതി കുറഞ്ഞുകൊണ്ടേയിരിക്കുന്നു. എന്നാൽ വളർത്താനകൾക്ക് സഹ്യന്റെ താഴ്‌വാരത്ത് യാതൊരു പഞ്ഞവുമില്ല. കൃത്യമായ കണക്കെടുപ്പുകൾ ഇനിയും പൂർണമായിട്ടില്ല. അതിനാൽ കേരളത്തിൽ എത്ര ആനകൾ ഉണ്ടെന്നവിവരം ആർക്കും കൃത്യമായി പറയാനാകില്ല.

ഒരാനയെ കൊണ്ടുവരുവാനുള്ള അനുമതിയുടെ മറവിൽ നാലാനകളെ കേരളത്തിലേക്ക് കടത്തുകയും ഉടമകളെ സന്തുഷ്ടരാക്കിക്കൊണ്ട് നാലാനകളും നാലിടത്ത് ഒരേ ലൈസൻസുമായി ജീവിച്ചുതീരുകയും ചെയ്യുമ്പോൾ സർക്കാർ കണക്കുകൾക്ക്, നറുക്കുവീഴാത്ത ലോട്ടറി ടിക്കറ്റിന്റെ വിലപോലും ഇല്ലാതായെന്നു വരും. അതും ഒരു സർക്കാർ രേഖതന്നെ! ഒരിക്കലും തുമ്പി താഴ്ത്തുവാൻ നിവൃത്തിയില്ലാതെ മുഖാമുഖം നിൽക്കുന്ന രണ്ടാനകളാണല്ലോ നമ്മുടെ സർക്കാർ മുദ്രകളുടെ കരുത്തും ചൈതന്യവും.

എണ്ണമെത്രയായാലും നമ്മുടെ നാട്ടാനകളിൽ എൺപതു ശതമാനവും ഇന്ന് ഇറക്കുമതി ചെയ്യപ്പെട്ട വരവാനകളാണ്. നാടനാനയെന്ന് നമ്മൾ അഭിമാനത്തോടെ വിളിക്കുന്ന സഹ്യപുത്രന്മാർ വെറും ഇരുപത് ശതമാനവും! ആനക്കമ്പത്തിന്റെ അങ്ങേയറ്റമാണ് നാടനാനകളോട് മലയാളിക്കുള്ള മമത. നമ്മുടെ ഗജലക്ഷണ ശാസ്ത്രങ്ങൾ ഊതിക്കാച്ചിയെടുത്തതെല്ലാം സഹ്യപുത്രന്മാരുടെ വന്യചാരുതയ്ക്കു മുന്നിൽ നമിച്ചുകൊണ്ടായിരിക്കും.

മധ്യകേരളത്തിലെ ആനക്കമ്പക്കാരുടെ മുന്നിൽ നല്ല ആനകളെ മാത്രം അണിനിരത്തിയ പാരമ്പര്യമുള്ള കുട്ടംകുളങ്ങര ദേശക്കാർ, 1990-ൽ കേരള വനംവകുപ്പിലെ പറമ്പിക്കുളം ഫോറസ്റ്റ് ഡിവിഷനിൽ നിന്ന് മെലിഞ്ഞ, കനംകുറഞ്ഞ കൊമ്പുകളോടുകൂടിയ ഒരു കൊമ്പനെ കൊണ്ടുവന്നപ്പോൾ, എല്ലാവരും അദ്ഭുതപ്പെടുകയും ചിലരൊക്കെ 'ഇതിലും നല്ല ആനയെ കിട്ടിയില്ലേ?' എന്ന് ചോദിക്കുകയും ചെയ്തു. എങ്കിലും അന്ന് ആനവിദഗ്ധരിൽ പ്രമുഖരായ പൂമുള്ളി ആറാം തമ്പുരാൻ, എറണാകുളത്തെ വിശ്വനാഥഷേണായി എന്നിവരും, ആനവൈദ്യത്തിൽ അലോപ്പതിയിലെ ഭീഷ്മാചാര്യനായ കെ.സി. പണിക്കർ, ആയുർവേദ ചികിത്സയിലെ അവസാനവാക്കായ ആവണപ്പറമ്പ് മഹേശ്വരൻ നമ്പൂതിരിപ്പാട് തുടങ്ങിയവരും ഇവൻ ഭാവിയിൽ മധ്യകേ

രളത്തിലെ അറിയപ്പെടുന്ന ഒരു ഗജവീരനായി മാറുമെന്ന് അഭിപ്രായപ്പെട്ടിരുന്നു.

1990 ആഗസ്റ്റ് 28-ാം തീയതി കുട്ടംകുളങ്ങര ഭഗവാനു മുൻപിൽ നടയ്ക്കിരുത്തപ്പെട്ട രാമദാസ്, കോന്നി കാടുകളിൽ നിന്ന് പിടിക്കപ്പെട്ട്, കോന്നി കൂട്ടിൽതന്നെ ബാലപാഠങ്ങൾ പഠിച്ചതിനുശേഷം പറമ്പിക്കുളത്തേക്ക് കുടിയേറി. അവിടെനിന്നും കുട്ടംകുളങ്ങര ദേവസ്വത്തിലെത്തി.

കുട്ടംകുളങ്ങര ദേവസ്വത്തിൽ വന്നതിനുശേഷം കൃത്യനിഷ്ഠയോടുകൂടിയ പരിപാലനവും മുറതെറ്റാതെയുള്ള ചികിത്സയും ലഭിച്ചുതുടങ്ങിയതോടെ ആന, ആകാരഭംഗിയും ഒരു ഉത്തമഗജവീരനുവേണ്ട യോഗ്യതകളും ആർജിച്ചു. അംഗീകാരങ്ങളും സ്ഥാനമാനങ്ങളും പിടിച്ചുവാങ്ങാതെ തനിയെ വന്നുചേരുകയാണല്ലോ വേണ്ടത്. അങ്ങനെ, 2000 ജനുവരി 8-ാം തീയതി തൊടുപുഴയിൽ സംസ്ഥാന സർക്കാരിന്റെ ആഭിമുഖ്യത്തിൽ നടന്ന, 120 ആനകൾ പങ്കെടുത്ത ഗജമേളയിൽ ഏറ്റവും അഴകുള്ള വനും ലക്ഷണയുക്തനുമായ ഗജവീരനുള്ള 'ഗജരാജപട്ടം' അന്നത്തെ മുഖ്യമന്ത്രി ഇ.കെ. നായനാരിൽ നിന്നും ഏറ്റുവാങ്ങിയതോടെ രാമദാസ് ആനക്കമ്പക്കാരുടെ ഹരമായി മാറി. ആനപ്രേമികൂടിയായ മുൻമന്ത്രി പി.ജെ. ജോസഫും ഡോക്ടർ പണിക്കരുമൊക്കെ മുൻകൈയെടുത്ത് സംഘടിപ്പിച്ച ആ ഗജമേളയാണ് ഏറെ വർഷങ്ങൾക്കുശേഷം കേരളത്തിൽ ഏതെങ്കിലും ഒരാനയ്ക്ക് ഗജരാജപ്പട്ടം സമ്മാനിക്കുന്നത്.

2000 ആഗസ്റ്റിൽ ഒറ്റപ്പാലത്ത് നടന്ന ഗജമേളയിലും കാണികൾ ഗ്യാലപ്പ്പോളിലൂടെ തിരഞ്ഞെടുത്തത് രാമദാസിനെ ആയിരുന്നു. ഗജമേള നടക്കുന്ന ക്ഷേത്രമൈതാനിയിൽ വരുന്ന എല്ലാ ആനപ്രേമികളും, സംഘാടകർ നൽകുന്ന പേപ്പറിൽ വോട്ടുചെയ്ത്, ആ മേളയിലെ ഗജരാജൻ, ഗജറാണി, ഗജകുമാരൻ എന്നിവയെ തിരഞ്ഞെടുക്കുന്ന നൂതനസമ്പ്രദായമാണ് ഇവിടെ നടപ്പാക്കിയത്. 2003 ഡിസംബറിൽ സർക്കാർ ടൂറിസം പ്രമോഷൻ കൗൺസിലിന്റെ ആഭിമുഖ്യത്തിൽ നടത്തിയ ഗജമേളയിലും രാമദാസിനു തന്നെയായിരുന്നു 'ഗജരാജപട്ടം'.

മൺമറഞ്ഞ ഗജവീരന്മാരായ കുടലാറ്റുപുറം രാമചന്ദ്രൻ, കിഴക്കേവീട്ടിൽ ഗോപി (ചേലൂർ രാജേന്ദ്രൻ) തുടങ്ങിയ ഗജവീരന്മാർക്കുശേഷം പഴമക്കാരേയും പുതിയ തലമുറയേയും ഒരുപോലെ ഇത്രയേറെ സ്വാധീനിച്ച ഗജവീരൻ വേറെയുണ്ടാകില്ല. എഴുന്നെള്ളിപ്പിൽ തിടമ്പുവാഹകരുടെ കൂട്ടത്തിൽ, രാമദാസിന്റെ സാന്നിധ്യം ഒഴിച്ചുകൂടാൻ വയ്യാത്തതായിത്തീർന്നിരിക്കുകയാൽ, എറണാകുളം താമരക്കുളങ്ങര അയ്യപ്പൻകാവ്, നാരയമ്പലം ഭഗവതിക്ഷേത്രം, കഴൂർ സുബ്രഹ്മണ്യക്ഷേത്രം, കുട്ടനെല്ലൂർ ഭഗവതി ക്ഷേത്രം, ഉത്രാളിക്കാവ് എന്നിവിടങ്ങളിലെ ഉത്സവാഘോഷപരിപാടികളിൽ ഇവൻ വർഷങ്ങളായി നിറഞ്ഞുനിൽക്കുകയാണ്. ഇതിൽ തൃപ്രയാർ തേവരുടെ സ്വർണക്കോലം ശിരസ്സിൽ വഹിക്കുവാൻ കഴിഞ്ഞത് ദൈവാനുഗ്രഹം തന്നെയെന്ന് ഉറപ്പിക്കാം. 2003-ലെ തൃപ്പൂണിത്തുറ ഉത്സവത്തിൽ ആറാട്ടെഴുന്നെള്ളത്തിന് ഇരുത്തിപ്പൂജ നടത്തി, സ്വർണത്തലേക്കെട്ട് അണിയുവാനും ശ്രീപൂർണത്രയീശന്റെ സ്വർണക്കോലം വഹിച്ച് പതിനഞ്ചാനകളുടെ നടുവിൽ നായകനാകാൻ കഴിഞ്ഞതും ഇവന്റെ മുജ്ജന്മഭാഗ്യം അല്ലെങ്കിൽ ഇവന്റെ അഴകളവുകൾക്കുള്ള ഉചിതമായ അംഗീകാരം എന്നു മാത്രമേ പറയാനാകൂ. അനേകം വർഷങ്ങളായി തൃശ്ശൂരിലെ പുകൾപെറ്റ പൂങ്കുന്നം ദേശവിളക്കിന് കയറ്റി എഴുന്നെള്ളിക്കുന്നതും രാമദാസിനെയാണ്.

തന്റെ തട്ടകമായ കുട്ടംകുളങ്ങര ക്ഷേത്രപരിസരത്തുള്ളപ്പോൾ, കുളിച്ചുകഴിഞ്ഞാൽ രാമദാസ് ക്ഷേത്രനടയിലെത്തി മഹാവിഷ്ണുവിനെ നമസ്കരിക്കും. അതുകഴിഞ്ഞാൽ അവനൊരു വിഹിതം പതിവുണ്ട്. ഗണപതിഹോമത്തിന്റെ പ്രസാദം! അതവന്റെ അവകാശമാണ്. കുട്ടംകുളങ്ങര രാമദാസിന്റെ പതിവുപ്രഭാതങ്ങൾ അങ്ങനെയാണ് തുടങ്ങുന്നത്.

ഇന്ന്, ലോകമെമ്പാടുമുള്ള ആനക്കമ്പക്കാരായ മുഴുവൻ മലയാളികളും മനഃപാഠമാക്കി വച്ചിരിക്കുന്ന ഒരു നാമമാണ് കുട്ടംകുളങ്ങര രാമദാസ് എന്ന ആനപ്പേര്. എന്നാൽ ഇവൻ സാംസ്കാരിക തലസ്ഥാനത്തിന്റെ ശ്രദ്ധയാകർഷിക്കാൻ തുട

ങ്ങുന്നത് രണ്ടായിരത്തിനുശേഷം മാത്രമാണ്. ആരും വലിയ പ്രതീക്ഷയൊന്നും പുലർത്താത്ത, അധികമാരും കാര്യമായ മതിപ്പുവിലയൊന്നും കൽപിക്കാത്ത ഒരു ഇടത്തരം നാടനാന. അത്രേയുണ്ടായിരുന്നുള്ളു, ഏഴെട്ടു വർഷങ്ങൾക്കപ്പുറത്തെ രാമദാസ്.

ആദ്യകാലത്ത്, ആനക്കൂട്ടിൽ നിന്ന് ചുണക്കുട്ടന്മാരെന്ന് കരുതുന്ന പല വീരന്മാരേയും പല പ്രമുഖരേയും തലയിലും താഴത്തും വയ്ക്കാതെ, ആളും ആഘോഷവുമായി വന്ന് സ്വീകരിച്ചുകൊണ്ടുപോകുന്നത് ഇവൻ നോക്കിനിന്നിട്ടുണ്ട്. പെട്ടന്ന് ആരുടേയും കണ്ണിൽ പിടിക്കാത്ത ഒരു പാവത്താന് അങ്ങനെയുള്ള വലിയ പ്രതീക്ഷകളും സ്വപ്നങ്ങളും ഒന്നും ഉണ്ടാകാൻ പാടില്ലെന്ന് സ്വന്തം മനസ്സിനെ പറഞ്ഞുപഠിപ്പിക്കുകയും ചെയ്തിട്ടുണ്ടാകണം.

സ്വസ്ഥജീവിതത്തിലേക്കും വലിയ മനസ്സുള്ള നല്ല യജമാനന്മാരുടെ വീട്ടിലെ സുഖസമൃദ്ധികളിലേക്ക് തന്നെയും കൂട്ടിക്കൊണ്ട് പോകാൻ ഒരു നാൾ ആരെങ്കിലും എത്തിയേക്കാമെന്ന് ആദ്യമൊക്കെ ഇവനും പ്രതീക്ഷിച്ചുകാണും. പക്ഷേ മെലിഞ്ഞ കൈകാലുകളും ഉന്തിയ വയറുമായി നിൽക്കുന്ന ഈ പട്ടിണിക്കോലം ആരുടെയും കണ്ണിൽ പിടിക്കില്ലെന്ന് പിന്നെപ്പിന്നെ അവനു മനസ്സിലായിട്ടുമുണ്ടാകും. കൂട്ടിക്കൊണ്ടുപോകാൻ ആരുമില്ല. ആനക്കളരിയിലെ പഠിപ്പും കഴിഞ്ഞ് നാടിനും കൂടിനും ബാധ്യതയായി തൊഴിൽരഹിതനെപ്പോലെ നിൽക്കാൻ തുടങ്ങിയിട്ട് കാലം കുറച്ചായി. സ്വന്തംകാലിൽ നിൽക്കാൻ കഴിയാതെ, ഭാവി ചോദ്യചിഹ്നമായി നിൽക്കുന്ന നാളുകളിലാണ് മേലാവിൽ നിന്ന് ഒരുത്തരവ് വരുന്നത്. പറമ്പിക്കുളം കൂപ്പിൽ ചുമട്ടുപണിക്ക് ആളെ എടുക്കുന്നുണ്ട്. വെയിൽ ഒട്ടും കളയാതെ പറഞ്ഞുവിടുക. അങ്ങനെ, പറമ്പിക്കുളം കൂപ്പിൽ വൻമരങ്ങൾക്കിടയിൽ, ചോരനീരാക്കി ഒരു ദുരിതപർവം തുടങ്ങി. ആയുള്ളവന് അതിനുള്ള ആവതും ശേഷിയുമുണ്ടോയെന്ന് ആര് തിരക്കാൻ. കാട്ടിലെ തടി, ആർക്കും വേണ്ടാത്ത ഒരാന. രാമദാസ് ചക്രശ്വാസം വലിച്ചിട്ടുണ്ട്; ഉണ്ടാകും. കണ്ണിൽ നിന്ന് പൊന്നീച്ച പറക്കും; പുറകേ വെള്ളച്ചാട്ടവും.

അങ്ങനെയിരിക്കെ, പറമ്പിക്കുളം റേഞ്ചിലെ കൂപ്പിൽ നിന്നും പെട്ടന്നൊരു ദിവസം രാമദാസിനെ കാണാതാവുന്നു. ചങ്ങല അഴിഞ്ഞുപോയതോ അവൻ അഴിച്ചുപോയതോ എന്ന് സംശയമാണ്. ഒരുദിവസം കാട്ടിൽ തീറ്റയ്ക്കുപോയ

ഇവനെ കണ്ടെത്തുവാൻ കഴിഞ്ഞില്ല. സാധാരണ ഫോറസ്റ്റ്ക്യാമ്പിൽ രാവിലെ നടയിൽ (മുൻകാലുകൾ) ചങ്ങലയിട്ട്, അമരം സ്വതന്ത്രമാക്കി മേയുവാൻവിടുക പതിവാണ്. നടയിലെ ചങ്ങല അഴിഞ്ഞിട്ടാകാം സ്വതന്ത്രനായ ആന ഉൾക്കാട്ടിൽ കയറിപ്പോയി. ദിവസങ്ങൾക്കുശേഷം, താപ്പാനകളുടെ സഹായത്തോടെ കാട്ടിൽ അന്വേഷിച്ചുനടന്ന വനപാലകർ ഇവനെ കണ്ടെത്തുമ്പോൾ കുറെ പിടിയാനകൾക്കു നടുവിൽ ഗോപസ്ത്രീകൾക്കിടയിലെ കള്ളക്കൃഷ്ണനെപ്പോലെ അവനങ്ങനെ അടിച്ചുപൊളിച്ചു നടക്കുന്നു. എങ്കിലും പാപ്പാന്മാർ വിളിച്ചപ്പോൾ ക്യാമ്പിലേക്ക് തിരിച്ചു പോന്നു. ഒരു ഫെബ്രുവരി 2-ാം തീയതിയാണ് ഇതുണ്ടായത് എന്ന് ഫോറസ്റ്റ് രേഖകളിൽ കാണാം.

തൃശ്ശൂരിനടുത്ത് കുട്ടംകുളങ്ങര ക്ഷേത്രഭാരവാഹികൾ വനംവകുപ്പിൽ നിന്നും ഒരാനയെ വാങ്ങുവാനായി പറമ്പിക്കുളം ഫോറസ്റ്റ് ഡിവിഷനിൽ എത്തുന്നു. അന്നവിടെ എടുപ്പിലും നടപ്പിലും രാമദാസിനേക്കാൾ കേമനായിരുന്ന ഗണേശൻ എന്നൊരാനകൂടിയുണ്ടായിരുന്നു. മിടുക്കനായ ഗണേശനെ വേണ്ടെന്നുവച്ച് മെലിഞ്ഞുലഞ്ഞ രാമദാസിനേയുംകൊണ്ട് കുട്ടംകുളങ്ങരക്കാർ തിരിച്ചു പോവുമ്പോൾ 'ഇവൻമാർക്കൊന്നിനും കണ്ണില്ലേ' യെന്നായിരുന്നു വനംവകുപ്പുകാരുടെ സംശയം.

കുട്ടംകുളങ്ങരക്കാർ പണ്ടേ പുലികളിക്ക് പ്രസിദ്ധരാണ്. തൊഴുത്തിൽ കെട്ടാൻ പാകത്തിലുള്ള ഒരു വല്ലായ്മക്കാരനേയുംകൊണ്ട് ആനയെ വാങ്ങാൻ പോയവർ കുട്ടംകുളങ്ങരയിൽ എത്തിയപ്പോൾ "ആ, ഇത്തിരി ചായം കൂടുതലാവ്വുംന്നേയുള്ളൂ. എന്നാലും മനസ്സുവച്ചാൽ പുലികളിക്കിറക്കാം" എന്നായിരുന്നത്രെ ചിലരുടെ കൊള്ളിവാക്കുകൾ. ക്ഷേത്രഭാരവാഹികൾ അതുകേട്ട് ചിരിച്ചതേയുള്ളൂ. 1,39,580 രൂപകൊടുത്തു വാങ്ങിയ ആനയ്ക്ക് അന്ന് ഉയരം 267 സെ.മീ. പ്രായം ഇരുപതിനു മേലെയും. 1990 ആഗസ്റ്റ് 28-ാം തീയതിയാണ് ആനയെ കുട്ടംകുളങ്ങര ക്ഷേത്രത്തിൽ നടയ്ക്കിരുത്തുന്നത്. അന്നുമുതൽ ഈ സഹ്യപുത്രൻ കുട്ടംകുളങ്ങര രാമദാസാകുന്നു.

പ്രഥമദർശനത്തിൽ വെറും പട്ടിണിക്കോലമാ

ഏഷ്യൻ ആന

ആന; ആഫ്രിക്കനും ഏഷ്യനും

ഇന്ന് രണ്ടിനം ആനകളേ ഭൂമുഖത്തുള്ളു-ആഫ്രിക്കനാനയും (ലോക്സോഡോന്റ ആഫ്രിക്കാന) ഏഷ്യനാനയും(ഇന്ത്യൻ) (എലിഫസ് മാക്സിമസ്). വലുപ്പക്കൂടുതലാണ് ആഫ്രിക്കനാനയുടെ പ്രത്യേകത;മൂന്നര മീറ്റർവരെ പൊക്കവും ആറ് ടണ്ണോളം ഭാരവും ഉണ്ടാകാറുണ്ട്. കൊമ്പനും പിടിയ്ക്കുമുള്ള കൊമ്പുകൾ, വിശാലമായ ചെവികൾ, ചരിഞ്ഞ നെറ്റി, കുഴിഞ്ഞ മുതുക്, ഇരട്ടച്ചുണ്ടുകളുള്ള തുമ്പിക്കൈ, മൂന്നു നഖങ്ങൾ വീതമുള്ള പിൻകാലുകൾ എന്നിവ ആഫ്രിക്കൻ വർഗത്തിന്റെ സവിശേഷതകളാണ്. ഏഷ്യൻ ആനകൾക്കാകട്ടെ, മൂന്ന് മീറ്ററിൽ കൂടുതൽ പൊക്കം സാധാരണഗതിയിൽ ഉണ്ടാകാറില്ല. കൊമ്പനേക്കാൾ പൊക്കക്കുറവാണ് പിടിയാനയ്ക്ക്; കൊമ്പുമില്ല. ചെവിക്ക് ശരാശരി വലിപ്പമേയുള്ളൂ. പിൻകാലുകളിൽ നാലു നഖങ്ങൾ വീതമുണ്ട്. തുമ്പിക്കൈയിൽ ഒറ്റച്ചുണ്ടേയുള്ളു.

ആഫ്രിക്കൻ ആന

യിരുന്ന ആന, ഭാവിയിൽ ലക്ഷണോത്തമനായി മാറുമെന്ന കുട്ടംകുളങ്ങര ദേവസ്വത്തിലെ മുകുന്ദന്റെ ഉറച്ച വിശ്വാസവും ദീർഘവീക്ഷണവുമാണ് ഇന്നത്തെ കുട്ടംകുളങ്ങര രാമദാസിന്റെ അവതാരപ്പിറവിക്ക് നിമിത്തമായതെന്ന് പ്രത്യേകം എടുത്തുപറയണം.

ചുമട്ടുതൊഴിലാളിയെന്ന നിലയിൽ നിന്നും ദേവന്റെ സ്വന്തക്കാരൻ എന്ന നിലയിലേക്കുള്ള ചുവടുമാറ്റവും പരിരക്ഷയും രാമദാസിന്റെ ശരീരത്തിൽ അദ്ഭുതങ്ങൾ സൃഷ്ടിച്ചു. പിന്നെ കാലം എന്ന ശിൽപിയുടെ വക അവസാന മിനുക്കുപണികളും. പുതിയ ആകാശവും പുതിയ വിതാനങ്ങളും തേടി കുട്ടംകുളങ്ങര രാമദാസ് വളരുകയായിരുന്നു. രാമദാസിനെ പത്തുവർഷക്കാലമായി കുമ്പിടി സ്വദേശിയായ സുന്ദരനാണ് പരിചരിച്ചുവരുന്നത്. ആനയ്ക്ക് ഒരുനല്ല ആനക്കാരൻ സ്ഥിരമായി നിന്നാൽ ആന നന്നാകുമെന്നുള്ളതിന്റെ ഉത്തമോദാഹരണമാണ് രാമദാസ്. കേരളത്തിലെ പുകഴ്പെറ്റ ആനച്ചന്തത്തിന്റെ കിരീടം ഓരോ കാലത്തും ഓരോ ഗജരാജന്റെ കുത്തകയായിരുന്നു. കൊച്ചി-മലബാർ മേഖലയിൽ ഗുരുവായൂർ പഴയ പദ്മനാഭനാണ് ഇതിൽ പ്രാതഃസ്മരണീയൻ. പിന്നെ കീരങ്ങാട്ട് കേശവൻ, കുടലാറ്റുപുറം രാമചന്ദ്രൻ, കിഴക്കുവീട്ടിൽ ഗോപി എന്നിവരുമുണ്ട്. തിരുവിതാംകൂറിന്റെ മണ്ണിലാവട്ടെ ഐതിഹ്യമാലയിലൂടെ പ്രസിദ്ധനായ കൊട്ടാരക്കര ചന്ദ്രശേഖരൻ മുതലിങ്ങോട്ട് ആറന്മുള രഘു, തിരുവല്ല ജയചന്ദ്രൻ, കോന്നിയിൽ അയ്യപ്പൻ തുടങ്ങിയവരായിരുന്നു ആ പട്ടത്തിന് അവകാശികൾ. തിരു-കൊച്ചി വേർതിരിവുകളില്ലാതെ, കേരളത്തിൽ ഇന്ന് ജീവിച്ചിരിക്കുന്ന ആനകളിൽ ഇത്തരമൊരു സ്ഥാനം ലഭിച്ചിട്ടുള്ള ആനകളുടെ എണ്ണമെടുക്കുമ്പോൾ തീർച്ചയായും അതിൽ രാമദാസുണ്ടാകും.

രാമദാസിന്റെ ഓരോ അവയവങ്ങൾക്കും അതിന്റേതായ സവിശേഷതകളുണ്ട്. രാമദാസിന്റേതുപോലെ ഭംഗിയാർന്ന വീണെടുത്ത കൊമ്പുകൾ മറ്റൊരിടത്തും കാണാനാവില്ല. ഓരോ അവയവവും ഒന്നിനൊന്ന് മികച്ചത്. എല്ലാം ചേർന്നാലോ ആകെയൊരാനച്ചന്തം. ഒരുകോൽ ആറുവിരലെന്നതാണ് ഏറ്റവും വലിയ നെറ്റിപ്പട്ടത്തിന്റെ അളവ്. രാമദാസിന് ആ നെറ്റിപ്പട്ടംതന്നെ വേണം. നെറ്റിപ്പട്ടം കെട്ടിക്കഴിഞ്ഞാൽ സാധാരണ ഗതിയിൽ ആനകളുടെ തനിമയും വ്യത്യസ്തതയും മങ്ങുകയാണ് ചെയ്യുന്നതെങ്കിൽ, നെറ്റിപ്പട്ടം കെട്ടുന്നതോടെ രാമദാസിന്റെ ആനച്ചന്തം പുതിയ മാനങ്ങൾ തേടും.

കുട്ടംകുളങ്ങര രാമദാസിനു മാത്രമല്ല, അവന്റെ ആനക്കാരനും അവന്റെ ഫോട്ടോ എടുത്ത ഫോട്ടോഗ്രാഫർക്കും അവാർഡ് ലഭിച്ച ചരിത്രമുണ്ട്. രാമദാസിന്റെയൊപ്പം തുടർച്ചയായ എട്ടു വർഷം പൂർത്തിയാക്കുന്ന പാപ്പാൻ സുന്ദരന് ഏറ്റവും നല്ല ആനപാപ്പാനുള്ള അവാർഡ് ലഭിച്ചിട്ടുണ്ട്. അവന്റെ നല്ലൊരു ഫോട്ടോയെടുത്ത ഫോട്ടോഗ്രാഫർക്കും ഒരിക്കൽ അവാർഡ് ലഭിച്ചു. നിന്നിടത്തും ചെന്നിടത്തും തൊട്ടിടത്തുമൊക്കെ ഭാഗ്യം; അത് രാമദാസിന്റെ സവിശേഷതയാണ്.

ആനകളുടെ കൂട്ടത്തിലെ ആനച്ചന്തമായ രാമദാസിന് പൂരങ്ങളുടെ പൂരമായ തൃശ്ശൂർപ്പൂരത്തിൽ ആറേഴ് വർഷമായി പങ്കെടുക്കാൻ കഴിയാത്തത് അവന്റെയും പൂരപ്രേമികളുടേയും ദുഃഖമാണ്. തൃശ്ശൂർപ്പൂരത്തിന്റെ സമയത്ത് രാമദാസ് മദപ്പാടിലാകുമെന്നതിനാലാണ് ഈ നഷ്ടം സംഭവിക്കുന്നത്. കുംഭം 29 എന്നൊരു ദിവസമുണ്ടെങ്കിൽ രാമദാസിനെ കെട്ടിയിരിക്കും. പിന്നെയവന്റെ മദപ്പാടും അസ്വസ്ഥതയുമെല്ലാം കഴിഞ്ഞേ അഴിക്കാറുള്ളൂ.

പൊതുവേ ശാന്തപ്രകൃതിയായ രാമദാസ് ചൊടിച്ചുകാണുന്ന സന്ദർഭങ്ങൾ നന്നേ വിരളമാണ്. ആറേഴു വർഷം മുമ്പുള്ള ഒരു പൂരക്കാലത്ത് തന്നോട് കൊമ്പുകോർക്കാനും തോണ്ടാനും എത്തിയ കോതറ അയ്യപ്പൻ എന്ന ആനയുടെ നേർക്ക് രാമദാസ് ഒന്നിടഞ്ഞു. അന്ന് അയ്യപ്പന്റെ പാപ്പാന്റെ കാലിന് ചെറിയ ഒടിവുപറ്റി. പിന്നെയൊരിക്കൽ തെച്ചിക്കോട്ടുകാവിൽ ചെറിയൊരു വികൃതി കാട്ടി. രാമദാസിന്റെ പേരിൽ ഉന്നയിക്കാവുന്ന പ്രധാന കുസൃതിത്തരങ്ങൾ അത്രയൊക്കെത്തന്നെയുള്ളൂ.

എന്നും നല്ല ആനകളെത്തന്നെ സ്വന്തമാ

ക്കാൻ മനസ്സുവയ്ക്കുന്ന കുട്ടംകുളങ്ങര ദേവസ്വ ത്തിന് അർജുനൻ, ശ്രീനിവാസൻ എന്ന രണ്ടാന കൾകൂടി സ്വന്തമായുണ്ട്. പട്ടാഭിഷേകം എന്ന സിനിമയിലൂടെ ഒരു ദേശത്തിന്റെ മുഴുവൻ കണ്ണും കരളും കവർന്ന കണ്ണൻ എന്ന ആനക്കുട്ടിയും ദേവസ്വത്തിന്റെ സ്വന്തമായിരുന്നു. പക്ഷേ, നമ്മു ടെ ആനക്കുട്ടികളിൽ നല്ലൊരു ശതമാനത്തിനും നേരിടേണ്ടിവരുന്ന ദുർവിധി തന്നെയായിരുന്നു കണ്ണനേയും കാത്തിരുന്നത്- ബാലമരണം.

പുതിയ താരോദയങ്ങളും അവതാരപ്പിറവി കളും ഉണ്ടാകുംവരെ 'കേരളത്തിൽ ഇന്ന് ജീവി ച്ചിരിക്കുന്ന ആനകളിലെ ലക്ഷണോത്തമൻ' എന്ന ഗജരാജപ്പട്ടവുമായി രാമദാസിന്റെ പെരുമ ലോകത്തിന്റെ നെറുകയിൽ പാറിക്കളിക്കും.

***

കൊടുങ്ങല്ലൂർ ഗിരീശൻ

സ്നേഹവും ക്ഷോഭവും ഒന്നിച്ചലിഞ്ഞുചേർന്ന ഒറ്റച്ചട്ടക്കാരൻ

▼ കൊടുങ്ങല്ലൂർ ഗിരീശൻ

ആനകൾ വേറെ എത്രയുണ്ടായിരുന്നാലും കൊടുങ്ങല്ലൂർ താലപ്പൊലിയുടെ നാലാംനാൾ തിടമ്പേറ്റാൻ ഗിരീശൻതന്നെ വേണമെന്ന കാര്യത്തിൽ കൊടുങ്ങല്ലൂർ നിവാസികൾക്ക് അന്നുമിന്നും നിർബന്ധമാണ്. ഉയരത്തിൽ മറ്റാനകളേക്കാൾ അത്ര കേമനൊന്നുമല്ലെങ്കിലും തിടമ്പേറ്റിക്കഴിഞ്ഞാൽ അവന്റെ ശിരസ്സിന് ആകാശം മാത്രമേ അതിരുകളാവുന്നുള്ളൂ.

കേരളത്തിൽ ഇന്നുള്ള ഗജവീരൻമാരിൽ ഏറ്റവും മികച്ച കൊമ്പിനുടമയെന്ന പ്രസിദ്ധിയാണ് കൊച്ചിൻ ദേവസ്വത്തിന്റെ സ്വന്തമായ ഗിരീശനിലേക്ക് ആരേയും ആകർഷിക്കുന്നത്. ഒമ്പതേമുക്കാൽ അടിയോളം ഉയരമുള്ള ഗിരീശൻ ആയുസ്സിന്റെ പുസ്തകത്തിൽ അമ്പതുകൾ താണ്ടുകയാണ്. ദേവസ്വംബോർഡ് സർവീസ് ചട്ടപ്രകാരം പെൻഷൻപറ്റി സർവീസിൽ നിന്നും പിരിയുവാൻ ഇനി ഏതാണ്ടൊരു ദശകം മാത്രം അവശേഷിക്കുമ്പോഴും ഗിരീശനോടുള്ള ആനക്കമ്പക്കാരുടെ പ്രണയത്തിന് കുറവേതുമില്ല.

കൊമ്പനാനകളുടെ ആഢ്യത്വവും ഗാംഭീര്യവും അവരുടെ മുഖശ്രീയാണ്. ഗജലക്ഷണശാസ്ത്രങ്ങൾ ഒന്നും അറിയാത്തവരുടെ കണ്ണുകളെപ്പോലും ആവാഹിച്ച് പറിച്ചെടുക്കാൻപോന്ന ഭംഗിയാർന്ന ഒരു ജോഡി കൊമ്പുകൾ ഉണ്ടെങ്കിൽതന്നെ 'ആന' സങ്കൽപത്തിന് പൂർണതയായി; കീഴോട്ടും വശങ്ങളിലേക്കും നീണ്ടുവളർന്ന്, അറ്റം മേൽപ്പോട്ട് വളഞ്ഞ എടുത്തുപിടിച്ച കൊമ്പുകൾക്കാണ് ഏറ്റവുമധികം ആകർഷണീയത. (വീണെടുത്ത കൊമ്പുകൾ എന്നാണ് ലക്ഷണശാസ്ത്രത്തിൽ ഇതറിയപ്പെടുന്നത്). ഗജലക്ഷണശാസ്ത്രങ്ങളിലെ വിശാരദനും വിഷചികിത്സാരംഗത്തെ അദ്വിതീയനുമായ ആവണപ്പറമ്പ് മഹേശ്വരൻ നമ്പൂതിരിപ്പാട് 'ഗജലക്ഷണങ്ങളിൽ ചക്രവർത്തി സമാനനെ'ന്നാണ് ഗിരീശനെ വിശേഷിപ്പിച്ചിട്ടുള്ളത്. സമൃദ്ധമായ മദഗിരി, നിലത്തിഴയുന്ന തുമ്പിക്കൈ, ഭംഗിയാർന്ന ചെവികൾ, ഉയർന്ന വായുകുംഭം, നല്ല തലക്കുന്നി, പതിനെട്ടു നഖങ്ങൾ- അങ്ങനെയങ്ങനെ ലക്ഷണപ്പെരുമയുടെ പെരുക്കങ്ങൾ ഓരോന്നും കല്ലിൽകൊത്തിവച്ച കവിതപോലെ ഈ ആനപ്പിറവിൽ ഒന്നുചേർന്നിട്ടുണ്ടെങ്കിലും എല്ലാത്തിനുമുപരി അതു

ല്യകാന്തിയാർന്ന കൊമ്പുകൾ തന്നെയാണ് ഗിരീശന്റെ ആനച്ചന്തത്തെ ഗിരിശൃംഗങ്ങളോളം ഉയർത്തുന്നത്.

കൊടുങ്ങല്ലൂർ താലപ്പൊലിക്കും തൃപ്പൂണിത്തുറ വൃശ്ചികോത്സവത്തിനുമൊക്കെ, ശാന്തഗംഭീരമായി ഉയർത്തിപ്പിടിച്ച ശിരസ്സിൽ തിടമ്പുമേന്തി, മേളപ്പെരുമഴ നീന്തിത്തുടിച്ച് മന്ദംമന്ദം വരുന്ന ഗിരീശന്റെ 'രാജനട' ഒരു തലമുറയുടെതന്നെ സുകൃതക്കാഴ്ചയാണ്. ആനയെന്ന വന്യമൃഗം മനുഷ്യർക്ക് ഒരേസമയം അദ്ഭുതാഹ്ലാദങ്ങളുടെ അമൃതകുംഭവും വെടിമരുന്നിന്റെ വിസ്ഫോടനാത്മകത ഉള്ളിലുറങ്ങുന്ന മിന്നൽപ്പിണരുമാണെന്ന് ഓർമപ്പെടുത്തുന്ന പാഠപുസ്തകവുമാണ് ഗിരീശന്റെ ജീവിതം.

കനത്ത ചങ്ങലക്കെട്ടുകളുടേയും അവസാനമില്ലാത്ത ജോലിയുടേയും മുൾമുനത്തുമ്പുകളിൽ നാട്ടാനയെന്ന പട്ടവുംപേറി മനുഷ്യന്റെ അടിമയായി ജീവിതം ഹോമിച്ചു തീർക്കുമ്പോഴും വരുന്നവരുടേയും പോകുന്നവരുടേയുമൊക്കെ കൽപനകൾക്കു മുന്നിൽ ഓച്ഛാനിച്ചു നിൽക്കാൻ തയ്യാറല്ലാത്ത ആനയാണ് ഗിരീശൻ. ഒരുസമയം ഒരേയൊരു പാപ്പാനെ മാത്രം അനുസരിക്കുന്ന, ഒന്നാം പാപ്പാന്റെ വായ്ത്താരികൾക്കു മുന്നിൽ മാത്രം വിധേയത്വത്തിന് തയ്യാറുള്ള ആനയാണിവൻ. ഒറ്റച്ചട്ടക്കാരായ ആനകൾ എന്നാണ് ഇങ്ങനെയുള്ളവർ അറിയപ്പെടുന്നത്. കൊടുങ്ങല്ലൂർ ഗിരീശൻ എന്ന ആനയുടെ ജീവിതം ഒറ്റച്ചട്ടക്കാരായ ആനകളുടേയും അവരോടൊപ്പം അടരാടിജീവിക്കാൻ ഇറങ്ങിത്തിരിച്ച പാപ്പാൻമാരുടേയും ഗാഥകൂടിയാണ്.

കൊടുങ്ങല്ലൂരമ്മയെന്നറിയപ്പെടുന്ന ശ്രീകുറുമ്പഭഗവതിക്ക് സ്വന്തമായി ഒരാനയെ വേണമെന്ന് അഭിലഷിച്ച നാട്ടുകാരുടെ താത്പര്യത്തിൽ, ദേവസ്വംബോർഡിലേക്ക് ഒരു അപേക്ഷ അയയ്ക്കുകയും അതനുസരിച്ച് ആനയെ വാങ്ങുന്നതിലേക്കായി തുക സമാഹരിക്കുവാൻ ക്ഷേത്രനടയിൽ 'ഒരാനഭണ്ഡാരം' സ്ഥാപിക്കുകയും ചെയ്തു. അങ്ങനെ, ആയിരക്കണക്കിന് ജനങ്ങളുടെ പ്രാർഥനകളും നാണയത്തുട്ടുകളും സ്വരുക്കൂട്ടി ഒടുവിൽ ഒരാനക്കുട്ടി കൊടുങ്ങല്ലൂരമ്മയുടെ തട്ടകത്തിലേക്ക് കളിച്ചുതുള്ളിയെത്തുന്നു. ലക്ഷണമെല്ലാം നോക്കി കോടനാട് ആനക്കളരിയിൽ നിന്നുമാണ് ഇവനെ കണ്ടെടുക്കുന്നത്.

ഏഴെട്ട് വയസ്സ് പ്രായം കാണുമന്ന്. ജരാനരകൾപോലെ വേരുകൾ തൂങ്ങിവളർന്നുകിടക്കുന്ന കൂറ്റൻ ആൽമരങ്ങൾക്കിടയിലൂടെ, തുള്ളിയുറഞ്ഞ് മത്സരിക്കുന്ന കോമരങ്ങൾക്കിടയിലൂടെ ഗിരീശനെന്ന കുട്ടിക്കൊമ്പനും ചാടിമറഞ്ഞു. അമ്പതുകളുടെ അന്ത്യത്തിലോ അറുപതുകളുടെ ആരംഭത്തിലോ ആയിരുന്നു ഗിരീശന്റെ നടയ്ക്കിരുത്തൽ. നടയ്ക്കിരുത്തിയത് കൊടുങ്ങല്ലൂരിലാണെങ്കിലും കൊടുങ്ങല്ലൂർവാസികൾക്ക് ഇവൻ കൊടുങ്ങല്ലൂർ ഗിരീശനാണെങ്കിലും ഗിരീശൻ ജീവിതത്തിലെ നല്ലൊരുകാലം ചെലവഴിച്ചത് തൃപ്പൂണിത്തുറയിലായിരുന്നു. ആനക്കാര്യങ്ങളിൽ അതീവതൽപരനായിരുന്ന സാക്ഷാൽ പൂർണ്ണത്രയീശന്റെ സവിധത്തിൽ. പക്ഷേ, തൃപ്പൂണിത്തുറയിൽ എത്തി കൊടുങ്ങല്ലൂർ ഗിരീശനെക്കുറിച്ച് എന്തെങ്കിലും അന്വേഷിക്കാമെന്ന് വച്ചാൽ നിങ്ങൾക്ക് തെറ്റി, അങ്ങനെയൊരാനയെ ഞങ്ങൾക്കറിയില്ലെന്നാവും തൃപ്പൂണിത്തുറക്കാരുടെ മറുപടി. ജീവിതത്തിന്റെ നല്ലൊരുകാലം മുഴവൻ ഇവിടെ ചെലവഴിച്ചിട്ടും അവന്റെ പേരുപോലും ഒന്ന് ഓർത്തുവയ്ക്കുവാൻ ഈ ആന നാട്ടുകാർക്ക് ഒന്നും നൽകിയിട്ടില്ലേയെന്ന് അദ്ഭുതത്തോടെ നമ്മൾ സംശയിച്ചു നിൽക്കുമ്പോഴാവും തൃപ്പൂണിത്തുറക്കാരന്റെ വിശദീകരണം വരുന്നത്. "ഹേയ്, നിങ്ങളോട് ആരാ പറഞ്ഞത് അവൻ കൊടുങ്ങല്ലൂർ ഗിരീശനാണെന്ന്? അവൻ ഞങ്ങളുടെ തൃപ്പൂണിത്തുറ ഗിരീശനല്ലേ... ഞങ്ങളുടെ സ്വന്തം കുഞ്ഞ്".

അതാണ് സത്യം, ഇന്ത്യക്കാരന്റെ ദേശീയമൃഗം കടുവയായിരിക്കും; എങ്കിലും തൃപ്പൂണിത്തുറക്കാർക്ക് അത് ഗിരീശനാണ്. അവർക്കിടയിൽ കൊമ്പും തുമ്പിയും തലയും വാലുമുള്ള കേവലം ഒരു മൃഗത്തിനേക്കാളുപരി ഒരു വികാരം തന്നെയാണ് ആന. തൃപ്പൂണിത്തുറക്കാർക്കും ആത്മാവിന്റെ അടരുകളിലേക്ക് ആനപ്രേമം ഉരുകിയൊലിച്ച് ഉറഞ്ഞുപോയ കുറേ ആനക്കമ്പക്കാർക്കും മാത്രം പറഞ്ഞാൽ മനസ്സിലാകുന്ന ഒരു വികാരം!

ഗിരീശൻ കൊടുങ്ങല്ലൂരിലെ ആനപ്രേമികളുടെ കൈയിൽ നിന്നും ഇടയ്ക്ക് പിടിവിട്ടുപോയിരുന്നു. കൊച്ചിൻ ദേവസ്വംബോർഡിന്റെ സ്വന്തവും അഭിമാനവുമായ ഈയാനയെ തൃപ്പൂണിത്തുറ സബ്ഗ്രൂപ്പിൽ നിന്നും വടക്കുംനാഥൻ സബ്ഗ്രൂപ്പിലേക്ക് ട്രാൻസ്ഫർ ചെയ്യിച്ചാണ്, ഏറെക്കാലത്തെ ശ്രമങ്ങൾക്കുശേഷം കൊടുങ്ങല്ലൂർ നിവാസികൾ ഗിരീശനെ തിരിച്ചുപിടിക്കുന്നത്. ആനയെ വീണ്ടെടുത്ത ഉടൻതന്നെ അവർ കൊടുങ്ങല്ലൂർ ഗിരീശൻ എന്ന ലോക്കറ്റും മാലയും പണിതീർത്ത് അവന്റെ കഴുത്തിൽ അണിയിക്കുകയും ചെയ്തു.

തൃശ്ശൂർ വടക്കുംനാഥൻ ക്ഷേത്രപരിസരത്തുള്ള കൊക്കർണിപ്പറമ്പ് എന്ന ആനപ്പറമ്പിലാണ് ഇന്ന് ഗിരീശന്റെ സ്ഥിരവാസം. വല്ലപ്പോഴുമൊക്കെ തന്റെ വിശ്വരൂപം പുറത്തെടുക്കാറുള്ള ഗിരീശന്, പ്രായംതികഞ്ഞ് ലക്ഷണമൊത്ത ആണൊരുത്തനായിട്ടും കുട്ടിക്കാലം മുതലേ കൂടപ്പിറപ്പായിരുന്ന കുറുമ്പിനും കുസൃതിക്കുമൊന്നും യാതൊരു കുറവും ഇല്ല.

ബാലമൊടയെന്ന ആദ്യഘട്ടവും കടന്ന് യഥാർഥ യൗവനത്തിലെ മദപ്പാടിലേക്ക് എത്തിയപ്പോൾ 'പണ്ടേ ദുർബല, പോരാത്തതിന് ഗർഭിണീം' എന്നു പറഞ്ഞതുപോലായി ഈ തെമ്മാടിക്കുട്ടന്റെ കാര്യം. മദപ്പാടിൽ നിന്നഴിച്ച ആന ഒരുവിധമൊക്കെ തരത്തിനും തഞ്ചത്തിനുമൊപ്പിച്ച് ചരിക്കാൻ തുടങ്ങുമ്പോഴേക്കും ഗിരീശന്റെ അടുത്ത മദപ്പാടുകാലം എത്തിക്കഴിയും.

വർഷത്തിൽ രണ്ട് ഒലിവാണ് (ഒലിപ്പ്) ഗിരീശന്. മദപ്പാടുകാലത്ത് ചെവികൾക്കു മുന്നിലെ കന്നക്കുഴികളിലൂടെ മദജലം ഒലിച്ചിറങ്ങും. അതിൽ നിന്നുമാണ് 'ഒലിവ്' എന്ന പ്രയോഗത്തിന് മദപ്പാടെന്ന അർഥവും കൈവരുന്നത്. കുംഭത്തിലും ചിങ്ങത്തിലുമായി വർഷത്തിൽ രണ്ടുവട്ടം മദപ്പാടിന്റെ കോളിലാവുന്ന ആന ഒറ്റച്ചട്ടവുമാണ്. ഒന്നാം പാപ്പാനേ മാത്രം അനുസരിക്കുകയുള്ളൂ എന്ന കാര്യത്തിൽ കടുകിട വിട്ടുവീഴ്ചയില്ലെന്നർഥം. രണ്ടാമൻമാരും മൂന്നാമൻമാരും തീറ്റവെട്ടുകാരുമൊക്കെ ആനയുടെ 'ആളും തരവു'മറിഞ്ഞു നിന്നാൽ ദുഃഖിക്കേണ്ടെന്ന് സാരം. അങ്ങനെ സൂക്ഷിക്കാതിരുന്നവരും ഉപ്പുതിന്നവരും ഒത്തിരിവെള്ളം കുടിക്കേണ്ടി വന്നിട്ടുണ്ടെന്നുള്ളത് ചരിത്രവും.

കോങ്ങാട് കുട്ടിശങ്കരൻ തന്റെ പുറത്ത് ആളെയിരുത്തി യാത്രചെയ്യുന്നത് ഇഷ്ടമില്ലാത്തവനാണെങ്കിൽ നേരേ വിപരീതമാണ് ഗിരീശന്റെ കാര്യം. എഴുന്നെള്ളിപ്പുവേളയൊഴികെ എന്തിനുമേതിനും ഇവന്റെ പുറത്ത് പാപ്പാൻ ഉണ്ടായിരിക്കണം. ഉണ്ടായിരിക്കണമെന്നത് ഗിരീശനേക്കാളേറെ പാപ്പാൻമാർക്കാണ് നിർബന്ധം. പുറത്ത് പാപ്പാനില്ലെങ്കിൽ വേറെ പ്രശ്നങ്ങളൊന്നുമില്ല. ചങ്ങലകെട്ടുകളുടെ ബന്ധനങ്ങളേതുമില്ലാതെ, താനിപ്പോൾകാട്ടിലൂടെ സ്വൈരവിഹാരം നടത്തുകയാണെന്ന് വിചാരിച്ചുകളയുമെന്ന് മാത്രം. കാട്ടിൽ ഇഷ്ടമുള്ളപ്പോൾ ചാടാം; മറിയാം. വേണമെങ്കിൽ കിടക്കാം; വേണ്ടാത്തപ്പോൾ ഓടാം. തന്നിഷ്ടത്തിന് എന്ത് ചെയ്താലും ആരാണവിടെ ചോദിക്കാനും പറയാനുമുള്ളത്. അതിനാൽ കെട്ടുംതറിയിൽ നിന്ന് ചങ്ങലയഴിച്ചാൽ ആ നിമിഷം ഗിരീശന്റെ പുറത്ത് ആളുണ്ടാകും; ഉണ്ടായിരിക്കണം.

ലോറിയിൽ കയറുന്ന ശീലമില്ലാത്ത ഗിരീശന്റെ, കിലോമീറ്ററുകൾ നീളുന്ന നടത്തത്തിലും ആനക്കാരന് ഇവന്റെ പുറത്തുനിന്നും മോചനമില്ല. കൊടുങ്ങല്ലൂർ ക്ഷേത്രക്കുളത്തിൽ നീരാട്ടിനിറങ്ങുമ്പോഴും അവൻ വെള്ളത്തിലേക്ക് ശരിക്കും വീണുകഴിയുന്ന നിമിഷംവരെ ആനക്കാരൻ പുറത്തുവേണം.

ആയുസ്സിന്റെ കാര്യത്തിലെന്നപോലെ സ്വഭാവത്തിലും നമ്മൾ മനുഷ്യരെപ്പോലെയാണ് ആനയും. ദുഷ്ടചിന്തയും കുബുദ്ധിയും കുറയുമെന്നു മാത്രം. വെടിമരുന്നിന്റെ ഊർജം ഉറവപൊട്ടുന്ന ക്ഷുഭിതയൗവനത്തിൽ, ആനയും തങ്ങളാലാകും വിധമൊക്കെ തനിക്കുതാൻ പോരിമ കാണിക്കും. പ്രായവും പക്വതയുമൊക്കെയാകുമ്പോൾ വെറുതേ അടിയും വെടിയും മേടിച്ചുകൂട്ടേണ്ടെന്ന് വിചാരിച്ച് അവരും ഒരു വെടിനിർത്തലിന്റെ പാതയിലേക്ക് ഇറങ്ങിവരികയും ചെയ്യും. പക്ഷേ, പ്രായം അമ്പതല്ല, ഇനിയൊരമ്പതുകൂടി കഴിഞ്ഞാലും പുറത്താളിരിക്കാതെ ഒരടിപോലും വ

യ്ക്കില്ലെന്ന കാര്യത്തിൽ മാത്രം ഗിരീശന് യാതൊരു വിട്ടുവീഴ്ചയുമില്ല.

ട്രെയിൻ തട്ടിയും സൂപ്പർഫാസ്റ്റ് ഇടിച്ചും ഇലക്ട്രിക് ലൈനുകളിൽ ഉടക്കിയും ക്രൂരമായ അവഗണനയുടേയും അലംഭാവത്തിന്റേയും രക്തസാക്ഷികളായി ആനകൾ മരണപ്പെടുകയും ജീവിതകാലം മുഴുവൻ ചാവാതെ ചത്തുജീവിക്കേണ്ടിയും വരുന്ന ഈ ദിനങ്ങളിൽ, സ്വന്തം ജീവന്റേയും ആരോഗ്യത്തിന്റേയും കാര്യത്തിൽ ഗിരീശൻ കാട്ടുന്ന ജാഗ്രതയുടെ ഭാഗവുമാകാം അവന്റെയീ പിടിവാശി. സ്വന്തം ജീവനിലുള്ള കൊതി കൊണ്ടെങ്കിലും ആനക്കാരൻ ആനയുടെ കാര്യത്തിൽ പരമാവധി സുരക്ഷ ഉറപ്പുവരുത്തിക്കൊള്ളുമെന്നൊരു വിശ്വാസം അവനുണ്ടാവാം. പരസ്പര വിശ്വാസത്തിന്റെ നൂൽപ്പാലത്തിലൂടെയാണല്ലോ ആനയും ആനക്കാരനും ഒന്നിച്ചിങ്ങനെ കഴിഞ്ഞുപോകുന്നത്.

വർഷത്തിൽ രണ്ടുവട്ടം മദപ്പാടിന്റെ സാധ്യതകൾ; പോരാത്തതിന് ഒറ്റച്ചട്ടക്കാരനും. ഗിരീശൻ ഒപ്പിക്കുന്ന ഇടച്ചിലുകളും ഉടക്കുകളും ചിലപ്പോഴെങ്കിലും ഗുരുതരമായ ഭവിഷ്യത്തുകൾക്ക് കാരണമായിട്ടുണ്ട്. രണ്ടു പാപ്പാൻമാരുടെ കൊലക്കുറ്റങ്ങളാണ് ഗിരീശന്റെ പേരിൽ നിലവിലുള്ളത്. പക്ഷേ, അതു രണ്ടും ഒത്തിരിവർഷങ്ങൾക്കപ്പുറമാണ്. തൃപ്പൂണിത്തുറയിൽ അമ്പലമുകളിനടുത്തുള്ള പുതിയിടം എന്ന സ്ഥലത്തുവച്ചായിരുന്നു ആദ്യസംഭവം. അന്ന് അമ്പലമുകളിൽ നിന്നും തൃപ്പൂണിത്തുറയ്ക്കുള്ള വഴിനടത്തത്തിനിടയിൽ ആനപ്പുറത്തിരിക്കുന്ന ഒന്നാം പാപ്പാൻ ആവശ്യപ്പെട്ടതനുസരിച്ച് ഒരു സോഡ മേടിച്ചുകൊടുക്കുകയായിരുന്നു സഹായിയായ കുട്ടപ്പൻ നായർ. ആനയുടെ കാൽച്ചുവട്ടിൽ നിന്നും എത്തിവലിഞ്ഞ് മുകളിലോട്ട് കൊടുക്കുന്നതിനിടയിൽ കണ്ണ് ചിമ്മിത്തുറക്കുംമുമ്പേ കുട്ടപ്പൻനായരെ അടിച്ചുവീഴ്ത്തിക്കഴിഞ്ഞിരുന്നു! ഗിരീശൻ തറപ്പിച്ചൊന്ന് നോക്കിയാൽ കല്ലുകൾപോലും വിറച്ചിരുന്ന പ്രായത്തിൽ ആ ഒറ്റയടിതന്നെ മരണകാരണമാകുകയും ചെയ്തു.

മൂർക്കനാട് ഉത്സവത്തിന്റെ പറയെഴുന്നെള്ളിക്കലിനിടെയാണ് രണ്ടാം സംഭവം. ആനയ്ക്ക് ചക്ക കൊണ്ടുക്കൊടുക്കാൻ തുടങ്ങുകയായിരുന്നു വെളിച്ചപ്പാട്. അത് ഇഷ്ടപ്പെടാഞ്ഞ ആന വെളിച്ചപ്പാടിനെ അടിച്ചു. 'അരുതെടാ'ന്ന് പറഞ്ഞ് കഴുത്തിലെ ചങ്ങലയിൽ തൂങ്ങിവിലക്കിയതാണ് വാസു എന്ന പാപ്പാൻ. പിന്നെ, വാസുവിന് നേർക്കായി അങ്കക്കലി. കലിയാട്ടം കഴിഞ്ഞപ്പോൾ പൊലിഞ്ഞത് വാസുവിന്റെ ജീവൻ. ഗിരീശനാൽ കൊല്ലപ്പെട്ട വാസുവിന്റെ അനുജനായ ശിവശങ്കരൻ എന്ന ഉണ്ണിയും പിന്നീട് കുറേക്കാലം ഇവന്റെ കൊമ്പും പിടിച്ച് നടന്നിട്ടുണ്ട്.

അപകടത്തിൽപ്പെട്ട വണ്ടികൾപോലും ദുശ്ശകുനമെന്ന വിശ്വാസത്തിൽ എത്രയുംപെട്ടന്ന് വിറ്റൊഴിവാക്കാൻ തിരക്കുകൂട്ടുന്ന കാലത്ത്, സ്വന്തം ജ്യേഷ്ഠനെ അരുംകൊല ചെയ്ത ആനയെ അനുജൻതന്നെ കൊണ്ടുനടക്കുന്നു! ആനക്കാർ എന്ന പാവങ്ങൾക്കുമാത്രം സാധ്യമാകുന്ന സാഹസികതയും ദൈന്യജീവിതവുമാണത്.

ദേവസ്വം ആനയായതിനാൽ പല ചുമതലക്കാരും പാപ്പാൻമാരും വന്നുപോയിട്ടുണ്ടെങ്കിലും, രാമപ്പണിക്കർ എന്ന ഒന്നാം പാപ്പാനുമായി ഗിരീശനുണ്ടായിരുന്ന ആത്മബന്ധത്തിന് ഐതിഹ്യമാലയിലെ ആനക്കഥകളേക്കാളേറെ ഭാവതീവ്രതയുണ്ട്; കേട്ടാൽ ആരും വിശ്വസിക്കാൻ മടിച്ചേക്കാവുന്ന കാൽപനികതയുമുണ്ട്. രാമപ്പണിക്കരോടൊപ്പമുണ്ടായിരുന്ന കാലഘട്ടമാണ് ഗിരീശന്റെ സുവർണകാലമെന്നാണ് ആനപ്രേമികളുടെ വിലയിരുത്തൽ. 'ഇവൻ എന്റെ രക്ഷകൻ' എന്ന പരസ്പരവിശ്വാസത്തിൽ ആനയും ആനക്കാരനും ഒരു നൂലിൽകെട്ടിയ പട്ടങ്ങൾപോലെ പാറിക്കളിച്ചിരുന്ന കാലം. ഗിരീശന്റെ കണ്ണൊന്ന് കലങ്ങിയാൽ, മനസ്സൊന്ന് ഇടറിയാൽ, അവൻ അത് പ്രകടിപ്പിക്കുംമുമ്പേ പണിക്കർ തിരിച്ചറിഞ്ഞിരിക്കും.

എന്നിട്ടുമൊരിക്കൽ ഗിരീശനിൽ നിന്ന് പണിക്കർക്കും തിരിച്ചടി കിട്ടി. കുളിപ്പിച്ച് തിരിച്ചുവരുന്നതിനിടയിൽ ആളുമാറിപ്പോയതാണ്. എഴുപതുകളുടെ അവസാനത്തിലാണ് സംഭവം. സ്വതവേ രണ്ടാം ചട്ടക്കാരോട് ഈർഷ്യയുള്ള ഗിരീശൻ, രണ്ടാം പാപ്പാനിട്ട് ഒന്ന് പണിതതാണ്. പക്ഷേ, ആളുമാറിപ്പോയി. അടികിട്ടിയത് ഒന്നാമനായ

പണിക്കർക്കിട്ട്. അപകടത്തിൽപ്പെട്ട പണിക്കരെ ആശുപത്രിയിലേക്ക് കൊണ്ടുപോയി. സംഭവിച്ചുപോയ അബദ്ധത്തിന്റെ ഉള്ളുരുക്കത്തിലായിരുന്ന ഗിരീശനെ ഒരുവിധം തൃപ്പൂണിത്തുറ ക്ഷേത്രമതിലകംവരെ എത്തിച്ചു. അപ്പോഴേക്കും ആന കൈവിട്ടുകഴിഞ്ഞിരുന്നു. പിന്നെ, ആരു വിളിച്ചിട്ടും നിൽക്കാതെ, ആർക്കും വഴങ്ങാതെ ആന വിളറിപിടിച്ചു പാഞ്ഞു. ക്ഷേത്രഗോപുരങ്ങളെല്ലാം അടച്ചുറപ്പിച്ചതിനാൽ പരാക്രമം ക്ഷേത്രവളപ്പിൽ തന്നെയായി. തൃപ്പൂണിത്തുറക്കാർ മുഴുവൻ ഉറങ്ങാതെ ശ്വാസം അടക്കിപ്പിടിച്ച് നിമിഷങ്ങൾ എണ്ണിത്തീർത്ത രാപകലുകൾ! അമ്പലപ്പറമ്പിൽ വിതറിയ അള്ളുകൾക്കോ, വിരിച്ച കുടുക്കുകൾക്കോ ഗിരീശനെ വീഴ്ത്താനും തളർത്താനും കഴിയുമായിരുന്നില്ല. അമ്പലത്തിലെ നിത്യശീവേലി സമയം. അകത്തുള്ളവർക്ക് പുറത്തേക്കോ, പുറത്തുള്ളവർക്ക് അകത്തേക്കോ കടക്കാൻ നിവൃത്തിയില്ലായിരുന്നു. ഇങ്ങനെ ഒരു നാടിനെ മുഴുവൻ വിറപ്പിച്ച് ആനയുടെ പരാക്രമങ്ങൾ മൂന്നാം ദിവസത്തിലേക്കു കടന്നപ്പോൾ, ആന ഗോപുരവാതിൽ തകർത്ത് പുറത്തിറങ്ങിയാൽ വെടിവയ്ക്കുവാൻ വേണ്ടപ്പെട്ടവരുടെ നിർദ്ദേശമെത്തി. ആളും തോക്കുമൊക്കെയായി പോലീസും സർവസന്നാഹങ്ങളും തൃപ്പൂണിത്തുറ ക്ഷേത്രത്തെ വലയം ചെയ്തു.

നാടിനെ നടുക്കുന്ന പരാക്രമങ്ങളുമായി നിൽക്കുമ്പോഴും തങ്ങളുടെ പ്രിയപ്പെട്ട ഗിരീശന്റെ നിമിഷങ്ങൾ എണ്ണപ്പെടുകയാണെന്ന തിരിച്ചറിവിൽ ആനപ്രേമികളായ തൃപ്പൂണിത്തുറക്കാർ ഗിരീശനെ രക്ഷിക്കണമേയെന്ന പ്രാർഥനകളുമായി പൂർണത്രയീശനോട് അകംനൊന്ത് വിളിച്ചു. എന്നാൽ, വിളികേട്ടത് ആശുപത്രിക്കിടക്കയിലായിരുന്ന രാമപ്പണിക്കരാണ്. അയാളുടെ മനസ്സ് ഗിരീശന്റെ സവിധത്തിലേക്ക് പറക്കുകയായിരുന്നു. കാലൊടിഞ്ഞ പണിക്കരെ ചാരുകസേരയിൽ ഇരുത്തിയാണ് അന്ന് വടക്കേനടവരെയെത്തിച്ചത്.

ആൾക്കൂട്ടത്തിന്റേയും തോക്കുമായി തക്കം പാർക്കുന്ന കാക്കിവേഷക്കാരുടേയും അരങ്ങൊരുക്കങ്ങൾക്കും കൂക്കുവിളികൾക്കുമിടയിൽ കാറ്റുപിടിച്ച മനസ്സുമായി അമ്പലത്തിനു ചുറ്റും ഉഴറിയോടുന്ന ഗിരീശനെ ചിലമ്പിച്ച ശബ്ദത്തിൽ

പണിക്കർ വിളിച്ചു. "ഗിരീശാ... മോനേ, എന്തൊക്കേയാടാ നീയീ കാട്ടിക്കൂട്ടണെ..." ആൾക്കൂട്ടത്തിന്റെ ഒച്ചപ്പാടുകൾക്കിടയിലും ആ ശബ്ദം, ആ ഗന്ധം ഒരുനിമിഷം ആന തിരിച്ചറിഞ്ഞു. ശബ്ദം കേട്ട ഭാഗത്തേക്ക് പിന്നെയൊരു വരവായിരുന്നു. തന്റെ പ്രിയപ്പെട്ടവനെ ജീവനോടെ കൺമുന്നിൽ കണ്ടനിമിഷം, പശ്ചാത്താപം എങ്ങനെയാണ് പ്രകടിപ്പിക്കേണ്ടതെന്നറിയാതെ ഗിരീശൻ കാട്ടിക്കൂട്ടിയ സ്നേഹപ്രകടനം ആനയെ വെടിവച്ചു വീഴ്ത്തുവാൻ നിറതോക്കുകളുമായി എത്തിയവരുടെ കണ്ണുകൾപോലും ഈറനണിയിക്കുന്നതായിരുന്നു. പിന്നെ, രാമപ്പണിക്കരുടെ വാക്കുകൾക്കു മുമ്പിൽ അടങ്ങിയൊതുങ്ങി നിന്ന്. തന്നെ ബന്ധിക്കുവാൻ ഗിരീശൻതന്നെ പുറംതിരിഞ്ഞുവന്ന് അനുസരണയോടെ പിൻകാലുകൾ നീട്ടിക്കൊടുത്തു. അതുകഴിഞ്ഞ് പണിക്കർ വീണ്ടും ആശുപത്രിക്കിടക്കയിലേക്ക് വീഴുകയും ചെയ്തു.

വർഷങ്ങൾക്കുശേഷം, സർവീസിൽ നിന്നും രാമപ്പണിക്കർ പെൻഷൻ പറ്റി. വിരമിച്ച ശേഷവും പെൻഷൻവാങ്ങാൻ എത്തുമ്പോൾ ആനപ്പറമ്പിൽ ദൂരെനിന്ന് രാമപ്പണിക്കർ ഗിരീശനെ കാണും. പക്ഷേ, ഒരിക്കലും അവന്റെ കൺവെട്ടത്ത് ചെല്ലാറില്ലായിരുന്നു. ബന്ധം മുറിഞ്ഞതിന്റെ സ്നേഹക്കുറവുകൊണ്ടല്ല, മറിച്ച് തന്റെ സാന്നിധ്യം തിരിച്ചറിയുന്ന ഗിരീശൻ പുതിയ പാപ്പാനെ അനുസരിക്കാതായെങ്കിലോ എന്ന ആശങ്കയാലാകാം. ഗിരീശൻ തന്നെയാക്രമിച്ചത് ആളുമാറിയാണെന്നു തന്നെയായിരുന്നു അവസാന ശ്വാസം വരെ രാമപ്പണിക്കരുടെ വിശ്വാസം. ആനയും പാപ്പാനും തമ്മിലുള്ള സുവർണബന്ധത്തിന്റെ അദ്ഭുതകരമായ ഒരേടാണിത്.

കൊച്ചിൻ ദേവസ്വം മതിയായ തുക വകയിരുത്തി ഗിരീശനെ നന്നായി സംരക്ഷിക്കുന്നുണ്ട്. ആന ഒരേസമയം സ്നേഹത്തിന്റേയും ക്ഷോഭത്തിന്റേയും അമൂർത്തഭാവമാണെന്ന സന്ദേശവുമായി, ആനച്ചന്തത്തിന്റെ അപൂർവചാരുതയായി കൊടുങ്ങല്ലൂർ ഗിരീശൻ വിരാജിക്കുന്നു. 'ആനച്ചന്തത്തിന്റെ ചലിക്കുന്ന നിഘണ്ടു' എന്ന് വിശേഷിപ്പിക്കാവുന്ന ഗിരീശൻ എവിടെ നിന്നാലും നന്നായി നിൽക്കുമെന്നും അവന്റെ കഥകൾ നാളെയൊരുനാൾ നാടോടിക്കഥകളെന്നപോലെ വരുംതലമുറ കാതോടുകാതോരം കൈമാറി പുതുതലമുറയ്ക്കായി കരുതിവച്ചേക്കുമെന്നും എല്ലാവരും കരുതുന്നു. ഗിരീശനെപ്പോലെ ഒരാന കൊച്ചിൻ ദേവസ്വംബോർഡിന്റെ മാത്രമല്ല, മലയാളമണ്ണിന്റെതന്നെ അഭിമാനമാണ്.

***

എഴുത്തച്ഛൻ ശിവശങ്കരൻ

ഉയരപ്പെരുമയ്ക്ക് അപ്രതീക്ഷിത അന്ത്യം

▼ എഴുത്തച്ഛൻ ശിവശങ്കരൻ (കണ്ടമ്പുള്ളി ബാലനാരായണൻ)

കേരളത്തിലേയും ഇന്ത്യയിലേയുമെന്നല്ല, ഏഷ്യയിലെത്തന്നെ ഏറ്റവും ഉയരക്കൂടുതലുള്ള നാട്ടാനയായിരുന്നു കണ്ടമ്പുള്ളി ബാലനാരായണൻ എന്ന എഴുത്തച്ഛൻ ശിവശങ്കരൻ. നാലഞ്ചു മാസം മുമ്പുവരെ നമ്മൾ മലയാളികൾക്ക് പറയാമായിരുന്നു-'അവൻ, എഴുത്തച്ഛൻ ശിവശങ്കരൻ ഞങ്ങളുടെ അഭിമാനമെന്ന്'. 2007 ഡിസംബറിൽ ലോറിയിൽ കയറ്റുന്നതിനിടെ അപ്രതീക്ഷിതമായി ശിവശങ്കരൻ ചരിഞ്ഞു.

320 സെ.മീറ്ററിനുമേൽ ഉയരവും അറുപതു വയസ്സിനടുത്ത് പ്രായവുമുണ്ടായിരുന്ന ശിവശങ്കരനോടൊപ്പമോ, അതിനേക്കാൾ അൽപം കൂടുതലോ ഉയരമുള്ള ഒരാന നേപ്പാൾ രാജാവിന്റെ പക്കലുണ്ടെന്നുള്ള ഒരവകാശവാദമുണ്ട്. ഏഷ്യൻ നാട്ടാനകളിലെ ഒന്നാമൻ എന്ന പദവിയിൽ തർക്കമുണ്ടാകാമെങ്കിൽക്കൂടി 'ഇന്ത്യയിലെ ഒന്നാമൻ' ശിവശങ്കരനായിരുന്നു എന്ന കാര്യം നിസ്സംശയം ഉറപ്പിക്കാം.

സിനിമയിൽ, പഴയകാല അമിതാഭ്ബച്ചന്റെ നീണ്ടുകൊലുന്ന രൂപം സങ്കൽപിച്ചാൽ, ആനക്കാര്യം വരുമ്പോൾ അതാണ് ശിവശങ്കരൻ. ഗജപരിപാലനത്തിൽ ഒരു പതിറ്റാണ്ടിലേറെ കാലത്തെ അനുഭവപാരമ്പര്യമുള്ള തൃശ്ശൂരിനടുത്തെ കണ്ടമ്പുള്ളിത്തറവാട്ടുകാരുടെ സ്വന്തമായിരുന്നു ഇവൻ. എന്നാൽ അവസാനകാലത്ത് തൃശ്ശൂരിലെ നാണുഎഴുത്തച്ഛൻ ഗ്രൂപ്പ് ഇവനെ വാങ്ങിയതോടെയാണ് 'കണ്ടമ്പുള്ളി ബാലനാരായണൻ' എന്നപേരിൽ പ്രശസ്തനായ ഇവൻ 'എഴുത്തച്ഛൻ ശിവശങ്കര'നായത്.

മറുനാടുകളിൽനിന്നും കേരളത്തിലേക്ക് ആനകളെ ഇറക്കുമതി ചെയ്തുതുടങ്ങിയ എഴുപതുകളുടെ അവസാനപാദത്തിലാണ് ഈ ആന കേരളത്തിലേക്ക് എഴുന്നെള്ളുന്നത്; കൃത്യമായി പറഞ്ഞാൽ 1970-ൽ. ബീഹാറിൽ നിന്നും കേരളത്തിൽ എത്തിയ ആദ്യബാച്ച് ആനകളുടെ കൂട്ടത്തിൽപ്പെടുന്നു ശിവശങ്കരൻ. ലക്ഷണങ്ങളിൽ അല്ലറചില്ലറ കൈക്കുറ്റപ്പാടുകൾ ഉണ്ടായിരുന്നെങ്കിലും ഉയരംകൊണ്ട് ആരുടേയും ശ്രദ്ധപിടിച്ചുപറ്റാൻപോന്ന കീഴ്ക്കൊമ്പനാനയെ, പട്ടാമ്പിക്കാരനായ ഉദയവർമൻ വക്കീലിന് നന്നേ ബോധിച്ചു. ചോദിച്ച കാശ് എണ്ണിക്കൊടുത്ത് മലയാളമണ്ണിലേക്ക് ആനയിക്കുകയും ചെയ്തു.

വള്ളുവനാട്ടിലേയും മലബാറിലേയും മത്സരപ്പൂരങ്ങളുടെ തിടമ്പുകളെല്ലാം ഇവന് സ്വന്തമാകണം എന്ന ആശയും ആവേശവുമാവാം ഉദയ

വർമൻ വക്കീലിന്റെ മനസ്സിൽ ഇവനെ ആദ്യം കണ്ടപ്പോൾ തോന്നിയിരിക്കുക. വാക്കിലും നോക്കിലും കരുത്തിന്റെ പര്യായമായിരുന്ന അവനെ ആദ്യഉടമ സ്നേഹത്തോടെ പുതിയ പേരുചൊല്ലി വിളിച്ചു- പട്ടാമ്പി നാരായണൻ.

തനിക്കും തന്റെ ദേശത്തിനും പേരും പെരുമയും നേടിത്തരുമെന്ന ഉറച്ച വിശ്വാസത്തോടെ ഉദയവർമൻ വക്കീൽ കളത്തിലിറക്കിയ ആന പക്ഷേ തുടക്കത്തിൽതന്നെ കളംമാറ്റി ചവിട്ടുകയായിരുന്നു. ബീഹാറിന്റെ ഊഷരഭൂവിൽ നിന്നും ഓണനിലാവിന്റെ നാട്ടിലെത്തിയ അവൻ തന്റെ വിശ്വരൂപം പുറത്തെടുത്തു. അധികകാലംകഴിയും മുമ്പേ തന്റെ പ്രധാന പാപ്പാനെ വകവരുത്തിക്കൊണ്ടാണ് അവൻ ചട്ടമ്പിത്തരങ്ങൾക്ക് തുടക്കമിട്ടത്.

ബീഹാറിൽവച്ചുതന്നെ മോശമല്ലാത്ത കുറ്റവാസനയുണ്ടായിരുന്ന ഈ ഗജകേസരിയുടെ കനത്ത കൊമ്പുകളിൽ പിന്നീടും പലവട്ടം ചോരക്കറ പിടിച്ചു. ആ നാളുകളിൽ ഒടക്കുവിദ്യയും പലകയിൽ ആണികൾ പാകിയ 'പത'വും ഉപയോഗിച്ചാണ് പട്ടാമ്പിയാനയുടെ പരാക്രമങ്ങൾ അവസാനിപ്പിച്ചിരുന്നതെങ്കിൽ പിന്നെപ്പിന്നെ ഇടയലും കൊലവിളിയും മയക്കുവെടിയും പട്ടാമ്പി നാരായണന്റെ ശീലവും ശൈലിയുമായി. മാമലപോലെ പടർന്നുപന്തലിച്ച ശരീരമാസകലം ചുറ്റിവരിഞ്ഞ കനത്ത ചങ്ങലകളും പേറി ദൂരെനിന്ന് പട്ടാമ്പിനാരായണൻ നടന്നുവരുമ്പോൾ, ചങ്ങലക്കിലുക്കം കേട്ടുതന്നെ പൂരപ്പറമ്പുകളിലെ മറ്റ് ആനക്കാരും ആനപ്രേമികളും ഒരു ഉൾക്കിടിലത്തോടെ 'പട്ടാമ്പിവീരൻ പോരിന് പുറപ്പെട്ടുകഴിഞ്ഞെന്ന്' പറയുമായിരുന്നു.

പാപ്പാൻമാരുടെ ജീവൻകൊണ്ട് പന്താടിയിരുന്ന ആന, മാസങ്ങൾക്കുള്ളിൽ തുടർച്ചയായി മരണം വിതച്ചപ്പോൾ, അവനെ കെട്ടിയഴിക്കാനും കൊണ്ടുനടത്താനും, കൊലയാനകളെ വരുതിയിൽ നിർത്തുന്നതിൽ പ്രഗല്ഭരും സാഹസികരുമായിരുന്ന പാപ്പാൻമാർപോലും അറച്ചുനിന്നു.

ആളെക്കൊല്ലലും കൊന്നു കഴിഞ്ഞാൽ പുലകുളിക്കലും ശീലമാക്കിയ ഒരാന രണ്ടു തലമുറയ്ക്കപ്പുറം കേരളത്തിൽ ഉണ്ടായിരുന്നു. കൂടൽമാണിക്യക്ഷേത്രംവക കവളപ്പാറക്കൊമ്പൻ. ഇരുപത്തൊന്നുവട്ടം പുലകുളിക്കുകയും അവസാനം ആരും കെട്ടിയഴിക്കാനില്ലാതെ കൂടൽമാണിക്യക്ഷേത്രത്തിലെ ആനപ്പറമ്പിൽ, കടുത്ത ബന്ധനത്തിൽപ്പെട്ട് പഴുത്ത് പുഴുവരിച്ച് ചാകാനായിരുന്നു കവളപ്പാറക്കൊമ്പന്റെ വിധി. (കവളപ്പാറക്കൊമ്പനെയും അവന്റെ 'കവിളൊട്ടിപ്പറ്റിയ' കുഞ്ഞൻ പാപ്പാനെയുംപ്പറ്റി ഒരു പാട്ടു തന്നെയുണ്ട്. കുഞ്ഞൻ പാപ്പാനെ കവളപ്പാറക്കൊമ്പൻ തന്റെ കൊമ്പിൽ കോർക്കുന്നതായാണ് പാട്ട് അവസാനിക്കുന്നത്).

പട്ടാമ്പി നാരായണനെന്ന കണ്ടമ്പുള്ളി ബാലനാരായണനും കവളപ്പാറക്കൊമ്പന്റെ ഗതിയെന്ന് ഏവരും വിധിയെഴുതി. എന്നാൽ ആനപ്പണിയിലെ പരിചയസമ്പന്നരെയെല്ലാം അദ്ഭുതപ്പെടുത്തിക്കൊണ്ട് ബിനു എന്ന പതിനെട്ടു വയസ്സുകാരൻ ജീവൻ പണയംവച്ച് അന്ന് അവനെ ബന്ധനമുക്തനാക്കുകയായിരുന്നു. 'ഒരാന കേറിയാൽ പോര പലയാന കേറണം, പലയാന കേറിയാൽപ്പോര കൊലയാന കേറണം' എന്ന പാപ്പാൻമാർക്കിടയിലെ സാഹസിക പ്രമാണത്തിന്റെ സത്തയിൽ അടിയുറച്ചു വിശ്വസിച്ചിരുന്ന ബിനു പിന്നീട് കുറേക്കാലം ഈ വില്ലനെ വഴിനടത്തി. ആനയും പാപ്പാനും തമ്മിലുള്ള ബന്ധത്തിന്റെ ഇഴയടുപ്പത്തിലെയും ഉൾച്ചുരുളുകളിലെയും ഒരു സമസ്യയെന്നോണം ഇവരുടെ പൊരുത്തത്തിനിടയിൽ ഒരിക്കൽപോലും ആന ഗുരുതരമായ കുഴപ്പങ്ങൾ ഉണ്ടാക്കിയിട്ടില്ല.

ബാലനാരായണനു ശേഷം എഴുത്തച്ഛൻ ഗ്രൂപ്പിന്റെ ശ്രീനിവാസനാനയുടേയും പിന്നീട് പല ആനകളുടേയും പാപ്പാനായി മാറിമറിഞ്ഞ ബിനുവെന്ന അന്നത്തെ പതിനെട്ടുകാരൻ സാഹസികനെ പല ഗജമേളകൾക്കിടയിലും ഉത്സവപ്പറമ്പുകളിലും തിരഞ്ഞുവെങ്കിലും നീണ്ട അന്വേഷണത്തിനൊടുവിൽ പള്ളുരുത്തിയിൽ നടന്ന ഗജമേളയിൽ വച്ചാണ് കണ്ടുമുട്ടിയത്.

കേരളത്തിലെയെന്നല്ല, ഇന്ത്യയിലെതന്നെ എണ്ണംപറഞ്ഞ ആനകളിൽ ഒന്നിന് ജീവിക്കുവാനുള്ള അവകാശം നീട്ടിക്കൊടുത്ത ബിനു അധികം സംസാരിക്കാനൊന്നും സന്നദ്ധനായിരുന്നില്ലെന്നതാണ് വാസ്തവം. ബിനുവെന്നല്ല,

എഴുത്തച്ഛൻ ശിവശങ്കരൻ: ഓർമയിലായ ഉയരക്കേമത്തം

നല്ലൊരു ശതമാനം പാപ്പാൻമാരും ഒരാനയേയും തള്ളിപ്പറയാറില്ല. തങ്ങൾക്ക് വീരപരിവേഷം ചാർത്തിക്കിട്ടാനായി, തങ്ങളുടെ അന്നദാതാക്കൾ എത്ര പ്രശ്നക്കാരാണെങ്കിലും അവർ ആരെയെങ്കിലും കൊന്നിട്ടുണ്ടെന്നോ കുഴപ്പക്കാരാണെന്നോ സമ്മതിച്ചു തരികയും ചെയ്യില്ല.

'ആനച്ചോറ് കൊലച്ചോറാണെങ്കിലും അത് തങ്ങളുടെ കുലച്ചോറ്' കൂടിയാണെന്ന സത്യം തിരിച്ചറിയാനുള്ള മഹത്ത്വമെങ്കിലും ഈ പാവം തൊഴിലാളി വംശത്തിനുണ്ട്. പക്ഷേ, ആനപ്രേമികളെന്ന് മേനിനടിക്കുന്ന നമ്മൾ, ഉത്സവങ്ങളായ ഉത്സവങ്ങൾക്കും പള്ളിപ്പെരുനാളിനും മറ്റു കെട്ടിയെഴുന്നെള്ളിക്കലിനും വെയിലുകൊള്ളാനും ഉറക്കമിളച്ച് ഒരേ നിൽപ്പുനിൽക്കാനും ആനകൾതന്നെ വേണമെന്ന് നിർബന്ധം പിടിക്കുന്നു. നമ്മളെന്ന പൊതുജനത്തിന്റെ കണ്ണിൽ എന്നും ആനപാപ്പാൻമാത്രം വഴിപിഴച്ചവർ!

ബിനുവിന്റെ കെട്ടിപ്പഴക്കത്തോടെ തന്നെ മാനസാന്തരത്തിന് സന്നദ്ധനായിക്കഴിഞ്ഞിരുന്ന പട്ടാമ്പി നാരായണൻ, ഇതിനിടെ പഴയ പേരും സ്വഭാവവും കൈവെടിഞ്ഞ് കണ്ടമ്പുള്ളി ബാലനാരായണനായി മാറിക്കഴിഞ്ഞിരുന്നു. തൃശ്ശൂരിനടുത്തുള്ള കണ്ടമ്പുള്ളി തറവാട്ടിലെ കെ.റ്റി. ബാലൻ ആനയുടെ ഉടമസ്ഥാവകാശം സ്വന്തമാക്കുന്നതോടെയാണ് പട്ടാമ്പി നാരായണൻ കണ്ടമ്പുള്ളി ബാലനാരായണനായി മാറുന്നത്.

പകരംവയ്ക്കാനില്ലാത്ത ഉയരം മാറ്റിനിർത്തിയാൽ മാതംഗശാസ്ത്രത്തിലെ ലക്ഷണസൂക്തങ്ങളൊന്നും അവകാശപ്പെടാനില്ലാതിരുന്ന ഈ പ്രശ്നക്കാരനെ സ്വന്തമാക്കുമ്പോൾ നൂറുനൂറു

മത്സരപ്പൂരങ്ങളുടെ ആരവമായിരുന്നിരിക്കണം ബാലന്റെ മനസ്സിൽ. ബാലന്റെ പ്രതീക്ഷപോലെ തന്നെ കണ്ടമ്പുള്ളിയാന ഏറെത്താമസിയാതെ ചട്ടമ്പിത്തരങ്ങളുടെ ചോരക്കഥകൾ കൈയൊഴിഞ്ഞ് സമാധാനത്തിന്റേയും സഹകരണത്തിന്റേയും നടവഴികളിലൂടെ നല്ലപിള്ളയായി നീങ്ങുവാൻ ശീലിക്കുകയും ചെയ്തു. കണ്ടമ്പുള്ളി വീട്ടിലെത്തിയശേഷം ഈ ഉയരക്കാരൻ പ്രമാദമായ കൊലക്കേസുകളിലൊന്നും പ്രതിയായിട്ടില്ലെന്നും തങ്ങൾക്ക് കാര്യമായ തലവേദനയൊന്നും സൃഷ്ടിച്ചിട്ടില്ലെന്നുമാണ് കണ്ടമ്പുള്ളിയിലെ പുതിയ തലമുറ അവകാശപ്പെട്ടിരുന്നത്.

ആനയുടമ എന്ന നിലയിൽ കെ.റ്റി. ബാലനായിരുന്നു പ്രസിദ്ധനെങ്കിലും ആനക്കമ്പക്കാരുടെ മനസ്സിൽ ബാലന്റെ മാതാവ് പാർവതിയമ്മയ്ക്കും അത്യപൂർവമായ ഇടമുണ്ടായിരുന്നു. കണ്ടമ്പുള്ളി ബാലനാരായണൻ എന്ന ഗജപോക്കിരിയുമായി പാർവതിയമ്മയ്ക്കുണ്ടായിരുന്ന അപൂർവബന്ധത്തിന്റെ ഇഴയടുപ്പം ഒത്തിരിയൊത്തിരിപ്പേരെ ഈ തറവാട്ടുമുറ്റത്തേക്ക് ആകർഷിച്ചിട്ടുമുണ്ട്.

കണ്ടമ്പുള്ളിയാനയ്ക്കു ചുറ്റും സ്നേഹവാത്സല്യങ്ങളുടെ ഒരു ലോകം സങ്കൽപിക്കുവാൻ പോലും അധികമാരും ധൈര്യപ്പെടാതിരുന്നിടത്താണ് വന്ദ്യവയോധികയായ പാർവതിയമ്മ താമരനൂലുപോലെ ലോലമായ സ്നേഹവായ്പ്പുകളിലൂടെ അവന്റെ മനസ്സിന്റെ ആർദ്രതയത്രയും തന്റെ കൈക്കുടന്നയിലേക്ക് ആവാഹിച്ചെടുത്തത്.

മദപ്പാടിൽ കെട്ടിയ അവസ്ഥയിൽപോലും ബാലനാരായണന് ചോറുകൊടുക്കാൻ പാർവതിയമ്മ അവന്റെ കൊമ്പിനു താഴെചെന്ന് നിൽക്കാറുണ്ടായിരുന്നു. ആയിരംകണ്ണിയിൽവച്ച് ഷോക്കേറ്റ് അവശനായിവന്ന ബാലനാരായണനെ കണ്ട പാർവതിയമ്മ വിതുമ്പിക്കരഞ്ഞതും അതുകണ്ട് ആനയും ഒപ്പം കരഞ്ഞതുമെല്ലാം കണ്ടമ്പുള്ളിയിലെ പുതുതലമുറയ്ക്ക് മാത്രമല്ല ഒരു തലമുറയ്ക്ക് അപ്പാടെ മറക്കാനാകാത്ത ഓർമകളാണ് സമ്മാനിച്ചത്.

പാർവതിയമ്മ അടുത്തുചെല്ലുമ്പോൾ തട്ടിവീഴാതിരിക്കാൻ പനമ്പട്ടകൾ ഒതുക്കിക്കൊടുക്കുമായിരുന്നു ആന. പക്ഷേ, ഒരിക്കൽ അതേ പനമ്പട്ടകളിൽതന്നെ പാർവതിയമ്മ തട്ടിത്തടഞ്ഞ് വീണത് വിധിവൈപരീത്യം. തൊണ്ണൂറ്റിയഞ്ചാം വയസ്സിലെ ആ വീഴ്ചയെത്തുടർന്ന് ചൂണ്ടൽമിഷൻ ആശുപത്രിയിൽ പാർവതിയമ്മ പ്രവേശിപ്പിക്കപ്പെട്ടു.

2000-ലെ മാർച്ചുമാസം, അടുത്തുള്ള ഒരു പൂരത്തിനായി ഗുരുവായൂരിൽ നിന്നുള്ള ആനകൾ നീങ്ങുന്നതിന്റെ ചങ്ങലകിലുക്കംകേട്ട് സ്വബോധത്തിലേക്ക് കണ്ണുതുറന്ന പാർവതിയമ്മക്ക് ഒറ്റ നിർബന്ധമേ ഉണ്ടായിരുന്നുള്ളൂ.

"എനിക്കെന്റെ മോനെ കാണണം..."

പിറ്റേന്ന് ചൂണ്ടൽമിഷൻ ആശുപത്രിയിലേക്ക് ആശുപത്രിയോളംതന്നെ ഉയരമുള്ള ഒരു സന്ദർശകൻ കടന്നുവന്നു. വീൽചെയറിൽ ഇരുത്തിയാണ് പാർവതിയമ്മയെ ബാലനാരായണനു സമീപം എത്തിച്ചത്. അപ്പോഴവർ നിശ്ശബ്ദയായി കരയാൻ തുടങ്ങി. ഒരു യാത്രാമൊഴിയുടെ തേങ്ങലുകൾ... ബാലനാരായണനെന്ന തല്ലുകൊള്ളിക്ക് അത് മനസ്സിലായോ എന്തോ. അവൻ ആ നേരമത്രയും തുമ്പിക്കൈകൊണ്ട് തന്റെ മുത്തശ്ശിയെ തൊട്ടുരുമ്മിക്കൊണ്ടേയിരുന്നു.

2000 മേയ് 13-ന് പാർവതിയമ്മ അന്തരിച്ചു. അപ്പോഴേക്കും ബാലനാരായണൻ മദക്കോളിലായിക്കഴിഞ്ഞിരുന്നു. അതുകഴിഞ്ഞ് ഒരാനയുടെ പതിവ് ദിനചര്യകളിലേക്ക് മടങ്ങിയ ബാലനാരായണന്റെ മനസ്സിൽ ഒരു നേർത്ത പൂമണമായെങ്കിലും ആ വൃദ്ധയുടെ ഓർമകൾ ഉണ്ടാവുമോ. ആരോട് ചോദിക്കാൻ. ചോദിച്ചാൽതന്നെ എങ്ങനെയാണ് ഉത്തരംകിട്ടുക. മനുഷ്യൻ തല്ലിപ്പഴുപ്പിച്ച് പഠിപ്പിച്ചെടുത്ത പത്തോ പതിനഞ്ചോ വാക്കുകളുടെ അർഥം മാത്രമല്ലേ നാട്ടാനകളുടെ പൊതുനിഘണ്ടുവിലുള്ളൂ.

പാർവതിയമ്മയ്ക്ക് ആന അവസാനശ്വാസം വരെ ഹൃദയാവർജകമായ ഓർമയായിരുന്നെങ്കിൽ അവരുടെ പുത്രനായ ബാലന് ഇതേ ആന മരണത്തിലേക്കുള്ള വഴി തന്നെയായി. 96-ലെ ചെമ്പൂത്രക്കാവ്പൂരം കലക്കിക്കൊണ്ടാണ് ബാലനാരായണൻ അതിന് നിമിത്തമായത്. ആനയിടഞ്ഞുവെന്ന വാർത്ത കേട്ട് ചെമ്പൂത്രയിൽ

എത്തിയ ബാലൻ പൂരംകലക്കിനിൽക്കുന്ന തന്റെ ആനയുടെ താണ്ഡവം കണ്ട ആഘാതത്തിൽ നെഞ്ചിൽ കൈ അമർത്തി നിന്നുപോയി- ഹൃദയംസ്തംഭിച്ച് വിയർത്തുള്ള നിൽപ്! വന്ന കാറിൽത്തന്നെ ആനയുടമയെ ആശുപത്രിയിലെത്തിച്ചു. അത് അന്ത്യയാത്രയുമായി.

ആന ഒരേ സമയം ഹൃദയനൈർമല്യവും ഹൃദയഭേദകവുമായ വന്യതയാണെന്ന ഓർമപ്പെടുത്തലുമായി ബാലനാരായണൻ കണ്ടമ്പുള്ളി തറവാട്ടിൽനിന്നും പടിയിറങ്ങി എഴുത്തച്ഛൻ ശിവശങ്കരനായി. 'നാലുജാതി ആന, നാലുതരം പ്രകൃതം' എന്ന പഴഞ്ചൊല്ല് ഓർമിപ്പിച്ചുകൊണ്ട് ആനകൾ വിഭിന്നരായി ജീവിച്ചുകൊണ്ടേയിരിക്കുന്നു. ഇന്നത്തെ കൊലയാന നാളത്തെ പഞ്ചപാവമാകാം. കണ്ടമ്പുള്ളി ബാലനാരായണൻ എന്ന എഴുത്തച്ഛൻ ശിവശങ്കരൻ തന്നെ അതിനുള്ള ഏറ്റവും നല്ല ഉദാഹരണം.

ഉയരപ്പെരുമയിൽ മാത്രമല്ല, കേരളത്തിൽ ഏറ്റവുമധികം തവണ മയക്കുവെടിവയ്ക്കേണ്ടിവന്നിട്ടുള്ള ആനകളുടെ കൂട്ടത്തിലും ബാലനാരായണൻ എന്ന ശിവശങ്കരൻ സ്മരണീയനാണ്. ഏതാണ്ട് എട്ടു പ്രാവശ്യത്തോളം മയക്കുവെടി ഏറ്റിട്ടുള്ള ഇവനുമായി താരതമ്യം ചെയ്താൽ ഇക്കാര്യത്തിൽ ഇവനു മുന്നിൽ മറ്റൊരാന മാത്രമേയുള്ളൂ- ബാലുശ്ശേരി ഉണ്ണികൃഷ്ണൻ.

പൂരപ്പറമ്പുകളിലെ ഉയരപ്പെരുമയായി ഉത്സവനഗരികളിൽ നിന്നും ലക്ഷോപലക്ഷം ജനഹൃദയങ്ങളിലേക്ക് ശിവശങ്കരൻ പ്രയാണം തുടർന്നപ്പോൾ അവന്റെ ഉയരപ്പെരുമയ്ക്കുമുമ്പിൽ സഹ്യസാനുക്കൾപോലും നാണത്താൽ മുഖം കുനിച്ചിരുന്നു. ഏഷ്യയിലെ ഏറ്റവും ഉന്നതനായ കരിവീരൻ തന്റെ നാട്ടിലും എത്തിയെന്ന അഭിമാനത്തോടെ ഏവരും ശിവശങ്കരന് സ്വാഗതമോതിയിരുന്നു. പക്ഷേ, തികച്ചും അപ്രതീക്ഷിതമായ ഒരു നിമിഷത്തിൽ, ആരോടും യാത്ര പറയാതെ, ഉയരപ്പെരുമയ്ക്ക് പുതിയ ഭാഷ്യങ്ങൾ രചിച്ച കണ്ടമ്പുള്ളി ബാലനാരായണനെന്ന എഴുത്തച്ഛൻ ശിവശങ്കരൻ യാത്രയായി...

***

പുതൃക്കോവിൽ ഗണപതി

പുതൃക്കോവിൽ ക്ഷേത്രത്തിന്റെ ഐശ്വര്യം

▼ പുതൃക്കോവിൽ ഗണപതി

ലോകത്ത് മറ്റേതൊരു ജനതയ്ക്കുമില്ലാത്ത കുറേ കമ്പങ്ങൾ താവഴി സ്വത്തായിത്തന്നെ മലയാളിക്ക് ലഭിച്ചിട്ടുണ്ട്. മാറുന്ന കാലത്തിന്റെ തീപാറുന്ന ചടുലവേഗങ്ങൾക്കൊപ്പം പിടിച്ചുനിൽക്കാനാകാതെ പലകമ്പങ്ങളേയും നമ്മൾ ഓരോരോ കാലത്ത് കൈയൊഴിയുകയും ചെയ്തിട്ടുണ്ട്. പക്ഷേ, കാലമെത്ര കഴിഞ്ഞാലും ആവേശത്തിമിർപ്പിനും ആത്മനിർവൃതിക്കും ഒട്ടും അയവ് നൽകാതെ മലയാളി നെഞ്ചേറ്റി ലാളിക്കുന്ന ഒരു കമ്പമുണ്ടെങ്കിൽ അത് ആനക്കമ്പമാണ്; ഉത്സവക്കമ്പമാണ്. ഒരർത്ഥത്തിൽ ഉത്സവക്കമ്പത്തിന്റെ ആത്മാവുതന്നെ തിങ്ങിനിറഞ്ഞ പുരുഷാരത്തിന് നടുവിൽ സഹ്യനും മേലെയെന്നോണം തലയുയർത്തിപ്പിടിച്ചു നിൽക്കുന്ന ഗജവീരൻമാരുടെ വന്യമനോഹരമായ സാന്നിധ്യമാണ്.

ആനക്കമ്പം ഒരു ലഹരിയാണ്. ഉത്സവക്കാഴ്ചകളുടെ പളപളപ്പിനപ്പുറത്തേക്ക് മനസ്സിരുത്തി ഒന്ന് കണ്ണോടിച്ചാൽ ആരെയും മയക്കുന്ന ആനച്ചന്തത്തിന് പിന്നാലെ കണ്ണും മനസ്സും കാണിക്കവച്ച്, ഊണും ഉറക്കവും ഉപേക്ഷിച്ച് എല്ലാം മറന്ന് അലയുന്ന ഒട്ടേറെ ആത്മാക്കളെ നമുക്ക് കണ്ടെത്താനാകും. ആനക്കമ്പത്തിന്റെ അഭൗമമായ ലഹരിയിൽ അവർ കാറ്റുപിടിച്ച മനസ്സുമായി ഉത്സപ്പറമ്പുകളിൽ നിന്നും ഉത്സവപ്പറമ്പുകളിലേക്ക് അപ്പൂപ്പൻതാടി കണക്കെ പറന്നുനടക്കും. ആനക്കമ്പത്തിന്റെ മായികവലയത്തിന് ഭാഷയുടേയോ ദേശത്തിന്റേയോ തരംതിരിവുകളും ഏറ്റക്കുറച്ചിലുകളുമില്ല.

മലയാളിയുടെ ആനക്കമ്പത്തിന്റെ അടിസ്ഥാനധാരകൾ അവസാനം ചെന്നു നിൽക്കുന്നത് ലക്ഷണയുക്തരായ സഹ്യപുത്രൻമാരിൽ തന്നെയാകും. എന്തെന്നാൽ ആനച്ചന്തത്തിന്റെ ചിട്ടവട്ടങ്ങളും ലക്ഷണത്തികവുകളും ഉദ്ഭവിക്കുമ്പോൾ നമുക്കു മുന്നിൽ അവർ മാത്രമേ ഉണ്ടായിരുന്നുള്ളൂ. അന്ന്, ഇന്നത്തെപ്പോലെ മലയാളമണ്ണിൽ വരവാനകളുടെ തേരോട്ടങ്ങളുണ്ടായിരുന്നില്ല. എന്നെങ്കിലും മറ്റു ദേശക്കാർ എന്ന വരത്തൻമാർ ഈ മണ്ണും മനസ്സും കീഴടക്കുമെന്ന് ആരും സ്വപ്നത്തിൽപോലും ചിന്തിച്ചിരുന്നുമില്ല.

പക്ഷേ, യാഥാർഥ്യം ചിലപ്പോഴെങ്കിലും അങ്ങനെയാവും. അത് സ്വപ്നത്തേക്കാൾ വിചിത്രമാകുകയും പ്രതീക്ഷകൾക്കപ്പുറം നിലയുറപ്പിക്കുകയും ചെയ്യും. അപ്പോൾ നാം നമ്മുടെ പഴകിത്തേഞ്ഞ ലക്ഷണച്ചട്ടക്കൂടുകൾ പൊളിച്ചെഴുതേണ്ടിയും പുനർചിന്തനത്തിന് തയ്യാറാകേണ്ടിയും വരും. ആനച്ചന്തത്തിന്റെ അലകും പിടിയും വാർത്തെടുത്ത മലയാളികളെ ഇരുത്തിച്ചിന്തിപ്പി

ക്കുകയും ലക്ഷണപ്പിടിവാശികളെ ഉടച്ചുവാർക്കുകയും ചെയ്ത ഒരു ഗജരാജൻ, 'വന്നു, കണ്ടു, കീഴടക്കി'യെന്ന പ്രയോഗത്തെ അക്ഷരാർഥത്തിൽ ശരിവച്ചുകൊണ്ട് മധ്യഭാരതത്തിൽ നിന്നും പടനയിച്ചെത്തി. ദക്ഷിണദേശത്തിന്റെ സിംഹാസനങ്ങൾ പിടിച്ചടക്കിയ ആ കരിവീരന്റെ കഥയും കാര്യവുമാണ് ഈ അധ്യായത്തിൽ പറയുന്നത്. അവനാണ് പൂതൃക്കോവിൽ ഗണപതി.

ലക്ഷണമൊത്ത ഗജകേസരികളെ നെഞ്ചോടു ചേർത്തുവച്ച് ആരാധിക്കുന്ന മലയാളനാട്ടിലെത്തി നാടുവാഴുകയെന്നത് ഇവന്റെ ശിരോലിഖിതമായിരുന്നിരിക്കണം. വിശ്വപ്രസിദ്ധമായ കാശിവിശ്വനാഥക്ഷേത്രത്തിൽ നടയ്ക്കിരുത്തപ്പെട്ട ഒരാന, തൃശ്ശൂർ ഒളരി എൽതുരുത്ത് ദേശത്തെ പൂതൃക്കോവിൽക്ഷേത്രത്തിന്റെ സ്വന്തമാകുന്നത് സ്വപ്നത്തേക്കാൾ കാൽപനികമായ ഒരു കഥതന്നെയാണ്!

ഏതാണ്ട് എണ്ണൂറിലധികം വർഷങ്ങളുടെ പാരമ്പര്യമുണ്ടായിട്ടും കാലാന്തരത്തിൽ കാടും പടലും പിടിച്ച് ജീർണാവസ്ഥയിലായിരുന്നു എൽത്തുരുത്ത് പൂതൃക്കോവിൽ മഹാവിഷ്ണുക്ഷേത്രം. തദ്ദേശവാസികളായ ഒരു കൂട്ടം ഭക്തരുടെ അശ്രാന്തപരിശ്രമത്തിന്റെ ഫലമായി അമ്പലം പുനരുദ്ധരിച്ച് 2001-ൽ ആദ്യഉത്സവത്തിന് കളമൊരുങ്ങി. ആനക്കമ്പക്കാരായ തൃശ്ശൂരുകാർക്ക് ആനയില്ലാത്ത ഒരുത്സവമുണ്ടോ? കുട്ടംകുളങ്ങര രാമദാസ്, ചീരോത്ത് രാജീവൻ, നായരമ്പലം ബാലകൃഷ്ണൻ എന്നിങ്ങനെ ഒന്നിനൊന്ന് മേൻമയുള്ള സമശീർഷരായ ഗജവീരൻമാരെ കമ്മറ്റിക്കാർ ഏർപ്പാടാക്കുകയും ചെയ്തു. എഴുന്നെള്ളിപ്പിന് കമ്മിറ്റിക്കാർ കുട്ടംകുളങ്ങര രാമദാസിന് തിടമ്പുനൽകാൻ തീരുമാനിക്കുന്നതോടെ പ്രശ്നങ്ങളും തുടങ്ങി. തിടമ്പ് തങ്ങളുടെ ആനയ്ക്ക് നൽകുന്നില്ലെങ്കിൽ ആനയേയുംകൊണ്ട് മടങ്ങുമെന്ന് ചീരോത്ത് രാജീവിന്റെ പാപ്പാൻമാർ ശഠിച്ചു. ആറ്റുനോറ്റു കാത്തിരുന്ന ഉത്സവം അലങ്കോലമാകാതെ മുഴുമിപ്പിക്കാനായത് മഹാവിഷ്ണുവിന്റെ അനുഗ്രഹംകൊണ്ട് മാത്രമാണെന്ന് വിശ്വസിക്കുന്ന ഭരണസമിതി, അന്നൊരു തീരുമാനമെടുത്തു. ഇനിയൊരുത്സവമുണ്ടെങ്കിൽ തിടമ്പേറ്റുന്നത് സ്വന്തം ആനപ്പുറത്തു തന്നെയാവണം! പതിനായിരം രൂപയുണ്ടെങ്കിൽ ആനയെ കിട്ടുമെന്ന് ആരോ പറഞ്ഞുകേട്ടതുവച്ചുള്ള ഒരെടുത്തുചാട്ടം!

▼ ചീരോത്ത് രാജീവൻ

ആനയെ കിട്ടണമെങ്കിൽ ലക്ഷങ്ങൾ മുടക്കണമെന്ന് പിന്നീടാണ് മനസ്സിലായത്. അലച്ചിലിനൊടുവിൽ കമ്മിറ്റിക്കാരോട് ഒരാനക്കാരനാണ് പറയുന്നത്– 'ശ്രംഗേരിമഠത്തിൽ ഒരാന നിൽക്കുന്നുണ്ട്, ഒന്നു മുട്ടിനോക്കുവിൻ. പോയാൽ ഒരു വാക്ക്, കിട്ടിയാൽ ഒരാന. പോരുന്നെങ്കിൽ പോരട്ടെ'. ഉപാസനാമൂർത്തിയെ മനസ്സിലുറപ്പിച്ച് അവർ മുട്ടേണ്ടതുപോലെ തന്നെ മുട്ടി. പതിനഞ്ചു വർഷം ശ്രംഗേരി ആശ്രമത്തിൽ ശങ്കരാചാര്യസ്വാമികൾ നിത്യേന പ്രത്യക്ഷഗണപതിപൂജ ചെയ്തുകൊണ്ടിരുന്ന ആനക്കുട്ടിയെ അവസാനം അവർക്ക് കിട്ടുകതന്നെ ചെയ്തു. അന്ന് അവനെ നൽകുന്ന വേളയിൽ ശങ്കരാചാര്യസ്വാമികൾ

ഒന്നുമാത്രം ആവശ്യപ്പെട്ടു- 'എന്തുവന്നാലും ഇവനെ ആർക്കും കൈമാറരുത്; അവിടെ നിന്നോട്ടെ. ഇവൻ ഓരോ ഇഞ്ച് വലുതാകുന്നതിനനുസരിച്ച് ക്ഷേത്രവും വലുതാകും'. ഇതിനു പുറകെ മറ്റൊരാനയെയും ക്ഷേത്രഭരണസമിതി വാങ്ങി. ചെറിയ ക്ഷേത്രത്തിനു മുന്നിൽ രണ്ട് ആനകളെ കണ്ട് ചിലർ പരിഹസിച്ചു- 'ചെറ്റക്കുടിലിൽ രണ്ടു മാരുതിക്കാറോ. ഇതെത്രനാൾ ഉന്തിയുരുട്ടിക്കൊണ്ട് നടക്കുമെന്ന് കണ്ടിട്ടുതന്നെ കാര്യം'. പക്ഷേ, കൂടുതൽ സൗഭാഗ്യങ്ങൾ വരാനിരിക്കുന്ന കാര്യം ദോഷൈകദൃക്കുകൾ അറിഞ്ഞില്ല.

ആദ്യത്തെ ആനയ്ക്കുശേഷം വലിയ ഒരാനയെക്കൂടി സ്വന്തമാക്കണമെന്ന ആഗ്രഹമാണ് കമ്മറ്റിക്കാരെ മധ്യപ്രദേശിലെ റീവ ജില്ലയിലെത്തിച്ചത്. സനൗരി ഗ്രാമത്തിലെ സർപഞ്ചായിരുന്ന ലാൽഭുവനേശ്വർ സിങ്ങ് ഠാക്കൂറിന്റെ പക്കലൊരു അസ്സൽ ആനച്ചന്തം നിന്ന് തങ്ങളെ മാടിവിളിച്ച് ഉറക്കം കെടുത്തുന്നതിനാലാണ് അവർ ഇല്ലാത്ത കാശുമുണ്ടാക്കി വണ്ടി കയറിയത്. ആനയുടെ പേര് സുന്ദർഗജ്ജ്. ഗ്രാമീണരുടെയെല്ലാം കണ്ണിലുണ്ണിയായ സുന്ദരനാന. ഉത്തരേന്ത്യയിലൊക്കെ ആനകളേയുംകൊണ്ട് പാപ്പാൻമാർ തെണ്ടാനിറങ്ങുമെങ്കിലും സുന്ദർഗജ്ജിനെ അത്തരം തരംതാണ ഏർപ്പാടിനൊന്നും കിട്ടില്ല. പിന്നെ, വല്ലപ്പോഴുമൊരിക്കൽ സമ്പന്ന ഗൃഹങ്ങളിലെ വിവാഹത്തിന് ക്ഷണിക്കപ്പെട്ട വിശിഷ്ടാതിഥിയായി മുന്നിലുണ്ടാകുമെന്നുമാത്രം. സുന്ദർഗജ്ജിനെ ലാൽഭുവനേശ്വർസിങ്ങ് ഠാക്കൂറിന് ലഭിക്കുന്നത് കാശിയിൽ നിന്നാണ്. കാശി വിശ്വനാഥന്റെ മുന്നിൽ ആരോ നടയ്ക്കിരുത്തിയതാണിവനെ.

കാശിയിൽ നിന്നും കൈവന്ന തന്റെ സൗഭാഗ്യത്തെ കൈവിട്ടുകളയുവാൻ മനസ്സില്ലാതിരുന്ന ഠാക്കൂർ, തൃശ്ശൂർക്കാരുടെ മോഹനവാഗ്ദാനങ്ങൾക്ക് മുന്നിലൊന്നും ആദ്യം ചഞ്ചലപ്പെട്ടില്ല. ആൾബലവും ധനബലവും തോൽക്കുന്നിടത്ത് അവസാനം 'കരഞ്ഞുകാലുപിടുത്ത'മെന്ന മലയാളിയുടെ പത്തൊമ്പതാമത്തെ പൂഴിക്കടകൻവരെ പ്രയോഗിക്കപ്പെട്ടു. രണഭൂമികളിൽ അടിപതറാത്ത രജപുത്രരക്തം അവസാനം ആ പ്രയോഗത്തിനു മുന്നിൽ തലകുനിച്ചു. കവചകുണ്ഡലങ്ങൾ അഴിച്ചുനൽകുവാൻ തയ്യാറായ കർണനെപ്പോലെ തന്റെ പ്രിയപ്പെട്ട സുന്ദർഗജ്ജിനെ ലാൽ ഭുവനേശ്വർ മനസ്സില്ലാമനസ്സോടെ വിൽക്കുവാൻ തയ്യാറായി. പക്ഷേ, ഠാക്കൂറിന്റെ അമ്മയായ കമലാഭായിയ്ക്ക് അത് ഉൾക്കൊള്ളാനാകുമായിരുന്നില്ല. മൂന്നാം വയസ്സിൽ കാശിയിൽ നിന്നും കൊണ്ടുവന്ന സുന്ദരക്കുട്ടനെ ഇക്കാലമത്രയും തന്റെ മനസ്സിന്റെ തൊട്ടിലിലിട്ട് താരാട്ടു പാടിയാണ് കമലാഭായി വളർത്തിയിരുന്നത്. ഠാക്കൂറിന്റെ വീട്ടിൽ നിന്നും മടക്കയാത്രയ്ക്കായി ലോറിയിൽ കയറ്റിയപ്പോൾ, അതുകണ്ട് സഹിക്കാനാവാതെ 'സുന്ദർ ബേട്ടേ'യെന്ന് കമലാഭായി തേങ്ങിവിളിച്ചപ്പോൾ, ആ ഉള്ളുരുക്കത്തിൽ ആന പിടഞ്ഞുചാടി; ലോറിയിലെ ബന്ധനങ്ങൾ തച്ചുതകർക്കപ്പെട്ടു!

അവസാനം അനുനയിപ്പിച്ചു, നടത്തി കിലോമീറ്ററുകൾക്കിപ്പുറം കൊണ്ടുവന്നാണ് വീണ്ടും ലോറിയിൽ കയറ്റിയത്. ഇക്കാലമത്രയും തങ്ങളുടെ അരുമയായി ജീവിച്ച ഗജവീരന് രാജോചിതമായ യാത്രയയപ്പാണ് ഗ്രാമീണർ നൽകിയത്. ബൈക്കുകളിലും ജീപ്പുകളിലുമായി അവർ കിലോമീറ്ററുകളോളം അവനെ അനുഗമിച്ചു. കണ്ണെത്താദൂരത്തോളംവരെ കുരുന്നുകൾ നിറഞ്ഞ കണ്ണുകളുമായി അവനെത്തന്നെ നോക്കിനിന്നു.

കാശി മുതൽ അവന്റെ കണ്ണും കാഴ്ചയുമായി കൂടെനടന്ന ഉമ്മർ എന്ന ഒന്നാം പാപ്പാൻതന്നെയാണ് കേരളത്തിന്റെ പച്ചപ്പിലേക്കുള്ള യാത്രയിലും വഴികാട്ടിയായത്. കരഞ്ഞുവിളിച്ചും അവന്റെ തുമ്പിയിൽ തുരുതുരാ മുത്തങ്ങൾ സമ്മാനിച്ചും കേരളത്തിൽ എത്തിയതിന്റെ രണ്ടാം നാൾ ഉമ്മർ നാട്ടിലേക്ക് മടങ്ങി. ഹൃദയത്തിൽ നിന്നും ഹൃദയം വലിച്ചുപറിച്ചുകൊണ്ടുള്ള ഒരു വിടവാങ്ങൽ! ഉത്തരേന്ത്യയിലെ നല്ലൊരു ശതമാനം ആനപാപ്പാൻമാരും മുസ്ലീങ്ങളാണ്. അവിടെ ആനയുടെ പ്രധാനതീറ്റയിൽ ഒന്ന് ആൽമരങ്ങളുടെ കൊമ്പുകളാണ്. ആൽമരക്കൊമ്പുകൾ മുറിക്കാൻ ഹിന്ദുക്കൾ തയ്യാറാകാത്തതുകൊണ്ടു കൂടിയാണ് മുസ്ലീങ്ങൾ അധികമായി ഈ രംഗത്ത് കടന്നുവരുവാൻ കാരണം.

പൂങ്കുന്നം ശിവക്ഷേത്രത്തിലാണ് അവനെ ഇറക്കിയത്. അനന്തരം സുന്ദർഗജ്ജ് പൂതൃക്കോവിൽ ഗണപതിയാവുന്ന ഗംഭീര സ്വീകരണവും ചടങ്ങുകളും. തൃശ്ശൂരുകാരന്റെ ആനക്കമ്പത്തിന് ജാതി മതഭേദങ്ങളില്ല. ഉള്ളവനും ഇല്ലാത്തവനുമെന്ന വ്യത്യാസമില്ല. വേണമെങ്കിൽ കാണം വിറ്റുമാത്രമല്ല, കിടപ്പാടത്തിന്റെ ആധാരം പണയപ്പെടുത്തിപോലും അവർ ആനയെ വാങ്ങും. അല്ലെങ്കിൽ ആനയെ വാങ്ങാൻ സഹായിക്കും. പൂതൃക്കോവിൽ ഗണപതി കേരളത്തിന്റെ സ്വന്തമാകുന്നത് ഇങ്ങനെ അനേകമനേകം നല്ല മനസ്സുകളുടെ കൈയഴിഞ്ഞ സഹായങ്ങൾകൊണ്ടു മാത്രമായിരുന്നു.

അങ്ങനെയുള്ള അനേകരിൽ ഒരാളായിരുന്നു ശശിയും. തെരുവോരത്തെ ചെറ്റക്കുടിലിൽ അന്തിയുറങ്ങുന്ന ഒരു സാധാരണ തൊഴിലാളി. സ്വന്തം വീട് കെട്ടിമേയാൻ നിവൃത്തിയില്ലാതെ വിഷമിക്കുന്ന സന്ദർഭത്തിൽപോലും ആനയെ വാങ്ങാനും അമ്പലത്തിന്റെ പുനരുദ്ധാരണപ്രവർത്തനങ്ങൾക്കുമായി പതിനായിരം രൂപ കഷ്ടപ്പെട്ട് ഉണ്ടാക്കിക്കൊടുക്കുവാൻ തയ്യാറായ വലിയ മനസ്സാണ് ശശിയെ മറ്റുള്ളവരിൽ നിന്നും വ്യത്യസ്തനാക്കുന്നത്. ഇല്ലായ്മക്കും വല്ലായ്മക്കും മധ്യേ വലയുമ്പോഴും തന്റെ കുടിലിന്റെ മുന്നിലൂടെ പോകുന്ന ഗണപതിക്ക് ശശിയും കുടുംബവും എന്തെങ്കിലും മധുരം നൽകാതെ വിടുന്ന പ്രശ്നവുമില്ല.

എന്നും തനിക്ക് മധുരംതരുന്ന ശശിയുടെ ജീവിതത്തിന്റെ കയ്പുരസം എങ്ങനേയും ഒന്ന് മാറ്റിയെടുക്കുവാൻ പൂതൃക്കോവിൽ ഗണപതിയാന മനസ്സുവച്ചു കാണണം. അവൻ കാശിവിശ്വനാഥനോടും പൂതൃക്കോവിൽ മഹാവിഷ്ണുവിനോടും മനസ്സറിഞ്ഞ് ശിപാർശചെയ്തിട്ടുമുണ്ടാകണം. പ്രാർഥന ആരുടേതായാലും ശരി, അവസാനം ശശിയെ കടാക്ഷിക്കാതിരിക്കുവാൻ ഭാഗ്യദേവതയ്ക്ക് കഴിഞ്ഞില്ല. കേരളസംസ്ഥാന ഭാഗ്യക്കുറിയുടെ ഓണം ബമ്പറിന്റെ ഒന്നാം സമ്മാനമായ ഒരുകോടി രൂപയുടെ രൂപത്തിലായിരുന്നു അവസാനം ഭാഗ്യദേവത ശശിയുടെ വീടുതേടി വന്നത്. ഒരുകോടി രൂപ തനിക്കടിച്ച ടിക്കറ്റുമായി ശശി ആദ്യമെത്തിയത് പൂതൃക്കോവിൽ ക്ഷേത്രത്തിലേക്കായിരുന്നു. കാശിവിശ്വനാഥന്റെ പ്രത്യക്ഷസാന്നിധ്യമായ ഗണപതിയുമായുള്ള അടുപ്പവും പൂതൃക്കോവിൽ വിഷ്ണുവിന്റെ അനുഗ്രഹവുമാണ് തന്റെ ഭാഗ്യജാതകം തുറന്നതെന്നാണ് ഇന്നും വിനയാന്വിതനായ ശശിയുടെ വിശ്വാസം.

വന്നിറങ്ങി ചുരുങ്ങിയ നാളുകൾക്കുള്ളിൽതന്നെ ഏവരുടേയും കണ്ണും കരളും കവർന്ന ഗണപതി, ഇന്ന് ഒരു ദേശത്തിന്റെ മുഴുവൻ അഭിമാനമാണ്. ഊരകത്തമ്മ തിരുവടിയുടെ കാർത്തിക ഉത്സവത്തിനായിരുന്നു ആദ്യത്തെ എഴുന്നെള്ളിപ്പ്. സ്വർണത്തിടമ്പും സ്വർണക്കുടയും സ്വർണനെറ്റിപ്പട്ടവുമണിഞ്ഞ് അന്ന് ആകെ പൊന്നിൽ കുളിച്ചുനിന്ന ഗണപതിക്ക് പിന്നീട് തിരിഞ്ഞുനോക്കേണ്ടി വന്നിട്ടില്ല. ഉത്സവങ്ങളും ഉത്സവക്കമ്മിറ്റിക്കാരും ഈ നവാഗതന്റെ ദിനങ്ങൾതേടി ഒളരി പൂതൃക്കോവിലിലേക്ക് ഒഴുകിക്കൊണ്ടേയിരിക്കുന്നു.

കാഴ്ചയിൽ കരുത്തനായ അതികായനാണെങ്കിലും ഗണപതിക്ക് ആരോടും പിണങ്ങാനറിയില്ല. അമ്പലത്തിലെ മണികണ്ഠൻ എന്ന കാളക്കുട്ടനും ഗണപതിയോടൊപ്പം നിന്ന് പനമ്പട്ടയുടെ കുരുന്നിലകൾ തിന്നും. തരംകിട്ടിയാൽ, ഗണപതി തിന്നാൻ വായിൽ എടുത്തുവച്ച പഴംപോലും റാഞ്ചിയെടുത്തുകൊണ്ട് ഓടുകയും ചെയ്യും. മണലൂർ ഉത്സവത്തിന്റെ ഇടവേളയിൽ ഒരു കൊച്ചു പെൺകുട്ടി അബദ്ധത്തിൽ ചെന്നുപെട്ടത് ആനയുടെ കാൽച്ചുവട്ടിൽ. ജനം പാപ്പാന്മാരെ തേടി പരക്കംപായുമ്പോൾ കപടലോകത്തിന്റെ കന്നംതിരിവുകൾ ഏതുമറിയാതെ ആ നിഷ്കളങ്ക ഹൃദയങ്ങൾ അവരുടെ കളിയും ചിരിയും തുടരുകയായിരുന്നു.

മദപ്പാടിന്റെ നീരുകാലത്ത് മാത്രമാണ് ഗണപതി തെല്ല് ശുണ്ഠിക്കാരനാകുന്നത്. അപ്പോൾ പാപ്പാൻമാരെ അടുപ്പിക്കില്ലെന്ന് മാത്രമല്ല, അവർ ഇട്ടുകൊടുക്കുന്ന പനമ്പട്ട ചവുട്ടിക്കൂട്ടി ഫുട്ബോൾ പരുവത്തിൽ തിരിച്ചെറിയുകയും ചെയ്യും. പണ്ടും അവന്റെ മദപ്പാടിൽ പാപ്പാൻമാർ കാര്യമായ അകലം പാലിക്കുമായിരുന്നു. ആ

സമയം ആനയെ കാട്ടിൽ അഴിച്ചുവിട്ടശേഷം, പാപ്പാൻ ഉമ്മർ വലിയ മരത്തിലെ ഏറുമാടത്തിൽ കയറും. ഇടയ്ക്ക് പാപ്പാൻ വിളിച്ചാൽ ഒരു പ്രത്യേക ശബ്ദമുണ്ടാക്കി ആനയും മറുവിളി വിളിക്കും. അവസാനം നീരുകാലം താണ്ടി അനുരഞ്ജനദിനങ്ങളിലേക്ക് എത്തുമ്പോൾ വിജയദശമിയാകും. അപ്പോൾ ആന പുഴയിറങ്ങിവരും. പാപ്പാൻ ചെന്നു വിളിച്ചുകൊണ്ടു പോരുകയും ചെയ്യും. 2002-ലെ നീരുകാലം കഴിഞ്ഞ് കാടിറങ്ങിയ സുന്ദർഗജ്ജിനെ മലയാളികൾ നേരെ റാഞ്ചിയെടുത്ത് ലോറിയിൽ കയറ്റി കൊണ്ടുപോരുകയായിരുന്നു.

ഇന്നും മദപ്പാടുകാലത്ത് പാപ്പാൻമാരൊഴിച്ച് കമ്മിറ്റിക്കാർക്കൊക്കെ ഗണപതിയുടെ അടുത്ത് ചെല്ലാം; അഴിച്ചുകെട്ടാം. നീരുകാലം കഴിഞ്ഞാൽ ഗണപതി തന്നെ പാപ്പാൻമാരെ വിളിക്കും. ഒരിക്കൽ ഇറച്ചിവെട്ടുകാരനായിരുന്ന രണ്ടാം പാപ്പാൻ ആനക്കമ്പം മൂത്ത് കൊലക്കത്തി വഴിയിലെറിഞ്ഞ് ആനയെപ്പോറ്റാൻ എത്തുകയായിരുന്നു.

സമൃദ്ധമായ മദഗിരി, വിരിഞ്ഞ മസ്തകം, വീണെടുത്ത വലിയ കൊമ്പ്, നിലംമുട്ടുന്ന തുമ്പി, പതിനെട്ട് വെളുത്തനഖങ്ങൾ, ഇറക്കമുള്ള നാരുകളോടുകൂടി വാൽ, നല്ല ഉടൽനീളം തുടങ്ങിയവയൊക്കെയാണ് ഇവന്റെ ലക്ഷണത്തികവുകൾ. പുള്ളികളും പാണ്ടുകളുമില്ലാത്ത ഇളം ചുവപ്പ് നിറത്തിലുള്ള കണയും അത്യപൂർവംതന്നെ. ഒരു കൊമ്പിലെ ചെറിയ പൊട്ടലും ശരീരവുമായി താരതമ്യം ചെയ്താൽ വലിപ്പക്കുറവുള്ള ചെവികളും അസൂയക്കാർക്ക് സമാധാനിക്കാനുള്ള വക നൽകുന്നു.

എങ്കിലും ഗണപതിയുടെ ഏറ്റവും വലിയ മേന്മയായ സ്വഭാവഗുണമോ, ആനച്ചന്തമോ ഒന്നുമല്ല പൊടുന്നനെ ഈയാനയെ സംസ്കാരിക തലസ്ഥാനത്തേയും പൂരപ്പറമ്പുകളിലേയും ശ്രദ്ധാകേ

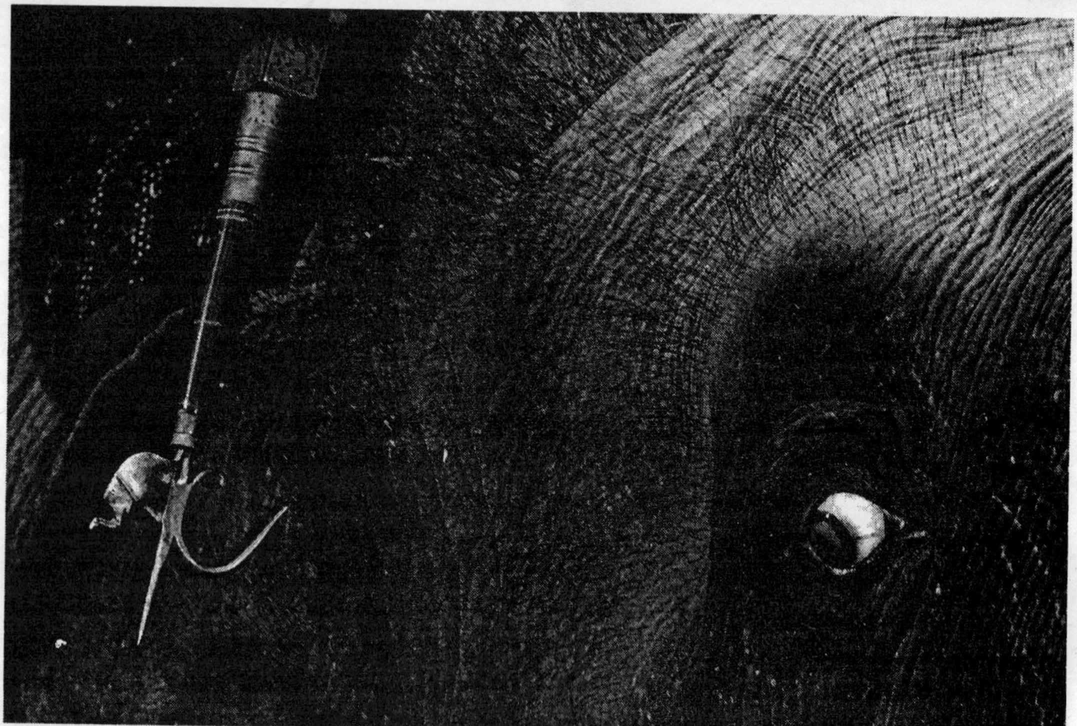

ആനയ്ക്ക് പാപ്പാനെ പേടി; ഉള്ളിന്റെയുള്ളിൽ പാപ്പാന് ആനയെ പേടി...*

ന്ദ്രവും സംസാരവിഷയവുമാക്കി മാറ്റിയത്. കേരളനാട്ടിൽ വന്നിറങ്ങി വർഷം രണ്ടു തികയും മുമ്പേ, ഇവൻ ഒരു വെടി പൊട്ടിച്ചു; തലതൊട്ടപ്പന്മാരായ വീരശൂരപരാക്രമികളേയും ഗജലക്ഷണ വിശാരദൻമാരുടെ പ്രവചനങ്ങളേയും ഒരുപോലെ മലർത്തിയടിച്ചുകൊണ്ട് ഗണപതി ഒരു പണിപറ്റിച്ചു. 2003-ലെ ഒറ്റപ്പാലം ഗജമേളയിൽ ഒന്നുമറിയാത്തവനെപ്പോലെ കടന്നുചെല്ലുകയും ഗജരാജപ്പട്ടം അടിച്ചെടുത്തുകൊണ്ട് ഗജരാജവിരാജിത മന്ദഗതിയിലിങ്ങ് മടങ്ങിപ്പോരുകയും ചെയ്തു. അനേകായിരങ്ങൾ വന്നുചേർന്ന ഒറ്റപ്പാലം ഗജമേളയിൽ ഗ്യാലപ്പ് പോളിലൂടെയാണ് ഗജരാജനേയും ഗജറാണിയേയും ഗജകുമാരനേയും ഒക്കെ തെരഞ്ഞെടുത്തത്. അന്നു നടന്ന വാശിയേറിയ വോട്ടെടുപ്പിൽ ലക്ഷണയുക്തരെന്ന് കേൾവികേട്ട കുട്ടംകുളങ്ങര രാമദാസിനേയും കോങ്ങാട് കുട്ടിശങ്കരനേയുമൊക്കെ നിരവധി ആനച്ചുവടുകൾക്ക് പിന്നിലാക്കിക്കൊണ്ട് പുതുക്കോവിൽ ഗണപതി ഗജരാജപ്പട്ടത്തിൽ മുത്തമിട്ടപ്പോൾ, വൻമരങ്ങളെ മുഴുവൻ കടപുഴക്കിക്കൊണ്ട് 'കറുത്തകുതിര'യായി മാറുകയായിരുന്നു ഈയാന.

കാലാകാലങ്ങളായി കാത്തുവച്ച ഉരുക്കുകോട്ടകളാണ് ആ പടയോട്ടത്തിനു മുന്നിൽ തകർന്നു വീണത്. പലർക്കും അത് താടിക്ക് തീപിടിക്കുന്ന അനുഭവമായി മാറുകയും ചെയ്തു. പരാജിതരുടേയും അസൂയാലുക്കളുടേയും പരാതികളും പരിഭവങ്ങളും വസൂരിമാലകൾപോലെ ഗണപതിയുടെ നേട്ടത്തിനു ചുറ്റും മുള്ളുവേലികൾ വിരിച്ചു. ലോറിക്കും ബസ്സിനും അളെയടിച്ച്, ചെല്ലും ചെലവും കൊടുത്ത് വോട്ട് ചെയ്യിച്ചാണ് പുതുക്കോവിൽ കമ്മിറ്റിക്കാർ ഗജരാജപ്പട്ടം അടിച്ചുമാറ്റിയതെന്ന പരദൂഷണം തൃശ്ശൂരിലേയും പാലക്കാട്ടേയും ആനപ്പറമ്പുകളിലും പൂരപ്പറമ്പുകളിലും കുറേക്കാലം ഉറഞ്ഞുതുള്ളുകയും ചെയ്തു.

വിമർശനങ്ങൾക്ക് മുന്നിൽ ഗണപതി വിരളുന്നില്ല; വിയർക്കുന്നുമില്ല. അല്ലെങ്കിൽതന്നെ ശരീരത്തിനുപുറത്ത് വിയർക്കലും വിയർപ്പു ഗ്രന്ഥി

* 2008-ലെ കേരള സ്റ്റേറ്റ് ജീവ ഫോട്ടോഗ്രാഫി അവാർഡ് നേടിയ ചിത്രം; ഫോട്ടോ: ജിജോ പരവൂർ.

കളും ഇല്ലാത്ത ജീവിയാണ് ആന. തങ്ങളുടെ മനസ്സും പ്രവൃത്തിയുമെല്ലാം പൂതൃക്കോവിൽ വിഷ്ണുവിനു മുന്നിൽ സമർപിച്ച് ഗണപതിയുടെ ചുമതലക്കാരും സുധീരം മുന്നോട്ടുതന്നെ. വിമർശനങ്ങളും വിമർശകരും കഴുകൻ കണ്ണുക ളുമായി ഇവനെ കൊത്തിപ്പറിക്കാൻ വട്ടമിട്ട് പറ ക്കുന്നുണ്ട്. അപ്പോഴും ചുരുങ്ങിയ നാളുകൾക്കി ടയിൽതന്നെ കേരളത്തിൽ ഇത്രമാത്രം ജനപ്രീതി കൈവരിച്ച മറ്റൊരാനയും ഇല്ലെന്ന യാഥാർഥ്യം അങ്ങനെതന്നെ നിൽക്കും.

നെൻമാറ, പറപ്പൂക്കാവ്, ആറാട്ടുപുഴ, കീഴൂർ, തൃപ്പൂണിത്തുറ തുടങ്ങി തൃശ്ശൂർപ്പൂരംവരെ ഇന്ന് പൂതൃക്കോവിൽ ഗണപതിയുടെ പോരാട്ടവീ ര്യത്തെ അംഗീകരിച്ച് ആദരിക്കുന്നു. എവിടെച്ചെ ന്നാലും ഇന്ന് ഗണപതിയെന്ന സൽസ്വഭാവിക്കു ചുറ്റും ആരാധകരുടെ ഒരു പ്രവാഹംതന്നെയുണ്ടാ കും.

ചലച്ചിത്രതാരങ്ങളുടെ രസികർമന്ദ്രങ്ങൾ പോലെ ഇന്ന് പൂതൃക്കോവിൽ ഗണപതിയുടെ പേരിലും ഫാൻസ് അസോസിയേഷനുകൾ രജി സ്റ്റർ ചെയ്ത് പ്രവർത്തിക്കുന്നു. ഇവൻ എവിടെ ചെന്നിറങ്ങിയാലും ക്ഷേമാന്വേഷണങ്ങൾക്കും സുഖസൗകര്യങ്ങൾക്കുമായി ചെറുപ്പക്കാരുടെ ഒരു നാട്ടുകൂട്ടം ഓടിയെത്തും. അതിനാൽ ഗണ പതിയുടെ നേർക്ക് തോട്ടിയും വടിയുമെടുത്ത് കടുപ്പിച്ച് പ്രയോഗിക്കും മുമ്പേ പാപ്പാൻമാരും രണ്ടുവട്ടം ആലോചിക്കും. ഇന്ന് ഇവന്റെ സുഖ ചികിത്സച്ചെലവുകൾ പൂർണമായും വഹിക്കു ന്നത് ഫാൻസ് അസോസിയേഷനുകളാണ്.

ഒറ്റപ്പാലം ഗജമേളയിൽ വിജയശ്രീലാളിത നായി തിരിച്ചുവന്ന ഗണപതിക്ക് നാടുനീളെ പൗര സ്വീകരണങ്ങളുടേയും അനുമോദനങ്ങളുടേയും ദിനങ്ങളായിരുന്നു. ആദ്യവർഷം ആനയെ നാടൊ ട്ടുക്കും പരിചയപ്പെടുത്തുവാൻവേണ്ടി കാര്യമായ വിലപേശലുകൾ ഇല്ലാതെ എഴുന്നെള്ളിപ്പുകൾക്ക് അയച്ച പൂതൃക്കോവിൽ ദേവസ്വം ഇപ്പോൾ അക്കാര്യവും നിയന്ത്രിച്ചിരിക്കുന്നു. ശരാശരി നൂറോളം ഉത്സവങ്ങളിൽ ഗണപതി പങ്കെടു ക്കാറുണ്ട്.

കാശിവിശ്വനാഥന്റെ മുന്നിൽ നടയ്ക്കിരുത്ത പ്പെട്ട ഒരാന, വിധിവിഹിതമെന്നപോലെ കാശിനാ ഥന്റെ പ്രത്യക്ഷസാന്നിധ്യവും പൂതൃക്കോവിൽ മഹാവിഷ്ണുവിന്റെ ശക്തിചൈതന്യവുമായി മല യാളി മനസ്സുകൾക്ക് മുന്നിൽ വിരാജിക്കുന്നു.

***

കോങ്ങാട് കുട്ടിശങ്കരൻ

ലക്ഷണത്തികവുകളും ഗൗരവവും കൂടിച്ചേരുമ്പോൾ

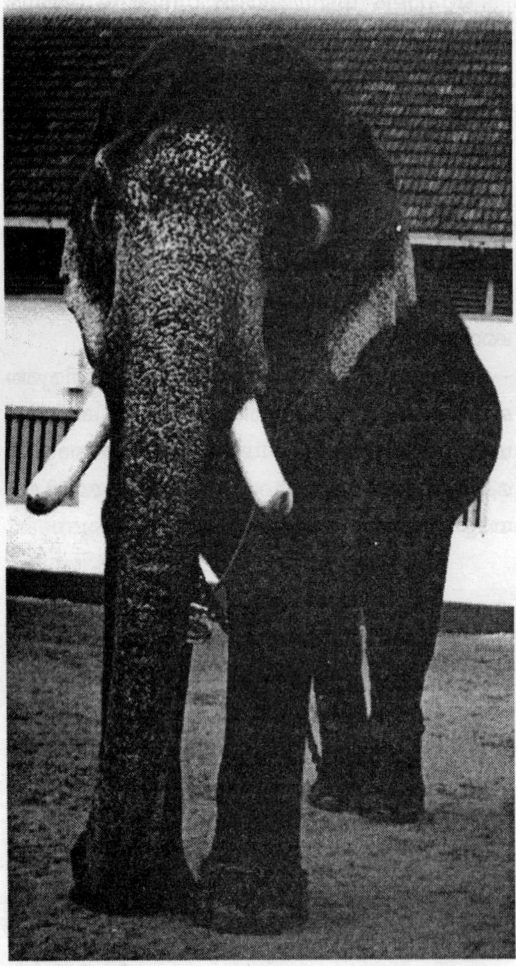

▼ **കോങ്ങാട് കുട്ടിശങ്കരൻ**

മലയാളിയുടെ ആനക്കമ്പത്തിന്റെ അടിസ്ഥാനധാരണകളിൽ ആണിക്കല്ലടിച്ചുറപ്പിച്ചിട്ടുള്ള ലക്ഷണശാസ്ത്രങ്ങളുടെ പ്രതിപുരുഷനാണ് കോങ്ങാട് കുട്ടിശങ്കരൻ. ആനന്യമായ തലയെടുപ്പ്, പതിനെട്ടു നഖങ്ങൾ, വീണെടുത്ത കൊമ്പുകൾ, നിലത്തിഴയുന്ന തുമ്പിക്കൈ, തേൻനിറമാർന്ന കണ്ണുകൾ, ഉയർന്ന വായുകുംഭം, കാര്യമായ ഉടൽനീളം, മോശമല്ലാത്ത തലക്കുന്നി – അങ്ങനെ മാതംഗശാസ്ത്രം അനുശാസിക്കുന്ന ലക്ഷണത്തികവുകളിൽ ഏറിയപങ്കും ഒത്തുചേർന്നിട്ടുള്ള അപൂർവം ചില ആനപ്പിറവികളിൽ ഒന്നാണിവൻ. സഹ്യപുത്രനായ ഇവന്റെയത്രയും വാലുള്ള മറ്റൊരാനയേയും ഇവിടെ കണ്ടെത്താൻ ബുദ്ധിമുട്ടാണ്. വാലിന്റെ നീളക്കൂടുതൽ നിമിത്തമാവാം 'ആനവാൽ' എന്ന് സാമാന്യേന പറയാറുള്ള രോമങ്ങളും ധാരാളം.

പാലക്കാട് ജില്ലയിലെ കോങ്ങാട് തിരുമാന്ധാംകുന്ന് ക്ഷേത്രത്തിന്റെ സ്വന്തവും കോങ്ങാട് ദേശത്തിന്റെയാകെ അഭിമാനവുമാണ് കോങ്ങാട് കുട്ടിശങ്കരൻ. നമ്മുടെ നാടൻ ആനകളുടെ വൈശിഷ്ട്യമെന്ന് വിശേഷിപ്പിക്കാവുന്ന ലക്ഷണത്തികവുകളുടെ പാഠപുസ്തകമാണ് ഈയാന.

ഒരുകാലത്ത് ഇരുപതോളം ആനകളെ വീട്ടിൽ നിർത്തി തീറ്റിയിരുന്ന, കോങ്ങാട് ദേശത്തെ പ്രമുഖ ജന്മിയായിരുന്നു കുട്ടിശങ്കരനെ നടയ്ക്കിരുത്തിയ ചിന്നക്കുട്ടൻ നായർ. ചിന്നക്കുട്ടൻ നായർക്ക് ആനക്കമ്പം പകർന്നുകിട്ടിയത് അദ്ദേഹത്തിന്റെ ഭാര്യാപിതാവിൽ നിന്നുമാണ്. കുട്ടിശങ്കരൻ നായരുടെ മകളെ പെണ്ണുകാണാനെത്തിയ ചെറുപ്പക്കാരനെ ഒരളവോളം സ്ഥലജലവിഭ്രാന്തിക്ക് അടിമയാക്കാൻ പോന്നതായിരുന്നു അദ്ദേഹത്തിന്റെ ആനക്കമ്പം. വീട്ടിലെ തൊടിനിറയെ ആനകൾ! ക്രമേണ ആനക്കമ്പം മരുമകനായിത്തീർന്ന ചിന്നക്കുട്ടൻ നായരിലേക്കും പകർന്നു. അങ്ങനെ, ഗുരുവായൂരിൽ ഒരാനക്കുട്ടിയെ നടയ്ക്കിരുത്തി. അപ്പോഴാണ് താൻ നിത്യേന തൊഴുതു പ്രാർഥിക്കാറുള്ള കോങ്ങാട് തിരുമാന്ധാംകുന്ന് ദേവിക്കും ഒരാനയെ നൽകേണ്ടതാണെന്ന തോന്നലുദിച്ചത്. പക്ഷേ ആഗ്രഹം

പൂർത്തീകരിക്കുംമുമ്പേ അദ്ദേഹം അന്തരിച്ചു. പിന്നീട് മകളും മരുമകനും അനുജൻ നാരായണൻകുട്ടി നായരും എല്ലാം ചേർന്നാണ് കോങ്ങാട് ക്ഷേത്രത്തിൽ ആനയെ നടയ്ക്കിരുത്തുന്നത്.

ഇന്ന് ലക്ഷോപലക്ഷം വരുന്ന ആനപ്രേമികളുടേയും ഉത്സവക്കമ്പക്കാരുടേയും മനസ്സുകളിൽ ലക്ഷണത്തികവുകളുടെ പ്രതിപുരുഷൻ എന്ന വിശേഷണവുംപേറി പരിലസിക്കുന്ന കോങ്ങാട് കുട്ടിശങ്കരൻ, ജാതിമതഭേദമെന്യെ എല്ലാ കോങ്ങാട്ടുകാരുടേയും അഭിമാനപ്രതീകമാണ്. കോങ്ങാട് തിരുമാന്ധാംകുന്ന് ദേവിയാണ് ഈ ആനച്ചന്തത്തിന്റെ യഥാർഥ ഉടമയെങ്കിലും ക്ഷേത്രം ട്രസ്റ്റിയായ മൊടപ്പലാപ്പള്ളിമനയിൽ വാസുദേവൻ നമ്പൂതിരിയും മക്കളുമാണ് ഇന്നിവന്റെ കാര്യക്കാരും ചുമതലക്കാരും. ആനയെങ്കിൽ ആന, അത് ഇവൻ തന്നെയെന്ന് ഓരോ ചലനത്തിലും ഓരോ നോട്ടത്തിലും നമ്മെ ഓർമപ്പെടുത്തുന്ന കുട്ടിശങ്കരൻ കാഴ്ചയിൽ മാത്രമല്ല, സ്വഭാവത്തിലും എല്ലാം തികഞ്ഞ ഒരാനയാണ്; ധാർഷ്ട്യം കുട്ടിശങ്കരന്റെ കൂടപ്പിറപ്പും. ഏതു കുട്ടിക്കും ഒരു പൂച്ചക്കുട്ടിയെ കൊണ്ടുനടക്കും പോലൊക്കെ കൈകാര്യം ചെയ്യാമെന്നും പറഞ്ഞ് അവന്റെ നേരെ കുട്ടിക്കളിക്ക് ചെന്നാൽ കുട്ടിശങ്കരന്റെ തരം മാറും. അതുകൊണ്ടുതന്നെ ആരും ഒരുപരിധിവിട്ട് ഇവനോട് കൊഞ്ചാനും കുഴയാനുമൊന്നും നിൽക്കാറില്ല.

തണ്ടും തടിയുമുള്ള നല്ലൊരു വിഭാഗം ആനകളുമായി താരതമ്യം ചെയ്താൽ കോങ്ങാട് കുട്ടിശങ്കരനെ ഒരു മുൻകോപിയെന്നോ പ്രശ്നക്കാരനെന്നോ പറയാനാവില്ല. എന്നാലോ അവന് അവന്റേതായ ചില ചിട്ടകളും ചില ശീലങ്ങളുമൊക്കെയുണ്ട്. അത് അംഗീകരിച്ച് പരസ്പരബഹുമാനത്തോടെ സമീപിച്ചാൽ ഇവനെപ്പോലെ നല്ലൊരാനയും വേറെയുണ്ടായില്ല. വെള്ളവും തീറ്റയുമാണ് ഇവന്റെ പ്രധാന ദൗർബല്യം. വല്ലപ്പോഴും കോങ്ങാട് കുട്ടിശങ്കരൻ ഇടയാറുള്ളതും ഇതിന്റെ പേരിലാവും. സമയാസമയം ചോറും വെള്ളവുമൊക്കെ കൃത്യമായി കിട്ടിയിരിക്കണമെന്ന കാര്യത്തിൽ തെല്ലും വിട്ടുവീഴ്ചയില്ല. അവനുള്ള ചോറ് വലിയ പാത്രത്തിൽ മുന്നിൽ കൊണ്ടുചെന്നുവച്ചതിനുശേഷം മെല്ലെമെല്ലെ ഉരുട്ടിയെടുക്കാമെന്ന് വച്ചാൽ കുട്ടിശങ്കരൻ എപ്പോൾ ഇടഞ്ഞെന്ന് ചോദിച്ചാൽ മതി. ഭക്ഷണത്തിനു മുന്നിലുള്ള കാത്തിരിപ്പ് കുട്ടിശങ്കരന്റെ മനസ്സിൽ കൊടുങ്കാറ്റിളക്കും.

നടയ്ക്കിരുത്തുമ്പോൾ മാധവനായിരുന്നു ഇവന്റെ പാപ്പാൻ. കുട്ടപ്പയാണ് ഏറ്റവുമധികം കാലം കുട്ടിശങ്കരന് കൂട്ടായി നടന്നിട്ടുള്ളത്. ഇന്നത്തെ പാപ്പാനായ മോഹനൻ കഴിഞ്ഞ പതിനഞ്ചു വർഷമായി കൂടെയുണ്ട്. ആനയോടി ബഹളമുണ്ടാക്കുമ്പോഴും ആനപ്പുറത്തുനിന്നും വീഴാതെ അള്ളിപ്പിടിച്ചിരിക്കുന്നതിൽ വിദഗ്ധനായതിനാൽ 'ഉടുമ്പ്' എന്ന പേരിലറിയപ്പെടുന്ന അയ്യപ്പൻ സഹായിയാണ്.

കുട്ടിശങ്കരന് വട്ടിളകിയാൽ, ആ കലിയാട്ടത്തിൽ ചിലപ്പോൾ അരുതാത്തതു ചെയ്തുപോയാൽ പിന്നെ കുറ്റം പറഞ്ഞിട്ട് കാര്യമില്ല. നമ്മൾ മനുഷ്യരുടെ ദൃഷ്ടിയിൽ നാട്ടാനകളുടെ ഗൗരവം അളക്കാനുള്ള മാനദണ്ഡം പലപ്പോഴും അവർ നടത്തിയിട്ടുള്ള കൊലപാതകങ്ങളുടെ സംഖ്യയും ശൈലിയുമൊക്കെയാവും. ലക്ഷണശ്രീമാനായ കോങ്ങാട് കുട്ടിശങ്കരനും ഒരിക്കൽ ഒരു കൊലപാതകക്കേസിൽ പ്രതിയായിട്ടുണ്ട്; ഒരിക്കൽ മാത്രം. അതിന്റെ കാര്യകാരണങ്ങൾ തേടിച്ചെന്നാലും തെളിവുകളുടെ തുമ്പുകൾ നീളുന്നത് ആദ്യം പറഞ്ഞ ഭക്ഷണക്കാര്യത്തിലേക്കുതന്നെ.

കോങ്ങാട് ദേവസ്വംമഠത്തിന്റെ അടുക്കളഭാഗത്തെ കിണറിനടുത്തുവച്ചാണ് അന്നത് സംഭവിച്ചത്. പത്തിരുപത് വർഷത്തിനപ്പുറമാണ്. കുട്ടിശങ്കരനാണെങ്കിൽ നല്ല ചോരത്തിളപ്പിന്റെ പ്രായത്തിലും. ഏതാനും വർഷങ്ങളായി കൂടെയുള്ള രണ്ടാംപാപ്പാനായ ശങ്കുണ്ണി അന്ന് ആനയ്ക്കുള്ള ചോറ് മുന്നിൽകൊണ്ടുവച്ചശേഷം 'നിനക്കിപ്പൊ തരുന്നില്ലടാ. കൊറച്ചവിടെ നിൽക്ക്, നിന്നെ ഞാൻ പഠിപ്പിച്ചു തരാം' എന്ന മട്ടിൽ ഒന്നു വിലക്കി. പക്ഷേ, പണി പഠിപ്പിച്ചത് പാപ്പാനായിരുന്നില്ല; ആനയായിരുന്നു. വിശപ്പിന്റേയും വിദ്വേഷത്തിന്റേയും അന്നത്തെ ആ കലിയാട്ടത്തിലാണ് കുട്ടിശങ്കരൻ ആദ്യമായും അവസാനമായും കൊലയാളിയായത്. പാപ്പാനെ തട്ടിവീഴ്ത്തി

കുത്തി. പിന്നെ, കൃത്യനിർവഹണം കഴിഞ്ഞ് വലിയ കുഴപ്പങ്ങളൊന്നും കൂടാതെയുള്ള കീഴടങ്ങൽ. പക്ഷേ, അന്ന് കുട്ടിശങ്കരന്റെ ക്ഷോഭത്തിനൊപ്പം പാപ്പാന്റെ ലഹരിയുമാണ് കുഴപ്പമായതെന്നും ദൃക്സാക്ഷ്യമുണ്ട്. ആദ്യ കൊലപാതകത്തിന്റെ ഓർമകൾ ഉറവപൊട്ടുന്നതിനാലോ എന്തോ, ദേവസ്വംമഠത്തിന്റെ വടക്കിനിഭാഗത്തുള്ള അടുക്കളയും കിണറുമെല്ലാം കുട്ടിശങ്കരന് ഒരു പ്രശ്നബാധിത പ്രദേശം തന്നെയാണ്.

നീരുകാലം എന്ന മദപ്പാടുകാലം കുട്ടിശങ്കരന്റെ കാര്യത്തിൽ ഒരു പരീക്ഷണഘട്ടം തന്നെയാണ്. നീരുകാലത്ത് ഭക്ഷണം പൂർണമായും വർജിക്കുന്ന ആന ഒരു പനമ്പട്ടപോലും തൊടില്ല. പാൽക്കഞ്ഞി കൊടുത്താലും തലവഴി കോരിയൊഴിക്കും. ഇങ്ങനെ മൂന്നാം മാസമാകുമ്പോഴേക്കും തീറ്റയും വെള്ളവും എടുക്കാതെ ആന എല്ലും തൊലിയുമാവും. പിന്നെയൊന്ന് ആനക്കോലമാക്കി മാറ്റിയെടുക്കുവാൻ ചാക്കുകണക്കിന് ഈന്തപ്പഴവും ഔഷധക്കൂട്ടുകളുമൊക്കെ വേണ്ടിവരും.

മറ്റാനകളെപ്പോലെ മദപ്പാടിനുമുമ്പ് കന്നം നനയുകയോ കന്നക്കുഴിയിൽ നിന്നും ചെളിതള്ളുകയോ ഒന്നും കുട്ടിശങ്കരന്റെ കാര്യത്തിൽ ഉണ്ടാവില്ല. രണ്ടാം പാപ്പാനെ ആട്ടിയോടിക്കുന്നതു കണ്ടാൽ മദപ്പാട് ഊഹിച്ചുകൊള്ളുക. 'എന്നെ കെട്ടിയുറപ്പിക്കുക, എനിക്ക് ഭ്രാന്തിളകാറായി' എന്ന് ആന നൽകുന്ന സൂചനയാണത്. അതിനാൽ കുംഭമാസം മുതൽ ഇടച്ചട്ടക്കാരെ ആനയുടെ അടുത്തേക്ക് കാര്യമായി വിടുന്ന പതിവില്ല. നീരുകാലം കഴിഞ്ഞ് തെളിഞ്ഞ മനസ്സുമായി കളത്തിലിറങ്ങുന്ന കുട്ടിശങ്കരന്റെ നേരവും കാലവുംനോക്കി ഉത്സവനഗരികൾ കാത്തിരിക്കും. കേരളത്തിൽ ഇന്നൊരു നാട്ടാനയ്ക്ക് ലഭിക്കാവുന്ന ഏറ്റവും വലിയ അംഗീകാരവും സിദ്ധിയും ഇതല്ലാതെ മറ്റെന്ത്.

പ്രഥമദർശനത്തിലെ ആനച്ചന്തവും കല്ലിൽ കൊത്തിവച്ചപോലുള്ള ഗാംഭീര്യവുമാണ് കുട്ടിശങ്കരന് വീരസ്യം കൂട്ടുന്നത് എന്ന തോന്നൽ ചിലർക്കെങ്കിലുമുണ്ട്. പക്ഷേ, ദൂരെ മാറിനിന്ന് വിലയിരുത്തുംപോലെ അത്ര ശിലാഹൃദയനൊന്നുമല്ല ഈ സഹ്യപുത്രൻ. ഒരു നുള്ള് സ്നേഹത്തിനും ഒരുണ്ട ശർക്കരയ്ക്കും മുന്നിൽ തരളിതമാകുന്ന ഒരു കൊച്ചുമനസ്സ് ഈ വലിയ ശരീരത്തിനുള്ളിൽ ഉറക്കം നടിച്ചിരിപ്പുണ്ട്. പക്ഷേ, അതിനെ തൊട്ടുണർത്താൻ, ഇവനെ മനസ്സിലാക്കുന്നവരുടെ ക്ഷമയും സ്നേഹവും വേണമെന്നു മാത്രം.

ആദ്യപാതകത്തിന്റെ ചൂടും ചൂരുമടങ്ങി കുറേ വർഷങ്ങൾക്കിപ്പുറം മറ്റൊരു സംഭവം നടന്നു. വെള്ളിനേഴിക്കടുത്തുള്ള നായപ്പുള്ളി ചന്ദ്രനാണ് അന്ന് എതിർകക്ഷി. പതിവുപോലെ അതും ഒരു 'ഊൺമേശയിലെ കലാപം' തന്നെയായിരുന്നു. ആസ്വദിച്ചുള്ള അമൃതേത്തിനിടയിലാണ് പാപ്പാൻ ഒരനുസരണച്ചട്ടമെടുക്കുന്നത്. തുമ്പിമൂക്കിന്റെ തുമ്പത്തല്ലേ ദേഷ്യം. എടുത്ത കൈക്ക് വീശിയൊന്നു കൊടുത്തു! നിലത്തു വീണുകിടന്ന പാപ്പാനെ ഒന്നുരണ്ടുവട്ടം കുനിഞ്ഞു കുത്തിയതുമാണ്. പക്ഷേ, കുട്ടിശങ്കരന്റെ കൊമ്പിന്റെ പ്രത്യേകതയും പാപ്പാൻ കിടന്ന തിട്ടയും ആയുസ്സിന്റെ ബലവും അന്ന് രക്ഷപ്പെടുത്തി. പാപ്പാൻ കൃത്യമായും രണ്ടു കൊമ്പുകൾക്കിടയിൽപ്പെട്ടു. ആദ്യത്തെ ദേഷ്യമൊന്നടങ്ങിയപ്പോൾ ആന തന്നെ പിന്നാക്കം മാറി. പിന്നെ ചന്ദ്രന്റെ വിശ്വരൂപമായി.

"നീയല്ല നിന്റപ്പനായാലും എനിക്ക് പുല്ലാടാ. എടുക്കെടാ ചാമീ വടി..." എന്ന ആക്രോശവുമായി ചാടിയെഴുന്നേറ്റതും ആന വീണ്ടും ചീറിയടുത്തു. ചന്ദ്രൻ വീണ്ടും പഴയപടി തിണ്ടിനും ആനക്കൊമ്പിനുമിടയ്ക്കുള്ള സുരക്ഷിതത്വത്തിലേക്ക് വീണുചുരുണ്ടു. കഴിഞ്ഞ പതിനഞ്ചു വർഷമായി കുട്ടിശങ്കരനോടൊപ്പം സൂചിയും നൂലുംപോലെ നടക്കുന്ന ഒന്നാം പാപ്പാൻ മോഹനനും ഒരു ജീവൻമരണ പടയോട്ടത്തിന്റെ കഥ പറയാനുണ്ട്.

ഏതാനും വർഷം മുമ്പാണ് സംഭവം. പതിവിൻപടി ഭക്ഷണത്തിനിടയിൽ ഇടച്ചട്ടക്കാരനോടാണ് ഇത്തവണ കുട്ടിശങ്കരൻ ഉടക്കിയത്. അതിനെ നിയന്ത്രിച്ചുകൊണ്ട് ഒന്നാം പാപ്പാൻ മോഹനൻ ഒരടികൊടുത്തപ്പോൾ പിന്നെ അങ്ങോട്ടായി പരാക്രമം. ജീവനുംകൊണ്ട് പാഞ്ഞ മോഹ

നൻ രക്ഷയ്ക്കായി ഓടിക്കയറിയത് കക്കൂസിൽ (മൂത്രപ്പുരയിൽ). ഇറങ്ങിവരാനായി ആന പുറത്തു കാവലും. ആ ഒളിച്ചുകളി ഏതാണ്ട് രണ്ട് മണിക്കൂർ നീണ്ടുനിന്നു.

തന്നെ തിരിച്ചറിയുന്ന, മനസ്സിലാക്കുന്ന സ്നേഹനിധികൾക്കു മുന്നിൽ നിഷ്കളങ്കനാണ് കുട്ടിശങ്കരൻ. ആനപ്പുറത്ത് ആളെകയറ്റി വിടാനായാലും തിടമ്പേറ്റുവാനായാലും ഭൂമിയോളം തല കുനിക്കാൻ കുട്ടിശങ്കരനു മടിയാണ്. തന്റെ എല്ലാമെല്ലാമായ കോങ്ങാട് ഭഗവതിയുടെ തിടമ്പേറ്റു വാങ്ങുന്ന സന്ദർഭമൊഴിച്ച് മറ്റൊരിടത്തും ഇവൻ അത്രകണ്ടു വിനീതവിധേയനാവാറില്ല.

കുട്ടിശങ്കരന് ഒരു ജാതകമുണ്ടെന്നും ജാതകവശാൽ ഇനിയുമവൻ കടുംകൈകൾ കാട്ടിയേക്കാമെന്നുമുള്ള ഒരു കഥ കോങ്ങാട് മൊത്തം കേൾക്കുന്നുണ്ട്. എന്നാൽ കോങ്ങാട് മനയിലെ വല്യതിരുമേനി ആ ജാതകക്കഥ തീർത്തും നിഷേധിക്കുന്നു. അതുപോലെ ആട്, കോഴി, പശു തുടങ്ങിയ വളർത്തു മൃഗങ്ങളുമായി വലിയ ചങ്ങാത്തമാണെങ്കിലും വലിയവായിൽ കുരച്ച് ചെവി കല്ലിളക്കുന്ന നായകളെ കുട്ടിശങ്കരന് ഇഷ്ടമല്ല. ഒരിക്കൽ ദേവസ്വം മഠത്തിലെ ആനപ്പറമ്പിൽ കുട്ടിശങ്കരനു നേർക്ക് കുരച്ചു കൊതിതീർന്നപ്പോൾ, ഉണങ്ങിയ ആനപ്പിണ്ടത്തിനുമേൽ തല കുത്തിമറഞ്ഞ് ഒരു തെരുവുനായ ചില്ലറ അഭ്യാസം നടത്തി. ഊഴംകാത്തിരുന്ന കുട്ടിശങ്കരൻ ഒരു നിമിഷത്തിന്റെ ഇടവേളയിൽ നായയെ തൂക്കിയെടുത്ത് ഒരേറുകൊടുത്തു! നായ ചെന്നു വീണത് ദേവസ്വം മഠത്തിന്റെ രണ്ടാം നിലയിൽ. അന്ന് കോങ്ങാട് ദേവസ്വത്തിന്റെ വരവുചെലവ് ബുക്കിൽ ഇങ്ങനെ കുറിക്കപ്പെട്ടു- കുട്ടിശങ്കരൻ വക ചെലവ് രൂപാ നൂറ്റമ്പത്! ചത്ത നായയെ കുഴിച്ചിടാനായാലും കാശിന് കണക്കുവേണ്ടേ?

വേണമെങ്കിൽ ഒരു മലചുമക്കാൻവരെ കരുത്തും മനസ്സുമുള്ള കുട്ടിശങ്കരൻ സ്വതവേ ആളൽപം സൂത്രക്കാരനായ മടിയനാണ്. തെങ്ങിൻപട്ടയൊന്നും കണ്ണിൽപ്പിടിക്കാത്ത കക്ഷിക്ക് പനമ്പട്ടതന്നെ കിട്ടണം. പക്ഷേ വെട്ടിയിട്ടടുത്തുനിന്ന് അതെടുത്തുകൊണ്ടുവരാനൊന്നും അത്ര താത്പര്യവുമില്ല. 'ലോറിയിൽ കൊണ്ടെതന്നാലെന്താ. വളയൂരിപ്പോവ്വോ' എന്ന അനങ്ങാപ്പാറനയം. സാമം, ദാനം, ഭേദം, ദണ്ഡം വരെയെത്തിയാലേ ഒടുവിൽ കാര്യം നടക്കൂ. അതുപോലെതന്നെ വഴിനടത്തത്തിനിടയിൽ പാപ്പാന് അവന്റെ മുകളിലിരുന്ന് യാത്രചെയ്യാമെന്നാണ് വിചാരമെങ്കിൽ, കുട്ടിശങ്കരൻ മുഖത്തു നോക്കി തന്നെ പറയും- "എന്റിഷ്ടാ നിങ്ങൾക്കാളുമാറി. ആ ചുമടെടുക്കാൻ നമ്മളെ നോക്കണ്ടാ".

ഗജഗണങ്ങൾ...

ദേവഗണം: കുയിൽനാദമുള്ള, ആമ്പൽപ്പൂവ്, ഏഴിലംപാലപ്പൂവ്, ഓറഞ്ച്, താമര എന്നിവയുടെ ഗന്ധമുള്ള ആനകളാണ് ദേവഗണത്തിൽപ്പെടുന്നത്.

അസുരഗണം: മത്സ്യം, കരുനെച്ചി, ചെന്നിനായകം എന്നിവയുടെ ഗന്ധമുള്ളവയും നിന്ദ്യകർമ്മങ്ങൾക്ക് വെമ്പൽകൊള്ളുന്ന കൊലപാതകികളായവയുമായ ആനകൾ അസുരഗണത്തിൽപ്പെടുന്നു.

ചാത്തഗണം: ഏകാന്തികളായ രാത്രിഞ്ചരർ ചാത്തഗണത്തിൽപ്പെടുന്നു. ഇവർ അസാമാന്യമായി ഗർജിക്കുന്നവരും ഇടയ്ക്കിടെ ആക്രമണസ്വഭാവം കാണിക്കുന്നവരുമാണ്. ഇക്കൂട്ടർക്ക് ശവം, ആട് ഇവയുടെ രൂക്ഷഗന്ധമായിരിക്കും.

നാഗഗണം: ജലം, ചെളി എന്നീ വസ്തുക്കളോട് അത്യാസക്തി ഉള്ളവരാണ് നാഗഗണത്തിൽപ്പെട്ട ആനകൾ. ഇവയ്ക്ക് ഇടിമുഴക്കംപോലുള്ള ശബ്ദത്തോട് പേടിയാണ്. മത്സ്യം, മദ്യം, ചെളി, കർപ്പൂരത്തുളസി എന്നിവയുടെ ഗന്ധമായിരിക്കും നാഗഗണത്തിൽപ്പെട്ട ആനകൾക്ക്.

പണിയെടുക്കുന്ന കാര്യത്തിൽ തെല്ല് പിന്നോട്ടായാലും പിടിവാശിയുടേയും ബുദ്ധിയുടേയും കാര്യത്തിൽ കുട്ടിശങ്കരൻ വളരെ മുമ്പിലാണ്. ആവണപ്പറമ്പ് തിരുമേനിയുടെ ലേഹ്യം മനസ്സില്ലാമനസ്സോടെ വായിലാക്കിയാലും പാപ്പാൻമാരുടെ കണ്ണ് തെറ്റിയാൽ തുപ്പിയിരിക്കുമെന്നത് രണ്ടരത്തരം. "കുട്ടിശങ്കരാ, വേലത്തരങ്ങളൊന്നും വേണ്ട" എന്ന വിലക്കുമായി പാപ്പാൻമാർ വലിയകോൽ ചെവിക്കിടയിൽ ചാരിവച്ചിട്ട് പോകും. അവർ ആനപ്പറമ്പിൽ നിന്നും മാറേണ്ട താമസം കക്ഷി വലിയകോൽ തുമ്പിയിലെടുത്ത് അടുത്തുള്ള മരത്തിൽ ചാരും. പാപ്പാൻമാരുടെ മണം ദൂരെനിന്നും കിട്ടുമ്പോൾതന്നെ തിരിച്ച് കോലെടുത്ത്

ദേഹത്തു ചാരിവച്ച് നല്ല അനുസരണക്കുട്ടിയാകുകയും ചെയ്യും. അതുപോലെ കൊമ്പുമുറിക്കാനായി പെരുമ്പുളിശ്ശേരിക്കാരനോ, ഒരു കുത്തിവെപ്പെടുക്കാൻ ഡോ. കെ.സി. പണിക്കരോ അടുത്തെത്തിയാൽ പഠിച്ചപണി പതിനെട്ടും പയറ്റിയാലും കോങ്ങാടാനയെ കിടത്താൻ സാധിക്കില്ല. 'കിടന്നാൽ ഇവർ തനിക്കിട്ട് പണി തരു'മെന്നത് ആനയുടെ അനുഭവജ്ഞാനം.

നാടൻ ആനകളിലെ സമശീർഷരായ തിരുവമ്പാടി ശിവസുന്ദർ, പാമ്പാടി രാജൻ എന്നിവരേക്കാൾ ഒരിഞ്ചെങ്കിലും കോങ്ങാടാന മുന്നിലുണ്ടാവുമെന്നാണ് ഇവന്റെ പാപ്പാൻ മോഹനൻ അഭിമാനത്തോടെ പറയുന്നത്. ഉയരത്തിൽ മാത്രമല്ല, പേരിലും കുട്ടിശങ്കരൻ മോശമല്ല.

പാലക്കാടൻ മലകളുടെ അതിരുകൾതാണ്ടി കോങ്ങാട് കുട്ടിശങ്കരന്റെ നാമം ഇന്ന് കേരളം മുഴുവൻ നെഞ്ചിലേറ്റി ലാളിക്കുകയാണ്. ആനച്ചന്തം എന്താണെന്നറിയാൻ, കമ്പോടുകമ്പ് സംസ്കൃത ശ്ലോകം ചൊല്ലി വിയർക്കാതെ, കുട്ടിശങ്കരനെ നോക്കാനാണ് ആനക്കമ്പക്കാർ പറയുന്നത്. കോങ്ങാട് കുട്ടിശങ്കരൻ പകർന്നാട്ടം തുടരുമ്പോൾ ആ അഭൗമസൗന്ദര്യത്തിൽ ആമഗ്നരായി നമുക്കും കൂടെയാടാം.

***

തിരുവമ്പാടി ശിവസുന്ദർ

ത്യാഗത്തിന്റെ പ്രതിഫലം നക്ഷത്രത്തിളക്കം

ദൈവങ്ങളുടെ നാടാണ് കേരളം; അന്തമെഴാത്ത ഉത്സവങ്ങളുടേയും നാട്. മുപ്പത്തിമുക്കോടി ദേവകളും നേരിട്ടെഴുന്നെള്ളി വന്ന് പങ്കെടുക്കുകയും ആതിഥ്യമരുളുകയും ചെയ്യുന്ന ആറാട്ടുപുഴപ്പൂരം മുതൽ, നല്ലനേരം നോക്കി മാത്രം വിളക്കും നേദ്യവുമുള്ള കാട്ടമ്പലങ്ങളിലെ കാട്ടിക്കുട്ടിപ്പൂരം വരെ, വർഷത്തിൽ നല്ലൊരു ഭാഗവും നമുക്ക് ഉത്സവദിനങ്ങളാണ്. എന്നാൽ, എല്ലാ ഉത്സവങ്ങൾക്കും മേലെയുള്ള ഉത്സവപ്പെരുമയായി, പൂരങ്ങളുടെ പൂരമായി നമുക്ക് ഒന്നേയുള്ളൂ. അതാണ് തൃശ്ശൂർപ്പൂരം. കൊച്ചു കേരളത്തിന്റെ സാംസ്കാരിക പൈതൃകം എന്നു കേൾക്കുന്ന മാത്രയിൽ മലയാളിയുടെ മാത്രമല്ല, ആരുടേയും മനസ്സിൽ ആദ്യം ഓടിയെത്തുന്ന ചിത്രങ്ങൾ കഥകളിയും തൃശ്ശൂർപ്പൂരവുമായിരിക്കും. നെറ്റിപ്പട്ടം കെട്ടി, മുത്തുക്കുടയും ചൂടി നിരനിരയായി നിൽക്കുന്ന ഗജകേസരികൾ! ദൃശ്യവിസ്മയങ്ങളുടെ ഒരായിരം വർണരാജികൾ ഒന്നായി വിരിയുന്ന

▼ തിരുവമ്പാടി ശിവസുന്ദർ

കുടമാറ്റം! മനസ്സും ശരീരവും ഉൻമത്തമാകുന്ന ഉത്സവലഹരിയിൽ സ്വയംമറന്ന് ആറാടി, സ്വപ്നാടകരെപ്പോലെ തിരയടിച്ചാർക്കുന്ന ജനസമുദ്രം. ഓണമെന്നപോലെ തൃശ്ശൂർപ്പൂരവും മലയാളിക്ക് തലമുറകളിലൂടെ താവഴിസ്വത്തായി ലഭിച്ച സാംസ്കാരിക വിരുന്നാണ്.

പണ്ട് പ്രശസ്തമായ ആറാട്ടുപുഴ പൂരത്തിന്റെ ഒരു ഭാഗം മാത്രമായിരുന്നു തൃശ്ശൂർപ്പൂരമെന്ന് പറയാം. എന്നാൽ പോകെപ്പോകെ ആറാട്ടുപുഴപ്പൂരത്തിന്റെ വ്യാപ്തിയും വൈപുല്യവും താണ്ടി തൃശൂർപ്പൂരത്തിന്റെ പേരും പെരുമയും ഇന്ന് വിശ്വവിഹായസോളം എത്തിനിൽക്കുന്നു. ലോകടൂറിസംമാപ്പിൽ മലയാളിയുടെ തൃശ്ശൂർപ്പൂരത്തിനുള്ള സ്ഥാനം ഇന്ത്യയിലെന്നല്ല, ഏഷ്യയിലെ തന്നെ മറ്റേതൊരു ഉത്സവാഘോഷത്തിനും ഇല്ലെന്ന് അടിവരയിട്ട് പറയാം.

പൂരം കേവലം ഒരു ആഘോഷം മാത്രമല്ല. മറിച്ച് അതൊരു വികാരമാണ്; ജീവിതത്തിൽ ഒരു വട്ടമെങ്കിലും ആ ജനസഞ്ചയത്തിൽ നേരിട്ട് അലിഞ്ഞുചേർന്ന് അനുഭവിച്ചറിയേണ്ട ഒരു വികാരമാണ്. പൂരം എന്ന വാക്കിനുപോലും പരിപൂർണമായി പ്രതിഫലിപ്പിക്കാൻ കഴിയാത്ത ഒരാവേശത്തിമിർപ്പുണ്ട്; ഒരു ജനതയുടെ ആത്മാവിഷ്കാരമുണ്ട്.

തിരുവമ്പാടി-പാറമേക്കാവ് ദേവസ്വങ്ങളാണ് തൃശ്ശൂർപ്പൂരത്തിലെ പ്രധാന പങ്കാളികൾ. കടുത്ത വാശിയോടെ ഇരുകൂട്ടരും ഇഞ്ചോടിഞ്ചു പൊരുതുന്ന പൂരത്തിൽ പണ്ടൊക്കെ വാശി പലപ്പോഴും അതിന്റെ ഉച്ചസ്ഥായിയിൽ എത്തി, പൂരം ഒടുവിൽ നല്ല പൊരിഞ്ഞ 'പൂരത്തല്ലിൽ' കലാശിക്കുന്നതും അപൂർവമായിരുന്നില്ല. പേരുകേട്ട, ലക്ഷണമൊത്ത ഗജവീരൻമാരെ സ്വന്തം പന്തിയിൽ അണിനിരത്തുവാനുള്ള മത്സരബുദ്ധിയാവും പലപ്പോഴും കൈയാങ്കളിയിൽ കലാശിക്കുന്നത്. ഇന്ന് അനാവശ്യവാശിയും വൈരാഗ്യവും വെടിഞ്ഞ്, ഇരുകൂട്ടരും അനുരഞ്ജനത്തിന്റെ പാതയിൽ മുഖത്തോടുമുഖമിരുന്ന്, ലക്ഷണയുക്തരായ ഗജവീരൻമാരെ പങ്കുവച്ചെടുത്താണ് പൂരം ഘോഷിക്കുന്നത്. പക്ഷേ, പൂരത്തിടമ്പ് സ്വന്തം ആനയ്ക്കുമാത്രം. അക്കാര്യത്തിൽ ഇരുകൂട്ടർക്കും കടുകിട വിട്ടുവീഴ്ചയില്ല. അതുപോലെ പൂരത്തിന് എഴുന്നെള്ളിക്കുന്ന ആനകൾ ആനച്ചന്തത്തിന്റെ അവസാനവാക്കുകളായിരിക്കണം. ലക്ഷണത്തോടൊപ്പം സ്വഭാവവൈശിഷ്ട്യം പുലർത്തുന്നവരുമായിരിക്കണം.

തൃശ്ശൂർപ്പൂരത്തിന് എഴുന്നെള്ളിക്കുവാൻ കഴിയുന്നത്, ആനയുടെ നിലയുടേയും വിലയുടേയും മാനദണ്ഡത്തിലാണ്. പൂരപ്പറമ്പിൽ തന്റെ ആനയും നിരന്നുകാണാൻ കൊതിക്കാത്ത ഒരാനയുടമയും ഇന്ന് കേരളത്തിലുണ്ടാവില്ല. പൂരത്തിൽ പങ്കെടുക്കാൻ കഴിയുന്നതു തന്നെ അഭിമാനാർഹമാണെങ്കിൽ പൂരപ്പെരുമയുടെ പൊൻതിടമ്പുകൾ ശിരസ്സിലേന്തുന്ന ഗജരാജാക്കൻമാരുടെ വിലയെന്താവും. ലോകത്തിന്റെ കണ്ണുകൾ മുഴുവൻ തങ്ങളിലേക്ക് വലിച്ചുപറിച്ചെടുക്കുന്ന ഗജകേസരികളാണവർ. ആ ദിവസങ്ങൾ അവർക്കു മാത്രം സ്വന്തമാണ്- പൂരപ്രമാണിമാരായ ഗജരാജാക്കന്മാർക്ക്. തൃശ്ശൂർപ്പൂരത്തിന് തിരുവമ്പാടി

കൃഷ്ണന്റെകൂടി സാന്നിധ്യമുള്ള ഭഗവതിയുടെ തിടമ്പേന്തുന്ന ഗജവീരനാണ് തിരുവമ്പാടി ശിവസുന്ദർ. ഇന്ത്യാമഹാരാജ്യത്തിൽ ഇന്നോളം നടന്നിട്ടുള്ള എക്കാലത്തേയും വലിയ ആനക്കച്ചവടത്തിലെ നായകൻ.

മൂന്ന് പതിറ്റാണ്ടോളംകാലം തിരുവമ്പാടി കണ്ണന്റേയും ദേവിയുടേയും ദാസനായി, തിരുവമ്പാടി വിഭാഗത്തിന്റെ തിടമ്പേറ്റിയ തിരുവമ്പാടി ചന്ദ്രശേഖരൻ ഒഴിച്ചിട്ടുപോയ സിംഹാസനത്തിലേക്ക് ശിവസുന്ദർ എന്ന ഗജവീരൻ അപ്രതീക്ഷിതമായി നടന്നുകയറുകയായിരുന്നു. തുടർച്ചയായി ഇരുപത്തെട്ടുവർഷം പൂരത്തിടമ്പേന്തിയ ചന്ദ്രശേഖരൻ എഴുപതാം വയസ്സിൽ ചരിഞ്ഞപ്പോൾ, 'തിരുവമ്പാടിയുടെ അഭിമാനം കാത്ത് ലോകത്തിനു മുന്നിൽ തലയുയർത്തിപ്പിടിച്ച് നിൽക്കാൻ ആര്' എന്ന ചോദ്യം ഒരു ദേശം മുഴുവൻ മുഴങ്ങി. ചന്ദ്രശേഖരനൊപ്പം നിൽക്കാൻ പറ്റിയ അഴകും ലക്ഷണവും തികഞ്ഞ ഗജവീരന് വേണ്ടിയുള്ള അന്വേഷണം യുദ്ധകാലാടിസ്ഥാനത്തിലാണ് ഒരു ജനത ഏറ്റെടുത്തത്. ബീഹാറിലേയും സിലോണിലേയും ആൻഡമാനിലേയും ആനച്ചന്തകൾവരെ അവർ കയറിയിറങ്ങി. പക്ഷേ, ഉലകം മുഴുവൻ ചുറ്റിയിട്ടും കണ്ണിനും മനസ്സിനും ശരിക്കും ബോധിച്ച ഒരെണ്ണത്തിനെ അവർക്ക് കണ്ടെത്താനായില്ല.

അവസാനമില്ലാത്ത അന്വേഷണങ്ങളുമായി ഇറങ്ങിത്തിരിക്കുമ്പോഴും പ്രത്യാശാനിർഭരമായ വഴിക്കണ്ണുകളുമായി ഒരു ദേശം മുഴുവൻ കാത്തിരിക്കുമ്പോഴും സ്വന്തം മണ്ണിൽ തന്നെ തങ്ങളുടെ സങ്കല്പങ്ങളിലെ ഗജരാജൻ, ശിലയിൽ കൊത്തിവച്ച കവിത പോലെ പരിലസിക്കുന്നത് അവർ കാണാതിരുന്നതല്ല. മറിച്ച് അതു കിട്ടാക്കനിയാണെന്ന പൊള്ളുന്ന തിരിച്ചറിവിനു മുന്നിൽ ആ മോഹമുപേക്ഷിക്കുകയായിരുന്നു. ഏറ്റവും ഒടുവിലാണ് ആകാശമിടിഞ്ഞു വീണെന്നാലും ഒരിക്കലും കൈവിടില്ലെന്ന് ഫ്രാൻസിസേട്ടൻ എന്ന ആനയുടമ അടംപിടിച്ച പൂക്കോടൻ ശിവൻ, തിരുവമ്പാടി ശിവസുന്ദറായി തിരുവമ്പാടി കണ്ണന്റെ തിടമ്പെടുക്കുന്നത്. എക്കാലത്തേയും വലിയ ആനക്കച്ചവടമായിരുന്നിത്. ഗൾഫിലെ വ്യവസായ പ്രമുഖനും ആനക്കമ്പക്കാരനുമായ റ്റി.എ. സുന്ദർമേനോനെന്ന ചെറുപ്പക്കാരനാണ് പൂക്കോടൻ ശിവനെന്ന 'കോഹിനൂർരത്ന'ത്തെ നേടിയെടുത്തത്. ഇരുപത്തിയെട്ടുലക്ഷം രൂപയുടെ ഇടപാടിലാണ് ഈ തിരുവമ്പാടിക്കാരൻ തന്റെ തട്ടകത്തിന്റെ സ്വപ്നം യാഥാർത്ഥ്യമാക്കിയത്.

പത്തടിയോടടുത്ത ഉയരം, ഉയർന്ന വായുകുംഭം, നല്ല തലക്കുന്നി, വിരിഞ്ഞ മസ്തകം, നിലം തൊടുന്ന വലിപ്പമാർന്ന തുമ്പി, പതിനെട്ട് നഖങ്ങൾ, അസാമാന്യ ഗാംഭീര്യമാർന്ന ഉടൽഭംഗി- ഇന്ത്യാ ചരിത്രത്തിൽതന്നെ ഇദംപ്രഥമായി ഒരാനയ്ക്ക് കാൽക്കോടിയിലേറെ വിലമതിക്കുവാൻ നിമിത്തമായ കാര്യകാരണങ്ങൾ ഈ ലക്ഷണത്തികവുകൾ തന്നെയായിരുന്നു. ഒപ്പം പ്രായക്കുറവിന്റെ ആനുകൂല്യവും. ഇനിയും ഒരു നൂറ് അങ്കങ്ങൾക്ക് ബാല്യമുള്ള ശിവസുന്ദറിന് പ്രായം മുപ്പത്തിയഞ്ച് കഴിയുന്നതേയുള്ളൂ.

ആനയ്ക്കും മനുഷ്യനുമിടയ്ക്കുള്ള അപൂർവബന്ധത്തിന്റെ അടിസ്ഥാനംതന്നെ ചതിയുടേതാണ്. കാട്ടിൽ സ്വതന്ത്രനായി ജീവിക്കേണ്ട പാവം ജീവിയെ വാരിക്കുഴിയിൽ വീഴ്ത്തുന്ന മനുഷ്യന്റെ കൗശലമാണ് ആനകൾ ദുരിതപർവത്തിലെത്തുന്നതിനു കാരണം. അതവരുടെ വിധിയാണെങ്കിലും നമ്മുടെ നാട്ടാനകളിൽ 99%വും മനുഷ്യകുലത്തിന്റെ കൊടിയ വഞ്ചനക്കുഴികളിൽ വീണ് നാട്ടിൽ വന്നുപെട്ടവരാണെങ്കിൽ, ശിവസുന്ദറിന്റെ കഥ മറ്റൊന്നാണ്. ഒരു കടലോളം ആഴമുള്ള വലിയൊരു ത്യാഗത്തിന്റെ കഥ. വൃദ്ധനായ പിതാവിന്റെ അടങ്ങാത്ത ഭോഗതൃക്ഷ്ണകൾക്കു മുന്നിൽ സ്വന്തം യൗവനംതന്നെ ദാനം നൽകിയ യയാതിയേക്കാൾ വലിയൊരു ത്യാഗം.

വാരിക്കുഴിയിൽ ആന വീണ വാർത്തയറിഞ്ഞ് ആനപിടുത്തത്തിനുള്ള സർവസന്നാഹങ്ങളുമായി കാട്ടിലെത്തിയ വനംവകുപ്പുസംഘത്തെ കാത്തിരുന്നത് പതിവില്ലാത്ത ഒരു ദൃശ്യമായിരുന്നു. കുഴിയിൽ വീണത് ഒരു പിടിയാന. പക്ഷേ, തള്ളയാന വീണ കുഴിക്കു ചുറ്റും കരളലിയിക്കുന്ന ദീനവിലാപങ്ങളുമായി വിളറിപിടിച്ച് ഓടിനടക്കുകയാണ് ഒരാനക്കുട്ടൻ! പെറ്റുവീണിട്ടുതന്നെ മൂന്നോ നാലോ മാസങ്ങളേ കഴിഞ്ഞിട്ടു

ണ്ടാവൂ. വനംവകുപ്പ് ഉദ്യോഗസ്ഥരെ ശരിക്കും വിഷമവൃത്തത്തിലാക്കിയ മുഹൂർത്തം. തള്ളയെ കൊള്ളണോ പിള്ളയെ തള്ളണോ? ഒരെത്തും പിടിയും കിട്ടുന്നില്ല. അവസാനം അവർ ഒരു തീരുമാനത്തിലെത്തി. തള്ളയെ കരയ്ക്കുകയറ്റി കാട്ടിലേക്ക് സ്വതന്ത്രയാക്കിയശേഷം, ഐശ്വര്യം തുളുമ്പുന്ന കുട്ടിക്കുറുമ്പനേയും എടുത്ത് അവർ കാടിറങ്ങി. മുലകുടി മാറാത്ത പ്രായത്തിൽ സ്വന്തം ജീവിതംതന്നെ ദാനം ചെയ്ത്, പെറ്റമ്മയ്ക്ക് നിത്യ ബന്ധനത്തിൽ നിന്നും മോചനമേകിയ അവന്റെ ഉറ്റവരും ഉടയവരും അന്നുതൊട്ടിന്നോളം മനുഷ്യരാണ്. അതും ശിരോലിഖിതം. മനുഷ്യരോടൊപ്പം ജീവിച്ചു വാഴാൻ മാത്രം ജന്മമെടുത്ത ഒരു തിരുപ്പിറവി!

അറിയാത്ത ഭാഷയും നെറിയില്ലാ മനുഷ്യരും; എങ്കിലും 'വീണിടം വിഷ്ണുലോകം'. പിന്നീടവന്റെ അമ്മത്തൊട്ടിലും ആശാൻകളരിയുമെല്ലാം കോടനാട് ആനക്കൂടായിരുന്നു. പാലും ബിസ്ക്കറ്റും മാത്രം കൊടുത്താണ് ഫോറസ്റ്റ് ഓഫീസറായിരുന്ന കൃഷ്ണൻകുട്ടി മേനോനും കുടുംബവും അവനെ പൊന്നുപോലെ നോക്കിവളർത്തിയത്. ഇന്ന് തിരുവമ്പാടി ശിവസുന്ദറായി പൂരത്തിടമ്പേന്തി, തേക്കിൻകാടുമൈതാനം അടക്കിവാഴുന്ന ഈയാനയ്ക്കു മുന്നിൽ പഴയ വാത്സല്യത്തോടെ, കണ്ണെടുക്കാതെ കൃഷ്ണൻകുട്ടി മേനോൻ നോക്കിനിൽക്കും. അത് ശിവസുന്ദറിന്റെ സുകൃതമാണ്. ഒരിക്കൽ അവന്റെ സ്നേഹത്തിന്റെ നറുമണം തിരിച്ചറിഞ്ഞിട്ടുള്ളവർക്കാർക്കും പിന്നീടവനെ മറക്കാനും കൈവിടാനും മനസ്സുവരില്ല.

ആലുവയ്ക്കടുത്തുള്ള ചങ്ങമനാട്ട് സ്വദേശിയായ കച്ചവടക്കാരൻ അബൂബക്കറാണ് 1978-ൽ ആനക്കുട്ടിയെ കോടനാട് കൂട്ടിൽനിന്നും ലേലത്തിനു പിടിക്കുന്നത്. അവിടുന്നവൻ എട്ടാം വയസ്സിൽ, ലക്ഷണംനോക്കി മാത്രം ആനയെ വാങ്ങുന്ന പൂക്കോടൻ ഫ്രാൻസിസിന്റെ പക്കലെത്തി. പിന്നീടൊരിക്കൽ അതേ അബുബക്കർ തന്നെ ആനക്കുട്ടിയെ തനിക്ക് മടക്കിത്തരണം, നല്ല വിലതരാം എന്ന ആവശ്യവുമായി എത്തി. പക്ഷേ, അപ്പോഴേക്കും ശിവനെന്ന ആനക്കുട്ടിയുടേയും ഫ്രാൻസിസ് എന്ന ആനയുടമയുടേയും മനസ്സുകൾ ഒട്ടിപ്പോയിട്ടുണ്ടായിരുന്നു; പറിച്ചുമാറ്റാനാകാത്തവിധം.

തന്റെ മക്കളുടെ ജാതകമെഴുതിയ കോങ്ങാട് വൈദ്യരെക്കൊണ്ടുതന്നെ പൂക്കോടൻ ഫ്രാൻസിസ് ശിവന്റെയും ജാതകമെഴുതിച്ചു. 'ഇവൻ കേരളത്തിലെ നാട്ടാനകളിൽ പേരും പെരുമയും ആർജിക്കും' എന്ന ജാതകകർത്താവിന്റെ വാക്കുകൾപോലെ, ഇന്ന് ഇവനെ കാണാത്ത ലോകരാജ്യങ്ങളുണ്ടോ? ഇവന്റെ മുഖം ദർശിക്കാത്ത വാർത്താമാധ്യമങ്ങളുണ്ടോ?

തീർത്തും അവിചാരിതമായി കാട്ടിൽനിന്നും നാട്ടിലേക്കെത്തിയ ശിവൻ, അതുപോലെതന്നെ ഒരിക്കൽ കാടുകയറുകയും ചെയ്തിട്ടുണ്ട്. വെള്ളവും തീറ്റയും കൊടുക്കാതെ, അകാരണമായി ഭേദ്യം ചെയ്ത അന്നത്തെ പാപ്പാന്മാരോട് പിണങ്ങി ഒരു കാടുകയറ്റം- പതിനാറാം വയസ്സിലെ സത്യാന്വേഷണ പരീക്ഷണം! കാടുകയറിയ ആനയെത്തേടി പാപ്പാൻമാരും വേറെ പത്തിരുപതു പേരും വൃശ്ചികമാസത്തിലെ കനത്ത മഞ്ഞും തണുപ്പും വകവയ്ക്കാതെ കാടായ കാടൊക്കെ അരിച്ചുപെറുക്കി. പക്ഷേ, പാപ്പാൻമാരുടെ മണമടിക്കുമ്പോൾ തന്നെ അവൻ ഓടിയകലും. മനുഷ്യനും ആനയും ചേർന്നുള്ള ആ കള്ളനും പോലീസും കളി പത്തുപതിനഞ്ചു ദിവസം നീണ്ടു. അന്ന് മയക്കുവെടിസമ്പ്രദായം ഒന്നും നടപ്പിലായിത്തുടങ്ങിയിട്ടില്ലാത്ത കാലം. അവസാനം ഒരു തീരുമാനത്തിലെത്തി- 'മുട്ടുകാലിന് താഴെ വെടിവച്ച് വീഴ്ത്തി ആനയെ നാട്ടിലെത്തിച്ച ശേഷം, ശസ്ത്രക്രിയചെയ്ത് വെടിയുണ്ട പുറത്തെടുക്കുക.

തോക്കും ആളും അമ്പുമൊക്കെയായി ആൾക്കാർ നാലഞ്ചു ജീപ്പുകളിൽ ഇറങ്ങിത്തിരിക്കുകയും ചെയ്തു; പിന്നാലെ ഫ്രാൻസിസും. പക്ഷേ ഫ്രാൻസിസ് അവർക്ക് പിന്നാലെ കത്തിച്ചുവിട്ടത് അവരെ പ്രോത്സാഹിപ്പിക്കുവാനായിരുന്നില്ല, മറിച്ച് അവരുടെ വഴിമുടക്കുവാനായിരുന്നു. 'വെടിവച്ച് പിടിച്ചിട്ട് എനിക്കാനയെ വേണ്ട, എനിക്ക് വിധിച്ചിട്ടുള്ളതാണെങ്കിൽ അവൻ കാടിറങ്ങിവരും, അല്ലെങ്കിൽ കാട്ടിൽ ഒരെണ്ണംകൂടി ആയിക്കോട്ടെ' അതായിരുന്നു ഫ്രാൻസിസിന്റെ

തിരുവമ്പാടി ശിവസുന്ദറും സംഘവും ഉത്സവ എഴുന്നെള്ളിപ്പിനിടയിൽ

തീരുമാനം. അവസാനം ഉടമയുടെ പ്രതീക്ഷപോലെതന്നെ പതിനെട്ടാംനാൾ അവൻ പ്ലാപ്പള്ളി ഭാഗത്തുനിന്ന് കാടിറങ്ങി വന്നു. പക്ഷേ, പാപ്പാന്മാരെ കണ്ടതും പിന്നെയും കത്തിച്ചു വിട്ടപോലെ കാട്ടിലേക്ക് തന്നെ പാഞ്ഞു. അവസാനം ഫ്രാൻസിസ് ചെന്ന് തൊട്ടുതലോടി അനുനയിപ്പിച്ച് കൊമ്പിൽ പിടിച്ചു. അനുസരണയോടെ ശിവൻ വളർത്തച്ഛന്റെ പിന്നാലെ നടകൊള്ളുകയും ചെയ്തു.

ഫ്രാൻസിസിന്റെ പൂക്കോടൻ ശിവനെ സ്വന്തമാക്കുവാൻ പലരും പലവട്ടം ശ്രമിച്ച് പരാജയപ്പെട്ടതാണ്. അക്കൂട്ടത്തിൽ സാധാരണക്കാർ മുതൽ സിനിമാതാരങ്ങൾ വരെയുണ്ട്. പലരും തോറ്റുമടങ്ങിയിടത്ത് സുന്ദർമേനോനും മേനോന്റെ അളവറ്റ സമ്പത്തും വെന്നിക്കൊടി നാട്ടി. ഗൾഫ്നാടുകൾ കേന്ദ്രീകരിച്ച് പ്രവർത്തിക്കുന്ന ബഹസാദ് ഗ്രൂപ്പ് ഓഫ് കമ്പനീസ് എന്ന വ്യവസായ ശൃംഖലയുടെ അധിപനായ സുന്ദർമേനോൻ ചിന്തിച്ചത് മറ്റൊരുവഴിക്കാണ്. ഒരു തൃശ്ശൂർക്കാരന് മാത്രം സങ്കൽപിക്കാൻ കഴിയുന്ന വർണ്ണാഭമായ സ്വപ്നം– ചന്ദ്രശേഖരന്റെ നിലയ്ക്കും വിലയ്ക്കുമൊത്ത ഒരു പിൻഗാമിയെ തിരുവമ്പാടി ദേവസ്വത്തിലേക്കായി നടയിരുത്തുക. പുതിയൊരു ആനയെ വാങ്ങാൻ സഹായം അഭ്യർഥിച്ച് എത്തിയ ദേവസ്വം അധികൃതർക്ക് മുന്നിൽ സുന്ദർമേനോൻ വച്ചത് മറ്റൊരു നിർദ്ദേശമായിരുന്നു– ആനയെ താൻ വാങ്ങിച്ചുതരാം. പക്ഷേ, വില എത്രയായാലും ഇന്നു കിട്ടാവുന്നതിൽ ഏറ്റവും മികച്ച ആന തന്നെയായിരിക്കണം.

മറ്റുള്ളവരെപ്പോലെ സുന്ദർമേനോനും ഫ്രാൻസിസേട്ടന്റെ അടുത്തെത്തി ആനയെ ചോദിച്ചു. പതിവുപോലെ ആളെ പേടിപ്പിച്ച് ഓടിക്കുവാൻ പാകത്തിലുള്ള ഒരു വില ഇക്കുറിയും ഫ്രാൻസിസേട്ടൻ പറഞ്ഞു– മുപ്പതുലക്ഷം! (അന്നത് കേട്ടുകേൾവിപോലുമില്ലാത്ത ഒരു വിലയായിരുന്നു എന്നത് പ്രത്യേകം ഓർമിക്കണം). മറ്റാരെങ്കിലുമായിരുന്നെങ്കിൽ എഴുന്നേറ്റ് ഓടുമായിരുന്നു. പക്ഷേ, സുന്ദർമേനോൻ ഓടിയില്ല. താൻ ആനയെ വാങ്ങുന്നത് തിരുവമ്പാടി ദേവ

സ്വത്തിനു വേണ്ടിയാണെന്നും തൃശ്ശൂർപ്പൂരത്തിന്റെ തിടമ്പെടുക്കാനാണെന്നുംകൂടി പറഞ്ഞപ്പോൾ മനസ്സില്ലാമനസ്സോടെ ഫ്രാൻസിസേട്ടൻ തന്റെ മാനസപുത്രന്റെ അവകാശം സുന്ദർമേനോന് കൈമാറി. ഇരുപത്തെട്ടുലക്ഷം രൂപയുടെ നേരിട പാട് എന്ന നിലയിൽ ആ ആനക്കച്ചവടം ചരിത്ര ത്തിൽ സ്ഥാനം പിടിക്കുകയും ചെയ്തു.

ഇരുപത്തെട്ടുലക്ഷം രൂപകൊടുത്ത് വാങ്ങിയ ആന രണ്ടേരണ്ട് ദിവസമേ സുന്ദർമേനോന് സ്വന്തമായിരുന്നുള്ളൂ. അനന്തരം അവൻ തിരുവ മ്പാടി കൃഷ്ണന്റെ സ്വന്തമായി. പൂക്കോട് ശിവൻ തിരുവമ്പാടി ശിവസുന്ദറായിമാറിയ മുഹൂർത്തം. 'ആനയെ നടയ്ക്കിരുത്തി കളഭം ചാർത്തൽ ചടങ്ങ്', അക്ഷരാർഥത്തിൽ തൃശ്ശൂരിനേയും തിരു വമ്പാടിയേയും മറ്റൊരു പൂരനഗരിയാക്കി. സുന്ദർമേനോന്റെ 'കൃഷ്ണകടാക്ഷം' വീട്ടിൽ നിന്നുമിറങ്ങിയ ആന വടക്കുംനാഥന്റെ നടയി ലെത്തി വണങ്ങിയ ശേഷം ഗജവീരന്മാരുടേയും താളമേളങ്ങളുടേയും അകമ്പടിയോടെയാണ് തിരുവമ്പാടിയിൽ എത്തിയത്. ഗുരുവായൂർ കേശ വന്റേയും തിരുവമ്പാടി ചന്ദ്രശേഖരന്റേയും അന്ത്യ കർമങ്ങൾ, ജനസഹസ്രങ്ങളുടെ സാന്നിധ്യവും സ്നേഹവായ്പുകളുംകൊണ്ട് ചരിത്രമായതാണ്. പക്ഷേ, ഒരാനയുടെ സ്ഥാനാരോഹണച്ചടങ്ങുകൾ ഇങ്ങനെ ഒരു നാടിന്റെതന്നെ ഉത്സവമായി മാറുന്ന മഹാസംഭവം, അത് കാലത്തിനുപോലും പുതുമയായിരുന്നു. തന്റെ പൂക്കോട് ശിവൻ, തിരു വമ്പാടി ശിവസുന്ദറായി മാറുന്ന സുവർണ മുഹൂർത്തത്തിന് സാക്ഷ്യംവഹിക്കാൻ, ക്ഷേത്ര ത്തിൽ പ്രവേശിക്കാൻ കഴിയില്ലാത്ത പൂക്കോടൻ ഫ്രാൻസിസ് നൻമനിറഞ്ഞ മനസ്സുമായി തൊട്ട ടുത്ത കെട്ടിടത്തിന്റെ മട്ടുപ്പാവിൽ ഇടംപിടിച്ചിട്ടു ണ്ടായിരുന്നു. നിറഞ്ഞു തുളുമ്പുന്ന മനസ്സോടെ പൂക്കോടൻ ശിവന്റെ 'ശിവനെ' നിലനിർത്തി ക്കൊണ്ടും, ഒരു സ്വപ്നം യാഥാർഥ്യമാക്കിയ സുന്ദർ മേനോനോടുള്ള സ്നേഹവായ്പുകൾ പ്രകടമാക്കിയും ആനയ്ക്ക് പുതിയ പേർനൽകി- തിരുവമ്പാടി ശിവസുന്ദർ. അന്ന് തൃശ്ശൂർ നിവാ സികൾ മറ്റൊരു തൃശ്ശൂർപ്പൂരം ആഘോഷിച്ചു.

ആനക്കാരിലെ 'കാതലുള്ള ധിക്കാരി' എന്നു പറയാവുന്ന കടുവാ വേലായുധനും ശിവസുന്ദ റുമായുള്ള അടുപ്പക്കൂടുതലും എടുത്തുപറയേണ്ട കാര്യമാണ്. ശിവസുന്ദറാവും മുമ്പുള്ള 'പൂക്കോ ടപർവ്വ'ത്തിലായിരുന്നു ഇവർക്കിടയിലെ

പാപ്പാന്റെ പാപ്പാൻ...

നല്ലൊരാനയുടെ കാൽപ്പൊക്കമില്ലാത്ത ഒരു മനു ഷ്യൻ. പാപ്പാനായതോ നിയന്ത്രിച്ചതോ ആയ ആനക ളുടെ എണ്ണം കേട്ടാൽ ഈ മനുഷ്യനെ ഒന്നുകൂടി സൂക്ഷിച്ചുനോക്കാതിരിക്കാനാവില്ല- അതാണ് ആന കളുടെ 'വേല'കളൊന്നും ചെലവാകാത്ത 'കടുവ വേലായുധൻ' എന്ന പാപ്പാന്റെ പ്രത്യേകത. പത്തര വയസ്സുള്ളപ്പോൾ കോല് കൈയിലെടുത്ത വേലായു ധന് ഇപ്പോൾ 58 വയസ്സ്. നിയന്ത്രിച്ച ആനകളുടെ എണ്ണമാകട്ടെ നൂറോളം വരും. വാഴയിൽ കൊച്ചയ്യപ്പൻ, കൂനത്തറ വേലായുധൻ, ചോറ്റാനിക്കര അയ്യപ്പൻകു ട്ടി, കണ്ടമ്പുള്ളി ബാലനാരായണൻ, എഴുത്തച്ഛൻ ശ്രീനിവാസൻ, തച്ചപ്പള്ളി വിജയൻ, ഗംഗപ്രസാദ്, മണ പ്പുള്ളിക്കാവ് കൃഷ്ണദാസ്, പഴനിയിലെ വെങ്കിടേശ്വ രൻ, മുരുകൻ തുടങ്ങിയവർ വേലായുധൻ പാപ്പാനാ യ, ഇടഞ്ഞപ്പോൾ നിയന്ത്രിച്ച ചുരുക്കം ആനകൾ മാത്രമാണ്. പാപ്പാൻമാരിൽ ഗുരുസ്ഥാനീയനായ വേലായുധന് പുതുതലമുറയിലെ പാപ്പാൻമാരോട് ഒന്നേ പറയാനുള്ളൂ- 'ആനയെ നന്നായി നിരീക്ഷിക്ക ണം. ചെറുചലനങ്ങൾപോലും മനസ്സിലാക്കണം. ആന മനസ്സിൽ കാണുന്നത് പാപ്പാൻ മരത്തിൽ കാണണം.'

പൊന്നിഷ്ടം ഏറെ തെളിഞ്ഞുകത്തിയിരുന്നത്. നാടുമുഴുവൻ വിറപ്പിച്ച് പൂക്കോടൻ ശിവനാന ആകെ വട്ടിളകി കൈവിട്ട് നിൽക്കുന്ന നേരത്താ യാലും കടുവയ്ക്ക് ധൈര്യമായിട്ട് കടന്നുചെല്ലാം. കടുവയുടെ മണം ദൂരെനിന്ന് കിട്ടുമ്പോഴേ ശിവൻ ചെവിവട്ടം പിടിക്കാൻ തുടങ്ങും. നാട്ടുകാരും മറ്റു പാപ്പാൻമാരുമെല്ലാം പേടിച്ചരണ്ട് ദൂരെമാറി നിൽക്കുന്ന നേരത്ത് കടുവ നിസ്സാരമായി കടന്നു ചെല്ലും. 'എന്താടാ ഇവിടെ പ്രശ്നം' എന്നു ചോദി ച്ചുകൊണ്ട് കൈനീട്ടും. 'ഓ, ആർക്കെന്ത് പ്രശ്നം? ഈ നാട്ടുകാർക്ക് വേറേ പണിയൊന്നുമില്ലാതെ ഇവിടെ വട്ടംചുറ്റി നിൽക്കുന്നതിന് ഞാനെന്ത് ചെയ്യാനാ' എന്ന മട്ടിൽ ശിവനും കൈനീട്ടും; എന്നുവച്ചാൽ തുമ്പിക്കൈ. എന്നാൽ അവരുടെ ആ കൈ നീട്ടലിൽ കാര്യങ്ങൾ അവസാനിക്കാ

റില്ലെന്നത് സാക്ഷിമൊഴി. അതിനപ്പുറം ശിവന് കടുവയിൽ നിന്ന് ഒരു കാഴ്ചകിട്ടണം. പഴക്കു ലയും പഞ്ചസാരയുമൊന്നുമല്ല, മറിച്ച് ഒന്നാന്തരം പൈന്റ് കുപ്പി പൊട്ടിച്ച് അവന്റെ തുമ്പിയിലേക്കൊ ഴിച്ചു കൊടുക്കണം. ശിവനപ്പോൾ കെട്ടെല്ലാമിറ ങ്ങും.

ഇന്ന് തിരുവമ്പാടിയുടേയും പൂരക്കമ്പക്കാരു ടേയും അഭിമാനമാണ് തിരുവമ്പാടി ശിവസുന്ദർ. ശിവസുന്ദറിനെത്തേടി ആദ്യവട്ടം തിരുവമ്പാടി യുടെ ആനപ്പറമ്പിൽ എത്തുമ്പോൾ അവൻ തികഞ്ഞ മദപ്പാടിലായിരുന്നു; നല്ല നീരൊലിപ്പും. ഒരുവിധപ്പെട്ട ആനകളൊന്നും പാപ്പാനെയെന്നല്ല, മനുഷ്യകുലത്തിൽ പിറന്നവനെയൊന്നും ഏഴയ ലത്ത് പോലും അടുപ്പിക്കാത്ത അവസ്ഥ. പക്ഷേ, ശിവസുന്ദറിനു സമീപം അപ്പോഴും ചട്ടക്കാരനായ സ്വാതന്ത്ര്യമുണ്ട്. ചട്ടക്കാരനെ പൂർണമായും വിശ്വസിക്കുകയും അനുസരിക്കുകയും ചെയ്യുന്ന ആനയാണ് ശിവസുന്ദർ. ഇന്ന് നാടൊട്ടുക്ക് ആന യിടയലും മയക്കുവെടിയും സർവസാധാരണമാ യിട്ടും ഒരിക്കൽ പോലും മയക്കുവെടി ഏൽക്കേണ്ടി വന്നിട്ടില്ലാത്ത ആനയെന്ന സവിശേ ഷതയും ശിവസുന്ദറിനുണ്ട്. ഇടഞ്ഞാലും ആരെയും ഉപദ്രവിക്കില്ല. പറയുന്നത് അനുസരി ക്കാതെ, തോന്നിയതുപോലെ കുറേ നടപ്പും പിന്നെ കുറച്ചോട്ടവും. അപ്പോഴും പാപ്പാന് അടുത്തു ചെല്ലാം. കൊമ്പിൽ പിടിക്കുകയും ചെയ്യാം. ക്ഷത്രിയഗണത്തിൽപ്പെട്ട ആനയെന്നാ ണ് ശിവസുന്ദറിനെ ആനക്കമ്പക്കാർ വിലയിരു ത്തുന്നത്-ജയിക്കാനായി ജനിച്ചവൻ, ഭരിക്കാ നായി ജനിച്ചവൻ.

പഴയ ഉടമകളും ഇന്നിവന്റെ അവകാശിക ളായ തിരുവമ്പാടി ദേവസ്വവുമൊക്കെ ഈ ഗജ രാജന്റെ ക്ഷേമാന്വേഷണങ്ങളിൽ സദാ ജാഗരൂ കരാണ്. ഇത്തിരിയില്ലാത്ത പ്രായത്തിൽ പെറ്റ മ്മയ്ക്കു വേണ്ടി ജീവപര്യന്തം തടവ് ഏറ്റുവാങ്ങി യവനോടുള്ള ലോകത്തിന്റെ എളിയ പാരിതോ ഷികമാകാം ഈ സ്നേഹലാളനകൾ.

ശിവസുന്ദറിന്റെ രണ്ടു കൊമ്പുകളും ഒരേ പോലെ ഉയർന്നതാണ്(വീണെടുത്തവയാണ്). മാതംഗശാസ്ത്രപ്രകാരം മികച്ച ലക്ഷണമാണിത്. ഉടമയ്ക്കും പാപ്പാനുമൊക്കെ ഒരേപോലെ ഭാഗ്യ മേകുന്നവനാണിവൻ. ഇവന്റെ മദപ്പാടുകാലം ആഗസ്റ്റ്, സെപ്റ്റംബർ, ഒക്ടോബർ മാസങ്ങ ളിലാണ്. തിരുവമ്പാടി ദേവസ്വത്തിലെത്തിയിട്ട് രണ്ടു വർഷമായി ശിവസുന്ദർ, തിടമ്പെഴുന്നെള്ള ത്തിനേ പുറത്ത് പോകാറുള്ളൂ. ഉപനായകവേഷ ങ്ങൾ സ്വീകരിക്കാറില്ലെന്ന് ചുരുക്കം.

ഇന്ന് തൃശ്ശൂർ നിവാസികളും ആനക്കമ്പ ക്കാരും മാലോകരും ഒരുപോലെ മന്ത്രിക്കുന്നു- ഇവൻ തിരുവമ്പാടി ചന്ദ്രശേഖരന്റെ യഥാർഥ പിൻഗാമി തന്നെ; പൂരചക്രവർത്തിയും.

***

മംഗലാംകുന്ന് ഗണപതി

ആഢ്യത്വത്തിന്റെ രാജകലകൾ

▼ മംഗലാംകുന്ന് ഗണപതി

സത്യത്തിൽ ഇത്രയുമൊക്കെ പറയാനും കേൾക്കാനും എന്താണീ ആന?

ഇന്നുള്ളതിൽ കരയിലെ ഏറ്റവും വലിയ ജീവിയെന്ന ലളിതമായ ഉത്തരമാവും മഹാഭൂരിപക്ഷത്തിന്റേയും നാവിൻതുമ്പിലേക്ക് ആദ്യം ഓടിയെത്തുക. കാലും വാലും തലയും തുമ്പിയും കൊമ്പുമൊക്കെയുള്ള ഒരു മുട്ടാളൻ മൃഗമെന്നും ചിലരൊക്കെ മൊഴിഞ്ഞേക്കാം. ഭൂമിയിൽ, ദൈവത്തിന്റെ സൃഷ്ടികളിൽ, ആകാരപ്പെരുമ കൊണ്ട് ചുറ്റുവട്ടത്തുള്ള ലോകത്തിന്റെ മുഴുവൻ ശ്രദ്ധപിടിച്ചുപറ്റുന്ന നാൽക്കാലിമൃഗം. നമ്മൾ മലയാളികൾക്ക്, രണ്ടേരണ്ട് അക്ഷരങ്ങൾകൊണ്ട് വിവക്ഷിക്കാൻ കഴിയുന്ന കേവലം ഒരു നാൽക്കാലി മൃഗത്തിനപ്പുറം, ഒരു വികാരവും ഒരു പ്രതീകവുമൊക്കെയാണ് ആന. സിരകളിൽ ആനച്ചൂരിന്റെ ലഹരി കത്തിപ്പടരുന്ന ആനക്കമ്പക്കാരുടെ കാര്യമെടുത്താൽ, വിനോദത്തിനും കൗതുകത്തിനുമപ്പുറം ആന വിശദീകരണങ്ങൾക്കും കാര്യകാരണങ്ങൾക്കും പ്രസക്തിയില്ലാത്ത ഒരു മതമോ, രോഗമോ വരെ ആയിത്തീരാം.

ആനയെന്ന പെരുംശരീരിയുടെ വലിയ ചുവടുവയ്പുകളിൽ നിന്നും ഇത്തിരിപ്പോന്ന കണ്ണുകളിൽ നിന്നും ആനപ്രേമികൾ തേടുന്ന, അവർ കണ്ടെത്തുന്ന അപൂർവസുന്ദരമായ ഒരു കാൽപനികലോകം നമ്മൾ പൊതുസമൂഹത്തിന്റെ ശരാശരി കണ്ണുകൾക്ക് പെട്ടന്നൊന്നും കണ്ടെത്താനും ഉൾക്കൊള്ളാനും കഴിഞ്ഞെന്ന് വരില്ല. 'ആനകളായ ആനകൾക്കെല്ലാം കറുപ്പ് നിറം; ഓരോ തലയും ഓരോ തുമ്പിക്കൈയും നാല് കാലുമൊക്കെ തന്നെയാണല്ലോ എല്ലാത്തിനും. പിന്നെ എന്തൂട്ട് തേങ്ങേണ് എന്റെ ഇഷ്ടാ' എന്ന് ചോദിക്കുന്നവരോട് ആനക്കമ്പക്കാർ അധികമൊന്നും തർക്കിക്കാൻ നിൽക്കാറില്ല. എന്തെന്നാൽ തർക്കിച്ചുകളയുന്ന നേരത്തുകൂടി നല്ലൊരാനയെ കണ്ടു നിന്നാൽ അത്രയുമായി എന്ന ചിന്തയിൽ ആനച്ചുവടുകൾക്കും ആനച്ചൂരിനും പിന്നാലെ അവർ വച്ചുപിടിക്കും.

ആനകളായ ആനകളൊക്കെ ഒരുപോലെയെന്ന സാദാ ജനങ്ങളുടെ സമത്വ-സുന്ദര-സോഷ്യലിസ്റ്റ് സങ്കൽപങ്ങൾക്കപ്പുറം ഈ മലയാളമണ്ണിൽ വേറെവിടെയും ഇല്ലാത്തവിധം ആനകളിൽ തരംതിരിവും ഉച്ചനീചത്വവുമുണ്ട്. നിമിഷങ്ങൾക്ക് പൊന്നും വിലയുള്ള ഉടയോൻമാരും

ജീവിതം തന്നെ വലിയൊരു കടംകഥയായി മാറുന്ന അരപ്പട്ടിണിക്കാരും മുഴുപ്പട്ടിണിക്കാരുമുണ്ട്. വായിൽ വെള്ളിക്കരണ്ടിയുമായി പിറന്നുവീഴുന്ന തമ്പുരാക്കൻമാരും രാപകൽ വ്യത്യാസമില്ലാതെ മരക്കൂപ്പുകളിൽ വൻമരങ്ങളോട് മല്ലിട്ട് ചോര നീരാക്കിയാലും അന്നന്നത്തെ തീറ്റയ്ക്കും വെള്ളത്തിനുമുള്ള വകയ്ക്ക് തലയിലെഴുത്തില്ലാത്ത അധഃകൃതരുമുണ്ട്. മണ്ണിന്റെ മക്കളുടെ അപ്രമാദിത്വവും വരത്തനോടുള്ള ചിറ്റമ്മനയവുമുണ്ട്. ബ്രാഹ്മണനും ക്ഷത്രിയനും ശൂദ്രനുമൊക്കെയായി കൊടികെട്ടിയ ചാതുർവർണ്യവുമുണ്ട്. ഉള്ളവനും ഇല്ലാത്തവനുമുണ്ട്. കാടിന്റെ സുരക്ഷിതത്വത്തിൽ പിറന്നുവീണ്, നേരും നെറിയുമുള്ള പ്രകൃതിനിയമങ്ങൾക്കനുസൃതമായി അല്ലലും അലട്ടലുമില്ലാതെ ജീവിക്കേണ്ടിയിരുന്ന കുറേ പാവം ജീവികളെ ചതിയുടെ ചങ്ങലക്കെട്ടുകളാൽ ബന്ധിച്ച്, ദൈവത്തിന്റെ സൃഷ്ടിയിലെ കൈക്കുറ്റപ്പാടായ മനുഷ്യൻ അവന്റെ പൊറോട്ടുനാടകങ്ങൾ തുടർന്നുകൊണ്ടേയിരിക്കുന്നു. ആനയായി പിറന്നിട്ടും, മനുഷ്യന്റെ അടിമത്തത്തിലേക്ക് എന്നെന്നേയ്ക്കുമായി നിലംപതിച്ചിട്ടും ഈ മണ്ണിൽ ഒരു താരമായി, ഒരു ഭാഗ്യജന്മമായി ജീവിച്ച് മരിക്കണമെങ്കിൽ ഇതിനുമുമ്പ് കുറഞ്ഞത് ഒരു നൂറ് ജന്മമെങ്കിലും ആ ആത്മാക്കൾ പുണ്യം ചെയ്തിട്ടുണ്ടാവണം. അങ്ങനെയൊരു ഭാഗ്യജന്മം; അഥവാ പുണ്യജന്മം. അവനാണ് മംഗലാംകുന്ന് ഗണപതി.

വാലും കാലും തലയും തുമ്പിയും കൊമ്പുമൊക്കെ പരിഗണിച്ചാൽ ഇവനും ഒരാന എന്ന് പറയേണ്ടിവരും; ഒരു നാടൻ കൊമ്പനാന. പക്ഷേ ഇവന്റെ കണ്ണും കാതും തുമ്പിയും കൊമ്പുമൊക്കെ ഒരു തലമുറയുടെ സുകൃതക്കാഴ്ചകളാകുന്നു. സാക്ഷാൽ വിഘ്നേശ്വരന്റെ പ്രതിപുരുഷനായി മലയാളമക്കൾ നെഞ്ചിലേറ്റുവാങ്ങിയ ആനക്കാഴ്ച. അതാണ് മംഗലാംകുന്ന് ഗണപതി.

ഓരോ ആനകളേയും പരിചയപ്പെടുത്തുമ്പോൾ നിലത്തിഴയുന്ന തുമ്പിയോ, ലക്ഷണമൊത്ത കൊമ്പുകളോ, അതുമല്ലെങ്കിൽ നമ്മുടെ കണ്ണുകളിൽ അദ്ഭുതം വിരിയിക്കുന്ന ഉയരപ്പെരുമയോ ഒക്കെയാവാം പെരുമ്പറ കൊട്ടി വിളംബരം ചെയ്യാറുള്ളത്. എന്നാൽ ഗണപതിയുടെ കാര്യത്തിൽ ഏതേത് അവയവങ്ങൾ ഒന്നാന്തരം എന്ന് പറയുന്നതിനേക്കാൾ ഒന്നാന്തരമല്ലാത്ത എന്തെങ്കിലുമൊന്ന് ഈ ആനയ്ക്കുണ്ടോ എന്ന് ചോദിക്കുന്നതാവും കൂടുതൽ ശരി. അടിതൊട്ട് മുടിയോളം ലക്ഷണത്തികവാർന്ന നല്ലൊരു നാടനാനയുടെ പ്രതിരൂപമാണ് മംഗലാംകുന്ന് ഗണപതി.

കല്ലിൽ കൊത്തിവച്ച കവിതയെന്ന് വിളിക്കുമ്പോഴും ഒന്നോർക്കുക. ഇന്നു നമ്മൾ കാണുന്ന ഈ കവിതാപുസ്തകം കാലപ്പഴക്കംകൊണ്ട് ഒട്ടൊക്കെ പൊടിപിടിച്ചിട്ടുണ്ട്. താളുകളുടെ അരികും മൂലയും കുറച്ചൊക്കെ ചുക്കിച്ചുളിഞ്ഞിട്ടുമുണ്ട്.

ആദ്യം ബ്രിട്ടീഷ്‌രാജിനും പിന്നെ ഇന്ത്യൻ സ്വാതന്ത്ര്യസമരത്തിന്റെ ഉജ്ജ്വലമുഖങ്ങൾക്കും ഒടുവിൽ സമ്പൂർണസ്വരാജിനും സാക്ഷ്യം വഹിച്ചിട്ടുള്ള ഈ ആനപ്പിറവി അറുപതുകളുടെ നടവഴികൾ താണ്ടി മുന്നേറുകയാണ്. അതായത് ഗണപതിക്ക് പ്രായം എഴുപത്. ഒരുവേള മലയാള മണ്ണിലെ ആനക്കാഴ്ചകളുടെ കരുത്തും ചൈതന്യവുമായി അരങ്ങുനിറഞ്ഞാടിയ ഈ തറവാട്ടു കാരണവരെ വിലയിരുത്തുമ്പോൾ ഒന്നോർക്കുക; മസിലുരുട്ടി നാടുവിറപ്പിച്ച് തണ്ടും തടിയും കാണിച്ച് നടക്കുന്ന ഇന്നത്തെ ഏഴാംകരിന്തലകളോടും കൊന്നത്തെങ്ങുപോലുള്ള ഉയരപ്പെരുമയുമായി നടക്കുന്ന അഴകിയരാവണന്മാരോടുമുള്ള താരതമ്യം ഇവിടെ അപ്രസക്തമാണ്.

ഗണപതിയേക്കാൾ തണ്ടും തടിയും തലയെടുപ്പുമുള്ള വീരരാവണൻമാർ അണിനിരക്കുന്ന ഉത്സവലഹരികളിലേക്കും മംഗലാംകുന്ന് ഗണപതിയുടെ രാജകീയ രംഗപ്രവേശമുണ്ടായാൽ പൊടുന്നനെ കണ്ണുകളെല്ലാം ഒരു കാന്തികവലയത്താലെന്നോണം ആ യുഗപുരുഷനിലേക്കാകർഷിക്കപ്പെടും. പടിപ്പുരവാതിൽ കടന്നുവരുന്ന തറവാട്ടുകാരണവരുടെ കാലുകൾ കഴുകിച്ച്, പൂമുഖത്തെ ചാരുകസേരയുടെ പൊടിതട്ടിക്കുടഞ്ഞ്, തിരുവായ്ക്ക് എതിർവായില്ലാതെ ഭയഭക്തിബഹുമാനങ്ങളോടെ നിൽക്കുന്ന കൊച്ചുമക്കളെപ്പോലെ, മറ്റുള്ള ഗജകേസരികളെല്ലാം നിമിഷാർദ്ധം കൊണ്ട് നിഷ്പ്രഭരാകും. പേരും പെരുമയും ഉയ

രത്തികവും കൊണ്ട് സമ്പന്നരായ നിരവധി ആനകളെ അണിനിരത്തിയ എറണാകുളം പള്ളുരുത്തി ഭവാനീശ്വരം ക്ഷേത്രത്തിൽ നൂറ്റിയേഴ് ഗജവീരന്മാരെ അണിനിരത്തിക്കൊണ്ട് ഏതാനും വർഷം മുമ്പുനടന്ന ഗജോത്സവത്തിൽ, നമ്മൾ മനുഷ്യർക്കും ആനകൾക്കുമിടയിലെ കൺകണ്ട ദൈവമായി സങ്കൽപിച്ച് പ്രത്യക്ഷഗണപതി പൂജയ്ക്കായി തിരഞ്ഞെടുക്കപ്പെട്ടതും മംഗലാംകുന്ന് ഗണപതിയെ തന്നെയായിരുന്നെന്നറിയുമ്പോൾ ഓർക്കുക-മംഗലാംകുന്ന് ഗണപതി ആനപ്പിറവികൾക്കിടയിലെ പുണ്യജന്മം തന്നെയെന്ന്.

പാലക്കാട് ജില്ലയിൽ ശ്രീകൃഷ്ണപുരത്തിന് സമീപം, പ്രശസ്തമായ പരിയാനംപറ്റക്ഷേത്രത്തിനടുത്തുള്ള ചെറിയൊരു ഗ്രാമമേഖലയാണ് മംഗലാംകുന്ന്. ശ്രീകൃഷ്ണപുരത്തിനും സമീപപ്രദേശങ്ങൾക്കുമിടയിൽ സ്വന്തമായൊരു മേൽവിലാസമൊന്നും അവകാശപ്പെടാനില്ലാതിരുന്ന മംഗലാംകുന്നിന്റെ നാമം, വല്ലപ്പോഴുമൊരിക്കൽമാത്രം അതുവഴി കടന്നുപോകുന്ന സ്വകാര്യബസ്സിലെ കിളികൾ ചെറിയവായിൽ ഒന്നു വിളിച്ചു കൂവിയാൽ കൂവി; അത്രതന്നെ! പക്ഷേ, മംഗലാംകുന്ന് എന്ന ഈ ഇത്തിരി മണ്ണിന്റെ നാമം ഇന്ന് കേരളം മുഴുവൻ മനഃപാഠമാക്കിയിരിക്കുന്നെങ്കിൽ അതിനും കാരണം നാടറിയുന്ന, നാലാളറിയുന്ന ഏതാനും ചില ആനപ്പിറവികളും ഇവിടത്തെയൊരു ആനത്തറവാടുമാണ്. വ്യാപാരവും കൃഷിയും കളിതമാശകളും പിന്നെ പാലക്കാടിന്റെ തനത് സംസ്കാരമായ കന്നുപൂട്ടു മത്സരവുമൊക്കെയായി കഴിഞ്ഞുകൂടിയിരുന്ന മംഗലാംകുന്ന് വേലുപ്പിള്ളയുടെ മക്കൾക്ക്, കന്നിനേക്കാൾ വലിയ, കറുകറുത്ത ജീവികളോട് കമ്പം കയറിയതും കീശനിറയെ കാശുമായി ആനയെ വാങ്ങാൻ മലയാളമണ്ണിന്റെ അതിരുകളും കടന്ന് ദേശദേശാന്തരങ്ങളിലൂടെ വച്ചുപിടിച്ചതും പൊടുന്നനെയായിരുന്നു.

1970-ൽ 22,100 രൂപയ്ക്ക് പാകിസ്താൻ-ബീഹാർ അതിർത്തിയിലുള്ള 'കാക്കസ്ഥാ' മേളയിൽ നിന്നും അയ്യപ്പൻകുട്ടിയെന്ന ആനയെ വാങ്ങിക്കൊണ്ട് ഗജപരിപാലനത്തിലേക്ക് കടന്ന മംഗലാംകുന്ന് തറവാടിന് ഇന്ന് ഒരു ഡസനിലധികം ആനകൾ സ്വന്തമായുണ്ട്. 'മംഗലാംകുന്ന് ബ്രദേഴ്സ്' എന്നറിയപ്പെടുന്ന എം.എ. പരമേശ്വരനും ഹരിദാസുമാണ് ആനത്തറവാടിന്റെ പ്രധാന ചുമതലക്കാർ. ഒരു ഘട്ടത്തിൽ ഇരുപത്തിരണ്ടോളം ആനകൾവരെയുണ്ടായിരുന്ന ആനത്തറവാട്ടിലേക്ക് പേരും പെരുമയും ജനശ്രദ്ധയും ആകർഷിക്കപ്പെട്ടത് മംഗലാംകുന്ന് ഗണപതി ഇങ്ങോട്ട് വലതുകാൽവച്ച് വന്നുകയറിയതിനു ശേഷം മാത്രം.

1989-90-ലാണ് ഗണപതിയാനയെ പ്രശസ്ത ചലച്ചിത്രനടൻ ബാബുനമ്പൂതിരിയിൽ നിന്നും മംഗലാംകുന്നുകാർ സ്വന്തമാക്കിയത്. വില 3,50,000രൂപ. മൂന്നരലക്ഷം രൂപയെന്നൊക്കെ പറഞ്ഞാൽ തരക്കേടില്ലാത്ത മൂന്നോ നാലോ ആനകളെ കിട്ടുന്ന കാലത്താണ് ബാബുനമ്പൂതിരി ചോദിച്ച മോഹവില കൊടുത്ത് പേരിന്റെയും പെരുമയുടെയും പ്രതിരൂപത്തെ മംഗലാംകുന്ന് സഹോദരങ്ങൾ കൈപ്പിടിയിലാക്കിയത്.

എന്നും നല്ലൊരു ആനക്കമ്പക്കാരനും ഗജപരിപാലകനുമായ ബാബുനമ്പൂതിരിയുടെ പ്രിയപ്പെട്ടവനായി ഇല്ലത്തേക്കെത്തുംമുമ്പ്, തിരുവിതാംകൂറിലെ വ്യവസായപ്രമുഖരായിരുന്ന പോബ്സൺ ഗ്രൂപ്പിന്റെ അഭിമാനമായിരുന്നു ഗണപതി. ഒരു കാലത്ത് കേരളത്തിൽ ഏറ്റവുമധികം ആനകൾ ഉണ്ടായിരുന്നവരും അനേകമനേകം തടിക്കൂപ്പുകൾക്ക് ഉടയോരുമായിരുന്ന പോബ്സൺ ഗ്രൂപ്പിലേക്ക് ആനയെത്തുന്നത് കൊല്ലത്തെ അന്ന പൂർണേശ്വരി ഹോട്ടലുകാരിൽനിന്നുമാണ്. അന്നപൂർണേശ്വരി ഹോട്ടലുടമ കോന്നി ആനക്കളരിയിൽ നിന്ന് ഏഴാംവയസ്സിൽ കണ്ടെടുത്ത ലക്ഷണശ്രീമാനായിരുന്ന ആനക്കുട്ടി, ആദ്യമാദ്യം ശാരീരികയോഗ്യതകളേക്കാളേറെ അവന്റെ കൊച്ചു തിരുമാലിത്തരങ്ങളിലൂടെയായിരുന്നു കൊല്ലത്തുകാരുടെ ഹൃദയം കവർന്നത്. അന്നപൂർണേശ്വരിയുടെ ഉടമ എന്നും ഹോട്ടലിൽ നിന്നുള്ള മടക്കത്തിൽ കൈയിൽ ഒരു പൊതി കരുതിയിരിക്കും. അത് നെയ്യപ്പമോ പഴമോ ലഡുവോ ആകാം. സന്ധ്യ കഴിഞ്ഞാൽ വീട്ടുമുറ്റത്തെ ചെറിയ മാഞ്ചുവട്ടിൽ കിടന്ന് ഗണപതി മരണവെപ്രാളം കാട്ടിത്തുടങ്ങിയാൽ വീട്ടുകാരു

റപ്പിക്കും അവന്റെ വളർത്തച്ഛൻ ഹോട്ടലിൽ നിന്നിറങ്ങിയിട്ടുണ്ടെന്ന്. ഒരുനാൾ അദ്ദേഹം കോടതി വ്യവഹാരത്തിനോ മറ്റോ പോയി. ഏറെ വൈകിയാണ് വീട്ടിൽ വന്നത്. പതിവുള്ള കാഴ്ചപ്പൊതി കിട്ടാതെ മുറുമുറുത്തുനിന്ന ആനക്കുട്ടിയെ കണ്ടിട്ടും കാണാത്തപോലെ ധൃതിയിൽ കൈകാൽ കഴുകി നേരെ ചെന്നിരുന്നത് ഊൺമേശയ്ക്ക് മുന്നിൽ. കൈയിൽ ഉരുളയുരുട്ടി വായിലേക്ക് വയ്ക്കുമ്പോഴുണ്ട് കൈയ്ക്കും വായ്ക്കുമിടയിൽ ഒരു തടസ്സം; ഒരു പിടുത്തം. കള്ളനെപ്പോലെ, ചങ്ങലപൊട്ടിച്ച് അടുക്കളവാതിൽ വഴി കയറിവന്ന കൊച്ചുഗണപതിയുടെ പിടുത്തമാണ്. കഴിക്കാനെടുത്ത ഉരുളയും പിന്നെയാ പാത്രത്തിലെ മുഴുവൻ ചോറും ഉരുട്ടിയുരുട്ടി അവന്റെ കുഞ്ഞിവായിൽ നിക്ഷേപിച്ചു കഴിഞ്ഞപ്പോഴേ ഉണ്ണിഗണപതിയുടെ പരിഭവം പമ്പ കടന്നുള്ളു.

പോബ്സൺ ഗ്രൂപ്പിന്റെ കൈയിലെത്തുമ്പോൾ ഗണപതി എന്തിനുംപോന്ന, ആരുടേയും കണ്ണുകൾ പറിച്ചെടുക്കാൻപോന്ന ആണൊരുത്തനായി മാറിക്കഴിഞ്ഞിരുന്നു. ഗണപതിയൊന്ന് അറിഞ്ഞുപിടിച്ച് നിന്നാൽ, പാപ്പാൻമാരുടെ പിടിവലികൾ കാര്യമാക്കാതെ ഏതൊരു പിടിയാനയും ദർഭമുനയോ കാരമുള്ളോ അങ്ങനെ എന്തെങ്കിലുമൊന്ന് കാലിൽകൊണ്ടെന്ന് നടിച്ച് മെല്ലെപ്പോക്ക് സമരം പ്രഖ്യാപിക്കാമായിരുന്ന ഒരു കാലം. ഇതിനകം ഗണപതിയുടെ പ്രശസ്തി തിരുവിതാംകൂറിന്റെ അതിരുകളും താണ്ടി കേരളം മുഴുവൻ അറിയപ്പെടാൻ തുടങ്ങി. പക്ഷേ, കരിങ്കണ്ണുകൾ വസൂരിമാല കണക്കെ ഈ ആനച്ചന്തത്തിന് നേർക്ക് ആഞ്ഞുവീശിയപ്പോൾ അതൽപം കടുത്തുപോയി. ഗണപതിയുടെ ശരീരംമുഴുവൻ കൊച്ചുകൊച്ചു കുമിളകൾ മുന്തിരിമണികൾ വിതറിയതുപോലെ തിണർത്തുപൊങ്ങിയപ്പോൾ, ആനകളിൽ അത്യപൂർവമായി മാത്രം സംഭവിക്കാവുന്ന 'സെറാ' എന്ന വസൂരിരോഗമാണ് അതെന്ന കാര്യം ആദ്യം ആരും ഓർത്തില്ല. രോഗപീഡയിൽ തളർന്നുവീണ ഗണപതിക്കു ചുറ്റും നിറകണ്ണുകളോടെ അവന്റെ ആരാധകരും ആനക്കമ്പക്കാരും തടിച്ചുകൂടി. ആനയെ എഴുന്നേൽപിച്ചു നിർത്തി ചികിത്സിക്കുവാൻ ഇന്നത്തെപ്പോലെ ക്രെയിനും മറ്റു യന്ത്രസജ്ജീകരണങ്ങളും അപ്രാപ്യമായിരുന്ന ആ ദിനങ്ങളിൽ, നൂറുകണക്കിനാളുകൾ മണിക്കൂറുകളോളം സ്വന്തം കൈകളിൽ താങ്ങിനിർത്തിയാണ് ഗണപതിയുടെ ജീവനെ മരണത്തിന്റെ തുറന്നുപിടിച്ച വായിലേക്ക് വിട്ടുകൊടുക്കാതെ പിടിച്ചു നിർത്തിയത്.

നിന്നിടത്തും ചെന്നിടത്തുമൊന്നും ഒരിക്കലും നഷ്ടങ്ങളുടെ കണക്കുപറയിക്കാത്ത ആനയാണ് ഗണപതി. സ്വഭാവവൈശിഷ്ട്യവും മനുഷ്യനുമായുള്ള സഹവാസത്തിലെ അപൂർവചിട്ടവട്ടങ്ങളുമാണ് ഗണപതിയുടെ ഏറ്റവും വലിയ സവിശേഷത. ആനകളുടെ വില്ലത്തരങ്ങൾക്ക് നമ്മൾ മനുഷ്യർ നൽകാറുള്ള മയക്കുവെടിയെന്ന പാരിതോഷികം ഒരിക്കൽപോലും മേടിച്ചിട്ടില്ലാത്ത ഗണപതിയെ നല്ല മദപ്പാടു കാലത്തുപോലും എഴുന്നെള്ളിക്കാം. തന്റെ ആനയുടെ മദപ്പാടുകാലം നാലു കാശിന് വകനൽകുന്ന ഉത്സവസീസണിൽ ആയിപ്പോകരുതേയെന്നാവും ഓരോ ഉടമയുടേയും പ്രാർഥന. പക്ഷേ, മദജലം ഇറ്റിറ്റുവീഴുന്ന മദപ്പാടിന്റെ മൂർധന്യഘട്ടത്തിൽപോലും യാതൊരു പ്രശ്നവുമില്ലാതെ ജനമധ്യത്തിലേക്ക് കെട്ടിയെഴുന്നെള്ളിക്കാൻ കഴിയുന്ന ഗണപതിയെപ്പോലെ ഒരാനയെ ഏതൊരു ഉടമയാണ് കൊതിക്കാത്തത്. സ്വഭാവത്തിലും വ്യക്തിത്വ ശുദ്ധിയിലും തികഞ്ഞ ഔന്നത്യവും നിഷ്കർഷയും പുലർത്തുന്ന ഈ ഗജരാജനെ ആനകളുടെ ചാതുർവർണ്യപ്രകാരം ബ്രാഹ്മണയാനകളുടെ ഗണത്തിലാണ് പെടുത്തുന്നത്. എല്ലാവരേയും സ്നേഹിക്കാൻ മാത്രമറിയുന്നവൻ. എന്തിനോടും ക്ഷമിക്കുവാനുള്ള വലിയ മനസ്സുള്ളവൻ. 'ആനമുട്ടൻ' ആശകളും ആഗ്രഹങ്ങളുമില്ലാത്ത, നടക്കാത്ത ആശകളെ ചൊല്ലിയുള്ള നിരാശയും പിന്നെയതിന്റെ പേരിലുള്ള പൊട്ടിത്തെറിക്കലുകളുമില്ലാത്ത ഒരു ശുദ്ധബ്രാഹ്മണൻ. അതാണ് ഗണപതിയാന.

എത്ര മഹാനായാലും ജീവിതത്തിൽ ചില നിർബന്ധബുദ്ധികളും പിടിവാശികളും കൂടപ്പിറപ്പായുണ്ടാകുമെന്നത് ചരിത്രം. ഒരു കരണത്തടിച്ചാൽ മറ്റേക്കരണംകൂടി കാണിച്ചുകൊടുക്കാൻ ഗണപതി ഗാന്ധിയൊന്നുമല്ലല്ലോ. ഓരോ തവണയും മറ്റേക്കരണം കാണിച്ചുകൊടുക്കാൻ നിന്നാൽ ഒടുവിൽ കാണിച്ച് കാണിച്ച് കരണം തന്നെ ബാക്കിയുണ്ടാവില്ലെന്ന് ഉറപ്പുള്ള നാട്ടിൽ, ഗണപതി കണ്ടെത്തിയ ഉപായം മറ്റൊന്നായിരുന്നു. എന്തൊക്കെ കാറും കോളുമുണ്ടായാലും ശരി, തന്റെ തടിക്ക് കേടില്ലാത്ത ഒരു തുണയെ കണ്ടെത്തുക. കൊച്ചുകൊച്ച് ഇണക്കങ്ങളുടേയും പിണക്കങ്ങളുടേയും നാലുകാലോലപ്പുരയ്ക്കുള്ളിൽ ജീവിതമങ്ങനെ ഒന്നിച്ചു ജീവിച്ചു തീർക്കുക.

തന്റെ ജീവിതപങ്കാളിക്കായുള്ള ഒരു നാട്ടാനയുടെ, വർഷങ്ങളായുള്ള അന്വേഷണത്തിന്റേയും തിരച്ചിലിന്റേയും പര്യവസാനമെന്നോണം ഗണപതി മനസ്സും ശരീരവും സമർപിച്ചത് ഒരേയൊരാളുടെ മുന്നിൽ മാത്രം. സുന്ദരിക്കോതയായൊരു പെണ്ണാനയാണ് അതെന്ന് ആരെങ്കിലും ധരിച്ച് വശായെങ്കിൽ പൊറുക്കുക. അങ്ങനെയുള്ള ദുർബലചിന്തകളും നൈസർഗികകാമനകളുമൊന്നും നാട്ടാനകളുടെ തലയിൽ വരച്ചിട്ടില്ലല്ലോ. ഗണപതിയാനയും, വർഷങ്ങളായി അവന്റെ ജീവിതപങ്കാളിയായി ഒപ്പംനടന്ന പാപ്പാൻ ശങ്കരനാരായണനുമായുള്ള ആത്മബന്ധമാണത്. കൊട്ടാരത്തിൽ ശങ്കുണ്ണിയുടെ കാലഘട്ടത്തിനപ്പുറമായിരുന്നെങ്കിൽ തീർച്ചയായും ഇക്കഥ ഐതിഹ്യമാലയിലൂടെ ലോകത്തിനു മുന്നിൽ വിളംബരം ചെയ്യപ്പെടുമായിരുന്നു. ഒരു ഘട്ടത്തിലും ഡ്രൈവർക്ക് മാറ്റമില്ലാത്ത ഒരു വണ്ടിപോലെയായിരുന്നു ഗണപതിയും പാപ്പാൻ ശങ്കരനാരായണനും. നാലുകാശിന്റെ ലാഭംനോക്കി ഉടമകൾതന്നെ തരാതരംപോലെ വിറ്റൊഴിവാക്കിയ അനുഭവങ്ങൾ ഗണപതിക്ക് കുറവല്ല. പക്ഷേ, ഉടമകൾ മാറിയാലും തന്റെ സാരഥി ശങ്കരനാരായണൻ കൂടെയുണ്ടായിരിക്കണമെന്ന കാര്യത്തിൽ ഗണപതിയാനയ്ക്ക് തെല്ലും വിട്ടുവീഴ്ചയുണ്ടായിരുന്നില്ല. ഒന്നരപതിറ്റാണ്ടിനപ്പുറമാണ് ശങ്കരനാരായണനും ഗണപതിയുമായുള്ള പാണീഗ്രഹണം നടക്കുന്നത്. ബാബുനമ്പൂതിരിയിൽ നിന്നും ആനയെ മംഗലാംകുന്നുകാർ വാങ്ങുമ്പോൾ ശങ്കരനാരായണനും കൂടെപോന്നു. ഗണപതി പിടിച്ച പിടിയാലെ കൂടെക്കൂട്ടിയെന്ന് പറയുന്നതാവും കൂടുതൽ ശരി.

ആനകളെന്നപോലെ, ശങ്കരനാരായണന് വേറേയും ചില ദൗർബല്യങ്ങളുണ്ട്. അത്യപൂർവമായിട്ടാണെങ്കിലും പാപ്പാന്മാരുടെ ദൗർബല്യങ്ങൾ ഉത്സവക്കമ്മിറ്റിക്കാരുടേയും ഉടമയുടേയും മുഖം കറുപ്പിച്ചെന്ന് വരും. നല്ലൊരു ശതമാനം

ആനകളുടേയും കാര്യത്തിലെന്നപോലെ പാപ്പാനെ മാറ്റുവാൻ ഉടമകൾ ആലോചിച്ചുപോവുക സ്വാഭാവികം. 'കണക്ക് തീർത്തു സ്ഥലം കാലിയാക്കിക്കോ' എന്നുപറഞ്ഞ് ഈ പാപ്പാന്റെയും കണക്കുകൾ പലവട്ടം തീർത്തിട്ടുണ്ട്. പക്ഷേ, പുതിയ പാപ്പാൻ ഗണപതിയുടെ ചാരത്തേക്ക് ചെന്നാൽ വന്നതിന്റെ നൂറിരട്ടി വേഗത്തിൽ അവൻ നവാഗതരെ ആട്ടിപ്പായിക്കും. ഗണപതി ആദ്യം പറഞ്ഞുനോക്കും. അത് കൂട്ടാക്കാതെ തോട്ടിയും വടിയുമെടുത്ത് ശട്ടം (ചട്ടം) പഠിപ്പിക്കാൻ വന്നാൽ ഗണപതിയുടെ തരം മാറും. പത്തുപതിനഞ്ചു പേർ ചേർന്ന് കെട്ടിയഴിക്കലെന്ന പേരിൽ തല്ലിയൊതുക്കി വഴിക്ക് വരുത്താമെന്ന് വിചാരിച്ചാൽ, വടിയും തോട്ടിയും ഒടിഞ്ഞു നുറുങ്ങിത്തരുന്നതല്ലാതെ ഗണപതിയുടെ മനസ്സ് ഒരു നുള്ളുപോലും ചഞ്ചലപ്പെട്ടിട്ടുണ്ടാവില്ല. അതായിരുന്നു പലപ്പോഴുമുള്ള ചരിത്രം.

സ്നേഹിക്കുന്നവർക്കുവേണ്ടി സ്വന്തം ജീവൻ തന്നെ സമർപ്പിക്കും. പക്ഷേ, തല്ലിയൊതുക്കി കാര്യം നേടാനാണ് ഭാവമെങ്കിൽ ചത്താലും ഗണപതി തലകുനിക്കില്ല. പറഞ്ഞുവിട്ടവർതന്നെ അവസാനം ശങ്കരനാരായണന് ആളയയ്ക്കും. 'ശങ്കരേട്ടാ, ദേ ഗണപതി വിളിക്കുന്നു' എന്നുകേൾക്കേണ്ട താമസം ശങ്കരൻ പറന്നെത്തും. പിന്നെ, അടികൊണ്ട പാടുകൾ കാട്ടി ഗണപതി അവരുടേതു മാത്രമായ ഭാഷയിൽ പതംപറഞ്ഞ് കരയുമ്പോൾ, ശങ്കരനാരായണനും കരയാൻ തുടങ്ങും. ഗണപതിയുടെ ശാസിക്കലുകൾ ഇങ്ങനെ ചുടുനിശ്വാസങ്ങളായി ശങ്കരനാരായണന്റെ മുഖത്തു പതിക്കുമ്പോൾ ശങ്കരനാരായണൻ സത്യം ചെയ്യും. "ഞാനിങ്ങനെയായിപ്പോയെന്റെ ചേട്ടാ. ദേ, നിർത്തി. ഇന്നത്തോടെ എല്ലാം നിർത്തി." പ്രായം കൊണ്ട് ഗണപതിയുടെ നേരനിയൻ തന്നെയാവും ശങ്കരനാരായണൻ.

പാപ്പാന്റെ 'നിയന്ത്രണം' പോയി നടുറോഡിൽ വീണിട്ടുള്ള ചില നേരങ്ങളിൽ, അല്ലെങ്കിൽ എല്ലാം മറന്ന് നടുറോഡിൽ സുഖശയനത്തിന് തയ്യാറാകുമ്പോൾ തന്റെ പാപ്പാന്മാരെ തുമ്പിയിൽ കോരിയെടുത്ത് ഓരത്തു കിടത്തി, മണിക്കൂറുകളോളം ഗണപതി കാവൽ നിന്നിട്ടുള്ള സന്ദർഭങ്ങളും നിരവധിയാണ്. ശിഷ്ടജീവിതത്തിൽ തനിക്ക് ഒരേയൊരാൺതുണ മാത്രമെന്ന കാര്യത്തിൽ തെല്ലും വിട്ടുവീഴ്ചയില്ലാതെ ഗണപതിയും ശങ്കരനാരായണനും അവരുടെ കൊച്ചുകൊച്ചു പിണക്കങ്ങളും കുസൃതികളും ആസ്വദിച്ചും വേദനിച്ചും കൊണ്ട് ജീവിതം തീർക്കുന്നു.

ഇരുപുറത്തും കൂട്ടാനകളായി, സാക്ഷാൽ ഗുരുവായൂർ പദ്മനാഭനും എഴുത്തച്ഛൻ ശ്രീനിവാസനും കോങ്ങാട് കുട്ടിശങ്കരനുമൊപ്പം തിടമ്പെടുത്തിട്ടുള്ള 'ആളാണ്' ഗണപതി. പാലക്കാട് ശ്രീകൃഷ്ണപുരത്തുള്ള മുടവനംകാവ് ക്ഷേത്രത്തിലെ ഗണപതിക്ഷേത്ര ശിലാസ്ഥാപനത്തോടനുബന്ധിച്ച്, ക്ഷേത്രഭാരവാഹികളും ആനപ്രേമികളും ചേർന്ന് മംഗലാംകുന്ന് ഗണപതിക്ക് ഗജശ്രേഷ്ഠപ്പട്ടം നൽകി ആദരിക്കുകയുണ്ടായി. ഒരു കാലഘട്ടത്തിന്റെ കിരീടം വയ്ക്കാത്ത ചക്രവർത്തിക്ക് പുതിയ തലമുറ വിശിഷ്ടസേവാ പുരസ്കാരങ്ങളും നിറഞ്ഞ മനസ്സോടെ ഗുരുവന്ദനവും സമർപ്പിക്കുന്ന ചടങ്ങായിരുന്നത്. പ്രശസ്ത ആനചികിത്സാ വിദഗ്ധൻ ഡോ. കെ.സി. പണിക്കർ ഉദ്ഘാടനം നിർവഹിച്ച ചടങ്ങിൽ ഗണപതിയുടെ കഴുത്തിൽ ഗജശ്രേഷ്ഠപ്പട്ടം ചാർത്തിക്കൊടുത്തത് മാടമ്പ് കുഞ്ഞുക്കുട്ടനായിരുന്നു. മംഗലാംകുന്ന് കർണനും മംഗലാംകുന്ന് അയ്യപ്പനുമടക്കമുള്ള പുതിയ തലമുറയിലെ ഒരുപിടി ഗജരാജാക്കന്മാർ അണിനിരന്ന് ആനത്തറവാട്ടിലെ യുഗപ്രഭാവനായ കുലപതിയെ അറിഞ്ഞാദരിച്ച സന്ദർഭത്തിൽ മാടമ്പ് കുഞ്ഞുക്കുട്ടൻ പരാമർശിച്ചതുപോലെ, 'സഹ്യപുത്രന്മാരായ ആനപ്പിറവികളിലെ ഈ ഭീഷ്മപിതാമഹന് നമുക്കിനി നൽകാൻ കഴിയുന്ന ഏറ്റവും വലിയ പാരിതോഷികം സമാധാനപൂർണമായ വിശ്രമജീവിതമാണ്.'

ആനക്കാരന്റെ വടിയുടെ അഗ്രത്തിൽ പിടിപ്പിച്ച ആണിമുനകൊണ്ട് ആനയുടെ താടിച്ചുവട്ടിൽ കുത്തി, ആനയെ മണിക്കൂറുകളോളം തലയുയർത്തിപ്പിടിച്ചു തന്നെ നിൽക്കാൻ നിർബന്ധിച്ച് പീഡിപ്പിക്കുന്ന കുന്നംകുളം ഭാഗത്തെ പണപ്പൂരങ്ങളും ഉള്ളംകാൽ മുതൽ ഉച്ചിവരെ കരിഞ്ഞുകത്തിപ്പോവുന്ന പൊരിവെയിലത്തെ നാടു

തെണ്ടലും ഇനിയീ ഗജരാജനെ സംബന്ധിച്ചിട ത്തോളം നീതിയാണോയെന്ന് ആനപ്രേമികളും ഉത്സവകമ്മിറ്റിക്കാരും ചിന്തിക്കണം. ഒരു കോടി കിട്ടിയാലും ഒരു കുട്ട പൊന്നുതന്നെ പകരം നൽകിയാലും തങ്ങളുടെ ഭാഗ്യജാതകം തുറന്നു തന്ന ഗണപതിയാനയെ വിൽക്കാൻ തയ്യാറല്ലെന്ന് പറയുന്ന ഉടമകളുള്ളപ്പോൾ മംഗലാംകുന്ന് ഗണ പതിയുടെ ശിഷ്ടജീവിതം സ്നേഹലാളനകളുടെ വിശ്രമത്തുരുത്തുകളിലും തണ്ണീർ പന്തലുകളിലും തന്നെയായിരിക്കുമെന്ന് നമുക്ക് ന്യായമായും പ്രതീക്ഷിക്കാം.

ഒരിക്കലും തുമ്പി താഴ്ത്താനാവാതെ, ഹൃദ യവേദനയോടെ മുഖാമുഖം നിൽക്കുന്ന രണ്ട് ഗജ വീരന്മാരെത്തന്നെ നമ്മുടെ ഔദ്യോഗികച്ചിഹ്നമാ ക്കിയ കേരളസർക്കാരിന്റെ പുതിയ ഗജപരിപാ ലന നിയമപ്രകാരം ആനകളുടെ പെൻഷൻ പ്രായം അറുപതാണ്. നിയമം അതേപടി പാലി ക്കപ്പെട്ട് ഏതെങ്കിലും ഒരാനപ്പറമ്പിന്റെ ഇരുണ്ട മൂലയിലേക്ക് ഒതുങ്ങിക്കൂടുവാൻ മംഗലാംകുന്ന് ഗണപതിയെ അവന്റെ ലക്ഷോപലക്ഷം ആരാധ കർ അനുവദിക്കുമെന്ന് പ്രതീക്ഷിക്കുന്നില്ല.

സഹ്യപുത്രൻമാരുടെ പ്രോജ്വലസാന്നിധ്യമാ യി, തങ്കത്തിളക്കമായി, തലമുറകൾ കണ്ടുവണ ങ്ങിയ ഇതിഹാസതാരത്തോടുള്ള ആദരസൂചക മായി ഇടയ്ക്കിടെ ഓരോ സ്വീകരണങ്ങളും ആന യൂട്ടുകളും പ്രത്യക്ഷഗണപതി പൂജകളുമാണ് മംഗലാംകുന്ന് ഗണപതിക്ക് ഏറ്റവും അഭികാമ്യം. ആനകളെ ദൈവമായി കണ്ടാദരിക്കുന്ന നാട്ടിൽ, ആനകളിൽ ഒരു കൺകണ്ട ദൈവമുണ്ടെങ്കിൽ അത് മംഗലാംകുന്ന് ഗണപതിയാണ്; ആനക ളിലെ ആഢ്യൻ തമ്പുരാൻ.

***

തിരുനക്കര ശിവൻ

പറഞ്ഞുതീരാത്ത വിശേഷങ്ങൾ

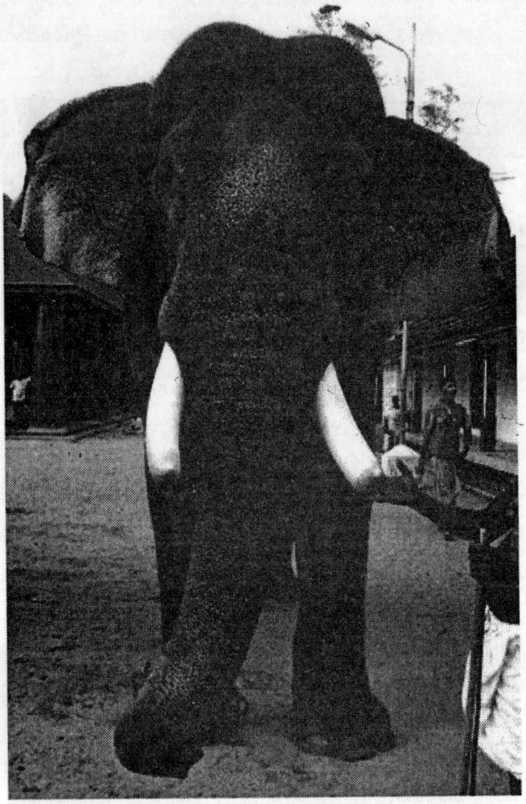

▼ തിരുനക്കര ശിവൻ

ആനച്ചന്തത്തിന്റെ അതുല്യപ്രഭാവമായി, ആശ്ചര്യചൂഡാമണിയായി മധ്യതിരുവിതാംകൂറിൽനിന്നും ഒരു മാണിക്യക്കല്ല്- തിരുനക്കര ശിവൻ. തിരുവാതിര ഞാറ്റുവേലയിൽ നീന്തിത്തുടിച്ചും തിരുവോണത്തൂനിലാവിൽ തുള്ളിത്തെറിച്ചും മലയാളിത്തത്തിന് സൂര്യശോഭ പകർന്നു നൽകിയ തനി മലയാളി. അഥവാ സഹ്യപുത്രൻ; അതാണ് തിരുനക്കര ശിവൻ.

തിരുവിതാംകൂർ ദേവസ്വം ബോർഡിനു കീഴിലുള്ള കോട്ടയം തിരുനക്കര ക്ഷേത്രത്തിന്റെ സ്വന്തവും അക്ഷരനഗരിയുടെ മാനസപുത്രനുമായ തിരുനക്കര ശിവൻ, ആനച്ചന്തത്തിന്റെ പ്രത്യക്ഷോദാഹരണമായി മധ്യതിരുവിതാംകൂർ മലയാളി നെഞ്ചേറ്റി ലാളിക്കുന്ന മായാമോഹനകൃഷ്ണനാണ്. പൂരനഗരിയെന്ന തൃശ്ശൂരിലും പാലക്കാട്ടുമൊക്കെ കുട്ടംകുളങ്ങര രാമദാസ് എന്ന ഒമ്പതരയടിക്കാരനുള്ള സ്ഥാനവും മാനവും എന്താണോ, അതാണ് തെക്കൻ കേരളത്തിൽ വിശേഷിച്ചും കോട്ടയം, ആലപ്പുഴ, പത്തനംതിട്ട ജില്ലകളിൽ തിരുനക്കര ശിവന്റെ സാന്നിധ്യം.

പത്തടിക്കാരും പിന്നെ തലയെടുപ്പിന്റെ തമ്പുരാക്കൻമാരുമെല്ലാം ആർക്കൊക്കെയോവേണ്ടി ശ്വാസംപിടിച്ച്, തലയെടുത്തുപിടിച്ചുനിന്ന് ഉത്സവനഗരികളെ വാശിയുടേയും വൈരാഗ്യത്തിന്റേയും വീർപ്പുമുട്ടൽ വേദികളാക്കി മാറ്റുന്ന സമകാലിക ആനക്കേരളത്തിൽ, ഉയരത്തേക്കാളും അസ്വാഭാവിക തലയെടുപ്പിനേക്കാളുമുപരി യഥാർഥ ആനച്ചന്തത്തെ മനസ്സിൽ കൊത്തിവച്ചാരാധിക്കുന്ന സൗന്ദര്യാസ്വാദകരുടെ മാനസപുത്രനാണ് തിരുനക്കര ശിവൻ. ഉയരം പരിഗണിച്ചാൽ കഷ്ടിച്ച് ഒമ്പതരയടിക്ക് താഴയേ നിൽക്കൂ ഈ മുപ്പത്തിയേഴുകാരൻ. പക്ഷേ, അഴകിലോ പത്തരമാറ്റിന്റെ തങ്കത്തിളക്കമാണ്.

വർഷങ്ങൾക്കു മുമ്പ് 'മാട്ടുപ്പെട്ടി ഇൻഡോ സ്വിസ് പ്രൊജക്റ്റി'നടുത്തുള്ള കാട്ടിലെ കുഴിയിൽവീണ പൊടിമീശക്കാരനാണ് ഇന്നത്തെയീ ശിവൻ. 76-77 കാലഘട്ടത്തിലായിരുന്നു അവന്റെ ജീവിതംതന്നെ മാറ്റിമറിച്ച ആ വീഴ്ച. മുലകുടി മാറാത്ത കുഞ്ഞല്ലാത്തതിനാലാകാം, ആന കുഴിയിൽ വീണ വിവരമറിഞ്ഞ് കോടനാട് കൂട്ടിൽനിന്ന് ആനപിടുത്തസംഘം എത്തുമ്പോൾ, അവനെച്ചൊല്ലി അലച്ചുതല്ലിക്കരയാനും ആനപിടുത്തക്കാരെ വിരട്ടിയോടിക്കാൻ വെറുതേയെങ്കിലും

കോടനാട് ആനക്കളരിയിലെ നവാതിഥിയെ കാണാനെത്തിയവർ; ഇൻസെറ്റിൽ കുട്ടിയാനയെ കൂട്ടിലേക്ക് ആനയിക്കുന്നു...

ശ്രമിച്ചുനോക്കാനുമൊന്നും അവന്റെ കൂട്ടുകാരെയും കുടുംബക്കാരെയുമൊന്നും അവിടെ കണ്ടില്ല. ഒരുപക്ഷേ, തലമൂത്തവർ ഓതിക്കൊടുത്ത വഴിവിട്ട് തന്നിഷ്ടത്തിന് ചരിക്കാൻതോന്നിയ ഏതാനും നിമിഷങ്ങളിലെ ബുദ്ധിമോശം. അതാവാം അവനെ ചതിയുടെ വാരിക്കുഴിയിലേക്ക് നയിച്ചത്.

കോടനാട് കൂട്ടിലെ അക്കാലത്തെ പേരുകേട്ട താപ്പാനകളായ സാവിത്രിയും രവിയും ഗണേശും ചേർന്നാണ് അന്നിവനെ കടുംപിടുത്തത്തിന്റെ കത്രികപ്പൂട്ടുകളിൽ വരിഞ്ഞുമുറുക്കി മാട്ടുപ്പെട്ടിയിൽ നിന്നും കോടനാട് വരെ നയിച്ചത്. ആകെ പേടിച്ചരണ്ട ആനക്കുമാരൻ, ഇത്തിരിനേരത്തെ ചെറുത്തുനിൽപ്പിനും മുറുമുറുപ്പിനും ശേഷം, തന്റെ തലവിധിയെ മാത്രം പഴിച്ചുകൊണ്ട് താപ്പാനകൾ തെളിച്ച വഴിയിലൂടെ പുതിയ ജീവിതത്തിലേക്ക് ചുവടുവച്ചു. (അന്ന് മാട്ടുപ്പെട്ടിയിൽനിന്നും ശിവനെന്ന തങ്കപ്പനെ കോടനാട് കൂടുവരെയെത്തിക്കുവാൻ മനുഷ്യരോടൊപ്പം ചേർന്ന് കങ്കാണിപ്പണിചെയ്ത വലിയ രവിയും സാവിത്രിയും ഗണേശും ഇന്ന് ജീവനോടെയില്ല). 'കൊതിച്ച വഴിയേ പോകാനായില്ലെങ്കിൽ വിധിച്ച വഴിയേ മനസ്സിടറാതെ മുന്നേറുക'യെന്ന പാഠം അന്നു തൊട്ടിന്നോളം അവൻ ജീവിതപാഠമാക്കി അനുവർത്തിക്കുകയും ചെയ്യുന്നു.

ആനക്കൂട്ടിലെ ആദ്യപാഠങ്ങളെല്ലാം മൂന്നേമൂന്ന് മാസംകൊണ്ടുതന്നെ മനഃപാഠമാക്കി തടവറയിൽ നിന്നും തുറന്ന ജയിലിലേക്കിറങ്ങുന്നതിൽ ആനക്കുട്ടി മികവുകാട്ടി. 'തങ്കപ്പൻ',- അന്നത്തെ ഒരു റേഞ്ച് ഓഫീസറുടെ പേര്- അതായിരുന്നു കൂട്ടിൽ അവനനുവദിച്ചുകിട്ടിയ തിരുനാമം അഥവാ ആനപ്പേര്. രാജനും രവിയും സാവിത്രിയും ശിവനും സുന്ദറുമെല്ലാമുള്ളപ്പോൾ തനിക്കുമാത്രം തങ്കപ്പനെന്ന അറുപിന്തിരിപ്പൻ പേര് ചാർത്തിക്കിട്ടിയതിനെതിരെ അവൻ എപ്പോഴെങ്കിലും പ്രതികരിച്ചിട്ടുണ്ടോ എന്തോ. അതോ 'ചാമ്പൻ വള്ളത്തിന് ചീമ്പൻ കഴുക്കോൽ' എന്ന് പണ്ടേതോ കേവുവള്ളക്കാർ പറഞ്ഞതുപോലെ, അടിമത്തത്തിലേക്ക് വീണുകഴിഞ്ഞിട്ട് പിന്നെ 'ആണ്ടൻ കൈമ്മളു'ടെ പേരുകിട്ടിയിട്ട് എന്തുകാര്യമെന്നുമാവാം ഒരുപക്ഷേ അവൻ ചിന്തിച്ചിട്ടുണ്ടാകുക.

തിരുവിതാംകൂർ ദേവസ്വം ബോർഡിനു കീഴിലുള്ള കോട്ടയം തിരുനക്കര ക്ഷേത്രത്തിലേക്ക് തൊണ്ണൂറുകളുടെ ആരംഭത്തിലാണ് ശിവൻ വലതുകാൽവച്ച് കയറിവന്നത്. കോടനാട് ആനക്കൂ

ട്ടിൽ നിന്നും ദേവസ്വം ബോർഡ് ഇവനെ ലേലം വിളിച്ചെടുത്ത് ക്ഷേത്രത്തിലേക്ക് സമർപ്പിക്കുകയായിരുന്നു. അന്ന് തങ്കപ്പനെന്ന ശിവനോടൊപ്പം മറ്റൊരുവനെക്കൂടി ദേവസ്വം ബോർഡ് കൊണ്ടുവന്നിരുന്നു. അവനാണ് ഏറ്റുമാനൂർ നീലകണ്ഠൻ. (നീലകണ്ഠൻ ഏതാനും ആഴ്ചമുമ്പ് ചരിഞ്ഞു).

ആയിരത്തോളംവരുന്ന കേരളത്തിലെ നാട്ടാനക്കൂട്ടത്തിൽ, മറ്റൊരുവനും അവകാശപ്പെടാനില്ലാത്ത കിടിലോൽക്കിടിലൻ ചെവികൾ. അതാണ് ശിവന്റെ പ്രത്യേകത, അഥവാ ശംഖുമുദ്ര. ഭംഗിയാർന്ന പുള്ളികളോടുകൂടിയ വലിയ വട്ടച്ചെവികൾ, എത്രയാനകൾ തിങ്ങിനിറഞ്ഞ ഉത്സവപ്പറമ്പിലും ശിവന്റെ സാന്നിധ്യം മാലോകരെ ചെണ്ട കൊട്ടിയറിയിക്കാൻ പോന്നതാണ്. 'മുറംപോലുള്ള വലിയ ചെവികളെ'ന്നല്ലേ ലക്ഷണപ്രമാണം. പക്ഷേ, ശിവന്റെ ചെവികളുടെ വലിപ്പമുള്ള മുറം ഭൂമിമലയാളത്തിലെങ്ങും കണ്ടെത്താനാവില്ലെന്നത് പച്ചപ്പരമാർഥം.

ചില ആമ്പിള്ളേരും പെമ്പിള്ളേരുമില്ലേ. ഇത്തിരി തടിമിടുക്കും സൗന്ദര്യവുമുണ്ടെങ്കിൽ അത് നന്നായി തേച്ചുമിനുക്കി നാട്ടാരുടെ മുന്നിൽ കാര്യമായി പ്രദർശിപ്പിക്കുവാൻ മനസ്സുവയ്ക്കുന്ന ഇളമുറക്കാർ. അതുപോലെയാണ് ശിവന്റെ കാര്യവും. തന്റെ ചെവികളുടെ പ്രാമാണികത്വം മറ്റാരേക്കാളും നന്നായി മനസ്സിലാക്കിയിട്ടുള്ള മട്ടിലാണവന്റെ നില്പും നടപ്പും. ചെവികൾ എപ്പോഴും വിടർത്തിപ്പിടിക്കുന്നത് അവന്റെയൊരു ശീലംതന്നെയാണ്. അതുകൊണ്ടെന്തെങ്കിലും പ്രശ്നമുണ്ടോ എന്നു ചോദിച്ചാൽ, മറ്റുള്ളവർക്ക് ഇത്തിരി പ്രശ്നമില്ലാതെയുമില്ല. ഉത്സവത്തിന് ആനകളൊക്കെ മത്സരിച്ച് മത്സരിച്ച് നിരനിരക്കുമ്പോൾ, താന്താങ്ങളുടെ ആനത്തലകൾ എല്ലാത്തിനുംമേലെ എടുത്തുപിടിച്ചുനിൽക്കുവാൻ ആനക്കാർ കൈയും മെയ്യും മറന്ന് മത്സരിക്കുമ്പോൾ, തിരുനക്കര ശിവൻ ചെവികൾ വിടർത്തിയങ്ങനെ നിന്നാൽ അവന്റെ അപ്പുറമിപ്പുറം നിൽക്കുന്ന ആനകളുടെ പാതിമുഖമങ്ങ് മറയും!

മധ്യകേരളത്തിൽ, അതായത് തൃശ്ശൂരും പാലക്കാട്ടുമൊക്കെ തിരുവമ്പാടി കുട്ടിശങ്കരനാണ്

▼ ശിവൻ നെറ്റിപ്പട്ടമണിഞ്ഞ്

അപ്പുറമിപ്പുറം നിൽക്കുന്നവരെ നിഷ്പ്രഭരാക്കിക്കളയുന്ന ചെവിപിടുത്തത്തിന് പേരുകേട്ടവൻ. പക്ഷേ, ഒരിക്കൽ കുട്ടിശങ്കരനും തിരുനക്കര ശിവനും തോളോടുതോളുരുമ്മി നിൽക്കേണ്ടിവന്നപ്പോൾ മല്ലയുദ്ധം എന്നൊക്കെ പറയുംപോലെ അതൊരു ചെവിപിടുത്ത മത്സരം തന്നെയായിമാറി. 'ആര് ആരെ മറയ്ക്കും, ആര് വഴങ്ങിക്കൊടുക്കു'മെന്നുള്ള മത്സരത്തിനൊടുവിൽ ശിവൻ തന്റെ വലിയ ചെവികൾകൊണ്ട് 'ടമാർ പടാർ' എന്ന മട്ടിൽ നാലഞ്ചടികൾ കൊടുക്കുക കൂടി ചെയ്തപ്പോൾ കുട്ടിശങ്കരൻ ഇത്തിരി പിന്നോട്ടടിച്ചുവെന്നും അവന്റെ ആരാധകർ കൂട്ടിച്ചേർക്കുന്നു.

ഭംഗിയാർന്ന വലിയ തല, അഥവാ ലക്ഷണത്തികവാർന്ന മസ്തകം അതാണ് ശിവന്റെ മറ്റൊരു പ്രത്യേകത. 'എന്നാലും ഉയരം ഇത്രയല്ലേ ഉള്ളൂ' എന്ന ഇത്തിരി വിപ്രതിപത്തിയോടെ മുഖം വീർപ്പിച്ചു നിൽക്കുന്ന കടുത്ത തലയെടുപ്പ് ആരാധകരെപ്പോലും നിമിഷനേരംകൊണ്ട് സ്വന്തം ആജ്ഞാനുവർത്തികളും ആരാധകരുമാക്കി മാറ്റാൻ ശിവന്റെയാ മസ്തകപ്പെരുമയും നാല്

ചെവിയടികളും മാത്രം മതി.

കേരളത്തിൽ ഏറ്റവും വലിയ തലേക്കെട്ടാണ് വൈക്കത്തഷ്ടമിക്ക് എഴുന്നെള്ളിക്കുന്ന ആനയ്ക്കുള്ള സ്വർണത്തലേക്കെട്ട്. പണ്ട് തിരുവിതാംകൂർ മഹാരാജാവിന്റെ ലായത്തിലെ ഏതോ ഒരു കിടിലൻ തലക്കാരന്റെ തലയ്ക്കൊപ്പിച്ച് തയ്പ്പിച്ചെടുത്തതാണ് ആ തലേക്കെട്ട്. പക്ഷേ, ഇന്നത് മുഖത്തിനു പാകമാകുന്ന രണ്ടേരണ്ടാനകളേ കേരളത്തിലുള്ളൂ- നാണു എഴുത്തച്ഛൻ ശ്രീനിവാസനും തിരുനക്കര ശിവനും. മറ്റേതാനകൾക്കായാലും അതുവച്ചുകെട്ടിയാൽ കണ്ണുകൾ മറയുമെന്നത് ഒരു സത്യം!

കുറച്ചുനാൾ മുമ്പ് അയ്മനത്തുവച്ച് ഒരുത്സവത്തിന് ശിവനും സ്ഥലത്തെ പ്രധാന ദിവ്യനായ പാമ്പാടി രാജനും തൊട്ടുതൊട്ടായിരുന്നു നിന്നിരുന്നത്. പാമ്പാടി രാജൻ തലയൊക്കെ എടുത്തുപിടിച്ച് നിൽക്കുന്നതു കണ്ടപ്പോൾ, 'അതെന്താ താനും കോടനാട് കൂട്ടിൽനിന്ന് വന്നവൻ തന്നെയല്ലേ, ഞങ്ങനെയങ്ങ് വിട്ടുകൊടുക്കാനൊക്കുമോ'യെന്ന് തിരുനക്കര ശിവൻ ചിന്തിച്ചിട്ടാണോ എന്തോ, എന്തായാലും കുറച്ചുനേരം ശിവനും പാമ്പാടി രാജനോടൊപ്പം തലപിടിച്ചുനിൽക്കുവാൻ ഒരു ശ്രമം നടത്തി. പക്ഷേ, അവന്റെ ആ പോരാട്ടവീര്യത്തെ ഇത്തിരിനേരം മാത്രമേ നാട്ടുകാർ പ്രോത്സാഹിപ്പിച്ചുള്ളൂ. എന്നിട്ട് അവന്റെ ആരാധകരും അഭ്യുദയകാംക്ഷികളും മെല്ലെ മുന്നോട്ടുവന്ന് തീർപ്പു കൽപിച്ചു. "വേണ്ടവേണ്ട, വെറുതേ തലയൊന്നും പൊക്കിച്ച് ഞങ്ങളുടെ ശിവനെ വിഷമിപ്പിക്കണ്ട. അവൻ കുറച്ചുനേരം ആ ചെവിവട്ടം പിടിച്ചുനിന്നാൽ മാത്രം മതി. അതുപോരെ, അതിനപ്പുറം വല്ലതും വേണോ?" അതാണ് തിരുനക്കര ശിവനെന്ന ഇളയ പ്രജാപതിയോട് മധ്യതിരുവിതാംകൂറുകാരൻ ആനപ്രേമിയുടെ സമാനതകളില്ലാത്ത ദിവ്യാനുരാഗം.

കഴുത്തുപൊക്കലും തലപിടുത്തവുമല്ല, യഥാർഥ ആനച്ചന്തത്തിന്റെ, ആനക്കമ്പത്തിന്റെ മാനദണ്ഡം എന്നു പ്രഖ്യാപിക്കുന്ന വീണെടുത്ത കൊമ്പുകളും നിലംതൊടുന്ന തുമ്പിയും പതിനെട്ട് നഖങ്ങളുമെല്ലാം ലക്ഷണയാഥാസ്ഥിതികർ ആഗ്രഹിക്കുംപോലെ തന്നെയാണ്. പക്ഷേ, വാലിനുമാത്രം ചെറിയൊരു വളവ്.

ശിവന്റെ തുമ്പിക്കൈയുടെ അസാമാന്യ വണ്ണവും എടുത്തുപറയേണ്ട സവിശേഷത തന്നെയാണ്. ഇതിനും പുറമേ സുന്ദരൻ ആളൊരു പൂവാലനുമാണ്, സ്വഭാവത്തിലല്ല, വാലിലെ രോമങ്ങളുടെ വെളുപ്പുനിറത്തിന്റെ കാര്യത്തിൽ മാത്രം.

ഇനിയിപ്പോൾ തലയും വാലും നടയും അമരവും എല്ലാം ഒന്നിനൊന്ന് കേമമെങ്കിലും മൊത്തത്തിൽ നോക്കിയാൽ ആനയ്ക്കാകെ ഒരു അലവലാതിച്ചന്തമാണെങ്കിൽ പറഞ്ഞിട്ട് കാരുമുണ്ടോ. പോയില്ലേ കാര്യം. പക്ഷേ, തിരുനക്കര ശിവൻ അവിടെയും മുമ്പരിൽ മുമ്പനാണ്. എണ്ണ തൊട്ടെടുക്കാമെന്നുപറയാൻ പാകത്തിൽ ആകെ കൊഴുത്തുരുണ്ട് ആടിക്കുഴഞ്ഞ് നീങ്ങുന്ന അവനെക്കണ്ടാൽ ആനച്ചന്തത്തിന്റെ തലയും വാലുമറിയാത്തവർകൂടി, ഉള്ളിന്റെയുള്ളിൽ നിന്നും ഉറവപൊട്ടുന്നൊരു മനസ്സന്തോഷത്തോടെ ഇങ്ങനെ പറയും- "അതെ, ഇതാണ് ആന. ആനയെങ്കിൽ ശിവനെപ്പോലാവണം".

'കാട്ടിലെ തടി തേവരുടെ ആന'യെന്ന് ചിലപ്പോഴെങ്കിലും പറയേണ്ടിവരുന്ന സർക്കാർ ചട്ടക്കൂടിന് കീഴിലായിട്ടും, ആനയ്ക്ക് തീറ്റകിട്ടാനും നന്നായൊന്ന് തുടച്ചു കുളിപ്പിച്ച് സംരക്ഷിക്കുവാൻതക്ക സംവിധാനങ്ങൾക്കും ഒത്തിരിയൊത്തിരി പ്രശ്നങ്ങളുള്ള നഗരമധ്യത്തിലായിരുന്നിട്ടും ആരുകണ്ടാലും കണ്ണുകിട്ടുന്ന ഒരുണ്ണിക്കിടാവിനെപ്പോലെ തിരുനക്കര ശിവൻ തിളങ്ങുന്നെങ്കിൽ അതിനുള്ള എല്ലാ ബഹുമതിയും അവന്റെ പ്രിയപ്പെട്ട പാപ്പാൻ നടേശനുള്ളതാണ്.

ഇന്നോളം ആർക്കുനേരെയും ഗുരുതരമായ കടന്നാക്രമണങ്ങൾക്ക് മുതിർന്നിട്ടില്ലാത്ത ശിവന്റെ ഒരേയൊരു ദൗർബല്യം കൈവിട്ടുപോക്കാണ്. പാപ്പാൻമാരോടെങ്ങാനും ഇടഞ്ഞാൽ, ശിവൻ കുഴപ്പത്തിനൊന്നും നിൽക്കില്ല. അവർ പറയുന്നത് അനുസരിക്കാതെ, പറയുന്നത് കേൾക്കാൻപോലും നിൽക്കാതെ നേരെ വിട്ടടിച്ചുകളയും. ചിലപ്പോൾ ആ പോക്കിന് കിലോമീറ്ററുകൾതന്നെ താണ്ടിക്കഴിഞ്ഞ ശേഷമാവും ഒരു പരിസമാപ്തിയുണ്ടാകുക.

ചിലപ്പോഴെങ്കിലും നായയുടെ കുരയോ

അല്ലെങ്കിൽ ഒരു വണ്ടിയുടെ ഇരമ്പലോ പോലു ള്ള എന്തെങ്കിലും ഒരുനിസ്സാര പ്രശ്നമാകും പേടി ക്കുള്ള നിമിത്തം. പക്ഷേ, ശിവന്റെ ഈ പേടിച്ചോ ട്ടത്തിനും കൈവിട്ടുപോക്കിനും വർഷങ്ങളുടെ പഴക്കമുണ്ട്. മൂടിന് തീപിടിച്ചപോലുള്ള അവന്റെ ആദ്യത്തെ കൈവിട്ടോട്ടത്തിന്റെ കാരണവും ഒരു പേടിതന്നെയായിരുന്നു. പക്ഷേ, ആ പേടിയുടെ കാരണം അത്ര നിസ്സാരമായിരുന്നില്ലെന്നുമാത്രം.

വർഷങ്ങൾക്കു മുമ്പാണ് കേസിനാസ്പദമായ സംഭവം അരങ്ങേറുന്നത്. അന്നവൻ സർക്കാർ ജീവനക്കാരനായിട്ടില്ല. എന്നുവച്ചാൽ ദേവസ്വം ബോർഡിലേക്കെത്തിയിട്ടില്ല. കൂട്ടിലെ കൊച്ചുത ങ്കപ്പനായി തടിപിടുത്തവും മറ്റു കാര്യപരിപാടി കളുമെല്ലാം പരിശീലിച്ചു വരുന്നകാലം. പഴയ പ്രൈമറി സ്കൂളിലെ കുട്ടികൾക്ക് കാത്തുകാത്തി രുന്ന് ആണ്ടിലൊരിക്കൽ വീണുകിട്ടുന്ന ഒരു വിനോദയാത്രപോലെ, പണ്ട് കോടനാട് ആനക്ക ളരിയിലെ ആനകൾക്കും ഒരു വെടിവട്ടത്തിനുള്ള വകുപ്പ് വീണുകിട്ടുമായിരുന്നു. വനംവകുപ്പിന്റെ അനുമതിയോടെ സർക്കസിലെ പിടിയാനകളെ, എന്നുവച്ചാൽ പെണ്ണാനകളെ ആനക്ക്യാമ്പിലെ തറവാടികളായ പുരുഷകേസരികളുമായി ഇണ ചേർക്കാൻ കൊണ്ടുവരാറുണ്ടായിരുന്നു.

രണ്ടോ മൂന്നോ നാളത്തെ കുടിവയ്പിനുശേ ഷം, സർക്കസുകാരികൾ പൂത്തുലഞ്ഞ മനസ്സും നിറയാൻ തുടങ്ങുന്ന വയറുമായി മടങ്ങും. പക്ഷേ, കണ്ടമാത്രയിൽതന്നെ ഏതു വമ്പത്തിക ളുടെയും കരളിൽ കൊത്തിവലിക്കാൻപോന്ന വലിയ രവിമാരും ഉണ്ണിക്കൃഷ്ണ മല്ലന്മാരു മൊക്കെ അവിടെ മസിലുരുട്ടി 'ശരപഞ്ജര' ത്തിലെ ജയനെപ്പോലെ നിൽക്കുമ്പോൾ, 'പെരു വഴിയമ്പലം' സിനിമയിലെ ഉണക്കക്കൊള്ളി അശോകനെപ്പോലെ നിൽക്കുന്ന നമ്മുടെയീ ശിവൻ കൊച്ചനെ ആര് ഗൗനിക്കാൻ!

കാപ്പിരിക്കാട്ട് വടക്കാമ്പള്ളിയ്ക്കടുത്തുവച്ചാ യിരുന്നു ഒരുതവണത്തെ ഗാന്ധർവ വിവാഹവേ ദി. ഇന്നത്തെ മാവേലിക്കര ഉണ്ണിക്കൃഷ്ണൻ അന്ന് കൂട്ടത്തിൽ ജഗജില്ലിയും തങ്കപ്പനേക്കാൾ സീനിയറുമൊക്കെയാണ്. പക്ഷേ അന്നെന്തോ, മനസ്സിൽ വിചാരിച്ചവളെ സ്വന്തമാക്കാനാകാതെ വന്നതിന്റേയോ അല്ലെങ്കിൽ പെട്ടെന്നുതന്നെ പിരി യേണ്ടിവന്നതിന്റേയോ ബേജാറിലും പിരിമുറുക്ക ത്തിലുമായിരുന്നു മൂപ്പർ. അങ്ങനെ ആകെ തല പെരുത്തുനിന്ന ഉണ്ണിക്കൃഷ്ണന്റെ മുന്നിലേക്കാ യിരുന്നു കുളിച്ചുകയറിവന്ന പാവം തങ്കപ്പൻ ചെന്നുപെട്ടത്. 'അങ്ങാടിയിൽ തോറ്റതിന് അമ്മ യോട്' എന്നുപറഞ്ഞതുപോലെ അവൻ തങ്കപ്പ നുനേരെ കുതിച്ചുചാടി ഒരു 'താങ്ങ്' കൊടുത്തു. ഇതിനിടെ ഉണ്ണിക്കൃഷ്ണനെ തളച്ചിരുന്ന ചങ്ങ ലയുംപൊട്ടി. പേടിച്ചരണ്ട് ഓടാൻ തുടങ്ങിയ തങ്ക പ്പന്റെ പിന്നാലെ ഉണ്ണിക്കൃഷ്ണൻ കത്തിച്ചുവിട്ടു. അന്നുമുതലാണത്രെ ശിവൻ ഈ 'ഓട്ടപ്പരിശീ ലനം' തുടങ്ങിയത്.

പ്രഥമദർശത്തിൽ തന്നെ എഴുതിത്തള്ളിയവ രെയെല്ലാം വിസ്മയിപ്പിച്ചുകൊണ്ട്, ലക്ഷണങ്ങ ളും മുഖശ്രീയും നോക്കി ആനശ്രീമാൻമാരുടെ വരുംകാല കേമത്തങ്ങളും ഭാവിപ്രകടനങ്ങളും പ്രവചിക്കുന്ന വിമർശകരെയെല്ലാം ഞെട്ടിച്ചു കൊണ്ട്, ആരുകണ്ടാലും കൊതിക്കുന്നൊരു ആരോമൽചേകവരായി ശിവൻ വളർന്നുപന്തലി ക്കാൻ തുടങ്ങിയത് 20-25 വയസ്സിനു ശേഷമാണ്. ഇന്ന് 37 വയസ്സിന്റെ യൗവനത്തിളപ്പിൽ മധ്യതി രുവിതാംകൂറിന്റെ പടക്കളത്തിൽ പ്രശസ്തിയുടെ സുവർണപതാക പാറിക്കുകയാണിവൻ.

തന്റേതു മാത്രമായ ഒത്തിരിയൊത്തിരി അപൂർ വസ്വഭാവവിശേഷങ്ങൾക്കുകൂടി ഉടമയാണ് തിരു നക്കര ശിവൻ. പഴവും പഞ്ചാമൃതവുമല്ല, കാശ്മീ ർ കുങ്കുമപ്പൂവാണെന്ന് പറഞ്ഞാലും ഒന്നും വലി ച്ചുവാരിത്തിന്നുന്ന ശീലക്കാരനല്ലിവൻ. വായിൽ കിട്ടിയത് ചവച്ചരച്ചിറക്കുന്നതുവരെ അടുത്ത പട ലപ്പഴം തുമ്പിയിൽ വയ്ക്കുന്നത് ഇവന്റെയൊരു ശൈലിയാണ്. ഓർമശക്തിയാണ് കക്ഷിയുടെ പ്രധാന തുറുപ്പുചീട്ട്. എത്രയോ വർഷങ്ങൾക്ക പ്പുറം തന്നോട് വിടപറഞ്ഞുപോയ പാപ്പാന്മാരാ ണെങ്കിലും ശിവൻ അവരെ മറക്കാറില്ലെന്ന് മാത്ര മല്ല, യാതൊരു അലോസരവും കാട്ടാതെ, "എങ്ങ നെയുണ്ട് ചേട്ടാ, പിള്ളേരും പെമ്പറന്നോത്തിയു മൊക്കെ സുഖമായിട്ടിരിക്കുന്നോ" എന്നമട്ടിൽ കുശലം ചോദിക്കുകയും ചെയ്യും.

ഇന്നോളം ലോറിയിൽ കയറിയിട്ടില്ല ശിവൻ.

എന്നാൽ അവന്റെ നടപ്പ്, അതൊരു ഒന്നൊന്നര നടപ്പുതന്നെയാണ്. എന്നുവച്ചാൽ വെടിച്ചില്ല് നടപ്പ്! ശിവൻ അറിഞ്ഞൊന്നാഞ്ഞു പിടിച്ചാൽ, അവന്റെയൊപ്പമെത്താൻ പാപ്പാൻമാർ വെള്ളംകുടിക്കുകതന്നെ ചെയ്യും.

ഒരു നാടിന്റെ മുഴുവൻ വിസ്മയമാകുന്ന ഒരു പിടി സ്വഭാവവിശേഷങ്ങളിലൂടെ, തന്റേതുമാത്രമായ ലക്ഷണപ്പെരുക്കങ്ങളിലൂടെ ആനയെന്ന രണ്ടക്ഷരങ്ങളെ നെഞ്ചേറ്റി ലാളിക്കുന്ന ജനതയുടെ സ്വന്തക്കാരനാകുകയാണ് ശിവൻ.

ജനലക്ഷങ്ങളുടെ സ്വപ്നനായകനായ ഈ ഐശ്വര്യത്തിടമ്പിന്റെ ജീവിതത്തിൽ അധികമാരുമറിയാതെ ഒരു ജീവിതാധ്യായംകൂടി ഇടംപിടിച്ചിട്ടുണ്ട്- ഒരു പ്രേമകാവ്യം! എന്നു മുതൽ എവിടം മുതൽ ഹൃദയത്തിൽ മുളപൊട്ടി എന്ന് കൃത്യമായി പറയാനും ഓർത്തെടുക്കാനും വയ്യാത്ത ഒരനുരാഗം. വൈക്കം മുഹമ്മദ് ബഷീർ എഴുതുകയും പിന്നീട് അടൂർ ഗോപാലകൃഷ്ണൻ ആഭ്രപാളികളിലാക്കുകയും ചെയ്ത മതിലുകളിലെ കാമുകീകാമുകൻമാരെപ്പോലെ, വലിയ കൽമതിലിനപ്പുറമിപ്പുറം നിന്ന് മനസ്സുപങ്കിട്ട നാരായണിയേയും ബഷീറിനേയുംപോലെ, അടക്കിവയ്ക്കാനാവാത്ത പ്രണയത്തിന്റെ ചൂടിലും ചൂരിലും ഉരുകുന്ന രണ്ട് തപ്തഹൃദയങ്ങൾ. ചങ്ങലക്കെട്ടുകൾക്കുള്ളിൽ മോഹങ്ങൾ പങ്കുവയ്ക്കുന്ന, പതംപറഞ്ഞു കരയാൻമാത്രം വിധിക്കപ്പെട്ട പാവങ്ങൾ.

ശിവനെപ്പോലെ അവന്റെ കാമുകിയും ആളൊരു സർക്കാർ ജീവനക്കാരിയാണ്- തിരുവിതാംകൂർ ദേവസ്വം ബോർഡിനു കീഴിലുള്ള കൊടുങ്ങൂർ ക്ഷേത്രത്തിലെ വീരനായിക വൈജയന്തി. തിരുനക്കര ശിവനെന്ന പ്രണയാതുരന്റെ നെഞ്ചിനുള്ളിൽ സുഖമുള്ളൊരു നീറ്റലും നോവുമായി വൈജയന്തി കയറിപ്പറ്റിയിട്ട് കാലം കുറേയേറെയായി. കാര്യം പിടിയാനയാണെന്നതൊക്കെ നേരുതന്നെ. പക്ഷേ എടുപ്പിലും നടപ്പിലും അവൾ എല്ലാംകൊണ്ടും ഒരുണ്ണിയാർച്ചയുടെ ജനുസ്സാണ്.

വലിയ ചെവികളും ഇടനീളവും തലക്കുന്നിയും ഒത്ത ഉയരവും, അങ്ങനെ എല്ലാം ഒന്നിനൊന്ന് മെച്ചമായുള്ള വൈജയന്തിയെപ്പോലൊരു പെണ്ണൊരുത്തി മലയാളമണ്ണിൽ മറ്റെങ്ങുമുണ്ടാവില്ലെന്ന് പറഞ്ഞാൽ അതിലൊട്ടും അതിശയോക്തിയില്ല. എന്തിനധികം പറയുന്നു രണ്ട് കൊമ്പും കൂടി വച്ചുകൊടുത്താൽ സാക്ഷാൽ മംഗലാംകുന്ന് കർണൻ പോലും മാറിനിൽക്കുന്ന ഒരു നെടുവിരിയൻ ഉരുപ്പടി. അതാണ് വൈജയന്തി. ശിവനല്ല, സാക്ഷാൽ ബ്രഹ്മാവുപോലും അവൾക്കു മുന്നിൽ തലകറങ്ങി വീണില്ലെങ്കിലേ അദ്ഭുതമുള്ളൂ.

ഇഷ്ടമാണെന്നാദ്യം ചൊല്ലിയത് ആരെന്നു ചോദിച്ചാൽ സംശയിക്കേണ്ട. അവൾതന്നെ, വൈജയന്തി. പ്രണയത്തിന്റെ കാര്യത്തിൽ, പ്രണയം മൂടിപ്പൊതിഞ്ഞ് ഒളിച്ചുവയ്ക്കേണ്ടതല്ലെന്ന കാര്യത്തിൽ അവൾ ശിവനേക്കാൾ ഒത്തിരി മുന്നിൽ തന്നെയാണ്. പ്രണയത്തിൽ മാത്രമല്ല, പ്രായത്തിലും വൈജയന്തിക്ക് ഇത്തിരി മൂപ്പേറും. എന്നുവച്ചിപ്പോ ആകാശമിടിഞ്ഞുവീഴാനൊന്നും പോകുന്നില്ലല്ലോ. ആരെങ്കിലും ഒരാൾ മൂത്തിരുന്നാലല്ലേ പറ്റൂ. നിരവധി പ്രശസ്തരുടെ കല്യാണക്കഥകളും അങ്ങനെതന്നെയല്ലേയെന്ന് അവൾ ഒരുപക്ഷേ ശിവനോട് ചോദിച്ചിട്ടുമുണ്ടാകും. അങ്ങനെ ഒരു 'ദിവ്യപ്രണയം' നെഞ്ചിന്റെ നെരിപ്പോടിൽ സൂക്ഷിച്ചുവച്ചു നടക്കുകയാണ് ശിവൻ.

പരമസാത്വികൻ, ഒന്നാന്തരം തറവാടി, അവനവന്റെ കാര്യംനോക്കി മറ്റുള്ളവരുടെ കാര്യങ്ങളിൽ അനാവശ്യമായി തലയിടാത്ത അന്തസ്സൂട്ടൻ അങ്ങനെ തിരുനക്കര ശിവനെന്ന തങ്ങളുടെയീ അഭിമാന താരത്തിന്റെ വൈഡൂര്യത്തിളക്കങ്ങൾ, ഗുണഗണങ്ങൾ രാകിമിനുക്കി ലോകർക്കുമുന്നിൽ വിളംബരം ചെയ്യാൻ തിരുനക്കര ശിവൻ ഫാൻസുകാർ ഒന്നിച്ചൊറ്റമനസ്സായി മത്സരിക്കുമ്പോഴും, അവർ തമ്മിൽതമ്മിൽ അടക്കംപറയുന്നൊരു രഹസ്യമുണ്ട്. ശിവന്റെ മനസ്സാക്ഷി സൂക്ഷിപ്പുകാരനായ പാപ്പാൻ നടേശനും സമ്മതിച്ച് അടിവരയിടുന്നൊരു രഹസ്യം.

പഴം തന്നിട്ടായാലും പഞ്ചാരപ്പാലുമിഠായി തന്നിട്ടായാലും ശരി, ആവശ്യമില്ലാത്തവർ തൊടാനും പിടിക്കാനും വന്നേക്കരുത്. അതാണ്

ശിവന്റെ ഒരേയൊരു നിർബന്ധം. ഇനിയിപ്പോൾ അതല്ല, 'ഞാൻ കൊടുത്ത പഴം വാങ്ങിച്ച് പക്കാല പാടിക്കൊണ്ട് വെട്ടിവിഴുങ്ങാൻ അവന് യാതൊരു പോക്കണംകേടുമില്ലല്ലോ. പിന്നെന്താ ഞാനൊന്ന് തൊട്ടാൽ. അവന്റെ ആണത്തവും അഭിമാനവും ഇടിഞ്ഞുപോവ്വോ. എങ്കിൽ അതൊന്നു കാണണമല്ലോ' എന്ന വാശിയിൽ അരാനും തോണ്ടിക്കളിക്കാൻ നിന്നാൽ, താടിക്ക് പിടിക്കാൻ ചെന്നാൽ അപ്പോൾ തിരുനക്കര ശിവന്റെ ആളും തരവും മാറും. ആവശ്യമില്ലാതെ കളിക്കാൻ വരുന്നവർക്ക് തുമ്പികൊണ്ട് നല്ലൊരു തട്ട്. അല്ലെങ്കിൽ പെട്ടന്നൊരു ചാട്ടം. അതൊക്കെ പ്രതീക്ഷിക്കാം; പ്രതീക്ഷിക്കണം. അപ്രതീക്ഷിതമായി പാപ്പാൻമാരറിയാതെ പിന്നിൽനിന്ന് കയറിച്ചെന്ന് ചന്തിയിൽ തോണ്ടുന്നവർക്ക് കിട്ടുന്നത് ചിലപ്പോൾ അതിലും വലുതായെന്നും വരും. കാലുമടക്കി ഒരു തൊഴി. അല്ലെങ്കിൽ വാലുകൊണ്ടൊരു ചാട്ടവാറടി!

പേടിക്കാനുള്ള വകുപ്പുകളൊന്നുമില്ലെങ്കിൽകൂടി, പാപ്പാൻമാരില്ലാതെ തന്റെടുത്ത് സ്നേഹംകൂടാൻ എത്തുന്നത് ശിവനിഷ്ടമല്ലെന്നതാണ് സത്യം. ശിവന്റെ കടുത്ത ആരാധകരെപ്പോലും അമ്പരിപ്പിക്കുകയും ഇത്തിരിയെങ്കിലും ഞെട്ടിച്ചുകളയുകയും ചെയ്ത അത്തരമൊരു സംഭവം അടുത്തിടെയുണ്ടായി. ക്ഷേത്രത്തിലെ കീഴ്ശാന്തിയായ പള്ളം സ്വദേശി സനൽ നമ്പൂതിരിക്ക് പണ്ടേ ശിവനോടിത്തിരി ഇഷ്ടക്കൂടുതലുണ്ട്. തേവർക്കുള്ള നിവേദ്യം കഴിഞ്ഞാൽ ശിവൻ മതിലകത്തുണ്ടെങ്കിൽ അതിലൊരു വിഹിതം അവനും പതിവുണ്ട്.

രണ്ടുപേരും ഹാജരുണ്ടായിരുന്ന ഒരുനാൾ സനൽ പടച്ചോറുമായി ശിവന്റെ ചാരത്തെത്തി. മുമ്പും പലവട്ടം ഇങ്ങനെ കൊടുത്തിട്ടുള്ളതുമാണ്. അതിനാൽ പാപ്പാൻ അടുത്തില്ലെന്നറിയാമായിരുന്നിട്ടും അതത്ര കാര്യമാക്കാതെ സനൽ അവന്റെ വായിലേക്ക് ചോറ് നീട്ടി. പക്ഷേ, തലമണ്ടയ്ക്കകത്ത് ഗുളികൻ കന്നന്തിരിവ് കാട്ടിയ നേരമായിരുന്നോ എന്തോ, പറഞ്ഞുതീരും മുമ്പേയായിരുന്നു ശിവൻ സനലിനെ കൊമ്പിന് തട്ടിവീഴ്ത്തിയതും കുത്താനാഞ്ഞതും.

അപ്രതീക്ഷിതമായ ശിവന്റെ വേഷപ്പകർച്ച കണ്ട് പരിഭ്രാന്തരായവർ, ക്ഷേത്രപരിസരത്തുണ്ടായിരുന്നവരും ക്ഷേത്രജീവനക്കാരുമെല്ലാം 'ശിവാ മോനെ, എന്തായി കാട്ടണെ' എന്ന് ചോദിച്ചുകൊണ്ട് ഓടിയടുത്തപ്പോഴേക്കും അവൻ ഒരബദ്ധം പറ്റിയതുപോലെയോ തീക്കട്ടയിൽ ചവിട്ടിയതുപോലെയോ പിന്നാക്കം മാറിക്കഴിഞ്ഞിരുന്നു. 'അതെല്ലാം മറന്നേക്കൂ ചങ്ങാതി, അതൊരു ദുഃസ്വപ്നം മാത്ര'മെന്ന് പരസ്പരം സമാധാനിപ്പിച്ചും സ്വയം വിശ്വസിക്കാൻ ശ്രമിച്ചും തിരുനക്കര ശിവനും കഥാനായകനായ കീഴ്ശാന്തി സനലും പിന്നെയും സൗഹൃദം പുതുക്കുമ്പോൾ ശിവനേക്കാൾ കൂടുതൽ ആശ്വാസംകൊള്ളുന്നത് അവന്റെ ആരാധകരായിരിക്കും- ശിവന്റെ സർവീസ് ബുക്കിൽ ചുവന്ന മഷി കേറിയില്ലല്ലോ യെന്ന ആശ്വാസം.

ഡിസംബർ 25 കഴിയുന്നതോടെ ശിവൻ അവന്റെ പ്രശ്നോത്തരിക്കാലത്തിലേക്കുള്ള പ്രയാണത്തിലാകും. എന്നുവച്ചാൽ മദപ്പാട് ഘട്ടമെന്ന പ്രശ്നകാലം. 'ഞാനിതാ കുഴപ്പത്തിലേക്കു നീങ്ങുകയാണ്, എത്രയും പെട്ടന്ന് എന്നെപ്പിടിച്ച് എവിടെയെങ്കിലും കെട്ടിയുറപ്പിച്ചുകൊള്ളുക' എന്ന സന്ദേശം ശിവൻതന്നെ ആ സമയം വ്യക്തമായി നൽകുകയും ചെയ്യും. കൂടെ സഹായികളായി നിൽക്കുന്ന ഇടച്ചട്ടക്കാരോട് ആവശ്യത്തിനും അനാവശ്യത്തിനും തട്ടിക്കയറുക, നിന്നനിൽപിൽ ഓടിക്കുക തുടങ്ങി കൊച്ചുകൊച്ചു കലാപരിപാടികളിലൂടെയാണ് തന്റെ മനസ്സിലേക്ക് ഭ്രാന്തിന്റെ തിരമാലകൾ അടിച്ചുതല്ലി വരികയാണെന്ന കാര്യം വേണ്ടപ്പെട്ടവരെ വേണ്ട സമയത്ത് അവൻ കൃത്യമായി അറിയിക്കാറുള്ളത്. മദപ്പാടിൽ തളച്ചുകഴിഞ്ഞാൽ പിന്നെ തുടർച്ചയായി മൂന്നോ നാലോ മാസം പൂർണവിശ്രമകാലം.

ഡിസംബർ അവസാനത്തോടെ മദപ്പാടിൽ തളയ്ക്കപ്പെടുകയെന്നാൽ അതിനർഥം ധനുമാസം മുതലങ്ങോട്ട് കേരളത്തിൽ ക്ഷേത്രോത്സവങ്ങളുടെ കേളികൊട്ട് ഉയരുന്ന മകരം, മീനം, മേട-ഇടവമാസങ്ങൾ ഒരാനയ്ക്ക് നഷ്ടപ്പെടും എന്നതാണ്. തിരുവിതാംകൂർ ദേവസ്വം ബോർഡിനുപകരം ലാഭക്കൊതിയുള്ള ഏതെങ്കിലും സ്വകാര്യ ഉടമയുടെ സ്വന്തമായിരുന്നു ഈ ആന

യെങ്കിൽ ഒരിക്കലും അവന്റെ ജീവിതക്രമവും രൂപവും ഇങ്ങനെയായിരിക്കുമെന്ന് പ്രതീക്ഷിക്കാൻ തരമില്ല. ഉത്സവക്കാലം എന്ന നല്ലസമയം മുഴുവൻ ആന മദപ്പാടിലായി, ആനവളർത്തൽ നഷ്ടങ്ങളുടെ ബാക്കിപത്രം മാത്രമാകുമെന്നതിനാൽ, അവർ മദപ്പാടുകാലത്തിന് നാലോ അഞ്ചോ മാസം മുമ്പുതന്നെ ആനയുടെ തീറ്റയും വെള്ളവും നിയന്ത്രിച്ചും നിഷേധിച്ചും ആനയെ വാട്ടുവാൻ തുടങ്ങിയിരിക്കും. വിശന്നുപൊരിഞ്ഞ്, നേരെചൊവ്വേ എഴുന്നേറ്റ് നടക്കുവാൻപോലുമുള്ള ആവതില്ലാതെ, പട്ടിണിക്കോലമാകുന്ന മിണ്ടാപ്രാണിക്ക് മദപ്പാടു പോയിട്ട് മിണ്ടാട്ടം തന്നെയില്ലാതാകും.

തങ്ങളുടെ ആഘോഷങ്ങളിലെ വെറുമൊരു അലങ്കാര ഭീമൻ എന്നതിനപ്പുറം പാവമീയാനയും ഒരു ജീവിയാണെന്നും അവനും അവന്റേതായ പ്രശ്നങ്ങളുണ്ടെന്നും തിരിച്ചറിയുന്ന, അംഗീകരിക്കുന്ന ഒത്തിരിയൊത്തിരി മനസ്സുകളുടെ പൂവിലങ്ങുകൾ എല്ലായ്പ്പോഴും തിരുനക്കര ശിവന് ചുറ്റും സ്നേഹവലയം തീർക്കാനുണ്ട്. അവനുവേണ്ടി ജീവിതംതന്നെ ഉഴിഞ്ഞുവച്ചിരിക്കുന്ന പാപ്പാനായാലും സ്നേഹനിധികളായ നാട്ടുകാരായാലും ദേവസ്വം ഭാരവാഹികളായാലും കാലവും കാറ്റും എല്ലാം ശിവന്റെ വഴിയേതന്നെ നീങ്ങുന്നു. അതിനാൽ മദപ്പാടുകാലത്ത് ശിവൻ വിശ്രമത്തിലായിരിക്കും. അതു കൊണ്ട് തിരുനക്കര ഉത്സവത്തിനും തിടമ്പെടുക്കാറില്ല.

സ്വന്തം തട്ടകമായ തിരുനക്കര ക്ഷേത്രത്തിലെ പകൽപ്പൂരത്തിന് അസാന്നിധ്യത്തിലൂടെയാണ് ശിവൻ ശ്രദ്ധേയനാകുന്നതെങ്കിൽ, വൈക്കത്തഷ്ടമിയുടെ ആദ്യാവസാനക്കാരനായി, നിറസാന്നിധ്യത്തിലൂടെ അവൻ ജനമനസ്സുകളിൽ ഇടംപിടിക്കുന്നു.

കാര്യം തിരുനക്കരത്തേവരുടെ മേൽവിലാസത്തിലാണ് ശിവൻ അറിയപ്പെടുന്നതെങ്കിലും, വർഷത്തിൽ നല്ലൊരു സമയവും ശിവന്റെ താവളവും സങ്കേതവും വൈക്കം മഹാദേവക്ഷേത്രമായിരിക്കും. തിരുനക്കരയിലുള്ളതിന്റത്രയുംതന്നെ ആരാധകരും സ്വന്തക്കാരും അവന് വൈക്കത്തുമുണ്ട്. ഇപ്പോൾ സ്വന്തമായൊരാനയില്ലാത്ത വൈക്കം ക്ഷേത്രത്തിലേക്ക് സന്ധ്യാവേലയ്ക്കായാണ് ശിവൻ എല്ലാവർഷവും ആദ്യമെത്തിച്ചേരാറുള്ളത്.

ജാതിയും ലക്ഷണവും...

ആനകളിലും ജാതിയുണ്ടത്രെ! അങ്ങനെ നാലു ജാതിയിൽപ്പെട്ട ആനകളെപ്പറ്റി നിരവധി ഗ്രന്ഥങ്ങൾ പരാമർശിക്കുന്നുണ്ട്.

ബ്രാഹ്മണർ: ഈ കുലത്തിൽപ്പെടുന്ന ആനകൾ ശാന്തപ്രകൃതരും സൗഹൃദശീലരും ശരീരശുദ്ധി പാലിക്കുന്നവരും വിനോദതത്പരരുമാണ്. ഇവയ്ക്ക് പാൽ, തേൻ, നെയ്യ്, മാമ്പൂവ് എന്നിവയുടെ ഗന്ധമായിരിക്കും.

ക്ഷത്രിയർ: നിർഭയത്വവും യുദ്ധത്തിന് തയ്യാറെന്നപോലെ ചുറുചുറുക്കുള്ളവരുമായ ആനകളാണ് ക്ഷത്രിയ ഗണത്തിൽപ്പെടുന്നത്. ഇവയ്ക്ക് ചന്ദനം, വെണ്ണ, മനയോല, ഗുന്ത് എന്നിവയുടെ ഗന്ധമാണ്.

വൈശ്യർ: ക്ഷമാശീലമുള്ള, സഹനശക്തിയുള്ള ആനകൾ വൈശ്യഗണത്തിൽപ്പെടുന്നു. ഇവയുടെ അണ്ണാക്കിൽ പുള്ളിക്കുത്തുകളുണ്ടായിരിക്കുമത്രെ! കൈതപ്പൂവ്, അരി, എള്ള് എന്നിവയുടെ ഗന്ധമാണ് ഈ ആനകൾക്ക്. ഇവയ്ക്ക് മാംസഭക്ഷണത്തോട് പ്രിയമായിരിക്കും.

ശൂദ്രർ: ചതി, നന്ദികേട് എന്നിവ സ്വഭാവമാക്കിയിരിക്കുന്ന ക്രോധാലുക്കളും ഭയമുള്ളവരുമായ ആനകളാണ് ശൂദ്രഗണത്തിൽപ്പെടുന്നത്. ഇവ ഉച്ഛിഷ്ടഭോജികളാണ് പുളി, ചവർപ്പ്, അസ്ഥി, ഞണ്ട്, ആട് എന്നീ വസ്തുക്കളുടെ/അവസ്ഥകളുടെ ഗന്ധവുമാണ് ശൂദ്രഗണത്തിൽപ്പെടുന്ന ആനകൾക്ക്.

അങ്ങനെയെത്തിക്കഴിഞ്ഞാൽ പിന്നെ, കൈനിറയെ കുപ്പിവളകളിട്ട ഒരു വഞ്ചിക്കാരിയെ വാകപ്പൂമരച്ചോട്ടിൽ വച്ച് സാക്ഷാൽ വയലാർ രാമവർമ കണ്ടുമുട്ടിയതും വിശ്വപ്രസിദ്ധവുമായ വൈക്കത്തഷ്ടമിയും കൂടിയങ്ങടിച്ചുപൊളിച്ച് ആഘോഷമാക്കിയിട്ടേ മൂപ്പർ മടങ്ങാറുള്ളൂ. അഷ്ടമി കഴിഞ്ഞ് മടങ്ങുമോ എന്നു ചോദിച്ചാൽ അതുമില്ല. ഉദയനാപുരം, ചേർത്തല താലൂക്കിലെ തൃച്ചാറ്റുകുളം മഹാദേവക്ഷേത്രം, തുറവൂർ മഹാദേവക്ഷേത്രം എന്നിവിടങ്ങളിലെ ഉത്സവങ്ങളിലും ശിവനൊരു പതിവുകാരനാണ്. സൗന്ദര്യമത്സരവേദികളിൽ ശിവനൊത്തൊരു പ്രതിയോഗിയെന്ന് വിശേഷിപ്പിക്കാവുന്ന കുട്ടംകുളങ്ങര രാമദാസിനെപ്പോലുള്ള

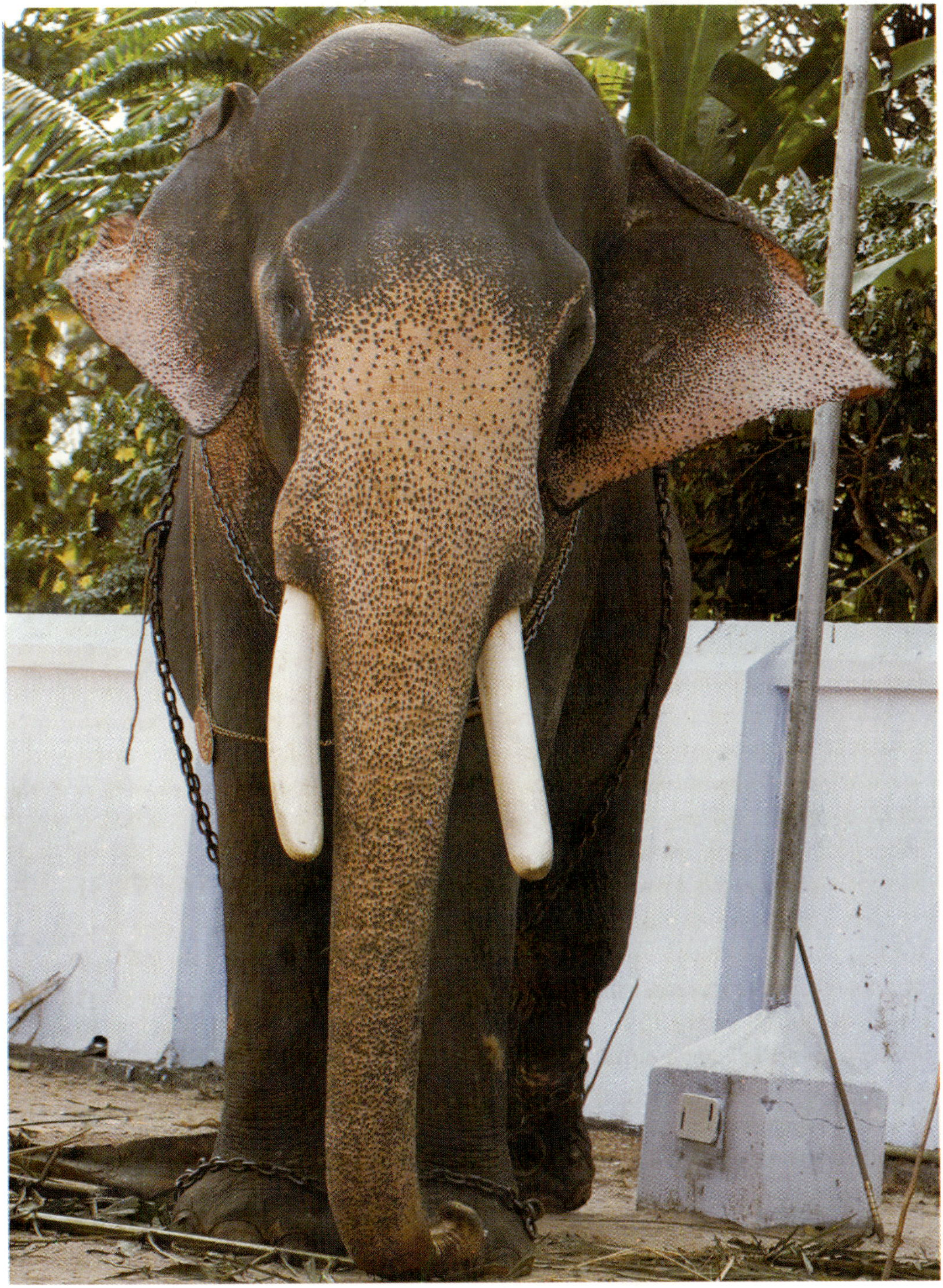

എഴുത്തച്ഛൻ ശ്രീനിവാസൻ

കൊടുങ്ങല്ലൂർ ഗിരീശൻ

തിരുവമ്പാടി ശിവസുന്ദർ

മംഗലാംകുന്ന് ഗണപതി

പലപല വടക്കൻവീരനായകൻമാരെയും കണ്ടുമുട്ടാനും ഒന്ന് മാറ്റുരച്ച് നോക്കുവാനും അവന് അവസരമേകുന്നതും തുറവൂർ ക്ഷേത്രമാണ്.

മഹാത്മജിയുടെ പാദസ്പർശംകൊണ്ട് പവിത്രമായതും ചരിത്രപ്രസിദ്ധമായതുമായ ക്ഷേത്രപ്രവേശന വിളംബരത്തിന് നിമിത്തമായ വൈക്കം സത്യാഗ്രഹത്തിന്റെ സമരസേനാനികൾ അടിപതറാതെ മുന്നേറിയ രാജവീഥിയിലൂടെ, ചരിത്രമുറങ്ങുന്ന മണൽത്തരികളിൽച്ചവിട്ടി ജനലക്ഷങ്ങളുടെ അഭിവാദ്യങ്ങളേറ്റുവാങ്ങിക്കൊണ്ട് പടനായകൻ അടിവച്ചടിവച്ച് കടന്നുവരുമ്പോൾ ആപ്പിളും മുന്തിരിയും പഴവും പേരയ്ക്കയും പിന്നെ ബ്രെഡ്ഡ് പൊരിച്ചതുംവരെ സമ്മാനിച്ച് സ്നേഹതീർഥത്തിൽ അവനെ മുക്കിത്തോർത്തുവാൻ ആരാധകരുടെ നിര അങ്ങനെ നീളാറുണ്ട്.

ചുരുക്കിപ്പറഞ്ഞാൽ ഇങ്ങനെ ഒരാണ്ടിലെ നല്ലൊരു സമയവും ശിവൻ വൈക്കത്തും സമീപപ്രദേശങ്ങളിലുമായി കഴിഞ്ഞുകൂടുന്നു എന്നതിലല്ല തിരുനക്കരക്കാരുടെ പ്രധാന പരിഭവവും സങ്കടവും. തിരുനക്കരത്തേവരുടെ വിശിഷ്ടസേവകനായിരുന്നിട്ടും തിരുനക്കരക്ഷേത്രോത്സവത്തിന് ഈ ലക്ഷണോത്തമനെ എഴുന്നെള്ളിക്കാൻ കഴിയാറില്ലെന്നത് നാട്ടുകാർക്ക് ഇത്തിരി വിഷമമുണ്ടാക്കുന്ന കാര്യം തന്നെയാണ്. 'പക്ഷേ, സ്വന്തം കൂടുമറന്ന് മറ്റെവിടെയെങ്കിലും കുടിവയ്പിന് പോകുന്നതുകൊണ്ടല്ലല്ലോ ശിവനെ ഇവിടെ കിട്ടാത്തത്. മറിച്ച് ആ സമയം അവൻ മദപ്പാടിലാകുന്നതുകൊണ്ടല്ലേ' എന്നവർ സമാധാനിക്കും.

ആനച്ചന്തത്തിന്റെ അതുല്യഭാവങ്ങളുമായി, അസുലഭ രാഗ-താളവിസ്മയങ്ങളുമായി നിറഞ്ഞുനിൽക്കുകയാണ് തിരുനക്കര ശിവൻ. അംഗോപാംഗലക്ഷണത്തികവുകളുടെ കാഴ്ചശീവേലിയുമായി ആരാധകലക്ഷങ്ങളെ ആനന്ദസാഗരത്തിലാറാടിക്കുന്ന ഈ കോടക്കാർവർണ്ണൻ, തിരുവിതാംകൂറിന്റെ അഭിമാനമാണ്. മധ്യതിരുവിതാംകൂറിന്റെ മാനസപുത്രനാണ്. അഴകിന്റെ തിരുമകനായ തിരുനക്കര ശിവന്റെ മോഹസാക്ഷാത്കാരങ്ങൾക്കായി ഉള്ളിന്റെയുള്ളിൽ നിന്നും ഉറവയിടുന്ന പ്രാർഥനകളോടെ ആയിരമായിരമാശംസകൾ.

***

മംഗലാംകുന്ന് അയ്യപ്പൻ

ഒന്നുമില്ലായ്മയിൽ നിന്നും ഒരു കുതിച്ചുകയറ്റം

▼ മംഗലാംകുന്ന് അയ്യപ്പൻ

വേമ്പനാട്ടുകായലിന്റെ കൈവഴിയായ കൈതപ്പുഴയെക്കുറിച്ച് ഞങ്ങൾ തദ്ദേശീയർക്കിടയിൽ കാലാകാലങ്ങളായി നിലനിന്നുപോരുന്ന ചില വിശ്വാസങ്ങളുണ്ട്. സാക്ഷാൽ വയലാർ രാമവർമയുടെ കാവ്യഭാവനയ്ക്കുവരെ പ്രചോദനമായിട്ടുള്ള കൈതപ്പുഴയുടെ സ്വഭാവം എപ്പോൾ എങ്ങനെയൊക്കെ മാറിമറിയുമെന്ന് ഉടയതമ്പുരാനുപോലും പ്രവചിക്കാൻ കഴിഞ്ഞെന്നുവരില്ല. ഒരു പച്ചപ്പതിനേഴുകാരിയുടെ കള്ളനാണത്തോടെ കുലുങ്ങിച്ചിരിച്ച് ഒഴുകുന്ന പുഴ, സംഹാരരുദ്രയായ കൊടുങ്കാളിയായി ഉറഞ്ഞുതുള്ളുവാൻ നിമിഷങ്ങൾ മതി. ആനകളുടെ കൊച്ചുമനസ്സും കൈതപ്പുഴയുടേതുപോലെ പ്രക്ഷുബ്ധതയും അനിശ്ചിതത്വങ്ങളും നിറഞ്ഞ ഒരു കൊടുങ്കടലാണ്. ആനകളെത്തേടിയുള്ള യാത്രയിൽ കുറച്ചുകാലം മുമ്പ് മംഗലാംകുന്ന് ആനത്തറവാട്ടിലെത്തുമ്പോൾ, മംഗലാംകുന്ന് വിജയനെന്ന ആനയെക്കുറിച്ച് കേട്ടറിഞ്ഞ കാര്യങ്ങളാണ് മനസ്സിലേക്ക് ഓടിയെത്തിയത്.

പത്തുപന്ത്രണ്ടു വർഷമായി വിജയനെ വഴിനടത്തിയിരുന്ന പ്രധാന പാപ്പാൻ ചാമിക്ക് പകരം പുതിയൊരു പാപ്പാനാണ് ആനയെ മദപ്പാട് കഴിഞ്ഞ് അഴിച്ച് കൈയേൽക്കാൻ എത്തിയത്. തെല്ല് ഇണക്കമായിട്ട് പുറത്തേക്കൊക്കെ ഇറക്കിയാൽ മതിയെന്ന ഉടമകളുടെ ഉപദേശം ശ്രദ്ധിക്കാതെ, ലോകം കീഴടക്കിയ സന്തോഷത്തോടെ ആനയുമായി മംഗലാംകുന്ന് ജംഗ്ഷനിലേക്കെത്തിയ പാപ്പാനെ പൊടുന്നനെ ക്രുദ്ധനായ ആന കടന്നാക്രമിച്ച് ദാരുണമായി കൊലചെയ്തു. തുടർന്ന് പഴയ പാപ്പാൻതന്നെ തിരിച്ചെത്തി ചുമതലയേറ്റുവെങ്കിലും ഒട്ടും വൈകാതെ ആന ആ മനുഷ്യനേയും ചവുട്ടിഞെരിച്ച് മൃതപ്രായനാക്കി. ഒരു പതിറ്റാണ്ടുകാലമായി പഞ്ചപാവത്താൻ എന്ന പേരുകേൾപ്പിച്ചിരുന്ന വിജയനാനയുടെ ഭാവമാറ്റം ഗജപരിപാലനരംഗത്തെ അനിശ്ചിതത്വങ്ങളിലേക്കും ദുരൂഹതകളിലേക്കും തന്നെയാണ് വിരൽചൂണ്ടുന്നത്. ഇന്നത്തെ ഗാന്ധിയൻ നാളത്തെ ഹിറ്റ്ലറാവാം. ഇന്നത്തെ കൊടുംഭീകരൻ നാളത്തെ ശ്രീബുദ്ധനുമാവാം. ഇത് ആന

യുടെ പൊതുസ്വഭാവമാണ്. കൈതപ്പുഴ കായലെന്നപോലെ ഏതുനിമിഷവും തരംമാറാവുന്ന അപൂർവ ജീവിവർഗം; അതാണ് ആന. മംഗലാംകുന്ന് ആനത്തറവാട്ടിലെ മറ്റൊരു ആനയെപ്പറ്റിയാണ് ഈ അധ്യായത്തിൽ പരാമർശിക്കുന്നത്.

കേരളക്കരയിലെ ലക്ഷോപലക്ഷം ആനക്കമ്പക്കാർ മനസ്സിൽ പ്രതിഷ്ഠിച്ച് നിത്യപൂജ ചെയ്യുന്ന ആനച്ചന്തം. അതാണ് മംഗലാംകുന്ന് അയ്യപ്പൻ. ആകാശംമുട്ടുന്ന തലയെടുപ്പ്; വായുകുംഭത്തിനു മേലേക്കു സാമാന്യത്തിലധികം വിരിഞ്ഞുയർന്ന തലക്കുന്നി; വീണെടുത്തതെന്ന് പറയാനാവില്ലെങ്കിലും കീഴ്ക്കൊമ്പിന്റെ ഗണത്തിലേക്ക് പതിച്ചിട്ടില്ലാത്ത ഭംഗിയാർന്ന കൊമ്പുകൾ; നിലത്തിഴയില്ലെങ്കിലും നിലംതൊടുവാൻതക്ക നീളമുള്ള തുമ്പിക്കൈ; പൂവാലനെന്ന് വിളിക്കാവുന്ന, കുറച്ച് വെള്ളനിറമാർന്ന രോമങ്ങളോടുകൂടിയ വാൽ. ഇതിനെല്ലാമുപരി വലിയ തലയ്ക്കുള്ളിൽ ആരെയും വകവച്ചുകൊടുക്കാത്ത തലക്കനവും അതിനു മേമ്പൊടിയായി ഒരൽപം അഹങ്കാരവും കൂടി ചേർത്താൽ അത് മംഗലാംകുന്ന് അയ്യപ്പനായി. മംഗലാംകുന്ന് ആനത്തറവാട്ടിലെ ഏറ്റവുമധികം ഉയരമുള്ള ആനയാണിവൻ.

ഇന്ന് കേരളത്തിൽ ഏറ്റവുമധികം വിലമതിക്കപ്പെടുന്ന ആദ്യത്തെ അഞ്ചാനകളെ എടുത്താൽ അതിലൊന്ന് അയ്യപ്പനായിരിക്കും. ഈയിടെ ചരിഞ്ഞ പാറമേക്കാവ് പരമേശ്വരന്റെ സ്ഥാനത്തേക്ക് അവരോധിച്ച്, തൃശ്ശൂർപ്പൂരത്തിനു തിടമ്പ് നൽകുകയെന്ന ലക്ഷ്യത്തോടെ പാറമേക്കാവ് ദേവസ്വം സ്വന്തമാക്കുവാൻ ഏറ്റവുമധികം ആഗ്രഹിച്ചിരുന്ന ആനയെന്ന വിശേഷണവും അയ്യപ്പന് അവകാശപ്പെടാം. പൊടുന്നനെ മംഗലാംകുന്ന് അയ്യപ്പന്റെ മൂല്യം കുതിച്ചുയരുന്നതിന് ഇതും കാരണമായിട്ടുണ്ട്. 1992-ലെ സോൺപൂർമേളയിൽ നിന്ന് മംഗലാംകുന്ന് ബ്രദേഴ്സ് കണ്ടെടുത്ത ഈ ആനക്കിങ്കരൻ, ഇന്ന് മംഗലാംകുന്ന് ആനത്തറവാടിന്റെ അഭിമാനവും അടിസ്ഥാനശിലയുമാണ്.

മംഗലാംകുന്നുകാരുടെ കൈയിലെത്തിച്ചേരുമ്പോൾതന്നെ അയ്യപ്പന് ഏതാണ്ട് പത്തിരുപത്തഞ്ച് വയസ്സുണ്ടായിരുന്നു. അതിനാൽ ഗജലക്ഷണശാസ്ത്രപ്രകാരം വീണെടുത്ത കൊമ്പുകളായി മാറ്റിയെടുക്കാൻ കഴിഞ്ഞതുമില്ല. പക്ഷേ, വീണെടുത്തതായാലെന്ത്, വീണെടുത്തതല്ലെങ്കിലെന്ത്, നിൽക്കുന്നനിൽപ്പിൽ അയ്യപ്പനെ അങ്ങോട്ട് പിടിച്ചുകൊടുത്താൽ വേണമെങ്കിൽ ഒരമ്പതുലക്ഷംവരെ എണ്ണിക്കൊടുക്കാനും ആനക്കമ്പക്കാർ തയ്യാറാണ്.

പതിനഞ്ചുവർഷങ്ങൾക്കപ്പുറം സോൺപൂർ മേളയിൽ ആനക്കച്ചവടത്തിനെത്തിയ മംഗലാംകുന്ന് സഹോദരങ്ങളുടെ കണ്ണുകളിലേക്കും കൈകളിലേക്കും യാതൊരു നാടകീയതയും പിടിവലികളുമൊന്നുമില്ലാതെയാണ് ഈ ആന വന്നുചേരുന്നത്. സോൺപൂർ മേളയിലേക്ക് കേരളത്തിൽ നിന്നുള്ള ആനക്കച്ചവടക്കാർ ഇരച്ചുകയറി, വില കുതിച്ചുകയറ്റാൻ തുടങ്ങുന്നതിന്റെ ആരംഭകാലം. മേളയ്ക്കെത്തിയ ആനകളിൽ തണ്ടുംതടിയും ഉയരപ്പെരുമയുമുള്ള ഗജകിങ്കരന്മാർക്കുചുറ്റും കച്ചവടക്കാർ വാശിക്ക് വിലപറഞ്ഞുകൊണ്ടിരിക്കുന്നതിനിടെ ആ കളിക്ക് നിക്കേണ്ടന്ന് മംഗലാംകുന്ന് പരമേശ്വരചെട്ടിയാർ ഉറപ്പിക്കുന്നു. പിന്നെന്തായാലും കഷ്ടപ്പെട്ട് ഇത്രയും വന്നതല്ലേ. തെറ്റുപറയാത്ത ഇടത്തരം ഒരെണ്ണത്തിനെ വാങ്ങി സ്ഥലം കഴിച്ചിലാക്കാമെന്ന് വയ്ക്കുമ്പോഴാണ് നമ്മുടെ കഥാനായകന്റെ വക ഒരഭ്യാസപ്രകടനം. ചക്ക ചുഴ്ന്നുനോക്കുന്നതുപോലെ തൊട്ടും പിടിച്ചും വിലപറയാൻ എത്തിയ ഒരാൾക്കുനേരെ ഒരാക്രോശം! കാട്ടിൽ നിന്നുപോന്നിട്ടും കണ്ണുകളിൽ ബാക്കികിടക്കുന്ന വന്യതയും ചുഴിഞ്ഞുള്ള നോട്ടവുമായി നിൽക്കുന്ന ആ ആനയെ ചെട്ടിയാർക്കു ബോധിച്ചു. പേശിപ്പേശി പറഞ്ഞുറപ്പിച്ച വിലയുംകൊടുത്ത് ആനയേയുംകൊണ്ട് പോരുമ്പോൾ അവന്റെ ഉയരം വെറും ഒമ്പതേകാൽ അടി മാത്രം. എണ്ണം തികയ്ക്കാൻ ഒരെണ്ണംകൂടി എന്നതിൽ കവിഞ്ഞ പ്രതീക്ഷയും പ്രസക്തിയുമൊന്നും അവന് ഉണ്ടായിരുന്നില്ല എന്നതാണ് യാഥാർഥ്യം. പക്ഷേ, ചോദിച്ചാൽ മംഗലാംകുന്നുകാർ അക്കാര്യം പെട്ടന്നൊന്നും സമ്മതിച്ചുതന്നെന്ന് വരില്ല.

സോൺപൂർ മേളയിൽ ആനയ്ക്ക് വിലപറയുമ്പോഴും പണം എണ്ണിക്കൊടുക്കുമ്പോഴുമെല്ലാം

ആനക്കാരനും ഒപ്പമിരിക്കും. ഒടുവിൽ കച്ചവടം ഉറപ്പിച്ച് ആനയെ വണ്ടിയിൽ കയറ്റിക്കഴിഞ്ഞശേഷമേ അവർ രംഗത്തുനിന്നും പിന്മാറുകയുള്ളൂ. അയ്യപ്പനെന്ന മോട്ടീശിങ്കാറിനെ വണ്ടിയിൽ കയറ്റിവിടുന്ന നേരം അവന്റെ പാപ്പാൻ ജാവേദ് ഓർമിപ്പിച്ചു. 'ഇവന്റടുത്ത് എല്ലാവരുംകൂടി കളിക്കാൻ നിൽക്കരുത്; ഒരാൾമാത്രം. അതാണിവന്റെ ചട്ടം'. 'പിന്നേ, നമ്മളിത് എത്ര കണ്ടിരിക്കുന്നു' എന്നമട്ടിൽ ചെട്ടിയാർ ആനയേയും കൊണ്ട് പോരുകയും ചെയ്തു.

പക്ഷേ, അന്ന് തറവാട്ടിൽ വന്നിറങ്ങിയ ശരാശരി ആനയിൽ നിന്നും അയ്യപ്പനിന്ന് ബഹുദൂരം മുന്നേറിയിരിക്കുന്നു. പ്രായഭേദവും ആൺപെൺ വ്യത്യാസവും തലമുറകളുടെ അന്തരവുമില്ലാതെ മംഗലാംകുന്ന് തറവാടിന്റെ മോഹവും ഉറപ്പുമായി അയ്യപ്പൻ വളർന്നിരിക്കുന്നു. ഇനിയും വളർന്നേക്കാമെന്ന പ്രതീക്ഷ ആനപ്രേമികളിൽ വളർത്തിക്കൊണ്ടുമിരിക്കുന്നു. അയ്യപ്പനെന്ന് കേട്ടാൽ ഇന്ന് മംഗലാംകുന്ന് ആനത്തറവാട്ടിലെ ഏതൊരു മനുഷ്യപ്പിറവിയും അഭിമാനത്തോടെ ഉൾപ്പുളകം കൊള്ളുമെങ്കിൽ ഏതാനും വർഷങ്ങൾക്കപ്പുറമുള്ള കഥ മറ്റൊന്നായിരുന്നു. അന്ന് അയ്യപ്പൻ അവർക്കായി പകർന്നുനൽകിയതത്രയും ഉറക്കമില്ലാത്ത രാവുകളായിരുന്നു. മനുഷ്യന്റെ അടിച്ചമർത്തലിനോടും നിർദ്ദാക്ഷിണ്യമായ നിത്യബന്ധനത്തോടുമുള്ള പക, ഒരു കനലും നെരിപ്പോടുമായി അവന്റെ നെഞ്ചിനുള്ളിൽ നീറിനീറിപ്പടർന്നിരുന്നു. ഒപ്പം യൗവനപ്പുളപ്പിന്റെ കലിയാട്ടവും.

പ്രധാന പാപ്പാനെ മാത്രം അനുസരിച്ച് ശീലമുള്ള അയ്യപ്പൻ എന്നും ഒറ്റച്ചട്ടക്കാരനാണ്. സഹായികളായ മറ്റു പാപ്പാന്മാർ അനുസരണ പഠിപ്പിക്കാനും വടിയുടേയും തോട്ടിയുടേയും ബലത്തിൽ മെക്കിട്ടുകേറാനും വന്നാൽ 'അതിന് ആനയെ വേറെ നോക്കണം' എന്നതാണ് അന്നുമിന്നും അയ്യപ്പന്റെ പ്രഖ്യാപനം.

ചതിയന്മാരായ മനുഷ്യവർഗത്തോടുള്ള പക ഉള്ളിന്റെയുള്ളിൽ പല്ലിറുമ്മുന്ന ചില ദുർബലനിമിഷങ്ങളിൽ, ഒത്തുകിട്ടിയാൽ ഇടചട്ടക്കാരെന്ന സഹായികളുടെ പണിതീർത്തെന്നുവരും അയ്യപ്പൻ. ഇടച്ചട്ടക്കാരോടുള്ള സ്ഥായിയായ ഈർഷ്യ പെരുകിപ്പെരുകി, ഒരു കൊലപാതകത്തോളം എത്തിയത് എട്ടുവർഷം മുമ്പായിരുന്നു. ഇപ്പോൾ ഗുരുവായൂർ ആനക്കോട്ടയിലെ ജീവനക്കാരനായ സുന്ദരനാണ് അന്ന് ഒന്നാം പാപ്പാൻ. ഒന്നാം പാപ്പാൻ സ്ഥലത്തില്ലാത്ത സമയം പനമ്പട്ടയിട്ടു കൊടുക്കാൻ എത്തിയ സഹായിയായ അടയ്ക്കാപുത്തൂർ സ്വദേശി രാജൻ, ആനയോട് ഒന്ന് കയറിനിൽക്കാനോ മറ്റോ പറഞ്ഞുപോയി. പറഞ്ഞ നേരംകൊണ്ട് ആന പാപ്പാനെ അടിച്ചുവീഴ്ത്തി കൊലചെയ്യുകയായിരുന്നു.

തങ്ങളെ ഏറ്റവുമധികം തല്ലുകയും ശാസിക്കുകയും വരച്ചവരയിൽ നിർത്തുകയും ചെയ്യുന്ന ഒന്നാം പാപ്പാന്മാരോട് പൊറുക്കുകയും സഹിക്കുകയും ചെയ്യുമ്പോൾതന്നെ, തീറ്റവെട്ടിയും അരിവച്ചും വലിയകോൽ ചുമന്നും തങ്ങളുടെ ചുറ്റുവട്ടത്ത് അരിക്കാശിനുള്ള വകതേടുന്ന ഇടച്ചട്ടക്കാരെ മാത്രം കൊലചെയ്യുന്ന ആനകളുടെ മനസ്സിന്റെ വിശദീകരണം കൊടികെട്ടിയ മനഃശാസ്ത്രജ്ഞന്മാരുടെ നിഘണ്ടുവിൽപോലും ഉണ്ടായെന്ന് വരില്ല.

'ഒരാളെ അനുസരിക്കുന്നുണ്ട്. ഇനിയുമിനിയും പുതിയവന്മാർ ആ ഗണത്തിലേക്ക് വരാമെന്നാണെങ്കിൽ ഞങ്ങളുടെ വർഗശത്രുക്കളായ അവരെ വച്ചുപൊറുപ്പിക്കാൻ തയ്യാറല്ല' എന്ന വർഗവൈരാഗ്യം തന്നെയാകാം പള്ളത്താംകുളങ്ങര ഗിരീശനേയും മംഗലാംകുന്ന് അയ്യപ്പനേയും പോലുള്ള ആനകളുടെ ഈ പ്രത്യേക സ്വഭാവവിശേഷത്തിന്റെ അടിസ്ഥാനകാരണം.

കാര്യകാരണങ്ങൾ എന്തുതന്നെയായാലും രണ്ടാം പാപ്പാന്റെ കൊലപാതകത്തിലൂടെ നാടുനടുക്കിയ അയ്യപ്പൻ വർഷം ഒന്നു തികയുംമുമ്പേ മറ്റൊരു വെടികൂടി പൊട്ടിച്ചു. പക്ഷേ, ഒരു വ്യത്യാസം മാത്രം. ഇക്കുറി ഒറ്റവെടിക്ക് രണ്ടായിരുന്നു ഇരകൾ. വൈലൂർവിളക്ക് കഴിഞ്ഞ് മടങ്ങുകയായിരുന്നു ആനയും പാപ്പാന്മാരും. തൊട്ടടുത്തനാൾ പാരികണ്ണോട്ട്കാവിൽ വിളക്കിനെഴുന്നെള്ളിപ്പുമുണ്ട്. രാവിലെ ശിവേലിക്കെത്തേണ്ടതാണ്. രാത്രി പന്ത്രണ്ട് മണിയായപ്പോൾ ഒരൽപം വിശ്രമിച്ചിട്ടാവാം ബാക്കി നടത്തമെന്ന ചിന്തയിൽ പാല

▶ മംഗലാംകുന്ന് അയ്യപ്പൻ: ഉത്സവത്തിരക്കിനിടയിൽ അൽപം വിശ്രമം

ക്കാട് പുതുനഗരത്തിനടുത്തുള്ള റോഡരുകിൽ തന്നെ ആനയെ ഇടപൂട്ടി നിർത്തിയശേഷം ഒന്നാം പാപ്പാൻ സുന്ദരനും സഹായികളും മറ്റൊരാനയുടെ പാപ്പാന്മാരുമടക്കം അഞ്ചുപേർ കടത്തിണ്ണയിൽ ഉറങ്ങാൻ കിടന്നു. തുടർച്ചയായ ഉറക്കമിളപ്പും നടത്തവും നിമിത്തം ചെന്നുകിടന്നപാടെ എല്ലാവരും ഉറക്കംപിടിച്ചു.

ആനയ്ക്കും ഒന്നാം പാപ്പാനുമിപ്പുറമാണ് സഹായികൾ കിടന്നത്. എന്തോ വലിയൊരു ശബ്ദംകേട്ട് മറ്റുള്ളവർ ഞെട്ടിപ്പിടഞ്ഞ് എഴുന്നേൽക്കുമ്പോൾ ഉറങ്ങിയ പാപ്പാന്മാരിൽ ഒരാളെ ആന ഷട്ടറിനുചേർത്ത് അടിക്കാൻ ശ്രമിക്കുന്ന കാഴ്ചയാണ് കാണുന്നത്. ഉറക്കച്ചടവിലും ഇരുട്ടിലും എന്താണ് സംഭവിക്കുന്നതെന്ന് വ്യക്തമായി തിരിച്ചറിയുംമുമ്പേ എല്ലാവരും എങ്ങോട്ടെന്നില്ലാതെ ചിതറിയോടി. പക്ഷേ, അപ്പോഴും രണ്ടുപേർ അവിടെത്തന്നെ കിടന്നിരുന്നു. അവരെ ആന ആദ്യംതന്നെ ചവുട്ടിക്കൊല്ലുകയോ അടിച്ചുകൊല്ലുകയോ ചെയ്തിട്ടുണ്ടാവണം!

അയ്യപ്പന്റെതന്നെ ഇടച്ചട്ടക്കാരനായിരുന്ന പ്ലാപ്പറ്റ കൃഷ്ണൻകുട്ടിയും, മനിശ്ശേരി ആനയുടെ സഹായിയുമാണ് അയ്യപ്പന്റെ കലിയാട്ടത്തിന് മുന്നിൽ ജീവൻപൊലിയാൻ വിധിക്കപ്പെട്ട ഹതഭാഗ്യർ. ഒന്നാം പാപ്പാനെ ബോധപൂർവം ഒഴിവാക്കുകയും കെട്ടിയ മരത്തിൽ ചുറ്റിത്തിരിഞ്ഞ് ഇടച്ചട്ടക്കാരെ തിരഞ്ഞുപിടിച്ച് കൊലപ്പെടുത്തുകയും ചെയ്ത അയ്യപ്പന്റെ ദുരൂഹമനസ്സിന് വിശദീകരണം നൽകാൻ ഏത് മനഃശാസ്ത്രജ്ഞനാണ് കഴിയുക.

ആജന്മശത്രുവിനോടുപോലും ക്ഷമിക്കാൻ തക്ക വലിയ മനസ്സുള്ള ഒരു സന്ന്യാസിയോ, ഒരു കരണത്തടിച്ചാൽ മറുകരണംകൂടി കാണിച്ചുകൊടുക്കുന്ന ഗാന്ധിയോ അല്ല അയ്യപ്പൻ. അവന് അവന്റേതുമാത്രമായ ശരികളും ന്യായവിധികളും

ശിക്ഷാവിധികളുമുണ്ട്.

പ്രകൃതിയിലെ മറ്റെല്ലാ ജീവജാലങ്ങളേയും കൊന്നുതിന്നും ഇണക്കിവളർത്തുകയെന്ന പേരിൽ കൊല്ലാതെ കൊന്നും അമ്മാനമാടിക്കളിക്കുന്ന നെറികെട്ട മനുഷ്യജാതിക്ക് ഇതൊക്കെ വിസ്തരിക്കാൻ എന്തവകാശമെന്ന് മംഗലാംകുന്ന് അയ്യപ്പൻ നിവർന്നുനിന്ന് ചോദിച്ചാൽ നമുക്ക് നിശ്ശബ്ദരാവാനേ നിവൃത്തിയുള്ളൂ. ഇപ്പോൾ, ഒരു കാരക്കോലുപോലെ മെലിഞ്ഞുണങ്ങിയ ബാലകൃഷ്ണനെന്ന ഇരുപത്തഞ്ചുകാരൻ പാപ്പാന്റെ കൈയും പിടിച്ചാണ് അയ്യപ്പൻ ജീവിതപ്പടവുകൾ താണ്ടുന്നത്. ആനപ്പണിയുടെ ആദ്യപാഠങ്ങൾ ബാലകൃഷ്ണൻ കണ്ടതും പഠിച്ചതും അയ്യപ്പനോടൊപ്പം നടന്നുതന്നെയാണ്.

കാലപ്രവാഹത്തിൽ മാറാത്തതായി 'മാറ്റം' എന്ന വാക്ക് മാത്രമേയുണ്ടാവൂ എന്ന വിശ്വാസം ശരിവച്ചുകൊണ്ട് മംഗലാംകുന്ന് അയ്യപ്പനും മാറ്റത്തിനു വിധേയനാക്കിക്കൊണ്ടിരുന്നു. ഒരുവേള ഇരുപത്തിരണ്ടോളം ആനകൾവരെ അരങ്ങുനിറഞ്ഞിരുന്ന മംഗലാംകുന്ന് ആനത്തറവാട്ടിൽ, മംഗലാംകുന്ന് ഗണപതിയും കർണ്ണനുമൊക്കെ കിരീടംവയ്ക്കാത്ത ചക്രവർത്തിമാരായി അരിയിട്ടുവാഴുന്ന അവസരത്തിൽ ആദ്യമാദ്യം അയ്യപ്പനെന്ന ശരാശരിക്കാരന് സ്വന്തം മേൽവിലാസവും ലോക്കറ്റുമൊന്നും ഉണ്ടായിരുന്നില്ല. അപ്പോൾ വടക്കുനിന്നുംവന്ന ഒരു ശരാശരിക്കാരന് 'ഞാനുമീ നാട്ടിലുണ്ടേയെന്ന്' നാലാളെയറിയിക്കാൻ അൽപം ചട്ടമ്പിത്തരംതന്നെയാകും ഏറ്റവും നല്ല വഴിയെന്ന് തോന്നിയിട്ടുണ്ടാകണം. പ്രസിദ്ധി അല്ലെങ്കിൽ കുപ്രസിദ്ധി എന്നതല്ലേ പ്രമാണം. ശരാശരിക്കാരെയും സമാധാനപ്രിയരെയും അനുരഞ്ജനക്കാരെയുമൊക്കെ ആരിവിടെ ശ്രദ്ധിക്കും. ചട്ടമ്പിത്തരങ്ങളും കണ്ണുരുട്ടലുകളുംകൊണ്ട് ലോകത്തിന്റെ മനസ്സിലേക്കോടിയെത്തിയിരുന്ന അയ്യപ്പന്റെ ജീവിതം ഇപ്പോൾ മാറിക്കഴിഞ്ഞിരിക്കുന്നു. കൊണ്ടുവന്ന് നന്നായി സംരക്ഷിച്ചാൽ, തെറ്റില്ലാത്ത ഒരാനയായി മാറിയേക്കാമെന്ന് മംഗലാംകുന്നുകാർ പ്രതീക്ഷിച്ചിരുന്ന അയ്യപ്പൻ ഇന്ന് ഒരു ദേശത്തിന്റെ മുഴുവൻ വീരനായകനായി മാറിക്കഴിഞ്ഞിരിക്കുന്നു.

പൂരപ്പറമ്പിലെ താരം തെച്ചിക്കോട്ടുകാവ് രാമചന്ദ്രനുമായി മംഗലാംകുന്ന് അയ്യപ്പനും ചില സമാനതകൾ ഉണ്ട്. ഒന്നുമില്ലായ്മയിൽ നിന്നുള്ള കുതിച്ചുകയറ്റം, ചട്ടമ്പിത്തരങ്ങളുടെ പൂർവകാല കണക്ക്, ബീഹാറിന്റെ രജപുത്രപ്പെരുമ-അങ്ങനെ സമാനതകളുടെ ഗാഥകൾ ഇരുവർക്കും ധാരാളമാണ്. ഇന്ന് വല്ലപ്പോഴുമൊരിക്കലുള്ള കൊച്ചുകൊച്ച് പിണക്കങ്ങളും തെറ്റലുകളും ഒഴിച്ചാൽ മംഗലാംകുന്ന് അയ്യപ്പൻ ആള് വളരെ നിശ്ശബ്ദനാണ്.

ലഹരി തലയ്ക്കുപിടിച്ച 'ആനപ്രേമികളുടെ' കളി, ആനയുടെ കൊമ്പിൽ തൊട്ടും പിടിച്ചുമാകുമ്പോൾ അയ്യപ്പന്റെ സിരകളിലെ പഴയ രജപുത്രരക്തം സടകുടഞ്ഞെഴുന്നേൽക്കാറുണ്ട്. അപ്പോൾ തോട്ടിയിട്ട് വലിക്കാൻ ശ്രമിക്കുന്ന പാപ്പാനെയും തട്ടിമാറ്റി, വാണംവിട്ടതുപോലെ ഒരുപാച്ചിൽ നടത്തും. നിലത്തുവീണുപോയ സ്ത്രീയേയും തൊട്ടുമുന്നിലുള്ള സ്കൂൾ ബസ്സിനേയും തൊടുകപോലും ചെയ്യാതെയുള്ള ഓട്ടം ചെന്നുനിൽക്കുന്നത് സമീപത്തെ കൊച്ചു പുഴയിലാവും. പഴയ ഒറ്റച്ചൂടൻ അയ്യപ്പനായിരുന്നെങ്കിൽ മുന്നുംപിന്നും നോക്കാതെയുള്ള പാച്ചിലിൽ കുറഞ്ഞത് അഞ്ചെട്ടാളുകളെങ്കിലും കൊല്ലപ്പെട്ടേനെ; അയ്യപ്പനും മാറി!

അയ്യപ്പന്റെ ദിനങ്ങൾക്ക് ചൂടും ചൂരുമേറുകയാണ്. ഒരിക്കൽ അയ്യപ്പന്റെ ചുവടുവയ്പ്പുകൾക്ക് മുന്നിൽ നിന്നും ഞെട്ടിയകന്നിരുന്ന ജനം ഇന്ന് അവനുചുറ്റും അഭിനന്ദനങ്ങളുടേയും അംഗീകാരങ്ങളുടേയും നറുമലരുകൾ വാരിവിതറുന്നു; പൂവിളികളും നിറപറയുമായി അവന് സ്വാഗതമോതുന്നു. കുന്ദംകുളത്തെ മത്സരപ്പൂരങ്ങളും കേരളമങ്ങോളമിങ്ങോളമുള്ള ഉത്സവനഗരികളും ഇന്ന് മംഗലാംകുന്ന് അയ്യപ്പന്റെ രാജകീയ രംഗപ്രവേശത്തിനായി കാത്തുനിൽക്കുന്നു. അവന്റെ വീരഗാഥകൾക്കായി കാതോർത്തുനിൽക്കുന്നു. ചോരക്കറകൾപുരണ്ട ഇന്നലേയുടെ ബാക്കികളിൽ നിന്നും പുതിയ പട്ടാഭിഷേകത്തിലേക്കും പുതിയ കിരീടങ്ങളിലേക്കും അയ്യപ്പൻ ചുവടുവയ്ക്കുമ്പോൾ ആർപ്പുവിളികളും ആരവങ്ങളുമായി അവനുചുറ്റും ആർത്തിരമ്പുമ്പോഴും ഓർക്കുക- ആന

യുടെ രൂപവും അടിമയുടെ മനസ്സുമുള്ള വെറുമൊരു നാൽക്കാലി മൃഗമല്ല ഈ അയ്യപ്പൻ. രണ്ടോ മൂന്നോ വർഷംകഴിഞ്ഞുള്ള കണക്കെടുപ്പിൽ അയ്യപ്പന്റെ വില കോടികൾ വരെയെത്തിയെന്നു കേട്ടാലും ആരും ഞെട്ടേണ്ടതില്ല. കാരണം എന്തു വില കിട്ടിയാലും കൈവിട്ടുകളയില്ലെന്ന വാശിയിൽ മംഗലാംകുന്ന് ചെട്ടിയാർ പിടിച്ചുവച്ചിരിക്കുന്നതു തന്നെയാണ് അയ്യപ്പനുമേൽ ചൊരിയുന്ന മോഹവിലകളുടെ കാതലും കാരണവും.

ഇന്ന് കേരളത്തിലെ ഉത്സവനഗരികളുടേയും മത്സരപ്പൂരങ്ങളുടേയും കണ്ണിലുണ്ണിയാണ് അയ്യപ്പൻ. മംഗലാംകുന്ന് അയ്യപ്പന്റെ പുത്തൻവീരഗാഥകൾക്കായി കാലവുംലോകവും കാത്തിരിക്കുന്നു. അയ്യപ്പന്റെ ആരാധകരുടെ പ്രതീക്ഷപോലെ ഒന്നോ രണ്ടോ സെ.മീറ്ററുകൾകൂടി വളർന്നാൽ നാളെയിവനാവും ആനക്കേരളത്തിന്റെ ഏകാധിപതി.

***

കരുനാഗപ്പള്ളി മഹാദേവൻ

കഥപറഞ്ഞുതീരും മുമ്പേ കടന്നുപോയവർ

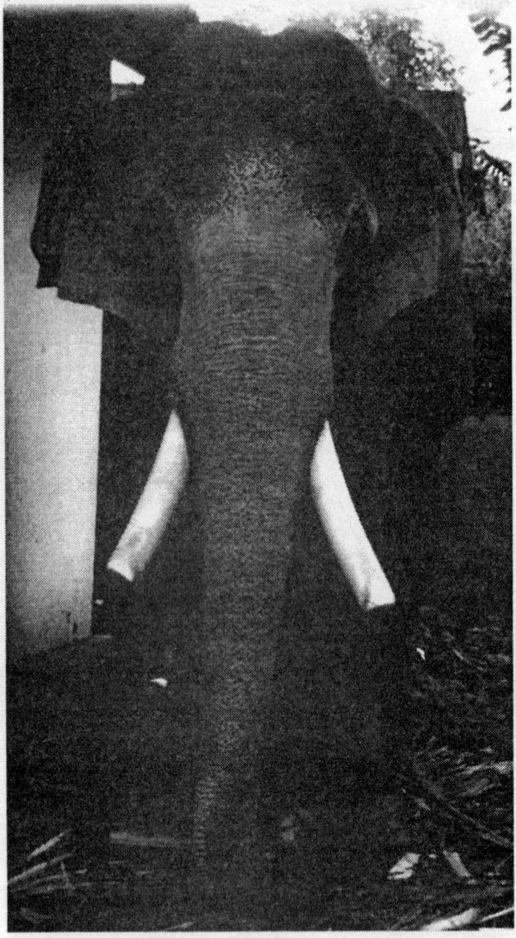

▼ കരുനാഗപ്പള്ളി മഹാദേവൻ

അമ്പത്തിയേഴ് വർഷങ്ങൾക്കപ്പുറം കോട നാട് ആനക്കൂട്ടിൽ നിന്നും മധ്യതിരുവിതാംകൂറിലെ പേരുകേട്ട ക്ഷേത്രമായ കരുനാഗപ്പള്ളി പട നായർകുളങ്ങര മഹാദേവക്ഷേത്രത്തിലേക്കെത്തി, ഒരു കറുത്ത മുത്ത്. നാടനാനയെന്നാൽ, നാട്ടാനയെന്നാൽ ഇങ്ങനെയായിരിക്കണമെന്ന് ആയിരമായിരം ആനക്കമ്പക്കാരെക്കൊണ്ട് ഒരേ സ്വരത്തിൽ പറയിച്ച് തലമുറകൾക്കുമുന്നിൽ ലക്ഷണപ്പൊരുത്തങ്ങളുടെ തങ്കത്തിളക്കമായി നിറഞ്ഞുകത്തിയ ഗജരാജപ്പെരുമാൾ. അവനായിരുന്നു കരുനാഗപ്പള്ളി മഹാദേവൻ.

ഒരുവേള തിരുവിതാംകൂറിന്റെ ഉത്സവത്തിമിർപ്പുകളുടെ ഹിമവൽപ്രഭാവങ്ങൾ കണക്കെ പ്രോജ്ജ്വലിച്ച ഒരു ആനത്തലമുറയ്ക്കുശേഷം കടന്നുവന്നവനാണ് മഹാദേവൻ. തലയെടുപ്പിന്റെയും അംഗോപാംഗലക്ഷണത്തികവുകളുടെയും തമ്പുരാക്കന്മാരായി, ജനഹൃദയങ്ങളിലേക്ക് ആവേശപ്പെരുമഴയായി പെയ്തിറങ്ങിയ അമ്പലപ്പുഴ രാമചന്ദ്രന്റേയും ആറൻമുള രഘുനാഥന്റേയും മാവേലിക്കര ചക്രപാണിയുടേയും തിരുവല്ല ജയചന്ദ്രന്റേയും പ്രതാപകാലത്തിനുശേഷം ആനച്ചന്തത്തിന്റെ കൺകണ്ട രൂപമായി, അതുല്യതേജസ്സായി കളംനിറഞ്ഞാടിയ മാരിക്കാർവർണനാണിവൻ.

സ്വന്തം തറവാടായ കരുനാഗപ്പള്ളി പടനായർക്കുളങ്ങരയ്ക്കു പുറമേ അമ്പലപ്പുഴ, ഹരിപ്പാട്, മാവേലിക്കര, ചെങ്ങന്നൂർ, മലയാലപ്പുഴ, കൊട്ടാരക്കര, കൊല്ലം ആശ്രാമം, പൻമന, ആലപ്പുഴ മുല്ലയ്ക്കൽ അങ്ങനെ തിരുവിതാംകൂറിലെ കീർത്തികേട്ട ക്ഷേത്രങ്ങളുടെ സ്വർണത്തിടമ്പുകൾ ശിരസ്സാവഹിക്കാനുള്ള അപൂർവനിയോഗം അവനായിരുന്നു; അവനുമാത്രം. ആലപ്പുഴയിലും അമ്പലപ്പുഴയിലും തിരുവല്ലയിലും മലയാലപ്പുഴയിലും മാവേലിക്കരയിലും ആറൻമുളയിലുമൊക്കെ, അതാത് ദേശത്തിന്റെ അഭിമാനങ്ങളായ ആനക്കേമൻമാർ തലയുയർത്തിപ്പിടിച്ച് നിൽക്കാനുള്ളപ്പോൾ തന്നെയാണ്, ആരൊക്കെയുണ്ടെങ്കിലും മഹോത്സവത്തിടമ്പേറ്റുവാൻ സാക്ഷാൽ കരുനാഗപ്പള്ളി മഹാദേവൻതന്നെ വേണമെന്ന് ഒരു ജനത ഒട്ടും വിട്ടുവീഴ്ചയില്ലാത്തവിധം വാശി പിടി

ച്ചിരുന്നത്.

അന്നൊക്കെ മേളം പെയ്തൊഴിഞ്ഞ്, ഉത്സവക്കൊടിയിറങ്ങി, ആളും ആരവവും ഉത്സവനഗരികളിൽ നിന്ന് പടിയിറങ്ങിക്കഴിഞ്ഞാലും അവിടെ ഉത്സവത്തിമിർപ്പ് തീരുമായിരുന്നില്ല. ഉത്സവത്തിനെത്തിയ രാജാധിരാജനെ, കരുനാഗപ്പള്ളി മഹാദേവനെന്ന ഏകഛത്രാധിപതിയെ, അവന്റെ വയറും മനസ്സും നിറയുമാറ് തിരുമുൽക്കാഴ്ചകൾ സമ്മാനിച്ച് തൃപ്തനാക്കി യാത്രയാക്കിക്കഴിയുമ്പോൾ മാത്രമേ കരക്കാരുടെ ഉത്സവം യഥാർഥത്തിൽ കഴിയാറുണ്ടായിരുന്നുള്ളൂ.

അതൊരു കാലമായിരുന്നു; ഒരു കാലഘട്ടം. പക്ഷേ, 2007 ഒക്ടോബർ 14-ാം തീയതി ആ സുവർണകാലത്തിന് തിരശ്ശീല വീണു. അന്നായിരുന്നു കരുനാഗപ്പള്ളി മഹാദേവൻ എന്ന യുഗപ്രഭാവൻ, എണ്ണമറ്റ ആരാധകരെയും ആനപ്രേമികളെയും കണ്ണീരിലാഴ്ത്തിക്കൊണ്ട് ഇഹലോകവാസം വെടിഞ്ഞത്. കേവലം ഒന്നോ രണ്ടോ വയസ്സുമാത്രമുള്ളപ്പോൾ കുഞ്ഞിക്കുറുമ്പുകളുടെ തുള്ളിത്തെറിപ്പുമായി കരുനാഗപ്പള്ളിക്കാരുടെ മനസ്സിന്റെ അറവാതിലുകൾ തള്ളിത്തുറന്ന് കടന്നുവന്ന പൂങ്കുരിന്നിന്റെ ഓർമകൾക്കുമുന്നിൽ, പിന്നീട് എത്രയാവർത്തിതന്നെ പറഞ്ഞാലും കേട്ടാലും മതിവരാത്ത ഒത്തിരിയൊത്തിരി സ്നേഹത്തേൻതുള്ളികൾ വിതറി, നീണ്ട അമ്പത്തിയേഴ് വർഷങ്ങൾക്ക് പരിസമാപ്തിയായത്.

മാറിമാറിവരുന്ന മഴയ്ക്കും വെയിലിനും മഞ്ഞിനും വസന്തത്തിനുമൊപ്പം കരുനാഗപ്പള്ളിയുടെ ജീവിതത്തിന്റെതന്നെ ഭാഗമായി മാറിയ മഹാദേവന്റെ മരണത്തിനു മുന്നിൽ, കരുനാഗപ്പള്ളിക്കാർ മറ്റെല്ലാ തിരക്കുകളും മാറ്റിവച്ച് ആ ഒരു ദിവസം അവനായിമാത്രം സമർപ്പിക്കുകയായിരുന്നു. കടകളും സ്കൂളുകളും സർക്കാർ ഓഫീസുകളുമടച്ച് ഹർത്താലാചരിച്ചു. പൂമാലകളും റീത്തുകളും കൊണ്ടവനെ മൂടിപ്പൊതിഞ്ഞു. പ്രിയപ്പെട്ട മഹാദേവനെ ഒരു നോക്കുകാണുവാൻ പടനായർകുളങ്ങര ക്ഷേത്രപരിസരത്തെ ആനപ്പറമ്പിലേക്ക് ഒഴുകിയെത്തിക്കൊണ്ടിരുന്ന ജനത്തിരക്ക് നിയന്ത്രിക്കുവാൻ പലപ്പോഴും പോലീസിന് ഇടപെടേണ്ടിയും വന്നു.

നാളിതുവരെ മറ്റൊരാനയ്ക്കും മറ്റൊരു ദേശവും നൽകിയിട്ടില്ലാത്തത്രയും അർഥപൂർണമായൊരു യാത്രയയ്പ്പുതന്നെയാണ് കരുനാഗപ്പള്ളിക്കാർ മഹാദേവനായി കാത്തുവെച്ചത്. പ്രായാധിക്യം നിമിത്തം അല്ലെങ്കിൽ എന്തൊക്കെയോ രോഗപീഡകൾ നിമിത്തം, കിടന്നുറങ്ങുവാൻ കഴിയാതെ ഇടയ്ക്കിടെ അസ്വാസ്ഥ്യങ്ങൾ പ്രകടിപ്പിച്ചിരുന്ന മഹാദേവൻ, രോഗം മൂർച്ഛിച്ചതും തളർന്നുവീണതും വളരെ പെട്ടന്നായിരുന്നു. മരിക്കുന്നതിന്റെ തലേന്നാൾ തളർന്നുവീണ മഹാദേവനെ കയറിട്ട് വലിച്ചുപൊക്കിയും ക്രെയിനുപയോഗിച്ച് ഉയർത്തിയുമൊക്കെ നേരെ നിർത്തുവാൻ നാട്ടുകാരും ദേവസ്വം അധികൃതരും ദേവസ്വം ബോർഡ് ഡോക്ടർമാരുമൊക്കെ മനസ്സറിഞ്ഞുതന്നെ ശ്രമിച്ചു.

തളർന്നുവീഴുന്ന ആനകൾക്ക് പലപ്പോഴും അവയുടെ ഭാരമേറിയ തല സ്വയം ഉയർത്തുവാൻ കഴിയാതെ വരാറുണ്ട്. അങ്ങനെയുള്ള ഘട്ടങ്ങളിൽ അവരെ എങ്ങനെയെങ്കിലുമൊക്കെ എഴുന്നേൽപ്പിച്ചു നിർത്തി ഗ്ലൂക്കോസ് കുത്തിവയ്ക്കുകയോ വെള്ളരിക്ക, തണ്ണിമത്തൻ തുടങ്ങി പെട്ടന്ന് ജലാംശം കിട്ടുന്ന ആഹാരസാധനങ്ങൾ നൽകുകയോ ചെയ്താൽ നല്ലൊരു ശതമാനം ആനകളും രക്ഷപ്പെടുകയും ചെയ്യും. എത്രയൊക്കെ ശ്രമിച്ചാലും എഴുന്നേറ്റ് നിൽക്കാൻ കഴിയാത്ത വിധം മഹാദേവന്റെ അവസ്ഥ മോശമായിക്കഴിഞ്ഞു എന്ന തിരിച്ചറിവിൽ, കൂടുതലിട്ട് കഷ്ടപ്പെടുത്താതെ മഹാദേവനെ സമാധാനമായി കിടത്തുവാനായിരുന്നു പിന്നീട് ഡോക്ടർമാരുടെയും നാട്ടുകാരുടേയും തീരുമാനം.

പ്രയോഗിക്കുവാൻ ചികിത്സകളും പരീക്ഷണങ്ങളും ഒന്നും ബാക്കിയില്ലാതെ, എല്ലാ പ്രതീക്ഷകളും സാക്ഷാൽ ശ്രീമഹാദേവനിൽ മാത്രമർപ്പിച്ച് മഹാദേവന്റെ പ്രിയപ്പെട്ട ആരാധകർ നല്ലതു മാത്രം പ്രതീക്ഷിച്ച് അവനു കൂട്ടിരുന്നു. ശിവലിംഗത്തിൽ കെട്ടിപ്പിടിച്ച് കാലപാശത്തിൽ നിന്നു രക്ഷനേടിയ മാർക്കണ്ഡേയന്റെ കഥകളിൽ വിശ്വാസമർപ്പിച്ച്, തങ്ങളുടെ പ്രിയപ്പെട്ട മഹാദേവനെ ആർക്കും വിട്ടുകൊടുക്കില്ലെന്ന പ്രാർഥനകളുമായി അവന്റെ ജീവന്റെ തുടിപ്പുകൾക്ക് അവർ

കാവലിരുന്നു. അപ്പോൾ ക്ഷേത്രത്തിൽ മഹാനവമിയാഘോഷങ്ങളുടെ ഭാഗമായുള്ള സംഗീതാർച്ചന നടക്കുന്നുണ്ടായിരുന്നു. എണ്ണമറ്റ ആരാധകർ, അവന്റെ ജീവനെ ഈ മണ്ണിൽ പിടിച്ചു നിർത്തുവാൻ നാമജപങ്ങളുമായി തപസ്സിരുന്നപ്പോൾ കരുനാഗപ്പള്ളി മഹാദേവൻ എന്ന ആനപ്പിറപ്പ് ഈ ലോകത്തുനിന്നും വിടപറയാനുള്ള തയ്യാറെടുപ്പിലായിരുന്നു. നവരാത്രി സംഗീതമണ്ഡപത്തിൽ അപ്പോൾ കാംബോജി രാഗത്തിലുള്ള കീർത്തനമാണ് പാടിക്കൊണ്ടിരുന്നത്. രാവണൻ മഹാദേവനെ സ്തുതിച്ചുപാടുന്ന രാഗമാണ് കാംബോജി. കാംബോജിരാഗം അതിന്റെ ഉച്ചസ്ഥായിയിലേക്ക് ആളിപ്പടരുന്നതും കേട്ടുകൊണ്ട്, ആറു പതിറ്റാണ്ട് കാലത്തോളം താൻ ശിരസ്സിലേറ്റിയ മഹാദേവന്റെ കീർത്തനങ്ങൾ കേട്ടുകൊണ്ടായിരുന്നു മഹാദേവൻ കണ്ണുകളടച്ചത്; നിത്യമായ ഉറക്കത്തിലേക്ക് ഊളിയിട്ടകന്നത്.

നാലുമുഴം നീളത്തിൽ ഒരു പിച്ചളച്ചങ്ങലയും, നാലഞ്ചു ചെണ്ടകൊട്ടി ആളെക്കൂടി അതാനയുടെ കഴുത്തിൽ അണിയിച്ചുകൊടുക്കാൻ പേരിനൊരു ഉത്സവക്കമ്മിറ്റിയും കൈയിലുണ്ടെങ്കിൽ നാട്ടിലുള്ള ഏതൊരാനക്കോലത്തിനും ഗജരാജപ്പട്ടമെന്നതാണ് ഇന്നത്തെയവസ്ഥ. പക്ഷേ, എല്ലാ പട്ടങ്ങൾക്കും മേലെയുള്ള പട്ടാഭിഷേകത്തിന് അർഹനായിരുന്ന കരുനാഗപ്പള്ളി മഹാദേവൻ എന്ന രാജാദിരാജകുലോത്തുംഗൻ, ജീവിതമെന്ന കളിയരങ്ങിൽ നിന്നും പിൻവാങ്ങുന്നത് യാതൊരുവിധ പട്ടങ്ങളും പത്രാസുമില്ലാതെയാണെന്നത് കാലത്തിന്റെ നിർദ്ദയമായ തമാശ!

പട്ടങ്ങളും കൊട്ടിക്കലാശങ്ങളുമെല്ലാം ആനകളുടേതിനേക്കാളുപരി മനുഷ്യരുടെ മാത്രം ആഭ്യന്തരകാര്യമായതിനാലാവാം മഹാദേവൻ ഒരിക്കലും അത് ചോദിച്ചുമേടിക്കാതിരുന്നത്. മറിച്ച് തന്റെ ആഹാരവും പ്രവൃത്തിസമയവുമടക്കമുള്ള കാര്യങ്ങളിൽ ഒട്ടും വിട്ടുവീഴ്ചയില്ലാത്ത പോരാളിയായിരുന്നു എന്നും മഹാദേവൻ. പ്രത്യേകിച്ചും കരുനാഗപ്പള്ളിയിൽ, തന്റെകാര്യം കഴിഞ്ഞിട്ടുമതി മറ്റെന്തുമെന്ന മട്ടും ഭാവവുമായിരുന്നു അവന്.

കേവലം ഒന്നോ രണ്ടോ വയസ്സുമാത്രമുള്ള പാൽപ്പാട പ്രായത്തിൽ കോടനാട് ആനക്കൂട്ടിൽ നിന്നും കരുനാഗപ്പള്ളിയിലെ കരപ്രമാണിമാരും ദേവസ്വം ബോർഡധികൃതരും ചേർന്ന് കണ്ടെടുത്ത നക്ഷത്രക്കുരുന്നായിരുന്നു മഹാദേവൻ. കോടനാട് കൂട്ടിൽ നിന്നും നേരെ മഹാദേവന്റെ തിരുസന്നിധിയിലേക്കെത്തി, 'പടനായർകുളങ്ങര മഹാദേവൻ' എന്ന ഉശിരൻ പേരുമിട്ട് ചാടിത്തുള്ളി മറിഞ്ഞ പൂവൽക്കുരുന്നിന്റെ പഞ്ഞിപ്പട്ട് പാദങ്ങളിൽ മണ്ണുപോലും പറ്റിക്കാതെ, വിശാലമായ ഊട്ടുപുരയിലിട്ടാണ് ഒരു നാടു മുഴുവൻ കണ്ണും മിഴിച്ച് കാത്തിരുന്ന് അവനെ വളർത്തി വലുതാക്കിയെടുത്തത്.

ഒരു ദേശത്തിന്റെ കൗതുകവും കൊഞ്ചലുമായി പിച്ചവച്ചു നടന്ന കുഞ്ഞിക്കിടാത്തൻ, പ്രായഭേദമെന്യെ, ജാതിമതഭേദമെന്യെ കരുനാഗപ്പള്ളിയുടെ വാത്സല്യം മുഴുവൻ നുണഞ്ഞുനുകർന്ന് വളർന്നു. ഒന്നിനുപത്തായി, പത്തിനു നൂറായി, തന്നെ താനാക്കിയ നാടിന് അവർ ആശിച്ചതിനുമൊക്കെയപ്പുറം തിരിച്ചുനൽകി, കഴിഞ്ഞുപോയ അമ്പത്തിയാറ് സംവത്സരങ്ങൾകൊണ്ട് ഈ വീരനായകൻ. മുമ്പും, അത്രകണ്ട് പണ്ടുപണ്ടല്ലാത്ത ഒരു കാലത്തും കരുനാഗപ്പള്ളിയിൽ ഒരു മഹാദേവനുണ്ടായിരുന്നു. പക്ഷേ, ജന്മംകൊണ്ടും കർമ്മംകൊണ്ടും നമ്മുടെ രാജരാജകുലോത്തുംഗൻ ആളൊരു അമൃതകുംഭമായിരുന്നെങ്കിൽ മറ്റേപ്പുള്ളിക്കാരന് മഹാദേവന്റെ ഒരേയൊരു നിയോഗം മാത്രമേ വശമുണ്ടായിരുന്നുള്ളൂ- സംഹാരം! എന്നുവച്ചാൽ 'വെട്ടൊന്ന്; ഒപ്പം തുണ്ടം മാത്രമല്ല, വെട്ടുകത്തിയും പത്തു തുണ്ടം'. അതായിരുന്നു ശുണ്ഠിപ്രമാണിയുടെ ചട്ടവും വട്ടവും.

അമ്പലത്തിൽ തൊഴാനെത്തിയ ഒരു ഗർഭിണിയും ഓച്ചിറയമ്പലത്തിൽ ഉത്സവത്തിനെത്തിയ ഒരയ്യോപാവം ആനയും ഉൾപ്പടെ ആ ഗജസിംഹന്റെ തൃക്കണ്ണിനു മുന്നിൽ പൊലിഞ്ഞുതീർന്ന ജന്മങ്ങൾ ഒന്നും രണ്ടുമല്ല; നിരവധി പ്രശ്നങ്ങൾ ഉണ്ടായിക്കൊണ്ടേയിരുന്നു. ചുരുക്കത്തിൽ കരക്കാരുടെ തലയെടുപ്പാകേണ്ട മഹാദേവൻ അവസാനം മഹാതലവേദനയായെന്നു പറഞ്ഞാൽ അതായിരുന്നു യാഥാർഥ്യം. ആ മരണദൂതനെ അവസാനം വെടിവച്ചുകൊല്ലേണ്ടിയും വന്നു.

അങ്ങനെ ആനയെന്ന ജീവിയോടുള്ള

മതിയും കൊതിയും തീർന്ന്, മനസ്സുമടുത്ത് ഇനിയീ ദേശത്ത് കരക്കാരുടെ ആനയെന്ന കാര്യം ആരും മനസ്സിൽപോലും ചിന്തിച്ചുപോകരുതെന്ന ദൃഢപ്രതിജ്ഞയുമായി കാലംകുറേ കടന്നുപോയി. അതുകഴിഞ്ഞപ്പോഴാണ് കരപ്രമാണിമാരിൽ ചിലർക്കൊരു ഉൾവിളിയുണ്ടാവുന്നത്. 'ഛേ; എന്നാലും ഒരാനയില്ലെന്ന് പറഞ്ഞാൽ അതിത്തിരി മാനക്കേടുതന്നെയല്ലേ'യെന്ന ഉൾവിളി.

അങ്ങനെയിരിക്കെയാണ് എവിടുന്നോ ഒരു കമ്പിയില്ലാക്കമ്പി; അല്ല കരക്കമ്പിയുടെ കടന്നുവരവ്. സർവലക്ഷണങ്ങളും തികഞ്ഞ ഒരാൺകുരുന്നിനെ കോടനാട് ആനക്കൂട്ടിലെ അമ്മത്തൊട്ടിലിൽ ലേലത്തിനു വച്ചിരിക്കുന്നു. ആളും അർഥവുമെല്ലാം സ്വരുക്കൂട്ടി ചെന്നപ്പോഴോ ഒരു യുദ്ധത്തിനുള്ള ആളുണ്ട് ആനക്കളരിയിൽ. എങ്കിലും അമ്പാടിക്കണ്ണന്റെ പാൽപ്പുഞ്ചിരി കണ്ടാൽ കാശെത്രയാണെന്ന് പറഞ്ഞാലും ശരി ഇവനെയും കൊണ്ടേ ഇനി തറവാട്ടിലെക്കൊരു തിരിച്ചുപോക്കുള്ളു എന്ന് എല്ലാവരും ശഠിച്ചു.

ഒരുപാടുപേർ ലേലത്തിനു പങ്കെടുക്കാനുണ്ടായിരുന്നെങ്കിലും മവിട്ടത്ത് ഉണ്ണിത്താനും കരുനാഗപ്പള്ളിക്കാരുമായിരുന്നു അവസാനംവരെ അവനുവേണ്ടി മത്സരിച്ചത്. എങ്കിലും അവസാനം ഉണ്ണിത്താന്റെയും മനസ്സലിഞ്ഞു. 'ശ്രീ മഹാദേവന്റെ നിശ്ചയപ്രകാരമായിരിക്കുമല്ലോ നിങ്ങൾ വന്നിട്ടുള്ളത്. എങ്കിൽ അദ്ദേഹത്തിന്റെ അഭീഷ്ടം പോലെ തന്നെ നടക്കട്ടെ'. അങ്ങനെപറഞ്ഞ് നല്ല മനസ്സോടെ ഉണ്ണിത്താൻ പിൻമാറിയതോടെയാണ് 'കോടനാട് കുഞ്ഞുണ്ണിത്തമ്പുരാൻ' കരുനാഗപ്പള്ളി മഹാദേവനായി മാറിയത്. പഴയ മഹാദേവന്റെ കറകളെല്ലാം കഴുകിത്തുടച്ച്, ആനയെന്നാൽ അതിങ്ങനെ വേണമെന്ന് ഒരു ദേശത്തെ പഠിപ്പിച്ച്, നിന്നിടത്തും ചെന്നിടത്തും എല്ലാം സ്നേഹംവിതച്ച് സുവർണനേട്ടങ്ങളുടെ നൂറുമേനി കൊയ്ത അമ്പത്തിയേഴു വർഷങ്ങൾ.

തെക്കൻ കേരളത്തിന്റെ കൊടികെട്ടിയ ഉത്സവമാമാങ്ക മണൽപ്പുറങ്ങളിലെല്ലാം മഹാദേവന്റെ അശ്വമേധം പടഹമടിച്ച് മുന്നേറിയതും അമ്പലപ്പുഴ രാമചന്ദ്രനും ആറൻമുള രഘുനാഥനും മാവേലിക്കര ചക്രപാണിയും തിരുവല്ല ജയചന്ദ്രനുമടക്കമുള്ള അക്കാലത്തെ തലതൊട്ടപ്പന്മാർ തിളങ്ങിവിളങ്ങിയ സിംഹാസനങ്ങൾ ഒന്നൊന്നായി വെട്ടിപ്പിടിച്ചതുമെല്ലാം ഇന്നലേയുടെ ചരിത്രം.

കോടനാട് കൂട്ടിൽ നിന്നും തെക്കൻനാട്ടിലേക്കെത്തുമ്പോൾ വേലുപ്പിള്ളയാണ് ആദ്യം പാപ്പാനായെത്തിയത്. കൊട്ടാരക്കര സ്വദേശിയായിരുന്ന വേലുപ്പിള്ള ആദ്യം അക്കാലത്തെ പേരുകേട്ട ഗജരാജനായിരുന്ന തിരുവല്ല ജയചന്ദ്രന്റെ പാപ്പാനായിരുന്നു. നടയ്ക്കിരുത്തപ്പെട്ടത് കരുനാഗപ്പള്ളി പടനായർകുളങ്ങര ക്ഷേത്രത്തിലേക്കായിരുന്നെങ്കിലും കുട്ടിച്ചട്ടങ്ങൾ പഠിക്കുവാനായി കുറേക്കാലം മഹാദേവനും അതുകൊണ്ടുതന്നെ തിരുവല്ല ക്ഷേത്രത്തിലുണ്ടായിരുന്നു.

തിരുവല്ല ജയചന്ദ്രന്റെ ചൊടിയും ചുണയും നടയും നടപ്പഴകും തലയെടുപ്പുമെല്ലാം തൊട്ടുകാണിച്ചും ചൂണ്ടിക്കാണിച്ചുകൊടുത്തുമൊക്കെയാണ് വേലുപ്പിള്ള കൊച്ചുമഹാദേവനെ രാകിമിനുക്കിയെടുത്തത്. തന്റെ കാണപ്പെട്ട ഗുരുവരനായ ജയചന്ദ്രനേയും അക്കാലത്തെ ഗജോത്തമനായിരുന്ന ആറന്മുള രഘുനാഥനേയുമൊക്കെപ്പോലെ ആൾക്കൂട്ടത്തിന്റെ കണ്ണും കരളും കവർന്ന് ഉത്സവാഘോഷവേദികളുടെ ആനമുടിപ്രഭാവമായി ഒരുനാൾ തനിക്കുമിങ്ങനെ കത്തിക്കയറി വിലസണമെന്ന് കുഞ്ഞുമഹാശയൻ അന്നേ മനസ്സിൽ കുറിച്ചിട്ടിട്ടുമുണ്ടാകണം.

കെട്ടിപ്പഴക്കിയെടുത്ത പാപ്പാനോട്, തന്നെ നാട്ടാചാരങ്ങളും ഉത്സവച്ചിട്ടകളുമൊക്കെ വിരലിൽ പിടിച്ചെഴുതിപ്പഠിപ്പിച്ച പ്രിയപ്പെട്ട വേലുപ്പിള്ളയാശാനോട് മഹാദേവന് എല്ലാക്കാലത്തും വല്ലാത്തൊരു കൂറും മമതയും തന്നെയായിരുന്നു. അ-അമ്മ, ആ-ആന എന്നെല്ലാം ചൊല്ലിപ്പഠിപ്പിച്ച പഴയ എൽപ്പീസ്കൂൾ മാഷിനെ എത്രയോ കാലം കഴിഞ്ഞുകണ്ടാലും സ്വയമറിയാതെയെന്നോണം മടക്കിക്കുത്തഴിച്ചിടുന്ന ഗുരുത്വമുള്ളൊരു ശിഷ്യനെപ്പോലായിരുന്നു മഹാദേവൻ.

ദേവസ്വം ബോർഡ് ചട്ടപ്രകാരം പെൻഷൻപറ്റിപ്പിരിഞ്ഞ പാപ്പാൻ വേലുപ്പിള്ള പിന്നീട് പത്തിരുപത് വർഷങ്ങൾക്കുശേഷം കൊട്ടാരക്കര ക്ഷേത്രോത്സവത്തിനിടയ്ക്കാണ് തന്റെ ഉത്തമശിഷ്യനുമായി മുഖാമുഖം കാണാനിടവരുന്നത്.

എന്നുപറഞ്ഞാൽ അന്നത് തികച്ചും യാദൃശ്ചികമായി സംഭവിച്ചുപോയതാണ്. എന്തെന്നാൽ ആ സമയം മറ്റൊരു പാപ്പാനുമായി സഹവർത്തിത്വത്തിലായിക്കഴിഞ്ഞിരുന്ന മഹാദേവന്റെ മുന്നിൽ ചെന്നുനിന്ന് വെറുതേ പഴയതെല്ലാം ഓർമപ്പെടുത്തി പുതിയ പാപ്പാന് പൊല്ലാപ്പ് ആവരുതല്ലോയെന്ന ചിന്തയിൽ വേലുപ്പിള്ള ഒഴിഞ്ഞുമാറി നടക്കുകയായിരുന്നെന്ന് പറഞ്ഞാൽ അതാണ് സത്യം.

പക്ഷേ, അന്ന് ക്ഷേത്രഗോപുരം കയറിവന്ന വേലുപ്പിള്ള നേരെ ചെന്നുപെട്ടത് മഹാദേവന്റെ മുന്നിലേക്കായിരുന്നു. ആകാശമേലാപ്പിനെ താങ്ങിനിർത്താൻപോന്ന തലയെടുപ്പുമായി സാക്ഷാൽ സഹ്യസാനുപോലങ്ങനെ പടർന്നുപന്തലിച്ചു നിൽക്കുന്ന ഗജവീരൻ; അവൻ തന്റെ ആ പഴയ അരുമശിഷ്യൻ തന്നെയാണെന്ന് തിരിച്ചറിയാൻ വേലുപ്പിള്ളയുടെ വൃദ്ധനയനങ്ങൾ ഇത്തിരിയധികം നേരമെടുത്തെങ്കിലും ഏതാനും നിമിഷത്തിനകംതന്നെ മഹാദേവൻ അത് മണത്തറിഞ്ഞു കഴിഞ്ഞിരുന്നു. അറിഞ്ഞുകഴിഞ്ഞപ്പോഴുള്ള കാര്യമോ, വിയർപ്പിൽ കുതിർന്ന ഒരവിൽപ്പൊതിയും കക്ഷത്തിൽ തിരുകി ദ്വാരകയുടെ രാജവീഥിയിലൂടെ മന്ദംമന്ദം ചുവടുകൾ പറിച്ചുവച്ചുവരുന്ന തന്റെ പഴയ സതീർഥ്യൻ കുചേലനെ കണ്ടപ്പോൾ ശ്രീകൃഷ്ണനുണ്ടായ ആവേശത്തിമിർപ്പായിരുന്നു അപ്പോൾ മഹാദേവന്. കരഞ്ഞുവിളിച്ചും കാലുമടക്കിക്കൊടുത്തും അവനന്ന് തന്റെ കളരിയാശാന് സ്നേഹപ്രകാശനങ്ങളുടെ വലിയൊരു വിരുന്നൂട്ടുതന്നെ നൽകി.

ഒരിക്കൽ അവന്റെ പതിവു ശാപ്പാടുശാലയായ വേട്ടമ്പള്ളി മനയിലേക്ക് മഹാദേവൻ കടന്നുചെല്ലുമ്പോൾ അവന്റെ ഇഷ്ടക്കാരനായ സ്വാമി സ്ഥലത്തില്ലായിരുന്നു. സ്വാമി സ്ഥലത്തില്ലാത്തതിനാൽ മഠത്തിലുള്ള സ്ത്രീജനങ്ങൾ മഹാദേവനെ യഥാവിധി പരിഗണിച്ചതുമില്ല. ഈ അനീതി ഒട്ടും തന്നെ സഹിക്കാനായില്ലെങ്കിലും മറ്റുവീടുകളിൽ നിന്ന് ഓലയും തീറ്റയും സംഘടിപ്പിച്ച് അമ്പലത്തിലേക്കു തിരിച്ചുപോന്നു. പക്ഷേ, ഉച്ചയ്ക്ക് അഴിച്ചപ്പോൾ മുന്നുംപിന്നും നോക്കാതെ അവൻ നേരെ ഓടിയത് മനയിലേക്കുതന്നെ. ആ സമയം സ്കൂൾവിട്ട് റോഡുനിറഞ്ഞ് കുട്ടികൾ വരുന്നുണ്ടായിരുന്നെങ്കിലും ഒരാളെയും ഉപദ്രവിച്ചില്ലെന്നു മാത്രമല്ല, പേടിച്ചുകരഞ്ഞ കുട്ടികൾക്കു മുന്നിൽ തന്റെ ഓട്ടത്തിന്റെ വേഗംകുറച്ച് 'പേടിക്കണ്ട മക്കളേ, ഇതേട്ടന്റെയൊരു തമാശയല്ലേ' യെന്ന മട്ടിലാണ് അവൻ സംഭവം കൈകാര്യം ചെയ്തത്. ഒടുവിൽ മനയിലെത്തിയ മഹാദേവന്റെ കൈയും കാലുംപിടിച്ച്, സമസ്താപരാധം പറഞ്ഞ് മധുരം നൽകി സ്വാമിതന്നെ അവനെ സമാധാനിപ്പിക്കുകയായിരുന്നു.

മറ്റൊരിക്കൽ കുളിപ്പിക്കാൻ കൊണ്ടുപോകും വഴി, മണലിൽ പുതഞ്ഞുപോയൊരു മണൽലോറി വലിച്ചുകയറ്റുവാൻ പാപ്പാന്മാർ നിർബന്ധം പിടിച്ചപ്പോഴും മഹാദേവൻ തനിനിറം പുറത്തെടുത്തു. ആനപ്പുറത്തിരുന്ന പാപ്പാനെയും വഹിച്ചുകൊണ്ട് കക്ഷി നേരെ ഓടിയത് മഹാദേവന്റെ തിരുനടയിലേക്ക്. ഇത്തിരി കൈമടക്കിനായി ദേവസ്വം ബോർഡ് ആനയെക്കൊണ്ട് പുറംപണി എടുപ്പിക്കാനുള്ള പാപ്പാന്റെ നീക്കം, ഭഗവാന്റെയും നാട്ടുകാരുടേയും ശ്രദ്ധയിൽപ്പെടുത്തുവാനായിരുന്നു ബുദ്ധിമാനായ മഹാദേവന്റെ അന്നത്തെ ഓട്ടം എന്നുതന്നെയാണ് കരുനാഗപ്പള്ളിക്കാരുടെ ഉറച്ച വിശ്വാസം.

ഇങ്ങനെ ചെറിയ വിക്രിയകളും കൈവിടലുകളും മാത്രമേ തങ്ങളുടെ മഹാദേവനിൽ നിന്നും നാട്ടുകാർ കണ്ടറിഞ്ഞിട്ടുള്ളുവെങ്കിലും, ഒരിക്കൽ മനസ്സറിയാതെയെങ്കിലും കൊലപാതകിയാകേണ്ടിവന്ന അനുഭവവും മഹാദേവന്റെ ജീവിതത്തിൽ ഉണ്ടായിട്ടുണ്ട്. ഒരിക്കൽ കൊട്ടാരക്കര ക്ഷേത്രോത്സവത്തിനെത്തിയ മഹാദേവൻ അവിടെവച്ച് മദക്കോളിന്റെ ലക്ഷണങ്ങൾ കാട്ടാൻ തുടങ്ങി. എങ്കിലും ഉത്സവംകഴിഞ്ഞ് പാപ്പാന്മാർ അവനുമായി കരുനാഗപ്പള്ളിയിലേക്കുള്ള യാത്രയിലായിരുന്നു.

ശാസ്താംകോട്ട ക്ഷേത്രത്തിലെ ആനയുടെ പാപ്പാനായിരുന്ന ശേഖരപിള്ളയുടെ വീടിന്റെ മുന്നിലൂടെയായിരുന്നു അന്നത്തെ മടക്കയാത്ര. ഊണുകഴിച്ചുകൊണ്ടിരിക്കുകയായിരുന്ന ശേഖരപിള്ള ആനവരുന്നതുകണ്ട് നേരെ ഒരു ഉരുളയുരുട്ടി ആനയുടെ വായിൽ വച്ചുകൊടുക്കുവാൻ

ചെന്നു. പക്ഷേ, മഹാദേവൻ പെട്ടന്ന് വെട്ടിത്തിരിഞ്ഞ് കൊമ്പിനടിച്ചു. അടി നെഞ്ചിനുതന്നെയായതിനാൽ അത് ശേഖരപിള്ളയുടെ മരണകാരണമാവുകയും ചെയ്തു! മീനുംകൂട്ടി ചോറുണ്ണുകയായിരുന്ന പിള്ള ആ കൈകൊണ്ടുതന്നെ ചോറുരുട്ടിക്കൊടുത്തപ്പോൾ അതിഷ്ടപ്പെടാതെ, 'എനിക്ക് വേണ്ടാ'യെന്ന അർഥത്തിൽ മുഖംവെട്ടിച്ചതാണെന്നും ഒരിക്കലുമവൻ അത് മനഃപൂർവം ചെയ്തതായിരുന്നില്ലെന്നും വിശ്വസിക്കുവാനാണ് മഹാദേവന്റെ ആരാധകർക്കിഷ്ടം.

മഹാദേവന്റെ ലക്ഷണങ്ങൾ കൂട്ടിക്കിഴിച്ച് ഫലം പറയാനെത്തുന്നവരോട് 'ഈ ലക്ഷണോത്തമനില്ലാത്ത രാജകലകൾ വല്ലതുമുണ്ടെങ്കിൽ ഒന്നു കണ്ടുപിടിക്കെടോ. അത്രയും തൂക്കത്തിന് പൊൻപണം അളന്നുതരാം' എന്നു വെല്ലുവിളിച്ച് അങ്കംകുറിക്കുവാൻ കരുനാഗപ്പള്ളിയുടെ ചോര തുടിക്കുന്ന യുവത്വങ്ങൾ ചാടിപ്പുറപ്പെട്ടിരുന്നു എന്ന് പറഞ്ഞാൽ അതിൽ തെല്ലും അതിശയോക്തിയില്ല. എന്തായിരുന്നു മഹാദേവൻ എന്ന് ചോദിക്കുന്നതിലും എന്തുകൊണ്ടുമുചിതം മഹാദേവൻ ആകാത്തതായി ഈ ദൈവത്തിന്റെ സ്വന്തം കുടികിടപ്പുഭൂമിയിൽ എന്തെങ്കിലും ബാക്കിയുണ്ടോ എന്നു തിരയുന്നതായിരിക്കും. മഹാദേവൻ എന്ന വാക്കിന്, പേരിന് ഭൂമിയിലെവിടെയും പരമശിവനെന്നോ, മഹാനായ ദേവനെന്നോ മാത്രമായിരിക്കും അർഥമെങ്കിലും കുറഞ്ഞപക്ഷം കരുനാഗപ്പള്ളിയിലെങ്കിലും ആ പേരിന് ധീരദേശാഭിമാനിയെന്നൊരർഥം കൂടിയുണ്ടാവും.

അവസാനനിമിഷം ഓടിപ്പിടിച്ചെന്നോണമാണ് സ്ഥലം MLA കൂടിയായ മന്ത്രി മഹാദേവന് അന്ത്യോപചാരം അർപിക്കാൻ എത്തിയത്. അതോടെ നാട്ടുകാരുടെ പ്രതിഷേധവും പരാതിയും നേരിട്ട് മന്ത്രിയുടെ മുന്നിൽതന്നെ നിരത്തപ്പെട്ടു. ആനയ്ക്ക് വാട്ടമരുന്ന് നൽകി കരുനാഗപ്പള്ളിയിലെ ഉത്സവത്തിന് എഴുന്നെള്ളിപ്പിക്കുവാൻ ശ്രമിച്ച പഴയ പാപ്പാന്റെ പ്രവൃത്തിയിലും, കാര്യമായ അവശതയിലായ ഘട്ടത്തിലും അലോപ്പതിചികിത്സ നൽകാതെ ആയുർവേദ വൈദ്യന്റെ സുഖചികിത്സതന്നെ വച്ചുകൊണ്ടിരുന്ന് സ്ഥിതി വഷളാക്കിയ അധികൃതരുടെ അവഗണനയുടെ നേർക്കുമായിരുന്നു നാട്ടുകാരുടെ പ്രതിഷേധം പടർന്നുകത്തിയത്. ക്രൂരമായ അവഗണനയുടെ ബലിയാടായാണ് തങ്ങളുടെ പ്രിയപ്പെട്ട ആന

അന്ത്യശ്വാസം വലിച്ചതെങ്കിൽ, അതിനെതിരെ കരുനാഗപ്പള്ളിക്കാർ മാത്രമല്ല ആരും പൊട്ടിത്തെറിച്ചുപോകുക സ്വാഭാവികം.

കഴിഞ്ഞ മൂന്നുനാല് വർഷമായി കരുനാഗപ്പള്ളി ഉത്സവത്തിന്റെ സമയത്ത് തികഞ്ഞ മദപ്പാടിലാകുന്ന മഹാദേവനെ ഇക്കുറി എന്തുവിലകൊടുത്തും ഉത്സവത്തിനെഴുന്നെള്ളിക്കുമെന്ന് ആരെങ്കിലുമൊക്കെ വാശിപിടിച്ചെങ്കിൽ, അതിനായവർ ആനയ്ക്ക് തീറ്റയും വെള്ളവും കഴിയുന്നത്ര കുറച്ചും ആനയുടെ ഉൾക്കരുത്തും ആരോഗ്യവും തളർത്തുവാനുള്ള വാട്ടമരുന്നുകൾ നൽകിയും അവനെ രോഗാവസ്ഥയിലേക്ക് നയിച്ചുവെങ്കിൽ, ഇതൊന്നും ഒന്നോരണ്ടോ ദിവസംകൊണ്ടുമാത്രം സംഭവിക്കുന്നതല്ലല്ലോ. 'കരുനാഗപ്പള്ളി പടനായർകുളങ്ങരയിലെ ഉത്സവത്തിന് എഴുന്നെള്ളിക്കാൻ കൊള്ളത്തില്ലെങ്കിൽ, കരുനാഗപ്പള്ളി മഹാദേവൻ എന്നുംപറഞ്ഞ് ഇവൻ നടന്നിട്ടെന്തു കാര്യം' എന്നുംപറഞ്ഞ് ചിലർ ഇവനെ വാട്ടിപ്പിഴിഞ്ഞെടുക്കാൻ, ആഴ്ചകളോളം പട്ടിണിക്കിടാൻ മുതിർന്നിട്ടുണ്ടെങ്കിൽ തീർച്ചയായും ആദ്യത്തെ പ്രതിഷേധം ഉയരേണ്ടത് നാട്ടുകാരിൽ നിന്നുതന്നെയായിരുന്നു. 'ഇവിടത്തെ ഉത്സവത്തിന് എഴുന്നെള്ളിച്ചില്ലെങ്കിലും തരക്കേടില്ല. ഞങ്ങളുടെ ആന, ഞങ്ങളുടെ സ്വന്തം മഹാദേവൻ ആരോഗ്യത്തോടും ആയുസ്സോടുംകൂടി ഇവിടുണ്ടായാൽ മതി'യെന്ന് പറയാനുള്ള വലിയ മനസ്സ്. അതല്ലേ ശരിക്കും ഉണ്ടാകേണ്ടിയിരുന്നത്.

'കരുനാഗപ്പള്ളിക്കാർ ക്ഷമിക്കുക. ഇങ്ങനേയും ചില ചോദ്യങ്ങൾ ചോദിക്കേണ്ടിവന്നതിൽ പൊറുക്കുക. നിങ്ങളെപ്പോലെ മറ്റൊരു നാടും ഒരാനയുടെ മരണത്തിൽ ഇത്രമാത്രം പ്രതികരിച്ചിട്ടുണ്ടാവില്ല. പക്ഷേ, എന്റെ സ്വന്തം നാട്ടുകാരും ആരാധകരും ഇന്നീ കാട്ടുന്ന കടയടപ്പു കോലാഹലങ്ങളുടേയും പൂമൂടലിന്റേയുമൊക്കെ പത്തിലൊരംശം ആത്മാർഥതയും ശ്രദ്ധയും എന്റെ കാര്യത്തിൽ നേരത്തെയുണ്ടായിരുന്നെങ്കിൽ' എന്ന് മഹാദേവന്റെ ആത്മാവ് ചോദിച്ചുപോയാൽ എന്തുണ്ട് മറുപടി.

പിന്നെ, ആനപാപ്പാൻമാരുടെ കാര്യം. വണ്ടികൾ മാറിമാറിക്കയറുന്ന, ഏതെങ്കിലും ഒരു വണ്ടി ഓടിക്കാൻ കിട്ടണമെന്നുമാത്രം താത്പര്യമുള്ള ഡ്രൈവർമാരെപ്പോലെയാണ് ചുരുക്കംചില പാപ്പാൻമാരുടെയെങ്കിലും കാര്യം. അവരുടെ ലീലാവിലാസങ്ങളിൽ നിന്ന് ആനകളെന്ന പാവം ജീവികളെ രക്ഷിച്ചെടുക്കണമെങ്കിൽ ആനയോടിഷ്ടമുള്ളവർ കണ്ണുംതുറന്ന് കാവലിരുന്നേ പറ്റൂ. പിന്നീടുള്ളത് ദേവസ്വം അധികൃതരും ദേവസ്വം ഡോക്ടർമാരുമാണ്. എല്ലാവരും അവരവരുടെ ജോലി ചെയ്യുന്നു എന്നതിൽ കവിഞ്ഞ്, നല്ലൊരാനയെ നഷ്ടപ്പെടുത്തുവാൻ അവരാരും കൂട്ടുനിൽക്കുമെന്ന് ചിന്തിക്കുന്നതുപോലും അന്യായമാകും.

ശ്മശാനം; ആനകൾക്ക് മാത്രം...

ആനകളെ സംസ്കരിക്കുന്ന ഒരു സ്ഥലത്തെക്കുറിച്ചും സംസ്കാരത്തിന് മുൻകൈയെടുക്കുന്ന ഒരു മനുഷ്യനെക്കുറിച്ചും അടുത്തകാലത്ത് പത്രമാധ്യമങ്ങളിൽ വാർത്തവന്നിരുന്നു. പാലക്കാട് നടുപ്പതി വനമേഖലയിൽപ്പെടുന്ന 'ആനയൂർ മേട്ടിലാണ്' ആനകളെ സ്ഥിരമായി സംസ്കരിക്കുന്നത്. അതിന് നേതൃത്വം നൽകുന്നതാകട്ടെ, ഈ വനമേഖലയിലെ ഫോറസ്റ്റ് വാച്ചറായ എഴുപത്തിയൊന്നുകാരൻ ലക്ഷ്മണൻ മൂപ്പനും. എൺപതോളം ആനകൾക്ക് മൂപ്പൻ ഇതേവരെ ചിതയൊരുക്കി. ഇതിൽ പുഴുവരിച്ച് ദുർഗന്ധം പരത്തുന്ന മൃതദേഹങ്ങളുമുണ്ടായിരുന്നു. എല്ലാ മൃതശരീരങ്ങൾക്കും തുല്യപദവി നൽകി, ചിത കത്തിത്തീരുംവരെ കാത്തുനിൽക്കും മൂപ്പൻ. എല്ലായ്പ്പോഴും ആനകളുടെ മൃതശരീരം ചിതയിൽ വയ്ക്കുമ്പോൾ മൂപ്പന്റെ കണ്ണുനിറയും; കൈവിറയ്ക്കും-ലോകത്തിലെ ഏറ്റവും പഞ്ചപാവമായ ജീവിവർഗത്തെയോർത്ത്...

മദപ്പാടിൽ നിൽക്കുന്ന ഒരാനയെ എഴുന്നെള്ളിപ്പിക്കണമെന്ന് ദേവസ്വം അധികൃതരോ ഡോക്ടർമാരോ നിർബന്ധം പിടിക്കില്ല. എന്തെന്നാൽ കരുനാഗപ്പള്ളി മഹാദേവനെപ്പോലെതന്നെ തിരുനക്കര ശിവനും തിരുവിതാംകൂർ ദേവസ്വം ബോർഡിന്റെ ആനയാണ്. മഹാദേവന്റെ കാര്യംപോലെ തിരുനക്കര പൂരത്തിന്റെ സമയം ശിവനും മദപ്പാടിലാകും. പക്ഷേ, അവിടെ ശിവനെ ആ സമയം മാറ്റിനിർത്തി ആ കലിയാട്ടക്കാലത്ത് അവനെ അവന്റെ വഴിക്ക് സ്വസ്ഥമായും ഏകാ

ന്തമായും വിടാനുള്ള മനസ്സ് അവിടത്തെ നാട്ടുകാർക്കുണ്ട്. അതല്ലേ ശരി; അതല്ലേ ഔചിത്യം. ഒരു കൈപ്പിഴ സംഭവിച്ചുകഴിഞ്ഞ് അതിന്റെ പേരിൽ ആരെയെങ്കിലുമൊക്കെ കുരിശിൽ കയറ്റുന്നതിലും ഭേദം തെറ്റുകളിലേക്കും വലിയ പിഴകളിലേക്കും വീഴും മുമ്പുള്ള മുൻകരുതലുകളാണ്.

അവസാന കാലമായപ്പോഴേക്കും മഹാദേവന്റെ കിഡ്നിയും കരളും പൂർണമായും പ്രവർത്തനരഹിതമായിരുന്നുവെന്നാണ് പോസ്റ്റുമോർട്ടം റിപ്പോർട്ടുകളിൽ നിന്നുള്ള സൂചനകൾ. മഹാദേവനോടുള്ള സ്നേഹംകൊണ്ട് അഥവാ അവനെ പിരിയേണ്ടിവരുന്നതിലുള്ള വേദന കൊണ്ട് നാട്ടുകാരും മറ്റാരെങ്കിലുമൊക്കെ സംശയിക്കുന്നതുപോലുള്ള കാര്യങ്ങളൊന്നുമായിരിക്കില്ല മഹാദേവന്റെ മരണദുരന്തത്തിനുപിന്നിലെ കാരണങ്ങൾ. അല്ലെങ്കിൽ എന്തൊക്കെ മുൻകരുതലുകൾ എടുത്താലും കരുനാഗപ്പള്ളി മഹാദേവന് ഇത്രയേ ആയുസ്സ് വിധിച്ചിട്ടുള്ളുവെന്ന് വേണമെങ്കിൽ സമാധാനിക്കാം. പക്ഷേ, ആ സമാധാനിക്കലും സത്യത്തിൽ ഒരു ഒളിച്ചോട്ടമാകും. തന്നെക്കുറിച്ചോർത്തുള്ള പരിവേദനങ്ങളേക്കാളധികം കരുനാഗപ്പള്ളി മഹാദേവനെന്ന ധീരദേശാഭിമാനിയുടെ ആത്മാവ് ആഗ്രഹിക്കുന്നതും ഒരുപക്ഷേ അതുതന്നെയാവാം. അവശേഷിക്കുന്നവരുടെ കാര്യത്തിലെങ്കിലുമുള്ള കരുതലും ശ്രദ്ധയും!

***

തൃക്കടവൂർ ശിവരാജു

അമ്പലവാസികളിലെ, ലക്ഷണപ്പൊരുത്തവും ഉയരപ്പെരുമയുമുള്ള ഒരു സഹ്യപുത്രൻ

▼ തൃക്കടവൂർ ശിവരാജു

ഒമ്പതേമുക്കാൽ അടിക്കുമേൽ ഉയരവും സ്വാഭാവികമായ ഉയരത്തേക്കാൾ ഏതാണ്ട് ഒരടിയെങ്കിലും മേലേനിൽക്കുന്ന തലയെടുപ്പുമാണ് ശിവരാജുവെന്ന ഗജരാജനെ തെക്കൻകേരളത്തിലെ എണ്ണംപറഞ്ഞ ആനച്ചന്തങ്ങളിൽ പ്രഥമ ഗണനീയനാക്കുന്നത്.

നാടനാനകളുടെ വജ്രവീര്യവും ആനക്കമ്പക്കാരുടെ കണ്ണും മനസ്സും കീഴടക്കാൻ പോന്ന ഉയരപ്പെരുമയുമായി ഒരു സഹ്യപുത്രൻ. അതാണ് തൃക്കടവൂർ ശിവരാജു. കോന്നി ആനക്കൂട്ടിൽ നിന്നും പുറത്തുവന്ന സഹ്യപുത്രൻമാരുടെ ഗണത്തിൽ ലക്ഷണപ്പൊരുത്തങ്ങളെല്ലാം അറിഞ്ഞനുഗ്രഹിക്കപ്പെട്ടിട്ടുള്ള ശിവരാജു, കൊല്ലം തൃക്കടവൂർ ക്ഷേത്രത്തിൽ എത്തിയിട്ട് പതിനാറ് വർഷങ്ങൾ പൂർത്തിയാവുന്നു.

തിരുവിതാംകൂർ ദേവസ്വംബോർഡിനു കീഴിലുള്ള 42 ആനകളിൽ ഏറ്റവും ഉയരമുള്ളവൻ എന്ന സവിശേഷതയും തൃക്കടവൂർ ശിവരാജുവിനു തന്നെ. അംഗോപാംഗസൗന്ദര്യത്തികവുകളുടെ മൂർത്തിമദ്ഭാവമായ ശിവരാജു, തെക്കൻകേരളത്തിന്റെ അതിരുകൾ കടന്ന് അധികമൊന്നും വടക്കോട്ടു കടക്കാറില്ലെങ്കിലും ഈ ഗജരാജന്റെ ഗുണഗണങ്ങളെക്കുറിച്ച് കേട്ടറിയുന്ന ഒട്ടേറെ ആനപ്രേമികൾ ഇവനെ കാണാൻ വേണ്ടിമാത്രം കൊല്ലം പട്ടണത്തിന് തൊട്ടുചേർന്നുള്ള തൃക്കടവൂർ ക്ഷേത്രത്തിലെത്താറുണ്ട്.

തിരുവിതാംകൂർ ദേവസ്വംബോർഡിന്റെ ക്ഷേത്രങ്ങളിൽ ചിരപുരാതനവും ഐതിഹ്യപ്രസിദ്ധിയാൽ സമ്പന്നവുമാണ് തൃക്കടവൂർ ശ്രീമഹാദേവക്ഷേത്രം. കൊല്ലം ഗ്രൂപ്പിൽപ്പെടുന്ന ദേവസ്വംബോർഡ് ക്ഷേത്രങ്ങളിൽ ഏറ്റവുമധികം നടവരവുള്ള ക്ഷേത്രവും ഇതാണ്. അൽപായുസ്സായ സൽപ്പുത്രൻ വേണോ അതോ നൂറുവയസ്സുവരെ ജീവിച്ചിരിക്കുന്ന മകൻ വേണോയെന്ന ഈശ്വരന്റെ ചോദ്യത്തിന് സൽപുത്രൻതന്നെ മതിയെന്ന ഉത്തരം നൽകിയ അച്ഛൻ. ആ അച്ഛന്റെ വരപ്രസാദമെന്നോണം പതിനാറ് വയസ്സുവരെ മാത്രം ജീവിച്ചിരിക്കുമെന്ന ശാപവരവുംപേറി മാർക്കണ്ഡേയൻ.

അച്ഛനമ്മമാരിൽ നിന്നും തന്റെ ജൻമത്തെക്കുറിച്ചും അൽപായുസ്സിനെക്കുറിച്ചും അറിയാനിടയായ മാർക്കണ്ഡേയൻ, ത്രിമൂർത്തികളിൽ ക്ഷിപ്ര

കോപിയും ക്ഷിപ്രപ്രസാദിയുമായ മഹാദേവനെ കഠിനതപം ചെയ്യുന്നു. മാർക്കണ്ഡേയന് പതിനാറുവയസ്സ് പൂർത്തിയാകുന്ന ദിവസം യമൻ തന്റെ വാഹനത്തിൽ കാലപാശവും ചുഴറ്റിയെത്തി. കാലനിൽ നിന്നും രക്ഷനേടുവാൻ മാർക്കണ്ഡേയൻ മനമുരുകുന്ന പ്രാർഥനയോടെ ശിവലിംഗത്തെ ഗാഢാലിംഗനം ചെയ്ത് പിടിച്ചുകിടന്നു. മാർക്കണ്ഡേയനെ ലക്ഷ്യമാക്കി കയർ വിക്ഷേപിച്ച കാലന്റെ കണക്കുകൂട്ടലുകൾ പിഴച്ചു. കയർക്കുടുക്ക് ചെന്നുവീണത് ശിവലിംഗശിലയിലും കൂടിയായിരുന്നു. ഉടൻതന്നെ ശിവൻ പ്രത്യക്ഷപ്പെട്ട് തന്നെയും തന്റെ ഭക്തനേയും അപമാനിച്ച കാലനെ തൽക്ഷണം നിഗ്രഹിക്കുകയും മാർക്കണ്ഡേയന് നിത്യയൗവനം പ്രദാനം ചെയ്തുവെന്നതും പുരാണത്തിലെ ഒരേട്.

ആസന്നമൃത്യുവിൽ നിന്നും രക്ഷനേടാനും ദീർഘായുസ്സിനുമായി മാർക്കണ്ഡേയൻ തപസ്സനുഷ്ഠിച്ച അതേ ഇടവും അതേ ശിവലിംഗപ്രതിഷ്ഠയുമാണ് തൃക്കടവൂർക്ഷേത്രത്തിലെ സ്വയംഭൂവിഗ്രഹമെന്നാണ് ഭക്തരുടെ വിശ്വാസം. അന്ന് ശിവൻ കാലനെ നിഗ്രഹിച്ച സ്ഥലം തൃക്കടവൂർ ക്ഷേത്രത്തിനടുത്തുള്ള പള്ളിവേട്ടച്ചിറയാണെന്നും ദക്ഷയാഗം നടന്നതും സതീദേവി യാഗാഗ്നിയിൽ ചാടി ദഹിച്ചതുമായ സ്ഥലമാണ് ഇവിടെയടുത്തുള്ള ദാക്ഷായണിച്ചിറയെന്നും വിശ്വാസങ്ങൾ നീളുന്നു.

പ്രസിദ്ധമായ തൃക്കടവൂർ ക്ഷേത്രത്തിലും കൊല്ലം ജില്ലയിലെ നല്ലൊരു വിഭാഗം ക്ഷേത്രങ്ങളിലുമൊക്കെ ആനകളേക്കാളും ആനയെഴുന്നെള്ളിപ്പുകളേക്കാളും പ്രാധാന്യവും പ്രചാരവും എടുപ്പുകുതിരകളുടെ വരവിനും വരവേല്പിനുമായിരുന്നു. എടുപ്പുകുതിരകളുടെ നിലപാടുതറകൾ ആനകൾ പിടിച്ചടക്കാൻ തുടങ്ങിയിട്ട് അധികകാലമായിട്ടുമില്ല. പക്ഷേ, അങ്ങനെയൊക്കെയാണെങ്കിലും എടുപ്പുകുതിരകൾ എന്ന കെട്ടുകാഴ്ചകളുടെ പടയോട്ടങ്ങൾക്കു മുന്നിലും പണ്ടുമുതൽക്കേ ആനകളെക്കൊണ്ടുകൂടി സമ്പന്നമായിരുന്നു തൃക്കടവൂർക്ഷേത്രം.

ബീഹാർ ആനകൾ എന്ന് പൊതുവേ പറയപ്പെടുന്ന വടക്കൻനാട്ടിലെ ആനകളും നമ്മുടെ സഹ്യപുത്രൻമാരും തമ്മിലുള്ള പ്രകടമായ വ്യത്യാസങ്ങൾ അവരുടെ കെട്ടിലും മട്ടിലുമാണ്. മണ്ണിന്റെ മക്കൾ അൽപം ശൂരത്തം പ്രകടിപ്പിക്കുമെങ്കിലും അവരെ വിശ്വസിക്കാമെന്നാണ് വിദഗ്ധർ പറയുന്നത്. സഹ്യപുത്രന്മാരെന്ന നമ്മുടെ മണ്ണിന്റെ മക്കളുടെ കൂട്ടത്തിൽതന്നെ അഴകിലും ആണത്തത്തിലും ഇത്തിരി മുമ്പൻമാരായിരുന്നു എന്നും കോന്നിക്കൂട്ടിലെ ആനകൾ. അങ്ങനെയുള്ള കോന്നിക്കൂട്ടിൽ നിന്നും പുറത്തിറങ്ങിയ ആനച്ചന്തമാണ് ശിവരാജു. ക്ഷിപ്രകോപിയും ക്ഷിപ്രപ്രസാദിയുമായ തൃക്കടവൂരപ്പന് എട്ടുകരക്കാർ ചേർന്ന് നടയ്ക്കിരുത്തിയ ആനക്കുട്ടി, തൃക്കടവൂർ ദേശത്തിന്റെ നാമം ദേശദേശാന്തരങ്ങളിലേക്കുപോലും വ്യാപിപ്പിക്കാൻപോന്ന ആനയായി മാറിയിരിക്കുന്നു. ആനയും ആനക്കമ്പവും മധ്യകേരളമെന്ന തൃശ്ശൂർ-പാലക്കാടൻ മണ്ണിന്റെ കുത്തകയാണെന്ന് ധരിക്കുന്നവർക്കു മുന്നിൽ തെക്കൻ കേരളത്തിന്റെ ചുട്ടമറുപടിയുമാണിവൻ.

ചെവി മുതൽ ഏതംഗമെടുത്താലും രാജു ഒന്നിലും ഒരിടത്തും രണ്ടാമനാകില്ല. നീണ്ടുചുരുണ്ട തുമ്പിക്കൈയും വീണെടുത്തവയെന്ന് തീർത്ത് പറയാനാവില്ലെങ്കിലും തെല്ല് പകച്ചകന്ന കൊമ്പുകളും ആരെയും ആകർഷിക്കും. തെറ്റില്ലാത്തവായുകുംഭവും കൊള്ളാവുന്ന തലക്കുന്നിയും. ഉറപ്പാർന്ന കനത്ത കാലുകളിൽ നഖങ്ങൾ ഇരുപതുമുണ്ട്. കണ്ണുകൾ തേൻനിറമാണോ അല്ലേയെന്ന് ഉറപ്പിക്കാൻ രണ്ടാമതൊന്നും കൂടി നോക്കണം. എന്തെന്നാൽ പാമ്പാടി രാജന്റേതു പോലെ ഒരൽപം തീവ്രവും തീക്ഷ്ണവുമാണ് എല്ലായ്പ്പോഴും ആ കണ്ണുകളിലേയും മുഖത്തേയും ഭാവം. നെടുനീളൻ വാലിൽ നിറയെ പീലിരോമങ്ങൾ. എല്ലാത്തിനും മേലെ ഉത്സവനഗരികൾക്ക് ഇവനെ പ്രിയങ്കരനാക്കുന്ന ആ പ്രത്യേകതയും -ഒന്നാംതരം തലയെടുപ്പ്.

ആനകൾ ചെവിവീശിയടിച്ചാൽ അവയുടെ കണ്ണുകളും മുഖത്തിന്റെ നല്ലൊരു ഭാഗവും മറഞ്ഞുപോകണമെന്നുള്ളതാണ് ഏറ്റവും വിശേഷപ്പെട്ട ചെവികളുടെ ലക്ഷണമായി മാതംഗശാസ്ത്രവിശാരദൻമാർ വിലയിരുത്തുന്നത്. ലക്ഷണപ്പിടിവാശിക്കാരുടെ കണ്ണുകളെപ്പോലും കുറ

ച്ചേറെ നേരത്തേക്ക് തന്നിലേക്കു മാത്രം വലിച്ചു പറിച്ചെടുക്കുവാൻ പോന്ന ചെവികളാണ് രാജുവിന്റേത്. തെക്കൻകേരളത്തിലെയെന്നല്ല, ഇന്ത്യയിലെതന്നെ വിശേഷപ്പെട്ട ചെവിയുള്ള രണ്ടോ മൂന്നോ ആനകളുടെ ഗണത്തിൽ വരുമിവൻ. ചെവിയുടെ വലിപ്പത്തിലും ഭംഗിയിലും ഒരു പക്ഷേ ആഫ്രിക്കൻ ആനകൾ മാത്രമായിരിക്കും ഇവന് തക്കപ്രതിയോഗികൾ. ചെവിവലിപ്പവും മുഖച്ഛായയിലെ സവിശേഷതയും കൊണ്ടുമാകണം, ദൂരക്കാഴ്ചയിൽ ഇവനൊരാഫ്രിക്കൻ ഛായ തോന്നുന്നതും. ഒരു ചെവിയിലെ ചെറിയ മുറിപ്പാട് കാട്ടിൽവച്ച് സംഭവിച്ചതോ അതോ, നാട്ടിലെത്തിയ ശേഷമുണ്ടായതോ എന്ന് വ്യക്തമല്ല.

അനേകദശകങ്ങൾക്കു മുമ്പുതന്നെ കേരളത്തിൽ ആനപിടുത്തം നിരോധിക്കപ്പെട്ടുവെങ്കിലും ആനപിടുത്തത്തിനായി കാടുകളിൽ പണ്ട് ഉണ്ടാക്കിയിരുന്ന വാരിക്കുഴികളിൽ അപൂർവമായിട്ടെങ്കിലും ചില ആനകൾ വീഴാറുണ്ട്. അധികവും ആനക്കുട്ടികൾ. കരച്ചിലും ബഹളവുമായി ആനക്കൂട്ടം ഒന്നുരണ്ട് ദിവസംവരെയൊക്കെ കുഴിയിൽ വീണ കുട്ടിയുടെ ചുറ്റുവട്ടത്തുണ്ടാകും. എന്നാൽ കുഴിയിൽ വീണ കുട്ടിയെ രക്ഷിക്കുവാൻ വനംവകുപ്പിന്റെ സംഘം എത്തുമ്പോൾ മറ്റെല്ലാവരും പിൻവാങ്ങുമെങ്കിലും അവസാനനിമിഷംവരെ പെറ്റതള്ളമാത്രം ആർത്തനാദവുമായി അവരോടൊന്ന് പോരടിച്ചുനോക്കും. ഒടുവിൽ പിടിച്ചു നിൽക്കാൻ യാതൊരു മാർഗവുമില്ലെന്ന് വരുമ്പോൾ മാത്രമാവും പെറ്റവയറിന്റെ നോവും നീറ്റലുമത്രയും മനസ്സിലേക്കാവാഹിച്ച്, മനുഷ്യവർഗത്തെയൊന്നായി ശപിച്ചുകൊണ്ട് ആ അമ്മ കാടിന്റെ ഇരുളിലേക്ക് പിൻവാങ്ങുന്നത്. അങ്ങനെ കാൽനൂറ്റാണ്ടിനപ്പുറം ഒരു പഴങ്കുഴിയിലേക്ക് വീണുപോയ ആനക്കുട്ടിയാണ് ഇന്നത്തെ ശിവരാജു.

കോന്നി റേഞ്ചിൽപ്പെടുന്ന അട്ടത്തോടിനടുത്തുള്ള ഒരു പഴങ്കുഴിയിലായിരുന്നു അവൻ വീണുപോയത്. പഴങ്കുഴിയെന്നാൽ കാട്ടിൽ മൂടാതെ കിടന്നിരുന്ന പഴയ വാരിക്കുഴിതന്നെ. അന്ന് പ്രായം കഷ്ടിച്ചൊരഞ്ചുവയസ്സ്. കുഞ്ഞിക്കൊമ്പ് ശരിക്കും പുറമേയ്ക്കു വന്നുതുടങ്ങുന്നതേയുണ്ടായിരുന്നുള്ളൂ. അതിനാൽ ഇവൻ കുട്ടിക്കൊമ്പനാണോ അതോ മോഴക്കുട്ടിയാണോയെന്ന് അന്ന് തീർത്തു പറയാനും കഴിഞ്ഞിരുന്നില്ല. അന്ന് ആ കുഞ്ഞാനയെ കാണാൻ വലിയ ജനപ്രവാഹംതന്നെയായിരുന്നു. അവൻ വളർന്ന് ഇന്നത്തെ ശിവരാജുവായി.

രാജുവിന്റെ രക്ഷയ്ക്ക് എല്ലായ്പ്പോഴും ഓടിയെത്താൻ തയ്യാറുള്ള ഒരു മഹാമനസ്കനാണ് അവന്റെ സ്വന്തം പാപ്പാനായ ഗോപാലകൃഷ്ണൻ നായർ. ദേവസ്വംബോർഡ് ജീവനക്കാരായതിനാൽ പാപ്പാൻമാർക്കും ഇടയ്ക്കിടെ സ്ഥലംമാറ്റമുണ്ടാകും. അപ്പോഴവർ തങ്ങളുടെ കൈക്കും മനസ്സിനും ഇണങ്ങിയ ആനയിൽ നിന്നും മറ്റൊരു ക്ഷേത്രത്തിലെ മറ്റൊരാനയിലേക്ക് മാറുവാൻ നിർബന്ധിതരാകും. കോന്നിക്കൂട്ടിൽ നിന്നും യൗവനാരംഭത്തിൽ തൃക്കടവൂരെത്തിയ രാജുവിന്റെയൊപ്പം അന്നുതൊട്ട് ഗോപാലകൃഷ്ണൻ നായരുമുണ്ട്. പക്ഷേ, പാപ്പാൻ ഗോപാലകൃഷ്ണൻനായർക്കും ചിലപ്പോഴൊക്കെ മറ്റേതെങ്കിലും ആനകളിലേക്ക് സ്ഥലംമാറ്റം കിട്ടാറുണ്ട്. അങ്ങനെയുള്ള ഇടവേളകളിൽ രാജു തന്റെ തനിസ്വഭാവം പുറത്തെടുത്തെന്നു വരും; തരവും തക്കവും നോക്കി പുതിയ പാപ്പാൻമാർക്കിട്ട് പണിയും.

എത്രയൊക്കെ പ്രശ്നമൊപ്പിച്ചാലും മാർക്കണ്ഡേയനെ മൃത്യുവിന്റെ കൈകളിലേക്കെറിഞ്ഞുകൊടുക്കാതെ കാത്ത മഹാദേവനെപ്പോലെ ശിവരാജുവിന്റെ ജീവൻ കാക്കാൻ ഒരു രക്ഷകനെന്നപോലെ പാപ്പാൻ ഗോപാലകൃഷ്ണൻനായർ ഓടിയെത്താറുണ്ട്. അപൂർവമായിട്ടെങ്കിലും മയക്കുവെടിത്തോക്കുകളുമായി ഡോക്ടർമാരും നിറതോക്കുകളുമായി പോലീസുകാരുമൊക്കെ ഇവനുചുറ്റും റാകിപ്പറന്നിട്ടുമുണ്ട്. പക്ഷേ, എവിടെനിന്നായാലും ശരി തൃക്കടവൂരാനയുടെ ഇടച്ചിലിനെക്കുറിച്ചറിഞ്ഞാൽ ഗോപാലകൃഷ്ണൻനായർ ഓടിയെത്തും. ഒരു പുരുഷാരം മുഴുവൻ ഒറ്റക്കെട്ടായി മണിക്കൂറുകളും ദിവസങ്ങളും പയറ്റിയിട്ടും തെല്ലും വകവച്ചുതരാത്ത രാജു, ചിലപ്പോൾ ഗോപാലകൃഷ്ണൻനായരുടെ ഒറ്റവിളിക്കും ഒരു മൂളലിനും മുന്നിൽ അനുസരണ

ക്കുട്ടനായി അമ്പലപ്പടവുകൾ ഇറങ്ങി നിൽക്കേണ്ടിടത്തു പോയി നിൽക്കും.

മനപ്പൊരുത്തത്തിന്റേയും സ്നേഹവിശ്വാസങ്ങളുടേയും പ്രതിരൂപങ്ങൾപോലെ തൃക്കടവൂരാനയും ഗോപാലകൃഷ്ണൻപാപ്പാനും ഒറ്റമനസ്സായി നീങ്ങുന്നതിനിടയിലും കുറച്ചുനാൾ മുമ്പ് ഇവർക്കിടയിലേക്ക് ഒരാൾ ഒരു നുഴഞ്ഞുകയറ്റശ്രമം നടത്തിനോക്കി. മറ്റാരുമല്ല, മരണം!

ശിവരാജുവിന്റെ കൈയാൽത്തന്നെ ഗോപാലകൃഷ്ണൻനായരുടെ അന്ത്യമെന്ന് കണ്ടുനിന്നവരെല്ലാം മനസ്സിലുറപ്പിച്ചുപോയ ഒരഭിശപ്ത മുഹൂർത്തം. ആ സംഭവത്തിലും ഒരർഥത്തിൽ ശിവരാജു കുറ്റക്കാരനാകുന്നില്ല. എന്തെന്നാൽ അന്നവൻ നല്ല മദപ്പാടിലായിരുന്നു. സ്വന്തം നിഴലിനോടുപോലും യുദ്ധം പ്രഖ്യാപിച്ച് സ്വബോധത്തിൽ നിന്നും നട്ടപ്രാന്തിലേക്ക് ബഹുഭൂരിപക്ഷം ആനകളും മുതലക്കൂപ്പ് നടത്തുന്ന മദപ്പാടുകാലം. അപ്പോൾ ഏറ്റവുമധികം സൂക്ഷിക്കേണ്ടതും പാപ്പാൻമാർ തന്നെയാണ്. കാരണം, മറ്റേതുഘട്ടത്തിലും തന്റെ വഴിയും കാഴ്ചയുമായി നൂറുശതമാനം വിശ്വാസംപുലർത്തുന്ന പാപ്പാൻമാരോടു തന്നെയായിരിക്കും മദപ്പാട് മാസങ്ങളിൽ ആനകൾക്ക് ഏറ്റവുമധികം വിരോധം. ആനകളെ കെട്ടിയുറപ്പിച്ച ആനപ്പറമ്പിലേക്ക് അപ്പോൾ പാപ്പാൻമാരുടെ മണമടിച്ചാൽപോലും കൂടുതലാനകളും പ്രകോപിതരാകുന്നതും ഇതുകൊണ്ടുതന്നെ.

ഗോപാലകൃഷ്ണൻനായരുടെ ഭാഗത്തുനിന്നുണ്ടായ ഇത്തിരി അശ്രദ്ധ അല്ലെങ്കിൽ ആനത്തറിയിലെ അഴുക്കിലും ചെളിയിലും നിൽക്കുന്ന രാജുവിന്റെ കാര്യത്തിൽ തോന്നിയ അതീവശ്രദ്ധ. ഇതിലേതായാലും ആനയുടെ പിൻകാലുകളിലെ ചങ്ങല ഒന്നിളച്ചിടുവാനും അഴുക്കും ആനപ്പിണ്ടവുമൊക്കെ വാരിക്കളഞ്ഞ് ആനത്തറി വൃത്തിയാക്കുവാനും ശ്രമിക്കുകയായിരുന്നു അന്ന് ഗോപാലകൃഷ്ണൻ. സാധാരണ ഇതു പതിവുള്ളതുമാണ്. മദപ്പാടുകാലത്ത് ആനയുടെ മുൻകാലിൽ നിന്ന് മുന്നോട്ടൊരു ചങ്ങല വലിച്ചുകെട്ടും. പിൻകാലുകൾ മറ്റൊരു കുറ്റിയിലാണ് കെട്ടുന്നത്. അതുകൊണ്ട് ആന പെട്ടന്ന് തിരിഞ്ഞുവരാനുള്ള സാധ്യത നന്നേ കുറയും.

ശിവരാജുവും മദക്കാലബന്ധനത്തിൽ തന്നെയായിരുന്നു. പക്ഷേ, മറ്റേതാനയെക്കാളും അസാമാന്യമെയ്വഴക്കമുള്ള രാജു പെട്ടന്ന് ശരീരം വില്ലുപോലെ വളച്ച് ചുരുങ്ങി വന്ന് പാപ്പാനെ തുമ്പിയിൽ കോരിയെടുത്ത് മുന്നിലേക്കിട്ടു! ഭ്രാന്തിന്റെ അബോധാവസ്ഥയിലോ അർധബോധത്തിലോ അത് തന്റെ പാപ്പാൻ തന്നെയാണെന്ന സത്യം ആന തിരിച്ചറിഞ്ഞോ ഇല്ലയോ എന്നുറപ്പില്ല. മുൻകാലുകളുടെ വശങ്ങളിൽ വന്നുവീണ പാപ്പാന്റെ നെഞ്ചുംകൂടിന് നേർക്കുതന്നെ ആന കൊമ്പുകൾ ആഴ്ത്തി. സാമാന്യത്തിലധികം വിരിഞ്ഞകന്നതും നീണ്ടതുമാണ് രാജുവിന്റെ കൊമ്പുകൾ. അതാണ് അന്ന് രക്ഷയായത്. ഭാഗ്യത്തിന് ആ കൊമ്പുകൾ ആഴ്ന്നിറങ്ങിയത് വീണുകിടക്കുന്ന പാപ്പാന്റെ നെഞ്ചിനിരുവശങ്ങളിലൂടെ, കൊണ്ടുകൊണ്ടില്ല എന്നമട്ടിൽ! കൊമ്പുകൾക്ക് നല്ല നീളമുള്ളതിനാൽ മണ്ണിലേക്ക് മുഴുവൻ ആഴ്ന്നിറങ്ങിയതുമില്ല. ഇറങ്ങിയിരുന്നെങ്കിൽ കുത്ത് കൊണ്ടില്ലെങ്കിലും തുമ്പിയുടെ കടഭാഗം കൊണ്ടുള്ള ഞെരിയ്ക്കലിൽതന്നെ ജീവൻ പോകുമായിരുന്നു.

കോന്നിക്കൂട്ടിലെ ആനകൾ രൂപഭംഗിയിൽ മാത്രമല്ല വാശിയുടെ കാര്യത്തിലും തെല്ല് മുമ്പിൽ ത്തന്നെയാണ്. ഇതിനപവാദമായി പച്ചവെള്ളം ചവച്ചരച്ചുകുടിക്കുന്ന പാവത്താൻമാരായ ചിലരും അവിടെ നിന്നും വന്നിട്ടുണ്ടാകാം. ശിവരാജു ഏതായാലും ആ ഗണത്തിൽപ്പെടുന്നില്ല. 'മദപ്പാടൊന്നുമില്ലെങ്കിൽ പശുവിനെ അഴിച്ചുവിടും പോലെ അമ്പലപ്പറമ്പിൽ അഴിച്ചുവിട്ടാലും ആർക്കുമൊരുകുഴപ്പവും ചെയ്യില്ലാത്തവൻ' എന്നൊക്കെ കടവൂർ നിവാസികൾ ഇവനെപ്പറ്റി പറഞ്ഞേക്കാം. എന്തെന്നാൽ നാളിതുവരെ പൊതുജനമെന്ന തങ്ങളിൽ ഒരുവനോട് രാജു കയ്യാങ്കളിയൊന്നും എടുത്തിട്ടില്ലെന്നതുതന്നെ അവരുടെ ഏറ്റവും വലിയ വിശ്വാസമൂലധനം. പക്ഷേ 'ചിലനേരങ്ങളിൽ ചില മനിതർകൾ' എന്ന് പറയുംപോലെ ചില പശുക്കളും ഇടയ്ക്കൊന്ന് കയറുംപൊട്ടിച്ച് ഓടാറില്ലേ? ചിലപ്പോൾ ചില വിരുതൻമാരെ വഴിനീളെയിട്ട് കുത്തിയോടിക്കാറില്ലേ? എന്നാണ് നിങ്ങളുടെ ചോദ്യമെങ്കിൽ ആ

ചോദ്യത്തിൽ തെറ്റൊന്നുമില്ല.

കോന്നിക്കൂടിന്റെ ചിട്ടവട്ടങ്ങൾ പഠിച്ച് അവിടത്തെ രഞ്ജിയാനയേയും മറ്റുചിലരേയും പോലെ ഒരുപക്ഷേ താനും ഒരു താപ്പാനയായി മാറിയേക്കുമെന്ന പ്രതീക്ഷയിലും വിശ്വാസത്തിലും നിൽക്കുമ്പോഴാണ് രാജുവിന് തൃക്കടവൂർ ക്ഷേത്രത്തിലേക്കുള്ള മാറ്റം ലഭിക്കുന്നത്. താപ്പാനയുടെ മേൽക്കോയ്മയിൽ നിന്നും എഴുന്നെള്ളിപ്പാനയെന്ന കർശനമായ വിലക്കുകളിലേക്കും നിയന്ത്രണങ്ങളിലേക്കുമുള്ള കൂടുവിട്ടുകൂടുമാറ്റം. ആനക്കൂട്ടിൽ നിന്നും അമ്പലവാസിയിലേക്കുള്ള കൂടുമാറ്റം, ആനയ്ക്കത്ര ദഹിച്ചോ എന്ന കാര്യം സംശയമാണ്. കുട്ടിയാനയാണോ എന്നു ചോദിച്ചാൽ അതല്ല, എന്നാൽ കേമനൊരു കൊമ്പനാണോ എന്നാണെങ്കിൽ അതുമല്ല. കുട്ടിയോടുള്ള വാത്സല്യവും കൊമ്പനോടുള്ള ബഹുമാനവും ലഭിക്കാത്ത പ്രായത്തിലാണ് അവനിവിടെ എത്തുന്നത്. മീശമുളച്ചുതുടങ്ങുന്ന കൗമാരപ്രായം. അന്ന് കൊമ്പിനൊക്കെ കഷ്ടിച്ച് മൂന്നുവിരൽ കൂട്ടിപ്പിടിച്ചാലുള്ള വണ്ണമേയുള്ളൂ.

കൗമാരപ്രായം ഒരാൺകുട്ടിയെ സംബന്ധിച്ച് വല്ലാത്തൊരു കടമ്പതന്നെയാണ്. എല്ലാക്കാര്യങ്ങളിലും സംശയത്തിന്റെ ആദ്യത്തെ മുൾമുന നീണ്ടുവരുന്നത് അവനുനേർക്കുതന്നെയാണ്. തൊട്ടതിനും പിടിച്ചതിനുമൊക്കെ കുറ്റമെന്നാകുമ്പോൾ, ചിലപ്പോൾ വെറുതേയൊരു കാര്യമുണ്ടാക്കിയും ചൂടായിക്കളയേണ്ടി വരും.

രാജുവും ഇങ്ങനെ പല സുചനാസമരങ്ങളും നടത്താറുണ്ട്. ഒരിക്കൽ, രാജു ഒപ്പിച്ച കുസൃതിയിൽ പണികിട്ടിയത് അവനുതന്നെയായിരുന്നു. ആനയെ ഒരിടത്തു നിർത്തിയശേഷം പാപ്പാൻ ഒന്ന് മാറിയതേയുള്ളൂ. ആന നോക്കിയപ്പോൾ മുന്നിൽ നല്ലൊരു കൃഷിയിടം. ആരോ കഷ്ടപ്പെട്ട് നട്ടുനനച്ച് വളർത്തുന്നതാണ്. പണ്ടൊരു മരിച്ചീനിത്തോട്ടം കുത്തിമറിച്ച് അപ്പാടെ വെട്ടിയടിച്ചതുപോലെ ഇക്കുറിയും കണ്ണിൽക്കണ്ടതെല്ലാം മൂടോടെ തന്നെ അവൻ മണമണാവെട്ടിയടിച്ചു. പക്ഷേ, ഇത്തിരികഴിഞ്ഞപ്പോൾ നാവിലും വായിലുമെല്ലാം ഒരു പന്തികേട്. ഒരെരിച്ചിലും പൊരിച്ചിലും. രാജു വലിച്ചടിച്ചതത്രയും നല്ലൊന്നാന്തരം ചൊറിയൻചേനയായിരുന്നു. പോരേ പൂരം. തലകുടഞ്ഞ് തുപ്പിനോക്കാമെന്ന് വച്ചാലും ചേനയുടെ ചൊറിച്ചിൽ വിടുമോ. അകവും

പുറവും ചൊറിഞ്ഞറഞ്ഞ് രാജുവങ്ങനെ ചൂടുവെള്ളത്തിൽ വീണ പൂച്ചയെപ്പോലെ എരിപൊരിസഞ്ചാരം കൊണ്ടുനിൽക്കുമ്പോഴാണ് പാപ്പാന്റെ വരവ്. കൈയിൽ തടഞ്ഞ ചേനത്തണ്ട് എടുത്ത് പാപ്പാനിട്ട് കൊടുത്തൊരേറ്! 'അങ്ങോട്ട് പോകുമ്പോൾ ഇവിടെ നിന്നിരുന്ന ആനയെ അല്ലല്ലോ ഇപ്പൊ കാണുന്നത്' എന്ന അന്ധാളിപ്പോടെ പാവം പാപ്പാൻ നിൽക്കുമ്പോൾ, വായുവിലൂടെ മൂളിപ്പറന്നുകൊണ്ട് പിന്നെയും ചേനത്തണ്ടുകൾ വന്നുകൊണ്ടിരുന്നു.

ഒരിക്കൽ ചൊറിയൻ ചേന തിന്നാണ് ശിവരാജു പൊല്ലാപ്പ് പിടിച്ചതെങ്കിൽ മറ്റൊരിക്കൽ പണിപറ്റിച്ചത് ഒരു തെങ്ങിൻതടി. വെട്ടിയിട്ട ഇളം തെങ്ങുകൾ ആനകൾ കുത്തിപ്പൊളിച്ച് തിന്നുന്നത് സാധാരണമാണ്. നല്ല മധുരവും സ്വാദുമുള്ള കൂമ്പും കാമ്പും കഴിഞ്ഞാൽ, ഇളംതെങ്ങുകളുടെ ഇളംമേനികൂടി ചവച്ചരച്ച് അകത്താക്കും. ഇഷ്ടക്കാരിഷ്ടത്തോടെ വിളമ്പിവയ്ക്കുന്നത് അതെന്തായാലും രാജു 'വേണ്ട' എന്നു പറയാറില്ല. ഒരിക്കലവന്റെ മുന്നിൽ ഒത്തുകിട്ടിയത് ഒരിളം തെങ്ങ്. ഗൃഹനാഥന്റെ അനുമതികൂടിയായപ്പോൾ പൊളിച്ചടുക്കി അകത്താക്കിയേക്കാമെന്ന തീരുമാനത്തോടെ തെങ്ങിന്റെ ആറാംവാരി നോക്കിത്തന്നെ ആഞ്ഞുകുത്തി. പക്ഷേ, കുത്തിക്കഴിഞ്ഞപ്പോഴാണ് തെങ്ങിന്റെ മട്ടുംമാതിരിയും വിചാരിച്ചപോലല്ലെന്ന കാര്യം പാവം ആനയറിയുന്നത്. കാഴ്ചയിൽ മാത്രമാണ് ഇളംതെങ്ങെന്ന തോന്നലുള്ളത്. വെളവൻ തെങ്ങിന് ആരുമൂപ്പിത്തിരി കൂടുതലായിരുന്നു. കുത്തിയ കൊമ്പ് തെങ്ങിനകത്തായിപ്പോയി. ഊരാൻ സാധിച്ചതുമില്ല. ഊരാനല്ലേ പ്രയാസമുള്ളു, എങ്കിൽ ഒന്നുകൂടി കുത്തിത്തിരുകി പൊളിച്ചേക്കാമെന്ന ചിന്തയിൽ പിന്നെയും ആഞ്ഞുകുത്തി. എന്നിട്ടും തെങ്ങുണ്ടോ പിടിവിടുന്നു. കുത്തുന്ന മുറയ്ക്ക് തെങ്ങിൻതടി ഓരോ വട്ടവും മേലേയ്ക്ക് കയറി കൊമ്പിന്റെ കടവരെയെത്തി. മോണ മുറിഞ്ഞപ്പോഴാണ് സാക്ഷാൽ പരമശിവന്റെ തൊണ്ടയിൽപ്പെട്ട കാളകൂടവിഷത്തേക്കാൾ കടുപ്പംപിടിച്ചതാണ് ഈ മഹാമാരണം എന്ന സത്യം ആന മനസ്സില്ലാമനസ്സോടെയാണെങ്കിലും അംഗീകരിച്ചത്.

കൊമ്പിൽ തറച്ചുപോയ ... ടിച്ച് ഒന്നരദിവസത്തോളം തീറ്റ ... ക്ഷിച്ച് ശിവരാജു ഉപവാസമനു... സാനം വേറെങ്ങോ പോയിരുന്ന ... നെത്തി കോടാലി കൊണ്ട് തെങ്ങ് ... ച്ചാണ് തൃക്കടവൂർ രാജുവിന്റെ മാനം ക...

ചിലപ്പോൾ ആനകാരണം ആനപ്പണി... നിർത്തേണ്ടിവരുന്ന പാപ്പാൻമാരുണ്ട്. രാജു... ചില പാപ്പാൻമാരെ മറ്റുപണികളിലേക്കു പറഞ്ഞ... വിട്ടിട്ടുണ്ട്. ഗോപാലകൃഷ്ണൻനായർ പോയ ശേഷം മുരളിയെന്ന പാപ്പാനാണ് ഇതിനാദ്യം വിധേയനാകുന്നത്. അമ്പലത്തിനു പുറകുവശത്തുവച്ച് രാജു വെള്ളംകുടിച്ചുകൊണ്ടിരിക്കെ എന്തോ കാരണത്തിന്റെ പേരിൽ ഒരടി കൊടുത്താണെന്ന് പറയപ്പെടുന്നു. അപ്പോഴേ തട്ടിയിട്ട് കുത്തി! കഷ്ടിച്ചുരക്ഷപ്പെട്ട മുരളി പിന്നീട് ഈ പണിക്ക് നിൽക്കാതെ ദേവസ്വംബോർഡിലെ പ്യൂൺ ജോലിയിലേക്ക് മാറി. പിന്നെയും കുറേക്കഴിഞ്ഞായിരുന്നു ശിവൻകുട്ടിയെന്ന പാപ്പാന്റെ നേർക്കുള്ള അങ്കം. ഭൂതക്കാവ് ക്ഷേത്രത്തിനടുത്തുള്ള നീരാവിൽകടവിനടുത്തുവച്ചായിരുന്നു ശിവൻകുട്ടിയുടെ നേർക്കുള്ള കലിയാട്ടം. വഴിനടത്തത്തിനിടയിൽ പെട്ടെന്നായിരുന്നു നിറംമാറ്റം. കുത്തുകിട്ടിയത് കാലിൽതന്നെ. അടുത്ത കുത്തിന് ആയുന്നതിനിടയിൽ അടുത്തുള്ള കുളപ്പടവിലേക്ക് ഉരുണ്ടുമാറാനായത് ആയുസ്സിന്റെ ബലംകൊണ്ട് മാത്രം. പക്ഷേ, ആനയും ഒപ്പം ചാടിയിറങ്ങി. പാപ്പാനെ നോക്കി കുളത്തിന്റെ നാലുചുറ്റും വലംവച്ചു. പായലിന്റേയും പൊന്തയുടേയും മറവിൽ ശ്വാസമടക്കിപ്പിടിച്ച് ഒളിച്ചിരുന്നാണ് അന്നിവന്റെ കണ്ണിൽ നിന്നും പാപ്പാൻ രക്ഷപ്പെട്ടത്.

രാജുവും അവന്റെ പാപ്പാനുമായുള്ള വിശ്വാസത്തിന്റെ സുവർണതേജസ്സ് മാലോകർക്കു മുന്നിൽ വിളിച്ചോതുന്ന മുഹൂർത്തമാണ് കൊല്ലത്തിനടുത്തുള്ള ഉമയനല്ലൂർ ക്ഷേത്രത്തിലെ ചരിത്രപ്രസിദ്ധമായ 'ആനവാൽപ്പിടി' എന്ന ചടങ്ങ്. പഴനി കഴിഞ്ഞാൽ പടിഞ്ഞാറോട്ട് ദർശനമുള്ള ഏകസുബ്രഹ്മണ്യക്ഷേത്രമെന്ന നിലയിൽ നൂറ്റാണ്ടുകൾക്ക് മുമ്പേതന്നെ ഉമയനെല്ലൂർക്ഷേത്രം

ആനവാൽപ്പിടിക്ക് മാറ്റുരയ്ക്കുന്ന ശിവരാജു

പ്രശസ്തമാണ്. ഇരമ്പിയാർക്കുന്ന ജനക്കൂട്ടത്തിന് മധ്യത്തിലൂടെ വാണംവിട്ടതുപോലെ കുതിച്ചുപായുന്ന ഗജവീരൻ. കുതിക്കുന്ന ആനയുടെ വാലിൽ തൂങ്ങിയും പിടിച്ചും ആണത്തം തെളിയിക്കാനും നാട്ടുവീരൻമാരാകാനും മത്സരിക്കുന്ന യുവരക്തങ്ങൾ. ജനക്കൂട്ടത്തിലേക്ക് അഴിച്ചുവിടുന്ന കാളക്കൂറ്റൻമാരുടെ മുതുകിൽ തൂങ്ങിക്കിടന്ന് നാടിന്റെ വീര്യം കാക്കാൻ ഒരുമ്പെട്ടിറങ്ങുന്ന തമിഴകത്തെ ജെല്ലിക്കെട്ടുപോലെ, ഭക്തിയും സാഹസികതയും തോളോടുതോൾ കൊമ്പുകോർക്കുന്ന ഒരഭ്യാസം. പക്ഷേ, ജനത്തിന്റെ കൂക്കൂവിളിയിലും തോന്ന്യാസത്തിലും പ്രകോപിതനാകുന്ന ആനയെന്ന വന്യജീവി ഒരുനിമിഷം ഒന്ന് തിരിഞ്ഞുനിന്നാൽ കളി കാര്യമാകാൻ പിന്നെ താമസമുണ്ടാകില്ല.

ആനവാൽപ്പിടിക്കെത്തുന്ന ആനയ്ക്ക് ഭൂമിയോളം ക്ഷമയും സഹിഷ്ണുതയും വേണം. പണ്ടുകാലം മുതൽക്കേയുള്ള ആനവാൽപ്പിടിയുടെ ചരിത്രത്തിൽ ഒട്ടേറെ ഗജവീരൻമാർ പങ്കെടുത്തിട്ടുണ്ട്. കുറച്ചുനേരത്തേക്കേയുള്ളൂവെങ്കിൽക്കൂടി ആ ഇത്തിരി നേരത്തെ സമ്മർദ്ദം താങ്ങാനാകാത്തവർ ജനം കൂക്കുവിളിച്ചുകൊണ്ട് വരുമ്പോൾ വാലുപൊക്കി കൊമ്പുകുലുക്കി തിരിഞ്ഞുനിന്നെന്നുവരും! പക്ഷേ, കഴിഞ്ഞ ഒന്നര ദശകത്തിലേറെയായി ഉമയനെല്ലൂരിലെ ആനവാൽപ്പിടിക്കായി മുടക്കമില്ലാതെ ക്ഷണിക്കപ്പെടുന്നത് തൃക്കടവൂർ ശിവരാജുവാണ്.

ആനകൾക്ക് ഗജരാജപ്പട്ടം വാഗ്ദാനം ചെയ്യുന്നതുവഴി നമ്മുടെ നാട്ടിലെ ഉത്സവക്കമ്മിറ്റികൾക്ക് പല മെച്ചങ്ങളുമുണ്ട്. വിചാരിച്ച ആനയെത്തന്നെ ഉത്സവത്തിനുകിട്ടും. അതും താരതമ്യേന ചെറിയ നിരക്കിൽ. ഇന്ന് സ്വകാര്യ ആനയുടമകൾക്കും പല ഉത്സവകമ്മിറ്റികൾക്കും ഇടയിൽ അരങ്ങേറിക്കൊണ്ടിരിക്കുന്ന ഈ സഹകരണം പ്രത്യേക നേട്ടങ്ങൾക്കും നിക്ഷിപ്തതാത്പര്യങ്ങൾക്കും വേണ്ടിയാണ്. എന്നാൽ ഒരു ദേവസ്വം ബോർഡാനയ്ക്ക് ഗജരാജപ്പട്ടം ലഭിക്കണമെന്നുണ്ടെങ്കിൽ അതിനു പിന്നിൽ യഥാർഥ ആനക്ക

മ്പക്കാരുടെ ശ്രമവും നല്ല മനസ്സും ഉണ്ടാകണം. ഏറ്റവും ലക്ഷണോത്തമൻമാരായ ആനകളെ ത്തന്നെ അണിനിരത്തി വർഷാവർഷം കൊല്ലം നഗരിയിൽ ഗജമേള സംഘടിപ്പിക്കുന്ന പട്ടത്താനം ശ്രീസുബ്രഹ്മണ്യസ്വാമിക്ഷേത്രത്തിന്റെ ആഭിമുഖ്യത്തിൽ, ശിവരാജുവിനും ഒരു ഗജരാജപ്പട്ടം ലഭിച്ചു. ഒട്ടേറെ ഗജവീരൻമാരുടെ അകമ്പടി യോടെ അരങ്ങേറിയ പട്ടാഭിഷേകത്തിൽ ഗജക്ഷേമപ്രവർത്തനങ്ങളിലെ സ്ത്രീ സാന്നിധ്യവും ശബ്ദവുമായ നിഭാനമ്പൂതിരിയാണ് ശിവരാജുവിനെ പട്ടം ചാർത്തിയത്. പക്ഷേ, ഈ പട്ടാഭിഷേകച്ചടങ്ങുകൾക്കിടയ്ക്കും തന്റെ രാജപാതയിൽനിന്നും ഒതുങ്ങിമാറാതെനിന്ന ഒരു പാവത്താനെ രാജു തട്ടിവീഴ്ത്തുകയുണ്ടായി.

ഈ ഗജരാജപ്പട്ടം തൃക്കടവൂർ ശിവരാജുവിന്റെ ജീവിതപന്ഥാവിൽ ഇനിയുമിനിയും ഇവനെ ത്തേടിയെത്താനുള്ള അനേകമനേകം പട്ടങ്ങളുടേയും പട്ടാഭിഷേകങ്ങളുടേയും ഒരു തുടക്കം മാത്രമാണ്. ഇന്ന് തെക്കൻ കേരളത്തിന്റെയും തിരുവിതാംകൂറിന്റെയും വീരകേസരിയായ ശിവരാജുവിന് പ്രായം മുപ്പത്തിയഞ്ചിനടുത്തുമാത്രം. ആണത്തവും ആനത്തവും ലക്ഷണപ്പൊരുത്തങ്ങളും ഒരുപോലെ നിറഞ്ഞുനിൽക്കുന്ന ശിവരാജുവിന് ദീർഘദൂരം പ്രശസ്തിയുടെ സുവർണപാതകളിൽ മുന്നോട്ടുനടക്കുവാനുണ്ട്.

***

കുട്ടംകുളങ്ങര അർജുനൻ

പുതുതലമുറയുടെ ലക്ഷണപ്പെരുമ

▼ കുട്ടംകുളങ്ങര അർജുനൻ

മലയാളിയുടെ ആനക്കമ്പത്തിന്റെ ആഴവും പരപ്പുമളന്നാൽ അതിന് കേരളചരിത്രത്തോളം തന്നെ പഴക്കമുണ്ടെന്ന് കാണാം. ലക്ഷണമൊത്തൊരു ഗജവീരൻ എന്നും മലയാളിമനസ്സുകളുടെ ഹരവും സ്വപ്നവുമായിരുന്നു. മണ്ണിനും പൊന്നിനും പെണ്ണിനും വേണ്ടിയുള്ള പോരാട്ടങ്ങൾകൊണ്ട് നിബിഡമായ നമ്മുടെ ചരിത്രത്തിൽ അപൂർവമായിട്ടാണെങ്കിലും ആനകൾക്ക് വേണ്ടിയും ചില ഒളിപ്പോർസമരങ്ങളും ഒടക്കുവിദ്യകളും അരങ്ങേറിയിട്ടുണ്ട്. ഒരുവേള തിരുവിതാംകൂറിന്റെ ഗജപുരാണങ്ങളിൽ കിരീടംവയ്ക്കാത്ത ചക്രവർത്തിയായി അരങ്ങ് നിറയുകയും കൊട്ടാരത്തിൽ ശങ്കുണ്ണിയുടെ ഐതിഹ്യമാലയിലൂടെ മലയാളിമനസ്സുകളിൽ ഇതിഹാസമാനം കൈവരിക്കുകയും ചെയ്ത കൊട്ടാരക്കര ചന്ദ്രശേഖരൻ എന്ന ഗജരാജന്റെ കഥ ഇത്തരത്തിൽ ഒന്നാണ്. ആനക്കമ്പം രണ്ടു രാജ്യങ്ങൾക്കിടയിലുള്ള നയതന്ത്രബന്ധത്തെപ്പോലും വല്ലാതൊന്ന് ഉലച്ചുകളഞ്ഞ ഒരപൂർവ കഥ.

ശക്തൻ തമ്പുരാൻ കൊച്ചിരാജ്യം ഭരിക്കുന്ന കാലത്താണ് സംഭവം. തിരുവിതാംകൂർ-കൊച്ചി രാജ്യാതിർത്തിയിലുള്ള പെരുമ്പാവൂർ-മൂവാറ്റുപുഴ വനമേഖലകളിലെ വാരിക്കുഴികളിലൊന്നിൽ ഒരാന വീഴുന്നു. നിയമപ്രകാരം ഇത് തിരുവിതാംകൂറിനോ കൊച്ചിക്കോ അവകാശപ്പെട്ടത് എന്നൊന്നും അരച്ചുകലക്കി അന്വേഷിക്കാൻ നിൽക്കാതെ കൊച്ചിരാജ്യക്കാർ ആനയെപ്പിടിച്ചു കൊണ്ടുവന്ന് കൂട്ടിലടച്ച് ചട്ടം പഠിപ്പിക്കുവാൻ തുടങ്ങി. ഈ ആനയുടെ ചന്തത്തെക്കുറിച്ച് കേട്ടറിഞ്ഞും പിന്നെ ആന യഥാർഥത്തിൽ തങ്ങൾക്ക് തന്നെ അവകാശപ്പെട്ടതല്ലേയെന്ന സംശയത്തിന്റെ ആനുകൂല്യം പരിഗണിച്ചും തിരുവിതാംകൂറിന്റെ സർവാധികാര്യക്കാരനായിരുന്ന കുഞ്ചിക്കുട്ടിപ്പിള്ള ഒരറ്റകൈപ്രയോഗം നടത്തി.

ആനപ്പന്തിയിൽ വേഷംമാറിയെത്തിയ കുഞ്ചിക്കുട്ടിപ്പിള്ളയും സഹായിയും അവിടത്തെ പാപ്പാൻമാരെ മണിയടിച്ച്, എങ്ങനേയും ഒന്നാനപ്പുറത്ത് കയറിപ്പറ്റുവാനുള്ള അവസരമുണ്ടാക്കി. ആനപ്പുറത്ത് കയറിക്കഴിഞ്ഞപ്പോഴാണ് കുഞ്ചിക്കുട്ടിപ്പിള്ളയുടെ തനിസ്വഭാവം പുറത്തുവന്നത്. ആനയെ ബന്ധിച്ചിരുന്ന ചങ്ങലയും വലിയ വടങ്ങളുമെല്ലാം നിമിഷനേരംകൊണ്ട് അറുത്തുമു

റിച്ച് ആനയേയുംകൊണ്ട് കടന്നുകളഞ്ഞു.

കൊച്ചിക്കാരുടെ പുറകിൽ നിന്നുള്ള ആക്രമണത്തെ നേരിടാൻ തിരുവിതാംകൂറിന്റെ അതിർത്തി കടക്കുംവരെ അദ്ദേഹം ആനയെ പിന്നോട്ടാണ് നടത്തിയത്. ഒടുവിൽ കൊട്ടാരക്കരയിലെത്തിയപ്പോൾ ആനയെ കൊട്ടാരക്കര ക്ഷേത്രത്തിൽ നടയ്ക്കിരുത്തി. അവനത്രെ പിൽക്കാലത്ത് വിഖ്യാതനായിത്തീർന്ന കൊട്ടാരക്കര ചന്ദ്രശേഖരൻ.

കൊച്ചിരാജ്യത്തിന് അന്ന് തിരുവിതാംകൂറുമായി ബലാബലം പരീക്ഷിക്കുവാനുള്ള ത്രാണി കുറവായിരുന്നതിനാലാകാം, അല്ലെങ്കിൽ ഒരാനയുടെ പേരിൽ വെറുതേ യുദ്ധംചെയ്ത് നാടിന്റേയും ജനങ്ങളുടേയും സ്വസ്ഥതയും സമാധാനവും കളയേണ്ടന്ന കൊച്ചിരാജാവിന്റെ വലിയ മനസ്സുമാകാം. എന്തായാലും ഒരാന രണ്ടു രാജ്യങ്ങൾക്കിടയ്ക്ക് വലിയൊരു യുദ്ധത്തിന്റെ വഴിമരുന്നായി മാറാതിരുന്നത് ചരിത്രത്തിന്റെ ഭാഗ്യം. കൊട്ടാരക്കര ചന്ദ്രശേഖരനെപ്പോലെയുള്ള ഒരു ലക്ഷണവീരനെപ്പറ്റിയാണ് ഇവിടെ പരാമർശിക്കുന്നത്.

ഇരിക്കസ്ഥാനത്തേക്കാൾ ഉയർന്ന തലക്കുന്നി, സാമാന്യത്തിലധികം നീളമാർന്നതും ഉറപ്പുള്ളതുമായ നടകൾ എന്ന മുൻകാലുകൾ, ആമയുടെ തോടുപോലെ പുറത്തേക്ക് തള്ളിയ വെളുവെളുത്ത പതിനെട്ട് നഖങ്ങൾ (ലക്ഷണശാസ്ത്രപ്രകാരം 'തുറിച്ച നഖങ്ങൾ' എന്നാണിതിനെ പറയുന്നത്), പാൽനിറമാർന്ന കൊമ്പുകൾ, ചന്ദനത്തിൽ റോസ് കലർന്നതുപോലെയുള്ള അത്യപൂർവമായ മദഗിരിയുടെ നിറം- ഇതെല്ലാമാണ് കുട്ടംകുളങ്ങര അർജ്ജുനൻ എന്ന ആനയുടെ ലക്ഷണങ്ങൾ. ആനയുടെ ശരീരവലിപ്പവുമായി താരതമ്യം ചെയ്താൽ അത്ര വലിപ്പംപോരാത്ത ചെവികളും പിന്നെയാ മുറിവാലും പോരായ്മകളുടെ ഗണത്തിൽപ്പെടുത്താം.

വീണെടുത്ത കൊമ്പും നിലത്തിഴയുന്ന തുമ്പിയും ഉയർന്ന വായുകുംഭവും കരിവീട്ടിയുടേതിനു സമാനമായ നല്ല കറുത്തനിറവും ആനയുടെ മികച്ച ലക്ഷണങ്ങളിൽ ചിലതാണ്. പക്ഷേ, ഇന്ന് ഉത്സവനഗരികളിൽ ഗജരാജാക്കൻമാരുടെ ജനപ്രീതിക്കും പെരുമയ്ക്കും മുന്നിൽ ഈയച്ചൊന്ന ലക്ഷണത്തികവുകൾക്ക് ഒരളവിനപ്പുറം പ്രസക്തിയൊന്നുമില്ലെന്നതാണ് യാഥാർത്ഥ്യം. കൂട്ടത്തിലുള്ള മറ്റാനകളെയെല്ലാം പിന്നിലാക്കുന്ന ഉയരപ്പെരുമയും തലയെടുപ്പുമാണ് ഇന്നത്തെ ഉത്സവനഗരികളിൽ ആനകളെ ഏറ്റവുമധികം ആവശ്യക്കാരും ആരാധകരുമുള്ള ചൂടപ്പങ്ങളായി മാറ്റുന്നത്.

ഉത്തരേന്ത്യയിൽ നിന്നും കേരളത്തിലെത്തി, ഏറ്റവും ചുരുങ്ങിയ നാളുകൾക്കുള്ളിൽ തന്നെ ജനഹൃദയങ്ങളിലേക്കും പ്രശസ്തിയിലേക്കും കുതിച്ച ഗജവീരൻമാരുടെ പട്ടികയെടുത്താൽ, പ്രഥമഗണനീയൻമാരിൽ ഒരാൾ കുട്ടംകുളങ്ങര അർജ്ജുനൻ എന്ന ആനമിടുക്കനായിരിക്കും. 91-ലാണ് അർജുനൻ കേരളത്തിലേക്കെത്തുന്നത്. എണ്ണത്തിലും വണ്ണത്തിലുമൊക്കെ എല്ലാംതികഞ്ഞ ഒരുപിടി നല്ല ആനകളെ കേരളത്തിന്റെ മണ്ണിലേക്കു കൊണ്ടുവന്ന ക്രാങ്ങാട് നമ്പൂതിരിക്കുവേണ്ടി, പുന്നത്തൂർ നന്ദകുമാർ രാജയാണ് ഇവനെ ബീഹാറിലെ ആനച്ചന്തയിൽ നിന്നും കണ്ടെടുക്കുന്നത്. ശരീരപ്രകൃതവും സ്വഭാവരീതിയും പരിഗണിച്ചാൽ അർജുനൻ ആസ്സാം മേഖലയിൽ നിന്നും ബീഹാറിലെത്തിയ ആനയാകാനാണ് സാധ്യത.

നിരന്നുനിൽക്കുന്ന ആനകളിൽ എട്ടേമുക്കാൽ അടിയിലേറെ ഉയരമുള്ള, കൂട്ടത്തിൽ അൽപം വെളുത്തുകൊഴുത്ത സുന്ദരനെ നന്ദകുമാറിനും നമ്പൂതിരിക്കും ഒറ്റനോട്ടത്തിൽ ബോധിച്ചു. പിന്നെ, നടയുടെ നീളവും നഖത്തിന്റെ എണ്ണവും ഉടലിന്റെ ഭംഗിയും കൊമ്പിന്റെ ചാട്ടവുമൊക്കെ ഗണിച്ചുകുറിച്ച് പഠിച്ചശേഷം ഇവൻ കൊള്ളാമെന്ന വിലയിരുത്തലിൽ ആനയുടെ പിന്നാമ്പുറത്തുമെത്തി. സാക്ഷാൽ ദൈവത്തിനും സ്വന്തം സൃഷ്ടിയിൽ ചിലപ്പോഴെങ്കിലും അസൂയ ഉണ്ടായേക്കാമെന്ന സത്യം അപ്പോഴാണ് ഈ ആനച്ചന്തത്തിന്റെ ആരാധകരെ മനസ്സിലാക്കിക്കൊടുത്തത്; ശരിക്കും അദ്ഭുതപ്പെടുത്തിക്കളഞ്ഞത്.

വെള്ളാരങ്കല്ലുകൾ വാരിവിതറിയതുപോലെ ശരീരം മുഴുവൻ തെല്ല് ചുവപ്പുരാശികലർന്ന

വെള്ളപ്പൊട്ടുകളും പിന്നെ ലോകംമുഴുവൻ തന്റെ കാൽക്കീഴിലാക്കാൻ പോന്ന അനുപമമായ തലയെടുപ്പിന്റെ അപൂർവ കാന്തിയുമുള്ള ഗജരാജനാണ് അർജുനൻ. ഈയാനയഴകിന് ആവശ്യത്തിനും പിന്നെയാവശ്യത്തിലധികവും സൗന്ദര്യവും തലയെടുപ്പും വാരിക്കോരി വിളമ്പിയ ഉടയതമ്പുരാൻ, വാലിന്റെ കാര്യം വന്നപ്പോൾ മാത്രം ശരിക്കും ഒരു പിശുക്കന്റെ സ്വഭാവം കാണിച്ചു. ദൈവത്തിന്റെ വികൃതിയോ അതോ, ഭൂമിയിൽ പിറന്നുവീണതിനു ശേഷം മറ്റേതെങ്കിലും വികൃതികളുടെ കടുംകൈയോ; എന്തായാലും വാലിനൽപം നീളക്കുറവാണ്! പക്ഷേ, ഇവനെയെന്തായാലും കൊണ്ടുവന്ന് ഒന്ന് നിളയുടെ കുളിരിൽ മുക്കിത്തോർത്തിയെടുക്കുവാൻ മനസ്സുകൊണ്ടുറപ്പിച്ച് കഴിഞ്ഞിരുന്ന നന്ദകുമാർ രാജയേയും ക്രാങ്ങാട് നമ്പൂതിരിയേയും പിന്തിരിപ്പിക്കുവാൻ വാലിന്റെ അരച്ചാൺ നീളക്കുറവ് ഒരു കാരണമായതേയില്ല. 'കടിക്കുന്ന പട്ടിക്ക് തലയെന്തിനാണെ'ന്ന ചോദ്യം ലോകത്തിലാദ്യമായി കണ്ടുപിടിച്ച മലയാളിമാമൻമാർക്കാണോ ഇത്രേം വലിയൊരാനയുടെ വാലിന് ഇത്തിരി നീളംകുറഞ്ഞാൽ അത് പ്രശ്നമായി മാറുന്നത്.

അർജുനന്റെ ആ വാല് പോയത് എങ്ങനെയാണെന്നതിന് വ്യക്തമായ തെളിവുകളൊന്നുമില്ല. പണ്ട് മുതുമല റേഞ്ചിനടുത്ത് കാട്ടിൽ ഒരു മോഴയാനയുണ്ടായിരുന്നു. റേഞ്ചിൽ തടിപ്പണിക്കായി കൊണ്ടുവരുന്ന നാട്ടാനകളെ, പണികഴിഞ്ഞ് ഏതെങ്കിലും മരത്തിൽ കെട്ടിയുറപ്പിക്കുവാൻ ഇഷ്ടൻ തക്കംപാർത്തിരിക്കും. മരപ്പണിയുടെ ക്ഷീണത്തിലും ആലസ്യത്തിലും പാവം നാട്ടാനകൾ ഒന്ന് നടുനീർക്കാമെന്നുവച്ച് മയങ്ങിപ്പോയാൽ, വില്ലൻമോഴ പതുങ്ങിപ്പതുങ്ങിവന്ന് പാവം ആനകളുടെ വാല് കടിച്ചുമുറിച്ചുകൊണ്ടോടും! ഒരുവേള ഈ മോഴയാനയുടെ ഒളിപ്പോർ സമരത്തിന്റെ ഫലമായി മുതുമല റേഞ്ചിലെ പല ആനകൾക്കും മുറിവാലൻമാരാകേണ്ടി വന്നിട്ടുമുണ്ട്. പക്ഷേ, അർജുനൻ മുറിവാലനായതെങ്ങനെ എന്നറിയാൻ ബീഹാറിലേയോ ആസ്സാമിലേയോ കാടുകളിൽ തിരയേണ്ടിവരും.

ആനകളുടെ വാലിന് നീളംകൂടിയാലും കുഴപ്പമാണ്; ആനകൾക്കല്ല, നമ്മൾ മനുഷ്യർക്ക്. നിലത്തിഴയുന്ന വാലുകളുള്ള ആനകൾ അവലക്ഷണമാണെന്നാണ് വയ്പ്. ചൂലുപോലെ നിലം അടിച്ചുതൂക്കുവാൻ പാകത്തിലുള്ള വാലുള്ള ആനകളെ വീട്ടിൽ കയറ്റിയാൽ 'കുടുംബം മുച്ചൂടും മുടിച്ച് അടിച്ച് തൂത്തുവാരിക്കൊണ്ടുപോകു'മെന്നാണ് വിശ്വാസം.

ഒരിക്കൽ എറണാകുളം ജില്ലയിൽ ആനക്കച്ചവടം കുടിൽവ്യവസായമാക്കിയ തറവാട്ടിൽ, ആനക്കച്ചവടത്തിനെത്തിയതാണ് കോട്ടയംകാരനായ ബ്രോക്കർ. പെട്ടന്നൊന്നും ആർക്കും കണ്ണിൽപിടിക്കാത്ത ഒരാന; പോരാത്തതിന് ആവശ്യത്തിലേറെ നീണ്ട് നിലത്തിഴയുന്ന വാലും. 'ഇതെങ്ങനെ കച്ചവടമാക്കാനാ? ആരും വീട്ടിൽ കയറ്റില്ലല്ലോ' എന്ന് ബ്രോക്കർ പരാതി പറയവെ ഉടമസ്ഥൻ ആനയുടെ വാൽ കൈയിലെടുത്തിട്ട് ബ്രോക്കറോട് ഒന്ന് പിടിച്ചോളാൻ പറഞ്ഞു. ആനക്കച്ചവടത്തിലെ സർവ അടവുതടവുകളും പഠിച്ച ആ വിരുതൻ ബ്രോക്കറെ ഞെട്ടിച്ചുകൊണ്ട് ഉടമ ഒരു വലിയ കത്തിയെടുത്ത് ഒറ്റവെട്ട്! വാലിന്റെ അറ്റം ബ്രോക്കറുടെ കൈയിലിരുന്നു വിറച്ചു. "ഇപ്പോഴെങ്ങനെയാടോ? ലക്ഷണക്കേട് തീർന്നില്ലേ" എന്നതായിരുന്നു ഉടമയുടെ കണ്ണിൽച്ചോരയില്ലാത്ത ചോദ്യം.

'അപ്പോൾ ആന കരഞ്ഞില്ലേ' എന്ന ഉത്കണ്ഠാഭരിതമായ ചോദ്യത്തിന് കോട്ടയംകാരനായ ബ്രോക്കർ നൽകിയ ഉത്തരം വിചിത്രവും സത്യവുമായിരുന്നു. "ആന കരഞ്ഞിട്ടെന്തിനാ? കരഞ്ഞിട്ട് ആര് കാണാനാ." അതാണ് സത്യം. ആന കരഞ്ഞിട്ടെന്തിനാ? കരയാൻ പോലും അവകാശമില്ലാത്ത പാവം ശരാശരിക്കാർ.

ക്രാങ്ങാട് നമ്പൂതിരിയുടെ അടുത്തുവച്ച് ആനയ്ക്ക് ചില അസുഖങ്ങളുണ്ടായിരുന്നു. കാര്യമായ ചികിത്സകൾക്കുശേഷം അസുഖമൊക്കെ മാറ്റിയെടുത്ത ആനയെ, നമ്പൂതിരി ആറ്റാശ്ശേരി ഹംസയ്ക്ക് വിൽക്കുന്നു. അന്നിവൻ ആറ്റാശ്ശേരി ഹംസയുടെ ആറ്റാശ്ശേരി രാമചന്ദ്രനാണ്. പിന്നെയൊരു നാലഞ്ച് വർഷം കഴിഞ്ഞ് ഹംസയിൽ നിന്നും മനിശ്ശേരി ഹരി കൈയേൽക്കുന്നതോടെയാണ് ഇവന്റെ ജീവിതത്തിലെ

പുതിയൊരധ്യായത്തിന് തുടക്കമാകുന്നത്.

ആനകൾക്ക് പേരും പെരുമയും നിലയുമൊക്കെ ഉണ്ടാക്കിയെടുക്കുന്നതിൽ ഏറെ മിടുക്കനായ ഹരിയുടെ കീഴിൽ ഇവൻ മനിശ്ശേരി അർജുനനായി. അതിനിടെ ഉയരംകൊണ്ടും തലയെടുപ്പു കൊണ്ടും മറ്റു വീരൻമാർക്കൊപ്പം ഒന്ന് ബലാബലം നിൽക്കാൻ പോന്നവനായി മാറിക്കഴിഞ്ഞിരുന്ന അർജുനനെ, ഹരി പൂരങ്ങളുടേയും എഴുന്നെള്ളിപ്പ് ചിട്ടകളുടേയും ബാലപാഠങ്ങളും സൂത്രവാക്യങ്ങളും ചൊല്ലിക്കൊടുത്ത് മനിശ്ശേരി കർണന്റെ യഥാർഥ പിൻഗാമിയാക്കി വാഴിക്കുവാനുള്ള പരിശ്രമത്തിലായിരുന്നു. അങ്ങനെയിരിക്കെയാണ് കുട്ടംകുളങ്ങര ദേവസ്വംകാർക്ക് ഒത്ത ഉയരമുള്ള ഒരാനയെ വേണമെന്ന മോഹമുദിക്കുന്നത്. അത് വെറുമൊരാനയായിരുന്നാൽ പോര, തൃശ്ശൂർപ്പൂരമടക്കമുള്ള പൂരങ്ങളിലെല്ലാം ഒന്നാമനാകുവാനോ കൂട്ടുനിൽക്കുവാനോ പോന്ന ഒരൊന്നാന്തരം ആനയായിരിക്കണം താനും. ആ ആഗ്രഹവുമായി നാടുനീളെ അനവധിക്കാലം അലഞ്ഞുവെങ്കിലും ഒമ്പതേമുക്കാൽ അടിക്ക് മുകളിലുള്ള ഒന്നിനേയും കിട്ടിയില്ല. ഒടുവിൽ മറ്റൊരു നിവൃത്തിയും കാണാതെ മനിശ്ശേരി ഹരിയുടെ മാനസപുത്രനു നേരെ തന്നെ കൈ നീട്ടുന്നു.

1999 ഡിസംബറിലാണ് അർജുനനെ ദേവസ്വം സ്വന്തമാക്കുന്നത്. 2000 ജനുവരി 9-ന് നടയ്ക്കിരുത്തി കുട്ടംകുളങ്ങര അർജുനനായി മാറ്റുകയും ചെയ്തു. കുട്ടംകുളങ്ങര നിവാസികളുടെ ചിരകാലാഭിലാഷം പോലെ തന്നെ ഇന്ന് കുട്ടംകുളങ്ങരയുടെ പേരും പെരുമയും ലോകത്തിനു മുന്നിൽ വിളിച്ചറിയിച്ചുകൊണ്ട് കുട്ടംകുളങ്ങര അർജുനൻ പൂരപ്പറമ്പുകളുടെ ആവേശവും ആനക്കമ്പക്കാരുടെ ഇഷ്ടനായകനുമായെങ്കിൽ അതിനുകാരണം അവന്റെയാ തലയെടുപ്പും തിടമ്പേറ്റിക്കഴിഞ്ഞാൽ പിന്നെ എള്ളിടപോലും വിട്ടുവീഴ്ചയില്ലാതെ, വാശിയോടെ തലയുയർത്തിപ്പിടിക്കുന്ന ഒറ്റ നിൽപ്പും തന്നെയാണ്.

302 സെ.മീ. ഉയരമുള്ള കുട്ടംകുളങ്ങര അർജുനൻ, ഇന്ന് മധ്യകേരളത്തിലെ പ്രധാന ഉത്സവനഗരികളിലെയെല്ലാം എഴുന്നെള്ളിപ്പാനയോ കൂട്ടാനയോ ആയി സ്ഥാനംപിടിക്കുന്നു. ഒരിക്കൽ വലിയ ആനകൾ നിൽക്കെത്തന്നെ, അഞ്ഞൂർ പാർക്കാടി പൂരത്തിന് അർജുനനെ കയറ്റി എഴുന്നെള്ളിപ്പിച്ച് മനിശ്ശേരി ഹരി നടത്തിയ ബോധപൂർവമായ ഒരു കരുനീക്കത്തിലൂടെയാണ് ആന ആദ്യം ജനശ്രദ്ധയിൽപ്പെടുന്നത്. എന്നാൽ ഒരൊറ്റ ദിവസംകൊണ്ട് കുട്ടംകുളങ്ങര അർജുനനെ ചരിത്രത്തിന്റെ നെറുകയിലേക്ക് കയറ്റി നിർത്തിയ മുഹൂർത്തം മറ്റൊന്നായിരുന്നു. വാഴ്ചകൾക്കും പുത്തൻ താരോദയങ്ങൾക്കുമുള്ള മാമാങ്കഭൂമിയെന്ന് വിശേഷിപ്പിക്കാവുന്ന സാക്ഷാൽ തൃശ്ശൂർ പൂരം തന്നെ അതിനുള്ള വേദിയായിമാറിയെന്നത് അർജുനന്റെ തലവരയുടെ മഹത്വം.

തൃശ്ശൂർപ്പൂരത്തിന്റെ പൊന്നുതമ്പുരാനായി വർഷങ്ങളോളം കോലമേന്തി നാടുവാണ ആനയാണ് കീരങ്ങാട്ട് കേശവൻ. ആ കേശവന്റെ കുത്തകയും തകർത്ത് ഒരു തലമുറയുടെ മുഴുവൻ ആശയും ആവേശവുമായി മാറിയ തിരുവമ്പാടി ചന്ദ്രശേഖരൻ, പ്രായാധിക്യം കൊണ്ട് 2002-ലെ പൂരത്തിൽ നിന്ന് എഴുന്നെള്ളിപ്പിനിടയ്ക്ക് ഡോക്ടർമാരുടേയും ആരാധകരുടേയും നിർദ്ദേശപ്രകാരം പിൻവാങ്ങുന്നു. ആ ഗജരാജത്തമ്പുരാനിൽ നിന്നും പൂരത്തിന്റെ പൊൻതിടമ്പ് ഏറ്റുവാങ്ങാനുള്ള ചരിത്രനിയോഗം ഉണ്ടായത് കുട്ടംകുളങ്ങര അർജുനനായിരുന്നു. ഒരു കാലഘട്ടത്തിന്റെ വിടവാങ്ങലിനും മറ്റൊരു കാലഘട്ടത്തിന്റെ പട്ടാഭിഷേകത്തിനും വേദിയായി മാറി ആ പൂരം.

ആനകൾക്കെല്ലാം കാഴ്ചയേക്കാളും കേൾവിയേക്കാളും മേലെയാണ് അവയുടെ ഘ്രാണശക്തി. അതാണവരുടെ പ്രധാന കഴിവും ചൈതന്യവും. പക്ഷേ, അർജുനന് ഘ്രാണശക്തിക്കൊപ്പം കാഴ്ചശക്തിയിലും അസാധാരണമായ വൈഭവം ഉണ്ടോയെന്ന് ആനക്കാരെപ്പോലും അതിശയിപ്പിച്ച സംഭവം ഒരിക്കലുണ്ടായി. കുട്ടംകുളങ്ങരയിലും മനിശ്ശേരിയിലും എത്തും മുമ്പേ അർജുനന്റെ തട്ടകമായിരുന്ന ആറ്റാശ്ശേരി ഹംസയുടെ തടിമില്ലിൽ ശരിക്കും ഇവന്റെ ഒരു രാജവാഴ്ച തന്നെയായിരുന്നു. മില്ലിൽ കൂടുതൽ തടിപ്പണിയുള്ള ദിവസം പണിയെടുപ്പിക്കുവാൻ

പുറത്തുനിന്നും മറ്റാനകളെ വരുത്താറുള്ള ഹംസ, സമയംകിട്ടുമ്പോഴൊക്കെ പറക്കണക്കിന് ചോറ് വച്ച് ഇവനെ ഊട്ടും. അല്ലെങ്കിൽ ഡസൻകണക്കിന് പൈനാപ്പിൾ വാങ്ങി തീറ്റിക്കും. അത് ഹംസയുടെ ഒരാനന്ദം തന്നെയായിരുന്നു. ഒടുവിൽ ഹംസയിൽ നിന്നും പിരിഞ്ഞ് മനിശ്ശേരിയിൽ എത്തിയിട്ടും കുറേ ദിവസത്തേക്ക് അർജുനൻ എന്ന അന്നത്തെ രാമചന്ദ്രൻ വളരെ വിഷണ്ണനായിരുന്നു. മനിശ്ശേരിയിൽ നിന്ന് കുട്ടംകുളങ്ങരയിൽ എത്തിയതിനിടയിൽ ഹംസയെ കാണുവാനുള്ള സന്ദർഭം അവന് ഉണ്ടായിട്ടുമില്ല. പക്ഷേ, കുട്ടംകുളങ്ങരയിൽ നിൽക്കവെ ഒരിക്കൽ ക്ഷേത്രങ്ങളെക്കുറിച്ച് പഠിക്കാൻ എത്തിയ ഒരാളെക്കണ്ട് തിന്നുകൊണ്ട് നിൽക്കുകയായിരുന്ന അർജുനൻ പെട്ടന്ന് തീറ്റയെല്ലാം മതിയാക്കി ശ്രദ്ധിക്കുകയും പരിചയഭാവത്തോടെ ഇണക്കം മൂളാൻ തുടങ്ങുകയും ചെയ്തു.

ആദ്യമായി കാണുന്നയാളോട് എന്തിനാണ് ആന ഇത്രയും അടുപ്പംകാട്ടുന്നത് എന്ന് മനസ്സിലാവാതെ അദ്ഭുതപ്പെട്ട പാപ്പാൻ അപ്പുണ്ണി അപ്പോഴാണ് ഒരുകാര്യം ശ്രദ്ധിച്ചത്. ഈ വന്നയാൾക്ക് ആറ്റാശ്ശേരി ഹംസയുമായി വല്ലാത്ത രൂപസാദൃശ്യമുണ്ട്. അതായിരിക്കണം അവനെ തെല്ലിട പിടിച്ചുനിർത്തിയതും അവന്റെ പഴയ ഉടമയുടെ ഓർമയിലേക്ക് നയിച്ചതും. കുറച്ചു കഴിഞ്ഞപ്പോൾ മണത്തിലെ വ്യത്യാസം മനസ്സിലാക്കിയാകണം പിന്നീട് അയാളെ കാര്യമായി ഗൗനിക്കുകയുണ്ടായില്ല. ഇതിനിടെ അർജുനന്റെ പ്രിയപ്പെട്ടവനായിരുന്ന ആറ്റാശ്ശേരി ഹംസ മരണമടഞ്ഞു കഴിഞ്ഞിരുന്നു. പ്രിയപ്പെട്ടവരുടെ മരണവും വിടപറച്ചിലുകളുമൊക്കെ നമ്മൾ മനുഷ്യരെപ്പോലെ ആനകളും അറിയുന്നുണ്ടാകുമോ; മനസ്സിലാക്കുന്നുണ്ടാകുമോ. ആരോട് ചോദിക്കാൻ.

ഓർമശക്തിയുടേയും കാഴ്ചശക്തിയുടേയും കാര്യത്തിൽ അർജുനൻ ആള് ഒരു ജഗജില്ലിയാണെങ്കിലും തന്റെ പഴയ പാപ്പാൻമാരെ പിന്നീട് കാണുന്നത് ഇവന് അത്ര ഇഷ്ടമല്ല. കൈവിട്ടുപോയതല്ലേയെന്ന പരിഭവമോ, അതോ മാരണങ്ങൾ ഒഴിഞ്ഞുകിട്ടിയല്ലോയെന്ന ആശ്വാസമോ.

ചോറാണ് അർജുനന്റെ ഏറ്റവും വലിയ ദൗർബല്യം. പറക്കണക്കിന് ചോറ് അവന്റെ മുന്നിൽ കൊണ്ടുവച്ചാലും നിമിഷനേരംകൊണ്ട് അതെല്ലാം അകത്താക്കും. ഒരിക്കൽ ഇരിങ്ങാലക്കുട ക്ഷേത്രത്തിലെ ഉത്സവത്തിനെത്തിയതായിരുന്നു അർജുനൻ. ക്ഷേത്രത്തിൽ ഉത്സവത്തിനെത്തിയ ആനകളെയെല്ലാം വരിവരിയായി നിരത്തിനിർത്തി ഊട്ടുവാനുള്ള തയ്യാറെടുപ്പിലാണ് ക്ഷേത്രഭാരവാഹികൾ. പാത്രങ്ങളിലെല്ലാം ഊണ് വിളമ്പിക്കഴിഞ്ഞാൽ, വിളമ്പുകാരുടെ നിർദ്ദേശം കിട്ടിയശേഷം ഓരോരുത്തരായി വന്ന് ഒരു സർവാണി സദ്യ. അതായിരുന്നു അമ്പലവാസികളുടെ കണക്കുകൂട്ടൽ. പക്ഷേ, തന്റെ മുന്നിലെ പാത്രത്തിലേക്ക് ചോറിട്ട് തീരേണ്ട താമസം, അർജുനൻ ആനക്കാരനെ വകഞ്ഞുമാറ്റി ഒററയടിക്ക് സംഗതി അകത്താക്കി. എന്നിട്ട് പാത്രമെടുത്ത് കമിഴ്ത്തിവച്ചു. വിളമ്പിയതു തൃപ്തിയാകാഞ്ഞതിന്റെ പ്രതിഷേധസൂചകമാണത്രേ ആ പാത്രം കമിഴ്ത്തൽ.

സാധാരണയായി ചങ്ങലയഴിച്ചാൽ അർജുനൻ ആദ്യം വച്ചുപിടിക്കുന്നത് ഊട്ടുപുരയിലേക്ക് തന്നെയാവും. ഊട്ടുപുരയുടെ മുന്നിൽ ആനയെ വിളിച്ചുനിർത്തിയ ശേഷം ചോറ് വിളമ്പുന്നതിലും ഉപ്പെടുക്കുന്നതിലും മഞ്ഞൾപ്പൊടി ചേർക്കുന്നതിലുമൊക്കെ 'സാമട്ട്' കാട്ടിയാൽ അർജുനൻ തന്റെ മൂക്കത്ത് ശുണ്ഠിയുടെ വില്ല് കുലച്ചിരിക്കും. പിന്നെ ചട്ടിയും കലവും പാത്രങ്ങളുമൊക്കെ ആവശ്യക്കാർ അടുത്ത പറമ്പുകളിൽ നിന്നും ഓടിനടന്ന് പെറുക്കേണ്ടി വരും.

പണ്ടൊക്കെ ലക്ഷണയുക്തരായ ആനകൾക്ക് വേണ്ടിയായിരുന്നു ആനക്കമ്പക്കാരുടെ മരണപ്പാച്ചിലെങ്കിൽ ഇന്നത് ഉയരപ്പെരുമയും തലയെടുപ്പുമെന്ന രണ്ടേരണ്ട് മാനദണ്ഡങ്ങളിലേക്ക് ചുരുങ്ങിയിരിക്കുന്നു. ഒത്ത ഉയരമുള്ള ഒരാനയെ കിട്ടാനുണ്ടെങ്കിൽ ആൻഡമാനിലോ തായ്‌ലന്റിലോ ശ്രീലങ്കയിലോ എന്നല്ല വേണമെങ്കിൽ അണ്ഡകടാഹത്തിനപ്പുറംവരെ ഒന്ന് പോയിവരാനും മലയാളി തയ്യാറാണ്.

ആനകളുടെ അന്തസ്സംസ്ഥാന കടത്തുകൾക്കും വിൽപനയ്ക്കും വിലക്കുകൾ ഏർപ്പെടുത്തിക്കൊണ്ടുള്ള പുതിയ വന്യജീവി നിയമ

ങ്ങൾ കണ്ണുംമിഴിച്ച് നിൽക്കുന്നതുകൊണ്ടാണ് ഇടക്കാലത്ത് കേരളത്തിലേക്ക് പുറത്തുനിന്നും ആനകൾ കാര്യമായി എത്തിച്ചേരാത്തത്. അതല്ല നിയമങ്ങൾ ഇനി തെല്ല് അയഞ്ഞുകൊടുക്കാൻ തയ്യാറാണെങ്കിലും ഇവിടിപ്പോഴുള്ളവയോളം ഉയരമുള്ള ആനകൾ ഇനി പുറത്തെങ്ങും ബാക്കിയില്ലെന്നതാണ് യാഥാർത്ഥ്യം. അല്ലെങ്കിൽ നമ്മുടെ രസങ്ങൾക്കും അഭിരുചികൾക്കും അത്രപെട്ടന്ന് സുഖിക്കാത്ത ആഫ്രിക്കൻ ആനകളിലേക്ക് തിരിയേണ്ടിവരും. ഉയരത്തിനായുള്ള പാച്ചിലുകൾക്കൊടുവിൽ നാളെ അതും സംഭവിച്ചേക്കാം. ഇന്നത് കേവലം രസകരമായ ഒരു കൽപനമാത്രമാണെങ്കിൽ നാളെ സംഭവ്യമാകാനും സാധ്യതയേറെയാണ്. ഇന്ന് നാട്ടാനകളേക്കാൾ അധികം ബീഹാർ ആനകളും ആസ്സാം ആനകളും നിരനിരക്കുന്ന നമ്മുടെ ഉത്സവനഗരികളിൽ നാളെയൊരുനാൾ തിടമ്പേറ്റി നിൽക്കുന്ന ഒരാഫ്രിക്കൻ ആനയെ കണ്ടാലും ആരും അദ്ഭുതപ്പെടേണ്ടതില്ല. ആനക്കമ്പത്തിന്റെ ചിറകുകൾ അത്ര വേഗത്തിലാണ് മലയാളക്കരയിലെങ്ങും വീശിപ്പാറുന്നത്. എവിടെനിന്ന് ആനയെ കിട്ടുമെന്നും എന്തു കൊടുക്കേണ്ടിവരുമെന്നതു മുൾപ്പെടെ നൂറ്നൂറ് അന്വേഷണങ്ങളാണ് ആനയെപ്പറ്റി അൽപം അറിവുള്ളവരെത്തേടി ദിവസേന എത്തിക്കൊണ്ടിരിക്കുന്നത്.

വലിയ ഉത്സവങ്ങളിലെ തിടമ്പേറ്റുവാൻ പ്രാപ്തനായ, നിലയും നിലവുമുള്ള ഒരാനയ്ക്കു വേണ്ടി കുട്ടംകുളങ്ങരക്കാർ ശ്രമം തുടങ്ങിയപ്പോൾ അവർ ആദ്യം ഒന്ന് പിടിച്ചുനോക്കിയത് ഇന്നത്തെ ഗുരുവായൂർ ദേവസ്വം വലിയകേശവൻ എന്ന പഴയ നാകേരി അയ്യപ്പൻകുട്ടിയെയായിരുന്നു. തുടർന്ന് വെള്ളാപ്പള്ളി കുട്ടിശങ്കരന് നേർക്കും കണ്ണെറിഞ്ഞു. തങ്ങളുടെ പ്രിയപ്പെട്ട 'ആനമക്കളെ' പെട്ടെന്നൊന്നും കൈവിട്ടുകളയാൻ തയ്യാറില്ലാത്തവരാണ് ഉടമകൾ. പണമെത്ര വാരിവീശാമെന്ന് പറഞ്ഞാലും ആ ഉടമകളുടെ സ്നേഹലാളനകൾക്കു പകരംവയ്ക്കാൻ പര്യാപ്തമാകുമോ. അതുകൊണ്ടുതന്നെയാണ് ഏറെ അടുപ്പമുണ്ടായിട്ടും ആദ്യമൊന്നും മനിശ്ശേരി ഹരിയോട് അർജുനനെ ചോദിക്കുവാൻ മനസ്സുവരാ

▼ വെള്ളാപ്പള്ളി കുട്ടിശങ്കരൻ

തിരുന്നത്. മാത്രമല്ല, കർണന്റെ അഭാവത്തിലും മനിശ്ശേരിയുടെ ആനപ്പെരുമ പ്രോജ്വലിപ്പിക്കുവാൻ പോന്ന അർജുനനെ ഹരി വിട്ടുതരുമെന്ന പ്രതീക്ഷയും തീരെയുണ്ടായിരുന്നില്ല. ചോദിക്കുവാൻ തോന്നിയ നേരത്തിന്റെ പുണ്യം. അല്ലെങ്കിൽ കുട്ടംകുളങ്ങര മഹാവിഷ്ണുവിന്റെ അനുഗ്രഹം. എല്ലാത്തിനുമുപരി മനിശ്ശേരി ഹരിയുടെ വലിയ മനസ്സും. അങ്ങനെ അർജുനൻ കുട്ടംകുളങ്ങര അർജുനനായപ്പോൾ മനം നിറഞ്ഞത് കുട്ടംകുളങ്ങര തട്ടകക്കാരുടേത് മാത്രമായിരുന്നില്ല. അതൊരു ജൈത്രയാത്രയുടെ ആരംഭമാകുകയും ചെയ്തു.

ഇന്നിപ്പോൾ ഗുരുവായൂർ പദ്മനാഭന്റേയും തെച്ചിക്കോട്ടുകാവ് രാമചന്ദ്രന്റേയും എഴുത്തച്ഛൻ ശ്രീനിവാസന്റേയും മംഗലാംകുന്ന് കർണന്റേയുമൊക്കെ തലമുറ മുടിചൂടാമന്നൻമാരായി പരിലസിക്കുന്ന ആനക്കളരിയിൽ, പുതുരക്തത്തിന്റെ ചുവടുകളും ചുറുചുറുക്കുമായി നിൽക്കുന്ന ഇളമുറക്കാരിൽ പ്രധാനിയാണ് കുട്ടംകുളങ്ങര അർജുനൻ.

'വലിയവനാര്' എന്ന മൂപ്പിളമത്തർക്കങ്ങളും കിരീടാവകാശപ്പോരാട്ടങ്ങളും അധികമാരുമറിയാതെ കടന്നുപോകുന്ന ചില ശീതസമരങ്ങളും സാധാരണമായി ഉത്സവപ്പറമ്പുകളിൽ പ്രതിധ്വനിക്കാറുണ്ട്. നമ്മുടെ ഇളമുറത്തമ്പുരാക്കൻമാരിൽ ഇങ്ങനെ കൊമ്പുകോർത്തു നിൽക്കുന്നവരിൽ പ്രധാനികൾ പാമ്പാടി രാജനും മംഗലാംകുന്ന് അയ്യപ്പനും കുട്ടംകുളങ്ങര അർജുനനുമാണ്. യുവത്വത്തിന്റെ ഏറ്റുമുട്ടലിൽ തിരുവമ്പാടി ശിവസുന്ദറും ഇവർക്കൊപ്പം തന്നെയാണെങ്കിലും പൂരത്തിടമ്പ് ശിരസ്സിലേന്തുന്നതിന്റെ ആഢ്യത്വവും മഹത്ത്വവും ശിവസുന്ദറിന്റെ സ്ഥാനം സ്വാഭാവികമായും മേലേക്കുയർത്തും.

ഒന്നാംസ്ഥാനത്തിലും രണ്ടാംസ്ഥാനത്തിലും അല്ലെങ്കിൽ ഉത്സവത്തിടമ്പ് തലയിലേറ്റാനുള്ള നിയോഗത്തിലുമൊക്കെ ആനകൾക്കെന്തെങ്കിലും പിടിവാശിയും നിർബന്ധവുമൊക്കെയുണ്ടോയെന്ന് ഇനിയും കാലംതെളിയിക്കേണ്ട സംഗതിയാണ്. അല്ലെങ്കിൽ ആനകളുടെ മനസ്സ് കൃത്യമായി പഠിക്കാൻ പറ്റിയ സാങ്കേതികവിദ്യ ഉണ്ടാകേണ്ടിയിരിക്കുന്നു. കുറഞ്ഞപക്ഷം നമ്മൾ മനുഷ്യർ ആനകൾക്കിങ്ങനെ സ്ഥാനം നിർണയിക്കുകയും വീതംവയ്ക്കുകയും ചെയ്യുന്നു. മറ്റൊരർഥത്തിൽ പറഞ്ഞാൽ ഈ സ്ഥാനവും പരിഗണനകളും ഗുണദോഷവിശകലനങ്ങളുമൊക്കെത്തന്നെയല്ലേ നമ്മുടെ ആനക്കമ്പത്തിന്റെ യഥാർഥ അകംപൊരുൾ. ഒപ്പത്തിനൊപ്പമുള്ളവർ ഒരേ ഉത്സവത്തിന് ഒന്നിച്ചണിനിരക്കേണ്ടിവരുമ്പോൾ, പ്രധാന തിടമ്പ് ആർക്കെന്നത് ചിലപ്പോഴെങ്കിലും വിവാദവും പ്രശ്നവുമാകാറുണ്ട്. അവിടെ തന്റെ പ്രതിയോഗിക്കാണ് തിടമ്പ്, അല്ലെങ്കിൽ തന്നേക്കാൾ ഉയർന്ന സ്ഥാനം വേറാർക്കെങ്കിലുമാണ് കൽപിക്കപ്പെടുന്നതെങ്കിൽ ചിലപ്പോൾ എഴുന്നെള്ളത്തിന്റെ നേരമാകുമ്പോൾ ഒരാൾക്ക് മുട്ടേപ്പനി വന്നുവെന്നും വരാം.

ഉത്സവാദികളിൽ ആനകൾക്ക് തീരെ താത്പര്യമില്ല എന്നു പറയുന്നത് തീർത്തും ശരിയല്ല. മേളത്തിന്റെ താളവട്ടത്തിനൊപ്പം ചെവി ആട്ടി ആസ്വദിച്ചിരുന്ന 'കുട്ടി ചിദംബരനെ' ഇന്നും പഴമക്കാർ ആശ്ചര്യത്തോടെ ഓർക്കുന്നുണ്ടാവണം. മനുഷ്യരിലും തല ഉയർത്തിപ്പിടിച്ച് നടക്കുന്നവരും സ്വൽപം കുനിഞ്ഞ് താഴോട്ട് നോക്കിനടക്കുന്നവരും ഉണ്ടല്ലോ? ആനകളുടെ കൂട്ടത്തിലും ഇത്തരക്കാർ ഉണ്ട്.

തൃശ്ശൂർ-പാലക്കാട് ജില്ലകളിലെ ഉത്സവങ്ങൾ വല്ലപ്പോഴുമെങ്കിലും കുട്ടംകുളങ്ങര അർജുനനും മംഗലാംകുന്ന് അയ്യപ്പനും തമ്മിലുള്ള ശീതസമരങ്ങൾക്ക് വേദിയാകാറുണ്ട്. ഒരിക്കൽ ഒരു തൃശ്ശൂർപ്പൂരത്തിനും ഇത്തരമൊരു ശീതസമരമുണ്ടായി. പൂരത്തിന്റെ തെക്കോട്ടിറക്കത്തിന് തിരുവമ്പാടി ശിവസുന്ദറിന്റെ കൂട്ടാനകളായി അണിനിരക്കാൻ കുട്ടംകുളങ്ങര അർജുനനും മംഗലാംകുന്ന് അയ്യപ്പനും സമ്മതം. പക്ഷേ, രാത്രിപ്പൂരത്തിന് തിടമ്പ് കുട്ടംകുളങ്ങര അർജുനനായപ്പോൾ കൂട്ടായി നിൽക്കാൻ മംഗലാംകുന്ന് അയ്യപ്പന് മനസ്സുണ്ടായില്ല. വിളിച്ചിട്ടും വിളിച്ചിട്ടും ഉണരാത്ത പാപ്പാന്റെ 'ഉറക്കക്കളികളെ' അന്ന് പൂരപ്രേമികൾ വിമർശിച്ചിരുന്നു.

മലയാളത്തിലെ അപൂർവം ചില ആനപ്പദങ്ങൾ കേട്ടാൽ മനസ്സിലാകുമെന്നല്ലാതെ, അക്ഷരങ്ങളും ലിപികളുമൊന്നും ഈ വടക്കന് മനസ്സിലായെന്ന് വരില്ല. പക്ഷേ, ഡോ. കെ. സി. പണിക്കർ എന്നെഴുതിക്കാണിച്ചാൽ മറ്റൊന്നും മനസ്സിലായില്ലെങ്കിലും അർജുനന് അത് മനസ്സിലാക്കാൻ ഒരു ദ്വിഭാഷിയുടേയും സഹായം വേണ്ട. ഏറ്റവുമധികം ഇഷ്ടമുള്ള ചോറ്, കുറച്ച് ശർക്കരയും കൂട്ടിക്കുഴച്ച് മണമണാന്ന് വെട്ടിയടിക്കുന്നതിനിടയ്ക്കായാലും, കാട്ടിലെ പഴയ കൂട്ടുകാരികളെക്കുറിച്ചുള്ള മനോരാജ്യങ്ങളിൽ മുഴുകി പരിസരം മറന്ന് നിൽക്കുമ്പോഴായാലും കെ. സി. പണിക്കരെന്ന പേര് കേട്ടാൽതന്നെ അർജുനൻ പിന്നെ എല്ലാ പണിയും മതിയാക്കി ശ്വാസംപിടിച്ച് ഒരൊറ്റ നിൽപാണ്.

തന്റെ സ്വത്ത് ഭാഗംവച്ചപ്പോൾ ഡോക്ടർ പണിക്കർ അർജുനനുംകൂടി തൃശ്ശൂർ ടൗണിലെ നാലഞ്ചുസെന്റ് സ്ഥലം എഴുതിവയ്ക്കാതിരുന്നതിന്റെ പേരിലുള്ള പരിഭവം ഒന്നുമല്ലിത്. കൈയിൽ ഇത്തിരി മുഴുത്ത സിറിഞ്ചുമായി വന്ന് ഇടയ്ക്കിടക്ക് ഓരോ ഡോസ് തരികയും പിന്നെ ഉച്ചി മുതൽ ഉള്ളംകാൽവരെ കയ്ക്കുന്ന കുറേ

മരുന്നുകൾ നിർബന്ധിച്ച് തീറ്റിക്കുകയും വേണ്ടി വന്നാൽ ഒരു തോക്കുമായി വന്ന് അത്യാവശ്യം ഒരു മയക്കുവെടിയൊക്കെ പറ്റിച്ച് തന്നെ തളർത്തുകയും ചെയ്യുന്ന ആള് ഡോക്ടറാണെന്നൊക്കെ പറഞ്ഞാലും അർജുനന് എങ്ങനെ ഇഷ്ടപ്പെടാൻ കഴിയും. കുത്തിവയ്പ്പ് എന്ന് കേൾക്കുമ്പോൾ തന്നെ കരയാൻ തുടങ്ങുന്ന ഒരു കൊച്ചുകുട്ടിയുടെ മനസ്സാണ് അർജുനന്.

ഡോക്ടർ കെ. സി. പണിക്കരുടെ കാറിന്റെ നമ്പർ പോലും അർജുനന് മനഃപാഠമാണെന്നാണ് ഇവന്റെ മനസ്സറിയുന്നവർ പറയുന്നത്. ഒരു കൈയിൽ ഇത്തിരി മധുരമോ, പഴമോ നീട്ടിവച്ച് പണിക്കർസാർ കുശലം ചോദിക്കുമ്പോഴും അത് വാങ്ങാൻ മടിച്ച് തലയാട്ടിനിൽക്കുന്ന അർജുനന്റെ കണ്ണുകൾ തിരയുന്നത് മറ്റേ കൈയിലെന്താണെന്നാവും; സിറിഞ്ചോ, അതോ കയ്പ്പൻ ഗുളികയോ. എന്തായാലും ഡോക്ടർ കളംകാലിയാക്കുന്നതുവരെ അർജുനന് അക്ഷൗഹണിയിൽ അകപ്പെട്ട അഭിമന്യുവിന്റെ പങ്കപ്പാട് തന്നെയാണ്.

അർജുനന്റെ മദപ്പാട് ഘട്ടത്തിൽ വെളുത്ത മദഗിരികളിൽ ഒരൽപംകൂടി ചുവപ്പ് രാശി പടരും. മദക്കോളിന്റെ ചവിട്ടുപടിയെന്ന് വിശേഷിപ്പിക്കാവുന്ന ഘട്ടം മുതൽ ആനക്കാർ തികഞ്ഞ ജാഗ്രതയിലായിരിക്കും; വേണ്ട സംരക്ഷണം ഉറപ്പാക്കുകയും ചെയ്യും.

ഒരു കരണത്തടിച്ചാൽ മറ്റേകരണം കൂടി കാണിച്ചുകൊടുക്കാൻ മാത്രം വിശാലമനസ്കനൊന്നുമല്ല അർജുനൻ. അങ്ങനെയൊരു ഗാന്ധി, ഇന്നത്തെ കാലത്തിവിടെ വന്ന് നാട് നന്നാക്കാനിറങ്ങിയാൽ കെട്ടിവച്ച കാശു പോലും കിട്ടില്ലെന്ന് ഈ ഉത്തരേന്ത്യൻ കുരിപ്പിന് നാളിതുവരെയുള്ള അനുഭവത്തിൽ നിന്നും നന്നായറിയാം. അതിനാൽ തന്റെ കണ്ണും കാതുമായ പാപ്പാനല്ലാതെ വല്ലവരുമൊക്കെ കൊമ്പിൽ പിടിക്കുന്നതും തൊട്ടും പിടിച്ചും മുഖലക്ഷണം പറയാൻ എത്തുന്നതുമൊന്നും ഇവനത്ര ഇഷ്ടമല്ല. ഓടിച്ചെന്ന് കൊമ്പിൽ പിടിക്കാൻ ആരും ഒന്നു മടിക്കുമെന്നതും സത്യം.

അർജുനന് എല്ലാമെല്ലാം തന്റെ പാപ്പാനാണ്. നല്ല നേരവും പ്രകൃതവുമാണെങ്കിൽ പാപ്പാൻ പറയുന്നതിന് അപ്പുറമിപ്പുറമില്ലാത്ത നല്ലവനാണിവൻ. "എടാ അർജുനനെ കണ്ട് പഠിക്ക്" എന്നുവരെ മറ്റാനകളോട്, അവരുടെ പാപ്പാൻമാരെക്കൊണ്ട് പറയിക്കാൻ പോന്ന മാതൃകാവിദ്യാർഥി. പക്ഷേ, ഈ മാതൃകാവിദ്യാർഥി അപൂർവമായിട്ടെങ്കിലും ഒന്നിടഞ്ഞാൽ ആശാന്റെ നെഞ്ചത്തു തന്നെ കയറിയെന്നും വരും. അങ്ങനെയൊരു ഇടച്ചിൽ, അർജുനന്റെ നാളിതുവരെയുള്ള ജീവചരിത്രത്തിലെ കറുത്ത അധ്യായമായി മാറുകയും ചെയ്തു. കുറച്ചുകാലം മുമ്പ് ചീരൻകുളങ്ങര പൂരത്തിനുള്ള ഒരുക്കങ്ങൾ നടക്കുന്നു. പ്രഗല്ഭനായ ആനപാപ്പാൻ എന്ന പേരുകേട്ട കുറ്റിക്കോടൻ നാരായണന്റെ അനുജൻ അപ്പുണ്ണിയാണ് അർജുനന്റെ ഒന്നാംപാപ്പാൻ. ചേട്ടനെപ്പോലെ തന്നെ അപ്പുണ്ണിയും മിടുമിടുക്കൻ; ആനയുടെ ശരീരഭാഷയും മനസ്സും ഒരുനിമിഷംകൊണ്ട് ഊഹിച്ചെടുക്കാൻ കഴിയുന്ന സമർഥൻ.

എഴുന്നെള്ളിപ്പിനായി അപ്പുണ്ണിയും സഹായികളും ചേർന്ന് ആനയെ കുളിപ്പിക്കുകയാണ്. അപ്പുണ്ണി ആനയുടെ മുന്നിൽ നിന്ന് പെരുമുഖം തേച്ചുകഴുകുകയായിരുന്നു. സ്വതവേ അർജുനന് പെരുമുഖം കഴുകുന്നത് അത്ര ഇഷ്ടമുള്ള ഏർപ്പാടല്ല. പിൻകാലുകൾ തേച്ചുകഴുകുകയായിരുന്ന രണ്ടാംപാപ്പാൻ ആനയോട് എന്തോ തട്ടിക്കയറി. ഇതിൽ കുപിതനായ ആന മുഖം വെട്ടിച്ച് ആഞ്ഞുതട്ടിയത് അപ്പുണ്ണിയുടെ നേർക്ക്. ശക്തമായ അടിയിൽ തെറിച്ചുവീണ അപ്പുണ്ണിയുടെ തലയുടെ പിൻഭാഗം ചെന്നിടിച്ചത് തെങ്ങിന് തടമെടുത്ത തിണ്ടിൽ! കൂടുതൽ ആക്രമണങ്ങളിൽ നിന്നും ആനയുടെ ശ്രദ്ധ തിരിച്ചുകൊണ്ട് രണ്ടാം പാപ്പാൻ ഓടി. അപ്പുണ്ണിയെ എടുത്ത് ആശുപത്രിയിൽ എത്തിക്കുകയും ചെയ്തു.

തലയ്ക്കും നട്ടെല്ലിനുമേറ്റ കാര്യമായ ആഘാതത്തിൽ ഒരുവർഷത്തോളം അരയ്ക്കുതാഴോട്ട് തളർന്നുകിടന്ന അപ്പുണ്ണി ഒടുവിൽ മരണത്തിന് കീഴടങ്ങുകയും ചെയ്തു. അപ്പുണ്ണിയെ കാണാൻ ആശുപത്രിയിൽ എത്തി, തലയിണത്താഴെ തന്നെക്കൊണ്ടാകുന്നത് വച്ചുകൊടുത്ത ശേഷം തന്റെ ആനയുടെ അടുത്തെത്തിയപ്പോഴാണ് ഓണക്കൂർ നാരായണൻ എന്ന പാപ്പാനെ തിരുവമ്പാടി കുട്ടി

ശങ്കരൻ കൊലചെയ്യുന്നത്. ഏതാണ്ട് ഒരുവർഷത്തിനുശേഷം അപ്പുണ്ണിയുടെ ജ്യേഷ്ഠൻ കുറ്റിക്കോടൻ നാരായണനും തൃപ്പൂണ്ണിത്തുറ ക്ഷേത്രത്തിൽവച്ച് ആനയാൽ തന്നെ കൊല്ലപ്പെട്ടു.

ആനകളും ആനക്കാരും ഇവിടെ മരിച്ചുകൊണ്ടേയിരിക്കുന്നു. നെഞ്ചിനുള്ളിൽ കണ്ണീരുറഞ്ഞ് ഉപ്പുകല്ലുകൾ ഉരുവംകൊള്ളുന്ന ദാരുണ മരണങ്ങൾ. എന്നിട്ടും നമ്മുടെ പൊതുസമൂഹം അവർക്ക് പകരംനൽകുന്നതോ തെമ്മാടികളും കള്ളുകുടിയൻമാരുമെന്ന ആക്ഷേപശരങ്ങൾ മാത്രം. ഈ മനുഷ്യരും കള്ള് കുടിക്കുന്നുണ്ടെങ്കിൽ, മദ്യലഹരിയിൽ സ്വന്തം ജീവിതം കശക്കിയെറിയുന്നുണ്ടെങ്കിൽ അതിന്റെ കാരണം ഇവർ ആനപാപ്പാൻമാരായിപ്പോയതുകൊണ്ടല്ല. മറിച്ച്, വർഷാവർഷം ഇന്ത്യയിൽ ഏറ്റവുമധികം മദ്യം കുടിച്ചുതീർക്കുന്ന 'മലയാളി' എന്ന മനുഷ്യസമൂഹത്തിൽ വന്നുപിറന്നതുകൊണ്ട് തന്നെയാകണം. ആക്ഷേപശരങ്ങളുടേയും കൊള്ളിവാക്കുകളുടേയും കല്ലുകൾ കൈയിലെടുത്ത് ഇവർക്കെതിരെ ഉന്നംപിടിക്കുംമുമ്പ് ഉറപ്പുവരുത്തുക- 'പാപം ചെയ്യാത്തവർ കല്ലെറിയട്ടെ'.

കുട്ടംകുളങ്ങര അർജുനൻ എന്ന നാമം രക്തത്തിൽ ചാലിച്ചുചേർത്തിട്ടുള്ള അനവധി ആരാധകരുണ്ട്. അർജുനൻ പോകുന്നിടത്തെല്ലാം ഇവരെത്തും. അർജുനനേക്കാൾ യോഗ്യതയും അർഹതയും കുറഞ്ഞ ആനകൾക്കു മുന്നിൽ, എന്തെങ്കിലും സ്ഥാപിതതാത്പര്യങ്ങളുടെ പേരിൽ അവനെ തരംതാഴ്ത്താൻ ആരെങ്കിലും ഒരുങ്ങിയാൽ ഇവർ ഒറ്റക്കെട്ടായി എതിർത്തെന്നും വരും. ഇവരുടെ ആവേശവും ആരാധനയും അർജുനനെ വെള്ളംകുടിപ്പിക്കാറുള്ള സന്ദർഭങ്ങളും അപൂർവമായിട്ടെങ്കിലും അരങ്ങേറാറുണ്ട്.

ചിലപ്പോൾ ഉത്സവത്തിനു തിടമ്പേറ്റുവാൻ കമ്മിറ്റിക്കാർ മറ്റൊരാനയേയാകും നിശ്ചയിച്ചിട്ടുണ്ടാകുക. അർജുനൻ കൂട്ടാനയാകും. അവന്റെ ചുമതലക്കാരും ഇതംഗീകരിച്ചിട്ടുണ്ടാകും. പക്ഷേ, എഴുന്നള്ളിപ്പിന്റെ നേരമെത്തുമ്പോൾ ഇവന്റെ ആരാധകർ "ഹേയ്, എന്തൂട്ടാ ചങ്ങാതീ ഈ കാട്ടണെ. അർജുനൻ നിൽക്കുമ്പൊ വേറെന്തൂട്ട് തേങ്ങ്യാ ഇവിടെ തലപൊക്കിപ്പിടിക്കാൻ എന്ന ചോദ്യവും പ്രകോപനവുമായി ഇവർ ഇത്തിരിനേരമൊക്കെ 'ശാശ്ശീ' പറഞ്ഞ് ഉടക്കുണ്ടാക്കാൻ നോക്കിയെന്നു വരും. പിന്നെ, പരാതിയും പരിഭവവുമെല്ലാം മനസ്സിലൊതുക്കി എഴുന്നെള്ളിപ്പ് തീരും വരെ അവന്റെ പിന്നിൽതന്നെ ഒതുങ്ങിക്കൂടും.

വന്നനാൾമുതൽ തൃശ്ശൂർപ്പൂരം, ഊരകത്തമ്മ തിരുവടിയുടെ മകയീരം പുറപ്പാട്, ഇരങ്ങാലക്കുട ഉത്സവം, ആറാട്ടുപുഴ ശാസ്താവിന്റെ തറയ്ക്കൽപ്പൂരം, അഞ്ഞൂർ പാർക്കാടിപ്പൂരം, അടുപ്പൂട്ടി പള്ളിപ്പെരുന്നാൾ അങ്ങനെയങ്ങനെ കുട്ടംകുളങ്ങര അർജുനന്റെ ജൈത്രയാത്രകൾ, വീരഗാഥകൾ അലയടിച്ചുയരുകയാണ്. തെച്ചിക്കോട്ടുകാവ് രാമചന്ദ്രനേയും മംഗലാംകുന്ന് ഗണപതിയേയും പാമ്പാടി രാജനേയും തിരുവമ്പാടി ശിവസുന്ദറിനേയുമൊക്കെപോലെ കടുത്ത ആരാധകരുള്ള ഒരാനച്ചന്തമായി മാറിയിരിക്കുകയാണ് കുട്ടംകുളങ്ങര അർജുനൻ. മഹാവിഷ്ണു എന്ന കൃഷ്ണൻ മനസ്സറിഞ്ഞ് തന്റെ പ്രിയ തോഴനായ അർജുനനെ കൊണ്ടു നടന്നിരുന്നതുപോലെ, ഈ ഗജശ്രേഷ്ഠനിൽ കുട്ടംകുളങ്ങര മഹാവിഷ്ണു സർവ ഐശ്വര്യങ്ങളും ചൊരിയട്ടെ എന്ന് പ്രാർഥിക്കുന്നു. ഉത്സവനഗരികളിൽ നിന്ന് ഉത്സവനഗരികളിലേക്ക് പറന്നുപറന്ന്, കൊച്ചിയിൽ നിന്ന് തിരുവിതാംകൂറിലേക്കും കോലത്തുനാട്ടിലേക്കുമൊക്കെ പടർന്നു പടർന്ന് കുട്ടംകുളങ്ങര അർജുനന്റെ നാമം പുതിയ രാജരഥ്യകൾ തേടുകയാണ്. മലയാളമണ്ണിൽ അടുത്ത ദശകത്തിലെ ആനത്തമ്പുരാക്കൻമാരുടെ, അവരിൽതന്നെ മുന്നണിപ്പോരാളികളുടെ ചരിത്രമെടുത്താൽ അതിൽ കുട്ടംകുളങ്ങര അർജുനന്റെ സ്ഥാനം അദ്വിതീയമായിരിക്കും.

***

ചിറയ്ക്കൽ കാളിദാസൻ

ക്ഷുഭിതയൗവനം; ഭാവിവാഗ്ദാനം

▼ ചിറയ്ക്കൽ കാളിദാസൻ

ഗജപരിപാലനമെന്ന, ആനയും മനുഷ്യനും ചേർന്നുള്ള ഏകപക്ഷീയമായ പങ്കുകച്ചവടം പൗരാണികകാലം മുതൽക്കേ ഇവിടെ നിലനിന്നു വരുന്നു. എത്രയൊക്കെ പ്രതിഷേധം ഉള്ളിലുണ്ടെങ്കിലും ഒറ്റയ്ക്കൊരുത്തനായിട്ട് കലാപത്തിനു നിന്നതുകൊണ്ട് ഈ അനീതിക്ക് പെട്ടന്നൊരു മാറ്റമുണ്ടാകില്ലെന്ന സത്യം ബുദ്ധിമാന്മാരായ നല്ലൊരു ശതമാനം ആനകളും തിരിച്ചറിഞ്ഞിട്ടുണ്ടാവണം. അതുകൊണ്ടു മാത്രമാകാം അവർ പലതും കണ്ടില്ല, കേട്ടില്ല എന്നു വയ്ക്കുന്നതും. ആന ഒരു വളർത്തുമൃഗമാണോ അല്ലയോ എന്ന പ്രശ്നം ആനകൾക്കും മനുഷ്യർക്കുമിടയിൽ ഇന്നും എന്നും ഒരു തർക്കവിഷയമായി തുടരുമ്പോഴും, ആനകളിൽ ആത്മാഭിമാനത്തിന്റേയും വംശാഭിമാനത്തിന്റേയും കാര്യത്തിൽ തികവുള്ള യുവതുർക്കിയാണ് കാളി എന്ന ചിറയ്ക്കൽ കാളിദാസൻ. ആനയുടമസംഘത്തിന്റെ ഭാരവാഹി കൂടിയായ ചിറയ്ക്കൽ മധുവിന്റെ സ്വന്തവും സ്നേഹഭാജനവുമാണ് കാളിദാസൻ.

കേരള-കർണാടക വനമേഖലയിൽ എവിടെയോ പിറന്നുവീണവൻ; നന്നേ ചെറുപ്പത്തിൽ തന്നെ കർണാടക വനംവകുപ്പിന്റെ പിടിയിലായി. അങ്ങനെയായിരുന്നു കാട്ടിൽനിന്നും നാട്ടിലേക്കുള്ള കാളിദാസന്റെ കൂടുമാറ്റം. അവിടെനിന്നിവനെ മലയാളക്കരയിലേക്ക് ആനയിക്കുന്നത് മനിശ്ശേരി ഹരിയാണ്. ഇന്നത്തെ മംഗലാംകുന്ന് കർണനേയും കുട്ടംകുളങ്ങര അർജുനനേയുമടക്കം നിരവധി ഗജകേസരികളെ കണ്ടെത്തുകയും ഊതിക്കാച്ചിയെടുത്ത് ആനക്കേരളത്തിന്റെ അഭിമാനതാരങ്ങളാക്കി മാറ്റുകയും ചെയ്ത മനിശ്ശേരി ഹരിയിൽ നിന്നുമാണ് ഏതാനും വർഷം മുമ്പ് ചിറയ്ക്കൽ മധു നല്ലൊരു മോഹവിലകൊടുത്ത് കാളിദാസനെ സ്വന്തമാക്കുന്നത്; അവിടം മുതലാണ് കാളിദാസൻ ചിറയ്ക്കൽ കാളിദാസനാകുന്നത്.

ഇവനോടുള്ള ഇഷ്ടക്കൂടുതൽകൊണ്ട് 'വെറും മാടപ്പിറാവ്' എന്ന് ചിലർ പറഞ്ഞേക്കാമെങ്കിലും തലപ്പൊക്കത്തിൽ മാത്രമല്ല തലക്കനത്തിലും താൻ ആരുടേയും പിന്നിലല്ലെന്ന് പ്രഖ്യാപിക്കുന്ന ചെറിയൊരു ധാർഷ്ട്യം ജാതകവശാൽ തന്നെ കാളിദാസന് വീണുകിട്ടിയിട്ടുണ്ട്.

▼ ചിറയ്ക്കൽ മധു കാളിദാസനൊപ്പം

'ഉള്ളിന്റെയുള്ളില് നീലക്കരിമ്പാ'ണെങ്കിലും മട്ടും ഭാവവും കണ്ടാൽ ഇവനാളൊരു ധിക്കാരിയല്ലേയെന്ന് സംശയം തോന്നിയേക്കാവുന്ന ഗൗരവം. അതാണ് കാളിദാസന്റെ സ്ഥായീഭാവം. കാര്യം തരക്കേടില്ല. പക്ഷേ, അത് അവിടംകൊണ്ട് നിൽക്കണം. അല്ലാതെ തീറ്റയും വെള്ളവും പിന്നെ വല്ലപ്പോഴുമുള്ള ഇത്തിരി മധുരവുമൊക്കെ എന്തോ വലിയ ഔദാര്യവും സംഭവവുമാണെന്ന മട്ടിൽ, മുട്ടിയുരുമ്മാനും കൊഞ്ചിക്കുഴയാനുമാണ് വരവെങ്കിൽ അതിനുവേറെ ആനയെ നോക്കണം. അതാണ് ചിറയ്ക്കൽ കാളിദാസന്റെ പ്രത്യയശാസ്ത്രം. ശരിക്കും ഒരു കാതലുള്ള ധിക്കാരി. എന്നുവച്ച് ആരെങ്കിലും ഒരുണ്ട ശർക്കരയോ ഒരുപടല പഴമോ നീട്ടിയാൽ അതൊട്ട് നിഷേധിക്കുകയുമില്ല. വച്ചുനീട്ടുന്നതുകൊണ്ടുമാത്രം വാങ്ങിക്കഴിക്കുന്നു. പക്ഷേ, അതിന്റെ പേരിൽ അവകാശവാദവുമായി കൊമ്പിൽപിടിക്കാൻ വന്നേക്കരുത്. വളരെ ന്യായയുക്തമായ, ഇങ്ങനത്തെ ചില നിർബന്ധങ്ങളേയുള്ളൂ കാളിദാസന്.

ഭൂമിമലയാളം മുഴുവൻ തലവണങ്ങുന്ന അതികായന്മാരെപ്പോലും ഒരുണ്ട ശർക്കരയും ഒരുകൂട് ബ്രെഡ്ഡും കാട്ടി കുഞ്ഞുവാവ കളിപ്പിക്കുന്ന ആനക്കമ്പക്കാരായ പൊതുജനത്തിന്, 'മുഖത്തഞ്ചാറു രോമം കിളിർക്കുംമുമ്പുതന്നെ ചെക്കനിത്ര ഗമയോ' എന്നു തോന്നുക സ്വാഭാവികം. പക്ഷേ, കാളിദാസനതൊന്നും പ്രശ്നമല്ല. കക്ഷത്തിൽ രണ്ടിഷ്ടികയുംവച്ച് ഇത്തിരി ഗമയിലും പത്രാസിലുമൊക്കെ നിന്നെങ്കിലേ ഈ മലയാളമന്നന്മാർക്കുമുന്നിൽ പിടിച്ചുനിൽക്കാനും പിഴച്ചുപോകാനും കഴിയൂ എന്ന പച്ചപ്പരമാർഥം മറ്റാരേക്കാളും നന്നായി അവനറിയാം.

ഒന്നാം പാപ്പാനെന്ന ഒരേയൊരാൾക്കുമാത്രമേ കാളിദാസൻ പരിപൂർണസ്വാതന്ത്ര്യം അനുവദിക്കുകയുള്ളൂ. സ്വന്തം പാപ്പാന്മാരാണെങ്കിൽകൂടി രണ്ടാമന്മാരും മൂന്നാമന്മാരുമൊക്കെ ഭരിക്കാൻ വരുന്നതും ആളുകളിക്കാൻ വരുന്നതുമൊന്നും പഥ്യമല്ല. അമ്പലപ്പറമ്പിലോ ആനപ്പറമ്പിലോ നാലാളെ ഒന്നിച്ചുകാണുമ്പോൾ, ആനയുടെ അടുത്ത് തന്റെവക ഒന്നുരണ്ട് വേലകളിറക്കാമെന്ന വിചാരത്തോടെ ജൂനിയർ പാപ്പാന്മാർ കയറിച്ചെന്നാൽ അവൻ പറപറത്തും. കാളിദാസനെ തല്ലാനും ശാസിക്കാനുമൊക്കെയുള്ള അധികാരവും അവകാശവും ഒന്നാമനുമാത്രം.

പക്ഷേ, അത്യപൂർവമായിട്ടെങ്കിലും കഴുത്തിലെ ഏലസ്സുചങ്ങലയിൽ പിടിച്ചുനിന്ന്, തന്നെയൊന്നു സമാധാനിപ്പിച്ചു നിർത്തുവാൻ സഹായികളായ പാപ്പാന്മാർക്ക് ആനതന്നെ അവസരം നൽകുന്ന ഒരു പ്രത്യേക സന്ദർഭവും കാളിദാസന്റെ ജീവിതത്തിലുണ്ട്.

എഴുന്നെള്ളത്തിനായി തലേക്കെട്ട് കെട്ടിക്കഴിഞ്ഞാൽ, അല്ലെങ്കിൽ എഴുന്നെള്ളത്തിന് ആനകൾ നിരന്നുകഴിഞ്ഞാൽ ഒന്നാമന് ഇത്തിരി നേരമൊക്കെ കാളിദാസൻ ഒരിളവ് അനുവദിക്കും. ഒരു സിഗരറ്റ് പുകയ്ക്കാനോ ചൂടുചായ ഊതിക്കുടിക്കാനോ ഒന്നാമന് അപ്പോഴൊന്നു മാറാം. പക്ഷേ, അതിനും ഒരു പരിധിയുണ്ട്. ഏറിപ്പോയാൽ അരമണിക്കൂർ. അതിനുള്ളിൽ എത്തിക്കൊള്ളണം. ഇത്തരം ചെറിയ ഇടവേളകളിൽ മാത്രമാണ് കാളിദാസന്റെ കടിഞ്ഞാൺ ഇടച്ചട്ടക്കാരെന്ന സഹായികളുടെ കൈയിൽ അപൂർവമായിട്ടെങ്കിലും എത്താറുള്ളത്. പക്ഷേ, നെറ്റിപ്പട്ടം അഴിച്ചുകഴിഞ്ഞാലോ, പിന്നെയവന്റെ കടിഞ്ഞാൺ കയ്യാളാ

മെന്ന മോഹം ഇടച്ചട്ടക്കാരന് അപ്പോൾ തന്നെ ഉപേക്ഷിക്കുകയും ചെയ്യാം.

ആനകൾ എത്രതന്നെ കെങ്കേമന്മാരും ഉയരക്കാരുമൊക്കെയായിരുന്നാലും അവരെ ആനിലയ്ക്കും വിലയ്ക്കും ഉത്സവപ്പറമ്പിൽ നല്ല ചിട്ടയോടെ നിർത്തുകയെന്നത് ശരിക്കും പറഞ്ഞാൽ പാപ്പാന്മാരുടെ മിടുക്കാണ്. എഴുന്നെള്ളിപ്പിന് നിരത്തിനിർത്തിക്കഴിഞ്ഞാൽപ്പന്നെ ഇടയ്ക്കിടയ്ക്ക് ആവശ്യമില്ലാത്ത ആട്ടവും ഇളക്കവുമൊന്നുമില്ലാതെ എടുത്തുപിടിച്ച ശിരസ്സും വിടർത്തിവീശുന്ന ചെവികളുമായി നിൽക്കുന്ന ഗജരാജൻമാർ നമ്മുടെ ഉത്സവക്കമ്പക്കാർക്ക് അക്ഷരാർഥത്തിൽ ആഭിജാത്യത്തിന്റെ പ്രതീകമാണ്. താൻ കൊണ്ടുനടക്കുന്ന ആനയെ ഭംഗിയായി പരിപാലിക്കണമെന്നും ഏത് കൊടികെട്ടിയ പുള്ളികളോടുപോലും ഒന്ന് മത്സരിക്കാൻ പാകത്തിൽ അവനെ പരിശീലിപ്പിച്ചെടുക്കണമെന്നുമുള്ള കാര്യത്തിൽ തികഞ്ഞ നിർബന്ധബുദ്ധിതന്നെയുള്ള പാപ്പാന്മാരായിരുന്നു കാളിദാസന്റെ കാര്യക്കാരായി വന്നിട്ടുള്ളവരത്രയും. ഇന്ന് പൂരപ്പറമ്പുകളിൽ തലപിടുത്തക്കാര്യത്തിൽ ഏത് വമ്പനോടു ഒപ്പത്തിനൊപ്പംനിന്ന് പോരാടാൻ പോന്നവിധം കാളിദാസനെ പരിശീലിപ്പിച്ചെടുക്കുന്നതിന് അവന്റെ പാപ്പാന്മാരുടെ കാര്യമായ പ്രയത്നവും സംഭാവനയുമുണ്ട്.

വേനൽക്കാലം എന്ന ഉത്സവക്കാലം മുഴുവൻ ക്ഷേത്രങ്ങളിൽനിന്ന് ക്ഷേത്രങ്ങളിലേക്കും ഉത്സവങ്ങളിൽനിന്ന് ഉത്സവങ്ങളിലേക്കും തന്റെ ആനയ്ക്കൊപ്പം അലയാൻ വിധിക്കപ്പെട്ടവനാണ് ആനക്കാരൻ. അതിനിടയിൽ വീടും വീട്ടുകാരുമായുള്ള ബന്ധം, വല്ലപ്പോഴുമുള്ള രണ്ടുവരി കത്തിലോ ഒരു മണിയോർഡറിലോ അല്ലെങ്കിൽ ഒരു ഫോൺവിളിയിലോ ഒതുങ്ങും. വീടിനടുത്തുള്ള ക്ഷേത്രത്തിലെങ്ങാനും ഇടയ്ക്കൊരുത്സവം ഒത്തുകിട്ടിയാൽ, കുറച്ചുനേരത്തേക്ക് ആനയെ കൂട്ടത്തിലുള്ളവരെ വിശ്വസിച്ചേൽപിച്ച് ഒരോട്ടപ്രദക്ഷിണം. ആനക്കാരൻ എന്ന മനുഷ്യന്റെ ജീവിതത്തിന് അങ്ങനേയും ചില വശങ്ങളും വളവിൽത്തിരിവുകളുമുണ്ട്. ആനകൾ മദപ്പാടിലാകുകയും അവയെ നല്ലപോലെ കെട്ടിയുറപ്പിക്കുകയും ചെയ്യുന്ന ഏതാനും മാസങ്ങളാണ് ആനക്കാരെ സംബന്ധിച്ചിടത്തോളം ചെറിയ വിശ്രമവേളകൾ. പക്ഷേ, അപ്പോഴും അവയ്ക്ക് നേരാന്നേരം വെള്ളം കൊടുക്കുവാനും ചങ്ങലയൊന്നിളച്ചിടാനുമൊക്കെ പാപ്പാന്മാർ അടുത്തുണ്ടാകണം. പാപ്പാന്മാരുടെ ജീവിതപ്രശ്നങ്ങളെക്കുറിച്ചു കൂടി ചിന്തിക്കുവാനും പ്രവർത്തിക്കുവാനും തക്ക നല്ല മനസ്സുള്ള ചില ആനയുടമകളുണ്ട്. അവർ മദപ്പാടുകാലത്ത് ആനയെ പാപ്പാന്റെ വീട്ടിൽതന്നെയോ, അല്ലെങ്കിൽ അയാളുടെ സൗകര്യാർഥം അയാൾക്കിഷ്ടമുള്ളടത്തോ ബന്ധിക്കുവാൻ അനുവദിക്കാറുണ്ട്. പക്ഷേ, ആനക്കാരൻ ആനയുടെ കാര്യത്തിൽ അത്രമേൽ ആത്മാർഥതയുള്ളവനും വിശ്വസ്തനുമായിരിക്കണമെന്നുമാത്രം.

'പണ്ടേ ദുർബല, പോരാത്തതിന് ഗർഭിണീം' എന്ന മട്ടിലാണ് കാളിദാസന്റെ മദപ്പാടുകാലം. ജന്മസിദ്ധമായി കിട്ടിയിട്ടുള്ള ക്ഷത്രിയവീര്യം, മദപ്പാടുസമയം അരക്കിറുക്കിന്റേതായ കാളകൂടമെന്നകണക്കെ പെയ്തുമറിയും. നല്ലനടപ്പിന്റെ ചിട്ടവട്ടങ്ങളെല്ലാം അപ്പോൾ കുത്തഴിയും. സഹായികളായ പാപ്പാന്മാരെ കൺവെട്ടത്തു കണ്ടാൽ രൗദ്രഭീമനെപ്പോലെ തുള്ളിയുറയും. പിന്നെയവന്റെ കൈയിൽ കിട്ടുന്നതെന്തും അവരുടെ തലവഴി പലവഴി ചിതറും. സാധാരണ ദിവസങ്ങളിൽതന്നെ അത്ര വെടിപ്പുള്ള തീറ്റയല്ല കാളിയുടേത്. 'മേശമര്യാദ' തൊട്ടുതീണ്ടിയിട്ടില്ലാത്ത, തിന്നുന്നതിന്റത്രയുംതന്നെ പാഴാക്കുന്ന ശീലമാണ്. മദപ്പാടായാൽ നല്ലൊന്നാന്തരം പനമ്പട്ട കൈയിൽ കിട്ടിയാലും നടുന്തണ്ടുമാത്രം ഇത്തിരിയൊടിച്ച് വായിലിട്ട് കൊറിച്ചശേഷം ബാക്കിയെല്ലാം എറിഞ്ഞുകളിക്കും.

മദപ്പാടുകാലത്ത് ആനകളുടെ ശാരീരികക്ഷമതയും ഊർജവും സാധാരണത്തേതിൽ നിന്നും എട്ടിരട്ടിയോളംവരെ വർധിക്കാമെന്നാണ് ശാസ്ത്രീയാഭിപ്രായം. പക്ഷേ, അത് കാളിദാസന്റെ കാര്യമാകുമ്പോൾ എട്ടല്ല പതിനാറിരട്ടിവരെയാകുമെന്ന് നമുക്കുതോന്നാം. എങ്കിലും അപ്പോഴും തന്റെ ഒന്നാം പാപ്പാന് ഒരുപരിധിവരെയൊക്കെ സ്വാതന്ത്ര്യം അവൻ കൽപിച്ചനുവദിക്കും. ദിവസവും കാൽച്ചങ്ങലയൊന്നഴിച്ചിടാം.

കുറച്ച് മാറിനിന്ന് പരിസരശുചീകരണ കാര്യങ്ങൾക്കു മേൽനോട്ടം വഹിക്കാം. അങ്ങനെ ചില സൗജന്യങ്ങൾ. പക്ഷേ, കാൽച്ചങ്ങലകൾ നിത്യേന ഇളച്ചിടുമെങ്കിൽക്കൂടി, മദപ്പാടിന്റെ ഭ്രമകൽപനകളെന്ന കലിംഗയുദ്ധങ്ങൾക്കിടയിൽ ചങ്ങലയുമായുള്ള മൽപിടുത്തം നിമിത്തം കാലുകൾ പഴുത്തുപൊട്ടാറുണ്ട്.

മഴ തുടങ്ങിയാൽ (മദപ്പാടിലും) ആനയ്ക്ക് കലിയിളകും. രണ്ടല്ല, നാലു ചങ്ങലകളിട്ട് ബന്ധിച്ചാലും മഴ പെയ്താൽ അവൻ തലകുത്തി മറിഞ്ഞുകളയും. കാളിദാസനെ മദപ്പാടുകാലത്ത് ഇടയ്ക്കിടയ്ക്ക് പാപ്പാന്മാർ മനഃപൂർവം പ്രകോപിപ്പിക്കാറുണ്ട്. ഇത് മദപ്പാടുകാലത്തെ ദിനചര്യയുടെ ഒരു ഭാഗംതന്നെയാണ്. പാപ്പാനോടു കയർത്ത് ആന തലയുറഞ്ഞ് ആടിത്തിമിർക്കുമ്പോൾ, തല നന്നായി ഇളകി മദജലം മുഴുവനായി ഒലിച്ചിറങ്ങുമെന്ന ഒരു പ്രയോജനം ഈ ആട്ടക്കളിക്കു പിന്നിലുണ്ട്.

ചിറയ്ക്കൽ കാളിദാസന്റെ ഉയരപ്പെരുമയെ പട്ടുംവളയും നൽകി ആദരിക്കാത്ത ഉത്സവമാമാങ്കങ്ങൾ തൃശ്ശൂർ-പാലക്കാടൻ ജില്ലകളിൽ ഇപ്പോൾ വിരളമാണ്. മുപ്പതുകളിലേക്ക് കടക്കും മുമ്പുതന്നെ പത്തടിയോടടുക്കുന്ന ഉയരപ്രമാണവുമായി, ആനക്കമ്പക്കാരുടെ മാനസപുത്രനായി മാറിക്കഴിഞ്ഞ കാളിദാസൻ പ്രധാന ഉത്സവങ്ങളിലെല്ലാം തിടമ്പ് വാഹകനായോ, തിടമ്പേറ്റിയ ആനയുടെ തൊട്ടടുത്തവനോ ആയി (പറ്റാനയെന്ന നിലയ്ക്കോ) സ്ഥാനംപിടിക്കുന്നു. നെന്മാറ-വല്ലങ്ങി പൂരത്തിന് വല്ലങ്ങി ദേശത്തിനായി കാളിദാസൻ അണിനിരന്നിട്ടുണ്ട്. ഒരു തവണ തൃശ്ശൂർപ്പൂരത്തിന് കാളിദാസൻ കുളിച്ച് കുറിയിട്ട് തയ്യാറെടുത്തെത്തി. പക്ഷേ, അവസാനനിമിഷം ചില മാറ്റങ്ങളുണ്ടായി. പൂരത്തിന്റെ തെക്കോട്ടിറക്കത്തിനുള്ള നേരമായപ്പോൾ അവസാന പതിനഞ്ചിൽ നിന്നും കാളിദാസന്റെ പേര് വെട്ടിമാറ്റിയിരുന്നു. രാത്രിപ്പൂരത്തിന് മാന്യമായ സ്ഥാനംനൽകാമെന്ന് ഒരു ആശ്വാസവചനവും. പക്ഷേ, അർഹിച്ചത് തട്ടിമാറ്റപ്പെട്ടതിന്റെ വേദനയിലും ക്ഷോഭത്തിലും കൂടുതൽ കാത്തുനിൽക്കാൻ തയ്യാറില്ലാതെ കാളിദാസനും പാപ്പാനും അപ്പോൾതന്നെ പൂരപ്പറമ്പിൽ നിന്നും രാത്രിവണ്ടി പിടിച്ചപ്പോൾ അത് കാളിദാസന്റെ ആരാധകർക്ക് ശരിക്കും നെഞ്ചുകീറുന്ന നീറ്റലായി.

വലിയ ശരീരത്തിലെ ചെറിയ സവിശേഷതകൾ

ആനകളുടെ ശരീരം വിസ്മയങ്ങളുടെ സങ്കലനമാണ്. വലിയ ശരീരത്തിലെ ചെറിയ കണ്ണുകൾക്ക്, കാഴ്ചശക്തി കുറവാണ്. ആനകൾക്ക് ഘ്രാണശക്തിയും ശ്രവണശക്തിയും കൂടുതലാണ്; ബുദ്ധിയും ഓർമയും വളരെ കൂടുതലാണ്. മൂക്കും മേൽച്ചുണ്ടും സംയോജിച്ചുണ്ടായിരിക്കുന്ന തുമ്പിക്കൈയിൽ ആയിരത്തിൽപരം പേശികളുണ്ടെന്നാണ് അനുമാനം. ഏതു ഭാഗത്തേക്കും വളയ്ക്കാവുന്നതും ചുറ്റിപ്പിടിക്കാവുന്നതുമായ ഈ അവയവം സ്പർശനത്തിനും ഭക്ഷണം കഴിക്കുവാനും മറ്റു പ്രവൃത്തികൾക്കും ഉപയോഗിക്കുന്നു. ഇതിൽ ധാരാളം വെള്ളം ശേഖരിച്ചുവയ്ക്കാനും സാധിക്കും. ത്വക്കിന് കട്ടി കൂടുതലാണ്. പാൽപ്പല്ലുകൾ കൊഴിഞ്ഞാൽ ഒരു തവണ രണ്ടു ജോഡി അണപ്പല്ലുകൾവീതം ആറു തവണയായിട്ടാണ് ആനയ്ക്ക് അണപ്പല്ലുകൾ മുളയ്ക്കുന്നത്. മേൽമോണയിലെ രണ്ടാമത്തെ ജോഡി ഉളിപ്പല്ലുകൾ വളർന്ന് കൊമ്പുകളായിത്തീരുന്നു. (പിടിയാനകൾക്ക് കൊമ്പുകൾക്കു പകരം തേറ്റകളാണ്). വലിയ ശരീരത്തോട് നീതിപുലർത്താത്ത ചെറിയ വാലിൽ നിറയെ രോമങ്ങളുണ്ട്. ആനകൾക്ക് മറ്റു ജീവികളിൽ നിന്നും വ്യത്യസ്തമായി തലയുടെ ഇരുവശത്തും ചെവിക്കും കണ്ണിനുമിടയിൽ മദഗ്രന്ഥിയുണ്ട്. അതുപോലെ പരസ്പരം ആശയവിനിമയത്തിനുപയോഗിക്കുന്ന ഉദരമുഴക്കവും ചിന്നംവിളിയും ആനകളുടെ പ്രത്യേകതയാണ്. നിന്നോ കിടന്നോ ആണ് ആനകൾ ഉറങ്ങുന്നത്.

ആനകൾക്കും ചില ദുർബലനിമിഷങ്ങളുണ്ടാകും. ഉള്ളിന്റെയുള്ളിലെ കുട്ടിത്തം സടകുടഞ്ഞുണർന്ന് നക്ഷത്രക്കൊമ്പത്ത് എത്തിപ്പിടിക്കാൻ കുതിക്കുന്ന ചില നേരങ്ങൾ- കാളിദാസനുമുണ്ടങ്ങനെ ചില നേരങ്ങൾ. ശരീരമെത്ര വളർന്നുപൊന്തിയാലും മനസ്സിലെ കുട്ടിത്തവും കുസൃതിയും അവസാനശ്വാസംവരെ ഒപ്പമുണ്ടാകും എന്ന് അപ്പോഴവൻ ഓർമിപ്പിക്കും. അത്തരം സുന്ദരനിമിഷങ്ങളുണ്ടാകണമെങ്കിൽ അവന്റേതായ കുറച്ച് സ്വകാര്യതയൊക്കെ വേണമെന്നുമാത്രം. പാപ്പാൻ ചുറ്റുവട്ടത്തെങ്ങുമില്ലെന്ന് നൂറ്റൊന്നു ശതമാനം ഉറപ്പായാൽ മാത്രമേ കാളിദാസൻ തന്റെ

കൈയിലെ ചെപ്പടിവിദ്യകളൊക്കെ ഒന്നൊന്നായി പുറത്തെടുക്കാറുള്ളൂ.

ഒന്നാം പാപ്പാൻ ആനയെ തറിയിൽ കെട്ടിയുറപ്പിച്ചുപോയാൽ കുറേ നേരത്തേക്ക് അവൻ ഒന്നുമറിയാത്ത 'ഒരയ്യോപാവം' കുട്ടിയെപ്പോലെ തണുത്തുറഞ്ഞ് നിൽക്കും. പക്ഷേ, പാപ്പാൻ ബസ്സ്റ്റോപ്പിലേക്കു നീങ്ങുന്നതും നാട്ടിലേക്കുള്ള വണ്ടിയിൽ കയറുന്നതുമൊക്കെ അവൻ കൃത്യമായി മണത്തറിയും. അതോടെ അയ്യോപാവത്തിന്റെ തനിസ്വഭാവം പുറത്തുവരികയും ചെയ്യും. കളിയും തുള്ളലുമൊക്കെയായി കാളിദാസൻ പിന്നൊരു ഒന്നൊന്നരമണിക്കൂർ നേരത്തേക്ക് ആനപ്പറമ്പിൽ തകർത്തുവാരും. തിന്നാനിട്ടുകൊടുക്കുന്ന പനമ്പട്ടകൊണ്ടാണ് ഈ സമയം കക്ഷിയുടെ പ്രധാന തിരുവിളയാട്ടങ്ങൾ. കളിചിരിതമാശകൾ നല്ലതാണ്. പക്ഷേ, കളിക്കാനായി അരയും തലയും മുറുക്കി കളിക്കളത്തിലിറങ്ങിക്കഴിഞ്ഞാൽ തിരിച്ചുകയറുന്നതുവരെ പാപ്പാന്മാരുടെ നിർദ്ദേശങ്ങളും ഇടപെടലുകളുമൊന്നും ഈ ക്ഷുഭിതയൗവനത്തിന് ഇഷ്ടമല്ല.

ആനകൾക്ക് നമ്മൾ മനുഷ്യർ ആരോപിച്ചുനൽകിയിട്ടുള്ള വർണവിവേചനങ്ങളുടെ വേരുകൾ ചികഞ്ഞാൽ, കാളിദാസൻ ബ്രാഹ്മണ ജാതിയിൽപ്പെടുന്നവനാണെന്ന് പറയേണ്ടിവരും. സ്വഭാവത്തിലും പെരുമാറ്റത്തിലും ആനകൾ പുലർത്തിപ്പോരുന്ന ചില രീതികളും ചില നിഷ്കർഷങ്ങളുമൊക്കെയാണ് ബ്രാഹ്മണനെന്നും ക്ഷത്രിയനെന്നും ശൂദ്രനെന്നുമൊക്കെ ആനകളേയും വേർതിരിക്കുവാൻ മനുഷ്യരെ പ്രേരിപ്പിക്കുന്ന പ്രധാന മാനദണ്ഡങ്ങൾ. വൃത്തിയുടേയും വെടിപ്പിന്റെയും കാര്യത്തിൽ നിർബന്ധബുദ്ധി കൂടുതലുള്ളതിനാലാണ് ചിറയ്ക്കൽ കാളിദാസനെന്ന ഈ ആനപ്പിറവിയും ബ്രാഹ്മണകുലത്തിൽപെടുന്നവനാണെന്ന ചിലരുടെ വിലയിരുത്തലിനു കാരണം. എത്രദൂരമെങ്കിലും നടത്തിക്കൊള്ളട്ടെ. പക്ഷേ, കണ്ട ചളിയിലും അഴുക്കുവെള്ളത്തിലും ചവിട്ടാൻമാത്രം തന്നോട് പറഞ്ഞേക്കരുതെന്നാണ് കാളിദാസന്റെ കല്ലിൽകൊത്തിയ കൽപനകൾ. ചളിയും അഴുക്കും ചവുട്ടാതെ വഴിതാണ്ടാൻ കഴിയില്ലെന്ന് ഉറപ്പാകുന്ന നേരങ്ങളിൽ അവൻ ഒരു ആകാശച്ചാട്ടമെന്ന അറ്റകൈ പ്രയോഗത്തിനുപോലും തയ്യാറായെന്നുവരും. അതുപോലെ, വേറെ ആനകൾ പിണ്ടമിട്ടതോ, മൂത്രമൊഴിച്ചതോ ആയ വെള്ളത്തിൽ നിന്നും ഒരിറക്കുകുടിക്കുന്നതു പോയിട്ട് അതിൽ ഇറങ്ങാൻപോലും ഈ പച്ചപ്പരിഷ്കാരി തയ്യാറുമല്ല. കാളിദാസന്റെ കണിശമായ ഈ ചിട്ടയറിയാതെ പുതിയൊരു പാപ്പാൻ തോട്ടിയും വടിയുമായി അവനെ തല്ലിയൊതുക്കാൻ ശ്രമിച്ചെന്നിരിക്കട്ടെ. അടികൊണ്ട് പുറംപൊളിഞ്ഞാലും തന്റെ തീരുമാനത്തിൽ നിന്നും കടുകിടെ പിന്നോട്ടുപോകാൻ കാളിദാസൻ തയ്യാറല്ല.

വരുംതലമുറയിലെ മികച്ച വാഗ്ദാനമെന്ന പൊൻതിളക്കവുമായി, നവയൗവനാരംഭത്തിൽ തന്നെ അത്യപൂർവമായ താരപരിവേഷം ലഭിച്ച ആനയാണിത്. വെറും ഇരുപത്തഞ്ചുവയസ്സ് പ്രായത്തിൽതന്നെ കേരളത്തിലെ ഏറ്റവും ഉയരമുള്ള പത്തോപതിനഞ്ചോ ആനകളിൽ ഒന്നെന്ന സ്ഥാനം! ഒപ്പം ഏറ്റവും കുറഞ്ഞ പ്രായത്തിൽ ഏറ്റവുമധികം ഉയരംവച്ചവൻ എന്ന ഒന്നാം സ്ഥാനവും. കാളിദാസൻ ഉയരങ്ങൾ താണ്ടിക്കൊണ്ടിരിക്കുകയാണ്.

***

ചെർപ്പുളശ്ശേരി പാർഥൻ

തലയെടുപ്പ്, സ്വഭാവശുദ്ധി

▼ ചെർപ്പുളശ്ശേരി പാർഥൻ

വിശ്വം മുഴുവൻ കാൽച്ചുവട്ടിലാക്കാൻപോന്ന വില്ലാളിവീരൻമാർ ഒന്നിച്ചണിനിരന്നാലും പതിനായിരത്തെട്ട് അക്ഷൗഹിണിപ്പടകൾ മുഖാമുഖം നിന്ന് യുദ്ധംചെയ്താലും യുദ്ധങ്ങളുടെ യുദ്ധം എന്ന് വിശേഷിപ്പിക്കാവുന്ന മഹാഭാരതയുദ്ധം തന്നെയായാലും, അർജുനൻ എന്ന പാർഥൻ വില്ല് കുലച്ചാൽ കാറ്റുപോലും നിശ്ചലമാകുകയായി. ഒരു നിമിഷം ഈ അണ്ഡകടാഹത്തിലെ സർവ ചരാചരങ്ങളും ആ ഞാണൊലിപ്പെരുക്കത്തിനായി കാതോർക്കും. ഇത് ചരിത്രം.

ഗജരാജൻമാരുടെ പടയോട്ടങ്ങൾക്കും പകർന്നാട്ടങ്ങൾക്കുമുള്ള രംഗവേദിയായ മലയാളക്കരയിലുമുണ്ട് ഒരു പാർഥൻ. അദ്വിതീയമായ തലയെടുപ്പും കാട്ടുഞാവൽപ്പഴംപോലും തോറ്റുപോകുന്ന കരിമ്പാറക്കറുപ്പുമായി ഒരു കരുമാടിക്കുട്ടൻ. ഓരോ നോക്കിലും ഓരോ ചുവടുവയ്പ്പിലും തീക്ഷ്ണയൗവനത്തിന്റെ വജ്രകാന്തിയുമായി ഒരാന. അതാണ് പാർഥൻ എന്ന ചെർപ്പുളശ്ശേരി പാർഥൻ.

മുപ്പതുവയസ്സിനു താഴെമാത്രം പ്രായമുള്ളവൻ; ഈ പ്രായത്തിൽ തന്നെ പത്തടിയോടടുത്ത് ഉയരമുള്ളവൻ. വളർച്ചയുടെ പടവുകളിലൂടെയുള്ള പാർഥന്റെ മുന്നേറ്റങ്ങൾക്ക് ചൂടും ചൂരും പകരാൻ കണ്ണിലെണ്ണയൊഴിച്ച് കാത്തുനിൽക്കുകയാണ് ആനക്കമ്പക്കാരുടെ പുതുതലമുറ. പത്തും അമ്പതുമൊക്കെ ആനകൾ തിങ്ങിഞെരുങ്ങി നിരക്കുന്ന ഉത്സവനഗരികളിൽ, നെറ്റിപ്പട്ടമെന്ന മുഖംമൂടിയും ധരിച്ചുനിൽക്കുന്ന ആനക്കൂട്ടങ്ങളിൽ നിന്നും ഓരോന്നിനേയും പെട്ടെന്ന് തിരിച്ചറിയുകയെന്നത് കറതീർന്ന ആനക്കമ്പക്കാർക്ക് പോലും ചില നേരങ്ങളിൽ അൽപം കടുകട്ടിയായ കാര്യമായി തീർന്നേക്കാം. പക്ഷേ, ആനയുടെ തലയെടുപ്പും ഉയരവുമായി താരതമ്യം ചെയ്താൽ, വേണ്ടത്ര കട്ടിയില്ലാത്ത രണ്ട് ചില്ലിക്കൊമ്പുകളുമായി ഒരിളമുറത്തമ്പുരാൻ ആട്ടുകല്ലിന് കാറ്റു പിടിച്ചതുപോലെ തലയുയർത്തി ചെവിവട്ടംപിടിച്ച് നിൽക്കുന്നുണ്ടെങ്കിൽ ആർക്കും ആരോടും ഒന്നും ചോദിക്കാതെ തന്നെ ഉറപ്പിക്കാം, അത് ചെർപ്പുളശ്ശേരി പാർഥനാണെന്ന്.

ഇരിക്കസ്ഥാനം എന്ന മുതുകളവിനേക്കാൾ രണ്ടടിയെങ്കിലും മേലേ നിൽക്കുന്ന നിലവാണ് (തലയെടുപ്പ്) പാർഥന്റെ പ്രത്യേകത. ആസ്സാം-അരുണാചൽപ്രദേശ് ചോലവനങ്ങളിലെവിടെയോ പിറന്നുവീണ്, തുള്ളിതോരാത്ത ചിറാപ്പുഞ്ചി മഴയിൽ പാറിപ്പറന്നിരിക്കുവാൻ സാധ്യതയുള്ള ആനയാണിവൻ. കേരളമെന്ന പുതിയൊരു ഭൂമികയിലേക്ക് പാർഥൻ ലോറികയറുമ്പോൾ കൗമാരം കടന്ന് യൗവനത്തിലേക്കു കഷ്ടിച്ച് എത്തിയിട്ടേ ഉണ്ടായിരുന്നുള്ളൂ.

കേരളത്തിനകത്തും പുറത്തും ശ്രദ്ധേയരായ എസ്.കെ.ഗ്രൂപ്പ് അഥവാ ശബരീഗ്രൂപ്പ് എന്ന വ്യവസായശൃംഖലയുടെ (ചെർപ്പുളശ്ശേരി പുത്തൻവീട്ടുകാരുടെ) മാനസപുത്രനും അഭിമാനപ്രതീകവുമാണ് പാർഥൻ. ചെർപ്പുളശ്ശേരി എസ്.കെ.ഗ്രൂപ്പിലെത്തിച്ചേരും മുമ്പേ പൂമുള്ളി പാർഥൻ എന്ന പേരിൽ ഇവൻ പൂമുള്ളി മനയുടെ സ്വന്തമായിരുന്നു. യൗവനാരംഭത്തിൽ തന്നെ ഇവനെ കേരളക്കരയിലേക്ക് കൂട്ടിക്കൊണ്ടുവന്നത് കോട്ടയം ജില്ലയിലെ പാപ്പാലപ്പറമ്പൻമാരാണ്.

അരുണാചൽ-ആസ്സാം അതിർത്തിയിൽ നിന്നും പാപ്പാലപ്പറമ്പൻമാർ കച്ചവടമുറപ്പിച്ച് ആനയെ ലോറിയിൽ കയറ്റുന്നതിനുമുമ്പേതന്നെ, ഇവനെ സ്വന്തം വീട്ടുമുറ്റത്തു കൊണ്ടുക്കെട്ടുവാൻ ചുണയും പണവുമുള്ളവർ തയ്യാറായി ഇരുന്നുകൊള്ളുകയെന്ന സന്ദേശവുമായി ആനബ്രോക്കർമാർ നാടിന്റെ നാനാഭാഗങ്ങളിലേക്കും കുതിച്ചിട്ടുണ്ടായിരുന്നു. അങ്ങനെയൊരു ബ്രോക്കർ പൂമുള്ളിയിലും എത്തി. ആന ബ്രോക്കർമാരുടെ പൊടിപ്പും തൊങ്ങലുംവച്ച നുണകൾ ഒത്തിരി കണ്ടും കേട്ടും ശീലമുണ്ടായിരുന്നതിനാൽ 'എന്തായാലും ആനയിങ്ങോട്ട് എത്തട്ടെ, വിലയും കച്ചവടവുമൊക്കെ എന്നിട്ടു നോക്കാം' എന്ന മട്ടിലായിരുന്നു പൂമുള്ളി ഉണ്ണിയുടേയും ആദ്യപ്രതികരണം. അപ്പോഴാണ് ആവനാഴിയിലെ അവസാനത്തെ വജ്രായുധം എന്നമട്ടിൽ ബ്രോക്കർ തന്റെ ബാഗിൽ നിന്നും ആനയുടെ ഒന്നുരണ്ട് ഫോട്ടോകൾ പുറത്തെടുക്കുന്നത്. ഫോട്ടോയിൽ നിന്നും കണ്ണെടുക്കാതെ മിഴിച്ചിരിക്കുന്ന ഉണ്ണിയെ കണ്ടപ്പോൾതന്നെ ബ്രോക്കർക്ക് മനസ്സിലായി, ഒരു വമ്പൻസ്രാവ് തന്റെ വലയിൽ വീണുകഴിഞ്ഞെന്ന്. ഫോട്ടോയുമായി തന്റെ മുറിയിലേക്കുപോയ പൂമുള്ളി ഉണ്ണി, ഷർട്ടും മുണ്ടും ധരിച്ച് എന്തിനോ കൽപ്പിച്ചുറപ്പിച്ച മട്ടിലാണ് പുറത്തുവന്നത്.

ബ്രോക്കറും പൂമുള്ളി ഉണ്ണിയും കോട്ടയത്ത് പാപ്പാലപ്പറമ്പിൽ എത്തിയിട്ടും ആനവണ്ടി അങ്ങോട്ടെത്തിയിരുന്നില്ല. ആനയെത്തിക്കഴിഞ്ഞ് മുഖദാവിൽ ഒന്നുകണ്ട് തൃപ്തിപ്പെട്ടതിനുശേഷം കച്ചവടം ഉറപ്പിക്കാമെന്നുവച്ചാൽ, ചക്കപ്പഴത്തിൽ ഈച്ച പൊതിയുംപോലെ ആവശ്യക്കാർ ഇരച്ചെത്തിയെന്നുവരും. അതിനാൽ പിന്നെ കൂടുതലൊന്നും ആലോചിക്കാതെ അഡ്വാൻസ് അപ്പോഴേ കൈയിൽ പിടിപ്പിച്ചു. അങ്ങനെ ആസ്സാമിൽ നിന്നും ദിവസങ്ങൾ നീണ്ട യാത്രയ്ക്കുശേഷം അക്ഷരനഗരിയിലെത്തിയ ആനയും വണ്ടിയും ഒന്ന് ശ്വാസമെടുക്കുംമുമ്പേ പൂമുള്ളി മന ലക്ഷ്യമാക്കി പാലക്കാട് ജില്ലയിലേക്ക് തിരിക്കുകയും ചെയ്തു.

'ആനയെ കാണുംമുമ്പേ കച്ചവടം' എന്ന ബഹുമതി ഒരുപക്ഷേ പാർഥനുമാത്രം അവകാശപ്പെട്ടതാകാം. ആസ്സാമാനകളിൽ അധികവും അത്രയ്ക്കങ്ങ് ഉയരം വയ്ക്കാത്ത കൊഴുത്തുരുണ്ടവയാണ്. പക്ഷേ, ഇവന്റെ ഫോട്ടോ കണ്ടപ്പോൾതന്നെ ഇത് സാധനം വേറെയാണെന്ന സത്യം പൂമുള്ളി ഉണ്ണി മനസ്സിൽ കണ്ടുകാണണം. ആനപ്പിറവികളിലെ ഈ അപൂർവജന്മം ഈ മണ്ണിൽ കൊടിപാറിക്കുമെന്ന കാര്യം പൂമുള്ളി ഉണ്ണിക്ക് അത്രയ്ക്കും ഉറപ്പായിരുന്നു. സ്വതവേ വണ്ണം കുറഞ്ഞ ചില്ലിക്കൊമ്പുകൾ കുറച്ചൊക്കെ കൂട്ടുകൊമ്പുകളും ആയിരുന്നു. എന്നാൽ അത്തരം എല്ലാ പോരായ്മകളും അവന്റെ തലയെടുപ്പിനു മുന്നിൽ നിഷ്പ്രഭമായി മാറിയെന്നതാണ് സത്യം.

പൂമുള്ളിയിലെ പരിശീലനമുറകൾ പാർഥന്റെ ജന്മസിദ്ധമായ തലയെടുപ്പിനെ ഒന്നു തേച്ചുമിനുക്കി. സത്യം പറഞ്ഞാൽ വെറുതേ നിൽക്കുമ്പോൾപോലും ഈ ആനയ്ക്ക് കഴുത്തുവളച്ച് തലതാഴ്ത്തി നിൽക്കാൻ അറിയില്ല. കൊമ്പുകൾ കുറച്ചുകൂടി കനത്തതായിരുന്നെങ്കിൽ ആനയ്ക്ക്

ഇന്നുള്ളതിന്റെ പത്തിരട്ടി പ്രൗഢിയും ഗാംഭീര്യവും തോന്നുമായിരുന്നു. തുമ്പിക്കൈയുടെ അറ്റത്തെ തുണിക്കൈയിൽ പാർഥനൊരു മുറിവുണ്ട്. ഏതോ ഒരപകടത്തിൽപ്പെട്ട് മുറിഞ്ഞു തൂങ്ങിയപോലെയാണിവന്റെ തുമ്പിക്കൈയുടെ അഗ്രഭാഗം. ആരൊക്കെയോ ചേർന്ന് കെട്ടിച്ചമച്ചിട്ടുള്ള ചില ലക്ഷണശാസ്ത്രങ്ങളുടെ പേരിൽ നാടനാനകളെ മാത്രം പൂവിട്ട് പൂജിക്കുന്ന കല്ലുവഴിച്ചിട്ടക്കാർ, ഈ വരത്തന്റെ പേരിലും ചില ന്യൂനതകളും കുശുമ്പും കുന്നായ്മയുമൊക്കെ ആരോപിച്ചേക്കാമെങ്കിലും ആനകളുടെ ഉയരവും തലയെടുപ്പും മാറ്റുരയ്ക്കപ്പെടുന്ന ഉത്സവത്തിമിർപ്പുകളിലേക്ക് കാലെടുത്തുവച്ചാൽ പിന്നെ പാർഥൻ രാജാവാണ്.

ആസ്സാമിലും അരുണാചൽപ്രദേശിലുമൊക്കെ ഇവിടത്തെപ്പോലെ വൻകിട ഉടമകളുടെ സ്വന്തമല്ല അധികമാനകളും. നല്ലൊരു ശതമാനത്തിന്റേയും ഉടമകൾ അവരുടെ പാപ്പാന്മാർ തന്നെയായിരിക്കും. ഓരോ പാപ്പാനും നാലും അഞ്ചും ആനകൾ ഉണ്ടായെന്നുംവരും. ആനകൾക്ക് മലയാളനാട്ടിലെപ്പോലെ ആവശ്യക്കാരും ആരാധകരുമൊന്നും ഇല്ലാത്ത അരുണാചലിൽ രാവിലെ തന്നെ ആനയും പാപ്പാനും ഊരുചുറ്റാനിറങ്ങും. അന്തികറുക്കും മുമ്പേ ആനയുടെ പെരുവയർ നിറയാനും ആനക്കാരന്റെ അടുപ്പു പുകയാനുമുള്ള വക കണ്ടെത്താൻ കഴിഞ്ഞാൽ ഭാഗ്യം.

പാപ്പാലപ്പറമ്പ് കുടുംബത്തിലെ ചാക്കോ വർഷങ്ങളായി അരുണാചലിലാണ് താമസവും കച്ചവടവുമെല്ലാം. അവിടെനിന്നും ആനകളെ ചാക്കോ കേരളത്തിലേക്ക് കയറ്റിവിടും. വരുന്ന മുറയ്ക്ക് നാട്ടിലുള്ള സഹോദരൻ വർഗീസ്, അവയെയെല്ലാം നല്ല വിലയ്ക്ക് കച്ചവടമാക്കുകയും ചെയ്യും. പാപ്പാലപ്പറമ്പിൽ സഹോദരൻമാർ ഇറക്കുമതി ചെയ്തിട്ടുള്ള നൂറുകണക്കിനാനകൾ ഇന്ന് കേരളത്തിലുണ്ട്. അവരിലെല്ലാം വച്ച് പേരും പെരുമയും ആർജിച്ചവർ വിരലിലെണ്ണാവുന്നവർ മാത്രം. അവർക്കിടയിലെ ശുക്രനക്ഷത്രമായി വിളങ്ങുവാൻ ഭാഗ്യമുണ്ടായത് പാർഥനും.

കേരളത്തിലെ ആനവില റോക്കറ്റുപോലെ കുതിച്ചുകയറാൻ കാരണമായവൻ എന്ന സവിശേഷതയും ഈ വടക്കു-കിഴക്കൻ സുന്ദരനുണ്ട്. പലരും കണ്ണുവച്ച മോഹപുഷ്പമായിരുന്നെങ്കിലും പൂമുള്ളിയിൽ നിന്നും ഇവനെ റാഞ്ചിയെടുക്കുവാൻ കഴിഞ്ഞത് ശബരീഗ്രൂപ്പിനായിരുന്നെന്ന് മാത്രം. കേരളത്തിൽ അന്നേവരെ ഒരാനയ്ക്ക് കിട്ടിയിട്ടുള്ളതിൽ ഏറ്റവുംവലിയ വിലകൊടുത്ത് ശബരീഗ്രൂപ്പിലെ സഹോദരങ്ങൾ ഇവനെ സ്വന്തമാക്കുമ്പോൾ, ഇപ്പോഴത്തെ ഉടമകളിലാരും തന്നെ ഇവനെ നേരിട്ട് കണ്ടിരുന്നില്ല എന്ന പ്രത്യേകതയും അതിനുണ്ടായിരുന്നു. കേട്ടറിവുകളുടെ വിശ്വാസത്തിലും ഫോട്ടോകണ്ടുമായിരുന്നു കച്ചവടം. പാർഥന്റെ ജീവിതത്തിൽ ഒരിക്കൽകൂടി അങ്ങനെ സംഭവിച്ചു.

ഏറ്റവും മുന്തിയ ആനകൾക്ക് കൂടി പത്തുമുതൽ പന്ത്രണ്ട് വരെ ലക്ഷം വിലയുണ്ടായിരുന്ന ഘട്ടത്തിൽ ഇരുപതുലക്ഷത്തിനടുത്തുവരുന്ന മോഹവില കൊടുത്താണ് 2002 മാർച്ചിൽ ശബരീഗ്രൂപ്പ് പൂമുള്ളി പാർഥനെ ചെർപ്പുളശ്ശേരി പാർഥനാക്കിയെടുത്തത്. പാർഥനുശേഷം കർണന്റേയും ഒടുവിൽ ഇരുപത്തെട്ട് ലക്ഷത്തിന് തിരുവമ്പാടി ശിവസുന്ദറിന്റേയും കച്ചവടമാണ് അന്ന് ഏറ്റവും വിലയേറിയ കച്ചവടങ്ങൾ. പാർഥൻ തിരികൊളുത്തിവിട്ട ആ വിലക്കയറ്റം വന്നുവന്നിപ്പോൾ അമ്പതുലക്ഷമോ ഒരു കോടിയോ കൊടുത്താലും നല്ലൊരാനയെ കിട്ടാത്ത അവസ്ഥയിലെത്തിനിൽക്കുന്നു.

കുളിപ്പിച്ചുകഴിഞ്ഞാൽ എന്നും പത്തുമിനിറ്റ് പാർഥനാനയ്ക്ക് ചിട്ടയായ തലയെടുപ്പ് പരിശീലനവും വ്യായാമവും നിർബന്ധമാണ്. അപ്പോൾ പാർഥന്റെ നേരേനിൽപ്പും പാപ്പാന്റെ വായ്ത്താരികൾക്കനുസരിച്ചുള്ള മുറകളും കിറുകൃത്യമായി അരങ്ങേറും.

ആനകളുടെ മദപ്പാടിന്റെ ബാഹ്യലക്ഷണമായ നീരൊലിക്കലിന്റെ പ്രധാന അവസ്ഥയിൽ പോലും പാർഥൻ ശാന്തനാണ്. ചെവിയുടെ മുൻഭാഗത്തുള്ള കന്നക്കുഴിയിലൂടെ മദജലം ഒലിച്ചിറങ്ങാൻ തുടങ്ങുന്നതിനു മുൻപ് കന്നം തടിച്ചുവീർക്കുന്ന ഘട്ടത്തിൽ തന്നെ അക്രമവാസന പ്രകടിപ്പിക്കുന്നവരാണ് നല്ലൊരുശതമാനം ആനകളും. നീരൊലിക്കുവാൻ തുടങ്ങിയാലുള്ള

കാര്യം പറയുകയും വേണ്ട. ആ സമയം മദയാനയേയും കൊണ്ട് നടക്കുന്നതു പോയിട്ട്, അതിനെ കെട്ടിയുറപ്പിച്ചിട്ടുള്ള ആനപ്പറമ്പിനടുത്തേക്കു പോലും മനുഷ്യനെ അടുപ്പിക്കില്ല. കൈയിൽ കിട്ടുന്നതെന്തുമെടുത്ത് ആന നല്ല ഏറു തരും. ഈ അവസ്ഥയിലും പാർഥന് യാതൊരു പ്രശ്നവുമില്ലത്രെ! മംഗലാംകുന്ന് ഗണപതിയേയും അയ്യപ്പനേയും പോലുള്ള ചില ആനകളെ താടോടുതാട നീരൊലിക്കുന്ന അവസ്ഥയിലും എഴുന്നെള്ളിക്കാറുണ്ട്. അതുപോലെ പാർഥനും ഇതുവരെ മദപ്പാട് ഉറച്ചിട്ടില്ല.

ആകാരത്തിലും തലയെടുപ്പിലും മാത്രമല്ല, സ്വഭാവത്തിലും മനുഷ്യനുമായുള്ള ഇടപാടുകളിലുമെല്ലാം അവന്റേതുമാത്രമായ ഒരുപിടി അപൂർവ സവിശേഷതകൾക്കുടമയാണ് ചെർപ്പുളശ്ശേരി പാർഥൻ. മുപ്പതുകളുടെ പടികയറിത്തുടങ്ങിയിട്ടും മദപ്പാടുറയ്ക്കാത്ത ആന ഇന്നോളം ആരോടും കാര്യമായ പ്രശ്നങ്ങളുമുണ്ടാക്കിയിട്ടില്ല.

ചെർപ്പുളശ്ശേരി പാർഥന്റെ ഉടമസ്ഥരായ ശബരിഗ്രൂപ്പിന്റെ മറ്റൊരാനയായിരുന്നു നീലകണ്ഠൻ. തമിഴ്നാട്ടിൽ ഒരു മുസ്ലീംപള്ളിയുടെ സ്വന്തമായിരുന്നു ഈ സഹ്യപുത്രൻ. വളർച്ചയുടെ പടവുകൾ കടന്ന് തണ്ടും തടിയും വച്ചപ്പോൾ കൈകാര്യം ചെയ്യാനുള്ള പ്രയാസം നിമിത്തം അവർ ഇവനെ വിറ്റൊഴിവാക്കുകയായിരുന്നു. ഇണക്കിയാൽ തെല്ല് നീരസത്തോടെയാണെങ്കിലും ഇണങ്ങുമെന്നല്ലാതെ പശു, ആട് തുടങ്ങിയ നാല്ക്കാലികളെപ്പോലെ ഒരു വളർത്തുമൃഗമാണെന്ന് ഒരിക്കലും പറയാനാവാത്ത ജീവിയാണ് ആന. പക്ഷേ, ചെർപ്പുളശ്ശേരി നീലകണ്ഠന്റെ കാര്യമെടുത്താൽ, ആനകളുടെ നിത്യോപയോഗങ്ങൾക്കു പുറമേ മറ്റൊരു സവിശേഷതകൂടിയുണ്ട്. ആനകൾ കാലുകൊണ്ട് ചവുട്ടി തേങ്ങ പൊട്ടിച്ചെടുക്കാറുണ്ടെങ്കിലും, നീലകണ്ഠന്റെ കൈയിലേക്കൊരു തേങ്ങ കൊടുത്താൽ യാതൊരുവിധ ആയുധങ്ങളുടേയും സഹായമില്ലാതെ നിമിഷങ്ങൾക്കകം കൊമ്പും തുമ്പിയുമുപയോഗിച്ച് പൊതിച്ചെടുക്കും. പൊതിച്ചുകഴിഞ്ഞ തേങ്ങയിൽ അൽപമെങ്കിലും ചകിരി ശേഷിക്കുന്നുണ്ടോ എന്ന് തടഞ്ഞുനോക്കി അതും പറിച്ചെടുക്കുന്ന വിരുതനാണ് നീലകണ്ഠൻ! പാർഥനെക്കൂടാതെ ചെർപ്പുളശ്ശേരിക്കാർക്ക് സ്വന്തമായ മറ്റു രണ്ടാനകളാണ് ശേഖരനും മണികണ്ഠനും.

▼ ചെർപ്പുളശ്ശേരി ശേഖരൻ

പാർഥനെ എഴുന്നെള്ളിക്കുന്ന ഉത്സവനഗരികളിൽ, ഇടയ്ക്കിവന്റെ പ്രകടനം വീക്ഷിക്കുവാനും വിലയിരുത്തുവാനും ഉടമകളും വേണ്ടപ്പെട്ടവരും എത്തിയാൽ ഒരു കുഴപ്പമുണ്ട്. അവരുടെ ഗന്ധം മൂക്കിലടിച്ചാലോ അവരിലാരെങ്കിലും കണ്ണിൽപ്പെട്ടാലോ പിന്നെ തലയെടുപ്പും മത്സരവീര്യവുമെല്ലാം വിസ്മരിച്ച് കക്ഷി തന്റെ വേണ്ടപ്പെട്ടവരുടെ മുഖത്തു നിന്നും കണ്ണെടുക്കാതെ മിഴിച്ചു നിൽക്കും. കിട്ടാനുള്ള മധുരം വായിലെത്തി എന്ന സന്ദേശം വായിൽനിന്നും തലച്ചോറിലേക്ക് എത്തിക്കഴിഞ്ഞേ പാർഥന്റെ തല പിന്നെ ഉയരങ്ങളിൽ നിന്നും ഉയരങ്ങളിലേക്ക് വളർന്ന് പന്തലിക്കുകയുള്ളൂ.

പ്രശസ്തിയുടെ നെറുകയിൽ കത്തിജ്വലിച്ചു നിൽക്കുമ്പോൾ തന്നെ, ജീവന്റെ നിലനിൽപു പോലും പ്രതിസന്ധിയിലായിത്തീരുകയെന്ന ദുര്യോഗവും ഇടക്കാലത്ത് പാർഥനാനയ്ക്കു ണ്ടായി. ഒരു പുനർജന്മം തന്നെയാണ് ഇന്നത്തെ ചെർപ്പുളശ്ശേരി പാർഥന്റേത്.

പൂമുള്ളിയായാലും ഇന്നത്തെ ഉടമകളായ ശബരിഗ്രൂപ്പായാലും യുവത്വത്തിന്റെ പ്രസരിപ്പെന്ന് വിശേഷിപ്പിക്കാവുന്ന ഈയാന പിടിച്ചതത്രയും പുളിങ്കൊമ്പുകളായിരുന്നു. പൊന്നുപോലെ നോക്കുകയും സംരക്ഷിക്കുകയും ചെയ്യുന്ന ഉടമകളായിരുന്നു എന്നും പാർഥനാനയുടെ സൗഭാഗ്യം. രണ്ടു വർഷങ്ങൾക്കു മുമ്പുള്ള ഉത്സവസീസണിന്റെ തുടക്കത്തിൽ ഏതാനും ഉത്സവങ്ങളിൽ പാർഥൻ പ്രത്യക്ഷപ്പെട്ടുവെങ്കിലും ഏതൊരു ഉത്സവപ്പറമ്പിലും ഏതൊരാനക്കൂട്ടത്തിലും തലയുയർത്തിപ്പിടിച്ചു നിൽക്കാറുള്ള പാർഥന്റെ നിഴൽമാത്രമായിരുന്നു ആ രൂപം. കണ്ടവർ സഹതാപത്തോടെ ചോദിച്ചുപോകുന്ന ദയനീയ ഭാവം. അധികം താമസിയാതെ പാർഥൻ ഉത്സവനഗരികളിൽ നിന്നും തീർത്തും അപ്രത്യക്ഷനാകുകയും ചെയ്തതോടെ ആനക്കമ്പക്കാരുടെ ഉള്ളം പിടച്ചുപോയി. കാര്യമായ ചില രോഗങ്ങൾ അലട്ടുന്നുണ്ടെങ്കിലും പാർഥൻ ചെർപ്പുളശ്ശേരിയിലെ ആനപ്പറമ്പിൽ പരിപൂർണ വിശ്രമത്തിലും ചികിത്സയിലുമാണെന്ന വാർത്ത കേട്ട് കുറച്ചെങ്കിലും ആശ്വാസംകൊണ്ട ആരാധകരുടെ ഹൃദയങ്ങളിൽ തീ കോരിയിടുന്നതായിരുന്നു പിന്നെപ്പിന്നെ പുറത്തു വന്നുകൊണ്ടിരുന്ന വിവരങ്ങൾ. നാലഞ്ചാനക്കമ്പക്കാരും നാലഞ്ചാനക്കാരും ഒന്നുരണ്ട് ആനയുടമകളുമൊക്കെ ഒത്തുകൂടുന്ന ഓരോ വെടിവട്ടങ്ങളിൽ നിന്നും പുറത്തു വന്നുകൊണ്ടിരുന്ന പാർഥവിശേഷങ്ങൾ ഇങ്ങനെയായിരുന്നു- പാർഥൻ പാദരോഗംകൊണ്ട് വലയുകയാണെന്നും അതല്ല കിടക്കത്തഴമ്പിന്റെ പഴുപ്പ് അസഹ്യമായി വശംകെട്ടിരിക്കുന്നുവെന്നും. ഇത്തരം വാർത്തകൾ പുറത്തുവരികയും സീസണിലെ ആറേഴുമാസം പാർഥനെ കാണാതാകുകയും ചെയ്തതോടെ ആനയുടെ കാര്യം കൈവിട്ടുപോയി എന്നുതന്നെ പലരും വിധിയെഴുതി; അല്ലെങ്കിൽ വിശ്വസിക്കുവാൻ നിർബന്ധിതരായി. പക്ഷേ, പാർഥൻ എല്ലാ പ്രതിസന്ധികളേയും തരണം ചെയ്തു.

പിൻതുടയുടെ മുകൾവശങ്ങളിലായി തഴമ്പുപോലെ എന്തോ ഒന്ന് കുറേക്കാലം കല്ലിച്ച് കിടക്കുകയും പിന്നെയാ വ്രണം പഴുത്തുപൊട്ടി ഉണങ്ങാൻ പ്രയാസമായിത്തീരുകയും ചെയ്യുന്നത് നല്ലൊരുശതമാനം ആനകളേയും വിഷമിപ്പിക്കുന്ന ഒരു രോഗമാണ്. ഇതിനെ 'കിടക്കത്തഴമ്പെ'ന്നാണ് പറയുന്നത്. ആനകൾ കിടക്കുമ്പോൾ ആ ഭാഗത്ത് കല്ലുപോലെ കനപ്പെട്ട എന്തെങ്കിലുമുണ്ടെങ്കിൽ മണിക്കൂറുകളോളം ആനയുടെ ശരീരഭാരം ആ കല്ലിൽ അമരുകയും അവിടെ തഴമ്പുവന്ന് പഴുക്കുന്നതുമാണ് കിടക്കത്തഴമ്പ്. ആനകളെ കിടത്തുമ്പോൾ അല്ലെങ്കിൽ കിടക്കുവാൻ പാകത്തിൽ തളയ്ക്കുമ്പോൾ കല്ലുകളോ മറ്റ് അപകടകരമായ വസ്തുക്കളോ തറിയിൽ ഇല്ലെന്ന് ഉറപ്പാക്കാൻ പാപ്പാൻമാർ ശ്രദ്ധിച്ചാൽ ഇതൊഴിവാക്കാവുന്നതാണ്.

കിടക്കത്തഴമ്പ് കുറേക്കാലമായി പാർഥനെ അലട്ടുന്നുണ്ടെങ്കിലും ഒരുവശത്തെ മുറിവ് പൂർണമായി ഭേദമാകുകയും മറ്റേ വശത്ത് നല്ല കുറവ് വരികയും ചെയ്തിട്ടുണ്ട്. യഥാർഥത്തിൽ കിടക്കത്തഴമ്പല്ല, ശരീരത്തിലെ ചില പേശികളുടെ രക്തയോട്ടം നിലച്ച് ദേഹംമുഴുവൻ നീരുവന്ന് വീർക്കുന്ന പ്രത്യേക വാതരോഗമാണ് പാർഥന്റെ ജീവന് ഇടക്കാലത്ത് ഭീഷണിയായത്. പാലോട് അയ്യപ്പനടക്കം ഒട്ടേറെയാനകൾ ഈ വാതരോഗത്താൽ ചരിഞ്ഞിട്ടുണ്ട്. ഒരിക്കൽ ഈ രോഗത്തിന് അടിപ്പെട്ടാൽ അതിൽനിന്നും രക്ഷപ്പെടുക അത്യപൂർവമാണ്. പ്രതീക്ഷിച്ച മരണത്തിന്റെ വക്കിൽ നിന്നും തികച്ചും അദ്ഭുതകരമാംവിധം പാർഥൻ തിരിച്ചുകയറിയെത്തിയപ്പോൾ അതിനുപിന്നിൽ ഒരുപാട് ആനക്കമ്പക്കാരുടെ പ്രാർഥനകളുണ്ടായിരുന്നു. പിന്നെ, കണ്ണിലെണ്ണയൊഴിച്ചെന്നോണം ഇവനായി ഊണും ഉറക്കവും ഉപേക്ഷിച്ച് പരിശ്രമിച്ച ഉത്തരവാദമുള്ളവരുടെ വലിയ മനസ്സും. ഒറ്റ ദിവസത്തേക്ക് പതിനായിരത്തിനുമേൽ ഏക്കം ലഭിക്കുന്ന പാർഥനെപ്പോലൊരാനയെ ഏഴെട്ടുമാസക്കാലത്തേക്ക് ഒരൊറ്റ ഉത്സവത്തിനും വിടാതെ,

വെയിലും മഴയും ഏൽക്കാതിരിക്കാൻ വീട്ടിൽ പ്രത്യേക ഷെഡ്ഡ് തന്നെ പണിത് സംരക്ഷിച്ച ഇവന്റെ ഉടമകളോടും ഡോക്ടർമാരോടും വൈദ്യൻമാരോടുമെല്ലാം ഇന്ന് പൂർണാരോഗ്യവാനായ പാർഥൻ ഒത്തിരിയൊത്തിരി കടപ്പെട്ടിരിക്കുന്നു.

ആനകളുടെ ചികിത്സാക്കാര്യത്തിലായാലും ഭക്ഷണക്കാര്യത്തിലായാലും സമയാസമയം എല്ലാം കിട്ടുന്നുണ്ട് എന്നുറപ്പുവരുത്താൻ ദത്തശ്രദ്ധയായ ഒരാൾ പുത്തൻ വീട്ടിലുണ്ട്-ശ്രീദേവിയമ്മ. ശ്രീദേവിയമ്മയും പാർഥനുമായുള്ള അടുപ്പം ഇവിടത്തെ പാപ്പാൻമാർക്കും സമീപവാസികൾക്കും വല്ലാത്തൊരു രസവും കാഴ്ചയുമായിരുന്നു കുറച്ചുകാലം മുമ്പുവരെ! പാർഥനടുത്തേക്ക് പോകുന്നതിനും അവനെ തഴുകിത്തലോടി ലാളിക്കുന്നതിനുമൊന്നും ശ്രീദേവിയമ്മയ്ക്ക് തെല്ലും മടിയും പേടിയുമുണ്ടായിരുന്നില്ല. പക്ഷേ, പനമ്പട്ടയിലും മറ്റും തട്ടിവീണേക്കാം എന്ന ആശങ്കയിൽ, അടുത്തകാലത്തായി 'പാർഥനും അമ്മുമ്മയുമായുള്ള തൊട്ടുംപിടിച്ചും കളികളൊന്നും വേണ്ട' എന്ന കർശനമായ വിലക്കേർപ്പെടുത്തുകയായിരുന്നു ചെറുമക്കൾ.

തന്റെ തുമ്പിക്കൈയിൽ ആരും പിടിക്കുന്നത് പാർഥന് തീരെ രസിക്കാത്ത കാര്യമാണ്. അത് അവന്റെ ദൗർബല്യമാണ്. അതുപോലെ ഉറക്കത്തിലെ ചാടിയെണീക്കലും. തന്റെ സ്വന്തം ലാവണമായ പുത്തൻവീട്ടിലെ ആനത്തറിയിൽ കിടന്നുറങ്ങുംപോലെ സുഖമായൊരു ഉറക്കം പാർഥന് വേറെവിടെ കിടന്നാലും കിട്ടില്ല. ഇടയ്ക്കിടെ ചാടിയെഴുന്നേൽക്കുമെന്നു മാത്രം. ആനകൾ കിടന്നുകൊണ്ടുതന്നെ രണ്ടുംമൂന്നും മണിക്കൂറൊക്കെ ഉറങ്ങാറുണ്ട്. ഇക്കാര്യത്തിൽ പാർഥൻ നേരെ മറിച്ചാണ്.

കാര്യമായ കെട്ടിയഴിക്കലൊന്നും വേണ്ടാതെ തന്നെ ഏത് പാപ്പാനും സുഖമായി കൊണ്ടുനടക്കാവുന്ന ആനയാണ് പാർഥൻ. രോഗങ്ങളുടെ അസ്കൃതകളും ആലസ്യങ്ങളും കുടഞ്ഞെറിഞ്ഞുകളഞ്ഞശേഷം ആദ്യമായി പാർഥനെ എഴുന്നെള്ളിച്ചത് കടമ്പഴിപ്പുറം ക്ഷേത്രത്തിലായിരുന്നു.

ആനകളുടെ തലയെടുപ്പിന്റെ യഥാർഥ മാമാങ്കവേദിയെന്ന് വിശേഷിപ്പിക്കാവുന്ന വടക്കൻപറവൂർ ചക്കുമരശ്ശേരി ക്ഷേത്രത്തിലെ കലാശപ്പോരാട്ടത്തിന് ഒരിക്കൽ ഈ ഇളമുറത്തമ്പുരാനും കച്ചമുറുക്കി കളത്തിലിറങ്ങി. ഒപ്പത്തിനൊപ്പമുള്ള പോരാട്ടത്തിലെ പ്രതിയോഗി ഒട്ടും മോശക്കാരനല്ലാത്ത മംഗലാംകുന്ന് അയ്യപ്പനും. രണ്ടും കല്പിച്ച് ഒരു നിൽപങ്ങോട്ട് നിന്നുകൊടുത്തപ്പോൾ കണ്ടുനിന്നവർക്കാണ് ശ്വാസംമുട്ടിയത്. അന്ന് പാർഥന്റെ ഉയരം ഇന്നത്തേതിലും ഒന്നോ രണ്ടോ ഇഞ്ചുകൾ കുറവായിരുന്നു എന്നും കൂടി മനസ്സിലാക്കുമ്പോഴാണ് അന്നത്തെ നിൽപിന്റെ മാഹാത്മ്യം മനസ്സിലാവുക! ജഡ്ജിംഗ് കമ്മിറ്റിയും ബുദ്ധിമുട്ടിലായി. ആരെ തള്ളും ആരെ കൊള്ളും. ആരും മോശക്കാരല്ലാത്ത മത്സരത്തിൽ വിധിനിർണയിക്കുന്നതിൽ മനുഷ്യരായി പിറന്നവർക്കെല്ലാം കൈമലർത്തുകയല്ലാതെ നിവൃത്തിയില്ലായിരുന്നു. ഒടുവിൽ, വിജയി ആരെന്ന് ചക്കുമരശ്ശേരി ഭഗവതിതന്നെ തീരുമാനിക്കട്ടെയെന്നായി. ക്ഷേത്രനടയിൽ തന്ത്രി നറുക്കിട്ടു. പാർഥനെന്ന് ഫലം മൈക്കിലൂടെ പുറത്തുവരികയും ചെയ്തു. പക്ഷേ, കാതടപ്പിക്കുന്ന കരഘോഷത്തിലും ആർപ്പുവിളിയിലും അതാർക്കും കേൾക്കാൻ കഴിഞ്ഞില്ലെന്നുമാത്രം!

വിജയത്തിന്റെ തങ്കത്തിളക്കത്തിൽ, അഭിമാനം കൊണ്ട് വിജൃംഭിതനായ ഒരാനപ്പിറവിയുടെ തലയെടുപ്പായിരുന്നു അത്. തലയെടുപ്പിന്റെ കൺകണ്ട രൂപമായി, നാളേയുടെ അതുല്യ തേജസ്സായി നാടുവാഴാൻ ഒരാന. അതാണ് ചെർപ്പുളശ്ശേരി പാർഥൻ! തലമുറകൾക്കു മുന്നിൽ തലപ്പൊക്കമത്സരങ്ങളുടെ നൂറുനൂറ് കഥകളും കണ്ണിമയ്ക്കാതെ കാണാനുള്ള നൂറായിരം കാഴ്ചക്കമ്പങ്ങളുമായി പാർഥൻ മംഗലാംകുന്ന് കർണന്റെ യഥാർഥ പിൻഗാമിയായി യാത്ര തുടരുന്നു.

***

ഏഷ്യാഡ് അപ്പു

അതിപ്രശസ്തി; അനിവാര്യത

കാൽനൂറ്റാണ്ടിനപ്പുറമാണ് ഏഷ്യാഡ് അപ്പു വെന്ന ആനക്കുരുന്ന് ആദ്യമായി മലയാളനാട്ടി ലേക്കെത്തുന്നത്. അന്ന് ബീഹാറും യു.പി.യും മറ്റു ദക്ഷിണേന്ത്യൻ സംസ്ഥാനങ്ങളുംതാണ്ടി, വാളയാർ ചെക്ക്പോസ്റ്റിലുള്ള കേരള അതിർത്തി യിൽ ഒരു പടുകൂറ്റൻ ലോറി വന്നുനിൽക്കുമ്പോൾ അതിനകത്ത് യാത്രചെയ്ത് വശംകെട്ട നാലു കുട്ടിയാനകൾ ഉണ്ടായിരുന്നു. പൊടിപടലത്തിൽ മുങ്ങിക്കുളിച്ച ലോറിയിൽ നിന്ന് ആദ്യത്തെ മൂന്നു പേർക്കു പിന്നാലെ ഉന്തിയും തള്ളിയും എടുത്തു യർത്തിയുമെന്നോണം പുറത്തേക്ക് ആനയിക്ക പ്പെട്ട നാലാമനെ കണ്ട് നാട്ടുകാർ ശരിക്കുമമ്പര ന്നു. പെറ്റുവീണ്, കണ്ണുതുറന്നിട്ടില്ലാത്ത പൂച്ചക്കു ട്ടിയെപ്പോലെ ഒരാനക്കുട്ടി! അവന്റെ കൊച്ചുതു മ്പിയുടെ തുമ്പത്ത് അപ്പോഴും അമ്മിഞ്ഞപ്പാ ലിന്റെ മണവും മാധുര്യവും അവശേഷിക്കുന്നു ണ്ടായിരുന്നു. (അത് അതിശയോക്തിയല്ലെന്നും ആനക്കുട്ടികൾ അഞ്ചും ആറും വയസ്സുവരെ യൊക്കെ മുലകുടിക്കാറുമുണ്ടെന്നത് സത്യംത ന്നെയെന്നും ഉൾക്കൊള്ളുക).

വെറും മൂന്നുവയസ്സ് പ്രായത്തിൽ ബീഹാറിൽ നിന്നും കെ. കരുണാകരൻ ഭരിച്ചിരുന്ന കേരളനാ ട്ടിലേക്കെത്തിച്ചേർന്ന ആനക്കുരുന്നിനെ ആരുക ണ്ടാലും എടുത്തൊരുമ്മ കൊടുക്കാൻ തോന്നു മായിരുന്നു. എടുത്താൽ പൊങ്ങില്ലാത്തതു കൊണ്ടുമാത്രം ആരും അതിന് മുതിർന്നിരുന്നി ല്ലെന്നുമാത്രം. എന്നാൽ ഉമ്മ കൊടുക്കാനും കൊഞ്ചിക്കുവാനുമുള്ള കൗതുകവുമായി ആന ക്കുട്ടിക്കുപിന്നാലെ വട്ടമിടുന്നവർക്ക് ചിലപ്പോൾ ഉമ്മയ്ക്കുപകരം ഊക്കോടെ ഒരു മുട്ടായിരുന്നു അവൻ സമ്മാനിച്ചിരുന്നത്. ആനക്കുട്ടിയുടെ മുട്ട് ഏറ്റുവാങ്ങുവാൻ സുകൃതം ചെയ്തവർ, കുറേ നേരത്തേക്ക് തലയിൽ നിന്നും പറന്നുയരുന്ന പൊന്നീച്ചകളുടെ കണക്കെടുത്ത് അവിടെ ത്തന്നെ ഇരുന്നുപോകുമെന്നുമാത്രം.

ഏതായാലും തട്ടുംമുട്ടും അധികമാകുംമുമ്പേ തന്നെ വികൃതിക്കുട്ടൻ ബാലലീലകളുടെ പൊന്നു തമ്പുരാനായ അമ്പാടിക്കണ്ണന്റെ തിരുസന്നിധിയി ലേക്ക് സമർപ്പിക്കപ്പെട്ടു. പാലക്കാട്ടുകാരൻ കെ.കെ. നാരായണൻ നായരാണ് 1980 മാർച്ച് 13-ന് കഥാനായകനെ ഗുരുവായൂരമ്പലത്തിൽ നട യ്ക്കിരുത്തുന്നത്. ചെറിയൊരു പരിഷ്കാരത്തോ ടെ, തന്റെ പേരുതന്നെയാണ് നാരായണൻ നായർ കുട്ടിയാനയ്ക്കായി നിർദ്ദേശിച്ചത്- കുട്ടിനാരായ ണൻ.

അന്ന് പത്തുനാൽപതോളം ആനയുണ്ടായി രുന്ന പുന്നത്തൂർ കോട്ടയെന്ന ആനത്താവള ത്തിലെ കളിയും ചിരിയും കൗതുകവും എല്ലാം കുട്ടിനാരായണൻ തന്നെയായായിരുന്നു. പതിവ് ജോലികൾക്കിടയ്ക്കുള്ള ആനക്കാരുടെ വെടിവ ട്ടങ്ങൾക്കിടയിൽ വിസ്തരിച്ചൊന്ന് മുറുക്കുവാ നായി ചിലർ വെറ്റിലയിൽ നൂറുതേച്ച് അടയ്ക്ക് നുറുക്കുവാനായി അതൊന്നു താഴെ വയ്ക്കേണ്ട താമസം, വെറ്റിലയുംകൊണ്ട് കുട്ടിനാരായണൻ സ്ഥലംവിട്ടിരിക്കും.

നല്ലൊരാനപ്പന്തിയിൽ നിന്നും ചിട്ടവട്ടങ്ങളുടെ ആദ്യാക്ഷരങ്ങൾ പഠിച്ചിട്ടില്ലെങ്കിലും, കുറുമ്പി ന്റേയും വികൃതിയുടേയും കാര്യത്തിൽ അന്നേ ഇവൻ ഉന്നതബിരുദം നേടി. സ്വദേശിയായാലും വിദേശിയായാലും ആനക്കോട്ട കാണാനെത്തുന്ന മനുഷ്യരൂപങ്ങൾക്ക് അവനെ തൊട്ടുതലോടാനാ കട്ടെ അതീവതാത്പര്യവും. കുട്ടിക്കൊമ്പന്റെ കുഞ്ഞിക്കൊമ്പ് വായിൽനിന്നും പുറത്തേക്കിറ ങ്ങിത്തുടങ്ങിയിട്ടില്ലെങ്കിലും, അവന്റെ അഹങ്കാര ത്തിന് നല്ലവണ്ണം കൈയും കാലും വച്ചുകഴിഞ്ഞി രുന്നു. പക്ഷേ, കോട്ടയിലെ വല്യേട്ടന്മാരേയും

ചേച്ചിമാരേയും അമ്മാവന്മാരെയുമൊക്കെ കൂടുതൽ അസൂയാലുക്കളാക്കിക്കൊണ്ട് അവനെത്തേടി ലോകംമുഴുവൻ കൊതിക്കുന്ന പുതിയൊരു പളുങ്കുപട്ടം വരാനിരിക്കുന്നതേ ഉണ്ടായിരുന്നുള്ളൂ. 'അപ്പു' എന്ന പേരിൽ ഡൽഹിയിൽ നടന്ന ഏഷ്യാഡിന്റെ ഔദ്യോഗിക മുദ്രയ്ക്ക് ജീവൻ നൽകുവാനായിരുന്നു കുട്ടിനാരായണന്റെ പുതിയ നിയോഗം.

പിന്നെയെല്ലാം പെട്ടെന്നായിരുന്നു. അപ്പുവിന്റെ വാർത്തകളും വിശേഷങ്ങളും നേരിട്ട് ഒപ്പിയെടുക്കാൻ പത്രക്കാർ കാത്തുകിടന്നു. അക്കാലയളവിൽ കേരളത്തിൽ പണിയപ്പെട്ട ഒട്ടേറെ വീടുകളുടെ മുൻഭാഗത്ത് ഒരു ഭാഗ്യചിഹ്നംപോലെ അപ്പുവിന്റെ ചിത്രം ആലേഖനം ചെയ്യപ്പെട്ടത് ഇന്നും കാണാം. സാക്ഷാൽ മുഖ്യമന്ത്രി തന്നെ നേരിട്ടെത്തി ഫ്ളാഗ് ഓഫ് ചെയ്ത് യാത്രയാകുമ്പോഴും പിന്നെ ഡൽഹിയിലെ ഉത്സവനഗരിയിലേക്ക് ചെന്നിറങ്ങിയപ്പോഴും അവൻ തന്നെയായിരുന്നു താരം. പി.ടി. ഉഷയും വൽസമ്മയും ഷൈനിയുമൊക്കെ സ്വർണ്ണം നേടുമോയെന്നറിയാൻവേണ്ടി വലത്തേ കാതുകൂർപ്പിച്ച മലയാളി, ഇടത്തേക്കാത് അപ്പുവിന്റെ വിശേഷങ്ങൾ ഏറ്റുവാങ്ങാനും മാറ്റിവച്ചു. പി.ടി. ഉഷയെ അട്ടിമറിച്ച് സ്വർണവും കൊണ്ടോടിക്കളഞ്ഞ ലിഡിയ ഡിവേഗ എന്ന വിദേശ അത്‌ലറ്റിനോടുള്ള നമ്മുടെ നീരസവും വിദ്വേഷവും, തൊട്ടടുത്ത നാൾ അവൾ നമ്മുടെ പുന്നാരഅപ്പുവിനെ തൊട്ടുതലോടി കൊഞ്ചിക്കുന്ന നിമിഷംവരെ മാത്രമേ

നീണ്ടുനിന്നുള്ളൂ.

ഏഷ്യയുടെ നാനാഭാഗത്തു നിന്നുമെത്തിയ കായികതാരങ്ങൾ, മാധ്യമപ്രവർത്തകർ, ലോക നേതാക്കൾ തുടങ്ങിയവരെല്ലാം അപ്പുവിന്റെ ഒരു തൊട്ടുഴിയലെന്ന ഓട്ടോഗ്രാഫിനായി, അവന്റെ മുന്നിൽ മണിക്കൂറുകളോളം കാത്തുകിടന്നു. ആനയായി ജനിക്കുന്നെങ്കിൽ അതു കുട്ടിനാരായണന്റെ ജാതകത്തിൽ തന്നെയായിരിക്കണം എന്ന് ലോകത്തെ ഏതൊരാനയെക്കൊണ്ടും പറയിച്ചുകളഞ്ഞ പേരും പ്രശസ്തിയും! അതായിരുന്നു കേവലം അഞ്ചാം വയസ്സിൽ ഏഷ്യാഡ് അപ്പുവെന്ന കുട്ടിനാരായണൻ റാഞ്ചിയെടുത്തത്.

ഏഷ്യാഡ് കഴിഞ്ഞ് നാട്ടിൽ വന്നിറങ്ങിയ അപ്പുവിനെ പിന്നെ പിടിച്ചാൽ കിട്ടാത്തവിധമായി. ആനക്കോട്ടയിലെ ഗജരാജാക്കന്മാരെ വൻതുകകൾ കെട്ടി ഉത്സവങ്ങൾക്കായി കൊണ്ടുപോകാനെത്തുന്ന കമ്മിറ്റിക്കാർക്ക് അപ്പുവിനേയുംകൂടി വേണമെന്ന് നിർബന്ധം. ഉദ്ഘാടനങ്ങൾ, വിവാഹസൽക്കാരങ്ങളിലെ വിശിഷ്ടാതിഥി അങ്ങനെ അപ്പു ചെന്നിറങ്ങുന്നിടത്തൊക്കെ ജനം അവനെ പൊതിഞ്ഞു. ഒഴിവില്ലാതെ ചൂടപ്പമായി ഒരു ജനതയുടെ നെഞ്ചകത്ത് ചിറകുകെട്ടിപ്പറന്നപ്പോൾ അസൂയാലുക്കളുടെ കരിങ്കണ്ണുകൾ അവനുമേൽ പതിഞ്ഞുവോ എന്തോ?

അസൂയയായാലും കുശുമ്പായാലും പ്രാക്കായാലും സംഗതി ഏറ്റു. അവിടന്നങ്ങോട്ട് അവന്റെ കഷ്ടകാലവും ആരംഭിച്ചു. കുട്ടിക്കൊമ്പനെന്ന അപ്പുവിന്റെ യഥാർഥനിറം പുറത്തായതാണ് അതിൽ ആദ്യത്തേത്. അപ്പുവിന്റെ ചീളയ്ക്കകം തുടിച്ച് മുല്ലമൊട്ടുകൾപോലെ ആദ്യം രണ്ടു കുഞ്ഞിക്കൊമ്പുകൾ പുറത്തുവന്നിരുന്നു. വളർച്ചയുടെ വിവിധ ദിശകളിലൂടെ കടന്നുപോയിട്ടും അവന്റെ കുഞ്ഞിക്കൊമ്പുകൾക്ക് ആവശ്യമായ തുടിപ്പും ചാട്ടവുമില്ലാതായപ്പോൾ മെല്ലെമെല്ലെ ജനം അത് തിരിച്ചറിഞ്ഞു. അപ്പു കൊമ്പനല്ല; മോഴയാകുന്നു (Makhannah)! ഗുരുവായൂർ ആനക്കോട്ടയിലെ ജൂനിയർ ലക്ഷ്മണനും ബാലകൃഷ്ണനും പിൻഗാമിയായി മൂന്നാമത്തെ മോഴ.

ആദ്യം അസൂയയോടെയും തെല്ലൊരാരാധനയോടെയും കുട്ടിനാരായണനെ നോക്കിയിരുന്ന ആനക്കോട്ടയിലെ മറ്റന്തേവാസികൾ ഈ പൊള്ളുന്ന സത്യമറിയേണ്ട താമസം, അവനെ അവജ്ഞയോടെയും പുച്ഛത്തോടെയും ഒന്നിരുത്തിതന്നെ നോക്കിക്കാണണം. എന്തെന്നാൽ നമ്മൾ മനുഷ്യരെക്കണ്ടല്ലേ നാട്ടാനകളും ഓരോന്ന് പഠിക്കുന്നത്; പ്രത്യേകിച്ചും ശീമത്തരങ്ങൾ!

പ്രകൃതിയുടെ കൊലച്ചതിയോടൊപ്പം പ്രശസ്തിയുടെ ഉത്തുംഗശൃംഗങ്ങളിൽ നിന്ന് അവഗണനയിലേക്കും ആക്ഷേപശരങ്ങളിലേക്കുമുള്ള എടുത്തെറിയപ്പെടലും കൂടിയായപ്പോൾ അത് കുട്ടിനാരായണന്റെ മനസ്സിനെ വല്ലാതെ നോവിച്ചുകാണണം. മുറിവേറ്റ അവന്റെ മനസ്സ് പിന്നെ എന്തിനേയും ഏതിനേയും തെല്ല് ധാർഷ്ട്യത്തോടെയും ധിക്കാരത്തോടെയും മാത്രം സമീപിക്കുവാൻ ശീലിച്ചുതുടങ്ങി; കൈവിട്ട കല്ലെന്നകണക്കെ!

വളർച്ചയുടെ പടവുകൾ താണ്ടവേ കുട്ടിനാരായണന്റെ കുസൃതികളും കുട്ടിക്കുറുമ്പുകളും അതിരുകടന്ന വികൃതികളായി മാറുകയും പോകെപ്പോകെ ഒന്നാന്തരം തെമ്മാടിത്തരങ്ങളായി കലാശിക്കുകയും ചെയ്തു. ചുരുക്കത്തിൽ 'കോട്ടയിലെ മൂന്നാമത്തെ മോഴ' എന്ന നിലയിൽ നിന്നും സ്ഥലത്തെ പ്രധാന റൗഡി എന്ന നിലയിലേക്ക് സ്ഥാനകയറ്റം കിട്ടാൻ അപ്പുവിന് അധികകാലമൊന്നും കാത്തിരിക്കേണ്ടിവന്നില്ല. അവനതിനുള്ള ക്ഷമയുമില്ലായിരുന്നു.

സത്യത്തിൽ കൊമ്പില്ലാത്ത കൊമ്പന്മാർ മാത്രമാണ് മോഴകളെങ്കിലും, ആണുംപെണ്ണും കെട്ട ഹിജഡകൾ എന്ന നിലയ്ക്കാണ് പൊതുജനങ്ങളിൽ നല്ലൊരു ശതമാനവും മോഴയാനകളെ വീക്ഷിക്കുന്നത്. വലിയ കൊമ്പുകൾക്കു പകരം ചെറിയ തേറ്റകൾ മാത്രമേ ഇവർക്കുള്ളൂ എന്ന വ്യത്യാസമൊഴിച്ചാൽ, കാട്ടിലായാലും നാട്ടിലായാലും കൊമ്പന്മാരേക്കാളേറെ വീറും വാശിയും വീരശൂരപരാക്രമങ്ങളുമെല്ലാം മോഴകൾക്കായിരിക്കും കൂടുതൽ. കാട്ടിൽ കണ്ണും കൈയും കാണിച്ച് പെൺജാതിയെ വളയ്ക്കാനും ഇണചേരാനുമൊക്കെ ഏത് കൊടികെട്ടിയ കൊമ്പന്മാരേക്കാളും വമ്പത്തരം ഇവർക്കുതന്നെയാണ്.

കൊമ്പിനുവേണ്ടി ആനവേട്ടക്കാരുടെ തോക്കിനിരയായി അപമൃത്യുവരിക്കേണ്ട എന്നൊരാനുകൂല്യവും കാട്ടിലെ മോഴകൾക്കുണ്ട്. പക്ഷേ, നാട്ടിലെ മോഴകളുടെ സ്ഥിതി വളരെ കഷ്ടമെന്നല്ലാതെ മറ്റെന്ത് പറയാൻ. എഴുന്നെള്ളത്തിനും നല്ല കാര്യങ്ങൾക്കും ആർക്കും അവരെ വേണ്ട. വേറൊന്നിനേയും കിട്ടിയില്ലെങ്കിൽ മാത്രം വല്ല പറയെടുപ്പിനുമായി ആരെങ്കിലും വന്നുവിളിച്ചാൽ ഭാഗ്യം. പിന്നെയൊരേയൊരു പണി തടിക്കൂപ്പുകളിലെ വിയർപ്പൊഴുക്കലാണ്. ചുമട്ടുപണിയെന്ന തീവെട്ടിക്കൊള്ള മോഴകൾക്കായി സംവരണം ചെയ്യപ്പെട്ടപോലെയാണ് കാര്യങ്ങളുടെ കിടപ്പ്.

ഗുരുവായൂർ ആനക്കോട്ടയിൽ ആനകൾക്ക് അങ്ങനെ കഷ്ടപ്പാടൊന്നുമില്ല. പ്രത്യേകിച്ചും എഴുന്നെള്ളിപ്പുകളിൽ നിന്നും മാറ്റിനിർത്തപ്പെടുന്ന മോഴകൾക്ക്. എങ്കിലും കുട്ടിനാരായണനെപ്പോലൊരു അഭിമാനിക്ക് അങ്ങനെ മെയ്യനങ്ങാതെയുള്ള ശാപ്പാട് ദഹിക്കുമോ? ദഹിക്കാതെ വരുമ്പോൾ ചിലപ്പോൾ കഴിച്ചത് എല്ലിന്റിടയിൽ കുത്തിയെന്നുവരും-വെള്ളത്തിലിറങ്ങിയാൽ കയറാതെ പാപ്പാന്മാരെ വെള്ളം കുടിപ്പിക്കുക. ആണ്ടിലൊരിക്കൽ ഉണ്ടാകുന്ന പറയെടുപ്പുകൾക്ക് ആരെങ്കിലും വിളിച്ചാലും ഒന്ന് വട്ടംതിരിയുക. പിന്നെ തന്റെ പേര് ഇപ്പോഴും ഏഷ്യാഡ് അപ്പു എന്നുതന്നെയാണെന്ന് നാട്ടുകാരെ ഓർമപ്പെടുത്തിക്കൊണ്ട് ഒരു പരക്കംപാച്ചിൽ; കൈവിട്ടോട്ടം. ചിലപ്പോഴത് പാപ്പാന്മാരുടെ പിന്നാലെയ്യാകാം. അല്ലെങ്കിൽ പൊതുജനത്തിന് നേരെയുമാകാം.

ഒരിക്കൽ ഒരു പറയ്ക്കെഴുന്നെള്ളത്തിനായി പാലക്കാട് വടക്കാഞ്ചേരിഭാഗത്ത് എത്തിയതായിരുന്നു കുട്ടിനാരായണൻ. അന്ന് പ്രായം ഏതാണ്ട് പതിനഞ്ച് കഴിഞ്ഞിട്ടേയുള്ളൂ. തിരുവനന്തപുരം കാരൻ ശിവദാസൻ നായരാണ് അന്ന് പ്രധാന പാപ്പാൻ. ഒന്നു പറഞ്ഞ് രണ്ടാമത്തേതിന് ദുർവാസാവ് തെറ്റി. തെറ്റ് ശരിപ്പെടുത്താൻ ശ്രമിച്ച പാപ്പാന്റെ നേർക്കായി പിന്നത്തെ മാരത്തോൺ. ഫോട്ടോഫിനിഷ് എന്ന് പറയാനാകുംവിധം കുട്ടിനാരായണൻ പാപ്പാനെ ഇടിച്ചുതെറിപ്പിക്കുമെന്നുറപ്പായ നിമിഷങ്ങൾ! പ്രാണരക്ഷാർഥം പാപ്പാൻ ചാടിക്കടന്നത് ഒരു പൊട്ടക്കിണറിനു മുകളിലൂടെ. ഏഷ്യാഡ് താരമുണ്ടോ ഗൗനിക്കുന്നു. കിണറായാലും കല്ലുവെട്ടാംകുഴിയായാലും വിട്ടുകൊടുക്കാതെ എം.ഡി. വൽസമ്മയേയും ഷൈനിയേയും മനസ്സിൽ ധ്യാനിച്ച് അവനും ചാടി. പക്ഷേ പിഴച്ചു. പിഴച്ചത് ചാട്ടം മാത്രമായിരുന്നില്ല. അതോടെ അവന്റെ ജീവിതചക്രത്തിന്റെ ഗതി തന്നെ അധോഗതിയായി. പൊട്ടക്കിണറ്റിലേക്ക് വീണുപോയ കരുമാടിക്കുട്ടനെ ഏറെ വിയർപ്പൊഴുക്കിയാണ് പാപ്പാന്മാരും നാട്ടുകാരും ചേർന്ന് പുറത്തെടുത്തത്. പുറത്തെടുക്കുമ്പോൾ പ്രത്യക്ഷത്തിൽ കാര്യമായ ഒടിവുകൾ കാണാനുണ്ടായിരുന്നില്ലെങ്കിലും പിന്നെപ്പിന്നെ എല്ലാം കുഴപ്പമായി-നടയെന്ന മുൻകാലുകളിലെ പേശികൾ ശോഷിച്ച് കാലുകൾ ഒട്ടും മടക്കുവാൻ വയ്യാതായി...

ശരീരത്തിന്റെ ഭാരം കാലുകൾക്ക് താങ്ങാനാകാതെ വരുമ്പോൾ ചിലപ്പോഴൊക്കെ അവൻ വീഴും. വീണാൽ പിന്നെ എഴുന്നേൽക്കുന്നതും എഴുന്നേൽപ്പിക്കുന്നതും പിടിപ്പത് പണിയാണ്. ഒരിക്കൽ വീണിട്ട് ഒരു രക്ഷയുമില്ല. ഉയർത്താൻ കൊണ്ടുവന്ന ക്രയിനാകട്ടെ അവനെ ഒന്നുകൂടി മറിച്ചിട്ടതേയുള്ളൂ. 'അയ്യോ, അങ്ങനെ ചെയ്യരുതേ, ഇങ്ങനെ ചെയ്യരുതേ' തുടങ്ങി പാപ്പാന്മാരുടെ കുറേ 'അരുതുകൾ' അവൻ കിടന്നകിടപ്പിൽ കേട്ടു. ആനയ്ക്ക് ഇനിയൊരു എഴുന്നേൽക്കൽ ഉണ്ടാവില്ലെന്നുതന്നെ നല്ലൊരു ശതമാനം പാപ്പാന്മാർ വിധിയെഴുതുകയും ചെയ്തു. പക്ഷേ, ആറന്മുള മോഹൻദാസ് എന്ന പാപ്പാന്റെ സമയോചിതമായ ബുദ്ധിയും പ്രവൃത്തിയും അവന്റെ രക്ഷയ്ക്കെത്തി. ആനയുടെ കാലുകളുടെ ഭാഗത്ത് ചരിച്ച് കുഴിയെടുത്തു. കാലുകൾ കുഴിയിലായപ്പോൾ ആനയ്ക്ക് നിവർന്ന് നിൽക്കാനായി. സ്വന്തംകാലിൽ നിൽക്കാമെന്നായപ്പോൾ ചരിച്ചുവെട്ടിയ കുഴിയിലൂടെ മെല്ലയവൻ കയറിപ്പോരുകയും ചെയ്തു. എന്തായാലും പകച്ചുപോയ കാലുകൾ, വെച്ചുവെച്ച് നടക്കേണ്ടുന്ന ദുരവസ്ഥയായിരുന്നു.

പിന്നെ കുട്ടിനാരായണനെ ഒരു പരിപാടിക്കും കൊണ്ടുപോകാതായി. അഥവാ അവനെക്കൊണ്ട് ഒന്നിനും ആവതില്ലാതായി. എങ്കിലും കുളിപ്പിക്കുവാനായി ഒരുവിധമവൻ കിടന്നുകൊടുക്കും.

പക്ഷേ, അവശതയുടെ ആ നാളുകളിലും അവന്റെ വളർന്നുപൊന്തലിന് കുറവുണ്ടായില്ല; കയ്യാങ്കളിക്കും. ഇഷ്ടപ്പെടാത്തവർ കൈപ്പാടകലത്തിലെത്തിയാൽ അപ്പോഴും പെടയ്ക്കും. കുറഞ്ഞപക്ഷം പനമ്പട്ടയെടുത്ത് ഒരേറെങ്കിലും.

'ആന മെലിഞ്ഞാലും തൊഴുത്തിൽ കെട്ടാൻ ഒക്കുമോ' എന്നല്ലേ പഴംചൊല്ല്. പക്ഷേ, അപകടത്തിനുശേഷം കുട്ടിനാരായണൻ ഏറെക്കാലം കഴിച്ചുകൂട്ടിയത് ഒരു ആധുനിക തൊഴുത്തിലായിരുന്നുവെന്നത് സത്യം.

ഒടുവിൽ ഒരിക്കൽകൂടിയവൻ വീണു. മരുന്നും മന്ത്രവുമൊക്കെ മാറിമാറി പ്രയോഗിക്കപ്പെട്ടിട്ടും പിന്നെയൊരു എഴുന്നേൽക്കൽ ഉണ്ടായില്ല. എഴുന്നേൽക്കാൻ കഴിയുന്നില്ലെന്നതൊഴിച്ചാൽ ആരോഗ്യത്തിനു കാര്യമായ പ്രശ്നവും ഉണ്ടായിരുന്നില്ല. പക്ഷേ മുമ്പും ഇങ്ങനെയുള്ള പല പ്രതിസന്ധിഘട്ടങ്ങളും താണ്ടിയ ചരിത്രമുള്ളതിനാൽ ഒടുവിൽ അവൻ എഴുന്നേൽക്കുമെന്നുതന്നെയാണ് എല്ലാവരും കരുതിയത്. ആനയെ എഴുന്നേൽപ്പിക്കുവാനും ആഹാരം കൊടുക്കുവാനുമുള്ള പാപ്പാന്മാരുടെ ശ്രമങ്ങൾക്കിടയിൽ തനിക്കിഷ്ടമില്ലാത്ത ഒരു പാപ്പാനെ കിടന്നുകൊണ്ടുതന്നെ കുട്ടിനാരായണൻ തുമ്പിയിൽ ചുറ്റിപ്പിടിച്ചു. ആണായിപ്പിറന്ന് അവസാന ശ്വാസംവരെ ആണായിത്തന്നെ അടരാടുവാൻ അവനു ധൈര്യമുണ്ടായിരുന്നു. പക്ഷേ,...

2005 മേയ് പതിനാലിനായിരുന്നു അപ്പുവെന്ന ഗുരുവായൂർ കുട്ടിനാരായണൻ അന്ത്യശ്വാസം വലിച്ചത്. ആനത്താവളത്തിന്റെ പേരും പെരുമയും രാജ്യാതിർത്തികൾക്ക് അപ്പുറത്തേക്കെത്തിച്ച വീരപുത്രന് പുന്നത്തൂർകോട്ടയിലെ അനേകമാനകളും ആനപാപ്പാന്മാരും ദേവസ്വം അധികൃതരും പിന്നെ നൂറുകണക്കിന് ആനപ്രേമികളുമെല്ലാം ചേർന്ന് രാജോചിതമായ യാത്രയയപ്പുതന്നെ നൽകി. ഗുരുവായൂരിൽ, പോയ വർഷങ്ങളിലൊന്നിൽ ആചരിക്കപ്പെട്ട ഗജദിനം ഏഷ്യാഡ് അപ്പുവിന്റെ സ്മരണാർഥമായിരുന്നു.

ഇത്തിരിയില്ലാത്ത പ്രായത്തിൽതന്നെ ഒരു നിയോഗംപോലെ തന്നെത്തേടിയെത്തിയ അപൂർവഭാഗ്യത്തിന്റെ ചിറകിലേറി, ലോക

▼ കുട്ടിനാരായണൻ ചരിഞ്ഞപ്പോൾ...

ത്തിന്റെ നെറുകയിലേക്കുയർന്നവനാണ് അപ്പു. പിച്ചവച്ചോടിക്കളിക്കേണ്ട പ്രായത്തിൽ അവന്റെ നാമം ഇന്ത്യയിലെ കോടിക്കണക്കിനു ജനങ്ങളുടെ ചുണ്ടുകളിലും മനസ്സുകളിലും ഇടംപിടിച്ചു. ഏതൊരാനയും യുവത്വത്തിലേക്ക് കാലെടുത്തുവയ്ക്കുന്ന നല്ല പ്രായമായ മുപ്പതിന്റെ നിറയൗവനത്തിൽ തന്നെയായിരുന്നു അവന്റെ എരിഞ്ഞടങ്ങലും. പക്ഷേ, കുട്ടിനാരായണന് ഒന്നാശ്വസിക്കാം. ഗുരുവായൂർ ആനത്താവളത്തിൽ വന്നുപെട്ടില്ലായിരുന്നെങ്കിൽ അവിടെനിന്നും ഏഷ്യാഡ് അപ്പുവെന്ന തങ്കത്തിളക്കത്തിലേക്ക് കത്തിക്കയറിയില്ലായിരുന്നുവെങ്കിൽ ആരാരും തിരിച്ചറിയാതെ ഏതെങ്കിലും ഒരു കാട്ടുമുക്കിൽ, ഏതെങ്കിലുമൊരുനാൾ വീണൊടുങ്ങേണ്ടുന്ന വെറുമൊരു മോഴയാന മാത്രമായേനെ!

ഇന്ത്യാമഹാരാജ്യത്തിലെ എക്കാലത്തേയും ശ്രദ്ധേയനായ ആന ഏതാണെന്ന് ചോദിച്ചാൽ നമ്മൾ മലയാളികൾ ഒരുനിമിഷം ഒന്നാലോചിക്കുവാൻപോലും കാത്തുനിൽക്കാതെ ഉത്തരം നൽകിയേക്കാം- ഗുരുവായൂർ കേശവൻ. ഗുരുവായൂരപ്പന്റെ മേൽവിലാസം, അല്ലെങ്കിൽ സംവിധായകൻ ഭരതൻ ഒരുക്കിയ സിനിമയിലൂടെ അപ്രതീക്ഷിതമായി ലഭിച്ച ജനസമ്മതി. ഇതൊക്കെയാകാം ഗുരുവായൂർ കേശവൻ എന്ന ആനയ്ക്ക് ജീവിതത്തിൽ ഒരുവട്ടംപോലും അവനെ കണ്ടിട്ടില്ലാത്ത തലമുറകളുടെ മനസ്സുകളിൽ പോലും ഇതിഹാസതുല്യമായ ഇടം നേടിക്കൊടുത്തത്. പക്ഷേ, കൊച്ചുകേരളത്തിന്റെ ഈ ഇത്തിരി ഇട്ടാവട്ടത്തിനപ്പുറത്തേക്ക് അപൂർവം ചില ആനപ്രേ

മികളും ഗജഗവേഷകരും ഒഴികെ എത്രപേർ ഗുരുവായൂർ കേശവനെ അറിയും എന്ന ചോദ്യം വലിയൊരു 'ചോദ്യചിഹ്നം' തന്നെയാണ്. ഗുരുവായൂർ കേശവനേക്കാളേറെ പ്രശസ്തനായ ഒരാന, അല്ലെങ്കിൽ ഇന്ത്യയ്ക്ക് പുറത്ത് പേരുകേട്ട ഒരാന ഇവിടെയുണ്ടോ, അഥവാ ഉണ്ടായിരുന്നോ എന്ന ചോദ്യം ഉയരുന്നത് അവിടെയാണ്. കണ്ണുമടച്ച് 'ഇല്ല' എന്ന് ഉത്തരംപറയുന്നവർ ഒരാനയെ മറന്നിട്ടുണ്ടാകും. 'ഉണ്ട്' എന്ന് വ്യക്തമായി പറയുന്നവർ കൃത്യമായി അവനെ തിരിച്ചറിഞ്ഞിട്ടുമുണ്ടാകും. അങ്ങനെയൊരാന ഇവിടെയുണ്ടെങ്കിൽ അഥവാ ഉണ്ടായിരുന്നിട്ടുണ്ടെങ്കിൽ അത് അവനല്ലാതെ മറ്റാരുമല്ല- ഏഷ്യാഡ് അപ്പു എന്ന ഗുരുവായൂർ കുട്ടിനാരായണൻ;കാലദേശഭാഷാന്തരങ്ങൾക്കതീതമായി ഒരു ദേശത്തിന്റെ, ഒരു ജനതയുടെ കൗതുകവും സ്നേഹവാത്സല്യങ്ങളും പിടിച്ചുപറ്റിയതാണ് ഏഷ്യാഡ് അപ്പുവിന്റെ ജീവിതം.

***

ചിറയ്ക്കൽ മഹാദേവൻ

പ്രത്യേകതകൾക്ക് ആനവലിപ്പം

▼ ചിറയ്ക്കൽ മഹാദേവൻ

ആനക്കമ്പത്തിനും ആനപ്രേമത്തിനും പല ഭാവങ്ങളുണ്ട്. വേണമെങ്കിൽ നമ്മുടെ മറ്റെല്ലാ ഇടപാടുകൾക്കും ഒരു താൽക്കാലികാവധി നൽകി, പ്രഭാതം മുതൽ പ്രദോഷംവരെ ഒരാനയെത്തന്നെ നോക്കി നിൽക്കാം. ഇടയ്ക്ക് രണ്ടുതുണ്ട് ശർക്കരയോ ഒരുപടല പഴമോ വാങ്ങിനൽകി നമ്മുടെ ആനപ്രേമത്തിലെ ആത്മാർഥത സ്വയം ബോധ്യപ്പെടുത്തുകയും ചെയ്യാം. പക്ഷേ, ആനക്കമ്പം തലയ്ക്കുപിടിക്കുന്ന ചില നല്ല മനുഷ്യർ ആനകൾക്കായി നീക്കിവയ്ക്കുന്നത് സ്വന്തം ജീവിതം തന്നെയായിരിക്കും. അങ്ങനെ മനുഷ്യരെ മത്തുപിടിപ്പിക്കുന്ന ചില 'സുന്ദരപുരുഷൻ'മാരെപ്പറ്റിയും നമ്മൾ അറിയേണ്ടതുണ്ട്.

ആനകൾക്കും ആനപ്പൂരങ്ങൾക്കും പേരുകേട്ട മലയാളനാട്ടിൽ തലയെടുപ്പിന്റെ പ്രൗഢിയും അപൂർവങ്ങളിൽ അത്യപൂർവവുമായ കാക്കക്കറുപ്പിന്റെ കാഴ്ചവട്ടവുമായി ഒരു യുവകോമളനുണ്ട്. 'വരുംകാല വാഗ്ദാനം' എന്ന ഉറച്ച പ്രതീക്ഷയോടെ, തികഞ്ഞ അഭിനിവേശത്തോടെ ഉത്സവനഗരികളിൽ ആനക്കമ്പക്കാർ കണ്ണെടുക്കാതെ ഉറ്റുനോക്കുന്ന ഉദയതാരം- മഹാദേവൻ.

പാറമേക്കാവ് പരമേശ്വരനെ അനുസ്മരിപ്പിക്കുംപോലുള്ള സ്ഥായിയായ നിലവ് അഥവാ തലയെടുപ്പ്, തേൻനിറമാർന്ന കണ്ണുകൾ, താമരയിലകൾപോലെ ലോലമായ ചെവികൾ, കൊഴുത്തുരുണ്ട ശരീരം, ദേഹത്ത് ഒരു തോണ്ടുതോണ്ടി കാക്കപ്പുള്ളി കുത്തുവാൻ തോന്നുമാറുള്ള എണ്ണക്കറുപ്പ്, നീണ്ട ഇടതൂർന്ന രോമങ്ങളോടുകൂടിയ വലിയ പീലിവാൽ എന്നിവയാണ് മഹാദേവന്റെ പ്രത്യക്ഷലക്ഷണങ്ങൾ. നമ്മുടെ ഉത്സവനഗരികളിൽ ചിറയ്ക്കൽ മഹാദേവൻ എന്ന യുവരാജാവിനെ കൊട്ടും കുരവയുമായി വരവേൽക്കുന്നതും ആനപ്രേമികൾ അവനെ കണ്ണെടുക്കാതെ നോക്കിനിൽക്കുന്നതും ഇവന്റെയീ രൂപലാവണ്യവും അനിതരസാധാരണമായ എണ്ണക്കറുപ്പും കൊണ്ടുതന്നെയാണ്.

തൃശ്ശൂർ ജില്ലയിൽ അന്നകരദേശത്ത് ചൂരങ്ങാട്ട് വീട്ടിൽ മധുവെന്ന ചിറയ്ക്കൽ മധുവിന്റെ മാനസപുത്രനാണ് മഹാദേവൻ. ആനക്കാര്യത്തിൽ തലമുറകളുടെതന്നെ പഴമയും പാരമ്പര്യവുമുള്ള ചിറയ്ക്കൽ മധുവിന് ഇന്ന് മഹാദേവനെക്കൂടാതെ വേറേയും ആനകളുണ്ട്. ബീഹാർ വനമേഖലകളിൽ എവിടെയോ പിറന്നുവീണ ഈ ആന, ഏറ്റവുമൊടുവിൽ ആനക്കാര്യങ്ങളുടെ തലസ്ഥാനവും തട്ടകവുമായ തൃശ്ശൂരിൽ, മധുവിന്റെ കൈക

ളിലെത്തി ചിറയ്ക്കൽ മഹാദേവനായതിനു പിന്നിൽ ഒരു നീണ്ട കഥയുണ്ട്.

കൗമാരത്തിലേക്ക് കാലെടുത്തുവയ്ക്കുന്ന ഇളംപ്രായത്തിൽ ചതിയുടെ വാരിക്കുഴിയിലേക്ക് ഇവനും വീണുകഴിഞ്ഞിരുന്നു. കഴുത്തിലൊരു കുഞ്ഞിത്തുടലുമിട്ട് സോൺപൂർ ആനച്ചന്തയിൽ അനേകം ആനവേന്ദ്രൻമാർക്കിടയിലേക്ക് ആനയിക്കപ്പെട്ട ഈ കുഞ്ഞിച്ചെറുക്കൻ, മേളയ്ക്കെത്തിയവരുടെയെല്ലാം കണ്ണും മനസ്സും ഒരു നിമിഷം പിടിച്ചുനിർത്തിയെങ്കിൽ അതിന്റെ കാരണം കരിവീട്ടി നിറംതന്നെയാണ്. കാക്കക്കറുമ്പന്റെ ചൊടിയും കുറുമ്പും കണ്ട്, പലരുമവന് വില പേശിനിന്നെങ്കിലും കരുമാടിക്കുട്ടനേയുംകൊണ്ട് സ്ഥലം കഴിച്ചിലാക്കാനുള്ള നിയോഗമുണ്ടായത് കോട്ടയത്തെ ആനവ്യവസായി നെല്ലിക്കൽ ബേബിക്കാണ്. 1984-ൽ ഇവനെ ബീഹാറിലെ സോൺപൂർ മേളയിൽ നിന്നും മലയാളനാട്ടിൽ എത്തിക്കുന്നത് അദ്ദേഹമായിരുന്നു.

ആനപ്പിറവികളിൽ ഏറ്റവുമധികം യാത്രചെയ്തിട്ടുള്ള ഒരാനയുണ്ടെങ്കിൽ അത് ചിറയ്ക്കൽ മഹാദേവനായിരിക്കും. പഴയ പേർഷ്യൻ സഞ്ചാരി സാക്ഷാൽ ഇബൻബത്തൂത്തയേയും നമ്മുടെ സഞ്ചാരസാഹിത്യകാരൻ എസ്.കെ പൊറ്റക്കാടിനേയും പിന്നിലാക്കാൻപോന്ന അനുഭവങ്ങൾക്കുടമയായ ചിറയ്ക്കൽ മഹാദേവന് കാടും മലയും കടലുമൊന്നും ഒരിക്കലും ഒരു പ്രശ്നമോ പ്രതിബന്ധമോ ആയിരുന്നില്ല. കൗമാരത്തിലേക്ക് കാലെടുത്തുവയ്ക്കുന്ന പ്രായത്തിൽതന്നെ ഈ ബീഹാറി കേരളത്തിലെത്തിയിരുന്നു. പക്ഷേ, അതൊരു ദേശാടനത്തിന്റെ ആരംഭം മാത്രമായിരുന്നു; ഒരു തിരിച്ചുപോക്കിന്റേയും! നാടായ നാടുമുഴുവൻ ചുറ്റിയടിച്ച്, കാഴ്ചകൾ മുഴുവൻകണ്ട് വീണ്ടുമിവൻ കേരളത്തിലെത്തുന്നത് 2002-ലാണ്.

ഇവൻ ചിറയ്ക്കൽ മധുവിന്റെ തട്ടകത്തിലെത്തിയിട്ട് രണ്ടുവർഷം തികയുന്നതേയുള്ളു. ആ രണ്ടു വർഷക്കാലംകൊണ്ടുതന്നെ ചിറയ്ക്കൽ മഹാദേവൻ ആനക്കേരളത്തിൽ തന്റേതായ സ്ഥാനംപിടിച്ചെടുത്തുകഴിഞ്ഞു. മധ്യകേരളത്തിലെ ആനപ്പറമ്പുകളിലെ വേറിട്ട കാഴ്ചയായ മഹാദേവൻ, ഇന്ന് തൃശ്ശൂർപ്പൂരത്തിന്റെ തെക്കോട്ടിറക്കത്തിന് അണിനിരക്കുന്ന പതിനഞ്ചാനകളിൽ ഒരുവനാകുന്നതുൾപ്പെടെ പ്രധാന ഉത്സവങ്ങളിലൊക്കെ സ്ഥിരം ക്ഷണിതാവാണ്.

ഗണേശനെന്ന് പേരുണ്ടായിരുന്ന ഈ ആനയുടെ പഴയകഥയും കാര്യവും തീർത്തും വിഭിന്നമാണ്. ഉത്സവനഗരികളിൽ എണ്ണക്കറുപ്പിന്റെ ഏഴഴകോടെ, സഹ്യനേക്കാൾ തികഞ്ഞ തലയെടുപ്പോടെ താനും ഒരുനാൾ ഈ ദൈവത്തിന്റെ സ്വന്തം നാട്ടിൽ തലയുയർത്തിപ്പിടിച്ച് നിൽക്കുമെന്ന പ്രതീക്ഷ അന്നിവന്റെ വിദൂരസ്വപ്നങ്ങളിൽ പോലുമുണ്ടായിരുന്നില്ല. പത്തിരുപത് വർഷംമുമ്പ് ആദ്യമിവനെ കേരളത്തിലേക്കെത്തിച്ച നെല്ലിക്കൽ ബേബി, പതിവിൻപടി തന്റെ മറ്റാനകളെയെല്ലാമെന്നപോലെ ഈ കരിങ്കുട്ടിച്ചാത്തനേയും തടിപ്പണിയുടെ നേഴ്സറി ക്ലാസിലേക്കാണ് വക്കക്കയറും കൊടുത്ത് പറഞ്ഞുവിട്ടത്. തടിപ്പണി അതികഠിനം തന്നെയെന്ന് ആനക്കുട്ടി അധികം താമസിയാതെ തിരിച്ചറിഞ്ഞു. അന്ന് മുപ്പത്തിമുക്കോടി ദൈവങ്ങളേയും തന്നെയിങ്ങനെ കൊല്ലാക്കൊലചെയ്യുന്ന മനുഷ്യരേയുമൊക്കെ അവൻ മനസ്സറിഞ്ഞ് പ്രാകിയിട്ടുണ്ടാവണം. പ്രാർഥനയായാലും പ്രാക്കായാലും സംഗതി ഏറ്റു. അവനെത്തേടി പുതിയൊരു നിയോഗമെത്തി; അത് ആൻഡമാനിലേക്കായിരുന്നു. ആൻഡമാനിൽ കൂപ്പ് കോൺട്രാക്ടറായിരുന്ന മോഹൻ കുമാറിനൊപ്പമാണ് ബേബി ഇവനെ പണിയെടുക്കാൻ പറഞ്ഞുവിട്ടത്.

കോട്ടയത്തുനിന്നും തൂത്തുക്കുടിവരെ കാൽനടയായും തൂത്തുക്കുടി തുറമുഖത്തു നിന്നും കപ്പലിലും ഗണേശൻ യാത്ര തുടർന്നു. കടൽ കാണുന്നതുതന്നെ ആദ്യം; കൂറ്റൻ തിരമാലകളിൽ ആടിയുലയുന്ന കപ്പൽ. ഉള്ളംകാൽ മുതൽ ഉച്ചിവരെ ഒരാന്തൽ തിളച്ചുതൂവിയ നിമിഷങ്ങൾ!

കൂപ്പ് പണിക്കായി കപ്പൽ കയറിയപ്പോൾ, അവസാനമില്ലാത്ത ഈ യാത്ര നരകത്തിലേക്കുതന്നെ എന്ന് ഉറപ്പിച്ച ആന ചെന്നിറങ്ങിയത് ആൻഡമാനിലെ ഹട്ട്ബേ ദ്വീപിലാണ്. താനീ നേരമത്രയും പേടിച്ചുവലഞ്ഞതുപോലെയല്ല കാര്യങ്ങൾ, സത്യത്തിൽ ഈ നരകം ഒരു സ്വർഗ

മാണെന്ന് തിരിച്ചറിയാൻ അവന് ഏതാനും ദിവസങ്ങളേ വേണ്ടിവന്നുള്ളു.

ഏദൻ വനിയിൽ പ്രലോഭനങ്ങളുടെ മാതളക്കനികളുമായി ആദമിനെ മാടിവിളിക്കാൻ ഒരേയൊരു ഹവ്വ മാത്രമേ ഉണ്ടായിരുന്നുള്ളൂവെങ്കിൽ, ആൻഡമാനിൽ കാലുകുത്തിയ യൗവനയുക്തനു ചുറ്റും പ്രണയശരങ്ങളുമായി ഹവ്വമാരുടെ ഒരു നീണ്ടനിര തന്നെയുണ്ടായിരുന്നു. വീണിടം വിഷ്ണുലോകമല്ല, സാക്ഷാൽ കാളിന്ദീതീരമാണെന്നും താനവിടത്തെ കള്ളക്കാർവർണനാണെന്നും വേഗംതന്നെ അവൻ തിരിച്ചറിഞ്ഞു.

ആൻഡമാനിൽ കാലുകുത്തിയ മഹാദേവൻ എന്ന ഗണേശൻ, പുരുഷത്വത്തിന്റെ പുതിയൊരു അവതാരമായിമാറുകയായിരുന്നു. കോടക്കാർവർണന്റെ പുല്ലാങ്കുഴൽ ശബ്ദത്തിനായി കാതും മനസ്സുമൊരുക്കി, വഴിക്കണ്ണുമായി കാത്തിരിക്കുന്ന ഗോപസ്ത്രീകളെപ്പോലെ, മഹാദേവന്റെ കരുത്തിനും പൗരുഷത്തിനും മുന്നിൽ ദ്വീപുസമൂഹത്തിലെ ആനപ്പെൺപട ഒറ്റയടിക്ക് 'വീണു' പോയി; പിന്നെയൊരു കാലമായിരുന്നു. സർക്കാർ ഉടമസ്ഥതയിലുള്ള ചില പിടിയാനകൾപോലും ആ ചുമലിൽ തെല്ലിടയൊന്ന് തലചായ്ക്കാൻ മത്സരിച്ചു കാണണം. ഏതെങ്കിലും സർക്കാരുദ്യോഗസ്ഥൻ ഇതിനെതിരെ ഒച്ചയും ബഹളവുമുണ്ടാക്കി ലക്ഷ്മണരേഖകൾ വരയ്ക്കാൻ മെനക്കെട്ടാൽ മഹാദേവന്റെ സ്വഭാവം മാറും. അവൻ വാലുംനിവർത്തി ഉശിരോടെ പാഞ്ഞടുക്കുമ്പോൾ ഉദ്യോഗസ്ഥർ പറപറക്കും.

ആൻഡമാനിലുള്ള ആനകളെല്ലാം പലപ്പോഴായി തടിപ്പണിക്കുവേണ്ടി വൻകരയിൽ നിന്നും ദ്വീപിലേക്ക് എത്തിക്കപ്പെട്ടവരാണ്. അവിടെ പണിയില്ലാത്ത സമയത്തൊക്കെ ആനകളെ നീട്ടുചങ്ങലയെന്ന ഒരൊറ്റ കാൽച്ചങ്ങലമാത്രം കൊളുത്തി കാട്ടിലേക്ക് മേയാൻ വിടും. വേണ്ടത്ര തിന്നുപുളച്ച്, തന്നിഷ്ടത്തിന് നടക്കാൻ അവയ്ക്ക് സർവസ്വാതന്ത്ര്യവുമുണ്ട്. ആണും പെണ്ണും കുഞ്ഞാനകളുമൊക്കെ, കുടുംബമായി മനസ്സും ശരീരവുമൊന്നായി ഉല്ലസിച്ചു തിമിർക്കുന്ന ജീവിതം. തീറ്റയ്ക്ക് തീറ്റയും വെള്ളത്തിന് വെള്ളവും സ്വാതന്ത്ര്യത്തിന് സ്വാതന്ത്ര്യവും ഒന്നിനും ഒരു വിലക്കും നിയന്ത്രണവുമില്ലാത്ത തുറന്ന ജയിലാണത്. ഇടയ്ക്കു വിളിക്കുമ്പോൾ പോയി നാലഞ്ച് തടി പിടിച്ച് അട്ടിയിട്ടു കൊടുത്താൽ മാത്രം മതി. ഇതിനിടെ കടലും കപ്പലുമൊന്നും ആനകൾക്കൊരു പേടിയും വിഷയവുമൊന്നുമല്ലാതായിക്കഴിഞ്ഞിരിക്കും. ഹട്ട്ബേയിൽ നിന്ന് പലപ്പോഴും മറ്റു ദ്വീപുകളിലേക്ക് കപ്പലിലാണ് ആനകളെ കൊണ്ടുപോകുന്നതെങ്കിലും അടുത്തുള്ള ദ്വീപുകളിലേക്ക് നീന്തിച്ചും കൊണ്ടുപോകാറുണ്ട്. ഏതെങ്കിലും ഒരാനയുടെ പുറത്തിരുന്ന് പാപ്പാൻ ലക്ഷ്യത്തിലേക്ക് നയിക്കും; മറ്റുള്ളവ പിൻപേ ഗമിച്ചുകൊള്ളും.

ഇതിനിടെ നെല്ലിക്കൽ ബേബി ആനയെ ഒരാൻഡമാനിക്കുതന്നെ വിൽക്കുന്നു. തദ്ദേശിയൻ എന്ന സർട്ടിഫിക്കറ്റുംകൂടി കൈയിൽ കിട്ടിയതോടെ പിന്നെന്തു നോക്കാൻ. പിടിയാനകൾ ഗർഭംധരിച്ച് പ്രസവിക്കുവാൻ രണ്ടു വർഷത്തോളം എടുക്കുമെങ്കിലും മഹാദേവൻ ഇതിനകം പലവട്ടം അച്ഛനായിക്കഴിഞ്ഞിരുന്നു. തന്റേതെന്ന് പറയുവാൻ ഒരു കുഞ്ഞിക്കാലെങ്കിലും ഇവിടെ ബാക്കിനിർത്തി, ഈ ഭൂമിയോട് വിടചൊല്ലണമെന്ന നമ്മുടെ നാട്ടാനകളുടെ മോഹം പലപ്പോഴും പാഴ്ക്കിനാവുകളായി മാത്രം അവശേഷിക്കാറാണ് പതിവ്. എന്നാൽ മഹാദേവന്റെ കണ്ണും മൂക്കും കാതും നിറവുമൊക്കെ അതേപടി പകർത്തിവച്ച പല കുഞ്ഞുമഹാദേവൻമാരും മഹാദേവികളും ചവിട്ടിത്തുള്ളിപ്പാഞ്ഞുനടന്ന് ദ്വീപിന്റെ ആനജനസംഖ്യ മെച്ചപ്പെടുത്തി.

ഇവിടത്തേതിൽ നിന്നും വ്യത്യസ്തമായി ആനപാപ്പാൻമാർ അവിടെ കത്തിയാണ് പ്രധാന ആയുധമായി ഉപയോഗിക്കുന്നത്. വികൃതിയും അനുസരണക്കേടും കാട്ടുന്ന ആനകളുടെ മുതുകത്തോ മസ്തകത്തിലോ ശക്തിയുള്ള വെട്ട് കിട്ടും. ആൻഡമാനിൽ നിന്നും ഉത്തരേന്ത്യൻ നാടുകളിൽ നിന്നും കേരളത്തിലെത്തുന്ന ആനകളിൽ ചിലരുടെയെങ്കിലും ശരീരത്തിൽ ഇത്തരം മുറിപ്പാടുകൾ പലതും കാണുവാൻ കഴിയും.

ദൈവം കടലിന്റെ നടുക്ക് ഇങ്ങനെയൊരു ദ്വീപുസമൂഹത്തേയും ഇവിടെയിങ്ങനെ കുറേ ആനജന്മങ്ങളേയും സൃഷ്ടിച്ചത് തനിക്കുവേണ്ടി

മാത്രമാണെന്ന് മനസാസ്മരിച്ച് മഹാദേവൻ ചെത്തിച്ചിന്തേരിട്ട് നടന്ന വർഷങ്ങളായിരുന്നു അത്. പക്ഷേ, സ്വർഗത്തിലെ കട്ടുറുമ്പെന്ന പോലെ അപ്പോഴേക്കും അവന്റെ പഴയ ഉടമയായ കോട്ടയംകാരൻ 98-ൽ ദ്വീപിലെത്തി അവനെ മട ക്കിവാങ്ങി. എങ്കിലും കർമ്മമണ്ഡലം ആൻഡമാൻ തന്നെയായതിൽ ആന ആശ്വസിച്ചു. ലക്ഷണ മൊത്ത ആനകൾക്കായുള്ള മലയാളിയുടെ പര ക്കംപാച്ചിൽ അതിന്റെ പാരമ്യത്തിലെത്തിക്കഴി ഞ്ഞിരുന്ന സമയമായിരുന്നത്. അപ്പോഴാണ് പൂമുള്ളി ഉണ്ണിത്തമ്പുരാന് ഒരാനയുടെ ഫോട്ടോ കിട്ടുന്നത്. കണ്ട മാത്രയിൽതന്നെ വല്ലാതങ്ങ് മോഹിച്ചുവശായി. ഫോട്ടോ മറ്റാരുടേതുമായിരു ന്നില്ല; നമ്മുടെ കഥാനായകന്റെ തന്നെയായി രുന്നു.

പിന്നെ ഒട്ടും താമസിച്ചില്ല. നേരെ വച്ചുപിടിച്ചു ആൻഡമാനിലേക്ക്. കണ്ടു; കണ്ടമാത്രയിൽ പെരു ത്തിഷ്ടമാവുകയും ചെയ്തു. കഥാനായകനെ മാത്രമല്ല, അവനോടൊപ്പമുള്ള ഒരു മകനേയും കൊണ്ടുവരാൻ തീരുമാനിക്കുന്നു. അമ്മയിൽ നിന്നും എന്നെന്നേയ്ക്കുമായി പിരിക്കുമ്പോഴും ആ വിരഹത്തിന്റെ കാഠിന്യവും വേദനയും ആന ക്കുട്ടി അത്രകണ്ട് തിരിച്ചറിഞ്ഞില്ല. എന്തെന്നാൽ അവനോടൊപ്പം അവന്റെ ധീരനായ അച്ഛൻ ഊണിലും ഉറക്കത്തിലും കൂടെത്തന്നെ ഉണ്ടായി രുന്നല്ലോ.

അച്ഛനും മകനും കൂടാതെ മറ്റൊരാനകൂടി വൻകരയിലേക്കുള്ള യാത്രയിൽ അവർ ക്കൊപ്പ മുണ്ടായിരുന്നു. ആനക്കുട്ടിയെ പെട്ടിയിലാക്കിയും വലിയ കൊമ്പൻമാരെ തൂക്കുവടമെന്ന 'സ്ലിങ്' രീതിയിലുമാണ് കപ്പലിലേക്കിറക്കിയത്. നുറുകു ലപ്പഴം, അഞ്ചു ടൺ തെങ്ങിൻപട്ട- അങ്ങനെ മൂന്നാനകൾക്ക് മൂക്കറ്റം തിന്നാനുള്ള സർവസാ മഗ്രികളുമായിട്ടായിരുന്നു ആ കപ്പൽ യാത്ര. തന്റെ പ്രാണപ്രേയസികളോടും ഏദൻ തോട്ടത്തോടും എന്നെന്നേയ്ക്കുമായി വിടപറയുമ്പോൾ, കപ്പ ലിൽ നിന്നുള്ള കാഴ്ചയിൽ ആൻഡമാൻ ദ്വീപു കൾ ദൂരെയൊരു കൊച്ചു പൊട്ടുപോലെ മറയു മ്പോൾ മഹാദേവന്റെ മനസ്സ് പിടഞ്ഞുപോ യിട്ടുണ്ടാവണം. പക്ഷേ, അപ്പോഴും ആശ്വാസ ത്തിന്റെ ഒരു നേർത്ത തലോടൽ, ഒരു ചെറിയ ചൂട് അവന്റെ മനസ്സിൽ പറ്റിച്ചേർന്നുനിന്നു. സംഭ വബഹുലവും സ്വപ്നസമാനവുമായ ഒരു ദ്വീപുജീവിതത്തിന്റെ ബാക്കിപത്രമെന്നോണം തന്റെ ചോരയിൽ പിറന്ന കുഞ്ഞിക്കുട്ടനൊരുവൻ തന്നോടൊപ്പമുണ്ടല്ലോ എന്ന ആശ്വാസം. ഇനി യുള്ള ജീവിതം അവന് വേണ്ടിമാത്രമെന്ന ഉറച്ച തീരുമാനത്തോടെ അവനെ തന്റെ കാൽക്കൂട്ടി ലേക്ക് ചേർത്തുനിർത്തി. ലോകത്തുള്ള എല്ലാ അമ്മമാരുടേയും സ്നേഹം ഒന്നിച്ചൊരു ചെപ്പി

ലേക്കാവാഹിച്ച്, അമ്മ നഷ്ടപ്പെട്ട ആ പിഞ്ചുപൈതലിന്റെ ഇളംമനസ്സിലേക്ക് ആ അച്ഛൻ ചുരത്തിക്കൊടുത്തു. കപ്പലിൽ ഏതെങ്കിലും യാത്രക്കാരൻ ആനക്കുട്ടിയെ ഒന്നു തൊട്ടുതലോടാൻ ശ്രമിച്ചാൽ, അയാൾക്ക് നേരെ മുക്രയിട്ട് ചീറ്റി അനിഷ്ടം പ്രകടിപ്പിച്ചുകൊണ്ട് അവൻ നേരെ അച്ഛന്റെ അടുത്തേക്ക് ഓടും. മനുഷ്യരോടുള്ള വാശിതീർക്കും പോലെ അച്ഛന്റെ മുലഞെട്ടുകളിൽ കുഞ്ഞിതുമ്പിയെത്തിച്ച് വലിച്ചുകുടിക്കാൻ ശ്രമിക്കും.

ധാരാളം പ്രത്യേകതകളുള്ള ആനയാണ് മഹാദേവൻ- ദേശങ്ങൾ ഒത്തിരി കറങ്ങിയവൻ, കപ്പൽ കയറിയിട്ടുള്ളവൻ, കടല് താണ്ടിയിട്ടുള്ളവൻ. പക്ഷേ, ഇതിനെല്ലാമപ്പുറം സ്വന്തം രക്തത്തിൽ പിറന്ന കുഞ്ഞിനോടൊപ്പം ഒന്നിച്ചു ജീവിക്കാൻ ആഗ്രഹിച്ച, ഒരു മകനുവേണ്ടി സ്വന്തം ജീവിതം തന്നെ ഉഴിഞ്ഞുവച്ച ഒരു ആനകൂടിയാണിവൻ.

കുട്ടിക്കൊമ്പനെന്ന വിശ്വാസത്തിലാണ് കുട്ടിയാനയെയും പിടിച്ചപിടിയാലെ അച്ഛനോടൊപ്പം വേണ്ടപ്പെട്ടവർ ഇവിടെയെത്തിച്ചത്. അച്ഛനും മകനും വൻകരയിൽ എത്തിയിട്ട് മൂന്നുവർഷമായി. ഇതിനിടെ പ്രകൃതിയൊരു വിരുതുകാട്ടി. കൊമ്പനും പിടിയുമാകാതെ, കൊമ്പില്ലാത്ത കൊമ്പൻമാരെന്ന മോഴയാവാനായിരുന്നു വിഷ്ണുവെന്ന മകന്റെ നിയോഗം.

മോഴയായിപ്പിറന്നത് ഭാഗ്യമോ നിർഭാഗ്യമോ എന്ന് കാലമിനിയും കൊച്ചുവിഷ്ണുവിന് കാട്ടിക്കൊടുക്കാനിരിക്കുന്നതേയുള്ളൂ. എങ്കിലും അവന്റെ കൊച്ചുമനസ്സിന് തൽക്കാലത്തേക്കെങ്കിലും അതൊരു ഭാഗ്യം തന്നെയാണ്. എന്തെന്നാൽ ഇവിടെയെത്തി മൂന്നുവർഷത്തിനുള്ളിൽ അച്ഛനും മകനും വഴിപിരിയുവാനുള്ള നിയോഗങ്ങൾ പലവട്ടമുണ്ടായി. രണ്ടുവട്ടം അച്ഛന്റെ മനസ്സിൽ നിന്നും സംരക്ഷണത്തിൽ നിന്നും അവനെ പറിച്ചെടുത്ത്, ചിലർ വാങ്ങിക്കൊണ്ട് പോകുകയും ചെയ്തു. പക്ഷേ, അച്ഛന്റേയും മകന്റേയും ആത്മവിലാപങ്ങൾ ദൈവത്തിന്റെപോലും ഉറക്കം കെടുത്തിക്കാണണം. ഓരോവട്ടവും വിഷ്ണുവിനെ വാങ്ങിപ്പോയവർ അവസാനം അവനെ ഓരോ കാരണങ്ങളുടെ പേരിൽ അച്ഛന്റെ സവിധത്തിലേക്കുതന്നെ എത്തിക്കുകയായിരുന്നു. വെറും നാൽപത്തഞ്ച് ദിവസം മാത്രമാണ് ഈ ജന്മത്തിനുള്ളിൽ വിഷ്ണു അച്ഛനെ പിരിഞ്ഞ് നിന്നിട്ടുള്ളത്. അതവന് നാൽപത്തഞ്ച് നക്ഷത്ര വർഷങ്ങൾ തന്നെയായിരുന്നിരിക്കണം.

ചിറയ്ക്കൽ മഹാദേവൻ ഇന്ന് ഉത്സവനഗരികൾക്കും ജനലക്ഷങ്ങൾക്കും എല്ലാത്തിനുമുപരി ഉടമ ചിറയ്ക്കൽ മധുവിനും ഏറെ പ്രിയങ്കരനാണ്. ഒറ്റപ്പാലം ഗജമേളയിൽ കേരളത്തിൽ ഏറ്റവും നന്നായി പരിപാലിക്കപ്പെടുന്ന ആന എന്ന അവാർഡിനും മഹാദേവൻ അർഹനായി. മണിരത്നത്തിന്റെ 'ദിൽസേ'യിലും പിന്നെ ഒട്ടേറെ മലയാള സിനിമകളിലും അഭിനയിച്ചിട്ടുള്ള മഹാദേവൻ നിരവധി പരസ്യചിത്രങ്ങളിലേയും നായകനാണ്.

പക്ഷേ, ഏതൊരു സിനിമക്കഥയേക്കാളും കാൽപനികവും ഹൃദയാവർജകവുമായ ഒരു ജീവിതകഥയിലെ ജ്വലിക്കുന്ന കഥാപാത്രവും നായകനുമാണ് ചിറയ്ക്കൽ മഹാദേവനെന്ന് അവന്റെ രൂപലാവണ്യവും എണ്ണക്കറുപ്പും കണ്ട് കണ്ണെടുക്കാതെ നോക്കിനിന്നുപോകുന്ന നമ്മിലധികംപേരും തിരിച്ചറിയുന്നില്ല. അവന്റെ ഉള്ളിലിരമ്പുന്ന ഒരു കടലോളം ദുഃഖവും ആശങ്കകളും നമ്മളിനിയും തിരിച്ചറിയാൻ ഇരിക്കുന്നതേയുള്ളൂ. ചിറയ്ക്കൽ മഹാദേവൻ എന്ന മഹാനായ അച്ഛന്റേയും അച്ഛനെ പിരിയാൻ കഴിയാതെ പിടയുന്ന മകന്റേയും കഥ, അല്ലെങ്കിൽ മകനെ ഒരു കടലോളം സ്നേഹിച്ച ഒരച്ഛന്റേയും അച്ഛനെ പിരിഞ്ഞ് ഒരുനിമിഷംപോലും കഴിയാനാവാത്ത മകന്റേയും കഥകൾ ഇനിയും വരാനിരിക്കുന്നതേയുള്ളൂ.

***

ഇരിങ്ങപ്പുറം പ്രകാശ്ശങ്കർ

സംഭവബഹുലമായ ഒരു കാലം

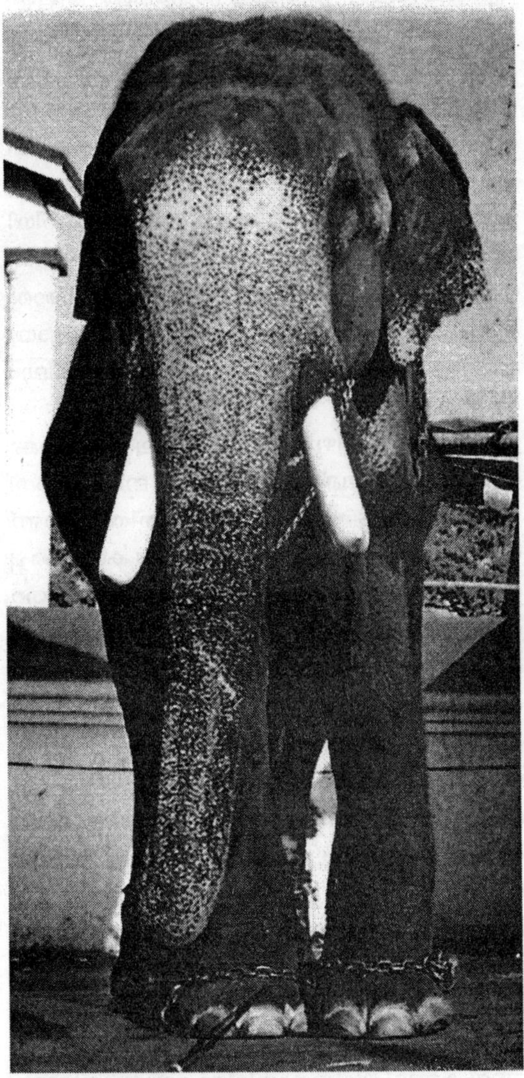

▼ ഇരിങ്ങപ്പുറം പ്രകാശ്ശങ്കർ

ഏട്ടുപത്തുവയസ്സ് പ്രായത്തിൽ ജൻമഭൂമിയായ ഉത്തരേന്ത്യയിൽ നിന്നും മലയാളമണ്ണിലേക്കാനയിക്കപ്പെട്ടു. പിന്നെ തിരുവിതാംകൂർ ദേവസ്വംബോർഡിന്റെ സ്വന്തമെന്ന നിലയിൽ വൈക്കം ക്ഷേത്രത്തിലെത്തി. കൈയിലിരുപ്പിന്റെ ദോഷംകൊണ്ട് ചക്രവർത്തി മന്ത്രിയാവുകയും പിന്നെ കുലിപ്പടയാളിയായിത്തീരുകയും ചെയ്തു എന്നു പറഞ്ഞതുപോലെ, കൈയിലിരുപ്പിന്റെ ഗുണംകൊണ്ട് ദേവസ്വംബോർഡിൽ നിന്ന് പുറത്താക്കപ്പെട്ടു. മരക്കൂപ്പുകളിലെ അജ്ഞാതവാസം. അനേകമനേകമുടമകളുടെ തട്ടിക്കളിക്കൽ. അനന്തരം കഴിഞ്ഞ ഏഴെട്ടുവർഷമായി പേരിലേക്കും പ്രശസ്തിയിലേക്കുമുള്ള വീണ്ടെടുപ്പ് അഥവാ കുതിച്ചുകയറ്റം. ഇരിങ്ങപ്പുറം പ്രകാശ്ശങ്കർ എന്ന പഴയ എഴുത്തച്ഛൻ ശങ്കരനാരായണന്റെ ചരിത്രത്തെ ഇങ്ങനെവേണം സംഗ്രഹിക്കാൻ. ഇത്തിരി പ്രായത്തിനുള്ളിൽ ഒത്തിരി ജന്മങ്ങളുടെ അനുഭവവും ആർജവവും; അതൊരുപക്ഷേ പ്രകാശ്ശങ്കറിന്റെ മാത്രം പ്രത്യേകതയായിരിക്കും. ഇവന്റെ കഥയ്ക്ക് ഒരാനയുടെ ജീവചരിത്രം എന്നതിനേക്കാളേറെ, പഴയൊരു തെമ്മാടിയെ ഇന്നത്തെ ജനസമ്മതന്റെ പ്രതിഛായയിലേക്ക് വളർത്തിയെടുക്കാൻ സ്വന്തം ജീവിതം സമർപ്പിച്ച ചില സാഹസിക ജൻമങ്ങളുടെ കഥയെന്ന പ്രസക്തിയുമുണ്ട്.

ശങ്കരനാരായണൻമാരുടെ ശക്തിചൈതന്യങ്ങൾ ഒന്നിച്ചാവാഹിച്ച ഒരാനച്ചന്തമാണ് ഒട്ടേറെ ആനക്കമ്പക്കാരുടെ വീരനായകനും ഇഷ്ടകഥാപാത്രവുമായ പ്രകാശ്ശങ്കർ. ഏതു സദസ്സിലേക്ക് കടന്നുചെന്നാലും പെട്ടന്ന് തന്നെ ആരുടേയും നോട്ടം പിടിച്ചെടുക്കാവുന്ന തലയെടുപ്പും ഒപ്പം ചില അഹങ്കാരി ചെറുപ്പക്കാരുടേതിന് സമാനമായ 'ആരടാ എന്തടാ' മട്ടിലുള്ള തുറിച്ചുനോട്ടവുംകൂടി ചേർന്നാൽ അത് പ്രകാശ്ശങ്കർ ആയി. ഇരിക്കസ്ഥാനം അഥവാ മുതുകിന്റെ ഉയരം നോക്കി കേരളത്തിലെ ഏറ്റവും ഉയരമുള്ള

ആറോഏഴോ ആനകളുടെ കണക്കെടുത്താൽ, ആ നിരയിലേക്ക് കടന്നിരിക്കില്ലെങ്കിലും ആന യുടെ സ്വാഭാവികമായ ഉയരത്തേക്കാൾ ഒരടിയെ ങ്കിലും മേലെ നിൽക്കുന്ന തല അഥവാ തലയെ ടുപ്പ്-അതാണ് ഉത്സവനഗരികളിൽ ശങ്കരനാരായ ണനെന്നറിയപ്പെട്ടിരുന്ന പ്രകാശ്ശങ്കറിനെ പെട്ടന്നുതന്നെ തിരിച്ചറിയാൻ സഹായിക്കുന്ന സവിശേഷത.

മംഗലാംകുന്ന് കർണനും പാർഥനും പിന്നെ പരേതനായ പാറമേക്കാവ് പരമേശ്വരനുമൊ ക്കെ അവകാശപ്പെടാനാവുന്ന ഈ പ്രത്യേക സിദ്ധിവിശേഷത്തിനുടമയായ പ്രകാശ്ശങ്കറിന്റെ പ്രായം ഏതാണ്ട് നാൽപതിന് മേലേ വരും. തര ക്കേടില്ലാത്ത കൊമ്പുകൾ, അത്യാവശ്യം നീള മുള്ള തുമ്പിക്കൈ, ഉയർന്ന വായുകുംഭം, വിടർന്ന മസ്തകം അങ്ങനെ ലക്ഷണപ്പൊരുത്തങ്ങൾ പരി ഗണിച്ചാൽ തീർച്ചയായും ശരാശരിക്ക് വളരെ മേലെയാണ് ഇവന്റെ സ്ഥാനം. വാലിന്റെ ചെറിയ വളവുകൾ മാത്രമാവും പ്രകടമായി കണ്ടെത്തു വാൻ കഴിയുന്ന ചെറിയൊരവലക്ഷണം. പിന്നെ തലക്കുന്നി കുറച്ചുകൂടി വിരിഞ്ഞ് ഉയർന്നിരുന്നു വെങ്കിൽ ഇത്രയും തലയെടുപ്പുള്ള ആനയ്ക്ക് ഇപ്പോഴുള്ളതിനേക്കാൾ വളരെയധികം ഉയരം തോന്നുമായിരുന്നെന്നും ആനപ്രേമികൾ വിലയി രുത്തുന്നു. ജൻമംകൊണ്ട് ബീഹാറിയും കർമം കൊണ്ട് പാതി തമിഴനും പാതി മലയാളിയുമൊ ക്കെയായ പ്രകാശ്ശങ്കറിന് മുന്നൂറ് സെ.മീറ്ററോളം ഉയരമുണ്ടെന്നാണ് ബന്ധപ്പെട്ടവരുടെ വിലയിരു ത്തൽ.

നന്നേ ചെറുപ്പത്തിൽ തന്നെ മഹാതെമ്മാടി യും വഴക്കാളിയുമെന്ന നിലയിൽ വേണ്ടത്ര കുപ്ര സിദ്ധനാവുകയും ഒരുവേള ദേവസ്വംബോർഡ് എന്ന പൊതുസംവിധാനത്തിനെക്കൊണ്ടു പോലും ഉൾക്കൊള്ളാനാവാത്തവിധം തിരസ്കൃ തനും ബഹിഷ്കൃതനുമായിത്തീർന്ന ഇന്നലെക ളിലൂടെയാണ് ഇവൻ കടന്നുപോന്നിട്ടുള്ളത്. ഒറ്റ പ്പെടലിന്റേയും ആട്ടിപ്പായിക്കലിന്റേയും വേദ നയും യാതനയും സ്വന്തം ജീവിതംകൊണ്ട് അനു ഭവിച്ചറിഞ്ഞവൻ. പോക്കിരി എന്ന നിലയിൽ നിന്നും ഇന്ന് ഉത്സവകേരളം ഏറെ പ്രതീക്ഷ യോടെ ഉറ്റുനോക്കുന്ന ഗജകേസരി എന്ന തല ത്തിലേക്കുള്ള പ്രകാശ്ശങ്കറിന്റെ വികാസപരിണാ മങ്ങൾക്ക് എന്നും ഒരദ്ഭുതകഥയുടെ താളക്കൊ ഴുപ്പുകൾ അകമ്പടി സേവിച്ചിരുന്നു.

കുറച്ചുകാലം മുമ്പുവരെ തൃശ്ശൂർ നാണു എഴു ത്തച്ഛൻഗ്രൂപ്പിന്റെ സ്വന്തമായിരുന്നു പ്രകാശ്ശങ്കർ; അന്ന് പേര് എഴുത്തച്ഛൻ ശങ്കരനാരായണൻ എന്നായിരുന്നു. മലയാളനാട്ടിലേക്ക് ഒട്ടേറെ വരത്തൻമാർക്ക് വഴികാണിച്ചു കൊടുത്തിട്ടുള്ള ക്രാങ്ങാട് വാസുദേവൻ നമ്പൂതിരിയാണ് ഇവ നേയും ഇങ്ങോട്ടെത്തിച്ചത്. ക്രാങ്ങാട് നമ്പൂതിരി, ബീഹാറിലെ ആനച്ചന്തകളിൽനിന്നും വാങ്ങിയി ട്ടുള്ളതിനേക്കാൾ ഒട്ടും കുറവല്ലാത്ത ആനകളെ ഉത്തരേന്ത്യയിലെ ഗ്രാമഗ്രാമാന്തരങ്ങൾ കയറിയി റങ്ങി നേരിട്ടു കണ്ടെത്തിയിട്ടുമുണ്ട്. നമ്പൂതിരി തന്റെ ബാഗുമായി ഇല്ലത്തുനിന്നുമിറങ്ങിയാൽ തിരിച്ചുവരുന്നത് ഏതാനും ആനകളുമായിട്ടായി രിക്കുമെന്ന് ക്രാങ്ങാട്ടുകാർ തമാശയ്ക്കെങ്കിലും പറഞ്ഞിരുന്നു.

അങ്ങനെ എഴുപത്തൊമ്പതിലെ ഒരു കറക്ക ത്തിനിടയിൽ ലക്നൗവിനടുത്ത് ബാരാബംഗി ജില്ലയിൽപെട്ട സിദ്ധൗർഗ്രാമത്തിൽവച്ചാണ് നമ്മുടെ കഥാപാത്രം നമ്പൂതിരിയുടെ കണ്ണിൽപ്പെ ടുന്നത്. രാമചന്ദ്രസിംഗ് എന്ന ജെമീന്ദാറുടെ തറ വാട്ടുമുറ്റത്ത്, തുള്ളിക്കുതിച്ചോടുന്ന പൈക്കിടാ ങ്ങളുടെ പിന്നാലെ അങ്ങോട്ടും ഇങ്ങോട്ടും വച്ചു പിടിച്ച് വാശിതീർക്കുന്ന ഒരു കുട്ടിക്കുറുമ്പൻ; ഏറിയാൽ ഏഴോഎട്ടോ വയസ്സ് മാത്രം. നാട്ടിലെ ത്തിച്ചാൽ ആരെയും ഒന്ന് കറക്കിയടിക്കാനുള്ള ലക്ഷണപ്പൊരുത്തങ്ങൾ ഒത്തിണങ്ങിയ സുന്ദര ക്കുട്ടപ്പനാണെങ്കിലും ചങ്ങലക്കെട്ടുകളുടെ പിടി വലികളൊന്നുമില്ലാതെ പശുക്കുട്ടികളുടെ പിന്നാലെ പറപറക്കുന്ന കുട്ടിപ്പട്ടാളക്കാരന്റെ വീറും വാശിയുമാണ് നമ്പൂതിരിയെ പെട്ടന്ന് ആകർഷിച്ചത്. വീറുംവാശിയും കൂടിയില്ലെങ്കിലേ അദ്ഭുതമുള്ളൂവെന്ന് പിന്നെയവന്റെ വാലിന്റെ വളവ് കണ്ടപ്പോൾ നമ്പൂതിരിക്ക് തോന്നാതിരുന്നു മില്ല. മുപ്പതിനായിരത്തിനടുത്ത ഒരു തുക യ്ക്കാണ് അന്ന് കച്ചവടമുറപ്പിച്ചത്.

മലയാളക്കരയിലെത്തിയതിന്റെ ചൂടാറുംമുമ്പേ

ക്രാങ്ങാട് നമ്പൂതിരിയിൽ നിന്നും ആനക്കുട്ടിയെ അടുരിനടുത്തുള്ള മവിട്ടത്ത് ഉണ്ണിത്താൻ വാങ്ങിക്കൊണ്ടുപോയി. ഉണ്ണിത്താന്റെ പക്കൽ ഒന്നോ രണ്ടോ വർഷം. അതുകഴിഞ്ഞപ്പോൾ, പതിനെട്ട് വയസ്സ് തികയുംമുമ്പേ അവനെത്തേടി സർക്കാരുദ്യോഗവുമെത്തി. സർക്കാരുദ്യോഗം എന്നു പറഞ്ഞാൽ ദേവസ്വംബോർഡിലെ ജോലി. തിരുവിതാംകൂർ ദേവസ്വംബോർഡ് അന്ന് നാലഞ്ചാനകളെ ഒന്നിച്ചുവാങ്ങി. എന്നിട്ട് ഓരോരുത്തരെയായി പ്രധാനക്ഷേത്രങ്ങളിലേക്ക് നിയോഗിക്കുകയും ചെയ്തു.

മലയാളിയുടെ ചിട്ടവട്ടങ്ങൾ പഠിക്കുന്നതിനൊപ്പം തന്റേതായ ഏതാനും വടക്കൻമുറകൾ മലയാളിമന്നൻമാരെ പഠിപ്പിച്ചു കൊടുക്കുന്നതിൽകൂടി മനസ്സുവച്ചുകഴിഞ്ഞിരുന്ന ആനക്കുട്ടിക്ക് നറുക്കുവീണത് ദക്ഷിണകാശിയെന്ന് പുകൾപെറ്റ സാക്ഷാൽ വൈക്കം മഹാദേവക്ഷേത്രത്തിലേക്കാണ്. കൊട്ടാരത്തിൽ ശങ്കുണ്ണിയുടെ ഐതിഹ്യമാലയിലൂടെ ഇതിഹാസതുല്യനായി ത്തീർന്ന സാക്ഷാൽ വൈക്കം തിരുനീലകണ്ഠന്റെ പിൻഗാമിയായി, വേമ്പനാട്ടുകായലിന്റെ തീരത്തേക്കെത്തിയ ഗജകുമാരനെ നാടുംനാട്ടാരും രണ്ടല്ല നാലുകൈയും നീട്ടിത്തന്നെ സ്വീകരിച്ചുവെന്ന് പറഞ്ഞാൽ അതിൽ തെല്ലും അതിശയോക്തിയില്ല.

ആചാരാനുഷ്ഠാനപ്രകാരം നടയ്ക്കിരുത്തപ്പെട്ട ആനക്കുട്ടിക്ക് അവർ ഒരു പേരും സമ്മാനിച്ചു-'വൈക്കം ചന്ദ്രശേഖരൻ'. ജാതകവശാലുള്ള കർമയോഗങ്ങൾ അല്ലെങ്കിൽ ജനത്തിന്റെ അമിതലാളനകൾ, അതുമല്ലെങ്കിൽ അടിയ്ക്കടി മാറിക്കൊണ്ടിരിക്കുന്ന ദേവസ്വംബോർഡ് പാപ്പാൻമാർ. എന്തായാലും ആന ക്ഷേത്രത്തിലുണ്ടെങ്കിൽ നാടുമുഴുവൻ അതറിയുന്ന അവസ്ഥയിലേക്കെത്തി കാര്യങ്ങൾ. ചന്ദ്രശേഖരൻ മതിൽക്കകത്തുണ്ടെങ്കിൽ വൈക്കത്തപ്പനെ തൊഴാനെത്തുന്നവർക്ക് ചന്ദനത്തിനും തീർഥത്തിനും ഭസ്മത്തിനുമൊപ്പം ഒത്താൽ നല്ലോരേറും കൂടി കിട്ടാമെന്ന അവസ്ഥ! ക്ഷേത്രത്തിന്റെ പടിഞ്ഞാറേ മതിലിനോടടുത്ത് ആനയെ തളയ്ക്കാനുള്ള വലിയൊരു കരിങ്കൽകുറ്റിയുണ്ട്. തലേക്കെട്ടും കൊമ്പൻമീശയും ഊരിപ്പിടിച്ച കത്തിയുമായി വഴിപോക്കരെ വിരട്ടിവിടുന്ന ചില കവലച്ചട്ടമ്പികളെപ്പോലെ ചന്ദ്രശേഖരൻ ആ തൂണിൽ ഒന്നമർന്നിരിക്കും. എന്നിട്ട് തനിക്കിഷ്ടപ്പെടാത്തവരുടെ തലവട്ടം കാണുമ്പോൾ നല്ല ഉരുളൻ കല്ലുകൾ തിരഞ്ഞെടുത്ത് ഏറു തുടങ്ങും.

വടി, തടി, കുന്തം, കുറുവടിയൊക്കെയായി തന്നെ നേർവഴിക്ക് നയിക്കാനെത്തുന്ന പാപ്പാൻമാരോട് എന്നും അവനൊന്നേ പറയാനുണ്ടായിരുന്നുള്ളൂ- 'അക്കാര്യത്തിൽ നിങ്ങൾ സായിപ്പൻമാരെ കണ്ട് പഠിക്കണം. ബഹുമാനമെന്നത് കൊടുത്ത് മേടിക്കേണ്ടതാണ്. അല്ലാതെ അടികൊടുത്ത് മേടിക്കേണ്ടതല്ല'. അതായിരുന്നു വൈക്കം ചന്ദ്രശേഖരന്റെ ആപ്തവാക്യം. ഒരു ഗുരുവിന് ദക്ഷിണവച്ച് അയാളെ മനസ്സിൽ പ്രതിഷ്ഠിച്ച് ചട്ടവട്ടങ്ങളുടെ ഹരിശ്രീ കുറിക്കാൻ തുടങ്ങുമ്പോഴേക്കും പുതിയ കുറേ കടുംപിടുത്തങ്ങളും വേലത്തരങ്ങളുമായി ഗോദയിൽ മപ്പടിച്ചു നിൽക്കുന്ന മല്ലൻമാരെപ്പോലെ അടുത്തയാൾ കളത്തിലിറങ്ങും. ഉത്തർപ്രദേശിലേയും ബീഹാറിലേയുമൊക്കെ യഥാർഥ ഗുസ്തിവീരൻമാരായ ബാഹുബലികളുടെ തട്ടകത്തിൽ ജനിച്ചുവളർന്ന ക്ഷത്രിയരക്തമുണ്ടോ ഇതു വകവച്ചു കൊടുക്കുന്നു. 'ജീവന്റെ ഓരോ തുടിപ്പിലും ആണത്തം തുളുമ്പുന്ന ആത്മാഭിമാനിയായ തന്നെ മാത്രം അതിന് നോക്കണ്ട' എന്നമട്ടിലുള്ള ഒരുമാതിരി തനിയ്ക്ക്താൻ പോരിമ എന്നും ഇവന്റെ രക്തത്തിലുണ്ട്. എന്തിനേറെപ്പറയുന്നു, തിരുവിതാംകൂർ ദേവസ്വംബോർഡിലെ ഒരുമാതിരിയുള്ള പാപ്പാൻമാരും ദേവസ്വംബോർഡധികൃതരും പിന്നെ ഭക്തജനസമിതിയുമൊക്കെ സാമ-ദാന-ഭേദ-ദണ്ഡങ്ങളെല്ലാം ഒന്നൊഴിയാതെ പയറ്റിനോക്കിയിട്ടും ഇളമുറത്തമ്പുരാന്റെ കാര്യത്തിൽ യാതൊരു നീക്കുപോക്കുമുണ്ടായില്ല. ക്ഷിപ്രകോപിയുമായ സാക്ഷാൽ മഹാദേവനെന്ന വൈക്കത്തപ്പന്റെ ആന മൂക്കത്തുശുണ്ഠിയുടെ കാര്യത്തിൽ രാജാവിനേക്കാൾ വലിയ രാജഭക്തനായി.

ഒടുവിൽ കുട്ടിക്കൊമ്പന്റെ കുറുമ്പുകൾ കൊണ്ട് പൊറുതിമുട്ടിയ ദേവസ്വം ആനയെ ലേലത്തിൽ വിൽക്കാൻ വച്ചു. കോട്ടയത്തിനടുത്തുള്ള

മൂടങ്കല്ലിൽ ബേബിയാണ് വിരുതനെ ഏറ്റവും ഉയർന്ന വിലയ്ക്ക് അന്ന് ലേലം വിളിച്ചെടുത്ത ത്. പക്ഷേ, ഏറെത്താമസിയാതെ ആന സഹ്യ നിരകൾ താണ്ടി തമിഴകത്തെത്തി. ബേബിയിൽ നിന്നും തേനി സ്വദേശിയായ തുളസി ആനയെ വാങ്ങിയതോടെയാണ് ചന്ദ്രശേഖരൻ വീരോത്തുംഗനായി മാറിയത്. കൂപ്പുപണിയായിരുന്നു തേനിയിൽ പ്രധാനം. ആന ശരിക്ക് ഉയരംവച്ചതും ശൂനാവള്ളിത്തരങ്ങൾ എല്ലാം ഒട്ടൊന്നൊതുങ്ങി ഒത്തൊരാനയായി മാറിയതും തേനിയിൽ വച്ചാണ്.

ഇളംപ്രായത്തിൽ തന്നെ മികച്ച മരപ്പണിക്കാരൻ എന്ന പേര് നേടിയ ആന്നയുടെ കൈയിലിരിപ്പ് കുറച്ചു കടുകട്ടിയായിരുന്നെങ്കിലും തുളസി അവനെ കാര്യമായിത്തന്നെ പോറ്റി. ഉടമയായ തുളസിയുടെ പെട്ടന്നുള്ള മരണം കാരണം ആന വീണ്ടും പലകൈകൾ മറിഞ്ഞ് വീണ്ടും മലയാളമണ്ണിലേക്ക് തന്നെ മടങ്ങിയെത്തുന്നു. അപ്പോഴേക്കും ഒമ്പതേകാൽ അടിക്കുമേൽ ഉയരംവച്ചു കഴിഞ്ഞിരുന്നു. കൈതപ്പുഴക്കായൽ പോലെ ഏതു നിമിഷവും മാറിമറിയാവുന്ന സ്വഭാവവും പാപ്പാൻമാരോടുള്ള വകവയ്പില്ലായ്മയും കാരണം വർഷത്തിൽ അധികദിവസവും തടിക്കൂപ്പുകളെന്ന തടങ്കൽപ്പാളയത്തിൽ തന്നെ കഴിച്ചുകൂട്ടുവാനായിരുന്നു എന്നിട്ടും അവന്റെ വിധി. നാലാളറിയാതെ, അംഗീകാരങ്ങളുടെ ഉത്സവത്തിടമ്പുകളും ആലവട്ടങ്ങളുമില്ലാതെ, ഏതെങ്കിലും ഒരു തടിക്കൂപ്പിന്റെ വെളിച്ചമെത്താക്കോണുകളിൽ എല്ലും തോലുമായി ജൻമം ഒടുങ്ങേണ്ടിയിരുന്ന പ്രശ്നക്കാരനെത്തേടി, ശിലയിൽ നിന്നും അഹല്യയ്ക്ക് മോക്ഷംനൽകിയ ശ്രീരാമപാദങ്ങൾ എന്നപോലെ അവരെത്തി-തൃശ്ശൂരിലെ എഴുത്തച്ഛൻഗ്രൂപ്പ്.

ഏത് ഗജപോക്രിയേയും വരച്ചവരയിൽ നിർത്താൻപോന്ന ചങ്കുറപ്പിനുടമയായ പുതിയ ഉടയോൻമാർ. 'നീയെട്ടടി പാഞ്ഞാൽ മോനേ ഞാൻ പതിനാറടി പായും' എന്ന വെല്ലുവിളിയുമായി ആനയ്ക്കുമുന്നിൽ ധൈര്യത്തിന്റെ ഒരാൾരൂപം പോലെ പുതിയൊരു പാപ്പാൻ. ആ പുതിയ കൂട്ടുകെട്ടിന്റേയും പുതിയൊരു നീക്കുപോക്കിന്റേയും മുന്നിലെ സന്ധിസംഭാഷണത്തിൽ അവനൊന്നുറപ്പായിക്കാണണം. നന്നാകാനായാലും നശിക്കാനായാലും ഇതൊരു ദശാസന്ധിയാണ്. ഒന്നുകിൽ പരസ്പരവിശ്വാസത്തിന്റേയും പരസ്പരധാരണയുടേയും അടിസ്ഥാനത്തിൽ സമാധാനത്തിന്റെ വഴിയിലേക്ക് ഒരു മാനസാന്തരം. അല്ലെങ്കിൽ മെരുക്കിയാലും മെരുങ്ങാത്ത വന്യകൽപനകളുടെ രൗദ്രഭാവമായി ഒരു എരിഞ്ഞടങ്ങൽ. ഒടുവിൽ അവൻ അതുതന്നെ തീരുമാനിച്ചുകാണണം. വക്കക്കയറിന്റേയും വൻമരങ്ങളുടേയും നിർദ്ദയലോകത്തുനിന്നും പഞ്ചാരിയുടേയും ചെമ്പടയുടേയും ഉത്സവമേളക്കൊഴുപ്പിലേക്കൊരു ചുവടുമാറ്റം. അതിനായി അവൻ പകരം നൽകിയത് വൈക്കം ചന്ദ്രശേഖരൻ എന്ന കിരാതമൂർത്തിയുടെ പൂർവാശ്രമം തന്നെയായിരുന്നു. അതൊരു യുഗത്തിന്റെ പര്യവസാനവും മറ്റൊരു യുഗത്തിന്റെ സമാരംഭവുമായി.

എഴുത്തച്ഛൻ ഗ്രൂപ്പ് സ്വന്തമാക്കിയ വൈക്കം ചന്ദ്രശേഖരൻ ഏതാനും ദിവസങ്ങൾക്കകം എഴുത്തച്ഛൻ ശങ്കരനാരായണനായി പുനർനാമകരണം ചെയ്യപ്പെട്ടു. തൃശ്ശൂർപ്പൂരത്തിന്റെ തെക്കോട്ടിറക്കത്തിന് തങ്ങളുടെ ഒരാനയുമുണ്ടാവണം എന്ന ഒരേയൊരാഗ്രഹത്തിന്റെ പേരിൽ മാത്രം എഴുത്തച്ഛൻ സഹോദരങ്ങൾ വിലകൊടുത്തുവാങ്ങിയ 'സാഹസ'ത്തിന് അവർ നൽകിയത് പരേതനായ തങ്ങളുടെ പിതാവിന്റെ പേരായിരുന്നു. കേരളത്തിൽ തന്നെ ഏറ്റവുമധികം ശരീരവലിപ്പവും ഭാരവുമുള്ള ആനകളിൽ പ്രധാനിയെന്ന വിശേഷണത്തിനുടമയായ എഴുത്തച്ഛൻ ശ്രീനിവാസൻ ഉൾപ്പെടെ പല ഗജകേസരികളും നിറഞ്ഞാടുന്ന ആനത്തറവാട്ടിൽ അങ്ങനെ ശങ്കരനാരായണനും ഒരംഗമായി മാറി.

എന്നും വഴക്കാളിയെന്നും തെമ്മാടിയെന്നും മാത്രം പേര് കേൾപ്പിച്ചിട്ടുള്ള ഒരാന, പൂരനഗരിയിൽ എത്തി ഏതാനും ദിവസങ്ങൾക്കകം തന്നെ തൃശ്ശൂർപ്പൂരത്തിന്റെ ആനപ്രമാണികളിലൊരാളായി അണിനിരന്നപ്പോൾ 'ഈ സാധനം തരക്കേടില്ലല്ലോ ഇഷ്ടാ' എന്ന് ആനപ്രേമികളും തൃശ്ശൂർക്കാരും ഒന്നടങ്കം മന്ത്രിച്ചുകാണണം. ഈ ആളും മേളവും പൂരവും പിന്നെയതിന്റെ ആകെ

മൊത്തം പുകിലും ഒക്കെ നന്നായിട്ടങ്ങ് ആസ്വദിച്ച് രസിച്ചപ്പോൾ സംഭവം 'ഇങ്ങനെയൊക്കെയാണെന്നറിഞ്ഞിരുന്നെങ്കിൽ സംഗതി ഞാനെപ്പോഴേ നന്നായിപ്പോയേനെ. ഇതുപോലെ രണ്ടടി നേരത്തെ തരാൻ ആണുങ്ങളാരുമില്ലാതെ പോയത് എന്റെ കൊഴപ്പാ' എന്നാവും ശങ്കരനാരായണൻ ചിന്തിച്ചുപോയത്. ഇങ്ങനെ കാലംകഴിക്കവേ അടുത്തിടെയാണ് ഇവൻ തൃശ്ശൂർ ഇരിങ്ങപ്പുറം ദേശത്തേക്ക് വാങ്ങിക്കപ്പെട്ട് ഇരിങ്ങപ്പുറം പ്രകാശ്ശങ്കറാവുന്നത്.

കേരളത്തിൽ തന്നെ ഏറ്റവുമധികം ദൈർഘ്യമേറിയ മദപ്പാടുകാലമുള്ള ആനകളിൽ ഒരുവൻ എന്നതാണ് പ്രകാശ്ശങ്കറിന്റെ മറ്റൊരു സവിശേഷത. കാടാറുമാസം നാടാറുമാസമെന്ന ചൊല്ല് അക്ഷരാർഥത്തിൽതന്നെ ഇവന്റെ കാര്യത്തിൽ കിറുകൃത്യമാണ്. ഒരുവർഷത്തിൽ പകുതിസമയത്തോളവും മദപ്പാടെന്ന മതിഭ്രമത്തിനും അർധഭ്രാന്തിനുമിടയിലേക്ക് കൂപ്പുകുത്തും പ്രകാശിന്റെ മനസ്സും ശരീരവും.

രാജുവെന്ന ഒന്നാംപാപ്പാന്റെ ഉത്തരവുകൾക്കു മുന്നിൽ തെല്ല് മുറുമുറുപ്പോടെയാണെങ്കിലും അനുസരണയുള്ള കുഞ്ഞാടായിമാറുമായിരുന്നു പഴയ ശങ്കരൻ. പക്ഷേ മദക്കോളിലേക്ക് നീങ്ങിക്കഴിഞ്ഞാൽ രാജുവിനോടു തന്നെയായിരുന്നു ഏറ്റവും വലിയ ശത്രുത. മറ്റവസരങ്ങളിൽ കാര്യമായ വകവയ്പില്ലാത്ത രണ്ടാംപാപ്പാന് ആ സമയം കുറച്ചേറെ സ്വാതന്ത്ര്യം അനുവദിക്കും. ആനയുടെ പിന്നിൽ ചെല്ലാം, അത്യാവശ്യം ശ്രദ്ധയോടെ ആനത്തറി വെടിപ്പാക്കാം. പിന്നെ ആനയുടെ പിൻകാലുകളിലെ ചങ്ങല ഇടയ്ക്കിടെ ഒന്നിളച്ചിടുകയും ചെയ്യാം. അതിനാൽ ദൈർഘ്യമേറിയ മദപ്പാട് കഴിഞ്ഞ് അഴിച്ചാൽ, കാൽ പഴുത്തഴുകി ചങ്ങല അതിൽ പൂണ്ടുകയറിപ്പോയി പിന്നീട് മാംസത്തിനുള്ളിൽ നിന്നും ചങ്ങല അറുത്തുമുറിച്ചെടുക്കേണ്ട ദുരവസ്ഥ ഇവന് നേരിടേണ്ടി വരുന്നില്ല.

തൃശ്ശൂർ-പാലക്കാട് റൂട്ടിൽ റിസർവ് വനത്തോട് ചേർന്നുള്ള വഴക്കുംപാറ എന്ന പ്രദേശത്തായിരുന്നു, എഴുത്തച്ഛൻ ഗ്രൂപ്പിന് സ്വന്തമായിരുന്ന കാലത്ത് പ്രകാശ്ശങ്കറിനെ മദപ്പാടിൽ തളച്ചിരുന്നത്. മദപ്പാടിനായി ആനയെ തളച്ചാൽ, ദൈനംദിനമുള്ള ആനയുടെ അത്യാവശ്യ പരിചരണമുറകൾ കഴിഞ്ഞാൽ ആനക്കാർക്ക് അധികസമയവും വിശ്രമമാണ്. വെപ്പും കുടിയുമെല്ലാം ആനത്തറിയോട് ചേർന്നുള്ള വീട്ടിൽ. ആവശ്യത്തിന് സമയവും സാവകാശവും ഉള്ളതുകൊണ്ട് ഇതിനിടെ അവർ അത്യാവശ്യം പച്ചക്കറി കൃഷി ചെയ്ത് വിളവെടുക്കാറുണ്ട്.

പ്രകാശിനെപ്പോലെ ദൈർഘ്യമേറിയ മദക്കാല വിഭ്രാന്തികളുമായി അനേകമനേകമാനകൾ ഉണ്ടാകാം. പക്ഷേ, പ്രകൃതിയുടെ ആ വിളയാട്ടക്കാലത്ത് ആനകൾക്ക് അനിവാര്യമായ വിശ്രമം അനുവദിച്ചുകൊടുക്കാതെ അവയെ മയക്കുമരുന്നുകൾ നൽകിയും തീറ്റയും വെള്ളവും നിഷേധിച്ചും വാട്ടിക്കൊണ്ടുനടന്ന് അപകടങ്ങൾ ക്ഷണിച്ചുവരുത്തുന്നവരാണ് നല്ലൊരു ശതമാനം ആനയുടമകളും. പണ്ട് വൈക്കത്തമ്പലത്തിൽ വച്ച് ചെറുപ്രായത്തിൽ ഇവൻ കാട്ടിക്കൂട്ടിയ വിക്രിയകളും ഈ മദക്കാലവിഭ്രാന്തിയുടെ പ്രാരംഭലക്ഷണങ്ങൾ മാത്രമായിരുന്നിരിക്കാം. ഇവന് ഇത്രയും ദൈർഘ്യമേറിയ മദപ്പാടാണ് പ്രകൃതി അനുവദിച്ചു നൽകിയിരിക്കുന്നതെന്ന് ചിലപ്പോൾ അന്നത്തെ പാപ്പാൻമാർ ഓർത്തിട്ടുമുണ്ടാവില്ല.

ജയിൽവാസം കഴിഞ്ഞുവന്ന് നല്ലവനാകാൻ മനസ്സറിഞ്ഞ് ഉത്സാഹിക്കുന്ന ചില നല്ലപുള്ളികളെപ്പോലെ, പ്രകാശ്ശങ്കർ ജനഹിതത്തിനനുസരിച്ച് ഒത്തുപിടിക്കുകയാണിപ്പോൾ. പക്ഷേ, ഒന്നോർക്കുക. മാനസാന്തരം വന്നുവെന്ന് കരുതി പച്ചവെള്ളപ്പരുവമായെന്ന് ആരും ധരിക്കേണ്ട. ആ വിശ്വാസത്തിന്റെ ബലത്തിൽ വല്ലവരുമൊക്കെ കൊമ്പിൽ പിടിക്കാൻ വരുന്നതും താടിയിൽപിടിച്ച് തലപൊന്തിച്ചു കളിക്കാൻ വരുന്നതുമൊന്നും ഇഷ്ടനൊട്ടും ഇഷ്ടവുമല്ല. വിശപ്പാണ് ഏറ്റവും വലിയ ദൗർബല്യം. വിശപ്പിന് ചിലപ്പോൾ കണ്ണു കാണാതായെന്ന് വരികയും ചെയ്യും. വിശന്ന് പൊരിഞ്ഞാൽ ഒരുപക്ഷേ നമ്മളെക്കൂടി പിടിച്ചു തിന്നുകളയുമെന്നാണ് ഇവന്റെ പാപ്പാൻമാർ പറയുന്നത്. പക്ഷേ, വിശപ്പിനു മുന്നിൽ ലോകം തന്നെ കീഴ്മേൽ മറിച്ചേക്കാവുന്ന ഈയാന ആരെന്ത് കൊടുത്താലും വാങ്ങിത്തിന്നുമെന്നാ

ണെങ്കിൽ നമുക്ക് തെറ്റി. 'എനിക്കുള്ളതെല്ലാം എന്റെ പാപ്പാൻ തന്നുകൊള്ളും. അല്ലാതാരും വെറുതേ കയറിവന്ന് മഹാമനസ്കത കാട്ടാൻ നിൽക്കേണ്ട' എന്നതാണ് പ്രകാശിന്റെ വേദാന്തം. തേനായാലും തേൻവരിക്കയായാലും പാപ്പാൻ നേരിട്ടേ ആനയ്ക്ക് കൊടുക്കാറുള്ളൂ. പക്ഷേ ഉടമയുടെ തറവാട്ട് മുറ്റത്തെത്തിലായോ അവനെ സംബന്ധിച്ച് കഥയൊന്ന് മാറും. പ്രധാന റോഡിൽ നിന്നുള്ള വളവുതിരിഞ്ഞ് നേരെ വീട്ടിലേക്ക് വന്നാൽ അവനുള്ള പങ്ക് ആരിൽനിന്നും കൈപറ്റും.

ഏറ്റവും മികച്ചവയെന്നു വാഴ്ത്തപ്പെടുന്ന വീണെടുത്തകൊമ്പുകളല്ല ഇവന് ഇപ്പോഴെങ്കിലും പണ്ട് അങ്ങനെയായിരുന്നില്ല. നന്നേ ചെറുപ്പത്തിൽ ബീഹാറിൽ നിന്നും ഇവനെ കണ്ടെടുത്ത് കേരളത്തിലെത്തിച്ച ക്രാങ്ങാട് നമ്പൂതിരി, ഇന്നും വ്യക്തമായി ഓർക്കുന്ന ഒരു കാര്യം അന്നത്തെ ആനക്കുട്ടി നല്ല ലക്ഷണത്തികവാർന്ന കൊമ്പിന് ഉടമയായിരുന്നു എന്നാണ്. ആനക്കുട്ടിയിൽ നമ്പൂതിരിക്ക് മോഹം ഉദിപ്പിക്കുന്നതിൽ അവന്റെ ചന്തമാർന്ന കൊമ്പുകൾക്ക് കാര്യമായ പങ്കുമുണ്ടായിരുന്നു. തടിക്കൂപ്പുകളിലെ മരപ്പണിയുടെ കടുപ്പമാവണം വീണെടുത്തവയെന്നു പറയപ്പെട്ടിരുന്ന ആ ചന്തമാർന്ന കൊമ്പുകളെ കാലാന്തരത്തിൽ കീഴ്കൊമ്പിന്റെ ശ്രേണിയിലേക്ക് തരം താഴ്ത്തിയത്.

കുറേവർഷം മുമ്പ് എഴുത്തച്ഛൻ ഗ്രൂപ്പിലേക്ക് എത്തിച്ചേരുമ്പോൾ തനി 'പതിനൊന്നെന്ന്' പറയാനാവുംവിധം ശരിക്കും ഒരു കീഴ്ക്കൊമ്പനായിരുന്നു ഈയാന. പിന്നീട് തടിപ്പണിയിൽനിന്നു വിടുതലും കൊമ്പ് മുറിക്കുന്നതിലുള്ള തികഞ്ഞ ശ്രദ്ധയും വൈദഗ്ധ്യവും കാരണം അവന്റെ കൊമ്പുകളിൽ ചെറിയ ഉയർച്ചയുടെ ലക്ഷണങ്ങൾ കാണുന്നുണ്ടെന്ന് പറയപ്പെടുന്നു. കഠിനമായ മരപ്പണി, ആനകളുടെ കൊമ്പിന്റെ ഭംഗിയും രൂപവും ഒരുപരിധിവരെ മാറ്റിക്കളയാമെന്നതിനും ശ്രദ്ധിച്ചാൽ കൊമ്പുകൾ വീണ്ടും പൂർവാവസ്ഥയിലേക്ക് മാറ്റിയെടുക്കാൻ കഴിയുമെന്നതിനും ഏറ്റവും നല്ല ഉദാഹരണമാണ് ഇരിങ്ങപ്പുറം പ്രകാശ്ശങ്കർ.

ശങ്കറിന്റെ തുമ്പിക്കൈയിൽ ഒരു മുറിപ്പാടുണ്ട്. ഈ മുറിപ്പാട് ഒരുപാപ്പാന് പറ്റിയ കൈയബദ്ധമാണ്. ആനയുടെ മുന്നിൽ നിന്നുകൊണ്ട് ആനയ്ക്കുള്ള പനമ്പട്ട വെട്ടി തുണ്ടംതുണ്ടമായി ഇട്ടുകൊടുക്കുകയായിരുന്നത്രെ പാപ്പാൻ. പക്ഷേ, ചെറിയൊരു നോട്ടപ്പിശകിൽ കത്തി പാഞ്ഞുകൊണ്ടത് തുമ്പിയിൽ തന്നെ! ഭാഗ്യത്തിന് വെട്ട് കാര്യമായ ആഴത്തിലേക്ക് പോയില്ല. അല്ലായിരുന്നെങ്കിൽ ശങ്കരൻ വെള്ളംകുടിക്കുവാൻ ശരിക്കും വലഞ്ഞുപോയേനെ. ആനയുടെ ശരീരത്തിലെ തന്നെ ഏറ്റവും ശക്തമായ പേശികൾ തുമ്പിക്കൈയിലേതാണെന്നാണ് പറയപ്പെടുന്നത്. അതുകൊണ്ടാണത്രെ വടക്കൻ പാട്ടുകളിലെ ചില വീരപുരുഷൻമാരുടെ വാൾത്തലയുടെ വീര്യം വിളംബരം ചെയ്യുന്നതിന് 'ആനയുടെ തുമ്പിക്കൈപോലും ഒറ്റവെട്ടിന് വേർപെടുത്താൻ പോന്നവർ' എന്ന് പാണൻമാർ പാടിയിരുന്നത്.

പ്രകാശ്ശങ്കറിന്റെ കൊമ്പിൽ ഒരു കറുത്തു കരുവാളിച്ച മുദ്രയുണ്ട്. ഏതാനും വർഷം മുമ്പ് ചെറുപ്പക്കാരനായ ഒരു ആനക്കാരൻ വലിയ കോൽകൊണ്ട് പ്രഹരിച്ചതിന്റെ ഫലമാണത്. ആനക്കൊമ്പിന്റെ വജ്രശക്തിയെപ്പോലും കീറിമുറിച്ച ആ പ്രയോഗം യഥാർഥത്തിൽ ലക്ഷ്യംവച്ചത് കൊമ്പിനു മേലുള്ള ചീളഭാഗത്തെയായിരുന്നു. ഓരോവട്ടം കൊമ്പുമുറിക്കുമ്പോഴും കറുത്തപാട് ഇറങ്ങിയിറങ്ങി വന്നുകൊണ്ടിരിക്കുന്നു. ഇനി ഒന്നോരണ്ടോ കൊമ്പുമിനുക്കലുകൾ കൂടി കഴിഞ്ഞാൽ ആ കറുത്ത പാട് ഇല്ലാതാകും. ഒന്നാം പാപ്പാൻ ഇല്ലാതിരുന്ന ഒരു ദിവസം ആന കാട്ടിയ എന്തോ വികൃതിയുടെ പേരിൽ അവന് ഏറെക്കാലം ഓർത്തോർത്ത് നോവാൻപോന്ന ആ കരിഞ്ചട്ടി സമ്മാനിച്ച പാപ്പാൻ ഇന്ന് ജീവനോടെയില്ല. കുറച്ചുകാലം മുമ്പ് മറ്റൊരാനയാൽ കൊല്ലപ്പെട്ടു.

ഇന്ന് തിരക്കേറിയ ഉത്സവസീസണിൽ ഓരോ ഉത്സവനഗരിയിൽ നിന്നും അടുത്തിടത്തേക്ക് ലോറിയിലാണ് ശങ്കറിന്റെ യാത്രയെങ്കിൽ കുറേ വർഷങ്ങൾക്കു മുമ്പുവരെ കഥ മറ്റൊന്നായിരുന്നു. ആർത്തിരമ്പിപ്പായുന്ന മോട്ടോർ വാഹനങ്ങൾ കണ്ടാൽതന്നെ ഇവനു ദേഷ്യം വരും. വൈക്കം

ക്ഷേത്രത്തിൽ നിന്നും ലേലം വിളിക്കപ്പെട്ടശേഷം തേനിയിൽ തുളസിയെന്ന ഉടമയുടെ കീഴിൽ നിൽക്കുമ്പോഴാണ് ആദ്യമായിട്ട് ഇവനെ ലോറിയിൽ കയറ്റാൻ ഒരു ശ്രമം നടന്നത്. പലവട്ടം പല ലോറികൾ മുന്നിൽ ഹാജരാക്കപ്പെട്ടുവെങ്കിലും കക്ഷി അങ്ങനെ പെട്ടന്നൊന്നും വഴങ്ങാൻ തയ്യാറായിരുന്നില്ല. ഒടുവിൽ പുതിയ ലോറി വാങ്ങിയപ്പോൾ ഉടമയ്ക്ക് ഒരൊറ്റ വാശി. സ്വന്തം ആനയെ കയറ്റിക്കൊണ്ട് തന്നെയാവട്ടെ ഉദ്ഘാടനപ്പറക്കൽ! വടിയും തടയും കുച്ചുവിലങ്ങും നടവിലങ്ങുമൊക്കെയായി ഒരു ഗ്രാമം ഒറ്റക്കെട്ടായി ആനയ്ക്കുചുറ്റും അണിനിരന്നപ്പോൾ അവസാനം ആനയെ ലോറിയിലേക്ക് എങ്ങനെയൊക്കെയോ എടുത്തുകയറ്റപ്പെട്ടു. ദൗത്യത്തിന്റെ ഒന്നാംഘട്ടം വിജയകരമായി പൂർത്തിയാക്കിയ നാട്ടുകാർക്കെല്ലാം ഉടമയുടെ വക ഒന്നാന്തരം ഊണും ലഭിച്ചു. പക്ഷേ, വണ്ടി രണ്ടടി മുന്നോട്ടെടുക്കേണ്ടതാമസം, ചന്ദ്രശേഖരനെന്നും ശങ്കരനാരായണനെന്നുമൊക്കെ പലപല പേരുകളിൽ ആനപ്രേമികൾ വണങ്ങുന്ന ഉഗ്രസ്വരൂപന്റെ കിരാതവേഷത്തിന് അന്നാഗ്രാമം മുഴുവൻ സാക്ഷിയായി. നാടിനെ മുഴുവൻ ഞെട്ടിവിറപ്പിച്ച ചിന്നംവിളിയോടെ തുള്ളിയുറഞ്ഞ്, നിമിഷനേരംകൊണ്ട് ചവുട്ടിയും ഇടിച്ചും കുത്തിയുമൊക്കെ പുതുപുത്തൻ ലോറി പപ്പടവട പൊടിക്കുംപോലെ പൊടിച്ചുകളഞ്ഞു!

എഴുത്തച്ഛൻ ഗ്രൂപ്പിലെത്തിയ ശേഷമാണ് ഇവന്റെ ലോറിവിരോധത്തിനും അയവ് വരുന്നത്. ആനയുടെ പുറകുവശത്ത് ലോറി കൊണ്ടു നിർത്തിയശേഷം ആനയെ പിന്നോട്ട് നടത്തിയാണ് ആദ്യമായി ഇവനെ ലോറിയിൽ കയറ്റിയത്. ഇപ്പോൾ എവിടെയായാലും ഉത്സവം കഴിയേണ്ടതാമസം, തീറ്റയും വെള്ളവും കിട്ടുന്നതിന് മുമ്പേ ശങ്കരനാരായണൻ ചുറ്റുവട്ടം മുഴുവൻ കണ്ണോടിക്കും; തനിക്കുള്ള ലോറി തയ്യാറല്ലേ എന്നുറപ്പാക്കാൻ.

പ്രശ്നക്കാരനായ ഒരാനയെ വാങ്ങിക്കുക. എന്നിട്ടതിന് തങ്ങളുടെ അച്ഛന്റെ പേരുതന്നെ ചാർത്തിക്കൊടുത്ത് ധൈര്യപൂർവം തൃശ്ശൂർപ്പൂരമടക്കമുള്ള ഉത്സവനഗരികളിലേക്ക് ഇറക്കിവിടുക. നാണുഎഴുത്തച്ഛൻ ഗ്രൂപ്പിലെ സഹോദരങ്ങൾ അന്ന് കാട്ടിയ ആ ചങ്കൂറ്റവും ഏറ്റെടുത്ത ഉത്തരവാദിത്വവും പാളിപ്പോയിരുന്നെങ്കിൽ, ഒരുപക്ഷേ ഇന്ന് ഈ ഗജസുന്ദരൻ ഭൂമുഖത്തുതന്നെ ഉണ്ടായെന്ന് വരില്ല. എന്തെന്നാൽ നമ്മൾ മനുഷ്യർ നയിക്കുന്ന വഴിയേ നടന്നിട്ടുള്ള ആനകൾക്കല്ലാതെ, മനുഷ്യരെ തങ്ങളുടെ തന്നിഷ്ടങ്ങളുടെ വഴിയേ ചരിക്കാൻ നിർബന്ധിച്ചിട്ടുള്ള നാട്ടാനകൾക്കൊന്നിനും ഇവിടെ ആയുസ്സുണ്ടായ ചരിത്രമില്ല.

എത്രയാനകൾ നിരനിരക്കുന്ന ഉത്സവങ്ങളിലും രാജുവെന്ന പാപ്പാന്റെ തലവെട്ടം കണ്ടാൽ ശങ്കരനാരായണനെന്ന പ്രകാശ്ശങ്കറും അവിടെയുണ്ടാകുമെന്ന് ആനക്കമ്പക്കാർക്ക് ഉറപ്പിക്കാം. രാജുവെന്ന സാഹസികന്റെ കഥ, പറയാതെ ശങ്കറിന്റെ കാര്യങ്ങൾ മുഴുമിപ്പിച്ചാൽ അത് അപൂർണവും അസ്വാഭാവികവുമായിരിക്കും. ശങ്കറില്ലാതെ രാജുവിനേയും രാജുവില്ലാതെ ശങ്കറിനേയും കുറിച്ച് ഇന്ന് ചിന്തിക്കുവാൻപോലും ഈ കൂട്ടുകെട്ടിന്റെ ആരാധകരായ ആനപ്രേമികൾക്ക് കഴിയില്ല. പാലക്കാട് ഏത്തന്നൂർക്കാരൻ രാമൻ എന്ന രണ്ടാമനും ആറേഴ് വർഷമായി ഈ കൂട്ടുകെട്ടിലുണ്ട്.

ഗജപോക്രിയുടെ മുൾക്കിരീടങ്ങളിൽ നിന്നും ഇന്നത്തെ നാടും നാട്ടാരുമറിയുന്ന യുവഗജരാജന്റെ വെള്ളിവെളിച്ചത്തിലേക്ക് ഈയാനയെ വഴിതിരിച്ചുവിടുന്നതിൽ മറ്റാരേക്കാളുമേറെ നിർണായകസ്ഥാനം വഹിച്ച ആളാണ് ശങ്കറിന്റെ ഒന്നാം പാപ്പാനായ പാലക്കാട് കോട്ടായിക്കാരൻ രാജു. രാജുവിനേയും ശങ്കറിനേയും 'ഉത്സവപ്പറമ്പിലെ ഇരട്ടകൾ' എന്ന് വിശേഷിപ്പിക്കുന്ന ആരാധകരുണ്ട്. നാഴികയ്ക്ക് നാല്പതുവട്ടമെന്നോണം തൊട്ടതിനും പിടിച്ചതിനുമൊക്കെ ആനയെ ഇട്ടെറിഞ്ഞ് പുതിയ ആനകളെ തേടുന്ന ആനക്കാർക്കും ആനക്കാരൻ ഇത്തിരികാശ് കൂടുതൽ ചോദിച്ചാൽ അപ്പോൾതന്നെ അവനെ പറഞ്ഞുവിടുന്ന ഉടമകൾക്കുമിടയിൽ, ഈ ആനയും പാപ്പാനും പിന്നെയവന്റെ ഉടമകളായിരുന്ന എഴുത്തച്ഛൻഗ്രൂപ്പും വേറിട്ട കാഴ്ചതന്നെയായിരുന്നു.

ആനക്കമ്പം തലയ്ക്കുപിടിച്ച്, ചരടുപൊട്ടിയ

ഒരു പട്ടം കണക്കെ ആനകളുടെ അപൂർവലോകത്തേക്ക് അറിഞ്ഞുകൊണ്ടുതന്നെ വന്നുവീണ പാപ്പാൻമാരുടെ ഗണത്തിലാണ് കോട്ടായിക്കാരൻ രാജുവിന്റേയും സ്ഥാനം. വീട്ടിൽ മറ്റാർക്കും ആനകളുമായി പുലബന്ധം പോലുമില്ലെങ്കിലും കിട്ടു-അമ്മിണി ദമ്പതികളുടെ ആൺമക്കളിൽ രണ്ടാമനായ രാജുവിന് ഇത്തിരിയില്ലാത്ത പ്രായത്തിൽ തന്നെ ആനകളായിരുന്നു പ്രധാന ദൗർബല്യം. കല്ലുപെൻസിലും സ്ലേറ്റുമായി വീട്ടിൽ നിന്നിറങ്ങിയാലും വഴിയിലെങ്ങാനും ഒരാനയെ കണ്ടുപോയാൽ നേരെപോകുന്നത് അതിന്റെ പിന്നാലെയാവും. ചിലപ്പോൾ രണ്ടുമൂന്ന് ദിവസം കഴിഞ്ഞാലും പിന്നെ വീട്ടിലേക്ക് തിരിച്ചെത്തിയെന്നു വരില്ല.

ഏതെങ്കിലും ഒരാനപ്പറമ്പിൽ നിന്ന് അച്ഛൻ പിടിച്ചപിടിയാലെ കൊണ്ടുവന്ന് സ്കൂളിലാക്കും. കൊച്ചുമനസ്സിലേക്ക് ഒരായിരം സ്വപ്നങ്ങളുടെ ഊഞ്ഞാൽകിനാക്കളും എറിഞ്ഞുകൊണ്ട് ഏതെങ്കിലും ഒരാനയുടെ ചങ്ങലക്കിലുക്കം വീണ്ടും നാട്ടുവഴിയുടെ അങ്ങേയറ്റത്തുനിന്നും ഉയരുമ്പോൾ, രാജു പിന്നെയും അവന്റെ സ്വപ്നങ്ങളുടെ പിന്നാലെ കൂടും. ഒട്ടും വൈകാതെ അച്ഛനും അങ്ങോട്ടെത്തും.

ഈ ഒളിച്ചുപോക്കും തിരിച്ചുപിടിത്തവും തുടർക്കഥകളായപ്പോൾ ഒടുവിൽ, അച്ഛന്റെ പിടിപാടുകൾക്കപ്പുറമുള്ള ഒത്തിരി ദൂരത്തേക്ക് അവൻ പോയി. അച്ഛന്റെയും വീട്ടുകാരുടെയും അന്നത്തെ ഭാഷയിൽ 'ഒരുപ്പോക്കു പോയി'. എങ്ങോട്ടെന്നില്ലാതെ പതിമൂന്നാം വയസ്സിൽ നടത്തിയ ആ ഒളിച്ചോട്ടത്തിനൊടുവിൽ കുറവിലങ്ങാട് വച്ച് ഒരാനയെ കുളിപ്പിക്കുന്നത് കണ്ടാണ് ബസ്സിൽനിന്നുമിറങ്ങുന്നത്. ബിസ്കറ്റ് കമ്പനിക്കാർ മേടിച്ചതിനാൽ ബിസ്കറ്റാനയെന്ന് പേരുകിട്ടിയ കാഞ്ഞിരക്കാട്ട് ബാലകൃഷ്ണനായിരുന്നു അത്. പാപ്പാൻ പനന്താനം ജനാർദ്ദനനും. 'പോയി ഒരു ചായ മേടിച്ചോണ്ട് വരാൻ' ആനക്കാരൻ പറയുമ്പോൾ ഒരു സ്വർഗംകിട്ടിയ സന്തോഷമായിരുന്നു ഒളിച്ചോട്ടക്കഥയിലെ കൊച്ചുനായകന്. ഇതുതന്നെയാണ് തനിക്കായി ഈശ്വരൻ സൃഷ്ടിച്ചിട്ടുള്ള കളിത്തട്ടെന്ന് ആ നിമിഷം തന്നെ അവൻ ഉറപ്പിക്കുകയും ചെയ്തു.

രാജു സഹായിയായി ഏറ്റവുമധികംകാലം നിന്നത് ഉണ്ണിരാമത്തുമന അയ്യപ്പനോടൊപ്പമാണ്. ആദ്യമായി പ്രധാന ചുമതലക്കാരൻ എന്ന നിലയിൽ ഒരാനയെ ഒറ്റയ്ക്കഴിച്ചത് വാക്കയിൽ കൈമൾ കണ്ടമ്പുള്ളിക്കാർക്ക് വിറ്റ അയ്യപ്പനേയും. ഏറിയാൽ അന്ന് വയസ്സ് പതിനാറ്. അതിനുശേഷം കാന്താരി അയ്യപ്പനൊപ്പം. എഴുന്നെള്ളിക്കാൻ പറ്റാത്തവനെന്ന് പേരുകേൾപ്പിച്ചിട്ടുള്ള കാന്താരിയെ കണ്ടമ്പുള്ളിക്കാർ പെരുമ്പാവൂരിൽ നിന്നാണ് വാങ്ങിക്കൊണ്ടുവരുന്നത്. ആനക്കാരനെ കൊമ്പ് പിടിക്കാൻ അനുവദിക്കാത്ത, താപ്പ് കിട്ടിയാൽ ആനക്കാരന്റെ പണിതീർക്കുന്ന കാന്താരിയെ മീശമുളയ്ക്കാത്ത പയ്യൻ അഴിച്ചത് വലിയ വാർത്തയായി. പേരുകേട്ട ചില പാപ്പാൻമാർക്കെങ്കിലും പോക്കണംകേടുമായി. ഇത്തിരിപ്പോന്ന പയ്യനെക്കൊണ്ട് പ്രശ്നക്കാരനെ അഴിപ്പിച്ചത് ശരിയായില്ലെന്നും അപകടമായെന്നുമുള്ള ഏഷണികൾ ഏറ്റപ്പോൾ ആനയെ രായ്ക്കുരാമാനം കെട്ടിക്കൊടുത്ത് ഒഴിവാക്കേണ്ടിവന്നു. പക്ഷേ, അന്ന് രാത്രിതന്നെ മറ്റാനക്കാർ ചേർന്ന് നടത്തിയ കൈക്രിയകളിൽ കാന്താരിയുടെ കണ്ണ് പോയി. കാളത്തോട് ഭാഗത്തേക്ക് വിറ്റുപോയ ആന പിന്നീട് പല പാപ്പാൻമാർ മാറിമാറി 'കയറി'യും ആരും കയറാൻ ധൈര്യപ്പെടാതെയും നശിച്ചുചത്തു.

കാന്താരി കഴിഞ്ഞ് അടുത്ത ഊഴം കൂറ്റനാട് പ്രസാദിന്റേതായിരുന്നു. ഒരു കോല് വിലക്ക് വയ്ക്കാൻപോലും സമ്മതിക്കാത്ത അസ്സൽ ചട്ടമ്പിയാനയായിരുന്നു പ്രസാദ്. ആജ്ഞാപിച്ചാൽ തിരിച്ചോടിക്കും. പാപ്പാനെ ഓടിച്ച് അവൻ സ്വയംഭരണം പ്രഖ്യാപിച്ചുകഴിഞ്ഞാലോ പിന്നെ ഒരേയൊരു രക്ഷ മയക്കുവെടി മാത്രം. പക്ഷേ, വലിയൊരു കിങ്കരൻ ആനഭൂമികയിലേക്കെത്തിയതോടെ രാജു മാറി അങ്ങോട്ടെത്തി. രാജു മാറിയതിന്റെ രണ്ടാംനാൾ തന്നെ പ്രസാദ് മയക്കുവെടി വാങ്ങിക്കുകയും ചെയ്തു.

പല്ലാരിമംഗലം ഉസ്മാനിൽ നിന്നും കണ്ടമ്പുള്ളിക്കാർ വാങ്ങിക്കൊണ്ടുവന്ന ആമ്പല്ലൂർ ബാലകൃഷ്ണനായിരുന്നു പുതിയ അവതാരം. 'ന്യൂഡൽഹി' സിനിമ കണ്ടിട്ടുള്ളവർ ത്യാഗരാജൻ

അവതരിപ്പിച്ച 'സേലം വിഷ്ണു' എന്ന കഥാപാത്രത്തെ ഓർമിക്കുന്നുണ്ടാവും. ഇരുപതുവയസ്സിനു താഴെമാത്രം പ്രായമുണ്ടായിരുന്ന വെറുമൊരു കുട്ടിക്കൊമ്പൻ മാത്രമായിരുന്നു ആമ്പല്ലൂർ ബാലകൃഷ്ണനെങ്കിലും കൈയിലിരുപ്പിന്റെ സൽകീർ ത്തികൊണ്ട് തന്റെ ശരീരം മുഴുവൻ സേലം വിഷ്ണുവിനേക്കാളുമധികം ചങ്ങലകളാൽ ചുറ്റിവരിയപ്പെട്ട അവസ്ഥയിലായിരുന്നു അന്ന്.

ഭൂമിയിൽ പിറന്നുവീണ് ആദ്യത്തെ കരച്ചിലൊടുങ്ങും മുമ്പേ തേനും വയമ്പിനുമൊപ്പം ഒരൽപം ധൈര്യംകൂടി നാവിലരച്ച് തേയ്ക്കപ്പെട്ടഒരാൾക്ക്, എങ്ങനെയാണ് കൊമ്പുതുളച്ച് ചങ്ങലചുറ്റിവരിഞ്ഞ ഒരാനയേയുംകൊണ്ട് നെഞ്ചും വിരിച്ച് ആൾക്കൂട്ടത്തിലേക്കിറങ്ങാൻ കഴിയുക. കയ്യേറിയതിന്റെ തൊട്ടടുത്ത ദിവസംതന്നെ ബാലകൃഷ്ണന്റെ കൊമ്പുതുളച്ചിട്ടിരുന്ന ചങ്ങലകൾ അറത്തുമാറ്റി, അവനും മറ്റു നാട്ടാനകൾക്കുള്ള സ്വാതന്ത്ര്യം അനുവദിക്കുകയാണ് രാജു ആദ്യം ചെയ്തത്. മൂക്കത്ത് ശുണ്ഠിയുടെ ആനപ്പതിപ്പ് എന്നു വിശേഷിപ്പിക്കാവുന്ന ബാലകൃഷ്ണനേയും കൊണ്ട് രാജു ഉത്സവങ്ങൾക്ക് മാത്രമല്ല, കർണാടകയിലേയും തമിഴ്നാട്ടിലേയും അനേകം തടിക്കൂപ്പുകളിൽ ഭംഗിയായി പണിയെടുക്കുകയും ചെയ്തു.

രാജുവിന്റെ ജീവിതപോരാട്ടങ്ങൾക്കിടയിൽ നിർണായകസ്ഥാനമുള്ള ആനയാണ് കർണാടകത്തിൽ അധികകാലം കളംനിറഞ്ഞാടിയ ഒരു മോഴ. കാളാടൻ ഹംസ ബീഹാറിൽ നിന്നും തടിപ്പണി ലക്ഷ്യമിട്ട് വാങ്ങിക്കൊണ്ടു വന്ന ഈ മോഴയുടെ പകർന്നാട്ടങ്ങൾക്ക് മുമ്പിൽ നിരവധി മനുഷ്യജൻമങ്ങൾ ഹോമിക്കപ്പെട്ടു. 'ഒരൊറ്റ ദിവസത്തിനുള്ളിൽ രണ്ടു പാപ്പാൻമാരെ കാലപുരിക്കയച്ചവൻ' എന്ന പേരുദോഷത്തിന്റെ ചോരപ്പാടുകൾ മായുംമുമ്പേ, കർണാടകയിലെ മരക്കൂപ്പിൽ വച്ച് അവൻ മറ്റൊരു 'ഇരുട്ടമിട്ടു'കൂടി പൊട്ടിച്ചു. ആനയെ ഗണപതിയായി സങ്കൽപിച്ച് പൂജിക്കുന്നതിന്റെ ഭാഗമായി കിണ്ടിവാലിൽ നിന്നും വെള്ളംപകർന്ന് മുഖത്തൊഴിക്കുകയും മുഖത്തേക്ക് ചെത്തിപ്പൂവുകൾ എറിയുകയും ചെയ്ത കോടീശ്വരനായ ഉടമയായിരുന്നു അവിടെയവന്റെ അവസാനത്തെ ഇര. കിണ്ടിവെള്ളത്തിൽ നിന്നും പൂക്കൾ അർച്ചിച്ച് എഴുന്നേൽക്കും മുമ്പേ മോഴ അദ്ദേഹത്തെ കൊലപ്പെടുത്തിക്കഴിഞ്ഞിരുന്നു.

'ബുള്ളറ്റ് മോഴ'യെന്നാണ് അവൻ ആ ഗുണ്ടാദിനങ്ങളിൽ കർണാടകയിൽ അറിയപ്പെട്ടിരുന്നത്. ആക്രമണത്തിന്റെ വീര്യവും വേഗവും ബുള്ളറ്റിനേക്കാൾ കൃത്യം. അതായിരുന്നു അതിന്റെ പൊരുൾ. ഒരൊറ്റ മാസത്തിനുള്ളിൽ രണ്ടുപാപ്പാൻമാരേയും ഉടമയേയും വകവരുത്തിയ മോഴയ്ക്ക് പിന്നെ കന്നടമണ്ണിൽ നിൽക്കക്കള്ളിയില്ലാതായി. പ്രശ്നക്കാരനാണെങ്കിലും ചുളുവിലയ്ക്ക് കിട്ടിയപ്പോൾ ബുദ്ധിരാക്ഷസനായ ഒരു മലയാളി അതിനെ വാങ്ങി; പ്രശ്നക്കാരനെ കൈയേൽക്കാൻ രാജുവും.

ബുള്ളറ്റ് മോഴയേയും രാജു നല്ലൊരു പണിക്കാരനാക്കി. ഈ പ്രശ്നക്കാരനും രാജുവുമായി തെറ്റിയിട്ടുള്ളത് ഒരുതവണ മാത്രം. അന്ന് ആന നീരിലായിരുന്നു. മദപ്പാടിലായിട്ടുപോലും ആനയെ കെട്ടാതെ കൊണ്ടുനടന്ന് പണിയിക്കുന്ന ആവേശത്തിലായിരുന്നു രാജു. ഒരു ദിവസം പെട്ടെന്ന് ചെന്നുവിളിച്ചപ്പോൾ മോഴ തെറ്റി. അന്ന് കൊടുങ്കാട്ടിലൂടെ ബുള്ളറ്റുകണക്കെ അവൻ കിലോമീറ്ററുകളോളം രാജുവിന്റെ പിന്നാലെ പാഞ്ഞു.

പ്രശ്നക്കാരുടെ കണ്ണുകൾ തല്ലിക്കലക്കുകയെന്നതാണ് ആനക്കാരേയും ഉടമകളേയും സംബന്ധിച്ച് നിലവിലുള്ള ഏറ്റവും എളുപ്പവഴി. തടിവലിക്കാനും ഉത്സവത്തിന് നിരന്നുനിൽക്കാനും ആനയ്ക്ക് കണ്ണ് ഒരത്യാവശ്യ അവയവമല്ലല്ലോ! ബുള്ളറ്റ് മോഴയുടേതടക്കം ചില ആനകളുടെ കണ്ണ് തല്ലിക്കളഞ്ഞേക്കുവാൻ അവയുടെ ഉടമസ്ഥർ തന്നെ നേരിട്ടാവശ്യപ്പെട്ടിട്ടുള്ള അനുഭവവും രാജുവിനുണ്ട്. പാപ്പാൻമാർ തയ്യാറായില്ലെങ്കിൽ ചിലപ്പോൾ ഉടമകൾ തന്നെ കൃത്യം നിർവഹിച്ചെന്നുമിരിക്കും. പക്ഷേ, കണ്ണില്ലാത്ത കുരുടൻമാരെയും എഴുന്നേറ്റ് നടക്കാൻ ആവതില്ലാത്ത ജീവച്ഛവങ്ങളേയും കൊണ്ടുനടന്ന് അരിക്കാശിന് വകയൊപ്പിക്കുവാനല്ല അന്നുമിന്നും രാജുവിന് താത്പര്യം. തരംകിട്ടിയാൽ തന്റെ ശിക്ഷകനെ

കുത്തി കഥകഴിക്കുന്ന ബുള്ളറ്റ് മോഴയുടെ തുമ്പി കൈയിൽ കയറിനിന്ന്, പെരുമുഖത്ത് ചവുട്ടി ആനപ്പുറത്ത് കയറുന്ന രാജുവന്റെ അക്കാലത്തെ ഫോട്ടോകൾ അപൂർവം ചില ആനക്കമ്പക്കാരെങ്കിലും വല്ലാത്തൊരാരാധനയോടെ ഇന്നും സൂക്ഷിക്കുന്നുണ്ട്. രാജുവിന്റെ കാലത്ത് കടുംകൈ ഒന്നും ചെയ്തിരുന്നില്ലെങ്കിലും രണ്ടു കണ്ണിനും കാഴ്ചയില്ലാത്തവനായി ബുള്ളറ്റ് മോഴ ഇന്നും കേരളത്തിൽ ജീവനോടെയുണ്ട്. ആനയെ മറ്റൊരാൾക്ക് വിറ്റതോടെ രാജു ഒഴിവായിപ്പോരുകയായിരുന്നു.

കണ്ടമ്പുള്ളി വിജയൻ, എഴുത്തച്ഛൻ ഭീമൻ, പ്രശ്നക്കാരിൽ പ്രശ്നക്കാരനെന്ന് പേരു കേൾപ്പിച്ച് രണ്ടുവർഷം മുമ്പ് ദുരൂഹസാഹചര്യത്തിൽ കൊല്ലപ്പെട്ട ഒല്ലൂക്കര കൃഷ്ണദാസ് തുടങ്ങി പലപല ആനകളോടൊപ്പം രാജു പണിയെടുത്തിട്ടുണ്ട്. പക്ഷേ, അവരെ വഴിനടത്തുവാനും മര്യാദക്കാരാക്കുവാനും വേണ്ട അത്യാവശ്യം ചില മൂന്നാംമുറകൾ ഒഴികെ ഇന്നോളം ഒരാനയ്ക്കു നേരെയും ഗുരുതരമായ കടുംകൈകൾ പ്രയോഗിച്ചിട്ടില്ലെന്നതാണ് രാജുവിന്റെ പ്രത്യേകത.

ഒരിക്കൽ രാജു വഴിനടത്തുകയും പിന്നീട് ഒഴിഞ്ഞുമാറുകയും ചെയ്ത ആനകളിൽ ഇന്ന് ജീവിച്ചിരിപ്പില്ലാത്തവരുടെ കണക്കെടുത്താൽ നിരവധിയാണ്. വീരശൂരപരാക്രമികളും നമ്മൾ മനുഷ്യരുടെ കാഴ്ചപ്പാടിൽ പ്രശ്നക്കാരുമായ ആനകളെ സ്വന്തംജീവൻ പണയംവച്ചും ധൈര്യപൂർവം വഴിനടത്തുന്ന ഒരുപറ്റം മനുഷ്യരിൽ രാജുവിനെപ്പോലെ ഏതാനും ചിലരുണ്ട്. ആനകളുടെ കൊമ്പിനും ആയുസ്സിന്റെ ബലത്തിനുമിടയിൽ ജീവനും ജീവിതവും കൈക്കുടന്നയിലൂടെ ഊർന്നൊലിച്ചുപോകുന്നത് നോക്കിനിൽക്കേണ്ടി വരുന്നവരാണിവർ. ഓണക്കൂർ വേലായുധൻ, ചാലക്കുടി രാധാകൃഷ്ണൻ, കുന്ദംകുളം ബിനു, അപ്പുണ്ണി തുടങ്ങി ഗുരുതുല്യരും സ്നേഹിതരുമായ ഒട്ടേറെപേരുടെ ദുരന്തങ്ങൾ രാജുവിന്റെ ഓർമകളിൽ മായാതെ കിടക്കുന്നുണ്ട്.

ആനക്കാരന്റെ തൊഴിൽസമയം ഇരുപത്തിനാല് മണിക്കൂറും നീളുന്നതാണ്. വിശേഷിച്ചും ഒരു പാപ്പാനെ മാത്രം അനുസരിക്കുന്ന ഒറ്റച്ചട്ടക്കാരായ ആനകളുടെ കാര്യത്തിലാവുമ്പോൾ പാപ്പാൻമാരുടെ ഊണും ഉറക്കുമെല്ലാം പെരുവഴിയിലാകും. ഏഴരവെളുപ്പാൻകാലം വരെ നീളുന്ന എഴുന്നെള്ളിപ്പുകൾക്കു ശേഷം, പലപ്പോഴും നെറ്റിപ്പട്ടമഴിക്കുവാനുള്ള സാവകാശംപോലും ഇല്ലെന്നരീതിയിലായിരിക്കും ആനയും ആനക്കാരും തൊട്ടടുത്ത ദിവസത്തെ ഉത്സവനഗരിയിലേക്ക് വച്ചുപിടിക്കേണ്ടിവരുന്നത്. നാടകക്കാരാണെങ്കിൽ യാത്രകൾക്കിടയിൽ വണ്ടിയിലിരുന്നുറങ്ങാം. അടുത്ത തട്ടകത്തിലെത്തിയാലും മുഖത്തുചായം തേക്കുംവരെ വിശ്രമിക്കാം. പക്ഷേ, ആനക്കാരന്റെ കഥയതല്ല. ആനയേയുംകൊണ്ട് വഴിനടക്കുമ്പോഴായാലും ലോറിയിലായാലും ആനക്കാരന്റെ കണ്ണും മനസ്സും തികഞ്ഞ ജാഗ്രതയോടെ ഉണർന്നിരിക്കണം.

ലക്ഷണങ്ങൾ; ലക്ഷണക്കേടുകൾ...

ഉയർന്ന മസ്തകം, 18-20 നഖങ്ങൾ, അൽപം ഉയർന്ന വലത്തേക്കൊമ്പ്, നിലംമുട്ടുന്ന തുമ്പിക്കൈ, ചുറപ്പുനിറമുള്ള- ശിശ്നം, നാക്ക്, ചുണ്ട്, തുമ്പിക്കൈയുടെ അഗ്രം, അണ്ണാക്ക്, മലദ്വാരം, കർണദ്വാരം എന്നിവ, ഉരുണ്ട അടിവയർ, എണ്ണക്കറുപ്പുള്ള ഇരുണ്ടനിറം, തേൻനിറമുള്ള കണ്ണുകൾ, ഇടിനാദംപോലുള്ള ഗർജനം, വിടർന്ന ചെവികൾ എന്നിവ ആനയുടെ ശുഭലക്ഷണങ്ങളാണ്.

നഖങ്ങളുടെ എണ്ണത്തിലുള്ള അസാധാരണത്വം, കീഴ്ക്കൊമ്പ്, പുറത്തുകാണുന്ന വൃഷണങ്ങൾ, ചെറിയ തുമ്പിക്കൈ, വിവിധ നിറത്തിലുള്ള പുള്ളികൾ, സമമല്ലാത്ത ശരീരപാർശ്വങ്ങൾ, വരയും പോറലുംവീണ കൊമ്പുകൾ, എഴുന്ന് നീളം കുറഞ്ഞ ശിശ്നം, നീണ്ടുമെലിഞ്ഞ വാൽ, തീരെ ചെറിയ പൃഷ്ഠം എന്നിവ അശുഭലക്ഷണങ്ങളിൽ ചിലതാണ്.

യാത്രയുടെ അവസാനം ഉത്സവപ്പറമ്പിലെത്തിയാലും തിരക്ക് തന്നെ. ആനയെ കെട്ടാൻപറ്റിയ ഇടം കണ്ടെത്തണം. തീറ്റയും വെള്ളവും സംഘടിപ്പിക്കണം. അതും കഴിഞ്ഞാൽ അടുത്ത എഴുന്നെള്ളത്തിനായി മണിക്കൂറുകളെടുത്ത് ആനയെ തേച്ചുരച്ച് കഴുകണം. ആനക്കാരനും ആനയും ഉണ്ടില്ലെങ്കിലെന്ത്, ഉറങ്ങിയില്ലെങ്കിലെന്ത്? എഴുന്നെള്ളത്തിനായുള്ള കതിനാവെടിയൊച്ച ഉയരു

മ്പോൾ അവർ കുളിച്ച് കുറിയിട്ട് ഹാജരുണ്ടെങ്കിൽ നമ്മുടെ കാര്യം കുശാൽ.

ആനയുടെ കാൽച്ചുവട്ടിലിരുന്ന് പാപ്പാൻ തെല്ലൊന്ന് മയങ്ങിയെന്നിരിക്കട്ടെ. അല്ലെങ്കിൽ ഉറക്കക്ഷീണത്തിന്റെ ആലസ്യത്തിൽ കണ്ണും മനസ്സും ഒരുമാത്രയൊന്ന് പതറിപ്പോയാലും ശരി, സമൂഹമനസ്സിന്റെ മുന്നിൽ കുറ്റം ഒന്ന് മാത്രം- ആനക്കാരൻ കള്ള് കുടിച്ച് ബോധംകെട്ടു. ശരി തെറ്റുകളുടേയും ന്യായാന്യായങ്ങളുടേയും മാനുഷികപരിഗണനകൾ പോലുമില്ലാതെ, പൊതുസമൂഹത്തിന്റെ കല്ലേറുകളും ഭത്സനങ്ങളും മാത്രം ഏറ്റുവാങ്ങാൻ വിധിക്കപ്പെട്ട ഒരു തൊഴിലാളി വർഗം ആനക്കാർ മാത്രമായിരിക്കും. ഇവിടെ കുടിക്കാത്തവരായി ആരുണ്ട്. ഡോക്ടർമാരും ഡ്രൈവർമാരും അധ്യാപകരും ഭരണസാരഥികളും വിദ്യാർഥികളും തുടങ്ങി ആബാലവൃദ്ധമലയാളികളും കുടിച്ചുകുടിച്ച് അമൃതോത്സവത്തിൽ ആറാടുമ്പോൾ ആനപാപ്പാൻമാരെ മാത്രം കുടിയന്മാരെന്ന് ചാപ്പകുത്തുന്നതെങ്ങനെ?

പാപ്പാൻജീവിതത്തിന്റെ തുടക്കകാലത്ത് കാന്താരി അയ്യപ്പൻ രാജുവിനെ തൂക്കിയെറിഞ്ഞ് കുത്താൻ ഓങ്ങിയ കാര്യം മുമ്പ് സൂചിപ്പിച്ചല്ലൊ. അന്നു ചെന്നുവീണത് ആനയ്ക്കു കയറിവരാൻപറ്റാത്ത ഇടുക്കിലായതുകൊണ്ടു രാജു രക്ഷപ്പെട്ടു. രാജുവിന്റെ ജീവിതത്തിൽ ഇന്നോളം ഉണ്ടായിട്ടുള്ള ഏറ്റവും വലിയ അപകടനിമിഷവും ഒരുപക്ഷേ അതുതന്നെയാകും. അനേകമനേകം ഗജപോക്രികളെ വഴിനടത്തിയിട്ടും നല്ലവഴി ചൊല്ലിക്കൊടുത്തിട്ടും ഇന്നോളം കാര്യമായ അപകടങ്ങൾ ഒന്നും സംഭവിക്കാത്തതിന്റെ കാരണം ഗുരുത്വവും ഈശ്വരാനുഗ്രഹവും മാത്രമായിരിക്കാമെന്നാണ് രാജുവിന്റെ വിലയിരുത്തൽ.

പരസ്പരമുള്ള തിരിച്ചറിവും മനപ്പൊരുത്തവുമാണ് വിജയകരമായി മുന്നോട്ടുപോകുന്ന ഈ കൂട്ടുകെട്ടിന്റെ രഹസ്യം. അതങ്ങനെതന്നെ തുടരട്ടെ. ഈ കൂട്ടായ്മയുടെ മനപ്പൊരുത്തത്തിൽ പ്രകാശ്ശങ്കർ എന്ന യുവകേസരി പുതിയപുതിയ ഉയരങ്ങൾ തന്റെ അനുപമായ തലയെടുപ്പിലൂടെ തൊട്ടെടുക്കുകയാണ്. ഇന്ന് മുപ്പതിന് മുകളിൽ പ്രായമുള്ള ഈയാന, നാളെ ഒന്നോരണ്ടോ ഇഞ്ചുകൾ കൂടി പൊന്തിയാൽ ഇവന്റെ സ്ഥാനം ഈ തലമുറയിലെ മറ്റേത് ആനപ്രമാണിക്കും മേലെയായിരിക്കും.

ആത്മാവുകൊണ്ടുതന്നെ സൽസ്വഭാവത്തിന്റെ ഹരിശ്രീ എഴുതിത്തുടങ്ങുന്ന ഒരാന. സാഹസികത്വത്തിന്റേയും ധൈര്യത്തിന്റേയും ആൾരൂപമെന്നനിലയിൽ പല കൊലകൊമ്പൻമാർക്കൊപ്പം പണിയെടുത്തിട്ടും അവരേക്കാളെല്ലാം താൻ പേടിച്ചിട്ടുള്ളത് ഈയുള്ളവനെത്തന്നെയാണെന്നും എന്നാൽ ഇന്ന് മുറിച്ചുമാറ്റാൻ കഴിയാത്തവിധം തങ്ങളുടെ മനസ്സുകൾ ഒന്നുചേർന്നു കഴിഞ്ഞെന്നും സ്വന്തം ജീവിതംകൊണ്ട് തന്നെ പ്രഖ്യാപിക്കുന്ന ഒരു പാപ്പാൻ. ആനയുടെ മാനസിക-ശാരീരിക പ്രക്രിയകളും പിരിമുറുക്കങ്ങളും കണ്ടറിഞ്ഞ് അതിനാവശ്യമായ വിശ്രമവും പരിചരണവും നൽകുന്ന കാര്യത്തിൽ തികഞ്ഞ നിഷ്കർഷയുള്ള ഉടമകൾ. ഇതാണ് ഈ കഥയ്ക്ക് ആഴവും പരപ്പുമുണ്ടാകാൻ കാരണം.

അംഗീകാരത്തിന്റെ തങ്കത്തേരിൽ പുതിയ ആകാശങ്ങൾ വെട്ടിപ്പിടിക്കുമ്പോഴും പ്രകാശ്ശങ്കറിന്റെ മനസ്സിൽ ഒരാഗ്രഹം ബാക്കിയുണ്ടാവില്ലേ. ഏതാനും ചില പാപ്പാൻമാരുടെ കഴിവുകേടിന്റെ പേരിൽ, അല്ലെങ്കിൽ തന്റെ കുറുമ്പുകളുടെ പേരിൽ ഒരിക്കൽ കൊള്ളരുതാത്തവനായി കുടിയിറക്കപ്പെട്ട അതേ വൈക്കം ക്ഷേത്രത്തിലേക്ക് വിജയശ്രീലാളിതനായി ഒരു മടങ്ങിച്ചെല്ലൽ! പേരുകേട്ട വൈക്കത്തഷ്ടമിയുടെ തിടമ്പ് ഒരു നേരമെങ്കിലും ഒന്ന് എടുക്കാൻ. അങ്ങനെയൊരാഗ്രഹം അവന്റെ മനസ്സിലും തീർച്ചയായും കാണും. എന്തെന്നാൽ ആട്ടിയിറക്കപ്പെട്ട മണ്ണിലേക്ക് സർവൈശ്വര്യപ്രഭാവത്തോടെ ഒരു തിരിച്ചുകയറ്റം; അത് ലോകത്തെ ഏതൊരുവന്റേയും സ്വപ്നവും അവകാശവുമാണ്. ഇരിങ്ങപ്പുറം പ്രകാശ്ശങ്കർ ആ തിടമ്പിനായി കാത്തിരിക്കുകയാണ്. വൈക്കത്തഷ്ടമിയുടെ സ്വർണത്തിടമ്പും സ്വപ്നംകണ്ട്, ഈ യുവരാജപ്രമുഖൻ തലയുയർത്തിപ്പിടിച്ച് കാത്തുനിൽക്കുന്നു.

***

പുത്തൻകുളം അനന്തപദ്മനാഭൻ

ഉയരപ്പെരുമയുള്ള ചെറുപ്പക്കാരിൽ പ്രധാനി

▼ പുത്തൻകുളം അനന്തപദ്മനാഭൻ

കാട്ടാനകൾ ആദ്യമാദ്യം പിടിക്കപ്പെട്ടത് മനുഷ്യരുടെ ജോലിചെയ്യാനും വാഹനമാകാനും യുദ്ധങ്ങൾക്കുവേണ്ടിയുമായിരുന്നു. ഓരോ യുദ്ധങ്ങളിലും ആയിരക്കണക്കിന് ആനകളാണ് കൊല്ലപ്പെടുകയോ മൃതപ്രായരായിത്തീരുകയോ ചെയ്തിരുന്നത്. ഭൂമിയിൽ മനുഷ്യന്റെ അടിമയും വാഹനവുമാകാനാണ് നാട്ടാനകളുടെ നിയോഗമെങ്കിൽ, കുറഞ്ഞപക്ഷം കേരളത്തിലെങ്കിലും ദൈവങ്ങളുടെ വാഹനമെന്ന വിശേഷാൽ പരിഗണനയുടെ പേരിലാണ് നമ്മൾ ഈ പെരുശരീരികളെ വലിയ ചങ്ങലക്കെട്ടുകളുടെ ആയുഷ്കാലബന്ധനത്തിൽ ഉന്തിയുരുട്ടിക്കൊണ്ട് നടക്കുന്നതും നടത്തുന്നതും. അടിമത്തവും ചുമടെടുക്കലും ദൈവത്തിന്റെ നാമധേയത്തിലാകുമ്പോൾ അതും ഒരു അന്തസ്സ്! ഇവിടെ ഒരു നാട്ടാനയ്ക്ക് ലഭിക്കാവുന്ന ഏറ്റവും വലിയ അംഗീകാരം ഉത്സവപ്പറമ്പിലെ അവന്റെ ഗരിമയും ഗാംഭീര്യവും തന്നെയാണ്. പക്ഷേ, കാലം മാറുകയാണ്. ദൈവത്തിന്റെ സ്വന്തം നാട്ടിൽ ആനകളെ തേടി പല പുതിയ നിയോഗങ്ങളും പുതിയ ദൈവങ്ങളും എത്തുകയാണ്. ശാപങ്ങൾ മാത്രം ഏറ്റുവാങ്ങാൻ വിധിക്കപ്പെട്ട ആനകളുടെ കർമകാണ്ഡങ്ങൾക്കിടയിൽ, വല്ലപ്പോഴുമൊരിക്കൽ പൊഴിയുന്ന വേനൽ മഴ പോലെ ചില ദൗത്യങ്ങൾ...

പത്തടിയോടടുത്ത ഉയരം, തിരുവിതാംകൂറിലെ ഏറ്റവുമധികം ഉയരമുള്ള രണ്ടാനകളിൽ ഒന്ന്. പേര് അനന്തപദ്മനാഭൻ. കൊല്ലത്തിനടുത്തുള്ള പാരിപ്പള്ളി പുത്തൻകുളം ഷാജിയുടെ സ്വന്തവും അഭിമാനവുമാണ് അനന്തപദ്മനാഭൻ. സാക്ഷാൽ അനന്തപദ്മനാഭന്റെ തട്ടകത്തിലെ പേരുകേട്ട ഉത്സവങ്ങളിലൊക്കെ ഇന്ന് പുത്തൻകുളം അനന്തപദ്മനാഭന്റെ സാന്നിധ്യം ഒരലങ്കാരമായി മാറിക്കൊണ്ടിരിക്കുന്നു.

കേരളത്തിലെ ചെറുപ്പക്കാരായ നാട്ടാനകളിൽ പ്രധാനിയാണ് പുത്തൻകുളം അനന്തപദ്മനാഭൻ. പത്തടിയോളം ഉയരം. പ്രായം മുപ്പതിനോടടുത്തും. ഈ പ്രത്യേകതയാണ് പുത്തൻകുളം അനന്തപദ്മനാഭനെ നമ്മുടെ മറ്റു നാട്ടാനകളിൽ നിന്നും വേറിട്ട് നിർത്തുന്നത്. കുറഞ്ഞ പ്രായത്തിൽ കൂടുതൽ ഉയരം. പുത്തൻകുളം അനന്തപദ്മനാഭൻ എന്ന ഈ യുവകേസരി മലയാളിയുടെ ആനക്കമ്പത്തിന് തന്റെ ഉയരപ്പെരുമ കൊണ്ട് പുതിയ ഭാഷ്യങ്ങൾ ചമയ്ക്കുകയുമാണ്.

ഉയരപ്പെരുമകൊണ്ട് ആരെയും മോഹിപ്പിക്കുന്ന അനന്തപദ്മനാഭനെ എല്ലാലക്ഷണങ്ങളും

തികഞ്ഞ ഗജരാജൻ എന്ന് വിശേഷിപ്പിക്കാനാവില്ല. ആകാരപ്പെരുമയുമായി താരതമ്യം ചെയ്താൽ തെല്ല് നീളക്കുറവുള്ള തുമ്പിക്കൈയും കീഴ്കൊമ്പനാണെന്ന വസ്തുതയും ലക്ഷണപ്പിടിവാശികളിൽ നിന്നും തെല്ല് അകലം പാലിക്കുന്നു. ഒരു കൊമ്പിന് അകത്തോട്ട് ഒരു ചായ്വുമുണ്ട്.

ബീഹാറിലെ സോൺപൂർ മേളയിൽ നിന്നാണ് പുത്തൻകുളം ഷാജി അനന്തപദ്മനാഭനെ സ്വന്തമാക്കുന്നത്. അന്ന് മേളയ്ക്കെത്തിയ നൂറോളം ആനകളിൽ ഏറ്റവും വമ്പനായിരുന്നു ഇവൻ. അന്നുതന്നെ 298 സെ.മീ. ഉയരമുണ്ടായിരുന്ന ഇവനെ കണ്ടതോടെ ആനക്കച്ചവടത്തിന് എത്തിയവരുടെയെല്ലാം കണ്ണുകൾ ഒരുപോലെ അനന്തപദ്മനാഭനെ ചുറ്റിത്തിരിഞ്ഞു. കനത്ത മടിശ്ശീലയുടെ ആത്മവിശ്വാസവുമായി ഇവന് വിലപേശാൻ എത്തിയവർക്കെല്ലാം നിരാശയായിരുന്നു ഫലം. കാരണം, ഷാജിയെന്ന ഉടമയ്ക്കും അനന്തപദ്മനാഭൻ എന്ന ആനയ്ക്കും സോൺപൂർ മേള കേവലം ഒരു ഔദ്യോഗികച്ചടങ്ങുമാത്രമായിരുന്നു. ഇങ്ങനെയൊരാനച്ചന്തം യാദവൻമാരുടെ നാട്ടിൽ എല്ലാംതികഞ്ഞു നിൽക്കുന്നുണ്ട് എന്ന് ബീഹാറിലെ ഒരാനബ്രോക്കർ മുഖേന അറിഞ്ഞ നിമിഷംതന്നെ, ഷാജി പറന്നെത്തുകയും ഉടമയ്ക്ക് രണ്ടാമതൊന്നും ആലോചിക്കാൻ അവസരം നൽകാതെ ചോദിച്ച ലക്ഷങ്ങൾ എണ്ണിക്കൊടുത്ത് കച്ചവടം ഉറപ്പിക്കുകയും ചെയ്തിരുന്നു. അന്തസ്സംസ്ഥാന ആനക്കൈമാറ്റങ്ങൾക്കിടയിൽ സംജാതമാകുന്ന നിയമപ്രശ്നങ്ങളും നൂലാമാലകളും എളുപ്പത്തിൽ മറികടക്കുന്നതിനുള്ള കുറുക്കുവഴിയായിരുന്നു ഷാജിക്ക് സോൺപൂർമേള. ഉദ്യോഗസ്ഥരെല്ലാം മേളയിലുണ്ടാകും. കാശുകൊടുത്ത് കച്ചവടം ഉറപ്പിച്ചാൽ മണിക്കൂറുകൾക്കകം പുതിയ ഉടമയ്ക്ക് ആനയേയും കൊണ്ട് നാടുപിടിക്കാം.

ഇന്ന് പുത്തൻകുളം ഷാജിയുടെ അഭിമാനമായ അനന്തപദ്മനാഭൻ, ബീഹാറുകാരനായ മഹിപാൽ യാദവിന് ഡിഗ്രിപരീക്ഷയിൽ റാങ്കു വാങ്ങിയതിന് അച്ഛൻ വാങ്ങിക്കൊടുത്ത സമ്മാനമായിരുന്നു. മൂന്നുവയസ്സുകാരൻ മോട്ടിപ്രസാദ് എന്ന കുട്ടിക്കൊമ്പൻ യാദവിന്റെ മനസ്സിലും വീട്ടുവളപ്പിലും വിലക്കുകളും ബന്ധനങ്ങളുമില്ലാതെയാണ് ഓടിക്കളിച്ചത്. സ്വന്തം തോട്ടത്തിലെ ചോളവും നെല്ലും ആലിൻകൊമ്പുകളും മാത്രം തിന്നുവളർന്ന ആനക്കുട്ടി ആരെയും അതിശയിപ്പിക്കുന്ന വിധമാണ് പിന്നെപ്പിന്നെ വളരാൻ തുടങ്ങിയത്.

കുട്ടിക്കൊമ്പനൊപ്പം ആദ്യം മുതൽ കൂടെയുണ്ടായിരുന്ന പാപ്പാൻ ഷംഷേർ അലിയുടെ കൈനീട്ടിയാലും എത്താത്തവിധം അവൻ വളർന്നു പന്തലിച്ചു. ബാലമൊടയും കഴിഞ്ഞ് ആന കാര്യമായ മദപ്പാടിന്റെ ലക്ഷണങ്ങൾ കാട്ടിത്തുടങ്ങിയതോടെയാണ് മനസ്സില്ലാമനസ്സോടെയാണെങ്കിലും മഹിപാൽ യാദവ് തന്റെ ആനയെ കൈവിടുവാൻ തയ്യാറായത്.

ഉത്തരേന്ത്യയിൽ ആനകളുടെ മദപ്പാടുകാലത്തും അതുകഴിഞ്ഞാലും നമ്മുടെ നാട്ടിലേതുപോലുള്ള കാര്യമായ പരിചരണവും സുഖചികിത്സകളുമൊന്നും പതിവില്ല. മദപ്പാടിന്റെ ഭ്രാന്തിൽ ഭക്ഷണവും വെള്ളവും എടുക്കാതെ എല്ലും തൊലിയുമാകുന്ന തന്റെ ആനയുടെ ദുരവസ്ഥ കണ്ടുനിൽക്കാൻ കഴിയാത്തതുകൊണ്ടു മാത്രമാണ് മഹിപാൽ എന്ന കോളേജ് പ്രൊഫസർ മോട്ടിയെ കൈയൊഴിയുവാൻ തയ്യാറായതു തന്നെ.

ഉത്തരേന്ത്യയിൽ നല്ലൊരുശതമാനം ആനകളുടെ പേരുകളും മോട്ടിപ്രസാദ്, മോട്ടിലാൽ, മോട്ടിധർ തുടങ്ങി മോട്ടിമയമായിരിക്കും. നാട്ടിലെ പേരുകേട്ട കോളേജ് അധ്യാപകന്റെ ആനയായിരുന്നതിനാൽ മറ്റു ശരാശരി ആനകളെപ്പോലെ ഇവന് നാടുനീളെ തെണ്ടാനൊന്നും പോകേണ്ടി വന്നിട്ടില്ല. എങ്കിലും ചില വലിയ വിവാഹച്ചടങ്ങുകളിലെ അലങ്കാരത്തിനായി അണിഞ്ഞൊരുങ്ങി നിൽക്കും.

മോട്ടിയെ ഷാജി കച്ചവടമുറപ്പിച്ചതോടെ വർഷങ്ങളായി ഇവന്റെ കണ്ണും മനസ്സുമായി ഒപ്പം നടന്നിരുന്ന പാപ്പാൻ ഷംഷേർ അലി ആകെ തകർന്നുപോയി. ഷാജിയുടേയും മഹിപാലിന്റേയും മുന്നിൽ വലിയ വായിൽ കരഞ്ഞു ഷംഷേർ അലി. വേണമെങ്കിൽ ആനയോടൊപ്പം ഷംഷേറും പോന്നോട്ടെയെന്ന ഷാജിയുടെ

വാഗ്ദാനത്തിൽ ആദ്യം ഷംഷേറിന്റെ മനസ്സ് തുടിച്ചുവെങ്കിലും, ആനയെപ്പോലെ മലയാളികളെ അത്ര വിശ്വാസമില്ലാത്തതിനാൽ ഒടുവിൽ പിന്തിരിയുകയായിരുന്നു. പക്ഷേ, ഷാജി നല്ലൊരു തുക വാഗ്ദാനം ചെയ്തിട്ടും ആനയെ അഴിച്ച് ലോറിയിൽ കയറ്റിക്കൊടുക്കുവാനോ അതിനോട് സഹകരിക്കുവാനോ ഷംഷേർ തയ്യാറായില്ല. ദൂരെയൊരിടത്തുനിന്ന് കണ്ണീർവാർക്കുകയായിരുന്നു ആ നേരം ഷംഷേർ. നൂറുകണക്കിന് ആനകളെ കേരളത്തിലേക്ക് കയറ്റിവിട്ടിട്ടുള്ള പ്രഗല്ഭനായ പാപ്പാൻ ബാബുമിയാൻ യാതൊരു പ്രയാസവും കൂടാതെ ഒറ്റമണിക്കൂർകൊണ്ട് ആനയെ വരുതിയിലാക്കി ലോറിയിൽ കയറ്റി.

ആനപരിപാലനം അത്യന്തം ശ്രമകരവും ആനയിടച്ചിലുകൾ നിത്യസംഭവവുമായി മാറിയിരിക്കുന്ന ഈ ഘട്ടത്തിലും കേരളത്തിൽ ഏറ്റവുമധികം ആനകളെ പോറ്റുന്ന കുടുംബങ്ങളിലൊന്ന് എന്ന സവിശേഷത പുത്തൻകുളം ഷാജിക്കും ബന്ധുക്കൾക്കും അവകാശപ്പെടാം. പത്തൊമ്പതോളം ആനകളെയാണ് ഈ ആനത്തറവാട്ടിൽ പരിപാലിച്ചുവരുന്നത്.

ഷാജിയുടെ ആനക്കച്ചവടത്തിന്റെ കണ്ണികൾ ആൻഡമാൻ നിക്കോബാർ, ശ്രീലങ്ക എന്നിവിടങ്ങളിലും വ്യാപിച്ചു കിടക്കുന്നു. നാൽപതു വർഷം മുമ്പ് ഗിരിജ എന്ന പിടിയാനയെ വാങ്ങിക്കൊണ്ട് ഷാജിയുടെ പിതാവ് വിശ്വംഭരനാണ് കുടുംബത്തിൽ ആദ്യമായി ആനക്കാര്യത്തിന്റെ തിരശ്ശീല ഉയർത്തുന്നത്. വിശ്വംഭരനെപ്പോലെ മക്കൾക്കും ആനക്കമ്പം കാര്യമായിട്ടുണ്ടെങ്കിലും ആനപരിപാലനത്തെയും ആനക്കച്ചവടത്തേയും തൊഴിൽപരമായി സമീപിച്ചത് ഷാജിയാണ്. ഷാജി ഇതിനോടകം നൂറിലധികം ആനകളെയെങ്കിലും കച്ചവടം നടത്തിയിട്ടുണ്ട്.

തടിക്കൂപ്പുകളിലെ തടിപ്പണിയെന്ന ചുമട്ടുപണിക്കുള്ള സാധ്യതകളും അന്യംനിന്ന് തുടങ്ങിയതോടെ, ഉത്സവസീസൺ കഴിഞ്ഞാൽ നല്ലൊരു ശതമാനം ആനകളും ഉടമയ്ക്ക് സാമ്പത്തിക ബാധ്യതയായി മാറുകയാണെന്നതാണ് യാഥാർഥ്യം. വരുമാനമില്ലാത്ത ആന. ആനയുടെ പെരും വയറിന്റെ കാൽഭാഗമെങ്കിലും നിറയ്ക്കാൻതന്നെ വേണ്ടിവരുന്ന വലിയ തീറ്റച്ചെലവ്. വറുതിയുടെ ഈ ദുർദിനങ്ങളിൽ പല പാപ്പാൻമാർക്കും പ്രത്യേകിച്ച് ഇടച്ചട്ടക്കാരെന്ന സഹായികൾക്ക് കൂലിയും ഉണ്ടാവില്ല. ആനയേയും കൊണ്ടുനടന്ന് അവനവന്റേയും ആനയുടേയും അന്നത്തിനുള്ള വക കണ്ടെത്തിക്കൊള്ളണം. അപ്പോഴാണ് പാവം പാപ്പാൻമാർ വിശന്നുവലഞ്ഞ ഈ മിണ്ടാപ്രാണികളേയും കൊണ്ട് ഒന്നുരണ്ട് പനമ്പട്ടയ്ക്കും നാല് തെങ്ങോലയ്ക്കുമായി നമ്മുടെയൊക്കെ വീട്ടുപടിയ്ക്കൽ ഊരുതെണ്ടാനെത്തുന്നത്.

രണ്ട് ഉത്സവസീസണുകൾക്കിടയ്ക്കുള്ള മാസങ്ങളോളം നീണ്ട ഇടവേള വെറും ശരാശരിക്കാരായ അയ്യോപാവം ആനകൾക്കും ഗതികിട്ടാപ്രേതങ്ങളെപ്പോലെ അവരോടൊപ്പം നാടുതെണ്ടുന്ന പാപ്പാൻമാർക്കും അക്ഷരാർഥത്തിൽ ദുരിതപർവമാണ്. ഇല്ലായ്മയുടേയും വല്ലായ്മയുടേയും തീപ്പാതകളിലൂടെയുള്ള വഴിനടത്തത്തിനിടയിൽ വല്ലപ്പോഴുമെങ്കിലും പാപ്പാൻമാർ എല്ലാ സങ്കടങ്ങളും ആനയുടെമേൽ തല്ലിത്തീർത്തെന്നു വരും. വിശപ്പിന്റെ വിളിയും മദക്കോളിന്റെ ഭ്രമാത്മകതയും ചേരുമ്പോൾ ചിലപ്പോൾ ആനകൾ തല്ലിക്കൊല്ലുന്നവരുടെ മാത്രമല്ല, പ്രാണനെപ്പോലെ സ്നേഹിച്ചു കൊല്ലുന്ന പാപ്പാൻമാരുടേയും ജീവനെടുത്തെന്ന് വരും. അതാണ് ആനയും പാപ്പാനും എന്ന അപൂർവബന്ധത്തിന്റെ സമസ്യയും ദുരൂഹതയും.

കേരളത്തിന്റെ വർധിച്ചുവരുന്ന ടൂറിസം സാധ്യതകൾക്കനുസൃതമായി ആനപരിപാലനത്തെ വഴിതിരിച്ചുവിടാനുള്ള വേറിട്ട പാതയിലാണ് അനന്തപദ്മനാഭന്റെ ഉടമയും അദ്ദേഹത്തിന്റെ ആനകളും. ദൈവത്തിന്റെ സ്വന്തം നാടുകാണാനെത്തുന്ന വിനോദസഞ്ചാരികൾക്കായി ഇവിടെ 'എലിഫന്റ് സഫാരി' സംഘടിപ്പിക്കുന്നു. ആനപ്പുറത്തേറിയുള്ള ഈ നാടുകാണലിന് കോവളത്തും വർക്കലയിലും എത്തുന്ന വിനോദസഞ്ചാരികളിൽ നിന്നും ടൂർ ഓപ്പറേറ്റർമാരിൽ നിന്നും നല്ല പ്രതികരണമാണ് ലഭിച്ചുവരുന്നത്. ആനകൾക്ക് അല്ലലില്ലാതെയും കനത്ത ജോലിഭാരമില്ലാതെയും അവയുടെ അന്നന്നത്തെ അപ്പത്തിനുള്ള വക കണ്ടെത്താൻ കഴിയുന്ന ഈ രീതി കേരള

ത്തിലെ മറ്റ് ആനയുടമകൾക്കും മാതൃകയാക്കാവുന്നതാണ്. പക്ഷേ, ആനസഫാരിക്കെത്തുന്ന വിനോദസഞ്ചാരികൾ ഒരിക്കലും നിരാശരായി മടങ്ങേണ്ടിവരുന്ന സാഹചര്യം ഉണ്ടാകരുതെന്ന് മാത്രം.

പുത്തൻകുളം ഷാജിയുടെ ആനത്താവളം സത്യത്തിൽ ഒരു ഉല്ലാസകേന്ദ്രം തന്നെയാണ്. തെക്കൻ കേരളത്തിലെ എണ്ണംപറഞ്ഞ ഗജവീരന്മാർ ഇവിടെയുണ്ട്. ഉയരക്കേമനായ അർജുനൻ, മഹാദേവൻ ഇങ്ങനെ തുടങ്ങുന്നു ആനകളുടെ നിര. ഈ ആനത്താവളത്തിൽ എല്ലായ്പ്പോഴും പരിശീലനം സിദ്ധിച്ച ഏതാനും ആനകൾ സഫാരിക്ക് തയ്യാറായി നിൽപുണ്ടാവും. ഉയരത്തിൽ വമ്പനായ അനന്തപദ്മനാഭൻ മുതൽ മോഴക്കുട്ടി അനന്തകൃഷ്ണൻ വരെ ഇവിടെ സഫാരിമൃഗങ്ങളാണ്. സഫാരിക്കുപയോഗിക്കുന്ന ആനകളുടെ സ്വഭാവവും പ്രത്യേകം ശ്രദ്ധിക്കേണ്ടതാണ്. പൊതുജനങ്ങളുമായി നല്ല ഇണക്കവും കാര്യമായ പ്രശ്നമുണ്ടാക്കാത്തവരുമായ ആനകളെ വേണം ഇതിനായി നിയോഗിക്കേണ്ടത്. അല്ലെങ്കിൽ സഫാരി ആനയുടെ കൊമ്പിലോ കാൽച്ചുവട്ടിലോ പൊലിഞ്ഞുതീരും.

ഉത്തരേന്ത്യയിൽ ആളുകൾക്ക് ഇരിക്കാനായി ആനപ്പുറത്ത് മഞ്ചൽപോലെ ഒരു സംവിധാനമുണ്ടാക്കാറുണ്ട്. ഇത് ബലമായി ഉറപ്പിച്ചു നിർത്തുന്നതിന് ആനയുടെ വാൽച്ചുവട്ടിലൂടെ വടം വലിഞ്ഞുമുറുക്കേണ്ടിയും വരും. ആനകൾക്ക് എരണ്ടമിടുവാൻ പോലും പ്രയാസമായിത്തീരുന്ന ഈ രീതി പരീക്ഷിക്കുവാൻ ആനപരിപാലനക്കാര്യത്തിൽ തികഞ്ഞ ജാഗ്രതയുള്ള ഷാജി ഏതായാലും തയ്യാറല്ല.

ഉത്സവസീസൺ തുടങ്ങിക്കഴിഞ്ഞാൽ അനന്തപദ്മനാഭനെ സഫാരിക്കൊന്നും പ്രതീക്ഷിക്കേണ്ട. എന്തെന്നാൽ തിരുവിതാംകൂറിലെ പ്രധാന ഉത്സവങ്ങളുടെയൊക്കെ തിടമ്പും അവിടത്തെ ദേവീദേവൻമാരുമൊക്കെ ഇവനുവേണ്ടി കാത്തിരിക്കുന്നുണ്ട്. രണ്ടുവർഷം മുമ്പു നടന്ന ചങ്ങനാശ്ശേരി ഇത്തിത്താനം ഗജമേളയിൽ കേരളത്തിലെ ഏറ്റവും ഉയരപ്പെരുമയും തലയെടുപ്പുമുള്ള ഗജരാജാക്കൻമാരായ കണ്ടമ്പുള്ളി ബാലനാരായണൻ (ചരിഞ്ഞ എഴുത്തച്ഛൻ ശിവശങ്കരൻ), തെച്ചിക്കോട്ടുകാവ് രാമചന്ദ്രൻ, മംഗലാംകുന്ന് കർണ്ണൻ എന്നിവരോട് ഒപ്പത്തിനൊപ്പം നിന്ന് പൊരുതിയാണ് അനന്തപദ്മനാഭൻ ആദ്യം ജനശ്രദ്ധ പിടിച്ചുപറ്റുന്നത്. അന്ന് തെച്ചിക്കോട്ടുകാവ് രാമചന്ദ്രന്റെ തൊട്ടടുത്തായിരുന്നു അനന്തപദ്മനാഭന്റെ സ്ഥാനം.

എറണാകുളം ജില്ലയിലെ വടക്കൻ പറവൂരിന

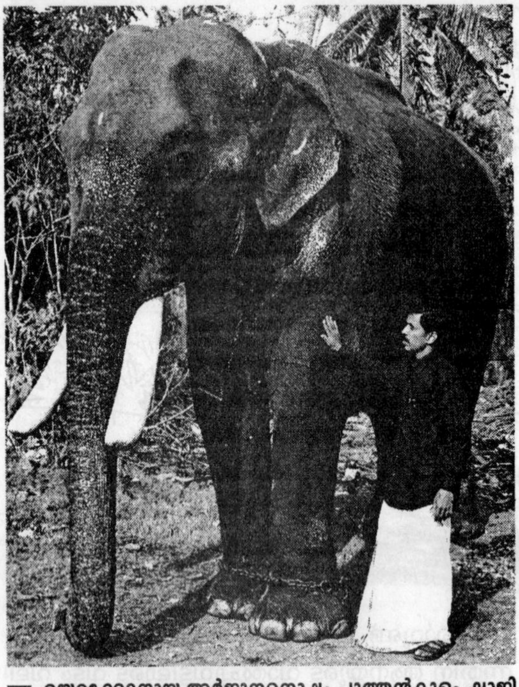

▼ ഉയരക്കേമനായ അർജുനനൊപ്പം പുത്തൻകുളം ഷാജി

ടുത്തുള്ള ചക്കുമരശ്ശേരി ക്ഷേത്രത്തിലെ ആനക ളുടെ തലപ്പൊക്കമത്സരം പ്രസിദ്ധമാണ്. മംഗലാം കുന്ന് കർണൻ വർഷങ്ങളോളം കുത്തകയാക്കി വച്ചിരുന്ന ഇവിടെ ഒരിക്കൽ അവനോടേറ്റുമുട്ടാ

നുള്ള നിയോഗം അനന്തപദ്മനാഭനുമുണ്ടായി. ഓരോരോ കാലത്തും ഓരോരോ ഗജകേസരി കളെയാണ് എതിർവിഭാഗം രംഗത്തിറക്കാറുള്ളത്. പലരും തോറ്റുമടങ്ങിയ ആ തട്ടകത്തിൽ കർണ നോട് കൊമ്പുകോർക്കുവാൻ പോന്ന ഗജവീരനു വേണ്ടിയുള്ള സംഘാടകരുടെ അന്വേഷണം അന ന്തപദ്മനാഭനിൽ എത്തുകയായിരുന്നു. തീപാറിയ മത്സരത്തിൽ അനന്തപദ്മനാഭൻ അവസാനം വരെ പിടിച്ചുനിന്നതുമാണ്. പക്ഷേ, അവസാന നിമിഷം എതിർവിഭാഗത്തിലെ ആരോ ഒപ്പിച്ച പൂഴിക്കടകനിലാണ് അനന്തപദ്മനാഭന് കിരീടം

നഷ്ടമായത് എന്നാണ് ഇവന്റെ ആരാധകരുടെ ഉറച്ച വിശ്വാസം. എഴുപത്തഞ്ചോളം ഗജവീ രൻമാരെ പങ്കെടുപ്പിച്ചുകൊണ്ട് ചേർത്തല പാണാ വള്ളി അരയങ്കാവിൽ നടന്ന ഗജമേളയിലും പ്രധാന തിടമ്പേന്തിയത് അനന്തപദ്മനാഭനായി രുന്നു. കരുത്തനായ ആന. പക്ഷേ, അക്രമവാ സന ലവലേശമില്ലാത്ത സദ്സ്വഭാവം. അതാണ് പുത്തൻകുളം അനന്തപദ്മനാഭനെ ഉത്സവങ്ങ ളിലെ പ്രിയഭാജനമാക്കി മാറ്റുന്നത്.

ആനക്കമ്പത്തിന്റേയും പൂരങ്ങളുടേയും യഥാർഥ തട്ടകമായ തൃശ്ശൂർ-പാലക്കാട് ഉത്സവ നഗരികളിലേക്ക് ആനയെ വിടുവാൻ അത്ര താൽപര്യം കാട്ടാത്ത ഷാജിക്ക്, അവിടെ നട ക്കുന്ന ആനകളുടെ മേൻമകൾക്കപ്പുറമുള്ള ചില അനഭിലഷണീയമായ വിവേചനങ്ങളെപ്പറ്റി പരാ തിയുണ്ട്.

പെട്ടന്നൊന്നും ഒന്നിനേയും അംഗീകരിക്കാൻ തയ്യാറല്ലാത്ത മലയാളിയുടെ കണ്ണും മനസ്സും പിടിച്ചടക്കിയ ഇവന്റെ വീരഗാഥകൾ കാലവും ലോകവും ചേർന്ന് വിരചിക്കാൻ ഇരിക്കുന്നതേ യുള്ളൂ. വരുംനാളുകളിൽ, മലയാളിയുടെ ആന ക്കമ്പത്തിന്റേയും ഉത്സവക്കമ്പത്തിന്റേയും പ്രതീ കവും പര്യായവുമായി വിരാജിക്കുവാൻ അനന്ത പദ്മനാഭന് കഴിയും. ആനകളെപ്പോലെ ഇത്രയ ധികം പേരുകളും പര്യായങ്ങളും ഉള്ള മറ്റൊരു ജീവിവർഗവും ഭൂമുഖത്തുണ്ടാവില്ല. ആന എന്തു ചെയ്താലും എങ്ങനെയിരുന്നാലും അതുമാ യൊക്കെ ബന്ധപ്പെടുത്തി പര്യായപദങ്ങളുണ്ടാ വും. ആനയെന്ന മൃഗത്തോട് മനുഷ്യർക്കുള്ള അനിതരസാധാരണമായ ആകർഷണത്വവും മമ തയും തന്നെയാണ് ഇതിനെല്ലാം അടിസ്ഥാനം. പ്രത്യേകിച്ച് അനന്തപദ്മനാഭനെപ്പോലുള്ള ആന കൾ ജനങ്ങളുടെ മനസ്സിൽ ആനക്കമ്പത്തിന്റെ മായാത്ത ഓർമകൾ സൃഷ്ടിച്ചുകൊണ്ടേയിരിക്കും.

***

മംഗലാംകുന്ന് കർണ്ണൻ

തലയെടുപ്പിന്റെ തമ്പുരാൻ

▼ മംഗലാംകുന്ന് കർണൻ

ബീഹാറിന്റെ ഠാക്കൂറിപ്പെരുമയുമായി വന്ന് മലയാളികളുടെ ആനക്കമ്പത്തിനും ആനച്ചന്തത്തിനും പുതിയ ഭാഷ്യങ്ങൾ ചമച്ച മംഗലാംകുന്ന് കർണന്റെ ഇതിഹാസ സമാനമായ ജീവിതത്തെപ്പറ്റിയാവട്ടെ ഈ അധ്യായം.

ആനപ്രേമികളും ഉത്സവപ്രേമികളും ആനകൾക്ക് മാർക്കിടുന്നതും മുമ്പൊക്കെ പ്രധാന മാനദണ്ഡവുമാക്കിയിരുന്നത് മറ്റെന്തിനേക്കാളുമുപരി എഴുന്നെള്ളത്തിന്റെ ചിട്ടയ്ക്കായിരുന്നു; പെരുമ വിളിച്ചോതിക്കൊണ്ടുള്ള നിലയുറപ്പിക്കലിനായിരുന്നു. മറ്റൊരു ഭാഷയിൽ ആനകളുടെ രാജകീയമായ നിൽപ്; അതായിരുന്നു ഏറ്റവും പ്രധാനം.

ആനക്കാരുടെ പ്രേരണയും പീഡനവും കൂടാതെ തന്നെ, എഴുന്നെള്ളത്തിന്റെ പ്രാധാന്യവും അതിന്റെ ചിട്ടകളും കൃത്യമായി ഉൾക്കൊണ്ട്, മനുഷ്യരേക്കാൾ പക്വതയോടും കാര്യഗൗരവത്തോടും കൂടി പ്രതികരിക്കുകയും പെരുമാറുകയും ചെയ്തിരുന്ന കുറച്ചാനകൾ നാടോടിക്കഥകളിലെ വീരനായകൻമാരെപ്പോലെ എന്നും നമുക്കുണ്ടായിരുന്നു. കൊച്ചിൻ ദേവസ്വം ബോർഡിന്റെ ആനയായിരുന്ന കുട്ടിച്ചിതംബരൻ ഇക്കാര്യത്തിൽ ഒരു മന്നൻ തന്നെയായിരുന്നെന്നാണ് വയ്പ്. വാദ്യമേളങ്ങൾ കൊട്ടിക്കയറി കാലം മാറുന്നതിനനുസരിച്ച് വെഞ്ചാമരം വീശും. ഇങ്ങനെ താളമേളങ്ങൾക്കനുസരിച്ച് വെഞ്ചാമരം വീശുന്നതിന്റെ മുന്നോടിയായി കതിനാവെടികൾ മുഴക്കുന്നതും പതിവാണ്. തന്റെ നിത്യത്തൊഴിലഭ്യാസം വഴി, താളമാറ്റങ്ങളും വെഞ്ചാമരം വീശലുമൊക്കെ മനഃപാഠമാക്കിയിരുന്ന കുട്ടിച്ചിതംബരൻ കതിനയ്ക്ക് തീകൊളുത്തുന്നതൊന്നും കാണാറില്ലെങ്കിൽകൂടി, അത് പൊട്ടുംമുമ്പേ കൃത്യമായി കണ്ണുകൾ ചിമ്മിയടക്കുമായിരുന്നുവെന്നത് ആനക്കമ്പക്കാരായിരുന്ന ഒരു തലമുറയുടെ അനുഭവസാക്ഷ്യമാണ്.

താളമാറ്റങ്ങളുടെ ഏതേതൊക്കെ ഘട്ടങ്ങളിലാണ് വെഞ്ചാമരം വീശുന്നതെന്നും അതിനു മുന്നോടിയായി എപ്പോഴൊക്കെ കതിനാവെടികൾക്ക് തീകൊളുത്തുമെന്നും ഒരാന അനുഭവം

കൊണ്ട് മനഃപാഠമാക്കിയിരുന്നെന്ന് പറഞ്ഞാൽ പലർക്കും പെട്ടന്ന് ദഹിച്ചെന്ന് വരില്ല. പക്ഷേ, ഉത്സവത്തിന് തന്റെ തല ഏറ്റവും ഉയരത്തിൽ വിരാജിക്കണമെന്നും തിടമ്പ് തനിക്കുതന്നെ വേണമെന്നും തലപ്പൊക്കമത്സരങ്ങളിൽ താൻതന്നെ ജയിക്കണമെന്നും വാശിയുള്ള ഒരാനയുണ്ടോയെന്നു ചോദിച്ചാൽ; ഉണ്ട്. ആനകൾക്കും വീറും വാശിയുമുണ്ട്. മത്സരവീര്യത്തിൽ ആനകൾ മറ്റാർക്കും പിന്നിലല്ലെന്ന് ഉച്ചൈസ്തരം പ്രാഖ്യാപിക്കുന്ന, ജീവിക്കുന്ന തെളിവും ചലിക്കുന്ന ആത്മവിശ്വാസവുമാണ് മംഗലാംകുന്ന് കർണൻ.

നാടനാനകൾ എന്ന നമ്മുടെ സഹ്യപുത്രൻമാർ ലക്ഷണശ്രീമാൻമാരും ആസ്സാമാനകൾ കൊഴുത്തുരുണ്ട സുന്ദരക്കുട്ടപ്പൻമാരുമാണെങ്കിൽ ബീഹാറികൾ ഉയരക്കാര്യത്തിലാണ് ഒന്നാമൻമാരാകുന്നത്. ബീഹാറിൽ നിന്ന് കേരളത്തിലേക്കെത്തുന്നവർ, ഇവിടെയെത്തി കുറച്ചുവർഷങ്ങൾക്കു ശേഷം പൂവൻവാഴ ചാടിക്കയറി വളരുന്നതു പോലെ പെട്ടന്ന് കുതിച്ചുയർന്ന് പേരെടുക്കും. ബീഹാറിൽ നിന്നും ഇങ്ങോട്ടെത്തുമ്പോൾ തന്നെ പെരുമ നേടിയിരുന്ന ആനയാണ് കർണൻ. വടക്കൻ നാട്ടിൽ വച്ചുതന്നെ ഇവന്റെ തലയെടുപ്പിന് വേണ്ടത്ര ജനസമ്മതിയും അതിനുതക്ക ആവശ്യക്കാരുമുണ്ടായിരുന്നെന്ന് ചുരുക്കം.

ചരിഞ്ഞ കണ്ടമ്പുള്ളി ബാലനാരായണൻ, പഴയ തച്ചപ്പള്ളി വിജയൻ എന്ന കണ്ടമ്പുള്ളി വിജയൻ, പിന്നെ ആയുസ്സെത്താതെ ഒടുങ്ങിയ ആണ്ടവൻ ഇവരൊക്കെയായിരുന്നു കേരളത്തിലേക്കെത്തും മുമ്പേ തന്നെ കർണനെപ്പോലെ പരിഗണിക്കപ്പെട്ടിരുന്നവരിൽ പ്രധാനികൾ. ബീഹാറിൽ നിന്നും തറവാട്ടുസ്വത്തായി കൊണ്ടുവന്ന തനത് തലയെടുപ്പും അതിന്റെ കൂടെ ചാമിയെന്ന പാപ്പാന്റെ വിദഗ്ധപരിശീലനവും കൂടിയായപ്പോൾ മുതലും പലിശയുമായി കർണന്റെ നാമം തലപ്പൊക്കമത്സരവേദികളിലും ഉത്സവനഗരികളിലും സദാ മുഴങ്ങിക്കൊണ്ടിരുന്നു.

ബീഹാറിയായിരുന്ന കർണനെ, മനിശ്ശേരി ഹരിയിൽ നിന്നാണ് മംഗലാംകുന്ന് സഹോദരൻമാർ വാങ്ങുന്നത്. അന്നേവരെ കേരളം കേട്ടിട്ടുള്ളതിൽവച്ചും വലിയ വിലനൽകിയാണ് മംഗലാംകുന്നുകാർ കർണനെ സ്വന്തമാക്കിയത്. മംഗലാംകുന്നിൽ എത്തിയതോടുകൂടി കർണന്റെ പ്രഭാവം പതിന്മടങ്ങ് വർധിച്ചു. അവിടെ അവന്റെ പുതിയൊരു ജീവിതഗാഥ തുടങ്ങുകയായി.

ആനയും ആനക്കാരനുമായുള്ള പരസ്പരവിശ്വാസത്തിന്റേയും ബന്ധത്തിന്റേയും തങ്കത്തിളക്കത്തിന്റേയും ഉദാഹരണമാണ് ഇന്ന് നാം കാണുന്ന കർണനും കർണന്റെ വിജയഗാഥകളും. കാര്യം കാരിരുമ്പിന്റെ കരുത്തും തലയെടുപ്പുമൊക്കെയാണെങ്കിലും ഉള്ളിന്റെയുള്ളിൽ വെറുമൊരു പേടിത്തൊണ്ടനാണ് കർണൻ. കൈയെത്താദൂരത്ത് വിട്ടുവിട്ടുനിന്നുള്ള തലപ്പൊക്കമത്സരത്തിൽ ഏത് കൊടികെട്ടിയ ഗജപോക്കിരിയോടും ഏറ്റുമുട്ടാൻ തയ്യാറുള്ള കർണന്, ഇത്തിരിപ്പോന്ന ഒരു ഇമ്പ്രിയാന കൊമ്പുംകുലുക്കി തന്റെ നേർക്ക് വരുന്നതു കണ്ടാൽപോലും പേടിയാണ്. അടിയെന്നു കേട്ടാൽ തന്നെ പേടിച്ച് മൂത്രമൊഴിക്കുന്ന ആന, ആനക്കാരൻ വടിയെങ്ങാനും ഓങ്ങിവീശിയാൽ വലിയവായിൽ കരഞ്ഞുകളയും.

ആനക്കാരന്റെ സ്വരമൊന്നു കനത്ത്, ഭാവം മാറിയെന്നു കണ്ടാൽത്തന്നെ "കീ കീ..." എന്ന മട്ടിൽ ഒരു പ്രത്യേക ശബ്ദമുണ്ടാക്കി കർണൻ മുൻകൂർജാമ്യം എടുക്കും. മറ്റു പല ആനകളിൽ നിന്നും വ്യത്യസ്തമായി കർണന്റെ മദപ്പാട് കാലവും അത്രകണ്ട് ഭയാനകമല്ല. അതുകൊണ്ടു തന്നെ കനത്ത ചങ്ങലകളാൽ ആനയുടെ കാലുകളെല്ലാം ഓരോരോ വശങ്ങളിലേക്ക് വരിഞ്ഞുമുറുക്കുന്ന കൊടിയ ബന്ധനങ്ങളും ആവശ്യമായി വരാറില്ല. ചെറുതായൊന്ന് ബലം പ്രയോഗിച്ചാൽതന്നെ നുറുങ്ങിപ്പോകാവുന്ന ചെറിയ ചങ്ങലകളിലാണ് പലപ്പോഴും കർണനെ ബന്ധിക്കാറുള്ളത്. കർണൻ ഒരിക്കലും അരുതാത്തതിന് ശ്രമിക്കില്ലെന്നും നെഞ്ചിൽ തീ കോരി ഒഴിക്കില്ലെന്നുമുള്ള ഉറച്ച വിശ്വാസംതന്നെയാവാം ഇതിന്റെ അടിസ്ഥാനം. ഉടമയ്ക്കും വേണ്ടപ്പെട്ട ചിലർക്കും ഈ ഘട്ടത്തിലും ആനയുടെ അടുത്തുചെല്ലാം, തുമ്പിക്കൈയിൽ തീറ്റവച്ച് കൊടുക്കാം.

മദപ്പാടുകാലം കഴിഞ്ഞ് ആനയെ അഴിക്കുമ്പോൾ പഴയ പാപ്പാനായാലും കെട്ടിയഴിക്കൽ ചടങ്ങിനെത്തുന്നത് പുതിയപാപ്പാനായാലും, ഒട്ടുമിക്ക ആനകളും പാപ്പാൻമാരുടെ കൈയിൽ നിന്ന് കാര്യമായ തോതിൽ വാങ്ങിക്കൂട്ടിയ ശേഷമേ കീഴടങ്ങാറുള്ളൂ. ചുമതലയേൽക്കാനെത്തുന്ന പുതിയ പാപ്പാനൊപ്പം ഒരു കൂട്ടം പാപ്പാൻമാർ കൂടി തങ്ങളാലാവുംവിധമൊക്കെ മർദ്ദനമുറകളുടെ കൂട് തുറന്നുവിടുന്ന 'കെട്ടയഴിക്കൽ ചടങ്ങ്' ആനകളുടെ പ്രതിരോധവീര്യത്തിനും ചെറുത്തുനിൽപിനും അനുസരിച്ച് മണിക്കൂറുകളോ ദിവസങ്ങളോവരെ നീണ്ടുനിന്നെന്നും വരും. പക്ഷേ, കർണൻ ഇക്കാര്യത്തിലും വ്യത്യസ്തനാണ്. മദപ്പാടു കഴിഞ്ഞ് അഴിക്കാനെത്തുന്ന പാപ്പാൻ രണ്ടു കൊടുക്കേണ്ട താമസം, ഇപ്പോൾ കൊത്തിയിറങ്ങിയ കോഴിക്കുഞ്ഞുങ്ങളെന്നപോലെ 'കീയോ കീയോ' കരഞ്ഞുകൊണ്ട് കർണൻ അനുസരിച്ചു തുടങ്ങും.

കെട്ടിയഴിക്കൽ വേളയിൽ കാര്യമായ അടി വാങ്ങിക്കൂട്ടാൻ നിൽക്കാതെ, പുതിയ പാപ്പാൻമാരെ അനുസരിച്ച് തുടങ്ങുന്ന ആനകളെ പൊതുവേ രണ്ടു ഗണത്തിൽപ്പെടുത്താം. ഒന്നുകിൽ വേഷം കെട്ടിനൊന്നും നിൽക്കാത്ത വെറും അപ്പാവികൾ. അല്ലെങ്കിൽ പഠിച്ച കള്ളന്മാർ. ഇതിൽ രണ്ടാമത്തെ കൂട്ടരെ പാപ്പാൻമാർ ഒരിക്കലും കണ്ണടച്ച് വിശ്വസിക്കില്ല. പച്ചപ്പാവത്തെപ്പോലെ നടിച്ച് അനുസരിച്ചു തുടങ്ങുന്ന ഇക്കൂട്ടർ തരംകിട്ടിയാൽ പാപ്പാനിട്ട് എപ്പോൾ പണികൊടുത്തെന്ന് ചോദിച്ചാൽ മതി. കർണൻ ഒരിക്കലും ഒരു പഠിച്ച കള്ളനല്ല; കുറച്ചുകൂടി യാഥാർഥ്യബോധമുള്ളവനാണെന്ന് മാത്രം. മനുഷ്യന്റെ അടിമയായി ആയുസ്സ് കഴിക്കാൻ വിധിക്കപ്പെട്ട ഒരു നാട്ടാന വെറുതേ തട്ടാനും മുട്ടാനും നിന്നാൽ അടിയും ഇടിയും വാങ്ങിക്കൂട്ടി തടികേടാക്കാമെന്നല്ലാതെ, ചങ്ങലക്കെട്ടുകളിൽ നിന്ന് കാടിന്റെ സ്വച്ഛതയിലേക്ക് ഒരിക്കലും ഒരു മോചനമുണ്ടാവില്ലെന്ന തിരിച്ചറിവിൽ നിന്നുമാവാം അവന്റെ ഈ സമാധാനപ്രേമം.

ഇരിക്കസ്ഥാനം എന്ന ആനകളുടെ ഉയരം മാനദണ്ഡമാക്കുന്ന സമ്പ്രദായമനുസരിച്ച് കേരളത്തിലെ ഏറ്റവുമധികം ഉയരമുള്ള ആദ്യത്തെ പത്താനകളുടെ ഗണത്തിൽപോലും കർണൻ എത്തില്ലെങ്കിലും ഉത്സവനഗരികളിൽ ഇവന്റെ തലയെടുപ്പിനു മുന്നിൽ ഒരുമാതിരി ഉയരക്കാരൊക്കെ പിന്നോട്ടടിക്കും. ഏറ്റവും ഉയരമുള്ളവന് തിടമ്പ് നൽകുകയെന്ന പതിവ് എഴുന്നെള്ളിപ്പുരീതിക്കുപകരം, ആനകളുടെ തലപ്പൊക്കം നോക്കി അഥവാ തലയെടുപ്പ് നോക്കിയാണ് ഒരുത്സവനഗരിയിൽ എഴുന്നെള്ളിപ്പാനയെ നിശ്ചയിക്കുന്നതെങ്കിൽ നല്ലൊരു ശതമാനം ഉത്സവങ്ങളിലും തിടമ്പ് കർണന്റെ ശിരസ്സിൽ തന്നെ എത്തുമെന്നത് മൂന്നരത്തരം. പക്ഷേ, ഒരു വ്യവസ്ഥയുണ്ട്. മത്സരം ആനകൾ തമ്മിൽ മാത്രമാവണം. അതിനിടെ വെറുതെ മനുഷ്യർ വലിഞ്ഞുകേറി തോട്ടിയും വടിയും കൊണ്ടൊക്കെ താങ്ങിപ്പിടിക്കാനും കുത്തിപ്പൊക്കാനും നിന്നേക്കരുത്.

എറണാകുളം ജില്ലയിലെ ചെറായിയിലും ചങ്ങനാശ്ശേരി ഇത്തിത്താനത്തുമൊക്കെ ഗജവീരന്മാരുടെ തലപ്പൊക്കമത്സരം ഉണ്ടെങ്കിലും അതൊക്കെ ആനകളുടെ മത്സരത്തേക്കാൾ ഏറെ മനുഷ്യരുടെ മത്സരമാണെന്നതാണ് യാഥാർഥ്യം. പക്ഷേ, വടക്കൻ പറവൂരിനടുത്തുള്ള ചക്കുമരശ്ശേരി ശ്രീകുമാരഗണേശക്ഷേത്രത്തിലെ തലപ്പൊക്കമത്സരത്തിന് മറ്റെങ്ങുമില്ലാത്ത ഒരു സവിശേഷതയുണ്ട്. ഇവിടെ ആനക്കാരനോ മറ്റാർക്കെങ്കിലുമോ തോട്ടി, വടി, കാരക്കോൽ തുടങ്ങിയ ആയുധങ്ങൾ കൊണ്ട്, മത്സരിക്കുന്ന ആനയെ തൊടുവാനോ, 'വായ്ത്താരി' മുഴക്കി മത്സരത്തിനായി ആനയെ നിർബന്ധിക്കുവാനോ പാടുള്ളതല്ല. മത്സരിക്കുന്ന ആനയുടെ മുൻകാലുകളുടെ പിന്നിൽ മാത്രമേ പാപ്പാൻമാർ നിലയുറപ്പിക്കാനും പാടുള്ളൂ. ജനക്കൂട്ടത്തിന്റെ ആരവവും ആവേശവും പിന്നെ, സാഹചര്യങ്ങളുമൊക്കെ കണ്ടറിഞ്ഞ് ഇതു മത്സരമാണെന്നും ഇതിൽ തനിക്ക് ജയിക്കണമെന്നും ആനയ്ക്ക് സ്വയം തോന്നി തുടർച്ചയായി പത്തുമിനിറ്റ് തലയുയർത്തിപ്പിടിച്ച് നിൽക്കണം. അതാണ് നിയമാവലി.

അനേകദശാബ്ദങ്ങളായി നടന്നുവരുന്ന ഈ തലപ്പൊക്ക മത്സരത്തിന് തെക്കേചേരുവാരമെന്നും വടക്കേചേരുവാരമെന്നും രണ്ടു വിഭാഗങ്ങളിലായി അണിനിരക്കുന്ന നാട്ടുകാർ, തങ്ങ

ഒരു തലപ്പൊക്കമത്സരത്തിൽ കർണ്ണനും വിഷ്ണുശങ്കറും

ളുടെ പ്രതിനിധിയായി ഓരോ ആനയെ മത്സരത്തിന് നിയോഗിക്കും. തലപ്പൊക്ക മത്സരത്തിൽ അതാതുവർഷം ജേതാവാകുന്ന ആനയുടെ ശിരസ്സിലായിരിക്കും ഉത്സവത്തിന് പ്രധാനമൂർത്തിയുടെ തിടമ്പേറ്റുന്നത്. അതുകൊണ്ടുതന്നെ ഏറ്റവും മുന്തിയ ഗജകേസരികളെത്തന്നെ തങ്ങൾക്കുവേണ്ടി കളത്തിലിറക്കി ഉത്സവത്തിടമ്പ് സ്വന്തം തട്ടകത്തിന് തന്നെയെന്നുറപ്പിക്കാൻ ഇരുവിഭാഗങ്ങളും കടുത്ത മത്സരത്തിൽ ഏർപ്പെടും.

കണ്ടമ്പുള്ളി വിജയൻ, കണ്ടമ്പുള്ളി ബാലനാരായണൻ, പൂമുള്ളി പാർഥൻ തുടങ്ങി പലരും പലവട്ടം ഇവിടെ വിജയക്കൊടി പാറിച്ചിട്ടുണ്ടെങ്കിലും മൺമറഞ്ഞ തിരുവമ്പാടി കേശവനായിരുന്നു ഒരു കാലഘട്ടത്തിൽ ഇന്നാട്ടുകാരുടെ താരം. അളവിൽ കേവലം ഒരു ശരാശരിക്കാരൻ മാത്രമായിരുന്ന കേശവൻ തന്നേക്കാൾ കേമന്മാരായ ഒരുപിടി ആനകളെ മത്സരത്തിൽ നാണം കെടുത്തിവിട്ട വീരകഥകൾ നാടോടിപ്പാട്ടുകൾപോലെ ഇവിടത്തുകാർ മനസ്സിലേറ്റുന്നുണ്ട്.

എന്നാൽ, ഈ കളിത്തട്ടിലേക്ക് കർണ്ണൻ കാലെടുത്തുവച്ച കാലം മുതൽ കഥയുടേയും മറ്റു കഥാപാത്രങ്ങളുടേയുമെല്ലാം ഭ്രമണം അവനെ മാത്രം ചുറ്റിപറ്റിയായി. ഇവിടെ പങ്കെടുക്കാൻ എത്തിയതുമുതൽ തുടർച്ചയായി ഒമ്പതു വർഷം വിജയം തന്റെ കുത്തകാവകാശമാക്കി മാറ്റിക്കളഞ്ഞു കർണ്ണൻ. തിരുവമ്പാടി കേശവന് ശേഷം ചക്കുമരശ്ശേരിയുടേയും വടക്കൻ പറവൂരിന്റേയുമൊക്കെ ഹൃദയത്തുടിപ്പുകൾ തന്നിലേക്ക് മാത്രം ആവാഹിച്ചെടുക്കുകയായിരുന്നു കർണ്ണൻ. മൂന്നു വർഷം തെക്കേ ചേരുവാരവും പിന്നീട് വടക്കേ ചേരുവാരവുമാണ് കർണ്ണനെ കളത്തിലിറക്കി വിജയം വെട്ടിപ്പിടിച്ചത്. കർണ്ണനേക്കാൾ അനേകം ഇഞ്ചുകൾ ഉയരക്കൂടുതലുള്ള പല ആനകളും ഇവിടെ അവനോട് ഏറ്റുമുട്ടിയിട്ടുണ്ട്; പരാജയത്തിന്റെ രുചി അന്നും എന്നും കയ്പ്പ് തന്നെയാണെന്ന സത്യം അനുഭവിച്ചറിഞ്ഞിട്ടുണ്ട്. പട്ടത്ത് ശ്രീകൃഷ്ണൻ, പാമ്പാടി രാജൻ, പുത്തൻകുളം അനന്തപദ്മനാഭൻ തുടങ്ങിയവർ അവരിൽ ചിലർ മാത്രം.

മത്സരത്തിനായി കർണ്ണൻ രണ്ടുനാൾ മുമ്പേ ഇവിടെയെത്തും. അഭ്യുദയകാംക്ഷികളുടേയും ആരാധകരുടേയും ആതിഥ്യവും ഉപഹാരങ്ങളും സ്വീകരിച്ച് അവനങ്ങനെ വിലസിനിൽക്കുമ്പോൾ, കർണ്ണനെതിരെ മത്സരിക്കാൻ എത്തുന്ന ആനയേതെന്ന് അവസാനനിമിഷം വരെ എതിർവിഭാഗം പുറത്തുവിടില്ല. ഒടുവിൽ ഒരു ജഗജില്ലി കൊട്ടും

കുരവയുമായി വന്നിറങ്ങും.

'ഞാനൊന്നുമറിഞ്ഞില്ലേ രാമനാരായണാ' എന്നമട്ടിൽ ഒരുപാവത്താനെപ്പോലെ നിൽക്കുന്ന കർണനെ കാണുമ്പോൾ 'ഓ, ഇത്രേയുള്ളോ ഇവന്റെ കാര്യം ഞങ്ങളേറ്റു' എന്ന മട്ടിൽ പുതിയ അവതാരവും അവന്റെ ആനക്കാരനും നെഞ്ചും വിരിച്ച് പ്രവേശിക്കും. ആദ്യത്തെ മൂച്ചിന് ഇത്തിരിനേരം ആഞ്ഞുപിടിക്കുകയും ചെയ്യും. പക്ഷേ, ആരവവും ആർപ്പുവിളിയും പെരുകിപ്പെരുകി മത്സരച്ചൂട് കത്തിക്കാളാൻ തുടങ്ങുമ്പോൾ കഴുത്തുവേദനിച്ചു തുടങ്ങുന്ന പ്രതിയോഗി അറിയാതെ കർണനെ ഒന്ന് ഒളികണ്ണിട്ട് നോക്കും. പ്രതിയോഗികൾ കഴുത്തു വേദനിച്ച് തല താഴ്ത്താനും തെല്ല് അസഹിഷ്ണുതയോടെ ഉലയാനുമൊക്കെ തുടങ്ങുമ്പോഴും അഴിമുഖത്തെ ലൈറ്റ്ഹൗസ് കണക്കെ തലയുയർത്തിപ്പിടിച്ച് അപ്പോഴും കർണനങ്ങനെ നിൽക്കുന്നുണ്ടാവും.

ഫലപ്രഖ്യാപനമൊക്കെ പിന്നെ വെറും ഔപചാരികത മാത്രം. പ്രഖ്യാപനത്തിനു മുമ്പേതന്നെ കർണനേയും കൊണ്ട് അവന്റെ ആരാധകർ ആഘോഷപ്രകടനം ആരംഭിച്ചുകഴിഞ്ഞിരിക്കും. ഉത്സവമൊക്കെ കഴിഞ്ഞ് ചിലപ്പോൾ രണ്ടു നാളത്തെ വിശ്രമവും കഴിഞ്ഞേ കർണനെ നാട്ടുകാർ തിരിച്ചയയ്ക്കാറുള്ളൂ. ആനയ്ക്ക് ഒരു കുന്നോളം മധുരവും ആനക്കാരന് നോട്ടുമാലകളുമൊക്കെയായി, കിലോമീറ്ററുകളോളം ആരാധകർ അവനെ പിന്തുടരും. മൂത്തകുന്നം അതിർത്തി വരെ രാജകീയമായി എഴുന്നെള്ളിച്ചുകൊണ്ടു നടന്നശേഷമേ ലോറിയിൽ കയറ്റി യാത്രയാക്കാറുള്ളൂ.

മൂന്നുവർഷങ്ങൾക്കപ്പുറമുള്ള മത്സരത്തിൽ ഈ പതിവുകളൊക്കെ തീർത്തും അപ്രതീക്ഷിതമായി ഒന്ന് കടകം തിരിഞ്ഞു. സാധാരണ തന്നേക്കാൾ ഉയരക്കൂടുതലുള്ള ആനകളെ കർണനാണ് വിരട്ടിവിട്ടിരുന്നതെങ്കിൽ, അക്കുറി അവന്റെയത്രയും പോലുമില്ലാത്ത ഒരാന വന്ന്, ലങ്കാപുരിയിൽ കൊടുങ്കാറ്റ് വിതച്ച ഹനുമാനപ്പോലെ എല്ലാവരെയും വല്ലാതെ വിറപ്പിച്ച് വിട്ടു. കർണനോടേറ്റുമുട്ടാൻ ചുള്ളിപ്പറമ്പിൽ വിഷ്ണുശങ്കർ എന്ന പുത്തൻകൂറ്റുകാരനെ കൊണ്ടുവരുമ്പോൾ കർണനോട് ഒന്നു പിടിച്ചുനിൽക്കാൻ കഴിഞ്ഞാൽതന്നെ സന്തോഷം എന്നതിനപ്പുറം കാര്യമായ പ്രതീക്ഷയൊന്നും അവനെ കൊണ്ടുവന്നവർക്കും ഉണ്ടായിരുന്നിരിക്കില്ല. എന്നാൽ ചുള്ളിപ്പറമ്പിൽ വിഷ്ണുശങ്കറെന്ന ഇളമുറക്കാരന്റെ മത്സരവീര്യത്തിനു മുന്നിൽ, തലയെടുപ്പിന്റെ തമ്പുരാനായ സാക്ഷാൽ മംഗലാംകുന്ന് കർണൻപോലും പതറിപ്പോയെന്ന് പറഞ്ഞാൽ അതാണ് സത്യം.

▼ ചുള്ളിപ്പറമ്പിൽ വിഷ്ണുശങ്കർ

വിഷ്ണുശങ്കറിന്റെ ചോരത്തിളപ്പും കർണന് പതിവില്ലാത്തൊരു ആലസ്യവും കൂടിയായപ്പോൾ മത്സരം കൈവിടുമെന്നുതന്നെ കർണന്റെ തട്ടകക്കാർ ഉറപ്പിച്ചു. തെക്കേ ചേരുവാരവും ജനങ്ങളുമാകട്ടെ ഗോലിയാത്തിനു മുന്നിലെ ദാവീദെന്ന പരിഗണനയോടെ വിഷ്ണുശങ്കറെ മനസ്സറിഞ്ഞു പ്രോത്സാഹിപ്പിക്കുകയും ചെയ്തു. എങ്കിലും അവസാനവിജയം കർണനായിരുന്നു; അവന്റെ ഒരു നിമിഷംപോലും ഉലയാത്ത നിശ്ചയദാർഢ്യത്തിനും കരുത്തിനുമായിരുന്നു.

അനേകമാനകൾ ഒന്നിച്ചു മത്സരിക്കുന്ന ഇത്തിത്താനം ഗജമേളയിലും കർണ്ണൻ പലവട്ടം വിജയം വരിച്ചിട്ടുണ്ട്. എന്നാൽ ചക്കുമരശ്ശേരിയിൽ കർണ്ണൻ ഒരുതവണ അൽപം പിമ്പോട്ടുപോയി. ചക്കുമരശ്ശേരിയിലെ, മറക്കാനാഗ്രഹിക്കുന്ന മത്സരത്തിനുമുമ്പ് പാപ്പാൻ കർണ്ണനിട്ട് ഒരടി കൊടുത്തിരുന്നെന്നും അതിന്റെ പിണക്കത്തിലും പരിഭവത്തിലുമാണ് കർണ്ണൻ കുറച്ചാലസ്യത്തിലായിപ്പോയതെന്നും വിശ്വസിക്കുവാനാണ് ഇവന്റെ ആരാധകർക്കിഷ്ടം. അതല്ല കുറച്ചുകാലമായി കർണ്ണന് കാര്യമായി എന്തോ ക്ഷീണവും സുഖക്കുറവും ഉണ്ടെന്ന് വിശ്വസിക്കുന്നവരും വിരളമല്ല. എന്തായാലും ചക്കുമരശ്ശേരിയിൽ നിന്ന് വിജയവുമായി മാത്രം മടങ്ങുന്ന പതിവുള്ള കർണ്ണൻ, അത്തവണത്തേത് അമിതമായ ആത്മവിശ്വാസം വരുത്തിയ ആലസ്യം മാത്രമായിരുന്നെന്ന് തെളിയിക്കാൻ കുറച്ചു നന്നായി പരിശീലിക്കേണ്ടിയും പണിയെടുക്കേണ്ടിയും വരും.

കേരളത്തിലെ ഉത്സവങ്ങളെക്കുറിച്ചും ആനകളുടെ തലയെടുപ്പ് മത്സരങ്ങളെക്കുറിച്ചും കേട്ടുകേൾവി പോലുമില്ലാതിരുന്ന ഒരു ബീഹാറിയെ, തലപ്പൊക്കമത്സരങ്ങളുടെ കിരീടം വയ്ക്കാത്ത ചക്രവർത്തിയാക്കി മാറ്റുന്നതിൽ പാപ്പാൻമാർക്കുള്ള പങ്ക് എടുത്തുപറയേണ്ടതുതന്നെയാണ്. ആദ്യം ചാമിയായിരുന്നെങ്കിൽ പിന്നീടാസ്ഥാനം ആറ്റക്കരസ്വദേശി നാരായണനാണ്. ആന പാപ്പാൻമാർക്കിടയിലെ നല്ല നടപ്പുകാരനായ നാരായണനെ മംഗലാംകുന്ന് ഗണപതിക്ക് ഗജരാജപ്പട്ടം നൽകുന്ന ഒരു ചടങ്ങിൽ പ്രത്യേകം ആദരിക്കുകയുമുണ്ടായി.

കർണ്ണനാനയ്ക്ക് നന്ദിയും കടപ്പാടുമുള്ള മനുഷ്യരൂപങ്ങൾ ഒത്തിരിപ്പേരുണ്ടാവാം. ഒരുപാടൊരുപാട് പേർ കയറിയിറങ്ങിപ്പോയ ഒരു ജീവിതമല്ലേ. കേരളത്തിന്റെ മാത്രം പ്രത്യേകതയായ ആനപ്പൂരങ്ങളെക്കുറിച്ചും ആനകളുടെ സ്ഥാനമാനങ്ങളെക്കുറിച്ചും കേട്ടുകേൾവിപോലുമില്ലാതിരുന്ന ഒരാനയെ, ബീഹാറിൽ നിന്നെത്തി അധികകാലം കഴിയുംമുമ്പേ ഉത്സവനഗരികളുടെ പ്രിയപ്പെട്ടവനാക്കി മാറ്റുന്നതിൽ അവന്റെ പാപ്പാനായിരുന്ന ചാമിയുടെ പങ്ക് വളരെ വലുതായിരുന്നു. ആനപ്പണി മതിയാക്കുവാൻ തീരുമാനിച്ച ചാമി വിടപറഞ്ഞശേഷം പാപ്പാൻമാരുമായുള്ള കർണ്ണന്റെ സഹവാസം അത്ര സുഖകരമായിരുന്നില്ല. മനിശ്ശേരി ഹരി മംഗലാംകുന്നുകാർക്ക് വിറ്റതിനെത്തുടർന്നുള്ള ആദ്യത്തെ ഒന്നുരണ്ട് വർഷങ്ങളിൽ ആനയുടെ ആരോഗ്യം അത്ര മെച്ചവുമായിരുന്നില്ല.

കർണ്ണനെന്ന ഈയാന ഇപ്പോഴും ഇതേ പേരിൽ, ഇങ്ങനെ ജീവനോടിരിക്കുന്നെങ്കിൽ അതിനവൻ കടപ്പെട്ടിരിക്കുന്നത് ഒരേയൊരാളോടു മാത്രം. മറ്റൊരാനയുടെ പാപ്പനായിരുന്ന ഒരു മനുഷ്യനോട്. അത് മറ്റാരുമല്ല ധൈര്യത്തിന്റെ ആൾരൂപം എന്നു വിശേഷിപ്പിക്കാവുന്ന ആനപാപ്പാൻ സാക്ഷാൽ 'കടുവാ വേലായുധൻ' എന്ന വേലായുധേട്ടനോടുതന്നെ!

രണ്ടാനകളെ കുത്തിമലർത്തി, കൊലപ്പുള്ളിയെന്ന പേരും മേടിച്ച് തെച്ചിക്കോട്ടുകാവ് രാമചന്ദ്രൻ നാട് വിറപ്പിക്കുന്ന കാലം. കർണ്ണനോടെന്തോ അവന് പണ്ടുമുതൽക്കേ ചെറിയൊരു ചെറയലുമുണ്ട്. കർണ്ണനുമതറിയാം. രാമചന്ദ്രൻ ദൂരെ നിന്ന് വരുമ്പോഴേ അടിവയറ്റിൽ നിന്നൊരാന്തൽ ഉയരുമെങ്കിലും അത് പുറത്തുകാട്ടാതെ ഗമയിലങ്ങനെ നിൽക്കുമെന്ന് മാത്രം.

അന്ന് വേലായുധനാണ് തെച്ചിക്കോടന്റെ പാപ്പാൻ. തത്തമംഗലം വേലകഴിഞ്ഞ് ഒന്നിനുപിറകെ ഒന്നായി ആനകളും പാപ്പാൻമാരും വഴിയടിച്ച് പോരുകയാണ്. കർണ്ണന്റെ കുറേ പിറകിൽ, വേറെ ഒന്നുരണ്ടാനകളുടേയും പിറകിലായാണ് തെച്ചിക്കോട്ടാശാന്റെ എഴുന്നെള്ളത്ത്. പക്ഷേ, പറഞ്ഞുതീരുന്നതിനു മുമ്പായിരുന്നു ആക്രമണം. ഓടിവന്ന് ഒറ്റയിടി! അതിനുതന്നെ കർണ്ണൻ അടുത്തുള്ള വയലിലേക്ക് അലച്ചുതല്ലി വീണു. വീണ വീഴ്ചയിൽ നിന്ന് എഴുന്നേൽക്കും മുമ്പേ തെച്ചിക്കോടൻ ചാടിയെത്തും; കനത്ത കൊമ്പുകൾ തന്റെ മാറിലേക്ക് കുത്തിയിറക്കും എന്നുറപ്പായ നിമിഷങ്ങൾ... ജീവിതത്തിൽ ഇനി ഒന്നും ആലോചിക്കാനും പറയാനുമുള്ള സാവകാശവുമില്ല. മരണം ഉറപ്പിച്ച് കണ്ണുകൾ ഇറുക്കിയടക്കാൻ തുടങ്ങിയതുമാണ്. അപ്പോഴേക്കും ഒരദ്ഭുതം സംഭവിച്ചു. സാക്ഷാൽ കടുവാ വേലായുധന്റെ വക

ഒരു പ്രകടനം. 'ആനയോ കടുവയോ ആരടാ വലിയവൻ' എന്ന് ആനയും പാപ്പാനും നേർക്കുനേർ മാറ്റുരച്ച ആ പൂഴിക്കടകനുമുന്നിൽ തെച്ചിക്കോട്ടാന തെല്ലിടയൊന്ന് പതറിക്കാണണം. ജീവൻ തന്നെ പണയംവച്ചുള്ള കടുവാ വേലായുധന്റെ ആ തീക്കളിക്ക് മുന്നിൽ കർണനന്ന് ബാക്കി കിട്ടിയത് സ്വന്തം ജീവൻ. പ്രപഞ്ചത്തിലെ ഏറ്റവും മഹാനായ മനുഷ്യൻ ആരെന്ന ചോദ്യത്തിന് ആരൊക്കെ എന്തൊക്കെ ഉത്തരമെഴുതിയാലും കർണന് ഒരൊറ്റ മറുപടിയേ ഉണ്ടാവൂ-കടുവാ വേലായുധൻ. ദേശമംഗലം വേലയ്ക്ക് തന്റെ ആനയുമായെത്തിയ വേലായുധേട്ടൻ, ചോദ്യവും പറച്ചിലുമൊന്നുമില്ലാതെ നേരെ ചെന്ന് കർണന്റെ കൊമ്പിൽ പിടിച്ചാൽ 'ഹായ്! ഇതെവിടാ വേലായുധേട്ടാ? കണ്ടിട്ട് നാളെത്രെയായി?' എന്ന മട്ടിൽ സ്വന്തം പാപ്പാനെ തൽക്കാലത്തേക്ക് മറന്ന് കർണൻ കൊഞ്ചിക്കുഴഞ്ഞു നിൽക്കും.

ചില്ലറ ദൗർബല്യങ്ങളും കർണനുണ്ട്. കിണർ കണ്ടാൽ, നല്ല വെള്ളം കണ്ടാൽ കർണനപ്പോൾ ഒരു കവിളെങ്കിലും കുടിച്ചേ മതിയാവൂ. പക്ഷേ, അവന്റെ ഒരു കവിൾ നിറയ്ക്കാൻ നമ്മൾ നന്നായി വിയർത്തെന്നു വരും. ഇങ്ങനെ നിരുപദ്രവകരമായ പിടിവാശികൾക്കപ്പുറം കർണൻ ശാന്തനാണ്. തലയെടുപ്പിന്റേയും തലപ്പൊക്കത്തിന്റേയും പുതിയ പാഠഭേദങ്ങളും സൂത്രവാക്യങ്ങളുമായി ഇനിയും പുതിയ ഗജകേസരികൾ ഈ മണ്ണിൽ പിറന്നേക്കാം. പക്ഷേ, മംഗലാംകുന്ന് കർണൻ എന്ന ഈയാന മലയാളിമനസ്സുകളിൽ കോരിയിട്ട വികാരവിചാരങ്ങൾക്ക് എന്നും നൂറുമേനിയുടെ തങ്കത്തിളക്കവും സ്നേഹലാളനകളുടെ സുഗന്ധവും ഉണ്ടായിരിക്കും. എന്തെന്നാൽ ആകാശം മുട്ടിയുരുമ്മി നിൽക്കുന്ന ഇവന്റെ വലിയ തലയ്ക്കകത്ത് ഇരമ്പിയാർക്കുന്നത് ഒരിക്കലും അഹങ്കാരത്തിന്റെ കടന്നൽക്കൂടുകളല്ല. മറിച്ച് സ്നേഹ-മധുരങ്ങളുടെ തേനും കുഞ്ഞിത്തേനീച്ചകളുടെ സുഖതരമായ മർമരങ്ങളും മാത്രം.

***

കൊലകൊല്ലി

മറക്കില്ലൊരിക്കലും...

സൂര്യനു താഴെയുള്ളതെന്തും നമുക്കുവേണ്ടിയുള്ളതാണെന്ന മട്ടിലാണ് നമ്മുടെയൊക്കെ മനസ്സിലിരിപ്പും കൈയിലിരിപ്പും. നമ്മുടെ രസത്തിനും സുഖത്തിനും വേണ്ടി ഇരയുടെ മനസ്സും നോവും നീറ്റലുമൊന്നും പരിഗണിക്കാതെ, നമ്മുടെ ഇഷ്ടാനിഷ്ടങ്ങൾക്കനുസരിച്ച് അവയെ ഓടിക്കാം, ചാടിക്കാം. എന്നിട്ടൊടുവിൽ, വേണമെങ്കിൽ വെട്ടിനുറുക്കി ശാപ്പിടാം. വേണ്ടെങ്കിൽ തല്ലിക്കൊന്ന് കുഴിച്ചിടാം. മനുഷ്യന്റെ സ്വേച്ഛാധിപത്യവും ധാർഷ്ട്യവും കടന്നുകയറ്റവുമൊക്കെ മറ്റു മനുഷ്യർക്കു നേരെയാവുമ്പോൾ മാത്രമേ നമുക്കിന്നതൊരു പ്രശ്നവും വർഗ-വർണ വിഷയവുമൊക്കെയായി മാറുന്നുള്ളൂ.

മനുഷ്യനെ ഏറ്റവുമധികം രസിപ്പിക്കുന്ന ജീവി/മൃഗം ഏതെന്ന ചോദ്യത്തിന് കാല-ദേശ വ്യത്യാസങ്ങൾക്കനുസരിച്ച് ഉത്തരം മാറിമറിഞ്ഞേക്കാം. പക്ഷേ, അതേ ചോദ്യം മലയാളിയോടായാലോ. അവരിൽ മഹാഭൂരിപക്ഷത്തിനും ഒരൊറ്റ ഉത്തരമേ ഉണ്ടാവൂ- ആന. ആനയെ സംബന്ധിക്കുന്നതെന്തും മലയാളിക്ക് വാർത്തയും വിശേഷവുമാണ്. ഇത്തരത്തിൽ, ചൂടും പുകയും ഇനിയും കെട്ടടങ്ങിയിട്ടില്ലാത്ത ഒരാനവിശേഷത്തിലെ നായകനെ പരിചയപ്പെടുത്തട്ടെ. കൊലകൊല്ലി എന്നാണിവന്റെ പേര്. വിതുര-പേപ്പാറ വനമേഖലയിൽ ആദിവാസികളുടെ ഉറക്കംകെടുത്തി, ഭരണകൂടത്തിന്റെ സ്വൈര്യംകെടുത്തി, കാറ്റുവിതച്ച് കൊടുങ്കാറ്റ് കൊയ്തവനാണ് കൊലകൊല്ലി.

തിരുവനന്തപുരം-പൊൻമുടി റൂട്ടിലുള്ള വിതുരയിൽ നിന്നും ഏതാനും കിലോമീറ്ററുകൾ ഉള്ളിലേക്ക് ചെന്നാലുള്ള പേപ്പാറ പൊടിയക്കാല വനമേഖലകൾ, ആദിവാസികൾ കൂട്ടമായി താമസിക്കുന്ന സെറ്റിൽമെന്റുകളാണ്. പേപ്പാറ-കോട്ടൂർ ഫോറസ്റ്റ് റേഞ്ചിലെ, അറിഞ്ഞതിൽവച്ച് ഏറ്റവും കിടിലൻ കാട്ടാനയായിരുന്നു കൊലകൊല്ലി. കഴിഞ്ഞ പത്തുപതിനഞ്ച് വർഷത്തിനുള്ളിൽ പൊടിയക്കാല-ചാത്തനാട്, കട്ടപ്പാറ, കല്ലുപാറ-പൊടിയം മേഖലകളിലായി നടന്നിട്ടുള്ള പത്തോളം കൊലപാതകങ്ങളിലെങ്കിലും പ്രതിസ്ഥാനത്തു നിൽക്കുന്ന പിടികിട്ടാപ്പുള്ളിയാണിവൻ. ഏതാനും വർഷംകൊണ്ട് ആദിവാസികളുടെ കൃഷിഭൂമിയിൽ ഇവൻ ചെയ്തുകൂട്ടിയ നാശനഷ്ടങ്ങളുടെ കണക്കെടുത്താൽ ലക്ഷങ്ങൾ വരും. പക്ഷേ, അവിടംകൊണ്ടും തീരുന്നതല്ല കൊലകൊല്ലിയുടെ ഇടിമുഴക്കങ്ങൾ. ഉൾക്കാട്ടിലെ കള്ളവാറ്റുകേന്ദ്രങ്ങൾക്കും ചന്ദനമാഫിയ

യ്ക്കും ആനക്കൊമ്പ് മോഷ്ടാക്കൾക്കുമെല്ലാം മുന്നിൽ പത്തുതലയുള്ള ഭീകരൻ. ഒരു പക്ഷേ, കായംകുളം കൊച്ചുണ്ണിയുടെ കാര്യം പറഞ്ഞതു പോലെ സ്വയം ചെയ്തുകൂട്ടിയിട്ടുള്ളതിനേക്കാൾ പഴികേൾക്കേണ്ടിവരികയും സമാധാനം പറയേണ്ടിവരികയും ചെയ്ത ഒരു ജന്മമാവാം കൊലകൊല്ലിയുടേത്. കേരള-തമിഴ്നാട് അതിർത്തിയിലായി വ്യാപിച്ചുകിടക്കുന്ന കാടായ കാട്ടിലെയൊക്കെ, ഏതൊരു കാട്ടാന ചെയ്തുകൂട്ടുന്ന കൈക്രിയകളും അന്ന് ഇവന്റെ പേരിലാണ് നിക്ഷേപിക്കപ്പെട്ടിരുന്നത്. 'ചത്തത് മനുഷ്യനെങ്കിൽ കൊന്നത് കൊലകൊല്ലിതന്നെ' എന്നായിരുന്നു പ്രമാണം.

വാർത്തകൾക്കപ്പുറത്തുള്ള കൊലകൊല്ലിയുടെ യഥാർഥ ചിത്രവും മനസ്സും എന്തുതന്നെയാണെങ്കിൽകൂടി ഈ ഒറ്റയാൻ പാവം ആദിവാസിക്കോളനികളിലെ പേടിസ്വപ്നമായിരുന്നു. അവരുടെ ജീവനും ജീവിതത്തിനും മേലെ ഭീതിയുടേയും അരക്ഷിതാവസ്ഥയുടേയും വസൂരിമാലകൾ തീർത്തിരുന്നു ഇവൻ.

കാട്ടിൽ ആവശ്യത്തിന് ഈറ്റയും മറ്റു തീറ്റയുമൊക്കെയുണ്ടെങ്കിലും ആദിവാസികളുടെ കൃഷിയിടങ്ങളായിരുന്നു ഇവന്റെ വിഹാരകേന്ദ്രം. ചക്കയാണ് പ്രധാന ദൗർബല്യം. പട്ടിണി തിമിർത്തുപെയ്യുന്ന മിഥുനം-കർക്കിടകമാസങ്ങളിലൊക്കെ ചക്കയാണ് ആദിവാസി ഊരുകളിലെ പ്രധാന ഭക്ഷണം. നാട്ടുരാജാക്കന്മാർ സേവിച്ച് കാടും വീടും ഒരുപോലെ വെളുപ്പിച്ചടുക്കിക്കഴിഞ്ഞ അവസ്ഥയിൽ, ഉള്ള ചക്കകൂടി ഒരു കാട്ടാന പ്ലാവോടെ പിഴുതുകൊണ്ട് പോയാൽ എന്തുചെയ്യും? ചക്കയിടാനുള്ള വരവിൽ വാഴയായാലും തെങ്ങായാലും കൈയിൽ കിട്ടുന്നതൊക്കെ പിഴുതെറിയുകയും ചെയ്യും. കിലോമീറ്ററുകൾ നടന്നുവേണം ആദിവാസിക്കുട്ടികൾക്ക് സ്കൂളിലെത്താൻ. ഭക്ഷണത്തിനുള്ള വക തേടാനായാലും ആശുപത്രിയിലെത്താനായാലും ആദിവാസികൾക്ക് ആനയെപ്പേടിച്ച് പുറത്തിറങ്ങാൻ വയ്യാത്ത അവസ്ഥ.

പേപ്പാറ-കോട്ടൂർ റേഞ്ചിലെ ഉൾക്കാടുകൾ കള്ളവാറ്റുകാരുടെ വിഹാരകേന്ദ്രമാണെന്നാണ് പൊതുവേ പറയപ്പെടുന്നത്. ദാഹിച്ചുവലഞ്ഞ ഒരാന കുടിവെള്ളംതേടി നടക്കുമ്പോഴാവാം നല്ലൊന്നാന്തരം വാറ്റുചാരായം കന്നാസുകണക്കിന് കണ്ണിൽപ്പെടുന്നത്. ഒരിക്കൽ ഒന്ന് സ്വാദുനോക്കിയാൽ, അതിന്റെ ലഹരിയറിഞ്ഞാൽ പിന്നെ വിടുമോ കൊലകൊല്ലിയായാലും മനുഷ്യനായാലും. മര്യാദയ്ക്ക് പണിയെടുത്ത് ജീവിക്കാൻ സമ്മതിക്കാത്ത കൊലകൊല്ലിക്കെതിരെ വാറ്റുചാരായത്തിൽ വിഷം കലക്കിവച്ചും തോട്ടയിൽ ഭക്ഷണം പൊതിഞ്ഞുവച്ചുമൊക്കെ പഠിച്ചപണി പലതും പയറ്റിയിട്ടുണ്ട് കള്ളവാറ്റുകാർ. പക്ഷേ ചതിയുടെ ലാഞ്ഛന മണക്കുന്ന പ്രലോഭനങ്ങളെയെല്ലാം അവൻ സമർഥമായി അതിജീവിച്ചു.

വയറുനിറച്ച് വാറ്റ് അകത്താക്കിക്കഴിഞ്ഞാൽ പിന്നെ കൊലകൊല്ലി ആദിവാസി സെറ്റിൽമെന്റുകളിലേക്കിറങ്ങുകയായി; പഴച്ചക്കതേടി. ആദ്യമൊക്കെ കൊലകൊല്ലി ആദിവാസി മേഖലയിൽ ഇറങ്ങിയാൽ ഒരു 'നെരപ്പുനെരത്തി', നാലഞ്ചു ദിവസം കഴിയുമ്പോഴേക്കും മടങ്ങുകയായിരുന്നു പതിവ്. പക്ഷേ, പിടിക്കപ്പെട്ട തവണ ഏതാണ്ട് ഒരു മാസത്തോളമായിട്ടും കക്ഷിക്ക് പിന്തിരിയാനുള്ള മട്ടും മാതിരിയുമൊന്നുമില്ലായിരുന്നു. ആനയെ ഉൾക്കാട്ടിൽ നിൽക്കാൻ അനുവദിക്കാതെ ആട്ടിപ്പായിക്കുന്ന, കള്ളവാറ്റുകേന്ദ്രങ്ങളുടേയും മറ്റു വനംമാഫിയകളുടേയും ഉപദ്രവങ്ങളും ആക്രമണങ്ങളുമാവാം അവൻ ഉൾക്കാട്ടിലേക്ക് മടങ്ങാഞ്ഞതിന്റെ ഒരു കാരണം. കുട്ടികൾക്ക് പഠിക്കാൻ പോകണം. പട്ടിണിയകറ്റാൻ വനവിഭവങ്ങൾ തേടി മുതിർന്നവർക്കും പുറത്തിറങ്ങാതെ പറ്റില്ല. അവർക്കു മുന്നിലാണ് മരണത്തിന്റെ പ്രതിരൂപംപോലെ കൊലകൊല്ലി വിലങ്ങനെ നിന്നത്.

അധികം താമസിയാതെ അവന്റെ ഓരോ ചലനങ്ങളും ഓരോ നീക്കങ്ങളും ഇത്തിരിപ്പോന്ന കാട്ടുമുക്കിന്റെ അതിരുകൾ കടന്ന് ഒരു നാടിന്റെ മുഴുവൻ വാർത്തയും വിവാദവുമായി നീറിപ്പിടിച്ചു. ഒരു പക്ഷേ, ചരിത്രത്തിൽതന്നെ ആദ്യമായി മനുഷ്യരെക്കൊണ്ട് സ്വന്തമായി ഒരു കിടുകിടിലൻ പേരുമിടുവിച്ച്, കാടും നാടും ഒരുപോലെ വിറപ്പിച്ച്, ബുദ്ധിരാക്ഷസനായി, മുറിച്ചിട്ടാൽ മുറികൂടുന്ന

ഇരട്ടച്ചങ്കനായി, വീരപരിവേഷങ്ങളുള്ള അദ്ഭുത കഥാപാത്രമായി മാറുകയായിരുന്നു കൊലകൊല്ലി. ഒരേസമയം മരണത്തിന്റെ പര്യായമായും നൂറുനൂറു മരണച്ചതിക്കുഴികളിൽ നിന്ന് ചാടിക്കടന്ന് ഒറ്റയാൻ പോരാട്ടങ്ങൾക്കും ഒളിപ്പോർ സമരങ്ങൾക്കും പുതിയ മാനം നൽകുന്ന വില്ലാളിവീരനായും കത്തിപ്പടരുന്ന കൊലകൊല്ലിയെത്തേടി ഒടുവിൽ ഭരണകൂടംതന്നെ അരയുംതലയും മുറുക്കി പുറത്തിറങ്ങി.

ഒരാന ചെയ്തുകൂട്ടുന്ന പൊല്ലാപ്പുകളെയെല്ലാം പൊടിപ്പും തൊങ്ങലുംവച്ച് എഴുതിപ്പൊലിപ്പിക്കുകയും ആ വില്ലാളിവില്ലന് കൊലകൊല്ലിയെന്ന വിളിപ്പേര് ചാർത്തിക്കൊടുക്കുകയും അവനെ വാർത്തയുടെയും വിവാദത്തിന്റെയും ലോകത്തേക്കുയർത്തുകയും ചെയ്തുവിട്ടത് ഒരു ദിനപത്രത്തിന്റെ പ്രാദേശിക ലേഖകന്റെ മിടുക്കായിരുന്നു. മറ്റൊരർഥത്തിൽ കൊലകൊല്ലിയെ ഒരു മാധ്യമസൃഷ്ടിയെന്നും വിളിക്കാം. മാധ്യമലോകത്തിന്റെ മാനസപുത്രനായി, ഭരണചക്രം തിരിക്കുന്നവരുടെ തൊണ്ടയിൽ കുരുങ്ങിയ ഇരുതലമൂർച്ചയുള്ള മുള്ളായി, കിരാതവേഷത്തിൽ നിറഞ്ഞുകത്തുവാനുള്ള ഒരാനയാവാനായിരുന്നു കൊലകൊല്ലിയുടെ നിയോഗം.

വർധിതവീര്യത്തോടെ, കനലെരിയുന്ന മനസ്സുമായി കൊലകൊല്ലി പൊടിയക്കാല പേപ്പാറ-നെല്ലിക്കപ്പാറ മേഖലകളിൽ പിന്നെയും താണ്ഡവമാടി. തന്റെ ഇഷ്ടഭോജ്യമായ ചക്കയ്ക്കുവേണ്ടി അവൻ പ്ലാവുകളുടെ മാറുപിളർന്ന് കൊമ്പുകളാഴ്ത്തി. കണ്ണിൽകണ്ടതെല്ലാം ചവുട്ടിക്കുഴച്ച്, വാഴ വലിച്ചുപറിച്ച് ഉണ്ണിപ്പിണ്ടിമാത്രം ശാപ്പിട്ട് കശക്കിയെറിഞ്ഞു. 'ഇരുകാലിമൃഗങ്ങളായ മനുഷ്യർക്കുവേണ്ടി മാത്രമുള്ളതല്ല ഈ ഭൂമി. മറിച്ച് സകല ജീവജാലങ്ങൾക്കും ഇവിടെ ജീവിച്ച് മരിക്കാൻ അവകാശമുണ്ടെന്ന സത്യം മനസ്സും മനസ്സാക്ഷിയുമില്ലാത്ത നാട്ടുവാസികൾക്ക് അറിയില്ലായിരിക്കും; പക്ഷേ, പ്രകൃതിയുടെ പിള്ളത്തൊട്ടിലിൽ പിറന്നുവളർന്ന ആദിവാസിയും അങ്ങനെതന്നെ ചിന്തിച്ചാൽ വകവെച്ചുകൊടുക്കാമോ'. അങ്ങനെയായിരിക്കും കൊലകൊല്ലി ചിന്തിച്ചിരിക്കാൻ സാധ്യത.

▼ കൊലകൊല്ലി

കൊലകൊല്ലിയുടെ വീരകഥകൾ കേൾക്കുന്നവർക്ക്, അവനെക്കുറിച്ചുള്ള തുടരൻ ലേഖനപരമ്പരകൾ വായിക്കുന്നവർക്ക്, ഒരു മെഗാസീരിയലിലെ വില്ലൻ കഥാപാത്രത്തെപ്പോലെ ഇവനും രസമായിരിക്കും; നേരമ്പോക്കായിരിക്കാം. പക്ഷേ അടിവയറ്റിൽ ആന്തലുമായി, ആന അറിഞ്ഞൊന്നടിച്ചാൽ പൊടിഞ്ഞുവീഴുന്ന ഇത്തിരിപ്പോന്ന കുടിലുകൾക്കുള്ളിൽ, ലോകത്തുള്ള മുഴുവൻ ഈശ്വരന്മാരെയും ഭരണവർഗത്തേയും വിളിച്ച് കരഞ്ഞുപ്രാർഥിക്കുന്ന ആദിവാസികൾക്കിത് തമാശയായിരുന്നില്ല. അവരുടെ നിരന്തരമായ അപേക്ഷകൾക്കൊടുവിലാണ് കൊലകൊല്ലിയെ പിടിച്ച് തുറുങ്കിൽ അടയ്ക്കാനുള്ള തീരുമാനം മേലാവിൽ നിന്നുമുണ്ടാകുന്നത്. പക്ഷേ, വനംവകുപ്പിന് അവരുടേതായ ചില പ്രശ്നങ്ങൾ ഉണ്ട്. ആനയെ ജീവനോടുതന്നെ പിടിക്കണം. കരുത്തനും ഭീകരനുമായ ഒരൊറ്റയാനെ കൊടുംകാട്ടിൽ മയക്കുവെടിവച്ച് പിടിക്കുകയെന്ന് പറയുന്നതുതന്നെ അപകടമാണ്. ഡോസ് കൂടിപ്പോയാൽ അല്ലെങ്കിൽ മയക്കുവെടിയേറ്റ് ഓടുന്ന ആന ചെങ്കുത്തായ മലയിടുക്കുകളിൽ മറിഞ്ഞുവീണാൽ മരണം സംഭവിക്കാനും സാധ്യതയുണ്ട്. ആനയുടെ പിൻഭാഗത്തെ ശരീരഭാരം മുഴുവൻ ഹൃദയത്തോടടുത്ത മുൻഭാഗത്തേക്കമർന്നാൽ, പെട്ടന്ന് ശ്വാസംമുട്ടി മരിക്കാൻ സാധ്യതയുണ്ടത്രെ. വെടിവച്ചു മയങ്ങുന്ന ആനയെ മയക്കം വിട്ടുണരും മുമ്പേ എവിടെ, എങ്ങനെ ബന്ധനസ്ഥനാക്കും. അങ്ങനെ നൂറുനൂറ് പ്രശ്നങ്ങൾ. ഇപ്പോൾ കേരളത്തിലെ ആനപ്പന്തികൾ ഒട്ടും

തന്നെ സജീവമല്ലാത്തതും കാട്ടാനയെ ചൊൽപ്പടിക്ക് നിർത്താൻ പ്രാപ്തരും പരിചയസമ്പന്നരുമായ താപ്പാനകൾ ലഭ്യമല്ലാത്തതും കാര്യങ്ങൾ കൂടുതൽ സങ്കീർണമാക്കി. അങ്ങനെയാണ് ഒടുവിൽ തമിഴ്നാട് സർക്കാരിനു കീഴിലുള്ള വനം വകുപ്പിന്റെ സേവനം തേടുന്നതും ആനയെ തളയ്ക്കാനുള്ള നടപടികൾ തുടങ്ങുന്നതും.

പ്രശ്നക്കാരെ മയക്കുവെടിവച്ച് പിടിക്കുന്നതിൽ പരിചയസമ്പന്നനായ ഡോക്ടർ പന്നീർ ശെൽവം ആദ്യം പേപ്പാറയിലെത്തി. ഒന്നുരണ്ടു നാൾ പിന്നാലെ നടന്ന് നമ്മുടെ വിവാദനായകനെ നോക്കിക്കണ്ട് വിലയിരുത്തി. 'തെറിക്കുത്തരം മുറിപ്പത്തൽ' എന്ന് പറഞ്ഞതുപോലെ, കൊലകൊല്ലിയെ കത്രികപ്പൂട്ടിട്ട് പൂട്ടാൻപോന്ന വിദഗ്ധരായ അഞ്ച് താപ്പാനകളെ ഇതിനായി തമിഴ്നാട്ടിൽ നിന്നും പ്രത്യേകം വരുത്തിയിരുന്നു. വെടിയേറ്റുവീഴുന്ന ആനയെ മെരുക്കുവാൻ പൊടിയക്കാലയിൽ തന്നെ വലിയൊരു ആനക്കൂടിന്റെ പണിയും പൂർത്തിയാക്കി. കോന്നിയിൽ നിന്നും കൊണ്ടുവന്ന രണ്ടുലോഡ് തേക്കിൻകഴകൾ കൊണ്ടാണ് കൂട് നിർമിച്ചത്. കൂടുണ്ടാക്കിയത് തമിഴ്നാട്ടിൽ നിന്നും ആനകൾക്കൊപ്പം എത്തിയ വിദഗ്ധരായ പണിക്കാരായിരുന്നു. ഡോക്ടർ മനോഹരന്റേയും ഡോക്ടർ പന്നീർ ശെൽവത്തിന്റേയും നേതൃത്വത്തിലുള്ള തമിഴ്നാട് സംഘത്തിനാണ് മയക്കുവെടിക്കാര്യങ്ങളുടെ ചുമതല. സഹായത്തിനും വേണ്ട നിർദ്ദേശങ്ങൾക്കുമായി ഡോക്ടർ ഈശ്വരനും ജേക്കബും അടക്കമുള്ള കേരളസംഘവുമുണ്ട്.

നല്ല വേനലിലും ആനകൾക്ക് കുടിക്കാൻ വെള്ളം ലഭിക്കുന്ന ഭാഗമാണ് നെല്ലിക്കപ്പാറ. ഡോക്ടർ പന്നീർശെൽവം കൊലകൊല്ലിയെ കാണാൻ എത്തിയതും ഈ നെല്ലിക്കപ്പാറയിൽ തന്നെയായിരുന്നു. തനിക്കായുള്ള വെടിമരുന്നിന്റെ ഡോസ് നിശ്ചയിക്കാൻ എത്തിയ തമിഴ്നാട്ടരചനെ അന്നുതന്നെ കൊലകൊല്ലി ഒന്നു പറപ്പിച്ചു വിട്ടതാണ്. അതുകൊണ്ടു തന്നെയാവണം 'ഓപ്പറേഷൻ കൊലകൊല്ലി'ക്കായി തമിഴ്നാട് വനംവകുപ്പിന് കീഴിലുള്ള വീരശൂരപരാക്രമികളായ, കൈയും മെയ്യും മറന്ന് അടരാടാൻപോന്ന അഞ്ച് താപ്പാനകളെ തമിഴ്നാട്ടിൽ നിന്നു വരുത്തിയതും.

▼ കൊലകൊല്ലി വേട്ടയ്ക്കെത്തിയ താപ്പാനകൾ

'പേറെടുക്കാൻ വന്നവൾ ഇരട്ടപെറ്റു' എന്നു പറഞ്ഞതുപോലെ, ഇവിടെ എത്തിച്ച അഞ്ചാനകളിൽ ഒന്നിന്, കൊലകൊല്ലിയുടെ ചൂരും ചൂടും മൂക്കിലടിച്ചിട്ടാവാം മദംപൊട്ടി. പിന്നെയവന്റെ വക ഒരു തിരുവിളയാട്ടം. താപ്പാനകൾക്കുമുണ്ട് അൽപം ചരിത്രം. ആനയെക്കെട്ടിയ വടം കടിച്ചു വലിക്കുന്നതിൽ മിടുമിടുക്കനും പരിചയസമ്പന്നനുമാണ് വല്ലവൻ. കൂടെ റിട്ടയേർഡ് പാപ്പാൻ ചിന്നക്കറുപ്പനും. കാട്ടാനകളെ പിടികൂടി കൂട്ടിലടയ്ക്കുന്നത് ജീവിതവ്രതമാക്കിയ തീപ്പൊരിച്ചിങ്കനാണ് കപിൽദേവ്; വേട്ടനായ്ക്കളെപ്പോലെ വീരശൂരപരാക്രമിയുമാണ്. കൊമ്പനാനയെങ്കിൽ കൊമ്പൻ ഇവൻതന്നെ എന്നു പറയിക്കാൻ പോന്നവനാണ് നഞ്ചൻ. കൈപ്പാടകലെ നിന്നു കൊണ്ടുതന്നെ നഞ്ചന് ഇരയെ കൈകാര്യം ചെയ്യാം. പക്ഷേ, കനപ്പെട്ട കൊമ്പുകളുമെടുത്ത് നഞ്ചൻ ഒന്നനങ്ങിവരുമ്പോഴേക്കും ഉച്ചയായിപ്പോവില്ലേയെന്ന് ആർക്കും സംശയം തോന്നുക സ്വാഭാവികം. നമ്മുടെ നാട്ടിൽ ഒരു സംഭവം നടന്നിട്ട് നമ്മൾക്കാർക്കും അതിൽ കാര്യമില്ലെന്ന് വന്നാൽ, മലയാളികൾക്ക് മൊത്തത്തിൽ മാനക്കേടാണ്. അതിനാലാവണം കോട്ടൂർ റേഞ്ചിലെ താപ്പാന സോമനും ഒരുകൈ നോക്കാൻ തമിഴൻമാർക്കൊപ്പമുണ്ടായിരുന്നു.

ഏറ്റവുമധികം ആനകളെ മയക്കുവെടിവച്ചതിന്റെ പേരിൽ ലോകറെക്കോഡുണ്ടെങ്കിൽ അത് മലയാളിയുടെ പേരിലായിരിക്കും. കൈമളും പണിക്കരും ചീരനുമുൾപ്പെടുന്ന തൃശ്ശൂർസഖ്യം

ഇതുവരെ അഞ്ഞൂറിലേറെ ആനകൾക്ക് നേരെ ഉറക്കമരുന്നിന്റെ ആഗ്നേയാസ്ത്രം പ്രയോഗിച്ചിട്ടു ണ്ട്. എന്നിട്ടും കൊലകൊല്ലിയെന്ന കാട്ടാനയെ പിടിക്കാൻ, കൊടുംഭീകരനെന്ന് മുദ്രകുത്തപ്പെട്ട ഒറ്റയാനെ തളയ്ക്കാൻ തമിഴ്നാട്ടിൽ നിന്നുള്ള മയക്കുവെടി സംഘത്തേയും താപ്പാനകളേയും ഇറക്കുമതി ചെയ്യേണ്ടിവന്നു. ഒരു ഹിച്ച്ക്കോക്കിയൻ ക്രൈംത്രില്ലറെന്നപോലെയാണ് മാധ്യമങ്ങൾ കൊലകൊല്ലിവേട്ടയുടെ വാർത്താവിശേഷങ്ങളും അവന്റെ തനതുശൈലിയിലുള്ള പൂട്ടുപൊളിച്ച് പുറത്തുചാടലുമൊക്കെ ആവിപറക്കുന്ന ചൂടോടെതന്നെ ജനങ്ങളിലേക്കെത്തിക്കുവാൻ മത്സരിച്ചത്.

കൊലകൊല്ലി വാർത്തയ്ക്ക് പ്രാദേശിക പേജിൽ നിന്നും ഒന്നാം പേജിലേക്ക് മുമ്പേതന്നെ സ്ഥാനക്കയറ്റം ലഭിച്ചുകഴിഞ്ഞിരുന്നു. കൊലകൊല്ലി വേട്ടയ്ക്കായി ലക്ഷങ്ങൾ വാരിയെറിഞ്ഞ അധികൃതരേയും തോക്കുകൾ തുടച്ചുമിനുക്കി മരുന്നുംനിറച്ച് കാത്തിരിക്കുന്ന വേട്ടക്കാരേയും അവന്റെ പതനം കാണാൻ കണ്ണുനട്ടിരിക്കുന്ന വനവാസികളെയുമെല്ലാം ആശങ്കയുടേയും ഭീതിയുടേയും മുൾമുനയിലേക്ക് തള്ളിവിട്ടുകൊണ്ട് ഇതിനിടെ കൊലകൊല്ലി ഒരു പണിപറ്റിച്ചു. പേപ്പാറ റിസർവോയർ നീന്തി മറുകര പറ്റി.

റിസർവോയർ നീന്തിക്കടന്ന് ഗണപതിപ്പാറയിലെത്തിയാൽ കൊലകൊല്ലിക്ക് അതിനിസ്സാരമായി ഉൾക്കാടിന്റെ സുരക്ഷിതത്വത്തിലേക്ക് രക്ഷപ്പെടാം. അഗസ്ത്യമലനിരകളുടെ കാണാമറകളിലേക്കൂളിയിട്ട്, വേണമെങ്കിൽ സംസ്ഥാനത്തിന്റെ അതിരുകൾതന്നെ ഭേദിച്ച് പുറത്തുകടക്കാം. പിന്നെ തീയും പുകയുമെല്ലാം ഒന്നടങ്ങി, മയക്കുവെടിക്കാരും മാധ്യമസംഘങ്ങളുമെല്ലാം പൊടിയുംതട്ടി അടുത്ത ഇരയെത്തേടി സ്ഥലംവിട്ടുകഴിയുമ്പോൾ വീണ്ടുമവന് മലയിറങ്ങിവരാം. പേപ്പാറ റിസർവോയർ നീന്തി കൊലകൊല്ലി മറുകര പറ്റിയപ്പോൾ അവൻ സ്ഥലം വിട്ടുവെന്നുതന്നെ ഏവരും ചിന്തിച്ചു. പക്ഷേ, ധീരനായ കൊലകൊല്ലി മടങ്ങിവരികതന്നെ ചെയ്തു.

ആറ്റുനോറ്റ് കാത്തിരുന്ന മയക്കുവെടിസംഘം എത്തിയിട്ടും കൊലകൊല്ലി ഓപ്പറേഷന്റെ കാര്യത്തിൽ കാര്യമായ പുരോഗതിയൊന്നും കാണാനുണ്ടായിരുന്നില്ല. കൊലകൊല്ലിയെ പിന്തുടരാൻ ആദിവാസി വിഭാഗത്തിൽ നിന്നുള്ള ഫോറസ്റ്റ് ഗാർഡ് അരുണിന്റെ നേതൃത്വത്തിൽ ഒരു നിരീക്ഷണസംഘത്തെ നിയോഗിച്ചിരുന്നു. കാറ്റിന്റെ എതിർദിശ മനസ്സിലാക്കി അരുണും കൂട്ടരും അവനെ സമർത്ഥമായി പിന്തുടരുകയും ചെയ്തു. പക്ഷേ, ആനയുടെ നിൽപും ഭാവവുമറിഞ്ഞ്, മയക്കുവെടി സംഘത്തെ അറിയിച്ച്, അവരെത്തുമ്പോഴേക്കും അവൻ സ്ഥലം കാലിയാക്കിയിരിക്കും. അല്ലെങ്കിൽ, ശത്രുവിനേക്കാളേറെ തനിക്ക് സുരക്ഷിതമെന്ന് ഉറപ്പായ തട്ടകത്തിലേക്ക് മാറിനിന്ന് വെല്ലുവിളിക്കും. ചുരുക്കത്തിൽ മയക്കുവെടി സംഘത്തിന്റെ നീക്കങ്ങളത്രയും പാതിവഴിയിൽ തട്ടിത്തടഞ്ഞുനിന്നു. ഇടതടവില്ലാതെ ന്നോണം കാട്ടിലേക്ക് ഇടിച്ചുകയറുന്ന മാധ്യമസംഘങ്ങളുടേയും പൊതുജനത്തിന്റേയും സാന്നിധ്യവും പ്രശ്നമായി. കൊലകൊല്ലിയുമായി മുഖാമുഖം ദർശിച്ചതിനുശേഷം, രണ്ടുനാൾ കഴിഞ്ഞ് ഒരിക്കൽകൂടി ലേഖകനും സംഘവും വിതുരയിലേക്കും പേപ്പാറയിലേക്കും എത്തുമ്പോൾ സ്ഥിതിമാറിക്കഴിഞ്ഞിരുന്നു. പൊടിയക്കാല-പേപ്പാറ മേഖലയിലാകെ വനംവകുപ്പിന്റെ വക അപ്രഖ്യാപിത അടിയന്തരാവസ്ഥ. ക്യാമറയുമായി ഒരൊറ്റ മാധ്യമപ്രവർത്തകനേയും ചെക്ക്പോസ്റ്റ് കടത്തിവിടുന്നില്ല. എല്ലാവരും വഴിതടയപ്പെട്ട് കിടക്കുന്നു. എങ്ങും വനംവകുപ്പുദ്യോഗസ്ഥരുടേയും പോലീസിന്റേയും കർശനമായ വിലക്കുകളും കഴുകൻ കണ്ണുകളും. ഇതിന്റെയൊക്കെ അർത്ഥം മനസ്സിലാകാൻ അൽപം സമയം വേണ്ടിവന്നു.

കലക്ടറും ബന്ധപ്പെട്ടവരുമൊക്കെ സ്ഥലത്തെത്തി നടത്തിയ ചൂടേറിയ ചർച്ചയിൽ, തീയടങ്ങി സമാധാനം കണ്ടുതുടങ്ങിയതിന്റെ വെളുത്ത പുകയെന്നപോലെ തമിഴ്സംഘം രണ്ടും കൽപിച്ച് വേട്ടയ്ക്കിറങ്ങാൻ തീരുമാനിച്ചു. ഇന്ത്യ മുഴുവൻ ഓടിനടന്ന് പല ജഗജില്ലികളെയും മെരുക്കിയിട്ടുണ്ടെങ്കിലും ഡോക്ടർ പന്നീർശെൽവത്തിന്റേയും മനോഹറിന്റേയും നേതൃത്വത്തിലുള്ള മയക്കുവെടിസംഘത്തിന് ഇങ്ങനെ സ്വയം പിടിയിലായ ഒരനുഭവം ജീവിതത്തിൽതന്നെ ആദ്യ

മായിട്ടായിരിക്കും. ഒടുവിൽ ഒത്തുതീർപ്പുവ്യവസ്ഥകൾ നിർണയിക്കപ്പെട്ടു. കൊലകൊല്ലിയെ വീഴ്ത്താൻ മൂന്നുദിവസംകൂടി അനുവദിക്കണമെന്ന് മയക്കുവെടിസംഘം ആവശ്യപ്പെട്ടു. മൂന്നല്ല, വേണമെങ്കിൽ അഞ്ചുദിവസംവരെ എടുത്തുകൊള്ളാൻ ആദിവാസികളും. പക്ഷേ, ഒരൊറ്റ വ്യവസ്ഥ. കൊലകൊല്ലിയെ പിടിക്കാതെ മൂടും തട്ടിപ്പോകാമെന്ന് ഒരാളും വിചാരിക്കേണ്ട. ആ ഭീഷണി ഏറ്റുകാണണം. ചർച്ചയും കഴിഞ്ഞ് പുറത്തിറങ്ങിയ തമിഴകസംഘത്തിനും രക്തം തിളച്ചിട്ടുണ്ടാവാം. ഒറ്റച്ചിലമ്പുമായി ഉറഞ്ഞുതുള്ളിയ കണ്ണകിയുടെ രോഷമത്രയും ഉള്ളിലേക്കാവാഹിച്ച് അവർ നേരെ വിട്ടത് കൊലകൊല്ലിയുടെ മടയിലേക്ക് തന്നെ! പക്ഷേ, ഒളിപ്പോർമുറകളുടെ ഉസ്താദായ വില്ലാളിവില്ലനെ കണ്ടെത്തിയപ്പോഴേക്കും നേരം സന്ധ്യയോടടുത്തിരുന്നു. എങ്കിലും വിട്ടില്ല. കൊലകൊമ്പന്റെ കണ്ണും മനസ്സും തെല്ലിട ഒന്ന് ആലസ്യത്തിലാണ്ടുപോയ ഒരു നിമിഷത്തിൽ ഡോക്ടർ മനോഹരന്റെ തോക്കിൽനിന്നും മയക്കുമരുന്ന് നിറച്ച സിറിഞ്ചും പെല്ലറ്റും കൊലകൊല്ലിയുടെ പിൻഭാഗത്ത് ഒരു ശീൽക്കാരത്തോടെ പാഞ്ഞുകയറി.

വെടികൊണ്ടതും കൊലകൊല്ലി പാഞ്ഞത് മയക്കുവെടിക്കാർക്കുനേരെ! അടുത്ത വെടിക്ക് കാഞ്ചിവലിക്കാൻ നിന്നവരും തുണപോയവരുമെല്ലാം വെടിച്ചില്ലുപോലെ ചിതറിത്തെറിച്ചു. അരുതാത്തതെന്തോ സംഭവിച്ചുകഴിഞ്ഞുവെന്നും ഇനിയുമവിടെ നിൽക്കുന്നത് ബുദ്ധിയല്ലെന്നുമുള്ള തിരിച്ചറിവോടെ, പിന്നെയവൻ ചിന്നംവിളിച്ച് ഉൾക്കാട്ടിലേക്കുപാഞ്ഞു. അപ്പോഴേക്കും ശരിക്കും ഇരുട്ടിക്കഴിഞ്ഞിരുന്നു. പക്ഷേ, കൊലകൊല്ലിക്ക് വെടികൊണ്ടിട്ടുണ്ട് എന്നുറപ്പായ സംഘം അവനെ കണ്ടെത്തുവാൻ കാടുകയറി. കാടും പടപ്പും താണ്ടിയുള്ള, മണിക്കൂറുകൾ നീണ്ട അന്വേഷണത്തിനൊടുവിൽ കഥാനായകനെ കണ്ടെത്തുമ്പോൾ, അവൻ ഇടതൂർന്ന പുല്ലുകൾക്കിടയിൽ തൊട്ടിലിലെ കുഞ്ഞുവാവയെന്നോണം സുഖമായുറങ്ങുന്നു. ഉറക്കമാണെങ്കിലും, ബോധംകെട്ട് കിടപ്പാണെങ്കിലും ഉറങ്ങുന്നത് കൊലകൊല്ലിയാവുമ്പോൾ അടുത്തുചെല്ലാൻ മുട്ടിടിക്കും. ശബ്ദമുണ്ടാക്കി മെല്ലെ വിളിച്ചുനോക്കിയും അടുത്തുചെന്ന് തൊട്ടുനോക്കിയും അവസാനം അവർ ഒന്നുറപ്പാക്കി. കൊലകൊല്ലി വീണുകഴിഞ്ഞു.

പക്ഷേ, വലിയൊരു പ്രശ്നം. മയക്കുവെടി സിറിഞ്ചെന്ന പാശുപതാസ്ത്രവും ദേഹത്തേറ്റുവാങ്ങി കൊലകൊല്ലി വീണുകിടക്കുന്നത് നല്ല ഉൾക്കാട്ടിലാണ്. വെളിച്ചവും വഴിയുമില്ല. ആനയെ കൂടുവരെ എത്തിക്കണമെങ്കിൽത്തന്നെ അടിക്കാടൊക്കെ വെട്ടിത്തെളിച്ച് ആദ്യം വഴിയുണ്ടാക്കണം. താപ്പാനകളെ സ്ഥലത്തെത്തിക്കണം. 'വേണമെങ്കിൽ സാക്ഷാൽ ചന്ദ്രനെത്തന്നെ പിടിച്ചുകൊണ്ടുത്തരാ'മെന്ന ആവേശത്തോടെ സംഘത്തിലെ വനവാസികൾ സെറ്റിൽമെന്റിലേക്കോടി. ഉറങ്ങാൻ തുടങ്ങിയ പെണ്ണുങ്ങളേയും കുട്ടികളേയുമടക്കം എല്ലാവരേയും വിളിച്ചുണർത്തി, കത്തിയും വടിയുമെല്ലാം കൈയിലെടുത്ത് ഒറ്റമനസ്സോടെ പ്രയത്നിച്ചു. ഇതിനിടെ താപ്പാനകളും പുറപ്പെട്ടുകഴിഞ്ഞിരുന്നു. കാലാൾപ്പടയും ആനപ്പടയുമെല്ലാം അടിവച്ചടിവച്ച് വീണുകിടക്കുന്ന കൊലകൊല്ലിയെ വട്ടമിട്ടു. അതിനിടയിൽ വടവും ചങ്ങലയുമെല്ലാം ബന്ധിക്കേണ്ടരീതി അവസാനമായി ഒന്നുകൂടിയാലോചിച്ചു. വടംകൊണ്ട് കൊലകൊല്ലിയെ വട്ടംചുറ്റിവന്ന ഒരാദിവാസിപ്പയ്യന് ഒരു സംശയം. 'ഇടയ്ക്ക് കൊലകൊല്ലിയൊന്ന് കണ്ണ് ചിമ്മിയോ, ഹേയ് തോന്നിയതാവും'. വടമെടുത്ത് കഴുത്തിലിടാൻ ശ്രമിക്കവേ അറിയാതെ അവന്റെ കാൽ കൊലകൊല്ലിയുടെ തുമ്പിയിൽ ഒന്ന് തട്ടി. തീക്കൊള്ളിയിൽ ചവുട്ടിയതുപോലെ അവൻ പെട്ടെന്ന് ഒരു ചാട്ടം!

പിന്നെയൊരൊറ്റ നിമിഷം. മൂന്നു ലോകങ്ങളേയും വിറപ്പിച്ചുകൊണ്ടെന്നോണം കൊലകൊല്ലി ചാടിയെഴുന്നേൽക്കുന്ന കാഴ്ചകണ്ട് മയക്കുവെടിസംഘവും ആദിവാസികളുമെല്ലാം ജീവനും വാരിപ്പിടിച്ച് കൂരാക്കൂരിരുട്ടിലേക്ക് അലറിപ്പാഞ്ഞു. താപ്പാനകളുടെ കൂട്ടത്തിൽ അങ്ങോട്ടാദ്യമെത്തിയ കപിൽ, കൊലകൊല്ലിയുമായി ഒന്ന് കൊമ്പുകോർക്കാൻ തുടങ്ങിയതാണ്. പക്ഷേ, കൊലകൊല്ലിയ്ക്കപ്പോൾ അതൊന്നും ഒരു പ്രശ്നവും വിഷയവുമായിരുന്നില്ല. എന്തെന്നാൽ അവനപ്പോൾ

ജയിച്ചേ മതിയാവുമായിരുന്നുള്ളൂ. പ്രതിബന്ധങ്ങളും അക്ഷൗഹണികളുമെല്ലാം തട്ടിത്തെറിപ്പിച്ച് കൊലകൊല്ലി ഇരുളിലേക്ക് ഓടിമറഞ്ഞു.

വെടികൊണ്ടതിന്റെ അഥവാ രക്ഷപ്പെട്ടതിന്റെ തൊട്ടടുത്ത നാളും മയക്കുവെടിക്കാർ അവനെത്തേടിയിറങ്ങി, പരസ്പരം കണ്ടുമുട്ടുകയും ചെയ്തു. പക്ഷേ ഇക്കുറി മയക്കുവെടി സംഘത്തിന്റെ പിന്നിൽനിന്നും വെടിയേൽക്കാതിരിക്കുവാനും മനുഷ്യരുടെ ചതിപ്രയോഗത്തിനെതിരെ മണംപിടിച്ച് സാന്നിധ്യം അറിയുവാനുമുള്ള മുൻകരുതലെന്നപോലെ സദാസമയവും അവൻ തുമ്പിക്കൈകൾ പിന്നോട്ടുതന്നെ തിരിച്ചുപിടിച്ചു. ചുരുക്കത്തിൽ നമ്മുടെ മണ്ണിന്റെ മക്കളും മറുനാട്ട് മന്നർകളും ചേർന്ന് തേച്ചുമിനുക്കിക്കൊണ്ടുവന്ന ആയുധങ്ങളും മനസ്സിലുറപ്പിച്ചുവന്ന പദ്ധതികളും ഒന്നും അവന്റെ മുന്നിൽ മതിയാവാതെ വന്നു.

അന്ന് ജൂൺ ഒന്ന്! സ്കൂൾ തുറന്നാൽ കൊലകൊല്ലിയെ പേടിച്ച് എങ്ങനെ സ്കൂളിൽ പോകുമെന്നു ചിന്തിച്ച് മനസ്സിലിട്ട് ഉപ്പുനീറ്റിയ ആദിവാസി കുട്ടികൾക്കും ഒരു സെറ്റിൽമെന്റ് കോളനിയിലെ മുഴുവൻ ജനതയ്ക്കും കാത്തുകാത്തിരുന്നു കിട്ടിയ അനുഗ്രഹവർഷംപോലെ ഒരു വെടി! അരുൺ എന്ന ചെറുപ്പക്കാരൻ ഉതിർത്ത വെടി കൊലകൊല്ലിയുടെ ശരീരത്തിൽ സ്പർശിച്ചു. വെടികൊണ്ടതും കൊലകൊല്ലി ഓടി. പക്ഷേ, പതിവ് തീവ്രതയുണ്ടായിരുന്നില്ല ആ പാച്ചിലിന്. മരുന്ന് ശരിക്കും കയറിയിട്ടുണ്ടാകുമോ, അവനത് ഏറ്റുകാണുമോ എന്നുറപ്പില്ലാതെ അരുണും സംഘവും പുറകേ പാഞ്ഞു.

ആദ്യറൗണ്ടിനുശേഷം അവനെ പിന്തുടർന്ന് ഒരിക്കൽകൂടി വെടിവച്ചു. കൊലകൊല്ലിയുടെ ഓട്ടം അപ്പോഴേക്കും നടത്തമായി മാറിക്കഴിഞ്ഞിരുന്നു. പിന്നെ മെല്ലെമെല്ലെ മയക്കത്തിലേക്കും. ഇക്കാലമത്രയുംകൊണ്ട് താൻ പടുത്തുയർത്തിയ സാമ്രാജ്യം തനിക്കില്ലാതാകുകയാണെന്ന് ഒരു പക്ഷേ ആ വിരുതൻ കാട്ടാന തിരിച്ചറിഞ്ഞു തുടങ്ങിയിരിക്കണം. ഉൾക്കാട്ടിൽ ഈ കോലാഹലമെല്ലാം അരങ്ങേറുമ്പോഴും പുറമേയ്ക്ക് എല്ലാം ശാന്തമായിരുന്നു. കഴിഞ്ഞ ദിവസങ്ങളിലെന്നപോലെതന്നെ മാധ്യമപ്രവർത്തകർക്കു മുന്നിൽ അന്നും മാർഗങ്ങൾ കൊട്ടിയടക്കപ്പെട്ടിരുന്നു. ഒടുവിൽ, എല്ലാം വിജയം എന്നുറപ്പായ നിമിഷത്തിൽ ആന പിടിയിലായിക്കഴിഞ്ഞു എന്ന വാർത്ത പുറത്തുള്ള വനപാലകരിലേക്കെത്തുകയും അവർ വലിയ വടങ്ങളും മറ്റു സാമഗ്രികളുമായി കൂടിനകത്തേക്ക് നീങ്ങുകയും ചെയ്തപ്പോൾ മാധ്യമസംഘവും കുതിച്ചു. അപ്പോൾ കൊലകൊല്ലി, മയക്കത്തിലും കെട്ടുപോകാത്ത ആത്മവീര്യവുമായി, പരാജയത്തിലും കൈമോശംവരാത്ത ധീരതയുമായി മടക്കയാത്ര തുടങ്ങിക്കഴിഞ്ഞിരുന്നു. താപ്പാനകൾ പിന്നിൽ നിന്നും മുന്നിൽ നിന്നും വശങ്ങളിൽ നിന്നുമെല്ലാം ഉന്തിയും തള്ളിയും ഇടിച്ചും എന്നുപറഞ്ഞതുപോലെ ആന കൂടിനടുത്തേക്ക് നീങ്ങി.

ഇടയ്ക്ക് ഒരവസാനശ്രമമെന്ന നിലയിൽ, രക്ഷപ്പെടുവാനുള്ള പഴുതു തേടുംപോലെ താപ്പാനകളുടെ നേതാവായ കലീമുമായി ഒരു മൽപ്പിടുത്തം! രണ്ടോമൂന്നോ മയക്കുവെടികളുടെ വീര്യത്തിനും പൂർണമായി കെടുത്തിക്കളയാനാവാത്ത കൊലകൊല്ലിയുടെ സമരാവേശത്തിൽ, ഒരു നിമിഷം കലീമിന്റെ അടിപതറുകയും അവന്റെ പാപ്പാനായ പഴനിസ്വാമി കൊലകൊല്ലിയുടെ കൊമ്പിൽ കോർക്കപ്പെടേണ്ടതുമായിരുന്നു. ദുരന്തങ്ങൾ ഒഴിവായത് ഭാഗ്യംകൊണ്ടുമാത്രം!

ദിവസങ്ങളായി ഒന്നും നടക്കാഞ്ഞപ്പോൾ, ദൗത്യസേന തങ്ങളുടെ പദ്ധതികളിൽ ചെറിയൊരുമാറ്റം വരുത്തിയിരുന്നു. ശരിക്കും പറഞ്ഞാൽ ഒരു കൈവിട്ടകളിക്കുതന്നെ അവർ തയ്യാറാകേണ്ടിവന്നു. ഇത്രയും ദിവസം ആനയുടെ നീക്കങ്ങൾ നിരീക്ഷിച്ച് മയക്കുവെടി സംഘത്തെ അറിയിക്കുവാൻ നിയോഗിക്കപ്പെട്ടിരുന്ന ഒരു ഫോറസ്റ്റ് ഗാർഡിനെത്തന്നെ അവർ തോക്കേൽപിച്ചു. ഇത്തിരിനേരംകൊണ്ടൊരു വൈക്കോലാനയെ ഉണ്ടാക്കി അയാളെക്കൊണ്ടതിൽ വെടിവച്ച് പരിശീലിപ്പിക്കുകയും ചെയ്തു. ശരിക്കുംപറഞ്ഞാൽ യുദ്ധനീതികൾക്ക് വിരുദ്ധമായ ഒരു സമീപനം. കൊലകൊല്ലിക്ക് അടിപതറിയത് ഇവിടെയാണ്. മുറിവേറ്റ് വീഴുന്നവരെ പരിചരിക്കാൻ എത്തിയവർ തോക്ക് കൈയിലെടുത്ത് ഒരു വിഭാഗത്തിനു നേർക്ക് നിറയൊഴിക്കുംപോലൊരു ചതി

പ്രയോഗം! അരുൺ എന്നുപേരുള്ള ചെറുപ്പക്കാരനാണ് ഈ ദൗത്യത്തിന് നിയോഗിക്കപ്പെട്ടത്. വനംവകുപ്പിലെ ഗാർഡായ അരുണിനെ മാധ്യമങ്ങൾ കൊലകൊല്ലിയുടെ മായാമരീചനായും അദ്ഭുതജ്ഞാനശക്തിയുള്ള അസാമാന്യപ്രതിഭയായും കൊട്ടിപ്പാടി വാഴ്ത്തുന്നതിൽ മത്സരിച്ചു.

തുടർച്ചയായ മയക്കുവെടികളുടെ ആഘാതത്തിൽ തളർന്ന ആന പൂർണമായും വരുതിയിലായിക്കഴിഞ്ഞു എന്ന് ഉറപ്പായശേഷമാണ് മാധ്യമപ്രവർത്തകർക്ക് പ്രവേശനം ലഭിക്കുന്നത്. ഓടിക്കിതച്ച് എത്തുമ്പോഴേക്കും കൊലകൊല്ലിയുടെ ജീവചരിത്രത്തിലെ അതിപ്രധാന മുഹൂർത്തങ്ങളിൽ പലതും എല്ലാവർക്കും നഷ്ടപ്പെട്ടുകഴിഞ്ഞിട്ടുണ്ടായിരുന്നു.

വനമധ്യത്തിൽ അവനായി മാത്രം കെട്ടിപ്പൊക്കിയ സെല്ലുലാർ ജയിലിൽ, തുടർച്ചയായ മയക്കുവെടികളുടെ ആഘാതത്തിൽ ശിരസ്സും ശരീരവും മരവിച്ച് കൊലകൊല്ലിയെന്ന അതികായൻ മയങ്ങിനിൽക്കുമ്പോൾ, വേട്ടക്കാർക്കും വിജയികൾക്കും അത് ആഹ്ലാദവേളയായിരുന്നു. കൈയാമം വയ്ക്കപ്പെട്ട ഇരയോടൊപ്പം നിന്ന് ഗ്രൂപ്പ് ഫോട്ടോയ്ക്ക് പോസ് ചെയ്യുമ്പോഴും കൊലകൊല്ലിയെന്ന വിരുതനെതിരെ പുറത്തെടുത്ത തന്ത്രങ്ങൾ എണ്ണിപ്പെറുക്കി വിസ്തരിക്കുമ്പോഴുമെല്ലാം അവർക്ക് ആയിരം നാവും പതിനായിരം ചിരിയുമായിരുന്നു.

കുറഞ്ഞ ദിവസത്തിനുള്ളിൽതന്നെ ഏറ്റുവാങ്ങിയ അനേകം മയക്കുവെടി സിറിഞ്ചുകൾ കൊലകൊല്ലിയുടെ ആരോഗ്യത്തേയും ഒരുവേള ജീവനെപ്പോലും പ്രതികൂലമായി ബാധിച്ചേക്കാം. അതിനാൽ അവന്റെ ശരീരം നന്നായി തണുപ്പിച്ച്, വെടിപ്പായ ഒരു ഷവർബാത്ത് നൽകുവാൻ സാക്ഷാൽ ഫയർഫോഴ്സുംകൂടി രംഗത്തെത്തിയപ്പോൾ ആഘോഷം കൊടുങ്കാട്ടിനുള്ളിലെ ഉത്സവമായി മാറി. പിടിയിലായിക്കഴിഞ്ഞപ്പോൾ കൊലകൊല്ലി മിടുമിടുക്കനായ ആനയാണെന്നാണ് പന്നീർശെൽവമെന്ന മയക്കുവെടിവിദഗ്ധൻ വിലയിരുത്തിയത്. 30 വയസിനു താഴെ മാത്രം പ്രായമുള്ള ഈ കരിവീരനെ പരിശീലിപ്പിച്ചെടുത്താൽ, നാളെ ഒന്നാന്തരം താപ്പാനയാക്കാം എന്ന സ്വഭാവസർട്ടിഫിക്കറ്റും നൽകി.

'ഇനി ഞാൻ ഉറങ്ങട്ടെയെന്ന്' പണ്ട് സാക്ഷാൽ ശ്രീകൃഷ്ണന്റെ മുഖത്തുനോക്കി ഉള്ളുരുകുന്ന സമാധാനത്തോടെ പറഞ്ഞ ഗാന്ധാരിയെപ്പോലെ, ഇനി പൊടിയക്കാല-പേപ്പാറ മേഖലയിലുള്ള വനവാസി കുടുംബങ്ങൾക്ക് സമാധാന

മായി ഒരുപോള കണ്ണടയ്ക്കാം. ആന കൂട്ടിലായി ക്കഴിഞ്ഞതിനാൽ ഇനി വേണ്ടപ്പെട്ടവർക്കെല്ലാം ആന വരുത്തിവച്ച നാശനഷ്ടങ്ങളുടെ കണക്കെ ടുക്കാനും ആനുകൂല്യങ്ങൾ പ്രഖ്യാപിക്കാനും സമയം വിനിയോഗിക്കാം. കെട്ടും ഭാണ്ഡവും പിന്നെ പേരുകേട്ട താപ്പാനകളുമായി മലയാളമ ണ്ണിലേക്ക് രണ്ടും കല്പിച്ചിറങ്ങിയ തമിഴ്സംഘ ത്തിനും മനസ്സമാധാനത്തോടെ തിരിച്ചുപോകാം.

ഇത്രയും ദിവസം ഇവനെച്ചൊല്ലി ഉറക്കമൊ ഴിച്ചവർ വിജയാഹ്ലാദങ്ങളും ആരവങ്ങളുമെല്ലാം ഒട്ടൊന്നവസാനിപ്പിച്ച് സുഖമായൊരുറക്കത്തെ ക്കുറിച്ച് സ്വപ്നംകാണാൻ തുടങ്ങുമ്പോൾ, മറ്റൊ രാൾ മയക്കത്തിൽ നിന്നും ഉറക്കത്തിൽ നിന്നും മെല്ലെമെല്ലെ ഉണരുന്നതേയുണ്ടായിരുന്നുള്ളൂ. 'തുള്ളിയ്ക്കൊരുകുട'മെന്ന് പറഞ്ഞതുപോലെ തലയിലേക്ക് ധാരകോരിയ കുളിരിന്റെ വിളിച്ചു ണർത്തലിൽ കൊലകൊല്ലി മെല്ലെ കണ്ണുതുറക്കു മ്പോൾ, പതിയെപ്പതിയെ മനസ്സെത്തുന്നിടത്തേക്ക് ശരീരവും എത്താമെന്നായപ്പോൾ അവൻ തയ്യാ റെടുത്തു കഴിഞ്ഞിരുന്നു. കൂട് ഇടിച്ചുപൊളിച്ച് പുറത്തുകടക്കാനായി പിന്നെ ശ്രമം. കിടുകിടിലൻ ഇടിമുഴക്കങ്ങൾക്കു മുന്നിൽ, ഉരുക്കുകോട്ടയെന്ന് വിശേഷിപ്പിക്കപ്പെട്ട ആനക്കൂട് ആടിയുലയാൻ തുടങ്ങിയപ്പോൾ മിന്നൽപ്പിണരുകൾപോലെ എല്ലാ മനസ്സുകളിലേക്കും ഭയം ഇരച്ചുകയറി. വിജ യാഘോഷങ്ങളുടെ കൊട്ടിക്കലാശം എവിടെവച്ചാ വണം, ഏതറ്റംവരെ പോകണം എന്നുമാത്രം ഏതാനും നിമിഷംമുമ്പുവരെ ചിന്തിച്ചിരുന്നവ രുടെ അടിവയറ്റിൽ നിന്നും പൊന്തിയ ആന്ത ലിന്റെ തീക്ഷ്ണതയിൽ, നെല്ലിക്കപ്പാറ കാട്ടിലെ വൻമരങ്ങളുടെ ശിഖിരങ്ങൾപോലും വാടിക്കരി ഞ്ഞിട്ടുണ്ടാകും. ജനക്കൂട്ടവും അധികൃതരും ഭയ പ്പാടോടെ അകന്നുമാറി. എന്തും സംഭവിക്കാവുന്ന നിമിഷങ്ങൾ. 'നിങ്ങൾ ഇത്രയും കാലം കണ്ടതും കേട്ടതുമായ ആനയല്ല ഈ കൊലകൊല്ലി'യെന്ന ഓർമപ്പെടുത്തൽ അക്ഷരാർഥത്തിൽ ശരിവയ്ക്കു ന്നതായിരുന്നു പിന്നീടുള്ള നിമിഷങ്ങൾ!

ആന കൂടുപൊളിച്ച് പുറത്തുവന്നേക്കുമെന്ന ഭയത്തിൽ സമീപത്തുണ്ടായിരുന്ന കാഴ്ചക്കാരെ യെല്ലാം ദൂരത്തേക്ക് മാറ്റി. കൂട്ടിൽവച്ചുതന്നെ ഒരു റൗണ്ട് കൂടി മയക്കുവെടി വയ്ക്കാൻ തമിഴ്നാട് സംഘം മരുന്നു നിറച്ചു. ആനക്കൂടിന്റെ ഒരേ ഭാഗ ത്തുതന്നെ കൊലകൊല്ലിക്കൊമ്പന്റെ ഇടികൾ വീഴാൻ തുടങ്ങിയപ്പോൾ വലിയ നീളൻ വടികളു മായി ചാടിയിറങ്ങിയ തമിഴ്സംഘം അവന്റെ മസ്തകം നോക്കി കനത്ത കുത്തുകൾ മറുമരു ന്നായി കൊടുത്തുകൊണ്ടിരുന്നു. ഇടയ്ക്ക് തേക്കിൻ കഴകളിൽ ചവുട്ടി മുകളിലേക്ക് കയ റാനും ഒരു ശ്രമം നടത്തി. ഒരാനയുടെ ഉയരമുള്ള പ്ലാവിൽ ചവുട്ടിക്കയറിനിന്ന് ചക്ക പറിക്കാൻ കഴി വുള്ള കൊലകൊല്ലിയെപ്പറ്റി തികഞ്ഞ ബോധ്യ മുണ്ടായിരുന്നതിനാൽ, അവൻ കൂട് ചാടിക്കട ക്കാനുള്ള സാധ്യതയും തള്ളിക്കളയാനാവുമായി രുന്നില്ല.

പിന്നെ അടിയുടെ പൊടിപൂരമായിരുന്നു. തേക്കിൻ കഴകളിലേക്ക് ഇടിക്കാൻ വരുമ്പോൾ കൊമ്പിന്റെ ചീളയിലേക്കും ചവുട്ടിക്കയറാൻ തുട ങ്ങുമ്പോൾ കണങ്കാലിലേക്കും പുളഞ്ഞുവീഴുന്ന അടിയുടെ ശീൽക്കാരങ്ങളിൽ കൊലകൊല്ലി തെല്ലൊന്നടങ്ങി. കത്തിക്കയറുവാനുള്ള തന്ത്ര പൂർവമായ ഒരു പിൻവാങ്ങൽ. എന്തായാലും ബുദ്ധിമാനായ കൊലകൊല്ലി തൽകാലത്തേക്കെ ങ്കിലും ഒന്ന് വഴങ്ങിക്കൊടുക്കുവാൻ തീരുമാ നിച്ചു. കള്ളവാറ്റുകാർ അനേകം കന്നാസുകളിൽ നിറച്ചുവച്ച ചാരായത്തിൽ നിന്നും വിഷം കല ക്കിയ കന്നാസുമാത്രം ചവുട്ടിപ്പൊട്ടിച്ച് അട്ടഹസി ക്കുന്നവനാണ് കൊലകൊല്ലി. ഏറുപടക്കങ്ങളും തോട്ടാവെടികളുമെല്ലാം വീരയോദ്ധാവിനെ തേടി യെത്തുന്ന പുഷ്പവൃഷ്ടികൾ എന്നാണ് കൊല കൊല്ലി കരുതുന്നത്. നാലോ അഞ്ചോ ദിവസത്തി നുള്ളിൽ അഞ്ചോളം മയക്കുവെടികൾ ഏറ്റിട്ടും കൂസാതെ, ചുവടുറപ്പിച്ചുനിന്ന്, തനിക്കിനിയും ഒരങ്കത്തിനുള്ള ബാല്യമുണ്ടെന്ന് പ്രഖ്യാപിച്ചു കൊലകൊല്ലി. ഏറ്റവും ഒടുവിലത്തെ വെടി ചെന്നുതറച്ചത്, ഏറ്റവും അപകടകരമാംവിധം കഴുത്തിനോട് ചേർന്നും. മയക്കുവെടി വയ്ക്കു ന്നതിൽ തെല്ലും പ്രാഗല്ഭ്യമില്ലാത്ത ഒരാളാൽ വെടിവയ്ക്കപ്പെടുക. കൊള്ളുവാൻ പാടില്ലാത്തി ടത്ത് കൊള്ളുക. എന്നിട്ടും ഈ അതിശയപ്പിറവി അപ്പോഴും ജീവനോടിരുന്നെങ്കിൽ അതവന്റെ

ആയുസ്സിന്റെ നേരുകൊണ്ടുമാത്രം.

പിറ്റേന്ന്, വൈകുന്നേരംവരെ യാതൊരു പ്രശ്നവുമില്ലാതെ, തന്റെ സ്വതസ്സിദ്ധമായ ധാർഷ്ട്യഭാവത്തോടെതന്നെ കൂട്ടിൽ ഉലാത്തിക്കൊണ്ടിരുന്ന കൊലകൊല്ലിക്ക്, ഏഴ്–ഏഴരമണിയോടെയാണ് പൊടുന്നനെ പിൻകാലുകൾക്ക് ചെറിയ വിറയൽ കണ്ടുതുടങ്ങിയത്. കൊലകൊല്ലിയല്ലേ, ഇതൊക്കെയവന്റെയോരോ സൂത്രങ്ങളാവാം എന്ന ചിന്തയിൽ ആദ്യം ആരും അത്ര കാര്യമാക്കിക്കാണില്ല. പക്ഷേ, തെല്ലിടനേരത്തെ ആശ്വാസത്തിനുശേഷം വീണ്ടും വിറയൽ അനുഭവപ്പെട്ടപ്പോൾ അത് പിൻകാലുകളിൽ നിന്ന് മുൻകാലുകളിലേക്കും വ്യാപിച്ചിട്ടുണ്ടായിരുന്നു. ഒപ്പം കാലിലെ ഞരമ്പുകൾ വല്ലാതെ പിടച്ചുകയറുകയും ചെയ്യുന്നു. ഇതെന്തായാലും അത്ര നല്ലലക്ഷണമല്ല എന്ന ചിന്തയിൽ, പൊടുന്നനെ അവന്റെ പരിശീലകരായ തമിഴ്പാപ്പാൻമാരും കോട്ടൂർ സോമൻ എന്ന താപ്പാനയുടെ പാപ്പാനും പിന്നെ ആനക്കൂടിന്റെ കാവൽക്കാരായ വനവാസികളുമെല്ലാം ചേർന്ന് രക്ഷാപ്രവർത്തനം തുടങ്ങി.

ആനയുടെ കാലിൽ ചൂടുപിടിക്കുവാനും വേപ്പെണ്ണ തേച്ചുകൊടുക്കുവാനും പാപ്പാൻമാർ ആവതു പണിപ്പെട്ടുനോക്കി. പക്ഷേ, അപ്പോഴും ഒരു പ്രശ്നമുണ്ടായിരുന്നു. എല്ലാം കൂടിനു പുറത്തുനിന്നുകൊണ്ട് മാത്രമേ ചെയ്യാനാവൂ. കാര്യം, ആന കൂടിനരികിലേക്ക് കൊമ്പുകുത്തിയിരിക്കുന്ന അവസ്ഥയിലാണെങ്കിലും ശുശ്രൂഷിക്കുവാൻ കൂടിനകത്ത് കയറിയെന്നെരിക്കട്ടെ. പെട്ടന്ന് ആന ചാടിയെഴുന്നേറ്റാൽ, ക്രുദ്ധനായി വെട്ടിത്തിരിഞ്ഞ് പ്രതികരിച്ചാൽ, രക്ഷപ്പെടാൻ യാതൊരു പഴുതും ഇല്ല. അതിനാൽ കൂടിനു പുറത്തുനിന്നുകൊണ്ടുമാത്രം തങ്ങളാലാവുംവിധം എന്തെങ്കിലുമൊക്കെ ചെയ്യുവാൻ അവർ നിർബന്ധിതരായെന്നു പറഞ്ഞാൽ അതാണ് സത്യം. പിന്നെ അധികം വൈകാതെ ഡോക്ടർമാരുമെത്തി. പക്ഷേ, എല്ലാ ശ്രമങ്ങളും എല്ലാ പ്രാർഥനകളും നിഷ്ഫലമാക്കിക്കൊണ്ട് മനുഷ്യന്റെ കൂടുതൽ കൃപാകടാക്ഷങ്ങൾക്ക് കാത്തുനിൽക്കാതെ കൊലകൊല്ലി രംഗമൊഴിഞ്ഞു!

കൊലകൊല്ലി വേട്ടയ്ക്ക് തുടക്കം മുതൽ രംഗത്തുണ്ടായിരുന്നയാളാണ് പ്രദീപ്; ആനയുടെ നീക്കങ്ങളെ ദിവസങ്ങളോളം പിന്തുടർന്ന്, മയക്കുവെടി സംഘത്തിനും മറ്റുദ്യോഗസ്ഥർക്കുമെല്ലാം വഴികാട്ടിയായി വർത്തിച്ച ആദിവാസിസംഘത്തിലെ പ്രധാനി. പിടിയിലാകുംമുമ്പേ കൊലകൊല്ലിയെ തേടിയിറങ്ങിയ ലേഖകനും സംഘത്തിനും വഴികാട്ടിയായതും പ്രദീപാണ്. പൊടുന്നനേ കൊലകൊല്ലി മരിച്ചപ്പോൾ പ്രദീപിനത്, തനിക്ക് ആകെയുണ്ടായിരുന്ന രണ്ടു കുഞ്ഞുങ്ങൾ മരണമടഞ്ഞതിന് തുല്യമായ വേദന. ഇത് ഒരു പ്രദീപിന്റെ മാത്രം കാര്യമല്ല. ജീവനോടെയായാലും അല്ലാതെയായാലും കൊലകൊല്ലിയെ എങ്ങനെയെങ്കിലും ഒന്നൊഴിവാക്കിത്തന്ന് തങ്ങളുടെ ശല്യം തീർക്കുക, സ്വൈര്യമായി ജീവിക്കുവാനുള്ള സാഹചര്യം സൃഷ്ടിക്കുക എന്ന് മുറവിളികൂട്ടിയവരാണ് ആദിവാസികൾ. അതിനായി വേണ്ടിവന്നാൽ അറ്റകൈക്ക് നിയമം കൈയിലെടുക്കാൻപോലും മടിക്കില്ലെന്ന് പ്രഖ്യാപിച്ച പൊടിയക്കാല ആദിവാസി സെറ്റിൽമെന്റിലെ ക്ഷുഭിത യൗവനങ്ങൾക്കുപോലും, കൂട്ടിലടയ്ക്കപ്പെട്ട കൊലകൊല്ലി വളരെപെട്ടന്നായിരുന്നു പ്രിയങ്കരനായി മാറിയത്. ആദിവാസി സെറ്റിൽമെന്റിലെ കൃഷിയിടങ്ങളിൽ പതിവായി നാശംവിതച്ച ഒറ്റയാനെ, അപ്പോഴത്തെ ദേഷ്യത്തിന് വായിൽതോന്നിയ 'കൊലകൊല്ലി' എന്ന പേരിടുകയും പിന്നെയവനെ നാട്ടിലെയൊരു പ്രാദേശിക പത്രപ്രവർത്തകനുമായി ചേർന്ന് വിവാദങ്ങളുടെ കേന്ദ്രസ്ഥാനത്തുതന്നെ പ്രതിഷ്ഠിക്കുകയും ചെയ്ത പരപ്പിയമ്മയ്ക്കും കൊലകൊല്ലി മരിച്ചപ്പോൾ വളരെ വേണ്ടപ്പെട്ടവരാരോ വേർപെട്ടുപോയ ഉള്ളുരുക്കത്തിന്റെ നിമിഷങ്ങളായിരുന്നു.

വിധി എത്രവേഗമാണ് കളംമാറ്റിച്ചവിട്ടുന്നത്. ഏതാനും ദിവസങ്ങൾക്ക് മുമ്പ്, കൊടുംകാട്ടിൽ കൊലകൊല്ലിയുടെ മുന്നിൽ അകപ്പെട്ടവരുടെ ജീവിതം രക്ഷിച്ചെടുക്കാൻ ലോകത്തുള്ള സകല ദൈവങ്ങളേയും കരഞ്ഞുവിളിച്ചവർ, ഇന്നിപ്പോൾ അതേ കൊലകൊല്ലിയുടെ ആത്മാവിന്റെ നിത്യശാന്തിക്കായി പ്രാർഥിക്കുന്നു.

കൊലകൊല്ലി പിൻവാങ്ങുന്നത് ഒത്തിരിയൊ

ത്തിരി ചോദ്യങ്ങൾ അവശേഷിപ്പിച്ചുകൊണ്ടാണ്. തെരഞ്ഞെടുപ്പ് ചൂടിന്റെ സ്വയംമറക്കലിനിടയിൽ, 'നാട്ടിൽ കാട്ടാനയിറങ്ങി കൃഷി നശിപ്പിച്ചു', എന്നു കേൾക്കുമ്പോൾ, 'കാളപെറ്റെന്ന് കേൾക്കും മുമ്പേ കയറുമെടുത്തിറങ്ങി'യവരെപ്പോലെ ആനയെ വെടിവയ്ക്കുവാൻ ഉത്തരവിടുന്ന കള ക്ടറും, ഒരു തോക്കും വെടിവയ്ക്കുവാൻ കുറേ ആളുകളുമുണ്ടെങ്കിൽ ആനയ്ക്ക് നേരെ അതെല്ലാം പൊട്ടിച്ച് കളിക്കാമെന്ന് തീരുമാനമെ ടുത്തവർക്കുംനേരെ ഉയരുന്ന ഒരായിരം ചോദ്യ ങ്ങൾ. ആരാണ് യഥാർത്ഥത്തിൽ കൊലകൊല്ലി യുടെ മരണത്തിനുത്തരവാദി.

കൊലകൊല്ലിയുടെ മരണം ഔദ്യോഗികമായി സ്ഥിരീകരിക്കപ്പെടുംമുമ്പുതന്നെ, ചാനലുകൾ അത് ബ്രേക്കിംഗ് ന്യൂസായി കാണിക്കാൻ തുട ങ്ങിയിരുന്നു. രണ്ടുനാൾ മുമ്പുവരെ കൊലകൊ ല്ലിയുടെ വീരസാഹസികകഥകൾ വായിച്ചും കണ്ടും അദ്ഭുതപരതന്ത്രരായിരുന്ന ജനത്തിനും പെട്ടന്നത് ഉൾക്കൊള്ളാൻ കഴിയുമായിരുന്നില്ല. എന്തെന്നാൽ എല്ലാവരുടേയും മനസ്സിലുണ്ടായി രുന്ന കൊലകൊല്ലി പെട്ടന്നൊന്നും ആരുടെ മുന്നിലും വഴങ്ങാൻ തയ്യാറാവാത്തവനായിരുന്ന ല്ലോ. അതിപ്പോൾ മരണത്തിന് മുന്നിലായിരു ന്നാൽപോലും! കേട്ടത് സത്യമാണോയെന്നറി യാൻ നാടിന്റെ നാനാഭാഗത്തുനിന്നും ചാനൽകേ ന്ദ്രങ്ങളിലേക്ക് ഇടമുറിയാതെന്നോണം ഫോൺ വിളികൾ പ്രവഹിച്ചു. തൊട്ടടുത്തനാൾ കൊല കൊല്ലിയുടെ അന്ത്യകർമങ്ങൾ തത്സമയം പ്രേക്ഷ കരിലേക്കെത്തിക്കുവാൻ ചാനലുകളെ നിർബന്ധി തരാക്കിയതും ഈ ആന കേവലം മൂന്നോ നാലോ ആഴ്ചകൾകൊണ്ട് മലയാളി മനസ്സാ ക്ഷിയെ എത്രകണ്ട് സ്വാധീനിച്ചിരിക്കുന്നു എന്ന തിരിച്ചറിവാലാകാം.

കാട്ടാനകളുടെ കാലാകാലങ്ങളായുള്ള വഴി ത്താരകൾ ഏതെന്നും എന്തെന്നും നോക്കാതെ, അവയൊക്കെ പുതിയ സെറ്റിൽമെന്റുകളാക്കുന്ന തും, നാല് വോട്ടിനും നാല്പത് വെള്ളിക്കാശി നുംവേണ്ടി വനംകൈയേറ്റക്കാർക്ക് വനഭൂമി പതി ച്ചുനൽകുന്നതും ഇനിയും തുടരില്ലേ? അപ്പോ ഴാണ് വിശന്നുവലഞ്ഞ കാട്ടാനകൾ ഏതെങ്കിലും പുഞ്ചയിലോ കൃഷിയിടത്തിലോ ഒന്നിറങ്ങുന്നത്; ഇനിയുമിറങ്ങേണ്ടിവന്നേക്കാം. കൊലകൊല്ലി യുടെ കഥ മുന്നിലുള്ളതിനാൽ ഇവനേയും പിടിച്ച് തുറുങ്കിലടക്കുക എന്ന പരിവേദനം അവി ടെനിന്നും ഉയരും. വിഷയം ആനയായതുകൊണ്ട് ഏറ്റെടുക്കുവാനും എഴുതിപ്പൊലിപ്പിക്കുവാനും അപ്പോഴും മാധ്യമങ്ങളുണ്ടാവും. 'കൊലകൊല്ലി' യെന്നോ 'ഹിറ്റ്ലർ ചട്ടമ്പി'യെന്നോ പേരിടുവാൻ അവിടെയും ഒരു പരപ്പിയുമുണ്ടാവും.

എഴുതിവച്ച തിരക്കഥ മുഴുവൻ പറഞ്ഞു തീർക്കാൻ കഴിയുംമുമ്പേ, ഇടയ്ക്കുവച്ച് ദൃശ്യ ങ്ങൾ മുറിഞ്ഞുപോയ ഒരു സിനിമപോലെ ഒരു ജന്മം. 'ബന്ധുരകാഞ്ചനക്കൂട്ടിലാണെങ്കിലും ബന്ധനം ബന്ധനം തന്നെ പാരിൽ' എന്ന വരിക ളുടെ ആഴവും വ്യാപ്തിയും സ്വന്തം ജീവിതം കൊണ്ട് തിരിച്ചറിഞ്ഞ്, അതറിയാത്തവരുടെ നെഞ്ചുംകൂട്ടിലേക്ക് ഒരുപിടി തീക്കട്ടവാരിയെറി ഞ്ഞുകൊണ്ട് പൊലിഞ്ഞടങ്ങിയ ഒരു ജന്മം. ലോകം മുഴുവൻ കാൽച്ചുവട്ടിലാക്കി മദച്ചുപുള യ്ക്കലിന്റെ ധാർഷ്ട്യവുമായി മേയുന്ന മനുഷ്യാ ധമൻമാർക്കെതിരേയുള്ള കാൽപനികവും കാവ്യാത്മകവുമായ ഒരു ഒറ്റയാൻ വിപ്ലവം; മധു രമായ ഒരു പ്രതികാരം. കൊലകൊല്ലിയുടെ പേരിൽ എഴുതിക്കൂട്ടിയതിലും പാടിപ്പരത്തിയിട്ടു ള്ളതിലും അധികവും ഭാവനാസൃഷ്ടികളാവാം. മനുഷ്യരെ കൊല്ലണമെന്ന് കൊലകൊല്ലി തിട്ടമി ട്ടിട്ടുണ്ടായിരുന്നെങ്കിൽ, പൊടിയക്കാല, വിതുര ഭാഗങ്ങളിലെ വോട്ടേഴ്സ് ലിസ്റ്റിൽ വലിയൊരുഭാ ഗംതന്നെ ഒഴിഞ്ഞുകിടക്കുമായിരുന്നു. കൊല കൊല്ലി മനുഷ്യന്റെ താന്തോന്നിത്തരത്തിനും പരി സ്ഥിതിനശീകരണത്തിനും എതിരേയുള്ള ഒരു മുന്നറിയിപ്പും ചോദ്യചിഹ്നവുമാണ്.

മാസങ്ങളായി തയ്യാറെടുക്കുകയും പിന്നെ ദശ ലക്ഷങ്ങൾ ചെലവഴിക്കുകയും ചെയ്ത വനംവ കുപ്പധികൃതർക്ക് കൊലകൊല്ലിയുടെ ആകസ്മി കദുരന്തം അക്ഷരാർഥത്തിൽ ഷോക്കായിരുന്നു. അതുകൊണ്ടുതന്നെ ആനയുടെ മരണം സ്ഥിരീ കരിച്ചുകഴിഞ്ഞിട്ടും മണിക്കൂറുകൾ കഴിഞ്ഞാണ് അവർ വിവരം പുറത്തുവിട്ടത്. നേരംവെളുക്കും മുമ്പേ മാധ്യമപ്പടയും ജനങ്ങളും നെല്ലിക്കപ്പാറ

ക്കാട്ടിലെ ആനക്കൂട്ടിനടുത്തേക്ക് പ്രവഹിക്കാനും തുടങ്ങി.

കൊലകൊല്ലിക്കു മുമ്പ്, നമ്മുടെ കേരളത്തിലെ മയക്കുവെടിസംഘം ഒട്ടേറെ കാട്ടാനകളെ മയക്കുവെടിവച്ച് പിടിച്ചിട്ടുണ്ട്. ശല്യക്കാരായവരെ പിടികൂടി കൂട്ടിലടയ്ക്കുന്നതിനും ചികിത്സയ്ക്കു വേണ്ടിയുമാണ് കാട്ടാനകളെ മയക്കുവെടിവച്ച് പിടിക്കാറുള്ളത്. ഇങ്ങനെ മയക്കുവെടിവയ്ക്കപ്പെടുന്ന കാട്ടാനകളിൽ പലതിനേയും ചികിത്സകഴിഞ്ഞ് കാട്ടിലേക്കുതന്നെ മടക്കിവിടും. പ്രശ്നക്കാരെ കൂട്ടിലിട്ട് കാലങ്ങൾ നീണ്ട പരിശീലനങ്ങളിലൂടെ നാട്ടാനയാക്കി മാറ്റിയെടുക്കുകയും ചെയ്യും. ഇതിനിടെ ഏറ്റവും രസകരമായ പുതിയൊരു വിവാദവും ഉയർന്നു. കൊലകൊല്ലി ശരിക്കും ഒരു കാട്ടാനയല്ല, പണ്ടെങ്ങോ കാടുകയറിപ്പോയ ഒരു നാട്ടാനയാണുപോലും. അങ്ങനെ വിശ്വസിക്കാനാണ് ഗജപരിപാലനരംഗത്തെ ഒട്ടേറെ അനുഭവസമ്പന്നർ താത്പര്യപ്പെടുന്നത്.

ഒരു കാട്ടാനയ്ക്കുണ്ടാകേണ്ട നീണ്ടുവളർന്ന കൊമ്പുകളിൽ നിന്നും വ്യത്യസ്തമായി, ചെത്തിമിനുക്കിയതുപോലുള്ള കൊമ്പുകളാണ് കൊലകൊല്ലിയുടേത്. മുമ്പെങ്ങോ കാടുകയറിപ്പോയ ഒരു നാട്ടാനയാകാമെന്ന് ചിന്തിക്കുവാൻ പ്രേരിപ്പിക്കുന്ന ഒരു ഘടകമിതാണ്. കോഴിക്കോട് ഭാഗത്തുനിന്നും കാടുകയറിപ്പോയ കുഞ്ചു എന്ന ആനയ്ക്കും ശബരിമലക്കാട്ടിലേക്ക് രക്ഷപ്പെട്ട ഇരിങ്ങാലക്കുടക്കാരൻ പിഷാരടിയുടെ ആനയ്ക്കും ഇതുപോലെ മനുഷ്യാധീനതയിൽ നിന്നും രക്ഷപ്പെട്ട അനുഭവകഥകൾ പറയാനുണ്ട്. ഇന്നത്തെ തിരുവമ്പാടി ശിവസുന്ദർ എന്ന പൂക്കോടൻ ശിവൻ ഒരിക്കൽ കാടുകയറിപ്പോയിട്ട് ഏതാണ്ട് ഒരുമാസത്തോളം കഴിഞ്ഞാണ് തിരിച്ചെത്തിയത്. എന്നാൽ വൻമരങ്ങളിൽ കനത്ത കുത്തുകുത്തുന്നതും മറ്റും നിമിത്തം കൊമ്പുകൾ അധികം നീളാതെ, സ്വയം തേഞ്ഞു തീരുന്ന ചില ആനകളും ഉണ്ട്. കൊലകൊല്ലിയുടെ കാര്യമെടുത്താൽ ഇവൻ കൊമ്പുകൾ കൊണ്ട് സാധാരണ ആനകൾ ചെയ്യുന്ന പണികളൊന്നുമല്ലല്ലോ എടുക്കുന്നത്. മൂത്ത വരിക്കപ്ലാവിന്റെയും തെങ്ങിന്റെയുമെല്ലാം നടുഭാഗംതന്നെ ഒറ്റക്കുത്തിന് പിളർക്കണമെന്ന് വാശിപിടിക്കുന്ന ഒരാനയുടെ കൊമ്പുകൾ തേഞ്ഞില്ലെങ്കിലേ അദ്ഭുതമുള്ളൂ.

മംഗലാംകുന്ന് ദേവരാജനും മലവെള്ളപ്പാച്ചിലിൽ കെട്ടിയിട്ട ചങ്ങലയിൽക്കിടന്ന് മുങ്ങിമരിച്ച തെങ്ങണ ഗോപാലനുമൊക്കെ, ദൃക്സാക്ഷിമൊഴികൾ മുഖവിലയ്ക്കെടുത്താൽ വളരെപ്പെട്ടന്നുള്ള മരണത്തിന് അടിപ്പെടുകയായിരുന്നു. മനുഷ്യരുടെ ഹാർട്ട് അറ്റാക്കിന് സമാനമായ ഒന്ന്. മയക്കുവെടികളുടെ ആധിക്യം ഒരിക്കലും മരണത്തിന് കാരണമായിട്ടില്ലെന്നും അങ്ങനെയായിരുന്നെങ്കിൽ വെടിയേറ്റ് മൂന്നോനാലോ ദിവസത്തിനുള്ളിലെങ്കിലും ആന മരിക്കേണ്ടതായിരുന്നെന്നും വനംവകുപ്പിന് വാദിക്കാം. പക്ഷേ ആനയുടെ വയറ്റിലോ, ശിരസ്സും കണയുംപോലുള്ള അപകടകരമായ ഭാഗങ്ങളിലോ വെടിയേറ്റാൽ അത് ആനയെ മരണത്തിലേക്കുതന്നെ നയിച്ചേക്കാം എന്ന വസ്തുത നിഷേധിക്കുവാൻ ബന്ധപ്പെട്ടവർക്ക് സാധിക്കുകയുമില്ല. ആന്തരികാവയവങ്ങൾക്ക് ബാധിച്ച അണുബാധയാണ് മരണകാരണമെന്ന് പിന്നീടു നടന്ന പോസ്റ്റുമോർട്ടം റിപ്പോർട്ടിൽ പറഞ്ഞിരുന്നു.

മയക്കുമരുന്ന് നിറച്ച തോക്കുകളും ഇഷ്ടാനുസരണം വെടിവയ്ക്കുവാനുള്ള ഉത്തരവും കൊടുത്ത്, തെല്ലും വിദഗ്ധനല്ലാത്ത ഒരു ഗാർഡിനെ കൊലകൊല്ലിക്ക് പിന്നാലെ പറഞ്ഞുവിട്ടവർ എത്രയൊക്കെ ന്യായീകരണങ്ങൾ നിരത്തിയാലും അതിൽ ഒത്തിരി വിടവുകൾ അവശേഷിക്കുന്നുണ്ട്. ഡോക്ടർമാർ മാത്രമേ ഉപയോഗിക്കുവാൻ പാടുള്ളൂ എന്ന ഉറപ്പിൻമേലാണ്, മറ്റാരുടെ കൈവശമാണ് ഇരിക്കുന്നതെങ്കിലും ലൈസൻസ് നിർബന്ധമായ തോക്ക് ലൈസൻസില്ലാതെ സൂക്ഷിക്കുവാൻ അധികൃതർ അനുവാദം നൽകിയിട്ടുള്ളത്. മാത്രമല്ല, ഈ തോക്കിനായി മയക്കുവെടി വിദഗ്ധനായ, ലൈസൻസില്ലാത്ത ഡോക്ടർ തോക്കുനിർമാണക്കമ്പനിയെ സമീപിക്കുമ്പോൾ, ഇത് ചികിത്സാസംബന്ധമായ കാര്യങ്ങൾക്കുവേണ്ടി ഡോക്ടർമാർ മാത്രമേ ഉപയോഗിക്കൂ എന്ന ഉറപ്പ് കമ്പനിക്കും ലഭിച്ചിരിക്കണം.

എല്ലാ സംശയങ്ങളും ആരോപണങ്ങളും ചില

പ്പോൾ ഒരാനയുടെ അപ്രതീക്ഷിത മരണത്തിന്റെ ആഘാതത്തിലുള്ള കേവല സംശയങ്ങൾ മാത്രമാകാം. മരണസമയത്ത് 'നായിരിപ്പി'ലിരുന്ന് മരിക്കുകയും വായ തുറന്നിരിക്കുകയും ചെയ്തിട്ടുള്ള ആനകൾ അധികവും ഹൃദയാഘാതം നിമിത്തമാണ് മരിച്ചിട്ടുള്ളതെന്നാണ് സാക്ഷ്യപ്പെടുത്തലുകൾ. കൊലകൊല്ലിയുടെ കാര്യത്തിലിതും ബാധകമാണ്. പക്ഷേ, ഇക്കാലമത്രയും കാട്ടിലെ കള്ളവാറ്റ് കേന്ദ്രങ്ങളോടും ആനവേട്ടക്കാരോടും, പിന്നെ പന്തവും വടിയും കൈയിൽ കിട്ടുന്നതൊക്കെയുമെടുത്ത് ആട്ടിപ്പായിക്കാൻ ശ്രമിച്ച ആദിവാസികളോടുമൊക്കെ അടരാടി ജയിച്ച കൊലകൊല്ലിയുടെ ഒറ്റയാൻവീര്യം, ഏതാനും ദിവസത്തെ മനുഷ്യാധീശത്വത്തിനു മുന്നിൽ പിടഞ്ഞുതോറ്റു. തൽക്കാലം നമുക്കിങ്ങനെ വിശ്വസിക്കാം. അതൊരു ഹൃദയാഘാതം തന്നെയാവാം.

വിശന്നുപൊരിയുന്ന ആനകൾ നാളെയും ഇവിടെ ഇറങ്ങിവരും. അവർ ഒരു വാഴക്കുമ്പിലൊന്ന് കടിക്കുകയോ തങ്ങളുടെ കാലാകാലങ്ങളായുള്ള ആനത്താരകളിൽ വഴിമുടക്കി നിൽക്കുന്ന നാലുമൂട് റബ്ബർ ഒന്നു തള്ളി മറിക്കുകയോ ചെയ്താൽ അപ്പോഴും നാട്ടിൽ കോലാഹലമുയരും. അപ്പോൾ 'ഈ ഭൂമിയുടെ യഥാർഥ അവകാശികളാര്?' എന്ന ധാർമികമായ ന്യായാന്യായ ചിന്തകൾക്കൊന്നും തെല്ലും വിലകൽപിക്കാതെ, ഭരണപക്ഷവും പ്രതിപക്ഷവും ഒരുപോലെ ആനകൾക്കെതിരെ മുറവിളികൂട്ടുന്ന വേട്ടക്കാരുടെ ഭാഗത്തുമാത്രം നിലയുറപ്പിക്കും. ജീവനോടെയോ അല്ലാതെയോ അവറ്റകളെ പിടിച്ചുകെട്ടുകയെന്ന ഉത്തരവ് മേലാവിൽ നിന്നുയരേണ്ടതാമസം, ഇനിയും തോക്കും സന്നാഹങ്ങളുമായി സംഘങ്ങൾ കാടുകയറും. കങ്കാണിപ്പണി ചെയ്യാൻ തമിഴ്നാട്ടിൽ നിന്നും താപ്പാനകളെ ഇറക്കുമതി ചെയ്തെന്നും വരും. അങ്ങനെ അവരുടെ വളഞ്ഞുപിടുത്തത്തിനു മുന്നിൽ, ചതിക്കുഴികൾക്കുമുന്നിൽ ബന്ധനസ്ഥനാക്കപ്പെട്ട് അനേകം കൊലകൊല്ലികൾ മരണപ്പെടാം.

നിങ്ങളുടെ ഇഷ്ടാനിഷ്ടങ്ങൾക്കനുസരിച്ച് പ്രകൃതിയെ തുണ്ടം തുണ്ടമാക്കുമ്പോൾ, വനഭൂമി തോന്നിയതുപോലൊക്കെ പതിച്ചുനൽകുമ്പോൾ, തൊട്ടടുത്ത നാൾമുതൽ പുതിയ അവകാശി ഇതെന്റേതുമാത്രം എന്ന് പ്രഖ്യാപിച്ചുകൊണ്ട് അവിടെ വളച്ചുകെട്ടുമ്പോൾ നിങ്ങൾ/നമ്മൾ ഒന്ന് മറന്നുപോകുന്നു. പാവം വന്യജീവികൾ ഒരു കവിൾവെള്ളത്തിനും വിശപ്പടക്കാനുള്ള തീറ്റയ്ക്കുംവേണ്ടി കാട്ടിലല്ലാതെ മറ്റെവിടെയാണ് അലയേണ്ടത്. ഉത്തരമുണ്ടെങ്കിൽ പറയൂ. എങ്കിൽ കൊലകൊല്ലി ഇന്നോളം ചെയ്തതൊക്കെയും കൊടുംപാപങ്ങളായിരുന്നു എന്ന് സമ്മതിക്കാം. അവർക്കുമുന്നിൽ ഒരു കാടേയുള്ളൂ. ജനിച്ചുവീണ കാട്. ഇന്ന് അവർ ജീവിക്കുന്ന കാട്. നാളെയും അവർക്ക് നടക്കേണ്ട കാട്...

***

ഷേണായി ചന്ദ്രശേഖരൻ

സ്വഭാവഗുണവും ജനപ്രീതിയും

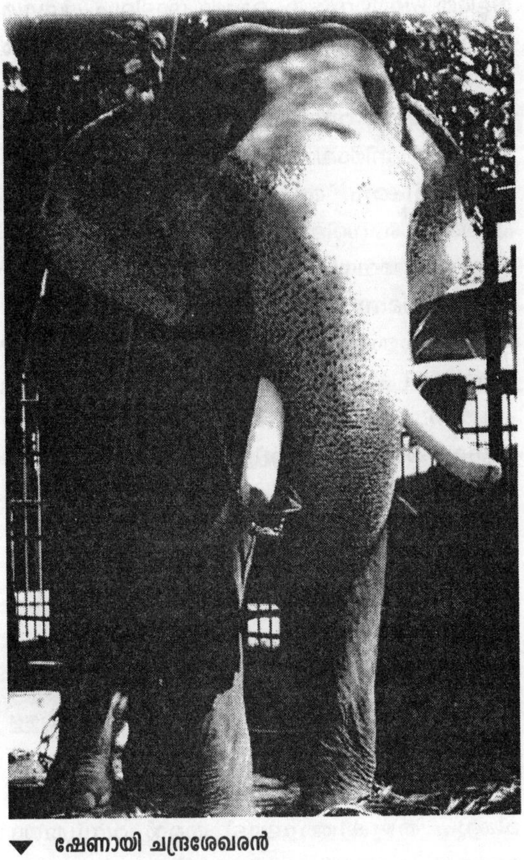

▼ ഷേണായി ചന്ദ്രശേഖരൻ

കേരളത്തിൽ ഇന്നുള്ള വളർത്താനകളിൽ നല്ലൊരു ശതമാനവും ഉത്തരേന്ത്യയിൽ നിന്നും വടക്കു-കിഴക്കൻ സംസ്ഥാനങ്ങളിൽ നിന്നും ഇറക്കുമതി ചെയ്യപ്പെട്ടിട്ടുള്ളവയാണ്. കൂടാതെ, ആൻഡമാൻ നിക്കോബാർ ദ്വീപുസമൂഹങ്ങളിൽ നിന്നെത്തിയ കുറച്ചുപേരുമുണ്ട്. ഇങ്ങനെ നോക്കുമ്പോൾ വൈരുധ്യംനിറഞ്ഞതാണ് ആനകളുടെ ജീവിതം. ബീഹാറിലേയോ ഉത്തർപ്രദേശിലേയോ ആസ്സാമിലേയോ വനാന്തരങ്ങളിൽ പിറന്നുവീണ്, ഒരു ദുർദിനത്തിൽ നേരും നെറിയുമില്ലാത്ത മനുഷ്യർ ഒരുക്കുന്ന ചതിക്കുഴികളിലും കെണികളിലും വീണ്, ഉറ്റവരേയും ഉടയവരേയും ഉപേക്ഷിച്ച് കച്ചക്കയർ എന്ന നിത്യബന്ധനത്തിലേക്ക് കഴുത്തുനീട്ടുക. പിന്നെയൊരു നാൾ, പിറന്നുവീണ പ്രകൃതിയുടെ ഭാഗംതന്നെയായിരുന്ന ഊരും ഉപേക്ഷിക്കേണ്ടിവരിക. വില പറഞ്ഞ് കൈയേൽക്കുന്ന മനുഷ്യർക്കൊപ്പം അനേകായിരം കാതങ്ങൾക്കപ്പുറത്തുള്ള പുതിയൊരു നാട്ടിലേക്ക് എത്തിപ്പെടുന്നു. സാക്ഷരൻ എന്നഭിമാനിക്കുന്ന, 'ആനക്കമ്പക്കാർ' എന്ന് മേനി നടിക്കുന്ന പുതിയൊരു ജനതയുടെ തട്ടകത്തിലെത്തുമ്പോഴാവും ആനകൾ ഞെട്ടിപ്പോവുക, ഇനിയൊരിക്കലും ഒരു കൂടിക്കാഴ്ചയുണ്ടാവില്ലെന്നു വിചാരിച്ച, വേണ്ടപ്പെട്ടവരിൽ പലരും ദാ അവിടെ നിൽക്കുന്നു! നെറ്റിപ്പട്ടംകെട്ടി, മുത്തുക്കുടയുംചൂടി നിരനിരയായി തന്റെ മുന്നിൽ നിൽക്കുന്ന അവരെ കാണുമ്പോൾ ചിരിക്കണോ അതോ കരയണോ?. ഉത്തരേന്ത്യൻ കാടുകളിൽ ഒരിക്കൽ മിത്രങ്ങളും ശത്രുക്കളുമൊക്കെയായിരുന്നവർ പലപ്പോഴും കുന്ദംകുളത്തെ ഏതെങ്കിലും ഒരമ്പലപ്പറമ്പിലോ പള്ളിപ്പറമ്പിലോ വച്ചാകും വർഷങ്ങൾക്കു ശേഷം കണ്ടുമുട്ടുന്നത്. അങ്ങനെയെങ്കിൽ, ആനകളുടെ ജീവിതം സ്വപ്നത്തേക്കാൾ വലിയ വൈരുധ്യവും യാഥാർഥ്യവും നിറഞ്ഞതല്ലേ!

കേരളത്തിലെ നാട്ടാനകളുടെ മുടിയേറ്റ് തറയായ തൃശ്ശൂർ-പാലക്കാട് ജില്ലകൾക്കു പുറത്ത് 'ഗജരാജൻ' എന്ന് ആനക്കമ്പക്കാരുടെ ഹൃദയപ്പട്ടം ലഭിച്ച ആനകൾ വളരെ വിരളമായേയുള്ളു. എന്നാൽ എറണാകുളം-കോട്ടയം-ആലപ്പുഴ ജില്ലകളിലും പിന്നെ കേരളമങ്ങോളമിങ്ങോളമുള്ള ആനക്കമ്പക്കാരുടെ മനസ്സുകളിലും ഇടംപിടിച്ച ഒരാനച്ചന്തമുണ്ട്. അവനാണ് ഷേണായി ചന്ദ്രശേ

ഖരൻ എന്നറിയപ്പെടുന്ന, എറണാകുളം ബാല കൃഷ്ണ ഷേണായിയുടെ ചന്ദ്രശേഖരനാന. നെറ്റിപ്പട്ടംകെട്ടി ഉത്സവനഗരികളിൽ ഒന്നറിഞ്ഞുനിന്നാൽ ആരുടേയും കണ്ണുകൾ തന്നിലേക്ക് വലിച്ചുപറിച്ച് ആവാഹിച്ചെടുക്കാൻപോന്ന കുലീനത്വവും സമാനതകളില്ലാത്ത ഗാംഭീര്യവുമാണ് ഇവന്റെ പ്രത്യക്ഷ ലക്ഷണങ്ങൾ.

പ്രഥമദർശനത്തിൽതന്നെ ആരും പ്രണയിച്ചുപോകുന്ന കരുത്തും വന്യമായ ആ പൗരുഷവുമൊക്കെ ചന്ദ്രശേഖരന് ഒരാഡംബരമാണ്. തെല്ലിട മനസ്സുകൊടുത്താൽ, അവനുമായൊന്ന് ഇഷ്ടംകൂടാൻ ശ്രമിച്ചാൽ കാരിരുമ്പല്ല, നല്ല നീലക്കരിമ്പിന്റെ തുണ്ടാണ് ഈ ആനയെന്ന് ആർക്കും മനസ്സിലാവും. ആനപരിപാലനത്തിലും മറ്റനേകം വാണിജ്യരംഗങ്ങളിലും വർഷങ്ങളുടെ അനുഭവ പാരമ്പര്യമുള്ള തൃശ്ശൂരിലെ എഴുത്തച്ഛൻ ഗ്രൂപ്പാണ് പത്തിരുപത് വർഷങ്ങൾക്കുമുമ്പ് ബീഹാറിൽ നിന്ന് ചന്ദ്രശേഖരനെ കൊണ്ടുവരുന്നത്. പിന്നെ രണ്ടുമൂന്ന് കൈമറിഞ്ഞ് 1989-ലാണ് ചന്ദ്രശേഖരൻ എറണാകുളത്തുകാരൻ വിശ്വനാഥഷേണായിയുടെ കൈയിലെത്തുന്നത്. ഷേണായിയുടെ കൈയിലുണ്ടായിരുന്ന ശ്രീനിവാസനെ എഴുത്തച്ഛൻ ഗ്രൂപ്പും സ്വന്തമാക്കി.

എറണാകുളം ജില്ലയിൽ തന്നെയുള്ള, വിവാദനായകനായ രവിപുരം ഗോവിന്ദനേയും ചന്ദ്രശേഖരനേയും ഒന്നിച്ചാണ് ബീഹാറിൽ നിന്നു കൊണ്ടുവന്നത്. ലോകം മുഴുവൻ ഞെട്ടിയ ഒരു കൊലപാതകത്തിനായി ഗോവിന്ദൻ ഷേണായിയുടെ വീടുതന്നെ തിരഞ്ഞെടുത്തത് യാദൃച്ഛികം മാത്രമാവാം. എഴുത്തച്ഛൻ ഗ്രൂപ്പിൽ നിന്നും വൈക്കത്തിനടുത്തുള്ള ചെമ്പ് സ്വദേശി നമ്പ്യാട്ടിൽ പത്മനാഭനാണ് ചന്ദ്രശേഖരനെ വാങ്ങിയത്. പിന്നെ, അവിടെനിന്നും പാമ്പാക്കുട ഗംഗാധരന്റെ തട്ടകത്തിലേക്കുപോയി. അഞ്ചാറുവർഷക്കാലം ആന അവിടെനിന്നു. പിന്നെ, പെരുമ്പാവൂർ അരുൺകുമാറിന്റെ ഊഴമായിരുന്നു. ഏറ്റവുമൊടുവിലാണ് വിശ്വനാഥഷേണായിയിൽ എത്തുന്നത്. വിശ്വനാഥഷേണായിയുടെ കാലശേഷം ഇപ്പോൾ ചന്ദ്രശേഖരന്റെ ചുമതലയും ഉടമസ്ഥതയും അദ്ദേഹത്തിന്റെ പുത്രൻ ബാലകൃഷ്ണഷേണായിക്കാണ്.

ചന്ദ്രശേഖരന്റെ ആനച്ചന്തത്തിനും അനിതരസാധാരണമായ അവന്റെ സ്നേഹപ്രകടനങ്ങൾക്കും മുന്നിൽ ആരാധകർക്ക് ആയിരം നാവാണ്. ആനക്കാരുടേയും ആനകളുടേയും ജീവിതത്തെ ആധാരമാക്കി ഗവേഷണപ്രബന്ധം തയ്യാറാക്കിയിട്ടുള്ളവർക്കും ചന്ദ്രശേഖരനെപ്പറ്റി നല്ലതേ പറയാനുള്ളൂ. ഓരോ നാട്ടിലും ചന്ദ്രശേഖരന് ഓരോ ഇടത്താവളങ്ങളുണ്ടാകും. ചന്ദ്രശേഖരൻ തങ്ങളുടെ വീട്ടുമുറ്റത്ത് വന്നുകയറുമ്പോൾ മനംനിറയുന്ന വീട്ടുകാർ, അവനുവേണ്ടി കാഴ്ചക്കുലകളും നിർലോഭമായ മധുരക്കാഴ്ചകളുമായി കാത്തിരിക്കും. തൃപ്പൂണിത്തുറ ശ്രീവിഹാർ പാലസും വൈറ്റിലയിലെ ഗോപുരത്തിൽ വീടുമൊക്കെ അവയിൽ ചിലതു മാത്രമാണ്. മനുഷ്യർക്കുതന്നെ നിന്നുതിരിയാനുള്ള ഇടമില്ലാത്ത എറണാകുളം നഗരഹൃദയത്തിൽ രാപാർക്കുന്ന ഷേണായി കുടുംബത്തിന് ഇതു വലിയ അനുഗ്രഹമാണ്. എങ്കിലും സമയം കിട്ടുമ്പോഴൊക്കെ ചന്ദ്രശേഖരൻ തന്റെ വീട്ടിലെത്തും. അല്ലെങ്കിൽ അവനെത്തേടി ഷേണായിയും കുടുംബവും കാഴ്ചകളുമായി എത്തിക്കൊള്ളണം. അതാണ് അവർക്കിടയിലെ അലിഖിതവ്യവസ്ഥ.

തിരക്കേറിയ റോഡിലൂടെ നടക്കുമ്പോൾ പോലും ഉടമയുടെ കാർ ചന്ദ്രശേഖരൻ തിരിച്ചറിയും. പിന്നെ, കാറിനരികിൽ എത്തി തുമ്പി അകത്തേക്ക് കടത്തി പരതാൻ തുടങ്ങും. തനിക്കുള്ള 'ക്വാട്ട' കിട്ടുംവരെ അവൻ ഷേണായിയുടെ ദേഹത്താകെ തുമ്പികൊണ്ട് തൊട്ടുഴിഞ്ഞുകൊണ്ടേയിരിക്കും. തഴുകിത്തലോടി തന്റെ വസ്ത്രങ്ങളൊക്കെ ഒരുവിധമാക്കുന്നതിനുമുമ്പുതന്നെ മരുന്നും മധുരവും ചേർന്ന ഉരുളകൾ ഷേണായി തുമ്പിയിൽ കൊടുക്കുകയും ചെയ്യും. അബദ്ധത്തിലെങ്ങാനും ഒരു ദിവസം അത് കരുതിയിട്ടില്ലെങ്കിൽ കാർ നിർത്താതെ ഷേണായി മെല്ലെ വലിയുകയും ചെയ്യും.

ചന്ദ്രശേഖരന്റെ കൊമ്പിൽ ഒന്ന് തൊടാനും അവനു മധുരം വിളമ്പാനും വല്ലപ്പോഴുമെങ്കിലും അവന്റെ വാലിലെ പീലിനാരുകൾക്ക് നേരെ കണ്ണയയ്ക്കുവാനും മത്സരിച്ചിട്ടുള്ളവർ നമ്മുടെ

മംഗലാംകുന്ന് അയ്യപ്പൻ

ചിറയ്ക്കൽ കാളിദാസൻ

പുത്തൻകുളം അനന്തപദ്മനാഭൻ

മംഗലാംകുന്ന് കർണൻ

നാട്ടിലെ ആനക്കമ്പക്കാർ മാത്രമാണെന്ന് വിചാരിക്കുന്നുണ്ടെങ്കിൽ തെറ്റി. പ്രശസ്ത ക്രിക്കറ്റ് താരം കപിൽദേവ്, സോണിയാഗാന്ധി, ജയാബച്ചൻ തുടങ്ങി പല പ്രമുഖരും ഇവന്റെ കൊമ്പിൽ പിടിച്ച് ആനച്ചന്തത്തെ അംഗീകരിച്ചിട്ടുള്ളവരാണ്. ബാംഗ്ലൂരിൽ നടന്ന 'മിസ് വേൾഡ്' മത്സരത്തിൽ ചന്ദ്രശേഖരന്റെ സൗന്ദര്യവും മാറ്റുരയ്ക്കപ്പെട്ടിട്ടുണ്ട്. ആനകളുടെ സൽസ്വഭാവത്തിന്റെ മാത്രം അടിസ്ഥാനത്തിൽ, ഇതിലേക്കു തിരഞ്ഞെടുക്കപ്പെട്ട പതിനഞ്ചാനകളിൽ ഏറ്റവും വലിയ ഗജവീരൻ ചന്ദ്രശേഖരനായിരുന്നു. ലോറിയിൽ യാത്ര ചെയ്യുന്ന ശീലമില്ലാത്ത ചന്ദ്രശേഖരൻ അപൂർവമായി ലോറിയിൽ കയറിയതും ഈ ചടങ്ങിനുവേണ്ടിയായിരുന്നു. ആനകളെ ലോറിയിൽ കയറ്റി ഉത്സവപ്പറമ്പുകളിൽ നിന്നും ഉത്സവപ്പറമ്പുകളിലേക്ക് 'സർവീസ്' നടത്തുന്നത് അവയുടെ ആരോഗ്യത്തെ തീർത്തും പ്രതികൂലമായി ബാധിക്കും എന്ന വിശ്വാസക്കാരനാണ് ഇവന്റെ ഉടമ. എത്ര പണം കിട്ടുമെന്ന് പറഞ്ഞാലും ആനകളെ കൊല്ലാക്കൊലചെയ്യുന്ന 'മത്സരപ്പൂരങ്ങൾ' എന്ന പേരിലുള്ള മാമാങ്കങ്ങൾ ഈ ഉടമയ്ക്ക് അത്ര പഥ്യവുമല്ല. 'സിർഫ് തും' എന്ന ഹിന്ദി ച്ചിത്രം ഉൾപ്പെടെ ഒട്ടേറെ സിനിമകളിലും ചന്ദ്രശേഖരൻ അഭിനയിച്ചിട്ടുണ്ട്.

ഒരിക്കൽ കേരളം മുഴുവൻ പറഞ്ഞുകേട്ടിട്ടുള്ള വീടാണ് പോളക്കുളം നാരായണന്റേത്. തിരക്കിട്ട ബിസിനസ് ജീവിതത്തിനിടയിലും പോളക്കുളം നാരായണനും കുടുംബത്തിനും തരക്കേടില്ലാത്ത ആനക്കമ്പവുമുണ്ട്. പലപ്പോഴായി വലുതും ചെറുതുമായ ഏതാനും ആനകൾ ഇവർക്ക് സ്വന്തവുമായിരുന്നു. പോളക്കുളംകാരുടെ എറണാകുളത്തെ റിനൈസൻസ് ഹോട്ടലിനു മുന്നിൽ അതിഥികളെ രസിപ്പിച്ചുകൊണ്ട് കുറേക്കാലം വിലസിയിരുന്ന ഒരു കുട്ടിയാനയുടെ ചിത്രം പലരുടേയും മനസ്സിലുണ്ടാവും.

ആനക്കമ്പക്കാരായ പോളക്കുളത്തുകാർ വാങ്ങിയ പുതിയൊരാനയുടെ ഗൃഹപ്രവേശത്തിനും അവന് 'വിഷ്ണുനാരായണൻ' എന്നു പേരിടുന്ന ചടങ്ങിലും ഗുരുസ്ഥാനം വഹിച്ചത് ചന്ദ്രശേഖരനാണ്. നിറപറയും നിലവിളക്കും വച്ചു വീട്ടിൽ കയറ്റുന്ന ഇത്തരം ചടങ്ങിന് വളരെയേറെ പ്രാധാന്യമുണ്ട്. ഒരു നവവധുവിനെ ഭർതൃഗൃഹത്തിലേക്ക് സ്വീകരിക്കുന്നതുപോലെ ഏറെ പ്രതീക്ഷകളുമായാണ് ഓരോ ആനയേയും ഉടമ വീട്ടിലേക്ക് ആനയിക്കുന്നത്. ആന വളർന്ന് നല്ല പേരെടുത്താൽ അവൻ ചെല്ലുന്നിടത്തൊക്കെ ഉടമയുടെ പേരും പെരുമയും ഉയരും. നാല്പതും അമ്പതും ലക്ഷങ്ങൾ എണ്ണിക്കൊടുത്തിട്ടായാൽപോലും ഏറ്റവും പേരുകേട്ട കൊമ്പന്മാരെ സ്വന്തമാക്കുവാൻ പല ആനപ്രേമികളും മത്സരിക്കുന്നത് ഈയൊരു പേരിനും പ്രശസ്തിക്കും വേണ്ടി മാത്രമാണ്. ആനക്കമ്പക്കാർക്ക് മാത്രം പെട്ടന്ന് ഉൾക്കൊള്ളാനാകുന്ന ഒരു യാഥാർത്ഥ്യമാണത്.

വന്നുകയറുന്ന ആന കുഴപ്പക്കാരനായാൽ ചെല്ലുന്നിടത്തൊക്കെ നാശനഷ്ടങ്ങളും മരണവും വിതയ്ക്കും. ഉടമയുടെ ഉറക്കം നഷ്ടപ്പെടാൻ ഇതിൽപ്പരം എന്തുവേണം. അതിനാൽ നാളും പക്കവും നല്ലനേരവും നോക്കി നിറഞ്ഞ പ്രാർഥനകളോടെയാവും ഓരോ ആനയേയും പുതിയ ഉടമയുടെ വീട്ടിലേക്ക് ആനയിക്കുന്നത്. അങ്ങനെയുള്ള സന്ദർഭത്തിൽ, നല്ല സ്വഭാവഗുണമുള്ള ഒരാനയെ ഗുരുസ്ഥാനത്ത് സങ്കൽപിച്ച്, ആ ചടങ്ങുകൾക്ക് അനുഗ്രഹം നൽകാൻ ക്ഷണിക്കാറുണ്ട്.

വിഷ്ണുനാരായണന്റേതുൾപ്പടെ, ഇങ്ങനെയുള്ള ധാരാളം ചടങ്ങുകൾക്ക് ചന്ദ്രശേഖരൻ ഗുരുസ്ഥാനം വഹിച്ചിട്ടുണ്ട്. 'ഷേണായി ചന്ദ്രശേഖരനെപ്പോലെ സ്വഭാവഗുണവും ജനപ്രീതിയും തങ്ങളുടെ ആനയ്ക്കും ലഭിക്കേണമേ' എന്ന പ്രതീക്ഷയും പ്രാർഥനയുമാകാം ചന്ദ്രശേഖരനെ ഗൃഹപ്രവേശച്ചടങ്ങുകളിൽ അനിവാര്യനാക്കി ത്തീർക്കുന്നത്. കുട്ടിയാനകൾക്കും വിഷ്ണുനാരായണനെപ്പോലുള്ള ഇളമുറത്തമ്പുരാക്കന്മാർക്കും ഏകദേശം പത്തുലക്ഷത്തിനടുത്ത് ഇപ്പോൾ വിലയുണ്ട്. അപ്പോൾ ഏവരുടേയും മോഹപുഷ്പങ്ങളായ ചന്ദ്രശേഖരനെപ്പോലുള്ളവരുടെ വില ഊഹിച്ചുകൊള്ളുക.

പ്രായ-ലിംഗഭേദമില്ലാതെ എവിടെച്ചെന്നാലും ഒരുകൂട്ടം ആരാധകർ ചന്ദ്രശേഖരനെ പൊതിയാ

റുണ്ട്. അവന്റെ ഭക്ഷണക്കാര്യം മാത്രമല്ല, വേണമെങ്കിൽ അവന്റെ കുളിയുടെ ഉത്തരവാദിത്വംവരെ അവർ ഏറ്റെടുത്തുകളയും. ലോകത്താകമാനമുള്ള സകല കന്നംതിരുമാലികളുടേയും താളത്തിനും തഞ്ചത്തിനും ഒപ്പിച്ച് അവൻ കിടന്നുകൊടുക്കുകയും ചെയ്യും. ആനക്കോലിന്റെ വണ്ണവും മുഴുപ്പുമില്ലാത്ത ഇത്തിരിപ്പോന്ന ഒരു രണ്ടാംക്ലാസുകാരനുപോലും മനസ്സുറപ്പുണ്ടെങ്കിൽ അവനെ കുളിപ്പിക്കാം. ആരാധകരുടെ സ്നേഹലാളനങ്ങൾ പാപ്പാന്മാർക്കും ഉടമയ്ക്കും തലവേദനയാകുന്ന ചുരുക്കം ചില സന്ദർഭങ്ങളുമുണ്ട്. രണ്ടുമൂന്ന് ദിവസത്തേക്കായി വാങ്ങിയിട്ടിരിക്കുന്ന പനമ്പട്ടകൾ അവർ മത്സരിച്ച് ഒറ്റദിവസംകൊണ്ട് കൊടുത്തുതീർക്കും. ബ്രെഡ്ഡാണ് ചന്ദ്രശേഖരന്റെ ഒരിഷ്ടഭോജ്യം. ഒരുകൂട് ബ്രഡ്ഡുമായി അവന്റെയടുത്ത് ചെന്നുനോക്കണം. വേണമെങ്കിൽ അപ്പോൾ സാക്ഷാൽ ടൈറ്റാനിക്പോലും അവന്റെ വായിലൂടെ ഓടിക്കാം.

എൺപതു വയസ്സുകഴിഞ്ഞ വെങ്കിടേശ്വരയ്യർ എന്നൊരു പൂജാരി, തൃപ്പൂണിത്തുറ ഉത്സവത്തിന് പതിനഞ്ചുദിവസവും ആനപ്പുറത്തു കയറുവാനും മണിക്കൂറുകളോളം അവിടെയിരുന്ന് ഉറക്കമൊഴിക്കുവാനും തയ്യാറാണ്. പക്ഷേ, ഒറ്റ വ്യവസ്ഥമാത്രം. ആന ചന്ദ്രശേഖരനായിരിക്കണം. അവന്റെ പുറത്താകുമ്പോൾ അൽപം ഉറങ്ങിപ്പോയാലും കുഴപ്പമില്ലെന്നതാണ് അയ്യരുടെ അനുഭവം. ചന്ദ്രശേഖരനെ എഴുന്നെള്ളിക്കുന്നതറിഞ്ഞാൽ എവിടെയായാലും അയ്യർ പറന്നെത്തും; പലപ്പോഴും താൻ ഉടുത്തിരിക്കുന്നതുപോലുള്ള ഒരു മുണ്ട് ചന്ദ്രശേഖരന്റെ പാപ്പാനുവേണ്ടി കരുതിയിട്ടുമുണ്ടാകും. ചന്ദ്രശേഖരനുള്ള സമ്മാനങ്ങളുടെ കാര്യം പറയുകയും വേണ്ട.

ഈയിടെ ചന്ദ്രശേഖരന് ഒരു കൈയബദ്ധം സംഭവിച്ചു. ഒരു തടിമില്ലിൽ ചെറിയ തടിപ്പണിക്ക് പോയതായിരുന്നു. ആനകളെ സംബന്ധിച്ചടത്തോളം നിസ്സാരമായ പണി. ഒരു തെങ്ങിൻതടി ലോറിയിലേക്ക് കൊമ്പിൽതാങ്ങി വയ്ക്കുകയായിരുന്നു ചന്ദ്രശേഖരൻ. പെട്ടന്ന് തടിയുടെ വഴുക്കൽകൊണ്ടോ ആനയുടെ ശ്രദ്ധക്കുറവുകൊണ്ടോ തടി ഊർന്നുപോയി. വന്നുവീണത് തുമ്പിയുടെ അറ്റത്തുള്ള തുണിക്കൈയിൽതന്നെ. കൈ ചെറുതായി മുറിഞ്ഞു. മറ്റേത് ആനയായിരുന്നെങ്കിലും അലറിവിളിച്ച് ബഹളമുണ്ടാക്കേണ്ട സന്ദർഭം. ഓടിയെത്തുന്ന ജനക്കൂട്ടം കാര്യകാരണങ്ങൾ ഗ്രഹിക്കാൻ നിൽക്കാതെ ആനക്കാരന്റെ മുതുകത്ത് കയറുകയും ചെയ്യും. പക്ഷേ, പാവം ചന്ദ്രശേഖരൻ ഒരു ചെറിയ ഒച്ചപോലും ഉണ്ടാക്കിയില്ല. എല്ലാം സഹിച്ച് കടിച്ചുപിടിച്ചുനിന്നു. രക്തക്കണ്ണീർ കുടുകുടെ ചൊരിഞ്ഞത് ആനയായിരുന്നില്ല. ഇരുപത്തിനാല് വർഷമായി ചന്ദ്രശേഖരന്റെ കണ്ണും കാതുമായി കൂടെനടക്കുന്ന ഒന്നാം പാപ്പൻ ഭാസ്കരൻ നായർക്ക് അത് താങ്ങാനാവാത്ത ദുഃഖമായി മാറി. ആനയ്ക്കും പാപ്പാൻമാർക്കുമിടയിൽ ഇത്രയും നീണ്ടനാളത്തെ ബന്ധവും അപൂർവങ്ങളിൽ അപൂർവമായി മാത്രം സംഭവിക്കുന്ന കാര്യമാണ്. എളമക്കര സ്വദേശി സന്ദീപ് എന്ന രണ്ടാം പാപ്പാനും തുടർച്ചയായ നാലാം വർഷമാണ് ചന്ദ്രശേഖരനൊപ്പം താമസിക്കുന്നത്.

ജാത്യാഗുണങ്ങൾ...

ആനകൾക്ക് മറ്റു ജീവികളിൽ നിന്നും വ്യത്യസ്തമായി ചില ജന്മസ്വഭാവങ്ങളുണ്ട്. ഏറെനേരം വെള്ളത്തിൽ കിടക്കുക, പുഴിയിൽ ഉരുളുക, ചേറ്റിൽ കിടക്കുക, മണ്ണുകോരി ദേഹത്തിടുക, ഓലക്കഷണങ്ങൾ കൊണ്ട് ദേഹം വീശുക എന്നിവ ഇത്തരം സ്വഭാവങ്ങളിൽ ചിലതാണ്. ശരീരോഷ്മാവ് കൂടുതലായതിനാലാണ് ആന ഇങ്ങനെ ചെയ്യുന്നതെന്നാണ് ശാസ്ത്രീയ വിശദീകരണം. ആനകൾക്ക് ഈ സ്വാഭാവങ്ങൾ കിട്ടിയതിനു പിന്നിൽ ഒരു കഥയുണ്ട്. ദേവൻമാരുമായി പിണങ്ങി ഒളിവിൽപോയ അഗ്നിദേവനെ കണ്ടുപിടിക്കാൻ ബ്രഹ്മാവ് ആനകളെ ഏൽപിക്കുന്നു. അഗ്നിദേവന്റെ ഒളിപ്പിടം കണ്ടെത്തിയ ആനകൾ, അദ്ദേഹമവിടെ ഇല്ലാതിരുന്ന സമയത്ത് പത്നിയോട് അപമര്യാദയായി പെരുമാറി. ഇതറിഞ്ഞ അഗ്നിദേവൻ ആനകളുടെ ശരീരത്തിനുള്ളിലെ ചൂട് അധികരിക്കട്ടെ എന്നു ശപിച്ചു. കഷ്ടത്തിലായ ആനകൾക്ക് ബ്രഹ്മാവ് കൽപിച്ച പ്രതിവിധിയാണ് പൊടി, ജലം, ചെളി എന്നിവയോടുള്ള ആസക്തി. അന്നു മുതൽ ആനകൾ ശരീരോഷ്മാവ് നിയന്ത്രിക്കാൻ ഈ വസ്തുക്കൾ ഉപയോഗിച്ചു വരുന്നുവത്രെ!

'നീരുസമയ'മെന്ന നല്ല മദപ്പാടുകാലത്തു പോലും കാര്യമായ പ്രശ്നങ്ങളൊന്നും ഇല്ലാത്ത ആനയെന്ന പ്രത്യേകതയും ഇവനുണ്ട്. വേണമെങ്കിൽ താടോടുതാട മദജലം ഒഴുകുന്ന അവസ്ഥയിൽ എഴുന്നെള്ളിക്കുകയും ചെയ്യാം. രണ്ടുമൂന്ന് വർഷം മുമ്പുവരെ നീരുകാലത്തും ഇവനെ എഴുന്നെള്ളിക്കാറുണ്ടായിരുന്നു. ആ സമയം ഇടച്ചട്ടക്കാരോട് കുറച്ച് ഈർഷ്യ പ്രകടിപ്പിക്കും. പിറവത്തിനടുത്തുവച്ച് ഒരിക്കൽ രണ്ടാം പാപ്പാന്റെ നേർക്ക് പാഞ്ഞുചെന്ന് നല്ലൊരു താങ്ങ് കൊടുക്കുകയും ചെയ്തു. പക്ഷേ, കൊണ്ടത് ഒരു ഓട്ടോറിക്ഷയിലായിരുന്നു. ഓട്ടോറിക്ഷ കൊമ്പിൽ താങ്ങിക്കൊണ്ടുള്ള അനിശ്ചിതകാല സമരം അവസാനിപ്പിച്ചത് ഒന്നാം പാപ്പാന്റെ അനുനയത്തിലും മധ്യസ്ഥതയിലുമാണ്. അതുമാത്രമായിരിക്കും ഇത്രയും കാലത്തിനിടയിൽ ചന്ദ്രശേഖരന്റെ പേരിൽ കണ്ടെടുക്കാവുന്ന ഒരേയൊരു കുറ്റച്ചാർത്ത്.

നീരിൽപോലും എഴുന്നെള്ളിക്കാവുന്ന, എല്ലാം തികഞ്ഞ ഒരാന, പലരുടേയും കൈമറിഞ്ഞ് ഇപ്പോഴത്തെ ഉടമയുടെ കൈയിൽ എത്തിയതിനു പിന്നിലും ഒരു കാണാപ്പുറമുണ്ട്. ചന്ദ്രശേഖരന്റെ കാലിൽ പണ്ടൊരു മുറിവുണ്ടായിരുന്നു. നഖം പഴുത്ത് ഉണങ്ങാതെ നിൽക്കുന്ന ഒരു മുറിവ്. പലരും പലതും ചെയ്തുനോക്കിയെങ്കിലും ഒന്നും ഫലിച്ചില്ല. ആനയ്ക്ക് കാൻസറാണെന്ന് പലരും വിധിയെഴുതി. നൂറുനാഴി ചുരത്തുന്ന പശുവാണെന്ന് പറഞ്ഞാലും വശപ്പിശകായിപ്പോയാൽ കാര്യം കഴിഞ്ഞില്ലേ. അതു സംഭവിക്കുന്നതിനുമുമ്പേ മനസ്സില്ലാമനസ്സോടെയാണെങ്കിലും പഴയ ഉടമ ഇവനെ വിൽക്കുവാൻ നിർബന്ധിതനായിയത്രെ!

ഇപ്പോൾ ചന്ദ്രശേഖരൻ അവൻ അർഹിക്കുന്ന ഉടമയുടെ കൈയിൽതന്നെ എത്തിച്ചേർന്നു. തെച്ചിക്കോട്ടുകാവ് രാമചന്ദ്രനേയും മറ്റു പല ആനകളേയുംപോലെ ചന്ദ്രശേഖരന്റേയും ഒരു കണ്ണിന് കാര്യമായ കാഴ്ചയില്ല. മുഖത്തടിച്ചപ്പോൾ ആന തലവെട്ടിച്ചതും അടി കണ്ണിൽകൊണ്ടതുമാകാം. ചന്ദ്രശേഖരന്റെ സ്വഭാവംവച്ച് മനഃപൂർവം സംഭവിക്കേണ്ട കാര്യമില്ലല്ലോ. അത് കേരളത്തിൽ വന്നതിനുശേഷമോ, അതോ ബീഹാറിൽവച്ചോ സംഭവിച്ചതെന്ന് ഇന്നത്തെ ഉടമയ്ക്കും പാപ്പാനും അറിയില്ല.

തൃപ്പൂണിത്തുറയിലെ തൃക്കേട്ട എഴുന്നെള്ളിപ്പിന് തിടമ്പെടുക്കകയെന്നാൽ അത് ഒരാനയ്ക്കുള്ള കാര്യമായ അംഗീകാരം തന്നെയാണ്. നല്ല ചിട്ടയുള്ള നാടൻ ആനകളെ മാത്രമാണ് കഴിവതും ആ സ്ഥാനത്തേക്ക് പരിഗണിക്കുക. പക്ഷേ, ചന്ദ്രശേഖരന്റെ കാര്യംവരുമ്പോൾ അവിടെയും ചട്ടങ്ങൾ മാറ്റിയെഴുതും. വൈക്കത്തഷ്ടമിക്കും ഏറ്റവുമധികം തവണ തിടമ്പെടുത്തിട്ടുള്ള ആനയെന്ന സവിശേഷതയും ഇവനുണ്ട്.

ബീഹാറിൽനിന്നു വന്ന്, മലയാളിക്ക് ഞാറ്റുവേലയേക്കാൾ പ്രിയപ്പെട്ടവനായി മാറിയ ഈ ഗജരാജനെ 'വരത്തൻ' എന്ന മുദ്രകുത്തി ഒരിടത്തും മാറ്റിനിർത്താറില്ല. ആരാധകർക്ക് ഇവൻ കളിത്തോഴനും ആനക്കമ്പക്കാർക്ക് ഇവൻ അന്തസ്സിന്റെ പൂർണകുംഭവുമാണ്. ചന്ദ്രശേഖരന് ഇനിയുമൊരായിരം സ്നേഹസാഗരങ്ങൾ നീന്തിക്കടക്കുവാനുള്ള ബാല്യം ബാക്കിയുണ്ട്. മലയാളികൾക്ക് ഇവൻ വച്ചുനീട്ടുന്ന സ്നേഹപ്പൂവുകൾക്ക് എത്ര നന്ദിപറഞ്ഞാലും മതിയാവില്ല.

***

പുത്തൻകുളം മഹാദേവൻ

തെക്കൻകേരളത്തിൽ നിന്നും വ്യത്യസ്തനായൊരാന

▼ പുത്തൻകുളം മഹാദേവൻ

തൃശ്ശൂർ, പാലക്കാട് ജില്ലകൾ കഴിഞ്ഞാൽ കൊല്ലം ജില്ലയിലാണ് കേരളത്തിൽ കൂടുതലും ആനപ്പൂരങ്ങൾ അരങ്ങേറുന്നത്. തൃശ്ശൂർപ്പൂരവും നെന്മാറ-വല്ലങ്ങിവേലയും ഉത്രാളിക്കാവ് പൂരവുമെല്ലാം ആനകളുടെ ലക്ഷണത്തികവിനും ആഭിജാത്യത്തിനുമാണ് പ്രാമുഖ്യം കൽപിക്കുന്നതെങ്കിൽ ആനച്ചന്തത്തിനൊപ്പം ആനകളുടെ എണ്ണപ്പെരുക്കങ്ങൾക്കും മുൻതൂക്കമുള്ള കുന്ദംകുളം ഭാഗത്തെ മത്സരപ്പൂരങ്ങളോടാണ് കൊല്ലത്തെ ആനപ്പൂരങ്ങൾക്ക് ഏറെ സാദൃശ്യം.

ശ്രീപദ്മനാഭന്റെ മണ്ണിൽ, തിരുവിതാംകൂറിൽ ഏറ്റവുമധികം ആനകളെ അണിനിരത്തിക്കൊണ്ടുള്ള ആനപ്പൂരങ്ങൾക്ക് കൊല്ലത്തെ വെല്ലാൻ മറ്റൊരു നാടില്ല. മുപ്പതും നാൽപതും ആനകൾ അണിനിരക്കുന്ന ഉത്സവങ്ങളിൽ ആനകളെപ്പോലെതന്നെ കുതിരകളുടെ കെട്ടുകാഴ്ചകൾക്കും തുല്യപ്രാധാന്യം ലഭിക്കാറുണ്ട്. കായംകുളം മുതൽ തെക്കോട്ടാണ് രഥങ്ങളും കുതിരവേഷങ്ങളും ഒന്നായി സമന്വയിക്കുന്ന ഇത്തരം കെട്ടുകാഴ്ചകൾ ഉത്സവത്തിമിർപ്പിന്റെ അവിഭാജ്യഘടകങ്ങളായി മാറുന്നത്.

തിരുവിതാംകൂറിൽ ഏറ്റവുമധികം ആനകളുള്ള ജില്ലയെന്ന സവിശേഷതയും കൊല്ലത്തിനുതന്നെയാണ്. കോട്ടയം തൊട്ടുപിന്നിലും.

ആനയേയും ആനച്ചന്തത്തേയും അറിഞ്ഞാദരിക്കുന്ന മലയാളമണ്ണിലേക്ക് വിന്ധ്യനിരകൾക്കപ്പുറത്തു നിന്നും വിരുന്നുവന്ന ഒരു ഹിമവൽപുത്രൻ ഇവിടെയുണ്ട്. അവനാണ് പുത്തൻകുളം മഹാദേവൻ. നല്ലൊരു നാട്ടാനയ്ക്ക് ഉണ്ടായിരിക്കേണ്ടവയെന്ന് നമ്മൾ ആനപ്രേമികൾ നിഷ്കർഷിച്ചുപോന്ന ലക്ഷണത്തികവുകളിൽ ഏതാണ്ട് തൊണ്ണൂറുശതമാനവും ഒത്തുകിട്ടിയിട്ടുള്ള നാട്ടാനയാണിവൻ. ദക്ഷിണ കേരളത്തിലെന്നല്ല, ഇന്ന് കേരളത്തിലങ്ങോളമിങ്ങോളമുള്ള ഗജവീരന്മാരിൽവച്ചുതന്നെ മികച്ച വായുകുംഭത്തിനുടമയെന്ന് മഹാദേവനെ വിശേഷിപ്പിക്കാം. പതിനെട്ട് നഖങ്ങൾ, മോശമല്ലാത്ത തലക്കുന്നി, നാലുപേർക്ക് സ്വസ്ഥമായിട്ടിരിക്കാൻ പാകത്തിലുള്ള ഉടൽനീളം, അങ്ങനെ പ്രഥമദർശനത്തിൽതന്നെ ഏതൊരാനക്കമ്പക്കാരന്റെയും ഹൃദയത്തിൽ ഇടംപിടിക്കാൻപോന്ന ആണൊരുത്തൻ.

വിരിഞ്ഞ മസ്തകവും നല്ല തലവലിപ്പവുമായി തട്ടിച്ചുനോക്കിയാൽ ചെവികൾ തെല്ല് ചെറുതാണെന്നതും തുമ്പി നിലത്തിഴയുന്നില്ലെന്നതും പിന്നെ കുറച്ച് കീഴ്ക്കൊമ്പുകളാണെന്നതും മാത്രമാണ് ഇവനെതിരെ ഉന്നയിക്കാവുന്ന വിമർശനങ്ങൾ.

എല്ലാ ലക്ഷണങ്ങൾക്കും അംഗോപാംഗഭംഗിക്കുമപ്പുറം തനതായ നിലവും തലയെടുപ്പും പിന്നെ ഒമ്പതേമുക്കാൽ അടിയോളമെത്തുന്ന ഉയരച്ചന്തവുമാണ് പുത്തൻകുളം മഹാദേവൻ എന്ന യുവകോമളനെ ഉത്സവനഗരികളുടെ പ്രിയങ്കരനാക്കി മാറ്റുന്നത്. ദക്ഷിണകേരളത്തിൽ ഏറ്റവുമധികം ആനകളും ഒരാനത്താവളവും സ്വന്തമായുള്ള കൊല്ലം പുത്തൻകുളം ഷാജിയാണ് മഹാദേവന്റെ ഉടമ. 2003 ഫിബ്രുവരിയിലാണ് ഉത്തർപ്രദേശിൽ നിന്നും ഈ ആനയെ ഷാജി മലയാളമണ്ണിൽ എത്തിക്കുന്നത്.

ബീഹാർ-ഉത്തർപ്രദേശ് മേഖലകൾ അടക്കിവാഴുന്ന ഹിമവൽപ്പുത്രൻമാരായ ആനകളിൽ മൃഗീയഭൂരിപക്ഷവും സോൺപൂർമേളയെന്ന ബീഹാറിലെ ആനച്ചന്തയ്ക്കെത്തും. പക്ഷേ, പിടയ്ക്കുന്ന നോട്ടുകെട്ടുകളുമായി മലയാളികൾ ഉത്തരേന്ത്യയിലെ ഗ്രാമഗ്രാമാന്തരങ്ങൾ അരിച്ചുപെറുക്കാൻ തുടങ്ങിയതോടെ സോൺപൂർ മേളയിലേക്ക് വമ്പൻമാരായ കൊമ്പന്മാരുടെ വരവ് നിലച്ചു. ശരാശരിക്കാരും കുട്ടിയാനകളും മാത്രമാണിപ്പോൾ സോൺപൂർ മേളയിൽ കച്ചവടത്തിനായി എത്തുന്നത്.

ഇതുവരെ ഏതാണ്ട് നൂറോളം ആനകളെ ഉത്തരേന്ത്യയിൽ നിന്നും കേരളത്തിലേക്ക് ആനയിച്ചിട്ടുള്ള ഷാജിക്ക്, ഉത്തരേന്ത്യയിൽ കച്ചവടത്തിന് സാധ്യതയുള്ള ഒരുവിധം ആനകളൊക്കെ കൈവെള്ളയിലെ രേഖകൾപോലെ ഹൃദിസ്ഥമാണ്. അതിനാൽതന്നെ 'അവിടെയൊരാനയുണ്ട്, ഇവിടെയൊരെണ്ണം ഹിമാലയത്തോട് തോളുരുമ്മി നിൽക്കുന്നു' എന്ന മട്ടിലൊക്കെ ആനബ്രോക്കർമാർ വളിച്ചുപറയുമ്പോൾ അതുകേട്ട് ഷാജി വാലിന് തീപിടിച്ചപോലെ വച്ചുപിടിക്കാറില്ല.

പക്ഷേ, ഒരു നാൾ ഒട്ടും പ്രതീക്ഷിക്കാത്ത നേരത്ത് ഷാജിക്ക് ഒരു ഫോൺകോൾ. സംഭവം ആന തന്നെ! വിളിക്കുന്നത് വെറുമൊരു ബ്രോക്കറല്ല. വർഷങ്ങളായി ഷാജിക്ക് അടുപ്പമുള്ള ഒരു പോലീസുകാരൻ- ഹരിദയാൽ. കക്ഷി വെറും വാക്ക് പറയാറില്ലെന്നത് അനുഭവംകൊണ്ട് ഉറപ്പിക്കാം.

ഹരിദയാൽ എന്ന ബ്രോക്കറുടെ വാക്കുകളിൽ പ്രതീക്ഷയർപ്പിച്ച് ഷാജി ഉത്തർപ്രദേശിൽ എത്തുന്നു. മാനും മഞ്ചാതിയും തിരിഞ്ഞുകയറാത്ത ഏതോ ഒരുൾനാടൻ ഗ്രാമത്തിലേക്കായിരുന്നു യാത്ര. അവിടെ രാംബഹാദൂർ എന്നയാളുടെ വീട്ടിലെത്തി.

രാംബഹാദൂർ എന്ന ആനയുടമയുടെ വലിയ വീടിനു മുന്നിൽ ചെന്നു കയറേണ്ട താമസം, ഷാജിക്ക് ഹരം കയറി. ഐശ്വര്യശ്രീമാനെന്നപോലെ ഒരാനച്ചന്തം മുറ്റം നിറഞ്ഞുനിന്ന് പറക്കണക്കിന് നെല്ല് തിന്നുന്നു. കല്ലിൽ കൊത്തിവച്ച കവിത പോലെയുള്ള അംഗോപാംഗങ്ങൾകൊണ്ട് അനുഗൃഹീതൻ; പേര് ഗണേശ്മിത്രൻ. ഉടമയായ രാംബഹാദൂറിനോട് വിലപേശും മുമ്പുതന്നെ ഷാജി ഹരിദയാലിന്റെ കൈകൾ കൂട്ടിപ്പിടിച്ച് അഭിനന്ദനം അറിയിച്ചു; കച്ചവടം ഉറപ്പിക്കാൻ ആവശ്യപ്പെട്ടു.

ഏതൊരു ബ്രോക്കറും ചാടിവീണ് കച്ചവടം ഉറപ്പിച്ച് കമ്മീഷനും വാങ്ങിപ്പോകേണ്ട മുഹൂർത്തം. പക്ഷേ, ഇവിടെ ഹരിദയാൽ ആനയുടെ വില പറയാൻമാത്രം ഷാജിയെ അനുവദിക്കുന്നില്ല. ആദ്യം ഒന്ന് ആനയെ കണ്ടു മനസ്സിലാക്ക്. എന്നിട്ടാകാം വിലയും കച്ചവടവുമൊക്കെ. ഷാജിയും ഹരിയും ഒരു ദിവസം മുഴുവൻ ആനയോടൊപ്പം ചെലവഴിച്ചു. എന്നിട്ടും ഒരു കൗശലച്ചിരിയുമായി തന്നെ ഉത്കണ്ഠയുടെ മുൾമുനയിൽ നിർത്തിയ ഹരിദയാലിന്റെ മനസ്സിലിരുപ്പ് മാത്രം ഷാജിക്ക് മനസ്സിലായില്ല.

ആനയുടെ എടുപ്പിലും നടപ്പിലും പത്തരമാറ്റാണ്. എല്ലാത്തിനുമുപരി, ഇത്രമാത്രം അനുസരണശീലമുള്ള ഒരാനയും വേറെയില്ല. ആനക്കാരൻ പറയുന്നതിനും ചിന്തിക്കുന്നതിനും അപ്പുറത്തേയ്ക്കും ഇപ്പുറത്തേയ്ക്കും വ്യതിചലിക്കാത്ത ഒരാന. ഇതിൽകൂടുതൽ വേറെന്താ വേണ്ടത്? ഒടുവിൽ ആനയുടമയും ബ്രോക്കറും ഒരു രഹസ്യം

ഷാജിയോട് മൊഴിഞ്ഞു- 'അതുതന്നെയാണ് ഞങ്ങളുടെ ആനയുടെ ഒരേയൊരു പ്രശ്നം. ആനക്കാരൻ പറയുന്നതിനപ്പുറം ഇവൻ അനങ്ങത്തില്ല. കക്ഷിക്ക് കാഴ്ചയിത്തിരി കമ്മിയാ...'

പുത്തൻകുളം മഹാദേവൻ എന്ന പഴയ ഗണേശ്മിത്രനെ, അവന്റെ തലമുറയിലെ മറ്റനേകമനേകം ആനകളിൽ നിന്നും വ്യത്യസ്തനാക്കുന്നത് കാഴ്ചയുടെ കാര്യത്തിലെ ന്യൂനത തന്നെയാണ്. ഇത്തിരി കമ്മിയെന്ന് അവനോടടുപ്പമുള്ളവർ പറയുന്ന ആ ഇത്തിരി ഒരാനയെ സംബന്ധിച്ചടത്തോളം ഒത്തിരിയാണെന്നതാണ് വാസ്തവം. ദൂരക്കാഴ്ച ഒട്ടുംതന്നെയില്ലാത്ത ആനയ്ക്ക്, വലതുകണ്ണിന് ചെറിയ നിഴലാട്ടമുണ്ടെന്ന് വേണമെങ്കിൽ പറയാമെന്നു മാത്രം. ഈ ഭൂമിയിലെ വർണാഭമായ കാഴ്ചകളും ഈ ആനയും തമ്മിലുള്ള ബന്ധം അവിടംകൊണ്ടവസാനിക്കുന്നു.

ഘ്രാണശക്തിയോട് താരതമ്യം ചെയ്താൽ പൊതുവേ ആനകളുടെ കാഴ്ചശക്തി അത്രകണ്ട് പ്രസക്തമല്ലെങ്കിൽക്കൂടി, പുത്തൻകുളം മഹാദേവൻ എന്ന ഗജവീരൻ തന്റെ തലവരകോറിയ ഈശ്വരനോടും പ്രകൃതിയോടും മത്സരിച്ചാണ് ജീവിതപ്പാതകളിലൂടെ ചുവടുകൾ വയ്ക്കുന്നത്. മനുഷ്യൻ എന്ന അന്തകവിത്തിന്റെ കൊടിയ ക്രൂരതകളിൽ ഒറ്റക്കണ്ണൻമാരായും കാൽക്കണ്ണന്മാരായുമൊക്കെ ജീവിക്കുന്ന അനവധി ആനകൾ ഇന്ന് കേരളത്തിലുണ്ട്. എന്നാൽ മഹാദേവൻ എന്ന ഗണേശമിത്രന്റെ ജീവിതത്തെ ദൈവത്തിന്റെ വികൃതിയെന്ന് വിളിക്കുന്നതാകും ഉത്തമം. രാംബഹാദൂറിന്റെ കൈകളിൽ നാലാം വയസ്സിൽ എത്തിച്ചേരുമ്പോൾതന്നെ കുട്ടിയാന കാഴ്ചയിൽ പിന്നോട്ടായിരുന്നു. എന്നാൽ ബുദ്ധിയും യുക്തിയും പത്തിരട്ടിയും. രാംബഹാദൂറിന്റെ വീട്ടിൽ നാഴിയരി കൂടുതൽ വച്ചാൽ, അതിലി

ത്തിരി ശർക്കരയും കൂടി ചേർത്ത് പായസമാക്കിയാൽ, മറ്റാരേക്കാളുമാദ്യം അത് കണ്ടറിഞ്ഞ് അടുക്കളവാതിൽക്കൽ ഓടിയെത്തുന്നതും ആദ്യ പന്തിക്കു മുമ്പുതന്നെ ഉണ്ടുനിറഞ്ഞ് ഒരു കോട്ടുവായുംവിട്ട് പള്ളിയുറക്കത്തിന് ഇടംപിടിക്കുന്നതും ഗണേശ്മിത്രനായിരുന്നു.

ഏതാണ്ട് ആറേഴ് വയസ്സ് പ്രായംവരെ, ചെവിയിൽ പിടിച്ച് നടത്തിക്കൊണ്ട് കൊച്ചുഗണേശമിത്രനെ നിത്യേന അടുത്തുള്ള കാളീക്ഷേത്രത്തിൽ കൊണ്ടു തൊഴീക്കുമായിരുന്നു രാംബഹാദൂർ. ക്ഷേത്രത്തിലെത്തിയാൽ അവന്റെ കഴുത്തിലെ

ചണക്കയർ ക്ഷേത്രത്തിലെ കരിങ്കൽത്തൂണിൽ കെട്ടും. പിന്നെ, രാംബഹാദൂർ തൊഴുതിറങ്ങും വരെ ഗണേശ്മിത്രൻ ഭക്തജനങ്ങളുടെയൊക്കെ ഉറ്റമിത്രമായി, ക്ഷേത്രത്തിലെ ഉണ്ണിയപ്പവും മറ്റു മധുരനിവേദ്യങ്ങളും തൊട്ടുനുണഞ്ഞ് ഭക്തിപ്രഹർഷത്തിൽ ആറാടും. ഒരുനാൾ രാംബഹാദൂർ തൊഴുതിറങ്ങുമ്പോൾ ആനയെക്കെട്ടിയിരുന്നിടത്ത് ആനരോമം പോലും ബാക്കിയുണ്ടായിരുന്നില്ല. ഗ്രാമാതിർത്തിക്കപ്പുറം കൊടുങ്കാടാണ്. ആനക്കുട്ടി കാടുകയറിപ്പോയാൽ പിന്നെ മഷിയിട്ടുനോക്കിയിട്ടും കാര്യമില്ല.

പെൺമക്കൾ മാത്രമുള്ള രാംബഹാദൂറിന് ഗണേശ്മിത്രൻ പിറക്കാതെപോയ മകൻ തന്നെയായിരുന്നു. ഓർമവച്ചകാലം മുതൽ മനുഷ്യരേയും അവരുടെ ചിട്ടവട്ടങ്ങളേയുംകുറിച്ച് മാത്രം അറിവും അനുഭവവുമുള്ള ഒരാനക്കുട്ടി കൊടുങ്കാടിന്റെ ഘോരാന്ധകാരത്തിൽ അകപ്പെട്ടുപോയാലുള്ള ദുരവസ്ഥയോർത്ത് വാടിത്തളർന്ന് വീട്ടിൽ ചെന്നുകയറിയ രാംബഹാദൂർ, തനിക്കു പറ്റിപ്പോയ കൈയബദ്ധം മറ്റാരെയും അറിയിച്ചില്ല. അറിഞ്ഞാൽ കൂട്ടക്കരച്ചിലാവും. കാരണം, തറവാട്ടിലെ മുതുമുത്തശ്ശി മുതൽ കുട്ടികൾക്കുവരെ അവൻ അത്രയേറെ പ്രിയങ്കരനായിരുന്നു.

ആരോ കൊണ്ടുവച്ച ഓട്ടുഗ്ലാസ്സിലെ ചൂടു കാപ്പി ഊതിക്കുടിക്കുമ്പോൾ ആ പാവം ആനയുടമ ശരിക്കും തേങ്ങിപ്പോകുകയും ചെയ്തു. എന്തെന്നാൽ എന്നും ആ കോപ്പയിലെ അവസാന തുള്ളികൾ അവനുമാത്രം അവകാശപ്പെട്ടതായിരുന്നു. ഇനിയതെല്ലാം ഒരോർമമാത്രം... ഒരു തോണ്ടലും വിളിയുമാണ് രാംബഹാദൂറിനെ നഷ്ടസ്വപ്നങ്ങളിൽ നിന്നും ഞെട്ടിച്ചുണർത്തിയത്.

നോക്കുമ്പോഴുണ്ട് 'ഞാനൊന്നുമറിഞ്ഞില്ലേ രാമനാരായണാ' എന്ന ഭാവത്തിൽ ഗണേശ്മിത്രൻ നിന്ന് തലയാട്ടുന്നു. ഒരു പിറന്നാളും ഒരു തുള്ളി പായസവും പറ്റിച്ച പണിയായിരുന്നു ഇതെല്ലാം. മുത്തശ്ശിയുടെ പിറന്നാൾ പ്രമാണിച്ച് ക്ഷേത്രത്തിൽ നിവേദിച്ച പായസവുമായി ഒരു ഭൃത്യൻ പോന്നപ്പോൾ കൊതിമൂത്ത ഗണേശൻ കെട്ടുംപൊട്ടിച്ച് പിന്തുടർന്നുപോന്നതാണ്. കാട്ടിലല്ല, സാക്ഷാൽ നടുക്കടലിൽ തന്നെ കൊണ്ടിട്ടാലും തന്റെ ആനക്കുട്ടൻ പിഴച്ചോളുമെന്നും കര പിടിച്ചോളുമെന്നും ഈ സംഭവത്തിനുശേഷം ആനയുടമയ്ക്ക് തികഞ്ഞ വിശ്വാസമായി. എന്നും എവിടെയും സ്നേഹലാളനകളുടെ ധാരാളിത്തം കൊണ്ട് സമ്പന്നനാണ് മഹാദേവൻ; ആദ്യം ഉത്തർപ്രദേശിലെ രാംബഹാദൂറും പിന്നീട് പുത്തൻകുളം ഷാജിയും. ഉത്സവ എഴുന്നെള്ളിപ്പുകൾക്കല്ലാതെ തടിപിടുത്തം പോലെ ഭാരപ്പെട്ട ജോലികൾക്കൊന്നും ഷാജി മഹാദേവനെ നിയോഗിക്കാറില്ല.

പുത്തൻകുളം മഹാദേവനുമുണ്ട് ഒരു 'ആനബ്രെയ്‌ലിയും' ഒരു തനത് ശരീരഭാഷയും.

'മഹാദേവൻ ലിപി' എന്ന പേരിൽ വേണമെങ്കിൽ മഹാദേവനുതന്നെ അതിന്റെ പേറ്റന്റിനായി അപേക്ഷിക്കുകയും ചെയ്യാം. തന്റെ കാഴ്ചക്കുറവ് ഒരു കുറവായി എപ്പോഴെങ്കിലും മഹാദേവന് തോന്നിയിട്ടുണ്ടോ എന്നറിയില്ല. പക്ഷേ, മഹാദേവന്റെ ചലനങ്ങളും പ്രൗഢഗംഭീരമായ രാജനടയും കണ്ടാൽ അവന് മറ്റാനകൾക്കൊന്നുമില്ലാത്ത എന്തെങ്കിലും വൈകല്യം ഉള്ളതായി ആർക്കും തോന്നുകയില്ല.

ഇടുങ്ങിയ ഊടുവഴികൾ താണ്ടുവാനും പടവുകളിലൂടെ ഇറങ്ങിപ്പോകുന്നതിനും മഹാദേവന് യാതൊരു വൈഷമ്യവുമില്ല. തനിക്കായി സ്നേഹത്തിന്റെ മധുരപ്പഴങ്ങൾ വച്ചുനീട്ടുന്നവരുടെ കൈയിൽ നിന്നും പഴങ്ങൾ ഒന്നൊന്നായി മേടിച്ചു തിന്നുന്നത് കണ്ടാലും ഇവന് കണ്ണുകൾ രണ്ടിലേറെയുണ്ടെന്നേ തോന്നൂ. എങ്കിലും ഒരു പരീക്ഷണമെന്ന നിലയ്ക്ക് ആനയുടെ കണ്ണും കൈയുമായി അവനോടൊപ്പം നടക്കുന്ന പാപ്പാനോട് തെല്ലു നേരത്തേക്ക് അവനിൽ നിന്നും കുറച്ച് ഓടിമാറുവാൻ ആവശ്യപ്പെടുക. പാപ്പാൻ കുലുങ്ങിയാലും ആന കുലുങ്ങില്ലെന്ന നിശ്ചയദാർഢ്യത്തോടെ, തെല്ലും പതർച്ചയില്ലാതെ മുന്നോട്ട് അടിവച്ചുവരുന്ന ആന തെല്ലിട കഴിയുമ്പോൾ, പാപ്പാന്റെ മണവും സാമീപ്യവും കിട്ടാതാവുമ്പോൾ, തന്നിഷ്ടത്തിന് നടക്കാതെ റോഡിൽ നിന്നും വഴിമാറി ഒതുങ്ങി നിൽക്കും.

ഷാജി പുതിയൊരാനയെ കൊണ്ടുവന്നതറിഞ്ഞ് കാണാനെത്തിയ പ്രമുഖ ഗജപരിപാലകനായ മനിശ്ശേരി ഹരിയും പിന്നീട് ഇവനെ വാങ്ങാൻ എത്തിയ തൃശ്ശൂർ പൂതൃക്കോവിൽ ദേവസ്വം ഭാരവാഹികളും ഒന്നും മഹാദേവന്റെ കാഴ്ചക്കുറവ് എന്ന ദൗർബല്യം പെട്ടന്ന് തിരിച്ചറിഞ്ഞിരുന്നില്ല. ഒടുവിൽ, പണ്ട് ഉത്തർപ്രദേശുകാർ തന്നോട് ചെയ്തതുപോലെ ഷാജിതന്നെ കാര്യം അവതരിപ്പിച്ചപ്പോൾ അവരുടെയൊക്കെ അദ്ഭുതാതിരേകങ്ങൾക്ക് ആനമുഴുപ്പുണ്ടായിരുന്നു.

ഭക്ഷണത്തിനും വിശപ്പിനും മുന്നിൽ യാതൊരു വിട്ടുവീഴ്ചയുമില്ലാത്ത മഹാദേവൻ മദപ്പാട് കാലമായാൽ വെള്ളവും തീറ്റയുമൊന്നും കൈകൊണ്ടു തൊടില്ല. മറ്റെല്ലാ സമയവും തന്റെ ഒന്നാം പാപ്പാനിൽ മാത്രം നൂറു ശതമാനം വിശ്വാസം അർപിക്കുകയും പാപ്പാനെ പൂർണമായും ആശ്രയിക്കുകയും ചെയ്യുന്ന ആന, മദപ്പാടായാൽ പാപ്പാൻമാരെ ഏഴയലത്തേക്ക് അടുപ്പിക്കില്ല. ഒന്നാം പാപ്പാൻ ആനപ്പറമ്പിൽ എത്തിയിട്ടുണ്ടെന്ന് മണംപിടിച്ചറിയേണ്ട താമസം ആന ക്രുദ്ധനായി പരാക്രമം കാട്ടിത്തുടങ്ങും.

മദപ്പാടിന്റെ മൂർധന്യത്തിൽ പാപ്പാൻമാരോടുള്ള ദേഷ്യം നിമിത്തം സ്വന്തം തുമ്പിക്കൈ തന്നെ വായിൽവച്ച് കടിച്ചും കൊമ്പുകൾ ഭൂമിയിലാഴ്ത്തിയും വാശി തീർക്കാറുണ്ട് മഹാദേവൻ. അപ്പോൾ കോപംകൊണ്ടു തിളയ്ക്കുന്ന ആനയുടെ വായുകുംഭം പിടച്ചുരുണ്ടു കിടക്കുന്നതും കാണാം. എന്നാൽ മദപ്പാടിന്റെ തീക്ഷ്ണമുഹൂർത്തങ്ങളിലും ഉടമയായ ഷാജിക്ക് ആനയുടെ അടുത്തുചെല്ലാം. കുറച്ചു പഴമോ വെള്ളരിക്കയോ ഒക്കെ ആനയുടെ തുമ്പിക്കൈയിൽ വച്ച് കൊടുക്കുകയും ചെയ്യാം. ഉടമകൾക്ക് ആനകൾ അനുവദിച്ചുനൽകുന്ന ഇത്തരം സ്വാതന്ത്ര്യത്തെ നുണച്ചട്ടമെന്നോ ഇണക്കച്ചട്ടമെന്നോ പറയാം.

കേരളത്തിൽ ഉത്സവങ്ങളുടെ കൊട്ടിക്കലാശം കഴിഞ്ഞ് മഴക്കാലമെത്തുന്നതോടെയാണ് മഹാദേവന്റെ മദപ്പാടു കാലമെന്നതും ഉടമയ്ക്കും ഉത്സവകമ്മിറ്റിക്കാർക്കും സന്തോഷം നൽകുന്ന കാര്യമാണ്. തന്റെ പക്കലുള്ള മറ്റ് ആനകളെ വിൽക്കേണ്ടിവന്നാൽപ്പോലും മഹാദേവനെ കൈയൊഴിയുന്ന പ്രശ്നമില്ലെന്നു ഉടമ തീർത്തു പറയുന്നതും ഇതുകൊണ്ടൊക്കെയാവാം. ആനക്കാർക്കും പൊതുജനങ്ങൾക്കും ഉത്സവനഗരികൾക്കും ഏറ്റവും അനുയോജ്യനും സുരക്ഷിതനുമാണ് മഹാദേവൻ.

തികഞ്ഞൊരു ഭക്ഷണപ്രിയനായ മഹാദേവന് വിശന്നാൽ ചിലപ്പോൾ 'കണ്ണ് കാണാനായെന്നും' വരും. ഉത്തരേന്ത്യൻ സംസ്ഥാനങ്ങളിലെ മറ്റെല്ലാ ആനകളേയുംപോലെ ആലിൻ കൊമ്പുകളായിരുന്നു മഹാദേവന്റേയും പ്രധാനഭക്ഷണം. പക്ഷേ, കേരളത്തിലെത്തി നല്ല പനമ്പട്ടയുടെ സ്വാദറിഞ്ഞതോടെ മറ്റുള്ളതൊന്നും വായ്ക്ക് പിടിക്കാതായി. നെല്ലാണ് മറ്റൊരു ദൗർബല്യം. നെൻമണികൾ

മെതിച്ചു മാറ്റാതെ കൊയ്തുവച്ചിരിക്കുന്ന കറ്റകൾ മഹാദേവന് അമൃതിനു തുല്യം. കൊയ്ത്തുകാലമായാൽ പഴയ ഉടമ നിത്യേന ഒന്നും രണ്ടും കറ്റകൾ ആനയ്ക്ക് കൊടുക്കുമായിരുന്നു.

കടന്നുപോന്ന നാൾവഴിക്കണക്കുകൾ പരിശോധിച്ചാൽ മഹാദേവൻ ഇന്നുവരെ ഒരു പാപ്പാന്റെ നേർക്കും കൊലവിളി മുഴക്കിയിട്ടില്ല. ആനയുടെ കായബലവും ശരീരവലിപ്പവും വർധിക്കുന്നതിനനുസരിച്ച് അവരെ കൈകാര്യം ചെയ്യുന്ന പാപ്പാൻമാരുടെ ജീവനു നേർക്കുള്ള ഭീഷണിയും അധികരിക്കാനാണ് സാധ്യത. അതോടൊപ്പം പുത്തൻകുളം മഹാദേവനെപ്പോലെ ഇത്രയും വലിയ ശരീരവും ശരീരത്തിനനുസൃതമായ ആരോഗ്യവുമുള്ള ആനകളുടെ പാപ്പാൻമാർക്ക് അപകടസാധ്യതയും ജോലിഭാരവും കൂടുതലാണ്. എഴുന്നെള്ളിപ്പാനകൾ എന്ന തിടമ്പെടുക്കുന്ന പ്രധാന ആനകളെ എപ്പോഴും തേച്ചുകുളിപ്പിച്ച് ഭംഗിയായി നിർത്തണം. ഉത്സവത്തിനെത്തുന്ന ആയിരക്കണക്കിന് കണ്ണുകളുടെ ആകർഷണം ഇവരായിരിക്കും.

മഹാദേവനെപ്പോലെ ശരീരവലിപ്പവും കരുത്തനുമായ ഒരാനയ്ക്ക് സാധാരണ നിലയ്ക്ക് മൂന്ന് പാപ്പാൻമാരാണ് പതിവ്. പക്ഷേ, മഹാദേവന്റെ കാര്യത്തിൽ രണ്ട് പേർ തന്നെ ധാരാളം. ഒന്നാം പാപ്പാന്റെ മണമാണ് പ്രധാനമായും മഹാദേവനെ മുന്നോട്ട് നയിക്കുന്നത്.

ഒരു നേത്രശസ്ത്രക്രിയയിലൂടെ മഹാദേവന്റെ വലതുകണ്ണിന്റെ ഇത്തിരിക്കാഴ്ച നിറഞ്ഞ കാഴ്ചയാക്കി മാറ്റിക്കൊടുക്കാമെന്ന വാഗ്ദാനവുമായി ആരെങ്കിലും സമീപിച്ചാൽ എന്തായിരിക്കും ഈ ആനയുടെ മനോവ്യാപരങ്ങൾ എന്ന് സങ്കൽപിക്കുക- സ്വന്തം കാഴ്ചയ്ക്കും കാഴ്ചപ്പാടിനും യാതൊരു പ്രസക്തിയുമില്ലാതെ ആർക്കോവേണ്ടി ജീവിച്ച് ആർക്കോവേണ്ടി തിന്നും കുടിച്ചും നാളുകൾ നീക്കുന്ന ഒരു നാട്ടാനയ്ക്ക് എന്തിനാണ് കണ്ണ്? ഈ ലോകത്തിന്റെ നിറപ്പകിട്ടാർന്ന കാഴ്ചകൾ കണ്ടുകൊതിച്ച് അന്തമില്ലാത്ത സ്വാതന്ത്ര്യത്തെ മോഹിച്ച് അവസാനം വെറുതെ നിരാശയുടെ അഴുക്കു ഭാണ്ഡം ചുമക്കുവാനോ? അതോ, എല്ലാ നിരാശയുടേയും പകയുടേയും മൂർധന്യത്തിൽ വല്ലപ്പോഴുമൊരിക്കൽ ആനക്കാരൻ എന്ന വർഗശത്രുവിന്റെ നെഞ്ചിലേക്ക് കൊമ്പുകളാഴ്ത്തി രക്തം കൊണ്ടഭിഷേകം ചെയ്ത് ഒരുപിടി പാവം കുടുംബങ്ങളെ അനാഥത്വത്തിലേക്ക് ചവുട്ടിത്താഴ്ത്തുവാനോ?

സ്വന്തം കുറവുകളുടേയും വീഴ്ചകളുടേയും പേരിൽ ആരുടേയും സഹതാപത്തിനും കണ്ണുനീരിനും കാത്തുനിൽക്കാതെ തന്റെ ഇച്ഛാശക്തിയുടെ തങ്കത്തിടമ്പുമേന്തി രാജനട നടക്കുകയാണ് മഹാദേവൻ. ഇന്ന് തെക്കൻ കേരളത്തിലെ എണ്ണം പറഞ്ഞ ഗജരാജാക്കന്മാരിൽ പ്രഥമഗണനീയനാണ് പുത്തൻകുളം മഹാദേവൻ. തിരുവിതാംകൂറിന്റേയും ദക്ഷിണ കൊച്ചിയുടേയും മണ്ണിലെ പേരുകേട്ട ക്ഷേത്രങ്ങളിലെയൊക്കെ ഉത്സവത്തിടമ്പുകൾ പുത്തൻകുളം മഹാദേവനെ തേടിയെത്തിക്കൊണ്ടേയിരിക്കുന്നു.

***

പാറമേക്കാവ് പത്മനാഭൻ

ഉയരപ്പെരുമയും പൂരത്തിടമ്പും...

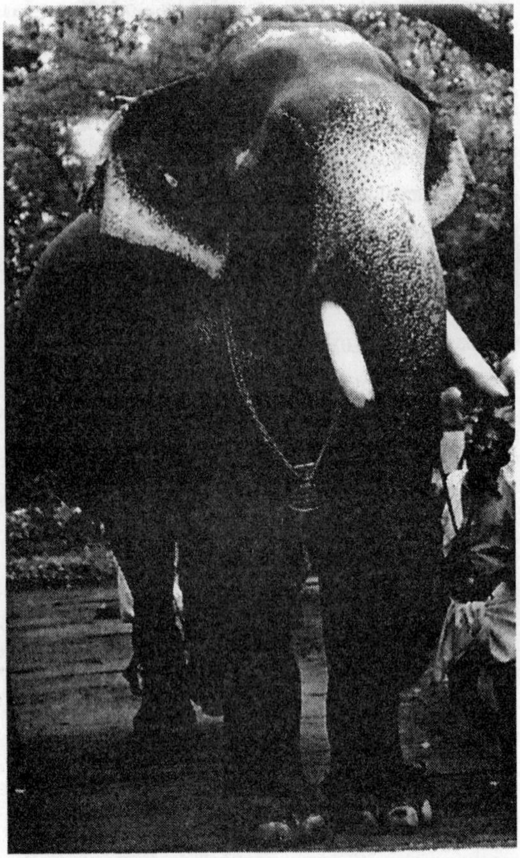

▼ പാറമേക്കാവ് പത്മനാഭൻ

ഇന്ത്യയിൽ ഇന്ന് ആനകൾക്ക് വറുതിക്കാലമാണ്. 'കാട്ടിലെ തടി തേവരുടെ ആന' എന്ന പ്രയോഗവും ശൈലിയും നമ്മൾ മലയാളികൾക്ക് ചിരപരിചിതമാണെങ്കിലും തടിയില്ലാതായതോടെ, കാടുകളിലേയും മരക്കൂപ്പുകളിലേയും തടിപ്പണിയെന്ന ജോലിസാധ്യത നാൾക്കുനാൾ ഇല്ലാതായിക്കൊണ്ടിരിക്കുന്നു. ഇത് ഇന്ത്യയിലെ ആയിരക്കണക്കിന് നാട്ടാനകളുടെ സ്ഥിതി അക്ഷരാർഥത്തിൽ പരിതാപകരമാക്കുകയാണ്.

ആനകളിൽ നിന്നുള്ള ആദായസാധ്യതകൾ തീർത്തും അസ്തമിച്ചതോടെ വടക്കേയിന്ത്യയിലേയും വടക്കുകിഴക്കൻ മേഖലകളിലേയും ആയിരക്കണക്കിന് നാട്ടാനകൾ മുഴുപ്പട്ടിണിയുടെ വേനൽത്തീയിൽ ഉരുകിത്തീരുകയാണ്. ആസ്സാമിൽ, ഉടമസ്ഥർക്ക് ബാധ്യതയായിമാറിയ നൂറുകണക്കിന് ആനകൾ വിശപ്പടക്കാൻ നാടുനീളെ നടന്ന് തെണ്ടുകയാണെന്ന് ഇടക്കാലത്തു പുറത്തുവന്ന ഒരു പത്രവാർത്ത ചൂണ്ടിക്കാട്ടുകയുണ്ടായി. ചെറിയ രീതിയിലെങ്കിലും ഒരു സഹായം നൽകി ഇത്തരം ആനകളെ സർക്കാർ ഏറ്റെടുത്ത് സംരക്ഷിക്കണമെന്നാണ് അവിടത്തെ പരിസ്ഥിതി പ്രവർത്തകരും നല്ലൊരുവിഭാഗം ആനയുടമകളും ഒരേ സ്വരത്തിൽ ആവശ്യപ്പെടുന്നത്. വോട്ടവകാശമില്ലാത്ത ഒരു ന്യൂനപക്ഷ ജീവിവർഗത്തിന്റെ പ്രശ്നമായതിനാൽ, ആർക്കും വേണ്ടാത്ത ആനകളുടെ കാര്യമായതിനാൽ ഈ മുറവിളികൾ കേൾക്കേണ്ടവർ കേൾക്കുന്നില്ലെന്ന് മാത്രം.

വിശ്വപ്രസിദ്ധമായ തൃശ്ശൂർപ്പൂരത്തിന്റെ തിടമ്പേറ്റുവാനുള്ള അപൂർവഭാഗ്യം സിദ്ധിച്ച വടക്കൻ നായകൻ. പാറമേക്കാവ് ശ്രീപരമേശ്വരന്റെ പിൻഗാമിയായി പൂരനഗരിയുടെ ഹൃദയം കവർന്നവൻ. ആയിരക്കണക്കായ ആനകളുടെ ക്രയവിക്രയംവഴി വിശ്വപ്രസിദ്ധമായ ബീഹാറിലെ സോൺപൂർ മേളയുടെ, അന്നാളുവരെയുള്ള ചരിത്രത്തിലെ വലിയ വിലയ്ക്ക് വിൽപനനടന്ന ആനച്ചന്തം-അതാണ് പാറമേക്കാവ് പത്മനാഭൻ. പത്മനാഭൻ കേരളത്തിലെത്തിയിട്ട് ഏതാനും വർഷങ്ങളാകുന്നതേയുള്ളൂ.

ഇന്ത്യയിൽ ഇന്ന് കേരളത്തിലല്ലാതെ മറ്റെവിടെയും പത്തടിക്കുമേൽ ഉയരമുള്ള നാട്ടാനകളെ കണികാണാൻ പോലുമില്ലെന്നതാണ് ഏറ്റവും അദ്ഭുതകരമായ യാഥാർഥ്യം. ഉയരവും ഭംഗിയു

മുള്ള നല്ലൊരാനയെ കണ്ടാൽ, അല്ലെങ്കിൽ അങ്ങനെയൊരെണ്ണം ഉണ്ടെന്ന് ആരെങ്കിലും പറഞ്ഞു കേട്ടാൽ കാറ്റിനേക്കാൾ വേഗം മലയാളികൾ പറന്നെത്തും. അതിന് ഒമ്പതരയടിക്കുമേൽ ഉയരമുണ്ടെങ്കിൽ കഥ പറയുകയും വേണ്ട. മത്സരിച്ച് വിലപറഞ്ഞ് അവസാനം ബീഹാറികളും ആസ്സാമികളും സ്വപ്നത്തിൽപോലും ചിന്തിക്കാത്തത്ര വലിയ തുകയ്ക്കാവും ആനയേയും കൊണ്ട് ഏതെങ്കിലും ഒരു ആനക്കമ്പക്കാരൻ കേരളത്തിലേക്ക് വണ്ടിപിടിക്കുക.

മധ്യപ്രദേശിലെ സാംഗ്ലിയിൽ ബബ്‌ലു എന്ന വലിയൊരാന നിൽക്കുന്നുണ്ടെന്നതാണ് ഇപ്പോൾ ആനക്കമ്പക്കാരായ ചില ആനയുടമകളുടെ ഉറക്കംകെടുത്തുന്ന ഒരു യാഥാർത്ഥ്യം. അതും പത്തടി കഷ്ടിയാണത്രെ. അവനെയും കൊണ്ടേ ഇനി കേരളത്തിലേക്കുള്ളൂ എന്നുപറഞ്ഞ് പലരും ലക്ഷങ്ങൾ കെട്ടിപ്പെറുക്കി പുറപ്പെട്ടതുമാണ്. പക്ഷേ, ഒരു ക്ഷേത്രട്രസ്റ്റിന്റെ സ്വന്തമായ ഈയാനയുടെ പേരിൽ ബാങ്കിൽ കോടികളുടെ നിക്ഷേപമാണുള്ളത്. തെക്കൻകേരളത്തിൽ നിന്നെത്തിയ ഒരു ആനക്കച്ചവടക്കാരൻ പത്തുലക്ഷം രൂപയും വലുതും ചെറുതുമായ അഞ്ചാനകളേയും കൊടുക്കാമെന്ന് വാഗ്ദാനം ചെയ്തിട്ടുകൂടി സാംഗ്ലിയാനയുടെ ചുമതലക്കാർ വഴങ്ങിയില്ല. നമ്മുടെ ഏത് നാട്ടാനയുടേയും ഇരട്ടി വണ്ണമുള്ള സാംഗ്ലിയാന അക്ഷരാർഥത്തിൽ ഒരു നാടിന്റെ മുഴുവൻ കണ്ണുലുണ്ണിയും മലയാളികളുടെ കണ്ണുകടിയുമാണെന്നതാണ് യാഥാർത്ഥ്യം. (സാംഗ്ലിയാന അടുത്തിടെ ചരിഞ്ഞതായി വാർത്തവന്നിരുന്നു).

കേരളത്തിലെത്തി ഇത്രയും ചുരുങ്ങിയ നാളുകൾക്കുള്ളിൽത്തന്നെ മലയാളിയുടെ ആനക്കമ്പത്തിന്റെ പ്രധാന കഥാപാത്രമാകാൻ പദ്മനാഭൻ എന്ന ഹിമവൽപുത്രനെ പ്രാപ്തനാക്കിയത് ഇവന്റെ അജയ്യമായ ഉയരപ്പെരുമ തന്നെയാണ്. സോൺപൂർ മേളയുടെ ചരിത്രത്തിലെ തന്നെ ഏറ്റവും വിലയേറിയ താരം എന്ന അപൂർവറെക്കോഡ് ഇവന്റെ പേരിൽ കുറിക്കപ്പെട്ടതിന്റെ കാരണവും ഇവന്റെ ഉയരപ്പെരുമയല്ലാതെ മറ്റൊന്നുമല്ല.

▼ സാംഗ്ലിയാന ബബ്‌ലു

ആനകളുടെ അണിനിരത്തലിനും എഴുന്നെള്ളത്തിനും മാത്രമായി ഒരു ആടയാഭരണശൈലിയും സംഗീതശാഖയും രൂപംകൊണ്ട നാടാണ് കേരളം. ഇവിടെ പാറമേക്കാവ് പദ്മനാഭനെ ഗജലക്ഷണശാസ്ത്രത്തിന്റെ അംഗപ്രത്യംഗകണിശതകൾ തികഞ്ഞ ഒരാനയെന്ന് വിളിക്കാനാവില്ല. പക്ഷേ, ഇന്നത്തെ ഉത്സവനഗരികളിൽ ആനകളുടെ അനിവാര്യ യോഗ്യതകളായിത്തീരുന്ന രണ്ട് അടിസ്ഥാന ഘടകങ്ങൾ ഇവനിൽ കൃത്യമായി ഒത്തുചേർന്നിരിക്കുന്നു-ഉയരപ്പെരുമയും അത്യാവശ്യം സ്വഭാവശുദ്ധിയും.

തൃശ്ശൂരിലെ വ്യവസായ പ്രമുഖനും ആനപ്രേമിയുമായ നന്തിലത്ത് ഗോപുവാണ് കനപ്പെട്ട വില കൊടുത്ത് പദ്മനാഭനെ കേരളത്തിലേക്ക് കൊണ്ടുവരുന്നത്. കുടുംബപരമായി ആനക്കമ്പവും ഗജപരിപാലനപാരമ്പര്യവും ഒന്നും അവകാശപ്പെടാനില്ലാത്ത ഗോപുവിന്റെ വീട്ടിലേക്ക് ആനയും ആനക്കമ്പവും പടികടന്നുവന്നത് അമ്മത്തൊട്ടിലിന്റെ താരാട്ടുപോലെ ഹൃദ്യമായ ഒരു കാൽപനിക പാതയിലൂടെയാണ്. ഗോപുവിന്റെ രണ്ടുവയസ്സുകാരൻ മകന് ഇത്തിരിയില്ലാത്ത പ്രായത്തിൽ തന്നെ ആനയും ആനക്കഥകളും ഏറെയിഷ്ടമായിരുന്നു. എത്ര വാശിപിടിച്ചുകരയുകയാണെങ്കിലും 'ഗജകേസരിയോഗം' എന്ന സിനിമ ഇട്ടുകൊടുത്താൽ പിന്നെ പടം തീരുന്ന

തുവരെ കക്ഷിയുടെ കാര്യം കുശാൽ. സിനിമയിൽ ഇന്നസെന്റ് ആനയോട് പറയുന്ന ഹിന്ദി വാക്കുകളാണത്രെ മിണ്ടിത്തുടങ്ങാൻ ശ്രമിക്കുന്ന പ്രായത്തിൽ തന്നെ കൊച്ചുപയ്യൻ ഹൃദിസ്ഥമാക്കിയത്.

ആനക്കമ്പക്കാരനായ മകന്റെ പിറന്നാളിന് ഗുരുവായൂരിലേക്ക് ഒരാനയെ നടയ്ക്കിരുത്തുവാൻ ഗോപു തീരുമാനിക്കുന്നു. കുസൃതിക്കുടുക്കയായ അർജുൻ എന്ന ആനക്കുട്ടി അങ്ങനെയാണ് വീട്ടിലേക്ക് എത്തുന്നത്. ഗുരുവായൂരപ്പനുള്ള കാണിക്കയാണെന്ന് അറിയാമെങ്കിലും കൊച്ചുകൊച്ചു കുറുമ്പുകളിലൂടെ, ഒരു കുട്ടിയാനയ്ക്ക് മാത്രം സാധ്യമാവുന്ന വില്ലത്തരങ്ങളിലൂടെ കുറഞ്ഞ നാളുകൾക്കുള്ളിൽ തന്നെ അവൻ കുടുംബത്തിൽ ഒരംഗമായി മാറിക്കഴിഞ്ഞിരുന്നു.

ഒടുവിൽ അർജുനനെ നടയ്ക്കിരുത്തുന്ന ദിവസം എത്തിയപ്പോൾ, കുട്ടിക്കൊമ്പൻ, വീട്ടിൽനിന്നും എന്നെന്നേയ്ക്കുമായി വിടപറഞ്ഞിറങ്ങുകയാണെന്ന വിഷമത്തിൽ വീട്ടിൽ ആർക്കും പരസ്പരം മിണ്ടാനും പറയാനും വയ്യാത്തത്ര വിഷമമായി. ഇത്തിരിയെങ്കിലും മൂടിക്കെട്ടിയ മനസ്സുമായാണ് അവർ അവനെ ഗുരുവായൂരപ്പന് സമർപ്പിച്ച് മടങ്ങിയത്. അങ്ങനെ ഒരിക്കലും പറിച്ചെറിയാനാവാത്ത ആനക്കമ്പത്തിന്റെ വിത്തുകൾ നന്തിലത്ത് കുടുംബത്തിൽ പാകിയശേഷമാണ് അർജുനൻകുട്ടി ഗുരുവായൂരപ്പന്റെ ആനത്താവളത്തിലേക്ക് ചേക്കേറിയത്. ഗുരുവായൂരിലെ ആനയോട്ടമത്സരത്തിലെ സ്ഥിരം ജേതാവായ ഗോപീകണ്ണനും നന്തിലത്തുകാർ നടയ്ക്കിരുത്തിയ ആനയാണ്. അതിനുശേഷം പലപ്പോഴായി പത്തോളം ആനകൾ ഈ കുടുംബത്തിൽ വന്നുപോയിട്ടുണ്ട്. എങ്കിലും കേരളം മുഴുവൻ അംഗീകരിക്കുന്ന ഒരാനച്ചന്തത്തിനായുള്ള ഇവരുടെ കാത്തിരിപ്പിന്റെ പരിസമാപ്തിയായിട്ടായിരുന്നു പത്തടിയോളം ഉയരമുള്ള പദ്മനാഭൻ കടന്നുവന്നത്.

ബീഹാറിൽ നിന്നും 2002-ൽ ഗോപു പദ്മനാഭനെ കണ്ടെടുക്കുമ്പോൾ സ്വന്തമെന്ന് പറയാൻ ആരുകണ്ടാലും ഒന്ന് നോക്കിപ്പോകുന്ന ഉയരം മാത്രമേ ആസ്തിയായുണ്ടായിരുന്നുള്ളു. ആലിൻ കൊമ്പുകളും ഉണങ്ങിവരണ്ട വൈക്കോലും മാത്രം ഭക്ഷിച്ചിരുന്ന ആനയുടെ കോലം എല്ലും തോലും മാത്രമായിരുന്നു. എങ്കിലും നന്നായി മെനക്കെട്ടാൽ ആന കൊഴുത്തുമിനുങ്ങാൻ വലിയ താമസമുണ്ടാവില്ലെന്നൊരു വിശ്വാസത്തിൽ അതിനെ വാങ്ങി.

പീതാംബർധാരിയെന്നായിരുന്നത്രെ അന്നിവന്റെ പേര്! പീതാംബറിനെ കൊണ്ടുനടന്നിരുന്നത് മൊയ്നുൾ ഇസ്ലാം എന്ന പാപ്പാനും പുത്രൻ പതിനാലു വയസ്സുകാരൻ ഹബീബുമാണ്. ഒരു ഹോട്ടലിൽവരുന്ന ടൂറിസ്റ്റുകളെ നാടുകാണിക്കാനുള്ള സഫാരിമൃഗമെന്നതായിരുന്നു അന്നിവന്റെ പ്രധാനദൗത്യം. ആനയെ വിറ്റശേഷം, ഏഴുനാൾ നീണ്ട ലോറിയാത്രയിൽ പീതാംബർധാരിയേയും കൊണ്ട് കേരളത്തിലേക്കുപോന്നത് കൊച്ചുഹബീബ് മാത്രം. നല്ലൊരാനത്തോട്ടിയുടെ തടിമിടുക്കുപോലുമില്ലാത്ത ഹബീബിന്റെ വായ്ത്താരികൾക്കൊപ്പം പീതാംബർധാരി ഒരു നിഴൽപോലെ അനുസരിച്ചു നിൽക്കുന്നത് തൃശ്ശൂരിലെ ആനക്കമ്പക്കാർക്ക് ഒരു വേറിട്ട കാഴ്ചതന്നെയായിരുന്നു.

നന്തിലത്ത് പദ്മനാഭനായി രൂപവും ഭാവവും മാറിയ ആനയുടെ പുതിയ പാപ്പാനോട് കൊച്ചുഹബീബ് ആവശ്യപ്പെട്ടത് ഒന്നുമാത്രം. 'നിങ്ങൾ ഇവനെ വെറുമൊരാനയായി കണ്ട് ചുമ്മാ തല്ലിച്ചതയ്ക്കരുത്. പറയേണ്ടതുപോലെ പറഞ്ഞാൽ മതി. പീതാംബർ അനുസരിച്ചോളും'. ഹബീബിന്റെ വാക്കുകൾ അക്ഷരംപ്രതി ശരിയാണെന്ന് തെളിയിക്കുന്നതായിരുന്നു പിന്നീട് ഈയാനയുടെ ഓരോ ചലനങ്ങളും; ഓരോ പ്രഭാതവും.

ലോറിയാത്രയ്ക്കൊടുവിൽ ഒരു സന്ധ്യയ്ക്ക് തൃശ്ശൂരിൽ വന്നിറങ്ങിയ ആനയെ പുതിയ പാപ്പാൻ രാമൻ ഒരടിയേ അടിച്ചുള്ളൂ. ആന മെരുങ്ങിക്കഴിഞ്ഞിരുന്നു. ഒത്തിരി വിരുതൻമാരെയും വഴക്കാളികളെയും കൈകാര്യം ചെയ്തിട്ടുണ്ടെങ്കിലും ഇങ്ങനെയൊരാന ആ പാപ്പാന്റെ ജീവിതത്തിൽതന്നെ ഒരദ്ഭുതമായിരുന്നു. പ്രതീക്ഷിച്ചതിലും വളരെ നേരത്തേതന്നെ ആന തന്റെ ഇഷ്ടത്തിനും ഇംഗിതത്തിനുമൊപ്പം നീങ്ങുന്നത് കണ്ട

പ്പോൾ, പാപ്പാനൊരാശ- 'നമുക്കിവനെ നാളെ ത്തന്നെ ഒരു പൂരമെടുപ്പിച്ചാലെന്താ'?

ജീവിതത്തിലിന്നോളം നെറ്റിപ്പട്ടം കെട്ടുകയോ കാതടപ്പിക്കുന്ന മേളത്തിനും കരിമരുന്ന് പ്രയോഗങ്ങൾക്കും മധ്യേ ചിട്ടയോടെ മറ്റാനകൾക്കൊപ്പം നിന്ന് ഉത്സവം കൂടുകയോ ചെയ്തിട്ടില്ലാത്ത ഒരാനയെ, വന്നയുടനെ പൂരത്തിനയയ്ക്കുക എന്നത് കുറച്ച് കടന്നകൈ തന്നെയായിരുന്നു. എങ്കിലും പാപ്പാന്റെ ഉത്സാഹവും ആനയുടെ നല്ല നടപ്പും കണ്ടപ്പോൾ ഉടമയായ ഗോപുവും തൃശ്ശൂരിലെ അശോകേശ്വരം ശിവക്ഷേത്രഭാരവാഹികളും അതുറപ്പിച്ചു കഴിഞ്ഞിരുന്നു- നാളെ പുലർച്ചേയുള്ള വിളക്കിനെഴുന്നെള്ളിപ്പിന്റെ തിടമ്പ് ഈ നവാഗതൻ ഏറ്റും. ഒടുവിൽ കൊട്ടിക്കലാശവും കഴിഞ്ഞ് തിടമ്പിറക്കി ആനയുടെ മുഖത്തുനിന്നും നെറ്റിപ്പട്ടം അഴിച്ചപ്പോഴാണ് ഉടമയുടെ ശ്വാസം നേരെവീണത്.

ആനയോടൊപ്പം ആനപ്പറമ്പിലേക്ക് നീങ്ങിയ ഉടമയോട് ക്ഷേത്രഭാരവാഹികളിൽ ഒരാൾ പറഞ്ഞ വാക്കുകൾ 'സമാധാനത്തിനുള്ള നോബൽസമ്മാനം ഇവനാണ് കൊടുക്കേണ്ടത്' എന്നായിരുന്നു. ആ വാക്കുകൾ നന്തിലത്ത് പദ്മനാഭനുള്ള എക്കാലത്തേയും വലിയ സ്വഭാവസാക്ഷ്യപത്രം തന്നെയായിരുന്നു. അങ്ങനെ നന്തിലത്ത് കുടുംബത്തിന്റെ പ്രിയപ്പെട്ട 'പപ്പനാ'യി ഇവൻ മാറി.

ആനകൾ കൂറ്റരും കരുത്തരുമാകുന്നതിനനുസരിച്ച് അവരുടെ സ്വഭാവത്തിലും തെല്ല് ധാർഷ്ട്യവും ചങ്കൂറ്റവും ഇഴചേരുന്നത് തീർത്തും സ്വാഭാവികം. പക്ഷേ, അങ്ങനെയുള്ള ഒരാനയെ ഇത്ര വിധേയത്വത്തോടെയും അനുസരണയോടെയും ഒത്തുകിട്ടുകയെന്ന് പറഞ്ഞാൽ ഗജപരിപാലനരംഗത്ത് ഉടമയുടെ അത്യപൂർവമായ ഒരു ഭാഗ്യംതന്നെയാണ്. കേരളത്തിലെത്തി രണ്ടാഴ്ചയ്ക്കകം ഏറെ പ്രസിദ്ധമായ തൃപ്പൂണിത്തുറ വൃശ്ചികോത്സവത്തിന് പൂർണത്രയീശന്റെ സ്വർണത്തിടമ്പേന്തുവാനുള്ള അപൂർവഭാഗ്യവും പദ്മനാഭനുണ്ടായി.

മനുഷ്യരോട് മാത്രമല്ല, മറ്റു മൃഗങ്ങളോടും പദ്മനാഭന് സ്നേഹവും ബഹുമാനവുമാണ്. ഉദാഹരണത്തിന് കന്നുകാലികൾ മേയുന്ന ഒരു കുന്നിൻപുറത്തേക്ക് പദ്മനാഭനെ വിട്ടാൽ അവൻ കാലികൾക്ക് ഉപദ്രവമൊന്നുമുണ്ടാക്കാതെ അടങ്ങി നിൽക്കും. ആനയുടെ വിധേയത്വമറിഞ്ഞ് കാലികൾ അവനെ ആക്രമിക്കാതെ നോക്കണമെന്നുമാത്രം. അല്ലെങ്കിൽ ഗാന്ധിമാർഗക്കാരനായ പദ്മനാഭനെപ്പറ്റി, ചിരിക്കാൻ വകയുള്ള വാർത്തകൾ വല്ലതും പിറ്റേന്നത്തെ പത്രങ്ങളിൽ ഇടം പിടിക്കും- 'കാലികൾ കൂട്ടത്തോടെ ആനയെ ആക്രമിച്ചു' എന്നോ മറ്റോ. നമ്മൾ പ്രതീക്ഷിക്കുന്നതിൽ നിന്നും വിഭിന്നമായി മറ്റു മൃഗങ്ങളോട് ഇടപഴകുന്ന ഇത്തരം സന്ദർഭങ്ങളിൽ ആനയായിരിക്കുമത്രെ കൂടുതൽ പേടിക്കുന്നതും വിറളിയെടുക്കുന്നതും. പേടിച്ച് ഓടാനും ഇത് അധികമാണത്രെ! പ്രശ്നക്കാരായ ആനകളാണെങ്കിൽ ആക്രമിക്കാനും മതി.

കുളിപ്പിക്കുമ്പോൾ അവസാനം മാത്രമേ പാപ്പാൻമാർ പദ്മനാഭന്റെ മുഖത്തും തലയിലും വെള്ളമൊഴിക്കാറുള്ളൂ. അതവന്റെ ശീലവും നിർബന്ധവുമാണ്. ഈ പിടിവാശി ഓർക്കാതെ ഏതെങ്കിലും പാപ്പാൻ ഇത്തിരി വെള്ളം ആദ്യം മുഖത്ത് ഒഴിക്കാമെന്ന് വച്ചാൽ പദ്മനാഭൻ അതോടെ കുളി അവസാനിപ്പിച്ച് എഴുന്നേറ്റ് കഴിഞ്ഞിരിക്കും. വലിയൊരു വാഴക്കുല ആനയുടെ കൈയെത്തുംദൂരത്ത് കൊണ്ടുവച്ചാൽ വായിൽ വെള്ളമൊക്കെ ഊറുമെങ്കിലും പാപ്പാന്റെ സമ്മതം കിട്ടാതെ അവൻ അതിനുനേർക്കു തുമ്പിനീട്ടില്ലത്രെ! കുറഞ്ഞപക്ഷം അങ്ങനെയൊക്കെയാണെന്നാണ് അവന്റെ വേണ്ടപ്പെട്ടവരുടെ 'വയ്പ്'.

പദ്മനാഭന്റെ മസ്തകത്തിൽ വലിയൊരു വെള്ളപ്പാടുണ്ട്. ബീഹാറിൽവച്ച് ആനയുടെ നേർക്കുണ്ടായ ക്രൂരതകളുടെ ബാക്കിപത്രമെന്ന പതിവ് മറുപടിയാണ് പ്രതീക്ഷിക്കുന്നതെങ്കിൽ തെറ്റി. കേരളത്തിലെത്തിയശേഷം സംഭവിച്ച ചെറിയൊരു അബദ്ധമാണത്. ആന തലയിൽ വാരിയിട്ട ഏതോ മണ്ണിൽ നിന്നുമേറ്റ പൊള്ളലാണ് ആ അടയാളം. മണ്ണ് ദേഹംമുഴുവൻ വാരിയിട്ടുകൊണ്ടുള്ള കുളി ആനകൾക്ക് ആരോഗ്യദായകമാണെങ്കിലും ചില നേരങ്ങളിൽ ഇങ്ങനേയും സംഭവിക്കാം! എന്തായാലും പൊള്ളൽപ്പാടിനു

മേലെ കറുത്ത പുള്ളികൾവന്ന് അത് മാഞ്ഞുതുടങ്ങിയിട്ടുണ്ട്.

വെള്ളത്തിലിറങ്ങുന്ന ചില ആനകൾ മണിക്കൂറുകൾ കഴിഞ്ഞാലും കരയ്ക്ക് കയറാതെ പാപ്പാൻമാരെ ധിക്കരിച്ച് തുടിച്ചുകുളിക്കാറുണ്ട്. അപ്പോൾ അനുനയിപ്പിക്കാനുള്ള പാപ്പാൻമാരുടെ കൊഞ്ചിക്കലും പുന്നാരങ്ങളും ആനയുടെ കൊച്ചുമനസ്സിൽ കുളിര് കോരിയിടും. ആനയുടെ മർമ്മത്തിൽ ഞരടിയാൽ അവ കോരിത്തരിക്കും. കോരിത്തരിക്കുന്നത് ആനയ്ക്കായതിനാൽ അതിനിത്തിരി ഗാംഭീര്യം കൂടുമെന്ന് മാത്രം. എന്നാൽ അപ്പോഴേക്കും ആന പാപ്പാനെ അനുസരിച്ച് കഴിഞ്ഞിരിക്കും. ഈ പ്രയോഗം പദ്മനാഭനിലും ഫലപ്രദമായി പാപ്പാൻമാർ നടപ്പാക്കാറുണ്ട്.

തൃപ്രയാർ ഉത്സവം ആനകളെ സംബന്ധിച്ച് ഏറെ വിശേഷപ്പെട്ടതാണ്. ആനകളുടെ ആരോഗ്യത്തിനും ഐശ്വര്യത്തിനും തൃപ്രയാർ ദേവനെ പ്രാർഥിച്ചാൽ മതിയെന്നാണ് വിശ്വാസം. തൃപ്രയാർ തേവരുടെ സ്വർണത്തിടമ്പേറ്റുകയെന്ന അപൂർവഭാഗ്യം പദ്മനാഭന് ലഭിക്കുകയുണ്ടായി. തൃപ്രയാർ, തൃപ്പൂണിത്തുറ, മരട് തുടങ്ങിയ സ്ഥലങ്ങളിലെ ക്ഷേത്രങ്ങളിലൊക്കെ ഇന്ന് പദ്മനാഭൻ ആനക്കമ്പക്കാരുടെ സ്നേഹലാളനകൾ പിടിച്ചുപറ്റുന്ന പതിവുമുഖമാണ്. വർഷത്തിൽ 364 ദിവസവും അടഞ്ഞുകിടക്കുന്ന വടക്കുംനാഥന്റെ തെക്കേഗോപുരം, തൃശ്ശൂർപ്പൂര ദിവസം കണിമംഗലം ശാസ്താവിന്റെ തിടമ്പുമേന്തിവന്ന് തള്ളിത്തുറന്ന് അകത്തുകടക്കുവാനുള്ള അപൂർവഭാഗ്യവുമായിട്ടായിരുന്നു തൃശ്ശൂർപ്പൂരത്തിന് പദ്മനാഭന്റെ അരങ്ങേറ്റം. ഇന്ന്, തൃശ്ശൂർ പൂരത്തിലെ താരമായിരുന്ന പാറമേക്കാവ് പരമേശ്വരന്റെ പിൻഗാമിയായി പദ്മനാഭൻ വിലസുകയാണ്. അടുത്ത കാലത്താണ് നന്തിലത്തുനിന്നും പദ്മനാഭൻ പാറമേക്കാവ് ദേവസ്വത്തിന്റെ സ്വന്തമായത്.

മറ്റെന്തിനേക്കാളുപരി ആനയുടെ ഉയരം മാനദണ്ഡമാക്കുന്ന മത്സരപ്പൂരങ്ങളുടെ കാലമാണിത്. മത്സരപ്പൂരങ്ങളിൽ ഓരോ വിഭാഗത്തിനും തങ്ങളുടെ ഗജവീരന്റെ തല എല്ലാത്തിനുംമേലേ ഉയർന്നുനിൽക്കണമെന്ന ഒരൊറ്റ ശാഠ്യം മാത്രമേയുണ്ടാവൂ. കേരളത്തിലെത്തി, ചുരുങ്ങിയ കാലത്തിനുള്ളിൽതന്നെ എഴുന്നെള്ളത്തിന് നല്ല ചിട്ടയോടെ ഒരേ നിലവിൽ നിൽക്കുവാൻ ശീലിച്ചുകഴിഞ്ഞ പാറമേക്കാവ് പദ്മനാഭൻ പൂരപ്പറമ്പുകളിൽ ആവേശത്തിമിർപ്പുകൾ ഉയർത്തിക്കൊണ്ട്

മുന്നേറുകയാണ്. ആരാധകരുടെ ആവേശം വാനോളം ഉയരുന്ന മത്സരപ്പൂരങ്ങളിൽ, ആന ക്ഷമയുടെ നെല്ലിപ്പടിയും താണ്ടുന്ന കാഴ്ചകൾക്കാവും നമ്മൾ സാക്ഷിയാകുക. അവിടെ പാറമേക്കാവ് പദ്മനാഭനെപ്പോലെ, ഉയരപ്പെരുമയുടെ തലയെടുപ്പോടെ നിൽക്കുന്ന തികഞ്ഞ ശാന്തശീലർ ഉത്സവപ്പറമ്പുകൾക്ക് ഒരലങ്കാരവും അനുഗ്രഹവുമാണ്.

കാലം ഒഴുകുകയാണ്. മലയാൺമയുടെ മണ്ണിലെത്തി ഇരുപത്തിനാലു മണിക്കൂറിനുള്ളിൽ തന്നെ ഉത്സവത്തിടമ്പേത്തി ചരിത്രം സൃഷ്ടിച്ച ഈ ഗജരാജനെ കാത്ത് പുതിയ ഉയരങ്ങളും അംഗീകാരത്തിന്റെ പുതുപുത്തൻ സ്വർണത്തിടമ്പുകളും കാത്തിരിക്കുന്നു. പാറമേക്കാവ് പദ്മനാഭനായതോടുകൂടി ഈ ഗജവീരന്റെ സ്ഥാനം പ്രതീക്ഷകൾക്കപ്പുറത്തായിരിക്കുകയാണ്. ഉയരപ്പെരുമയ്ക്കൊപ്പം സമാധാനത്തിന്റെ സന്ദേശവാഹകൻ എന്ന താരത്തിളക്കം കൂടിയാവുമ്പോൾ പാറമേക്കാവ് പദ്മനാഭൻ മലയാളമണ്ണിൽ ആനച്ചന്തത്തിന്റേയും ആനക്കമ്പത്തിന്റേയും സ്നേഹഗാഥകളും വീരഗാഥകളും വിരചിക്കുന്നതിന് നമുക്ക് കാതോർ ത്തിരിക്കാം.

***

▼ പാറമേക്കാവ് ഭഗവതിക്ഷേത്രം

തിരുവമ്പാടി കുട്ടിശങ്കരൻ

ഉത്സവപ്പെരുമ

▼ തിരുവമ്പാടി കുട്ടിശങ്കരൻ

കേരളത്തിലെ ആനപ്രേമികൾക്കിടയിൽ പ്രചുരപ്രചാരം നേടിയ ആനപ്പേരുകളിൽ ഒന്നാണ് കുട്ടിശങ്കരൻ. ആനകളുടെ പേരുകൾ ആലോചിക്കുമ്പോൾ ആരുടേയും മനസ്സിലേക്ക് ആദ്യം ഓടിയെത്തിയേക്കാവുന്ന ഒരു പേരുമാണ് കുട്ടിശങ്കരൻ എന്നത്. എല്ലാക്കാലത്തും, ഏതുനാട്ടിലും ചില കുട്ടിശങ്കരന്മാരുണ്ടായിരുന്നു. ഈ തലമുറയിലുമുണ്ട് പേരുകേട്ട ചില കുട്ടിശങ്കരന്മാർ. അങ്ങനെ വടക്കുനിന്നുവന്ന് മലയാളികളുടെ പ്രിയങ്കരനായിമാറിയ ഒരുവനാണ് തിരുവമ്പാടി കുട്ടിശങ്കരൻ. പേരും പെരുമയുമുള്ള ഉത്സവനഗരികളിലെ അനിവാര്യസാന്നിധ്യമാണിവൻ. വടക്കുംനാഥന്റെ തട്ടകത്തിലെ പ്രൗഢഗംഭീരമായ പൂരനഗരിയുടെ അഭിമാനമായ കുട്ടിശങ്കരൻ, ദൈവത്തിന്റെ സ്വന്തം നാട്ടിൽ ഇന്ന് ഏറെ ആരാധകരും അതിനൊപ്പം തന്നെ ആവശ്യക്കാരുമുള്ള ഗജരാജനാണ്. നാട്ടാനകളുടെ സംഘർഷഭരിതമായ ജീവിതത്തിലെ നീരുകാലം അഥവാ മദപ്പാടുകാലം എന്ന കടമ്പ മഴക്കാലത്ത് തന്നെ താണ്ടുകയും, ഉത്സവകാലത്തിന്റെ മണിമുഴക്കങ്ങൾ ആയിരംമേനികളായി കൊയ്തുകൂട്ടുവാനും അളന്നുപൊലിക്കുവാനും അരയും തലയും മുറുക്കി അരങ്ങിലെത്തുകയും ചെയ്യുന്ന ഈ ആനച്ചന്തത്തെ, ദൈവങ്ങളെ തലയിലേന്താൻ വേണ്ടിമാത്രമുള്ള ഒരു തിരുപ്പിറവി എന്നു വിശേഷിപ്പിച്ചാലും അധികമാവില്ല.

ആനയുടെ ലക്ഷണശാസ്ത്രങ്ങളിൽ അസാമാന്യ വൈഭവം ഉള്ളവർക്കു പോലും ഒറ്റ നോട്ടത്തിൽ ഒരിക്കലും ഒരു ഉത്തരേന്ത്യൻ ആനയെന്ന് തിരിച്ചറിയാൻ കഴിയാത്തത്ര അഴകും ഗാംഭീര്യവുമാണ് തിരുവമ്പാടി കുട്ടിശങ്കരനെ വ്യത്യസ്തനാക്കുന്നത്. ഒപ്പം ആൾക്കൂട്ടത്തിന്റെ ഇഷ്ടതോഴൻ എന്ന സ്വഭാവഗുണവും. ഈയാനയെ മലയാളമണ്ണിലേക്ക് ആനയിച്ചത് കീരങ്ങാട്ട് നമ്പൂതിരിയായിരുന്നു. ഇന്ന് 296 സെ.മീ. ഉയരവും ഏതാണ്ട് നാലു-നാലര ടൺ ശരീരഭാരവും അമ്പതോടടുത്ത് വയസ്സ് പ്രായവുമുള്ള ഇവനെ ഉത്തർപ്രദേശിൽനിന്നുമാണ് കീരങ്ങാട്ട് നമ്പൂതിരി കുപ്പയിലെ മാണിക്യത്തെയെന്നോണം കണ്ടെടുക്കുന്നത്; അന്ന് പ്രായം ഏതാണ്ട് ഇരുപതിനടുത്തായിരുന്നു. അന്നത്തെ ഉടമ രാമചന്ദ്രസിംഗ് എന്ന കർഷകനും.

ബീഹാർ ആനകളിൽ ഇത്രയും നിലത്തിഴ

തൃശ്ശൂരിനുസമീപം വെളപ്പായക്ഷേത്രപരിസരത്തുള്ള പാലിയത്ത് ഗോപിമേനോന്റെ തറവാട്ടുപറമ്പിലാവും പലപ്പോഴും മദപ്പാടുകാലത്ത് കുട്ടിശങ്കരന്റെ തട്ടകം. മദപ്പാടിന്റെ മൂർധന്യാവസ്ഥയിൽ, 'ശട്ടം' പറയാനെത്തുന്ന രണ്ടാംപാപ്പാനു നേർക്ക് പനഞ്ചണ്ടികൾ വാരിയെറിയുകയും പരാക്രമം കാട്ടുകയും ചെയ്യുന്ന, വല്ലാത്ത ഉൻമാദാവസ്ഥയിലായിരിക്കും കുട്ടിശങ്കരൻ. ആനയുടെ മദപ്പാടുനാളുകളിലെ ഭീകരചിത്രമാണിത്; മദപ്പാട്, കഥകളിൽവച്ചുതന്നെ ഏറ്റവും ഭയാന കവും. മദപ്പാടിന്റെ പ്രഹേളികയിലേക്കു താൻ നീങ്ങുകയാണെന്ന് തിരിച്ചറിയുന്ന കാട്ടാനകൾ ഈ ഘട്ടത്തിൽ കൂട്ടത്തിൽ നിന്നും വളരെ ദൂരത്തേക്ക് മറ്റുള്ളവർക്ക് ശല്യമാവാതെ അകന്നുമാറി, തന്നോടുതന്നെ യുദ്ധം ചെയ്തായിരിക്കും ഈ ഭീകരാവസ്ഥയെ അതിജീവിക്കുന്നത്. നാട്ടാനകൾ ഈ കാലം വേറൊരു രീതിയിൽ കൊണ്ടാടുന്നു.

കുലംകുത്തിയൊഴുകുന്ന മദപ്പാടിന്റെ പ്രാരംഭഘട്ടത്തിൽ, ആനയുടെ ശരീരത്തിൽ പുരുഷഹോർമോണുകളുടെ ഉത്പാദനം സാധാരണയിൽ നിന്നും ഏതാണ്ട് എട്ടിരട്ടിയോളം അധികരിക്കുമത്രെ! നമ്മൾ മനുഷ്യരുടെ സുരക്ഷിതത്വത്തിനും സൗകര്യത്തിനും വേണ്ടി നാട്ടാനകൾ മദപ്പാടു സമയത്ത് അതിശക്തമായ ചങ്ങലക്കെട്ടുകളാൽ ഇടംവലം തിരിയാനാവാതെ തളയ്ക്കപ്പെടും. കണ്ണുകൾക്കും ചെവികൾക്കുമിടയ്ക്കായുള്ള കന്നക്കുഴിയിലൂടെ മദജലം ഒലിച്ചുകൊണ്ടേയിരിക്കുന്ന മദപ്പാടവസ്ഥയിൽ ആനകൾ കാര്യമായി തീറ്റയെടുക്കാതെയും വെള്ളംകുടിക്കാതെയും ലോകത്തോടു മുഴുവനും പിന്നെ തന്നോടുതന്നെയും നിഴൽയുദ്ധത്തിൽ ഏർപ്പെടും. ആ നേരങ്ങളിൽ പാപ്പാൻമാരുടെ നിഴൽവെട്ടം കാണുന്നതുപോലും ആനകളെ വിറളി പിടിപ്പിക്കും. അപ്പോൾ ആന എന്തൊക്കെ ചെയ്തുകൂട്ടുമെന്ന് ആർക്കും സങ്കൽപിക്കാനാവില്ല. കന്നക്കുഴിയിലൂടെ മാത്രമല്ല, രോമകൂപങ്ങളിൽകൂടി പോലും മദപ്പാടുകാലം ആനകൾ ഒരുതരം സ്രവം വിസർജിക്കുമത്രെ! ആ കറയും പിന്നെ തേച്ചുകുളിയും തുടയുമില്ലാതെയുള്ള ഒരേ നിൽപുമൊക്കെയാവുമ്പോൾ മദപ്പാടുകാലത്ത് ഏതാനയും യുന്ന തുമ്പിയുള്ള മറ്റൊരാനയില്ല. എപ്പോഴും വട്ടംപിടിച്ചും വീശിയും കൊണ്ടിരിക്കുന്ന വലിയ ചെവികൾ, തനിമയാർന്ന വെള്ളാരം കണ്ണുകൾ, മോശമല്ലാത്ത തലക്കുന്നി, വായുകുംഭത്തിന് താഴേക്കും ബീഹാറികൾക്ക് പതിവില്ലാത്തത്രയും വിരിവ്, മസ്തകത്തിലും തുമ്പിയിലും ചെവിയിലും മാത്രമല്ല, മറ്റൊരാനയ്ക്കും കാണാനാവാത്തവിധം ശരീരമാസകലം സമൃദ്ധമായ മദഗിരികൾ അഥവാ ചെമ്പൻ പുള്ളികൾ- അങ്ങനെയങ്ങനെ ലക്ഷണപ്പിടിവാശികൾ കുട്ടിശങ്കരനിൽ അലിഞ്ഞുചേരുകയാണ്.

കീരങ്ങാട്ട് മനയിലെ രാപാർക്കലിനിടെ ഒരിക്കൽ കുട്ടിശങ്കരന് വസൂരി ബാധിച്ചു. ആനകളിൽ അത്യപൂർവമായി മാത്രം സംഭവിക്കാവുന്ന ഒരവസ്ഥ. ദേഹമാസകലം മുളച്ചുപൊന്തി. കണ്ണുകൾ പോയേക്കുമോ എന്നുപോലും ഭയന്നുപോയ സാഹചര്യം! ഒടുവിൽ കുമിളച്ചതെല്ലാം ഉണങ്ങിപൊറ്റ പൊളിഞ്ഞുപോയപ്പോഴോ, കുട്ടിശങ്കരൻ ആളൊന്നു വെളുത്തുതുടുത്തു സുന്ദരനായി.

പലരും പ്രതീക്ഷിച്ചേക്കാവുന്നതുപോലെ തിരുവമ്പാടി ദേവസ്വത്തിന്റെ ആനയല്ല തിരുവമ്പാടി കുട്ടിശങ്കരൻ. തൃശ്ശൂർ ശക്തൻ നഗറിനടുത്തുള്ള പുരാതന ക്രിസ്ത്യൻ കുടുംബമായ ചിറ്റിലപ്പിള്ളി വീട്ടിൽ, ലോനപ്പൻ-ത്രേസ്യാ ദമ്പതികളുടെ പുത്രനായ ഡേവിസിന്റെ സ്വന്തവും ജീവന്റെ ജീവനുമാണ് ഇവൻ. ഡേവിസിനെ ജ്ഞാനസ്നാനം ചെയ്യിച്ചത് അസാമാന്യ ആനക്കമ്പമുണ്ടായിരുന്ന ഏതെങ്കിലും ഒരു പാതിരിയായിരുന്നിരിക്കണം. മാമ്മോദീസാ വെള്ളത്തോടൊപ്പം അറിഞ്ഞോ അറിയാതെയോ ഒരൽപം ആനക്കമ്പത്തിന്റെ വിത്തുകൾകൂടി അദ്ദേഹം കുഞ്ഞുഡേവിസിന്റെ മൊട്ടത്തലയിൽ കുടഞ്ഞിട്ടുമുണ്ടാവണം. അല്ലായിരുന്നെങ്കിൽ ഡേവിസെന്ന ഈ സത്യക്രിസ്ത്യാനി അജപാലകൻമാരുടെ പതിവുപാതകൾ വിട്ട് ഗജപാലനത്തിലേക്ക് തിരിയുമായിരുന്നോ?

സാധാരണ ആനയുടമകളിൽ നിന്നും തികച്ചും വേറിട്ടൊരു മുഖമാണ് ഡേവിസിന്റേത്. ആനകളുമായുള്ള ഡേവിസിന്റെ ബന്ധം പവിത്രമായൊരു ഉപാസനയാണ്.

ഭീകരൻമാരാവും എന്നതാണ് സത്യം.

പാപ്പാനു നേർക്ക് ചീറിയടുക്കുന്ന സന്ദർഭത്തിലും ഉടമ ഡേവിസിന് ആന തെല്ല് സ്വാതന്ത്ര്യമൊക്കെ അനുവദിച്ചുനൽകിയെന്നുവരാം. എങ്കിലും മദപ്പാടുകാലത്തെ ആ സ്വാതന്ത്ര്യത്തെ അപ്പാടെ വിശ്വസിക്കുവാനോ പരീക്ഷണത്തിന് മുതിരുവാനോ ഈ ആനയുടമ തയ്യാറല്ല. ആനയുടെ മദപ്പാടു കാലമെന്ന തൊല്ലയെല്ലാം മഴക്കാലത്തിനൊപ്പം പെയ്തൊഴിയുമെന്നതിനാൽ, കുട്ടിശങ്കരന് പ്രധാന ഉത്സവങ്ങളും പൂരങ്ങളും ഒന്നും നഷ്ടപ്പെടാറില്ല. ശരാശരി നൂറ് മുതൽ നൂറ്റിഇരുപതുവരെ പൂരങ്ങളിൽ ആന പങ്കെടുക്കും. ചുരുക്കിപ്പറഞ്ഞാൽ തീറ്റിപ്പോറ്റുന്നവന്റെ മനസ്സുനിറയ്ക്കാൻ പോന്നവനാണ് കുട്ടിശങ്കരൻ.

ഉത്സവത്തിന് നിരന്നു നിൽക്കുന്ന എത്ര ഗജവീരൻമാർക്കിടയിലും സദാ വിടർത്തിപ്പിടിച്ച വെളുത്ത ചെവികൾ കുട്ടിശങ്കരന്റെ സാന്നിധ്യം പ്രത്യേകം വിളിച്ചറിയിക്കും. കുട്ടിശങ്കരന്റെ ചെവിപിടുത്തം നിമിത്തം ഇരുപുറവും നിൽക്കുന്ന ആനകളുടെ മുഖം കുറച്ചൊക്കെ മറഞ്ഞുപോകും എന്നൊരു പരാതിയും ചില ആനയുടമകൾക്കുണ്ട്.

ഉത്സവങ്ങളുടെ ഉറ്റതോഴനായ കുട്ടിശങ്കരന് ലക്ഷണപ്രത്യേകതകൾക്കുപരി, മറ്റു കൗതുകകരമായ സവിശേഷതകളുമുണ്ട്. മിക്കവാറും എല്ലാ ആനകളും ലോറിയിൽ കയറാൻ മടികാണിക്കുമ്പോൾ കുട്ടിശങ്കരന്റെ ലോറികയറ്റം ബഹുരസമാണ്. ലോറി കൊണ്ടുനിർത്തി, അതിലേക്ക് കയറാനായി തട്ടിട്ടുകൊടുത്ത്, നിർബന്ധിച്ചു ബലം പ്രയോഗിച്ചാണ് മിക്കയാനകളേയും കയറ്റുക. എന്നാൽ കുട്ടിശങ്കരന്റെ മുമ്പിൽ ലോറിവന്നു നിന്നാൽ, നടക്കാൻ തുടങ്ങുന്ന കൊച്ചുകുട്ടികൾ കസേരയിൽ വലിഞ്ഞുകയറുന്നതുപോലെ, തുമ്പിയും മുൻകാലുകളുമുപയോഗിച്ച് അവൻ ലോറിയിൽ കയറിപ്പറ്റും. ബഹുരസമാണീ കാഴ്ച!

പാപ്പാൻമാരോട് വല്ലാത്ത ഒരടുപ്പവും അൽപം കൊഞ്ചിക്കുഴച്ചിലും കൂടുതലാണ് കുട്ടിശങ്കരന്. പാപ്പാൻ കൈ നീട്ടി അവന്റെ തുമ്പിയിൽ ഒന്ന് തലോടിയാൽതന്നെ മനംനിറഞ്ഞ് കുറുകികുറുകി നിൽക്കും; പാപ്പാൻ ഒന്നു തൊടുമ്പോഴോ അടുത്തു ചെന്ന് പേരുവിളിക്കുമ്പോഴോ കണയിറക്കി മൂത്രമൊഴിക്കാറുണ്ടിവൻ. ഇത് പാപ്പാനോടുള്ള സ്നേഹത്തിന്റേയും വിധേയത്വത്തിന്റേയും ലക്ഷണമാണ്.

കീരങ്ങാട്ട് നമ്പൂതിരിയിൽ നിന്നും മമ്മിയൂരിനടുത്തുള്ള കൊമ്പൻ തടിമില്ലുകാരാണ് കുട്ടിശങ്കരനെ ആദ്യം വാങ്ങിയത്; അവരിൽ നിന്നും ചിറ്റിലപ്പള്ളി ഡേവിസും. അന്ന് 'കോടാലി നാരായണൻ' എന്നറിയപ്പെട്ടിരുന്ന കോടാലി സ്വദേശി നാരായണനായിരുന്നു ഒന്നാംചട്ടക്കാരൻ. കുറ്റിക്കോട് നാരായണൻ എന്ന പാപ്പാൻ സഹായിയും. പിന്നീട് കുറ്റിക്കോട് നാരായണൻ ഒന്നാമനായപ്പോൾ ഓണക്കൂറുകാരൻ മറ്റൊരു നാരായണൻ സഹായിയായെത്തി.

വാക്കിലും നോക്കിലും പാപ്പാൻമാരോട് വല്ലാത്തൊരു അടുപ്പവും മമതയും പുലർത്തുന്ന തിരുവമ്പാടി കുട്ടിശങ്കരൻ, കേരളത്തിലെ ഏറ്റവും പ്രഗല്ഭരായ രണ്ടു പാപ്പാൻമാരുടെ ജീവനെടുക്കാൻ കാരണക്കാരനായി എന്നതാണ് ഏറെ ദുരൂഹമായ ഒരു സമസ്യ. എത്രതന്നെ ഇണങ്ങിയാലും ചങ്ക് പറിച്ചുകൊടുത്തു സ്നേഹിച്ചാലും വല്ലപ്പോഴുമെങ്കിലും പൊട്ടിത്തെറിച്ചുപോകുന്ന ആനയെന്ന വന്യതയുടെ ദുരൂഹവും ആപത്കരവുമായ അനിശ്ചിതത്വങ്ങളാണ് കുട്ടിശങ്കരൻ കാട്ടിത്തരുന്നത്.

കുട്ടിശങ്കരനാൽ മരണമടഞ്ഞവർ രണ്ടും നാരായണൻമാർ. ഇരുവരും വർഷങ്ങളോളം കുട്ടിശങ്കരനെ കൊമ്പിൽ പിടിച്ച് വഴി നടത്തിയവർ-ഓണക്കൂർ നാരായണനും കുറ്റിക്കോട് നാരായണനും. കുറ്റിക്കോട് നാരായണൻ ഒന്നാമനായിരിക്കുമ്പോൾ തന്നെ ഓണക്കൂർ നാരായണന് ആനയിൽ തികഞ്ഞ സ്വാതന്ത്ര്യമുണ്ടായിരുന്നു. ചില പ്രത്യേക സ്വഭാവരീതികളുണ്ടായിരുന്ന കുറ്റിക്കോടൻ എവിടെയെങ്കിലും പോയാൽ ദിവസങ്ങളും മാസങ്ങളും കഴിഞ്ഞായിരിക്കും തിരിച്ചെത്തുക. ആ സമയത്തൊക്കെ ഓണക്കൂറുകാരൻ യാതൊരു പ്രശ്നവുമില്ലാതെ ആനയെക്കൊണ്ടു കാര്യങ്ങൾ ഭംഗിയായി നടത്തും. ആനയ്ക്കും ആനക്കാരനുമിടയിൽ അന്നോളം കാര്യമായ പ്രശ്നങ്ങളൊന്നുമില്ലാതെ, ഒരാൾ മറ്റെയാളിൽ വിശ്വാസമർപ്പിച്ച് സ്വച്ഛമായി നീങ്ങിയ

ഒരു സഹകരണപ്രസ്ഥാനം!

തൃശ്ശൂർ ശക്തൻ നഗറിനടുത്തുവച്ചായിരുന്നു കുട്ടിശങ്കരൻ ആദ്യത്തെ കടുംകൈ ചെയ്തത്. പടക്കം പൊട്ടുന്നതുകേട്ട് ആന ഒന്ന് പിന്നാക്കം മാറി. കുട്ടിശങ്കരന്റെ കഴുത്തിലെ ചങ്ങലയിൽ പിടിച്ച് ഓണക്കൂർ നാരായണൻ മുന്നോട്ട് വലിച്ചു. പൊടുന്നനെ കുട്ടിശങ്കരൻ നാരായണനെ തുമ്പിയിൽ ചുഴറ്റിയെറിയുന്നതാണ് കാണുന്നത്. തലയടിച്ചുള്ള വീഴ്ചയിൽ തന്നെ എല്ലാം കഴിഞ്ഞു. സ്നേഹിച്ചു കൊണ്ടുനടന്ന ആന തന്നോട് ഇതെന്തിന് ചെയ്തു എന്ന് ഒരുനിമിഷം ഒന്ന് ഓർമിക്കുവാൻപോലും സാവകാശം നൽകാതെ, ഒരു മരണം!

കുട്ടംകുളങ്ങര അർജുനനാനയുടെ ആക്രമണത്തിൽ കഴുത്തിനു താഴെ തളർന്ന് കിടക്കുന്ന കുറ്റിക്കോടൻ നാരായണന്റെ അനുജൻ അപ്പുണ്ണിയെ കാണാൻ ആശുപത്രിയിൽ എത്തി, തന്നാൽ കഴിവുള്ളത് തലയണത്താഴെ വച്ചശേഷമാണ് ഓണക്കൂർ നാരായണൻ അന്ന് കുട്ടിശങ്കരന്റെ ചങ്ങലയഴിച്ച് മരണത്തിലേക്കു പോയിമറഞ്ഞത്.

കൊമ്പിൽ ചോരയുമായി നിന്ന ആന കുറ്റിക്കോടൻ വന്ന് വിളിച്ചപ്പോൾതന്നെ ഒന്നുംസംഭവിക്കാത്തപോലെ ഒപ്പം ചെല്ലുകയും ചെയ്തു. കുറ്റിക്കോടൻ നാരായണൻ എന്ന ആനപാപ്പാൻ, ആനപാപ്പാൻമാർക്കെല്ലാം എന്നും ഒരു മാതൃകയും അദ്ഭുതവുമായിരുന്നു. കുറ്റിക്കോടനും കുട്ടിശങ്കരനാനയും തമ്മിലുള്ള ബന്ധം പഠിച്ചാലും തീരാത്ത ഒരു പാഠപുസ്തകവും. ഭംഗിയായി വസ്ത്രധാരണം ചെയ്തും വൃത്തിയായി നടന്നും മുണ്ടിനു മേലെ രണ്ടാംമുണ്ട് കെട്ടിയും ആനയേക്കാൾ വലിയ ആനച്ചന്തത്തോടെ ഉത്സവപ്പറമ്പുകളിൽ നിൽക്കാറുള്ള കുറ്റിക്കോടന്റെ ചിത്രം ഇന്നും ലക്ഷോപലക്ഷം ആനപ്രേമികളുടെ മനസ്സിൽ വേറിട്ട കാഴ്ചയായി ബാക്കിയുണ്ട്.

ആയുഷ്കാലം മുഴുവൻ ഊരുതെണ്ടിയായി അലഞ്ഞുജീവിച്ച പപ്പ(ദ്മ)നാഭൻനായരിൽനിന്നുമാണ് കുറ്റിക്കോടൻ ആനപ്പാവിലെ ഓതിരവും കടകവുമെല്ലാം മനഃപാഠമാക്കിയത്. ചിലപ്പോൾ മണിക്കൂറുകൾ നീളുന്ന എഴുന്നെള്ളിപ്പിനുശേഷം ക്ഷീണിതനായി നിൽക്കുന്ന കുട്ടിശങ്കരനെ തലോടി നാരായണൻ ആശ്വസിപ്പിക്കും. അങ്ങനെ സ്നേഹത്തിന്റെ തൂവൽസ്പർശങ്ങൾ അയാൾ ആനയുടെ മനസ്സിലേക്ക് ഊതിപ്പറത്തും.

വലിയ ഉത്സവങ്ങളൊക്കെ കഴിഞ്ഞ് റോഡിലൂടെയും മറ്റും ആനകളെ കൂട്ടമായി വഴിയടിച്ചു പോകുമ്പോൾ കുറ്റിക്കോടൻ പലപ്പോഴും ആനപ്പുറത്ത് പുറംതിരിഞ്ഞാവും ഇരിക്കുക. എന്നിട്ട് ഉറക്കെയുറക്കെ പാടും. പിന്നാലെ വരുന്ന ആനക്കാർ അതേറ്റുപാടുകയും ചെയ്യും. കഥയൊന്നു മറിയാത്ത പൊതുജനം കരുതുക, ആനക്കാരൻ കുടിച്ചുപൂസായി വെളിവില്ലാപ്പാട്ട് പാടുകയാണെന്നായിരിക്കും.

ഓണക്കൂർ നാരായണന്റെ മരണത്തിനുശേഷം കുറ്റിക്കോടൻ പലപ്പോഴും പറയുമായിരുന്നു, ഈ സ്നേഹിച്ചുകൊണ്ടുനടക്കുന്ന ആനയുടെ കൊമ്പിൽ തന്നെയാവും തന്റെയും മരണമെന്ന്. "എന്നുവച്ച് സ്നേഹിക്കാണ്ടിരിക്കാൻ പറ്റ്വോ, ആനേല്ലേ" എന്നും കുറ്റിക്കോടൻ ചിരിച്ചുകൊണ്ട് തന്നെ കൂട്ടിച്ചേർക്കും. പക്ഷേ, കേട്ടുനിൽക്കുന്നവർക്ക് ചിരിക്കാനാകുമായിരുന്നില്ല. അതായിരുന്നു കുറ്റിക്കോടൻ നാരായണൻ. അവസാന ശ്വാസം വരെ ആനയെ സ്നേഹിച്ചുമരിച്ച ആനക്കാരൻ.

2002-ലെ തൃപ്പൂണിത്തുറ ഉത്സവം. പതിനഞ്ച് ആനകൾ രണ്ടുനേരം എഴുന്നെള്ളുന്ന ഇവിടെ, ഓരോദിവസവും ഓരോ ആനകൾക്കും മാറിമാറിയാവും തിടമ്പ് നൽകുക. അന്നത്തെ ദിവസം കുട്ടിശങ്കരനായിരുന്നു തിടമ്പ്. കുട്ടിശങ്കരനും പാപ്പാനും വൈക്കത്തഷ്ടമി കഴിഞ്ഞ് നേരെ തൃപ്പൂണിത്തുറയ്ക്ക് പോകുന്നു. അന്നുച്ചയ്ക്ക് ഒരു പഞ്ചനക്ഷത്ര ഹോട്ടലിൽ നടന്ന ചടങ്ങിലും ആന പങ്കെടുത്തു. കുറേദിവസങ്ങൾ കൂടിയാണ് അന്ന് കുറ്റിക്കോടൻ എത്തിയത്. ഇനി എല്ലാ ദിവസവും രണ്ടാംപാപ്പാനായ ഷിബു ഉറക്കം ഒഴിക്കേണ്ടതല്ലേ എന്നോർത്ത് ആ രാത്രി താൻ നിന്നോളാം എന്ന് നിർബന്ധം പറഞ്ഞ് ആനയോടൊപ്പം കുറ്റിക്കോടൻ നിന്നു.

ഇറക്കിയെഴുന്നെള്ളിക്കാറാവുമ്പോഴേക്കും

ആദ്യമുണ്ടായിരുന്ന പതിനഞ്ചാനകൾ ഏഴായി ചുരുങ്ങുകയും പിന്നീട് ഏഴ് അഞ്ചായും അഞ്ച് മൂന്നായും ഒടുവിൽ അവസാനപ്രദക്ഷിണത്തിന് തിടമ്പേറ്റിയ എഴുന്നെള്ളിപ്പാന മാത്രമാകുകയും ചെയ്യും. അന്ന് അവസാന പ്രദക്ഷിണത്തിനായി നടപ്പന്തലിൽ നിൽക്കുകയാണ് കുട്ടിശങ്കരനും കുറ്റിക്കോടനും. എല്ലാ ആനകളേയും വിശ്രമിക്കാൻ വിട്ടിട്ടും തന്നെ മാത്രം നിർത്തി, പന്തത്തിന്റെ കൊല്ലുന്ന ചൂടിൽ കൊല്ലാക്കൊല ചെയ്യുകയാണ് മനുഷ്യൻ എന്ന് ഒരുനിമിഷം ആനയുടെ കൊച്ചുമനസ്സിൽ തോന്നിക്കാണണം. യാതൊരു പ്രകോപനവുമില്ലാതെ കുറ്റിക്കോടനെ ആന കൊമ്പുകൊണ്ട് വീശിയടിക്കുകയായിരുന്നു! തലയടിച്ച് കൊടിമരച്ചുവട്ടിലെ കൽത്തറയിലാണ് വീണത്. പിന്നെയും പാപ്പാന് നേർക്ക് ആഞ്ഞെങ്കിലും മനസ്സാന്നിധ്യം വിടാതെ തീവെട്ടി ആനയ്ക്ക് നേരെ നീട്ടിവീശിക്കൊണ്ടുള്ള പന്തക്കാരന്റെ ഇടപെടൽ കൂടുതൽ ആക്രമണങ്ങളിൽ നിന്നും ആനയെ പിന്തിരിപ്പിച്ചു. പൂജാരിമാർ ആനപ്പുറത്ത് അപ്പോഴും ഇരിക്കുന്നുണ്ട്. ആരോ പറഞ്ഞതനുസരിച്ച് അവരിൽ ഒരാൾ ആനക്കുട മടക്കി. ആനക്കുട ആനയുടെ ചെവിക്കിടയിൽ വലിയകോൽ ചാരുന്നതുപോലെ ചാരി. അതോടെ ആന നിയന്ത്രണാധീനത്തിലാവുകയും ചെയ്തു.

രണ്ടാംപാപ്പാൻ ഷിജു ഓടിയെത്തിപ്പറഞ്ഞ ചട്ടങ്ങളെല്ലാം അപ്പാടെ അനുസരിച്ച് നിമിഷങ്ങൾക്കുള്ളിൽ ആന പാവത്താനാവുകയും ചെയ്തു. കുറ്റിക്കോടനേയുമെടുത്ത് ആശുപത്രി വരെയെത്തയെങ്കിലും അപ്പോഴേക്കും ജീവൻ പൊലിഞ്ഞുകഴിഞ്ഞിരുന്നു. ദീപസ്തംഭത്തിന്റെ കൽത്തറയിൽ തലയടിച്ചുവീണപ്പോഴുണ്ടായ മാരകമായ മുറിവാണ് മരണകാരണമായത്.

ആനപ്പകയുടെ തീക്കാറ്റിൽ പാപ്പാൻമാർ കൊല്ലപ്പെടുമ്പോൾ കുടിച്ചു ലക്കുകെട്ട് ആനയെ തല്ലി, തല്ല് സഹിക്കാനാകാതെ ആന പകരംവീട്ടി എന്ന മട്ടിലാവും നമ്മൾ പൊതുസമൂഹത്തിന്റ ആദ്യ പ്രതികരണങ്ങൾ. ആനയുടെ ആക്രമണത്തിൽതന്നെ കഴുത്തിന് താഴോട്ടുള്ള എല്ലാ ചലനങ്ങളും നഷ്ടമായി, ഒന്നരവർഷത്തോളം വിവിധ ആശുപത്രികളിൽ പലവിധ ചികിത്സകൾക്കും വിധേയനായി കഴിഞ്ഞിരുന്ന കുറ്റിക്കോടന്റെ അനുജൻ അപ്പുണ്ണിയും ഒടുവിൽ മരണത്തിന് കീഴടങ്ങുകയായിരുന്നു.

'എന്തുകൊണ്ട് കുട്ടിശങ്കരൻ പൊടുന്നനെ പ്രകോപിതനായി ഈ കടുംകൈകൾ ചെയ്തു, അല്ലെങ്കിൽ ഇങ്ങനെ ചെയ്യുന്നു' എന്ന ചോദ്യത്തിന് ആനപ്പാവിലെ അതികായൻമാരെന്ന് പേരെടുത്തവർക്കുപോലും മതിയായ ന്യായീകരണങ്ങൾ ഇല്ല. കാട്ടിൽ വിഹരിക്കേണ്ട ആനകളെ, ഇങ്ങനെ കനത്ത ഇരുമ്പു ചങ്ങലകളാൽ ബന്ധനസ്ഥരാക്കി കൊല്ലാക്കൊല ചെയ്യുന്ന മനു

ഷ്യവർഗത്തോടുള്ള സ്വാഭാവിക പ്രതികരണം മാത്രമാകാം. അവിടെ നല്ലതും ചീത്തയും എന്ന വ്യത്യാസംപോലും ചിലപ്പോൾ ആനകൾ മുഖ വിലയ്ക്കെടുക്കുന്നുമില്ലായിരിക്കും.

ഭൂമിയിലെ തീരാദുരിതങ്ങളിലേക്കും തോരാ ക്കണ്ണീരുകളിലേക്കും തങ്ങളെ ആട്ടിപ്പായിച്ച മനു ഷ്യനോട് ആനകൾക്ക് തീർത്താൽ തീരാത്ത പക യുണ്ടാവുക സ്വാഭാവികം. അങ്കവും കണ്ട് താളി യുമൊടിച്ച്, അങ്ങകലെയെവിടെയോ ഇരിക്കുന്ന സാക്ഷാൽ ദൈവംതമ്പുരാനെ തുമ്പിക്കൈയിൽ എത്തിപ്പിടിച്ച് നിലത്തടിക്കുവാൻ കുട്ടിശങ്ക രൻമാരുടെ വർഗത്തിനാവില്ലല്ലോ. ദൈവത്തിനോ ടുള്ള വാശികൂടി 'നാരായണൻ' എന്ന പേരുമായി മുന്നിലെത്തുന്ന നരൻമാരോട് തീർക്കുക തന്നെ!

ഇരയാക്കപ്പെടുന്നവർ എത്ര പാവങ്ങളായാൽ കൂടി വർഗസമരത്തിന്റെ തീച്ചൂളയിൽ അതെല്ലാം മറക്കുമായിരിക്കും. കുട്ടിശങ്കരനും നാരായ ണൻമാരും രണ്ട് വർഗങ്ങളുടെ പ്രതീകങ്ങളും പ്രതിനിധികളും മാത്രമായിരിക്കാം. അവിടെ വ്യക്തിപരമായ സ്നേഹബന്ധങ്ങൾക്കോ കൊച്ചു വർത്തമാനങ്ങൾക്കോ ഒന്നും പ്രസക്തിയുമില്ലാ യിരിക്കും. കുറ്റിക്കോടൻ നാരായണനെപ്പറ്റിയുള്ള അനുസ്മരണക്കുറിപ്പിൽ പ്രമുഖ പത്രപ്രവർത്ത കൻ ഉണ്ണി കെ. വാരിയർ എഴുതിയതുപോലെ, 'ആരെയാണ് നമ്മൾ സ്നേഹിക്കേണ്ടത്, കുറ്റി ക്കോടനേയോ അതോ കുട്ടിശങ്കരനേയോ'. ദാരു ണമായ രണ്ട് കൊലപാതകങ്ങളുടെ പാപഭാരവും പേറി നിൽക്കുമ്പോൾപോലും കുട്ടിശങ്കരന് നേർക്ക് മുഖം കറുപ്പിക്കുവാൻ ഒരാനപ്രേമിക്കു മാകില്ല.

ഏതു സദസ്സിലും കുറ്റിക്കോടൻ തന്റെ ഗുരു പദ്മനാഭന്റെ പേര് അഭിമാനത്തോടെ പറയുമായി രുന്നു. കേരള ക്ഷേത്രസംരക്ഷണസമിതിയിൽ നിന്നും ഏറ്റവും മികച്ച ആനപാപ്പാനുള്ള അവാർഡ് നേടിയിട്ടുള്ള കുറ്റിക്കോടൻ, അകാര ണമായി ഒരിക്കൽപോലും ആനയെ തല്ലുന്നത് ആരും കണ്ടിട്ടില്ല. എപ്പോഴും ആനയോട് സംസാ രിച്ചുകൊണ്ടിരിക്കുന്നത് കുറ്റിക്കോടന് രസവും ശീലവുമായിരുന്നു. അത് കുട്ടിശങ്കരനുമറിയാം. അവൻ എല്ലാത്തിനും മൂളിക്കൊണ്ടേയിരിക്കും. അതാണ് തിരുവമ്പാടി കുട്ടിശങ്കരൻ; അതാണ് കുറ്റിക്കോടൻ.

എന്നും കുട്ടിശങ്കരനൊപ്പം നിന്ന് ഫോട്ടോക ളെടുത്ത് അവയൊക്കെ ഫ്രെയിം ചെയ്തു സൂക്ഷി ച്ചുവയ്ക്കുമായിരുന്നു കുറ്റിക്കോടൻ നാരായണൻ. പ്രശസ്തി ഇഷ്ടപ്പെടുകയും ആഗ്രഹിക്കുകയും ചെയ്തിരുന്ന ഒരു സാധാരണമനുഷ്യൻ. ആനപാ പ്പാനെന്നാൽ ഇങ്ങനെയായിരിക്കണമെന്ന് ലോക ത്തിന് കാട്ടിക്കൊടുത്ത കുറ്റിക്കോടൻ നാരായ ണൻ, കുട്ടിശങ്കരന്റെ പ്രഭാവത്തിനൊപ്പം ഓർമി ക്കപ്പെടുന്നു. ഉത്സവങ്ങളിൽ, പൂരങ്ങളിൽ, പള്ളി പ്പെരുന്നാളുകളിൽ ജനസഞ്ചയത്തിന്റെ ഹരമായി, അരുമയായി മെല്ലെമെല്ലെ കുട്ടിശങ്കരൻ ചുവടു കൾ വയ്ക്കുമ്പോൾ നമുക്ക് പ്രാർഥിക്കാം, ഇനി യവന് അബദ്ധങ്ങളൊന്നും പറ്റരുതേയെന്ന്...

***

തൃപ്രയാർ രാമചന്ദ്രൻ

വ്യത്യസ്തരിൽ വ്യത്യസ്തനായി ഇങ്ങനേയും ഒരാന

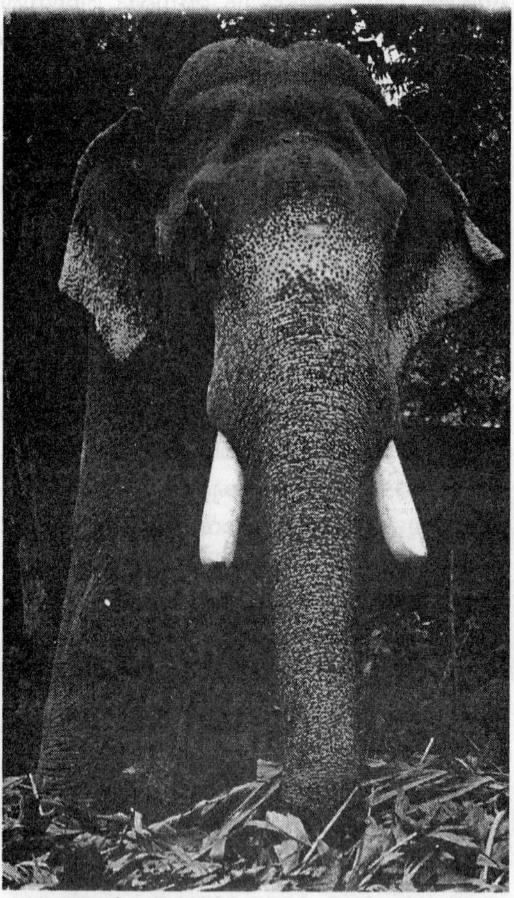

▼ തൃപ്രയാർ രാമചന്ദ്രൻ

കണ്ടാലത്ര പ്രത്യേകതയൊന്നും പറയാനില്ല. ഇനി ഇരിക്കസ്ഥാനത്തിന്റെ ഉയരം അളന്ന്, പൊക്കത്തിന്റെ ബലത്തിൽ ഒന്ന് കണക്കു കൂട്ടാമെന്ന് വച്ചാൽ അതും അത്രയ്ക്കൊന്നും പോര. എന്നാലോ തീരെ മോശക്കാരനുമല്ല. പക്ഷേ, ഇവനൊരാനയാണ്. അല്ലെങ്കിൽ ആനയെന്ന് പറഞ്ഞാൽ ഇവനാണ് ആന.

കേരളത്തിലെ ആയിരത്തോളംവരുന്ന നാട്ടാനകളിലെ യഥാർഥ ആൺപിറപ്പ്. കൊമ്പുള്ളതുകൊണ്ടുമാത്രം കൊമ്പനാവില്ലെന്നും പുല്ലിംഗമായിപ്പിറന്നതുകൊണ്ടുമാത്രം ആണൊരുത്തനാവില്ലെന്നും ഉറച്ചുവിശ്വസിക്കുന്ന ഒരാന. ലോകംമുഴുവൻ കാൽച്ചുവട്ടിലാക്കി അഹങ്കരിച്ച് വാഴുന്ന മനുഷ്യന്റെ കീഴിലായാലും ആത്മാഭിമാനം ആർക്കുമുന്നിലും പണയംവയ്ക്കാതെയും വിറ്റുതിന്നാതെയും അവസാനശ്വാസംവരെ ആണുങ്ങളെപ്പോലെതന്നെ ജീവിച്ചുതീർക്കണമെന്ന് വാശിപിടിക്കുന്ന ഒരാന. അതാണ് തൃപ്രയാർ രാമചന്ദ്രൻ. കൊച്ചിൻ ദേവസ്വം ബോർഡി ന്റെ ആനകളിലെ കാതലുള്ള ഉരുപ്പടി!

രാമചന്ദ്രന്റെ രീതികളെല്ലാം തെല്ല് വേറിട്ടതുതന്നെയാണ്. മദപ്പാടു തുടങ്ങിയാൽ ഒന്നാം പാപ്പാനെ കണ്ണിനുകാണരുത്. രണ്ടാം പാപ്പാന് തികഞ്ഞ സ്വാതന്ത്ര്യവും. മദപ്പാട് കഴിഞ്ഞാലോ ഇതേ രണ്ടാമനെത്തന്നെ പറപറത്തുകയും ചെയ്യും. രാമചന്ദ്രൻ കഴിഞ്ഞ ജന്മത്തിൽ വല്ല രാഷ്ട്രീയക്കാരനുമായിരുന്നിരിക്കണം.

തൃപ്രയാർ രാമചന്ദ്രൻ ഇങ്ങനെ ഒറ്റച്ചൂടനും കൊസറാകൊള്ളിയുമാകാൻ കാരണമെന്തേയെന്ന് തിരക്കിയാൽ, അതിന് ഒരൊറ്റ ഉത്തരമേയുള്ളൂ. കാടിന്റെ നന്മകളേക്കാളധികം നാടിന്റെ തിന്മകളും നാട്ടുവാസികളായ മനുഷ്യരുടെ 'തട്ടിപ്പുവെട്ടിപ്പ് കളരിമർമ്മാണി' വേലത്തരങ്ങളുമാണ് രാമചന്ദ്രൻ കണ്ടുവളർന്നതും കേട്ടുപഠിച്ചതും. രാമചന്ദ്രൻ പിറന്നുവീണതുതന്നെ മനുഷ്യജാതിയുടെ ഉള്ളംകൈയിലേക്കായിരുന്നു.

തൃശ്ശൂരിലെ തടിവ്യാപാരിയായ ഇ.ഡി. വറീത് എന്ന വാറുണ്ണി വടക്കൻനാട്ടിൽ നിന്നും മരപ്പണിയ്ക്കായി വീട്ടിലെത്തിച്ച ആനയായിരുന്നു ലക്ഷ്മിക്കുട്ടി. തടിപ്പണിയെന്നു കേൾക്കുമ്പോൾതന്നെ ഓക്കാനംവരും. ഏതുനേരവും ഒരു ക്ഷീണവും

തളർച്ചയും. എന്നാലോ, വയറെപ്പോഴും നിറഞ്ഞിരിക്കണമെന്ന കാര്യത്തിൽമാത്രം വാശിയുണ്ട്. അങ്ങനെയെങ്കിൽ കുഴിമടിച്ചിക്ക് രണ്ടുനാൾ തീറ്റയും വെള്ളവും നിഷേധിച്ചുനോക്കാമെന്നായി വാറുണ്ണിയും പാപ്പാൻമാരും. അവരങ്ങനെ അവളെയിത്തിരി വട്ടംകറക്കുകയും ചെയ്തു. എന്നിട്ടും ഗ്രഹണിപിടിച്ച പിള്ളേരുടേതുപോലുള്ള നിറവയറിന് കുറവൊന്നും കാണാഞ്ഞപ്പോൾ പാപ്പാനാണ് ഒരു സംശയം തോന്നിയത്- 'ആനയ്ക്ക് ഇനി ഗർഭമോ മറ്റോ ആണോ?' പാപ്പാന്റെ സംശയം സത്യമായി. ഒരുനാൾ നേരംവെളുത്ത് വീട്ടുകാർ ഉണർന്നു നോക്കുമ്പോഴുണ്ട് മുറ്റത്ത് ലക്ഷ്മിക്കുട്ടിക്കൊപ്പം ഒരു കുഞ്ഞിക്കുടുക്ക!

അമ്മയുടെ ഗർഭത്തിൽ കിടക്കുമ്പോൾതന്നെ സാക്ഷാൽ അക്ഷൗഹിണിപ്പടയെ ഛിന്നഭിന്നമാക്കാനുള്ള തന്ത്രവിദ്യകൾ അമ്മാവനിൽ നിന്നും പഠിച്ചെടുത്ത അഭിമന്യുവിന്റെ ജന്മമാണ് തൃപ്രയാർ രാമചന്ദ്രന്റേത്. ചതിയൻ ചന്തുവിനോട് പകരംവീട്ടാൻ, കെട്ടാത്ത മുടിയുമായി മകന്റെ ഹൃദയത്തിലേക്ക് വീറുംവാശിയും കുത്തിവയ്ക്കപ്പെട്ട ഉണ്ണിയാർച്ചയുടെ പുത്രൻ ആരോമലുണ്ണിയെപ്പോലാകാം അവൻ വളർന്നത്. അമ്മയെ പട്ടിണിക്കിട്ട് 'പണിയെടുക്കാപ്പനി' പരിശോധിച്ച വേന്ദ്രൻമാരോടായിരിക്കണം അവന്റെ പ്രഥമശത്രുത.

കാട്ടിൽനിന്നും പിടിക്കുന്ന ആനകളെ മെരുക്കുന്നതിനുള്ള പന്തിച്ചട്ടവും പരിശീലനമുറകളുമൊന്നും രാമചന്ദ്രന് ലഭിച്ചില്ല. ഒന്നൊരവയസ്സുവരെ അവന്റെ ആട്ടുത്തൊട്ടിലും ഗുരുകുലവുമെല്ലാം വാറുണ്ണിയുടെ വീടും തൊടിയുമായിരുന്നു. മനുഷ്യൻ വരയ്ക്കുന്ന വരകൾക്കുള്ളിൽ അടങ്ങിയൊതുങ്ങി അയ്യോപാവമായി ജീവിക്കുന്നതിനേക്കാളേറെ, മനുഷ്യനെന്ന വർഗശത്രുവിനെ വരച്ചവരയിൽ നിർത്തി ഒരു പാഠം പഠിപ്പിക്കുവാനായിരുന്നു എന്നും രാമചന്ദ്രന് താത്പര്യം. അതിന് മനുഷ്യത്വം എന്ന തട്ടിപ്പും വെട്ടിപ്പും അഭ്യസിക്കുന്നതു തന്നെയാണ് ഏറ്റവും നല്ല വഴിയെന്ന് അവൻ പഠിച്ചും കാണണം.

ഒരാനയെന്നതിനേക്കാളേറെ മനസ്സുകൊണ്ടും പ്രവൃത്തികൊണ്ടും തൃപ്രയാർ രാമചന്ദ്രൻ ശരിക്കും ഒരു മനുഷ്യൻ തന്നെയാണ്. അവന്റെ മനുഷ്യത്വം എന്ന 'തനിക്കുതാൻ പോരിമ', മനുഷ്യരുടെ നെഞ്ചത്തു തന്നെയായതിനാലും ജീവി

തമെന്ന കളരിക്ക് പുറത്തുപോയി തോറ്റുമടങ്ങാൻ ഇവൻ തയ്യാറില്ലാത്തതിനാലും ചിലപ്പോഴൊക്കെ നമ്മൾ ഇവനെ തെമ്മാടിയെന്നോ വില്ലാദിവില്ല നെന്നോവൊക്കെ വിളിക്കുന്നു എന്നുമാത്രം.

വാറുണ്ണിയുടെ വീട്ടിൽ, പദ്മനാഭൻ നായർ എന്ന പാപ്പാനായിരുന്നു ആനക്കുട്ടിക്ക് കുട്ടിച്ചട്ട ങ്ങൾ ചൊല്ലിക്കൊടുത്തത്. ആശാൻകളരിയിലെ പാഠങ്ങൾ പൂർണമാകും മുമ്പേ എഴുത്തോലയും നാരായവും പാതിവഴിയിലെറിയാൻ അവൻ നിർബന്ധിതനായി. ഒന്നരവയസ്സുമാത്രമുള്ള ആനക്കുട്ടിയെ മാതൃസ്നേഹത്തിന്റെ ചൂടിൽ നിന്നും പറിച്ചെടുത്തുകൊണ്ടുപോകുമ്പോൾ അവന്റെ മുലകുടിപോലും മാറിയിട്ടുണ്ടായിരു ന്നില്ല.

കൊടുങ്ങല്ലൂർ സ്വദേശി കെ.ജി. ഭാസ്കര നാണ് പതിനോരായിരം രൂപയ്ക്ക് വാങ്ങി, ആന ക്കുട്ടിയെ തൃപ്രയാർ ക്ഷേത്രത്തിൽ നടയ്ക്കിരു ത്തുന്നത്. എറണാകുളം ശിവകുമാറിനെ എറണാ കുളം ക്ഷേത്രത്തിൽ നടയ്ക്കിരുത്തിയതും ഇതേ വ്യാപാരിതന്നെ. ഇത്തിരിയില്ലാത്ത ആനക്കുട്ടി അമ്പലമുറ്റത്തു മാത്രമല്ല, നാലമ്പലത്തിന്റെ അക ത്തുവരെ ഓടിക്കളിക്കും. തൃപ്രയാർ പുഴയിൽ ഒരു ചാടിക്കുളിയും കഴിഞ്ഞ് തണുത്തുവിറച്ച് ശ്രീകോവിലിന് മുന്നിൽവന്നു തൊഴുതുപിടിച്ച് നിൽക്കും. എന്നിട്ടൊന്ന് മുക്കിയും മുരടനക്കിയും തന്റെ വരവറിയിക്കും. കുട്ടിത്തേവാങ്ക് ഹാജർ എന്ന അറിവ് കിട്ടിക്കഴിഞ്ഞാൽ മറ്റെല്ലാ തിരക്കും മാറ്റിവച്ച് മേൽശാന്തിതന്നെ മുഖദാവിൽ എത്തും. ആദ്യം ഒരു ചന്ദനക്കുറി, അതുകഴിഞ്ഞാൽ നെയ്പ്പായസമോ ഗണപതി പ്രസാദമോ... അങ്ങനെ എന്തായാലും ഭഗവാനുള്ള നിവേദ്യം കഴിഞ്ഞാൽ എന്തും ആദ്യം രാമചന്ദ്രനെന്നുള്ള തായിരുന്നു അന്നത്തെ തൃപ്രയാർ രീതി. പക്ഷേ, തനിക്ക് എന്നേക്കുമായി നഷ്ടമായ അമ്മിഞ്ഞപ്പാ ലിന്റെ മാധുര്യത്തിനും അമ്മയുടെ വാത്സല്യ ത്തിനും പകരംവയ്ക്കാൻ ഇതൊന്നും മതിയാകി ല്ലെന്ന പൊള്ളിപ്പിടച്ചിലിന്റെ നേരങ്ങളിൽ രാമച ന്ദ്രൻ ചില ചവിട്ടുനാടകങ്ങൾക്കും ഓടിപ്പിടുത്തം കളികൾക്കും മുതിരുകയും ചെയ്യും.

ദേവസ്വത്തിൽ എത്തിയ ആദ്യനാളുകളിൽ പറളി അച്യുതൻനായരെന്ന പാപ്പാനാണ് കൊച്ചു തമ്പുരാന് അനുസരണയുടേയും വിധേയത്വത്തി ന്റേയും നല്ലനടപ്പുചട്ടങ്ങൾ പകർന്നുനൽകിയത്. അവസാനം ശിഷ്യന്റെ ചിട്ടവട്ടവും ആയോധന മുറകളും ആശാന്റെ നെഞ്ചത്തുതന്നെയാകുമെന്ന് വന്നപ്പോൾ ആശാൻ കളരിയിൽനിന്നും പിൻവാ ങ്ങി. പകരം, ഇവന്റെ ആദ്യഗുരുവായിരുന്ന പദ്മ നാഭൻനായരെ ആളയച്ചുവരുത്തി. ആദ്യം ശിഷ്യൻ ഗുരുവിന്റെ വഴിക്കും പിന്നെ ഗുരു ശിഷ്യന്റെ വഴിക്കും, അതു കഴിഞ്ഞാൽ ഇരുവരും തോന്നിയ വഴിക്കുമൊക്കെ നീങ്ങുന്ന പ്രത്യേക പാഠ്യപദ്ധതിയായിരുന്നു പിന്നീട്.

അസുരഗുരുവെന്നാണ് പദ്മനാഭൻനായരെ പല പാപ്പാൻമാരും വിളിക്കുന്നത്. നല്ലകാര്യ ങ്ങൾക്കൊപ്പം ഈ ഗുരു ശിഷ്യനെ കുറേയേറെ വേണ്ടാതീനങ്ങളും വഷളത്തരങ്ങളുംകൂടി പഠിപ്പി ച്ചിട്ടുണ്ടെന്ന് ചില പാപ്പാന്മാരെങ്കിലും സാക്ഷ്യപ്പെ ടുത്തുന്നു. കാര്യമെന്തൊക്കെയായാലും കൂട്ടിലെ ചട്ടമൊന്നുമില്ലാതിരുന്ന രാമചന്ദ്രനെ ഒരാന യാക്കി വളർത്തിയെടുത്തത് പദ്മനാഭൻനായർ തന്നെയായിരുന്നെന്ന് അസുരഗുരുവിന്റെ വിമർശ കരും സമ്മതിക്കും. പക്ഷേ, ഒടുവിൽ അസുരഗു രുവെന്ന അരിങ്ങോടരും തന്റെ ശിഷ്യൻ തൃപ്ര യാർ രാമചന്ദ്രന്റെ പൂഴിക്കടകനു മുന്നിൽ അടിയ റവ് പറഞ്ഞു.

ഒരിക്കൽ വലക്കാവ് ഭാഗത്തുവച്ച് പാപ്പാന്മാർ രാമചന്ദ്രനെ കുളിപ്പിക്കുകയാണ്. ഒന്നാമനായ അപ്പു ആനയുടെ പെരുമുഖം തേച്ചുരച്ച് കഴുകു ന്നു. ഇടച്ചട്ടക്കാരൻ ഇടയ്ക്കെന്തോ മുഖം കറു പ്പിച്ച് ആജ്ഞാപിച്ചത് ആനക്കത്ര പിടിച്ചില്ല. 'അവ നെയിനി വളഞ്ഞുപിടിക്കാനൊക്കെ നേരമെടു ക്കും. എന്നാലിരിക്കട്ടെ ഒന്നാമനുതന്നെയെന്ന മട്ടിൽ അപ്പുവിനെ കൊമ്പിനുവീശി കോരിയെറി ഞ്ഞു. വീഴ്ചയുടെ ആഘാതത്തിൽ കുറേ പുഴ വെള്ളവും വയറ്റിലാക്കി മുങ്ങിപ്പൊങ്ങുമ്പോൾ അപ്പു കാണുന്നത് തുറിച്ച കണ്ണുമായി തന്റെ നേർക്ക് പാഞ്ഞടുക്കുന്ന ആനയെയാണ്. ആലോ ചിച്ച് പ്രവർത്തിക്കാനൊന്നുമുള്ള സാവകാശമില്ല. ഏത് പരദേവതകൾ തോന്നിച്ച ബുദ്ധിയാണോ എന്തോ, വായിൽ കുറച്ച് വെള്ളമെടുത്ത് രാമച

ന്ദ്രന്റെ മുഖത്ത് തുപ്പുവാനാണ് അപ്പുവിനപ്പോൾ തോന്നിയത്. എന്തായാലും സംഗതിയേറ്റു. രാമചന്ദ്രനപ്പോൾ അറപ്പും നാണവും ഒന്നിച്ചു വന്നു കാണണം.

രാമചന്ദ്രന്റെ ദേഷ്യവും പകയും അത്രേയുള്ളൂ. ഉത്സവപ്പറമ്പിൽ ഒരു ബലൂൺ 'ടപ്പേ'യെന്ന് പൊട്ടിപ്പോവാനുള്ള നേരംമതി തണുക്കുവാൻ. ആ നേരത്തിനുള്ളിൽ ഒപ്പം നടക്കുന്നവർ ഈഞ്ചപ്പരുവത്തിലാകാതെ നോക്കണമെന്നു മാത്രം. എന്നാൽ എത്രവലിയ കലിയാട്ടത്തിന്റെനേരത്തും രാമചന്ദ്രന് ആരെയും കൊല്ലണമെന്നില്ല. അഞ്ചും പത്തും കൊലപാതകങ്ങൾവരെ ചെയ്തിട്ടുള്ള ഗജപോക്കിരികൾ ഉത്സവപ്പറമ്പിൽ ഗജരാജപ്പട്ടങ്ങളും കഴുത്തിലണിഞ്ഞ് ഗമയിൽ നിൽക്കുമ്പോൾ, രാമചന്ദ്രന്റെ കണക്കിൽ ഇന്നോളം കൊലപാതകം ഒന്നേയൊന്നു മാത്രം. പിന്നെ അറിയാതെ കാലടിച്ചോട്ടിൽപെട്ട് ചതഞ്ഞരയുന്ന ഉറുമ്പുകളുടേയും പ്രാണികളുടേയുമൊക്കെ കണക്ക് ആരും എടുക്കാറില്ലല്ലോ. എന്നിട്ടും നമ്മളിവനെ വില്ലാദിവില്ലനെന്ന് വിളിക്കുന്നെങ്കിൽ, 'ക്ഷമിക്കുക രാമചന്ദ്രാ, അത് നിന്റേതുമാത്രമായ തൻപ്രമാണിത്തത്തോടും പൂഴിക്കടകനുകളോടുമുള്ള ഇഷ്ടംകൊണ്ട് കൂടിയാണ്'.

ആനപാപ്പാൻ മറ്റാരോടെങ്കിലും തന്നെപ്പറ്റി കുറ്റംപറയുന്നത് കേട്ടാൽ തീറ്റയും മറ്റു കലാപരിപാടികളുമൊക്കെ നിർത്തി രാമചന്ദ്രൻ കണ്ണുകൾ തുറിപ്പിച്ച് ചെവി വട്ടംപിടിക്കും. എന്നിട്ട് 'ഇതുംകഴിഞ്ഞ് ഇതിയാൻ എന്റടുത്തേക്ക് തന്നല്ലേ എഴുന്നെള്ളുന്നത്. നമുക്ക് കാണാം' എന്ന ഭീഷണിയിൽ തലയാട്ടും. രാമചന്ദ്രൻ ഇങ്ങനെ ശ്രദ്ധിക്കുന്നുവെന്നറിഞ്ഞാൽ പാപ്പാൻ പെട്ടെന്ന് സംസാരം മതിയാക്കി വിഷയം മാറ്റിക്കളയും. കേട്ടുനിൽക്കുന്നവർ ഇതിന്റെ വാലും തലയും പിടികിട്ടാതെ വാപൊളിച്ച് നിൽക്കുകയും ചെയ്യും. (തൃപ്രയാർ രാമചന്ദ്രന്റെ എപ്പിസോഡ് ചിത്രീകരിക്കുമ്പോൾ തൃശ്ശൂരിലെ കൊക്കർണ്ണിപറമ്പിന് സമീപത്ത് പാപ്പാൻ വേണു, രാമചന്ദ്രന്റെ ഈ സ്വഭാവം ലേഖകന് വ്യക്തമായി കാണിച്ചുതരികയുണ്ടായി).

പാപ്പാൻമാരെ പന്തുതട്ടിക്കളിച്ച്, ഒടുവിൽ സഹികെട്ട് അവരെല്ലാം ചേർന്ന് അറിഞ്ഞു പണിഞ്ഞതിന്റെ ഫലമായി എല്ലും തോലുമായി മാറിയ ഒരു കാലവും രാമചന്ദ്രനുണ്ടായിരുന്നു. തീറ്റയും വെള്ളവും കൊടുക്കാതെ ആനയെ നല്ലബുദ്ധി പഠിപ്പിച്ച കാലം. സ്വന്തം ജീവനിൽ കൊതിയുള്ള അവർക്ക് അന്നതിനേ കഴിയുമായിരുന്നുള്ളൂ എന്നത് സത്യത്തിന്റെ മറുവശം. അതിൽനിന്നും പിന്നെയവനെ രക്ഷിച്ചെടുത്തതും ആരുകണ്ടാലും ഇഷ്ടപ്പെടുന്ന അസ്സലൊരാനക്കുട്ടിയാക്കി മാറ്റിയതും വേണുവെന്ന പാപ്പാന്റെ മനസ്സാന്നിധ്യവും കൈമിടുക്കുമാണ്. വേണുവും രാമചന്ദ്രനും ചേർന്ന് ചില സീസണുകളിൽ കൊച്ചിൻ ദേവസ്വം ബോർഡിലെ ആനകളിൽവച്ചുതന്നെ ഏറ്റവുമധികം എഴുന്നെള്ളിപ്പുകൾ എടുത്ത് റെക്കോഡും സൃഷ്ടിച്ചിട്ടുണ്ട്. തന്റെ മാത്രം സ്വന്തമായ വേണുവിനോട് ആരെങ്കിലും കൂടുതൽ അടുപ്പം കാട്ടുന്നതും തോളിൽ കൈയിടുന്നതുമൊന്നും രാമചന്ദ്രന് ഇഷ്ടമുള്ള കാര്യമായിരുന്നില്ല.

മൂർക്കനാട് ശിവക്ഷേത്രത്തിലെ എഴുന്നെള്ളിപ്പ്. രാമചന്ദ്രന്റെ ശിരസ്സിൽ തെക്കൻതേവരുടെ തിടമ്പും തൊട്ടടുത്തു നിൽക്കുന്ന അവിട്ടത്തൂർ ശിവപ്രസാദ് എന്ന ആനയുടെ ശിരസ്സിൽ വടക്കൻ തേവരുടെ തിടമ്പും. പള്ളിവേട്ട കഴിഞ്ഞുള്ള മടക്കയാത്രയായതിനാൽ എഴുന്നെള്ളത്തിന് ദൈർഘ്യമേറും. രാധാകൃഷ്ണനാണ് ശിവപ്രസാദിന്റെ പാപ്പാൻ. രണ്ടാനകൾക്കുമിടയിൽ പരസ്പരം തോളുചാരിയിരിക്കുകയാണ് വേണുവും രാധാകൃഷ്ണനും. രാമചന്ദ്രനതത്ര പിടിച്ചില്ല. കുറച്ചുകഴിഞ്ഞ് ഒളികണ്ണിട്ട് നോക്കുമ്പോൾ വേണു നല്ല മയക്കത്തിലാണ്. പക്ഷേ, ശിവപ്രസാദ് കണ്ണുംതുറന്നല്ലേ നിൽക്കുന്നത്. ഇതിനിടെ രാധാകൃഷ്ണൻ എഴുന്നേറ്റുപോയി ഒരു തീപ്പെട്ടി വാങ്ങിവന്നിരുന്നു. ഇപ്പോൾ ശിവപ്രസാദാനയും ശ്രദ്ധിക്കുന്നില്ല. രാധാകൃഷ്ണന് ബീഡിക്ക് തീകൊളുത്തുവാനുള്ള സാവകാശം കിട്ടിയില്ല. അതിനുള്ളിൽ രാമചന്ദ്രന്റെ മിന്നലാക്രമണം കഴിഞ്ഞിരുന്നു. ചരിഞ്ഞൊരു കുത്ത്! പക്ഷേ, ഭാഗ്യത്തിന് രണ്ടു കൊമ്പുകൾക്കുമിടയിലാണ് രാധാകൃഷ്ണൻ പെട്ടത്. കൊമ്പുകൾക്കിടയിൽ ഉട

ക്കിയ രാധാകൃഷ്ണനെ 'പൂച്ചയുടെ കയ്യിൽകിട്ടിയ എലിയെപ്പോലെ' തറയിലിട്ട് ഉരയ്ക്കാനായി അടുത്തശ്രമം. ബഹളംകേട്ട് വേണു ഞെട്ടിയുണർന്ന് ചാടിപ്പിടിക്കാൻ ശ്രമിക്കുമ്പോൾ, 'തൽക്കാലം ഇതിൽ ഇടപെടേണ്ട എന്ന മട്ടിൽ' രാമചന്ദ്രൻ തന്റെ പാപ്പാനെ തടയുകയും ചെയ്തു. 'എഴുന്നേൽക്കാൻ സമ്മതിച്ചിട്ട് വേണ്ടേ ആനയെ ഒന്ന് വിലക്കാൻ. ദേഷ്യം വന്നുനിൽക്കുമ്പോൾ വിലക്കാൻ ചെല്ലുന്ന പാപ്പാനെ എടുത്ത് 'കൂട്ടാൻവച്ചു'കളയുന്നതാണ് ഇവന്റെ നയം. എന്തായാലും ഒടുവിൽ രാധാകൃഷ്ണൻ അന്ന് ഭാഗ്യത്തിന് കൊമ്പുകൾക്കിടയിൽനിന്നും കുതറിത്തെറിച്ച് ഉരുണ്ടുമാറി രക്ഷപ്പെട്ടു.

രാമചന്ദ്രൻ എന്തെങ്കിലും ചെയ്യണമെങ്കിൽ എല്ലാ സാഹചര്യവും പഠിച്ച് വിലയിരുത്തിയശേഷമേ ചെയ്യാറുള്ളൂ. യുദ്ധമുഖത്തേക്കിറങ്ങും മുമ്പ് സൈന്യാധിപന്മാർ അവശ്യം അനുഷ്ഠിക്കേണ്ട ഗൃഹപാഠങ്ങളും തയ്യാറെടുപ്പുകളും രാമചന്ദ്രനും സ്വീകരിക്കാറുണ്ട്. സ്വന്തം പാപ്പാനെ മറ്റാരെങ്കിലും എന്തെങ്കിലും ചെയ്താൽ മുന്നുംപിന്നും നോക്കാതെ ആക്രമിക്കുന്ന സ്വഭാവമുള്ള ആനയാണ് ശിവപ്രസാദ്. അതുകൊണ്ടാവാം ശിവപ്രസാദിന്റെ പാപ്പാനെ പൊക്കുവാൻ ശിവപ്രസാദും തന്റെ പാപ്പാനും ശ്രദ്ധിക്കാതെ നിൽക്കുന്ന നല്ല നേരംതന്നെ അവൻ തിരഞ്ഞെടുത്തതും. പത്തുതലയിലും അസുരഭാവം പീലിവിരിച്ചാടുന്ന രൗദ്രതാണ്ഡവത്തിന്റെ നിമിഷങ്ങളായിരുന്നത്.

പക്ഷേ, എത്രയൊക്കെ പരസ്പരമറിഞ്ഞ് അവന്റെ തരത്തിനും തഞ്ചത്തിനും നിന്നാലും അപൂർവം ചില നേരങ്ങളിൽ അവൻ വേണുവിന്റെ നേർക്കും കൊമ്പ് വീശിയെന്നുവരും. ഏതാനും വർഷംമുമ്പ് എറണാകുളം ശിവക്ഷേത്രത്തിൽ ഉണ്ടായ സംഭവം അത്തരത്തിൽ ഒന്നായിരുന്നു. എഴുന്നെള്ളത്തിന് നെറ്റിപ്പട്ടം കെട്ടാനുള്ള തയ്യാറെടുപ്പിലാണ് ആനകളെല്ലാം. ഉത്സവസീസൺ തുടങ്ങിയിട്ട് പതിവിലേറെ ഉത്സവങ്ങൾ രാമചന്ദ്രനേയും കൊണ്ടുപോയതിന്റെ സന്തോഷത്തിലായിരുന്നു വേണു. മറ്റനേകം ആനകളും ജനക്കൂട്ടവും ക്ഷേത്രമതിൽക്കകത്തുള്ളതിനാൽ തികഞ്ഞ ശ്രദ്ധയോടും ജാഗ്രതയോടും തന്നെയാണ് രാമചന്ദ്രന്റെ കാൽച്ചുവട്ടിൽ വേണു നിലയുറപ്പിച്ചത്. ഉത്സവനാളുകൾക്കിടയിലെ ഒരു രാത്രിയിൽ വേണു സെക്കന്റ് ഷോയ്ക്ക് പോയിരുന്നപ്പോൾ, ആനയുടെ മല്ല് സഹിക്കാതെ രണ്ടാമൻ രാമചന്ദ്രനിട്ട് മൂന്നാല് പൂശുകൊടുത്തിരുന്നു. ഇതുംകഴിഞ്ഞ് അടുത്ത ദിവസത്തെ എഴുന്നെള്ളത്തിന് ഒന്നുമറിയാത്ത ഭാവത്തിൽ രണ്ടാമൻവന്ന് ആനപ്പുറത്ത് കയറി നെറ്റിപ്പട്ടം കെട്ടാനുള്ള ശ്രമത്തിലാണ്. നെറ്റിപ്പട്ടം എടുത്തുകൊടുത്തുകൊണ്ട് വേണുവും മുന്നിലുണ്ട്. കാത്തിരുന്ന മുഹൂർത്തം കൈയിൽവന്നപ്പോൾ പിന്നെ ഒരുനിമിഷംപോലും അമാന്തിച്ച് നിൽക്കുവാൻ രാമചന്ദ്രൻ തുനിഞ്ഞില്ല. മുകളിലിരിക്കുന്നവനെ കുടഞ്ഞിടുവാനും തട്ടിവീഴ്ത്തി പകരംവീട്ടുവാനുമായി അവന്റെ പരാക്രമങ്ങൾ. ഉത്സവത്തിരക്കിനിടെ തന്നെ തൊട്ടുതലോടാൻ വന്ന നാട്ടുകാരോടുള്ള ഈർഷ്യയുമുണ്ടായിരുന്നു. വേണു വിലക്കാൻ വായ്ത്താരി മുഴക്കേണ്ട താമസം, കോരിയൊരേറായിരുന്നു. ചെന്നുവീണത് മീറ്ററുകൾക്കപ്പുറമുള്ള സ്റ്റേജിലേക്ക്. ആയുസ്സിന്റെ ബലംകൊണ്ട് അല്ലെങ്കിൽ വേണുവിന്റെ ഭാഷയിൽതന്നെ പറഞ്ഞാൽ തൃപ്രയാറപ്പന്റെ കാരുണ്യംകൊണ്ട് തലകുത്തിയല്ല വീണത്. ചെന്നുവീണത് തലകുത്തിയായിരുന്നെങ്കിൽ, അല്ലെങ്കിൽ ചെന്നിടിച്ചത് തൊട്ടടുത്തുണ്ടായിരുന്ന കോൺക്രീറ്റ് തൂണിലായിരുന്നെങ്കിൽ കഥ ദുരന്തപര്യവസായിയാകുമായിരുന്നു.

ചങ്കിടിപ്പിന്റെ താളം ഉറഞ്ഞുനിശ്ചലമായിപ്പോയ ഒന്നുരണ്ട് നിമിഷങ്ങൾക്കുശേഷം "എന്താടാ കുട്ട്യേ കാണിച്ചത്. എത്ര പേരാ നോക്കിനിക്കണത്. നോക്ക്യേ, മോശോല്ലേ..." എന്നും ചോദിച്ച് വേണുതന്നെ ചെന്ന് അവന്റെ കൊമ്പിൽ പിടിച്ചു. പറ്റിപ്പോയ അബദ്ധം അപ്പോഴാണ് രാമചന്ദ്രന് മനസ്സിലായത്. രാമചന്ദ്രന്റെ കടുംകൈകൾ ഒരിക്കലും അപ്രതീക്ഷിതങ്ങളായ ചതിക്കുഴികളല്ല. പാപ്പാന്മാർ മനസ്സറിഞ്ഞ് ശ്രദ്ധിച്ചാൽ അവന്റെ ഭാവമാറ്റം കണ്ടറിയാനും കൊണ്ടറിയും മുമ്പേ അകന്നുമാറുവാനും കഴിയും. 'എനിക്കിത് തീരെപിടിക്കുന്നില്ല. ഞാനിതാ വില്ല് കൈയിലെടുക്കാൻ പോകുന്നു' എന്ന മുന്നറി

യിപ്പും വിരട്ടലും രാമചന്ദ്രന്റെ ഓരോ പകർന്നാട്ട ങ്ങൾക്കും മുമ്പേ വന്നിരിക്കും. രാമചന്ദ്രൻ പൊതു ജനങ്ങൾക്കുനേരെ ശുണ്ഠിയെടുത്തിട്ടുള്ള സന്ദർഭങ്ങളും വിരളം.

കഴിഞ്ഞ പതിമൂന്നു വർഷമായി രാമചന്ദ്ര നൊപ്പം നിൽക്കുന്ന വേണുവിന്റെ ഗുരുനാഥൻ കൊച്ചച്ചനായ പദ്മനാഭൻ നായരാണ്. രാമചന്ദ്ര നൊപ്പം ഏറ്റവുമധികംകാലം നിന്നിട്ടുള്ള പാപ്പാനും കല്ലൂർ സ്വദേശിയായ വേണുതന്നെ. പദ്മനാഭൻ നായർക്കു ശേഷം ചേലക്കര കേശ വൻ, കൊടകര മാധവൻ, മുത്തലങ്ങോട്ട് ശിവശ ങ്കരൻ, മുത്തലങ്ങോട്ട് വാസു, പൈങ്കുളം ബാലൻനായർ, കുട്ടനാടൻ രാമൻനായർ, കുമാ രൻ, ബാലകൃഷ്ണൻ നായർ, ഗോവിന്ദൻകുട്ടി യെന്ന മുളയം അപ്പു തുടങ്ങിയ പല പാപ്പാൻമാർ ഓരോ കാലങ്ങളിൽ രാമചന്ദ്രനൊപ്പം രാപകലു കൾ പങ്കുവച്ചു. പക്ഷേ, ഇതിൽ പലരുടേയും മധു വിധുകാലം മാസങ്ങൾ മാത്രം നീണ്ടപ്പോൾ അപ്പു വിനെപ്പോലെ ചിലരൊക്കെ ഏതാനും വർഷ ങ്ങൾ കഷ്ടിച്ച്, അരിഷ്ടിച്ച് പിടിച്ചുനിന്നു. കുറ ച്ചുകാലമെങ്കിലും തന്നോടൊപ്പം പണിതിട്ടുള്ള വർക്ക്, പെട്ടന്ന് തന്നെ മറന്നുപോകാതിരിക്കാൻ പാകത്തിന് എന്തെങ്കിലുമൊക്കെ ഒരു ഒടിവുച തവ് സമ്മാനങ്ങൾ കാഴ്ചവച്ചേ രാമചന്ദ്രൻ യാത്ര യാക്കിയിട്ടുള്ളൂ. രാമചന്ദ്രനൊപ്പം ഏറ്റവും കാലം ജോലിചെയ്തിട്ടുള്ള വേണുവുമായുള്ള ഇവന്റെ ബന്ധത്തിന്റെ ഇഴയടുപ്പത്തിനും തിരിച്ചറിവു കൾക്കും ഒരു ഞാണിൻമേൽകളിയുടെ ജാഗ്ര തയും കൺകെട്ട് വിദ്യകളുടെ കാൽപനികത്വവു മുണ്ട്.

'അടിയോളം നന്നല്ല അണ്ണൻതമ്പി'യെന്നതു തന്നെയാണ് വേണുവടക്കമുള്ള നല്ലൊരു ശത മാനം ആനക്കാരുടേയും വിശ്വാസപ്രമാണം. കുറ ഞ്ഞപക്ഷം രാമചന്ദ്രന്റെ അടുത്തെങ്കിലും ആ നയവും വിശ്വാസവും കൈയിൽവച്ചാൽ മതി യെന്ന് അവന്റെ പാപ്പാൻ വേണുവിനറിയാം. അടി ച്ചൊതുക്കിയും മീശപിരിച്ചും രാമചന്ദ്രനെ വരച്ച വരയിലൂടെ നടത്താമെന്ന് വിചാരിക്കുന്നതിലും ഭേദം, നായയുടെ വാല് ഒന്നു നേരെയാക്കാൻ ശ്രമിക്കുന്നതു തന്നെയാണ്. രാമചന്ദ്രന്റെ മനസ്സ റിയുന്ന യന്ത്രമാണ് വേണു. വേണുവിന്റെ സ്നേഹമന്ത്രം മാത്രമാണ് രാമചന്ദ്രന്റെ ദൗർബ ല്യം. പക്ഷേ, അതിനും ഒരു പരിധിയൊക്കെയു ണ്ട്. സാക്ഷാൽ ശ്രീരാമചന്ദ്രപ്രഭുവിന്റെ മനസ്സറി യുന്ന ലക്ഷ്മണനെപ്പോലെ, തരവും തഞ്ചവും നോക്കിനിന്നാലും അപൂർവം ചില നിമിഷങ്ങളി ലെങ്കിലും രാമചന്ദ്രൻ തനി രാവണനായെന്നുവ രും.

ഉത്സവത്തിനിടയ്ക്ക് കണ്ണിലെണ്ണയൊഴിച്ചി രുന്ന് രാമചന്ദ്രനെ നിലയ്ക്ക് നിർത്താമെന്ന് വച്ചാൽ ആന കാട്ടാത്ത വേലത്തരങ്ങളുണ്ടാവി ല്ല. അതിനുപകരം അവശതയും ഉറക്കവും നടി ച്ചിരുന്നാൽ അവൻ മര്യാദയ്ക്ക് നിൽക്കുകയും ചെയ്യും. പാപ്പാന് ശരിക്കും വല്ല തലവേദനയോ വയ്യായ്കയോ ആണെന്നുണ്ടെങ്കിൽ അതറിഞ്ഞു തന്നെ ഒരു കുഴപ്പത്തിനും നിൽക്കാതെ അച്ചട ക്കമുള്ള കുട്ടിയാകും. താക്കോലും ക്രമസമാധാ നച്ചുമതലയും കള്ളന്റെ കൈയിൽതന്നെ ഏൽപി ക്കുന്നതാണ് ഏറ്റവും അഭികാമ്യമെന്ന് ചുരുക്കം. അഗ്നിപഥങ്ങൾ വെറുംകാലിൽ ചവിട്ടിയാണ് ഇവിടെ ഓരോ ആനക്കാരനും ആനയും ജീവി ക്കുന്നത്. കരയ്ക്കിരുന്ന് കളികാണുന്ന നമ്മൾ സത്യത്തിന്റെ ഭീകരമുഖങ്ങളുടെ ആയിരത്തിലൊ രംശംപോലും അറിയുന്നില്ല; കാണുന്നില്ല.

എല്ലാവരും അടുത്തിടപഴകുന്നതും മധുരം തരുന്നതുമൊക്കെ രാമചന്ദ്രന് ഇഷ്ടമാണ്; സമ്മ തമാണ്. പക്ഷേ, എല്ലാം തെല്ലകലത്തുനിന്നു മതി യെന്നു മാത്രം. പഞ്ചാരപ്പാലുമിഠായി തരാമെന്ന് പറഞ്ഞാലും. 'എന്റെ മനുഷ്യാ, ഇത്തിരി പഞ്ചാ രയിലും പാലിലും അലിയുന്നതാണോ നിങ്ങ ളുടെ വർഗം ഞങ്ങളോടു കാട്ടുന്ന ക്രൂരതകൾ' എന്നാവും രാമചന്ദ്രന്റെ മനോഗതം.

തൃശ്ശൂർ വടക്കുംനാഥക്ഷേത്രത്തിൽ കുറച്ചു നാൾമുമ്പ് നടന്ന ആനയൂട്ടിൽ തൃശ്ശൂർ-പാലക്കാട് ജില്ലകളിലെ മദപ്പാടിലായവരൊഴികെ ഒരുവിധ പ്പെട്ട ജഗജില്ലികൾ എല്ലാം ഒത്തുചേർന്നിരുന്നു. ഒരു കോണിൽ രാമചന്ദ്രനും ഉണ്ടായിരുന്നെ ങ്കിലും അപ്പോൾ അവനെ ആരും ശ്രദ്ധിച്ചില്ല. പിന്നെ ഗജമേളയും ആനയൂട്ടും കഴിഞ്ഞ് ആന കളധികവും പിരിഞ്ഞു. വൈകിട്ട് കൊച്ചിൻ ദേവ

സ്വത്തിന്റെ ആനത്താവളമായ കൊക്കർണിപ്പറമ്പിൽ ആനകൾക്കുള്ള സുഖചികിത്സയുടെ ആരംഭം. എങ്കിൽ അതുംകൂടികഴിഞ്ഞ് മടങ്ങാമെന്ന വിചാരത്തിൽ അവിടെ തമ്പടിച്ചു. കൊച്ചിൻ ദേവസ്വംവക ആനകളും ആനചികിത്സരംഗത്തെ പ്രമുഖരും ദേവസ്വം ഭാരവാഹികളുമെല്ലാം അരങ്ങിൽ നിറഞ്ഞ ഒരു ചടങ്ങ്.

കൊടുങ്ങല്ലൂർ ഗിരീശനും എറണാകുളം ശിവകുമാറും ബലരാമനും തൃപ്രയാർ രാമചന്ദ്രനുമൊക്കെ അരങ്ങിൽ നിറഞ്ഞുനിരന്നു നിൽക്കുന്നു. സംഗതി കൊഴുപ്പിക്കാനുള്ള ഉത്സാഹത്തിൽ ഡോക്ടർമാരും ദേവസ്വം ഭാരവാഹികളുമൊക്കെ വലിയ ചോറുരുളകൾ ആനകളുടെ വായിൽവച്ചു കൊടുക്കുവാൻ മത്സരിക്കുമ്പോൾ അവരെ സ്നേഹബുദ്ധ്യാ വിലക്കിക്കൊണ്ട് രാമചന്ദ്രന്റെ പാപ്പാൻ വേണു പറഞ്ഞു. "അതുവേണ്ടാ, ഇവനുള്ളത് ഇങ്ങോട്ട് തന്നാൽ മതി. നമ്മുടാൾക്ക് അതൊന്നും അത്ര ഇഷ്ടമല്ല". ആനക്കാരന്റെ വാക്കുകളല്ലേ. ആന തൊട്ടുമുന്നിൽ നിൽക്കെ ആ വാക്കുകൾ ഡോക്ടർമാർക്കല്ല ഏതു ഉടയതമ്പുരാനും വേദവാക്യമാകും. രാമചന്ദ്രനുള്ള ഉരുളകൾ അവന്റെ മനസ്സാക്ഷി സൂക്ഷിപ്പുകാരൻതന്നെ വാങ്ങി 'കണ്ണേപൊന്നേ' പറഞ്ഞ് ഊട്ടുകയായിരുന്നു. ഇതിനിടെ അടുത്തനാളത്തെ പത്രത്തിന് ഫോട്ടോ എത്തിക്കുവാനുള്ള തിരക്കിൽ ഒരു ഫോട്ടോഗ്രാഫർ ക്യാമറ ഫോക്കസ്ചെയ്ത് രാമചന്ദ്രന്റെ കൈയെത്തും ദൂരത്തായപ്പോൾ വളരെ പതിഞ്ഞ ശബ്ദത്തിൽ വേണു തടഞ്ഞു. "ഫോട്ടോഗ്രാഫർ... കീപ്പ് യുവർ ഡിസ്റ്റൻസ്" ആനയെപ്പോലെ പാപ്പാനും ആളു മോശക്കാരനല്ലല്ലോ എന്ന തിരിച്ചറിവിന്റെ രസത്തിൽ സ്വയംമറന്ന് ഫോട്ടോഗ്രാഫർ പിന്മാറിയ ഒരു നിമിഷം, തന്റെ മുന്നിലൂടെ കുറുകേനടന്ന ഡോക്ടർക്ക് നേരെ രാമചന്ദ്രൻ തുമ്പിവീശിക്കഴിഞ്ഞിരുന്നു. പക്ഷേ, അടിയുടെ ആക്കവും തൂക്കവും ഡോക്ടറുടെ ദേഹംവരെ എത്താതിരുന്നതിനാൽ അതൊരു തമാശക്കളിയായി. അതിലും വലിയ തമാശ രാമചന്ദ്രന്റെ പ്രവൃത്തിയോടുള്ള പാപ്പാൻ വേണുവിന്റെ പ്രതികരണമായിരുന്നു. "ഹേയ്, എന്തടാ നീയിക്കാട്ടണെ, അവരൊക്കെ നമ്മുടെ ആളുകളല്ലേ. ഡോക്ടർമാരോട് ഇങ്ങനെയൊക്കെ കാട്ടിയാൽ ഒരാവശ്യം വരുമ്പോൾ പിന്നാരുടെ അടുത്താ നമ്മളോടി ചെല്ലാ". ആ നിമിഷം വരെ തിരക്കഥയിൽ വെറും ജൂനിയർ ആർട്ടിസ്റ്റുകൾ മാത്രമായിരുന്ന രാമചന്ദ്രനും പാപ്പാനും നേരെയിങ്ങ് ഇടിച്ചുകയറി സ്വയം വലിച്ചിട്ടിരുന്നത് നായകൻമാരുടെ കസേരകളിൽ തന്നെ. അതാണ് രാമചന്ദ്രൻ. തനിക്ക് വേണ്ടതെന്തും ആരുടേയും ഔദാര്യത്തിലല്ലാതെതന്നെ പിടിച്ചുവാങ്ങുന്ന തീപ്പൊരിച്ചിങ്കം. മാനംമര്യാദയ്ക്ക് അടങ്ങിയൊതുങ്ങി നിന്നിട്ടും അവനെ ഗൗനിക്കുന്നില്ലെങ്കിൽ, ഗൗനിപ്പിച്ചിട്ടുതന്നെ ബാക്കികാര്യം എന്ന മട്ടിലുള്ള ഒരു സൂത്രപ്പണി.

ബുദ്ധിയുടെ കാര്യത്തിൽ ഉസ്താദാണ് രാമചന്ദ്രൻ; മൂക്കത്ത് ശുണ്ഠിയുള്ള ബുദ്ധിരാക്ഷസനായ ഒരാന. അവന്റെയൊപ്പം കളിയും ചിരിയും തമാശയുമായി ഉള്ളിന്റെയുള്ളിലെ ആന്തലിനും പെടപ്പിനും അവധി കൊടുക്കുന്ന പാപ്പാനും വ്യത്യസ്തനാണ്. ഇവരെക്കുറിച്ച് പറയുന്നില്ലെങ്കിൽ പിന്നെ വേറെയാരെക്കുറിച്ചാണ് നമ്മൾ പറയുന്നത്.

'സ്നേഹിച്ചാൽ നക്കിക്കൊല്ലും ഇടഞ്ഞാൽ കുത്തിക്കൊല്ലു'മെന്നത് പഴകിത്തേഞ്ഞ ഒരു പ്രയോഗം മാത്രം. പക്ഷേ, രാമചന്ദ്രന്റെ കാര്യത്തിൽ അതിനൊരു തിരുത്തുണ്ട്. സ്നേഹിച്ചാൽ ചിലപ്പോൾ അക്ഷരാർഥത്തിൽ ആനക്കാരനെ നക്കിത്തുവർത്തിയെന്ന് വരും. പക്ഷേ, ഇടഞ്ഞാലോ; മൂക്കത്താണ് ശുണ്ഠി. വെട്ടൊന്ന്, പക്ഷേ തുണ്ടം രണ്ടിലൊതുക്കണമെന്ന വാശിയൊന്നുമില്ല. സ്നേഹിച്ചായാലും ഇടഞ്ഞായാലും അവന് ആരെയും കൊല്ലണമെന്നില്ല. ഇങ്ങനെയും ഒരാന!

***

തടത്താവിള സുരേഷ്

തിരുവിതാംകൂറിലെ ലക്ഷണശ്രീമാൻമാരിൽ പ്രമുഖൻ

▼ തടത്താവിള സുരേഷ്

കൊല്ലം ജില്ലയിലെ പരവൂർ പാരിപ്പള്ളിക്കടുത്തുള്ള ഗ്രാമമാണ് ഭൂതക്കുളം അഥവാ പൂതക്കുളം. എടുത്തുപറയത്തക്ക സവിശേഷതകൾ ഒന്നും അവകാശപ്പെടാനില്ലാത്ത ഈ ഗ്രാമം ഇന്ന് ലോകവിനോദസഞ്ചാര ഭൂപടംവഴി അന്തർദേശീയതലത്തിൽവരെ ശ്രദ്ധിക്കപ്പെട്ടിരിക്കുന്നെങ്കിൽ അതിനുകാരണം ഏതാനും ചില നാൽക്കാലികളാണ്. ഇട്ടാവട്ടത്തിലുള്ള ഈ പഞ്ചായത്തിൽ മാത്രം ഏതാണ്ട് മുപ്പതോളം ആനകളാണ് സ്വകാര്യ ഉടമകൾക്ക് സ്വന്തമായുള്ളത്. ഗുരുവായൂർ ആനക്കോട്ട കഴിഞ്ഞാൽ സ്വകാര്യമേഖലയിൽ ഇത്രയധികം ആനകൾ ഒന്നിച്ചു രാപാർക്കുന്ന ചെറിയൊരു പ്രദേശം ഇന്ത്യയിൽത്തന്നെ വേറെയുണ്ടാകില്ല. അവരിൽ തെക്കൻ കേരളത്തിന്റെ യശസ്സുയർത്തിയ പ്രമുഖൻമാരിൽ ഒരാളാണ് തടത്താവിള സുരേഷ്.

ആറന്മുള രഘുനാഥനും വൈക്കം തിരുനീലകണ്ഠനുമൊക്കെ ഒരുവേള കളംനിറഞ്ഞാടിയ തിരുവിതാംകൂറിൽ അഭിനവസഹ്യപുത്രനായി തടത്താവിള സുരേഷ് വീരഗാഥകൾ രചിക്കുന്നു. മലയാളികളുടെ ഗജലക്ഷണശാസ്ത്രസങ്കൽപങ്ങളുമായി പലതുകൊണ്ടും അടുത്തുനിൽക്കുന്ന നാടനാനയാണ് സുരേഷ്. വീണെടുത്ത കൊമ്പുകൾ, തേൻനിറമാർന്ന കണ്ണുകൾ, വലിപ്പമാർന്ന ചെവികൾ, നിലംതൊടുന്ന തുമ്പിക്കൈ, പതിനെട്ട് നഖങ്ങൾ, മയിൽപ്പീലിപോലെ അഴകാർന്ന പീലിവാൽ-അങ്ങനെ അംഗോപാംഗ ലക്ഷണത്തികവുകൾ വലിയൊരളവോളം സമ്മേളിക്കുന്നുണ്ടെങ്കിലും കുതിരയുടേതുപോലെ ഒതുങ്ങിനീണ്ട ഉടലും ഉടൽ നീളമെന്ന ഇടനീളവും അനന്യസുന്ദരമായ തലയെടുപ്പുമാണ് തടത്താവിള സുരേഷിന്റെ ഏറ്റവും വലിയ മൂലധനം. എഴുന്നെള്ളത്തിനൊരുങ്ങി നിന്നാൽ, ജനക്കൂട്ടത്തിന്റെ ഹൃദയം കവർന്നുകൊണ്ട് മറ്റാനകളെയെല്ലാം കടത്തിവെട്ടുന്ന തലയെടുപ്പ് അഥവാ 'മുന്നരങ്ങളാ'ണ് തടത്താവിള സുരേഷിനെ തെക്കൻ കേരളത്തിലെ ഉത്സവനഗരികളുടെ പ്രിയങ്കരനും പതിവുകാഴ്ചയുമാക്കുന്നത്.

പശ്ചിമഘട്ടത്തിലെവിടെയോ പിറന്നുവീണൊരു ആനപ്പൈതൽ, ചതിയുടെ വാരിക്കുഴിക

ളിലേക്ക് പതിക്കുമ്പോൾ അവന്റെ കുട്ടിക്കളികൾപോലും മാറിയിട്ടുണ്ടായിരുന്നില്ല. പിന്നെ അടിമപ്പാളയത്തിന്റെ പുതിയ ലോകത്ത് പുതിയ ശിക്ഷകരുടേയും പുതിയ ദൈവങ്ങളുടേയും തണലിൽ, എങ്ങനെ നിൽക്കണമെന്നും എങ്ങനെ തിന്നണമെന്നും എങ്ങനെ ആയിരിക്കണമെന്നുമൊക്കെ പഠിച്ചു. ആനക്കൂട്ടിലെ പരിശീലനമുറയിൽ, എങ്ങനെയൊക്കെ ആകാം എന്നതിനേക്കാളേറെ എന്തെല്ലാം അരുതെന്നായിരുന്നു പഠിക്കേണ്ടിയിരുന്നത്. അതിനിടെ ഒരു ഫോറസ്റ്റോഫീസർ തന്റെ മകനോടുള്ള ഇഷ്ടക്കൂടുതലുകൊണ്ട് ആനക്കുട്ടിക്ക് മകന്റെ പേരുതന്നെ ചാർത്തിക്കൊടുക്കുകയും ചെയ്തു-സുരേഷ്.

ഫോറസ്റ്റോഫീസറുടേയും കുടുംബത്തിന്റേയും അരുമയായി തത്തിക്കളിച്ച് ഓടിച്ചാടി വളർന്ന വർഷങ്ങൾ. ഓഫീസറുടെ മകനായിരുന്നു അടുത്ത കൂട്ടുകാരൻ. പക്ഷേ, സൗഹൃദത്തിന്റെ ഈ മിന്നാമിനുങ്ങുവെട്ടത്തിന് ഇത്തിരി ആയുസ്സേ ഉണ്ടായിരുന്നുള്ളു. പഠിപ്പും പാഠങ്ങളും പൂർത്തിയാക്കി ആനക്കുട്ടിയെ കൈയേൽക്കുവാൻ ചിലർ അപ്പോഴേതന്നെ മത്സരിച്ച് കാത്തുനിൽക്കുന്നുണ്ടായിരുന്നു. നാരങ്ങാനം സ്വദേശിയും മുൻ എം.എൽ.എ.യുമായ പരീത് റാവുത്തറാണ് അന്നത്തെ ഏറ്റവും ഉയർന്ന വിലയ്ക്ക് ആനക്കുട്ടിയെ ലേലംവിളിച്ചെടുത്തത്. റാവുത്തറും സുരേഷ് എന്ന പേരിന് മാറ്റമൊന്നും വരുത്തിയില്ല.

കാലമധികം കഴിയുംമുമ്പേ അവനെത്തേടി മറ്റൊരാൾ റാവുത്തരുടെ തട്ടകത്തിലേക്ക് എത്തി. അഴകും ആരോഗ്യവും കുത്തിമറിഞ്ഞുകളിക്കുന്ന ആനക്കുട്ടിയെ തെല്ലിട കണ്ണെടുക്കാതെ നോക്കിനിന്നശേഷം, റാവുത്തർ ചോദിച്ച കാശും എണ്ണിക്കൊടുത്ത് അയാൾ അവനെയുംകൊണ്ട് പടിയിറങ്ങി. കൊല്ലം പാരിപ്പള്ളിക്കടുത്തുള്ള ഭാസ്കരപിള്ളയായിരുന്നു ആ മനുഷ്യൻ. ഭാസ്കരപിള്ളയോടൊപ്പമുള്ള യാത്ര ചെന്നവസാനിച്ചത് ഭൂതക്കുളം ധർമശാസ്താ ക്ഷേത്രത്തിനടുത്തുള്ള തടത്താവിള തറവാട്ടിലും. 48500 രൂപയ്ക്കാണ് 28 വർഷംമുമ്പ് തടത്താവിള വീട്ടിൽ ഭാസ്കരപിള്ള സുരേഷിനെ സ്വന്തമാക്കുന്നത്. അന്നുമുതലിവൻ തടത്താവിള സുരേഷായി. തടത്താവിളയിലെത്തി ഒന്നുരണ്ട് വർഷം കഴിഞ്ഞപ്പോൾ കൊച്ചുസുരേഷിനെ കൂപ്പിലെ തടിപ്പണി പഠിക്കുവാൻ ആര്യങ്കാവ് ഫോറസ്റ്റ് റേഞ്ചിലേക്കു വിട്ടു. എന്നാൽ, കഥാനായകൻ പെട്ടന്നൊരുനാൾ, തന്നെ തളച്ചിരുന്ന തുടലും പൊട്ടിച്ച് കാടുകയറി അപ്രത്യക്ഷനായി. അന്ന് പ്രായം ഏറിയാൽ പതിമൂന്നോ പതിനാലോ മാത്രം.

കാട്ടുവാസികളും നാട്ടുവാസികളും കാടായ കാട് മുഴുവൻ അരിച്ചുപെറുക്കിയിട്ടും ആനയെ കണ്ടെത്താനായില്ല. ആനയെ കാണാതായ വിഷമത്തിൽ ആകെ പരവശനായ ഭാസ്കരപിള്ള ഒടുവിൽ അവന്റെ അജ്ഞാതവാസം നാലാംനാളിലേക്ക് കടന്നപ്പോൾ ഉള്ളുരുകി ശബരിമല ശാസ്താവിനെയും ഭൂതക്കുളം ശാസ്താവിനെയും വിളിച്ചു-'എന്റെ മോൻ തിരിച്ചുവന്നാൽ ശിരസ്സിൽ ഇരുമുടിക്കെട്ടുമേന്തി പതിനെട്ടാംപടി ചവുട്ടിച്ചോളാം'. നേർച്ചയും നേർന്ന് ഭാസ്കരപിള്ള ആര്യങ്കാവിൽ എത്തിയപ്പോൾ, സ്കൂളിൽനിന്നും ഒളിച്ചോടിപ്പോയ മകൻ കൈയിലെ കാശും തീർന്ന് തിരിച്ചെത്തുമ്പോഴത്തെ ജാള്യത്തോടെ, സുരേഷ് നാടിറങ്ങിവന്ന് മുഖത്തുനോക്കാതെ കാൽനഖം കൊണ്ട് കളം വരയ്ക്കുന്നു; ഭാവിയിൽ വാതിൽപ്പാളിയാവാനുള്ള ഒരു മരത്തിന് പിന്നിലേക്കു മുഖം മറയ്ക്കുന്നു.

രണ്ട് പതിറ്റാണ്ടിലേറെയായി ഭൂതക്കുളം ക്ഷേത്രത്തിലെ തിടമ്പേറ്റുന്നത് സുരേഷാണ്. ഇവനേക്കാൾ വണ്ണത്തിലോ ഉയരത്തിലോ മുമ്പിലായ ആനകൾ വന്നുനിരന്നാലും ഉത്സവത്തിന് ഭൂതക്കുളത്തപ്പന്റെ തിടമ്പ് സുരേഷിന്റെ ശിരസ്സിൽ തന്നെയാകണമെന്ന കാര്യത്തിൽ നാട്ടുകാർക്ക് ഒറ്റ മനസ്സാണ്.

യഥാർഥത്തിൽ ഇവന് ഇടേണ്ടിയിരുന്നതും ഇവനു യോജിക്കുന്നതുമായ പേര് 'മണികണ്ഠനെ'ന്നായിരുന്നെന്ന് ആനയെ സസൂക്ഷ്മം നിരീക്ഷിച്ചാൽ ആർക്കും ബോധ്യമാവും. ആനകളിൽ അത്യപൂർവമായി മാത്രം കാണുന്ന വലിയൊരു അരിമ്പാറയോ മറ്റോ കണ്ഠമണിയുടെ രൂപത്തിൽ

ഇവന്റെ കഴുത്തിലുണ്ട്. കണ്ഠത്തിൽ മണിയുള്ള വനും ഭൂതക്കുളം ശാസ്താവിന്റെ ആശ്രിതനുമായ ഇവന് മണികണ്ഠനെന്ന പേരാണ് കൂടുതൽ ചേരുന്നത്. കണ്ഠമണിയുടെ ഭാഗ്യവുമായി വല തുകാൽ വച്ച് കയറിവന്ന സുരേഷിനു പിന്നാലെ തടത്താവിള വീട്ടിലേക്ക് ആനകൾ വന്നുകൊണ്ടേ യിരുന്നു. ഇന്നും വന്നുകൊണ്ടിരിക്കുന്നു. ഭാസ്ക രപിള്ളയെപ്പോലെ മക്കളും മക്കളുടെ മക്കളു മെല്ലാം തികഞ്ഞ ആനക്കമ്പക്കാർ.

ഇന്ന് പൂതക്കുളം ആനക്കാര്യത്തിൽ നമ്മുടെ നാടിനുതന്നെ അഭിമാനമാണെങ്കിലും ഒരിക്കൽ പൂതക്കുളംകാർക്ക് ആനയെന്നാൽ അത് അവ രുടെ സ്വന്തം പുതക്കുളം സുരേഷായിരുന്നു. തങ്ങ ളുടെ മുന്നിൽ വച്ച് സുരേഷിനിട്ട് 'രണ്ട് കൊടു ക്കാൻ' നാട്ടുകാർ പാപ്പാൻമാരെ അനുവദിക്കാ റുമില്ല. പക്ഷേ, നാട്ടുകാരുടെ സ്നേഹാധിക്യം സുരേഷിന് വിനയായി മാറിയ സന്ദർഭങ്ങളും വിര ളമല്ല. സുരേഷ്, തടത്താവിള വീട്, പുതക്കുളം എന്ന മേൽവിലാസം ചാർത്തിക്കിട്ടിയതിന്റെ പേരിൽ പാവം ഒരാന നേരിടേണ്ടിവരുന്ന ഗതി കേടിനെക്കുറിച്ചറിയണമെങ്കിൽ ആനയോടു തന്നെ ചോദിക്കണം. വാക്കിലും നോക്കിലും തികഞ്ഞ ആഢ്യനും സമാധാനകാംക്ഷിയുമായ സുരേഷിന്റെ പേരിലായിരിക്കും ഏതെങ്കിലും ഒരു പോലീസ്സ്റ്റേഷൻ അതിർത്തിയിൽ ഏറ്റവുമ ധികം കേസുകൾ രജിസ്റ്റർ ചെയ്യപ്പെട്ടിട്ടുള്ളത്.

അന്നൊക്കെ വല്ലപ്പോഴുമൊരിക്കൽ തടത്താ വിള വീട്ടിലേക്ക് സമൻസുമായി ചില പോലീസു കാർ വരും. സുരേഷിനുള്ള സമൻസ് വീട്ടമ്മയായ രത്നമ്മയുടെ കൈകളിൽ ഏൽപിച്ചിട്ട് ഗമയിൽ നിൽക്കും. സമൻസ് തിരിച്ചും മറിച്ചും നോക്കിയ ശേഷം രത്നമ്മ പറയും.

“സുരേഷ് ഇവിടുത്തെ തന്നാ. പക്ഷേ അവന്റെ പേരിലുള്ള കുറ്റമെന്താ സാറേ”

“രാത്രിയിൽ ലൈറ്റില്ലാതെ ഓവർലോഡും വച്ച് സൈക്കിൾ ചവുട്ടി. പിന്നെയിവിടുത്തെ കൊച്ചാണല്ലോന്നോർത്താ ഞങ്ങൾ ചെറിയൊരു പെറ്റിക്കേസുകൊണ്ടൊതുക്കീത്”.

പോലീസുകാരൻ കാര്യം പറഞ്ഞുതുടങ്ങുന്ന മാത്രയിൽ തന്നെ വീട്ടമ്മയ്ക്ക് ചിരിപൊട്ടും. ആദ്യമൊക്കെ തെല്ല് തമാശയോടെ അവർ പറയും.

“ദേ, അവനാ വടക്കേ മുറ്റത്തുണ്ട്. സാറ് നേരിട്ടുതന്നെ അങ്ങോട്ട് കൊടുത്താട്ടെ”.

സമൻസുമായി അപരാധിയുടെ മുന്നിലേക്കെത്തുന്ന പോലീസുകാരന്റെ അവസ്ഥ പറയാനുണ്ടോ. പൂതക്കുളം പഞ്ചായത്തിൽ രാത്രി ലൈറ്റില്ലാതെ സൈക്കിൾ ചവിട്ടിയതിനോ, പണംവച്ച് ചീട്ടുകളിച്ചതിനോ ആരെ പോലീസു പിടിച്ചാലും അവർ യാതൊരു കൂസലുമില്ലാതെ ഒറ്റശ്വാസത്തിൽ മണിമണിപോലെ പോലീസുകാർക്ക് ഒരു മേൽവിലാസം പറഞ്ഞുകൊടുക്കും- സുരേഷ്, തടത്താവിള വീട്, പൂതക്കുളം പി.ഒ. ഒരു പേരിലെന്തിരിക്കുന്നു എന്ന് ആർക്കും നിസ്സാരമായിട്ടങ്ങ് ചോദിക്കാം. പക്ഷേ...

സ്വന്തം മക്കൾക്ക് തുല്യം സുരേഷിനെ സ്നേഹിച്ചിരുന്ന ഭാസ്കരപിള്ള 97-ലാണ് അന്തരിച്ചത്. തന്റെ വളർത്തച്ഛൻ കാണാമറയത്തെ ലോകത്തേക്ക് യാത്രയാകുമ്പോൾ സുരേഷ് വീട്ടിലുണ്ടായിരുന്നില്ല. വനംവകുപ്പിലെ ഒന്നുരണ്ടാനകൾക്ക് തടിപ്പണിയിൽ പരിശീലനം നൽകുവാൻ ഗുരുസ്ഥാനത്ത് സുരേഷ് തന്നെ വേണമെന്ന ചില ഉദ്യോഗസ്ഥരുടെ താത്പര്യപ്രകാരം ആന ദൂരെയൊരു സ്ഥലത്തായിരുന്നു. അച്ഛന്റെ പെട്ടന്നുള്ള മരണത്തിന്റെ ഞെട്ടലിലും പതർച്ചയിലും ആനയേയും ആനക്കാരനേയും വിവരമറിയിക്കുന്ന കാര്യം മക്കൾ മറന്നു. പക്ഷേ, ഭാസ്കരപിള്ള മരിക്കുന്ന ദിവസം എന്തുചെയ്തിട്ടും തടിപ്പണിക്കായി ആന വക്കകയർ കൈകൊണ്ടു തൊടുന്നില്ല. ‘സാമം, ദാനം, ഭേദം, ദണ്ഡം’ ഇതൊന്നും ഫലിക്കാതായപ്പോൾ ആനയ്ക്ക് അസുഖമെന്തോ ആണെന്ന ഉറപ്പിൽ പാപ്പാൻമാർ അവനെയുംകൊണ്ട് വീട്ടിലേക്ക് മടങ്ങി. നാലാം നാളാണ് വീട്ടിലെത്തിയത്. വന്നുകയറിയതും പാപ്പാൻമാർ പറഞ്ഞതൊന്നും ശ്രദ്ധിക്കാതെ ഭാസ്കരപിള്ള സ്ഥിരമായി ഇരിക്കാറുള്ള ഭാഗത്തേക്ക് ഒരു പാച്ചിൽ. കുറേനേരം നോക്കിനിന്നശേഷം പട്ടടയുടെ ഭാഗത്തേക്കു തിരിഞ്ഞു. എരിഞ്ഞടങ്ങിയ ചിതയും വലിച്ചു കെട്ടിയ കൊള്ളിത്തോർത്തും മരണവീടിന്റെ മൂകതയും കണ്ട് ആനയ്ക്കെല്ലാം മനസ്സിലായിക്കാണണം. വളർത്തച്ഛൻ പോയതിന്റെ വേദനയോ, അറിയിക്കേണ്ടവർ തന്നെ മാത്രം അറിയിക്കാത്തതിന്റെ പരിഭവമോ, പാപ്പാൻമാർ വിളിച്ചിട്ടും ആന അനങ്ങാതെ അവിടെത്തന്നെ അരമണിക്കൂറോളം നിന്നു.

ഒടുവിൽ പതിവിൻപടി ഭാസ്കരപിള്ളയുടെ ഭാര്യ രത്നമ്മ ഒരു കോപ്പ ചായയുമായി അവന്റെയരികിലെത്തി. എന്നും ആർത്തിയോടെ ചായ വാങ്ങി കുടിക്കാറുണ്ടായിരുന്ന ആന അതു കണ്ട ഭാവംപോലും നടിക്കാതെ നിൽക്കുന്നതു കണ്ടപ്പോൾ, ‘പോയെടാ മോനേ’ എന്നുപറഞ്ഞ് അമ്മ ആനയുടെ തുമ്പിയിൽ കെട്ടിപ്പിടിച്ചുകൊണ്ട് വലിയവായിൽ കരച്ചിലായി.

ആനയും അമ്മയും കെട്ടിപ്പിടിച്ചു നിന്ന് കരയുന്നതു കണ്ട് മൂത്തമകൻ ചന്ദ്രചൂഡൻപിള്ള വിലക്കാനെത്തിയപ്പോൾ ആനയുടെ സ്വഭാവം മാറി. തന്നേയും അമ്മയേയും പിരിക്കാനെത്തിയ ചന്ദ്രചൂഡൻപിള്ളയെ തോണ്ടിയൊരേറ്! അതിനുശേഷം അവൻ പിന്നെയും അമ്മയെ തഴുകിത്തലോടി ആശ്വസിപ്പിച്ചുകൊണ്ടുനിന്നു.

ആനക്കാർപോലും പേടിച്ചോടിയ അന്നത്തെ ആ പകർന്നാട്ടം ഒരുപക്ഷേ ഒരു ഓർമപ്പെടുത്തലാകാം. സ്നേഹത്തിന്റെ വസന്തവും വിരഹത്തിന്റെ വേദനയുമൊക്കെ മനുഷ്യരുടെ മാത്രം കുത്തകയല്ലെന്ന ഓർമപ്പെടുത്തൽ! മക്കൾ പുലകുളിച്ചപ്പോൾ പിൻതുടർച്ചാവകാശത്തിനും ആളോഹരിസ്വത്തുവിഹിതത്തിനും അർഹതയില്ലാത്ത ആ മകനും പുലകുളിച്ചിട്ടുണ്ടാകണം. മനസ്സുകൊണ്ടെങ്കിലും അവനും ഒരുപിടി ബലിച്ചോറ് ഉരുട്ടിയിട്ടുണ്ടാകണം; ഊട്ടിയിട്ടുണ്ടാകണം.

അന്നും ഇന്നും സുരേഷ് അങ്ങനെയാണ്. തടത്താവിള വീട്ടിലേക്ക് കയറിക്കഴിഞ്ഞാൽ പിന്നെ അതവന്റെ സാമ്രാജ്യമാണ്. എന്തിന്റെയെങ്കിലും ഒരുകൊമ്പ് ഒടിക്കുന്നതു കണ്ട് ആരെങ്കിലും അധികാരസ്വരത്തിൽ വിലക്കിപ്പറഞ്ഞാൽ അവൻ അനുസരിക്കില്ല.

കഴിക്കുന്ന പനമ്പട്ടയിലും ഓലയിലും അറിയാതെപെട്ട് ഏതെങ്കിലും പുഴുക്കളോ വണ്ടുകളോ അകത്തായിട്ടുണ്ടെങ്കിലല്ലാതെ ഇന്നുവരെ പരിപൂർണ സസ്യഭുക്കാണ് സുരേഷ്. സുഖചികിത്സയിലും ഇന്നോളം ഒരു മുട്ടപോലും അടിച്ചുകൊടുത്തിട്ടില്ല. എള്ളും കരിപ്പെട്ടിയും ഇടിച്ചുചേർത്ത ആഹാരമാണത്രെ സുരേഷിന്റെ സൗന്ദര്യരഹസ്യം. പ്രകൃത്യാ സസ്യാഹാരിയായ ആനയുടെ അക്രമവാസനകൾ അധികരിക്കുവാൻ, ആനകളിൽ കുത്തിച്ചെലുത്തുന്ന മാംസാഹാരങ്ങൾ ഒരളവോളം കാരണമാകുന്നുണ്ടെന്നാണ് ഇവന്റെ പ്രധാന ചികിത്സകനായ കുളത്തൂർമുഴി ദാമോദരൻ നായരുടെ വിശ്വാസം.

നാദസ്വരവും ചെണ്ടമേളവും സുരേഷിന്റെ ദൗർബല്യങ്ങളാണ്. അമ്പലവും ഉത്സവങ്ങളും കൊട്ടും പാട്ടുമൊന്നുമില്ലാത്ത സമയത്ത് തടത്താവിള കുടുംബത്തിലെ ഇളമുറക്കാർ ഇവനായി തട്ടുപൊളിപ്പൻ സംഗീതം വലിയ ശബ്ദത്തിൽ വച്ചുകൊടുക്കാറുണ്ട്.

അനാവശ്യമായി ആരോടും അങ്ങോട്ട് തട്ടാനും മുട്ടാനും നിൽക്കുന്ന ശീലമില്ലാത്ത സമാധാനപ്രേമിയാണെങ്കിലും ഒരിക്കൽ ഒരു കൊലപാതകക്കുറ്റം സുരേഷിന്റെ മേലും പതിഞ്ഞിട്ടുണ്ട്. ഉത്സവത്തിനിടെ കൊമ്പിൽ പിടിക്കാനെത്തിയ ആളുകൾക്കുനേരെ പെട്ടന്ന് കൊമ്പ് വെട്ടിച്ചപ്പോഴുണ്ടായ ഒരു ദുരന്തം! എന്നാൽ, അതൊരു കൈയബദ്ധം മാത്രമായിരുന്നു. കാരണം, ആ സംഭവത്തിനു ശേഷവും സുരേഷ് യാതൊരു പ്രകോപനവുമില്ലാതെ എഴുന്നെള്ളത്ത് പൂർത്തിയാക്കിയാണ് നെറ്റിപ്പട്ടമഴിച്ചത്.

തടത്താവിള രാജശേഖരൻ, തടത്താവിള ശിവൻ, തടത്താവിള ബാബു തുടങ്ങിയവരൊക്കെയാണ് തടത്താവിള വീട്ടിൽ സുരേഷാനയുടെ പ്രധാന പിൻമുറക്കാർ. ഇതിൽ ചിലരെങ്കിലും ഉത്സവങ്ങൾ ഒഴിവായ സമയത്ത് തടിപ്പണിക്കായി കൂപ്പുകളിലേക്കു പോകാറുണ്ടെങ്കിലും പതിമൂന്നാം വയസ്സിലെ കാടുകയറ്റത്തിനുശേഷം ഇന്നുവരെ സുരേഷിനെ പുറംപണിക്ക് വിട്ടിട്ടില്ല.

ഏപ്രിൽ-മേയ് മാസങ്ങളിലാണ് സുരേഷിന്റെ മദക്കോളുകാലം. മദലക്ഷണങ്ങൾ പ്രകടിപ്പിക്കുന്ന ആനയെ നന്നായി കെട്ടിയുറപ്പിച്ച് കഴിഞ്ഞാൽ 45-50 ദിവസത്തോളം നന്നായി നീരൊലിക്കുകയും ചെയ്യും. ആനയുടെ വലത്തേക്കൊമ്പ് ഇടത്തേക്കൊമ്പിനേക്കാൾ തെല്ലുയർന്ന് നിന്നാൽ അത് ഭാഗ്യമാണെന്നുമാണ് ലക്ഷണശാസ്ത്രത്തിലെ വിധിന്യായങ്ങൾ. ഒരുപക്ഷേ, അതുകൊണ്ടാവാം ഉടമകളുടെ ഭാഗ്യമെന്നോണം ഉത്സവങ്ങളില്ലാത്ത സമയത്തുതന്നെ അവന്റെ മദപ്പാടുകാലം വന്നുചേരുന്നത്.

മദപ്പാടുകാലത്തെപ്പറ്റി കുറച്ച് പറയാനുണ്ട്. അമരമെന്ന പിൻകാലുകൾ കനത്ത തൂണിൽ നന്നായി കെട്ടുകയും ഒപ്പം ആനയ്ക്ക് പെട്ടന്ന് വെട്ടിത്തിരിയുവാനുള്ള സ്വാതന്ത്ര്യം വിലക്കിക്കൊണ്ട് മുൻകാലുകളിൽ നിന്നും ഒരു ചങ്ങല മറ്റൊരുമരത്തിലേക്ക് വലിച്ചുകെട്ടുകയും ചെയ്യും. മദക്കാലബന്ധനത്തിന്റെ രീതി അതാണ്. മദക്കോളു സമയത്ത് പാപ്പാൻമാരോട് കടുത്ത ശത്രുതമനോഭാവം പുലർത്തുന്നവരാണ് അധികം ആനകളും. കാൽച്ചങ്ങല ഒന്ന് ഇളച്ചിടുവാനോ അഴിച്ചുകെട്ടുവാനോ ഒന്നും പാപ്പാൻമാരെ അനുവദിക്കാത്തതുകൊണ്ട് ചങ്ങല കാലിൽ മുറുകി വലിയ വ്രണങ്ങളായി, പലപ്പോഴും ചങ്ങല പച്ച മാംസത്തിലേക്ക് മൂടിപ്പോകാറുണ്ട്. തന്റെ ആനയുടെമേൽ അമിതമായ ഒരു വിശ്വാസം വച്ചുപുലർത്തിക്കൊണ്ടാണ് നല്ലൊരു ശതമാനം പാപ്പാൻമാരും ഈ ഘട്ടത്തിൽ ആനയുടെ പരിചരണങ്ങൾ നിർവഹിക്കുന്നത്. തങ്ങളെ അവസാനമില്ലാത്ത അടിമത്തത്തിന്റെ കനത്ത ചങ്ങലകളിൽ തളച്ചിട്ട് കൊല്ലാക്കൊല ചെയ്യുന്ന മനുഷ്യവർഗത്തോടു മുഴുവനുമുള്ള പകയും വിദ്വേഷവും ആനകൾക്ക് മദപ്പാടുകാലത്ത് പത്തിരട്ടിയാവും. ആ സമയം അവരുടെ കണ്ണുകളിൽ വർഗശത്രുക്കൾ പാപ്പാൻമാത്രമായിരിക്കും. ഈ യാഥാർഥ്യം ബോധപൂർവ്വം കണ്ടില്ലെന്ന് നടിച്ചുതന്നെയാണ് പാവം പാപ്പാൻമാർ ആനപ്പണിയെടുക്കുന്നത്.

കവികൾക്കും കൽപനാവൈഭവമുള്ളവർക്കും ഒരു മദയാനയുടെ തലയ്ക്കകത്തെ ലാവാപ്രവാഹങ്ങൾക്ക് നൂറുനൂറ് മാനങ്ങൾ നൽകാം. പക്ഷേ,

തലയ്ക്കകത്തും മനസ്സിലും ഒരായിരം കൊടുങ്കാടുകൾ ഒന്നിച്ചുലയുന്ന ആനയുടെ ആ സമയത്തെ വന്യകാമനകളും സ്വയമറിയാതെയുള്ള കലിയാട്ടവും എല്ലാ ഭാവനകൾക്കും സങ്കൽപങ്ങൾക്കുമപ്പുറത്തുള്ള യാഥാർഥ്യമാകുമ്പോൾ, ജീവന്റെ ജീവനായി അവനെ സ്നേഹിക്കുന്ന ഉടമകൾപോലും ആ സമയം ഒന്നറയ്ക്കും. അതുതന്നെയാണ് അഭികാമ്യവും. എത്ര ഒതുക്കിയാലും അമർത്തിയാലും വന്യതകൾ എല്ലാം മറന്ന് പൊട്ടിത്തെറിക്കുന്ന ചില അഭിശപ്തനിമിഷങ്ങളിൽ ആനകൾ കൊലപാതകികളായാൽ അതിന്റെ കാരണക്കാർ ഒരിക്കലും ആനകളല്ല; അരച്ചാൺ വയറിനുവേണ്ടി മരണത്തിന്റെ കൊമ്പുംപിടിച്ച് നടക്കുന്ന ആനക്കാരുമല്ല.

തിരുവിതാംകൂറിന്റെ ഉത്സവത്തിരുമുറ്റത്ത് തടത്താവിള സുരേഷ് എന്ന ഐശ്വര്യശ്രീമാന് എന്നും ജനഹൃദയങ്ങളിലാണ് സ്ഥാനം. അത്യപൂർവമായി മാത്രം ഇഴചേരാറുള്ള ലക്ഷണത്തികവുകളുടേയും സ്വഭാവഗുണത്തിന്റേയും മികവിൽ അനന്യസുന്ദരമായ തലയെടുപ്പ് എന്ന മുന്നരങ്ങോടെ ജനലക്ഷങ്ങൾ നെഞ്ചിലേറ്റി ലാളിക്കുകയാണ് ഈ ആനയെ.

***

ചേർത്തല പ്രമീള

ആനലോകത്തെ കാരണവത്തി

▶ ചേർത്തല പ്രമീള

ആരുടെയൊക്കെയോ ശാപവചസ്സുകളും ചോദിച്ചു വാങ്ങി ഭൂമിയിൽ വന്നുപിറക്കാൻ വിധിക്കപ്പെട്ട ആനകൾ. അവരിൽ ജീവിതമെന്ന തോരാക്കണ്ണീരിന്റെ വാരിക്കുഴികളിലേക്ക് എന്നെന്നേയ്ക്കുമായി നിപതിക്കുന്നവർ പിന്നെ നാട്ടാനകൾ! അവർക്കിടയിൽ ആയുസ്സെത്താതെയുള്ള പെടുമരണങ്ങൾ ഒരനിവാര്യതയായി മാറുന്ന മഹാഭൂരിപക്ഷത്തിനിടയിൽ ദീർഘായുസ്സ് എന്നത് അപൂർവങ്ങളിൽ അത്യപൂർവമായി മാത്രം ഒരാനയ്ക്ക് കൈവരുന്ന മഹാഭാഗ്യമാണ്. അങ്ങനെയൊരപൂർവഭാഗ്യത്തിനുടമയായ, ആയിരത്തിൽ ഒരുവളായ ഒരാനപ്പിറപ്പിന്റെ അധ്യായമാണിത്.

കേരളത്തിൽ ഇന്നു ജീവിച്ചിരിക്കുന്ന നാട്ടാനകളിൽ ഏറ്റവും പ്രായം ചെന്ന ആദ്യത്തെ രണ്ടോ മൂന്നോ ആനകളിൽ ഒന്ന്. ദീർഘായുസ്സ് എന്നത് ആനകളെ സംബന്ധിച്ചടുത്തോളം വെറും ദിവാസ്വപ്നം മാത്രമായി മാറുന്ന ദൈവത്തിന്റെ സ്വന്തം നാട്ടിൽ, ദീർഘായുസ്സിന്റെ വരപ്രസാദവുമായി ഒരാനമുത്തശ്ശി- ചേർത്തല പ്രമീള! തിരുവിതാംകൂർ ദേവസ്വംബോർഡിനു കീഴിലുള്ള ചേർത്തല കാർത്ത്യായനി ക്ഷേത്രത്തിന്റെ സ്വന്തവും ചേർത്തലക്കാരുടെ പ്രിയങ്കരിയുമായ ചേർത്തല പ്രമീള ആയിരം പൂർണചന്ദ്രന്മാരെ കണ്ട് സപ്തതിയും തികച്ച് കാലുനീട്ടിവച്ച് മുറുക്കാൻ ഇടിച്ചിരിക്കാൻ തുടങ്ങിയിട്ട് വർഷങ്ങൾ ഏറെയായി. അതായത് ചേർത്തല പ്രമീളയെന്ന ഈ ആനപ്പിറപ്പ് ഇപ്പോൾ എൺപതുകളുടെ നടവരമ്പിലൂടെയാണ് ജീവിതസമസ്യകളുടെ അർഥം തേടുന്നത്.

സഹ്യസാനുക്കളിലെ ചോലവനങ്ങളിൽ എവിടെയോ പിറന്നുവളർന്ന്, ഏതോ അഭിശപ്തനിമിഷങ്ങളിലൊന്നിൽ ചതിയുടെ വാരിക്കുഴിയിൽ വീണ്, കോന്നിക്കൂട്ടിലെത്തിയ ആനയാണ് പ്രമീള. ഐക്യകേരളവും തിരുവിതാംകൂർ ദേവസ്വംബോർഡുമെല്ലാം രൂപീകൃതമാകുന്നതിനൊക്കെ മുമ്പേതന്നെ ക്ഷേത്രജീവനക്കാരിയായി മാറിയ പ്രമീളയുടെ ജനനത്തീയതിയും നടയ്ക്കിരുത്തപ്പെട്ട ദിവസവുമൊന്നും കൃത്യമായി അറിയില്ല. എന്തെന്നാൽ ഈ ആനമുത്തശ്ശിയുടെ ജീവിതത്തിനും ജീവിതാനുഭവങ്ങൾക്കും അത്രയേറെ

ചേർത്തല കാർത്ത്യായനി ക്ഷേത്രം

പഴക്കവും പാരമ്പര്യവുമുണ്ട്.

കുറഞ്ഞത് പത്തമ്പത് വർഷങ്ങൾക്കപ്പുറമായിരുന്നു പ്രമീളയുടെ ചേർത്തല കാർത്ത്യായനി ക്ഷേത്രത്തിലേക്കുള്ള കടന്നുവരവ്. അതിനു മുമ്പും ഇവിടെ ആനകളുണ്ടായിരുന്നു. എല്ലാം പിടിയാനകൾ. ക്ഷേത്രത്തിലെ ദേവി നിത്യകന്യകയായതുകൊണ്ടാണ് ഇവിടത്തെ ആനയൊഴിവുകൾ പൂർണമായും വനിതകൾക്കായി മാറ്റിവച്ചിരിക്കുന്നത്. ദേവസ്വംബോർഡുകളും നവകേരളവും രൂപംകൊള്ളുന്നതിനൊക്കെമുമ്പേ തിരുവിതാംകൂർ മഹാരാജാവ് നടയ്ക്കിരുത്തിയ ആനപ്പെൺകൊടിയാണ് പ്രമീള. പക്ഷേ, ചേർത്തലയിലല്ല; മധ്യതിരുവിതാംകൂറിലെ മറ്റൊരു ക്ഷേത്രത്തിൽ. ചെങ്ങന്നൂരിലെന്ന് ചിലരെങ്കിലും വിശ്വസിക്കുന്നു. രാജാവ് ചേർത്തലയമ്പലത്തിലും ഒരാനയെ നടയ്ക്കിരുത്തിയിട്ടുണ്ടായിരുന്നു-കാർത്ത്യായനി. പ്രമീളയ്ക്കുമുമ്പ് അവൾക്കായിരുന്നു കരപ്പുറമെന്ന പേരിലും അറിയപ്പെടുന്ന ചേർത്തലയുടെ അധികാരം. പക്ഷേ, എന്തുകൊണ്ടോ അവളെ രാജാവ് തന്നെ ചേർത്തലയിൽ നിന്നും തിരിച്ചെടുത്തു. അപ്പോൾ പകരം അയച്ചതാണ് പ്രമീളയെ.

പ്രമീളയ്ക്ക് എത്രവയസ്സായെന്നോ, ഇവളെ ഏത് ക്ഷേത്രത്തിൽ ആര് നടയ്ക്കിരുത്തിയെന്നോ തുടങ്ങിയ വിവരങ്ങൾ ക്ഷേത്രത്തിൽ ലഭ്യമല്ല. ദേവസ്വംബോർഡ് രേഖകളിലും കണ്ടെത്തുക പ്രയാസം. കാരണം, ഏതു ദേവസ്വംബോർഡിനേക്കാളും സീനിയറാണ് പ്രമീള. രാജഭരണവും ബ്രിട്ടീഷ്‌രാജും പിന്നെ പുതിയ ജനായത്ത ഭരണവുമെല്ലാം ദർശിച്ചും സാക്ഷിയായും കാലത്തിന് ഒരുപിടി മുമ്പേ നടന്നവളാണ് ഈയാന. പുന്നപ്രവയലാർ സമരം കൊടുമ്പിരികൊള്ളുമ്പോഴും അതിനെതിരെ സർ. സി. പി. ഉരുക്കുമുഷ്ടികൾ ഉപയോഗിച്ച് ആഞ്ഞടിച്ചപ്പോഴും അതിനെല്ലാം സാക്ഷിയായി പ്രമീള ഇവിടെ ഉണ്ടായിരുന്നിരിക്കണം. പറഞ്ഞുവന്നാൽ പഴയ വെള്ളപ്പൊക്കത്തിനുവരെ സാക്ഷിയായവൾ. അതിനിടെ അവൾ എന്തൊക്കെ കണ്ടു. എന്തൊക്കെ കേട്ടു. ആനകളുടെ ശരാശരി ആയുസ്സ് നൂറ്റിയിരുപത് വയസ്സെന്ന് പൊതുവേ പറയപ്പെടുമ്പോൾ തന്നെ നമ്മുടെ നാട്ടാനകളിൽ നല്ലൊരു ശതമാനത്തിന്റേയും ജീവിതം കഷ്ടിച്ച് അമ്പതുകളിലും അറുപതുകളിലും അവസാനിക്കുന്നു. പ്രമീളയ്ക്ക് എന്തായാലും തൊണ്ണൂറിനടുത്ത് പ്രായമുണ്ട്.

പൊതുജനത്തിനു മുന്നിൽ നല്ലൊന്നാന്തരം മര്യാദക്കാരിയാണ് പ്രമീളയെങ്കിലും പാപ്പാൻമാർക്ക് മുന്നിൽ പലപ്പോഴും അങ്ങനെയല്ല. ഒന്നാം പാപ്പാനേ മാത്രമേ വകവയ്ക്കാറുള്ളൂ. രണ്ടാമൻമാർ കൺവെട്ടത്തു വരുന്നതുപോലും ഇഷ്ടമല്ല. 'ഇഷ്ടമില്ലാത്തച്ചി തൊട്ടതെല്ലാം കുറ്റമെന്ന്'

പോലെ, എത്ര വിശന്നിരിക്കുന്ന നേരത്തായാലും ശരി, കണ്ണിൽ പിടിക്കാത്ത രണ്ടാംപാപ്പാൻ കൊണ്ടിട്ടുകൊടുക്കുന്ന ഓലയും തീറ്റയുമൊക്കെ അവൾ അതേപോലെ തന്നെ അയാളുടെ തലവഴി എറിഞ്ഞുവെന്നുവരാം. അവളുടെ വേലത്തരവും വേഷംകെട്ടലുമൊക്കെ രണ്ടാമൻമാർക്കും സഹായികൾക്കും നേരെ മാത്രമേയുണ്ടാവൂ എന്നാണെങ്കിൽ, അതിലുമുണ്ട് ചില പാഠഭേദങ്ങൾ. തന്റെ തട്ടകമായ ചേർത്തലയിലാണെങ്കിൽ പ്രമീള ശരിക്കും കുസൃതിയാകും. ചേർത്തലക്കാരുടെ മുന്നിൽവച്ച് തന്റെ ദേഹത്ത് കൈവയ്ക്കാൻ ഒരുത്തനും ധൈര്യപ്പെടില്ലെന്ന ഉറപ്പിൽ അവളുടെ വമ്പത്തങ്ങൾ ചിലപ്പോൾ ഉച്ചസ്ഥായിയിൽ കത്തിക്കയറാനും മതി.

ആനയെക്കൊണ്ട് തീറ്റയുമെടുപ്പിച്ച് വരുമ്പോൾ പാപ്പാനിത്തിരി ഗമകൂടിപ്പോകുന്നോ എന്നവൾക്ക് സംശയം തോന്നിയാൽ പിന്നെ പണി വേറെയാണ്. ചേർത്തല ദേവീക്ഷേത്രനടയിലുള്ള കെ.എസ്.ആർ.ടി.സി. സ്റ്റാന്റിനുമുന്നിലെ റോഡിൽ, ആളും വാഹനങ്ങളുമെല്ലാം കൂടി തിങ്ങിഞെരുങ്ങുന്ന സമയംനോക്കി അവൾ ആ തീറ്റ അതേപോലെ നടുറോഡിൽ സ്ഥാപിച്ച് ഒന്നുമറിയാത്തവളെപ്പോലെ അമ്പലത്തിലേക്ക് കത്തിച്ചുവിടും. ട്രാഫിക് ബ്ലോക്കാകുമ്പോൾ പാവം പാപ്പാൻമാർതന്നെ തലച്ചുമടായി ഓലക്കെട്ട് അമ്പലത്തിലേക്ക് എത്തിക്കേണ്ടിയും വരും. ചേർത്തലയിലെ സത്യാന്വേഷണപരീക്ഷണങ്ങൾക്കിടയിൽ ഇവൾ ഏത് വേലിക്കകത്തുകയറി എന്ത് മരംകേറിത്തരങ്ങൾ ഒപ്പിച്ചാലും 'ഓ നമ്മുടെ പ്രമീളയല്ലേ' എന്നുപറഞ്ഞ് എല്ലാവരും കണ്ണടയ്ക്കുകയും കൂടിയാവുമ്പോൾ സുന്ദരിമുത്തശ്ശിയുടെ പരാക്രമങ്ങൾക്ക് കൈയും കാലും വയ്ക്കാതെ തരമില്ലല്ലോ.

ഒരുമാതിരിപ്പെട്ട ചീത്തവിളിയൊന്നും പ്രമീളയെ ലവലേശം ബാധിക്കില്ല. കാരണം കുറേ വർഷങ്ങൾക്കുമുമ്പുവരെ കൊടുങ്ങല്ലൂർ ഭരണിപ്പാട്ടുപോലെ ചേർത്തലപ്പൂരത്തിനും എരിവും പുളിയും കൂടിയ പഞ്ചരത്നഭരണിപ്പാട്ടുകൾ തിമിർത്തുപെയ്യാറുണ്ടായിരുന്നു.

നാട്ടുകാർ കൈയിലോ കാലിലോ തൂങ്ങിയാലും അശ്ശേഷം രസക്കേട് കാണിക്കാത്ത പ്രമീള, ഒരുകാര്യം മാത്രം ഇഷ്ടപ്പെടുന്നില്ല. മദ്യപിച്ച് ആരും തന്റെയടുത്ത് വന്നേക്കരുതെന്ന ഒരൊറ്റ നിർബന്ധം. അവൾക്കുംകൂടി വല്ലതും കൊണ്ടുവരണം! ക്യാരറ്റോ വെള്ളരിയോ പഴമോ എന്തൊക്കെ കൊടുത്താലും ശരി, കോലുകപ്പയെന്ന മരച്ചീനിയാണ് പ്രമീളയുടെ ഏറ്റവും വലിയ ദൗർബല്യം. വേറെന്തൊക്കെ കടിച്ചുതുപ്പിക്കളഞ്ഞാലും കപ്പ കളയില്ല.

സകലചരാചരങ്ങളുടേയും ഉള്ളിന്റെയുള്ളിലുണ്ടാകേണ്ട പ്രഥമവികാരം ഏതെന്ന് ചോദിച്ചാൽ ഈ ഇന്നലേകളുടെ രാജകുമാരിക്ക് ഒരേയൊരു ഉത്തരമേ ഉണ്ടാകൂ; പ്രേമം. നല്ലൊരുത്തനെ കണ്ടുകിട്ടിയാൽ, കണ്ടും അടുത്തും അവനെയാകെ മൊത്തം ഒന്ന് ബോധിച്ചുപോയാൽ പ്രമീളയുടെ മനസ്സങ്ങോട്ട് എപ്പോൾ ചാഞ്ഞെന്ന് ചോദിച്ചാൽ മതി. ഉത്സവക്കാലമാകുമ്പോൾ ഇങ്ങനെയിവളുടെ മനസ്സിളക്കാൻ ഓരോരോ കൊമ്പൻമാരുടെ എഴുന്നെള്ളത്തുണ്ടാകും, അന്നുമിന്നും. അങ്ങനെയാ മൊഹബത്ത് പെരുത്ത് ശരിക്കും ഞരമ്പിനു പിടിച്ചാലോ, പിന്നെ ലോകവും ലോകരുമൊക്കെ എന്തു വിചാരിക്കും എന്തു പറയും എന്നതൊന്നും അവൾ കാര്യമാക്കാറുമില്ല. 'കൊണ്ടു ദർഭമുന കാലിലെ'ന്ന് വെറുതേ നടിച്ച് നിൽക്കുന്ന ശകുന്തളയെപ്പോലെ നേരംകളയാനൊന്നും സാവകാശവുമില്ല. പ്രിയതമൻ നടകൊള്ളുന്ന വഴിയേ അറിയാതെ അവളുടെ കാലുകളും ചലിക്കും. അപ്പോൾ തോട്ടിയിട്ട് വലിക്കാനും വീട്ടുതടങ്കലിലാക്കാനുമൊക്കെ പാപ്പാൻമാർ ശ്രമിച്ചാൽ തടി വെടക്കാകുന്നത് അവരുടെ തന്നെയായിരിക്കുകയും ചെയ്യും. ആരുകണ്ടാലും നോക്കിനിന്നുപോകുമായിരുന്ന അവളുടെ ആയകാലത്ത് എത്രയെത്ര പ്രിയതമൻമാർ ആ മനസ്സിലൂടെ കടന്നുപോയിട്ടുണ്ട്; പോയിട്ടുണ്ടാകും.

ഇഷ്ടത്തിനും മനസ്സുചായലിനും പ്രത്യേകിച്ച് എന്തെങ്കിലും മാനദണ്ഡമുണ്ടോയെന്ന് ചോദിച്ചാൽ, നമ്മൾ വിലയിരുത്തുന്നതുപോലെ വീണെടുത്ത കൊമ്പ്, നിലത്തിഴയുന്ന തുമ്പി എന്ന മട്ടിലുള്ള ലക്ഷണശാസ്ത്രങ്ങൾ അവൾ കാര്യമാക്കിയിട്ടുണ്ടോ എന്നറിയില്ല. പക്ഷേ, ഒരു കാര്യത്തിൽ

തികഞ്ഞ നിർബന്ധമുണ്ടായിരുന്നു. വെറുതേ തെക്കുവടക്ക് നടക്കുന്നവനെയൊന്നും കയറി പ്രണയിക്കാൻ അവളെ കിട്ടുമായിരുന്നില്ല. നല്ലൊരു ജോലി; അതായിരുന്നു മുൻതൂക്കം. വെറുംജോലിയല്ല. സാക്ഷാൽ ശ്രീപദ്മനാഭന്റെ നാലുചക്രം മേടിക്കുന്ന സർക്കാർ ജീവനക്കാരോടായിരുന്നു എന്നും പ്രതിപത്തി!

പലപ്പോഴും കാണാനും തട്ടാനും മുട്ടാനുമൊക്കെ അവസരം ലഭിക്കുന്ന തിരുവിതാംകൂർ ദേവസ്വംബോർഡിന്റെ കൊമ്പൻമാരായിരുന്നു എന്നും പ്രമീളയുടെ വീരകേസരികൾ. അമ്പലപ്പുഴ രാമചന്ദ്രൻ, തിരുവല്ല ജയചന്ദ്രൻ. മാവേലിക്കര ചക്രപാണി, ആറൻമുള രഘുനാഥൻ തുടങ്ങി എത്രയെത്ര സുന്ദരൻമാർ. പക്ഷേ, അവരിൽ പലരും ഇന്ന് ജീവനോടെയില്ലെങ്കിലും ഒരായുസ്സ് മുഴുവൻ ഓർത്തു വയ്ക്കാനുള്ള സ്നേഹം പകർന്നുനൽകിയിട്ടുണ്ടാകും. ഏറ്റവുമൊടുവിൽ അഞ്ചാറ് വർഷം മുമ്പും പ്രമീളയുടെ മനസ്സ് ഇങ്ങനെയൊന്ന് അറിയാതുലഞ്ഞുപോയ ഒരു സംഭവം അരങ്ങേറി. അവളേക്കാൾ ഒത്തിരി ഇളപ്പമായ മാവേലിക്കര ഉണ്ണിക്കൃഷ്ണനായിരുന്നു അന്ന് കഥയിലെ രാജകുമാരൻ.

ചേർത്തല ഉത്സവത്തിനെത്തിയതായിരുന്നു കക്ഷി. 'ഇഷ്ടമാണെന്നാദ്യം ചൊല്ലിയതാരാണെ'ന്നൊന്നും ഓർമയില്ല. കാരണം, എഴുപത്തഞ്ചാം വയസ്സിലെ കാര്യമൊക്കെ എങ്ങനെയാ കൃത്യമായിട്ട് ഓർത്തുവയ്ക്കുന്നത്? അന്ന് രണ്ടുപേരേയും കൂടി അമ്പലത്തിന്റെ വടക്കേഗേറ്റിലൂടെ തീറ്റയെടുക്കാൻ കൊണ്ടുപോകുകയായിരുന്നു. പക്ഷേ, ഗേറ്റ് കടന്നപ്പോൾ പെണ്ണിന് ആകെയൊരു പരവേശം. തന്നെ പാതിവഴിയിലുപേക്ഷിച്ച് പ്രാണനാഥൻ സ്ഥലം വിടുകയാണോ! അവളാകെ കാറിക്കൂവി. പാപ്പാൻമാരെ വകവയ്ക്കാതെ ഉണ്ണിക്കൃഷ്ണനു വട്ടംചുറ്റി. ഒടുവിൽ രണ്ടുപേരെയും ഒരു വിധത്തിൽ അനുനയിപ്പിച്ച് വീണ്ടും ക്ഷേത്രമതിൽക്കകത്ത് കയറ്റുകയും പിന്നെ, പ്രമീളയെ നന്നായി കെട്ടിയുറപ്പിച്ചശേഷം ഉണ്ണിക്കൃഷ്ണനെ ഒറ്റയ്ക്കു കൊണ്ടുപോയി രണ്ടുപേർക്കുമുള്ള തീറ്റ എടുപ്പിച്ചുകൊണ്ട് വരികയുമായിരുന്നു. പ്രായം മറന്ന പ്രേമം ചിലപ്പോൾ ഇരട്ടിഭാരമായേക്കാമെന്ന സത്യം പാവം ഉണ്ണിക്കൃഷ്ണൻ അനുഭവിച്ചറിഞ്ഞതും അന്നായിരിക്കും.

പ്രമീള നാട്ടിലുണ്ടെങ്കിൽ കാത്തുവച്ച് നിവേദ്യങ്ങൾ സമർപ്പിക്കുന്ന ധാരാളം വീടുകൾ ചേർത്തലയിലുണ്ട്. അമ്പലത്തിൽ നിന്ന് കുളിക്കാനും തീറ്റകൊണ്ടുവരാനുമുള്ള യാത്രകൾക്കി

ടയിൽ അവൾ ആ വീടുകൾക്കു മുന്നിൽ കൃത്യമായി നിൽക്കുന്നതും പതിവാണ്. ഒരർഥത്തിൽ പ്രമീളയെന്ന ഈ മുതുമുത്തശ്ശി ചേർത്തലക്കാരെ സംബന്ധിച്ചടുത്തോളം സാക്ഷാൽ ചേർത്തല കാർത്ത്യായനിയുടെ പ്രത്യക്ഷസാന്നിധ്യമാണ്. അതുകൊണ്ടുതന്നെ കുട്ടികളുടെ രോഗപീഡകൾ മാറുന്നതിനും അഭീഷ്ടകാര്യസിദ്ധിക്കുമായി ചിലരെങ്കിലും പ്രമീളയ്ക്ക് ഒരുവയർ ചോറ് നേരാറുണ്ട്. ഒരുവയർ നിറച്ചും കൊടുത്ത് തൃപ്തിപ്പെടുത്താനാവാത്തവർ ഒരുവായ് ചോറെന്ന പരിഹാരക്രിയയും അനുഷ്ഠിക്കാറുണ്ട്.

ചേർത്തലയിലെ ദേവിയെ വില്വമംഗലം സ്വാമിയാർ ചേറിൽ തലതാഴ്ത്തി പ്രതിഷ്ഠ നടത്തിയെന്നാണ് വിശ്വാസവും ഐതിഹ്യവും. ചേർത്തലയെന്ന സ്ഥലനാമത്തിന്റെ ആവിർഭാവവും അങ്ങനെയാണ് (ചേറ്-തല).

ചേർത്തലപ്പൂരത്തിന് ഏഴുദിവസവും ഇവൾക്ക് ഏഴു കുളങ്ങളിലേക്ക് ആറാട്ടെഴുന്നെള്ളത്തുണ്ട്. ആ ദിവസങ്ങളിൽ പ്രമീളയ്ക്കായി ഒന്നാന്തരം മധുരങ്ങൾ കാത്തുവച്ച് സമർപ്പിക്കുന്നത് ചെത്തുതൊഴിലാളികളുടെ ഒരു വഴിപാട് തന്നെയാണ്. ഉത്സവമൊന്നുമില്ലെങ്കിലും ഒരു കുപ്പി മദ്യംവാങ്ങി പ്രമീളാമ്മയുടെ തുമ്പിക്കൈയിലൊഴിച്ചുകൊടുത്താൽ യാതൊരു അനുസാരികളും കൂടാതെ വലിച്ചടിക്കുകയും ചെയ്യും. പ്രമീളയെ എന്തെങ്കിലും മരുന്ന് കഴിപ്പിക്കുകയെന്നത് യാതൊരു രക്ഷയുമില്ലാത്ത ഏർപാടാണ്. പക്ഷേ, മേമ്പൊടിയായി 'മറ്റവനെ' ഒന്നു തൊട്ടുവരട്ടിയാൽ സംഗതി എളുപ്പമായി. മരുന്നുകളുടെ കൂട്ടത്തിൽ ഏറ്റവുമിഷ്ടം ഹോമിയോമരുന്നാണ്. കാരണം, അതിന് ഇത്തിരി സ്പിരിറ്റിന്റെ മണവും ഗുണവുമുണ്ടല്ലോ.

കേരളത്തിൽ ഇന്ന് ജീവിച്ചിരിക്കുന്ന നാട്ടാനകളിൽ ഏറ്റവും തലമൂത്ത കാരണവസ്ഥാനം കൊട്ടാരക്കര കൃഷ്ണൻകുട്ടിയെന്ന കൊമ്പനാണെന്നാണ് പൊതുവേയുള്ള വിലയിരുത്തൽ. കൃഷ്ണൻകുട്ടി തൊണ്ണൂറുകളിലൂടെ ചലിക്കുകയാണെങ്കിൽ, ഏറ്റവും പ്രായം ചെന്ന പെണ്ണാനയെന്ന വിശേഷണത്തിനർഹമായ പ്രമീളയ്ക്കിപ്പോൾ എൺപതുകളിലും മധുരപ്പതിനേഴിന്റെ താരപരിവേഷമാണ്. എന്നാൽ, കടുപ്പമേറിയതായിരുന്നു എൺപതിന്റെ പടവുകളിൽ അവളെ കാത്തിരുന്ന ഒരു അഗ്നിപരീക്ഷണം. അന്ന്, രണ്ടാം വാരിക്കുഴി പ്രമീളയ്ക്കായി ഒരുക്കിവച്ച് വിധി കാത്തിരുന്നു!

പ്രമീളയ്ക്കൊരു പതിവുണ്ട്. റോഡിലൂടെ നടക്കുമ്പോൾ ഒരിക്കലും റോഡിലേക്ക് കയറി നടക്കാറില്ല. പാതയോരത്തുള്ള പുല്ലുപറിച്ചു തിന്ന് സൂക്ഷിച്ചുംകണ്ടും നടന്നുപോകുന്നതാണ് പണ്ടുമുതൽക്കേയുള്ള അവളുടെ ശീലം. അന്ന്, ആനയുടെ വലതുഭാഗത്തായി റോഡിനോടു ചേർന്ന് പാപ്പാൻ ശിവനും നടക്കുന്നുണ്ട്. പുതിയ സഹായി പിന്നിലും. മഞ്ഞിന്റെ കുളിരകറ്റാൻ ഒരു ചായ കുടിക്കാമെന്ന ചിന്തയിൽ ആനയെ റോഡിൽ നിന്നും വഴിയിലേക്കിറക്കുവാൻ പാപ്പാൻ ഒന്നു മാറിയ ഒരൊറ്റ നിമിഷം! ഞൊടിയിടയ്ക്കുള്ളിൽ പാഞ്ഞുവന്ന ലോറി പ്രമീളയുടെ പിന്നിൽവന്നിടിച്ചു കഴിഞ്ഞിരുന്നു. ഇടിയിൽ ആന നാലുകാലും മേലെയായി മലക്കംമറിഞ്ഞ് കുറച്ചുദൂരം തെന്നിമാറി വീണു.

ആനയെ റോഡിൽനിന്നും മാറ്റിക്കിടത്താനായിരുന്നു ഓടിക്കൂടിയവരുടെ ശ്രമം. പക്ഷേ, പാപ്പാൻമാരുടേയും നാട്ടുകാരുടേയും പ്രതീക്ഷകളെ കടത്തിവെട്ടിക്കൊണ്ട് വീണിടത്തുനിന്നും വേച്ചുവേച്ചെഴുന്നേറ്റ മുത്തശ്ശിയാന നേരെ നടന്നു തുടങ്ങിയത് തന്റെ തട്ടകമായ ചേർത്തല കാർത്ത്യായനി ദേവിയുടെ തിരുമുറ്റത്തേക്കായിരുന്നു. ഭാഗ്യം, അല്ലെങ്കിൽ പ്രമീള വിളിച്ചുകരഞ്ഞ അവളുടെ ഉപാസനമൂർത്തികളുടെ അദ്ഭുതകരമായ അനുഗ്രഹം. അതല്ലായിരുന്നെങ്കിൽ പ്രമീളയെന്ന ഈയാനമുത്തശ്ശിയുടെ ആയുസ്സിന് അപ്പോഴേ പൂർണവിരാമം വീണുകഴിയുമായിരുന്നു. അമ്പലംവരെ ഒരുവിധത്തിൽ ഏന്തിയും വലിഞ്ഞുമെന്നോണം കഷ്ടിച്ചുനടന്നെത്തിയെങ്കിലും വൈകുന്നേരമായതോടെ ദേഹമാസകലം നീരുവന്ന് വീർത്തു. ആന തീറ്റയെടുക്കുന്നതും നിർത്തിയതോടെ എല്ലാം കൈവിടുകയാണെന്ന് പാപ്പാൻമാരും ദേവസ്വം ഭാരവാഹികളും നാട്ടുകാരും മനസ്സിലുറപ്പിച്ചു. അവരെല്ലാം ഒരിക്കലും തങ്ങളുടെ ഉൾഭയം പുറത്തുകാട്ടാതെ ഒറ്റമന

പ്രമീളയും ക്ഷേത്രത്തിലെ വഴിപാട് കോഴികളും

സ്സോടെ അവൾക്കുവേണ്ടി പ്രവർത്തിച്ചു. നിറഞ്ഞ പ്രാർഥനകളോടെ പ്രമീളയുടെ പ്രിയപ്പെട്ട ചേർത്തലക്കാർ അവൾക്കുവേണ്ടി വിശേഷാൽ വഴിപാടുകൾ കഴിച്ചുകൊണ്ടേയിരുന്നു. മരുന്നുകളുടെ മന്ത്രജാലമോ അതോ എല്ലാ ഔഷധങ്ങൾക്കും അപ്പുറത്തുള്ള അദൃശ്യമായ ആ അദ്ഭുതസ്പർശമോ എന്നറിയില്ല. മറ്റാരായിരുന്നെങ്കിലും വാടിക്കൊഴിഞ്ഞ് വീണുപോകുമായിരുന്ന ആ അഗ്നിപരീക്ഷണത്തിൽ നിന്നും പ്രമീള പുനർജനിപൂണ്ട് എഴുന്നേറ്റുവന്നു.

പ്രമീള പ്രായവും വയ്യായ്കയും മറന്ന് വച്ചടിച്ചു നടക്കുമ്പോൾ നാട്ടുകാരാണ് ആശ്വാസം കൊള്ളുന്നതും ആഹ്ലാദം പങ്കുവയ്ക്കുന്നതും. സ്വതവേ പ്രമീളയുടെ വലത്തേപിൻകാലിന് ഒരിത്തിരി നീളക്കുറവുണ്ട്. ഇക്കാലമത്രയും അതിന്റെ പേരിലുള്ള വലിവുമുണ്ട്; അവളത് നടയുടെ ഒരു ശൈലിയാക്കുകയും ചെയ്തിരുന്നു. ലോറിയിടിച്ചതിനുശേഷം കാലിന്റെ വലിച്ചിൽ അൽപം കൂടിയിട്ടുണ്ട്.

കോഴികളാണ് പ്രമീളയുടെ പ്രധാനകളിത്തോഴർ. അതിന് മറ്റൊരു കാരണമുണ്ട്. ചേർത്തല ദേവീക്ഷേത്രത്തിൽ കോഴിയെ പറപ്പിക്കുന്ന സവിശേഷമായ ഒരു വഴിപാടുണ്ട്. അഭീഷ്ടകാര്യസിദ്ധിക്കായി ഭക്തർ കോഴികളെ ക്ഷേത്രത്തിൽ കൊണ്ടുവന്ന് വഴിപാടായി സമർപിക്കും. മറ്റുചില ക്ഷേത്രങ്ങളിലും ഇങ്ങനെയുള്ള വഴിപാടുണ്ടെങ്കിലും അവിടെല്ലാം കിട്ടുന്ന കോഴികളെ ലേലം ചെയ്തു വിൽക്കുകയാണ് പതിവ്. പക്ഷേ, ചേർത്തലയിൽ അവരവിടെത്തന്നെ ജീവിച്ച് മരിക്കുകയാണ്. അമ്പലത്തിലും പരിസരങ്ങളിലുമായി ഏറ്റവും കുറഞ്ഞത് അഞ്ഞൂറ് കോഴികളെങ്കിലും ഇങ്ങനെ എല്ലായ്പ്പോഴും ഉണ്ടാവും. എണ്ണംകൂടുന്ന മുറയ്ക്ക് ഇതിൽ കുറേപ്പേർ അടുത്തുള്ള ബസ്സ്റ്റാന്റും പരിസരങ്ങളുമൊക്കെ താവളമാക്കുമെങ്കിലും ദേവിയോടുള്ള വിശ്വാസം നിമിത്തം ഇതിലൊന്നിനെപ്പോലും ആരും പിടിച്ചുകൊണ്ട് പോകാറില്ല. ക്ഷേത്രമൈതാനം താവളമാക്കുന്നവർക്ക് ഭക്തർ വഴിപാടായി നൽകുന്ന

അരിയും മലരുമൊക്കെയാണ് പ്രധാന ഭക്ഷണം. സന്ധ്യയാകുമ്പോൾ ക്ഷേത്രഗോപുരത്തിലും മരങ്ങളിലുമൊക്കെയായി ഓരോരുത്തർ സ്ഥാനംപിടിക്കും. അസമയത്ത് പതിവില്ലാതെ ആരുടെയെങ്കിലും നിഴലനക്കം കണ്ടാൽ മൊത്തത്തിൽ കാറിക്കൂവി രാത്രിവെളുപ്പിക്കുന്ന ഇവർ നല്ല കാവൽക്കാരുമാണ്. ക്ഷേത്രവളപ്പിലെ കോഴികളുടെ ആധിക്യമാകാം പ്രമീളയും കോഴികളും തമ്മിലുള്ള പ്രതിപത്തിയുടെ രഹസ്യം.

പ്രമീളയ്ക്ക് ഒരു ശീലമുണ്ട്. ചില പ്രായമായ മുത്തശ്ശിമാർ മുഖം തുടയ്ക്കാൻ മാത്രമായി ഒരു മേൽമുണ്ട് എല്ലായ്പ്പോഴും തോളത്തിടാറുള്ളതുപോലെ ഇവളും ദേഹം തട്ടിത്തുടയ്ക്കുവാൻ ഒരു തുഞ്ചാണി ഭംഗിയായി ഒടിച്ചൊതുക്കി എപ്പോഴും സൂക്ഷിച്ചു വയ്ക്കും. തീറ്റതിന്നുന്നതിനിടയിലും മണ്ണിൽ കളിച്ചു രസിക്കുന്നതിനിടയിലുമെല്ലാം കൂടെക്കൂടെ ആ തുഞ്ചാണികൊണ്ട് ദേഹം മുഴുവൻ അടിച്ചുകൊണ്ടിരിക്കുകയും ചെയ്യും.

കേരളത്തിൽ ഇന്ന് ജീവിച്ചിരിക്കുന്ന നാട്ടാനകളിൽ ഏറ്റവും പ്രായംകൂടിയ ആന കൊട്ടാരക്കര കൃഷ്ണൻകുട്ടിയാണെന്ന് വിശ്വസിക്കുന്നവരാണധികവും. കൃഷ്ണൻകുട്ടിയല്ല, ചേർത്തല പ്രമീളയാണ് ആ അപൂർവ റെക്കോഡിനുടമ എന്ന് വിശ്വസിക്കുന്നവരും വിരളമല്ല. കേരളത്തിലെ ഏറ്റവും പ്രായമേറിയ നാട്ടാനയെന്ന അപൂർവബഹുമതിക്ക് കൃഷ്ണൻകുട്ടിയെപ്പോലെ ചുരുക്കം ചിലർ അവകാശവാദം ഉന്നയിച്ചേക്കാമെങ്കിലും ഈ മലയാളമണ്ണിലെ ഏറ്റവും പ്രായംകൂടിയ കാരണവത്തിയെന്ന സ്ഥാനം പ്രമീളയ്ക്ക് സ്വന്തം.

അറുപതുകളിൽ തട്ടിത്തടഞ്ഞുവീണ് എൺപതുകൾ കടന്ന് തൊണ്ണൂറിൽ നിന്നും നൂറിലേക്ക് ഉറ്റുനോക്കുന്ന പ്രമീള നാട്ടാനകൾക്കിടയിലെ അപൂർവജൻമമാണ്. കൊടുംക്രൂരമായ കെട്ടിയഴിക്കലുകളുടേയും ചോരനീരാക്കുന്ന കടുകട്ടിപ്പണികളുടേയും കുരിശുമരണങ്ങളിലേക്ക് പാവം നാട്ടാനകളെ നടതള്ളുകയില്ലെങ്കിൽ, താരതമ്യേന സ്വസ്ഥമായൊരു ജീവിതസാഹചര്യം അവർക്ക് വാഗ്ദാനം ചെയ്യാൻ കഴിയുമെന്നുണ്ടെങ്കിൽ ആനപ്പിറവികൾ ജീവിതയാത്രകളുടെ പാതിവഴിയിൽ പിടഞ്ഞൊടുങ്ങേണ്ടി വരികയില്ലെന്നതിന്റെ ഉത്തമോദാഹരണം കൂടിയാണ് ചേർത്തല പ്രമീളയെന്ന ഗജസുന്ദരി.

***

ബാസ്റ്റ്യൻ വിനയശങ്കർ

പേരിലും സ്വഭാവത്തിലും സവിശേഷതയുള്ള ഒരാൾ

കാലദേശഭാഷാന്തരങ്ങൾക്ക് അതീതമായി ലോകത്തെവിടെയുമുള്ള ജനതയ്ക്കെല്ലാം ഋതുക്കൾ നാലാണ്-ഗ്രീഷ്മം, ശരത്, ഹേമന്തം, വസന്തം. പക്ഷേ, ഉത്സവക്കമ്പക്കാരായ മലയാളികൾക്ക്, വിശേഷിച്ചും തൃശ്ശൂർ, പാലക്കാട് ജില്ലകളിലെ ഉത്സവപ്രേമികൾക്ക് മേൽപ്പറഞ്ഞ നാല് കാലങ്ങൾക്കും പുറമേ അവരുടേതു മാത്രമായ മറ്റൊരു കാലംകൂടിയുണ്ട്. അത് പൂരക്കാലമാണ്. തിരുവില്ല്വാമല നിറമാലയോടെ പൂരക്കാലം തുടങ്ങുകയായി. പിന്നെ, ഒരു ദേശം മുഴുവൻ ഉത്സവലഹരിയിലാകും. ആനയ്ക്കും അമ്പാരിയ്ക്കും പിന്നാലെ പൂരപ്പറമ്പുകളിൽ നിന്നും പൂരപ്പറമ്പുകളിലേക്ക് ജനം ഒഴുകുകയായി. മേളക്കമ്പത്തിന്റേയും ആനക്കമ്പത്തിന്റേയും അനിർവചനീയമായ ലഹരിയിൽ എല്ലാം മറന്ന് അവർ ചെണ്ടപ്പുറത്ത് കോലുവീഴുന്നിടത്തൊക്കെ സ്വപ്നാടകരെപോലെ എത്തിപ്പെടും. ഓരോ പൂരക്കാലം കഴിയുമ്പോഴും അടുത്ത പൂരക്കാലത്ത് കാണാമെന്ന് പറഞ്ഞാണ് പ്രവാസികളായ പൂരക്കമ്പക്കാർ പരസ്പരം വിടചൊല്ലാറുള്ളത്. പെരുവനം പൂരത്തിന്റെയൊക്കെ നടവഴികളിൽ ഇറങ്ങി നിന്നാൽ ചെറുപ്പം മുതലുള്ള സുഹൃത്തുക്കളെ കണ്ടുമുട്ടാൻ കഴിയുമത്രെ! 'മാരാൻ വച്ചാൽ മേയ്ക്കാൻ എടുക്കു'മെന്നാണ് പഴയൊരു ചൊല്ല്. മഴക്കാലമാകുന്നതോടെ ചെണ്ടകൾ നിശ്ശബ്ദമാകും. പിന്നെ മേയ്ക്കാൻ തവളകളുടെ കച്ചേരികളാണ് അരങ്ങുവാഴുക. പിന്നെ കാത്തിരിപ്പിന്റെ ദിനങ്ങളാണ്. അടുത്ത പൂരക്കാലത്തിനായുള്ള കാത്തി

രിപ്പ്!

നല്ല ആനകളെ കണ്ടാൽ എന്തുവില കൊടുത്തും അവനെ സ്വന്തമാക്കുകയെന്നത് പൂരനഗരിക്കാർക്ക് അന്നുമിന്നും ഒരു അഭിമാനപ്രശ്നം തന്നെയാണ്. അങ്ങനെ ഉയരപ്പെരുമയുടെ തങ്കത്തിളക്കവുമായി, നല്ലൊരു വിഭാഗം ആനക്കമ്പക്കാരുടെ മനസ്സിൽ ഇടംപിടിച്ചുകഴിഞ്ഞ വിനയശങ്കർ, തൃശ്ശൂരിന്റെ സ്വന്തമായിട്ട് അധികം കാലമായിട്ടില്ല. തിരുവിതാംകൂറിന്റെ മണ്ണിലായിരുന്നു അതുവരെ ഇവന്റെ ജൈത്രയാത്ര. അന്നിവൻ വിനയശങ്കറല്ല. സ്വാമി അയ്യപ്പനായിരുന്നു; ചങ്ങനാശ്ശേരി സ്വാമി അയ്യപ്പൻ. സ്വാമി എന്ന വിളിപ്പേരിൽ അറിയപ്പെട്ടിരുന്ന രവീന്ദ്രൻ നായരുടെ അയ്യപ്പനാന.

കോട്ടയം, കൊല്ലം, പത്തനംതിട്ട, ആലപ്പുഴ ജില്ലകളിലെ പേരുകേട്ട ഉത്സവങ്ങളുടെയും പൂരങ്ങളുടെയുമൊക്കെ തിടമ്പ് ചങ്ങനാശ്ശേരി സ്വാമി അയ്യപ്പന്റെ ശിരസ്സിലേൽപിക്കുവാൻ അന്ന് പൂരക്കമ്മിറ്റിക്കാരും ഉത്സവം നടത്തിപ്പുകാരും രണ്ടാമതൊന്ന് ആലോചിച്ചിരുന്നില്ല. ചങ്ങനാശ്ശേരി രവീന്ദ്രൻ നായരിൽനിന്നും പെരുമ്പുളിശ്ശേരി സ്വദേശി ആന്റോ എന്ന ആന്റണി വാങ്ങുന്നതോടെയാണ് ചങ്ങനാശ്ശേരി സ്വാമി അയ്യപ്പൻ ബാസ്റ്റ്യൻ വിനയശങ്കറായി പൂരനഗരിക്ക് സ്വന്തമാവുന്നത്.

ഉയരമാണ് ബാസ്റ്റ്യൻ വിനയശങ്കർ എന്ന ഗജരാജന്റെ സവിശേഷതയും ഏറ്റവും വലിയ തുറുപ്പുചീട്ടും. ആനയുടെ ഇരിക്കസ്ഥാനത്തിന്റെ ഉയരക്കൂടുതൽ നോക്കി എഴുന്നെള്ളിപ്പാനയെ തിരഞ്ഞെടുക്കുന്ന മത്സരപ്പൂരങ്ങളിൽ ബാസ്റ്റ്യൻ വിനയശങ്കർ ഇന്നൊരു അനിവാര്യസാന്നിധ്യമാകുന്നതും അതുകൊണ്ടുതന്നെ.

ആനപരിപാലനത്തിൽ ഏറെ അനുഭവജ്ഞാനമുള്ള വാക്കയിൽ കൈമളാണ് അഞ്ചു വയസ്സിനടുത്ത് പ്രായമുള്ള കുട്ടിയാനയെ ബീഹാറിൽ നിന്നും കേരളത്തിൽ എത്തിക്കുന്നത്. പിന്നെ കൈമളിൽ നിന്നും തൊടുപുഴയ്ക്കടുത്തുള്ള ഒരു സുവിശേഷ പ്രചാരകൻ വാങ്ങുന്നു. കറുകച്ചാലിനടുത്തുള്ള നെടുങ്കുന്നം സ്വദേശി രവീന്ദ്രൻ നായർക്ക് ചെറുപ്പം മുതലേ ആനയെ കാണുന്നത് ഇഷ്ടമാണെന്നതൊഴിച്ചാൽ ഒരാനയെ സ്വന്തമാക്കണമെന്ന ചിന്തയൊന്നും ഉണ്ടായിരുന്നില്ല. പക്ഷേ, നിയോഗം അങ്ങനെയായിരുന്നു. അപ്രതീക്ഷിതമായി വന്നുചേർന്ന കടം ഒഴിവാക്കാനുള്ള ഒരു മാറ്റക്കച്ചവടം. ഏഴാം വയസ്സിൽ കുട്ടിക്കൊമ്പനെ എൺപതിനായിരം രൂപയ്ക്കാണ് രവീന്ദ്രൻ നായർ സ്വന്തമാക്കുന്നത്. ജാതകവശാൽ രവീന്ദ്രൻ നായർക്ക് ഗജകേസരിയോഗം തുടങ്ങിയതിന്റെ പന്ത്രണ്ടാംനാൾ വീട്ടിൽ വന്നുകയറിയ ആനക്കുട്ടി നേരെ ഓടിക്കയറിയത് വീട്ടിലുള്ളവരുടെയെല്ലാം മനസ്സിലേക്കായിരുന്നു.

പാപ്പാൻ അടുത്തില്ലാത്ത സമയങ്ങളിൽ നായർ അവന്റെ ശരീരത്ത് പറ്റിച്ചേർന്നു കിടക്കും. അപ്പോൾ അവൻ തുമ്പിക്കൈയെടുത്ത് ഉടമയുടെ നെഞ്ചത്തു വയ്ക്കും. കാര്യം കുട്ടിയാനയാണെങ്കിലും, നെഞ്ചത്ത് ഒരു ചീങ്കണ്ണി കയറിയിരിക്കുംപോലെ ശ്വാസംമുട്ട് വരുമ്പോൾ മെല്ലെയൊരു അടി കൊടുക്കും. അപ്പോൾ അവൻ തുമ്പിക്കൈ മാറ്റും. ഉടമ ഉറക്കംപിടിക്കുമ്പോൾ വീണ്ടും പഴയപടി അവന്റെ കൊച്ചു തുമ്പിക്കൈ നെഞ്ചിൽ തന്നെയെത്തും. സൽസ്വഭാവംകൊണ്ടും സ്നേഹപ്രകടനങ്ങൾകൊണ്ടും എന്നും ഉടമകളുടെ നെഞ്ചുംകൂടിനുള്ളിൽതന്നെയായിരുന്നു ഈ ആനയുടെ സ്ഥാനം. മരക്കച്ചവടത്തിലും ഗജപരിപാലനത്തിലും പതിറ്റാണ്ടുകളുടെ പാരമ്പര്യമുള്ള ബാസ്റ്റ്യൻ ടിമ്പേഴ്സിന്റെ അഭിമാനവും ഐശ്വര്യവുമാണ് ഇന്ന് വിനയശങ്കർ.

കേരളത്തിലെ നാട്ടാനകളിൽ വിരലിലെണ്ണാവുന്നവയൊഴികെ എല്ലാം ഹിന്ദുനാമധാരികളാവുമ്പോൾ വേറിട്ട പേരുകളുമായി ആന്റോയുടെ ആനകൾ നമ്മളെ നോക്കി ചിരിക്കുന്നു. പേരിലല്ല, ഗുണത്തിലാണ് ആനകൾ അംഗീകരിക്കപ്പെടേണ്ടത് എന്ന വിശ്വാസപ്രമാണക്കാരനാണ് വിനയശങ്കറിന്റെ ഉടമ. തലക്കുന്നി അത്ര പോരെന്നതും കീഴ്ക്കൊമ്പനാണെന്നതും ഒഴിച്ചാൽ നല്ലൊരാനയ്ക്കു വേണ്ട എല്ലാ ലക്ഷണസൗകുമാര്യവും സിദ്ധിച്ചിട്ടുള്ളവനാണ് വിനയശങ്കർ.

ഉയരപ്രകാരം മിക്ക ഉത്സവങ്ങളിലും തിടമ്പേറ്റുവാനുള്ള അർഹത വിനയശങ്കറിനു തന്നെയാണ്. പക്ഷേ, ഓരോ ക്ലബ്ബുകൾ ഓരോ ആനകളെ സ്പോൺസർ ചെയ്യുന്ന ഇത്തരം എഴുന്നെള്ള

▼ ബാസ്റ്റ്യൻ വിനയശങ്കർ

ത്തുകളിൽ, തങ്ങളുടെ ആന ഏറ്റവും മുന്നിൽ നിലയുറപ്പിക്കണമെന്ന് ഓരോ കൂട്ടരും വാശിപിടിക്കുമ്പോൾ ആനയുടേയും ആളുകളുടേയും സുരക്ഷിതത്വം വിസ്മരിക്കപ്പെടുന്നു- ആനകൾ പരസ്പരം തിങ്ങിഞെരിഞ്ഞ് കൂട്ടാനക്കുത്തിന് വഴിമരുന്നിട്ടേക്കാവുന്ന പ്രക്ഷുബ്ധാവസ്ഥ! അനാരോഗ്യകരമായ കടുംപിടുത്തത്തിനും പോരാട്ടത്തിനും നിൽക്കാതെ സമാധാനത്തിന്റെ പാതയിലേക്ക് ഒഴിഞ്ഞുമാറുവാനാണ് വിനയശങ്കറിനും അവന്റെ ഉടമയ്ക്കും പാപ്പാനും താത്പര്യം. നിറഞ്ഞ മനസ്സോടെ ആനയെ സ്നേഹിക്കുമ്പോഴും ആനയെന്ന വന്യതയുടെ സമസ്തഭാവങ്ങളും നന്നായറിയാവുന്ന ആന്റോയ്ക്കും ആന്റോയുടെ ആനയ്ക്കും അർഹതപ്പെട്ടത് നഷ്ടപ്പെടുമ്പോൾപോലും സമാധാനപ്രിയരാവാനേ കഴിയൂ. എന്തെന്നാൽ സ്വന്തം ജീവിതമാകുന്ന പാഠപുസ്തകത്തിൽ നിന്നും ആന്റോ പഠിച്ച ഏറ്റവും വിലപ്പെട്ട പാഠമാണത്. നെഞ്ചിലേക്ക് ഉരുകിയിറങ്ങുന്ന കണ്ണീരിന്റെ ഉപ്പും നനവും കലർന്ന ഒരു പാഠം.

സ്വപ്രയത്നത്തിലൂടെ ജീവിതം വെട്ടിപ്പിടിച്ച അപ്പൻ റപ്പായിയാണ് തറവാട്ടിൽ ആദ്യം ആനയെ വാങ്ങുന്നത്. നന്നേ ചെറുപ്പത്തിൽതന്നെ വീട്ടിൽ വളർന്നിരുന്ന ഒരു കുട്ടിയാന റപ്പായിയുടെ പ്രാണനായിരുന്നു; 'ബാലങ്കുട്ടി' എന്ന ബാലകൃഷ്ണനാന. ആര്, എന്തു മധുരം തിന്നാൻ എടുത്താലും അതിൽ ഒരുപങ്ക് ആദ്യം അവന് കൊടുത്തിരിക്കും. ഇരുപത് വർഷം മുമ്പുള്ള ഒരു പെരുന്നാൾ കാലം. കുട്ടിയാന അപ്പോൾ വളർന്ന് തികഞ്ഞ പതിനെട്ടുകാരനായിരുന്നെങ്കിലും റപ്പായിയും ആനയും തമ്മിലുള്ള ചങ്ങാത്തത്തിനും കുസൃതിക്കും തെല്ലും കുറവുണ്ടായിരുന്നില്ല. ഒരിക്കൽ വീടിനു മുന്നിലുള്ള വരാന്തയിൽ നിന്ന് റപ്പായി ആനയ്ക്ക് എന്തോ കൊടുക്കുകയായിരുന്നു. ഒട്ടും പ്രതീക്ഷിക്കാതെ, ഒരു പ്രകോപനവുമില്ലാതെ ആന ചാടിക്കടന്ന് റപ്പായിയെ കുത്തി. കണ്ണിന് താഴെയാണ് കുത്തേറ്റത്. കുത്തുകൊണ്ട് ചോരയിൽ കുളിച്ചിട്ടും ഒന്നും സംഭവിക്കാത്തപോലെ എഴുന്നേറ്റിരുന്ന് 'ഒന്നുമില്ലെടാ, നിന്റപ്പനൊന്നും വരില്ല' എന്നാണ് റപ്പായി ആന്റോയേയും മറ്റുള്ളവരേയും സമാധാനിപ്പിച്ചത്. രക്ഷപ്പെടുമെന്നു തന്നെയായിരുന്നു എല്ലാവരുടേയും വിശ്വാസം. പക്ഷേ ഏഴെട്ടു ദിവസം കിടന്നശേഷം എറണാകുളം മെഡിക്കൽ ട്രസ്റ്റ് ആശുപത്രിയിൽ വച്ചായിരുന്നു അന്ത്യം. ആനയുടെ ആക്രമണത്തിനൊപ്പം മറ്റ് അസുഖങ്ങളും അണുബാധയും പ്രശ്നമായി. പ്രാണനെപ്പോലെ സ്നേഹിച്ച ആന തന്നെ അപ്പന്റെ പ്രാണനെടുത്തത് വിധിയെന്നോർത്ത് സമാധാനിക്കുമ്പോഴും ആനകളുടെ ആദ്യമദപ്പാടുകാലത്തെപ്പറ്റിയുള്ള അജ്ഞതയും ധാരണയില്ലായ്മയുമാണ് അപകടം ഉണ്ടാക്കിയതെന്ന സത്യം ആന്റോയും കൂട്ടരും തിരിച്ചറിയുന്നു.

ഇപ്പോൾ ആന്റോയുടെ സ്വന്തവും അഭിമാനവുമായ മറ്റൊരു ആനയാണ് വിനയചന്ദ്രൻ. ഒരു നാട്ടാനയുടെ എല്ലാ ലക്ഷണത്തികവുകളും ഒത്തുകിട്ടിയിട്ടുള്ള ഇവന്റെ വിനയശീലവും സ്വഭാ

വമഹിമയുമാണ് 'വിനയചന്ദ്രൻ' എന്ന പേര് നേടിക്കൊടുത്തതത്രെ! തൃശ്ശൂർ പൂരത്തിന് തുടർച്ചയായി ഇരുപത്തിരണ്ടുവർഷം എഴുന്നെള്ളിപ്പാനയായിട്ടുള്ള വിനയചന്ദ്രനാണ് 'അടിവേരുകൾ' എന്ന ചിത്രത്തിൽ മോഹൻലാലിനൊപ്പം തുല്യപ്രാധാന്യമുള്ള വേഷം ചെയ്തത്. ചിത്രത്തിലെ കഥാപാത്രത്തിന്റെ പേരും വിനയൻ എന്നുതന്നെയായിരുന്നു. കേരളത്തിലങ്ങോളമിങ്ങോളമുള്ള

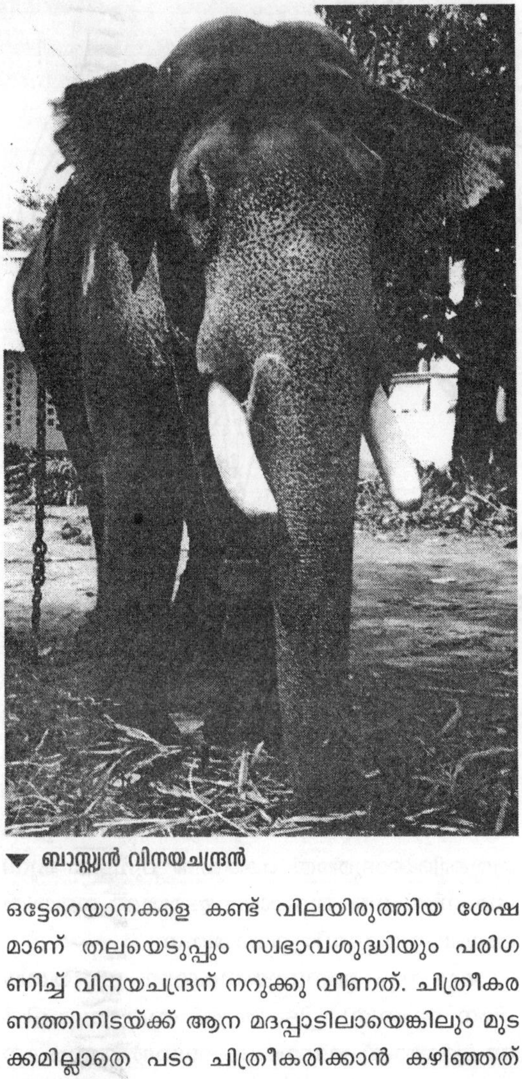

▼ ബാസ്റ്റ്യൻ വിനയചന്ദ്രൻ

ഒട്ടേറെയാനകളെ കണ്ട് വിലയിരുത്തിയ ശേഷമാണ് തലയെടുപ്പും സ്വഭാവശുദ്ധിയും പരിഗണിച്ച് വിനയചന്ദ്രന് നറുക്കു വീണത്. ചിത്രീകരണത്തിനിടയ്ക്ക് ആന മദപ്പാടിലായെങ്കിലും മുടക്കമില്ലാതെ പടം ചിത്രീകരിക്കാൻ കഴിഞ്ഞത് വിനയചന്ദ്രന്റെ സ്വഭാവഗുണം ഒന്നുകൊണ്ടുമാത്രമാണെന്ന് അടിവേരുകളുടെ സംവിധായകൻ അനിൽ പറയുന്നു. അടിവേരുകളുടെ കഥാവികാസത്തിന്റെ ഒരു ഘട്ടത്തിൽ ആനയെ തെറ്റിദ്ധരിക്കുന്ന മോഹൻലാലിന്റെ കഥാപാത്രം അതിനെ നിഷ്കരുണം മർദ്ദിക്കുന്നുണ്ട്. ഡ്യൂപ്പില്ലാതെ ഈ രംഗം ചിത്രീകരിച്ചിട്ടും യാതൊരുവിധ ഇടയലുമില്ലാതെ അടങ്ങിയൊതുങ്ങി അഭിനയിച്ച വിനയചന്ദ്രന് സീനിനുശേഷം ലാലിന്റെ വക പഴക്കുലകളും പ്രത്യേക പാരിതോഷികങ്ങളും ലഭിച്ചു; ചിത്രീകരണഘട്ടത്തിൽ മോഹൻ ലാലിന്റെ ഹൃദയം കവർന്ന വിനയചന്ദ്രനെ അദ്ദേഹം വിലയ്ക്കു വാങ്ങുവാൻ ചോദിക്കുകയും ചെയ്തത്രെ. പക്ഷേ, ആന്റോയും ആനയും തമ്മിലുള്ള ആത്മബന്ധം മോഹൻലാലിന്റെ ആഗ്രഹം മുടക്കി. തച്ചോളി അമ്പു, ആറാം തമ്പുരാൻ തുടങ്ങിയ സിനിമകളിലും അഭിനയിച്ചിട്ടുള്ള വിനയചന്ദ്രൻ, ഈയടുത്തകാലത്ത് ഒരു മൊബൈൽ കമ്പനിയുടെ പരസ്യചിത്രത്തിലും മോഡലായി.

കേരളത്തിൽ ഇന്ന് ഏറ്റവും ഉയരമുള്ള നാലോ അഞ്ചോ ആനകളെ എടുത്താൽ അതിലൊന്ന് ബാസ്റ്റ്യൻ വിനയശങ്കറാവും. ഇൻഷുറൻസ് രേഖകൾ പ്രകാരമുള്ള ഇവന്റെ ഉയരം പത്തടി മൂന്നിഞ്ചാണ്. പ്രായം നാൽപതിനടുത്തും. ലക്ഷണപ്പിടിവാശികളുടെ വരട്ടുവാദങ്ങളില്ലാതെ ആനയുടെ ഉയരം മാത്രം മാനദണ്ഡമാക്കി മത്സരിച്ചാൽ പലപ്പോഴും പേരുകേട്ട ലക്ഷണവീരന്മാരൊക്കെ വിനയശങ്കറിനു മുന്നിൽ നിറംമങ്ങും. കുറുമാലിക്കാവ് ക്ഷേത്രത്തിലെ കുംഭഭരണി ഉത്സവത്തിന് വിനയശങ്കറിനൊപ്പം പാമ്പാടി രാജൻ, പട്ടത്ത് കൃഷ്ണൻ, മംഗലാംകുന്ന് കർണ്ണൻ തുടങ്ങി പേരുകേട്ട ഇരുപതോളം ആനകൾ ഉണ്ടായിരുന്നു. ആരും മോശക്കാരല്ലാത്തതിനാൽ തിടമ്പ് ആർക്കുകൊടുക്കണമെന്നതിനെച്ചൊല്ലി തർക്കമായി. ഒടുവിൽ എല്ലാവരുടേയും ഉയരം അളന്നിട്ട് മുന്നിലെത്തുന്ന ഗജരാജന് തിടമ്പെന്നതായി തീരുമാനം. അളവുകഴിഞ്ഞ് മത്സരഫലം പുറത്തുവന്നപ്പോൾ തിടമ്പ് വിനയശങ്കറിന്റെ ശിരസ്സിൽ വന്നു ചേർന്നു.

മത്സരപ്പൂരങ്ങളുടെ കണ്ണിലുണ്ണിയാണെങ്കിലും വിനയശങ്കറിന്റെ അതിവിനയവും അഹങ്കാരമില്ലായ്മയും ചിലപ്പോഴെങ്കിലും വിനയാകാറുമുണ്ട്. അതുകൊണ്ടുതന്നെ അർഹിക്കുന്ന പല അംഗീ

കാരങ്ങളും ചുണ്ടിനും കപ്പിനുമിടയിൽ നിന്ന് തട്ടിത്തെറിപ്പിക്കപ്പെടും. പൂരത്തിന്റെ നാട്ടിലെത്തിയിട്ടും തൃശ്ശൂർപ്പൂരത്തിൽ പങ്കെടുക്കാൻ കഴിയാത്തത് ഇന്നും വിനയശങ്കറിന്റെ സ്വകാര്യദുഃഖമാവാം. കുറഞ്ഞപക്ഷം ഉടമയുടെയെങ്കിലും.

സ്വതവേ ശാന്തശീലനായ വിനയശങ്കർ മദപ്പാടുകാലത്തും കാര്യമായ കുഴപ്പങ്ങൾ ഉണ്ടാക്കാറില്ല. മദപ്പാടുകാലം വർഷകാലത്തോടടുത്തായതിനാൽ ഉത്സവങ്ങൾ കാര്യമായി നഷ്ടപ്പെടുന്നുമില്ല. തൊടുപുഴയിൽ വച്ചായിരുന്നു വിനയശങ്കറിന്റെ ആദ്യത്തെ മദപ്പാട്. അത് മറ്റൊരു കഥയാണ്. അന്നത്തെ പാപ്പാൻ അടുത്ത വീട്ടിലെ പെണ്ണിനേയുംകൊണ്ട് സ്ഥലം കഴിച്ചിലാക്കിയപ്പോൾ ആനയുടെ കാര്യം കഷ്ടത്തിലായി. പുതിയ പാപ്പാന്മാർ ഏറ്റെടുക്കണമെങ്കിൽ ആനയെ ബന്ധനത്തിലാക്കണം. ഒടുവിൽ താടോടുതാട മദനീരൊലിക്കുന്ന ആനയുടെ കൊമ്പിൻചുവട്ടിൽ ചെന്നുനിന്ന് അന്നത്തെ ഉടമയായ രവീന്ദ്രൻ നായർ തന്നെയായിരുന്നു കാലിൽ വടം മുറുക്കിക്കൊടുത്തത്. കൊമ്പിൻ ചുവട്ടിൽ കുനിഞ്ഞുനിന്ന് വടം മുറുക്കിയ ഉടമയുടെ തലയിൽ മദജലം ഇറ്റിറ്റു വീഴുകയായിരുന്നു.

കുറുമ്പും അനുസരണക്കേടും വിനയശങ്കറിനെ സംബന്ധിച്ചിടത്തോളം അപൂർവങ്ങളിൽ അപൂർവമാണ്. ഒന്നാം ചട്ടക്കാരന്റെ കണ്ണും മനസ്സുമറിഞ്ഞ് പെരുമാറുന്നവനാണെങ്കിലും രണ്ടാം ചട്ടക്കാരനോട് ചില കന്നംതിരിവിന്റെ നിമിഷങ്ങളിൽ ഇവനും പൊടുന്നനെ ക്രുദ്ധനായേക്കാം.

വിളിക്കാതെയും പറയാതെയും അടുത്തുചെന്നാലും വിലങ്ങനെ മുന്നിൽ ചെന്നാലും അവൻ ഒന്ന് മുട്ടിനോവിച്ചെന്നു വരും.

വടിയുടേയും അടിയുടേയും ബലത്തിൽ ആനയെ അനുസരിപ്പിക്കുന്ന പാപ്പാന്മാരുടെ ചട്ടത്തിനു പുറമേ ഉടമകളോട് പ്രത്യേക അടുപ്പവും സ്വാതന്ത്ര്യവും പ്രകടിപ്പിക്കുന്ന നുണച്ചട്ടവും ചില ആനകളുടെ സവിശേഷതയാണ്. ആനകൾക്ക് നുണയുവാനുള്ള മധുരവും കുഞ്ഞുസമ്മാനങ്ങളും അതിലുപരി മനസ്സും കൊടുത്ത് ആനയുടെ സ്നേഹം പിടിച്ചെടുക്കുന്ന ഉടമകൾക്കാണ് നുണച്ചട്ടം അനുവദിച്ചു കിട്ടുന്നത്.

നുണച്ചട്ടത്തിന്റെ കാര്യത്തിൽ വിനയശങ്കർ മുന്നിലാണ്. എത്ര വലിയ പുരുഷാരം നിറഞ്ഞ അമ്പലപ്പറമ്പിലാണെങ്കിലും ഉടമസ്ഥൻ എത്തിയാൽ പാപ്പാനറിയും മുമ്പേ ആനയത് മണത്തറിയും. പിന്നെയവൻ പാപ്പാന്റെ വരുതിക്ക് നിൽക്കാതെ ചെറിയ ഇളകിച്ചാട്ടം തുടങ്ങും. പിന്നെ ഉടമസ്ഥനെത്തി ഒന്നു തൊട്ടുതലോടണം. മെയ്ച്ചങ്ങലയും കാൽച്ചങ്ങലയും ഒക്കെ ഒന്നയച്ചിട്ടുകൊടുക്കണം അതവന്റെ അവകാശവും നിർബന്ധവുമാണ്. ചില നേരങ്ങളിൽ പാപ്പാൻ അടിച്ച പാടുകളും അടികൊണ്ട ശരീരഭാഗങ്ങളും അവൻ തൊട്ടുകാണിക്കും. അപ്പോൾ തൊട്ടുതടവിയും ഊതിക്കൊടുത്തുമൊക്കെ ഉടമ സ്നേഹം പ്രകടിപ്പിച്ചാൽ ആനയുടെ ചെറിയമനസ്സും ചെറിയകണ്ണുകളും സ്നേഹത്താൽ പൂത്തുതളിർത്ത് തരളിതമാകും. നേരത്തെ രവീന്ദ്രൻ നായരും പുത്രൻ മഞ്ജീഷുമായിരുന്നു ഇവന്റെ മനസ്സറിഞ്ഞ് പെരുമാറുന്ന നുണച്ചട്ടക്കാരെങ്കിൽ ഇപ്പോൾ ആന്റോയും പുത്രന്മാരായ രഞ്ജിത്തും അജീഷും ആ സ്ഥാനം ഏറ്റെടുത്തുവരുന്നു.

കുളത്തിലിറങ്ങിയാൽ തെല്ല് കളികൂടുമെന്ന തമാശ വിനയശങ്കറിനുണ്ട്. ഒരിക്കൽ കുളത്തിലിറങ്ങി മണിക്കൂറുകൾ കഴിഞ്ഞിട്ടും ആന കരയ്ക്കു കയറാതായപ്പോൾ ആളും ബഹളവുമായി. ആരൊക്കെയോ പോലീസിനെത്തേടി പായുകയും ചെയ്തു. അപ്പോൾ ആരോ പറഞ്ഞു- 'ഒന്നും വേണ്ട പതിനൊന്നരയ്ക്ക് രാമേട്ടന്റെ വണ്ടിവരും'. പറഞ്ഞതുപോലെ വണ്ടിവന്ന്, അതിൽ നിന്നിറങ്ങി രാമേട്ടൻ ആനയെ വന്നു വിളിച്ചു. ആന കരയ്ക്കുകയറിപ്പോരുകയും ചെയ്തു. വിനശങ്കറിന് എന്നും പഴവും ശർക്കരയും നൽകാറുണ്ടായിരുന്ന ആത്മമിത്രമാണ് ബസ് കണ്ടക്ടറായ രാമേട്ടൻ.

ഇന്ന് ഇവനേക്കാൾ ഉയരമുള്ള ആനകളായ തെച്ചിക്കോട്ടുകാവ് രാമചന്ദ്രനും സൂര്യനാനയുമൊക്കെ വളർച്ചയുടെ കാലം താണ്ടിക്കഴിഞ്ഞിരിക്കുന്നു. നാൽപതിനോടടുത്ത് പ്രായമുള്ള വിനയശങ്കറിന് ഇനിയും അനേകം അങ്കങ്ങൾക്കുള്ള ബാല്യം ബാക്കിയുണ്ടെന്ന് ചുരുക്കം.

ബീഹാർ വനമേഖലയിൽ എവിടെയോ പിറന്നുവീണ് മലയാളനാടിന്റെ ദത്തുപുത്രനായി ജീവിതക്കടങ്കഥ പറഞ്ഞുതീർക്കാൻ വിധി നിയോഗമുണ്ടായ ഒരു ഗജകേസരി. തിരുവിതാംകൂറിന്റെ മണ്ണിൽ വിജയഗാഥരചിച്ചശേഷം തൃശ്ശിവപേരൂരിന്റെ ചരിത്രഭൂമിയിലേക്ക് പുതിയ നിയോഗങ്ങളുമായി ചുവടുവയ്ക്കുന്ന ബാസ്റ്റ്യൻ വിനയശങ്കറിന്റെ തിളക്കവും പെരുമയും കാലം കൂടുതൽ കൂടുതൽ കാണാൻ ഇരിക്കുന്നതേയുള്ളൂ.

***

മനിശ്ശേരി രഘുറാം

ഒരു ഉടമ ആനയെ 'ആന'യാക്കുന്നു

▼ മനിശ്ശേരി രഘുറാം

നൂറുകണക്കിനാനകളെ കൊണ്ടുവന്നും വളർത്തിയും വിറ്റും ദശകങ്ങളായി ഗജപരിപാലനരംഗത്ത് നിറഞ്ഞുനിൽക്കുന്ന മനിശ്ശേരി ഹരിയെന്ന ആനയുടമ മാതംഗകേരളത്തിനു മുന്നിൽ അഭിമാനത്തോടെ സമർപിക്കുന്ന ആനക്കരുത്താണ് രഘുറാം. ആസ്സാമിലെ മഴക്കാടുകളിൽ നിന്നും മലയാളനാടിന്റെ സുവർണഭൂമിയിലേക്ക് വിരുന്നുവന്ന ആനയാണിത്.

പാലക്കാട് ജില്ലയിലെ ഒറ്റപ്പാലത്തിനടുത്തുള്ള മനിശ്ശേരി ഗോവിന്ദനെഴുത്തച്ഛന് കൃഷിയായിരുന്നു ജീവിതത്തിൽ എല്ലാം; കാർഷികവൃത്തിയുടെ ഒരുഭാഗം എന്നു പറയാവുന്ന കന്നുപൂട്ടിനായി കുറേയേറെ കന്നുകളും. കൃഷിയിലെന്നപോലെ സന്താനസൗഭാഗ്യത്തിലും എഴുത്തച്ഛന് നൂറുമേനി വിളവാണ്. ദശാവതാരങ്ങൾ എന്നു വിളിക്കാൻ പാകത്തിൽ, ഒരു കുട്ടിപ്പട്ടാളംപോലെ മക്കൾ പത്താണ് നിരനിരക്കുന്നത്. അച്ഛന്റെ തനവും മനവുമെല്ലാം കൃഷിയാണെങ്കിലും മക്കളെല്ലാം പഠിത്തത്തിൽ കെങ്കേമൻമാർ. പക്ഷേ, കൂട്ടത്തിൽ എട്ടാമനുമാത്രം വേറിട്ട വഴി, വേറിട്ട ചിന്ത. വളർത്തുമൃഗങ്ങളോടൊക്കെ ചെറുപ്പംമുതലേയൊരു പ്രത്യേക മമത. പാഠപുസ്തകങ്ങളും പഠിപ്പുമൊന്നും അത്രയ്ക്കങ്ങോട്ട് കണ്ണിനു പിടിക്കുന്നുമില്ല.

അന്ന്, സമീപദേശത്ത് തൃക്കങ്ങോട്ട് നാരായണയ്യരെന്ന തൃക്കങ്ങോട്ട് സ്വാമിക്കാണ് ആനയുള്ളത്. സ്വാമിയുടെ ആനക്കാരനായ ശങ്കുണ്ണി നായരുടെ വീട് ഗോവിന്ദനാശാന്റെ എട്ടാമത്തെ മകനായ ഹരിയുടെ കൃഷിയിടത്തോടു ചേർന്നും. വിതയുടേയും കന്നുപൂട്ടിന്റേയും കൊയ്ത്തിന്റേയുമൊക്കെ ചെറിയ ഇടവേളകളിൽ ഹരി നേരെ വച്ചുപിടിക്കുന്നത് ആനക്കാരൻ ശങ്കുണ്ണിനായരുടെ വീട്ടിലേക്കാണ്. ആനയെ കണ്ടാൽ ജോലിക്കാര്യവും ജോലിഭാരവുമെല്ലാം പമ്പകടക്കും. വിശപ്പും ദാഹവുമൊന്നും പിന്നെയൊരു വിഷയവുമല്ല. കണ്ടുകണ്ടങ്ങിരിക്കെ എങ്ങനെയും ആനയൊരെണ്ണത്തിനെ സ്വന്തമാക്കണമെന്നതായി മനസ്സിന്റെ പൂതി. വലിയ കുടുംബത്തിന്റെ വായും വയറും നിറയ്ക്കാൻതന്നെ അത്യദ്ധ്വാനം ചെയ്യേണ്ടിവരുന്ന അച്ഛൻ. പോരാത്തതിന് എത്ര കൂട്ടിയാലും കൂടാത്ത കണക്കുകൾപോലെ മക്കളുടെ പഠനച്ചെലവുകളും. അച്ഛന്റെ ഭാഷയിൽ, 'പഠിക്കാനുള്ളത് പഠിക്കാതെ കാള കളിച്ചും കന്നു

പൂട്ടിയും നടക്കുന്ന' എട്ടാമൻ, ഒരാനയെ വാങ്ങണമെന്ന് പറഞ്ഞാൽ അതൊരൽപം കടന്നകൈ തന്നെയാവും. എന്നാലും 'ആവശ്യക്കാരന് ഔചിത്യം വേണ്ടെന്ന' പ്രമാണം പണ്ടേ പ്രാബല്യത്തിലുള്ളതിനാൽ ധൈര്യം സംഭരിച്ച് ഒടുവിലൊരു നാൾ കാര്യം അവതരിപ്പിക്കുന്നു. നാട് നടുങ്ങുംവിധമൊരു ആട്ടായിരുന്നു പ്രതികരണം! ഒടുവിൽ, ചെറിയൊരു തീപ്പെട്ടി കമ്പനിയും കൃഷികാര്യങ്ങളുമൊക്കെയായി സ്വന്തമെന്ന് പറയാൻ നാലുകാശ് കൈയിൽ വന്നപ്പോൾ പിന്നെയൊന്നിനും കാത്തുനിന്നില്ല. അച്ഛനേയും ജ്യേഷ്ഠന്മാരെയും കൂട്ടി നേരെ ചെന്ന് ഒരാനയെ മേടിച്ചിട്ടേ ചെറുപ്പക്കാരൻ നിലത്തുനിന്നുള്ളൂ.

ആനക്കമ്പം തലയ്ക്കുപിടിച്ച ചെറുപ്പക്കാരനെ തൃക്കങ്ങോട്ട് സ്വാമിക്കെന്തോ വല്ലാതങ്ങ് ബോധിച്ചു. കേരളത്തിലെ ഗജപരിപാലനരംഗത്ത് പിൽക്കാലത്ത് ഏറ്റവുമധികം ശ്രദ്ധേയനായി മാറിയ മനിശ്ശേരി ഹരിയെന്ന ഒരാനയുടമയുടെ അരങ്ങേറ്റമായിരുന്നു അത്. സ്വാമിയുമായി പങ്കുകച്ചവടത്തിലായിരുന്നു തുടക്കം. പിന്നീട്, സ്വാമി തന്നെ മുൻകൈയെടുത്ത് അടുത്ത ആനയെ ഹരിക്ക് സ്വന്തമായി വാങ്ങിക്കൊടുക്കുന്നു. മറുനാട്ടിൽ നിന്നും കേരളത്തിലേക്ക് നൂറുകണക്കിനാനകളെ ഇറക്കുമതി ചെയ്തിട്ടുള്ള, ഏറ്റവുമധികം ആനകളെ വളർത്തുകയും കച്ചവടമാക്കുകയും ചെയ്ത മലയാളി എന്ന അംഗീകാരത്തിന് അർഹനായ മനിശ്ശേരി ഹരിക്ക്, ആനക്കാര്യങ്ങളിൽ ഗുരുവും വഴികാട്ടിയും സാക്ഷാൽ തൃക്കങ്ങോട്ട് നാരായണയ്യർ തന്നെയാണ്.

ഹരി കൈകാര്യം ചെയ്ത ആനപ്രമുഖരിൽ ഒന്നു മാത്രമാണ് രഘുറാം. നൂറു കണക്കിനാനകൾ ഹരിയുടെ ജീവിതത്തിന്റെ ഭാഗമായിട്ടുണ്ടെങ്കിലും, മലയാളമണ്ണിലെ ആനക്കാര്യങ്ങളിൽ മനിശ്ശേരിയെന്ന നാമം സ്വന്തമായി ഒരിടം നേടുന്നത് മനിശ്ശേരി രാജഗോപാൽ എന്ന ആനയിലൂടെയാണ്; അനേകമനേകം ഗജരാജപ്പട്ടങ്ങളും ആനക്കമ്പക്കാരുടെ അംഗീകാരങ്ങളും പിടിച്ചുപറ്റിയ മനിശ്ശേരി രാജഗോപാലിലൂടെ ലഭിച്ച സ്ഥാനം പിന്നീട് മനിശ്ശേരി കർണനിലൂടെയാണ് കേരളത്തിലെങ്ങും പ്രോജ്ജ്വലിക്കുന്നത്. ഒരിക്കൽ മനിശ്ശേരി

▼ മനിശ്ശേരി അർജുനൻ

കർണനായിരുന്ന ഇന്നത്തെ മംഗലാംകുന്ന് കർണൻ, തലയെടുപ്പിന്റെ പുതിയ രസതന്ത്രങ്ങളുമായി ആനച്ചന്തത്തിനും ആനക്കമ്പത്തിനും പുതിയ ഭാഷ്യങ്ങൾ ചമച്ചപ്പോൾ അത് മനിശ്ശേരി ഹരിയെന്ന ആനയുടമയുടെ കിരീടത്തിലെ പൊൻതൂവലായി മാറുകയും ചെയ്തു. അങ്ങനെ ഒരുവേള മനിശ്ശേരി രാജഗോപാലും മനിശ്ശേരി കർണനും പിന്നെ ഇന്നത്തെ കുട്ടംകുളങ്ങര അർജുനനുമൊക്കെ നിറഞ്ഞുവാണ മനിശ്ശേരി ആനത്തറവാടിന്റെ മാനം കാക്കാൻ അവതരിച്ച പുതിയ ആനയാണ് മനിശ്ശേരി രഘുറാം. ഒമ്പതേമുക്കാൽ അടിയോളം ഉയരവും കൂട്ടത്തിൽ കയറിനിന്നാൽ മറ്റ് ഉയരക്കേമൻമാരെപ്പോലും പിന്നോട്ടടിപ്പിക്കാൻപോന്ന തലയെടുപ്പുമായി മനിശ്ശേരി രഘുറാം എന്ന ഈ യുവരാജൻ ജനലക്ഷങ്ങളുടെ കണ്ണും മനസ്സും കവരുമ്പോൾ, അത് പുതിയൊരു ചരിത്രമാകുകയാണ്.

തെക്കൻ കേരളത്തിലെ ശ്രദ്ധേയനായ ഗജപ

രിപാലകനും ആനക്കച്ചവടക്കാരനുമായ കൊല്ലത്തെ എഞ്ചിനീയർ രവിയുമായിച്ചേർന്ന് കുണ്ടറ ഓമനക്കുട്ടൻ പിള്ളയാണ് ആസ്സാമിലെ ഗോരേഗാഡ് ജില്ലയിൽ നിന്നും രഘുറാമിനെ കണ്ടെത്തി കേരളത്തിൽ എത്തിക്കുന്നത്. അന്ന് ഒമ്പതേകാൽ അടിയോളം ഉയരവും ഇരുപത്തേഴ് വയസ്സ് പ്രായവുമുണ്ടായിരുന്ന ഈ ആനയുവാവ് നന്നേ കുട്ടിക്കാലം മുതൽ അവിടത്തെ ജന്മിയായിരുന്ന ദീപൻമിത്രയുടെ വീട്ടിൽ കളിച്ചുചിരിച്ച് വളർന്നവനായിരുന്നു. വല്ലപ്പോഴും ഉടമയ്ക്കായി അല്ലറചില്ലറ പണികൾ എന്തെങ്കിലും ചെയ്യണമെന്നതൊഴിച്ചാൽ ഇഷ്ടന്റെ കാര്യം ബഹുകുശാൽ. പാപ്പാൻമാരേക്കാൾ എന്നും ഉടമയോടായിരുന്നു ഇവന്റെ കൂറ്. ഇടയ്ക്കെപ്പോഴോ ഒരു പാപ്പാനോട് ഒന്നിടഞ്ഞതിന്റെ തിക്തഫലമാവാം വലതുകണ്ണിന്റെ കാഴ്ച തെല്ല് കമ്മിയായത്.

കേരളത്തിലെത്തിയശേഷം, തെക്കൻ നാട്ടിൽ കേവലം ഒരു ശരാശരിക്കാരനായി ശോഷിച്ചുണങ്ങി നിന്ന ഇവന് എഞ്ചിനീയറുടെ ഒരാന എന്നതിൽകവിഞ്ഞ കാര്യമായ യാതൊരു സ്ഥാനവും ഉണ്ടായിരുന്നില്ല. കേരളത്തിലെ പ്രധാന ആനക്കച്ചവടക്കാർക്ക് ഒരു സ്വഭാവമുണ്ട്. അവർ ഇടയ്ക്കിടെ ചിലതിനെ വാങ്ങും. ചിലതിനെ വിൽക്കും. രണ്ടു വർഷം മുമ്പ് താൻ തന്നെ വിറ്റൊഴിവാക്കിയതിനെ കൊട്ടും കുരവയുമായി വീണ്ടും തിരിച്ചുമേടിച്ച് നാട്ടിൽ കൊണ്ടുവന്ന് വാഴിക്കും. വാങ്ങി അധികകാലം കഴിയുംമുമ്പേ ഓമനക്കുട്ടൻപിള്ള ഇവനെ തൃശ്ശൂർ എഴുത്തച്ഛൻ ഗ്രൂപ്പിലെ കൃഷ്ണകുമാറിനു വിൽക്കുന്നു. 2001-ലാണ് രഘുറാം കൃഷ്ണകുമാറിൽ നിന്നും മനിശ്ശേരി വീട്ടിലേക്ക് വന്നുകയറുന്നത്. വന്നു കയറിയെന്നു പറഞ്ഞാൽ ശരിക്കുമൊരു വന്നുകയറ്റം. അന്നിവന്റെ കോലം കണ്ടാൽ നിലവിളക്കും നിറപറയും വച്ച് കൊട്ടും കുരവയുമായി തറവാട്ടിലേക്ക് വരവേൽക്കാനൊന്നും ആരും മെനക്കെടില്ല. 'പണ്ടേ ദുർബല, പോരാത്തതിന് ഗർഭിണീം' എന്ന് പണ്ടാരാണ്ടോ പറഞ്ഞമാതിരി മെലിഞ്ഞുണങ്ങിയ ആന. അതിനാകട്ടെ ഉള്ള വിലയും കൂടി കളയാൻ പാകത്തിന് കൊമ്പിൽ ഒരു തുളയും. കൊമ്പല്ലേ കൊമ്പന്റെ കരുത്തും ചൈതന്യവും.

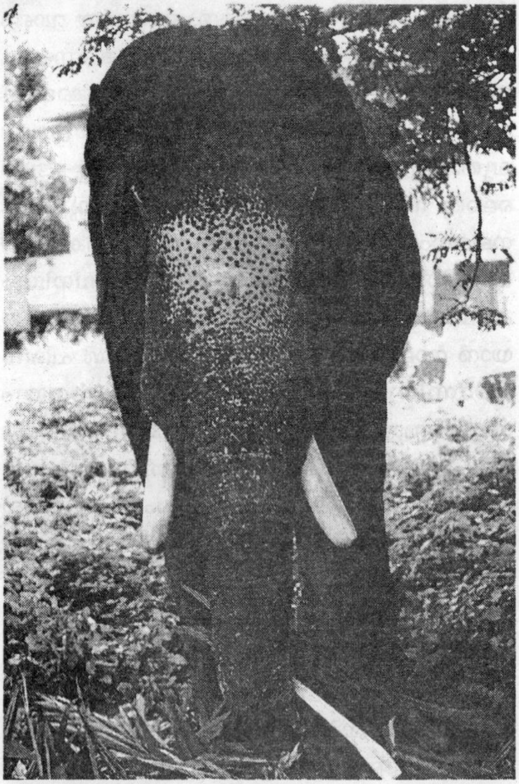

▼ മനിശ്ശേരി കുട്ടിക്കൃഷ്ണൻ

ആ കൊമ്പിൽതന്നെ ഒരു തുള വീണ് കൊമ്പ് ഊരിപ്പോകുമെന്ന അവസ്ഥയിലായാൽ പിന്നെ ആനയ്ക്കെന്ത് വില? അത്തരമൊരവസ്ഥയിൽ കാര്യമായ വിലയില്ലാതെയായിരുന്നു മനിശ്ശേരിയിലേക്കുള്ള ഇവന്റെ ആഗമനം. ശരിക്കും പറഞ്ഞാൽ ചുളുവിൽ വീണുകിട്ടിയ ഭാഗ്യം.

ഒറ്റക്കൊമ്പനായി, അല്ലെങ്കിൽ കൃത്രിമമായി ഘടിപ്പിച്ച ഒരു കൊമ്പിന്റെ മുഖം മിനുക്കലുമായി ഉത്സവപ്പറമ്പിൽ എണ്ണം തികയ്ക്കാൻ ഇവനും ഒരെണ്ണം; കൃഷ്ണകുമാറിൽ നിന്നും രഘുറാമിനെ വാങ്ങുമ്പോൾ മനിശ്ശേരി ഹരിയുടെ മനസ്സിലും അതിൽ കവിഞ്ഞ പ്രതീക്ഷയും കണക്കുകൂട്ടലുമൊന്നും സ്വാഭാവികമായും ഉണ്ടായിരിക്കാൻ വഴിയില്ല. (കൊമ്പ് മുറിക്കുന്നതിനിടെ മജ്ജയിൽ മുറിവേറ്റോ മറ്റോ, കൊമ്പിന് പഴുപ്പ് ബാധിക്കുന്ന ആനകൾ, ആദ്യം കുറേക്കാലം കൊമ്പിൽ വലിയൊരു ദ്വാരവുമായി നടക്കുന്നു. കുറച്ചു വർഷങ്ങൾക്കുശേഷം ആ കൊമ്പ് ഊരിപ്പോകുകയെന്ന

താണ് സാധാരണഗതിയിൽ സംഭവിക്കാറുള്ളത്).

എറണാകുളം ശിവകുമാറിനേയും കണ്ടമ്പുള്ളി വിജയനേയുംപോലെ ഒറ്റക്കൊമ്പന്മാരായി ജീവിക്കാൻ വിധിക്കപ്പെട്ട പ്രമുഖൻമാർ നിരവധിയാണ്. മനിശ്ശേരിയിലേക്കെത്തുമ്പോൾ രഘുറാമിന്റെ ഇടതുകൊമ്പിനായിരുന്നു ചെറിയ കേട്. പക്ഷേ, രഘുറാമിന്റെ സമയത്തിന്റെ നേരോ അതോ മനിശ്ശേരി ഹരിയുടെ ഭാഗ്യമോ, തികച്ചും അദ്ഭുതകരമാംവിധം രഘുറാമിന്റെ കൊമ്പ് രോഗവിമുക്തമാകുന്ന കാഴ്ചയ്ക്കാണ് ആനപ്രേമികൾ പിന്നീട് സാക്ഷ്യം വഹിച്ചത്.

വളർച്ചയുടെ പ്രായത്തിലുള്ള ആന. നല്ല ഉയരം വയ്ക്കാവുന്ന ശരീരപ്രകൃതി. ആകെയുണ്ടായിരുന്ന കൊമ്പിന്റെ കേട് മാറിയതിനാൽ ഇപ്പോൾ നല്ല പ്രൗഢിയാണ്. രഘുറാമിന് കൊമ്പ് നഷ്ടപ്പെട്ടിരുന്നെങ്കിൽ ആനയുടെ മുമ്പോട്ടുള്ള ജീവിതംതന്നെ കഷ്ടത്തിലായേനെ. കൊമ്പിന്റെ ന്യൂനത മാറിക്കിട്ടിയതോടെ മനിശ്ശേരി ഹരിയെന്ന ആനയുടമ ഉണർന്നു പ്രവർത്തിച്ചു. ഭക്ഷണക്കാര്യത്തിലായാലും പരിചരണത്തിലായാലും ഇന്നോളം ഉണ്ടായിട്ടില്ലാത്ത വിശേഷാൽ പരിഗണന രഘുറാമിന് കിട്ടിയതോടെ ആന കെട്ടിലും മട്ടിലും മാറിമറിഞ്ഞു. പുതിയ ഭാവം. പുതിയ രൂപം. പോരാത്തതിന് ആനകളെ എഴുന്നെള്ളിപ്പിച്ചിട്ട അഭ്യസിപ്പിക്കുന്നതിന് പേരുകേട്ട പാറശ്ശേരി ചാമിയെന്ന പാപ്പാന്റെ വിദഗ്ധപരിശീലനവും കൂടിയായപ്പോൾ രഘുറാമിന്റെ പേരും പെരുമയും പാലക്കാടിന്റെ പടികടന്ന് മധ്യകേരളമെമ്പാടും വ്യാപരിച്ചു. എങ്കിലും ഇന്നും പാലക്കാട് ജില്ലയിലെ ക്ഷേത്രങ്ങൾ തന്നെയാണ് രഘുറാമിന്റെ പ്രധാന തട്ടകങ്ങൾ. കാര്യമായ പ്രതീക്ഷകളൊന്നുമില്ലാതെ വാങ്ങിയ ആന, പറഞ്ഞുതീരുന്നതിനു മുമ്പെന്നോണം പ്രശസ്തിയിലേക്ക് കുതിച്ച ചരിത്രം ഇതിനുമുമ്പും മനിശ്ശേരിയിൽ അരങ്ങേറിയിട്ടുണ്ട്. മനിശ്ശേരിയെന്ന നാമത്തിന് കേരളത്തിലെമ്പാടുമുള്ള ആനപ്രേമികളുടെ മനസ്സിൽ ചിരപ്രതിഷ്ഠ നേടിക്കൊടുത്ത മനിശ്ശേരി കർണൻ എന്ന മംഗലാംകുന്ന് കർണൻ തന്നെ അതിനുള്ള ഏറ്റവും നല്ല ഉദാഹരണം.

ഇടഞ്ഞോടുന്ന ആനകളെ, അല്ലെങ്കിൽ വെള്ളത്തിൽ കൈവിട്ട് പരാക്രമം കാട്ടുന്ന ആനകളെ ഒന്ന് മയപ്പെടുത്താൻ അനുഭവജ്ഞാനമുള്ള ചില പാപ്പാൻമാർ കന്നുകളെ അതേ വെള്ളത്തിലേക്കിറക്കാറുണ്ട്. കന്നുകളുടെ തുറിച്ച കണ്ണുകൾക്കും കൊമ്പുകുലുക്കിക്കൊണ്ടുള്ള മുക്രകൾക്കും മുന്നിൽ ഒരുവിധപ്പെട്ട ആനകളൊക്കെ കലിയടങ്ങി പാവം കുഞ്ഞാടുകളായി മാറുകയും ചെയ്യും. എന്നാൽ രഘുറാമിന്റെയും മനിശ്ശേരിയിലെ മറ്റാനകളുടേയും മുന്നിൽ എന്തായാലും ആ മാർഗം വിലപ്പോവില്ല. എന്തെന്നാൽ തുറിച്ചുരുണ്ട കണ്ണുകളും മരണപ്പാച്ചിലുകളുമായി ചാട്ടുളിപോലെ കുതിച്ചുപായുന്ന പോത്തുകൾ മനിശ്ശേരിയിൽ ആനകളുടെ പതിവുകാഴ്ചയാണ്. മനിശ്ശേരിയിലെ ആനക്കുടുംബത്തിൽ രഘുറാമാണ് ഏറ്റവും വിലപിടിപ്പുള്ള താരം. കൂടാതെ മനിശ്ശേരി കുട്ടിക്കൃഷ്ണൻ, മനിശ്ശേരി അർജുനൻ, മനിശ്ശേരി രാജേന്ദ്രൻ എന്നിവരും ഈ ആനത്തറവാടിന്റെ യശസ്സ് ഉയർത്തുന്നു. പോത്തുപൂട്ടിന്റെ

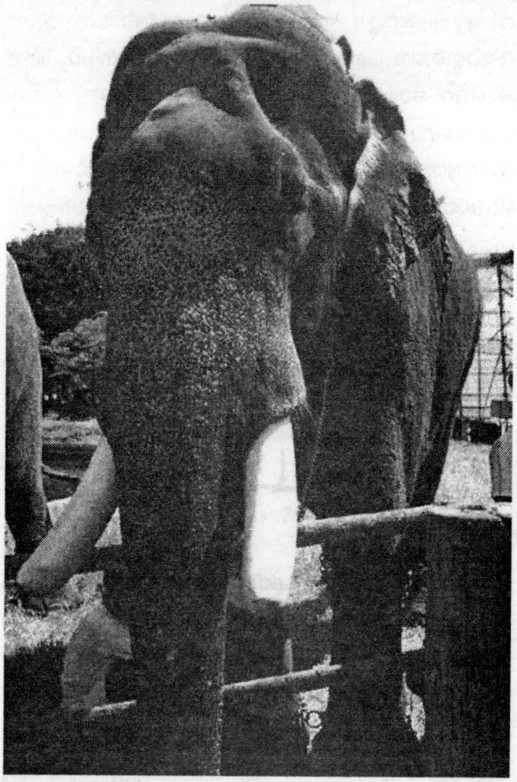

▼ മനിശ്ശേരി രാജേന്ദ്രൻ

തീപാറുന്ന മത്സരട്രാക്കിൽ പാലക്കാട്, മലപ്പുറം ജില്ലകളിലെ താരം എന്നു വിശേഷിപ്പിക്കുന്ന മണിപ്പോത്തും ഹരിയുടെ സമ്പാദ്യമാണ്.

നീരുകാലം എന്ന ഓരോ മദപ്പാടുകാലം കഴിയുന്തോറും രഘുറാം പുതിയ ഉയരങ്ങളിലേക്ക് ചാടിക്കയറുകയാണ്. ഏതാണ്ട് മുപ്പത്തിയഞ്ചു വയസ്സിനടുത്ത് മാത്രം പ്രായമുള്ള രഘുറാമിനിത് വളർച്ചയുടെ കാലമാണ്. മറ്റെന്തിനേക്കാളുമേറെ ആനയുടെ ഉയരത്തിനും തലയെടുപ്പിനും പത്തരമാറ്റ് തങ്കത്തിന്റെ മൂല്യവും കനവുമുള്ള നാട്ടിൽ ഏതുടമയോട് ചോദിച്ചാലും തന്റെ ആന പത്തടിയിൽ ഒട്ടും കുറയില്ലെന്നാവും പതിവ് പല്ലവി. ഇക്കാര്യത്തിൽ ഹരി വ്യത്യസ്തനാണ്. ആനയുടെ കൃത്യമായ അളവേ ഹരി പുറത്തുപറയാറുള്ളൂ.

അഭിനയത്തിന്റെ കാര്യത്തിലും രഘുറാം മോശമല്ല. ഒരു ഓട്ടോറിക്ഷാ ബ്രാന്റിനായി പകർത്തപ്പെട്ട പരസ്യചിത്രത്തിൽ, കരുത്തിന്റേയും ഈടിന്റേയും പര്യായമായി, പ്രധാന മോഡലായി രംഗത്തു നിറഞ്ഞുനിന്നത് മനിശ്ശേരി രഘുറാമായിരുന്നു.

തീർത്തും ഒരു ശാന്തസ്വഭാവിയൊന്നുമല്ല രഘുറാമെങ്കിലും അങ്ങനെയൊരു പ്രശ്നക്കാരനുമല്ല. അനാവശ്യമായി അന്യന്റെ കാര്യങ്ങളിൽ ഇടപെടരുതെന്നാണ് ഈ ആനക്കരുത്തിന് പൊതുജനങ്ങളോട് പറയാനുള്ളത്. നിങ്ങളുടെ സ്വാതന്ത്ര്യം എന്റെ തുമ്പിക്കൈയുടെ അറ്റംവരെ മാത്രമെന്ന് ചിലപ്പോഴെങ്കിലും ഇവന് തുറന്നുപറയേണ്ടിയും വരും. ആ പരിധി ലംഘിച്ച് വേണ്ടാതീനത്തിനും തിണ്ണമിടുക്കിനും വന്നാൽ അപൂർവമായിട്ടെങ്കിലും 'ആനയെന്നത് വെറും കളിതമാശയല്ലെന്ന്' ബോധ്യപ്പെടുത്തിത്തരും. പക്ഷേ, എത്രയൊക്കെ വീറും വാശിയും കാട്ടി പാപ്പാന്മാരെപ്പോലും ഒന്ന് വിറപ്പിച്ച് നിർത്തിയിരിക്കുന്ന സന്ദർഭത്തിലും രക്ഷകനായ ഉടമസ്ഥൻ വന്ന് കാര്യമാരാഞ്ഞാൽ അവൻ പഞ്ചപുച്ഛമടക്കി പാവത്താനായി മാറുകയും ചെയ്യും.

തന്റെ കാണപ്പെട്ട ദൈവവും അന്നദാതാവുമായ മനിശ്ശേരി ഹരി 'രഘുറാം' എന്ന് ഒന്നുറക്കെ വിളിച്ചാൽ തുമ്പിയുയർത്തി അഭിവാദ്യം ചെയ്യുന്നത് രഘുറാമിന്റെ ഒരു പ്രത്യേകതയാണ്. എത്ര തിരക്കുള്ള അമ്പലപ്പറമ്പിലായാലും ശരി, രഘുറാമിന്റെ ഈ ചിട്ടയ്ക്ക് മാറ്റമില്ല.

സാധാരണഗതിയിൽ നാട്ടിലെ ക്രമസമാധാനപാലനത്തോടും നീതിന്യായവ്യവസ്ഥകളോടുമൊക്കെ രഘുറാം തികഞ്ഞ ബഹുമാനം പുലർത്തുമെങ്കിലും മദപ്പാടു കാലമായാൽ മട്ടും മാതിരിയും മാറും. തനി കവലച്ചട്ടമ്പിയുടെ മട്ടിൽ പാപ്പാൻമാർക്കുനേരെ അലറിവിളിക്കാറുള്ള രഘുറാമിന്റെ മദക്കാലവിക്രിയകളും പരാക്രമങ്ങളും

ഒന്ന് കാണേണ്ടതു തന്നെയാണെന്നത് അനുഭവസാക്ഷ്യം. പരിശ്രമിച്ചാൽ ആനകളുടെ മദക്കാലം കുറെയൊക്കെ മാറ്റിയെടുക്കാമെന്നതിന് രഘുറാം ഉദാഹരണമാണ്. ചാമിയെന്ന പാപ്പാന് ഇതിൽ പ്രധാന പങ്കുണ്ട്. ഇന്നും മനിശ്ശേരിയിലെത്തുന്ന ഏതാനയും ചാമിക്ക് ചട്ടമാണ്. കർണനെ കർണനാക്കി മാറ്റുന്നതിൽ പാറശ്ശേരി ചാമിയെന്ന പാപ്പാന്റെ കളരിമുറകൾക്കുള്ള സ്ഥാനം കർണന്റെ ആരാധകർക്കെല്ലാം മനഃപാഠവും ആനപ്പണിയിലെ പുതിയ തലമുറയ്ക്ക് ഒരു പാഠപുസ്തകവുമാണ്.

ആനക്കച്ചവടങ്ങൾ അന്യംനിന്ന് തുടങ്ങിയ നാട്ടിൽ, നല്ലൊന്നാന്തരം ആനയ്ക്കായി എത്ര ലക്ഷംവേണമെങ്കിലും പൊടിക്കാൻ ആനക്കമ്പക്കാർ കാത്തുനിൽക്കുമ്പോൾ മനിശ്ശേരി രഘുറാമിന്റെ ദിനങ്ങൾക്ക് പൊന്നും വിലയാണ്. നാളെയുടെ വാഗ്ദാനമെന്ന് നല്ലൊരു വിഭാഗം ആനക്കമ്പക്കാരും വിശ്വസിക്കുന്ന ഈ യുവരാജനു മുന്നിൽ കാലവും ലോകവും ഏറെ പ്രതീക്ഷയർപിക്കുന്നതും അതുകൊണ്ടുതന്നെ!

***

മുള്ളത്ത് ഗണപതി

'ഉടമ'യുടെ ആന

▼ മുള്ളത്ത് ഗണപതി

മുള്ളത്ത് വിജയകൃഷ്ണനെന്ന കുട്ടിക്കൊമ്പനുശേഷം, ആനയുടമയെന്നതിനേക്കാൾ നല്ലൊരാനക്കമ്പക്കാരനായ പ്രവാസിമലയാളി ബിജു സ്വന്തമാക്കിയ ആനമിടുക്കനാണ് മുള്ളത്ത് ഗണപതി. അംഗോപാംഗ ലക്ഷണത്തികവുകളുടെ ആധികാരികതകൊണ്ടും അസുലഭസുന്ദരമായ തലയെടുപ്പുകൊണ്ടും കുറഞ്ഞ കാലത്തിനുള്ളിൽതന്നെ ആനപ്രേമികളുടെ ഹൃദയംകവർന്നവൻ എന്ന വിശേഷണവും മുള്ളത്ത് ഗണപതിക്കുണ്ട്. നല്ലൊരു നാടനാനയുടെ ലക്ഷണങ്ങൾ ഏതാണ്ടെല്ലാംതന്നെ ഒത്തുകിട്ടിയിട്ടുള്ള ഗണപതി ജന്മംകൊണ്ട് ആസ്സാമിയാണ്. കേരളത്തിൽ ഇന്ന് തലയെടുപ്പോടെ വിരാജിക്കുന്ന ഒട്ടേറെ ഗജവീരൻമാരെ ഇവിടേക്കു കൂട്ടിക്കൊണ്ടുവന്നിട്ടുള്ള കൊല്ലം സ്വദേശി രവി എഞ്ചിനീയറാണ് ഇവനെയും ഇങ്ങോട്ടെത്തിച്ചത്.

ശരാശരി സാധാരണക്കാരനായിട്ടായിരുന്നു ഗണപതിയുടെ തുടക്കം. അനേകമനേകം ആനകളെ പരിപാലിക്കുകയും കച്ചവടം നടത്തുകയും ചെയ്തിട്ടുള്ള എഞ്ചിനീയറുടെ തട്ടകത്തിലെ ഒരിടത്തരക്കാരനായി കുറച്ചുകാലം ഗണപതി ചെലവിട്ടു. മലയാളമണ്ണിലെ ചിട്ടവട്ടങ്ങൾ മനഃപാഠമാക്കിയ കൗമാരക്കാലം. അനന്തരം വടക്കേടത്ത് നമ്പൂതിരി വന്നുകാണുന്നു. കച്ചവടമുറപ്പിച്ച് വടക്കോട്ടുള്ള അടുത്ത ലോറിപിടിച്ച് കൊണ്ടുപോകുന്നു. വടക്കേടത്തു ഗണപതിയായി വളർച്ചയുടെ ചുവടുവയ്പുകൾ. നമ്പൂതിരിയുടെ പ്രത്യേക ഔഷധക്കൂട്ടുകളും പരിലാളനയും ഗണപതിയെ ശരിക്കും ഒരു സുന്ദരനാക്കി മാറ്റുകയായിരുന്നു. വടക്കേടത്തു നമ്പൂതിരിയിൽ നിന്നുമാണ് മുള്ളത്ത് ബിജു ഗണപതിയാനയെ വാങ്ങിയത്.

ആനക്കൊമ്പുകളായാൽ അതിങ്ങനെ വേണം എന്ന് ആരെക്കൊണ്ടും പറയിക്കുന്ന, വീണെടുത്ത് വിരിഞ്ഞകന്ന കൊമ്പുകൾ. നിലംതൊടുക മാത്രമല്ല, തെല്ല് ചുരുണ്ടുകിടക്കാൻകൂടി നീളമുള്ള തുമ്പിക്കൈ. മോശമല്ലാത്ത വായുകുംഭം. വായൂകുംഭത്തിന് മേലേക്ക് സാമാന്യത്തിലധികം തടിച്ചുയർന്ന് എഴുന്നുനിൽക്കുന്ന തലക്കുന്നിയും നെറ്റിത്തടവും. അത് ഒരളവുവരെ മംഗലാംകുന്ന് കർണനേയും അയ്യപ്പനേയും ഓർമിപ്പിക്കും. കൊഴുത്തുരുണ്ട ശരീരത്തിന് ശരിക്കും ചേർന്ന ഉറപ്പാർന്ന കാലുകളും. അതിൽ പതിനെട്ട് നഖങ്ങളും-ഇങ്ങനെ മുള്ളത്ത് ഗണപതിയെന്ന

ആസ്സാമിക്ക് അഴകളവിന്റെ സാക്ഷ്യപത്രങ്ങൾ ധാരാളമുണ്ട്.

ഗണപതിയെപ്പറ്റിച്ചിന്തിക്കുമ്പോൾ ആദ്യം ഓർമവരുന്നത് ഒരു 'ഓട്ട'ത്തിന്റെ കഥയാണ്. പൊതിയഞ്ചേരിക്കാവ് ഭഗവതിക്ഷേത്രത്തിലെ പൂരമാണ് പശ്ചാത്തലം. കുഞ്ഞിത്തിടമ്പ് തന്റെ ശിരസ്സിലേക്ക് കയറ്റാനായി മുട്ടുമടക്കിക്കൊടുത്തതുമാത്രമേ അവനോർമയുള്ളു. ബാക്കി ഓർമിക്കുവാൻ ഒന്ന് ശ്വാസമെടുക്കുമ്പോഴേക്കും അവൻ മൈലുകൾ താണ്ടിക്കഴിഞ്ഞിരുന്നു. തങ്ങളുടെ നാട്ടിൽ ആദ്യമായി എത്തിയ ഒരാനക്കുട്ടിയല്ലേ, അവന്റെ ആദ്യത്തെ എഴുന്നെള്ളിപ്പല്ലേ, അത് ഭേഷാക്കിക്കളയാം എന്നു തീരുമാനിച്ച നാട്ടുകാരിൽ ചിലർ കുന്ദംകുളം ചന്തയിൽപോയി ഇത്തിരി മരുന്ന് കൂടുതൽ മേടിച്ചു-കരിമരുന്ന്. എന്നാൽ അത് പണിപറ്റിച്ചു. കരിമരുന്ന് മാലകളുടെ കൂട്ടപ്പെരുക്കം മുഴങ്ങുംമുമ്പേ ഉള്ള ജീവനും കൊണ്ട് ഗണപതി വെടിച്ചില്ല് കണക്കെ പറപറന്നുകഴിഞ്ഞിരുന്നു. പാപ്പാൻ ചെവിയിലും കൊമ്പിലും തൂങ്ങിയാണ് അന്ന് ഒരുവിധത്തിൽ ആനയെ പിടിച്ചുനിർത്തിയത്. അന്നത്തെ ആ പേടിത്തൊണ്ടനാണ് ലക്ഷണശ്രീമാനായി മുപ്പതുകൾ താണ്ടുന്ന ഗണപതി.

അവയവഭംഗികൊണ്ട് ആരെയും മോഹിപ്പിക്കുന്ന ഇവൻ ഇനിയൊരൽപംകൂടി (അരയടിയോ ഒരടിയോകൂടി) വളർന്നുപൊന്തിയാൽ ലോകത്തുള്ള ഉത്സവകമ്മിറ്റികളെല്ലാം ഇവന്റെ പിന്നാലെയാകും; അങ്ങനെയാണ് പോക്ക്. ആനയ്ക്ക് അഴകും ആരോഗ്യവും ഒപ്പം അത്യാവശ്യം ഉയരവുമുണ്ടെങ്കിൽ ഉടമയ്ക്കാണ് മെച്ചം. ആവശ്യക്കാർ ഏറെയുള്ള ആനയെ ഉത്സവങ്ങളായ ഉത്സവങ്ങൾക്കെല്ലാം നെട്ടോട്ടമോടിച്ച് അവർക്ക് ലാഭം കൊയ്യാം. ആനയ്ക്കോ, ഉറക്കമിളപ്പും വിശ്രമമില്ലാത്ത നാടുതെണ്ടലും മാത്രം മിച്ചം. പക്ഷേ, തന്റെ ആനയെ സ്വന്തം ഉയിരിനേക്കാളേറെ സ്നേഹിക്കുന്ന ഒരുടമയെയാണ് ഗണപതിക്ക് കിട്ടിയിരിക്കുന്നത്. അങ്ങനെയുള്ള ഉടമകൾക്കൊപ്പം വന്നുചേരുകയെന്നതാണ് ആനപ്പിറപ്പു

കളുടെ യഥാർഥഭാഗ്യം.

മുള്ളത്തു ഗണപതിയെന്ന യൗവനയുക്തന്റെ വളർച്ചയുടെ ചുവടുവയ്പുകൾക്കോരോന്നിനും കണ്ണിലെണ്ണയൊഴിച്ചാണ് ആനപ്രേമികൾ കാത്തിരിക്കുന്നതും കാവൽ നിൽക്കുന്നതും. എന്നാൽ ഇവന്റെ തട്ടകമായ കൊരട്ടിക്കര പെരുമ്പിലാവ് ദേശത്ത് മറ്റൊരാനയ്ക്കും ഇന്നോളം കൈവന്നിട്ടില്ലാത്ത പുതിയൊരു നിയോഗവും അപൂർവ ബഹുമതിയും കൂടി ഇവൻ സ്വന്തമാക്കിക്കഴിഞ്ഞു. ഏതു നല്ല കാര്യം തുടങ്ങുന്നതും വിഘ്നേശ്വരനെ വിചാരിച്ചുകൊണ്ടായാൽ ഭംഗിയായി എന്നത് എവിടുത്തേയും വിശ്വാസമാണ്. ഇവിടെ കൊരട്ടിക്കരയിൽ നാട്ടുകാർക്ക് മുള്ളത്ത് ഗണപതി പ്രത്യക്ഷഗണപതീഭാവം തന്നെയാണ്. മുള്ളത്ത് ഗണപതി കൈവച്ചാൽ അഥവാ ഉദ്ഘാടനം ചെയ്താൽ ഏത് സംരംഭവും വിജയിക്കും എന്ന വിശ്വാസം സർവാത്മനാ അംഗീകരിക്കപ്പെട്ടിരിക്കുന്നു.

ഓർമവച്ച കാലംമുതൽ ലണ്ടനിലാണെങ്കിലും ബിജുവെന്ന പ്രവാസി മലയാളിയുടെ മനസ്സിൽ നന്നേ ചെറുപ്പംമുതൽ നിറഞ്ഞുനിന്നിരുന്നത് കൊച്ചുകേരളത്തിലെ പൂരക്കാഴ്ചകളും ആനക്കാഴ്ചകളും തന്നെയായിരുന്നു. ഉത്സവക്കാലമായാൽ എങ്ങനേയും മലയാളനാട്ടിലേക്ക് എത്തിപ്പെടുവാനുള്ള തത്രപ്പാടിലായിരിക്കും മനസ്സ്. നാട്ടിലെത്തിയാലോ, പൂരപ്പറമ്പുകളായ പൂരപ്പറമ്പുകൾ മുഴുവൻ അരിച്ചുപെറുക്കും. ഇത്തിരിപ്പോന്ന കണ്ണുകളിലേക്കും വിടർത്തിവീശുന്ന ചെവികളിലേക്കും ഉയർത്തിപ്പിടിച്ച ശിരസ്സിലേക്കും ലോകത്തിന്റെ സമസ്തസൗന്ദര്യവും ഒന്നിച്ചാവാഹിച്ചെടുത്ത ആനച്ചന്തങ്ങൾ. എത്ര കണ്ടാലും മതിവരാത്ത, കൊതിതീരാത്ത അവരുടെയാ മുഗ്ധമനോഹരഭാവങ്ങൾ മനസ്സു നിറച്ചും കണ്ടാസ്വദിക്കുവാൻ ഒന്നല്ല, ഒരായിരം ജന്മമുണ്ടെങ്കിലും മതിയാവില്ലെന്ന ചിന്തയിൽ അപ്പൂപ്പൻതാടി കണക്കെ ആനച്ചുവടുകൾ പിന്തുടർന്ന നാളുകൾ...

നേരം കിട്ടിയാൽ ആനകൾക്ക് പിന്നാലെ കുതിക്കാൻ വെമ്പൽകൊണ്ടിരുന്നയാൾ പിന്നെപ്പിന്നെ ഒത്തുകിട്ടിയാൽ ഒരാനയേയും കൊണ്ടായിരിക്കും വീട്ടിലേക്ക് തിരിച്ചെത്തുക. ആനയും ആനക്കാരുമൊക്കെ പിന്നെ പത്തുപതിനഞ്ചു ദിവസം അവിടെത്തന്നെ കൂടും. അത്രയും ദിവസത്തേക്ക് ആനയുടേയും ആനക്കാരുടേയും കാര്യം ശരിക്കും കുശാൽ. ഇടയ്ക്ക് ആനക്കാരെ മണിയടിച്ച് രണ്ടുവായ് മധുരത്തിൽ ആനയെ സുഖിപ്പിച്ച് കൊമ്പിൽ പിടിച്ച് തൊടിയിലൊക്കെ കൊണ്ടു നടക്കാനായാൽ സ്വർഗം കൈവെള്ളയിൽ. തൊട്ടും പിടിച്ചുമൊക്കെയുള്ള ചങ്ങാത്തത്തിന്റെ രസവും മധുരവും വല്ലാതങ്ങ് മനസ്സിനെ കീഴ്മേൽ മറിച്ചപ്പോൾ, പിന്നെ എങ്ങനേയും ഒരെണ്ണത്തിനെ സ്വന്തമാക്കിയേ തീരുവെന്നായി. ആന പോയിട്ട് ഒരാനവാലുപോലും ഇന്നോളം കണികണ്ടിട്ടില്ലാത്ത കുടുംബക്കാർ, ആന വന്നാലുള്ള പ്രശ്നങ്ങളോർത്ത് കുറേക്കാലത്തേക്കൊക്കെ പലതും പറഞ്ഞ് ആ 'ആനമോഹത്തെ' പിടിച്ചുവച്ചു. എങ്കിലും, എന്തൊക്കെ പറഞ്ഞിട്ടും എത്രയൊക്കെ കണ്ടിട്ടും പയ്യന്റെ ആനക്കമ്പം നാൾക്കുനാൾ കൂടിക്കൂടി വരുന്നതല്ലാതെ തെല്ലും കുറയുന്നില്ലെന്നായപ്പോൾ, അവസാനം വീട്ടുകാർ അവന്റെ ജാതകവുമെടുത്ത് ഒരു ജ്യോതിഷക്കാരനെ കണ്ടു. എന്തൊക്കെ തടസ്സം പറഞ്ഞാലും ഈ ജാതകക്കാരൻ ആനയെ മേടിക്കുമെന്ന കാര്യത്തിൽ സംശയം വേണ്ടന്ന് ജ്യോതിഷനും. എങ്കിലും പ്രതീക്ഷ കൈവിടാതെ അവർ ഒരൊഴിവു കണ്ട് മറ്റൊരു ഒടിവിദ്യകൂടി ചെയ്തുനോക്കി- ആനക്കമ്പം മാറിക്കിട്ടാൻ വടക്കേടത്ത് മനയിലെ നമ്പൂതിരിയെക്കണ്ട് ഒരേലസ്സ് എഴുതിച്ച് ബിജുവിന്റെ ദേഹത്തിട്ടു. ആനക്കമ്പം മാറാൻ വേണ്ടി ഏലസ്സെഴുതിത്തന്ന അതേ വടക്കേടത്തു നമ്പൂതിരിയിൽ നിന്നുതന്നെയാണ് തന്റെ ഗണപതിയാനയെ ബിജു സ്വന്തമാക്കിയതെന്നത് പിൽക്കാലചരിത്രം.

ആദ്യം വാങ്ങിയത് വിജയകൃഷ്ണനെന്ന കുട്ടിക്കൊമ്പനെയാണ്. അച്ഛനമ്മമാർ നാട്ടിൽ തന്നെയുള്ള ഒരുദിവസം, പാലായ്ക്കടുത്ത് ഒരാനക്കുട്ടിയെ വിൽക്കാനുണ്ടെന്നറിഞ്ഞ് എന്തായാലും ഒന്നുപോയി കണ്ടുവരാം എന്നുപറഞ്ഞ് ഇടനിലക്കാരനായ കൂറ്റനാട് ജയനേയും കൂട്ടി നേരെ പുറപ്പെട്ടു. അനേകം ആനകൾ സ്വന്തമായുള്ള പൂഞ്ഞാർ സ്വദേശി പ്ലാത്തോട്ടം ജോർജിന്റേതാണ്

ആനക്കുട്ടി. ദാഹിച്ചുമോഹിച്ച് കാണാനെത്തിയപ്പോൾ ആനയവിടെയില്ല. അടുത്തേതോ പുഴയിൽ നീരാട്ടിന് പോയിരിക്കുന്നു. ഇരുന്നാൽ ഇരിപ്പുറയ്ക്കണ്ടെ. നേരെ പുഴക്കടവിലേക്ക്. അവിടെ ചെല്ലുമ്പോൾ ഒരു വയസ്സൻ പാപ്പാനൊപ്പം കുളിച്ചു കയറിവരുന്നു ഒരാനക്കുട്ടി.

ഒത്തിരിയൊത്തിരി ആനകൾ പണിയെടുക്കുന്ന ഒരു തടിക്കൂപ്പിൽ അണ്ണാറക്കണ്ണനും തന്നാലായത് എന്നു പറഞ്ഞതുപോലെ കുഞ്ഞനാനയും പണിയെടുത്തുപോരുന്നു. അതുകൊണ്ടു തന്നെ കൊഴുത്തുരുണ്ടവനായിരുന്നില്ല. കണ്ടാൽ കണ്ണുകിട്ടുമെന്ന് പേടിയൊന്നും വേണ്ടാത്ത ഒരു പാവത്താൻ. പേരിന് ഒരു ചങ്ങലക്കഷണം പോലും ദേഹത്തില്ലാതെ, ഇത്തിരിപ്പോന്ന ഒരു വടിയുടെ ബലത്തിൽ കുഞ്ഞാനയും അവന്റെ വയസ്സൻ പാപ്പാനുമായുള്ള സഹവാസം ബിജുവിന് പ്രഥമദർശനത്തിൽതന്നെ നന്നേ ബോധിച്ചു. ഒരു പടലപഴം മേടിച്ചു കൊടുത്തപ്പോഴുണ്ട് ഏതോ മുജ്ജന്മബന്ധത്തിലെന്നപോലെ അതു മേടിച്ചശേഷം ബിജുവിനെ കുഞ്ഞുതുമ്പിയാൽ ചേർത്തുപിടിച്ച് ഒരാശ്ലേഷവും! അതിൽ ആനപ്രേമിയായ പാവം ബിജു കുപ്പിയിലിറങ്ങിയില്ലങ്കിലല്ലേ അദ്ഭുതമുള്ളു.

ഗോപിക്കുട്ടനെന്നാണ് അന്നിവനെ പ്ലാന്തോട്ടത്തുകാർ വിളിച്ചിരുന്നത്. ആസ്സാമിൽ നിന്നും വന്ന ഇവന്റെ, രേഖകളിലെ പേര് അരുൺസാങ്ങ് എന്നും. ആനയെ മേടിക്കാനെന്നും പറഞ്ഞ് നിത്യേന എത്രപേരാണ് വരുന്നത്. അതിൽ നല്ലൊരു ശതമാനവും വില കേൾക്കുംമുമ്പു തന്നെ മൂട്ടിലെ പൊടിതട്ടാൻ തുടങ്ങും. 'എന്നാൽ നമുക്ക് കാര്യത്തിലേക്ക് കടക്കാം' എന്ന് ആനയുടമയായ ജോർജ് പറയേണ്ട താമസം ഇടനിലക്കാരനുപോലും ഇടപെടാൻ കഴിയുംമുമ്പേ ചെറുപ്പക്കാരൻ കച്ചവടമുറപ്പിച്ചുകഴിഞ്ഞിരുന്നു.

കച്ചവടമുറപ്പിച്ചു കഴിഞ്ഞപ്പഴല്ലേ പുകിൽ. കൊണ്ടുവരാൻ ഒരു ചങ്ങലയും തോട്ടിയും പോലും കരുതിയിട്ടില്ല. ആനയെ എവിടെ കെട്ടും? ആരു നോക്കും? എവിടുന്നാണ് തീറ്റ? ആരാണ് പാപ്പാന്മാർ? ആനയേയും പോറ്റി നിന്നാൽ ലണ്ടനിലെ ഹോട്ടൽ വ്യവസായത്തിന്റെ കാര്യം?... അങ്ങനെയങ്ങനെ നൂറുനൂറു പ്രശ്നങ്ങൾ.

'പ്രശ്നങ്ങൾ പ്രശ്നങ്ങളുടെ വഴിക്കുപോട്ടെ. അരുൺസാങ്ങ് എന്ന ഗോപിക്കുട്ടൻ തൃശ്ശൂരേക്കും വിടട്ടെ'– എന്നായി തീരുമാനം. മുള്ളത്ത് വീട്ടിലെ ആദ്യ ആനപ്രജയായി അങ്ങനെയാണ് വിജയകൃഷ്ണൻ വലതുകാൽ വച്ച് കയറിവരുന്നത്. ആനയെ മേടിച്ച് വിജയകൃഷ്ണനെന്ന് പേരുമിട്ടു കഴിഞ്ഞപ്പോഴല്ലേ അതിന്റെ പിന്നാലെയുള്ള നൂലാമാലകൾ ഒന്നിനുപുറകേ ഒന്നായി വരുന്നത്. അങ്ങനെ ചുളുവിനൊരാനയുടമയാകാനാണ് ഭാവമെങ്കിൽ വരട്ടെ, അതിനുമുമ്പ് ചില നടപടിക്രമങ്ങളൊക്കെയുണ്ടെന്ന് വന്യജീവി വകുപ്പധി

കൃതർ. വെയിലും മഴയും കൊള്ളാതെ ആനയെ പോറ്റാൻ നല്ലൊരാനപ്പന്തൽ തന്നെ വേണമെന്നാണ് അവരുടെ പ്രധാന നിബന്ധന. 'പന്തലെങ്കിൽ പന്തൽ. ഇനി അതിന്റെ കുറവുവേണ്ട. ഒപ്പം കുളിക്കാൻ സ്വിമ്മിങ്ങ് പൂൾ. കുടിക്കാൻ ശുദ്ധജല ടാങ്ക്'. അങ്ങനെ നവാതിഥിക്കായി സൗകര്യങ്ങളും സജ്ജീകരണങ്ങളും ഒന്നൊന്നായി തയ്യാറായി. ഇതിനെല്ലാം പുറമേ അവനുവേണ്ടി ഒരാനപ്പറമ്പു തന്നെ വാങ്ങുകയും ചെയ്തു. ആനപ്പന്തൽ പണിതീർന്നു കഴിഞ്ഞപ്പോൾ പറമ്പിൽ പിന്നെയും സ്ഥലം ബാക്കി. അവിടെയെല്ലാം വാഴ വച്ച് നട്ടുനനച്ചു. പക്ഷേ, ഒറ്റനിബന്ധന. ഈ പറമ്പിൽ ഉണ്ടാകുന്ന വാഴക്കുലയെല്ലാം ആനയ്ക്കു മാത്രം സ്വന്തം.

വിജയകൃഷ്ണനെന്ന കുട്ടിക്കൊമ്പനുശേഷം മുള്ളത്ത് വീടിന്റെ പേരും പെരുമയും ഉത്സവനഗരികളിൽ ഉറക്കെ പ്രഖ്യാപിക്കാൻപോന്ന ഒന്നാന്തരം ഒരാനയെ സ്വന്തമാക്കാൻ ദാഹിച്ചുമോഹിച്ചു കാത്തിരുന്ന ബിജുവിന് തികച്ചും അപ്രതീക്ഷിതമായാണ് ഗണപതിയെ ലഭിക്കുന്നത്. അഴകും ആരോഗ്യവും അത്യാവശ്യം ആണത്തവും ഒത്തുചേർന്ന ഗണപതിയെ കണ്ടപ്പോൾ പിന്നെയിനി ഉയരക്കാരുടെ പിന്നാലെയൊന്നും പായേണ്ട എന്നു തീരുമാനിക്കുവാൻ ബിജു രണ്ടാമതൊന്ന് ചിന്തിച്ചതുമില്ല.

വീട്ടുകാരുടെ ഒരാശ്വാസത്തിനായിട്ടാണെങ്കിൽ കൂടി, ബിജുവിന്റെ ആനക്കമ്പം മാറുവാനായി ഏലസ്സെഴുതിക്കൊടുത്ത വടക്കേടത്തു നമ്പൂതിരിക്ക് രണ്ടാനകൾ ഉണ്ടായിരുന്നു-ഗണപതിയും നന്ദനും. ഗണപതിയാനയിൽ പണ്ടേതന്നെ ഒരു കണ്ണുണ്ടായിരുന്ന ബിജു മടിച്ചുമടിച്ചാണെങ്കിലും ഒരിക്കൽ തന്റെ മനസ്സിലിരിപ്പ് നമ്പൂതിരിയോട് ഒന്നു സൂചിപ്പിച്ചു. ആഗ്രഹത്തിലൊന്നും തെറ്റില്ല, പക്ഷേ ദേഹത്ത് ദേഹിയുള്ളടത്തോളം കാലം ഗണപതിയെന്ന മാനസപുത്രൻ വടക്കേടത്ത് ഗണപതിയായി മനയിൽ തന്നെയുണ്ടാകുമെന്നായിരുന്നു നമ്പൂതിരിയുടെ മറുപടി. ആരു കേട്ടാലും കൊതിക്കുന്ന മോഹവിലയെന്നല്ല, ഇനിയിപ്പോൾ അവനുപകരം പൊന്നുകൊണ്ടൊരാനയെത്തന്നെ പണിതുതരാമെന്ന് പറഞ്ഞാലും ഗണപതിയുടെ കാര്യംമാത്രം ഇങ്ങോട്ട് പറയേണ്ടന്നുകൂടി നമ്പൂതിരി തീർത്തു പറഞ്ഞതോടെ, പിന്നെ പ്രതീക്ഷയൊന്നുമില്ലാതായി.

ഗണപതിയെന്ന സുന്ദരരൂപൻ തനിക്കെന്നും കിട്ടാക്കനി മാത്രമായിരിക്കും എന്ന വിശ്വാസത്തിൽ, ലക്ഷണത്തികവാർന്ന മറ്റൊന്നിനായുള്ള കാത്തിരിപ്പിനും അന്വേഷണങ്ങൾക്കുമിടയിൽ അപ്രതീക്ഷിതമായാണ് അത് സംഭവിച്ചത്. വടക്കേടത്ത് നമ്പൂതിരിയുടെ മരണം. തന്റെ ഉയിരുള്ള കാലത്തോളം ഗണപതിയെ കൈവിട്ടുകളയില്ലെന്ന് വാശിപിടിച്ച വടക്കേടത്ത് നമ്പൂതിരിയുടെ അപ്രതീക്ഷിത മരണത്തോടെയാണ് ഗണപതിയാന ബിജുവിന് സ്വന്തമായത്.

ഗണപതിയോളം അഴകും ലക്ഷണങ്ങളും ഒത്തിട്ടില്ലെങ്കിലും തനി പാവത്താനായ നന്ദനെ വാങ്ങുന്നതല്ലേ കൂടുതൽ സമയവും ലണ്ടനിൽ കഴിയേണ്ടുന്ന ബിജുവിന് നല്ലതെന്ന് ചിലർ ഉപദേശിച്ചുവെങ്കിലും ബിജുവിനുമാത്രം അക്കാര്യത്തിൽ തെല്ലും സംശയവും പുനർചിന്തനവുമുണ്ടായിരുന്നില്ല. അങ്ങനെ വടക്കേടത്തു ഗണപതി മുള്ളത്ത് ഗണപതിയായി മുള്ളത്ത് വീട്ടിലേക്കും കൊരട്ടിക്കര പെരുമ്പിലാവ് നാട്ടിലേക്കും എത്തി.

മുള്ളത്ത് ഗണപതിയെ കാത്തിരുന്നത് സുഖസൗകര്യങ്ങളുടെ പറുദീസയാണ്. സ്വിമ്മിങ്ങ് പൂളും ആനപ്പന്തലും പിന്നെ മൃഷ്ടാന ഭക്ഷണവും മാത്രമല്ല, അതിനുമപ്പുറം അകാരണമായും അമിതമായും ആനകളെ ഉപദ്രവിക്കേണ്ടന്ന് പാപ്പാൻമാർക്ക് കർശന നിർദ്ദേശവുമുണ്ട്. ഗണപതിയേയും വിജയകൃഷ്ണനേയുമൊക്കെ തല്ലിപ്പഴുപ്പിച്ച് ഗൃഹപാഠം ചെയ്യിക്കാമെന്നാണെങ്കിൽ ബിജു അതറിയേണ്ട താമസമേയുള്ളൂ. പാപ്പാന്മാർക്ക് കൂടും കുടുക്കയുമെടുത്ത് അപ്പോൾതന്നെ സ്ഥലംവിടാം

കൊമ്പായാലും തുമ്പിയായാലും തലയായാലും ചെവിയായാലും ഉടലായാലും വാലായാലും എല്ലാം ചേരുംപടിചേർന്നിട്ടുള്ള സുന്ദരരൂപംതന്നെയാണ് മുള്ളത്ത് ഗണപതിയെന്ന ഈ ആനയിലേക്ക് പെട്ടന്നുതന്നെ ആൾക്കൂട്ടത്തിന്റെ കണ്ണുകളും മനസ്സുകളും വലിച്ചടുപ്പിക്കുന്നത്. സാമാന്യത്തിലധികം വലിപ്പമാർന്ന കണ്ണുകൾ

ഗണപതിയുടെ ഒരു പ്രത്യേകതയാണ്. 'എല്ലാ ലക്ഷണങ്ങളും ഒത്തുകിട്ടിയാലും ആനയ്ക്ക് ആവശ്യത്തിനുയരവും വേണ്ടത്ര തലയെടുപ്പുമില്ലെങ്കിൽ എല്ലാം പോയില്ലേ' എന്നു ചോദിക്കുന്ന മഹാഭൂരിപക്ഷത്തിനു മുന്നിൽ, തലയുയർത്തിപ്പിടിച്ചുതന്നെ നിൽക്കും ഈ സുന്ദരരൂപൻ. ഇരിക്കസ്ഥാനത്തേക്കാൾ അരയടിയെങ്കിലും മുകളിൽ നിൽക്കുന്ന നിലവാണ് മുള്ളത്ത് ഗണപതിയുടെ തുറുപ്പുചീട്ട്. ഉയരം ഏതാണ്ട് ഒമ്പതരയടിക്ക് താഴയേ വരികയുള്ളൂവെങ്കിലും ഒമ്പതേമുക്കാൽ അടി ഉയരമുള്ള ആനകൾക്കൊപ്പം തലയെടുത്തു പിടിച്ച് നിൽക്കാനുള്ള വാശിയും വകുപ്പുമൊക്കെ ഇവന്റെ രക്തത്തിൽതന്നെ അലിഞ്ഞുചേർന്നിരിക്കുന്നു.

നിൽപ്പിന്റെ മേൻമകൊണ്ട് മനംമയക്കുമെങ്കിലും നടപ്പിന്റെ കാര്യമെത്തുമ്പോൾ ഗണപതിയുടെ കേമത്തമെല്ലാം പമ്പകടക്കും. ചില അനങ്ങാക്കള്ളികളെപ്പോലെയാണ് ഗണപതിയും. നടക്കാൻ നന്നേ മടി. വടിയും തടിയുമൊക്കെ എടുത്ത് പേടിപ്പിച്ചിട്ടായാലും പഴക്കുല കാട്ടി പ്രലോഭിപ്പിച്ചായാലും എങ്ങനെയൊക്കെ ആഞ്ഞുപിടിച്ച് നടന്നാലും ഒരു മണിക്കൂർകൊണ്ട് ഇഷ്ടൻ ഓടിക്കിതച്ചെത്തുന്നദൂരം പരമാവധി നാലു കിലോമീറ്റർ മാത്രം. മണിക്കൂറിൽ പത്തും പന്ത്രണ്ടും കിലോമീറ്ററുകളൊക്കെ പുഷ്പംപോലെ നടന്നുകയറുന്ന വീരന്മാരുള്ളപ്പോഴാണ് ഗണപതിയുടെ മെല്ലപ്പോക്ക് നയമെന്നത് പ്രത്യേകം ഓർക്കണം. വെറുംകൈയും വീശിനടക്കാൻതന്നെ മടിയാണെങ്കിൽ ഒരുപിടി പനമ്പട്ടയും ചുമന്നുള്ള നടപ്പിന്റെ കാര്യം പറയാനുണ്ടോ.

കുംഭയുടെ കാര്യത്തിൽ ഗണപതിക്ക് യാതൊരു പഞ്ഞവുമില്ല. മിനുത്തുകൊഴുത്ത ശരീരവും 'വയറ് മുമ്പും ആള് പിമ്പും' എന്നു പറഞ്ഞമട്ടിലുള്ള കുടവയറും കണ്ടിട്ടാകാം, ഒരുപക്ഷേ വേണ്ടപ്പെട്ടവർ ഇവന് എല്ലാംകൊണ്ടും യോജിക്കുന്ന പേര് 'ഗണപതി' എന്നു തന്നെയെന്ന തീരുമാനത്തിലെത്തിയത്. രൂപത്തിൽ മാത്രമല്ല, വാശിയുടേയും ശുണ്ഠിയുടേയും കാര്യത്തിൽകൂടി ചില നേരങ്ങളിൽ ഒരു സുമോ യോദ്ധാവിന്റെ ആവേശം പ്രകടിപ്പിച്ചുകളയും ഗണപതി. ചുരുക്കിപ്പറഞ്ഞാൽ ഇവനാള് വെറുമൊരു 'അയ്യോ പാവ'മൊന്നുമല്ല. നടക്കാൻ കുഴിമടിയനായ ഇവൻ ചിലപ്പോൾ ക്രോധാവേശ ത്തിന്റെ കൊടുമുടിയിൽ, ഓടാൻ മാത്രമല്ല വേണ്ടിവന്നാൽ ഒരാൾപൊക്കംവരെയൊക്കെ നിസ്സാരമായി ചാടിക്കടക്കാനും മടിക്കില്ല.

ആദ്യം വിജയകൃഷ്ണന്റേയും പിന്നാലെ ഗണപതിയുടേയും കടന്നുവരവോടെ, ആനക്കാര്യങ്ങളിൽ രസംപിടിക്കാൻ തുടങ്ങിയ കൊരട്ടിക്കര പെരുമ്പിലാവ് ദേശക്കാർ ഒരുനാൾ ഗണപതിയുടെ ഓട്ടവും ചാട്ടവുമൊപ്പിച്ച ഭൂകമ്പത്തിൽ പ്രകമ്പനംകൊണ്ടു. അന്ന് വടക്കേടത്തു മനയിൽ നിന്നും ഗണപതി മുള്ളത്ത് വീട്ടിലേക്കെത്തിയിട്ട് അധികനാളായിട്ടില്ല. അതിനേക്കാളുപരി, അവന്റെ ഉടമയായ ബിജുവിന്റെ വിവാഹം കഴിഞ്ഞിട്ട് വെറും ഒരാഴ്ച തികയുന്നേയുണ്ടായിരുന്നുള്ളൂ. അപ്പോഴാണത് സംഭവിച്ചത്.

കുളിക്കുന്നതിനിടെ ആന വിരണ്ടു. തന്നോട് ചൂടായ പാപ്പാന്മാരെ വെല്ലുവിളിച്ച് സ്വിമ്മിങ് പൂളിൽ നിന്നും ചാടിയെഴുന്നേറ്റ് ഒരു പാച്ചിൽ! അടച്ചിട്ടിരുന്ന ഗേറ്റ് ഒറ്റച്ചവിട്ടിനു തള്ളിത്തുറന്നു. മുന്നിൽ റോഡ്! ഓടിപ്പാഞ്ഞ് ഒരു മതിൽക്കെട്ടിനകത്ത് നിലയുറപ്പിച്ചു. അനുനയിപ്പിക്കാനെത്തിയ പാപ്പാന്മാരെ കൊമ്പുംകുലുക്കി പിന്നാലെ പാഞ്ഞ് പറപറത്തി. അലറിവിളിച്ചും അട്ടഹസിച്ചും നാടുവിറപ്പിച്ച് കുറേനേരം തകർത്താടി. പാപ്പാന്മാരൊക്കെ തോൽവി സമ്മതിച്ച് മതിലിന്റെ മുകളിലും വയൽവരമ്പിലും സ്ഥാനംപിടിച്ചു. കാര്യമറിഞ്ഞ് പിടയ്ക്കുന്ന ഹൃദയവുമായി ഓടിയെത്തിയ പുതുപ്പെണ്ണ് നോക്കിനിൽക്കെ ബിജുവിന്റെ പിടുത്തത്തിനു മുമ്പിൽ ഗണപതി അനുനയത്തിലായി-കലാപം അവസാനിപ്പിച്ചു.

ഉടമയായ ബിജു സ്ഥലത്തില്ലായിരുന്നു. വേണ്ടപ്പെട്ടവരെല്ലാം കൂടിയാലോചിച്ച് 'വെടിവയ്ക്കാം' എന്ന തീരുമാനത്തിലെത്തി. തൃശ്ശൂരിൽ നിന്നും മയക്കുവെടി സംഘത്തെ വരുത്തുവാനും തീർച്ചയാക്കി. പക്ഷേ, എവിടെനിന്നോ ബിജു കാര്യമറിഞ്ഞ് ഓടിക്കിതച്ചെത്തി. കല്യാണംകഴിഞ്ഞ് ഒരാഴ്ച തികഞ്ഞിട്ടില്ലാത്ത മണവാളച്ചെറുക്കൻ നേരെ ഓടിയത് തന്റെ ആനയ്ക്കടുത്തേ

ക്ക്. ആർക്കും തടയാൻ കഴിയുംമുമ്പേ ബിജു നേരെ ആന നിൽക്കുന്ന മതിൽക്കകത്തേക്കു ചാടിക്കയറി. ഗണപതിയുടെ വിക്രിയകൾ കണ്ടതും 'എന്താ ഗണപതി ഇതെന്ന്' പറഞ്ഞ് വിറളിയെടുത്തു നിൽക്കുന്ന ആനയ്ക്കടുത്തേക്ക് പോകുന്ന ബിജുവിനെയാണ് പിന്നെ നാട്ടുകാർ കാണുന്നത്. ഒരു നാടും നാട്ടാരും മുഴുവൻ ശ്വാസ മടക്കിപ്പിടിച്ച് നോക്കിനിൽക്കെ, ഇടഞ്ഞയാനയാണെന്നും എന്തും സംഭവിക്കാൻ സാധ്യതയുണ്ടെന്നും ഒന്നും ഓർക്കാതെ ബിജു നേരെചെന്ന് ഗണപതിയുടെ കൊമ്പിൽ പിടിച്ചു. കാര്യമറിഞ്ഞ് പിടയ്ക്കുന്ന ഹൃദയവുമായി ഓടിയെത്തിയ പുതുപ്പെണ്ണ് നോക്കിനിൽക്കെ, ബിജുവിന്റെ പിടുത്തത്തിനു മുമ്പിൽ ഗണപതി അനുനയത്തിലായി; കലാപം അവസാനിപ്പിച്ചു.

ഉത്സവനഗരികളിൽ ഇന്ന് ഒഴിച്ചുകൂടാൻ വയ്യാത്തതായിട്ടുള്ള 'കരിമരുന്ന്പ്രയോഗം' എന്ന വെടിക്കെട്ടാണ് ഗണപതിയുടേയും പേടിസ്വപ്നം. കൂട്ടവെടിയുടെ പെരുക്കം കത്തിക്കയറാൻ തുടങ്ങുമ്പോഴേക്കും അവന്റെ അടിവയറ്റിൽ നിന്നും പണ്ടൊക്കെ ഒരാന്തൽ ഉയരുമായിരുന്നു. അതുകൊണ്ടുതന്നെ വെടിക്കെട്ട് പേടിച്ചുള്ള പാച്ചിൽ കുറേക്കാലത്തേക്ക് ഇവന്റെ അജണ്ടയിലെ പ്രധാന കലാപരിപാടിയുമായിരുന്നു.

ഇന്ന് ഗണപതി ആളാകെ മാറിയിരിക്കുന്നു. വെടിക്കെട്ടുകേട്ട് ഓടുവാൻ നിന്നാൽ അതിനുമാത്രമേ നേരമുണ്ടാവൂ എന്നും അവസാനം ഒരു മയക്കുവെടിയാകും പകരംകിട്ടുകയെന്നും അവനു മനസ്സിലായിക്കാണണം. ഇന്നിപ്പോൾ എത്രവലിയ വെടിക്കെട്ടിനു മുന്നിലും പതറാതെ നിൽക്കാൻ ഗണപതി തയ്യാറാണ്.

ആനയെ സ്നേഹിക്കുന്ന പാപ്പാൻ. ആനയെ ജീവനേക്കാളേറെ പരിരക്ഷിക്കുന്ന ഉടമ. ഏതൊരു നാട്ടാനയുടേയും ഭാഗ്യമാണത്. നൂറുകണക്കിനുള്ള നമ്മുടെ നാട്ടാനക്കൂട്ടത്തിൽ അത്യപൂർവമായി മാത്രം ചിലർക്ക് വീണുകിട്ടുന്ന ഭാഗ്യം. ഉണ്ടും ഉറങ്ങിയും വ്യായാമത്തിനെന്നോണം വഴിനടന്നും ഇടയ്ക്കൊക്കെ ചില ഉത്സവങ്ങളിൽ പങ്കെടുത്തും സുഖിച്ചു ജീവിക്കുവാൻ ഭാഗ്യംചെയ്ത ആനച്ചന്തങ്ങളാണ് മുള്ളത്ത് വീട്ടിലേത്.

കാടിന്റേതുപോലുള്ള സ്വച്ഛതയിൽ, വലിയൊരു കൂട്ടുകുടുംബത്തിന്റെ രക്ഷാവലയത്തിൽ, വലിയ കാര്യങ്ങളെക്കുറിച്ചൊന്നും ചിന്തിക്കാൻ മെനക്കെടാതെ, പൂത്തുമ്പികളോട് കിന്നാരം പറഞ്ഞും പുൽനാമ്പുകളെ നക്കിത്തുടച്ചും മുള്ളത്ത് ഗണപതിയങ്ങനെ സുഖിച്ചു ജീവിക്കുന്നു! പക്ഷേ ആ സുഖത്തിനും ഒരുപരിധിയുണ്ട്-നാട്ടാനയെന്ന പരിമിതി.

***

പൂമുള്ളി പൃഥ്വിരാജ്

വന്നുകയറിയ ഗൃഹത്തിന്റെ പേരിൽ പ്രശസ്തനായ ഒരു ഗജവീരൻ

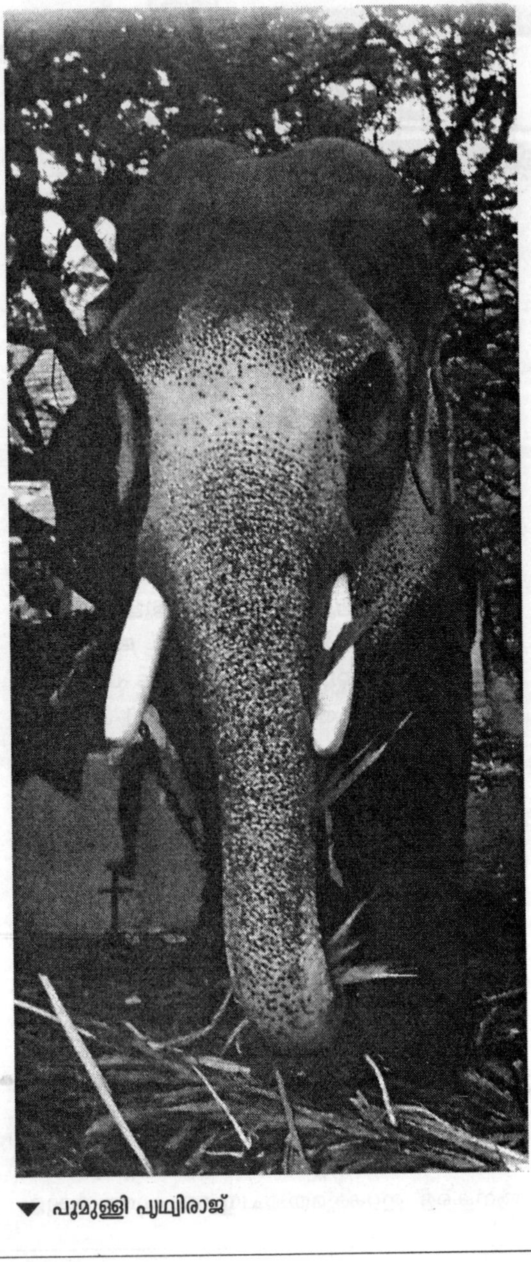

▼ പൂമുള്ളി പൃഥ്വിരാജ്

ആനചികിത്സാരംഗത്ത്, ഇന്ന് ആധുനിക വൈദ്യശാസ്ത്രശാഖയായ അലോപ്പതിക്കുതന്നെയാണ് മേൽക്കൈയെങ്കിലും സത്യത്തിൽ അലോപ്പതിയിൽ ആനകളുടെ രോഗനിർണയവും ചികിത്സാവിധികളുമായി ബന്ധപ്പെട്ട ഒരു വിജ്ഞാനശേഖരം ഈയടുത്ത കാലംവരെ ഉണ്ടായിരുന്നില്ല. മനുഷ്യരുടെ രോഗങ്ങൾക്കുള്ള മരുന്നുകൾ വ്യത്യസ്ത അളവിലും അനുപാതത്തിലും ആനകളിൽ പ്രയോഗിച്ചുനോക്കി, അനുഭവത്തിന്റെ വെളിച്ചത്തിൽ എത്തിച്ചേരുന്ന നിഗമനങ്ങളും വിലയിരുത്തലുകളും വഴിയായിരുന്നു ചികിത്സ നടത്തിയിരുന്നത്. കുറഞ്ഞപക്ഷം ഇന്ത്യയിലെങ്കിലും ആന ചികിത്സാരംഗത്ത് അലോപ്പതിയുടെ അടിസ്ഥാനം ഇതൊക്കെത്തന്നെയാണ്. പക്ഷേ, ആനകൾക്കുവേണ്ടി മാത്രമായി ഒരു വൈദ്യശാസ്ത്രം നൂറ്റാണ്ടുകൾക്ക് മുമ്പുതന്നെ ഭാരതത്തിൽ വികാസപരിണാമം നേടിയിരുന്നു- ഹസ്ത്യായുർവേദം. പതിനാലായിരത്തിൽപ്പരം ശ്ലോകങ്ങളും നൂറ്റിയെഴുപതോളം അധ്യായങ്ങളുമായി സംസ്കൃതഭാഷയിൽ വിരചിക്കപ്പെട്ടിട്ടുള്ള ഹസ്ത്യായുർവേദത്തിന്റെ രചയിതാവ് പാലകാപ്യൻ എന്ന മഹർഷിയാണ്. ആനകളുടെ ജീവിതം, ചികിത്സ തുടങ്ങി ആനകളെ സംബന്ധിക്കുന്നതെന്തും പ്രതിപാദ്യവിഷയമാകുന്നു ഹസ്ത്യായുർവേദത്തിൽ.

ആദിമസംസ്കൃതഭാഷയിൽ എഴുതപ്പെട്ടിട്ടുള്ള ഹസ്ത്യായുർവേദത്തിന്റെ പ്രസക്തഭാഗങ്ങൾ മലയാളമടക്കം ഇന്ത്യയിലെ മറ്റനേകം ഭാഷകളിലേക്ക് വിവർത്തനം ചെയ്യപ്പെട്ടിട്ടുണ്ട്. കാലപ്പഴക്കംകൊണ്ട് ഹസ്ത്യായുർവേദത്തിന്റെ ചില ശ്ലോകങ്ങളെങ്കിലും നഷ്ടമായിട്ടുണ്ട്. നിഘണ്ടുക്കൾ ഉണ്ടാകുന്നതിനുംമുമ്പേ എഴുതപ്പെട്ടതായതിനാൽ പല പദങ്ങൾക്കും കൃത്യമായ

അർഥവും ലഭ്യമല്ല.

ഹസ്ത്യായുർവേദമെന്ന ബൃഹത്ഗ്രന്ഥത്തിന് ഒരു സമ്പൂർണ മലയാളവിവർത്തം ഇപ്പോഴുണ്ട്. സംസ്കൃതത്തിൽ നിന്നും മറ്റേതെങ്കിലും ഭാഷകളിലേക്കുള്ള ഹസ്ത്യായുർവേദത്തിന്റെ ആദ്യത്തെ സമ്പൂർണ വിവർത്തനവും ഇതായിരിക്കും. വൈദ്യചികിത്സാരംഗത്തെ തിരക്കിനിടയിലും പത്തുവർഷക്കാലത്തിലേറെ സമയമെടുത്ത് വൈദ്യമഠം ചെറിയ നാരായണൻ നമ്പൂതിരിയാണ് ഈ മഹാസംരംഭം സാക്ഷാത്കരിച്ചിട്ടുള്ളത്. ആനകൾക്കും ആനപ്രേമികൾക്കും പൊതുവേതന്നെ ഏറെ പ്രയോജനകരവും മലയാളിക്കും മലയാളഭാഷയ്ക്കും അഭിമാനകരവുമായ ഒരു ഗ്രന്ഥമാണിത്. 'ഹസ്ത്യായുർവേദ'ത്തിന്റെ വിവർത്തനം നടത്തുവാൻ വൈദ്യമഠം നാരായണൻ നമ്പൂതിരിക്ക് പ്രചോദനമായത് പൂമുള്ളി ആറാം തമ്പുരാനാണ്. പൂമുള്ളി മനയെപ്പറ്റിയാണെങ്കിൽ ഏറെ പറയാനുമുണ്ടുതാനും.

വീരശൂരപരാക്രമികളും ആരു കണ്ടാലും കണ്ണെടുക്കാതെ നോക്കിനിന്നുപോകുന്ന സുന്ദരകളേബരന്മാരുമായ ചില ഗജരാജാക്കന്മാരുടെ സാന്നിധ്യവും പ്രശസ്തിയുമാണ് മലയാളമണ്ണിലെ പല തറവാടുകൾക്കും താവഴികൾക്കും പേരും പെരുമയും ചാർത്തിക്കൊടുത്തതെങ്കിൽ, പൂമുള്ളി പൃഥിരാജ് എന്ന ആനയുടെ കഥ മറിച്ചാണ്. നിൽക്കുന്നിടത്തും ചെന്നു കയറുന്നിടത്തുമെല്ലാം പേരും പെരുമയുമേറ്റുന്ന ഐശ്വര്യശ്രീമാൻ എന്ന് ചില ആനകളുടെയെങ്കിലും ജാതകക്കുറിപ്പുകളിൽ പരാമർശിക്കപ്പെടാറുണ്ട്. പക്ഷേ, ഇവിടെ പൃഥിരാജ് എന്ന ആന വലതുകാൽവച്ച് വന്നുകയറിയത് സാക്ഷാൽ പൂമുള്ളി മനയിലേക്കാണെന്നതിനാൽ പൃഥിരാജാണ് ഏറെ ശ്രദ്ധിക്കപ്പെട്ടത്.

ഒമ്പതേമുക്കാൽ അടിയോളം ഉയരവും നല്ലൊരു കൊമ്പനുവേണ്ട അത്യാവശ്യ അംഗോപാംഗസമൃദ്ധികളും ഒത്തുകിട്ടിയിട്ടുള്ള പൃഥിരാജിന് പ്രായം നാൽപ്പതിനടുത്തുണ്ട്. ലക്ഷണശാസ്ത്രങ്ങളുടെ കല്ലുവഴിച്ചിട്ടകളിലൂടെ പരിശോധിച്ചാൽ തുമ്പിക്കൈയുടെ നീളം കുറച്ച് കുറവല്ലേയെന്നും കൊമ്പുകൾ ഇത്തിരി കുട്ടുകൊമ്പുകളുടെ അവസ്ഥയിലല്ലേയെന്നും തോന്നിയേക്കാം. ആനകളുടെ ഉയരം ഏറ്റവും വലിയ മാനദണ്ഡവും അനിവാര്യതയുമായി മാറുന്ന ഈ നാളുകളിൽ, ഇത്രയും ഉയരമുള്ള ഒരാനയെ അല്ലെങ്കിൽ ഇതിന്റെയടുത്തെങ്കിലും ഉയരംവരുന്ന ഒരാനയെ മേടിക്കണമെന്ന മോഹവുമായി, കൈനിറച്ച് കാശുമായി കേരളമങ്ങോളമിങ്ങോളം കറങ്ങിനടന്നാലും കിട്ടാനില്ലെന്നതാണ് യഥാർഥ്യം. ഈ ഉത്തരേന്ത്യൻ കരുത്ത് കേരളത്തിലെത്തിയിട്ട് നാലഞ്ച് വർഷം തികയുന്നതേയുള്ളൂ. സമീപകാലത്ത് വടക്കേയിന്ത്യയിൽ നിന്നും ഏറ്റവുമധികം ആനകളെ ഇറക്കുമതിചെയ്യുന്ന പുത്തൻകുളം

ഷാജിയാണ് ഇവന്റെയും ഇങ്ങോട്ടുള്ള വരവിനു വഴികാട്ടിയും നിമിത്തവുമായത്.

യു.പി., ജാർഖണ്ഡ് വനമേഖലകളിൽ എവിടെയോ ജീവിതം ഒരുത്സവമാക്കി ആഘോഷിച്ചു പോന്ന ആനയായിരുന്നു ഇവനും. തന്റെ സ്വതസ്സിദ്ധമായ വീരശൂരത്വം ഒടുവിൽ തനിക്കുതന്നെ കെണിയായ കഥയാണ് ഇവന്റേത്. തോക്കും ചൂണ്ടിയെത്തിയ മനുഷ്യരൂപങ്ങൾക്ക് നേരെ കൊമ്പുകുലുക്കി ചിന്നംവിളിച്ച് പാഞ്ഞുചെന്നത് മാത്രമേ ഓർമയുള്ളൂ. തലയ്ക്ക് വെളിവ് വീഴുമ്പോഴേക്കും അവൻ എത്തേണ്ടിടത്ത് എത്തിക്കഴിഞ്ഞിരുന്നു- നിത്യബന്ധനം എന്ന, മനുഷ്യന്റെ ആയുഷ്കാല അടിമത്തത്തിലേക്ക്. വനംവകുപ്പധികൃതർ കാട്ടിൽ നിന്നും മയക്കുവെടി വച്ച് വീഴ്ത്തിയ ആനയാണ് പൃഥ്വിരാജ്.

ഉത്തർപ്രദേശിലെ ലക്നൗവിലായിരുന്നു ശേഷകാലം. മംഗത്റാം എന്ന പണ്ഡിറ്റിന്റെ അരുമയായുള്ള ജീവിതം. തടിയനങ്ങിയുള്ള പണിയേതുമില്ല. വല്ലപ്പോഴുമൊരു കല്യാണത്തിനോ സമ്മേളനങ്ങൾക്കോ ആളെക്കൂട്ടാനും ആളുകാണിക്കാനും ഒരു സാന്നിധ്യം. കണ്ണുംമൂക്കുമൊന്നും യഥാവിധി പ്രവർത്തിക്കാത്ത രംഗാസേട്ട് എന്ന തൊണ്ണൂറുകാരനാണ് പ്രധാന പാപ്പാൻ. അങ്ങനെ മുപ്പതുംകഴിഞ്ഞ് പറമ്പുനിറഞ്ഞു നിൽക്കുമ്പോഴാണ് പുത്തൻകുളം ഷാജി എത്തുന്നത്. കണ്ടമാത്രയിൽ തന്നെ ഷാജി കച്ചവടം ഉറപ്പിച്ചുകഴിഞ്ഞിരുന്നു.

ഷാജി വലിയൊരാനയേയും കൊണ്ട് പുറപ്പെട്ടിട്ടുണ്ടെന്നറിഞ്ഞ്, ആളും ആനയും ഇവിടെയെത്തും മുമ്പേതന്നെ ആവശ്യക്കാർ ഷാജിയുടെ തട്ടകമായ പുത്തൻകുളത്തെത്തി. വാഗ്ദാനങ്ങൾ പലതും വന്നുവെങ്കിലും ആനയെ ഉടനെ കച്ചവടമാക്കാൻ ഷാജി തയ്യാറായില്ല. അരവയറും അരപ്പട്ടിണിയുമായി രാജസ്ഥാനിൽ ഊരുതെണ്ടിയിരുന്ന ആനയുടെ വയറും മനസ്സും നിറയ്ക്കാൻ പാകത്തിൽ തീറ്റ കൊടുത്തു. അപ്പോൾ ആനയൊന്നു കൊഴുത്തുരുണ്ടു. ഷാജിയവനൊരു പേരും നൽകി. ആനയുടെ തണ്ടും തടിയും നോക്കിയുള്ള ഒരു പേര്- ശക്തിമാൻ. പിന്നെയേതാണ്ടൊരുവർഷക്കാലം തെക്കൻ തിരുവിതാംകൂറിലെ ഉത്സവനഗരികൾ ശക്തിമാന്റെ ശക്തിയുടേയും തലയെടുപ്പിന്റേയും പരീക്ഷണവേദികളായി. ഒടുവിൽ ആനയെക്കുറിച്ചു കേട്ടറിഞ്ഞ് പൂമുള്ളി ഉണ്ണിയെത്തുന്നു. അനന്തരം ശക്തിമാൻ പൂമുള്ളി പൃഥ്വിരാജായി മാറുന്നു.

ഗജശാസ്ത്രഗ്രന്ഥങ്ങൾ; അറിവുകൾ...

ആനയെക്കുറിച്ച് പരാമർശമുള്ള ഗ്രന്ഥങ്ങൾ നിരവധിയാണ്. പുരാണകാലത്ത് അദ്വിതീയസ്ഥാനം വഹിച്ചിരുന്ന മൃഗമായിരുന്നതിനാൽ, രാമായണം, മഹാഭാരതം എന്നിവയിൽ ഗജപരാമർശങ്ങൾ സാധാരണമായി. മാതംഗലീല എന്ന ഗജശാസ്ത്രവും അതിൽ ഉൾപ്പെടുന്ന ഗ്രന്ഥങ്ങളും പൗരാണിക കാലത്തുതന്നെയുണ്ടായിരുന്നു. അർഥശാസ്ത്രം, ബൃഹദ്സംഹിത എന്നിവ ഗജപരാമർശങ്ങൾ നിറഞ്ഞ മഹാഗ്രന്ഥങ്ങളാണ്. പാലകാപ്യൻ രചിച്ച ഗജശാസ്ത്ര ഗ്രന്ഥമാണ് ഹസ്ത്യായുർവേദം. പ്രാചീന ഋഷിവര്യരായ വ്യാസൻ, വൈശമ്പായനൻ എന്നിവർ നിരവധി ഗജശാസ്ത്ര ഗ്രന്ഥങ്ങൾ രചിച്ചിട്ടുണ്ടെന്ന് കരുതപ്പെടുന്നു. തഞ്ചാവൂർ രാജാവും ആനകളെപ്പറ്റി ഒരു ഗ്രന്ഥം രചിച്ചിട്ടുണ്ടെന്ന് ചില രേഖകളിൽ കാണുന്നുണ്ട്. മെഗസ്തനീസ് (ബി.സി. 300), സ്ട്രോബോ (എ.ഡി. 130) എന്നീ ചരിത്രകാരന്മാരുടെ രേഖകളിലും നിരവധി 'ആന' പരാമർശങ്ങൾ ഉണ്ട്. കൊട്ടാരത്തിൽ ശങ്കുണ്ണി രചിച്ച ഐതിഹ്യമാലയിൽ, കേരളത്തിൽ ജീവിച്ചിരുന്ന മഹാഗജകേസരികളുടെ കഥകൾ നിരവധിയുണ്ട്.

'പാലക്കാടിന്റെ പാതി പൂമുള്ളി'യെന്നാണ് പണ്ടൊക്കെ പറഞ്ഞിരുന്നത്. പത്തായപ്പുരകളിൽ കുമിഞ്ഞുകൂടിയ ധാന്യശേഖരത്തിലും പണപ്പെട്ടികളിൽ ശ്വാസംമുട്ടിയമർന്ന പൊന്നിലും പണത്തിലും മാത്രം തീരുന്നതായിരുന്നില്ല പൂമുള്ളി മനയുടെ സമ്പൽസമൃദ്ധി. ലോകപ്രശസ്തരായ കലാകാരൻമാർക്ക് വരെ വഴിയും വേദിയുമൊരുക്കിയ, കലയും സാഹിത്യവും കളരിയും എന്നുവേണ്ട എന്തിലും ഏതിലും ഏറെ മുന്നിലായിരുന്ന പൂമുള്ളിമന ആനക്കാര്യത്തിലും ഒന്നാമതായിരുന്നു. അറിവിന്റെ തമ്പുരാൻ എന്ന് കീർത്തികേട്ട പൂമുള്ളി ആറാം തമ്പുരാൻ എന്ന നീലകണ്ഠൻ നമ്പൂതിരിയാണ് 'ഹസ്ത്യായുർവേദം' മലയാളത്തിലേക്ക് വിവർത്തനം ചെയ്യുവാൻ വൈദ്യ

മഠം നമ്പൂതിരിക്ക് പ്രചോദനവും പ്രേരണയുമായതെന്ന് മുമ്പ് സൂചിപ്പിച്ചല്ലോ. തമ്പുരാൻതന്നെ അതിന്റെ കുറച്ചുഭാഗം സ്വന്തമായി വിവർത്തനം ചെയ്യുകയുമുണ്ടായി.

വാണിയംകുളം ആനച്ചന്തയിൽ ആനക്കച്ചവടത്തിന് എത്തിയ പഠാണികളുടെ പക്കൽനിന്നും വാങ്ങിയ പൂമുള്ളി ശേഖരനായിരുന്നു പൂമുള്ളിയിലെ ആനക്കാര്യങ്ങളിൽ ഏറ്റവും മുന്തിയ സ്ഥാനം. തൃശ്ശൂർപ്പൂരത്തിന് അനേകവർഷങ്ങൾ തിടമ്പേറ്റിയ ചരിത്രമുള്ള ശേഖരൻ പൊറയന്നൂർമനയ്ക്കലിൽ നിന്നുമാണ് പൂമുള്ളിയിലെത്തിയത്. മുപ്പതുവർഷക്കാലത്തോളം പൂമുള്ളിയിലെ ആനപ്പെരുമയുടെ കെടാവിളക്കായി വിരാജിച്ച ശേഖരനും അവന്റെ പാപ്പാൻ നായ്ക്കത്ത് ശങ്കരൻനായരുമായുള്ള ബന്ധവും ഇടപാടുകളും ഒരു കാലഘട്ടത്തിന്റെ ഇതിഹാസവും വീരസ്യവുമായിരുന്നു. ഒരിക്കൽ മദപ്പാടുകാലത്ത് ഇടഞ്ഞ ശേഖരൻ, ശങ്കരൻനായരുടെ പിന്നാലെ പാഞ്ഞടുത്തപ്പോൾ പ്രാണരക്ഷാർഥം പാപ്പാൻ ചാടിയത് അടുത്തുകണ്ട പൊട്ടക്കിണറ്റിലേക്ക്. പക്ഷേ, ചാടുന്ന ചാട്ടത്തിന്റെ ആവേഗത്തിനിടയിലും വിരുതനായ പൂമുള്ളിശേഖരൻ ശങ്കരൻനായരുടെ കുടുമയിൽ പിടുത്തമിട്ടുകഴിഞ്ഞിരുന്നു. കുടുമയിൽ തൂക്കിയെടുത്ത് ആന തന്നെ നിലത്തടിയ്ക്കുമെന്ന് ഉറപ്പായ നിമിഷങ്ങളിൽ മറ്റുവഴിയൊന്നും കാണാതെ ശങ്കരൻനായർ അരയിൽ നിന്നും കത്തിയെടുത്ത് കുടുമ ചെത്തിമുറിച്ചാണത്രെ അന്ന് രക്ഷപ്പെട്ടത്. പൂമുള്ളിമനയിലെ ആനക്കാര്യങ്ങൾക്കും ആനക്കഥകൾക്കും അങ്ങനെ ആയിരമായിരം ചിറകുകളും നാവുകളുമുണ്ട്.

പിന്നീട്, പൂമുള്ളിമനയിൽ അനേകം പതിറ്റാണ്ടുകൾ ആനയില്ലാതായെങ്കിൽ അതിന്റെ കാരണവും പൂമുള്ളിശേഖരൻ തന്നെയാണ്. ആനയെന്ന ജീവിയോട് കേവലം ഒരു നാൽക്കാലിയോടെന്നതിനേക്കാളേറെ, വലിയൊരു മനയ്ക്കും അവിടത്തെ വലിയ മനസ്സുള്ള കുറേ മനുഷ്യർക്കും തോന്നിയ സ്നേഹവും പിന്നെയൊരു പ്രായശ്ചിത്തവുമാണ് സംഗതി. പൂമുള്ളിക്ഷേത്രനിർമാണത്തിനായി അടുത്ത പ്രദേശത്തുനിന്നും വലിയ ഒറ്റക്കൽത്തൂണുകൾ പ്രത്യേക വണ്ടികളിൽ വച്ച് തള്ളിയും വലിച്ചും ക്ഷേത്രത്തിൽ എത്തിക്കുന്നതിന്റെ പ്രധാന ചുമതല ശേഖരനായിരുന്നു. അന്ന് ശേഖരന് ഏതാണ്ട് അറുപതിനോടടുത്ത പ്രായമുണ്ടായിരുന്നു. തൂണുകൾ എല്ലാം ക്ഷേത്രത്തിൽ കൃത്യമായെത്തി. ക്ഷേത്രനിർമാണവും പൂർത്തിയായി. പക്ഷേ, ജോലിഭാരത്തിന്റെ കാഠിന്യംകൊണ്ടോ എന്തോ പൂമുള്ളി ശേഖരൻ ആ വർഷം തന്നെ ചരിഞ്ഞു. 1920-ലാണ് ശേഖരൻ ചരിയുന്നത്. പൂമുള്ളിയിലെ ആനക്കാര്യങ്ങൾക്ക് ഒരിടവേളയുണ്ടാവാൻ അതൊരു കാരണമായി. പിന്നീട് 1965-ലാണ് പൂമുള്ളിയിൽ വീണ്ടുമൊരാനയെത്തുന്നത്-പൂമുള്ളി ഗണേശൻ. ആറാംതമ്പുരാന്റെ പുത്രൻ പൂമുള്ളി ഉണ്ണി ആനക്കാര്യങ്ങളുടെ നിയന്ത്രണമേറ്റെടുത്തതോടെ പൂമുള്ളിയിലേക്ക് കൂടുതൽ ആനകൾ എത്തിത്തുടങ്ങി. പൂമുള്ളി പാർഥൻ എന്ന ഇന്നത്തെ ചെർപ്പുളശ്ശേരി പാർഥൻ, ചിറയ്ക്കൽ മഹാദേവൻ തുടങ്ങിയവരൊക്കെ പൂമുള്ളിയിലെ പുതുമുറക്കാരായി. അതിന്റെ ഏറ്റവും ഒടുവിലത്തെ കണ്ണിയാണ് പൂമുള്ളി പൃഥ്വിരാജ്.

പൃഥ്വിരാജ്, സ്വതവേ ആളൊരു കുഴപ്പക്കാരനല്ലെങ്കിലും ആദ്യകാലത്ത് ചില നേരങ്ങളിൽ തുമ്പിയുടെ തുമ്പത്തായിരുന്നു ശുണ്ഠി. ഊണും ഉറക്കവുമില്ലാതെയുള്ള മധ്യകേരളത്തിലെ എഴുന്നെള്ളിപ്പുചിട്ടകളോട് പൊരുത്തപ്പെടുവാനുള്ള അസ്കൃതയാകാം വല്ലപ്പോഴുമെടുത്തിരുന്ന കല്ലുകടിക്കാധാരം.

പൂമുള്ളി പാർഥനേയും ചിറയ്ക്കൽ മഹാദേവനേയുമൊക്കെ തലയെടുപ്പിന്റേയും എഴുന്നെള്ളിപ്പ് ചിട്ടകളിലെ ചില വശീകരണവിദ്യകളുടേയും സൂത്രവാക്യങ്ങൾ ചൊല്ലിക്കൊടുത്ത് പ്രഗല്ഭൻമാരാക്കി മാറ്റിയ പൂമുള്ളി ഉണ്ണി പൃഥ്വിരാജിനു മുന്നിൽ വലിയ പരിശീലനത്തിനൊന്നും നിന്നില്ല. കേരളത്തിലെത്തി ഏറ്റവും ചുരുങ്ങിയ നാളുകൾക്കുള്ളിൽ തന്നെ 'ശക്തിമാൻ' എന്ന പേരിൽ തെക്കൻനാട്ടിൽ വ്യക്തിമുദ്ര പതിപ്പിച്ച പൃഥ്വിരാജ്, ഇന്ന് ഉത്സവകേരളത്തിന്റെ തലസ്ഥാനമെന്ന് വിശേഷിപ്പിക്കാവുന്ന തൃശ്ശൂർ-പാലക്കാടൻ ജില്ലകളിലേയും സജീവസാന്നിധ്യമാണ്. ആരംഭശൂരത്വത്തിന്റെ ചില പിടികിട്ടാത്തരങ്ങ

ളോടും ചെറിയ കന്നംതിരിവുകളോടും വിടപറഞ്ഞ്, ഇന്ന് സ്വന്തം സിംഹാസനങ്ങളും കിരീടങ്ങളും സ്ഥാപിച്ചെടുത്തുകൊണ്ട് പൃഥിരാജിന്റെ വിജയക്കുതിപ്പ് തുടരുന്നു.

സാംസ്കാരിക പൈതൃകത്തിന്റേയും ആഢ്യത്വത്തിന്റേയും രാജധാനിയായ പൂമുള്ളിയുടെ നിലയ്ക്കും വിലയ്ക്കുമൊത്ത രീതിയിൽ അവിടത്തെ ആനകളും പുതിയ വീരേതിഹാസങ്ങൾ രചിക്കുവാനുള്ള തയ്യാറെടുപ്പിലും ഊർജിതപരിശീലനത്തിലുമാണ്. പൂമുള്ളി ശേഖരനും പൂമുള്ളി ഗണേശനും പിന്നെ പൂമുള്ളി പാർഥനും ഒടുവിൽ മഹാദേവനും കാത്തുസൂക്ഷിച്ചുപോന്ന പൂമുള്ളിയുടെ ആനപ്പെരുമ തന്റെ കാലത്തും തെല്ലും മാറ്റുകുറയാതെ പ്രോജ്ജ്വലിപ്പിക്കുവാൻ പൂമുള്ളി പൃഥിരാജിനും കഴിയും.

പിൻകുറിപ്പ്: പൂമുള്ളി പൃഥിരാജിനെ തൃശ്ശൂർ ജില്ലയിലെ തിരുവുള്ളക്കാവ് ധർമശാസ്താ ക്ഷേത്രത്തിലേക്ക് അടുത്തിടെ വിറ്റിരുന്നു. അതിനാൽ പൃഥിരാജ് ഇപ്പോൾ അറിയപ്പെടുന്നത് തിരുവുള്ളക്കാവ് മണികണ്ഠൻ എന്നാണ്. തന്റെ സ്വത്വം നഷ്ടപ്പെടുത്താതെ...

***

ഇരിങ്ങോൾക്കാവ് ലക്ഷ്മി

ഒരു ദേശത്തിന്റെ മഹാലക്ഷ്മി

ഇരിങ്ങോൾക്കാവ് ക്ഷേത്രം

നഗരത്തിന് നടുവിൽ ഒരു കൊടുംകാട് എന്നു പറഞ്ഞാൽ, പെരുമ്പാവൂർ പട്ടണത്തോട് തൊട്ടുചേർന്നുള്ള ഇരിങ്ങോൾക്കാവിനെ സംബന്ധിച്ചടുത്തോളം അതൊട്ടും അതിശയോക്തിയാവുന്നില്ല. വനംവകുപ്പുകൾക്ക് കീഴിലുള്ള ഏതൊരു കാടിനേക്കാളും ഇടതൂർന്ന് അമ്പത്തഞ്ചോളം ഏക്കറുകളിലായി വ്യാപിച്ചുകിടക്കുന്ന ഈ സംരക്ഷിതവനവും അതിനു നടുവിലെ ക്ഷേത്രവും, ഈശ്വരവിശ്വാസികളുടേയും പരിസ്ഥിതിസ്നേഹികളുടേയും മനസ്സ് കുളിർപ്പിക്കുന്ന അത്യപൂർവമായൊരു അനുഭവവും കാഴ്ചയുമാണ്. പ്രധാന ദേവതയല്ലാതെ മറ്റ് ഉപദേവതകളൊന്നുമില്ലാത്ത ഇരിങ്ങോൾക്കാവിൽ, മരങ്ങൾക്കെല്ലാം ദേവതാസ്ഥാനം തന്നെയാണ് കൽപിക്കപ്പെടുന്നത്. അതുകൊണ്ടുതന്നെ ഇവിടെ ഒരൊറ്റ മരവും വെട്ടിവീഴ്ത്തപ്പെടുന്നില്ല. തന്നത്താൻ വീഴുന്നവയുടെ ഒരു ചുള്ളിക്കമ്പ് പോലും ആരും ഒന്നിനും ഉപയോഗിക്കുന്നുമില്ല. വീണിടത്തുകിടന്ന് ജീർണ്ണിച്ചലിഞ്ഞ്, മണ്ണോടു മണ്ണ്ചേർന്ന് വീണ്ടുമൊരായിരം ഇളംനാമ്പുകൾക്ക് മണ്ണും മനസ്സുമായി മാറുന്ന പുണ്യഭൂമിയാണിത്. സ്വാർഥതയുടെ ആയിരം കൈകൾ കൊണ്ട് നമ്മുടെ കാടുകളെ വെട്ടിവെളുപ്പിക്കുന്ന ആധുനിക മനുഷ്യന്റെ ലോകത്ത്, ഭക്തിയുടേയും വിശ്വാസത്തിന്റേയും നിഴൽപറ്റി, പരിസ്ഥിതി പരിപോഷണത്തിന്റെ ഒരു മാതൃകാസ്ഥാപനമായി,

നൻമയുടെ ഒരുതുണ്ട് ഭൂമി. അതാണ് ഇരിങ്ങോൾക്കാവ്.

കാട്ടിൽ പിറന്നുവീണിട്ടും ഏതോ അഭിശപ്ത നിമിഷത്തിൽ മനുഷ്യന്റെ പിടിയിലും തടങ്കൽപ്പാളയത്തിലുമായി ജീവിക്കുന്ന നാട്ടാനകൾക്ക് ആയുഷ്കാലം മുഴുവൻ 'കാട്' എന്നത് കേവലം ഭാവനയിലും സ്വപ്നങ്ങളിലും മാത്രം കാണുവാൻ വിധിക്കപ്പെട്ട ഒന്നാണ്. ഒരിക്കൽ താങ്ങും തണലുമായിരുന്ന, ജീവനും ജീവശ്വാസവുമായിരുന്ന കാടിന്റെ സുരക്ഷിതത്വത്തിൽ നിന്നുമാണ് നമ്മൾ മനുഷ്യർ എന്നെന്നേയ്ക്കുമായി പാവം നാട്ടാനകളെ അടർത്തി മാറ്റുന്നത്.

കാട്ടിൽനിന്നും നാട്ടിലെത്തി, വീണ്ടും കാട്ടിലേക്കുള്ള ഒരു മടക്കയാത്രയെന്നത് നമ്മുടെ നാട്ടാനകളിലെ മഹാഭൂരിപക്ഷത്തിനും ഒരു ദിവാസ്വപ്നമായിത്തീരുവാനാണ് സാധ്യത. പക്ഷേ, അങ്ങനെയുള്ള മഹാഭൂരിപക്ഷത്തിനിടയിൽ അപൂർവങ്ങളിൽ അത്യപൂർവമെന്ന് വിശേഷിപ്പിക്കാവുന്ന അസുലഭഭാഗ്യവുമായി ഒരു സുന്ദരി പരിലസിക്കുന്നുണ്ട്. നാട്ടാനയെന്ന ജീവിതരംഗം അഭിനയിച്ച് തീർക്കുമ്പോൾത്തന്നെ, പരിമിതമായ അർഥത്തിലാണെങ്കിൽപോലും ഒരു കാട്ടാനയുടെ വേഷംകെട്ടാൻകൂടി ഭാഗ്യം ചെയ്ത സ്ത്രീജന്മമാണ് ഇരിങ്ങോൾക്കാവ് ലക്ഷ്മി.

പണ്ടുമുതൽക്കേ ആനകൾ ഉണ്ടായിരുന്ന ഇരിങ്ങോൾക്കാവിന് സ്വന്തമാവുന്ന മൂന്നാമത്തെ ആനയാണ് ലക്ഷ്മി. എറണാകുളം ജില്ലയിലാണെങ്കിലും പഴയകാലസംവിധാനങ്ങളുടെ തുടർച്ചയെന്നോണം തിരുവിതാംകൂർ ദേവസ്വം ബോർഡിനു കീഴിലാണ് ഇരിങ്ങോൾക്കാവ് വരുന്നത്. ദേവസ്വംബോർഡിനുകീഴിലാവും മുമ്പ്, നാഗഞ്ചേരി മനക്കാരുടെ സ്വന്തമായിരുന്ന ക്ഷേത്രത്തിൽ വളരെപണ്ടുതന്നെ ആനകളുണ്ടായിരുന്നു. ദേവീക്ഷേത്രമായതിനാൽ ആനക്കാര്യത്തിൽ മുപ്പത്തിമൂന്ന് ശതമാനമല്ല, നൂറുശതമാനവും വനിതാസംവരണമാണ്. ക്ഷേത്രത്തിനു സ്വന്തമായിട്ടാണെങ്കിലും ഇവിടത്തെ എഴുന്നെള്ളത്തിനാണെങ്കിലും പിടിയാനകൾ എന്ന പെണ്ണാനകൾക്കേ സ്ഥാനമുള്ളൂ. ലക്ഷ്മിക്ക് മുമ്പും രണ്ടാനകൾ ഇവിടെയുണ്ടായിരുന്നു.

കൊച്ചി-തിരുവിതാംകൂർ മേഖലയിലെയെന്നല്ല, അക്കാലത്ത് കേരളത്തിലെ തന്നെ ഏറ്റവും ഉയരംകൂടിയവൾ എന്ന് പറയപ്പെട്ടിരുന്ന കാർത്ത്യായനി ഈ ക്ഷേത്രത്തിന്റെ സ്വന്തമായിരുന്നു. ചെറിയ കുട്ടിയായിരുന്നപ്പോൾ തന്നെ ഇവിടെയെത്തിയ കാർത്ത്യായനി 1954-ലാണ് ചരിയുന്നത്. പിന്നെ, ക്ഷേത്രത്തിന് സ്വന്തമായി ഒരാനയില്ലാതെ അനേകവർഷങ്ങൾ! അതിനിടയിൽ തദ്ദേശവാസികളായ ഒരു കുടുംബക്കാർ ഒരാനയെ ക്ഷേത്രത്തിൽ നടയ്ക്കിരുത്തി. അവൾക്ക് പേരിട്ടതും കാർത്ത്യായനിയെന്നാണ്. പക്ഷേ, ഒന്നാം കാർത്ത്യായനിയെപ്പോലെ ആയുസ്സുണ്ടായില്ല. അധികം താമസിയാതെ ചരിഞ്ഞു. അവളെ കുഴിച്ചിട്ടത് ക്ഷേത്രത്തിനടുത്തുള്ള പറമ്പിൽ തന്നെയാണ്.

ഇരിങ്ങോൾക്കാവ് കാവാകണമെങ്കിൽ, അവിടത്തെ കാടിന് അതിന്റെ ശക്തിയും ഭംഗിയും പൂർണമാകണമെങ്കിൽ, ആ കാവിന്റെ അഴകായി ഒരാനകൂടിയുണ്ടാവണം എന്ന് വിശ്വസിക്കുന്ന നാട്ടുകാർക്ക് പിന്നീടുള്ള വർഷങ്ങൾ ഒരാനയ്ക്കുവേണ്ടിയുള്ള കാത്തിരിപ്പിന്റേയും ശ്രമങ്ങളുടേതുമായിരുന്നു. പക്ഷേ, ഇതിനിടെ അവിടെ മറ്റൊരു അദ്ഭുതം അരങ്ങേറി. ഒന്നാം കാർത്ത്യായനി ചരിഞ്ഞ വർഷംതന്നെയാണ് സംഭവം. സാധാരണഗതിയിൽ ഏതാനകളെ ഇവിടെ എഴുന്നെള്ളത്തിന് കൊണ്ടുവന്നാലും എഴുന്നെള്ളത്ത് കഴിഞ്ഞ് മടങ്ങുംവരെ അവർക്കെല്ലാം വല്ലാത്ത സന്തോഷമായിരിക്കും. ഒട്ടും പ്രതീക്ഷിക്കാതെ കാനനച്ഛായയിലേക്ക് വന്നുകയറുന്ന അവർ മനസ്സും ശരീരവും കൂവിത്തിമിർത്ത് അതാഘോഷിക്കുകയും ചെയ്യും. പക്ഷേ, കാർത്ത്യായനി ചരിഞ്ഞവർഷം ഉത്സവത്തിന് കൊണ്ടുവന്ന ആനയ്ക്ക് ഇതൊക്കെ കണ്ടിട്ടും കേട്ടിട്ടുമൊന്നും യാതൊരു അനക്കവുമില്ല. ആകെയൊരു മ്ലാനത. 'മുട്ടേലിഴയും' മട്ടിൽ ആർക്കോവേണ്ടിയെന്ന് പറഞ്ഞതുപോലെയാണ് എഴുന്നെള്ളിപ്പുതന്നെ പൂർത്തിയാക്കുന്നത്. രാത്രി എഴുന്നെള്ളത്ത് കഴിഞ്ഞ് ആനയെ നാഗഞ്ചേരി മനപ്പറമ്പിലാണ് തളച്ചത്. അടുത്തനാൾ രാവിലെ ആനപ്പറമ്പിലേക്ക് എത്തിയ ആനക്കാരനാണ് ആ അദ്ഭുതം

▼ ഇരിങ്ങോൾക്കാവ് ലക്ഷ്മി

കണ്ടത്. മെല്ലെപ്പോക്കുകാരി ഒന്നാന്തരം ഒരു കുഞ്ഞിക്കുടുക്കയെ പെറ്റിട്ടശേഷം നിന്ന് നക്കി ത്തുടയ്ക്കുന്നു!

ഉത്സവത്തിന് കൊണ്ടുവന്ന ആന പ്രസവിച്ച വാർത്ത കേട്ട് മലവെള്ളം ഇരച്ചെത്തുംപോലെ യാണ് അന്ന് നാനാദിക്കുകളിൽ നിന്നും ജനം ഇരിങ്ങോൾക്കാവിലേക്ക് കുലംകുത്തിയൊഴുകിയ ത്. പച്ചവെള്ളംപോലും മനുഷ്യൻ വിലകൊടുത്ത് വാങ്ങിക്കുടിക്കുന്ന മഹാദ്ഭുതത്തിന്, അന്ന് 1954-ൽ പെരുമ്പാവൂരുകാർ അങ്ങനെ മൂക്കത്ത് വിരൽവച്ച് സാക്ഷ്യംവഹിച്ചു. അമ്പലത്തിൽ വച്ച് പ്രസവിച്ച ആനക്കുട്ടിയെ ഉടമ അമ്പലത്തിലേക്ക് തന്നെ നൽകിയേക്കുമെന്ന് പലരും പ്രതീക്ഷിച്ചു. പ്രതീക്ഷ മാത്രം ബാക്കിയായി. ആന കിടന്നിടത്ത് പൂടപോലുമില്ലെന്ന് പറഞ്ഞ മാതിരി, രാത്രിക്ക് രാമാനം ആനയേയും കുട്ടിയേയും കൊണ്ട് ഉടമ സ്ഥലം കാലിയാക്കി.

ഒടുവിൽ ഒരാനയ്ക്കു വേണ്ടിയുള്ള നാട്ടുകാരുടെ കാത്തിരിപ്പിന് ഒരറുതിയുണ്ടാക്കി 1989-ലാണ് ലക്ഷ്മി ഇരിങ്ങോൾക്ക് എത്തിച്ചേരുന്നത്. നാട്ടുകാർ പിരിവെടുത്തും പിന്നെ ദേവസ്വം ബോർഡ് സഹായിച്ചുമൊക്കെ എഴുപത്തയ്യായിരം രൂപയ്ക്കാണ് അവളെ വാങ്ങുന്നത്. ഈരാറ്റുപേട്ടയ്ക്കടുത്തുള്ള പായിപ്പാട്ട് കുഞ്ഞച്ചനിൽനിന്നുമാണ് ഇരിങ്ങോൾക്കാവുകാർ ലക്ഷ്മിയെ വാങ്ങിയത്. പുനലൂർ ഒരു കൂപ്പിൽ തടി ചുമന്ന് ഗതികെട്ടു നിൽക്കുന്ന അവസ്ഥയിലായിരുന്നു അന്ന് ലക്ഷ്മി. ഏതോ മുജ്ജൻമസുകൃതം കൊണ്ടെന്നോണം പെരുമ്പാവൂരുകാർ ഇവളെ അന്വേഷിച്ചെത്തുകയായിരുന്നെന്ന് പറഞ്ഞാൽ അതാണ് സത്യം. എന്തെന്നാൽ അന്ന് ആന യെന്ന പേരു മാത്രമേയുള്ളൂ. വീട്ടുവേലയ്ക്കു നിന്ന് വീട്ടുകാരുടെ ചവിട്ടും കുത്തും ഏറ്റുവാങ്ങി എല്ലുംതോലുമായ പാവം ഒരു വാല്യക്കാരിപ്പെണ്ണിന്റെ ദയനീയ രൂപംപോലെ, ഓരോ എല്ലും പെറുക്കിയെടുക്കാം. ഓരോ കവിൾക്കുഴിയിലും ഓരോ പറ വെള്ളംകൊള്ളും. ഇതിനേയും കൊണ്ട് ജീവനോടെ പെരുമ്പാവൂരുവരെ എത്തിപ്പെടാൻ കഴിയുമോ എന്ന് സംശയിച്ചവർ നിരവധിയായിരുന്നു.

കോന്നി ആനക്കൂട്ടിൽ നിന്നും പതിനാലാം വയസ്സിൽ ലേലം വിളിച്ച് വിൽക്കപ്പെട്ടവളാണ് ലക്ഷ്മി. അതിനുശേഷം പലയിടത്തും പണിയെടുത്ത് ചോരനീരാക്കി ഉടമകളുടെ മടിശ്ശീല വീർപ്പിക്കുവാൻ ആവതു കഷ്ടപ്പെട്ടിട്ടുമുണ്ട്. പക്ഷേ, ഈർച്ചവാളിന് മുന്നിലേക്ക് വച്ചുകൊടുക്കുന്ന പച്ചമരത്തോടു കാട്ടുന്ന ദയപോലും ഇരിങ്ങോളിൽ എത്തുംവരെ ഒരിടത്തുനിന്നും ഇവൾക്ക് കിട്ടിയിട്ടില്ലേ എന്ന് സംശയിക്കേണ്ടിവരും. അതായിരുന്നു കോലം. എന്നാൽ ഇരിങ്ങോളിലെത്തിയതോടെ കഥമാറി. അത്ര ഗംഭീരമായിരുന്നു നാട്ടുകാരും ഇരിങ്ങോൾദേവിയും ഇവൾക്കായി ഇവിടെ ഒരുക്കിവച്ച ലോകം. നേരാനേരം മൂക്കുമുട്ടെ ശാപ്പാട്. പിന്നെ 'രാമച്ചവിശറി പനിനീരിൽ മുക്കി'യെന്നു പറഞ്ഞതുപോലെ വീശിയുറക്കുവാൻ ഇരിങ്ങോൾക്കാവിലെ സുന്ദരമായ കാടും. എന്തായാലും മനസ്സും ശരീരവുമൊക്കെ ഒന്ന് പച്ച പിടിച്ച് കവിളെല്ലാം തുടുത്തുവന്നപ്പോൾ ആന

യുടെ മട്ടും ഭാവവും മാറി. ആകെയൊരു കെട്ടില മ്മപ്പരുവം. അതിനുതക്ക മോശമല്ലാത്ത കുറുമ്പും

തന്റെ വിവാഹമുറപ്പിച്ച സന്തോഷത്തിൽ 'നാട്ടുകാരുടെ അമ്മായി'യെ അൽപം മധുരം തീറ്റിക്കാൻ എത്തിയ ചെറുപ്പക്കാരനാണ് ആദ്യം ഇവളുടെ നീരസത്തിന് പാത്രമായത്. ശർക്കരയു ണ്ടകൾ അവളുടെ വായിൽ വച്ചുകൊടുക്കുന്നതി നിടെ താഴെപ്പോയി. ഒന്നല്ല രണ്ട് വട്ടം. 'കൊച്ച മ്മ' യ്ക്കത് തീരെ പിടിച്ചില്ല. മോതിരമണിയേണ്ട വലതുകൈ നോക്കിത്തന്നെ കൊടുത്തൊരു കടി! അതൊരു അബദ്ധമോ, നോട്ടപ്പിശകോ മാത്രമായി കണ്ട് സമാധാനിച്ചവരെ ഞെട്ടിപ്പിക്കുന്ന സംഭവം പിന്നാലെ വരുന്നതേയുണ്ടായിരുന്നുള്ളൂ.

മൂന്ന് പാപ്പാൻമാരുണ്ടെങ്കിൽ ലക്ഷ്മി മൂന്നു പേർക്കും ചട്ടമായിരിക്കും. പക്ഷേ ചെറിയൊരു തിരുത്തുണ്ട്. ഒരാൾ പറയുന്നത് മാത്രമേ അനു സരിക്കൂ. മാത്രമല്ല, ഒന്നാംപാപ്പാന്റെ മുന്നിൽവച്ച് രണ്ടാമൻ തന്നോട് ചട്ടം പറയാൻ എത്തുന്നതും ആജ്ഞാപിക്കുന്നതുമൊന്നും അവൾക്കത്ര പിടി ക്കുകയുമില്ല. ഇപ്രകാരം ഒരു സംഭവം ഉണ്ടായി ട്ടുണ്ട്. ഒരുദിവസം, അവളെ ഒരു തോട്ടിൽ കുളി പ്പിക്കുന്നതിനിടെ പെട്ടെന്ന് യാതൊരു പ്രകോപ നവും കൂടാതെ ലക്ഷ്മി രണ്ടാം പാപ്പാനെ ആക്ര മിച്ചു. രണ്ടാം പാപ്പാൻ എന്തോ ആജ്ഞ നൽകി യതാണ് കാരണം; തോടിന്റെ തിട്ടയിൽ ചേർത്തു വച്ച് കുത്തി. വാരിയെല്ലുകൾക്കിടയിലൂടെ തേറ്റ കയറിയിറങ്ങി. ഭാഗ്യംകൊണ്ട് ജീവൻ തിരിച്ചുകി ട്ടി. അല്ലായിരുന്നെങ്കിൽ ലക്ഷ്മി ഒരു കൊലപാ തകിയാകുന്നത് പെരുമ്പാവൂരുകാർക്ക് കാണേ ണ്ടിവരുമായിരുന്നു.

ലക്ഷ്മിയുടെ ചെവികളിൽ ഇടത്തേത് വാൽച്ചെവിയാണ്. ലക്ഷണപ്രകാരം ഇക്കൂട്ട ത്തിൽപെടുന്നവരെ ഉറക്കത്തിൽകൂടി നമ്പാൻ കൊള്ളില്ല എന്നാണ് പാപ്പാൻമാരുടെ ഭാഷ്യം. ഇട ത്തേ വാൽച്ചെവിയും ഒടിഞ്ഞ ഒരു തേറ്റയു മൊക്കെ ലക്ഷ്മിക്കുട്ടിയുടെ കൈയിലിരുപ്പിന്റെ കടുപ്പത്തരം നമുക്കുമുന്നിൽ വെളിവാക്കുന്നുണ്ടെ ങ്കിലും അവളുടെ വ്യക്തിത്വത്തിന്റെ അത്യപൂർവ്വ മായൊരു പ്രത്യേകതയെക്കുറിച്ചറിഞ്ഞാൽ ഇതൊക്കെയെത്ര നിസ്സാരം എന്ന് ചിന്തിക്കേണ്ടി വരും. പിടിയാനകൾക്ക് മദപ്പാട് ഉണ്ടാകാറില്ലെ ന്നാണ് പൊതുവേയുള്ള വിശ്വാസം. ഇതിനു വിപ രീതമായി പിടിയാനകൾക്ക് മദപ്പാടിന്റെ ലക്ഷണ മായ നീരൊലിക്കലും അക്രമവാസനയും കാണു ന്നത് അത്യപൂർവവും. അക്രമവാസനയുടെ തോത് അത്ര ഗുരുതരമല്ലെങ്കിലും നന്നായി നീരൊലിക്കുന്ന ആനയാണ് ലക്ഷ്മി. മദപ്പാടുള്ള കൊമ്പനാനകളെപ്പോലെ നീരുകാലമായ മകരമാ സത്തിൽ ചെവികൾക്കു മുന്നിലുള്ള കന്നക്കുഴി യിൽനിന്നും ഇവൾക്കും താടമുട്ടെ നീരൊലിക്കും.

ആനയുടെ മദപ്പാടെന്നത് കാമത്തിന്റെയോ, പ്രണയകാമനകളുടേയോ ബാഹ്യലക്ഷണ മാണോ? അതോ, ഇനിയും ആധുനികശാസ്ത്ര ത്തിന് കൃത്യമായി നിർവചിക്കാൻ കഴിയാത്ത മറ്റെന്തെങ്കിലും ശാരീരിക-മാനസിക പ്രതിഭാസ മാണോ? ഇതു സംബന്ധിച്ച സംശയങ്ങൾ ഇനിയും ബാക്കിയാണ്. പക്ഷേ, കുറഞ്ഞപക്ഷം ലക്ഷ്മിയുടെ കാര്യത്തിലെങ്കിലും ഒന്നുറപ്പിക്കാം. മദപ്പാടും മദനീരൊലിക്കലുമുള്ള ഈ പിടിയാ നയ്ക്ക് കാമവും മോഹവുമെല്ലാം ഒട്ടും മോശമ ല്ലാത്ത അളവിൽത്തന്നെ പ്രകൃതി കനിഞ്ഞു നൽകിയിട്ടുണ്ട്. എന്നുവച്ച് വഴിയേപോകുന്നവ നെയും വരുന്നവനെയുമൊക്കെ കണ്ണും കൈയും കാട്ടി മാടിവിളിക്കുകയും പിന്നാലെ കൂടുകയും ചെയ്യുന്ന വെറുമൊരിളക്കക്കാരിയാണ് ഇവൾ എന്ന് ധരിച്ചാൽ തെറ്റി. മറിച്ച് അവൾക്കും ചില സൗന്ദര്യസങ്കൽപങ്ങളും ഇണയെക്കുറിച്ചുള്ള കാഴ്ചപ്പാടുകളുമൊക്കെയുണ്ട്. അപ്പോൾ ചോദി ച്ചേക്കാം ഇപ്പറഞ്ഞ കാര്യങ്ങൾ എല്ലാം ചേരുംപടി ചേർന്ന ഒന്നിലധികം ഗജസുന്ദരന്മാർ മുന്നിൽ വന്നുപെട്ടാൽ എന്തുചെയ്യുമെന്ന്. അതൊരു പ്രശ്നംതന്നെയാണ്. അതാണിപ്പോൾ ഇരി ങ്ങോൾക്കാവിലെ സുന്ദരിക്കോതയേയും കുഴ യ്ക്കുന്ന പ്രശ്നം. ഒരേപോലെ രണ്ട് സുന്ദരന്മാർ ഇവളുടെ മനസ്സിൽ കുടിയേറിയിരിക്കുന്നു; കോട്ടയം തിരുനക്കര ക്ഷേത്രത്തിലെ യുവകോമ ളനായ തിരുനക്കര ശിവനും വടക്കൻപറവൂർ കുള ങ്ങര ക്ഷേത്രത്തിലെ ശശിയാനയുമാണ് ലക്ഷ്മിയുടെ ഉറക്കംകെടുത്തുന്ന നായകന്മാർ.

പ്രണയഭാവങ്ങൾ അതിന്റെ ഉച്ചസ്ഥായിയിൽ

എത്തുന്ന ദിനങ്ങളിൽ ചിലപ്പോൾ സാഹചര്യവും മാനാഭിമാനവും പോലും മറന്ന് ഇവൾ ഇത്തിരി വികൃതി ഒപ്പിച്ചുവെന്നും വരാം. അങ്ങനെ വന്നിട്ടുമുണ്ട്. കുറച്ചുനാൾമുമ്പ് വടക്കൻ പറവൂർ തോന്ന്യാവ് ക്ഷേത്രത്തിലെ ഉത്സവത്തിന് അഞ്ചാനകളെ എഴുന്നെള്ളിച്ച് നിർത്തിയിരിക്കുന്നു. അതിലൊന്ന് ലക്ഷ്മിയും മറ്റൊരാൾ ഇഷ്ടപ്രാണേശ്വരൻ കുളങ്ങര ശശിയും. ലക്ഷ്മിയുടെ പാപ്പാൻ അപ്പുക്കുട്ടൻനായർ മൂത്രശങ്ക തീർക്കാൻ തെല്ലിട ഒന്ന് മാറിയിട്ട് വരുമ്പോഴുണ്ട് അഞ്ചിൽ ഒരാനയെ കാൺമാനില്ല. നോക്കുമ്പോഴുണ്ട്, നാടും നാട്ടാരും നോക്കിനിൽക്കുന്ന ഉത്സവമാണെന്ന കാര്യമൊക്കെ വിസ്മരിച്ച് കുളങ്ങര ശശിയുടെ പിന്നിൽചെന്നുനിന്ന് പ്രേമബാണങ്ങൾ എയ്യുന്നു ലക്ഷ്മിയാന!

ലക്ഷ്മിയുടെ പാപ്പാനായ അപ്പുക്കുട്ടൻ നായർക്ക് ലക്ഷ്മി, തന്റെ ചോറ് മാത്രമല്ല ഗുരുനാഥകൂടിയാണ്. ലക്ഷ്മി ദേവസ്വംബോർഡിൽ എത്തുംമുമ്പ് തടിക്കൂപ്പിലായിരുന്നല്ലോ പണി ചെയ്തിരുന്നത്. അന്ന് അവളുടെ പ്രധാന പാപ്പാനൊപ്പം ആനപ്പണിയുടെ അടവും തടവും പഠിക്കാൻ ഒമ്പതു വയസ്സുപ്രായമുള്ള ഒരു ചെക്കനെത്തി. അത് ഇന്നവളുടെ ഒന്നാം പാപ്പാനായ അപ്പുക്കുട്ടൻ നായരായിരുന്നു. അപ്പുക്കുട്ടൻ നായർക്ക് ചെവി തെല്ല് പിന്നോട്ടാണ്. അതുകൊണ്ട് ആനയ്ക്കും അങ്ങനെയാവുമെന്ന ധാരണയിൽ തെല്ലുറക്കെത്തന്നെയാണ് ലക്ഷ്മിയോടുള്ള വായ്ത്താരികൾ. ഇടയ്ക്കിടെ ഇരിങ്ങോൾക്കാവിന്റെ നിശ്ശബ്ദതയിൽ നിന്നും അപ്പുക്കുട്ടൻ നായരുടെ ഉച്ചത്തിലുള്ള ശബ്ദം കേട്ടാൽ നാട്ടുകാർക്കുറപ്പിക്കാം ലക്ഷ്മി അവിടെയുണ്ടെന്ന്.

ദാഹിച്ചുമോഹിച്ച് ലക്ഷ്മിയെ മേടിച്ച നാട്ടുകാരെത്തന്നെ കോടതി കയറ്റിയ ചരിത്രവും ഇവൾക്കുണ്ട്. അതുപക്ഷേ ഇവളുടെ കുറ്റംകൊണ്ടായിരുന്നില്ല. മറിച്ച് ഇവൾക്കു വേണ്ടിയുള്ള സമരത്തിന്റെ പേരിലായിരുന്നെന്ന് മാത്രം. ഇടയ്ക്കൊരു ഘട്ടത്തിൽ ദേവസ്വം ബോർഡ് ലക്ഷ്മിയെ ഇരിങ്ങോൾക്കാവിൽനിന്നും മറ്റൊരിടത്തേക്ക് മാറ്റാൻ ഒരു നീക്കം നടത്തി. ലക്ഷ്മീദാസരായ നാട്ടുകാരുണ്ടോ അതു സമ്മതിച്ചുകൊടുക്കുന്നു. ഒടുവിൽ കേസും കോടതിയുമൊക്കെയായി. ഒരാനയുടെ പേരിൽ, അല്ലെങ്കിൽ ഒരാനയ്ക്കുവേണ്ടി നീണ്ട എട്ടുവർഷത്തോളം കോടതി കയറിയിറങ്ങിയ അനുഭവമുള്ളവരാണ് ലക്ഷ്മിയുടെ സ്വന്തം പെരുമ്പാവൂരുകാർ.

ആരൊക്കെ എന്തൊക്കെ പറഞ്ഞാലും ആയുസ്സുള്ളകാലംവരെ എങ്ങോട്ടും വിട്ടുകൊടുക്കില്ലെന്ന സ്നേഹവും പരിഗണനകളുമായി, ഭക്തിവിശ്വാസങ്ങളുടെ താളവട്ടം ചവുട്ടി, ഒരു നാടും ഒരു ജനതയും ഒരു പിടിയാനയ്ക്കൊപ്പമാണ്. കേരളത്തിലെ മറ്റൊരു നാട്ടാനയ്ക്കും കിട്ടാത്ത അപൂർവസൗഭാഗ്യവുമായി പട്ടണനടുവിലെ കാട്ടിനുള്ളിൽ ജീവിക്കുന്നു ഇരിങ്ങോൾക്കാവ് ലക്ഷ്മി.

***

എറണാകുളം ശിവകുമാർ

വിധിയെ നേരിടാൻ തയ്യാറെടുക്കുന്ന ലക്ഷണശ്രീമാൻ

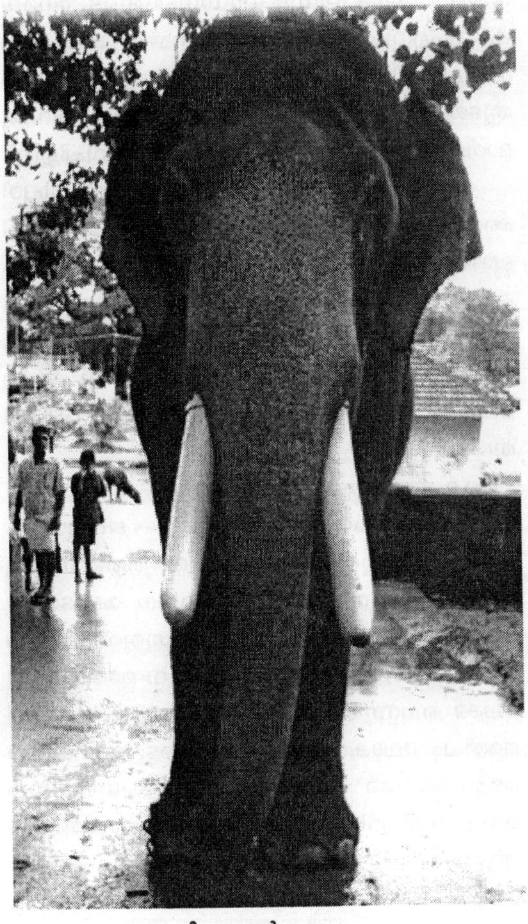

▼ എറണാകുളം ശിവകുമാർ

ഭംഗിയുള്ള ഒരു ജോഡി കൊമ്പുകളാണ് ഏതൊരു കൊമ്പന്റേയും മുഖശ്രീ. ഇന്ന് ഒരു നാട്ടാനയുടെ വിലയും നിലയും നിർണയിക്കുന്നതിൽ ആനയുടെ ഉയരത്തോളമോ, ഒരുപക്ഷേ അതിനേക്കാളേറെയോ പ്രാധാന്യമുള്ളവയാണ് കൊമ്പുകൾ.

പൊതുവേ ആണാനകളെയാണ് നമ്മൾ കൊമ്പനാനകൾ എന്ന് വിളിച്ചുവരുന്നതെങ്കിലും ആണായതുകൊണ്ടുമാത്രം കൊമ്പനാനയാകുന്നില്ലെന്നതാണ് യാഥാർഥ്യം. കരുത്തിന്റെയും ലൈംഗികശേഷിയുടേയുമൊക്കെ കാര്യത്തിൽ കൊമ്പനാനകളേക്കാൾ ഏറെ മുന്നിൽനിൽക്കുന്ന മോഴയാനകളിലാണ് സത്യത്തിൽ കൂടുതൽ ആണത്തം കണ്ടുവരുന്നത്. എങ്കിലും അവരെ നമ്മൾ കൊമ്പന്മാരുടെ കൂട്ടത്തിൽപ്പെടുത്താതെ അധഃകൃതരാക്കി മാറ്റിനിർത്തിയിരിക്കുന്നതിനു കാരണം, അവർക്ക് ഒരു ജോഡി നല്ല കൊമ്പുകൾ ഇല്ലെന്ന ഒറ്റക്കുറവുകൊണ്ടു മാത്രമാണ്.

ആനകളുടെ മേൽത്താടിയിലെ ഉളിപ്പല്ലുകൾ രൂപാന്തരം പ്രാപിച്ചുണ്ടാകുന്നവയാണ് കൊമ്പുകൾ. മനുഷ്യരുടെ നഖവും മുടിയുമെന്നപോലെ ജീവിതകാലം മുഴുവൻ വളർച്ചയുള്ള ആനക്കൊമ്പുകൾ വർഷത്തിൽ മൂന്നോനാലോ ഇഞ്ച് നീളം വെക്കാറുണ്ട്. നാട്ടാനകളുടെ കൊമ്പുകൾ രണ്ടോ മൂന്നോ വർഷം കൂടുമ്പോഴൊക്കെ മുറിച്ച് ഭംഗിവരുത്തുന്നത് ഇവിടത്തെ നാട്ടുനടപ്പാണ്. ഇത് ആനച്ചന്തം വിലയിരുത്തുന്നതിലെ നിർണായക ഘടകവുമാണ്. കൊമ്പുമുറിക്കുന്നതിന് നിയമപരമായ ഒട്ടനവധി നൂലാമാലകൾ നിലവിലുണ്ടെങ്കിലും പലപ്പോഴും നിയമം നിയമത്തിന്റെ വഴിക്കും ആനക്കൊമ്പ് വേറെ വഴിക്കും പൊയ്ക്കൊണ്ടേയിരിക്കുന്നു.

നീളത്തിന്റെ പകുതിയോളം പൊള്ളയായ ആനക്കൊമ്പിന്റെ ബാക്കിഭാഗത്ത് മജ്ജ നിറഞ്ഞിരിക്കും. ആനക്കൊമ്പ് മുറിക്കുമ്പോൾ മജ്ജയിൽ മുറിവേൽക്കാതിരിക്കാൻ തികഞ്ഞ ശ്രദ്ധയും ജാഗ്രതയും അനിവാര്യമാണ്. കീഴ്ക്കൊമ്പന്മാരുടെ കാര്യത്തിൽ മജ്ജയുടെ അളവ് കൂടുതലായിരിക്കുമെന്നതിനാൽ അപകടസാധ്യതയും കൂടുതലാണ്.

'ഡാന്റേൻ' എന്ന വസ്തുവാണ് ആനക്കൊമ്പിൽ അടങ്ങിയിരിക്കുന്നതും ആനക്കൊമ്പിനെ വിലയുള്ള ഒന്നാക്കിമാറ്റുന്നതും. കൊമ്പുകൾ ഇല്ലാത്തതും ഉള്ള കൊമ്പുകൾ ഭംഗിക്കുറവുള്ളതുമാകുമ്പോൾ നാട്ടാനകളുടെ വില കുത്തനെ ഇടിയുമെങ്കിൽ, കാട്ടാനകളുടെ കാര്യമെടുത്താൽ കൊമ്പുകൾ അവർക്ക് ജന്മശാപമായിത്തീരുന്നു എന്നതാണ് സത്യം. ഈ കൊമ്പുകൾക്കുവേണ്ടി മാത്രമാണല്ലോ കാട്ടുകള്ളന്മാർ ഈ ജീവികളെ കൊന്നുതുലയ്ക്കുന്നത്. അപൂർവമായിട്ടാണെങ്കിലും നാട്ടാനകൾക്കും കൊമ്പുകൾ ശാപമായിത്തീരാറുണ്ട്. കൊമ്പു മുറിക്കുമ്പോൾ സംഭവിക്കുന്ന ചില കൈയബദ്ധങ്ങൾ ആനയെ ദുരന്തങ്ങളിലേക്കുപോലും തള്ളിവിട്ടേക്കാമെന്നത് ചരിത്രം. അങ്ങനെയൊരു കഥയാണ് ഇവിടെ പറയുന്നത്.

കൊച്ചിൻ ദേവസ്വംബോർഡിന്റെ അഭിമാനപ്രതീകമായ, ഏറ്റവും ഉയരമുള്ള ഗജവീരൻ! മലയാളിമനസ്സിൽ ആനച്ചന്തത്തിന്റെ താരസിംഹാസനങ്ങൾ കണ്ടെത്തിയ സഹ്യപുത്രൻ. പുതിയ തലമുറയിലെ ഗജരാജാക്കന്മാരിൽ ഏറ്റവുമധികം കൊമ്പുവളർച്ചയുള്ളവൻ എന്ന് കീർത്തികേട്ടവൻ. സ്വതസ്സിദ്ധവും അത്യപൂർവവുമായ സ്വാഭാവിക നിലയിൽ തലയുയർത്തിപ്പിടിച്ചു നിന്നാൽ ഒരൊറ്റ നിമിഷംകൊണ്ട് ഒരുത്സവനഗരിയുടെ മുഴുവൻ കണ്ണും മനസ്സും കവർന്നെടുക്കാൻ പോന്ന യവനരാജകുമാരൻ. ഇതൊക്കെയാണ് ശിവകുമാർ അഥവാ എറണാകുളം ശിവകുമാർ എന്ന മുപ്പത്തേഴുകാരന്റെ പ്രത്യേകതകൾ.

അറബിക്കടലിന്റെ താരാട്ടുകേട്ട് കൊച്ചി തുറമുഖത്ത് നങ്കൂരമിടുന്ന കപ്പലുകളോടും അലയടിച്ചുയരുന്ന കടൽത്തിരകളോടും കിന്നാരം പറഞ്ഞ് എറണാകുളം നഗരത്തിന്റെ കളിത്തൊട്ടിലിൽ ബാല്യകൗമാരങ്ങൾ താണ്ടിയ പച്ചപ്പരിഷ്കാരിയാണ് ഈയാന. എറണാകുളം നഗരമുഖത്തിന്റെ പതിവുകാഴ്ചകളിൽ ഒന്നായി, രാജേന്ദ്രമൈതാനിക്ക് അഭിമുഖമായുള്ള ശിവക്ഷേത്രാങ്കണത്തിൽ വിലസിയിരുന്ന ആനക്കുറുമ്പൻ.

ദേവസ്വം ബോർഡിന്റെ ആനയായിപ്പോയതിനാൽ ദേവസ്വം ക്ഷേത്രങ്ങളിലെ പതിവ് എഴുന്നെള്ളിപ്പുകളിലും ചുരുക്കം ചില പുറത്തെഴുന്നെള്ളിപ്പുകളിലും മാത്രമേ ശിവകുമാർ എന്ന യുവരാജന് തന്റെ പ്രതിഭയുടെ മിന്നലാട്ടങ്ങൾ ലോകത്തിനുമുന്നിൽ പ്രദർശിപ്പിക്കുവാൻ അവസരം ലഭിച്ചിരുന്നുള്ളൂ. എന്നാൽ ആനച്ചന്തത്തിന്റെ അലകും പിടിയും അറിയുന്ന ആനപ്രേമികളുടെ മനസ്സുകളിൽ എറണാകുളം ശിവകുമാറിന്റെ നാമം വരുംകാലസിംഹാസനങ്ങളുടെ നേരവകാശി എന്ന പേരിൽ എന്നെന്നേയ്ക്കുമായി ഇടം പിടിച്ചുകഴിഞ്ഞിരുന്നു. തൃപ്പൂണിത്തുറ, തുറവൂർ തുടങ്ങിയ ഒട്ടനവധി മഹാക്ഷേത്രങ്ങൾ ശിവകുമാറിന്റെ ആനച്ചന്തത്തിന് സാക്ഷ്യം വഹിച്ചിട്ടുണ്ട്.

ആദ്യാക്ഷരങ്ങൾ നന്നായൊന്ന് എഴുതിപ്പഠിക്കാൻ പോലുമുള്ള സാവകാശവും സമയവുമില്ലാതെയാണ് കോടനാട് ആനക്കളരിയിൽ നിന്നും ഒരു കുഞ്ഞിക്കൊമ്പൻ കൊച്ചിനഗരത്തിൽ എത്തുന്നത്. ഏറിയാൽ ഒരു നാലുവയസ്സ്. കൊമ്പനോ കൊമ്പിയോ എന്നറിയാൻ ആദ്യമൊക്കെ വായ്ക്കകത്ത് വിരലിട്ട് നോക്കണമായിരുന്നു.

കൊടുങ്ങല്ലൂർ സ്വദേശിയും പ്രമുഖ അബ്കാരി വ്യവസായിയുമായിരുന്ന കെ.ജി. ഭാസ്കരൻ ഗുരുവായൂരിൽ നടയ്ക്കിരുത്തുകയെന്ന ഉദ്ദേശ്യത്തോടെയാണ് ഈ കുറുമ്പനെ കോടനാടുനിന്നും ലേലത്തിൽ വാങ്ങുന്നത്. ഗുരുവായൂരിലെ ജഗജില്ലികളായ ആനക്കാരണവന്മാർക്കിടയിലേക്ക് ചെന്നുകയറുംമുമ്പേ ഇത്തിരിക്കുഞ്ഞന് അൽപം ലോകവിവരം ഉണ്ടാകട്ടെ, അമ്പലവും ആളുമൊക്കെ എന്തെന്നും എങ്ങനെയെന്നും ഒന്നു തിരിച്ചറിഞ്ഞോട്ടെ എന്ന ഉദ്ദേശ്യത്തോടെ ആനക്കുട്ടിയെ കുറച്ച് ദിവസത്തേക്ക് എറണാകുളം ശിവക്ഷേത്രപരിസരത്ത് നിർത്തുന്നു. അന്നൊക്കെ ഭാസ്കരന് നിത്യേന ശിവക്ഷേത്രത്തിൽ തൊഴാനെത്തുന്ന പതിവുമുണ്ടായിരുന്നു.

ഒടുവിൽ ഗുരുവായൂരിൽ നടയ്ക്കിരുത്തുന്നതിനുള്ള നാളും മുഹൂർത്തവും കുറിപ്പിച്ചു. വികൃതിക്കുട്ടനേയുംകൊണ്ട് ഗുരുവായൂർക്ക് പുറപ്പെടുവാനുള്ള വണ്ടിയും ഏർപ്പാടാക്കി. കത്തിച്ചുവിട്ട വാണംപോലെ പാഞ്ഞുനടക്കുന്ന ആനക്കുട്ടിയെ വല്ലാതങ്ങ് ഇഷ്ടപ്പെട്ടുപോയ ഭക്തർക്കും ക്ഷേത്ര

ജീവനക്കാർക്കും ആനക്കുട്ടി തങ്ങളോട് വിടപറയുകയാണെന്ന യാഥാർത്ഥ്യം പെട്ടന്നങ്ങോട്ട് ഉൾക്കൊള്ളാൻ കഴിയുന്നതിനും അപ്പുറത്തായിരുന്നു. ആരുടെ മനസ്സിലും ഒരൊറ്റ നിമിഷം കൊണ്ട് കയറിക്കൂടുവാൻ വിരുതനായ അവനെ മറ്റൊരാൾകൂടി നെഞ്ചിൽ കുടിയിരുത്തിപ്പോയ കാര്യം അപ്പോൾ അധികമാരും അറിഞ്ഞിരുന്നില്ല!

ആളും ആരവങ്ങളും ആഘോഷവുമായി ഒടുവിലാദിനം വന്നണഞ്ഞു. രാവിലെ തന്നെ കുളിപ്പിച്ച് കുട്ടപ്പനാക്കി നിർത്തിയിരുന്ന ആനക്കുട്ടന്റെ കുഞ്ഞുമുഖത്ത് അവസാനമായി ഒരു വട്ടംകൂടി എറണാകുളത്തപ്പന്റെ പ്രസാദം തൊടുവിച്ചു; യാത്രയ്ക്കുള്ള ഒരുക്കങ്ങൾ പൂർത്തിയായി. എന്നാൽ ഇത്രയും കാലംനിന്ന് മുറകൾ അഭ്യസിച്ച കളരിയുടെ അധിപനായ എറണാകുളത്തപ്പനോട് യാത്രപറഞ്ഞ് പടിയിറങ്ങാൻ മാത്രം അവൻ തയ്യാറാകുന്നില്ല. പാപ്പാന്മാർ പഠിച്ചപണി പതിനെട്ടും പയറ്റിയിട്ടു കഥാനായകൻ കന്നംതിരിഞ്ഞുകളിക്കുകയാണ്. പിടിയും വലിയും ഓതിരംകടകംതിരിഞ്ഞ് ഒഴിഞ്ഞുമാറലുമൊക്കെ മുറയ്ക്ക് അരങ്ങേറുന്നുണ്ടെങ്കിലും കുട്ടിയാന എന്തുവന്നാലും തന്റെ കാലുകൾ ക്ഷേത്രമതിൽക്കകത്തു നിന്ന് ഒരടി പുറത്തേക്ക് വയ്ക്കില്ലെന്ന വാശിയിൽ ഉറച്ചുനിന്നു.

കേവലം ഒരാനക്കുട്ടിയും കുറേ മനുഷ്യരുമായുള്ള ബലാബലത്തിനപ്പുറം സംഭവത്തിൽ ചില ബാഹ്യശക്തികളുടെ ഇടപെടലില്ലേയെന്ന സംശയം പൊടുന്നനെയാണ് ആനയുടമയായ കെ.ജി. ഭാസ്കരന്റെ മനസ്സിൽ ഉറവയിട്ടത്. ഒരു നിമിഷം പാഴാക്കാതെ പ്രശ്നക്കാരന്റെ മുന്നിലേക്ക് ഓടി. പലകയിൽ കവടികൾ പലവട്ടം കശക്കി കൂട്ടിക്കിഴിച്ചെടുത്തപ്പോൾ കാര്യം നിസ്സാരം! ആനക്കുട്ടിയുടെ വഴിമുടക്കുന്നത് ചാത്തനും മറുതയുമൊന്നുമല്ല. സാക്ഷാൽ മഹാദേവൻ-എറണാകുളത്തപ്പൻ. "അവനിവിടെ ത്തന്നെ നിന്നോട്ടെ. ഗുരുവായൂരപ്പന് ആവശ്യത്തിന് ആനകളില്ലേ. ആവശ്യത്തിലേറെ ഇനിയും കിട്ടും. അല്ലെങ്കിൽ പകരം വേറൊന്ന് വാങ്ങിക്കൊടുത്തേക്ക് ഭാസ്കരാ". അതായിരുന്നു എറണാകുളത്തപ്പന്റെ മനോഗതം.

ഭഗവാന്റെ തിരുവായ്ക്ക് ഭക്തന് എതിർവായുണ്ടോ? ഗുരുവായൂർ പുന്നത്തൂർകോട്ടയിൽ പത്തറുപത് ആനകളിൽ ഒരുവനായി നിൽക്കേണ്ടിയിരുന്ന ആനക്കുട്ടൻ അങ്ങനെ എറണാകുളത്തപ്പന്റെ ദാസനായി, എറണാകുളം ശിവകുമാറാകുന്നു. ആന ഔദ്യോഗികമായി കൊച്ചിൻ ദേവസ്വംബോർഡിന്റെ സ്വത്താവുകയും ചെയ്തു.

എറണാകുളത്തപ്പന്റെ മാനസപുത്രനായി മാറിയതോടെ ശിവകുമാറും മാറി. ബാല്യത്തിന്റെ കുഞ്ഞിക്കാൽവയ്പുകളിൽ നിന്നും കൗമാരത്തുടിപ്പുകളുടെ നടവഴിയിലേക്ക് കടന്നതോടെ വളർച്ച വായുവേഗത്തിലായി. കർക്കിടകസുഖചികിത്സയുടെ ഭാഗമായി ക്ഷേത്രക്ഷേമസമിതി ഇവന് നിത്യേന ഓരോ കുപ്പി ച്യവനപ്രാശവും ആറു ലിറ്റർ പാലും നൽകിയിരുന്നു. അതിനും പുറമേ ആനക്കാര്യത്തിൽ ഏറെ അനുഭവജ്ഞാനമുള്ള ഷേണായിയുടെ വക ലേഹ്യവും. കെ.എസ്.ആർ.ടി.സി. സ്റ്റാന്റിനടുത്തുള്ള ഷേണായിയുടെ വീട്ടിലേക്കുള്ള വഴി ഇവനെന്നും മനഃപാഠമായിരുന്നു.

നല്ലൊരു നാട്ടാനയ്ക്കും നാടനാനയ്ക്കും വേണ്ട ലക്ഷണച്ചന്തങ്ങളെല്ലാം കൈവരിച്ച് ശിവകുമാർ കത്തിക്കയറിയെങ്കിലും പകരംവയ്ക്കാനില്ലാത്ത ഒരു ജോഡി കൊമ്പുകളായിരുന്നു അവന്റെ മുഖമുദ്ര. കേരളത്തിൽതന്നെ ഏറ്റവുമധികം കൊമ്പുവളർച്ചയുള്ള ആനകളിൽ മുമ്പൻ എന്ന അത്യപൂർവബഹുമതി ശിവകുമാറിനെ തേടിയെത്താൻ അധികകാലം വേണ്ടിവന്നില്ല.

കൊമ്പുകളുടെ എടുത്തുചാട്ടവും മസ്തകത്തിന്റെ വിരിവും തൂക്ക് വാലുകളോടുകൂടിയ വലിയ ചെവിയും വായുകുംഭവുമൊക്കെ ശിവകുമാറിനെ ആനപ്രേമികളുടെ ഇഷ്ടനായകനാക്കിമാറ്റുകയായിരുന്നു. തുമ്പിക്കൈ നിലത്ത് ഊർന്നൊഴുകാൻ മാത്രമില്ലെങ്കിലും ആവശ്യത്തിനൊക്കെ നീളമുണ്ട്. പക്ഷേ, എല്ലായ്പ്പോഴും അത് തെല്ല് ചുരുക്കി ചുരുട്ടിപ്പിടിക്കുന്നത് എങ്ങനെയോ ഇവൻ ശീലമാക്കിയിരുന്നു. കടലും കടലാടിയും തിരിച്ചറിയാത്ത പ്രായത്തിൽ തീക്കനലിലോ അതുപോലുള്ള മറ്റെന്തെങ്കിലും കുഴപ്പത്തിലോ കൊണ്ട് കൈവച്ചതിന്റെ പേടിയാവാം ഈ തുമ്പി

ചുരുക്കലിനു പിന്നിലെ രഹസ്യം. പക്ഷേ, നെറ്റിപ്പട്ടംകെട്ടി എഴുന്നെള്ളിപ്പിനായി നിരയിലേക്ക് കയറ്റി നിർത്തിയിട്ട് പാപ്പാൻ പറഞ്ഞുകഴിഞ്ഞാൽ തുമ്പിക്കൈ വേണ്ടവിധം തൂക്കിയിട്ട് ഗമയിൽ നിൽക്കാനും ഇവൻ തയ്യാർ. 'വാലിനൽപം നീളക്കുറവില്ലേയെന്ന്' ആരാനും പരദൂഷണം പറഞ്ഞാൽ ശിവകുമാറിന്റെ ആരാധകർ ഗൗനിച്ചിരുന്നുമില്ല.

എറണാകുളത്തുള്ള നാളുകളിൽ ശിവകുമാറിന് എവിടെച്ചെന്നാലും നിറഞ്ഞ സ്വാഗതവും കുശാലായ ശാപ്പാടും പതിവായിരുന്നു. അങ്ങനെയൊരിക്കൽ എസ്.ആർ.വി സ്കൂളിനടുത്തുവച്ച് ആനയ്ക്കുള്ള പട്ട വെട്ടുന്നതിനിടയിൽ ഇലക്ട്രിക് ലൈൻ പൊട്ടിവീണ് എസ്.ആർ.വി സ്കൂളിലെ രണ്ടു വിദ്യാർഥികൾ മരിക്കാനിടയായി. സമരവും ബഹളവും പാപ്പാന്മാരെ തടഞ്ഞുവയ്ക്കലുമൊക്കെയായി ആകെ ബഹളം.

ഇനിയവിടെ ഒരുനിമിഷംപോലും തുടരുന്നത് പന്തിയല്ലെന്ന തിരിച്ചറിവിൽ പാപ്പാന്മാരെയൊന്നും കാത്തുനിൽക്കാതെ ശിവകുമാർ നിന്ന നിൽപിൽ തിരക്കുപിടിച്ച കൊച്ചിനഗരത്തിലെ റോഡിലൂടെ ശരവേഗത്തിൽ നേരെ ശിവക്ഷേത്ര മതിൽക്കകത്തേക്ക് ഓടിപ്പായി. ശിവകുമാറിന്റെ നടത്തം വെടിച്ചില്ലുപോലെയാണ്. നിമിഷങ്ങൾകൊണ്ട് കിലോമീറ്ററുകൾ താണ്ടിയിരിക്കും. ഒരുനിമിഷംപോലും ശ്വാസംവിടാതെ ഒപ്പം വച്ചുപിടിച്ചാലേ പാപ്പാന്മാർക്ക് രക്ഷയുള്ളൂ. നടത്തം തന്നെ ശരവേഗത്തിലായ ശിവകുമാർ ഓടിയാലത്തെ സ്ഥിതി ആലോചിക്കാവുന്നതേയുള്ളൂ.

ചിലപ്പോൾ ചുമ്മാതങ്ങ് ഓടിക്കളയുന്ന സ്വഭാവം ഇടക്കാലത്ത് ശിവകുമാറിനുണ്ടായിരുന്നു. ഓടിക്കഴിഞ്ഞാലോ പിന്നെ നിൽക്കണമെങ്കിൽ ഒന്നാം പാപ്പാൻതന്നെ ചാടി ആനപ്പുറത്ത് കയറിയിരിക്കണമെന്നത് തീർത്തും നിർബന്ധം. മറ്റുവല്ലവരുമാണ് ചെന്നു വഴിമുടക്കാൻ ശ്രമിക്കുന്നതെങ്കിൽ ഓട്ടത്തിന്റെ വീര്യമേറുകയും ചെയ്യും.

ഇമ്മാതിരി കുറേ കുഞ്ഞുകുഞ്ഞ് കുട്ടിക്കളികൾ ശിവകുമാറിന് പൈതൃകസ്വത്തായി ലഭിച്ചിട്ടുണ്ടെങ്കിലും എല്ലാ ഓട്ടത്തിന്റേയും അടിസ്ഥാനകാരണം ഭയം മാത്രമാണെന്നതാണ് സത്യം. തീവണ്ടിയും താഴ്ന്നുപറക്കുന്ന വിമാനങ്ങളുമൊക്കെയാണ് പല ആനകളുടേയും പേടിസ്വപ്നമെങ്കിൽ, ഇവന് കൊച്ചിനഗരത്തിലെ കാളവണ്ടി എന്ന് കേട്ടാൽതന്നെ ഉള്ളംകാൽ മുതൽ ഉച്ചിവരെ ഭയം ഇരച്ചുകയറും. പേടി കൂടിക്കൂടി ശരീരത്തിലെ ചോരയോട്ടം നിലയ്ക്കുമെന്നായാൽ അപകടം ഒഴിവാക്കാനുള്ള മൃതസഞ്ജീവനി എന്ന നിലയിൽ ശിവകുമാർ പുറത്തെടുക്കുക ഓട്ടമാണ്. എന്നാൽ ഈ ഓട്ടം തികച്ചും നിരുപദ്രവകരമാണെന്നും ഓർക്കണം.

കൊമ്പുകളായിരുന്നു എന്നും ശിവകുമാറിന്റെ ശക്തിചൈതന്യം. പക്ഷേ ആൾക്കൂട്ടങ്ങളുടേയും അസൂയാലുക്കളുടേയും കരിങ്കണ്ണുകളോ, അതോ ശ്രദ്ധിക്കേണ്ടവരുടെ അശ്രദ്ധയോ എന്തായാലും ശിവകുമാറിന്റെ മുഖവും മുഖശ്രീയുമായിരുന്ന ആനക്കൊമ്പുകൾ ഒരുവട്ടംകൂടി അവനെ വാർത്തകളിലേക്ക് എത്തിച്ചു.

കൊച്ചിൻ ദേവസ്വംബോർഡിന്റെ ആനത്താവളമായ കൊക്കർണിപ്പറമ്പിലേക്ക് ശിവകുമാറിനെ തേടിയെത്തുമ്പോൾ ഒരു വീരനായകനിൽ നിന്നും ദുരന്തനായകനിലേക്കുള്ള പരിണാമത്തിന്റെ പടവുകളിലേക്ക് അവൻ കടന്നുകഴിഞ്ഞിരുന്നു. അന്ന് തൃശ്ശൂരിലെ വടക്കുംനാഥൻ ക്ഷേത്രസമീപത്തുള്ള കൊക്കർണിപ്പറമ്പിലാണ് ശിവകുമാറിന്റെ വാസം. കൊമ്പിന് പഴുപ്പ് ബാധിച്ചതിന്റെ സൂചനകൾ കണ്ടതിനെത്തുടർന്ന് 99- ലാണ് ശിവകുമാറിനെ വിദഗ്ധ ചികിത്സയ്ക്കും പരിചരണത്തിനുംവേണ്ടി തൃശ്ശൂരിലേക്ക് ദേവസ്വംബോർഡ് സ്ഥലംമാറ്റിയത്. ഏതാനും വർഷങ്ങളായി ശിവകുമാറിനെ വിടാതെ അലട്ടിക്കൊണ്ടിരുന്ന കൊമ്പുപഴുപ്പിന്റെ മൂർധന്യത്തിൽ വലത്തേക്കൊമ്പ് എപ്പോൾ വേണമെങ്കിലും ഊരിവീഴാൻ പാകത്തിൽ ഇളകിയാടിക്കൊണ്ടിരിക്കുന്നു. മദക്കോളിന്റെ ഭ്രമാത്മകതയും പഴുത്തഴുകിയ കൊമ്പിന്റെ അസ്വാസ്ഥ്യങ്ങളുമായി കൊക്കർണിപ്പറമ്പിൽ കെട്ടിയുറപ്പിക്കപ്പെട്ട നിലയിൽ തന്റെ ക്രൂരവിധിയോട് പടവെട്ടുന്ന ശിവകുമാറിന്റെ ദയനീയ മുഖം ആരെയും വിഷമിപ്പിക്കുന്നതായിരുന്നു. പ്രാണന്റെ ഓരോ തരിമ്പുകളിലേക്കും നുരച്ചുകയറുന്ന കൊടുംവേദനയുടെ പാരമ്യത്തിൽ,

ശിവകുമാർ കൊമ്പുകൾ മണ്ണിലേക്കാഴ്ത്തും. ആ വേദനയിൽ സ്വയമറിയാതെ കാലുകൾ അരയാൾപൊക്കംവരെ പൊന്തിക്കും!

കുറച്ച് വർഷങ്ങൾക്കപ്പുറം എറണാകുളത്തു വച്ച് ശിവകുമാറിന്റെ കൊമ്പ് മുറിക്കുന്നതോടെയാവാം അന്നോളം വീരേതിഹാസങ്ങൾ മാത്രം രചിച്ച ശിവകുമാറിന്റെ ജീവിതകഥയ്ക്ക് ഇങ്ങനെയൊരു വഴിത്തിരിവ് ഉണ്ടാവുന്നത്. എന്നും കൊമ്പുവളർച്ച കൂടുതലായിരുന്ന കീഴ്ക്കൊമ്പനാനയുടെ കൊമ്പ് മുറിച്ചപ്പോൾ, കണക്കുകൂട്ടലുകളിൽ സംഭവിച്ചുപോയ ഒരു കൈക്കുറ്റപ്പാടാകാം. അതല്ലെങ്കിൽ കൊമ്പുമുറിച്ചതിനുശേഷം, ചോര തിണർത്ത കൊമ്പുമായി നിൽക്കുന്ന ആനയെ പരിപാലിക്കുന്നതിൽ വന്നുപോയ വീഴ്ചയുമാകാം. അതല്ലെങ്കിൽ ഇതൊന്നും കൊണ്ടല്ലാതെ സ്വാഭാവികമായ രോഗംകൊണ്ടുമാകാം. എന്തായാലും വിധിയുടെ ക്രൂരത കുറച്ച് കടുത്തുപോയി.

മദപ്പാടിന്റെ ഭ്രാന്തിൽ ആനകൾ ആരെയും ഏഴയലത്തുപോലും അടുപ്പിക്കില്ലാത്തതിനാൽ ഈ ദയനീയാവസ്ഥയ്ക്ക് പരിഹാരമായി ആനയ്ക്ക് എന്തെങ്കിലും ചികിത്സ ചെയ്യുന്നതിനോ കൊമ്പ് ഊരിമാറ്റി വേദനയിൽ നിന്ന് വിടുതൽ നൽകുന്നതിനോ യാതൊരു നിവൃത്തിയുമുണ്ടായിരുന്നില്ല. മദക്കോളിന്റെ മുഴുഭ്രാന്തിൽ ആനകൾ കൊടിയ വേദനകൾപോലും തിരിച്ചറിയാറില്ലെന്ന ചിന്താഗതി മുഖവിലയ്ക്കെടുത്താൽ, അനിവാര്യമായ ഈ ദുരന്തത്തിന് ഇങ്ങനെയൊരു മദപ്പാടുകാലംതന്നെ നൽകിയ ദൈവത്തിന്റെ ഇത്തിരിക്കനിവിന് നന്ദിപറയേണ്ടിയുംവരും.

ആന അനിയന്ത്രിതമായി പരാക്രമങ്ങൾ കാട്ടിക്കൂട്ടിയതോടെയാണ് വലതുകൊമ്പ് ഇളകിയാടുവാനും ആടുന്ന കൊമ്പിൽനിന്നും പഴുപ്പ് പുറത്തു ചാടുവാനും തുടങ്ങിയത്. കൊമ്പിന് പഴുപ്പുബാധിച്ച കാലംമുതൽ ശിവകുമാറിന്റെ പരിചരണത്തിനും ചികിത്സയ്ക്കും കാര്യമായ പരിഗണന നൽകുകയും വിദഗ്ധ ചികിത്സയ്ക്കായി ആനയെ എറണാകുളത്തുനിന്നും തൃശ്ശൂരിലേക്ക് കൊണ്ടുവരികയും ചെയ്തു ദേവസ്വം അധികൃതർ. മദപ്പാടുകഴിഞ്ഞ് അഴിച്ചാൽ ഒട്ടും താമസിയാതെ ശസ്ത്രക്രിയയിലൂടെ ഇളകിയ കൊമ്പ് ഊരിമാ

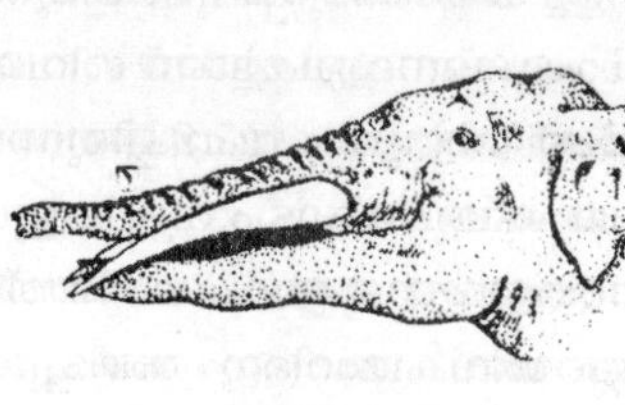

മാസ്റ്റോഡോൺ

ആനപ്പൂർവികർ...

ഇന്ന് നമ്മൾ കാണുന്ന ആനയുടെ പൂർവികരെപ്പറ്റി ചിന്തിച്ചിട്ടുണ്ടോ? നീണ്ടുവളഞ്ഞ കൊമ്പുകളും മുറിത്തുമ്പിക്കൈയും അൽപം ഭീകരതയുളവാക്കുന്ന രൂപവുമായി ചില ആനപ്പൂർവികർ ഇവിടെ ജീവിച്ചിരുന്നു. ചരിത്രാതീതകാലമായ 'സീനോസോയിക്' യുഗത്തിൽ, മനുഷ്യോൽപത്തിക്കു മുമ്പാണ് ദിനോതീറിയം, മോറിത്തീറിയം, ഗോംഫോതെറിസ് മാസ്റ്റോഡോൺ, സ്റ്റെഗോഡോൺ, മാമ്മത്ത് തുടങ്ങിയ ജീവികൾ ഭൂമുഖത്തുണ്ടായിരുന്നത്. 'പ്ലീസ്റ്റോസീൻ' കാലഘട്ടത്തിന്റെ അവസാനംവരെ ആനയുടെ മേൽപ്പറഞ്ഞ മുൻഗാമികൾ നിലനിന്നിരുന്നുവെന്ന് ചരിത്രരേഖകൾ സമർഥിക്കുന്നു. ഇവയിൽ പലതും പലദേശത്താണ് ഉണ്ടായിരുന്നത്. ദീനോതീറിയം യൂറേഷ്യ, ആഫ്രിക്ക എന്നിവിടങ്ങളിലും മോറിത്തീറിയം ഈജിപ്തിലും (മോറിസ് തടാകം) ഗോംഫോതെറിസ് യൂറേഷ്യ, ആഫ്രിക്ക, തെക്കേ/വടക്കേ അമേരിക്ക എന്നിവിടങ്ങളിലും മാസ്റ്റൊഡോൺ യൂറേഷ്യ, വടക്കേ അമേരിക്ക എന്നിവിടങ്ങളിലും സ്റ്റെഗോഡോൺ ഇന്ത്യ സിവാലിക് മലനിരകളിലുമാണ് ഉണ്ടായിരുന്നതത്രേ! മാമ്മത്തുകളാണ് ഇന്നു കാണുന്ന ആനകളോട് ഏറ്റവും കൂടുതൽ രൂപസാദൃശ്യം ഉള്ളവയെന്ന് വേണമെങ്കിൽ പറയാം. ഇവ ആസ്ട്രേലിയ, അന്റാർട്ടിക്ക എന്നിവിടങ്ങളൊഴികെ എല്ലായിടത്തും കാണപ്പെട്ടിരുന്നു.

മാമ്മത്ത്

റ്റുന്നതിനുള്ള തയ്യാറെടുപ്പിലുമായിരുന്നു അവർ. ഡോ. രാധാകൃഷ്ണകൈമളാണ് ശിവകുമാറിന്റെ ചികിത്സയ്ക്ക് നേതൃത്വം വഹിച്ചിരുന്നത്.

വേദനയുടേയും കൊടും വ്യഥകളുടേയും മറക്കാനാവാത്ത മദപ്പാടുകാലം കഴിഞ്ഞ് അധികം വൈകാതെ ശിവകുമാറിനെ അഴിച്ചു. കുത്തിവയ്പുകളുടേയും ശസ്ത്രക്രിയകളുടേയും മയക്കുമരുന്നുകളുടേയുമൊക്കെ വേദനകൾക്കും പുതിയ പരീക്ഷണങ്ങൾക്കും കാത്തുനിൽക്കാതെ, മദപ്പാട് കഴിഞ്ഞ് അഴിച്ചതിന്റെ രണ്ടാംനാൾ ശിവകുമാർ ഒരദ്ഭുതം കാട്ടി- അവൻ ചികിത്സ തന്നിൽ നിന്നുതന്നെ ആരംഭിച്ചു. ആരും നിനച്ചിരിക്കാത്ത നേരത്ത് സ്വയം കൊമ്പ് കുടഞ്ഞെറിഞ്ഞ് തീരാത്ത വേദനയ്ക്കും തോരാത്ത കണ്ണീരിനും ശിവകുമാർ എന്നെന്നേയ്ക്കുമായി അവധി നൽകി.

പൊതുജനങ്ങളിൽ ഒരാളെപ്പോലും ഇന്നുവരെ ഉപദ്രവിച്ച ചരിത്രമില്ലാത്ത ശിവകുമാർ എന്നും ഒന്നാം പാപ്പാന്മാരുടെ വിശ്വസ്തനും ഒന്നാം പാപ്പാനോടുമാത്രം കൂറുപുലർത്തുന്ന ഒറ്റച്ചട്ടക്കാരനുമാണ്. ഇവന്റെ മട്ടും മാതിരിയും ഹരിച്ചുഗുണിച്ച് തരത്തിനും തഞ്ചത്തിനും നിന്നില്ലെങ്കിൽ ഇടച്ചട്ടക്കാരെന്ന മറ്റു പാപ്പാന്മാർ എപ്പോൾ തട്ട് മേടിച്ചെന്ന് ചോദിച്ചാൽ മതി.

ഉണ്ണി നായർ, പദ്മനാഭൻ നായർ, നാരായണൻ നായർ, മുരളി തുടങ്ങിയവരൊക്കെയായിരുന്നു കാലാകാലങ്ങളിൽ ശിവകുമാറിന്റെ മനസ്സാക്ഷി സൂക്ഷിപ്പുകാരായിരുന്ന ഒന്നാം പാപ്പാന്മാർ. പതിനാറാം വയസ്സിലാണ് മുരളി ആദ്യം ശിവകുമാറിനൊപ്പം പണിക്ക് വരുന്നത്. പിന്നീട് ഒരു വ്യാഴവട്ടക്കാലത്തിലേറെ തുടർച്ചയായി ഇവനൊപ്പം നിന്നു.

പണ്ടൊരിക്കൽ മറ്റൊരാനയുടെ സഹായിയായി പ്രവർത്തിച്ചിരുന്ന ഘട്ടത്തിൽ, മൂർക്കാടുവച്ച് മുരളിക്ക് ഇതേ ശിവകുമാറിൽ നിന്നും ഒരു തട്ടുകേടുപറ്റി. ആനയെ കുളിപ്പിക്കുന്ന അച്ഛന് ഒരു കൈ സഹായമാകട്ടെ എന്നുകരുതി കുളിപ്പിക്കാൻ കൂടെകൂടിയതായിരുന്നു മുരളി. ആനയെ തേച്ചുകുളിപ്പിക്കുന്ന ചകിരിമടൽ കൈയിൽ നിന്നും ആനയുടെ കാലിനും കഴുത്തിനുമിടയി

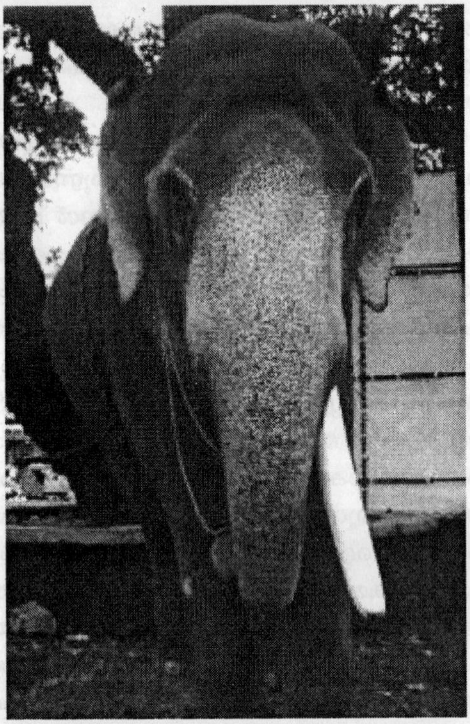

▼ ശിവകുമാർ ഒറ്റക്കൊമ്പുമായി...

ലേക്ക് വീണുപോയപ്പോൾ, അതെടുക്കാൻ കുനിഞ്ഞുനിവർന്ന ഒരേയൊരു നിമിഷം! കനത്ത കൊമ്പുകൊണ്ടുള്ള ഊക്കനടി നെഞ്ചുംകൂടിന് തന്നെയാണ് പതിച്ചത്.

വാരകൾക്കപ്പുറത്തേക്ക് തെറിച്ചുവീണ മുരളിയെ വിറയ്ക്കുന്ന കൈകളോടെ അച്ഛൻ വാരിയെടുക്കുമ്പോൾ വായിൽനിന്നും മൂക്കിൽനിന്നും ചെവിയിൽനിന്നും ചോര ഒലിക്കാൻ തുടങ്ങിയിരുന്നു. ഏതാനും വാരിയെല്ലുകൾക്ക് പൊട്ടലുകളും. എങ്കിലും അതേ മുരളിതന്നെ അതേ ശിവകുമാറിനെ വഴിനടത്തി ജീവിതത്തിന്റെ മറുകര പിടിക്കുന്നത് ആനപ്പണിയിലെ അനേകമനേകം ദുരൂഹസമസ്യകളിൽ ഒന്നുമാത്രം.

ഒരിക്കൽ കൊമ്പന്മാരിലെ വമ്പനായിരുന്ന എറണാകുളം ശിവകുമാർ ഇപ്പോൾ ഒറ്റക്കൊമ്പനായി പുതിയ ഭാവത്തിൽ, പുതിയ രൂപത്തിൽ അവതരിച്ചിരിക്കുകയാണ്. കൊമ്പ് ഊരിവീഴുന്നതിനുപകരം ചെറിയൊരു ഭാഗം മോണയിൽ അവശേഷിപ്പിച്ചുകൊണ്ട് ഒടിഞ്ഞുവീഴുകയായിരുന്നതി

നാൽ കവിൾ ഒട്ടിപ്പോയിട്ടില്ല. ഒറ്റക്കൊമ്പന്മാർക്ക് എഴുന്നെള്ളിപ്പാവശ്യങ്ങൾ മുൻനിർത്തി ഘടിപ്പിക്കാറുള്ള തരം കൃത്രിമക്കൊമ്പുകൂടി യഥാവിധി പിടിപ്പിച്ചാൽ, ശിവകുമാർ പഴയ ഗാംഭീര്യത്തോടെയും തലയെടുപ്പോടെയും വീണ്ടും ഉത്സവനഗരികളുടെ സുകൃതക്കാഴ്ചയായി മാറുമെന്ന പ്രതീക്ഷയിലും ഉറച്ച വിശ്വാസത്തിലുമാണ് ഇവന്റെ ആരാധകരും അധികൃതരും. എന്തെന്നാൽ നിരവധി ഒറ്റക്കൊമ്പന്മാർ കൃത്രിമക്കൊമ്പിന്റെ തിളക്കവുമായി ഉത്സവനഗരികളിൽ തലയെടുപ്പോടെ നിൽക്കുന്നതിനാൽ മലയാളമണ്ണിൽ ശിവകുമാറിന്റെ നാളേകളും പ്രതീക്ഷാനിർഭരമാണ്. (കൂടാതെ കണ്ടമ്പുള്ളി വിജയനെപ്പോലുള്ള കേമന്മാർ ഇക്കാര്യത്തിൽ ശിവകുമാറിന്റെ മുൻഗാമികളുമായുണ്ട്).

മുൻകാലങ്ങളിൽ പാലക്കൊമ്പുകൊണ്ടായിരുന്നു കൃത്രിമക്കൊമ്പ് ഉണ്ടാക്കിയിരുന്നതെങ്കിൽ, ശിവകുമാറിന്റെ കൊമ്പുകളുടെ വലിപ്പവും ഭംഗിയും പരിഗണിച്ച് ഫൈബർകൊണ്ടുള്ള കൊമ്പുതന്നെ ഘടിപ്പിക്കാനാണ് ദേവസ്വംഭരവാഹികളുടെ തീരുമാനം. ഭംഗിയൽപം കൂടിയാലും കുറഞ്ഞാലും ശരി, വർഷങ്ങളായി അനുഭവിച്ചു പോന്ന വേദനയിൽനിന്നും വിടുതൽ ലഭിച്ചതിന്റെ ആശ്വാസവും ആഹ്ലാദവും ആകാം ഇപ്പോൾ ശിവകുമാറിന്റെ മനസ്സുനിറയെ.

ഒരുവേള കൊച്ചിയുടെ പ്രിയഭാജനമായിരുന്ന ശിവകുമാറിനെ വീണ്ടും എറണാകുളത്തേക്ക് മടക്കിക്കൊണ്ടുവന്ന് പരിപാലിക്കുവാനുള്ള തയ്യാറെടുപ്പിലാണ് എറണാകുളം ക്ഷേത്രഭാരവാഹികളും ക്ഷേത്രക്ഷേമസമിതി പ്രവർത്തകരും. വേണ്ടവിധം കളത്തിലിറക്കിയാൽ ശിവകുമാറിനെപ്പോലെ തലയെടുപ്പും അദ്വിതീയമായ നിലവും അതിനുമപ്പുറം അനുസരണാശീലവും സൽസ്വഭാവവുമുള്ള ആന വീണ്ടും ഉത്സവനഗരികളുടെ ആവേശവും ആരവങ്ങളും ഏറ്റുവാങ്ങുമെന്ന ഉറച്ച പ്രതീക്ഷയിലും വിശ്വാസത്തിലുമാണ് ക്ഷേമസമിതി.

യൗവനപ്പാതകൾ മുന്നിൽ നീണ്ടുനിവർന്ന് കിടക്കുമ്പോൾ എറണാകുളം ശിവകുമാറിന്റെ ദിനങ്ങൾക്ക് തെല്ലും മാറ്റുകുറയുകയില്ല. വേദനകളുടെ ദുരിതതീരത്തുനിന്നും പ്രത്യാശയുടേയും ഉയർത്തെഴുന്നേൽപ്പിന്റേയും പുതിയ പ്രഭാതങ്ങളിലേക്ക് ചുവടുവയ്ക്കുന്ന ഗജരാജനാണിവൻ.

***

ഗുരുജിയിൽ ശിവനാരായണൻ

കുട്ടിക്കുറുമ്പുകൾ ഉയരപ്പെരുമകൊണ്ട് മായ്ക്കുന്നവൻ

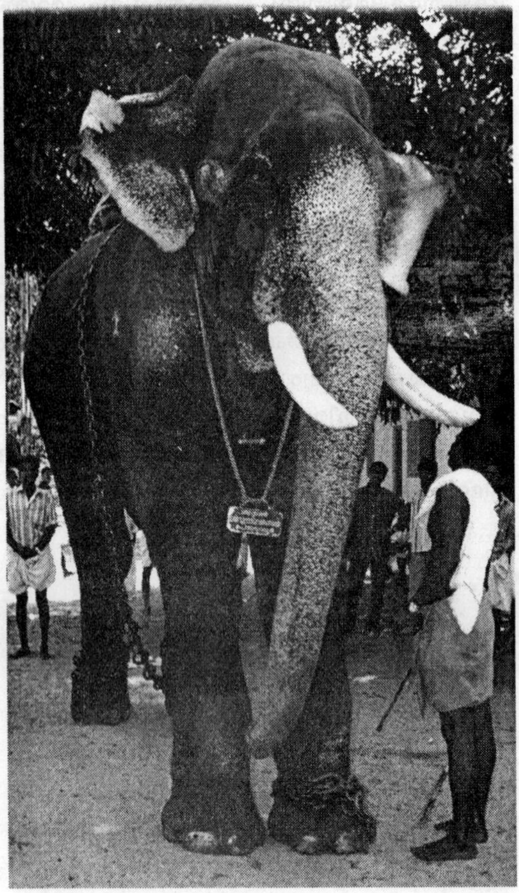

▼ ഗുരുജിയിൽ ശിവനാരായണൻ

കരയിലെ ഏറ്റവും വലിയ ജീവിയെ ക്രൂരമായ ചതിയിലൂടെയും കർശനമായ പരിശീലനത്തിലൂടെയും തന്റെ അടിമയാക്കിമാറ്റുകയാണ് മനുഷ്യൻ. മനുഷ്യൻ പഠിപ്പിക്കുന്ന പാഠങ്ങൾ ഓർമിച്ചുവയ്ക്കുവാനും ആവശ്യപ്പെടുന്ന മുറയ്ക്ക് ഓർത്തെടുത്ത് പ്രവർത്തിക്കുവാനുമുള്ള കഴിവാണ് ഒരർഥത്തിൽ ആനയെന്ന ജീവിവർഗത്തിന്റെ ജന്മശാപം. അനുസരണശീലം എന്ന് നമ്മൾ ഓമനപ്പേരിട്ടുവിളിക്കുന്ന ഈ പച്ചയായ അടിമത്തത്തിന്റെ നുകവുംപേറി, ആയുഷ്കാലം മുഴുവൻ തിരുവായ്ക്ക് എതിർവായില്ലാതെ എല്ലുമുറിയെ പണിയെടുത്തും തല്ലുകൊണ്ട് ചാവാതെ ചത്തും ജീവിക്കുന്ന പച്ചവെള്ള ജന്മങ്ങളുണ്ട്. അവർക്ക് നമ്മൾ 'ബ്രാഹ്മണയാനകൾ' എന്ന സാക്ഷ്യപത്രം നൽകും.

ദൈവവും മനുഷ്യനും ചേർന്നുള്ള പങ്കുകച്ചവടത്തിൽ എന്നും നഷ്ടങ്ങളുടെ പെരുക്കപ്പട്ടിക മാത്രം ഒപ്പിട്ടുവാങ്ങാൻ വിധിക്കപ്പെട്ട ആനകളിൽ അപൂർവമായെങ്കിലും ചില ആൺപിറപ്പുകളുണ്ടാവും. ജന്മംകൊണ്ടു മാത്രമല്ല, കർമംകൊണ്ടും അവർ ആണുങ്ങളായിത്തന്നെ ജനിച്ചുജീവിക്കും. സഹനത്തിന്റെ നെല്ലിപ്പടിയും താണ്ടുന്ന ചില നേരങ്ങളിൽ അപൂർവമായെങ്കിലും അവർ ചെറുത്തുനിൽക്കും. ഒന്നു ചൊടിച്ച് കൊമ്പുലച്ചെന്നുവരും. അപ്പോൾ നമ്മൾ കാര്യമറിയാതെയും മനസ്സിലാക്കാൻ ശ്രമിക്കാതെയും 'ഇവനാള് മഹാ വഴക്കാളിയെന്ന്' വലിയ വായിൽ വിലപിക്കും. ഇങ്ങനെ കുറ്റംമാത്രം കണ്ടുപിടിക്കാൻ പാഞ്ഞുനടക്കുന്ന കുറേ മനുഷ്യരുടെ ഭാഷയിൽ ചില്ലറക്കാരനല്ലാത്ത ഒരാന– അവനാണ് ശിവനാരായണൻ.

ആദ്യം ശിവനാരായണനെ കാണുന്നത് ഏതാനും വർഷങ്ങൾക്ക് മുമ്പുനടന്ന പള്ളുരുത്തി ഗജമേളയിൽ വച്ചായിരുന്നു. 107 ഗജവീരന്മാർ അണിനിരന്ന ആ മേളയിലെ ഏറ്റവും ഉയരമുള്ള ആനയെന്ന വിശേഷണവുമായാണ് അന്ന് അവൻ അവിടെ അവതരിച്ചത്. പട്ടത്തു ശ്രീകൃഷ്ണൻ എന്ന ആന മാത്രമായിരുന്നു അന്നവിടെ ശിവനാരായണനുമുന്നിൽ വെല്ലുവിളി ഉയർത്താൻ ഉണ്ടായിരുന്നത്. ഇത്രയും കുറഞ്ഞ പ്രായത്തിൽ പത്തടിയോളം ഉയരമെത്തിയ ആനയാണ് ശിവനാരായണൻ.

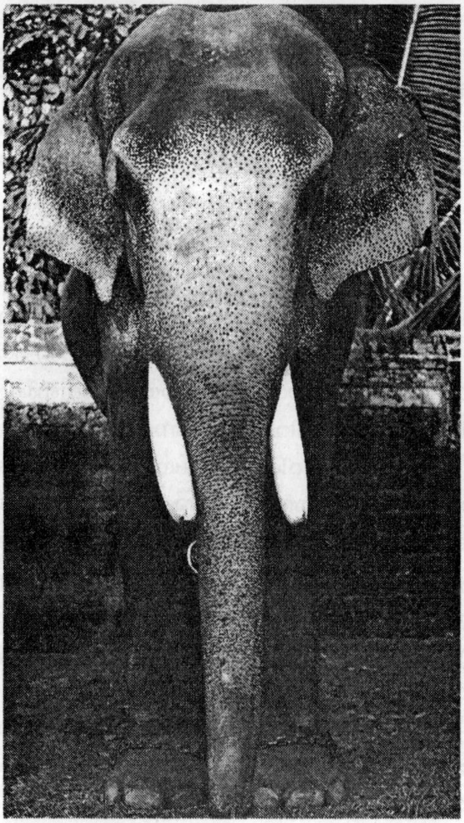

▼ പട്ടത്ത് ശ്രീകൃഷ്ണൻ

പിന്നീട്, പൊന്നേത്തുകാവ് ഗജമേളയിലും ശിവനാരായണനെ കണ്ടുമുട്ടുന്നു. മംഗലാംകുന്ന് അയ്യപ്പൻ, പാമ്പാടി രാജൻ, പള്ളത്താംകുളങ്ങര ഗിരീശൻ, ഷേണായി ചന്ദ്രശേഖരൻ തുടങ്ങി നിരവധി ഗജരാജപ്രമുഖന്മാർ ഒത്തുചേർന്ന ആ ഗജമേളയിലും ശിവനാരായണൻ തലയുയർത്തിപ്പിടിച്ച് നീങ്ങുന്ന കാഴ്ച ഒന്നു കാണേണ്ടതുതന്നെയായിരുന്നു.

സഹ്യനേക്കാൾ തലയെടുപ്പും എത്രവലിയ കൊലകൊമ്പന്മാരെയും വകവച്ചുകൊടുക്കാൻ തയ്യാറില്ലാത്ത ഭാവവുമായി ചുവടുകൾ പറിച്ചുവച്ചുനീങ്ങുന്ന ശിവനാരായണനെ പിന്തുടരുമ്പോൾ, ഒളിഞ്ഞുംതെളിഞ്ഞുമുള്ള ചില പരാമർശങ്ങൾ കാതിൽ വീഴുന്നുണ്ടായിരുന്നു. എടുത്തുചാട്ടക്കാരൻ, ഉത്സവപ്പറമ്പിലെ വഴക്കാളി, തല്ലുകൊള്ളിത്തരത്തിന് പുതിയ ഭാഷ്യങ്ങൾ ചമയ്ക്കുന്നവൻ എന്നിങ്ങനെ ഒരുപിടി പരാതികൾ. പക്ഷേ, ഏതു പരാതിക്കാരേന്റേയും വായടപ്പിക്കാൻ പോന്നതാണ് അവന്റെ ഉയരപ്പെരുമ. ഈ ആനയുടെ കുറുമ്പുകൾക്കും വികൃതികൾക്കും എതിരേ ഉറഞ്ഞുതുള്ളുന്നവരും ആ ഉയരച്ചന്തത്തിനുമുന്നിൽ സ്വയം മറന്നുനിൽക്കും.

എടക്കുന്നി വാര്യരാണ് ഉത്തർപ്രദേശ്-ബീഹാർ വനമേഖലകളുടെ സന്തതിയായ ഈ ആനയെ കേരളത്തിൽ എത്തിക്കുന്നത്. ശരാശരി ബീഹാർ ആനയേക്കാൾ ലക്ഷണങ്ങളും ഇനിയും ഉയരുവാനുള്ള സാധ്യതകളും നന്നേ ബോധിച്ച പാലക്കാട് കൃഷ്ണൻ മൂത്താൻ അധികനാൾ കഴിയുംമുമ്പേ വാര്യർ ചോദിച്ച വില എണ്ണിക്കൊടുത്ത് ഇവനെ സ്വന്തമാക്കി. തൃശ്ശൂർ-പാലക്കാട് ജില്ലകളിലെ മത്സരപ്പൂരങ്ങളുടേയും ആനക്കമ്പക്കാരുടെ അംഗീകാരങ്ങളുടേയും പൊൻതിടമ്പുകൾ ഇവൻ വെട്ടിപ്പിടിക്കുമെന്ന ഉറച്ച പ്രതീക്ഷയോടെയാണ് അദ്ദേഹം ആനയെ വരവേറ്റത്. അന്നിവൻ ശിവനാരായണനല്ല; രാജേന്ദ്രനായിരുന്നു. ഉടമയുടെ ആഗ്രഹംപോലെ രാജേന്ദ്രനും വച്ചടിവച്ചടി പുതിയ ഉയരങ്ങൾ തേടി. പക്ഷേ, അതിനിടയിൽ രാജേന്ദ്രന്റെ സ്വഭാവത്തിൽ ചില അനുസരണക്കേടുകളും കടന്നുകൂടുന്നത് ശ്രദ്ധിക്കേണ്ടവർ വേണ്ടസമയത്ത് അറിഞ്ഞില്ല. സത്യത്തിൽ അതിനും ആനയല്ല കുറ്റക്കാരൻ. ചില വളഞ്ഞവഴിക്കാരും കുടിലബുദ്ധികളും ആനയെ അങ്ങനെയാക്കിത്തീർക്കുകയായിരുന്നു.

അന്നത്തെ ഒരു പാപ്പാനാണ് ആനയെ ദുശ്ശീലങ്ങളുടെ വേണ്ടാപ്പാതകളിലേക്ക് വഴിനടത്തിയത്. ആന ചെറുതായൊന്ന് തെറ്റുന്നതു കാണുമ്പോൾത്തന്നെ പാപ്പാൻ തോട്ടിയും വടിയും ആനയുടെ കൈയിൽ കൊടുക്കും. "ദേ ഞാനായിട്ട് നിന്നെ ഒന്നും ചെയ്യില്ല. നമ്മൾതമ്മിൽ യാതൊരു പ്രശ്നവുമില്ല" എന്നു പ്രഖ്യാപിച്ചുകൊണ്ട് ആനയുടെ മുന്നിൽ എപ്പോഴും നല്ലപിള്ള ചമയാനുള്ള ഒരു വളഞ്ഞവഴി. സത്യത്തിൽ ആ വളഞ്ഞവഴികളാണ് പോകെപ്പോകെ ആനയെ വിളച്ചിലിന്റെ ഉസ്താദാക്കിയത്. പാതിവഴിയിൽ ഉപേക്ഷിച്ച് പാപ്പാൻപോയാലും ആനയ്ക്ക് പഠിച്ചതൊക്കെ പെട്ടന്നൊരു ദിവസംകൊണ്ട് മറക്കാൻ സാധിക്കില്ലല്ലോ.

വടിയും കോലും വിട്ടുകൊടുക്കാൻ കൂട്ടാക്കാത്ത പാപ്പാന്മാരുടെ കൈയിൽ നിന്നും പിന്നെപ്പിന്നെ അവനത് ബലമായി പിടിച്ചുവാങ്ങാൻ തുടങ്ങി. പിന്നെ, ഒടിച്ചുമടക്കി ദൂരേയ്ക്കെറിയും. തെറ്റുന്ന ആനയുടെ മുന്നിൽ വടിയും കോലുമില്ലാത്ത പാപ്പാന് രക്ഷയില്ല. അപ്പോൾ ആനയെ ഒതുക്കാൻ വലിയകോലെടുത്ത്, ദൂരെനിന്ന് ഇടിക്കും. അല്ലെങ്കിൽ കല്ലെടുത്തെറിയും. ഇതുകാണുന്ന പൊതുജനം എന്താണ് വിചാരിക്കേണ്ടത്. ഇവൻ മഹാപിശകാണെന്ന്. കല്ലേറാണ് ശിവനാരായണന് മറ്റെന്തിനേക്കാളും പേടിയുള്ള ഒരു സംഗതി. എവിടെയെങ്കിലുംവച്ച് മർമ്മത്തിനു തന്നെ കിട്ടിയ ഒരു ഏറാകാം കല്ലുകാണുന്ന മാത്രയിൽതന്നെ സമാധാനത്തിന്റെ വഴിതേടാൻ ഇവനെ നിർബന്ധിതനാക്കുന്നത്.

എന്തൊക്കെ പ്രശ്നങ്ങളുണ്ടെങ്കിലും അനുരഞ്ജനത്തിന്റെ വഴിയേ നടത്തിയാൽ ഇവനെപ്പോലെ മറ്റൊരാനയും വരില്ലെന്നുറപ്പായിരുന്നതിനാൽ, വിറ്റുകളയാതെ കൊണ്ടുനടക്കുകയായിരുന്നു കൃഷ്ണൻ മൂത്താൻ. അപ്പോഴാണ് കീരങ്ങാട്ട് നമ്പൂതിരി തരക്കേടില്ലാത്ത ഒരു വിലയും പറഞ്ഞ് സമീപിക്കുന്നത്. പ്രതീക്ഷിച്ചതിലും വലിയവില വാങ്ങിക്കൊണ്ട് മനസ്സില്ലാമനസ്സോടെയാണെങ്കിലും മൂത്താൻ ആനയെ നമ്പൂതിരിക്ക് കൈമാറി.

മദപ്പാടുകാലത്ത് ആനയെ വേണ്ടത്ര കെട്ടിയിട്ട് നന്നായി നീരൊലിച്ചുപോകാൻ അവസരം നൽകിയാൽത്തന്നെ, ആനയുടെ നല്ലൊരു ശതമാനം വിക്രിയകൾക്കും ശമനംവരും എന്നായിരുന്നു കീരങ്ങാട്ടു തിരുമേനിയുടെ നിഗമനം. പക്ഷേ, ആനയുടെ നീരല്ല, അവനെ വഷളാക്കിയ മനുഷ്യരുടെ തനി തോന്ന്യാസങ്ങളായിരുന്നു യഥാർഥ കുഴപ്പം എന്നകാര്യം തിരുമേനി അറിഞ്ഞില്ല. ഇതിനിടെ ഒന്നുരണ്ടുവട്ടം രാജേന്ദ്രൻ തെറ്റുന്നതായി ഭാവിച്ചു. കുന്ദംകുളത്തിനടുത്തുള്ള പന്തല്ലൂരിൽവച്ച് കൂട്ടാനയെ തോണ്ടി കൈവിട്ടുപോകുകയും ചെയ്തു.

അങ്ങനെ കാര്യങ്ങൾ കൊണ്ടും കൊടുത്തും വലിയ തരക്കേടില്ലാതെ നീങ്ങവേയാണ് പെരുമ്പാവൂരുനിന്നും അരുൺകുമാറെന്ന വക്കീലിന്റെ വരവ്. നിയമക്കുരുക്കുകൾ തലനാരിഴകീറി തന്റെ വഴിക്ക് വരുത്തുന്നതുപോലെ, പ്രശ്നക്കാരായ ആനകളെ അടക്കിയൊതുക്കി വരുതിയിലാക്കുന്നതിനും അരുൺകുമാർ എന്ന ക്രിമിനൽ വക്കീലിന് പണ്ടുമുതലേ ഒരു താത്പര്യം ഉണ്ടായിരുന്നു. കീരങ്ങാട് നമ്പൂതിരിയിൽ നിന്നും ആനയെ വാങ്ങി അരുൺകുമാർ അവനെ പൂരത്തിന്റെ നാട്ടിൽ നിന്നും റബ്ബർത്തടിയുടെ മണമുള്ള, പെരുമ്പാവൂരിലേക്ക് കൂട്ടിക്കൊണ്ടുപോയി. അനന്തരം പെരിയാറിന്റെ കുളിരിൽ ജ്ഞാനസ്നാനംചെയ്ത് രാജേന്ദ്രൻ ശിവനാരായണനായി. അരുൺകുമാറിന്റെ അരുൺ ശിവനാരായണനായി.

അരുൺകുമാറിന്റെ ഭാഷയിൽ മെരുങ്ങാത്തതും ഇണങ്ങാത്തതുമായ ആനകൾ നന്നേ ചുരുക്കമാണ്. പിന്നെ 'ചൊല്ലിക്കൊടുത്താലും തല്ലിക്കൊടുത്താലും നന്നാകില്ലമ്മാവാ, എന്നെ തല്ലണ്ട' എന്ന് വാശിപിടിക്കുന്ന അപൂർവം ചിലരുണ്ടാകാം. അവരെ തള്ളിക്കളയുകയല്ലാതെ വേറെ നിവൃത്തിയുമില്ലത്രെ!

പ്രശ്നക്കാരായ ആനകളെ കൈകാര്യം ചെയ്യുന്നതിൽ എന്നും താത്പര്യം കാട്ടുന്ന അരുൺകുമാറിന്റെ പക്കലുണ്ടായിരുന്ന മറ്റൊരു മിടുക്കനായിരുന്നു അരുൺ രാജേന്ദ്രൻ; അരുണിന്റെ കൈയിലുണ്ടായിരുന്ന ഏറ്റവും പാവത്താനുമായിരുന്നു അരുൺ പരമേശ്വർ. അച്ഛന്റെ കാലംമുതൽ ആനപരിപാലനവുമായി ബന്ധമുള്ള അരുൺകുമാറിന്റെ ജീവിതത്തിലെ ദുരന്തപര്യവസായിയും ഇനിയും മറക്കാൻ കഴിയാത്തതുമായ ഏടാണ് അരുൺ പരമേശ്വർ എന്ന ആനയുടെ ദുരൂഹമായ കൊലപാതകം.

2003 ഫെബ്രുവരി രണ്ടാം തീയതി കേരളത്തിലെ നാട്ടാനകളേയും ആനപ്രേമികളേയും സംബന്ധിച്ചടുത്തോളം ഒരു ചീത്തദിവസം തന്നെയായിരുന്നു. ആലുവായിൽ വണ്ടികുത്തി, മോഹനൻ എന്നയാന ഇടഞ്ഞ് പാപ്പാനെ കൊലപ്പെടുത്തിയതും നെയ്യാറ്റിൻകര ഗണേശൻ എന്ന ആന ചരിഞ്ഞതും അരുൺ പരമേശ്വർ അതിക്രൂരമായി കൊല്ലപ്പെട്ടതുമായ മൂന്ന് ദാരുണ സംഭവങ്ങൾ അന്ന് നടന്നു. രണ്ടാം തീയതിയിലെ ടി.വി വാർത്തകളിലും അടുത്ത ദിവസത്തെ പത്രങ്ങ

▼ അരുൺ പരമേശ്വർ

ളിലും നിറഞ്ഞുനിന്നത് ആനമരണങ്ങളുടെ വാർത്തകളും ബഹുവർണ ചിത്രങ്ങളുമായിരുന്നു.

പന്തളം പഞ്ചായത്ത് പ്രസിഡന്റിന്റെ ആനയായിരുന്നതിനാൽ 'പന്തളം ആന'യെന്ന് അറിയപ്പെട്ടിരുന്ന ഗജവീരനെ അരുൺകുമാർ വാങ്ങിയിട്ട് ഒരുവർഷംപോലും തികഞ്ഞിരുന്നില്ല. വാപ്പാലശ്ശേരി ശ്രീകൃഷ്ണക്ഷേത്രത്തിലെ എഴുന്നെള്ളിപ്പ് കഴിഞ്ഞ് കൊണ്ടുവരുംവഴി, എം.സി. റോഡിന്റെ അരികിൽ കാലടിപ്പാലത്തിന് താഴെയായി താന്നിപ്പുഴ എന്ന സ്ഥലത്ത് ആനയെ കെട്ടിയതായിരുന്നു. അടുത്ത പ്രഭാതത്തിൽ മൃഗീയമാംവിധം തലയും തുമ്പിയും വെട്ടിക്കീറി കൊലചെയ്തിട്ടിരിക്കുന്ന കാഴ്ചയാണ് കാണുന്നത്! ആനയുടെ തുമ്പി വെട്ടിമാറ്റിയ അവസ്ഥയിലായിരുന്നു. കൊമ്പ് എടുക്കാനെന്നോണം മസ്തകത്തിന്റെ കീഴ്ഭാഗവും കുറേയൊക്കെ വെട്ടിപ്പൊളിച്ചിരുന്നു. ആനക്കൊമ്പ് മോഷ്ടിക്കാനുള്ള ശ്രമത്തിൽ കാട്ടുകള്ളന്മാർ കൊലപ്പെടുത്തിയെന്ന മട്ടിലായിരുന്നു ആദ്യ നിഗമനങ്ങളും വിലയിരുത്തലുകളും.

ആനയ്ക്ക് പൈനാപ്പിളിൽ സയനൈഡ് കലർത്തിനൽകി കൊലചെയ്തശേഷം കൊമ്പെടുക്കാനുള്ള ശ്രമത്തിൽ പാതിവഴിയിൽ ഉപേക്ഷിച്ചതാണത്രെ! പൈനാപ്പിളും വിഷംകൊണ്ടുവന്ന ബോട്ടിലും സംഭവസ്ഥലത്തുനിന്നും കണ്ടെടുത്തിരുന്നുവെന്നും അന്നത്തെ പത്രവാർത്തകൾ സൂചിപ്പിക്കുന്നു. കൊമ്പെടുക്കുവാനായി കാട്ടാനകൾ കൊല്ലപ്പെടുന്നത് സാധാരണമാണെങ്കിലും ഒരു നാട്ടാന ഈ വിധത്തിൽ നരകതുല്യമായി കൊല്ലപ്പെടുന്നത് ആദ്യത്തെ സംഭവം തന്നെയായിരുന്നു. അതും ജനത്തിരക്കേറിയ എം.സി. റോഡിന്റെ അരികിൽ.

മേനകാഗാന്ധിയുൾപ്പെടെ ലോകമെമ്പാടുമുള്ള ഒട്ടേറെ പരിസ്ഥിതി പ്രവർത്തകരേയും മൃഗസ്നേഹികളേയും സർവോപരി ആനക്കമ്പക്കാരേയും അക്ഷരാർഥത്തിൽ ഞെട്ടിച്ച സംഭവത്തിന്റെ പിന്നിലെ പ്രതികൾക്കായി ഒട്ടേറെ പേർ ചോദ്യംചെയ്യപ്പെട്ടു. എന്നിട്ടും അന്വേഷണോദ്യമങ്ങൾ ഇരുട്ടിൽ ആനയെ തേടുംപോലെ എങ്ങുമെത്താതെ ഇന്നും അവശേഷിക്കുന്നു. അല്ലെങ്കിൽ ആരെയൊക്കെയോ രക്ഷിക്കുവാൻവേണ്ടിയുള്ള പ്രഹസനമാംവിധം അന്വേഷണങ്ങൾ ദുരൂഹമായി വഴിമുട്ടി നിൽക്കുന്നു. ഈ ഘട്ടത്തിൽ ഹൈക്കോടതിയും ഇടപെട്ടു. അന്വേഷണം പുരോഗമിക്കുന്നു എന്ന പതിവുപല്ലവിക്കപ്പുറം മറ്റൊന്നുമുണ്ടായില്ല. ഇതിനിടെ ഉടമയായ അരുൺകുമാർ തന്നെയാണ് ആനയുടെ കൊലപാതകത്തിന് പിന്നിലെന്ന ആരോപണവും ചില കേന്ദ്രങ്ങളിൽ നിന്നും ഉയരുകയുണ്ടായി. ആനയെ നല്ല തുകയ്ക്ക് ഇൻഷുർ ചെയ്തശേഷം ഇൻഷുറൻസ് തുകയും കൊമ്പിന്റെ വിലയും തട്ടിയെടുക്കാനായി നടത്തിയ നാടകം എന്നതായിരുന്നു ആരോപണങ്ങളുടെ ഉള്ളടക്കം. പക്ഷേ യാഥാർഥ്യം മറിച്ചും- അരുൺപരമേശ്വറിനെ ഇൻഷുർ ചെയ്തിട്ടുതന്നെയുണ്ടായിരുന്നില്ല.

'ഇൻഷുർ ചെയ്തിട്ടില്ലാത്ത സാഹചര്യത്തിൽ, വിലകൊടുത്തുവാങ്ങിയ ആനയെ ഒരു കാര്യവുമില്ലാതെ കൊല്ലാൻ തയ്യാറാവുമോ?' എന്ന ഉടമയുടെ ചോദ്യം ന്യായമാണ്. കൊമ്പെടുക്കുവാനായി കാട്ടുകള്ളന്മാർ ചെയ്ത കടുംകൈ എന്ന

നിഗമനത്തിൽപോലും സംശയം പരക്കുന്നു. കൊമ്പെടുക്കുക മാത്രമായിരുന്നു ലക്ഷ്യമെങ്കിൽ ആളനക്കത്തിന്റെ യാതൊരു സാധ്യതയുമില്ലാത്ത വിജനമായ പറമ്പുകളിൽ തളയ്ക്കാറുള്ള ആനകൾ നിരവധിയാണ്. മാത്രമല്ല, പരിചയസമ്പന്നരായ ആനക്കൊമ്പ് മോഷ്ടാക്കൾക്ക് കൊമ്പെടുക്കാൻവേണ്ടി ഇത്ര വികൃതമാംവിധം ആനയുടെ മസ്തകവും തുമ്പിയുമൊന്നും വെട്ടിപ്പൊളിക്കേണ്ട ആവശ്യമില്ലെന്നും ചൂണ്ടിക്കാണിക്കപ്പെടുന്നു. ജനത്തിരക്കേറിയ റോഡിന്റെ ഓരം ചേർന്നു തളച്ചിരുന്ന ഒരാനയെത്തന്നെ ഇതിനായി അവർ തിരഞ്ഞെടുക്കുമോയെന്ന ചോദ്യവും പ്രസക്തമാണ്. പിന്നീടുള്ള സാധ്യത വ്യക്തിവിരോധമാകാം. ഒന്നുകിൽ ആനയോട്, അല്ലെങ്കിൽ ഉടമയോട്. തീർത്താൽ തീരാത്ത പകയുണ്ടാവാൻ മാത്രം ജീവിതകാലത്ത് കുടുംകൈ ഒന്നും ചെയ്തുകൂട്ടിയിട്ടില്ലാത്ത ഒരു പാവത്താനായിരുന്നു അരുൺ പരമേശ്വർ. അവൻ പാവമായിരുന്നതിനാലാവാം ഇൻഷുറൻസ് പോലും എടുക്കേണ്ടെന്ന തീരുമാനത്തിൽ ഉടമ എത്തിയത്.

തന്നോടു പ്രത്യേകിച്ച് ആർക്കും വിരോധമുണ്ടാവേണ്ട കാര്യമില്ലെന്ന് അരുൺകുമാറും പറയുന്നു. കൊലയാളികൾ ഒരിക്കലും ആനക്കൊമ്പ് വേട്ടക്കാരാവാൻ സാധ്യതയില്ലെന്നാണ് പൊതുവേയുള്ള വിലയിരുത്തൽ. ആനയെങ്ങനെ മരണപ്പെട്ടു എന്ന വസ്തുത പോസ്റ്റ്മോർട്ടം റിപ്പോർട്ടുകളിൽ നിന്നും ഇനിയും കണ്ടെത്താനായിട്ടില്ലെന്നതാണ് ഏറെ ഞെട്ടിക്കുന്ന യാഥാർഥ്യം. ആനയുടെ ഉള്ളിൽ വിഷാംശം ഉണ്ടായിരുന്നതായി യാതൊരു സൂചനയുമില്ലത്രെ!

ജീവനുള്ള ഒരാനയുടെ കൊമ്പിൻചോട്ടിൽ ച്ചെന്ന് ഈവിധം കണ്ടംതുണ്ടമാക്കാൻ ആർക്കും കഴിയുകയുമില്ല. ചോദ്യംചെയ്യുവാൻ കസ്റ്റഡിയിൽ എടുത്ത ഒരാളുടെ വീട്ടിൽ നിന്നും നാലു കോടാലികൾ കണ്ടെത്തുകയുണ്ടായത്രെ! മരംവെട്ടുതൊഴിലാളിയോ, കോടാലി വാടകയ്ക്ക് കൊടുക്കുന്ന വ്യക്തിയോ അല്ലാത്ത ഒരാളുടെ വീട്ടിൽ എന്തിനാണ് നാലു കോടാലികൾ. ഉത്തരമില്ലാത്ത ചോദ്യങ്ങൾ നമുക്ക് ചോദിച്ചുകൊണ്ടേയിരിക്കാം. സംശയങ്ങൾ കുഴിച്ചുമൂടാം. അപ്പോഴും യഥാർഥ പ്രതികൾ അണിയറയ്ക്ക് പിന്നിൽ ആനന്ദനൃത്തം നടത്തും. എന്തെന്നാൽ തനിക്കുവേണ്ടി ആക്ഷൻകൗൺസിലും രാഷ്ട്രീയപ്പാർട്ടികളും രംഗത്തുവരാൻ, അരുൺ പരമേശ്വറിന് വോട്ടർപ്പട്ടികയിൽ പേരില്ലല്ലോ. അവനുപിന്നിൽ സമുദായനേതൃത്വങ്ങളും സഭാകൗൺസിലുകളും സാംസ്കാരിക നായകന്മാരും അണിചേരുകയുമില്ല. കാരണം അവൻ ഒരാനമാത്രമാകുന്നു. മനുഷ്യൻ എന്ന അന്തകവിത്തിന്റെ കണ്ണിൽ വോട്ടർപ്പട്ടികയിൽ പേരില്ലാത്ത ഒരു ജന്തു; മരിച്ചുജീവിക്കുവാനും ഈവ്വിധം ദാരുണമായി ജീവിച്ചു മരിക്കാനും മാത്രം അർഹതയുള്ള ഒരാന! അപ്പോഴും വാർത്താമാധ്യമങ്ങളിലൂടെ വന്യജീവി വാരാഘോഷത്തിന്റെ പേരിലുള്ള പരസ്യപ്രചാരങ്ങളിലൂടെ കോടികൾ കത്തിച്ചുതീർക്കും. ആനകൾക്ക് നേരെയുള്ള അതിക്രമങ്ങൾ ഏറ്റവും അടുത്തുള്ള പോലീസ് സ്റ്റേഷനിൽ അറിയിച്ച് ഉൾപ്പുളകം കൊള്ളാൻ നമ്മളെ ഉദ്ബുദ്ധരാക്കും.

പൊന്നേത്തുകാവ് ഗജമേളയിൽ കണ്ടുപിരിഞ്ഞ് ഒന്നരമാസത്തിനുശേഷം ശിവനാരായണനെത്തേടി പെരുമ്പാവൂരെത്തുമ്പോൾ ആനയെ 'മദപ്പാടെ'ന്ന നീരിൽ നിന്നഴിച്ചിട്ട് ഒരാഴ്ച കഴിഞ്ഞിട്ടേ ഉണ്ടായിരുന്നുള്ളൂ. ശിവനാരായണന് നാടനാനകളെപ്പോലെ അധികനാൾ നീരൊലിപ്പില്ലെന്നും അതിനാൽ യാതൊരു പ്രശ്നവുമില്ലെന്നുമാണ് ഉടമയും ഒന്നാം പാപ്പാനും അന്ന് അവകാശപ്പെട്ടത്.

ഇന്ന് ശിവനാരായണൻ 'ഗുരുജിയിൽ ശിവനാരായണനാ'ണ്. തിരുവനന്തപുരം പേരൂർക്കട ഗുരുജിയിൽ പ്രശാന്ത് ഇവനെ സ്വന്തമാക്കിയതിനാലാണ് ഈ പേരുമാറ്റവും സ്ഥാനചലനവും.

കുറുമ്പുകളുടേയും പരാക്രമങ്ങളുടേയും പേരിൽ ശിവനാരായണൻ കഴിഞ്ഞകാലത്ത് കാര്യമായിത്തന്നെ പീഡിപ്പിക്കപ്പെട്ടിട്ടുണ്ട്. ഇവന്റെ ഇരിക്കസ്ഥാനമെന്ന മുതുകിലുള്ള വലിയ വെളുത്ത വ്രണം മനുഷ്യമൃഗങ്ങൾ അറിഞ്ഞുചെയ്ത കൈക്രിയയുടെ ബാക്കിപത്രമാണ്. ഇരിക്കസ്ഥാനത്തുണ്ടാകുന്ന മുറിവ്, വർഷങ്ങളോളം ഓരോർമപ്പെടുത്തൽപോലെ കിടക്കും. ആക്രമിക്കുന്നതിൽ നിന്നുമാത്രമല്ല, മെയ്യനങ്ങി

എന്തെങ്കിലും ചെയ്യുന്നതിൽ നിന്നുപോലും അത്തരം മുറിവുകൾ ആനയെ പിന്തിരിപ്പിക്കും. പുറത്തിരിക്കുന്ന പാപ്പാനെ കുടഞ്ഞും തുമ്പി കൊണ്ട് തട്ടിവീഴ്ത്തുന്നതിലും വിരുതനായിരുന്ന ആലപ്പുഴ ജില്ലയിലെ ഒരാനയെ ഒതുക്കാൻ, പാപ്പാൻമാർ അവന്റെ മുതുകിൽ വലിയൊരു മുറിവുണ്ടാക്കിയശേഷം ഒരു തീപ്പെട്ടിയിലെ മുഴുവൻ കൊള്ളികളിലേയും മരുന്ന് അതിൽ ചുരണ്ടിയിട്ട് തീകൊളുത്തിയിട്ടുണ്ടത്രെ!

തന്റെയടുത്തു വന്നതിനുശേഷം ശിവനാരായണൻ കാര്യമായ ഒരു പ്രശ്നവുമുണ്ടാക്കിയിട്ടില്ലെന്ന് പഴയ ഉടമ അരുൺകുമാർ പറയുമ്പോഴും ചിലരെങ്കിലും അതു മുഖവിലയ്ക്കെടുക്കുന്നില്ല. കൂട്ടാനക്കുത്ത് ശിവനാരായണന് ഒരു ദൗർബല്യം തന്നെയാണെന്നും ശിവനാരായണൻ എഴുന്നെള്ളത്തിനുണ്ടെങ്കിൽ തങ്ങളുടെ ആനകളെ എഴുന്നെള്ളിപ്പിന് നിർത്തില്ലെന്നും ചില ഉടമകൾ ഒരിക്കൽ തൃപ്പൂണിത്തുറ ഉത്സവത്തിനിടയ്ക്ക് നിർബന്ധം പിടിച്ച സാഹചര്യമുണ്ടായി.

പക്ഷേ, ഇന്നോളം ഒരാളെപ്പോലും കൊലചെയ്തിട്ടില്ലാത്ത ഒരാനയുടെ കുട്ടിക്കുറുമ്പുകൾ ഇത്രമേൽ ഒറ്റപ്പെടുത്തലുകളും ആക്ഷേപങ്ങളും അർഹിക്കുന്നുണ്ടോ എന്ന് ചിന്തിക്കണം. ഇന്നലേയുടെ കറുത്ത ഏടുകൾ താണ്ടി ഇന്നിന്റെ താരകിരീടങ്ങൾ പിടിച്ചുവാങ്ങി പോയിമറഞ്ഞ കണ്ടമ്പുള്ളി ബാലനാരായണനേയും (എഴുത്തച്ഛൻ ശിവശങ്കരൻ) തെച്ചിക്കോട്ടുകാവ് രാമചന്ദ്രനേയും മംഗലാംകുന്ന് അയ്യപ്പനേയും പോലെ, അല്ലെങ്കിൽ അതിനുമൊക്കെയപ്പുറം നാളേകൾ ഇവനുവേണ്ടിയുള്ളതാകാം.

കുപ്രചരണങ്ങൾക്കും പെരുപ്പിച്ചു കാട്ടുന്ന അപായഭീഷണികൾക്കുമപ്പുറം ശിവനാരായണൻ ഇന്ന് പുതിയ ഉയരങ്ങൾ എത്തിപ്പിടിക്കുകയാണ്. പൂരംമുടക്കിയെന്ന കുറ്റച്ചാർത്ത് നൽകി ഇവനെ മൂലയ്ക്കിരുത്താനുള്ള ശ്രമങ്ങൾ മുറയ്ക്ക് നടക്കുമ്പോഴും കണ്ണുള്ളവർ ഇവന്റെ ഉയരപ്പെരുമയ്ക്കു മുന്നിൽ ശിരസ്സ് നമിക്കാറുണ്ട്. പാർക്കാടി, തത്തമംഗലം, കാഞ്ഞാണി-തൃപ്പൂണിത്തുറ തുടങ്ങിയ ഉത്സവനഗരികളിൽ ഇവന്റെ ഉയരച്ചന്തം ഉത്സവപ്രേമികൾ കണ്ടാസ്വദിക്കുകയും ചെയ്തിട്ടുണ്ട്.

കേരളത്തിലെ ഏറ്റവും പ്രചാരമുള്ള പത്രത്തിനുവേണ്ടി ഒരിക്കൽ പരസ്യമോഡലായത് ശിവനാരായണനാണ്. അപവാദങ്ങളുടെ കരിനിഴൽപ്പാടുകളിൽ നിന്നും അമാവാസികളിൽ നിന്നും ശിവനാരായണൻ മെല്ലെമെല്ലെ പുറത്തുവരികയാണ്. പേരിന്റേയും പെരുമയുടേയും വെള്ളിവെളിച്ചവും വെള്ളിമേഘങ്ങളും ഇനി ഈ യുവരാജന്റെ വഴിയേ ഒഴുകിയെത്തും. വടക്കൻനാട്ടിലെ പ്രശസ്തി ഇപ്പോൾ തെക്കൻനാട്ടിലേക്കും വ്യാപിപ്പിച്ചുകൊണ്ടിരിക്കുകയാണ് ഗുരുജിയിൽ ശിവനാരായണൻ. തെക്കൻ കേരളത്തിലെ പ്രധാന ആഘോഷങ്ങൾക്ക്, ഇനിയിവന്റെ സാന്നിധ്യം ആനപ്രേമികളുടെ മനസ്സു നിറയ്ക്കുമെന്ന കാര്യത്തിൽ സംശയിക്കേണ്ടതില്ല.

***

മുതുമല മൂർത്തി

ബീഭത്സം- സാധാരണം- ശാന്തം

മുതുമല മൂർത്തി

നിലമ്പൂർ ഗൂഡല്ലൂർ റൂട്ടിലൂടെ, മലയോരപ്പാതകൾ താണ്ടിച്ചെന്നാൽ കാണുന്ന കേരള-തമിഴ്നാട് അതിർത്തിക്കടുത്താണ് മുതുമല (മുതുമലൈ) തെപ്പേക്കാട് വന്യജീവിസംരക്ഷണ കേന്ദ്രവും എലിഫന്റ് ക്യാമ്പും. കേരള അതിർത്തിയിലുള്ള മുത്തങ്ങ, കർണാടകത്തിൽപെടുന്ന ബന്ദിപ്പൂർ തുടങ്ങിയ പരമ്പരാഗത ആനത്താവളങ്ങളും മുതുമലയ്ക്കടുത്താണ്. തമിഴ്നാട്ടിലെ മുഴുവൻ ആനകൾക്കും വേണ്ടി മുൻമുഖ്യമന്ത്രി ജയലളിതയുടെ പ്രത്യേകതാത്പര്യത്തിൽ ഏതാനും വർഷം മുമ്പ് നടത്താറുണ്ടായിരുന്ന മുതുമല 'ആനപരിപോഷണ ശിബിരങ്ങൾ' ആർക്കും എളുപ്പം മറക്കാൻ കഴിയുന്നതല്ല. ആനകളെ വാഹനങ്ങളിൽ കയറ്റിക്കൊണ്ടുവന്ന് അനാവശ്യമായും അകാരണമായും ബുദ്ധിമുട്ടിക്കുന്നു എന്ന കാരണം പറഞ്ഞ് മുതുമല ആനക്ക്യാമ്പിന് പിന്നീട് വിലക്ക് പ്രഖ്യാപിക്കുകയായിരുന്നു കരുണാനിധി സർക്കാർ. പാവം കുറേ ആനകൾക്ക് രണ്ടു മാസക്കാലത്തോളം പരിപൂർണവിശ്രമവും പരിചരണവും നൽകുന്നതിനായി മാറ്റിവയ്ക്കപ്പെടുന്ന ദശലക്ഷങ്ങളുടെ ഭാരംകൂടി നേതാക്കൾ ഏറ്റെടുക്കുന്ന 'വിശാലമനസ്കത'യെ, ആനവിരുദ്ധസമീപനം എന്നല്ലാതെ മറ്റെന്ത് വിളിക്കാൻ? തമിഴ്നാട്ടിലെ ഭരണമാറ്റത്തിന്റെ പശ്ചാത്തലത്തിൽ ആനകൾക്കായി വർഷാവർഷം നടത്തിവരാറുണ്ടായിരുന്ന ആനക്ക്യാമ്പിന്റെ ഭാവിയും ഇപ്പോൾ ഒരു

ചോദ്യചിഹ്നമായിത്തീർന്നിരിക്കയാണെങ്കിലും തെപ്പേക്കാട് സ്ഥിരം ആനക്ക്യാമ്പിലെ ദിനങ്ങൾ എന്നത്തേയുംപോലെ ഇപ്പോഴും സജീവവും സംഭവബഹുലവുമായിത്തന്നെ തുടരുന്നു. അവിടെ തന്റെ സംഭവബഹുലമായ ജീവിതകഥ ആടിത്തീർക്കുന്ന കാതലുള്ള ഒരു ധിക്കാരിയെ പരിചയപ്പെടുത്തട്ടെ.

ആനത്താവളത്തിന്റെ ചുമതലക്കാരായ ഡോക്ടർമാരുടെ ഭാഷയിൽ പറഞ്ഞാൽ ഇവനുമൊരാന! തീർത്തും പാവം; ശാന്തൻ. പേര് മൂർത്തി. ഒരു കൊച്ചുകുട്ടിക്കുപോലും വിശ്വസിച്ച് കൊണ്ടു നടക്കാവുന്നവൻ. പക്ഷേ, ചുടുചോരയുടെ പച്ച മണവും പിടഞ്ഞൊടുങ്ങുന്ന മനുഷ്യജീവന്റെ ദീനവിലാപങ്ങളും ഒരു ലഹരിയും ആവേശവുമായി കൊണ്ടാടിയ കടുംകൈക്കാലത്തിന് അവധികൊടുത്ത് പുതിയ വേഷം ആടിത്തിമിർക്കുകയാണിവൻ. പിടിച്ചുപറിച്ചും കൊലവിളിച്ചും തനിക്കുതാൻ ശരികളിലൂടെയും തന്നിഷ്ടത്തിന്റെ വഴികളിലൂടെയും മാത്രം ജീവിച്ച കാട്ടാളജൻമത്തിൽ നിന്നും കാലാതിവർത്തിയായ കാവ്യഭാവനയുടെ ഗിരിനിരകളിലേക്ക് ചേക്കേറിയ വാല്മീകിയെപ്പോലെ, മുതുമല മൂർത്തിക്കും ഇത് രണ്ടാംജന്മം.

ഒറ്റനോട്ടത്തിൽ തെറ്റില്ലാത്തൊരു പിടിയാനയെന്ന് തോന്നിപ്പിക്കുമാറ്, അടങ്ങിയൊതുങ്ങി ആട്ടവും പാട്ടും ഇളക്കങ്ങളേതുമില്ലാതെ പരമസാത്വികനായി, കാൽച്ചുവട്ടിലെ മൺതരികൾക്കുപോലും നോവരുതേയെന്ന പ്രാർഥനയോടെ മാത്രം ചുവടുകൾ വയ്ക്കുന്ന മൂർത്തിയുടെ ജീവിതപ്പാതകൾ അറിയണമെങ്കിൽ ഏറെദൂരം പിന്നോട്ട് ചിന്തിക്കണം; പരിവർത്തനത്തിന്റെ പാഠശാലയായി മാറിയ ഈ ആനത്താവളത്തിലേക്കെത്തും മുമ്പുള്ള ദിനങ്ങളിലേക്ക് മടങ്ങണം.

തെപ്പേക്കാട് ആനക്ക്യാമ്പിലെ ബഹുഭൂരിപക്ഷം ആനകളും സ്വന്തമായി ഒരു മേൽവിലാസത്തിന് ഉടമകളും കാർഡിൽ പേരുള്ളവരുമായിരിക്കും. മാത്രമല്ല, പഠിപ്പിൽ മിടുമിടുക്കരായ പലരുടേയും റെക്കോഡുബുക്ക് എടുത്തുനോക്കിയാൽ അച്ഛനമ്മമാരുടെ പേരുകൾ 'ആനവെണ്ടയ്ക്കാ' മുഴുപ്പിൽ എഴുതിയിട്ടുമുണ്ടാകും. എന്തെന്നാൽ ഇവരിൽ അധികംപേരും ഈ ക്യാമ്പിൽതന്നെ ജനിച്ചുവളർന്നവരാണ്.

എന്നാൽ, 'വരത്ത'നാണെങ്കിലും ഭക്ഷണക്കാര്യത്തിലും പരിചരണമുറകളിലും മൂർത്തിക്കിവിടെ മുന്തിയ പരിഗണനയാണ്. ക്യാമ്പിലെ ആനകൾക്കോരോരുത്തർക്കും കൃത്യമായ റേഷനും കണക്കുമൊക്കെയുണ്ടെങ്കിലും മൂർത്തിക്കുള്ള അരിയിടുമ്പോൾ ആരുടേയും കൈയൊന്ന് വിറയ്ക്കും. അവരറിയാതെതന്നെ കുറച്ചധികം അരി വെള്ളത്തിലേക്ക് ചാടിയിറങ്ങുകയും ചെയ്യും. മൂർത്തിയെ ഊട്ടുന്ന കാര്യത്തിൽ ഇന്നിപ്പോൾ മന്ത്രിയെന്നും പോലീസെന്നുമുള്ള വ്യത്യാസമില്ലാതെ എല്ലാവരും കടുത്ത മത്സരമാണ്. പക്ഷേ പണ്ടത്തെ കഥയോ, പോലീസിന്റെയും ഭരണവർഗത്തിന്റെയുമെല്ലാം ഉറക്കം കെടുത്താൻ പോന്ന യമകിങ്കരൻ! തൊട്ടാൽ മാത്രമല്ല, ഏഴയലത്തു വന്നാൽ പോലും വലിച്ചടുപ്പിച്ച് ഭസ്മീകരിച്ചു കളയുന്ന ഭീകരൻ!

പ്രധാനമായും തമിഴ്നാട്-കേരള അതിർത്തി പ്രദേശങ്ങളിലെ ഗ്രാമീണജനതയായിരുന്നു ഇവന്റെ മൃഗയാവിനോദങ്ങൾക്കു മുന്നിൽ ഞെരിഞ്ഞമരാൻ വിധിക്കപ്പെട്ടത്. വേഷംമാറി മൂർത്തിയുടെ രൂപത്തിൽ നടക്കുന്ന കാലനെപ്പേടിച്ച് പണിക്കുപോലും പോകാൻ കഴിയാതെ മരവിച്ചുപോയ ദിനങ്ങൾ. മുണ്ടുംമുറുക്കിയുടുത്ത് കുടിലുകളിൽതന്നെ കഴിഞ്ഞുകൂടാമെന്ന് വച്ചാലോ, ചില നേരങ്ങളിൽ കുടിലുകൾക്ക് മേലെയായിരിക്കും താണ്ഡവം. നക്കാപ്പിച്ചക്കാശിനും നാലു കടലമണിക്കും വേണ്ടി തലയിൽ കൈവച്ചനുഗ്രഹിക്കാൻ കാത്തുകെട്ടിക്കിടക്കുന്ന അമ്പലവാസിയാനകളെ മാത്രം കണ്ടറിഞ്ഞിട്ടുള്ള ഗ്രാമീണർ, ആനയെന്ന രണ്ടക്ഷരത്തിന് മരണത്തിന്റെ തലയ്ക്കൽ പുകയുന്ന സാമ്പ്രാണിമണംകൂടിയുണ്ടെന്ന് തിരിച്ചറിഞ്ഞു. ഇടവഴികളിൽ ചവിട്ടിയരക്കപ്പെട്ട ശവങ്ങൾ പതിവുകാഴ്ചകളായി. മരണം തുടർക്കഥയായി. മുതുമല മൂർത്തിയെന്ന ഈ ഒറ്റയാൻ, കർമകാണ്ഡത്തിലെ കഠോരപർവത്തിൽ കുറഞ്ഞത് ഇരുപത്തിമൂന്ന് പേരെയെങ്കിലും അരുംകൊല ചെയ്തിട്ടുണ്ടാകും.

അന്ന് കേരളത്തിൽ 'മാ' പ്രസിദ്ധീകരണങ്ങൾ കത്തിക്കയറിനിൽക്കുന്ന കാലമാണ്. 'ഡ്രാക്കുള

പ്രഭു'വിനേക്കാളേറെ മനുഷ്യരക്തത്തിന് കൊതി പൂണ്ട് നടക്കുന്ന ഒറ്റയാന്റെ ഭീകരതാണ്ഡവത്തിനു മുന്നിൽ ഗ്രാമത്തിലെ തെങ്ങോലകൾ പോലും കണ്ണീരണിഞ്ഞുനിൽക്കുന്ന സചിത്രലേഖനവും തയ്യാറാക്കി ലേഖകൻമാർ കുടകിൽ നിന്നും കോട്ടയത്തേക്ക് വണ്ടിപിടിച്ചെത്തുമ്പോഴേക്കും വില്ലാദിവില്ലൻ അടുത്തവെടി പൊട്ടിച്ചുകഴിഞ്ഞിട്ടുണ്ടാവും. കൃഷിനശിപ്പിക്കുന്നവൻ, വീടും കുടിയും ഇടിച്ചു നിരത്തുന്നവൻ, അന്തഃകരണമില്ലാതെ ആളെക്കൊന്നുതള്ളുന്നവൻ- അങ്ങനെയങ്ങനെ മൂർത്തിക്കുനേരെ അന്ന് ഒരായിരം നാവുകളായിരുന്നു ഒന്നിച്ചിരമ്പിയാർത്തത്. ഇതെല്ലാം കഥയുടെ ഒരുവശം. മനുഷ്യവംശം തയ്യാറാക്കിയ ഏകപക്ഷീയമായ കുറ്റച്ചാർത്തലുകൾ. പക്ഷേ, വരികൾക്കപ്പുറത്തും വരികൾക്കിടയിലും വിട്ടുപോയ വാർത്തകളുണ്ട്; സത്യവുമുണ്ട്. അതറിയണമെങ്കിൽ മൂർത്തിയുടെ മനസ്സറിയണം.

ആദ്യം ദൈവത്തിന്റെ വക ഒരു കൊലച്ചതി. പിന്നെ സ്വന്തക്കാരുടേയും ബന്ധക്കാരുടേയും തള്ളിപ്പറയലുകളും അവഹേളനങ്ങളും. കുളിയും ജപവുമില്ലാതെ ഭ്രാന്തനെപ്പോലെ നടക്കുന്ന ആണൊരുത്തൻ. വിശപ്പ് കത്തിക്കാളുന്ന നേരത്ത് എന്തെങ്കിലും ഒരുവായ്ക്ക് ഒടിച്ചുതിന്നാമെന്ന് വച്ചാൽ സംഗതി കോലാഹലമാകും. ആനകൾ അവരവരുടെ കാര്യങ്ങൾ മാത്രം നോക്കി നടക്കുന്നതിനിടയിൽ, മനുഷ്യർ കാലാകാലങ്ങളായുള്ള ആനത്താരകൾ വളച്ചുകെട്ടി സ്വന്തമാക്കിക്കഴിഞ്ഞിരിക്കുന്നു. ഇപ്പോൾ താൻ ഒടിച്ചുതിന്നത് അവർ നട്ടുനനച്ച നടുതലകളും വാഴയുമാണത്രെ! പോരേ പൂരം. പിന്നെ പടക്കമേറായി, പന്തമേറായി, പന്തംകൊളുത്തി പ്രകടനമായി. തുണി മണ്ണെണ്ണയിൽ മുക്കി കത്തിച്ചെറിഞ്ഞ് അത് മുതുകത്തിരുന്ന് കത്തുമ്പോഴുള്ള പ്രാണവേദന കണ്ട് കയ്യടിച്ചു ചിരിക്കുന്നവർ വേറെ!

ആണിനുള്ള എല്ലാ ജൻമവാസനകളും ചോദനകളും എല്ലാവരേക്കാളും ഇത്തിരി അധികം ഉണ്ടായിട്ടുപോലും അത്യാവശ്യം രണ്ട് കൊമ്പുകൾ ഇല്ലാതെപോയതിന്റെ വേദനയാകാം ആദ്യമാദ്യം ഈ മോഴയാനക്കുട്ടിയെ ധിക്കാരിയും താന്തോന്നിയുമാക്കി മാറ്റിയത്. മൂർത്തിയുടെ കൊലപാതകങ്ങൾക്കെല്ലാം പലപ്പോഴും അവന്റേതായ കാര്യകാരണങ്ങളും ന്യായീകരണങ്ങളും ഉണ്ടായിരുന്നു. പക്ഷേ, നമ്മൾ മനുഷ്യർക്കത് എപ്പോഴും മനസ്സിലാക്കാനും അംഗീകരിക്കാനും കഴിഞ്ഞിരുന്നില്ലെന്ന് മാത്രം.

ഒന്നൊഴികെ എല്ലാ ലക്ഷണങ്ങളുമുണ്ട് മൂർത്തിക്ക്. അഴകളവുകളും ആരോഗ്യവും പിന്നെ എല്ലാത്തിനുമപ്പുറം തോറ്റുമടങ്ങാൻ തയ്യാറില്ലാത്ത അസാമാന്യമായ ചങ്കൂറ്റവും. നിങ്ങൾ അതിനെ അഹങ്കാരമെന്നോ തീവ്രവാദമെന്നോ വിളിച്ചേക്കാം. പക്ഷേ, അതിനുവേണ്ടി കൊടുക്കേണ്ടിവന്ന വില; ഏറ്റുവാങ്ങേണ്ടിവന്ന മുറിവുകൾ! മുതുമല മൂർത്തിയെപ്പോലെ ഇത്രയും ഭീകരമായ വേട്ടയാടലുകളും മർദ്ദനങ്ങളും മനുഷ്യനിൽ നിന്ന് ഏറ്റുവാങ്ങിയിട്ടും ഇന്നും ജീവനോടെയിരിക്കുന്ന മറ്റൊരാനയും ഈ ഭൂമുഖത്തുണ്ടാവില്ല.

കുപ്പിച്ചില്ലുകളും തകരച്ചീളുകളും നിറച്ച് എത്രയെത്ര നാടൻ തോക്കുകളിൽനിന്നുയർന്ന വെടികൾ. പിന്നെ, ഇറക്കുമതിചെയ്യപ്പെട്ട നായാട്ടുവീരൻമാരുടെ ഇരട്ടക്കുഴൽ തുപ്പാക്കിയിൽ നിന്നും ജ്വലിച്ചുചെന്ന വെടിയുണ്ടകൾ. അതിജീവനത്തിനും പിടിച്ചുനിൽപിനുമായുള്ള പലായനങ്ങളായിരുന്നു ജീവിതത്തിൽ അധികവും. ആത്മാവിന്റെ ഓരോ അണുവിലേക്കും ആഴ്ന്നിറങ്ങുന്ന നരകവേദനകൾക്കിടയിൽ അതിനു കാരണക്കാരനായ ഹിംസ്രജന്തുക്കളിൽ ഒരുവൻ നേരെ മുന്നിൽ വന്നുപെടും! ഏതെങ്കിലും ഒരു മനുഷ്യൻ. അപ്പോഴേ ഒന്നുറപ്പിക്കാം. ചിത്രഗുപ്തന്റെ കണക്കുപുസ്തകത്തിൽ അവന്റെ താള് തീർന്നിരിക്കുന്നു. മൂർത്തിയുടെ പകയും പ്രതികാരവുമെല്ലാം അതിനുള്ള വെറുമൊരു നിമിത്തം മാത്രം. തോൽക്കാനുള്ള യുദ്ധങ്ങളല്ല മൂർത്തി നയിച്ചതത്രയും. ശത്രുവുമായുള്ള ഒളിപ്പോർ സമരങ്ങൾക്കിടയിൽ അവസാനശ്വാസംവരെ പൊരുതും എന്ന് മൂർത്തിയും പ്രതിജ്ഞ ചെയ്തിരുന്നിരിക്കണം. പക്ഷേ, അതൊരിക്കലും തന്റെ തന്നെ അവസാനശ്വാസംവരെയെന്നല്ല! ശത്രുവിന്റെ അവസാനശ്വാസംവരെയെന്നായിരുന്നെന്നു മാത്രം.

ആനക്ക്യാമ്പിലെ പല ആനകളും വാല് മുറിഞ്ഞവരാണ്. കാട്ടിൽനിന്നും ഏതോ മോഴയാന

വന്ന് കടിച്ചുകൊണ്ട് പോയിയത്രെ! സംശയത്തി ന്റെ മുൾമുന മൂർത്തിക്ക് നേരെയും നീളുന്നുണ്ട്. പക്ഷേ, ആണും പെണ്ണും കെട്ടവരെന്ന് മോഴയാ നകളെ മനുഷ്യർ വിളിക്കുമെങ്കിലും സ്വന്തം വർഗ ത്തിന്റെ വാലും കടിച്ചുകൊണ്ടോടേണ്ട മൂന്നാം കിടപരിപാടിക്ക് തന്നെ കിട്ടില്ലെന്നാവും മൂർത്തി ക്ക് പറയാനുള്ളത്.

▼ മൂർത്തി ആനക്ക്യാമ്പിലെ ഡോക്ടറോടൊത്ത്

തമിഴകത്തെ ആനക്ഷേമപ്രവർത്തനങ്ങൾക്ക് നേതൃത്വവും ഊർജപ്രഭാവവും നൽകിയ ഡോക്ടർ കൃഷ്ണമൂർത്തിയാണ് മുതുമല തെപ്പേ ക്കാട് ആനക്ക്യാമ്പിന്റെയും ശക്തിസ്രോതസ്സ്. ഓരോ ആനയേയും പേരുചൊല്ലി വിളിക്കാനും ഓരോന്നിന്റെയും ഇഷ്ടാനിഷ്ടങ്ങൾ കണ്ടറിഞ്ഞ് പ്രവർത്തിക്കുവാനും മനസ്സുവച്ചിരുന്ന ഡോക്ടറാ യിരുന്നു മൂർത്തി. തികഞ്ഞൊരാനപ്രേമിയായ ഡോക്ടർ മൂർത്തിയുടെ പേരാണ് കഥാനായക നായ 'മൂർത്തി'ക്കും കിട്ടിയിരിക്കുന്നത്. ആന കൾക്കായി ജീവിതംതന്നെ ഉഴിഞ്ഞുവച്ച ഒരു മനു ഷ്യന്റെ സൽപേര്, മനുഷ്യാത്മാക്കളെ കണ്ടംതു ണ്ടമാക്കുവാൻ വേണ്ടിമാത്രം ആയുസ്സിന്റെ നല്ലൊ രുപങ്കും മാറ്റിവച്ച ഒരാനക്കിടിലന് ഒത്തുകിട്ടിയ തെങ്ങനെയെന്ന് ചോദിച്ചാൽ, അതും ഒരു കഥ.

വനങ്ങൾക്ക് നേർക്കുള്ള മനുഷ്യന്റെ കടന്നാ ക്രമണങ്ങളോട് കടുത്ത അമർഷവും പ്രതികാര വാഞ്ചയും വച്ചുപുലർത്തിയിരുന്നവനാകണം ഈ കാടിന്റെ പുത്രൻ. എന്തെന്നാൽ ചരിത്രത്തിൽ രേഖപ്പെടുത്തപ്പെട്ടിട്ടുള്ള അവന്റെ ഉൻമൂലനാശ്വ മേധങ്ങളിൽ അവസാനത്തേത് മഴു കൈയിലെ ടുത്ത ഒരാളുടെ നേരെയായിരുന്നു. കാടിനെ വെട്ടി വെളുപ്പിക്കാനും പാവം കാട്ടുമൃഗങ്ങളെ കൊന്നു തിന്നും കൊല്ലാതെ കൊന്നും മുച്ചൂടും മുടിപ്പി ക്കാനും കച്ചകെട്ടിയിറങ്ങിയവർക്കെതിരെ സന്ധി യില്ലാസമരം പ്രഖ്യാപിച്ചവനാണ് മൂർത്തി. തനിക്കുനേരെ പാഞ്ഞടുക്കുന്ന ആനക്കാലന്റെ പിടിയിൽ നിന്നും രക്ഷപ്പെടാനുള്ള ഒരവസാന ശ്രമം എന്ന നിലയിൽ അയാൾ കൈയിലിരുന്ന കോടാലികൊണ്ട് സർവശക്തിയുമെടുത്ത് വെട്ടി ക്കാണണം. ആ വെട്ടിൽ തുമ്പിക്കൈ മുറിഞ്ഞ് തൂങ്ങുകയും ചെയ്തു. തുള്ളിക്കൊരുകുടം എന്ന പോലെ തുമ്പിക്കൈയിൽ നിന്നും ചോര ചീറ്റി. അതിനുമുന്നിൽ ആനയെന്നല്ല ഒരുമാതിരിപ്പെട്ട ഏത് ജീവിയും ഉള്ള പ്രാണനും വാരിപ്പിടിച്ച് നെട്ടോട്ടമോടേണ്ടതാണ്. പക്ഷേ, മുറിച്ചിട്ടാൽ മുറി കൂടുന്ന, കരിച്ചിട്ടാൽ സ്വന്തം ചിതാഭസ്മത്തിൽ നിന്നുപോലും ചാടിയെഴുന്നേൽക്കുന്ന മൂർത്തി യുണ്ടോ വിട്ടുകൊടുക്കുന്നു.

പേരിന് രണ്ട് കൊമ്പുപോലുമില്ലാത്ത വെറു മൊരു മോഴയാണ് കഥയിലെ പ്രതിനായകനെന്ന് കേൾക്കേണ്ട താമസം, 'ഇപ്പോ ശരിയാക്കാം' എന്ന വാഗ്ദാനവുമായി ചില ശിക്കാരിശൂരന്മാർ കൈയിൽകിട്ടിയ നാടൻ തോക്കും തോട്ടകളുമൊ ക്കെയായി കാടുകയറും. കഴിയുന്നത്ര ഒഴിഞ്ഞു മാറാൻ തന്നെയായിരിക്കണം മൂർത്തിയും ആദ്യ മാദ്യം ശ്രമിച്ചിട്ടുണ്ടാവുക. ഒടുവിൽ, 'മൂർത്തി യേയും കൊണ്ടേ തിരിച്ചുപോകൂ' എന്ന മട്ടിൽ അഹങ്കാരത്തിന്റെ പത്തിയും വിടർത്തി ചട്ടമ്പി ചമയാനാണ് ഭാവമെങ്കിൽ ഗത്യന്തരമില്ലാതെ അവനും രണ്ടുംകൽപിച്ചിറങ്ങും. അങ്ങനെ ശിക്കാരിയുടെ ശവം കുളിപ്പിക്കാൻ എടുക്കേണ്ടി വരും. പലപ്പോഴും കുളിപ്പിക്കാനും കഴുകിത്തുട യ്ക്കാനുമൊക്കെ കാര്യമായിട്ടൊന്നും ബാക്കിയു

ണ്ടാവില്ലെന്നത് വേറെകാര്യം!

കേരളവും തമിഴ്നാടും കർണാടകവുമെന്ന വ്യത്യാസമില്ലാതെ ആകെയുള്ള ഒരു ജീവനെ യൊന്ന് രക്ഷിച്ചെടുക്കാൻ കാടായകാടുമുഴുവനു മുള്ള പരക്കംപാച്ചിലുകൾ; നെട്ടോട്ടങ്ങൾ. അതി നിടയിൽ ചിലപ്പോൾ ചില ജീവനുകളെയങ്ങ് കൈയേൽക്കേണ്ടി വന്നിട്ടുണ്ടെങ്കിൽ അത് തീർ ത്തും സ്വാഭാവികം. കൊടുത്താൽ കൊല്ലത്തും കിട്ടുമെന്ന പ്രകൃതിനിയമം.

ഒരിടത്തൊരു കടുംകൈ ചെയ്യേണ്ടിവന്നാൽ പിന്നെ കുറേനാളത്തേക്ക് അതിനടുത്തെങ്ങും വച്ചുപൊറുപ്പിക്കില്ല നാട്ടുകാർ. പോലീസും പട്ടാ ളവും ഭരണക്കാരും ഒത്തൊരുമിച്ചു വന്ന് കുപ്പി ച്ചില്ലുകളും തകരച്ചീളുകളും പിന്നെ എണ്ണമി ല്ലാത്ത വെടിയുണ്ടകളുമൊക്കെ വലിയ ശരീരത്തി ലേക്ക് എയ്ത് തിമിർക്കും. അപ്പോൾ തൽക്കാല ത്തേക്ക് അതിർത്തി കടക്കും. അങ്ങനെയങ്ങനെ ഒളിച്ചും പാത്തും കളിയുടേതായ അനേകവർഷ ങ്ങൾ. മുന്നിലും പിന്നിലും നിഴലായി മരണം കൂടെ നടന്ന വർഷങ്ങൾ. പക്ഷേ, എപ്പോഴാ യാലും എവിടെയായാലും എല്ലാത്തിനും ഒരവ സാനം അനിവാര്യമല്ലേ. മൂർത്തിയുടെ കാര്യ ത്തിലും അതു സംഭവിച്ചു. (ഇതിനിടെ, കൊമ്പി ല്ലാത്ത മോഴയായി പിറക്കേണ്ടിവന്നതിന്റെ പേരിൽ ജീവിതത്തിൽ എപ്പോഴെങ്കിലും ഒരൽപം സന്തോഷം അനുഭവിച്ചു എങ്കിൽ അതിന് കാര ണക്കാരൻ മറ്റാരുമായിരുന്നില്ല. സത്യമംഗലം കാടുകളിൽ വച്ച് മുഖാമുഖം കണ്ടുമുട്ടിയ വീര പ്പൻ തന്നെ! മൂർത്തിക്ക് നല്ല രണ്ടു കൊമ്പുകളും കൂടി സ്വന്തമായുണ്ടായിരുന്നെങ്കിൽ ആ കൂടിക്കാ ഴ്ചയ്ക്കിപ്പുറം രണ്ടിലൊരാൾ മാത്രമല്ലേ ബാക്കി യുണ്ടാവുമായിരുന്നുള്ളൂ).

അന്തമില്ലാത്ത പടയോട്ടങ്ങൾക്കും കീഴടക്കലു കൾക്കുമൊടുവിൽ മൂർത്തിയുടെ ജീവിതത്തി ലേക്കും ശാന്തത പടികടന്നെത്തി. സ്നേഹവും ദയയും തൊട്ടുതീണ്ടിയിട്ടില്ലാത്ത ഭീകരനെ കീഴ ടക്കുക എന്ന വെല്ലുവിളിയും ഏറ്റെടുത്ത് ഡോ. കൃഷ്ണമൂർത്തിയും സംഘവും കാടുകയറിയ പ്പോൾ അതൊരു വഴിത്തിരിവായി.

ദിവസങ്ങളോളംനീണ്ട തിരച്ചിലുകൾക്കും മല ക്കംമറിച്ചിലുകൾക്കും ഒടുവിൽ ഒരു മയക്കുവെടി അവന്റെ ചേളപ്പുറത്തേക്ക് സമാധാനപ്രാവിനെ പ്പോലെ പറന്നുകയറി. കണ്ണുകളിൽ ഇരുട്ടുകയ റിത്തുടങ്ങിയിട്ടും, സിരകളിലേക്ക് മയക്കം ലഹ രിയായി നീറിപ്പിടിക്കുമ്പോഴും തോറ്റുകൊടുക്കാൻ തയ്യാറില്ലാത്ത മനസ്സിന്റെ ബലത്തിൽ പിടഞ്ഞെ ണീറ്റോടി. ഒടുവിൽ ഏതോ ഒരു പുൽക്കാട്ടിന്റെ തേർത്തട്ടിലേക്ക് ഊർന്നുലഞ്ഞ് വീണ് ഓർമകൾ ഒന്നൊന്നായി വിടചൊല്ലിയപ്പോൾ, അവന്റെ തീക്ഷ്ണയൗവനത്തിന്റെ ഒറ്റയാൾപ്പോരാട്ട ങ്ങൾക്കെല്ലാം പരിസമാപ്തിയാവുകയായിരുന്നു.

ചങ്ങലക്കെട്ടുകളുടെ കടുത്ത ബന്ധനത്തി ലേക്ക് കണ്ണുതുറക്കുമ്പോൾ ഞെട്ടലോടെ അവൻ യാഥാർഥ്യം അംഗീകരിച്ചു- താൻ ഇനിയും മരി ച്ചിട്ടില്ല എന്ന യാഥാർഥ്യം. അടിമയായി ആയിര ത്തൊന്നാണ്ട് ചതഞ്ഞുജീവിക്കുന്നതിനേക്കാൾ അഭികാമ്യം, 'തനിക്കുതാൻ ഉടയോനായി' ഒരുനാ ളെങ്കിലൊരുനാൾ പൊരുതി ജീവിക്കുന്നതു തന്നെയാണ് ആണത്തം എന്നുവിശ്വസിച്ച ആ ഒറ്റ യാൻ, ജീവിതത്തിലാദ്യമായി ഒരു തിരിച്ചറിയലി ന്റേയും സാന്ത്വനത്തിന്റേയും സ്നേഹസ്പർശം തൊട്ടറിഞ്ഞു. ഡോക്ടർ കൃഷ്ണമൂർത്തിയുടെ വാക്കും നോക്കും അവനു മുന്നിൽ പുതിയൊരു ജീവിതത്തിലേക്കുള്ള പുനർജനിയും ജ്ഞാന സ്നാനമന്ത്രവുമായെന്ന് പറഞ്ഞാൽ അതുതന്നെ യാണ് സത്യം. നീലഗിരി ജില്ലയിൽപ്പെടുന്ന ഊട്ടി ക്കടുത്തുള്ള ദേവർഷോലയിൽ വച്ചായിരുന്നു ചരിത്രപ്രസിദ്ധമായ ആ കീഴടങ്ങൽ- 1998 ജൂലൈ പന്ത്രണ്ടിനാണ് മൂർത്തി വെടിയേറ്റു വീണത്. സ്വസ്ഥതയും സമാധാനവും എന്തെന്നറിഞ്ഞിട്ടി ല്ലാത്ത പോക്കിരിയിൽ നിന്ന് അക്ഷരാർഥത്തിൽ അവന് മോക്ഷവും പുനർജൻമവുമേകിയ ഡോ. കൃഷ്ണമൂർത്തിയോടുള്ള ആദരസൂചകമായാണ് 'മൂർത്തി'യെന്ന് പേരുചാർത്തിക്കൊടുത്തത്. ഒരു പക്ഷേ, ലോകചരിത്രത്തിൽ തന്നെ ആദ്യമായി ട്ടാകും വേട്ടക്കാരന്റെ പേരിൽ ഏതെങ്കിലും ഒരു ഇര പിന്നീട് അറിയപ്പെടുന്നത്.

ഇപ്പോൾ മൂർത്തിയോടൊപ്പം നിന്നൊരു ഫോട്ടോയെടുക്കാൻ മന്ത്രിമാർപോലും മത്സരി ക്കും. കാരണം 'മക്കൾ' കൈവിട്ടാൽ അടുത്ത

ഇലക്ഷന് കെട്ടിവച്ചകാശ് കിട്ടിയില്ലെന്ന് വരും. പക്ഷേ, ആൾപ്പിടിയനാനയായിരുന്ന മുതുമല മൂർത്തിക്കു മുന്നിൽ മുട്ടുവിറയ്ക്കാതെ നിന്ന് ഫോട്ടോയ്ക്കു പോസ് ചെയ്തവനെന്ന ധീരതയും വീരത്വവും ആയുസ്സറുതിയോളം നീളുകയില്ലേ...

കൽപാന്തകാലത്തോളം നീളുന്ന വേദനയുടേയും പകയുടേയും അനേകമനേകം വെടിമരുന്നുണ്ടകൾ ആനക്യാമ്പിലെ ഡോക്ടർമാർ അവന്റെ ശരീരത്തിൽനിന്നും മനസ്സിൽനിന്നും പുറത്തെടുത്തു കഴിഞ്ഞു. ഇന്നിപ്പോൾ വായിൽകയ്യിട്ടാൽപോലും കടിക്കാത്ത, പച്ചപ്പാവത്താനായി അവൻ മാറിയിരിക്കുന്നു. ഏറ്റവുമൊടുവിൽ 2003-ലും അവന്റെ ചെകിടോരത്തു തറച്ചുകയറിയിരുന്ന വെടിയുണ്ട നീക്കം ചെയ്യാൻ ഒരു ശസ്ത്രക്രിയ നടത്തി. ബോധം കെടുത്താതെയാണ് ഇതു ചെയ്തതെന്ന് പറഞ്ഞാൽ എത്രപേർ വിശ്വസിക്കും. പാപ്പാൻമാരുടെ വാക്ക് വിശ്വസിച്ച് ശസ്ത്രക്രിയ കഴിയുംവരെ മൂർത്തി അനങ്ങാതെ നിന്നുകൊടുത്തു.

ഇന്നിപ്പോൾ പാപ്പാൻമാരാണ് മൂർത്തിയുടെ സർവസ്വവും. തന്റെ പാപ്പാൻമാർ പറയുന്നതിനപ്പുറമിപ്പുറം മറ്റൊരു ലോകവും വേറിട്ടൊരു ചിന്തയും മൂർത്തിക്കില്ല. സാധാരണമായി, ആനകളെ അഴിക്കുവാനായി പാപ്പാൻമാർ രാവിലെ കെട്ടുംതറിയിൽ എത്തുമ്പോഴും വൈകിട്ട് കെട്ടിയുറപ്പിച്ച് മടങ്ങുമ്പോഴും ആനകൾ കണയിറക്കി മൂത്രമൊഴിക്കുന്നത് പാപ്പാൻമാരോടുള്ള അവരുടെ സ്നേഹവും ഐക്യദാർഢ്യവും പ്രകടിപ്പിക്കാനാണ്. പക്ഷേ, മൂർത്തിയുടെ കാര്യമാവുമ്പോൾ അതിന് മറ്റൊരുദ്ദേശ്യം കൂടിയുണ്ടാവുമെന്നത് സ്വാഭാവികം. ഒറ്റനോട്ടത്തിലുള്ള ചിലരുടെയെങ്കിലും തോന്നലിനെ- ഇത് ഒരു പെണ്ണാനയല്ലേയെന്ന ചിലരുടെ സംശയത്തെ- വല്ലപ്പോഴുമെങ്കിലും അവനൊന്ന് തിരുത്തിയാലല്ലേ പറ്റൂ.

പുതിയ നിയോഗത്തിൽ മൂർത്തിക്ക് ഇരട്ടി സ്ഥാനക്കയറ്റമാണ്. നാട്ടാനകൾ അത്യാവശ്യം ശീലിക്കേണ്ട പഠിപ്പും പത്രാസുമൊക്കെ കഴിഞ്ഞ് കക്ഷിയിപ്പോൾ മറ്റാനകളെ പഠിപ്പിക്കുവാനുള്ള വിഷയങ്ങൾ പഠിക്കുന്നു. മനുഷ്യൻ എന്ന ഹിംസ്രജന്തുവിന്റെ ഗന്ധം തുമ്പിയിലടിക്കുമ്പോൾത്തന്നെ അവനെ 'ഏതൊക്കെ രീതികളിൽ കൊല്ലാം' എന്നുമാത്രം ഒരിക്കൽ ചിന്തിച്ചിരുന്ന ആനക്കിരാതൻ, ഇടക്കാലത്ത് സഞ്ചാരികളെ ചുമലിലേറ്റിക്കൊണ്ട് നടന്ന് കാഴ്ചകൾ കാട്ടിക്കൊടുക്കുന്ന സഫാരിയാനയുടെ വേഷവും വെടിപ്പായി കെട്ടിയാടി. ഇപ്പോൾ അതുംകഴിഞ്ഞ് പുതിയൊരു പഠനത്തിലാണ്- കാട്ടിൽ പ്രശ്നക്കാരായി മാറു

ന്നവരെയും കുഴിയിൽ വീഴുന്ന കാട്ടാനകളെയും പിടിച്ച് പരിശീലിപ്പിക്കുവാനുമുള്ള കുങ്കിയാനയാകാനുള്ള താപ്പാനപരിശീലനം.

ഗർഭത്തിൽ ഇരിക്കുമ്പോൾതന്നെ പാതിവഴി മാത്രം പറഞ്ഞുകൊടുത്ത് ഊരിന്റെ പേരുതന്നെ സ്വന്തം ശിരസ്സിലെഴുതിവച്ച 'മുതുമലൈ' എന്ന കൊമ്പൻ മുതൽ ജാഫറും വസീറും ഇന്ദ്രനും പിന്നെ പന്ത്രണ്ടുവട്ടം പെറ്റിട്ടും മനസ്സിൽനിന്ന് ഇനിയും മാതൃവാത്സല്യത്തിന്റെ ഉറവകൾ വറ്റിത്തീരാത്ത രതിയമ്മയും കുട്ടിക്കളികളും കൊഞ്ചൽമൊഴികളുമായി നടക്കുന്ന കുഞ്ഞുങ്ങളുമൊക്കെയായി ഒട്ടേറെ അന്തേവാസികൾ ഇന്ന് ഈ ആനത്താവളത്തിൽ രാപാർത്തു വരുന്നുണ്ട്; ഒപ്പം മൂർത്തിയും. മൂർത്തിയെന്ന അപൂർവജന്മത്തിന്, മുതുമല ആനക്ക്യാമ്പ് ഒരിക്കലും ഒരസ്വാതന്ത്ര്യത്തിന്റെ തടങ്കൽപാളയമല്ല. മറിച്ച് അവനിതൊരു സ്വർഗമാണ്.

***

നാകേരി അയ്യപ്പൻ

കുപ്രസിദ്ധിയുള്ളൊരാന; വേറിട്ടൊരുടമ

ഓർമകൾ മരിക്കാത്തിടത്തോളം മലയാളിക്ക് മറക്കാൻ കഴിയാത്ത ഒരു മനുഷ്യനുണ്ട്. മനുഷ്യനായി ജനിച്ചു ജീവിക്കുന്നതിലെ സുഖവും സന്തോഷവുമെല്ലാം തനിക്കും തന്റെ കുടുംബത്തിനും മാത്രം പോരല്ലോ എന്ന ചിന്തയുടെ അരണി കടഞ്ഞെടുത്ത യാഗാഗ്നിയുമായി, ഒരു ജനതയ്ക്കും ഒരു ദേശത്തിനും നേരിന്റേയും നീതിയുടേയും വെളിച്ചം പകർന്നുകൊടുത്ത ഒരാൾ- ഇ.എം.എസ്. ഇ.എം.എസ്. എന്ന മൂന്നക്ഷരങ്ങൾക്ക് മലയാളമനസ്സുകളിൽ മാത്രമല്ല ലോകരാഷ്ട്രീയത്തിന്റെ ഭൂപടത്തിൽതന്നെ അദ്വിതീയമായ സ്ഥാനമുണ്ട്. ഏലംകുളം മനയ്ക്കൽ ശങ്കരൻ നമ്പൂതിരിപ്പാട് എന്ന കുറിയ മനുഷ്യനെ ആകാശത്തോളം ഉയർത്തിവിട്ട മണ്ണാണ് ഏലംകുളം മനയിലേത്.

മനകളും ആനകളുമായുള്ള ബന്ധത്തിന് നൂറ്റാണ്ടുകളുടെ പഴക്കമുണ്ട്. 'കാട്ടിലെ തടി തേവരുടെ ആന' എന്നാണ് പൊതുവേയുള്ള പറച്ചിലെങ്കിലും ആനകളിൽ നല്ലൊരു പങ്കും പേരുകേട്ട മനകളുടെയോ രാജകൊട്ടാരങ്ങളുടെയോ സ്വന്തമായിരുന്നു എന്നതാണ് കഴിഞ്ഞകാലയാഥാർഥ്യം. തമ്പുരാന്റെ ആനയെ ആനക്കാരൻ നോക്കി നടത്തും. തന്റെ അരുമയായ ആനയെ ജീവൻ പണയംവച്ചും പോറ്റുന്ന ആനക്കാരനേയും അവന്റെ കുടുംബത്തേയും തമ്പുരാനും രക്ഷിക്കും എന്നായിരുന്നു വിശ്വാസം.

ഫ്യൂഡൽ സമ്പ്രദായത്തിന്റെ ചില നല്ല വശങ്ങൾ കുറഞ്ഞപക്ഷം ആനകളുടെ കാര്യത്തിലെങ്കിലും അനുഗ്രഹമായിരുന്നു. അന്ന് ഇന്നത്തെപ്പോലെ ആണ്ടോടാണ്ട് ആനക്കാരനെ മാറ്റുന്ന സമ്പ്രദായങ്ങളില്ല. പുതിയ പാപ്പാൻ ആനയെ വരുതിയിലാക്കുന്ന, 'കെട്ടിയഴിക്കൽ' എന്ന പേരിലുള്ള കൊടിയ പീഡനങ്ങളും വിരളം. ആനകൾക്കും ആനക്കാർക്കും ഒരളവുവരെയെങ്കിലും സുരക്ഷിതത്വമുള്ളതായിരുന്നു മനകൾക്ക് കീഴിലുള്ള ആനപ്പരിപാലനം. ആന, കുടുംബത്തിന്റെ പ്രൗഢിയുടെ ചിഹ്നമായിരുന്ന നാളുകളിൽ ആനയെ പോറ്റുന്നത് ലാഭത്തിനുവേണ്ടിയായിരുന്നില്ല. ആനവളർത്തൽ ഇന്നത്തെപ്പോലെ കച്ചവടക്കണ്ണ് മാത്രമുള്ള ഒരു കാശിറക്കിക്കളിയുമായി

രുന്നില്ല.

ഏതാണ്ട് മുന്നൂറ് വർഷത്തിലേറെ പഴക്കമുണ്ട് ഏലംകുളം മനയ്ക്ക്. ഇ.എം.എസിന്റെ കാലഘട്ടത്തിലും അതിന് തൊട്ടുമുമ്പുമൊന്നും ഈ മനയിൽ ആന ഉണ്ടായിരുന്നതായി അറിവില്ല. എന്നിട്ടും ആനയെപ്പറ്റിപ്പറഞ്ഞ് ഏലംകുളം മനയിൽ എത്തിയെങ്കിൽ അതിനു കാരണക്കാരൻ ഒരാനയാണ്- നാകേരിമന അയ്യപ്പൻ.

ഗുരുവായൂരിനടുത്തുള്ള നാകേരിമനത്തിരുമേനിയുടെ സ്വന്തമാണിപ്പോൾ അയ്യപ്പൻ. നാകേരി മനയുടെ സ്വന്തമായ അയ്യപ്പന്റെ കഥപറയാൻ ഏലംകുളംമന ചുറ്റുന്നതെന്തിനെന്നാണെങ്കിൽ, ഏതാനും വർഷങ്ങളായി മദപ്പാടുകാലത്ത് ഏലംകുളംമനവക സ്ഥലത്താണ് അയ്യപ്പനെ തളയ്ക്കാറുള്ളത്.

പത്തടിയോടടുത്തുവരുന്ന ഉയരപ്പെരുമ. അതിനേക്കാളുപരി മോശമല്ലാത്ത താന്തോന്നിത്തം. ഇതുരണ്ടുമാണ് നാകേരിമന അയ്യപ്പനിലേക്ക് ഏവരേയും ആകർഷിക്കുന്നത്. മദപ്പാടിലും അതുകഴിഞ്ഞും ഏലംകുളം മനയും ഇവിടത്തെ പ്രകൃതിമനോഹരമായ കുന്തിപ്പുഴയുമൊക്കെയാണ് അയ്യപ്പന്റെ തട്ടകങ്ങൾ. കൈയൂക്കിന്റേയും തെമ്മാടിത്തരത്തിന്റേയും ഭൂതകാലത്തിന് അവധികൊടുത്ത് അയ്യപ്പനിവിടെ പരിവർത്തനത്തിന്റേയും മാനസാന്തരത്തിന്റേയും പുതിയ വേദങ്ങൾ മനഃപാഠമാക്കുകയാവും.

വിക്ടർ ഹ്യൂഗോയുടെ ജീൻവാൽജീൻ എന്ന കഥാപാത്രത്തെപ്പോലെ ഒരാന. അതാണ് ഇന്നത്തെ നാകേരിമന അയ്യപ്പൻ. ജീൻവാൽജീനെ വിശുദ്ധിയുടെ ജീവിതപ്പാതകളിലേക്ക് കൈപിടിച്ചാനയിച്ച പാതിരിയെപ്പോലെയാണ് ഇവിടെ അവന്റെ ഉടമ നാകേരി വാസുദേവൻ നമ്പൂതിരി. വാസുദേവൻ നമ്പൂതിരിയും അയ്യപ്പനാനയും പിന്നെ പാപ്പാൻ വേലായുധനും ചേർന്ന് നടത്തിക്കൊണ്ടിരിക്കുന്ന 'നാടകപരിശീലനം' ഒരു പരീക്ഷണമാണ്. മനസ്സുവച്ചാൽ ഏത് വഴക്കാളിയാനയേയും സമാധാനപ്പാതകളിലേക്ക് ആനയിക്കാൻ കഴിയുമെന്ന വിശ്വാസം പ്രാവർത്തികമാക്കാനുള്ള ഒരു പരീക്ഷണശാല.

ഗുരുവായൂർ ക്ഷേത്രത്തിലെ ദൈവികവൃത്തികൾ പാരമ്പര്യമായി അനുവദിച്ചുകിട്ടിയിട്ടുള്ള പതിമൂന്ന് കുടുംബങ്ങളിൽ ഒന്നാണ് ഗുരുവായൂരിലുള്ള നാകേരി മന. ഗുരുവായൂരമ്പലത്തിലെ കീഴ്ശാന്തിയായിരുന്ന നാകേരി വാസുദേവൻ നമ്പൂതിരിക്ക് നന്നേ ബാല്യം മുതൽക്കുതന്നെ അസാരം ആനക്കമ്പമുണ്ട്. ഗുരുവായൂരിലെ ആനക്കോട്ടയും അവിടത്തെ പേരുകേട്ട ഗജവീരന്മാരുമൊക്കെ ചേർന്ന് നമ്പൂതിരിക്കുട്ടിക്ക് സമ്മാനിച്ച ഒരു ദൗർബല്യം. ഒടുവിൽ തിരുമേനിയുടെ മനസ്സുപോലെ ഒരാന സ്വന്തമായി. അവന് നാകേരി നീലകണ്ഠൻ എന്ന് പേരുംകൊടുത്തു. കൈനീട്ടം എന്തായാലും മോശമായില്ല. നാകേരി മനയിലേക്ക് പിന്നെയും ആനകൾ വന്നുകൊണ്ടേയിരുന്നു. ഇതിനിടെ നമ്പൂതിരിയുടെ കൈവശമുള്ള ഒരാന, ആനപ്രേമികളുടെ കണ്ണും കരളും കവരാൻ പാകത്തിൽ കയറി പൊലിക്കുകയും ചെയ്തു. അവനാണ് നാകേരി അയ്യപ്പൻകുട്ടി.

ആനക്കാര്യത്തിൽ തന്റെ ആഗ്രഹം ഫലിച്ചാൽ ഗുരുവായൂരപ്പന് ഒരാനയെ നടയ്ക്കിരുത്തണമെന്നത് നമ്പൂതിരിയുടെ ഏറെ നാളായുള്ള മോഹമായിരുന്നു; ഇനിയും അത് വച്ചുതാമസിപ്പിക്കേണ്ടെന്ന് ഉറപ്പിച്ചു. ഏതാനയെ നടയ്ക്കിരുത്തണം എന്നതായി പിന്നത്തെ ചിന്ത. ഗുരുവായൂരപ്പന്റെ അഭീഷ്ടംപോലെ ഏതാന്നുവച്ചാൽ എടുക്കട്ടെ എന്നു തീരുമാനിച്ച് നറുക്കിട്ടു. ഗുരുവായൂരപ്പൻ തിരഞ്ഞെടുത്തത് തിരുമേനിയുടെ അഭിമാനവും അമൂല്യസമ്പത്തുമായ സാക്ഷാൽ അയ്യപ്പൻകുട്ടിയെയാണ്. ദശലക്ഷങ്ങൾ വിലമതിക്കുന്ന ഗജരാജൻ. അമ്മയോടുംകൂടി ഒന്ന് ചോദിക്കണം എന്നു മാത്രമേ പറഞ്ഞുള്ളു. അമ്മയുടെ തീരുമാനവും മറിച്ചായിരുന്നില്ല. അങ്ങനെ നാകേരിമനയ്ക്കലെ അരുമയായിരുന്ന അയ്യപ്പൻകുട്ടിയാണ് ഇന്നത്തെ താരമായ ഗുരുവായൂർ വലിയകേശവൻ.

വലിയകേശവൻ എന്ന തന്റെ അയ്യപ്പനാനയെ നടയ്ക്കിരുത്തിയശേഷം അവനു തുല്യനായ വലിയൊരാനയ്ക്കുവേണ്ടി വാസുദേവൻ നമ്പൂതിരി ഒത്തിരി തിരഞ്ഞു. അന്വേഷണം ഉത്തരേന്ത്യവരെ നീണ്ടു. പക്ഷേ, ഒമ്പതരയടിക്കുമേൽ ഉയരമുള്ള ആനയെ എവിടെയും കിട്ടാനില്ല. രാജസ്ഥാനിൽ

ഷേണായി ചന്ദ്രശേഖരൻ

ബാസ്റ്റ്യൻ വിനയശങ്കർ

അടിയാട്ട് അയ്യപ്പൻ

ഈരാറ്റുപേട്ട അയ്യപ്പൻ

ആനയെ വാങ്ങുകയെന്ന ആഗ്രഹത്തോടെ കേരളത്തിലെ ഒട്ടേറെ ലക്ഷണവീരന്മാർക്ക് വില പറഞ്ഞു നടക്കുന്നതിനിടെയിലാണ് രാജേന്ദ്രൻ നാകേരി നമ്പൂതിരിയുടെ കണ്ണിൽപ്പെടുന്നത്. പക്ഷേ, നമ്പൂതിരി അവനെ വാങ്ങാമെന്ന് മനസ്സിൽ വിചാരിക്കുമ്പോഴേക്കും അവൻ മറ്റാരുടെയെങ്കിലും സ്വന്തമായിരിക്കും. പൊതുവേ പ്രശ്നക്കാരനാണെങ്കിലും നല്ലൊരാന. അവനെ ഒത്തുകിട്ടിയാൽ, നന്നാക്കിയെടുത്താൽ നാകേരി മനയുടെ നിലയ്ക്കും വിലയ്ക്കും അഭിമാനമായിരിക്കും എന്ന പ്രതീക്ഷയാണ് രാജേന്ദ്രനുനേരെ കണ്ണുവയ്ക്കുവാൻ നമ്പൂതിരിയെ പ്രേരിപ്പിച്ചത്.

രാജേന്ദ്രനാനയും വാസുദേവൻ നമ്പൂതിരിയും ചേർന്നുള്ള കള്ളനും പോലീസും കളി കുറേക്കാലംകൂടി നീണ്ടു. ഒടുവിൽ നമ്പൂതിരിയുടെ പ്രതീക്ഷപോലെ അവൻ നാകേരി മനയിലെത്തി. ഗുരുവായൂരപ്പനായിട്ട് തനിക്കു കൊണ്ടുത്തന്ന കൈനീട്ടമെന്ന് നമ്പൂതിരി വിശ്വസിക്കുന്ന രാജേന്ദ്രന് നാകേരി അയ്യപ്പൻ എന്ന പേരുമിട്ടു.

ആനകളെ വാങ്ങി, ഉടനെതന്നെ ഉത്സവപ്പറമ്പുകളിലേക്ക് വഴിനടത്താനാണ് നല്ലൊരു ശതമാനം ഉടമകളും തിരക്കുകൂട്ടുക. പക്ഷേ, ചിറയ്ക്കൽ രാജേന്ദ്രൻ എന്ന വിരുതനെ വാങ്ങിയതിന്റെ തൊട്ടുപിന്നാലെ അവനെ ജനമധ്യത്തിലേക്ക് പറഞ്ഞുവിട്ട് കൂടുതൽ പരീക്ഷണങ്ങൾക്ക് നിൽക്കുവാൻ വാസുദേവൻ നമ്പൂതിരി തയ്യാറായിരുന്നില്ല. പിന്നെയോ, മുടിയനായ പുത്രൻ എന്ന പേരു കേൾപ്പിച്ചിട്ടുള്ള ഇവനെ കൂടുതൽ തല്ലിപ്പഴുപ്പിക്കാൻ നിൽക്കാതെ മറ്റൊരു വഴി തേടുകയാണ് കൂട്ടത്തിൽ വ്യത്യസ്തനായ ഈ ഉടമ- അതാണ് മുമ്പ് സൂചിപ്പിച്ച, ഏലംകുളം മനയിലെ അയ്യപ്പന്റെ സുഖവാസ പരീക്ഷണം.

കേശവനെ ഭഗവാന് സമർപിച്ചശേഷം വലിയൊരാനയ്ക്കു വേണ്ടിയുള്ള നമ്പൂതിരിയുടെ കാത്തിരിപ്പിന്റെ പരിസമാപ്തിയാണ് ഇന്നത്തെ നാകേരി അയ്യപ്പൻ. ജ്യോത്സ്യത്തിൽ വലിയ വിശ്വാസമുള്ള നമ്പൂതിരി ഏതാനയെ വാങ്ങാൻ മനയിൽ നിന്നിറങ്ങും മുമ്പും അവനെ കൈയേറ്റാലുള്ള വരുംവരായ്കകളും പ്രശ്നങ്ങളും പ്രശ്നംവയ്പിച്ച് നോക്കും. നാകേരി അയ്യപ്പന്റെ ഒരെണ്ണമുണ്ടെന്നറിഞ്ഞ് എത്തിയപ്പോഴാകട്ടെ, അതിനെ മറ്റൊരാന കുത്തിക്കൊന്നുവെന്ന വിവരമാണ് അറിയുന്നത്.

ഉത്തരേന്ത്യയിൽ നിന്ന് ഒട്ടേറെ പേരുകേട്ട ഗജവീരന്മാരെ മലയാളമണ്ണിൽ എത്തിച്ച എടക്കുന്നി വാര്യരാണ് അയ്യപ്പൻ (പഴയപേര് രാജേന്ദ്രൻ) എന്ന ഈ ആനയേയും കേരളത്തിൽ എത്തിക്കുന്നത്. അഴകും ആരോഗ്യവും ഇന്നത്തെ അത്രയുമൊന്നുമില്ലെങ്കിലും നവയൗവനത്തിന്റെ ചോരത്തിളപ്പിൽ ആനയുടെ കുറുമ്പുകൾ അതിരുകൾ താണ്ടാൻ തുടങ്ങി. ചെറിയ ഇടയലുകൾ; പിണക്കങ്ങൾ. അങ്ങനെയങ്ങനെ ഒരിക്കൽ ആറാട്ടുപുഴയ്ക്കടുത്തുള്ള ചാത്തക്കുടം പൂരത്തിന് ശുണ്ഠിയെടുത്ത് രാജേന്ദ്രൻ സാക്ഷാൽ എടക്കുന്നി വാര്യരെതന്നെ തട്ടിത്തെറിപ്പിക്കുകയും ചെയ്തു. എങ്കിലും ആനയുടെ വളർച്ചയും ഭാവിയും മുൻകൂട്ടികണ്ട വാര്യർ അവനെ കുറേക്കാലംകൂടി ഉന്തിയുരുട്ടിക്കൊണ്ടു നടന്നു.

രാജേന്ദ്രനെ വാര്യർ വിൽക്കുവാൻ ആലോചിക്കുന്നു എന്നറിഞ്ഞപ്പോൾതന്നെ നല്ലവിലയുമായി കൊല്ലത്തുനിന്നും എഞ്ചിനീയർ എത്തി. പിന്നെ കുറേക്കാലം തിരുവിതാംകൂറിന്റെ മണ്ണിനെ വിറപ്പിച്ചുവിട്ട നിമിഷങ്ങൾ. പിന്നീട് കൊല്ലത്തെ എഞ്ചിനീയറിൽ നിന്നും ആന നന്ദിക്കര അനിൽകുമാറിന്റെ അധീനതയിലേക്ക്. അവിടെ അവൻ നന്ദിക്കര രാജേന്ദ്രനായി. അവിടെനിന്നും പെരുമ്പാവൂർ അരുൺകുമാറിലേക്കും അരുൺകുമാറിൽ നിന്ന് ചിറയ്ക്കൽ മധുവിലേക്കുമൊക്കെയായി പലരുടേയും കൈമറിഞ്ഞു. എങ്കിലും പേര് രാജേന്ദ്രൻ എന്നതുതന്നെയായിരുന്നു.

തെക്കൻ മേഖലയിൽ വിലസിയ നാളുകളിലാണ് ആന കൂടുതൽ കുഴപ്പങ്ങൾ ഉണ്ടാക്കിയിട്ടുള്ളതും കണക്കറ്റ് മേടുകൾ വാങ്ങിക്കൂട്ടിയിട്ടുള്ളതും. കടത്തനാടൻ അമ്പാടി എന്ന സിനിമയിൽ അഭിനയിക്കാൻ പോയ രാജേന്ദ്രൻ, നിർമാതാവായ സാജന്റെ ബെൻസ് കാർ കുത്തിപ്പൊളിച്ചു. ദാരുണമായ കൊലപാതകങ്ങൾക്കുശേഷം കൊമ്പുകളിലെ ചോരപ്പാടുകൾ ഉണങ്ങുവാൻ പോലും കാത്തിരിക്കാതെ പുതിയ പാപ്പാനേയും വകവരുത്തി.

ഭാവിഗണിച്ച ജ്യോതിഷിക്ക് അവന്റെ ശുക്രദശ വരാനിരിക്കുന്നതേയുള്ളുവെന്ന കാര്യത്തിൽ തെല്ലും സംശയമില്ലായിരുന്നുവത്രേ!

കാറ്റുപിടിച്ച അപ്പൂപ്പൻതാടിപോലെ, കേരളത്തിലെ നാട്ടാനകളുടെ അദ്ഭുതലോകത്ത് കറങ്ങിനടക്കുന്ന ആനക്കമ്പക്കാർക്ക് നാകേരി നമ്പൂതിരിയുടെ പരീക്ഷണവും സഹനവും പുതിയൊരു പാഠഭേദമാണ്. ഇക്കാലമത്രയും സ്നേഹം എന്ന പദത്തിന്റെ അർഥം ആന തിരിച്ചറിഞ്ഞിട്ടുണ്ടാവില്ല. കാരുണ്യത്തിന്റേയും സ്നേഹവായ്പുകളുടേയും ഉറവവറ്റിയ മനസ്സിൽ നിന്ന് എപ്പോഴോ ഒരിക്കൽ അനിവാര്യമായ ഒരു പൊട്ടിത്തെറിയും ചെറുത്തുനിൽപ്പും ഉണ്ടായപ്പോഴാവാം മുടിയനായ പുത്രനെന്ന് വിധിച്ച് ഓരോ ഉടമയും ഇവനെ വാശിക്ക് വാശിയോടെ കൈയൊഴിഞ്ഞത്. മറിച്ച് അവനെ മനസ്സിലാക്കുവാനോ ആ മനസ്സിന്റെ വിങ്ങലുകൾക്ക് മുമ്പിൽ തെല്ലിട കാതുകൊടുക്കുവാനോ ആർക്കും സാവകാശമുണ്ടായില്ല. അതാണ് സത്യം.

പൊൻമുട്ടയിടുന്ന താറാവിനെ കാത്തുസൂക്ഷിക്കുവാനുള്ള ക്ഷമയില്ലാതെ 'കടുംവെട്ട് വെട്ടിത്തിന്നുന്നവർ' മാത്രമാണ് മലയാളികൾ എന്ന് അവൻ ധരിച്ചുപോയിട്ടുണ്ടെങ്കിൽ കുറ്റം പറയാനാകില്ല. അനുഭവങ്ങളുടെ ഭാണ്ഡമഴിച്ചാൽ ഈയാനയ്ക്ക് ഇക്കാലമത്രയും ഓർത്തെടുക്കുവാനും സൂക്ഷിച്ചു വയ്ക്കുവാനുമുള്ളത് കൊടിയ മർദ്ദനങ്ങളുടേയും കണ്ണിൽചോരയില്ലാത്ത കൈമാറ്റങ്ങളുടേയും കഥകൾ മാത്രം.

ലോകം മുഴുവൻ ആരാധനയോടെ നോക്കിനിൽക്കുവാൻപോന്ന ആകാരപ്പെരുമയുണ്ടായിട്ടും കണ്ണുകളിൽ ധിക്കാരത്തിന്റെ കാർക്കശ്യവും തലച്ചോറിനുള്ളിൽ ക്ഷുഭിതയൗവനത്തിന്റെ താൻ പോരിമയുമായി ആർക്കുവേണ്ടിയോ ജീവിച്ചവൻ. പക്ഷേ കാലവും കഥയും മാറി; ജാതകത്തിലെ പാപാപഹാരങ്ങൾ വിട്ടൊഴിഞ്ഞ് സുഖചികിത്സയും വിശ്രമവുമായി സ്വസ്ഥജീവിതത്തിന്റേയും സമാധാനത്തിന്റേയും പച്ചത്തുരുത്തുകളിലേക്ക് മടങ്ങുകയാണ് നാകേരി അയ്യപ്പൻ. ആനയെ നന്നായി പരിപാലിച്ച് എല്ലാ അസ്വസ്ഥതകളും ആവാഹിച്ച് ഒഴിപ്പിച്ചെടുത്തശേഷം മാത്രം അവനെ ജനമധ്യത്തിലേക്ക് ഇറക്കിയാൽ മതിയെന്ന് തീരുമാനിച്ച ഉടമയുടെ വലിയ മനസ്സ് ഇവിടെ പ്രസക്തമാണ്. ഇത് നാകേരി അയ്യപ്പന്റെ പുനർജന്മമായിരിക്കും എന്ന് ആനക്കമ്പക്കാരും പ്രതീക്ഷിക്കുന്നു.

ഐതിഹ്യമാലയിലെ ആനച്ചരിതങ്ങൾ..

കൊട്ടാരത്തിൽ ശങ്കുണ്ണി രചിച്ച ഐതിഹ്യമാല നിരവധി മഹച്ചരിതങ്ങൾകൊണ്ട് സമ്പുഷ്ടമാണ്; മഹാന്മാരായ ആനകളും ഐതിഹ്യക്കഥകളിൽ സ്ഥാനംപിടിച്ചിരിക്കുന്നു. ഏറ്റുമാനൂർ, കിടങ്ങൂർ ദേശത്തുള്ള സുബ്രഹ്മണ്യസ്വാമി ക്ഷേത്രത്തിലെ ആനയായ കണ്ടൻകോരൻ ഐതിഹ്യമാലയിൽ സ്ഥാനം പിടിച്ച പ്രധാന ആനയാണ്. ബുദ്ധിശക്തിയിലും ആകാരഭംഗിയിലും മുൻപനായിരുന്നത്രെ കിടങ്ങൂർ കണ്ടൻകോരൻ. താപ്പാനകളിലെ തലതൊട്ടപ്പനായ കോന്നിയിൽ കൊച്ചയ്യപ്പൻ, ഐതിഹ്യമാലാകാരന്റെ തൂലികയിൽ ഇടംപിടിച്ച മറ്റൊരു ആനയാണ്. റാന്നിയിൽ കർത്താവിന്റെ വകയായിരുന്ന ഇവനെ അച്ചൻകോവിൽ ശാസ്താക്ഷേത്രത്തിൽ നടയ്ക്കിരുത്തിയതായിരുന്നു. എന്നാൽ കർത്താവ് അമിതവാത്സല്യം കാരണം കൊച്ചയ്യപ്പനെ റാന്നിയിൽ തിരികെ കൊണ്ടുവന്ന് സംരക്ഷിച്ചു. 103-ാം വയസ്സിലാണ് ഇവൻ മരിക്കുന്നതെന്ന് ഐതിഹ്യമാല രേഖപ്പെടുത്തുന്നു. വൈക്കം ക്ഷേത്രത്തിലെ പുകൾപെറ്റ ആനയായിരുന്ന വൈക്കം തിരുനീലകണ്ഠനെപ്പറ്റിയും ഐതിഹ്യമാലയിൽ കാര്യമായ പരാമർശമുണ്ട്. സ്വഭാവവൈശിഷ്ട്യവും ആകാരപ്പെരുമയും കൈമുതലായുള്ള തിരുനീലകണ്ഠനും അവന്റെ പാപ്പാനായിരുന്ന ഗോവിന്ദശ്ശാരും തമ്മിലുള്ള ബന്ധം ഇക്കഥയിലെ തിളക്കമുള്ള മുത്താണ്. തൃശ്ശൂർ ഇടക്കുന്നി ആവണാമനയ്ക്കൽ ഗോപാലനും ഐതിഹ്യമാലയിൽ സ്ഥാനംപിടിച്ചിട്ടുണ്ട്. 'കരിനാക്കു'ണ്ടായിരുന്ന ഈ ആനയെ മദക്കാലത്തുപോലും കെട്ടിയിടാറുണ്ടായിരുന്നില്ല; ബുദ്ധിശക്തിയിലും മുമ്പനായിരുന്നു. കൊട്ടാരക്കരച്ചന്ദ്രശേഖരൻ, ആറൻമുള വലിയ ബാലകൃഷ്ണൻ, കൃത്രിമക്കൊമ്പുകളുമായി നിരവധി ഉത്സവച്ചരിത്രങ്ങൾ കുറിച്ച പന്തളം നീലകണ്ഠൻ എന്നീ ആനകളുടെ ചരിത്രങ്ങളും ഐതിഹ്യമാലയിലുണ്ട്.

ഉത്സവനഗരികളിലേക്ക് ഇറക്കപ്പെടുന്ന ആനകൾ പ്രശ്നക്കാരും കൊലപാതകികളും ആയില്ലെങ്കിലല്ലേ അദ്ഭുതമുള്ളൂ. ഒരു ചാൺ വയറിനു

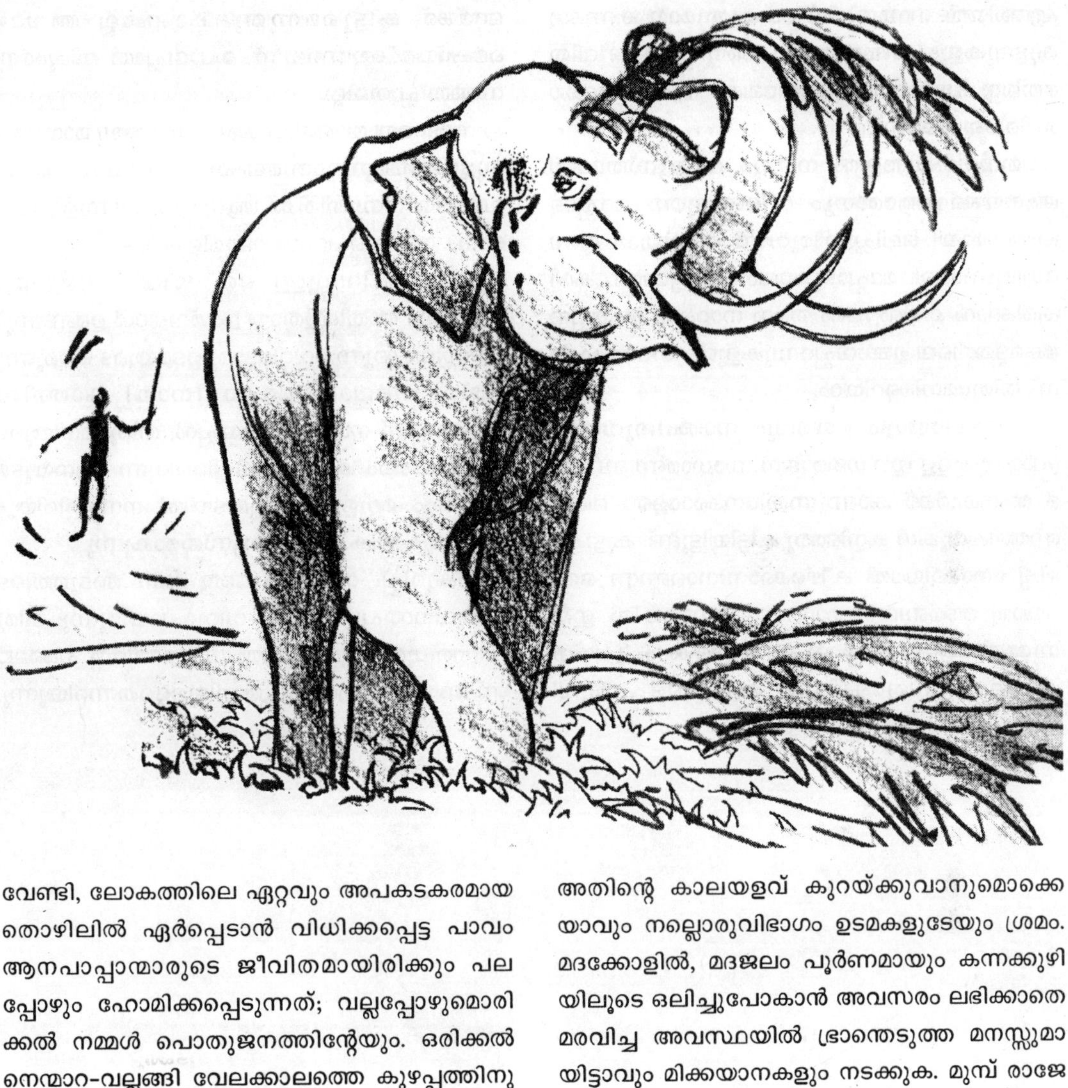

വേണ്ടി, ലോകത്തിലെ ഏറ്റവും അപകടകരമായ തൊഴിലിൽ ഏർപ്പെടാൻ വിധിക്കപ്പെട്ട പാവം ആനപാപ്പാന്മാരുടെ ജീവിതമായിരിക്കും പല പ്പോഴും ഹോമിക്കപ്പെടുന്നത്; വല്ലപ്പോഴുമൊരി ക്കൽ നമ്മൾ പൊതുജനത്തിന്റേയും. ഒരിക്കൽ നെന്മാറ-വല്ലങ്ങി വേലക്കാലത്തെ കുഴപ്പത്തിനു ശേഷം ചിറയ്ക്കൽ മധുവിൽ നിന്നും നാകേരി യിലെത്തി നാകേരി അയ്യപ്പനായി മാറിയ ഈ ആന കുറേക്കാലത്തേയ്ക്ക് പ്രക്ഷുബ്ധമനസ്സു മായാവാം നിലകൊണ്ടിരുന്നത്.

ഉടമകൾക്ക് വരുമാനം കിട്ടുന്ന ഉത്സവസീസ ണിൽത്തന്നെയാണ് മദപ്പാടുകാലമെങ്കിൽ ആന കൾ ഉടമയ്ക്ക് ബാധ്യതയായി മാറും. അപ്പോൾ ഭക്ഷണം കുറച്ചും ആനകളെക്കൊണ്ട് കഠിനമായ തടിപ്പണികൾ എടുപ്പിച്ചുമൊക്കെ ആനയുടെ ആരോഗ്യം തകർത്ത് മദപ്പാട് എന്ന സ്വാഭാവിക ശാരീരികപ്രക്രിയയെ നീട്ടിവയ്പിക്കാനും അതിന്റെ കാലയളവ് കുറയ്ക്കുവാനുമൊക്കെ യാവും നല്ലൊരുവിഭാഗം ഉടമകളുടേയും ശ്രമം. മദക്കോളിൽ, മദജലം പൂർണമായും കന്നക്കുഴി യിലൂടെ ഒലിച്ചുപോകാൻ അവസരം ലഭിക്കാതെ മരവിച്ച അവസ്ഥയിൽ ഭ്രാന്തെടുത്ത മനസ്സുമാ യിട്ടാവും മിക്കയാനകളും നടക്കുക. മുമ്പ് രാജേ ന്ദ്രനായിരുന്ന ഇവനും ഈ സമയത്ത് നിരവധി വിക്രിയകൾ നടത്തിയിട്ടുണ്ട്. ഒരു ക്ഷേത്രത്തിലെ ഉത്സവം കലക്കി കൂത്തമ്പലം കുത്തിപ്പൊളി ച്ചതുൾപ്പടെ പലതും. ഏറ്റവുമൊടുവിൽ നെന്മാറ -വല്ലങ്ങി വേലക്കിടയിൽ ഇടഞ്ഞ് പ്രശ്നമുണ്ടാ ക്കി. ഒരു പെട്ടിക്കട കുത്തിമറിച്ച് അതിനകത്തു ണ്ടായിരുന്ന ആളെ മരണത്തിലേക്ക് തള്ളിവിട്ടു. അതായിരുന്നു ചിറയ്ക്കൽ രാജേന്ദ്രന്റെ കലാശ ക്കൊട്ട്. അങ്ങനെ കൊലപാതകിയെന്ന പേരും കൂടി മേടിച്ചുകൂട്ടി നിൽക്കുമ്പോഴായിരുന്നു ചിറ യ്ക്കൽ രാജേന്ദ്രനെ തേടി നാകേരി നമ്പൂതിരി

എത്തിയത്. നമ്പൂതിരിയുടെ കൃത്യമായ കണക്കുകൂട്ടലുകളും ലക്ഷ്യങ്ങളും അയ്യപ്പനെ ജീവിതത്തിന്റെ പുതിയ തലങ്ങളിലേക്ക് എത്തിച്ചുകൊണ്ടിരിക്കുകയാണ്.

മുൻവർഷങ്ങളിൽ നിന്നും വ്യത്യസ്തമായി ആനയ്ക്ക് ആരോഗ്യം വീണ്ടെടുത്ത് മദപ്പാട് പൂർണമായി ഒലിച്ചുതീരുവാൻ തിരുമേനി അവസരമുണ്ടാക്കി. മദപ്പാടുകാലം കൃത്യമായി ക്രമീകരിക്കാൻ കഴിഞ്ഞാൽ തന്റെ നാകേരി അയ്യപ്പൻ കേരളത്തിലെ ഉത്സവപ്പറമ്പുകളുടെ ഹരമാകുമെന്ന് തിരുമേനിക്കറിയാം.

പത്തടിയോളം ഉയരവും നാൽപതുവയസ്സ് പ്രായവുമുള്ള ഈ ഗജരാജന് സാധാരണ ബീഹാർ ആനകൾക്ക് കാണുന്നതിനേക്കാളേറെ ലക്ഷണത്തികവുകൾ കനിഞ്ഞു കിട്ടിയിട്ടുണ്ട്. കുട്ടിക്കിഴിച്ച് നോക്കിയാൽ കീഴ്ക്കൊമ്പനാണെന്ന ഒരേയൊരു ദൗർബല്യം മാത്രം വേണമെങ്കിൽ ഇവനുമേൽ ആരോപിക്കാൻ കഴിഞ്ഞേക്കും. 'പ്രശ്നക്കാരെന്ന് പേരുകേൾപ്പിച്ച ആനകളെ ചുളുവിലയ്ക്ക് കിട്ടുമെന്നതുകൊണ്ടല്ലേ അവരെ കൈയേൽക്കുന്നതെന്ന്' ചോദിച്ചാൽ തിരുമേനി സമ്മതിച്ചുതരില്ല.

ആനയെ വാങ്ങിയശേഷം നാലഞ്ചു മാസത്തിനുള്ളിൽതന്നെ ഒന്നരലക്ഷം രൂപയോളം ചെലവാക്കിയ നമ്പൂതിരിക്ക് ആനയിൽ നിന്നുള്ള വരുമാനം നയാപൈസപോലുമില്ലത്രേ!

ആന ജീവനുള്ള ഒരു ജീവിയാണെന്നും അതിനും അതിന്റേതായ പ്രശ്നങ്ങൾ ഉണ്ടെന്നും മനസ്സിലാക്കുന്ന വേറിട്ടൊരു ഉടമയുടെ കാരുണ്യത്തിൽ നല്ലൊരു മദപ്പാടിനായി കാത്തിരിക്കുകയാണ് നാകേരി അയ്യപ്പൻ; തിരുമേനിയുടെ വിഡ്ഢിത്തം കണ്ട് ഊറിച്ചിരിക്കുന്ന ആനയുടമകൾക്കും മറ്റുള്ളവർക്കുമിടയിൽ നമ്പൂതിരിയും ആനയും തികച്ചും വ്യത്യസ്തരാകുന്നു.

പിൻകുറിപ്പ്: നാകേരി അയ്യപ്പനെ അടുത്തിടെ തിരുവനന്തപുരത്തേക്ക് വിറ്റുപോയിരുന്നു; തിരുവനന്തപുരം ഗുരുജിയിൽ പ്രശാന്തിന്റെ പക്കലാണ് അയ്യപ്പൻ എത്തിച്ചേർന്നിട്ടുള്ളതെന്നറിയുന്നു.

***

പള്ളത്താംകുളങ്ങര ഗിരീശൻ

പെരുമയ്ക്ക് നവവഴികൾ തേടുന്നവർ

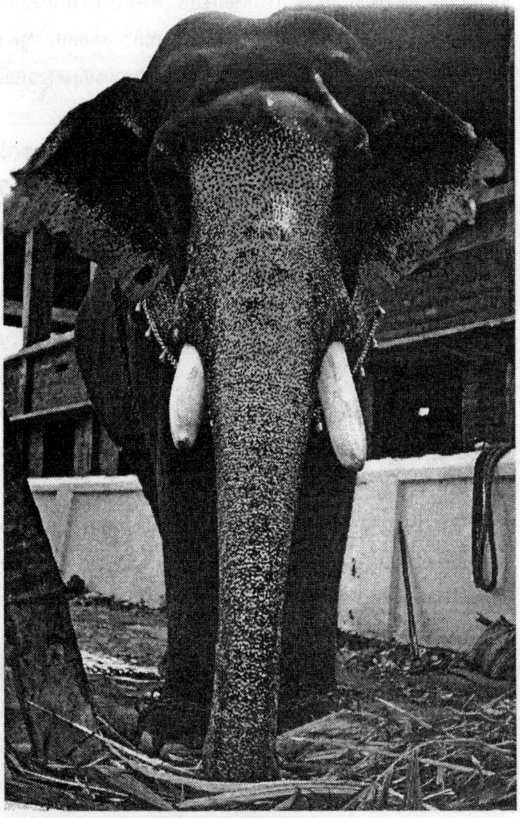

▼ പള്ളത്താംകുളങ്ങര ഗിരീശൻ

മട്ടന്നൂർ ശങ്കരൻകുട്ടിയും സംഘവും നയിക്കുന്ന മന്ത്രമധുരമായ ഒരു തായമ്പകപോലെയാണ് കാട്ടിലെ ആനകളുടെ ജീവിതം. മനുഷ്യർക്ക് സ്വപ്നത്തിൽപോലും ചിന്തിക്കാനാകാത്ത ഒത്തൊരുമയോടും കൂട്ടായ്മയോടും കൂടി സാമൂഹികജീവിതം നയിക്കുന്ന ജീവിവർഗം. കാട്ടുചോലകളിൽ നീന്തിത്തുടിച്ചും ഇഷ്ടമുള്ളതു ഭക്ഷിച്ചും സർവസ്വതന്ത്രമായ സ്വച്ഛജീവിതം. എങ്കിലും പൊതുനൻമ ലക്ഷ്യംവച്ച് അവർക്കും അത്യാവശ്യം ചില നിയന്ത്രണങ്ങളും പെരുമാറ്റച്ചട്ടങ്ങളുമുണ്ട്. കൂട്ടത്തിൽ മുതിർന്ന പിടിയാനയ്ക്കാകും സംഘത്തിന്റെ നേതൃത്വം. കുട്ടികളെ അവർ കൂട്ടമായി സംരക്ഷിക്കും. ആക്രമണങ്ങളെ അവർ കൂട്ടമായി ചെറുക്കും. കൂടപ്പിറപ്പുകളോടും കുടുംബത്തോടുമൊപ്പം സ്വച്ഛജീവിതത്തിന്റെ പച്ചപ്പുൽമേടുകളിൽ വിഹരിക്കുന്ന ആനകളെയാണ് മനുഷ്യൻ ചതിയുടെ വാരിക്കുഴികളൊരുക്കി നിത്യബന്ധനത്തിലേക്ക് ആനയിക്കുന്നത്. കൂട്ടംതെറ്റിയ, തലതെറിച്ച സന്തതികളെ ആട്ടിപ്പുറത്താക്കാനും അവർക്ക് മടിയില്ല. അങ്ങനെ ലോകത്തോടു മുഴുവൻ പകയുമായി കഴിയുന്നവരാണ് അപകടകാരികളായ ഒറ്റയാൻമാർ.

ഉറ്റവരിൽ നിന്നും ഉടയവരിൽ നിന്നും ഒറ്റപ്പെട്ട് മനുഷ്യൻ എന്ന കണ്ണിൽ ചോരയില്ലാത്ത വർഗത്തിന്റെ അടിമകളായി ജീവിതാന്ത്യംവരെ നീളുന്ന കഠിനതടവ് തന്നെയാണ് ഓരോ നാട്ടാനയുടേയും ജീവിതം. അടിമത്തത്തിന്റെ ആനച്ചങ്ങലകളിൽ കിടന്ന് ഇവരിൽ ചിലർ നഷ്ടസ്വർഗങ്ങളെക്കുറിച്ചോർത്ത് വിലപിക്കുന്നുണ്ടാകും; അപൂർവമായെങ്കിലും ഒന്ന് ചൊടിച്ച് ഞങ്ങളിൽ ഇപ്പോഴും ആണത്തവും ആനത്തവും ബാക്കിയുണ്ടെന്ന് പ്രഖ്യാപിക്കും. അപ്പോൾ നമ്മൾ അവരെ 'വഴക്കാളിയാന'കൾ എന്ന് മുദ്രകുത്തി സത്യത്തിൽ നിന്ന് മുഖംതിരിക്കും. അതാണ് ആനകളുടെ അവസ്ഥ; അതാണ് സത്യവും. അവരുടെ മനസ്സിലെന്താണെന്ന് മനുഷ്യർക്ക് മനസ്സിലാക്കാനാകില്ലല്ലോ. എങ്കിലും അവർ ജനലക്ഷങ്ങളുടെ മനസ്സ് കീഴടക്കിയവരാകും; ആനച്ചന്തത്തിന്റെ അവസാന വാക്കായിരിക്കും. അങ്ങനെയൊരാനയെ ഇവിടെ പരിചയപ്പെടുത്തട്ടെ; പള്ളത്താംകുളങ്ങര ഗിരീശനെ...

പരിപാലനത്തിലും ആനക്കച്ചവടത്തിലും പതിറ്റാണ്ടുകളുടെ പാരമ്പര്യം ഉണ്ടായിരുന്ന എറ

ണാകുളം സ്വദേശി വിശ്വനാഥ ഷേണായിയാണ് ഇന്നത്തെ ഗിരീശനെ ബീഹാറിൽ നിന്നും കേരളത്തിലേക്കു കൊണ്ടുവരുന്നത്. ആനച്ചന്തം എന്ന് പൊതുവേ വിശേഷിപ്പിക്കാവുന്ന ലക്ഷണത്തികവുകൾക്ക് ആനയുടെ ഉയരത്തിനൊപ്പം തന്നെ എന്നും മുൻഗണന കൽപിച്ചിരുന്ന ഷേണായി 79-ലെ സോൺപൂർ മേളയിൽ നിന്നും കണ്ടെടുത്ത ഗജവീരനാണ് ഗിരീശൻ.

നൂറുകണക്കിന് ആനകൾ താന്താങ്ങളുടെ ഗുണഗണങ്ങൾ എണ്ണിപ്പെരുക്കിക്കൊണ്ട് അണിനിരന്ന മേളയിൽ, ലാൽബഹാദൂർ എന്ന പതിനാറുകാരനെത്തന്നെ തിരഞ്ഞെടുക്കുവാൻ ഷേണായിയെ പ്രേരിപ്പിച്ചത് നാടൻ ആനകളുമായി അവനുണ്ടായിരുന്ന അനിതരസാധാരണമായ ലക്ഷണ സാദൃശ്യങ്ങളായിരുന്നു. നല്ലൊരു നാടൻ ആനയെന്ന് ഒറ്റ നോട്ടത്തിൽ ആരെക്കൊണ്ടും പറയിക്കാൻ പോന്ന ആകാരസൗഷ്ഠവമാണ് പള്ളത്താംകുളങ്ങര ഗിരീശന്റെ ഏറ്റവും വലിയ നീക്കിയിരിപ്പ്. പതിനെട്ടു നഖങ്ങളും ഉയർന്ന തലക്കുന്നിയും ഉന്തിനിൽക്കുന്ന വലിയ വായുകുംഭവും നീളമുള്ള തുമ്പികൈയും വലിയ ചെവികളും തുടങ്ങി ലക്ഷണപ്പൊലിമകൾ ഒന്നൊന്നായി എണ്ണിപ്പറയാവുന്ന ആനയാണ് ഗിരീശൻ. ആഢ്യത്വമാർന്ന നടത്തമാണ് മറ്റൊരു പ്രധാന പ്രത്യേകത.

ഈ ആനച്ചന്തം പള്ളത്താംകുളങ്ങര ഗിരീശനായി മാറുന്നത് വിശ്വനാഥഷേണായിയിൽ നിന്നും ഇവനെ എറണാകുളം പറവൂരിനടുത്തുള്ള പള്ളത്താംകുളങ്ങര ദേവസ്വം സ്വന്തമാക്കുന്നതോടെയാണ്. പള്ളത്താംകുളങ്ങര ദേവസ്വം ഭാരവാഹികൾ ആനയെ വാങ്ങാനെത്തുമ്പോൾ ഇവനോടൊപ്പം മറ്റൊരാനകൂടി ഷേണായിയുടെ പക്കലുണ്ടായിരുന്നു- ഇന്നത്തെ പേരുകേട്ട എഴുത്തച്ഛൻ ശ്രീനിവാസൻ. ഒന്നിനൊന്ന് കേമൻമാരായ രണ്ടാനകളേയും കണ്ണുനിറയെ കണ്ട് വിലയിരുത്തുന്നതിനിടെ ശ്രീനിവാസൻ ഒരു പണി പറ്റിച്ചു. ദേവസ്വത്തിലെ പ്രധാനിയായ അരവിന്ദാക്ഷമേനോന്റെ നേർക്ക് ഒരുപിടി മണ്ണ് വാരി ഒരേറ്! മാനിക്കേണ്ടവരെ മാനിക്കാനറിയാത്ത ഒരുത്തനെ എന്തായാലും വേണ്ടന്നു വിധിച്ച് അവർ ഗിരീശനേയും കൊണ്ട് നാട്ടിലേക്ക് തിരിച്ചു.

പള്ളത്താംകുളങ്ങരയും നായരമ്പലവും ചെറായിയും വൈപ്പിൻ ദ്വീപുസമൂഹങ്ങളുമെല്ലാം ഒറ്റമനസ്സോടെ നവാതിഥിയെ കാത്തിരുന്ന ദിവസം. വെള്ളയും കരിമ്പടവും വിരിച്ച് ആ ഗജകുമാരനെ പള്ളത്താംകുളങ്ങര ദേവിയുടെ സമക്ഷത്തിൽ നടയ്ക്കിരുത്തി. അങ്ങനെയവൻ പള്ളത്താംകുളങ്ങരയുടെ സ്വന്തവും സ്വപ്നവുമായി; പള്ളത്താം കുളങ്ങര ഗിരീശനായി. 46000 രൂപയ്ക്കാണ് അന്ന് ഏഴരയടിയോളം ഉയരമുണ്ടായിരുന്ന ഗിരീശനെ ദേവസ്വം വാങ്ങിയത്.

ഓരോ നീരുകാലം കഴിയുമ്പോഴും ഗിരീശൻ വച്ചടിവച്ചടി കയറി വളർന്നു. അതുകണ്ട് ഗിരീശനെ സ്വന്തമാക്കിയവർ അഭിമാനത്തോടെ ആനന്ദാശ്രുക്കൾ പൊഴിച്ചു. പക്ഷേ, അധികം താമസിയാതെ ആ ആനന്ദാശ്രുക്കൾ ചുടുകണ്ണീരായി മാറി. മദക്കോളുകഴിഞ്ഞ് അഴിച്ച് അധികം ദിവസങ്ങൾ ആകുംമുമ്പേയുള്ള ഒരുത്സവകാലം. അന്നോളം കാര്യമായ പ്രശ്നങ്ങൾ ഒന്നും ഉണ്ടാക്കിയിട്ടില്ലെന്ന വിശ്വാസത്തിലും ഉറപ്പിലുമാകാം അവനെ എഴുന്നെള്ളിപ്പിനും പറയെടുപ്പിനും നിയോഗിച്ചത്. പക്ഷേ, പറയെടുപ്പിന്റെ തളർച്ചയും വറ്റുനീരിന്റെ ഭ്രാന്താത്മകതയും ചേർന്ന് ആ ദിനങ്ങൾ ആദ്യമായി ഗിരീശനെ കൊലയാളിയുടെ മുൾക്കിരീടം അണിയിച്ചു. ഒരു തെങ്ങുകയറ്റത്തൊഴിലാളിയുടെ ജീവിതമാണ് ഗിരീശന്റെ നിമിഷാർധനേരത്തെ ചൊടിയ്ക്കലിനു മുന്നിൽ അന്ന് ഹോമിക്കപ്പെട്ടത്. ആ ഹതഭാഗ്യന് നേർക്ക് അന്ന് ഗിരീശൻ കൊലവിളിയുയർത്തുവാൻ ഇടയാക്കിയ സാഹചര്യങ്ങളെ പറ്റി വ്യത്യസ്തങ്ങളായ കാര്യകാരണങ്ങളാണ് പലരും നിരത്തുന്നത്. എങ്കിലും അവയെല്ലാം അവസാനം ചെന്നുനിൽക്കുന്നത് ആനയെന്ന വന്യതയുടെ മുന്നിൽ അമിതസ്വാതന്ത്ര്യമെടുത്ത് പലപ്പോഴും അപകടങ്ങൾ ക്ഷണിച്ചുവരുത്തുന്ന നമ്മൾ പൊതുജനത്തിന്റെ കൈവിട്ടകളികളിലേക്കാണ്.

എഴുന്നെള്ളിപ്പുകളിൽ, മത്സരവാശിയുടെ ലഹരിയിലും ലഹരിയുടെ വാശിയിലുമാണ് ആൾക്കൂട്ടവും ആനക്കാരുമെല്ലാം. അവിടെ പൊരിവെയിലിന്റെ കാഠിന്യത്തിൽ, ആനയുടെ

കൊമ്പിൻ ചുവട്ടിൽക്കിടന്നു കാട്ടിക്കൂട്ടുന്ന പരാക്രമങ്ങൾക്കിടയിൽ, ആനകൾ ആക്രമണകാരികളും കൊലപാതകികളുമായില്ലെങ്കിലേ അദ്ഭുതപ്പെടാനുള്ളൂ.

അറിയാതെ സംഭവിച്ചുപോകുന്ന ഒരു കൊലക്കുറ്റമൊക്കെ ഒരു നാട്ടാനയെ സംബന്ധിച്ചടുത്തോളം അതിനിസ്സാരമാണ്. നിരവധി മനുഷ്യരുടെ ജീവനെടുത്ത ആനകൾ ഇവിടെ സ്വൈര്യവിഹാരം നടത്തുന്നുണ്ട്. പക്ഷേ, ഗിരീശന്റെ ആദ്യത്തെ തെറ്റിന് മനസ്സറിഞ്ഞുതന്നെ മാപ്പു നൽകിയ പള്ളത്താംകുളങ്ങരക്കാരും അവന്റെ ആരാധകരും നടുങ്ങിത്തരിച്ചുപോയ ഒരു സംഭവം പിന്നീടുണ്ടായി- അവന്റെ രണ്ടാമത്തെ കൊലപാതകം. അത് ഗിരീശനെന്ന ഗജരാജന്റെ സൽപേരിനുമേൽ കരിനിഴൽവീഴ്ത്തുകതന്നെ ചെയ്തു.

പള്ളത്താംകുളങ്ങര ദേവസ്വം പ്രസിഡന്റായിരുന്നു ഗോപാലി എന്ന വിളിപ്പേരിൽ അറിയപ്പെട്ടിരുന്ന കണിച്ചിലാഴത്ത് ഗോപാലമേനോൻ. ആന ദേവസ്വത്തിന്റെ സ്വന്തമായ നാൾമുതൽ ഗിരീശനുമായി നല്ല അടുപ്പവും സ്വാതന്ത്ര്യവും ഉണ്ടായിരുന്ന ആനപ്രേമിയായിരുന്നു അദ്ദേഹം. ആനക്കാരില്ലാതെതന്നെ അത്യാവശ്യസന്ദർഭങ്ങളിൽ ആനയെ ഒന്നഴിക്കാനും തളയ്ക്കാനും വരെ മനസ്സും മനസ്സുറപ്പുമുണ്ടായിരുന്ന മനുഷ്യൻ. പക്ഷേ, 1999-ലെ പള്ളത്താംകുളങ്ങര ഉത്സവം വലിയൊരു ദുരന്തനാടകമായി.

ഉത്സവത്തിന്റെ എഴുന്നെള്ളിപ്പ് കഴിയുന്നതേയുണ്ടായിരുന്നുള്ളൂ. അമ്പലത്തിന് പ്രദക്ഷിണം വച്ച് വരികയായിരുന്ന ഗിരീശനുള്ള പഴവും എടുത്ത് ഗോപാലമേനോൻ ദേവസ്വം ഓഫീസിനു മുന്നിൽ നിന്നും അവനെ വിളിച്ചു. പക്ഷേ, ആനയ്ക്ക് ആ മധുരം നൽകുംമുമ്പേ എന്തോ ആവശ്യത്തിനായി മേനോന് ഓഫീസിനകത്തേക്ക് കയറേണ്ടിവന്നു. പഴവുമായി ആനയെ വിളിക്കലും കാലദോഷത്തിന്റെ മൂർധന്യമെന്നപോലെ ആനയ്ക്കത് നൽകാൻ കഴിയാതെ അകത്തേക്കു കയറേണ്ടിവരുന്നതും ഒരുവട്ടംകൂടി ആവർത്തിച്ചുവത്രെ! വലിയ ശരീരത്തിനുള്ളിലെ കൊച്ചുമനസ്സ് ക്ഷണനേരത്തിനുള്ളിൽ കലങ്ങിമറിയാൻ അതുതന്നെ അധികമായിരുന്നു. പ്രദക്ഷിണം കഴിഞ്ഞ് ഗിരീശൻ നെറ്റിപ്പട്ടവും അഴിച്ചെത്തുമ്പോൾ ഗോപാലമേനോൻ പഴവുമായി തെല്ലുദൂരത്തുണ്ട്. ആനയുടെ മനസ്സിന്റെ പാച്ചിൽ മനസ്സിലാക്കാൻ കഴിയുംമുമ്പേ, പാപ്പാനായ ഉണ്ണിയെ തട്ടിത്തെറിപ്പിച്ച് ആന മേനോന്റെ സമീപത്തേക്ക് നടന്നുകഴിഞ്ഞിരുന്നു.

തെല്ലിടനേരത്തെ ക്ഷോഭം; വിഭ്രാന്തി. പക്ഷേ, അതിനിടയിൽ എല്ലാം കഴിഞ്ഞിരുന്നു! പ്രസിദ്ധിയുടെ തൂവലുകൾക്കൊപ്പം കുപ്രസിദ്ധിയുടെ മുള്ളാണികളും ഗിരീശന്റെ കിരീടത്തിൽ വിളക്കിച്ചേർത്ത ആ കൊലപാതകത്തിനു പിന്നിലും മനുഷ്യരുടെ അനാസ്ഥയും അശ്രദ്ധയും തന്നെയായിരുന്നു ഒന്നാം പ്രതിയെന്നതാണ് ഞെട്ടിപ്പിക്കുന്ന യാഥാർഥ്യം.

ദൗർഭാഗ്യവശാൽ ഗിരീശന്റെ നീരുകാലവും പള്ളത്താംകുളങ്ങര ഉത്സവദിനങ്ങളും ഏതാണ്ട് ഒരേ കാലയളവിൽ തന്നെയായിരുന്നു. പല വർഷങ്ങളിലും പള്ളത്താംകുളങ്ങര ദേവിയുടെ തിടമ്പേറ്റേണ്ട ദിവസങ്ങൾ അടുക്കുമ്പോഴേക്കും ആന മദപ്പാടിന്റെ കടമ്പകൾ താണ്ടിക്കഴിയാറുമുണ്ട്. എന്നാൽ ചില വർഷങ്ങളിൽ മറിച്ചും സംഭവിച്ചിട്ടുണ്ട്. ദേവിയുടെ ഉത്സവത്തിന്, ദേവിയുടെ തിടമ്പ് ദേവിയുടെ ആനതന്നെ ഏറ്റിയില്ലെങ്കിൽ പിന്നെന്ത് ഉത്സവം? പിന്നെന്തിന് ആന? ഇങ്ങനെ അടംപിടിക്കുന്ന ചില പിടിവാശിക്കാരായ വിശ്വാസികൾ മദക്കോളിന്റെ മതിഭ്രമം ശമിക്കുംമുമ്പേ അവനെ എഴുന്നെള്ളിക്കുവാൻ നിർബന്ധിക്കുമത്രെ!

ദേവസ്വം പ്രസിഡന്റിന്റെ ദാരുണാന്ത്യം സംഭവിക്കുന്ന ആ ഉത്സവനാളുകളിൽ ഗിരീശൻ മദക്കോളിന്റെ ലക്ഷണങ്ങൾ നന്നായി പ്രകടിപ്പിച്ചിരുന്നെന്നാണ് വിശ്വസനീയമായ വിവരം. ഇതിനും പുറമേ ഓരോരോ ആനകൾക്ക് ഓരോരോ ചിട്ടവട്ടങ്ങളുണ്ടാകും; കണിശമായ ചില രീതികൾ. ചിലർ ആനകൾക്ക് വായിൽ ഭക്ഷണം വച്ചുകൊടുക്കും. അപ്പോൾ ആനയുടെ ഉമിനീർ കൈയിൽ പറ്റുന്നത് സ്വാഭാവികം. ഒട്ടും മടിക്കാതെ അടുത്ത ക്ഷണത്തിൽ അവര് ആ തുപ്പൽ ആനയുടെ മുഖത്തുതന്നെ തൂത്തെന്നും വരും. ഇത് ഒട്ടും ഇഷ്ടപ്പെടാത്ത ഒരാനയാണെങ്കിൽ അടി എപ്പോൾ കഴി

ഞ്ഞെന്ന് ചോദിച്ചാൽ മതി.

ഒമ്പതരയടിയോളം ഉയരമുള്ള ഗിരീശന്റെ തലക്കനമാണ് ഏറ്റവും പ്രസിദ്ധം. പിന്നെയവന്റെ മുറംപോലുള്ള ചെവികളും. തലക്കനമെന്നാൽ തലയുടെ വലിപ്പം തന്നെ. അവന് ഏറ്റവും വലിയ നെറ്റിപ്പട്ടം തന്നെ വേണം. മറ്റാനകൾക്കാണെങ്കിൽ ഈ നെറ്റിപ്പട്ടം അവയുടെ കണ്ണുകൾകൂടി മറഞ്ഞുപോകുന്ന വലിപ്പമുള്ളവയാണ്.

മദപ്പാടുകാലത്ത് വിഭ്രാന്തി കാട്ടുന്ന ഗിരീശൻ മറ്റവസരങ്ങളിൽ തനി പച്ചപ്പാവമാണ്. പന്തീരാണ്ട് കൊല്ലക്കാലത്തോളം ഗിരീശനെ വഴിനടത്തിയ ഉണ്ണിയെന്ന പാപ്പാൻ ഈ പരമാർഥം മറ്റാരേക്കാളും നന്നായി മനസ്സിലാക്കിയിട്ടുണ്ട്. ആനയും പാപ്പാനുമായുള്ള ഇഴയടുപ്പത്തിന്റെ പൊരുൾ അന്വേഷിച്ചിറങ്ങുന്നവർക്ക് പഠനവിധേയമാക്കാവുന്നതാണ് ഉണ്ണിയും ഗിരീശനുമായുണ്ടായിരുന്ന ബന്ധം. ശിക്ഷിക്കുകയും മർദ്ദിക്കുകയും ചെയ്യുന്ന ഒന്നാം പാപ്പാനോട് ആനയ്ക്ക് ഒരിക്കലും കൊല്ലാനുള്ള പകയില്ല. എന്നാൽ തീറ്റ വെട്ടിക്കൊടുക്കുകയും സഹായിക്കുകയും ചെയ്യുന്ന രണ്ടാമൻമാരെയും മൂന്നാമൻമാരെയും തരം കിട്ടിയാൽ അവൻ വാരുകയും ചെയ്യും. അങ്ങനെയൊരു ഇടച്ചിലിലായിരുന്നു അവസാനമായി അവന്റെ കൊമ്പിൽ ചോരക്കറ പിടിച്ചത്. കോതമംഗലാകാരനായ ഹരിഹരൻ എന്ന മൂന്നാം പാപ്പാനായിരുന്നു അന്നത്തെ ഹതഭാഗ്യൻ. ഒന്നാം പാപ്പാനായ ഉണ്ണിയുടെ മുന്നിൽ വച്ച് കടക്കൊമ്പ് കൊണ്ട് ഉണ്ണിയെ തട്ടി ഒഴിവാക്കിയ ശേഷമാണ് അന്നും ആന കൃത്യം നിർവഹിച്ചത്.

ആനകളുടെ പേടിസ്വപ്നമായ വലിയകോൽ എന്ന മരണദണ്ഡിനോടുള്ള ഭയവും പകയുമാവാം ഗിരീശനെപ്പോലുള്ള ആനകളെ രണ്ടാം പാപ്പാൻമാർക്കും മൂന്നാംപാപ്പാൻമാർക്കുമെതിരെ ചിന്തിക്കാനും പ്രവർത്തിക്കാനും പ്രേരിപ്പിക്കുന്നത്. സാധാരണഗതിയിൽ ഒന്നാം ചട്ടക്കാരന്റെ സഹായികളാണ് വലിയകോലും കൊണ്ടുനടക്കാറുള്ളത്. കെട്ടിയഴിക്കലിന്റെ സന്ദർഭങ്ങളിലും പിന്നെ വല്ലപ്പോഴുമൊന്ന് മുഖം വീർപ്പിച്ചാലും വലിയകോലുകൊണ്ടുള്ള ഉഗ്രദണ്ഡനങ്ങൾ ഏറ്റുവാങ്ങുന്ന പാവം ആനകൾ വിചാരിക്കുന്നുണ്ടാകണം, ഇതും കൊണ്ടുനടക്കുന്നവരാണ് തന്റെ വർഗശത്രുക്കളെന്ന്; ഉൻമൂലനസിദ്ധാന്തമല്ലാതെ മറ്റൊന്നും ഇതിന് പരിഹാരമല്ലെന്നും! ഗിരീശനാൽ മരണമടഞ്ഞ പ്രസിഡന്റും ഒരിക്കൽ ഗിരീശൻ ഇടഞ്ഞവേളയിൽ അവനെതിരെ വലിയ കോൽ പ്രയോഗിച്ചിട്ടുണ്ടെന്ന് കേൾക്കുന്നു.

ആന നാമങ്ങൾ

'ആന' എന്ന് സാധാരണമായി അറിയപ്പെടുന്ന 'ആന'യ്ക്ക് നിരവധി പര്യായങ്ങളുമുണ്ട്. ഇവയിൽ മിക്കതും സംസ്കൃത നാമങ്ങളാണ്. ബലമുള്ളതു കൊണ്ടും ചിന്നം വിളിക്കുന്നതുകൊണ്ടും 'ഗജ' മെന്ന് അറിയപ്പെടുന്നു. യഥേഷ്ടം സഞ്ചരിക്കാനാവുന്നതു കൊണ്ട് 'നാഗം' എന്നും ബ്രഹ്മാവിന്റെ കൈയിൽ നിന്നും ഉദ്ഭവിച്ചതുകൊണ്ട് 'ഹസ്തി' എന്നും ശത്രുക്കളെ നേരിടാൻ കായബലമുള്ളതുകൊണ്ട് 'വാരണം' എന്നും ആനയ്ക്ക് പേരുണ്ട്. കൂടാതെ, സൗന്ദര്യമുള്ളതിനാൽ 'ഇഭം', തുമ്പിക്കൈ ഉള്ളതിനാൽ 'കരിണം', കൊമ്പുള്ളതിനാൽ 'ദന്തി', ജലക്രീഡകളിൽ താത്പര്യമുള്ളതിനാൽ 'സിന്ധുരം' എന്നിങ്ങനെ ആന അറിയപ്പെടുന്നു. ചേറിൽ സഞ്ചരിക്കുന്നതിനാൽ 'മാതംഗ'മെന്നും മണ്ണ് ചവുട്ടി ഉറപ്പിക്കുന്നതിനാൽ 'കുഞ്ജര'മെന്നും താമരയോട് ഇഷ്ടം കാട്ടുന്നതിനാൽ 'പദ്മി' യെന്നും വായും തുമ്പിക്കൈയും ജലപാനത്തിനുപയോഗിക്കുന്നതിനാൽ 'ദ്വിപ'മെന്നും എട്ടുശരീരഭാഗങ്ങൾ ശത്രുക്കളെ നേരിടാൻ ഉപയോഗിക്കുന്നതിനാൽ 'അഷ്ടകപ്രഹരി'യെന്നും ആനയ്ക്ക് പേരുണ്ട്.

പൊതുവേ കൊലപാതകികളാകുന്ന ആനകളെ കൈയേൽക്കാനും നോക്കി നടത്താനും ഉടമകൾ മടിക്കും. കിട്ടുന്ന വിലയ്ക്ക് ആരുടെയെങ്കിലും തലയിൽ കെട്ടിവയ്ക്കാനാവും പിന്നത്തെ ശ്രമം. പക്ഷേ, മൂന്ന് കൊലപാതകങ്ങൾ നടത്തിയിട്ടും ഗിരീശനെ കൈയൊഴിയുവാൻ പള്ളത്താംകുളങ്ങര ദേവസ്വത്തിന് മനസ്സുണ്ടായിരുന്നില്ല. ഇതൊന്നും ആന മനസ്സറിഞ്ഞു ചെയ്തതല്ലെന്ന തിരിച്ചറിവുതന്നെയായിരുന്നു അതിന്റെ കാരണം. പിന്നെ പകരംവയ്ക്കാനില്ലാത്ത അവന്റെ ആനച്ചന്തവും.

ഇന്ന് പള്ളത്താംകുളങ്ങര ഗിരീശൻ പുതിയ ഉടമകൾക്ക് സ്വന്തമായിരിക്കുന്നു; ഉണ്ണിക്ക് പകരം

ചന്ദ്രനെന്ന പുതിയ ഒന്നാം പാപ്പാനും. വർഷങ്ങളായി ഇവന്റെ സ്വഭാവത്തിലെ എല്ലാ വശങ്ങളും അടുത്തറിവുള്ളവർ തന്നെയാണ് നിറഞ്ഞ മനസ്സോടെ ഇവനെ സ്വന്തമാക്കിയിരിക്കുന്നത്. പറവൂരിനടുത്തുള്ള കരുമാല്ലൂർ സ്വദേശിയായ സുധൻ പെരുമിറ്റത്തിന്റെ നേതൃത്വത്തിൽ ഒരു സുഹൃദ്സംഘമാണ് ഗിരീശന്റെ ഉടമകൾ.

കൊലക്കേസുകളിൽ പ്രതിയായ ആനകളെ മേടിച്ചു കഴിഞ്ഞാൽ പുതിയ ഉടമകൾ ആദ്യം ചെയ്യുന്നത് ആനയുടെ പേരുമാറ്റലും കഴുത്തിലെ ലോക്കറ്റ് അഴിച്ചുകളയലുമാണ്. എന്നിട്ട് പുതിയ പേരിലാവും അടുത്ത ഉത്സവസീസൺമുതൽ ആന കളത്തിലിറങ്ങുന്നത്. പക്ഷേ, അവിടെയും ഗിരീശൻ വേറിട്ട് നിൽക്കുന്നു. പഴയ ഉടമകളിൽ ചിലർ ആവശ്യപ്പെട്ടിട്ടുപോലും പുതിയ ഉടമയും കൂട്ടരും പള്ളത്താംകുളങ്ങര ഗിരീശൻ എന്ന് പേര് തിരുത്തിയെഴുതാൻ തയ്യാറല്ല. പുതിയ ഉടമയായ സുധനും അദ്ദേഹത്തിന്റെ പുത്രനായ ശ്രീകാന്തിനും ഗിരീശന്റെ പരിചരണത്തിലും കാര്യങ്ങളിലും തികഞ്ഞ നിഷ്കർഷയും ജാഗ്രതയുമുണ്ട്. അതുകൊണ്ടുതന്നെ തങ്ങളുടെ ആന ഇനിയൊരിക്കലും പ്രശ്നക്കാരനാകില്ലെന്ന നൂറുശതമാനം ഉറപ്പും. പള്ളത്താംകുളങ്ങര ഗിരീശൻ എന്ന ലക്ഷണശ്രീമാനോട് ഉത്സവപ്രേമികൾക്കും ആനക്കമ്പക്കാർക്കുമുള്ള പ്രിയം അത്രമേലുണ്ടെന്ന് അവർക്കറിയാം.

കന്നി-തുലാം മാസങ്ങളിലാണ് ഗിരീശന്റെ മദപ്പാടുകാലം. വൃശ്ചികമാകുമ്പോഴേക്കും അഴിക്കാം. കന്നം നനഞ്ഞുതുടങ്ങിയശേഷം മാത്രം ആനയെ കെട്ടിയാൽ മതി. അപ്പോൾ ഒന്നാംപാപ്പാൻ ഒഴികെ കൂടെയുള്ളവരൊക്കെ മാറിക്കൊള്ളണം. പക്ഷേ, ഒന്നാം പാപ്പാനും ചില പ്രത്യേക ചിട്ടകളോടെയേ ആനയെ സമീപിക്കാവൂ. മദപ്പാടുകാലത്ത് ആനയെ കെട്ടി, നന്നായി പരിപാലിച്ച് പൂർണമായും നീരൊലിച്ചുപോയതിനുശേഷമേ അഴിക്കൂ എന്ന കാര്യത്തിൽ ഉടമയ്ക്ക് യാതൊരു വിട്ടുവീഴ്ചയുമില്ല.

ഒരിക്കൽ പള്ളുരുത്തി ഭവാനീശ്വരം ക്ഷേത്രത്തിൽ തിടമ്പേറ്റിയ ഗിരീശനെ വഴിനീളെ താമരയിതൾ വിരിച്ചാണ് വരവേറ്റത്. വർഷങ്ങളായി ഗിരീശൻതന്നെ തിടമ്പേന്തുന്ന ഒട്ടേറെ ക്ഷേത്രങ്ങൾ എറണാകുളം-തൃശ്ശൂർ ജില്ലകളിലുണ്ട്. ശ്രീപുറപ്പള്ളിക്കാവ് ഭഗവതിക്ഷേത്രത്തിൽ ഒന്നരപതിറ്റാണ്ടിലേറെയായി ഗിരീശൻ തന്നെയാണ് ഉത്സവത്തിന് തിടമ്പേറ്റുന്നത്. ചെറായി ടൂറിസംമേളയിൽ ഒന്നിനൊന്ന് മേൻമയുള്ള പതിനഞ്ച് ഗജവീരൻമാരോട് മത്സരിച്ച് ഏറ്റവും ചന്തമുള്ള ആനയായി തിരഞ്ഞെടുക്കപ്പെട്ടതും ഗിരീ

ശനായിരുന്നു.

കഴിഞ്ഞകാലത്തെ സംഭവങ്ങളുടെ പേരിൽ ഗിരീശൻ ഇന്നാരെയും ഞെട്ടിക്കുന്നില്ല. പോയ കാലത്തിലെ കർമകാണ്ഡത്തിൽ, അറിയാതെ പറ്റിപ്പോയ കൈക്കുറ്റപ്പാടുകളുടെ കുറ്റബോധത്തിൽ ഊതിക്കാച്ചിയെടുത്ത മനസ്സും മദപ്പാടെന്ന ഭ്രാന്തിന്റെ കൊടുങ്കാടുകൾ ഉലയാത്ത തെളിഞ്ഞ മനസ്സുമായി ഉത്സവപ്രേമികളുടെ കണ്ണിനും കരളിനും വിരുന്നായ ഗിരീശൻ തടിപ്പണിയിലും അഗ്രഗണ്യനാണ്. 'പള്ളത്താംകുളങ്ങര വിചാരിച്ചാൽ പൊങ്ങാത്ത തടി പിന്നെ ഏതാനപിടിച്ചാലും അനങ്ങുമെന്ന് വിചാരിക്കേണ്ടന്ന്' ഒരു ചൊല്ലു തന്നെ ആനപ്പണിക്കാർക്കിടയിലുണ്ട്.

ഇന്ന് പേരെടുത്ത ഉത്സവങ്ങളിലെയൊക്കെ നിറഞ്ഞ സാന്നിധ്യവും സൗന്ദര്യവുമാണ് പള്ളത്താംകുളങ്ങര ഗിരീശൻ. തൃശ്ശൂർപ്പൂരത്തിന് പാറമേക്കാവിന്റെ തട്ടകത്തിൽ പ്രശോഭിക്കുന്ന ഇവന്റെ ആനച്ചന്തം ആറാട്ടുപുഴപ്പൂരത്തിന് തിടമ്പേറ്റിയ ആനയുടെ വലത്തേകൂട്ടായിട്ടും ഇടംപിടിച്ചിട്ടുണ്ട്.

നാൽപതു വയസ്സുകഴിഞ്ഞ ഗിരീശന്റെ രാജരഥ്യകൾ നീളുകയാണ്. നിസ്തുലമായ ആനച്ചന്തത്തിന്റെ അപൂർവചാരുതയായി പള്ളത്താംകുളങ്ങര ഗിരീശൻ വലിയ തലയാട്ടി, മുറംപോലുള്ള ചെവികൾ വീശി നമ്മളെ കൊതിപ്പിച്ചും വിസ്മയിപ്പിച്ചും നടകൊള്ളുമ്പോൾ നമുക്ക് നന്ദിപറയാം. പൂർവകാലത്തിലെ കർമകാണ്ഡത്തിന്റെ പാപക്കറകൾ ഇന്ന് ഗിരീശന്റെ ഭാവത്തിലും ചലനത്തിലുമില്ല. മനുഷ്യന്റെ ശ്രദ്ധക്കുറവുകൊണ്ട് മാത്രം കൊലപാതകിയാകേണ്ടി വന്ന ഈ ഗജവീരൻ കഴിഞ്ഞ ഏതാനും വർഷങ്ങളായി യാതൊരു പ്രശ്നങ്ങളും സൃഷ്ടിക്കാതെ സൽപേരിന്റെ സുവർണനാളുകളിലേക്ക് തിരിച്ചുകയറുകയാണ്. അപകീർത്തിയുടെ ചെറിയൊരു ഇടവേളതാണ്ടി ഇന്ന് പള്ളത്താംകുളങ്ങര ഗിരീശൻ കേരളത്തിലെ എണ്ണംപറഞ്ഞ ആനകളിൽ ഒന്നായി പേരും പെരുമയും ആർജിച്ചിരിക്കുന്നു.

***

ഊട്ടോളി രാജശേഖരൻ

ഒരു ഉത്തരേന്ത്യൻ ഗജവീരന്റെ വിജയഗാഥ

▼ ഊട്ടോളി രാജശേഖരൻ

തിരുവിതാംകൂറിൽ തലയെടുപ്പിന്റെ പര്യായവും മലയാളമണ്ണിലെ എണ്ണംപറഞ്ഞ ഉയരക്കേമൻമാരിൽ ആദ്യത്തെ ഏഴുപേരിൽ ഒരുവനും ആനപ്രേമികളായ ഒരു തലമുറയുടെ തന്നെ ആരാധ്യപുരുഷനുമാണ് ഊട്ടോളി രാജശേഖരൻ. ഉത്തർപ്രദേശിലെ ലഖ്നൗവിനടുത്തുള്ള മഹന്ത്പഞ്ചാനന്ദപുരിയുടെ ആശ്രമത്തിൽ വളർന്ന 'പ്യാരേഹാത്തി'യെന്ന ഇവനെ പതിനേഴ് വർഷങ്ങൾക്കപ്പുറം ക്രാങ്ങാട് വാസുദേവൻനമ്പൂതിരിയും നന്ദകുമാർരാജയും ചേർന്ന് കേരളത്തിലെത്തിച്ചു.

ഉത്തര-ദക്ഷിണേന്ത്യൻ സംസ്ഥാനങ്ങളിലുള്ള പല ആശ്രമങ്ങളിലും പ്രത്യക്ഷഗണപതി പൂജയ്ക്കും മറ്റുമായി ആനക്കുട്ടികളെ വളർത്താറുണ്ട്. പക്ഷേ കൊമ്പൻകുട്ടികൾ വളർന്ന് കൗമാരത്തിലേക്കും നവയൗവനത്തിലേക്കും എത്തുകയും മദപ്പാട് ലക്ഷണങ്ങൾ കാട്ടാൻ തുടങ്ങുകയും ചെയ്യുമ്പോൾ, പിന്നീട് ആനയെ കൈകാര്യം ചെയ്യുന്നതിലുള്ള വൈഷമ്യമോർത്ത് അവരതിനെ ഒഴിവാക്കുവാൻ നിർബന്ധിതരാവും. ചിറയ്ക്കൽ കാളിദാസൻ എന്ന ഗജവീരനും ഇങ്ങനെയൊരാശ്രമത്തിൽ നിന്നും കേരളത്തിലെത്തിയവനാണ്.

കേരളത്തിലേക്ക് രാജശേഖരനെ (പ്യാരേഹാത്തിയെ) എത്തിച്ച രീതിയ്ക്ക് വളരെ പ്രത്യേകതയുണ്ട്. സോൺപൂർ മേളയിൽനിന്നും വാങ്ങി, കേരളത്തിലേക്ക് എത്തിക്കുന്നതിനായി ലോറിയിൽ കയറ്റാൻ ശ്രമിച്ചപ്പോൾ പേടിച്ചരണ്ട് ലോറിയും ചവിട്ടിപ്പൊളിച്ച് വഴിമുടക്കി കടന്നുകളഞ്ഞ പേടിത്തൊണ്ടനാനയെ, ഒടുവിൽ നാട്ടിൽ നിന്നും മയക്കുവെടി വിദഗ്ധരെത്തി മയക്കുമരുന്ന് കുത്തിവച്ച് അർധബോധാവസ്ഥയിൽ ലോറിയിൽ കുത്തിത്തിരുകി കൊണ്ടുവരികയായിരുന്നു. ഇങ്ങനെ കേരളത്തിലെത്തുന്ന ആദ്യത്തെ ആനയെന്ന സവിശേഷതയും ഇവന് സ്വന്തം.

അന്ന് ലോറിയിൽ കെട്ടിവരിഞ്ഞു നിർത്തിയതിന്റെ ഫലമായി നാട്ടിലെത്തിയപ്പോഴേക്കും മുതുകിൽ വലിയൊരു മുറിവ് രൂപപ്പെട്ടുകഴിഞ്ഞിരുന്നു. പിന്നെയത് മാറിക്കിട്ടുവാൻ രണ്ടുവർഷത്തോളം ചികിത്സ നടത്തേണ്ടിവന്നു. അതിനിടെ പ്യാരേഹാത്തി രാജശേഖരനായി; കർക്കിടകത്തുലാമഴകളിൽ നീന്തിത്തുടിച്ച് തനി മലയാളിയായി. മുതുകിലെ മുറിവുണങ്ങിക്കഴിഞ്ഞപ്പോൾ രാജശേഖരനെ കൊല്ലത്തുള്ള എഞ്ചിനീയർ രവി വന്നുകണ്ട്

ചോദിച്ച വിലകൊടുത്തു സ്വന്തമാക്കുന്നു. പിന്നെ, രവിയുടെ സ്വന്തം ആതിരാരാജശേഖരനായി, ഒരു വ്യാഴവട്ടക്കാലത്തിലേറെ തിരുവനന്തപുരം, കൊല്ലം, കോട്ടയം, പത്തനംതിട്ട, ആലപ്പുഴ ജില്ല കളിൽ ആധിപത്യം സ്ഥാപിച്ചു. പിന്നീട് രാജശേ ഖരനാന മറ്റൊരു കൈമാറ്റത്തിലൂടെ അവന്റെ മൂന്നാമത്തെ ഉടമയുടെ കൈകളിലേക്കും എത്തി ച്ചേർന്നു; കേരളത്തിൽ ഇന്ന് ഏറ്റവുമധികം ആന കളുള്ള കൊല്ലം പുത്തൻകുളം ഷാജിയുടെ സ്വന്ത മായി രാജശേഖരൻ. അങ്ങനെ ആതിരാരാജശേ ഖരൻ പുത്തൻകുളം രാജശേഖരനായി. പിന്നീട് ഇരിങ്ങാലക്കുടയിലേക്ക് വിറ്റുപോയി. തുടർന്ന് മറ്റൊരു കച്ചവടത്തിലൂടെ ഊട്ടോളിയിലെത്തിയ ഇവൻ ഇപ്പോൾ ഊട്ടോളി രാജശേഖരൻ എന്നറി യപ്പെടുന്നു.

ആദ്യം കുന്ദംകുളത്തെ അടുപ്പുട്ടിപ്പള്ളിയിൽ എഴുന്നെള്ളിച്ച് നിൽക്കുന്നതും പിന്നീട് തൃപ്പൂണി ത്തുറ ഉത്സവത്തിന് തിടമ്പേറ്റി നിൽക്കുന്നതും കണ്ടാണ് എഞ്ചിനീയർ രവി അക്കാലത്തെ മോഹ വിലയെന്ന് പറയാവുന്ന പന്ത്രണ്ടരലക്ഷം രൂപ നൽകി രാജശേഖരനെ സ്വന്തമാക്കിയത്. അന്ന് ആ വിലയ്ക്ക്, കൊള്ളാവുന്ന മൂന്നോ നാലോ ആനകളെ കിട്ടുമെന്നിരിക്കെ, അത് ശരിക്കും തൊട്ടാൽപൊള്ളുന്ന മോഹവിലതന്നെയായിരു ന്നു. തൃപ്പൂണിത്തുറയിൽ തലയെടുത്തുപിടിച്ച് തിടമ്പേറ്റി നിൽക്കുന്ന ആനയുടെ അന്തസ്സ് കണ്ട പ്പോൾ കിടക്കത്തഴമ്പിലെ മുറിവൊന്നും അത്ര കാര്യമാക്കിയതുമില്ല. തൃശ്ശൂരുനിന്നും കാൽനടയാ യിത്തന്നെയായിരുന്നു കൊല്ലത്തേക്കുള്ള വീടുമാ റ്റം. പക്ഷേ, നടന്നുനടന്ന് ചേർത്തലഭാഗത്തെത്തി യപ്പോൾ കണ്ണുംമൂക്കുമില്ലാതെ ചീറിപ്പാഞ്ഞെ ത്തിയ ഒരു ട്രാൻസ്പോർട്ട് ബസ്സ് ആനയെ ഇടി ച്ചുവീഴ്ത്തുന്നു. കാശുകൊടുത്തു മേടിച്ച മുതലിനെ വീടുവരെകൊണ്ടുചെന്ന് എല്ലാവ രേയും ഒന്ന് കാണിക്കാനെങ്കിലും കഴിയുമോയെ ന്ന് പുതിയ ഉടമ പരിഭ്രമിച്ചുപോയ മുഹൂർത്തം; ഡോക്ടർമാരെത്തി. തുടർന്ന് വിദഗ്ധ പരിശോ ധനകൾ. പക്ഷേ, ചികിത്സയുടെ ഭാഗമായി രക്ത മെടുത്ത് പരിശോധിക്കുമ്പോഴാണ് ആ പൊള്ളു ന്ന സത്യം എല്ലാവരുമറിയുന്നത്. രാജശേഖരന്റെ രക്തം മഞ്ഞനിറത്തിൽ വെറും പിത്തവെള്ളം പോലായിരിക്കുന്നു. രക്തത്തിലെ ശ്വേതരക്താണു ക്കളുടെ അളവ് ക്രമാതീതമായി കുറഞ്ഞിരിക്കു ന്നു. ഇതു കണ്ടെത്താനും ചികിത്സിക്കുവാനും കുറച്ചുകൂടി വൈകിയിരുന്നെങ്കിൽ ആനയുടെ ആയുസ്സിന് അധികം നീളമുണ്ടാകുമായിരുന്നില്ല.

അന്നത്തെ അപകടം കഴിഞ്ഞ് ഒന്നരപതിറ്റാ ണ്ടിനു ശേഷവും രാജശേഖരൻ തെറ്റില്ലാത്ത അവ സ്ഥയിൽ ജീവനോടെയിരിക്കുന്നുവെങ്കിൽ, അതിന് അവൻ ആദ്യം നന്ദിപറയേണ്ടത് നല്ലനേ രത്ത് പിന്നാമ്പുറംനോക്കി കാര്യമായിട്ടൊരുമ്മ വയ്ക്കാൻ തോന്നിയ ട്രാൻസ്പോർട്ട് ബസ്സിനോട് തന്നെ. കൊല്ലത്തെത്തിയപ്പോൾ സിദ്ധവൈദ്യ വിദഗ്ധനായ ഒരു സ്വാമി കൊടുത്ത നീറ്റുമരുന്ന് കഴിച്ചതിനുശേഷമാണ് രാജശേഖരന്റെ രക്ത ത്തിലെ പ്രശ്നങ്ങൾ അവസാനിച്ചത്.

ഉത്തരേന്ത്യയിൽനിന്നും കേരളത്തിലെത്തിച്ച പ്പോൾ ഉണ്ടായ മുതുകിലെ വലിയ മുറിവ് രാജ ശേഖരനേയും അവന്റെ ഉടമയേയും ഒട്ടൊന്നുമല്ല കഷ്ടപ്പെടുത്തിയത്. അന്നൊക്കെ ആനയെ പതി വായി മണിക്കൂറുകളോളം കിടത്തിക്കൊണ്ടായി രുന്നു മുതുകിലെ മുറിവിൽ മരുന്ന് വച്ചിരുന്നത്. ഇങ്ങനെ വയ്ക്കുന്ന മരുന്ന് ആന ഉടനെതന്നെ തുമ്പിക്കൈകൊണ്ട് തൂത്തുകളയാതിരിക്കുവാൻ അവനെ കിടന്നിടത്തുനിന്നും എഴുന്നേൽക്കു വാൻ സമ്മതിക്കാതെ വേണ്ടപ്പെട്ടവർ കാവൽ നിൽക്കും. മുതുകിലെ മുറിവുണങ്ങിയെങ്കിലും ആ ചികിത്സ അവന് മറ്റൊരു ദുരിതം സമ്മാനി ച്ചുകൊണ്ടാണ് അവസാനിച്ചത്. മണിക്കൂറുകളോ ളമുള്ള ഒരേ കിടപ്പിന്റെ ബാക്കിപത്രമാവാം പിൻകാലുകളിലെ വശങ്ങളിലുള്ള കിടക്കത്തഴ മ്പുകൾ ഏറെത്താമസിയാതെ പൊട്ടിപ്പഴുത്തു. ഇതിനോടകം പല മരുന്നുകൾ മാറി പരീക്ഷി ച്ചിട്ടും, ഇത്രയും വർഷങ്ങൾക്ക് ശേഷവും കിട ക്കത്തഴമ്പിലെ മുറിവ് പൂർണമായും ഭേദമാകാതെ രാജശേഖരനെ ബുദ്ധിമുട്ടിക്കുന്നുണ്ട്.

നാട്ടാനകളുടെ ആരോഗ്യകാര്യത്തിൽ ഏറെ പ്രാധാന്യമുള്ളതാണ് അവരുടെ കുളി. രണ്ടും മൂന്നും മണിക്കൂറുകൾ വരെ നീണ്ടേക്കാവുന്ന തേച്ചുരച്ചുള്ള ഈ കുളി പാപ്പാൻമാരുടെ ക്ഷമ

▶ **ഒത്തിരി ആനക്കാര്യങ്ങളിലെ ഇത്തിരി കുളിക്കാര്യം...**

യുടേയും കായികക്ഷമതയുടേയും നല്ലൊരു പരീക്ഷണവേദികൂടിയാകും. കൈയും കാലും വാലും തലയുമൊക്കെയായി ആനയുടെ ഓരോ അവയവങ്ങളും ഒന്നൊന്നായി തേച്ചുരച്ച് കഴുകുന്ന ഈ നീരാട്ട് അവയുടെ ചന്തമേറ്റുവാനുള്ള പ്രക്രിയ എന്നതിനേക്കാളേറെ, ശരീരത്തിന്റെ ഓരോ കോശങ്ങളിലേക്കും സുഖം അരിച്ചിറങ്ങുന്ന ആയുർവേദ തിരുമ്മലിന്റെ ഗുണഗണങ്ങൾ പ്രദാനം ചെയ്യാൻ പോന്നതാണ്.

തീറ്റകുറച്ചും കഠിനജോലികൾ എടുപ്പിച്ചും ആനയുടെ മദപ്പാട് തടയുന്നതിനോ, കഴിയുന്നത്ര നീട്ടിക്കൊണ്ടുപോയി പരമാവധി ഉത്സവങ്ങൾ എടുപ്പിക്കുന്നതിനോ ശ്രമിക്കുന്നവർ അത്യാവശ്യം വേണ്ട കുളിയും നിഷേധിക്കാറുണ്ട്. പക്ഷേ, പാപ്പാൻമാരും ഉടമകളുമൊക്കെ ആനകൾക്ക് കുളിയുടെ അനുഭൂതി പകരുവാൻ തക്ക നല്ലമനസ്സുള്ളവരാണെങ്കിൽ കൂടി, ആനകളെ കുളിപ്പിക്കുവാൻ പറ്റിയ വലിയ കുളങ്ങളുടേയും പുഴകളുടേയും ദൗർലഭ്യം ഇന്നൊരു പ്രശ്നം തന്നെയാണ്. പാപ്പാൻമാരും ഉടമകളും ആനകളെ പീഡിപ്പിക്കുന്നു എന്ന് നിരന്തരം മുറവിളികൂട്ടുകയും ആനകളെ സ്നേഹിക്കുന്നു എന്ന് വിശ്വസിക്കുകയും ചെയ്യുന്ന നമ്മൾ പൊതുജനങ്ങളും പലപ്പോഴും ഒരു പുഴയിലോ തോട്ടിലോ ഇറക്കി ആനയെ കുളിപ്പിക്കുന്നതിനെതിരെ രംഗത്ത് വരാറുണ്ടെന്നതും വാസ്തവം. ആനയെ ഇറക്കിയൊന്ന് കുളിപ്പിച്ചാൽ, അറിയാതെയെങ്കിലും രണ്ടോ മൂന്നോ ആനപ്പിണ്ടം അതിലൊന്നു പെട്ടുപോയാൽ അതോടെ നമ്മുടെ വൃത്തിയുടേയും വെടിപ്പിന്റേയുമെല്ലാം കോട്ടകൊത്തളങ്ങൾ ഇടിഞ്ഞുവീഴുമത്രെ!

വർഷങ്ങളോളം ഗൾഫിൽ ജോലി ചെയ്തശേഷം നാട്ടിൽ തിരിച്ചെത്തി ഗജപരിപാലനരംഗത്തും ആനക്കച്ചവടത്തിലും സജീവമായ രാജശേഖരന്റെ പഴയ ഉടമ പുത്തൻകുളം ഷാജിയുടെ അഭിപ്രായം ആനയുടെ രക്ഷയും ആരോഗ്യവും ഉടമയുടെ നോട്ടത്തെയും ശ്രദ്ധയേയും ആശ്രയിച്ചിരിക്കുമെന്നാണ്. അതുകൊണ്ടുതന്നെ ആനകളെല്ലാം ഷാജിക്കും ഏറെക്കുറേ ചട്ടമായിരിക്കും. എന്തിന്റെയെങ്കിലും പേരിൽ പാപ്പൻമാർ ഇടയ്ക്കുവച്ച് ഉടക്കിപ്പിരിയുകയോ ആനയെ വഴിയിലെങ്ങാനും കെട്ടിയിട്ട് സ്ഥലംവിടുകയോ ചെയ്താൽ പോലും ഷാജിയുടെ ആനകളുടെ 'അന്നവും വഴിയും' മുടങ്ങില്ലെന്ന് ചുരുക്കം.

പൊതുവേ ഒരു ശാന്തനും സമാധാനപ്രിയനുമെന്ന് വിശേഷിപ്പിക്കാവുന്ന രാജശേഖരനെ

വേണമെങ്കിൽ മദപ്പാടുകാലത്തുപോലും എഴുന്നെള്ളിക്കാമെന്നാണ് ഇവന്റെ ആദ്യകാല ഉടമകളിലൊരാളായ എഞ്ചിനീയർ രവി സാക്ഷ്യപ്പെടുത്തുന്നത്. ആ സമയത്തും ആനയ്ക്ക് പൊതുജനങ്ങളോടോ ഒന്നാംപാപ്പാനോടോ കാര്യമായ യാതൊരു ഈർഷ്യയുമില്ല. പക്ഷേ, ഉത്സവപ്പറമ്പിലെ മറ്റു കൂട്ടാനകളെ സൂക്ഷിക്കണം. ചിലപ്പോൾ അവരുടെ നേരെ ഒന്നു ഇടഞ്ഞുചാടിയെന്ന് വരാം. അതുപോലെ തന്നെ മൂന്നാമൻമാരും തീറ്റവെട്ടുകാരുമൊക്കെയായ ഇടച്ചട്ടക്കാരും ഈ സമയം പ്രത്യേകം ശ്രദ്ധിക്കണം. ഭക്ഷണത്തിൽ ചെറിയൊരു പിടുത്തവും കുളിയിലും നനയിലുമൊക്കെ ശ്രദ്ധാപൂർവമുള്ള നിയന്ത്രണവും ഉണ്ടെങ്കിൽ ഉത്സവസീസൺ മുഴുവൻ എഴുന്നെള്ളിക്കാൻ കഴിയുന്നൊരാനയാണ് രാജശേഖരൻ.

മദപ്പാടിന്റെ ലക്ഷണങ്ങൾ പല രീതിയിലാണ് ആനകൾ പ്രകടിപ്പിക്കുക. മദപ്പാട് അടുക്കുമ്പോൾ മൂത്രത്തിന് പതിവിലുമധികം രൂക്ഷഗന്ധമുണ്ടാകും. കുറച്ചുദിവസങ്ങൾ കൂടി കഴിഞ്ഞാൽ ആന മദപ്പാടിലേക്ക് നീങ്ങുകയും പിന്നീട് കണ യെന്ന ലിംഗം പുറത്തുവരാതെ സദാസമയവും മൂത്രം വാർന്നുകൊണ്ടിരിക്കുന്ന അവസ്ഥയിലാവുകയും ചെയ്യും. രാജശേഖരനും സമാനമായ മദപ്പാട് ലക്ഷണങ്ങളാണുള്ളത്.

മദപ്പാടിന്റെ ആരംഭദിശയിൽ ചട്ടക്കാരനെന്ന ഒന്നാംപാപ്പാൻ അടുത്തുണ്ടെങ്കിൽ രണ്ടാമന് കയറിച്ചെല്ലാം. ചങ്ങലകൾ ഇളച്ചിടുന്നതും കുടിക്കാനുള്ള വെള്ളം ഒഴിച്ചുകൊടുക്കുന്നതുമുൾപ്പെടെയുള്ള അത്യാവശ്യസംഗതികൾ സാധിച്ച് മടങ്ങുകയുമാകാം. പക്ഷേ, മദപ്പാട് മൂർധന്യത്തിലേക്ക് കടക്കുന്നതോടെ രണ്ടാമനെ ഒട്ടുമടുപ്പിക്കില്ല. തീറ്റവെട്ടുകാരെന്ന് പറയുന്ന മൂന്നാമൻമാരെയൊക്കെ ആ സമയം കൺമുന്നിൽ കാണുന്നതുപോലും ചതുർഥിയാണ്. അപ്പോഴും ഒന്നാമനെന്ന പ്രധാന പാപ്പാനെ രാജശേഖരൻ പെറ്റമ്മയ്ക്കു തുല്യം പരിഗണിക്കുമത്രെ! നീരുകഴിഞ്ഞഴിച്ചാൽ ഒന്നാമനില്ലെങ്കിലും ആന കൂടെയുള്ളവരെ നമ്പി തരത്തിനും തഞ്ചത്തിനും ഒപ്പിച്ച് വിട്ടുവീഴ്ചാമനോഭാവത്തിന് തയ്യാറുമാണ്.

നാട്ടുകാരുടെ കണ്ണിലെ കരടാകുവാനും സ്വസ്ഥതയും സമാധാനവുമൊക്കെ വിറ്റുതിന്നുവാനും തയ്യാറില്ലാത്ത ഒരു സമാധാന പ്രേമി; അതാണ് രാജശേഖരൻ. അറിഞ്ഞുകൊണ്ടാരേയും നോവിക്കാത്തവൻ എന്ന് എടുത്തുപറയുമ്പോൾ ചിലർക്കെങ്കിലും ന്യായമായും ഒരു സംശയം തോന്നിയേക്കാം. അറിയാതെ വല്ല കൈപ്പിഴയും പറ്റിപ്പോയിട്ടുണ്ടോ എന്ന്. ഉണ്ടോയെന്ന് ചോദിച്ചാൽ ഇല്ലാതില്ല എന്ന് ശബ്ദമടക്കി പറയേണ്ടുന്ന ഒരു ചെറിയ കൈയബദ്ധം ഇവന്റെ പേരിലുണ്ട്.

മുമ്പ് ഒരു മദപ്പാടുകാലത്ത് മണപ്പള്ളിയിലെ പതിവ് ഏകാന്തത്തടവിൽ കഴിഞ്ഞുവരുന്നതിനിടെയാണ് സംഭവം. ആനയെ മദപ്പാടിൽ തളച്ചിരുന്ന വിജനമായ പറമ്പിലേക്ക് ഒരുനാൾ നേരം പുലർന്ന് പാപ്പാൻമാർ എത്തുമ്പോൾ ആനയിൽ നിന്നും കുറച്ചകന്നുമാറി ഒരാൾ മരിച്ചുകിടക്കുന്നു. മദക്കാലവിഭ്രാന്തിയിൽ മൂന്നുലോകവും കാൽക്കീഴിലാക്കി താണ്ഡവമാടിനിൽക്കുന്ന ആനയുടെ മുന്നിലേക്ക് മദ്യലഹരിയിൽ ഒരു ഹതഭാഗ്യൻ കയറിച്ചെന്നതാകാം. പക്ഷേ, അപ്പോഴും ആനയിൽ നിന്നും കാര്യമായ ആക്രമണങ്ങൾ ഒന്നും ഏറ്റതിന്റെ ക്ഷതങ്ങളോ ലക്ഷണങ്ങളോ അയാളുടെ ശരീരത്തിൽ കാണാനില്ലായിരുന്നുവെന്ന് സാക്ഷിമൊഴികളിൽ നിന്നും വ്യക്തമാകുന്നു. മറ്റെവിടെയെങ്കിലും വച്ച് അയാളെ അപായപ്പെടുത്തിയ ശേഷം 'യഥാർഥ'പ്രതികൾ മൃതശരീരം ആനയുടെ കാൽച്ചുവട്ടിൽ കൊണ്ടിട്ട് കൈകഴുകി മാറിയതാവാനുള്ള സാധ്യതയും തള്ളിക്കളയാനാവില്ലെന്ന് അന്നത്തെ ഉടമ രവി ചൂണ്ടിക്കാട്ടുന്നു. കാര്യമെന്തായാലും രാജശേഖരൻ തന്റേതല്ലാത്ത കുറ്റത്തിന്റെ പേരിൽ കൊലപാതകിയായെന്ന് പറഞ്ഞാൽ അതാണ് സത്യം.

രണ്ടു ചെവികളുടേയും മധ്യഭാഗത്തായി തെല്ല് മുന്നോട്ടുള്ള മടക്ക് രാജശേഖരന്റെ പ്രത്യേകതയാണ്. നെറ്റിപ്പട്ടം കെട്ടിനിൽക്കുന്ന എത്ര ആനകൾക്കിടയിലും ഈ സവിശേഷത രാജശേഖരനെ എടുത്തറിയിക്കും. അതുപോലെ ഒട്ടുമിക്ക ലക്ഷണത്തികവുകളും രാജശേഖരനിലുണ്ട്.

ഒന്നരപതിറ്റാണ്ടിലേറെയായി തിരുവിതാംകൂ

റിന്റെ ഉത്സവനഗരികളിൽ കളം നിറഞ്ഞാടുന്ന, രാജശേഖരനെത്തേടി പട്ടങ്ങളും പട്ടാഭിഷേകങ്ങളും നിരവധിതവണ കടന്നുവന്നിട്ടുണ്ട്. പക്ഷേ, അവന്റെ അർഹതയ്ക്കും ആധികാരികതയ്ക്കും ചേർന്ന അംഗീകാരവും സ്ഥാനമാനങ്ങളും കരഗതമായിട്ടുണ്ടോയെന്നത് സംശയമാണ്. എങ്കിലും ഒരേ ക്ഷേത്രത്തിൽ വർഷങ്ങളായി, തുടർച്ചയായി രാജശേഖരനെ എഴുന്നെള്ളിക്കുന്നതിനുവേണ്ടി എന്തുവിലയും നൽകാൻ തയ്യാറുള്ള അടിയുറച്ച ആരാധകരും ഉത്സവക്കമ്മിറ്റികളും രാജശേഖരന്റെ ശക്തിയും ദൗർബല്യവുമാണ്; അങ്ങനെ ഇവനെ ആദരിക്കുന്നതിനും ആർക്കും മടിയില്ല. അങ്ങനെ ചില സ്ഥിരം ക്ഷേത്രങ്ങളുണ്ട് രാജശേഖരന്റെ പറ്റുപടിയിൽ. കൊല്ലത്തുവച്ചുള്ള ഒരു ഉത്സവക്കാലത്ത് പട്ടത്താനം ശ്രീസുബ്രഹ്മണ്യക്ഷേത്രത്തിലുമുണ്ടായിരുന്നു രാജശേഖരനൊരു പട്ടാഭിഷേകം. തിങ്ങിനിറഞ്ഞ ജനക്കൂട്ടവും പിന്നെ പാമ്പാടി രാജനും പള്ളത്താംകുളങ്ങര ഗിരീശനും തൃക്കടവൂർ ശിവരാജുവുമുൾപ്പെടെ അനേകമനേകം ഗജകേസരികളും ഒന്നുചേർന്ന ആ പട്ടാഭിഷേകച്ചടങ്ങിൽ രാജശേഖരന്റെ കഴുത്തിൽ വീരശൃംഖല ചാർത്തിക്കൊടുക്കാൻ നിയുക്തനായത് മാടമ്പ് കുഞ്ഞുക്കുട്ടനാണ്.

പിറന്നുവീണ കാടും ഓടിച്ചാടിവളർന്ന ആശ്രമവും വിട്ട്, തെക്കുള്ള ഈ മലയാളക്കരയിലെ ഇമ്മിണിവലിയ ആനക്കാര്യങ്ങളിൽ തന്റേതായൊരു സാമ്രാജ്യവും വീരേതിഹാസങ്ങളും വിരചിച്ച്, തലമുറകളുടെ ഹൃദയങ്ങളിൽ ഇടംപിടിച്ച പ്യാരേഹാത്തി ഉയരത്തികവും ആനച്ചന്തവും സദ്ഗുണസമ്പന്നതയും കൊണ്ട് മുന്നേറുകയാണ്. ആനയായാൽ അതിങ്ങനെ വേണമെന്നും ഇവനെപ്പോലെ വേണമെന്നും പുതുതലമുറകൾക്ക് ചൂണ്ടിക്കാണിച്ചുകൊടുക്കാൻ ഉദാഹരണമായി രാജശേഖരൻ വാഴുന്നു.

***

അടിയാട്ട് അയ്യപ്പൻ

നാളേയുടെ താരത്തിന്റെ ഭാഗ്യജാതകകഥ

▼ അടിയാട്ട് അയ്യപ്പൻ

ലക്ഷണങ്ങളായ ലക്ഷണങ്ങളെല്ലാം അത്യപൂർവമാംവിധം ചേരുംപടി ചേർന്ന ഒരു അപൂർവ സുന്ദരശ്രീമാൻ, വരും തലമുറകൾക്കുമുന്നിൽ സഹ്യപുത്രന്മാരുടെ സൂര്യതേജസ്സ് കൊട്ടിപ്പാടി വിളംബരം ചെയ്യാൻ ഉടയതമ്പുരാന്റെ കയ്യൊപ്പോടുകൂടി ദൈവത്തിന്റെ സ്വന്തം നാട്ടിൽ പിറവിയെടുത്ത നീലക്കാർവർണനാണ്. കേരളത്തിലെയെന്നല്ല, ഇന്ന് ഇന്ത്യയിൽ അങ്ങോളമിങ്ങോളമുള്ള ആയിരക്കണക്കായ നാട്ടാനകളിൽ, അവരുടെ ഗണത്തിൽതന്നെ നാളേയുടെ ഭാഗധേയങ്ങളും വാഗ്ദാനങ്ങളുമെന്ന് വിശേഷിപ്പിക്കാവുന്ന ഇളം തലമുറയിലെ ഏറ്റവും വശ്യമനോഹരമായ ആനക്കാഴ്ച. അതാണ് അടിയാട്ട് അയ്യപ്പൻ എന്ന മധുരപ്പതിനേഴുകാരൻ.

കോന്നി ആനക്കൂടിന്റെ അഭിമാനവും സംഭാവനയുമായ ഈ ഇളയതിലകം അത്യപൂർവമായൊരു ഭാഗ്യജാതകവുമായി സമ്പൽസമൃദ്ധിയുടെ മാണിക്യക്കൊട്ടാരത്തിൽ വന്നുപിറവിയെടുത്തവനാണ്. കേരളത്തിലെ ഏറ്റവും സുന്ദരനും ഭാഗ്യവാനുമായ ഗജകുമാരൻ എന്ന അസുലഭ പദവും അയ്യപ്പന് സ്വന്തം.

കേരളത്തിൽ ഇന്നുള്ള ഇളമുറത്തമ്പുരാക്കൻമാരിൽ, ഇരുപതു വയസ്സിന് താഴെയുള്ളവരിൽ ഏറ്റവുമധികം അഴകും ആരോഗ്യവും ഒത്തിണങ്ങിയ ഗജകുമാരൻ എന്നതു മാത്രമല്ല അടിയാട്ട് അയ്യപ്പന്റെ സവിശേഷത. ജയിക്കാനായി ജനിച്ചവരെക്കുറിച്ച് കേട്ടിട്ടുണ്ടാകും. ചരിത്രത്തിലും കൺമുന്നിലും ആവോളം ഉദാഹരണങ്ങളുമുണ്ട്. പക്ഷേ, സുഖിക്കാനായ് ജനിച്ചവൻ എന്നു പറഞ്ഞാൽ അതാണ് അയ്യപ്പൻ. അക്ഷരാർഥത്തിൽ ചുണ്ടിൽ വെള്ളിക്കരണ്ടിയുമായി പിറന്നുവീണവൻ.

ഇന്ന് ഏതൊരാനയുടമയുടേയും ഏതൊരാനപ്രേമിയുടേയും മോഹപുഷ്പവും പ്രലോഭനവുമെന്ന് വിശേഷിപ്പിക്കാവുന്ന അയ്യപ്പൻ, തൃശ്ശൂർ സ്വദേശിയും ഗൾഫിലെ വ്യവസായപ്രമുഖനുമായ സുന്ദർമേനോന് സ്വന്തമാണ്. ഒരു നേരമെങ്കിൽ ഒരുനേരം, പൊരിവയറിന്റെ എരിച്ചിലടക്കാനുള്ള ഇത്തിരി തീറ്റയ്ക്കും ദാഹമടക്കാനുള്ള ഒരിറക്ക് കുടിവെള്ളത്തിനും ഉടയോൻമാരുടെ കൃപാകടാക്ഷങ്ങൾക്കായി കാത്തുകിടക്കേണ്ടിവരുന്ന ഈ മണ്ണിലെ നൂറുകണക്കായ പട്ടിണിപ്പാവങ്ങൾക്കിടയിൽ, തടിക്കൂപ്പുകളിൽ ചോരനീരാ

ക്കുന്ന പാവങ്ങൾക്കും രണ്ടു തെങ്ങോലയ്ക്കായി നാടുനീളെ തെണ്ടുവാൻ വിധിക്കപ്പെട്ട പട്ടിണി ക്കോലങ്ങൾക്കും ഇടയിൽ, സ്വന്തമായൊരു മണി മാളികയും പിന്നെയതിൽ ഷവർബാത്തും ബാത്ത് ടബ്ബും പിന്നെ തിരുവായൊഴിയുന്ന മുറയ്ക്ക് ഈന്തപ്പഴക്രീമും ഉണക്കമുന്തിരിയും കരിമ്പിൻ തുണ്ടുകളുമൊക്കെ തരത്തിനും തഞ്ചത്തിനുമൊ പ്പിച്ചു നിന്ന് ഊട്ടുവാൻ മത്സരിക്കുന്ന പരിചാരക രുമൊക്കെയായി അടിച്ചുപൊളിച്ച് വാഴുന്ന അയ്യ പ്പന്റെ ജീവിതത്തെ ഭാഗ്യജാതകമെന്നല്ലാതെ വേറെങ്ങനെ വിശേഷിപ്പിക്കാൻ!

ആനകളെപ്പറ്റിയുള്ള നിറമുള്ള കഥകൾ വീരേ തിഹാസങ്ങൾ കണക്കെ പ്രചുരപ്രചാരം നേടിയി ട്ടുണ്ട്. പക്ഷേ അതെല്ലാം, അവരെല്ലാം ആ സ്ഥാനം സ്വന്തമാക്കിയതും സിംഹാസനങ്ങൾ വലിച്ചിട്ടിരുന്നതും തണ്ടും തടിയുംവച്ച് തനിക്കു താൻ പോന്നവരായിക്കഴിഞ്ഞു മാത്രമായിരുന്നു എന്നത് ചരിത്രസത്യം. എന്നാൽ അടിയാട്ട് അയ്യ പ്പൻ ഇവിടെ കളംമാറ്റിച്ചവിട്ടുകയാണ്, അഥവാ കഥമാറ്റിയെഴുതുകയാണ്. "എല്ലാത്തിനും അതി ന്റേതായ സമയമുണ്ട് ദാസാ..." എന്നുപറയുന്ന 'നാടോടിക്കാറ്റി'ലെ വിജയനെപ്പോലെ, അവസര ത്തിന്റേയും സമയത്തിന്റേയും കടന്നുവരവിനായി കണ്ണുംമിഴിച്ച് കാത്തിരിക്കാനൊന്നും ഈ പുതിയ തലമുറയുടെ പ്രതിനിധി തെല്ലും തയ്യാറില്ല. ദൈവംതമ്പുരാൻ മനസ്സറിഞ്ഞിത്തിരി സൗന്ദര്യം തന്നു, അതിന്റൊപ്പം തലവരയുംകൂടി നന്നായാൽ, "നാളികേരത്തിന്റെ നാട്ടിലെനിക്കൊരു നാഴിയിട ങ്ങഴി മണ്ണുണ്ട്; അതിൽ നാരായണക്കിളിക്കൂടു പോലുള്ളൊരു നാലുകാലോലപ്പുരയുണ്ട്" എന്ന് കാലിൻമേൽ കാലും കയറ്റിവച്ചിരുന്ന് നാലുംകൂട്ടി മുറുക്കിക്കൊണ്ട് ധൈര്യമായി പാടാൻകഴിയുന്ന, കേരളത്തിലെ അപൂർവം ചില ആനകളിൽത്തന്നെ ഏറ്റവുംവലിയ ഭാഗ്യശാലിയായിരിക്കും അടിയാട്ട് അയ്യപ്പൻ.

തന്റെ മാനസപുത്രനായ അയ്യപ്പനുവേണ്ടി അവന്റെ പ്രിയപ്പെട്ട ഉടമ കെട്ടിപ്പൊക്കിയിട്ടുള്ളത് വെറുമൊരു ഓലപ്പുരയൊന്നുമല്ല. നല്ലൊന്നാന്ത രമൊരു രമ്യഹർമ്മ്യം. 'ഇന്ന് ചൂടിത്തിരി കലശലാ അല്ലേ. ഇമ്മക്കൊര് കുളിയങ്ങോട്ട് പാസ്സാക്കിയാ ലെന്താ' എന്ന് അയ്യപ്പൻ മനസ്സിൽ വിചാരിക്കേ ണ്ട താമസം, രാജകുമാരന്റെ ഇഷ്ടാനിഷ്ടങ്ങൾ ക്കൊത്ത് എണ്ണയിട്ട യന്ത്രങ്ങൾ കണക്കെ ചലി ക്കുന്ന അനുചരവൃന്ദം അപ്പോൾതന്നെ ഷവർ പ്രവർത്തിപ്പിച്ചുകഴിയും. ആനവീടിന്റെ മോന്തായ ത്തിൽ സ്ഥാപിച്ചിട്ടുള്ള ഷവറുകളിലൂടെ നാലു ചുറ്റും നിന്ന് അയ്യപ്പന്റെ മേലേക്ക് പിന്നെ ഒരു പാലരുവിതന്നെ ഒന്നിച്ചൊഴുകിയെത്തും. തുള്ളി ത്തെറിച്ചെത്തുന്ന പളുങ്കുമണികളുടെ പീലിയുഴി യലിനു മുന്നിൽ അകവും പുറവും തണുത്തു ലഞ്ഞ് പൂത്തുതളിർക്കുന്ന അയ്യപ്പന്റെ മനസ്സ്, ചില നേരങ്ങളിൽ മഴക്കാറുകണ്ട മയിലിനെ പ്പോലെ നൃത്തം ചവിട്ടാനും തുടങ്ങും.

പക്ഷേ, എല്ലാ സുഖസൗകര്യങ്ങൾക്കിടയിലും പലപ്പോഴെങ്കിലും അവന്റെ കൊച്ചുമനസ്സ് കാടിന്റെ സ്വച്ഛസ്വാതന്ത്ര്യത്തിലേക്കും, അവിടെ ബന്ധുമിത്രാദികൾക്കൊപ്പമുള്ള സ്വൈര്യസഞ്ചാ രങ്ങളിലേക്കും പിടിവിട്ട് പോകുന്നുണ്ടാവാം. ഇന്ന ലെകളുടെ വർണാഭമായ നഷ്ടസ്വർഗങ്ങളിൽ നിന്നും ഇന്നിന്റെ യാഥാർഥ്യങ്ങളിലേക്ക് അയ്യ പ്പന്റെ മനസ്സ് തിരിച്ചിറക്കത്തിന് തയ്യാറാകുന്ന നേരത്താകും അവനത് ശ്രദ്ധിക്കുന്നത്- തനിക്ക് താൻപോന്ന ആണൊരുത്തൻ നൂൽബന്ധമി ല്ലാതെ നിന്ന് ഇങ്ങനെ കുളിക്കുന്നത് വായുംപൊ ളിച്ചു നോക്കിക്കൊണ്ട് കുറേ ശിങ്കാരവേലന്മാർ വട്ടംകൂടി നിൽക്കുന്നു- 'ശ്ശോ, നാണവും മാനവു മില്ലാത്ത ഈ മനുഷ്യന്മാരുടെ ഒരു കാര്യം!' അയ്യ പ്പനതു കാണുന്നതേ ചതുർഥിയാണ്. പിന്നെ യെല്ലാം വളരെ പെട്ടന്നായിരിക്കും. കണ്ണടച്ചു തുറ ക്കുന്നതിനു മുമ്പ്, പച്ചമണ്ണ് കൃത്യമായി അയ്യപ്പൻ എത്തേണ്ടിടത്ത് എത്തിച്ചിരിക്കും. ഏറിന്റെ കാര്യ ത്തിൽ ഉസ്താദാണ് അയ്യപ്പൻ!

കുളിയുടെ നൃത്തം ചവിട്ടലിനിടയിൽത്തന്നെ അയ്യപ്പൻ കാലുകൊണ്ട് പച്ചമണ്ണ് തടുത്തുകൂട്ടു ന്നതും പിന്നെ തുമ്പിയിൽ കോരിയെടുത്ത് കൃത്യ മായി എറിഞ്ഞുപിടിപ്പിക്കുന്നതും കാണേണ്ട കാഴ്ചതന്നെയാണ്. കുളിസീൻ കാണുന്നെങ്കിൽ കണ്ടോട്ടെ, പക്ഷേ, അത് സ്വല്പം ഒളിച്ചും പാത്തുമൊക്കെ ആകുന്നതല്ലേ അതിന്റേതാ യൊരു ലോകനീതി. 'കാടി കുടിക്കുന്നെങ്കിലും

മൂടിക്കുടിക്കണ'മെന്നല്ലേ പ്രമാണം.

ഇനി ഷവർ ബാത്ത് പോര, നീണ്ടുനിവർന്ന് ഒന്ന് മുങ്ങിക്കുളിക്കണമെന്നാണെങ്കിൽ അതിനുള്ള സംവിധാനവുമുണ്ട് സുന്ദർമേനോന്റെ സ്വാതീഭവനത്തിൽ. തെറ്റില്ലാത്തൊരു സ്വിമ്മിങ്ങ് പൂളിനോളം വലിപ്പമുള്ളതാണ് അയ്യപ്പന്റെ ബാത്ത്ടബ്ബ്. കുളികഴിഞ്ഞാൽ അപ്പോൾതന്നെ അഴുക്കുവെള്ളം പുറത്തേക്ക് ഒഴുക്കിക്കളയാൻ കൃത്യമായ സംവിധാനങ്ങളുമുണ്ട്. 'ഒരു പുഴയിൽതന്നെ ഒരാളും രണ്ടുവട്ടം ഇറങ്ങുന്നില്ല' എന്ന് പണ്ടേതോ വേദാന്തി പറഞ്ഞതുപോലെ ഒരേ വെള്ളത്തിൽ രണ്ടുവട്ടം കുളിക്കാൻ അയ്യപ്പനെ കിട്ടില്ലെന്ന് സാരം.

സുഭിക്ഷമായ ഭക്ഷണവും പാർപ്പിടവും പിന്നെ സ്വിമ്മിങ്ങ്പൂളും ഷവർബാത്തും അതുപോലുള്ള സുഖസൗകര്യങ്ങളും മാത്രമല്ല അയ്യപ്പന്റെ വേണ്ടപ്പെട്ടവർ അവനായി ഒരുക്കിയിരിക്കുന്നത്. ആനയുടെ സുരക്ഷിതത്വത്തിനും ഉടമതികഞ്ഞ പ്രാധാന്യം കൊടുക്കുന്നുണ്ട്. വാഹനങ്ങളുടെ മരണപ്പാച്ചിലുകൾ പാവം ആനകളെപ്പോലും വെറുതേവിടാത്ത ലോകത്ത്, കാട്ടിൽകിടക്കുന്ന ജീവിയെ പിടിച്ചുകൊണ്ടുവന്ന് കയ്യും കാലുംകെട്ടി വണ്ടിയിടിപ്പിച്ചുകൊല്ലുന്ന ഈ കലികാലത്തിൽ, രാത്രിസഞ്ചാരങ്ങൾക്കായി പ്രത്യേകം രൂപകൽപനചെയ്ത വേഷവിധാനം തന്നെയുണ്ട് അയ്യപ്പനും അവന്റെ പേഴ്സണൽ സെക്യൂരിറ്റികൾക്കും. എത്ര ദൂരത്തുനിന്നും ശ്രദ്ധപിടിച്ചുപറ്റാൻ പോന്നത്രയും മേൻമയുള്ള റിഫ്ളക്റ്ററുകൾ ഘടിപ്പിച്ച നിശാവസ്ത്രങ്ങൾ ആനയ്ക്കു മാത്രമല്ല, ആനക്കാർക്കുമുണ്ട്. ആദ്യമായിട്ടിതു കാണുന്ന ഡ്രൈവർമാർ കാര്യം മനസ്സിലാകാതെ പാതിമയക്കത്തിൽ ഒന്ന് ഞെട്ടിയിട്ടായാലും അറിയാതെതന്നെ ബ്രേക്കിൽ കാൽ അമർത്തുമെന്ന കാര്യം ഉറപ്പ്. ഒരിക്കൽ പളപളാ മിന്നിത്തിളങ്ങുന്ന നെറ്റിപ്പട്ടവും വെള്ളിക്കൊലുസുകളുമണിഞ്ഞ് വരുന്ന അയ്യപ്പനെക്കണ്ട് സംപ്രീതനായ ഒരു കെ.എസ്.ആർ.ടി.സി. ഡ്രൈവർ, വണ്ടിനിർത്തി ഇറങ്ങിവന്ന് ആനയ്ക്കും ആനക്കാർക്കും കൈകൊടുത്ത് അഭിനന്ദിച്ച അപൂർവാനുഭവവും അയ്യപ്പൻകുട്ടിയുടെ ഡയറിക്കുറിപ്പുകളിൽ ഉണ്ട്.

പ്രൗഢഗാംഭീര്യം ഓളം വെട്ടുമ്പോൾതന്നെ കൗതുകമുണർത്തുന്ന തലയും കൊമ്പിന്റെ ആകൃതിയും പിന്നെ സുന്ദരമായ കരിവീട്ടി നിറവുമാണ് ഈ യവനരാജകുമാരന്റെ ഏറ്റവും വലിയ പൈതൃകസമ്പത്ത്. ആനച്ചന്തത്തിന്റെ അമ്മത്തൊട്ടിൽ എന്ന് കീർത്തികേട്ട കോന്നി ആനക്കൂട്ടിൽ നിന്നുമാണ് അയ്യപ്പന്റെയും വരവ്. ആനകളിൽ ഏറ്റവുമധികം ഭംഗി ഏഷ്യനാനകൾക്കാണ്. ഏഷ്യനാനകളിലാവട്ടെ മറ്റെവിടുത്തേക്കാളുമേറെ സഹ്യപുത്രന്മാരെന്ന് പേരുകേട്ട നമ്മുടെ മലയാളി മാമൻമാർക്ക് ഇത്തിരി കേമത്തം കൂടും. കേരളയാനകളിൽ നിലമ്പൂർ, കോടനാട് ഡിവിഷനുകളേക്കാളേറെ കോന്നിക്കൂട്ടിൽ നിന്നും പുറത്തുവന്നിട്ടുള്ള ആനകൾ മറ്റേത് ആനകളേയും അഴകിന്റേയും ലക്ഷണങ്ങളുടേയും കാര്യത്തിൽ കടത്തിവെട്ടുമെന്നത് ആനക്കാര്യങ്ങളുടെ അലകും പിടിയും അറിയുന്നവരുടെ അനുഭവസാക്ഷ്യം. ഐതിഹ്യമാലയിൽവരെ ഇടംപിടിച്ച കോന്നിയിൽ കൊച്ചയ്യപ്പൻ, അതുപോലെ ആറന്മുള രഘുനാഥൻ, തിരുവമ്പാടി ചന്ദ്രശേഖരൻ, കോന്നിക്കൂട്ടിലെ താപ്പാനയായിരുന്ന അയ്യപ്പൻ, ക്രാങ്ങാട്ട് കേശവൻ തുടങ്ങി ചരിത്രത്തിന്റെ താളുകളിൽ തങ്കലിപികളിൽ ഇടംപിടിച്ച ഒരുപാടൊരുപാട് കോന്നിയാനച്ചന്തങ്ങളുടെ കഥകൾ തലമുറകൾക്കു മുന്നിലെ തുറന്ന പുസ്തകമാണ്.

അനേകമനേകം ആനകളും ആനപ്പന്തിയും ആനപിടുത്തവും ആനലേലവുമൊക്കെ സജീവമായിരുന്ന കോന്നി ആനക്കൂടും കോന്നി ഡിവിഷനും ഇന്നലെയുടെ നിറമുള്ള ചിത്രങ്ങൾ മാത്രമാണ്. പിന്നെ ആനപിടുത്തം ഔദ്യോഗികമായി നിരോധിക്കപ്പെട്ടു. ഇപ്പോൾ ഇക്കോ ടൂറിസം പദ്ധതിയുടെ ഭാഗമാണ് കോന്നി ആനക്കൂട്. ഇവിടെ ആനസവാരി പോലുള്ള വിനോദസഞ്ചാര ഉല്ലാസങ്ങൾക്കും സൗകര്യമുണ്ട്.

മലകളിറങ്ങിവരുന്ന ആനക്കൂട്ടങ്ങൾക്കു മുന്നിൽ, ചന്ദ്രക്കലയുടെ മാതൃകയിൽ നിരനിരയായിട്ടായിരുന്നു പണ്ട് വാരിക്കുഴികൾ ഒരുക്കിയിരുന്നത്. ആനപിടുത്തം ഇല്ലാതായെങ്കിലും, പൂർണമായും മൂടാതെകിടക്കുന്ന ചില കുഴിക

▼ കോന്നി ആനക്കൂട്

ളിൽ വല്ലപ്പോഴും ഒരാനക്കുട്ടി വീഴും. അല്ലെങ്കിൽ അബദ്ധത്തിൽ ചാടുന്ന മുതിർന്നൊരാന. ഒരിക്കൽ അങ്ങനെ വന്നുപെട്ടൊരാനക്കുട്ടി; നാലാം വയസ്സിലാണവൻ കുഴിയിൽ വീഴുന്നത്. കണ്ടപ്പോൾതന്നെ ഫോറസ്റ്റ് റെയിഞ്ചർമാർക്കും ആനപ്പന്തിയിലെ തഴക്കംവന്ന ആനക്കാർക്കും ഒന്നുറപ്പായി- 'എവനാള് കിടുതന്നെ'. മുല്ലമൊട്ടുകൾ പോലുള്ള കുഞ്ഞിക്കൊമ്പുകൾ പുറത്തേക്ക് ഇത്തിരിമാത്രമേ കാണാനുണ്ടായിരുന്നുള്ളുവെങ്കിലും നാളേയുടെ രാജകലകൾ അപ്പോഴേ അവന്റെ മുഖത്ത് നിറഞ്ഞുകത്തുന്നുണ്ടായിരുന്നു.

ആദ്യത്തെ ഒരങ്കലാപ്പും ബഹളവും കഴിഞ്ഞപ്പോൾതന്നെ അവനൊന്ന് മനസ്സിലായി. ഇവരുടെ അടുത്ത് കണ്ണീരിനും കാലുപിടുത്തത്തിനുമൊന്നും യാതൊരു സ്ഥാനവുമില്ല. മാത്രമല്ല, ചതിയുടെ മൂലമന്ത്രങ്ങളുമുരുവിട്ടുകൊണ്ട് മനുഷ്യർക്ക് കങ്കാണിപ്പണി ചെയ്യുന്നതോ സ്വന്തം വർഗത്തിൽപെട്ട താപ്പാനകളും!

എന്തായാലും വരുന്നിടത്തുവച്ച് കാണാം, നിഷ്പ്രയോജനകരമായ വാശിപിടുത്തത്തിനും ബലാബല പരീക്ഷണങ്ങൾക്കുമൊന്നും നിൽക്കാതെ ആനക്കുട്ടി കരകയറിവന്നു. പിന്നെ, തെളിച്ച വഴിയേ നടന്നു. കാട്ടിൽനിന്നും കൂട്ടിലേക്കുള്ള ആ യാത്രയ്ക്കിടയിൽ തന്നെ തുറിച്ചുനോക്കി തുമ്പിയും കാലും വാലും ചെവിയുമൊക്കെ നോക്കി ഛന്ദസ്സുകൾ ചമയ്ക്കുകയും നിമിഷകവിതകൾ കുറിയ്ക്കുകയും ചെയ്യുന്ന മനുഷ്യരെ കണ്ടപ്പോൾ അവനൊന്ന് തീരുമാനിച്ചുകാണണം. അപ്പോൾ ഇവരെ കൊതിപ്പിക്കുന്ന, മത്തുപിടിപ്പിക്കുന്ന എന്തോ ഒരു കസ്തൂരിതൈലം തന്നിലുണ്ട്. എങ്കിലിനി അതുവച്ചുതന്നെയാകട്ടെ തന്റെ അതിജീവനപാഠങ്ങൾ. അന്നുമിന്നും അയ്യപ്പന്റെ തുറുപ്പുചീട്ടുകൾ അതുതന്നെയാണ്- ഭൂമിമലയാളത്തിലെങ്ങും പകരംവയ്ക്കാനില്ലാത്ത ആനച്ചന്തം!

കൂട്ടിൽ അക്കാലത്ത് മറ്റൊരാനക്കുട്ടി കൂടിയുണ്ടായിരുന്നു. ഒരു വിശ്വനാഥൻ. അയ്യപ്പനേക്കാൾ രണ്ടോണം കൂടുതലുണ്ടവൻ. അതിന്റെ മൂപ്പും ഇത്തിരി കൂടുതലുണ്ട്. പക്ഷേ, അയ്യപ്പൻ പരമശാന്തൻ. കൂടിനകം വെടിപ്പാക്കാനും കഴുകാനും ആനക്കാർ അകത്തു കയറിയാൽ അയ്യപ്പൻകുട്ടി അവർ പറയുന്നതനുസരിച്ച് ഓരോ മൂലകളിലേക്കും മാറിമാറി നിന്നുകൊടുക്കും. നല്ല കുട്ടിക്കുള്ള പാരിതോഷികമായി കരിമ്പിൻ തുണ്ടുകൾ പാപ്പാൻമാർ അവനുമാത്രമായി കരുതിവയ്ക്കുകയും ചെയ്യും.

അന്നൊക്കെ കോന്നി ആനക്കൂട്ടിൽ, ആനകളെ കാണാനെത്തുന്നവരുടെയെല്ലാം കണ്ണുകളിൽ ഈ കരുമാടിക്കുട്ടന്റെ ലീലാവിലാസങ്ങൾക്കായിരുന്നു പ്രഥമസ്ഥാനം. കാണാൻ എത്തിയവരിൽ നല്ലൊരു ശതമാനവും മടങ്ങുന്നത് ഈ സുന്ദര രാമസ്വാമിയെ എങ്ങനേയും സ്വന്തമാക്കുവാനുള്ള മനക്കോട്ടകളും മനക്കണക്കുകളുമായിട്ടായിരുന്നു.

അന്ന് ആനകളെ ലേലംവിളിച്ച് വിൽക്കുന്ന പതിവ് നിർത്തലാക്കിയിരുന്നു. വല്ലപ്പോഴുമൊരിക്കൽ സർക്കാരിന്റെ പ്രത്യേക ഉത്തരവിൻപ്രകാരം ഏതെങ്കിലും ഒന്നിനെ ക്ഷേത്രങ്ങൾക്കോ മതസ്ഥാപനങ്ങൾക്കോ കൊടുത്താലായെന്നുമാത്രം. പലരും പഠിച്ചപണി പതിനെട്ടും പയറ്റിയതാണ്. പക്ഷേ, അവസാനം നറുക്കുവീണത് കൊല്ലം ജില്ലയിൽപ്പെട്ട വാളകം ക്ഷേത്രട്രസ്റ്റിനാണ്. ആനയെ രേഖാമൂലം കൈമാറ്റം ചെയ്യപ്പെട്ടത് ക്ഷേത്രട്രസ്റ്റിന്റെ പേരിലായിരുന്നെങ്കിലും അവനെ കണ്ണുവച്ചതും സ്വന്തമാക്കിയതും ശരിക്കുമൊരതികായൻ തന്നെയായിരുന്നു. ആനക്കമ്പക്കാരനും ആനയുടമയുമായ മുൻമന്ത്രി ബാലകൃഷ്ണപിള്ള.

അക്കാലവും അയ്യപ്പൻകുട്ടിയെ സംബന്ധിച്ചടത്തോളം മോശം പറയാൻ കഴിയില്ല. ഒരു പക്ഷേ

ആനക്കുട്ടിയുടെ സമയം അതിന്റെ ശുക്രനിലെത്തിയതുകൊണ്ടാവാം, അമ്പലട്രസ്റ്റും ആനക്കുട്ടിയെ വിൽക്കാൻതന്നെ തീരുമാനിച്ചു. മറ്റുചില കാരണങ്ങൾകൂടി പറഞ്ഞേക്കാമെങ്കിലും യഥാർഥകാരണം ഒന്നുമാത്രം! സ്വപ്നത്തിൽപോലും ചിന്തിക്കാനാവാത്ത വിലയുമായി തൃശ്ശൂർക്കാരുടെ വരവ്! അന്ന് അക്കാശ് കൊടുത്താൽ ആനക്കുട്ടികളെ ഒന്നല്ല, മൂന്നിനെ നിഷ്പ്രയാസം മേടിക്കാമായിരുന്നു.

കേരളത്തിൽ ഇന്നോളമുണ്ടായിട്ടുള്ളതിൽ വച്ചുതന്നെ ഏറ്റവും വലിയ വിലയ്ക്ക് ഒരാനയെ വാങ്ങി ക്ഷേത്രത്തിൽ നടയ്ക്കിരുത്തിയ ആനപ്രേമിയാണ് തൃശ്ശൂർസ്വദേശി സുന്ദർമേനോൻ. ആനപ്രേമികളുടെ, ആനയുടമകളുടെ കിട്ടാക്കനിയായിരുന്ന പൂക്കോടൻ ശിവൻ എന്ന ഗജവീരനെ 28 ലക്ഷം എന്ന മോഹവിലകൊടുത്തു വാങ്ങി തിരുവമ്പാടി ക്ഷേത്രത്തിലേക്ക് സമർപ്പിക്കുമ്പോൾ ആനക്കച്ചവടത്തിന്റെ ചരിത്രത്തിൽതന്നെ അതൊരു നാഴികക്കല്ലായി. അങ്ങനെ പൂക്കോടൻ ശിവൻ, തൃശ്ശൂർ പൂരത്തിന് തിടമ്പേറ്റുന്ന തിരുവമ്പാടി ശിവസുന്ദറായും മാറി.

തിരുവമ്പാടി കൃഷ്ണന് ഒരാനയെ സമർപ്പിച്ചു കഴിഞ്ഞപ്പോൾപ്പിന്നെ സ്വന്തമായി നല്ലൊരാനയെ വാങ്ങിക്കുക എന്നതായി സുന്ദർമേനോന്റെ സ്വപ്നം. വലിപ്പത്തേക്കാളേറെ ആനച്ചന്തത്തിന് ഏറെ പ്രാധാന്യം കൽപിച്ചിരുന്ന മേനോന് മനസ്സിനുപിടിച്ച നല്ലതൊന്നിനെ പല കാരണങ്ങളാലും കണ്ടെത്താനായില്ല. ഒടുവിൽ തിരുവമ്പാടി ദേവസ്വംസെക്രട്ടറി മാധവൻകുട്ടിയും മറ്റുചില അഭ്യുദയകാംക്ഷികളും പറഞ്ഞാണറിയുന്നത്, തിരുവിതാംകൂറിൽ ഒരാനക്കുട്ടി നിൽപുണ്ട്. പത്തോ പതിനഞ്ചോ വയസ്സേ ഉള്ളുവെങ്കിലും നാളെ ഒന്നാന്തരമൊരാനയാകുവാൻ വേണ്ട എല്ലാവിധ ലക്ഷണങ്ങളുമുള്ള കിടിലൻ ഒരാനക്കുട്ടി. കണ്ടാൽ ശരിക്കും ശിവസുന്ദറിന്റെ ജൂനിയർ. പക്ഷേ, ഒറ്റ കുഴപ്പമേ ഉള്ളൂ. നല്ല വലിയൊരാനയുടെ കാശുതന്നെ കൊടുക്കണം.

ശിവസുന്ദറിന്റെ പതിപ്പെന്ന് കേട്ടപ്പോൾതന്നെ കൂടുതലൊന്നും ചിന്തിച്ചില്ല; നേരെ വിട്ടു. ചോദിച്ചകാശ് എണ്ണിക്കൊടുത്ത് ആനക്കുട്ടിയേയും

▼ സുന്ദർമേനോൻ അയ്യപ്പനോടൊപ്പം

കൊണ്ട് അടുത്ത വണ്ടിക്ക് തൃശ്ശൂരിനു തിരിക്കുകയും ചെയ്തു. ഒരാനക്കുട്ടിക്ക്, അഥവാ കുട്ടിക്കൊമ്പന് അന്നോളം കേട്ടിട്ടുള്ളതിൽവച്ചുതന്നെ ഏറ്റവും വലിയ വിലകൊടുത്താണ് തൃശ്ശൂർ അടിയാട്ട് വീട്ടിൽ സുന്ദർമേനോൻ ഈ നാളേയുടെ താരത്തെ സ്വന്തമാക്കിയത്.

ഭംഗിയുള്ള വലിയൊരാന എന്ന സങ്കൽപവും സ്വപ്നവുമാണ്, കേവലമൊരു കുട്ടിയാനയ്ക്കുവേണ്ടി രണ്ടോ മൂന്നോ കുട്ടിക്കൊമ്പൻമാർക്കുള്ള വില, പേശലേതുമില്ലാതെതന്നെ എണ്ണിക്കൊടുക്കുവാൻ സുന്ദർമേനോനെ പ്രേരിപ്പിച്ചത്. 2004-ലാണ് അടിയാട്ട് അയ്യപ്പൻ എന്ന കുട്ടിച്ചന്തം സുന്ദർമേനോന്റെയും പൂരനഗരിയുടെയും അഭിമാനമായി അങ്ങോട്ടെത്തുന്നത്. ചിട്ടയുടേയും അച്ചടക്കത്തിന്റേയും കാര്യത്തിൽ കോന്നിക്കൂട്ടിലെ ആനകൾ പണ്ടുപണ്ടേ പേരുകേട്ടവരാണ്. അതുപോലെതന്നെ ഉടമകളോടുള്ള സ്നേഹവിശ്വാസങ്ങളുടെ കാര്യത്തിലും ഇവർ ഏതൊരു ശരാശരി ആനയ്ക്കുംമേലെ ബുദ്ധിയും മികവും

പ്രകടിപ്പിക്കാറുണ്ട്.

അപ്പോൾപ്പിന്നെ ഈ ഭൂമിമലയാളത്തിലുള്ള മറ്റൊരാനയ്ക്കും അവകാശപ്പെടാൻ കഴിയാത്തത്രയും സ്വപ്നസൗഭാഗ്യങ്ങൾകൊണ്ട് സമ്പുഷ്ടമായ ഒരു 'പഞ്ചാരപ്പാൽപ്പായസജീവിതം' തനിക്കായി പകർന്നുനൽകുന്ന സുന്ദർമേനോനോട് അടിയാട്ട് അയ്യപ്പന് ആത്മാവിൽ ചാലിച്ചെഴുതിയ കടപ്പാടുണ്ടായില്ലെങ്കിലല്ലേ അദ്ഭുതമുള്ളൂ. ഉണ്ട ചോറിന്റെ കൂറിനെക്കുറിച്ച് വർണിക്കാനാവും പോയകാലത്തെ ആനക്കഥകളുടെ നല്ലൊരു ശതമാനം താളുകളും മാറ്റിവച്ചിട്ടുണ്ടാവുക. പക്ഷേ, അയ്യപ്പന്റെ കാര്യത്തിൽ അവിടെയും ചില തിരുത്തലുകൾ വേണ്ടിവന്നു. കാരണം ചോറും കറിയുമൊക്കെ അയ്യപ്പനെ സംബന്ധിച്ചടത്തോളം നന്ദിയും കൂറും പ്രകടിപ്പിക്കുവാൻതക്ക ഒരു വിഷയമേ ആകുന്നില്ല. ചാക്കുകണക്കിന് ഉണക്കമുന്തിരിയും അറേബ്യൻ നാട്ടിലെ ഏറ്റവും മുന്തിയതരം ഈന്തപ്പഴക്രീമുമൊക്കെയാണ് ഈ യുവരാജകുമാരനുവേണ്ടി സുന്ദർമേനോൻ പ്രത്യേകം വരുത്തിക്കൊടുക്കുന്ന ഇഷ്ടവിഭവങ്ങൾ. കരിമ്പ്, പൈനാപ്പിൾ, ക്യാരറ്റ്, വെള്ളരിക്ക തുടങ്ങി ദിവസേനയുള്ള ഭക്ഷണവിഭവങ്ങളുടെ നിര പിന്നെയും നീളുന്നു. ചുരുക്കിപ്പറഞ്ഞാൽ തന്റെ വളർത്തച്ഛൻ സ്ഥലത്തുണ്ടെങ്കിൽ അയ്യപ്പൻകുട്ടിയുടെ കാര്യം ബഹുകുശാൽ. ആ നേരങ്ങളിൽ അവനിത്തിരി കുസൃതി കൂടുകയും ചെയ്യും. കാരണം, വികൃതിത്തരത്തിന്റെ അളവൽപം കൂടിപ്പോയാലും ഉടമസ്ഥൻ സ്ഥലത്തുള്ളപ്പോൾ അത്യാവശംവേണ്ട നാല് ചൂരൽക്കഷായത്തിനുപോലും പാപ്പാൻമാർ ഒന്ന് മടിക്കുമെന്നത് അവനുറപ്പാണ്.

ഗൾഫിലെ വ്യവസായ പ്രമുഖനായ മേനോൻ പലപ്പോഴും ആഴ്ചകളും മാസങ്ങളുമൊക്കെ കൂടുമ്പോഴാവും നാട്ടിലെത്തുന്നത്. പക്ഷേ മേനോന്റെ കാർ ഗേറ്റിലെത്തി, വീട്ടിലേക്ക് പ്രവേശിക്കുന്നതിനു മുമ്പുതന്നെ മറ്റാരേക്കാളും ആദ്യം നമ്മുടെ കഥാനായകൻ അക്കാര്യം മണത്തറിഞ്ഞിട്ടുണ്ടാകും. ദിവസങ്ങൾക്കുശേഷം വീട്ടിലെത്തുന്ന അച്ഛൻ, ഇന്നെന്താണ് സ്പെഷ്യലായി തങ്ങൾക്ക് കൊണ്ടുവന്നിട്ടുള്ളതെന്നറിയാൻ ബാഗേജ് ഒന്നു തുറന്നുകിട്ടുന്നതുവരെ കയ്യിടെ, കാലിടെ കിടന്ന് നൂണ്ട്പിരണ്ട് വെപ്രാളംകൂട്ടുന്ന മക്കളെപ്പോലെ, പിന്നെ കൊച്ചയ്യപ്പനും ആകെയൊരു എരിപൊരി സഞ്ചാരമാണ്. കയ്യിലെ തേൻമധുരപ്പൊതിയുമായി മേനോൻ വന്ന് 'എന്തൊണ്ടയ്യപ്പാ' എന്ന കുശലാന്വേഷണവുമായി, മെല്ലെമെല്ലെ അതെല്ലാം വായിൽവച്ചുകൊടുത്തുകൊണ്ടുള്ള അമൃതേത്ത് കഴിഞ്ഞാലേ മഞ്ചാടിക്കണ്ണന് ഒട്ടൊരാശ്വാസമാകുകയുള്ളൂ.

പാപ്പാൻമാരൊന്നുമില്ലാതെതന്നെ ആനയ്ക്കരികിലേക്ക് കയറിച്ചെല്ലുമ്പോൾ 'കൈ കെട്ടയ്യപ്പാ' എന്ന് മേനോൻ പറയേണ്ട താമസം, അനുസരണക്കുട്ടിയെപ്പോലെ അയ്യപ്പൻ തുമ്പിക്കൈ കൊമ്പിൽ കെട്ടിക്കഴിയും. ഈന്തപ്പഴക്രീമിന്റെ വലിയ ഒരുരുളയുമായി 'കയ്യെവിടെ അയ്യപ്പാ' എന്നു ചോദിച്ചുകൊണ്ട് ചെല്ലുന്ന മേനോന്റെ മുന്നിൽ അടിയാട്ട് അയ്യപ്പൻ എന്ന ഈ പ്രണയപരവശൻ നാവിൽ വെള്ളമൂറി നിൽക്കും. 'പേരറിയാത്ത ആ നൊമ്പരത്തെ പ്രേമമെന്ന് വിളിച്ചവരും തീർച്ചയായും ഈന്തപ്പഴക്രീമിന്റെ ഈ പ്രലോഭനത്തെ അഭിമുഖീകരിച്ചിട്ടുണ്ടാകില്ല' എന്ന സമാധാനത്തോടെ അവനത് മണമണാ വെട്ടിയടിക്കുകയും ചെയ്യും. മനുഷ്യരുടെ അടുത്ത് തരത്തിനും തഞ്ചത്തിനും നിന്ന് തന്റെ കാര്യങ്ങൾ കുശാലാക്കി മാറ്റാൻ അന്നുമിന്നും അയ്യപ്പനെ പ്രത്യേകിച്ചാരും പഠിപ്പിക്കേണ്ടതില്ല. തൊലിക്കറുപ്പും തടിമിടുക്കും മാത്രമല്ല, ഈ ഇരുട്ടുകുത്തി ഒന്നാം നമ്പറിന്റെ തലയ്ക്കകത്തും നല്ല ആൾവാസമുണ്ടെന്ന് ചുരുക്കം.

ഭ്രാന്തിന്റേയും പരാക്രമങ്ങളുടേയും ഇടയ്ക്കുള്ള ചതുപ്പുനിലങ്ങളിലൂടെയാവും ആനമനസ്സുകൾ മുങ്ങിപ്പൊങ്ങുന്നത്. പ്രായമായ ആനകൾ വർഷത്തിൽ ഒരു കൃത്യസമയത്ത് നല്ല മദപ്പാട് പ്രകടിപ്പിക്കുമെങ്കിൽ ചില കൗമാരക്കാരും ചിലപ്പോഴൊക്കെ ഇതിന്റെ സൂചനകൾ കാട്ടിത്തുടങ്ങും. അതിനെ മദമെന്നല്ല, മൊടയെന്നാണ് പറയുന്നത്. അയ്യപ്പനുമുണ്ട് ചില മൊടസമയങ്ങൾ. 'തിരോന്തരം' ഭാഷയിൽ രാജമാണിക്യം ചോദിക്കുംപോലെ 'എന്തരടേ അപ്പി, ഒരു മൊട!' ഇത്തിരി അനുസരണക്കേടിന്റേയും അപൂർവമായ ചെറുത്തുനിൽപ്പിന്റേയും ഇടവഴികളിലൂടെ

അല്പനേരം അവനുമപ്പോൾ കടന്നുപോകും. നീലാഞ്ജന വിഗ്രഹംപോലെ കറുത്തുകൊഴുത്ത അയ്യപ്പൻ അപ്പോൾ മഴയിൽകുതിർന്ന പൂഴിയൊക്കെ കുഴച്ച് ഫേഷ്യൽചെയ്ത് സുന്ദരക്കുട്ടപ്പനായി തെല്ല് തരിപ്പോടെ ഒരു യുഗ്മഗാനം പോലും ഒറ്റയ്ക്കുനിന്ന് പാടിക്കളയും. വിജനമാം വീഥിയിലൂടെ സുന്ദരിക്കോതകളായ പെണ്ണാനകളൊന്നും ഈ പടി കടന്നുവരാനില്ലെന്നറിയാമെങ്കിലും, പ്രിയമുള്ളൊരാളാരോ വരുവാനുണ്ടെന്ന് വെറുതേ മോഹിച്ചുപോകുന്ന ചില നിമിഷങ്ങൾ. അപ്പോഴായിരിക്കും സുന്ദരമായ സ്വപ്നത്തിന്റെ രസച്ചരടും മുറിച്ചുകൊണ്ട് പാപ്പാന്മാർ ചങ്ങലയഴിക്കാനും മാറ്റിക്കെട്ടാനും എത്തുന്നത്. ആർക്കാണെങ്കിലും കുരുപൊട്ടിപ്പോകില്ലേ! അപ്പോൾപ്പിന്നെ മൊടയുടെ തരിപ്പുമായി നിൽക്കുന്ന ഒരു ഗജകുമാരന്റെ കാര്യം പറയാനുണ്ടോ? വിളിച്ചാൽ വിളികേൾക്കാതെ, പിടിക്കാൻ ശ്രമിച്ചാൽ പിടികൊടുക്കാതെ പിന്നെ കുറേ നേരമവൻ പാപ്പാന്മാരെ വട്ടംചുറ്റിക്കുക തന്നെ ചെയ്യും. കളിതമാശ ഇത്തിരി ഏറിപ്പോകുന്നില്ലേ എന്ന ഭയത്തിലും സംശയത്തിലും മറ്റുള്ളവരെല്ലാം തെല്ലകലം പാലിക്കുന്ന ഘട്ടത്തിലും തന്റെ കയ്യിലെ വജ്രായുധവുമായി സുന്ദർമേനോൻ തന്നെ നേരിട്ട് കളത്തിലിറങ്ങും.

അയ്യപ്പനെപ്പോലെ അവസരങ്ങളും ഭാഗ്യങ്ങളും സിദ്ധിച്ചിട്ടുള്ള നാട്ടാനകൾ ഭൂമിമലയാളത്തിലെന്നല്ല ഈ അണ്ഡകടാഹത്തിൽതന്നെ വിരളമാവാം. ദേവേന്ദ്രന്റെ സ്വന്തമായ സാക്ഷാൽ ഐരാവതത്തിനുപോലും അസൂയ തോന്നിപ്പോകുന്ന പുതിയൊരു നിയോഗത്തിനുള്ള തയ്യാറെടുപ്പിലാണ് ഇപ്പോൾ അയ്യപ്പൻ.

'ആലായാൽ തറ വേണം, അടുത്തൊരമ്പലം വേണം' എന്നാണല്ലോ പ്രമാണം. 'അതു വളരെ ശരിയാ. പക്ഷേ, അതുപോലെ ആണായാൽ അടുത്തൊരു പെണ്ണുള്ളതും തരക്കേടില്ലാത്ത ഒരു കാര്യമാണ്' എന്ന വിശ്വാസപ്രമാണക്കാരനാണ് അയ്യപ്പൻ. ഒന്നുമില്ലെങ്കിൽ നടന്നു ക്ഷീണിച്ചുവരുമ്പോൾ 'വിഷമിച്ചോ ചേട്ടാ' എന്നൊരു കുശലം ചോദിക്കാനും ചൂടോടെ ഒരു പനമ്പട്ടക്കാപ്പി തയ്യാറാക്കി തരാനും വഴിക്കണ്ണുമായി കാത്തിരിക്കുന്ന ഒരു പെണ്ണുള്ളത് ആരാണിഷ്ടപ്പെടാത്തത്. 'പക്ഷേ ഇവിടെ ഒരു നാട്ടുകൊമ്പന് ഒരിഷ്ടപ്രാണേശ്വരിയെ സ്വന്തമാക്കുവാൻ കഴിയുകയെന്നത് അത്ര എളുപ്പമുള്ള കാര്യമല്ല. നാട്ടിൽ പെണ്ണില്ലാഞ്ഞിട്ടോ, അവർക്കതിനുള്ള മനസ്സില്ലാഞ്ഞിട്ടോ അല്ല, ഇവിടത്തെയീ കടമ്പ. മനുഷ്യരുടെ ഓരോരോ അന്ധവിശ്വാസങ്ങൾ. ആന നാട്ടിൽ പ്രസവിക്കുന്നത് അശുഭമാണെന്നാണ് ഇവരുടെയൊക്കെ ഒരു കണ്ടുപിടുത്തം. മനുഷ്യർക്കിതൊന്നും ബാധകമല്ലേ. അല്ലെങ്കിൽതന്നെ അതിനൊന്നും വേറെ പരിഹാരമില്ലേ' എന്ന് ഈ അന്ധവിശ്വാസികളുടെ മുഖത്തുനോക്കി ചോദിക്കണമെന്ന് കൊച്ചയ്യപ്പന് പലപ്പോഴും തോന്നിയിട്ടുണ്ടാവും. പക്ഷേ, ഇവിടെ നാടുവിറപ്പിച്ച് നടക്കുന്ന തെച്ചിക്കോടൻമാരും കണ്ടമ്പുള്ളിമാരും ശിവസുന്ദരന്മാരുമൊക്കെയുണ്ടായിട്ടും ഈ പറഞ്ഞ ഒരു കാരണവന്മാർക്കും അതിനുള്ള ധൈര്യമൊന്നുമില്ലല്ലോ എന്നോർക്കുമ്പോൾ, ഇന്നലത്തെ പിള്ളേരെന്ന് പറയാവുന്ന താനായിട്ട് വെറുതെയെന്തിനാ ഒരു വയ്യാവേലി എന്നോർത്താവാം അയ്യപ്പൻ എല്ലാം ഉള്ളിലൊതുക്കുന്നത്.

പക്ഷേ, മറ്റാരും മനസ്സിലാക്കിയില്ലെങ്കിലും ഒരാൾ അയ്യപ്പന്റെ ഉൾവിളികൾ തിരിച്ചറിയുന്നുണ്ട്. അതിനുള്ള പോംവഴികൾ തേടുന്നുമുണ്ട്-തമിഴ്നാട്ടിൽ നിന്ന്. തമിഴ്നാട് സർക്കാരിന്റെ കീഴിലുള്ള ആനക്യാമ്പിലെ ആനകൾക്കെല്ലാം സർവസ്വാതന്ത്ര്യമാണ്. കരുണാനിധിയിപ്പോൾ കിലോയ്ക്ക് രണ്ടു രൂപ നിരക്കിൽ അരി കൊടുക്കും എന്ന് പ്രഖ്യാപിച്ചതുപോലെ, ആനകൾക്കവിടെ പണ്ടുതന്നേ എല്ലാം സൗജന്യമാണ്. തീറ്റയും കുടിയും മാത്രമല്ല, ഇഷ്ടപ്രാണേശ്വരന്മാരെയും പ്രാണേശ്വരികളെയും അവനവന് ബോധിച്ച മട്ടിൽ തിരഞ്ഞെടുക്കാം. മാത്രമല്ല, ഊർജിത വംശവർധന പ്രക്രിയകളിലെ സമഗ്ര സംഭാവനകൾക്ക് സർക്കാർവക വിശേഷാൽ പാരിതോഷികങ്ങളും ലഭിക്കും.

തമിഴ്നാട് സർക്കാരിന്റെ പ്രത്യേകാനുമതി തേടിക്കൊണ്ട് തന്റെ അയ്യപ്പൻകുട്ടിയുമായി മുതുമലയിലേക്ക് പെണ്ണുകാണലിനു പോയാലോ എന്ന കാര്യമായ ചിന്തയിലാണ് അവന്റെ ഉടമ

സ്ഥൻ. പെണ്ണിനെ കണ്ട് ബോധിച്ചാൽ, സ്ത്രീ ധനം കൊടുത്തു കൊണ്ടുള്ള ഒരു തൽക്ഷണ സ്വയംവരം. പിന്നെ അടുത്ത ഉത്സവക്കാലംവരെ അവിടെ അയ്യപ്പന്റെ ഒരു വിളയാട്ടം!

അയ്യപ്പൻകുട്ടിയെത്തേടി ഭാഗ്യങ്ങൾ, അവസരങ്ങൾ ഒന്നൊന്നായി അവന്റെ വഴിയേ പൂക്കൾ വിരിക്കയാണ്. കേരളത്തിലെ ഏറ്റവും ലക്ഷണയുക്തനായ വലിയൊരാനയെന്ന വിശേഷണത്തിലേക്ക് നടന്നടുക്കുന്നകാലം അനതിവിദൂരത്തല്ലാതെ ആഗതമായിക്കൊണ്ടിരിക്കുന്ന കൊച്ചയ്യപ്പന്റെ നടയുടേയും അമരമെന്ന പിൻകാലുകളുടേയും ലക്ഷണങ്ങൾ വിലയിരുത്തി, ഈ ആനക്കുട്ടി എന്തായാലും കുറഞ്ഞത് ഒമ്പതരയടിയെങ്കിലും ഉയരംവയ്ക്കുമെന്ന കാര്യം നൂറു ശതമാനം ഉറപ്പെന്ന് പ്രവചിക്കുന്ന അനുഭവസമ്പന്നർ അനവധിയാണ്. ഇത്രയും ഭംഗിയുള്ളൊരാന ഒമ്പതരയടി ഉയരംവച്ചാൽതന്നെ അതൊരു അസുലഭക്കാഴ്ചയായിരിക്കും. അതിനു മുകളിലോട്ടുള്ള ഓരോ ഇഞ്ചും അത് നാളേയുടെ ചരിത്രവും ഭാഗധേയവുമായിരിക്കും.

അടിയാട്ട് അയ്യപ്പനുവേണ്ടി എന്തും സമർപിക്കാൻ തയ്യാറുള്ള സ്നേഹധനനായ ഉടമയുടെ മനസ്സുപോലെ, ഈ മണ്ണിലെ ആയിരക്കണക്കായ ആനപ്രേമികളുടെ പ്രതീക്ഷപോലെ, അടിയാട്ട് അയ്യപ്പന്റെ പേരും പെരുമയും ഉയരവും സഹ്യനിരകൾക്കപ്പുറത്തേക്കും തലയുയർത്തുന്ന ഒരു സുവർണകാലത്തിനായി കാത്തിരിക്കാം.

***

കിരൺ നാരായണൻകുട്ടി

ആണത്തത്തിനൊപ്പം ലക്ഷണപ്പെരുമയും

▼ കിരൺ നാരായണൻകുട്ടി

അക്ഷരനഗരിയെന്ന് പേരുകേട്ട കോട്ടയത്തിന്റെ തിരുമുറ്റത്തൊരു ആനച്ചന്തമുണ്ട്. ഒമ്പതേമുക്കാൽ അടിയോളം ഉയരവും എല്ലാം തികഞ്ഞൊരു കൊമ്പനാനയുടെ ലക്ഷണഗാംഭീര്യങ്ങളുമായി കാലുകുത്തുന്നിടത്തെല്ലാം തന്റെ സാന്നിധ്യമറിയിക്കാൻ പോന്ന ഒരു ഗജരാജൻ. അവനാണ് കിരൺ നാരായണൻകുട്ടി. തിരുവിതാംകൂറിന്റെ എണ്ണംപറഞ്ഞ ആനക്കാഴ്ചകളിൽ എന്തുകൊണ്ടും പ്രഥമഗണനീയൻ.

ഉത്സവനഗരികളുടേയും ആനക്കമ്പക്കാരിൽ മഹാഭൂരിപക്ഷത്തിന്റേയും പ്രധാന ആകർഷണമായ ഉയരച്ചന്തവും തന്റെ സ്വാഭാവികമായ ഉയരത്തികവിനേക്കാൾ ഏറെ മതിപ്പുളവാക്കുന്ന അനന്യസുന്ദരമായ തലയെടുപ്പുമാണ് കിരൺ നാരായണൻകുട്ടിയെന്ന ഗജവീരന്റെ തുറുപ്പുചീട്ടുകൾ. കരിങ്കൽ തൂണുകൾപോലെ നീണ്ട് ഭംഗിയാർന്ന കാലുകൾ, പതിനെട്ട് നഖങ്ങൾ, തരക്കേടില്ലാത്ത തലക്കുന്നി, മോശമല്ലാത്ത വായുകുംഭം, ശരീരവലിപ്പത്തിന് അനുയോജ്യമായ ചെവികൾ, ഒതുക്കമാർന്ന ശരീരം, കാര്യമായ ഉടൽനീളം- അങ്ങനെ ഈയാനയുടെ ലക്ഷണത്തികവുകൾ അനേകമുണ്ട്. ഉത്തരേന്ത്യൻ ആനകളുടെ പൊതുസ്വഭാവമായ തുമ്പിക്കൈയുടെ ഇറക്കക്കുറവും കീഴ്ക്കൊമ്പുകളും മാത്രമാകും ലക്ഷണപ്പിടിവാശിക്കാർക്ക് ഇവനെതിരെ വിരൽചൂണ്ടാൻ വകയേകുന്നത്.

കേരളത്തിലെ ദൈവങ്ങളുടെ വാഹനവും വളരെ വേണ്ടപ്പെട്ടവരുമായ ആനകൾ ഇന്ന് പേരും പെരുമയും ആർജിക്കുന്നത് പ്രധാനമായും രണ്ടു വിധമാണ്. ഒന്നുകിൽ ആരുടേയും കണ്ണുകൾ പിടിച്ചുകെട്ടുവാൻപോന്ന ഉയരപ്പെരുമയും ശരീരഭംഗിയുംകൊണ്ട്; അല്ലെങ്കിൽ നാലാളറിയെ, കഴിയുന്നതും തുറന്നുപിടിച്ച ടിവി ക്യാമറകൾക്ക് മുന്നിൽ തനതുശൈലിയിലുള്ള ചില ചട്ടമ്പിത്തരങ്ങളാൽ. ഇതിൽ ആദ്യഗണത്തിൽ വരുന്നവ വളരെ കുറച്ചേയുള്ളൂ. രണ്ടാമത്തെ വിഭാഗം ധാരാളമുണ്ടുതാനും. നാരായണൻകുട്ടി രണ്ടിലും പെടും. ആരും പറയാതെതന്നെ ആൾക്കൂട്ടം അവന്റെ 'ഗജരാജവിരാജിത മന്ദഗതി'ക്ക് മുന്നിൽ ഭയഭക്തിബഹുമാനങ്ങളോടെ നാലടി പിന്നാക്കം മാറിനിൽക്കും. അത്തരമൊരു ഗജകേസരി മോശമല്ലാത്ത ചട്ടമ്പിത്തരത്തിനുകൂടി ഉടമയാണെങ്കിലോ; ആനയെ അറിയാത്ത ആനപ്രേമികളും ഉത്സ

വനഗരികളും അപൂർവമാകും. അതുല്യഭംഗിയാർന്ന ആനക്കാഴ്ചയായി, ആയിരങ്ങൾക്കു മധ്യേ തലയുയർത്തിപ്പിടിച്ച് തിടമ്പേറ്റി നിൽക്കുന്ന ആന പ്രമുഖൻ വല്ലപ്പോഴുമൊരിക്കൽ അത്ര ഗുരുതരമല്ലാത്ത ചില ഇടച്ചിലുകളുമായി പത്രത്താളുകളിൽ ഇടംപിടിക്കാറുണ്ട്. ആണുങ്ങളായാൽ, ആനകളായാൽ അതങ്ങനെതന്നെ വേണ്ടേയെന്നാവും കിരൺ നാരായണൻകുട്ടിയുടെ മനോഗതം.

കോട്ടയം നഗരഹൃദയത്തിലുള്ള നാഗമ്പടം പുത്തൻപുരയ്ക്കൽ മധുവിന്റെ മാനസപുത്രനും സ്വന്തവുമാണ് അക്ഷരനഗരി കണികണ്ടുണരാൻ കൊതിക്കുന്ന നാരായണൻകുട്ടി. ഗൾഫിലെ വർഷങ്ങൾ നീണ്ട ബാങ്കുദ്യോഗത്തിനുശേഷം നാട്ടിലെത്തി 'കിരൺ' ബസ്സ്സർവീസുകൾ ആരംഭിച്ചയാളാണ് മധു. മധുവിന്റെ നാരായണൻകുട്ടി നാട്ടുകാർക്ക് 'കിരണി'ന്റെ ആനയായി. എങ്കിൽപ്പിന്നെ നാട്ടുകാരുടെ ഇംഗിതംപോലെതന്നെ ആനയും കിരൺ നാരായണൻകുട്ടിയായിക്കോട്ടെ എന്നൊരു ചിന്ത. നാരായണൻകുട്ടിയാന അങ്ങനെ കിരൺ നാരായണൻകുട്ടിയായി.

നാരായണൻകുട്ടിയെ കൂടാതെ കിരൺ കണ്ണൻ, കിരൺ ഗണപതി എന്നീ ആനകളാണ് ഇന്ന് ഈ ആനത്തറവാട്ടിന്റെ സ്വന്തമായുള്ളത്. ബസ്സ് സർവീസും കോട്ടയത്തുകാരുടെ പതിവ് കാർഷിക-വ്യാവസായിക പ്രവർത്തനങ്ങളുമായി ജീവിക്കുകയായിരുന്ന മധുവിന് ആദ്യം ആനക്കാര്യവും ഒരു സാധാരണ ബിസിനസ് മാത്രമായിരുന്നു. കാശെറിഞ്ഞാൽ കാശുകിട്ടുമെങ്കിൽ ആനയെങ്കിൽ ആന; അതല്ല ചേനയെങ്കിൽ ചേന; കൃഷിയെങ്കിൽ കൃഷി.

ഇടയ്ക്ക് ചില ആനകളെയെടുക്കും. മെച്ചമെന്ന് കണ്ടാൽ മറിച്ചുവിൽക്കും. പക്ഷേ, മുറിച്ചുമാറ്റാനോ പറിച്ചെറിയാനോ കഴിയാത്ത ഒരു വികാരവും ആവേശവുമായി ആന ഈ മനുഷ്യന്റെ ഹൃദയത്തിൽ കൂടുകൂട്ടുന്നത് പൊടുന്നനെയായിരുന്നു. 'ആന'യെന്ന രണ്ടക്ഷരം ഹൃദയത്തിൽ നിന്നും ഉറവപൊട്ടി സ്നേഹത്തിന്റേയും നന്ദിയുടേയും പര്യായപദങ്ങളായി മാറിയതിനുകാരണം മധുവിന്റെ രണ്ടനുഭവങ്ങളായിരുന്നു.

മധുവിന്റെ പക്കലുള്ള ആനകളിൽ നല്ലൊരു നാട്ടാനയാണ് കണ്ണൻ. അവന്റെ ചന്തം കണ്ട് മോഹിച്ചാണ് സ്വന്തമാക്കിയതുതന്നെ. പക്ഷേ, പണ്ടൊക്കെ കണ്ണുതെറ്റിയാൽ കണ്ണൻ ഒന്നിടയുമായിരുന്നു. അതും കോട്ടയം നഗരമധ്യത്തിൽ. അപ്പോൾ, റബ്ബർഷീറ്റിന്റെ വിലപേശി നിൽക്കുന്നവരും 'മാ' പ്രസിദ്ധീകരണങ്ങൾക്കുള്ള തുടരൻ നോവലുകളുമായി വണ്ടിയിറങ്ങിയ അക്ഷരഭിക്ഷാംദേഹികളുമടക്കം നഗരം അക്ഷരാർഥത്തിൽ വിറകൊള്ളും. പാപ്പാൻമാരുടെ വായ്ത്താരികൾക്കും വടിയോങ്ങലുകൾക്കും നേരെ തറപ്പിച്ചൊരു നോട്ടംകൊണ്ട് ആന തടയിട്ടിരുന്നു. ഒരിക്കൽ ഇടഞ്ഞുപായുന്ന ആനയുടെ പിന്നാലെ നിറതോക്കുമായിവന്ന പോലീസും 'തനിക്ക് പുല്ലാണെന്ന്' അവൻ ഉറക്കെ പ്രഖ്യാപിച്ചു. എന്നാൽ സംഭവമറിഞ്ഞ് ഓടിച്ചെന്ന മധുവിനുമാത്രം ആനയുടെ പോക്കിൽ പന്തികേട് തോന്നിയതുമില്ല. ആരും ആനയെ ഉപദ്രവിക്കരുതേയെന്ന അപേക്ഷയോടെ മധു നേരെ വീട്ടിലേക്കോടി ഗേറ്റ് തുറന്നിട്ടു. ആനയിടഞ്ഞ് നാടുമുഴുവൻ വിറളിപിടിച്ചിരിക്കുമ്പോഴും പൂമുഖത്ത് പത്രം വായിച്ചിരിക്കുന്ന ഭർത്താവിനെ ഭാര്യ സംശയത്തോടെ നോക്കി. പക്ഷേ, മധുവിന്റെ ഊഹം തെറ്റിയില്ല, ആന ഗേറ്റ് കയറിവന്നു!

സ്കൂളിൽ നിന്നും വന്നുകയറുന്ന മകനോടെന്നപോലെ മധു ആനയുടെ അടുത്തുചെന്ന് കുശലം ചോദിച്ചു. പിന്നെ കൊമ്പിൽ പിടിച്ചു. ക്യാമറകൾ തുരുതുരാ കണ്ണ് ചിമ്മി. രണ്ടുരുളശർക്കരയിലും രണ്ട് കൊട്ടത്തേങ്ങയിലും അവസാനിച്ച ആ ആനക്കലാപം മധുവെന്ന ആനയുടമയുടെ മനസ്സിൽ ആനക്കച്ചവടക്കാരൻ എന്നതിനപ്പുറം മറ്റു ചിലതുകൂടി വിളക്കിച്ചേർക്കുകയായിരുന്നു. പിന്നെയൊരിക്കൽ പുഴയിൽ ചാടിയ ആന, പാപ്പാൻമാരെ ആട്ടിപ്പായിച്ച് പ്രഖ്യാപിച്ച വിപ്ലവവും മധുവിന്റെ ഒരു വാക്കിലും ഒരു കുല പഴത്തിലും രാജിയായ അനുഭവവും ആനക്കമ്പത്തിന് ആക്കംകൂട്ടി. ആനയും ആനക്കമ്പവും ഉടമകളുടെ സിരകളിൽ ലഹരിയായി നുരയിടുന്നത് ഇങ്ങനെ ചില ചെറിയ കാര്യങ്ങളിലൂടെയും കാഴ്ചകളിലൂടെയുമായിരിക്കും.

പത്തിരുപത് വർഷങ്ങൾക്കു മുമ്പാണ് മനു

ഷ്യന്റെ ചതിക്കുഴിയിലേക്കുള്ള കിരൺ നാരായണൻകുട്ടിയുടെ കൂപ്പുകുത്തൽ. യു.പി-ബീഹാർ വനമേഖലയിലെവിടെയോ ആണ് ജനിച്ചുവീണത്. കൗമാരസ്വപ്നങ്ങളോടും കാട്ടിലെ കാമിനിമാരോടുമെല്ലാം എന്നെന്നേയ്ക്കുമായി യാത്രാമൊഴി ചൊല്ലി. പിന്നെയൊരുനാൾ ഉത്തരേന്ത്യയിൽ നിന്നും ചുളുവിൽ ആനയെപൊക്കിയ ഏതോ ഒരു മദ്രാസിയോടൊപ്പം അതുവരെ അറിയാത്ത, കാണാത്ത നാട്ടിലേക്കൊരു നാടുകടത്തൽ!

വന്നിറങ്ങിയപ്പോഴല്ലേ അറിയുന്നത്, ആ മദ്രാസി ഒരു മലയാളിയായിരുന്നെന്നും ഇങ്ങ് നാളികേരത്തിന്റെ നാട്ടിൽ തനിക്കായി ഒരിടം കാത്തുവച്ചിട്ടുണ്ടെന്നും. തൃശ്ശൂർ-പാലക്കാട് മേഖലയിലേക്കാണ് ഇവനെ ആദ്യം എത്തിക്കുന്നത്. ഒത്തിരിയൊത്തിരി ആനക്കാഴ്ചകളും എന്തിനും പോന്ന ആനകളേയും കണ്ട് കണ്ണ് പുളിച്ചുനിൽക്കുന്ന തൃശ്ശൂർക്കാർക്കുണ്ടോ ഇത്തിരിപ്പോന്ന ആവരത്തനെ കണ്ണിന് പിടിക്കുന്നു. പിന്നെ തെക്കൻ നാട്ടിലേക്കൊരു കച്ചവടം.

പിന്നെ കുറച്ചുകാലത്തിനുശേഷം ചങ്ങനാശ്ശേരിക്കടുത്തുള്ള കാര്യമുട്ടം തറവാട്ടിലെത്തി. മേൽവിലാസം ഇങ്ങനെ അടിയ്ക്കടി മാറിയേക്കാമെങ്കിലും ആനയ്ക്ക് സ്വന്തമായൊരു പേരുണ്ടെന്ന കാര്യംപോലും ഓർക്കാതെ പലർക്കുമവൻ കാര്യമുട്ടം ആനയായി. തറവാട്ടിൽ ഒരാനയുണ്ടെന്നതിനപ്പുറം, അപ്പോഴും അവനവിടെ വലിയ കാര്യമൊന്നുമുണ്ടായിരുന്നില്ല. കൊച്ചുകൊച്ചു എഴുന്നെള്ളിപ്പുകളും നട്ടപ്പറവെയിലത്ത് നാടുനീളെ ഊരുതെണ്ടിക്കൊണ്ടുള്ള പറയെടുപ്പുകളും ഇടയ്ക്കിടെ നടക്കുന്നുണ്ടായിരുന്നു. തറവാടിന്റെ ഭാഗംവയ്പിലോ മറ്റോ, കാര്യമുട്ടത്തു വീട്ടിൽ കൊച്ചുപെണ്ണമ്മ ഭാരതിക്കുട്ടിയമ്മ, തന്റെ മരുമകളായ സീതമ്മയുടെ പേർക്കാണ് ആനയെ എഴുതിവച്ചത്.

സീതമ്മയെന്ന ആലപ്പുഴക്കാരി ഉടമ കുറേക്കാലം ഇവന്റെ ചുമതല ഒരു പാട്ടക്കാരനെ ഏൽപിച്ചു. ആനയെ കൊല്ലാക്കൊല ചെയ്തിട്ടായാലും ശരി, തന്റെ കീശ വീർക്കണമെന്നല്ലാതെ മറ്റൊന്നും ചിന്തിക്കാത്തവരാണ് നല്ലൊരു ശതമാനം പാട്ടക്കാരും. എന്നാൽ പേരുകേട്ട ഒരു കളരിമർമാണി വീരൻകുട്ടിയായിരുന്നു കാര്യമുട്ടത്താനയുടെ പാട്ടക്കാരൻ. കളരിയാശാൻ തന്റെ വക ചില മരുന്നും മന്ത്രവുമൊക്കെ ആനയിൽ ഒന്നു പരീക്ഷിച്ചപ്പോൾ ഫലം ആരെയും അദ്ഭുതപ്പെടുത്തുന്നതായിരുന്നു. നല്ല പൂവൻവാഴയുടേതു മാതിരി, നോക്കിനിൽക്കുമ്പോളായിരുന്നു ആനയുടെ വളർച്ച. തണ്ടും തടിയും വന്നു കയറിയപ്പോൾ ആനയുടെ സ്വഭാവത്തിലും ചില കന്നംതിരിവുകളുണ്ടായി. ഇടയ്ക്ക് ചങ്ങനാശ്ശേരിഭാഗത്തുവച്ചൊരു കൊലപാതകവും നടത്തി.

അഞ്ചുംപത്തും അരുംകൊലകൾ ചെയ്തുകുട്ടിയിട്ടുള്ള ആനകൾപോലും കൊമ്പുംകുലുക്കി, കൈയുംവീശി ഭൂമിമലയാളം മുഴുവൻ ചവുട്ടിക്കുലുക്കി നടകൊള്ളുമ്പോൾ പാവം നാരായണൻകുട്ടി ഒരിക്കൽ കോടതിമുറ്റത്ത് കൈയും കെട്ടി നിൽക്കേണ്ടിയും വന്നു. 'കോടതികയറിയ ഗജരാജൻ' എന്ന് മലയാളപത്രങ്ങൾ കൊട്ടിഗ്ഘോഷിച്ച ആ കേസ്, സത്യത്തിൽ നാരായണൻകുട്ടി ഒപ്പിച്ച എന്തെങ്കിലും തെമ്മാടിത്തരങ്ങളുടെ പേരിലായിരുന്നില്ല എന്നതാണ് അദ്ഭുതം. ആനയുടമയായ സീതമ്മയും പാട്ടക്കാരൻ എന്ന വളർത്തച്ഛനും തമ്മിൽ നാരായണൻകുട്ടിയുടെ മേലുള്ള അധികാരാവകാശങ്ങളെച്ചൊല്ലിയുണ്ടായ ഒരു തർക്കം. അത് കോടതി കയറിയപ്പോഴാണ് അവനും ഒപ്പം കയറേണ്ടിവന്നത്. ആനയ്ക്കായുള്ള അങ്കം കോട്ടയം ജില്ലാക്കോടതിയിലും പിന്നീട് ഹൈക്കോടതിയിലുമെത്തിയപ്പോൾ, ആനയെ കോടതിയിൽ ഹാജരാക്കുവാൻ ഉത്തരവ് വന്നു. അങ്ങനെ നാരായണൻകുട്ടിയും കോടതികയറി. പാട്ടക്കാരനിൽ നിന്നും ആനയെ ഏറെക്കാലത്തിനുശേഷം ഉടമയായ സീതമ്മയ്ക്ക് തിരിച്ചുകിട്ടുകയും ചെയ്തു. അപ്പോഴേക്കും അവൻ ആരുകണ്ടാലും മോഹിക്കുന്ന ഒന്നാന്തരമൊരു ഗജവീരനായിത്തീർന്നിരുന്നു.

സീതമ്മയിൽ നിന്നുമാണ് കിരൺ മധുവിലേക്ക് നാരായണൻകുട്ടി എത്തിച്ചേരുന്നത്. 'ആനത്തമ്പി'യെന്ന നീണ്ടൂർ തമ്പി ഇടനിലക്കാരനായി നിന്നാണ് ആന മധുവിന് സ്വന്തമാകുന്നത്.

97-ൽ പത്തു ലക്ഷത്തിൽ താഴെ വരുന്ന തുക

യ്ക്കാണ് മധു ആനയെ വാങ്ങിയത്. ഒരു പ്രത്യേക സാഹചര്യത്തിൽ മധുവിന് ഒത്തുകിട്ടിയ നാരായണൻകുട്ടിക്ക് ഇന്ന്, പ്രത്യേകിച്ചും തൃശ്ശൂർ-പാലക്കാടൻ ആനറാഞ്ചി മേഖലകളിൽ നിന്നും അന്നത്തേതിന്റെ മൂന്നോനാലോ ഇരട്ടിയോളം വരുന്ന മോഹവില വാഗ്ദാനമുണ്ടത്രെ! ആളിത്തിരി വഴക്കാളിയാണെങ്കിലും ദൈവമായി കൈയിൽക്കൊണ്ടുത്തന്ന മുതലിനെ വിട്ടുകളയാൻ ഉടമയ്ക്കും മനസ്സുവരുന്നില്ല.

പക്ഷേ, ഈ കച്ചവടത്തിൽ ദൈവത്തിനേക്കാൾ ഏറെ കളിച്ചത് തരവും തഞ്ചവും അറിഞ്ഞുള്ള തന്റെ ഇടപെടലായിരുന്നെന്ന വിശ്വാസക്കാരനാണ് ആനബ്രോക്കറായ ആനത്തമ്പി. ആനകളുടെ മനസ്സുപോലെതന്നെ ഒത്തിരിയൊത്തിരി വളവും തിരിവും ചുഴികളും മലരുകളുമുള്ളതാണ് ആനക്കച്ചവടരംഗം. ഇരുനൂറ്റമ്പതോളം ആനകളുടെ കച്ചവടം നടത്തിയിട്ടുള്ള തമ്പിയുടെ ജീവിതത്തിൽ, ഏറ്റവും തിളക്കമാർന്ന കച്ചവടവും ഇതുതന്നെ. സീതമ്മയിൽ നിന്നും കച്ചവടമുറപ്പിച്ച് മധുവും സംഘവും പോരാൻ തുടങ്ങുമ്പോൾ അതുവരെ നാരായണൻകുട്ടിയുടെ പാപ്പാനായിരുന്ന ഹരി കൊച്ചുകുട്ടികളെയെന്നപോലെ വലിയവായിൽ കരയുകയായിരുന്നു. ഇക്കാലത്തോളം ആനക്കാര്യങ്ങളിൽ അലിഞ്ഞുചേരുകയും ആനകളെകൊണ്ടു മാത്രം അരിമേടിക്കുകയും ചെയ്യുന്ന തമ്പിയുടെ ജീവിതത്തിലെ ആദ്യത്തെ അനുഭവമായിരുന്നു അത്.

അന്ന് വഴിപിരിഞ്ഞെങ്കിലും പിന്നീടും പലവട്ടം ഹരി നാരായണൻകുട്ടിയെത്തേടി വന്നിട്ടുണ്ട്. ഇടയ്ക്കൊക്കെ ഇടഞ്ഞ്, പാപ്പാനെ തട്ടിയിട്ട് കുത്തി, നാടുവിറപ്പിച്ച് നിൽക്കുമ്പോൾ ആദ്യം വണ്ടിപായുന്നത് മയക്കുവെടിക്കാരെ തേടിയായിരുന്നില്ല. മറിച്ച് ഹരിയെ കൂട്ടുവാനായിരുന്നു. ലോകത്തോടു മുഴുവനുമുള്ള അമർഷവും പ്രതികാരവും നെഞ്ചിൽ ഉമിത്തീപോലെ നീറിനീറിപ്പടർന്ന് ആന ഭ്രാന്തെടുത്തു നിൽക്കുമ്പോഴും തെല്ല് ദൂരെനിന്നും തന്റെ വരവറിയിച്ചുകൊണ്ടുള്ള ഹരിയുടെ ചുമ കേട്ടാൽ നാരായണൻകുട്ടി ഒന്നു ചൂളുമായിരുന്നു, അനുസരണയോടെ ഒതുങ്ങുമായിരുന്നു.

നാരായണൻകുട്ടിയോടൊപ്പം ഒരുപാട് വർഷങ്ങൾ താമസിച്ചിട്ടുള്ള സോമൻ എന്ന പാപ്പാനും ഇവന്റെ ജീവചരിത്രത്തിലെ അപ്രധാനമല്ലാത്ത കഥാപാത്രമാണ്. ഒരിക്കൽ കിരൺ ഗ്രൂപ്പിന്റെ കണ്ണൻ എന്ന ആനയിൽ നിന്നും സോമന്റെ ജീവൻ രക്ഷിച്ചത് ഇവനാണ്. പക്ഷേ, അതേ നാരായണൻകുട്ടിതന്നെ പിന്നീട് സോമന്റെ ജീവനു നേർക്ക് കൊമ്പുകളാഴ്ത്തിയെന്നത് വിധിവിളയാട്ടം; അതും ഒന്നല്ല, രണ്ടുവട്ടം.

സോമനെ മതിലിനോട് ചേർത്തുവച്ച് കുത്തിയപ്പോൾ മതിൽ തുളച്ച് ആനയുടെ കൊമ്പും സോമനും അപ്പുറത്തുപോയി. അടിവയറ്റിലൂടെ ആനക്കൊമ്പ് കയറിയിറങ്ങിയിട്ടും സോമന്റെ ജീവൻ തിരിച്ചുകിട്ടിയെങ്കിൽ അത് ആയുസ്സിന്റെ ബലമെന്നല്ലാതെ എന്തുപറയാൻ. പിന്നെ, തന്റെ തൊഴിലാളിയുടെ ജീവനുവേണ്ടി കൈമെയ് മറന്ന് സഹായിക്കാൻ തയ്യാറായ ആനയുടമയുടെ വലിയ മനസ്സും ഉണ്ടായിരുന്നു.

ഇടച്ചിലുകളിൽ നല്ലൊരു ശതമാനവും കോട്ടയത്തെയോ മറ്റു നഗരങ്ങളിലെയോ പത്രമാധ്യമങ്ങൾക്ക് മുന്നിലാകുമെന്നതിനാൽ, വീരസ്യം നാലാള് കൂടുതൽ അറിയുമെന്നൊരു പ്രത്യേകതയും നാരായണൻകുട്ടിക്കുണ്ട്. നാരായണൻ ഇടഞ്ഞാൽ ആളെ തന്റെ പുറത്തുനിന്നും ഇറക്കാതെ ഒരോട്ടവും പെടപ്പും നടത്തും. അതിനിടെ ചിലപ്പോൾ ഇലക്ട്രിക് പോസ്റ്റുകൾ തട്ടിവീഴ്ത്തിയെന്നും വരാം. ഒരിക്കൽ എറണാകുളത്തുവച്ച് ഇടഞ്ഞ ആനയെ തളയ്ക്കാൻ ആനക്കാർ വടമെറിഞ്ഞു. കാലിനു വച്ച കുടുക്ക് ആന തുമ്പികയ്യിലെടുത്തു. അബദ്ധത്തിൽ കുടുക്കുമുറുകി. ആന ശ്വാസംകിട്ടാതെ നിലത്തുവീണുരുണ്ടു. കുടുക്ക് അറത്തുമുറിച്ചാണ് അന്ന് ആനയെ രക്ഷപ്പെടുത്തിയത്. മയക്കുവെടിക്കാരെത്തും മുമ്പേ നിത്യമായ മയക്കത്തിലേക്ക് വീണേക്കാമായിരുന്ന അബദ്ധക്കുരുക്കിൽ നിന്നും അന്ന് കഷ്ടിച്ചു രക്ഷപ്പെടുകയായിരുന്നു നാരായണൻകുട്ടി.

ഏത് ആപത്ഘട്ടത്തിലും രക്ഷകനായി അവതരിച്ചിരുന്ന ഹരിയുടെ മരണം നാരായണൻകുട്ടിക്ക് കനത്ത ആഘാതം തന്നെയായിരുന്നു. ഹരിയുടെ മരണശേഷം 'ഇനി ആന അടിമേടിക്കു'

മെന്ന് പലരും പറഞ്ഞു. അടി മാത്രമല്ല, വെടിയും അവൻ വാങ്ങിച്ചു. രണ്ടു മയക്കുവെടികൾ വീതമെങ്കിലും വിളിച്ചുമേടിച്ചിട്ടുള്ള സീസണുകളും നാരായണൻകുട്ടിക്കുണ്ടായിരുന്നു. ഹരിക്കും സോമനും ശേഷം രണ്ടു പാപ്പാൻമാർ വന്ന് ആനയെ കെട്ടിയഴിച്ചുവെങ്കിലും തല്ലിയൊതുക്കാനല്ലാതെ ആനയുടെ മനസ്സ് മനസ്സിലാക്കാൻ അവരാരും ശ്രമിച്ചില്ല; അവർക്കു കഴിഞ്ഞുമില്ല.

മധുവിന്റെ കൈയിൽ ആനയെ കിട്ടിയശേഷം ഒന്നുരണ്ട് വർഷം അദ്ദേഹം കാര്യമായി ആനയെ മൂക്കുമുട്ടെ, തുമ്പിമുട്ടെ തീറ്റിച്ച് തുടുത്തുമിനുക്കിയെടുത്തതാണ്. പക്ഷേ, തണ്ടും തടിയും കൂടിയപ്പോൾ ആനയുടെ ആനത്തവും അഥവാ അഹങ്കാരവും ഇരട്ടിച്ചു. 'തിന്നിട്ട് എല്ലിന്റിടയിൽ കുത്തുക'യെന്ന് പറയുംപോലെ, ഉണ്ടുമിനുങ്ങിയിരിക്കുമ്പോൾ വല്ലപ്പോഴുമെങ്കിലും ഒരു മയക്കുവെടി കിട്ടിയില്ലെങ്കിൽ ഒരു സുഖവുമില്ലാത്ത അവസ്ഥ. അതിനാൽ ഇപ്പോൾ അങ്ങനെ തിന്നുപുളയ്ക്കാൻ അനുവദിക്കാറില്ല. എല്ലാ ആനകളേയും പോലെ നാരായണൻകുട്ടിക്കും ആവശ്യത്തിന് മാത്രമേ ഭക്ഷണം കൊടുക്കാറുള്ളൂ. ഒരുപക്ഷേ അതിന് അനിവാര്യമായ 'വാട്ടൽ' എന്ന മറ്റൊരർഥംകൂടിയുണ്ടാവാം. ഏതായാലും ആനക്ക് പഴയപോലെ പ്രശ്നങ്ങളില്ലെന്നതാണ് വാസ്തവം.

പാപ്പാൻമാർ പലരും മാറിമാറി വരാറുണ്ടെങ്കിലും ആനക്കാര്യങ്ങൾ കൈകാര്യം ചെയ്യുവാൻ പ്രതാപൻ എന്ന സ്ഥിരം മാനേജരും നാരായണൻകുട്ടിക്കുണ്ട്.

മുഖത്തടിക്കുന്നത് നാരായണൻകുട്ടിക്ക് ഒട്ടും പിടിക്കാത്ത കാര്യമാണ്. 'കണ്ണൊന്ന് തെറ്റിയാൽ, കൈയൊന്ന് തെറ്റിയാൽ ആനയുടെ കണ്ണുതന്നെ പോയേക്കാമെന്ന് ഇവരെന്താണ് ഓർക്കാത്തത്. അതോർത്തില്ലെങ്കിലും സ്വന്തംകാര്യം നമുക്ക് നോക്കാതെ പറ്റുമോ?'- കള്ളുംകുടിച്ചുവന്ന് നാട്ടാരുടെ മുന്നിൽ വീരസ്യം കാട്ടാൻ മുഖത്തടിച്ചാൽ, ചിലപ്പോൾ അവൻ ഒരു നിമിഷം സ്വയം മറന്നേക്കാം. കോരിയങ്ങ് എടുത്തെന്നും വരും. ഉമ്മവച്ചും ആനപ്പുറത്ത് കിടന്നുറങ്ങിയുമുള്ള അമിതസ്നേഹപ്രകടനവും ഇവന് അത്ര പന്തിയല്ല.

ചവറയ്ക്കടുത്ത് കറുങ്ങയിൽ സുബ്രഹ്മണ്യസ്വാമി ക്ഷേത്രത്തിൽ മുപ്പത്തഞ്ചോളം ആനകൾ അണിനിരന്ന ഉത്സവത്തിൽ തിടമ്പേറ്റുവാനുള്ള നിയോഗവുമായി കമ്മറ്റിക്കാർ തേടിയെത്തിയത് കിരൺ നാരായണൻകുട്ടിയെയായിരുന്നു. അവിടെ ഉയരത്തിൽ നാരായണൻകുട്ടിയുമായി ഒപ്പത്തിനൊപ്പം നിൽക്കുന്ന രണ്ടാനകൾകൂടി ഉണ്ടായിരുന്നെങ്കിലും, ഒരേ നിൽപിൽ എടുത്തുപിടിച്ചപോലുള്ള തലയെടുപ്പാണ് നാരായണൻകുട്ടിയുടെ ശിരസ്സിലേക്ക് പ്രധാന തിടമ്പിനെ ആവാഹിച്ചാകർഷിച്ചത്.

അപൂർവസുന്ദരമായ തലയെടുപ്പിനും ആനച്ചന്തത്തിനും മുന്നിൽ നാരായണൻകുട്ടിയുടെ കൊച്ചുകൊച്ചു കുറുമ്പുകൾ അപ്രസക്തമാണ്. ഉത്സവകേരളത്തിന്റെ ആവേശമായി നടകൊള്ളുന്ന ഇന്നത്തെ പല ഗജരാജാക്കന്മാരും ഒരുവേള എണ്ണം പറഞ്ഞ കൊലപാതകങ്ങളിലേയും കൂട്ടാനക്കുത്തുകളിലേയും പ്രതിപ്പട്ടികയിലെ മുൻനിരക്കാരായിരുന്നു എന്നത് പകൽപോലെ സത്യമാണ്. യൗവനപ്പുളപ്പിൽ നിന്ന് പക്വതയിലേക്ക് വഴിമാറുവാൻ ആനകൾക്ക് അധികസമയമൊന്നും വേണ്ട. കിരൺ നാരായണൻകുട്ടിയുടെ ദിനങ്ങളും വരാനിരിക്കുന്നതേയുള്ളൂ. തന്റേതല്ലാത്ത കുറ്റത്തിന്റെ പേരിൽ കോടതി കയറേണ്ടി വന്നിട്ടുള്ളവനാണ് നാരായണൻകുട്ടി. ഇവന്റെ ചെറിയ ഇടച്ചിലുകൾക്ക് പിന്നിലെ യഥാർഥ പ്രശ്നം അവൻ തന്നെയാകണമെന്നില്ല.

ആരാധകലക്ഷങ്ങളുടെ ആശയും ആവേശവും സത്കീർത്തിയുടെ പൊൻതിടമ്പുമേന്തി കിരൺ നാരായണൻകുട്ടി മുന്നേറുകയാണ്. കാലവും ലോകവും അവന്റെ സഞ്ചാരപഥങ്ങളിൽ നിറപറകൾ ഒരുക്കുന്നു. ഇവന്റെ പേരും പെരുമയും കാലത്തിന്റെ അതിരുകൾ താണ്ടുമ്പോഴും നാരായണൻകുട്ടി ഉറക്കെ പ്രഖ്യാപിക്കുയാണ്- "പാവത്താൻ എന്ന് കേൾക്കുന്നതിലേറെ ആണൊരുത്തൻ എന്ന് കേൾക്കാനാണെനിക്കിഷ്ടം".

***

ഗുരുവായൂർ (മുറിവാലൻ)മുകുന്ദൻ

ആർക്കും വഴങ്ങാത്ത വ്യത്യസ്തൻ

▶ പുന്നത്തൂർ ആനക്കോട്ട

ഗുരുവായൂരപ്പന്റെ ആനകളുടെ ആലയമാണ് പുന്നത്തൂർ ആനക്കോട്ട. പഴയ പുന്നത്തൂർ രാജകുടുംബത്തിൽ നിന്നും ഗുരുവായൂർ ദേവസ്വത്തിലേക്ക് വന്നുചേർന്ന ഈ കൊട്ടാരവളപ്പിന് ഇന്നും ഒട്ടേറെ വീരഗാഥകൾ പറയാനുണ്ട്. പക്ഷേ, കൂടുതലും ആനക്കഥകളാണെന്നുമാത്രം. 'പണ്ട് ഒരു രാജ്യത്ത് ഒരു രാജാവുണ്ടായിരുന്നു. അദ്ദേഹത്തിന് ആരുകണ്ടാലും മോഹിക്കുന്ന ഒരു കൊട്ടാരവും ഉണ്ടായിരുന്നു' എന്നു പറഞ്ഞുതുടങ്ങേണ്ട പുന്നത്തൂർ കൊട്ടാരവും കോട്ടവളപ്പും അടക്കിവാഴുന്നത് പുതിയ രാജവംശവും പുതിയ രാജാക്കൻമാരുമാണ്. ഗുരുവായൂരപ്പന്റെ പ്രിയഭാജനങ്ങൾ എന്നു വിശേഷിപ്പിക്കാവുന്ന അറുപതിലേറെ ആനകളുടെ ആലയം അഥവാ ആനത്തറവാടാണ് ഇന്നത്തെ പുന്നത്തൂർകോട്ട.

ഭക്തന്മാർക്കു മാത്രമല്ല, ആനയെ കാണുവാനും ആനക്കഥകൾ കേട്ടിരിക്കാനും ഇഷ്ടമുള്ള ഏതൊരാൾക്കും ഏത് കൊടികെട്ടിയ വിനോദസഞ്ചാരകേന്ദ്രങ്ങളേക്കാളേറെ മാനസികോല്ലാസം പകരുവാൻ പര്യാപ്തമാണ് പുന്നത്തൂർ കോട്ടയിലെ ആനക്കാഴ്ചകൾ; ആനക്കഥകളും. ടിക്കറ്റെടുത്ത് അകത്തുകയറിയാൽ ഏതെങ്കിലുമൊരു പാപ്പാൻ നമ്മുടെ സഹായത്തിന് എത്തിയേക്കാം. പേരും പെരുമയും സ്വഭാവസവിശേഷതകളുംകൊണ്ട് ഒന്നിനൊന്ന് വ്യത്യസ്തരായ ഒട്ടേറെ ആനകളെ അവർ നമുക്ക് പരിചയപ്പെടുത്തിത്തരുകയും ചെയ്യും. കേരളത്തിലെ ആയിരത്തോളംവരുന്ന നാട്ടാനകളിലെ കിരീടം വയ്ക്കാത്ത ചക്രവർത്തിയാണ് ഗുരുവായൂർ പദ്മനാഭൻ. പദ്മനാഭൻ കഴിഞ്ഞാൽ പേരുകേട്ട ഗുരു

വായൂർ ദേവസ്വം വലിയ കേശവൻ, ആനത്തറ വാട്ടിലെ ഏറ്റവും പ്രായംചെന്ന മുത്തശ്ശി താര, ഇരിക്കസ്ഥാനം ഏറ്റവും ഉയർന്ന രാമചന്ദ്രനാന, സിനിമാതാരം സുരേഷ് ഗോപി നടയ്ക്കിരുത്തിയ ആനക്കുട്ടി ലക്ഷ്മിനാരായണൻ, ആനയോട്ട മത്സരത്തിൽ വിജയം ശീലമാക്കിയ കണ്ണൻ, വഴക്കാളിയും ഓട്ടക്കാരനുമായ മുരളിയാന, കോഴിക്കോട്ട് കൂത്തമ്പലം കുത്തിമറിച്ചിട്ട് സ്ത്രീകൾ ഉൾപ്പെടെ മൂന്നുപേരുടെ മരണത്തിന് കാരണക്കാരനായ ശ്രീധരനാന- അങ്ങനെയങ്ങനെ അദ്ഭുതകഥകളുടേയും വിസ്മയക്കാഴ്ചകളുടേയും ഒരു നൂതന ലോകത്തിന്റെ കവാടങ്ങളാണ് നമുക്കു മുന്നിൽ തുറക്കപ്പെടുന്നത്.

ജീവിതത്തിനും മരണത്തിനുമിടയ്ക്കുള്ള നൂൽപ്പാലത്തിലൂടെ ജന്മത്തിന്റെ മറുകര താണ്ടുന്ന കേരളത്തിലെ നൂറുകണക്കിന് നാട്ടാനകളേക്കാളും ആയിരക്കണക്കിന് ആനത്തൊഴിലാളികളേക്കാളും സുരക്ഷിതത്വവും സ്വസ്ഥതയുമുള്ളവരാണ് ഇവിടത്തെ ആനകളും ആനക്കാരും. തീറ്റയും വെള്ളവും ആവശ്യത്തിനു നൽകാതെ ആനകളെ കൊല്ലാക്കൊല ചെയ്ത് പണിയെടുപ്പിച്ചിട്ടായാലും 'പോരുന്നത്ര പോരട്ടെ, നമുക്കും കിട്ടണം പണം' എന്ന മട്ടിൽ കച്ചവടക്കണ്ണ് മാത്രമുള്ള ആനയുടമയല്ലല്ലോ ഗുരുവായൂരപ്പൻ. ദേവസ്വംബോർഡിലെ ക്ലാസ് ഫോർ ജീവനക്കാരന്റെ ആനുകൂല്യങ്ങളും അവകാശങ്ങളും ഇവിടത്തെ ആനക്കാരുടെ ജീവിതത്തിനും അർഥമേകുന്നു.

പുന്നത്തൂർ കോട്ടയിലെ വീരശൂരപരാക്രമികളേയും ലക്ഷണമൊത്ത കരിവീരൻമാരെയും കുറുമ്പികളായ പിടിയാനകളെയും ഇതുരണ്ടിലുംപെടാത്ത മോഴകളേയുമൊക്കെക്കണ്ട് കണ്ണും മനസ്സും നിറഞ്ഞ് കോട്ടയോട് വിടപറയാൻ നേരവും നിങ്ങൾ കാണേണ്ട ഒരാളെ കണ്ടിട്ടുണ്ടാവില്ല. അല്ലെങ്കിൽ കണ്ടിട്ടും ശ്രദ്ധിച്ചിട്ടുണ്ടാവില്ല. കാരണം, ആരുമവനെ നമുക്ക് വേണ്ടപോലെ പരിചയപ്പെടുത്തിയിട്ടു തന്നെയുണ്ടാവില്ല. എന്തെന്നാൽ അവൻ അത്രേയുള്ളൂ.

ഇത്തിരിപ്പോന്ന വെറുമൊരു കുരുട്. പക്ഷേ, ആ ഇത്തിരിക്കുഞ്ഞൻ എല്ലാവരുടേയും കണ്ണിലെ കരടാണ്. വിശേഷിച്ചും പാപ്പാൻമാരുടെ. അവനാണ് ഗുരുവായൂർ മുകുന്ദൻ എന്ന മുറിവാലൻ മുകുന്ദൻ.

ശ്രീലങ്കയിലെ ആന അനാഥാലയം

അനാഥർക്കൊരാലയം...

അനാഥാലയങ്ങൾ നമ്മുടെ നാട്ടിലെ പതിവു കാഴ്ചകളാണ്. ശ്രീലങ്കയിൽ വളരെയധികം പ്രത്യേകതകളുള്ള ഒരു അനാഥാലയമുണ്ട്. മനുഷ്യർക്കല്ല; ആനകൾക്ക്. ശ്രീലങ്കൻ തലസ്ഥാനമായ കൊളംബോയിൽ നിന്ന് ഏകദേശം 90 കി.മീ. അകലെയുള്ള പിന്നാവാലയിലാണ് ഇത് സ്ഥിതിചെയ്യുന്നത്. 1975-ൽ സ്ഥാപിക്കപ്പെട്ടതും നാഷണൽ സുവോളജിക്കൽ ഗാർഡൻസിന്റെ ചുമതലയിൽ പ്രവർത്തിക്കുന്നതുമായ ഈ അനാഥാലയം 'മാദയ' നദീതീരത്താണ്. എഴുപതോളം ആനകൾ ഇവിടെ ജീവിക്കുന്നു. ഇതിൽ അനാഥർ, അപകടത്തിൽപ്പെട്ട് അംഗവൈകല്യം സംഭവിച്ചവർ എന്നിവരാണ് കൂടുതലും. ആവശ്യത്തിന് ആഹാരവും വ്യായാമവും നൽകി പരിപാലിച്ചുവരുന്ന ഇവിടത്തെ ആനകൾ തികച്ചും ശാന്തശീലരാണ്. അതിനാൽ സന്ദർശകരുടെ ഇഷ്ടകഥാപാത്രങ്ങൾ കൂടിയാണിവർ.

മനുഷ്യനും നാട്ടാനകളുമായുള്ള ബന്ധത്തിന്റെ അടിസ്ഥാനപ്രമാണം തന്നെ, ആനയ്ക്ക് മനുഷ്യനോടുള്ള വിധേയത്വവും ആനയുടെ അനുസരണശീലവുമാണ്. കാട്ടിൽ പിറന്ന് കാടിന്റെ മക്കളായി ജീവിച്ചുമരിക്കേണ്ട ആനയെന്ന ഈ വന്യമൃഗത്തിനെ നമ്മുടെ അമ്പലപ്പറമ്പുകളിലേയും മരക്കൂപ്പുകളിലേയും അനിവാര്യതയാക്കി മാറ്റിയതും അവരുടെ അനുസരണശീലം തന്നെയാണ്. അതവരുടെ ജൻമശാപവുമായി മാറി.

മനുഷ്യന്റെ അടിമയായി, ആയുഷ്കാലം മുഴു

വൻ അവൻ പറയുന്നത് കേട്ട് പണിയെടുത്തും അവന്റെ ഔദാര്യത്തിൽ മാത്രം വിശപ്പടക്കിയും ആവശ്യത്തിനും അനാവശ്യത്തിനും അവന്റെ പീഡനങ്ങൾ ഏറ്റുവാങ്ങിയും ചത്തുജീവിച്ചുകൊള്ളുക എന്ന മാനുഷികതയുടെ ധാർഷ്ട്യത്തിന് എതിരെയുള്ള പ്രതിഷേധത്തിന്റേയും ചെറുത്തുനിൽപ്പിന്റേയും ഒരു തീപ്പൊരി. അതാണ് മുറിവാലൻ മുകുന്ദൻ.

ഭാഗ്യം ചെയ്ത ജൻമങ്ങളാണ് ഗുരുവായൂരിൽ നടയ്ക്കിരുത്തപ്പെടുന്നതെന്ന് പറയാം. ഇടയ്ക്കെപ്പോഴെങ്കിലും മാത്രം പുറത്തെ ക്ഷേത്രങ്ങളിൽ ഒരു എഴുന്നെള്ളത്തിനോ മറ്റോ പോയാൽ മതി. പിന്നെ വീട്ടുകാര്യമെന്ന രീതിയിൽ ഗുരുവായൂരിലെ ചില ചടങ്ങുകൾ. കോട്ടയ്ക്കുള്ളിലെ ചില അല്ലറചില്ലറ പണികൾ. അത്രതന്നെ. യുദ്ധമില്ലാത്ത വേളകളിലെ പട്ടാളക്കാരന്റെ ജീവിതം പോലെ തിന്നും കുടിച്ചും ജീവിതം ഒരളവോളമൊക്കെ സുഭിക്ഷം. ഒരു നാട്ടാനയ്ക്ക് ഇതിൽപരമെന്തുവേണമെന്ന് ആരെങ്കിലും ചോദിച്ചാൽ നമ്മുടെ നാട്ടാനകളിൽ തൊണ്ണൂറ്റിയൊമ്പത് ശതമാനവും 'റാൻ' മൂളും. ചോദ്യം മുകുന്ദനോടായാലോ 'അതിന് വേറെ ആനയെ നോക്കണം' എന്നായിരിക്കും മുകുന്ദന്റെ മൂകപ്രതികരണം. 'ബന്ധുരക്കാഞ്ചനക്കൂട്ടിലാണെങ്കിലും ബന്ധനം ബന്ധനം തന്നെ പാരിൽ' എന്ന വിശ്വാസപ്രമാണത്തിൽ അടിയുറച്ച് വിശ്വസിക്കുന്ന മുറിവാലന്റെ മുമ്പിൽ ആനക്കോട്ടയിലെ പേരെടുത്ത പാപ്പാൻമാരൊക്കെ പതിനെട്ടടവും പയറ്റിയിട്ടും ഒടുവിൽ തോട്ടിയും വടിയും വച്ച് കീഴടങ്ങാനായിരുന്നു വിധി.

തന്നെ അനുസരണ പഠിപ്പിക്കുവാനും അനുനയിപ്പിക്കുവാനും തൊടുമധുരം തന്ന് വശത്താക്കുവാനും ശ്രമിച്ചവരുടെയൊക്കെ നേർക്ക് മുകുന്ദനെന്ന ക്ഷിപ്രകോപി കുതിച്ചുചാടും. ഓടിച്ചിട്ട് കടിക്കുന്ന പട്ടിയെപ്പോലെ പാപ്പാൻമാർക്ക് പിന്നാലെ അവൻ വിറളിപിടിച്ച് പാഞ്ഞ് ആനക്കോട്ടയെ അടിമുടിവിറപ്പിക്കും. അടിമത്തത്തിന്റെ അവസാനമില്ലാത്ത ബന്ധനങ്ങളിലേക്ക് തങ്ങളെ ചതിച്ചുവീഴ്ത്തിയ മനുഷ്യവർഗത്തോടുള്ള താപവും രോഷവും ഉള്ളിലടക്കി, 'നല്ലപിള്ള'കളായി കാലംപോക്കാൻ വിധിക്കപ്പെട്ട കരുത്തൻമാരും ഭീമാകാരൻമാരുമായ ഗജകേസരികളൊക്കെ മുകുന്ദനെന്ന ഏഴാംകരിന്തലയുടെ ഒറ്റയാൾപ്പോരാട്ടം കണ്ട് ഉള്ളിൽ ഊറിച്ചിരിക്കുന്നുണ്ടാകണം.

പുന്നത്തൂർകോട്ടയിലേക്കുള്ള മുഖ്യപ്രവേശനകവാടം കടക്കുമ്പോൾ കുറച്ച് വലതുഭാഗത്തായി നീണ്ടുകൊലുന്ന കൊമ്പുകളും മുറിഞ്ഞ വാലുമായി ശരാശരിക്ക് താഴെമാത്രം ശരീരവലിപ്പമുള്ള ഒരു ഇടത്തരം കൊമ്പൻ ചില വേലത്തരങ്ങളും പഴയ 'ബാലൻ.കെ. നായർ സ്റ്റൈൽ' വില്ലൻ നോട്ടവുമായി നിൽക്കുന്നതു കണ്ടാൽ ഊഹിക്കാം. ഇതുതന്നെ മുകുന്ദൻ. അവന്റെയടുത്തു മാത്രം കൂടുതൽ തമാശയും കളിയും വേണ്ടന്ന് ആനക്കാർ മുന്നറിയിപ്പ് നൽകുകകൂടി ചെയ്യുന്നുണ്ടെങ്കിൽ വീണ്ടും ഉറപ്പിക്കാം- മുകുന്ദൻ തികഞ്ഞ ധാർഷ്ട്യത്തിൽ തന്നെ; സൂക്ഷിച്ചാൽ ദുഃഖിക്കേണ്ടെന്നും!

കഴിഞ്ഞ ഒരു ദശകത്തിലേറെയായി, ബന്ധനസ്ഥനായി കെട്ടുംതറയിൽ ഒരേ നിൽപാണ് മുകുന്ദൻ. ആരെയും അടുപ്പിക്കില്ല. തീറ്റയും വെള്ളവും ദൂരെനിന്ന് മാത്രം നൽകാം. ആനക്കാർ പിന്നിലൂടെ ചെന്ന് അതീവശ്രദ്ധയോടെ പിൻകാലുകളിലെ ചങ്ങല വല്ലപ്പോഴും ഒന്ന് അഴിച്ചുകെട്ടും. മുകുന്ദനുമേൽ മനുഷ്യജാതിക്കുള്ള സ്വാതന്ത്ര്യത്തിന്റേയും അധീശത്വത്തിന്റേയും വഴികൾ അവിടെ തീരുകയാണ്. അതിനപ്പുറം മറ്റൊരു ലോകം. അവിടെ മുകുന്ദനും അവന്റെ നിയമങ്ങളും മാത്രം. അഹങ്കാരത്തിന്റെ സെൻട്രൽ ജയിൽ നിർമിച്ച് അതിനകത്ത് സ്വയം ജീവപര്യന്തം തടവുശിക്ഷ വിധിച്ച് ജീവിതം ഹോമിച്ചുതീർക്കുന്ന ഒരു ഒറ്റയാൻ സമരം. നേരും നെറിയുമില്ലാത്ത മനുഷ്യമൃഗങ്ങളോട് ഇതിലും മധുരമായ മറ്റൊരു പ്രതികാരമില്ലെന്ന് അവന് തോന്നിയിട്ടുണ്ടാവണം.

പുന്നത്തൂർ രാജവംശത്തിൽപെട്ട തുളസീദാസ് രാജയാണ് ബീഹാറിൽ നിന്നും ഇറക്കുമതിചെയ്യപ്പെട്ട കുട്ടിക്കൊമ്പനെ 1986-ൽ നടയ്ക്കിരുത്തുന്നത്. സാക്ഷാൽ ഗുരുവായൂരപ്പന്റെ പേരിടുകയും ചെയ്തു. പതിനെട്ട് നഖങ്ങളും ഉയർന്ന

മസ്തകവും പരന്ന തലക്കുന്നിയും ചെണ്ടക്കോൽ പോലെ ഭംഗിയാർന്ന ആരൻകൊമ്പുകളും ചെറുതല്ലാത്ത താമരയിലപോലുള്ള ചെവികളും നീളമുള്ള തുമ്പിയും തുടങ്ങി ലക്ഷണശാസ്ത്രത്തിലെ സൽഗുണങ്ങൾ പലതുമുണ്ടായിരുന്നു മുകുന്ദന്. ഒപ്പംതന്നെ അത്യാവശ്യം ലക്ഷണപ്പിശകുകളും. അതിൽ പ്രധാനപ്പെട്ടതാണ് മുറിവാൽ!

പുതിയ ലോകം, പുതിയ ബന്ധുക്കൾ. കാട്ടിൽപോലും അവൻ ഇത്രയധികം ആനകളെ ഒന്നിച്ചു കണ്ടിട്ടുണ്ടാവില്ല. കണ്ണിൽ പകപ്പും ചങ്കിൽപെടപ്പുമായി പുന്നത്തൂർകോട്ടയിൽ ആകെ അമ്പരന്ന് നിന്ന ഈ കുട്ടിയാന അന്ന് അറിഞ്ഞിട്ടുണ്ടാവില്ല കുറച്ചെങ്കിലും ഭാഗ്യം ചെയ്ത ജന്മമാണ് തന്റേതെന്ന്. കേരളത്തിൽ ഇന്ന് ഒരു നാട്ടാനയ്ക്ക് എത്തിപ്പെടാൻ കഴിയുന്ന ഏറ്റവും സുരക്ഷിതവും സുഭിക്ഷവുമായ ഇടത്തേക്കാണ് താൻ എത്തിയിരിക്കുന്നതെന്നും.

നടയ്ക്കിരുത്തിയ ദിവസം തന്നെ ആനക്കോട്ടയിലെ പ്രഗല്ഭനായ കെ.പി. കുഞ്ഞിരാമനെന്ന പാപ്പാനെ ഇടിച്ചിട്ടുകൊണ്ടായിരുന്നു കുട്ടിക്കുറുമ്പന്റെ അരങ്ങേറ്റം. വായുകുംഭം കുറവാണല്ലോ എന്നുപറഞ്ഞ് ആനക്കുട്ടിയെ തൊട്ടുതലോടാൻ ചെന്നതായിരുന്നു കുഞ്ഞിരാമൻ. കുറുമ്പനത് ഒട്ടും രസിച്ചില്ല. ഊക്കോടെ ഒറ്റയിടി! ആശാൻ താഴെവീണുപോയി. പാപ്പാൻമാരുടെ നേർക്കുള്ള കുതിരകയറ്റത്തിന്റെ തുടക്കം മാത്രമായിരുന്നത്. 1992 ആഗസ്റ്റ് 9-ന് കുമ്പിടി സ്വദേശി പങ്ങുവെന്ന പാപ്പാനെ അരുംകൊല ചെയ്തു. അതിനു മുമ്പുതന്നെ ആനപ്പണിയിൽ പ്രഗല്ഭനെന്ന് പേരെടുത്ത മേപ്പുറത്ത് കൃഷ്ണൻ നായരെ തട്ടിയിട്ട് കുത്തി മൃതപ്രായനാക്കി. മുകുന്ദന്റെ പരാക്രമങ്ങൾ പിന്നെയും തുടർന്നുകൊണ്ടേയിരുന്നു.

കൊലക്കേസുകളിലും വധശ്രമങ്ങളിലും പല കുറി പ്രതികളായിട്ടുള്ള വിരുതൻമാർ ആനക്കോട്ടയിൽ പലരുമുണ്ട്. പക്ഷേ, അവരിൽ നിന്നെല്ലാം മുകുന്ദനെ വ്യത്യസ്തനാക്കുന്നത് കൊലപാതകങ്ങൾക്കു ശേഷമുള്ള അവന്റെ അനുഷ്ഠാനനിഷ്ഠകളാണ്- കൊന്നുകഴിഞ്ഞാൽ അവന് പുലകുളിക്കണം.

പുലകുളിക്കാര്യത്തിലുള്ള ഈ വിട്ടുവീഴ്ചയില്ലായ്മ കണ്ട് ആനക്കോട്ടയിലെ തലമൂത്ത പാപ്പാൻമാർ ഒരു ഉൾക്കിടിലത്തോടെ കവളപ്പാറ കൊമ്പന്റെ ഓർമകൾ ചികഞ്ഞെടുത്തു. ഏതാണ്ട് ഒരുനൂറ്റാണ്ടിനപ്പുറം മരണത്തിന്റെ പര്യായമായി കൊലവിളിച്ചുനടന്ന കവളപ്പാറക്കൊമ്പന്റെ പുനർജൻമമാണോ മുകുന്ദനെന്നുപോലും അവർ ശങ്കിച്ചു.

മനസ്സിൽ തീവ്രമായ വ്യഥകളും പേറി, ഒരിക്കലും മനുഷ്യന് വഴങ്ങിക്കൊടുക്കാത്ത ഒരാനയുടെ കൊലവിളികളും പുലകുളിയും തുടർച്ചയാക്കിയ ഒരതികായന്റെ ദുരന്തകഥയാണ് കവളപ്പാറ കൊമ്പന്റെ ജീവിതം. ഒരർഥത്തിൽ അവനെ നമുക്ക് മുകുന്ദന്റെ മുൻഗാമിയെന്നും വിളിക്കാം. ആരോ കുറിച്ചുവച്ച്, ആരൊക്കെയോ പാടിനടന്ന് നാടോടിപ്പാട്ടായി മാറിയതാണ് കവളപ്പാറക്കൊമ്പന്റെ ജീവിതകഥ. ഇരിങ്ങാലക്കുട കൂടൽമാണിക്യക്ഷേത്രത്തിൽ കവളപ്പാറത്തറവാട്ടുകാർ നടയ്ക്കിരുത്തിയ സർവലക്ഷണങ്ങളും തികഞ്ഞ ഗജവീരനായിരുന്നവൻ. മനുഷ്യന്റെ അധീശത്വത്തിന് വഴങ്ങാൻ വിസമ്മതിച്ചുകൊണ്ട് ഒരായുഷ്കാലം മുഴുവൻ കലാപം നയിച്ച കവളപ്പാറക്കൊമ്പൻ ഏതേതു ദേശത്തുചെന്ന് കൊലനടത്തിയാലും പുലകുളിക്ക് തീർഥക്കുളം തേടുമായിരുന്നു. ഒന്നുംരണ്ടുമല്ല, ഇരുപത്തൊന്നുവട്ടമാണത്രെ അവൻ പുലകുളിച്ചത്!

'കൊലയാനയെങ്കിലും കവളപ്പാറയാനയ്ക്ക് പുലകുളിയേറ്റം ചിട്ടയാണേ' എന്ന നാടോടിപ്പാട്ടിലെ ഈരടികൾ ഇന്നും ആനക്കമ്പക്കാരുടെ ചുണ്ടുകളിൽ ഒരു ഇതിഹാസംപോലെ നിഴലിച്ചു കിടപ്പുണ്ട്. ഇത്രയൊക്കെ അരുംകൊലകൾ ചെയ്തുകൂട്ടിയിട്ടും 'പുത്രവാത്സല്യത്തോടെ' നീണ്ട മുപ്പതുവർഷങ്ങൾ സ്നേഹിച്ചുകൊണ്ടു നടന്ന കുഞ്ഞൻപാപ്പാനായിരുന്നു അവന്റെ അവസാനത്തെ ഇര! അന്ന്, തിരുവഞ്ചിക്കുളം ക്ഷേത്രത്തിലെ ശിവരാത്രി ഉത്സവത്തിന് ഒരു പണ്ടാരനെ കൊന്ന് കൊലവിളിച്ചിട്ട് ചോരമണം മാറിയിട്ടുണ്ടായിരുന്നില്ല. അവന്റെ മുന്നിൽ വഴിതടഞ്ഞ് നിന്ന കുഞ്ഞൻ പാപ്പാൻ നിമിഷങ്ങൾക്കുള്ളിൽ കൊമ്പിൽ കോർക്കപ്പെട്ടു. പിന്നെ കണ്ണിൽ

കണ്ടതെല്ലാം തകർത്തുതരിപ്പണമാക്കിക്കൊണ്ട് തിരുവഞ്ചിക്കുളത്തുനിന്നും ഇരിങ്ങാലക്കുടയ്ക്കുള്ള മടക്കയാത്ര. അത് അനിവാര്യമായ ഒരെരിഞ്ഞടങ്ങലിന്റെ ആരംഭമായിരുന്നു. കീഴടക്കപ്പെട്ട്, ഭീകരമായ ആനച്ചങ്ങലകളിൽ തളയ്ക്കപ്പെട്ട കവളപ്പാറക്കൊമ്പൻ പിന്നീടൊരിക്കലും ആ ബന്ധനത്തിൽ നിന്നും മോചിതനായില്ല. സ്വന്തം ജീവൻ ബലികൊടുത്തുകൊണ്ട് ഒരാളും അവനെ അഴിക്കാൻ ധൈര്യപ്പെട്ടില്ല. ജനക്കൂട്ടത്തിന്റെ രോഷം മുഴുവൻ കല്ലേറുകളായി. വലിയ ശരീരം അവിടവിടെ പഴുത്തുവീങ്ങി. കനത്ത ചങ്ങലകൾ കാലുകളിൽ വ്രണങ്ങൾ സൃഷ്ടിച്ച് മാംസത്തിലേക്ക് പൂണ്ട് ഗജവീരന്റെ ജീവിതം നരകമാക്കി. 'ഈശ്വരാ, എത്രയുംവേഗം എന്റെ ജീവനെ തിരിച്ചുവിളിച്ച്, ഈ ദുരിതക്കയത്തിൽ നിന്നും മോക്ഷമേകണേയെന്ന് കവളപ്പാറക്കൊമ്പൻതന്നെ പ്രാർഥിച്ചിരിക്കാൻ പോന്നത്രയും നരകതുല്യമായ അവസ്ഥ. ദുരിതപൂർണമായ ആറേഴ് മാസങ്ങൾക്കുശേഷം ആ ചങ്ങലയിൽ കിടന്നുകൊണ്ടുതന്നെ കവളപ്പാറക്കൊമ്പൻ അന്ത്യശ്വാസം വലിച്ചു. ആനയ്ക്കും മനുഷ്യനുമിടയിലെ എക്കാലത്തേയും വലിയ കാലുഷ്യത്തിന്റെ ഓർമകളുണർത്തികൊണ്ട് ആ ചങ്ങലകൾ ഇന്നും കൂടൽമാണിക്യക്ഷേത്രത്തിലെ കൊടിമരച്ചോട്ടിലുണ്ട്.

മുകുന്ദനും കവളപ്പാറക്കൊമ്പന്റെ വഴിയേ തന്നെയോ എന്ന് ആരും സംശയിച്ചുപോകുംവിധമായിരുന്നു അവന്റെ ജീവിതസഞ്ചാരങ്ങൾ. മേപ്പുറത്ത് കൃഷ്ണൻ നായരെ കുത്തിവീഴ്ത്തിയശേഷം ആള് മരിച്ചെന്ന ധാരണയിൽ മുകുന്ദൻ കുളത്തിലിറങ്ങിയപ്പോൾ ആദ്യം ആർക്കും അതിൽ ഒരു പുലകുളിയുടെ ധാർഷ്ട്യവും കാർക്കശ്യവും തോന്നിയില്ല. എന്നാൽ, അധികകാലം കഴിയുംമുമ്പേ പാപ്പാൻ പാങ്ങുവിനെ കുത്തിക്കൊന്ന് ആനത്താവളത്തിൽ ഭീകരാന്തരീക്ഷം സൃഷ്ടിച്ച മുകുന്ദൻ കുളത്തിൽ ഇറങ്ങാൻ ശ്രമിച്ചപ്പോൾ അവർക്കതുറപ്പായി; അതേ ഇവൻ കവളപ്പാറയുടെ പുനർജന്മം തന്നെ! ആനക്കാരുടെ ചെറുത്തുനിൽപ്പുകൾ ഭേദിച്ച് കുളത്തിൽ ഇറങ്ങാൻ കഴിയാതെ പരക്കംപാഞ്ഞ മുകുന്ദൻ ഒടുവിൽ ടാങ്കിൽനിന്ന് വെള്ളം തുമ്പിയിലെടുത്ത് പുലകുളിച്ചിട്ടാണ് അന്ന് കീഴടങ്ങിയത്.

ഒരാനക്കാരനെ കൊല്ലുകയും പിന്നെ മോശമല്ലാത്ത കുഴപ്പങ്ങൾ വരുത്തിവയ്ക്കുകയും ചെയ്തതിന്റെ പേരിൽ മുകുന്ദന് ജീവപര്യന്തം ചങ്ങല വിധിച്ച ഗുരുവായൂർ ദേവസ്വത്തിന്റെ മുൻകരുതൽ കണ്ട് ചില ആനയുടമകളെങ്കിലും ചിരിക്കുന്നുണ്ടാവണം. കാരണം നാലും അഞ്ചും കൊലപാതകങ്ങളുടെ ചരിത്രമുള്ള ആനകളെയാണല്ലോ അവർ ജനസമൂഹത്തിന് നടുവിലൂടെ എഴുന്നെള്ളിച്ചുകൊണ്ട് നടക്കുന്നത്. ഗുരുവായൂർ ദേവസ്വത്തിന്റെ സ്ഥാനത്ത് മറ്റേതെങ്കിലും സ്വകാര്യയുടമയുടെ സ്വന്തമായിരുന്നു മുകുന്ദനെന്ന് സങ്കല്പിക്കുക. എങ്കിൽ കഥ മറ്റൊന്നായാനേ. മെയ്യനങ്ങാതെ, പണിയെടുക്കാതെ ആയുഷ്കാല സത്യാഗ്രഹം നടത്തുന്ന ഒരാനയെ തീറ്റിപ്പോറ്റാൻ ആരാണ് തയ്യാറാവുക. ഒന്നല്ല, രണ്ടും മൂന്നും കൊലപാതകങ്ങൾ കഴിഞ്ഞാലും അവർ മുകുന്ദനെ അവന്റെ വഴിക്ക് വിടുകയില്ല.

ഒരു പാപ്പാൻ 'ചത്താൽ' ചട്ടം കയ്യേൽക്കാൻ ഒമ്പതുപേർ പുതുതായെത്തും. വഴക്കാളിയായ ആനയുടെ മനസ്സും ശരീരവും തകർക്കുന്ന ഭീകരമർദ്ദനങ്ങൾക്കുശേഷം ദിവസങ്ങൾക്കുള്ളിൽ ആന മർദ്ദനം സഹിക്കാനാവാതെ പുതിയ പാപ്പാനുമായി ഇണക്കം നടിക്കും. ആനയ്ക്ക് പാപ്പാനെ ഭയം. ഉള്ളിന്റെയുള്ളിൽ പാപ്പാന് ആനയേയും ഭയം. ഇങ്ങനെ പരസ്പരം പേടിച്ചും പേടിപ്പിച്ചും മറ്റാർക്കോവേണ്ടി മരണക്കളി തുടരുന്ന രണ്ട് ജന്മങ്ങൾ. അധികം താമസിയാതെ ക്ഷമയുടെ നെല്ലിപ്പടി താണ്ടുന്ന അവരിൽ ഒരാൾ, മറ്റൊരാളാൽ കൊല്ലപ്പെട്ടെന്ന വാർത്ത ഏതെങ്കിലും പത്രത്തിന്റെ ചരമപ്പേജിൽ ഒറ്റക്കോളം വാർത്തയായി നമ്മൾ വായിച്ചേക്കാം.

ആനപ്പണിയിലെ പ്രഗല്ഭനായ അച്യുതൻ നായരും ആവതു പണിപ്പെട്ടതാണ് മുകുന്ദനെന്ന വഴക്കാളിയെ നേർവഴി നടത്താൻ. 'നായുടെ വാൽ പന്തീരാണ്ട് കൊല്ലം കഴിഞ്ഞാലും വളഞ്ഞു തന്നെ' എന്നു പറയുംപോലെ അച്യുതൻ നായരുടെ വടിയും തോട്ടിയും ഒടിഞ്ഞതല്ലാതെ മുകുന്ദന്റെ വിളച്ചിൽ ഒതുക്കാനായില്ല. ജന്തുപീഡനത്തിന്റെ പേരിൽ അച്യുതൻനായരെ മുൻ

കേന്ദ്രമന്ത്രി മേനകാഗാന്ധിയും സാമൂഹികപ്രവർത്തകരും ചേർന്ന് കോടതി കയറ്റിയത് മിച്ചം.

ഒരുപാട് വഴക്കാളിയാനകളെ നേർവഴിക്കു നടത്തിയിട്ടുള്ള അച്യുതൻ നായർ ശ്രമിച്ചിട്ടും നന്നാകാത്ത മുടിയനായ പുത്രൻ, ഇനി നന്നാവേണ്ടെന്ന് ദേവസ്വം അധികാരികളും തീരുമാനിച്ചു. തളർന്ന പാപ്പാൻമാർ പിന്തിരിഞ്ഞതല്ലാതെ മുകുന്ദൻ അപ്പോഴും അപ്രതിരോധ്യനായി നിലകൊണ്ടു. കൃഷ്ണൻകുട്ടി നായർക്കും പങ്കുവിനുംശേഷം വെളിന്തടം കുട്ടിക്കൃഷ്ണൻ നായരും കുറേക്കാലം ഈ ദുർവാസാവിനെ വഴിനടത്താൻ നോക്കി.

ഒരിക്കൽ തോട്ടിയുംകൊണ്ട് പോകുന്ന അയ്യപ്പൻപാപ്പാന്റെ നടപ്പിൽ അഹിതം തോന്നിയ മുകുന്ദൻ അയാൾക്ക് പിന്നാലെ കൂടി. തടയാൻ ചെന്ന സത്യപാലനെന്ന പാപ്പാനെ കുത്തി. ഭാഗ്യത്തിന് കുത്ത് കൊണ്ടില്ലെങ്കിലും പനമ്പട്ടവാരുന്നതുപോലെ കൊമ്പിനും തുമ്പിക്കുമിടയിലാക്കി സത്യപാലനെ വാരി രണ്ടും കൽപിച്ച് ആന നടന്നു. അന്ന് വാൽക്കണ്ണിന് താഴെയുള്ള 'നിര്യാണം' എന്ന മർമം നോക്കിയടിച്ച് സഹപ്രവർത്തകൻ മോഹൻദാസാണ് സത്യപാലനെ രക്ഷിച്ചത്.

കുറച്ചുവർഷങ്ങൾക്കു മുമ്പുവരെ മുകുന്ദനേയും അത്യാവശ്യം പുറത്തെഴുന്നെള്ളിപ്പിന് കൊണ്ടുപോകുമായിരുന്നു. ഒരിക്കൽ വാടനാപ്പള്ളിക്കടുത്തുവച്ച് തിടമ്പുപിടിച്ച് ആനപ്പുറത്തിരുന്ന ആളെ തട്ടിത്താഴെയിട്ടു. അതായിരുന്നു അവസാനത്തെ എഴുന്നെള്ളിപ്പ്!

മുകുന്ദന്റെ മുൻഗാമിയായി കവളപ്പാറ കൊമ്പനുണ്ടെങ്കിൽ പിൻഗാമിയായി ആനക്കോട്ടയിൽതന്നെ ഒരുവനുണ്ട്. മറ്റാരുമല്ല, സിനിമാതാരം സുരേഷ്ഗോപി നടയ്ക്കിരുത്തിയ ലക്ഷ്മിനാരായണൻ. 'അനുസരണശീലം തൊട്ടുതെറിച്ചിട്ടില്ലാത്തവൻ' എന്നാണിവനെപ്പറ്റി പാപ്പാൻമാർ പറയുന്നത്. പരിശീലനത്തിലേയും പരിപാലനത്തിലേയും പാളിച്ചയല്ലാതെ, മറ്റൊന്നുമല്ല ആനകളുടെ കുഴപ്പമെന്ന് വിശ്വസിക്കുന്ന പാപ്പാൻമാരും കോട്ടയിലുണ്ട്. പക്ഷേ, ഇന്നീ കുട്ടിയാനയുടെ ദുരവസ്ഥ കണ്ടാൽ സുരേഷ്ഗോപിയുടേതു മാത്രമല്ല, ആരുടേയും കരളലിയും.

പോകെപ്പോകെ ഈ എരണംകെട്ട മനുഷ്യജാതി, തന്നെ തന്റെ വഴിക്കുവിട്ട് തോറ്റുമടങ്ങിയിരിക്കയാണെന്ന് മനസ്സിലായതോടെ മുകുന്ദനും ഒരു സമാധാനചർച്ചയ്ക്ക് സന്നദ്ധനെന്ന മട്ടിലായി. ആദ്യമാദ്യം എന്തിനും ഏതിനും ഉടക്കുമായിരുന്ന ആന പിന്നീട് അവന്റെ കാര്യങ്ങൾ മുറതെറ്റാതെ നടക്കുന്നതിന് അത്യാവശ്യം സഹകരിച്ചു. എന്നാൽ രാത്രികാലങ്ങളിൽ ഇവൻ പലപ്പോഴും അലറിക്കരയാറുണ്ടത്രെ! ഇക്കാലമത്രയും ഏറ്റുവാങ്ങിയ കൊടിയ മർദ്ദനങ്ങളുടെ ബാക്കിപത്രമോ, അതോ കവളപ്പാറക്കൊമ്പന്റെ ഭൂതാവേശമോ!

രോഗംബാധിച്ച് ബാധ്യതയാകുന്നവർക്കും മുകുന്ദനെപ്പോലുള്ള സ്ഥിരം വഴക്കാളികൾക്കും കമ്പോളത്തിൽ വില കുറവാണ്. വിലയിടിഞ്ഞ ഇത്തരം ആനകളെ റാഞ്ചാൻ കഴുകൻ കണ്ണുകളുമായി നടക്കുന്ന ചില വ്യാപാരികളുണ്ട്. ചുളുവിലയ്ക്ക് ഇവർ ആനയെ വാങ്ങും. എന്നിട്ട് ആദ്യം പുറംപരിക്കുകൾ ഭേദപ്പെടുത്തും. ചികിത്സ ഫലിച്ചാൽ കൂടുതൽ തുകയ്ക്ക് മറിച്ച് വിൽക്കാം. ഒപ്പം കിട്ടാവുന്നത്ര തുകയ്ക്ക് ഇൻഷൂർ ചെയ്യും. ആന ചരിഞ്ഞാൽ കൊമ്പുകൾ കരിഞ്ചന്തയിൽ വിൽക്കാം. ഇൻഷുറൻസ് തുക കൈയിലിരിക്കുകയും ചെയ്യും. ചരിഞ്ഞില്ലെങ്കിൽ ചിലപ്പോൾ ചരിച്ചെന്നും വരും. എങ്ങനെയുണ്ട് ബുദ്ധി? ഈയവസ്ഥ മുൻകൂട്ടി കണ്ടിട്ടാകാം 'ആന നിന്നാലും ചരിഞ്ഞാലും പന്തീരായിര'മെന്ന പഴമൊഴി പഴമക്കാർ വരുംതലമുറയ്ക്കായി രാകിമിനുക്കിവച്ചത്. പണ്ട് പാറമേക്കാവ് ദേവസ്വത്തിൽ ഇങ്ങനെ സ്ഥിരം വഴക്കാളിയായ ഒരു കുട്ടിയാനയുണ്ടായിരുന്നു. ഒമ്പതുവർഷക്കാലം മുകുന്ദനെപ്പോലെ അവർ കെട്ടിയിട്ടു തീറ്റകൊടുത്ത ആനക്കുട്ടിയെ, ആവസാനം പുതിയൊരാനയെ വാങ്ങുവാനായി വിൽപന നടത്തി. വിൽപന നടന്ന് വെറും രണ്ടു മാസം കൂടിയേ അവൻ ജീവിച്ചിരുന്നുള്ളൂ. അതിനകം വേണ്ടപ്പെട്ടവർ അവനെ എത്തിക്കേണ്ടിടത്ത് എത്തിച്ചിരുന്നു. ഗുരുവായൂരപ്പന്റെ സ്ഥാനത്ത് മറ്റാരെങ്കിലുമായിരുന്നു മുകുന്ദന്റെ ഉടമയെങ്കിൽ ഇന്ന് നമുക്കിങ്ങനെ

കാണാനും കേൾക്കാനും മുകുന്ദൻ ബാക്കിയുണ്ടാകുമായിരുന്നില്ല. ചത്ത് മണ്ണോടു മണ്ണായിട്ട് വർഷങ്ങൾ കഴിഞ്ഞിട്ടുണ്ടാവും.

നാട്ടിൽ നാനവിധ പീഡനങ്ങളും ദുരന്തങ്ങളും ഏറ്റുവാങ്ങുന്ന ഇത്തരം ആനകളെ അവയുടെ പിതൃഭൂമിയിലേക്ക് സ്വതന്ത്രരാക്കപ്പെടുന്ന സുദിനം സ്വപ്നം കാണുന്ന ചില പ്രകൃതിസ്നേഹികളുണ്ട് നമ്മുടെ നാട്ടിൽ. പക്ഷേ, ആർക്കും വഴങ്ങാത്ത കൊലയാനകളെ കാട്ടിലേക്ക് മോചിപ്പിക്കാനാവില്ല എന്നതാണ് വിദഗ്ധമതം. കാടിന് അതിന്റേതായ അചഞ്ചലനിയമങ്ങളുണ്ട്. മനുഷ്യഗന്ധവുമായി നാട്ടിൽ നിന്നും കയറിവരുന്ന ഒരാനയേയും കാട്ടാനകൾ കൂട്ടത്തിൽ കൂട്ടില്ലത്രെ! പക്ഷേ, ഈ വാദഗതിയോട് ശക്തമായി വിയോജിക്കുന്നവരുമുണ്ട്.

ഈ ലോകത്തിലെ സകല ചരാചരങ്ങളും മനുഷ്യനെന്ന അന്തകവിത്തിന് തിന്നുമുടിക്കുവാനും കൊന്നുതുലയ്ക്കാനുമുള്ളതാണെന്ന് തീറെഴുതിക്കൊടുത്തവർ ആരായാലും ഈ മുകുന്ദന് അവരോടൊക്കെ അവജ്ഞയും സഹതാപവുമേയുണ്ടാകൂ; ഈ ഭൂമി അവർക്കുകൂടി അവകാശപ്പെട്ടതല്ലേ? മുകുന്ദനും നമ്മളും ഒരു തർക്കജന്മഭൂമിയുടെ ഇരുപുറങ്ങളിൽ നിൽക്കുകയാണ്. ഭൂമിയുടെ യഥാർഥ അവകാശികൾ ആരെന്ന ചോദ്യച്ചിഹ്നവുമായി.

പിൻകുറിപ്പ്: മുകുന്ദൻ ഇപ്പോൾ കുറേക്കൂടി വളർന്ന് ഒത്തൊരാനയായിരിക്കുന്നു. ആനയെ കിടത്തി കൊമ്പുകൾ മുറിക്കാൻ നിവൃത്തിയില്ലാത്തതിനാൽ രണ്ടു കൊമ്പുകളും നീണ്ടുവളർന്ന് ആഫ്രിക്കൻ ആനകളുടേതിന് തുല്യവുമായിട്ടുണ്ട്. പക്ഷേ, അവന്റെ ദുരന്തങ്ങൾക്കും ദുരിതങ്ങൾക്കും മാത്രം അറുതിയില്ല. ഇടത്തേ പിൻകാലിന്റെ എപ്പോഴോ ഒടിവുപറ്റിയ അസ്ഥി വളഞ്ഞുവളർന്ന്, കാൽ ചലിപ്പിക്കാനാവാതെ നീരുവന്ന് വീർത്ത് വല്ലാത്തൊരവസ്ഥയിലാണ് മുകുന്ദൻ. കിടന്നുപോയാൽ എഴുന്നേൽക്കുമെന്ന് ഉറപ്പില്ലാത്തതിനാൽ മുകുന്ദൻ കിടക്കാറുമില്ല. ഊണും ഉറക്കവുമെല്ലാം നീരുവന്ന് ചീർത്ത വളവൻകാലിൽ താങ്ങിനിന്നുകൊണ്ടുതന്നെ! കൂടുതൽ കഷ്ടപ്പെടുത്താതെ, എത്രയുംവേഗം അവന്റെ ആയുസ്സൊന്നവസാനിപ്പിക്കുവാൻ കഴിഞ്ഞാൽ അതായിരിക്കും സാക്ഷാൽ ഗുരുവായൂരപ്പന് അവനോടു കാട്ടാവുന്ന ഏറ്റവും വലിയ കാരുണ്യം; ഒരു ദയാവധത്തെക്കുറിച്ചുപോലും ചിന്തിക്കേണ്ടുന്നത്രയും ദാരുണാവസ്ഥ!

***

ഈരാറ്റുപേട്ട അയ്യപ്പൻ

വരുന്നു, ഇവന്റെ നാളുകൾ

▼ ഈരാറ്റുപേട്ട അയ്യപ്പൻ

ആനക്കമ്പത്തിനും ആനച്ചന്തം സംബന്ധിച്ച കാഴ്ചപ്പാടുകൾക്കും എന്തെന്ത് മാറ്റങ്ങൾ വന്നാലും ശരി, ലക്ഷണത്തികവുകളുടെ കൺകണ്ട രൂപമായി, ലക്ഷണോത്തമൻമാരെ മനസ്സിൽ കുടിയിരുത്തി പൂവിട്ട് പൂജിക്കുന്ന പാരമ്പര്യവാദികളുടെ മോഹസാക്ഷാത്കാരംപോലെ ഒരു സ്വപ്നനായകൻ; ഒരു സഹ്യപുത്രൻ. അവനാണ് ഈരാറ്റുപേട്ട അയ്യപ്പൻ. കോട്ടയം ജില്ലയിൽ ഈരാറ്റുപേട്ട പരവൻപറമ്പിൽ തറവാടിന്റെ സ്വന്തവും അഭിമാനവുമാണ് ഈ ഇളയതിലകം.

ഉത്സവജോലികളേക്കാൾ അധികം തടിക്കൂപ്പുകളിലെ അതികഠിനപ്പണികൾക്കുമാത്രം വകുപ്പുള്ള ഈരാറ്റുപേട്ടക്കാരനായി വളർന്നിട്ടും സ്വന്തംകാലിൽ നിൽക്കാറായ കാലം മുതൽക്കുതന്നെ അയ്യപ്പൻകുട്ടിക്ക് ഉത്സവത്തിരുമുറ്റങ്ങളോട് കാര്യമായ അടുപ്പത്തിനും ഇടപാടുകൾക്കുമുള്ള അവസരം കിട്ടിയിരുന്നു. മാത്രമല്ല, കിഴക്കൻ മലനാടിന്റെ, അതായത് ഈരാറ്റുപേട്ടയുടെ മാനസപുത്രനായി നാട്ടുകാരെ മുഴുവൻ മണിയടിച്ചും കുപ്പിയിലിറക്കിയും നടന്നപ്പോഴും, 'ക്ഷേത്രകലാ'വിദ്യകൾ അഭ്യസിക്കുവാനായി അവൻ എത്തിപ്പെട്ടത് മലനാട്ടിൽ നിന്നും ഒത്തിരിയകലെ അറബിക്കടലിന്റെ തീരത്തുള്ള ചേർത്തലയിലെ പഞ്ചാരമണൽപ്പറമ്പുകളിലേക്കായിരുന്നു. ഏഴോ എട്ടോ വയസ്സുമാത്രം പ്രായമുള്ള ഒരു കുറുമ്പൻ കുട്ടനെ ഇത്രയും അകലെയുള്ള ഒരു സ്ഥലത്ത് കൊണ്ടുവിട്ടത് എന്തിനായിരുന്നു എന്ന് ചോദിച്ചാൽ ഒരിക്കലും അതവന്റെ വികൃതിയുടെ പേരിലായിരുന്നില്ല; അച്ചടക്കം പഠിപ്പിക്കാനുമായിരുന്നില്ല. മറിച്ച് അതിനുപിന്നിൽ മറ്റൊരു കാരണവും മറ്റൊരു ബന്ധവും ഉണ്ടായിരുന്നു. നമ്മുടെ കേരളസർക്കാർ വിൽപനയ്ക്കായി അയ്യപ്പനെ കുളിപ്പിച്ച് ഒരുക്കിനിർത്തിയ ഒരു ലേലംവിളിക്കാലം മുതൽ തുടങ്ങുന്ന ഒരു ബന്ധം.

കോടനാട് ആനക്കളരിയിലെ അവസാന ലേലംവിളിയിലൂടെ പുറത്തുവന്നവനാണ് അയ്യപ്പൻ. പിന്നീട് ആനപിടുത്തവും ആനവിൽപനയും നിരോധിക്കപ്പെട്ടു. ആനകളെ കുഴിവച്ച് പിടിക്കുന്നതും താപ്പാനകളുടെ സഹായത്തോടെ കുഴിയിൽനിന്നും കരയ്ക്കുകയറ്റി കൂട്ടിലേക്ക് എത്തിക്കുന്നതും അനന്തരം കാട്ടാനയെ നാട്ടാനയാക്കി മാറ്റുന്ന പരിശീലന പ്രക്രിയകളും എല്ലാം ചേർന്ന് ഒരു ഉത്സവാന്തരീക്ഷംതന്നെ സൃഷ്ടിച്ചി

രുന്ന ആനക്കളരിയുടെ ചരിത്രത്തിൽ വിധി നിർണായകമായ എഴുപത്തേഴിലെ ലേലത്തിലൂടെയാണ് അയ്യപ്പൻകുട്ടി പുറംലോകത്തേക്ക് എത്തുന്നത്.

കുഞ്ഞൂഞ്ഞ് ചേട്ടൻ എന്ന് നാട്ടുകാർ വിളിക്കുന്ന ഈരാറ്റുപേട്ട പരവൻപറമ്പിൽ ജോസഫ് തോമസിന് അത്യാവശ്യം ആനക്കമ്പം കുടുംബ സ്വത്തായിത്തന്നെ കിട്ടിയിരുന്നു. കുഞ്ഞൂഞ്ഞ് ചേട്ടന്റെ കുട്ടിക്കാലത്തുതന്നെ തറവാട്ടിൽ ഒരാനയുണ്ടായിരുന്നു. പേര് ഗോപാലൻ. ആനയോടുള്ള ഇഷ്ടത്തിന്റെ പേരിൽ വീട്ടിൽ ഒരാന എന്നതായിരുന്നു എല്ലാക്കാലത്തും ആ കുടുംബത്തിന്റെ ആനപ്രമാണം. അല്ലാതെ കഴിയുന്നത്ര ആനകളെ മേടിച്ചുകൂട്ടുക, അവരെക്കൊണ്ടെല്ലാം ആവുന്നത്ര പണിയെടുപ്പിച്ച് കാശുണ്ടാക്കുക എന്നതൊന്നും അവരുടെ അജണ്ടയായിരുന്നില്ല. സാധാരണ ആനയുള്ള വീട്ടിലേക്ക് കെട്ടിച്ചുകൊണ്ടുവരുന്ന പുതുപ്പെണ്ണുങ്ങൾക്ക് ആദ്യത്തെ കുറച്ച് ദിവസങ്ങളും മാസങ്ങളുമൊക്കെ വല്ലാത്തൊരു പേടിയുടേതായിരിക്കും. വീട്ടിലെ മറ്റുള്ളവരെല്ലാം ആനയെ തൊട്ടുംപിടിച്ചും വായിൽ തീറ്റ വച്ച് കൊടുത്തും കുളിപ്പിക്കാൻ കൂടിയുമൊക്കെ കാര്യമായ അടുപ്പം പുലർത്തുമ്പോൾ അവൾ മാത്രം പേടിച്ചരണ്ട് മാറിനിൽക്കുന്നത് നാണക്കേടല്ലേ? അതിനാൽ ചങ്ക് കിടന്ന് പെടപെടാ പിടയ്ക്കുമ്പോഴും ഇല്ലാത്ത ധൈര്യം സംഭരിച്ച് അറച്ചറച്ച് അവരും ആദ്യമൊന്ന് ആനയെ തൊടും. അല്ലെങ്കിൽ തൊട്ടെന്ന് വരുത്തും. കുഞ്ഞൂഞ്ഞച്ചായൻ കെട്ടിക്കൊണ്ടുവന്ന ബ്രിജീത്തയെന്ന ഈത്തമ്മയും ആദ്യം ഇത്തിരിയങ്ങനെ പേടിച്ചു നിന്നിട്ടുണ്ടാകണം.

പക്ഷേ, ഈത്തമ്മയുടെ ആനപ്പേടി പടിയും പമ്പയും കടക്കുവാൻ അധികനാളൊന്നും വേണ്ടിവന്നില്ല. എന്നുമാത്രമല്ല പോകെപ്പോകെ ആനകളുടെ കൊച്ചുകൊച്ചുകാര്യങ്ങൾ ഈത്തമ്മയുടെ മനസ്സിന് വലിയ സന്തോഷങ്ങൾക്കുള്ള വകയായിത്തീരുകയും ചെയ്തു. അങ്ങനെ തന്റെ വാമഭാഗത്തിന്റെ താത്പര്യം കണക്കിലെടുത്ത് ആന ലേലങ്ങൾക്ക് പോകുമ്പോൾ കുഞ്ഞൂഞ്ഞ് ഈത്തമ്മയെ ഒപ്പംകൂട്ടിത്തുടങ്ങി. വർഷാവർഷം കോന്നിയിലും കോടനാടുമുള്ള ലേലങ്ങളിൽ ഇവർ പങ്കെടുത്തിരുന്നത് ആനകളെ വാങ്ങുകയെന്നതിനപ്പുറം നല്ല ആനച്ചന്തങ്ങളെ കണ്ടുരസിക്കാൻ കിട്ടുന്ന അവസരങ്ങൾ എന്ന നിലയ്ക്കുമാകാം. എഴുപത്തിനാലിലെ ലേലത്തിന് ഇവർ ഒരുത്തനെ വാങ്ങി; ഒരു ശിവനെ. കുറച്ചുകാലം കഴിഞ്ഞ് അവനെ അടുത്ത നാട്ടുകാരായ പ്ലാത്തോട്ടംകാർക്ക് വിൽക്കുകയും ചെയ്തു.

പിന്നീടാണ് എഴുപത്തേഴിൽ നമ്മുടെ കഥാനായകൻ അയ്യപ്പനുമായുള്ള കണ്ടുമുട്ടൽ. ലേലത്തിന് അന്ന് ഒരു പൂരത്തിനുള്ള ആളുതന്നെയുണ്ടായിരുന്നു. അയ്യപ്പനെ കൂടാതെ രണ്ടുമൂന്ന് ആനകൾക്കൂടി സ്വയംവരത്തിന് തയ്യാറായി അണിഞ്ഞൊരുങ്ങി നിൽക്കുന്നുമുണ്ടായിരുന്നു. അയ്യപ്പൻകുട്ടിക്ക് അന്ന് ആറോ ഏഴോ വയസ്സു മാത്രം. വായിൽ നിന്ന് പുറത്തുചാടിത്തുടങ്ങുന്ന കുഞ്ഞിക്കൊമ്പുകളും നല്ല കരിങ്കറുപ്പ് നിറവും താളത്തിലുള്ള തലയാട്ടലുമൊക്കെയായി വിലസുന്ന കുട്ടിക്കൊമ്പനെ കണ്ടാൽ ആരും പിന്നെ അവനിൽനിന്നും കണ്ണെടുക്കില്ല. സ്വാഭാവികമായും ലേലംവിളിയിലെ കടുത്തമത്സരം ഇവന്റെ പേരിൽതന്നെയാണ് നടക്കേണ്ടതും. പക്ഷേ എന്തുകൊണ്ടോ പ്രതീക്ഷിക്കുന്നത്ര തിക്കും തിരക്കും അവനു ചുറ്റും കാണാനില്ല. മാത്രമല്ല ചിലർ അവന്റെ പാപ്പാന്മാരോട് ശട്ടംകെട്ടി കുട്ടിനായകന്റെ നഖങ്ങൾ എണ്ണിക്കാണാനും ശ്രമം നടത്തുന്നു. എണ്ണിക്കണ്ടിട്ടും വിശ്വാസംവരാത്തപോലെ പിന്നെയും പിന്നെയും എണ്ണിനോക്കാൻ ശ്രമിക്കുന്നു. ആനവിപണിയിലെ ഒരുമാതിരി 'അടിതടയഭ്യാസ'ങ്ങളെല്ലാം അരച്ചുകലക്കിക്കുടിച്ചിട്ടുള്ള ഒരു ആനബ്രോക്കറാണ് അവസാനം ആ അപ്രിയസത്യം പരവൻപറമ്പിൽ ദമ്പതികളോട് പറയുന്നത്. 'വേണ്ട വേണ്ട, അവനെ കണ്ട് വല്യ മനഃപായസം ഒന്നും ഉണ്ണാൻ നിൽക്കണ്ട. അവൻ ആളൊരു കരിങ്കുട്ടിച്ചാത്തനാ. വീട്ടിക്കേറ്റാൻ കൊള്ളേലാത്ത കരിങ്കുട്ടിച്ചാത്തൻ'.

നഖം പതിനാറേ ഉള്ളുവെന്ന ലക്ഷണക്കേടായിരുന്നു ആ വാക്കുകളിലെ അകംപൊരുളുകൾ. കണ്ടുമുട്ടിയ ഏതാനും നിമിഷങ്ങൾക്കുള്ളിൽ ത്തന്നെ കൊച്ചയ്യപ്പൻ മനസ്സുകളിലേക്ക് ഇടിച്ചു

കയറി ഇരിപ്പിടം ഉറപ്പിച്ച് കഴിഞ്ഞിരുന്നെങ്കിലും ഏതൊരു ആനയുടമയെ സംബന്ധിച്ചും അതൊരു വല്ലാക്കുടുക്ക് തന്നെയായിരുന്നു. പതിനാറ് നഖം എന്ന അവലക്ഷണത്തിനുടമയായ ഒരു ചെക്കനെ എന്തുവിശ്വസിച്ചാണ് നേരേ വീട്ടിലേക്ക് വിളിച്ചുകയറ്റുന്നത്. വലതുകാലും വച്ച് വന്നുകയറിയാൽ അവൻ ഇനി എന്തൊക്കെ അനർഥങ്ങളാണ് ഒപ്പിച്ചുകൂട്ടാൻ പോകുന്നത്. അതായിരുന്നു അപ്പോൾ എല്ലാവരുടേയും ഉൾഭയം. ആനക്കുട്ടന്റെ ചൊടിയും ചുണയും കണ്ട് ആദ്യം കൊതിച്ചുപോകുകയും പിന്നീട് നഖപ്പേടി നിമിത്തം വച്ചകാൽ പിന്നോട്ടെടുക്കുകയും ചെയ്ത മറ്റു പലരെയുംപോലെ കുഞ്ഞൂഞ്ഞും അവനെ കണ്ടിട്ടില്ലെന്ന് സമാധാനിച്ചുകളയാൻ ഒരുങ്ങിയതാണ്. പക്ഷേ, ഭാര്യ ബ്രിജിത്തയാണ് അപ്പോൾ ധൈര്യം പകർന്നത്. 'അതേ, നമ്മുടെ ഒരു കൊച്ചിന് ഒരു വിരലോ നഖമോ കുറഞ്ഞുപോയെന്നുവച്ച് നമ്മളതിനെ വേണ്ടന്ന് വയ്ക്കത്തില്ലല്ലോ. ഇതും അത്രേയൊള്ളെന്ന് വിചാരിച്ചാമതി. വേറൊന്നും നോക്കാനില്ല. നമ്മളവനേം കൊണ്ടേ വീട്ടിലേക്ക് പോണൊള്ളൂ'.

വിശ്വാസങ്ങളുടേയും അന്ധവിശ്വാസങ്ങളുടേയും നാട്ടാചാരങ്ങളുടേയുമൊക്കെ പേരിൽ ഇത്തരം സന്ദർഭങ്ങളിൽ പൊതുവേ പതറിപ്പോകാറുള്ളത് സ്ത്രീകളാണ്. പക്ഷേ, കുടുംബനാഥയായ ഈത്തമ്മതന്നെ ധൈര്യം പകരുമ്പോൾ പിന്നെന്ത് പേടിക്കാൻ. അന്ന് ഈ കുട്ടിക്കൊമ്പനിൽ താത്പര്യപ്പെട്ട് ചേർത്തല പള്ളിപ്പുറംകരയിൽ നിന്നുവന്ന ഒരു കൂട്ടർകൂടി ലേലംവിളിക്കാൻ രംഗത്തുണ്ടായിരുന്നു. കണ്ണേഴത്ത് കുടുംബക്കാർ. പക്ഷേ, അവസാനം അവരും പിന്തിരിഞ്ഞു. ഈത്താമ്മച്ചി അത്രയ്ക്ക് ഇഷ്ടപ്പെട്ടു പോയതല്ലേ; എടുത്തോട്ടെ. അങ്ങനെ അത്തവണത്തെ ലേലം കഴിഞ്ഞ് കുഞ്ഞൂഞ്ഞും ഈത്തമ്മയും വീട്ടിലെ പിള്ളേർക്ക് നേരംപോക്കുവാനുള്ള ഇത്തിരി വലിയൊരു കളിപ്പാട്ടവുമായാണ് തറവാട്ടിലേക്ക് വന്നുകയറിയത്. അവരുടെ തൊട്ടുപിന്നാലെയുള്ള ജീപ്പിൽ കരഞ്ഞുവിളിച്ചും മൂക്കുചീറ്റിയും ഇടയ്ക്കിടെ ഒന്ന് മുക്രയിട്ടുമൊക്കെ അവനും വന്നുകയറി.

പതിനാറ് നഖക്കാരൻ എന്ന ഒരേയൊരു കുറ്റച്ചാർത്തിന്റെ പേരിൽ പണ്ട് പലരും മനസ്സില്ലാമനസ്സോടെയാണെങ്കിലും കണ്ടില്ലെന്ന് വച്ചുകളഞ്ഞ ആ തിങ്കൾക്കരുത്ത് പിന്നീടങ്ങോട്ട് പരവൻപറമ്പിൽ വീടിന്റേയും ഈരാറ്റുപേട്ട ദേശത്തിന്റേയും ഐശ്വര്യശ്രീമാനായി മാറുകയായിരുന്നു. ഒന്നാന്തരം തലക്കുന്നിയും തേൻനിറമാർന്ന കണ്ണുകളും ലക്ഷണമൊത്ത, വീണെടുത്ത കൊമ്പുകളും നല്ല കരിങ്കറുപ്പ് നിറവുമാണ് ഈരാറ്റുപേട്ട അയ്യപ്പന്റെ പ്രധാന മൂലധനങ്ങൾ. ആദ്യമാദ്യം തിരുവമ്പാടി ശിവസുന്ദറിനെപ്പോലെ ഒരാന തെക്കൻനാട്ടിൽ നിൽക്കുന്നുണ്ട് എന്ന മട്ടിലാണ് ഇവൻ ആനക്കേരളത്തിന്റെ ശ്രദ്ധയാകർഷിക്കാൻ തുടങ്ങിയത്. ശിവസുന്ദറിനെപ്പോലെ ഇടനീളം അൽപം കുറവാണെന്ന കാര്യവും ഇതോടൊപ്പം ചേർത്ത് വായിക്കണം. ഇന്ന് കേരളത്തിലുള്ള നാടനാനകളിൽ ഏറ്റവും ഉയരമുള്ള ഏഴോ എട്ടോ പേരെ എടുത്താൽ തീർച്ചയായും ഈരാറ്റുപേട്ട അയ്യപ്പനും അതിൽ ഒരുവനാകും. ഒമ്പതേമുക്കാൽ അടിക്ക് മേലെയാണ് അയ്യപ്പന്റെ ഉയരം.

ഇതിനിടെ അദ്ഭുതകരമായ മറ്റൊന്നുകൂടി സംഭവിച്ചുവെന്നാണ് അയ്യപ്പന്റെ പാപ്പാന്മാരും ഉടമകളും അവകാശപ്പെടുന്നത്. പതിനാറ് നഖക്കാരനായിരുന്ന അയ്യപ്പൻ ദൈവാനുഗ്രഹമെന്നപോലെ പതിനെട്ട് നഖക്കാരനായി മാറിയത്രെ! വളർച്ചയുടെ പടവുകളിൽ ആനയുടെ കാൽ നന്നായി വിടർന്ന് വികസിച്ചപ്പോൾ നഖങ്ങൾ എന്നുപറയാവുന്ന, പൊട്ടുപോലെ ഓരോ പാടുകൾ അവന്റെ മുൻകാലുകളിൽ തെളിഞ്ഞുവരികയായിരുന്നു എന്നും പറയപ്പെടുന്നു.

പരവൻപറമ്പിൽ വീട്ടിൽ എല്ലാക്കാലത്തും നിറയെ ആടുകളും മറ്റു വളർത്തുമൃഗങ്ങളുടേയുമൊക്കെ ഒരു പടതന്നെയുണ്ടായിരുന്നു. തീറ്റയുടെ സമയമായാൽ ഈത്തമ്മച്ചി എല്ലാവരേയും ഒന്നിച്ച് വിളിക്കും. കല്യാണസദ്യയ്ക്ക് ഇരിപ്പിടമുറപ്പിക്കുവാനുള്ള വെപ്രാളംപോലെ പിന്നെയെല്ലാവരും കൂടി അടുക്കളവാതിൽക്കൽ ഒരു എരിപൊരി സഞ്ചാരമാണ്. ആനക്കുട്ടിക്കുള്ള തീറ്റ അപ്പുറത്താണ്. വെറുതേ അടുക്കള ഭാഗത്തേക്ക്

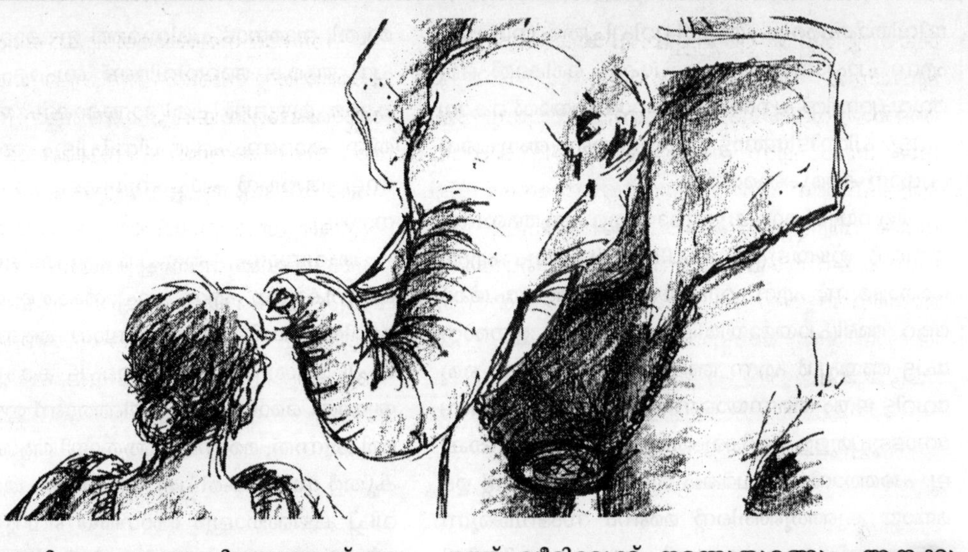

നുഴഞ്ഞുകയറി കലാപം സൃഷ്ടിക്കരുതെന്ന് തല മൂത്ത ആട്ടിൻകാരണവൻമാർ പലവട്ടം താക്കീത് ചെയ്തിട്ടുണ്ടെങ്കിലും അയ്യപ്പൻകുട്ടി അതൊന്നും കാര്യമാക്കില്ല. ആടുകളുടെ തീറ്റപ്പാത്രത്തിൽ നിന്ന് ഇത്തിരിയെങ്കിലും കൈയിട്ട് നക്കിയാലേ അവന് ഒരു തൃപ്തിയുള്ളു. അതുകഴിഞ്ഞ് അടുക്കളവാതിലിൽ നാലഞ്ച് അടി അടിച്ച് ഈത്താമ്മച്ചിയെ തനിക്കുള്ള പ്രത്യേക ദക്ഷിണയ്ക്കായി വിളിക്കും. രണ്ടു കഷ്ണം പുട്ടോ രണ്ടുമൂന്ന് ഇഡ്ഡലിയോ പാലപ്പമോ അങ്ങനെയെന്തായാലും രാവിലത്തെ ചായകുടിയുടെ പങ്ക് ഈത്താമ്മച്ചി കൃത്യമായി അവന് കാത്തുവച്ച് നൽകുകയും ചെയ്യുമായിരുന്നു.

കുഞ്ഞൂഞ്ഞിനും ആനക്കുട്ടിയെ വലിയ സ്നേഹമായിരുന്നെങ്കിലും അത് അത്ര പുറമേയ്ക്ക് കാണിക്കാറില്ലായിരുന്നു. എല്ലാവരും കൂടുതൽ സ്വാതന്ത്ര്യം കൊടുത്താൽ ആനച്ചെറുക്കൻ ആള് വഷളായിപ്പോകുമോയെന്ന ഭയംനിമിത്തമായിരുന്നു മനസ്സിലെ സ്നേഹം കഴിയുന്നതും ഉള്ളിലൊളിപ്പിച്ചു വയ്ക്കുവാൻ കുഞ്ഞൂഞ്ഞിനെ പ്രേരിപ്പിച്ചിരുന്നത്.

ഈരാറ്റുപേട്ടയിൽ എത്തി തൊട്ടടുത്തവർഷം മുതൽതന്നെ അയ്യപ്പൻ സ്വന്തം കാലിൽ നിൽക്കാനുള്ള വഴികൾ തേടിത്തുടങ്ങി; എന്നുവച്ചാൽ പണിക്കുപോയിത്തുടങ്ങി. ഉത്സവക്കാലത്ത് അയ്യപ്പൻ ദൂരെയുള്ള ചേർത്തല പള്ളിപ്പുറത്ത് കണ്ണേഴത്ത് വീട്ടിലേക്ക് നടന്നുതുടങ്ങും. ആനക്കൂട്ടിൽവച്ച് പരവൻപറമ്പുകാർ സൗഹൃദം സ്ഥാപിച്ച ചേർത്തല പള്ളിപ്പുറത്ത് കണ്ണേഴത്ത് വീട്ടുകാരാണ് അന്നുതൊട്ട് ഇന്നോളം അയ്യപ്പന്റെ ഉത്സവ ബുക്കിംഗ് കൈകാര്യം ചെയ്യുന്നത്. അങ്ങനെ ചേർത്തല ഇവന്റെ തട്ടകമായി.

ചേർത്തലയിൽ എത്തിച്ചേർന്നശേഷം ആദ്യം പള്ളിപ്പുറം കളത്തിൽ അമ്പലത്തിലാണ് ഇവനെ നെറ്റിപ്പട്ടം കെട്ടിച്ച് എഴുന്നെള്ളിച്ചത്. ആദ്യകാലം മുഴുവൻ തുടർച്ചയായ പറയ്ക്കെഴുന്നള്ളത്ത് തന്നെയായിരുന്നു. രാവിലെ നെറ്റിപ്പട്ടം കെട്ടി പറയെടുപ്പിനായി അമ്പലങ്ങളിൽ നിന്നിറങ്ങിയാൽ തിരിച്ചുവന്നു കയറുന്നത് പാതിരാത്രിയ്ക്കായിരിക്കും. എങ്കിലും പരാതിയും പരിഭവവുമില്ലാതെ കുട്ടികളോടും നാട്ടുകാരോടുമൊക്കെ കാര്യമായി ഇണക്കംകൂടുന്ന ആനക്കുമാരൻ, കുറഞ്ഞനാളുകൾക്കുള്ളിൽതന്നെ കരപ്പുറം എന്ന് വിളിക്കുന്ന ചേർത്തല ദേശത്തിന്റെയാകെ മനംകവർന്നു.

ഉത്സവസീസൺ കഴിഞ്ഞാൽ, പിന്നെ എങ്ങനെയെങ്കിലും ഒന്ന് ഈരാറ്റുപേട്ടയ്ക്കെത്തുവാനാകും അയ്യപ്പന്റെ മനസ്സ് ഏറ്റവുമധികം തുടികൊട്ടുക. എത്തിച്ചേർന്നാൽപിന്നെ കളിയും ചിരിയും ആട്ടവും പാട്ടുമൊക്കെയായി പരവൻപറമ്പിന്റെ കുട്ടിപ്പട്ടാളങ്ങൾക്കൊപ്പം അവനും കൂടും അടിച്ചുപൊളിക്കുവാൻ. കൂട്ടിൽ നിന്ന് വന്നകാലം മുതൽ അയ്യപ്പനെ വിരലുകളിൽ പിടിച്ച് ഓരോ

ജീവിതാക്ഷരവും എഴുതിപ്പഠിപ്പിച്ചത് പൗലോസ് എന്ന പാപ്പാനായിരുന്നു. പക്ഷേ, ഒരിക്കൽ ഒരു ത്സവപ്പറമ്പിൽ പൗലോസ് മറ്റൊരാനയാൽ കൊല്ലപ്പെട്ടു. പിന്നീടിങ്ങോട്ട് ബാബുവാണ് അയ്യപ്പന്റെ പ്രധാന കാര്യക്കാരൻ.

ആനയും മനുഷ്യനുമായുള്ള ആത്മബന്ധത്തിന്റെ ഇഴയടുപ്പവും പിരിമുറുക്കവും എത്രത്തോളമുണ്ട് എന്ന വിഷയത്തിൽ ആറുപേർക്ക് ആറ് അഭിപ്രായമായിരിക്കാം. പക്ഷേ, ഈരാറ്റുപേട്ട അയ്യപ്പൻ എന്ന ആന ഇക്കാര്യത്തിൽ ഒരു വേറിട്ട ജന്മം തന്നെയാണെന്ന കാര്യത്തിൽ, അവനോടടുപ്പമുള്ള ആർക്കുംതന്നെ സംശയമുണ്ടാകില്ല. പത്തൊൻപത് വർഷം മുമ്പാണ് അവന്റെ ഉടമയായ കുഞ്ഞൂഞ്ഞിന്റെ മരണം സംഭവിക്കുന്നത്. അന്ന് കോലഞ്ചേരി ആശുപത്രിയിൽ കുഞ്ഞൂഞ്ഞ് മരണത്തിലേക്ക് നീങ്ങുമ്പോൾ അയ്യപ്പനാന ഈരാറ്റുപേട്ടയിൽ നിന്നും കുറച്ചകലെയുള്ള ഒരാനപ്പറമ്പിൽ നിൽക്കുകയായിരുന്നു. പക്ഷേ, കുഞ്ഞൂഞ്ഞച്ചായന്റെ മരണസമയത്ത് അയ്യപ്പൻ പതിവില്ലാത്തവിധം അലറിക്കരയുകയും പ്രശ്നമുണ്ടാക്കുകയും ചെയ്തു. പിന്നീട് തന്റെ പാപ്പാനായ പൗലോസ് ആശുപത്രിയിൽ മരണമടയുന്ന നേരത്തും ദൂരെയൊരു അമ്പലപ്പറമ്പിലായിരുന്ന അയ്യപ്പൻ പാരവശ്യം കാട്ടി. ഇതെല്ലാം ഒരുപക്ഷേ യാദൃച്ഛികം എന്നുതന്നെ വിശ്വസിക്കുവാൻ നിർബന്ധിതരായിരുന്ന പരവൻപറമ്പിൽ വീട്ടിലെ പുതിയ തലമുറയെപ്പോലും ഞെട്ടിക്കുവാൻ പോന്നതായിരുന്നു 2008 ഫിബ്രുവരി ആദ്യവാരമുണ്ടായ അനുഭവം.

കാര്യമായ യാതൊരു അസുഖവും ഇല്ലാതിരുന്ന ഈത്തമ്മച്ചി പെട്ടെന്ന് കുഴഞ്ഞുവീണ് ആശുപത്രിയിൽ അകപ്പെടുന്നു. രോഗാവസ്ഥ അനുനിമിഷം വഷളായി മണിക്കൂറുകൾക്കുള്ളിൽ വെന്റിലേറ്റർ വഴി കൃത്രിമശ്വാസോച്ഛ്വാസം നൽകേണ്ടിയും വരുന്നു. ഈരാറ്റുപേട്ടയ്ക്കടുത്തുള്ള ആശുപത്രിയിൽ ഇതെല്ലാം സംഭവിക്കുമ്പോൾ അയ്യപ്പൻ ചേർത്തലയ്ക്കടുത്തുള്ള വാരനാട് ക്ഷേത്രത്തിൽ ഉത്സവവുമായി ബന്ധപ്പെട്ട ജോലിത്തിരക്കിലായിരുന്നു. പക്ഷേ, ഈത്തമ്മച്ചിയുടെ ജീവൻ വെന്റിലേറ്ററിലേക്ക് ചേർത്തുകെട്ടിയ രാത്രി, വാരനാട് പരിസരത്ത് ഈരാറ്റുപേട്ട അയ്യപ്പൻ ആകെ അലറിവിരണ്ട് ബഹളംകൂട്ടി നാട്ടുകാരെ മുഴുവൻ പരിഭ്രാന്തരാക്കി. ആനവിരണ്ടതിനു കാരണം എത്രചിന്തിച്ചിട്ടും നാട്ടുകാർക്കെന്നല്ല, അവന്റെ പാപ്പാനുപോലും മനസ്സിലാക്കാനായില്ല.

അവസാനം, 'അയ്യപ്പൻ എന്തോ ഒരു വല്ലായ്മ കാണിക്കുന്നു' എന്ന് പാപ്പാൻമാർ ഉടമകളെ വിവരമറിയിക്കാൻ വിളിക്കുമ്പോൾ ആണ് ഈത്താമ്മച്ചി ആശുപത്രിയിലാക്കപ്പെട്ട കാര്യം അവരറിയുന്നത്. ഒരാഴ്ചകൂടി കഴിഞ്ഞാണ് ഈത്താമ്മച്ചി മരിക്കുന്നത്; മരണമടഞ്ഞതായി ആശുപത്രിയധികൃതർ സ്ഥിരീകരിച്ചത്. ഒരുപക്ഷേ, മരണം സംഭവിച്ച് കഴിഞ്ഞാലും രോഗിയെ വെന്റിലേറ്ററിലിട്ട് പിന്നെയും ആശുപത്രി ബില്ലിന്റെ കനംവയ്പ്പിക്കുന്ന ആശുപത്രികൾക്കും കൃത്രിമശ്വാസംവഴി ജീവന്റെ തുടിപ്പിനെ മരണത്തിന്റെ കൈകളിൽനിന്നും പിടിച്ചുമേടിക്കാമെന്നു വ്യാമോഹിക്കുന്ന ആധുനിക വൈദ്യശാസ്ത്രത്തിനും അപ്പുറം മടങ്ങിവരവില്ലാത്ത ഒരു തീർഥാടനത്തിനായി തന്റെ വളർത്തമ്മ പുറപ്പെട്ടുകഴിഞ്ഞ വിവരം അയ്യപ്പൻ അന്നേ മനസ്സിലാക്കിയിട്ടുണ്ടാവും. എല്ലാ വിജ്ഞാനശേഖരങ്ങളും സ്വന്തമാക്കിയവർ എന്ന് അഹങ്കരിക്കുന്ന നമ്മൾ മനുഷ്യരേക്കാളും ചിലപ്പോൾ ചില നേരങ്ങളിൽ അയ്യപ്പന്മാരാവാം അറിയേണ്ടകാര്യങ്ങൾ അറിയേണ്ടതുപോലെ അറിയുന്നത്.

ആദ്യം പറയെടുപ്പിനായി വന്ന്, പിന്നെ എഴുന്നെള്ളിപ്പാനയായി ചേർത്തലയിലും ചുറ്റുവട്ടങ്ങളിലും ദിവസംപോക്കിയിരുന്ന ഈ ആനയെ പെട്ടന്ന് പ്രശസ്തിയിലേക്ക് ഉയർത്തുന്നതിലും അവന് അർഹമായ അവസരങ്ങൾ ചോദിച്ച് മേടിക്കുന്നതിലും തുറവൂർ ക്ഷേത്രത്തിനും അവിടത്തെ ആനക്കമ്പക്കാരായ നാട്ടുകാർക്കുമുള്ള പങ്ക് നിർണായകമാണ്. ഒറ്റയ്ക്ക് നിൽക്കുമ്പോൾ അത്രകണ്ട് വലിപ്പംതോന്നില്ല എന്നത് അയ്യപ്പന്റെ ഒരു കുറവോ പ്രത്യേകതയോ ആണ്. അതുകൊണ്ടുതന്നെ ആന വളർന്നുപൊന്തിയിട്ടും രണ്ടായിരത്തിമൂന്നുവരെയൊക്കെ വേണ്ടപ്പെട്ടവർപോലും അതത്ര കാര്യമാക്കിയില്ല എന്നു പറഞ്ഞാൽ

അതാണ് സത്യം.

പക്ഷേ, തുറവൂർ ക്ഷേത്രത്തിലെ സ്ഥിരം തിടമ്പുവാഹകനായ ഷേണായി ചന്ദ്രശേഖരനൊപ്പം നിർത്തി അളവെടുക്കുകയും ഞെട്ടിക്കുന്ന അതിമധുരസത്യം മറ്റുള്ളവരെക്കൂടി ബോധ്യപ്പെടുത്തിക്കൊടുക്കുകയും ചെയ്ത തുറവൂരുകാരാണ് കേരളത്തിലെ ആനവിപണിയിൽ ഈരാറ്റുപേട്ട അയ്യപ്പന് മേൽവിലാസം ഉണ്ടാക്കിക്കൊടുക്കുന്നത്. പിന്നീടങ്ങോട്ട് തൃപ്പൂണിത്തുറ, വൈക്കം, ചോറ്റാനിക്കര, എറണാകുളം, തൃച്ചാറ്റുകുളം അങ്ങനെയങ്ങനെ അവന് നടന്നെത്താൻ കഴിയുന്ന ക്ഷേത്രങ്ങളിൽ എല്ലാം അയ്യപ്പന്റെ തലയെടുപ്പിനും രാജകലകൾക്കും ആവശ്യക്കാർ അനവധിയായി.

'നടന്നെത്താൻ കഴിയുന്ന ദൂരം' എന്ന പരിമിതി അപ്പോഴും പ്രശസ്തിയിലേക്കുള്ള അവന്റെ വഴിയിൽ ഹനുമാന്റെ വാലുപോലെ വഴിമുടക്കിക്കിടന്നു. ഒടുവിൽ അയ്യപ്പൻ ആ കടമ്പയും അതിസമർഥമായി ചാടിക്കടന്നു. അയ്യപ്പൻ ലോറിയിൽ കയറിത്തുടങ്ങിയെന്ന വിവരം എത്തേണ്ടതാമസം പൂരനഗരിക്കാരും അവനായി രാജവീഥിയൊരുക്കി. തൃശ്ശൂർപ്പൂരത്തിന്റെ തെക്കോട്ടിറക്കത്തിനും കുടമാറ്റത്തിനും വലത്തേക്കൂട്ട് നൽകിയും രാത്രിപ്പൂരത്തിന് സാക്ഷാൽ പാറമേക്കാവിലമ്മയുടെ തിടമ്പുതന്നെ സമ്മാനിച്ചുമാണ് ഈ സഹ്യപുത്രന്റെ ലക്ഷണത്തികവിനെ പൂരനഗരി അരിയിട്ട് വാഴിച്ചത്.

ഇന്നിപ്പോൾ ഈരാറ്റുപേട്ടയിലും പിന്നെ തന്റെ ഇടത്താവളം അഥവാ കുടിവയ്പുകേന്ദ്രമെന്ന് വിശേഷിപ്പിക്കാവുന്ന ചേർത്തലയിലും കാലുകുത്തി നേരെചൊവ്വെയൊന്ന് നിൽക്കാൻ കഴിയാത്തത്ര തിരക്കാണ് അയ്യപ്പന്. ഒരിക്കൽ തന്നോടൊപ്പം കളിച്ചുവളർന്ന ഇന്നത്തെ ഉടമകളേയും പിന്നെ അവരുടെ കുഞ്ഞുങ്ങളേയും കാണാൻ ഉത്സവമൊഴിഞ്ഞ മഴക്കാലത്ത് ഈരാറ്റുപേട്ടയിലെത്തണം, അല്ലെങ്കിൽ വല്ലപ്പോഴും അവർ തന്നെത്തേടി അമ്പലപ്പറമ്പുകളിൽ എത്തണം. പക്ഷേ, അതിന്റെയൊപ്പം അല്ലെങ്കിൽ അതിനുമൊക്കെയപ്പുറം അയ്യപ്പന്റെ മനസ്സിനെ നീറ്റുന്ന മറ്റൊരു നഷ്ടം ഈ തിരക്കുകൾക്കിടയിൽ അവന് സംഭവിക്കുന്നുണ്ട്.

അയ്യപ്പന്റെ സ്വന്തം ഭാഷയിൽ പറഞ്ഞാൽ ഈ 'തിരക്കോടു തിരക്കിനിടയിൽ' ഒരാളുടെ സാന്നിധ്യം അവന് നഷ്ടപ്പെടുന്നുണ്ട്. അയ്യപ്പൻ വന്നുകയറിയ വീടായ പള്ളിപ്പുറം കണ്ണേഴത്തു വീടിന്റെ സ്വന്തക്കാരിയും സ്ഥലത്തെ പ്രധാന സുന്ദരിയുമായ 'അനുപമ' അയ്യപ്പന്റെ മനസ്സിൽ കൂടുകൂട്ടിയിട്ട് വർഷങ്ങളേറെയായി. ഇരുവരും വീട്ടിലുള്ളപ്പോൾ അവരുടെ പ്രണയസല്ലാപങ്ങൾ ഒന്ന് കാണേണ്ട കാഴ്ച തന്നെയാണ്. അനേകമനേകം കാതങ്ങൾക്കപ്പുറത്ത് സംഭവിച്ച, കുഞ്ഞൂഞ്ഞച്ചായന്റേയും ഈത്താമ്മച്ചിയുടേയും മരണം, മനസ്സടുപ്പം എന്ന കമ്പിയില്ലാക്കമ്പി വഴി തിരിച്ചറിഞ്ഞ് പ്രതികരിച്ച അയ്യപ്പൻ ഇന്നിപ്പോൾ എത്ര വലിയ പൂരങ്ങളിൽ തിടമ്പെടുത്ത് തലയുയർത്തിപ്പിടിച്ച് നിൽക്കുമ്പോഴും അനുപമയുടെ സ്നേഹസന്ദേശങ്ങൾ അറിയാതെ പോകുവാൻ അശ്ശേഷം നിർവാഹമില്ല. പക്ഷേ, ആ വലിയ പ്രേമം നമ്മൾ മനുഷ്യർക്കും നാട്ടാനകൾക്കും ഇടയിലുള്ള വലിയൊരു പ്രഹേളിക തന്നെയാണ്.

അഴകിന്റെ വഴിഞ്ഞൊഴുകലായി, ആണത്തത്തിന്റേയും ആനത്തത്തിന്റേയും അതുല്യ തേജസ്സായി ഈരാറ്റുപേട്ട അയ്യപ്പൻ ആടിക്കുലുങ്ങി നടകൊള്ളുകയാണ്. മുപ്പതുകളുടെ നടവരമ്പിലൂടെയുള്ള ഈ യുവകേസരിയുടെ തിരുപ്പുറപ്പാടിന് മുമ്പിൽ കാലത്തിനൊപ്പം നമുക്കും അനുഗ്രഹവർഷങ്ങളുടെ മൺചെരാതുകൾ കൊളുത്തി കാത്തുനിൽക്കാം.

***

പുല്ലുകുളങ്ങര ഗണേശൻ

ദേശത്തിന്റെ സ്വന്തം

▼ **പുല്ലുകുളങ്ങര ഗണേശൻ**

തിരുവിതാംകൂറിന്റെ തിരുമുറ്റത്തെ ലക്ഷണോത്തമൻമാരിൽ പ്രഥമഗണനീയൻ; കറതീർന്ന ആനച്ചന്തം; കണ്ടാൽ കൈയും മെയ്യും മറന്ന് പിന്നാലെ അന്തംവിട്ട് പായുന്നവരുടെ കൺകണ്ട ദൈവവും അവരുടെ മനസ്സുകളിലെ ആറാം തമ്പുരാനുമായ ആനത്തമ്പുരാൻ-ഗണേശൻ; കായംകുളത്തിനടുത്തുള്ള പുല്ലുകുളങ്ങര ക്ഷേത്രത്തിന്റെ അഭിമാനവും ഒമ്പതു കരക്കാരുടെ സ്വന്തവുമായ പുല്ലുകുളങ്ങര ഗണേശൻ.

ആനയെന്ന വാക്കിന് ഒരായിരം നന്മകളുടെ താളവും ഭാവവുമുണ്ടെന്ന് സ്വന്തം ജീവിതം കൊണ്ട് ഒരു തലമുറയെത്തന്നെ തൊട്ടറിയിക്കുന്ന സ്നേഹസ്വരൂപനും പകരംവയ്ക്കാനില്ലാത്ത സ്നേഹവും പറിച്ചുമാറ്റാനാവാത്ത ഹൃദയവികാരവുമായി തിരുവിതാംകൂറിന്റെ ഉത്സവനഗരികളുടെ പ്രൗഢിയും പ്രതാപവുമായി വിരാജിക്കുന്നവനുമായ പുല്ലുകുളങ്ങര ഗണേശൻ, ആനക്കമ്പക്കാരുടെയോ ആനക്കാര്യങ്ങളിൽ അസാരം ഗ്രാഹ്യമുള്ളവരുടെയോ ഭാഷയിൽ പറഞ്ഞാൽ ഏറ്റവുമധികം ഇടനീളമുള്ള ആനകളിൽ ഒരുവനാണ്. കേരളത്തിൽതന്നെ ഏറ്റവുമധികം പക്കുള്ള ആനകളിൽ ഒരുവനും ഇവൻതന്നെ. പക്കുള്ള ആനയെന്നാൽ ശരീരത്തിന്റെ വശങ്ങളിലേക്കുള്ള വിരിവിന്റെ കൊഴുപ്പും തുടിപ്പും. അതാകട്ടെ ആരുടെയും മനം മയക്കും.

ഗ്രഹണിപിടിച്ച ചില പിള്ളേരെപ്പോലെ അസാമാന്യമായി വയറുവീർത്ത, ഊത്തവയറന്മാരായ ആനകളെ തലങ്ങും വിലങ്ങുമൊക്കെ ആർക്കും കാണാനാകും. പക്ഷേ ഇതങ്ങനെയല്ല; നമ്മുടെ പഴയ മലയാള സങ്കൽപപ്രകാരം ആണത്തത്തിന്റെ മുഖശ്രീയായി വാഴ്ത്തിയിരുന്ന ചില ലക്ഷണങ്ങളില്ലേ. അങ്ങനെ ചില തിളക്കവുമായി കത്തിക്കയറുന്ന ഔരാഢ്യൻ കാരണവർക്ക് എല്ലാത്തിനുംമേലെ ആരുകണ്ടാലും കൊതിക്കുന്ന ഒരുണ്ണിക്കുടവയറും കൂടിയായാലോ. കണ്ണുകിട്ടാൻ പിന്നെയധികം കാര്യം വേണോ.

കൊതിപ്പിക്കുന്ന ആനച്ചന്തവുമായി ഒരു ദേശത്തിന്റെ മുഴുവൻ ആവേശവും അഭിമാനവുമായി, ജീവിതം ആഘോഷമാക്കിമാറ്റുന്ന ഈ ആനക്കൊമ്പൻ, തങ്ങളുടെ അഭിമാനമെന്നതിനേ

ക്കാളേറെ പുല്ലുകുളങ്ങര നാടിന്റെ ആത്മാവുതന്നെയാണ്. ഹിപ്പൊപ്പൊട്ടാമസിനെപ്പോലെ കൊഴുത്തുരുണ്ട ശരീരവുമായി ആടിക്കുഴഞ്ഞുള്ള ഗണേശന്റെ പള്ളിപ്പുറപ്പാട് അഥവാ രാജനട, അതൊന്നുമാത്രംമതി എഴുപതും എൺപതുമൊക്കെ ആനകൾ അടിമുടിയാടിത്തിമിർക്കുന്ന വലിയൊരുത്സവപ്പറമ്പിലും പുല്ലുകുളങ്ങര ഗണേശന്റെ നിറസാന്നിധ്യം പെരുമ്പറകൊട്ടി പ്രഖ്യാപിക്കാൻ.

അക്കമിട്ട് നിരത്താൻ കഴിയുന്ന അവന്റെ ലക്ഷണപ്പെരുക്കങ്ങളിലേക്ക് കടന്നാൽ സഹ്യപുത്രന്മാരുടെ സ്വകാര്യാഹങ്കാരം എന്നു വിശേഷിപ്പിക്കാവുന്ന തുമ്പിക്കൈയും വലിയ ചെവികളുംതന്നെ ഏറ്റവും വിശേഷപ്പെട്ടവ. ലക്ഷണശാസ്ത്രപ്രകാരം ആനയുടെ തുമ്പിക്കൈ നിലത്തിഴയണമെന്നാണ്. എന്നാൽ പുല്ലുകുളങ്ങര ഗണേശന്റെ തുമ്പിക്കൈ വെറുതേ നിലത്തിഴയുക മാത്രമല്ല, എപ്പോഴും ഒരു ചുറ്റ് നിലത്തങ്ങനെ ഊർന്നുലഞ്ഞ് കിടക്കുകതന്നെ ചെയ്യും. വലിയ ചെവികളാണ് മറ്റൊരു പ്രധാനാകർഷണം. ചെവികൾ വീശിയടിക്കുമ്പോൾ അതിൽ ആനയുടെ കണ്ണുകൾ മറയണം എന്നതാണ് പ്രമാണം. അങ്ങനെ കണ്ണുകൾ മറയാൻ പാകത്തിലുള്ള അസാമാന്യ വലിപ്പമാർന്ന ചെവികളുള്ള ഈ തലമുറയിലെ അപൂർവം ഗജശ്രേഷ്ഠന്മാരിൽ ഒരുവൻ എന്ന സവിശേഷതയും ഗണേശന്റെ കുത്തകപ്പാട്ടമാണ്.

ഗണേശന്റെ ചെവിയടിക്കലിൽ കണ്ണുകൾ മൂടുന്നത് കണ്ടുനിൽക്കേണ്ട ഒരു കാഴ്ചതന്നെയാണ്. പക്ഷേ, ശ്രദ്ധിച്ചാൽ അതിൽ ഒരു പ്രത്യേകതയും നമുക്ക് കണ്ടെത്താനാവും. തുടർച്ചയായ എല്ലാ അടികളിലും വാൽച്ചെവി കണ്ണുകൾവരെ നീളണമെന്നില്ല. മറിച്ച് ഒന്നിടവിട്ട അടികളിലാണ് മനോഹരമായ കണ്ണുമൂടലഭ്യാസം യാഥാർഥ്യമാകുന്നത്.

ഭംഗിയാർന്ന മദഗിരികളും തെറ്റില്ലാത്ത തലക്കുന്നിയും വീണെടുത്ത കൊമ്പുകളും കൊള്ളാവുന്ന വായൂകുംഭവും എല്ലാം ഗണേശന്റെ പൊൻകിരീടത്തിലെ വർണത്തൂവലുകൾ. ഒപ്പം താഴെ നിൽക്കുന്ന സാമാന്യ ജനത്തിന് പെട്ടന്ന് കണ്ടെത്താൻ കഴിയാത്ത മറ്റൊരു പ്രത്യേകതയുമുണ്ട്. ആനക്കാർക്കും പിന്നെ എഴുന്നെള്ളിപ്പിനും മറ്റുമായി ആനപ്പുറം കയറുന്നവർക്കും മാത്രം പെട്ടന്ന് മനസ്സിലാകുന്ന ഒരു വിശേഷം.

മെലിഞ്ഞുണങ്ങി, വില്ലുപോലെ വളഞ്ഞുനിൽക്കുന്ന തണ്ടെല്ലോടുകൂടിയ ആനകളുടെ പുറത്തിരിക്കുകയെന്നത് കൈയാലപ്പുറത്തെ തേങ്ങയുടേതിന് സമാനമായ ഒരനുഭവമാണെങ്കിൽ പ്ലാറ്റ്ഫോംപോലെയോ റൺവേ പോലെയോ നീണ്ടുനിവർന്നിങ്ങനെ കിടക്കുന്ന ഗണേശന്റെ പുറം ആനപ്പുറത്തു കയറുന്നവരെ സംബന്ധിച്ചടത്തോളം അക്ഷരാർഥത്തിൽ പട്ടുമെത്തയാണ്. അതുകൊണ്ട് ഗണേശൻ ഒരുത്സവത്തിനെത്തിയിട്ടുണ്ടെങ്കിൽ എങ്ങനെയും അവന്റെ പുറത്തൊരു ഇരിപ്പിടം ഉറപ്പിക്കാനാകും ആനപ്പുറം കയറുന്നവരുടെ നെട്ടോട്ടം.

1972-ലാണ് ഗണേശൻ പുല്ലുകുളങ്ങരയിൽ എത്തുന്നത്. കായംകുളം, ഓച്ചിറ, തിരുവല്ല തുടങ്ങിയ പ്രദേശങ്ങളിലൊക്കെ ആനയെഴുന്നെള്ളിപ്പുകളേക്കാൾ ഏറെ പ്രാധാന്യം കൽപിക്കപ്പെട്ടിരുന്നത് കെട്ടുകുതിരകൾക്കും പിന്നെ മനുഷ്യരുടെ തോളിൽ ദൈവികബിംബങ്ങൾ ഏറി എഴുന്നെള്ളിക്കുന്ന 'ജീവതയെഴുന്നെള്ളിപ്പുകൾ'ക്കുമായിരുന്നു. എങ്കിലും ഒമ്പതു ദേശക്കാരുടെ സ്വന്തമായ പുല്ലുകുളങ്ങര ക്ഷേത്രത്തിലെ ഭരണസമിതിക്ക് അമ്പലത്തിന് സ്വന്തമായി ഒരാനയുണ്ടായിരുന്നാൽ അതൊരു അന്തസ്സുതന്നെയാണെന്ന അഭിപ്രായമാണ് പണ്ടുമുതൽക്കേയുണ്ടായിരുന്നത്. അന്നത്തെ ദേവസ്വം സെക്രട്ടറിയായിരുന്ന കൊറ്റിനാട് മാധവൻപിള്ളയുടെ നേതൃത്വത്തിലുള്ള ഭരണസമിതി അതങ്ങോട്ട് ഉറപ്പിക്കുകതന്നെ ചെയ്തു-എന്തായാലും ഒരാനയെ മേടിക്കുക; ആനക്കാര്യങ്ങളിലും ആനയിടപാടുകളിലും കാര്യമായ അനുഭവജ്ഞാനമുണ്ടായിരുന്ന എം.കെ. ഉണ്ണിത്താനെയും കൂട്ടി ആനയെത്തേടിയിറങ്ങി.

ചെങ്ങന്നൂരിനും തിരുവല്ലയ്ക്കും മധ്യേ പ്രാവുംകൂട് ജംഗ്ഷനടുത്തുള്ള കല്ലിശ്ശേരി വേലുനായരുടെ പക്കൽ കണ്ടാലാരും തെറ്റുപറയാത്ത ഒരു ആനക്കുമാരൻ വളരുന്നുണ്ടെന്നും മുട്ടിനോ

ക്കിയാൽ ചിലപ്പോൾ കിട്ടിയേക്കുമെന്നുമുള്ള പ്രതീക്ഷയിലാണ് അവരന്ന് ചങ്ങനാശ്ശേരിക്ക് ജീപ്പ് പിടിച്ചത്. ആനക്കാർ എന്ന നിലയിൽ നിന്നും ആനയുടമയായി വളർന്ന വേലുനായർക്ക് അന്ന് ആ കുട്ടിക്കൊമ്പനെ കൂടാതെ വേറെയും ഒന്നുരണ്ടാനകൾ ഉണ്ടായിരുന്നു. ഗണേശനാവട്ടെ കൂട്ടത്തിൽ കുഞ്ഞനും; പേര് അന്നും ഗണേശൻ എന്നായിരുന്നു.

കോടനാട് ആനക്കൂട്ടിൽ നിന്നും തിരുവല്ല യിലെ പ്രമുഖരായ പോബ്സൺ ഗ്രൂപ്പ് ഒന്നിച്ച് ലേലംചെയ്തെടുത്ത നാലഞ്ചാനകളിലെ ഇത്തി രിക്കുഞ്ഞനായിരുന്നു ഗണേശൻ. പോബ്സണിൽ നിന്നും തെറ്റില്ലാത്ത ഒരു വിലയ്ക്ക് കുട്ടിക്കൊ മ്പനെ വേലുനായർ സ്വന്തമാക്കി. അങ്ങനെ വാങ്ങുമ്പോൾതന്നെ കാലാകാലം അവനെ വീട്ടിൽ നിർത്തി പോറ്റാം എന്നൊരു വിചാരം വേലുനായർക്കുണ്ടായിരുന്നിരിക്കാൻ സാധ്യത തീരെ കുറവ്. കാരണം, ഒരാനയെ വീട്ടിൽ നിർത്തുവാൻ ഏതൊരുടമസ്ഥനും രണ്ടുവട്ടം ആലോചിച്ചുപോകുന്ന ഒരു ലക്ഷണം അഥവാ ഒരു ലക്ഷണപ്പിശക് ആ ആനക്കുട്ടന് പിറവി യിലേ കൂട്ടിനുണ്ടായിരുന്നു-നഖങ്ങൾ പതിനാറു മാത്രം!

മറ്റെല്ലാ ലക്ഷണങ്ങളും ഒന്നിനൊന്ന് മികച്ച തായിരുന്നിട്ടുകൂടി കുറച്ചൊരു അവലക്ഷണം എന്നുപറയാവുന്ന ആ കുറവ് തന്നെയാവാം പോബ്സൺ ഗ്രൂപ്പിൽനിന്ന് വേലുനായരിലേക്കും വേലുനായരിൽ നിന്ന് അവസാനം പുല്ലുകുളങ്ങര ദേശത്തേക്കും കനപ്പെട്ട വിലയുടെ അമിതഭാരമി ല്ലാതെ ഗണേശൻ എത്തിച്ചേരുവാൻ നിമിത്തമാ യൊരു വസ്തുത. 'വീട്ടിൽ നിർത്തിയാലല്ലേ പിശ കുള്ളൂ. നാട്ടിൽ നിന്നോട്ടെ. നാട്ടുകാരുടെ ആന യായി അമ്പലത്തിൽ വളർന്നോട്ടെ. അപ്പോൾ കുഴ പ്പമില്ലല്ലോ. അഥവാ എന്തെങ്കിലും കുഴപ്പമുണ്ടെ ങ്കിലും ശരി, അതെല്ലാം പുല്ലുകുളങ്ങര ശാസ്താവ് പരിഹരിച്ചോളു'മെന്ന വിശ്വാസ മാവാം ഗണേശനെ കണ്ടുബോധിച്ച നിമിഷം തന്നെ കച്ചവടമുറപ്പിക്കുവാൻ കൊറ്റിനാട്ട് മാധ വൻപിള്ളയെ പ്രേരിപ്പിച്ച വികാരം.

അന്ന് കല്ലിശ്ശേരിയിൽ നിന്നും കുട്ടിക്കൊമ്പ നേയുംകൂട്ടി പുല്ലുകുളങ്ങരയ്ക്കെത്തുമ്പോൾ അവന്റെ പ്രായം പതിനേഴ്. അന്നുതൊട്ടിന്നോളം പുല്ലുകുളങ്ങരക്കാർ തന്നിലർപിച്ച വിശ്വാസവും പ്രതീക്ഷയും കാത്തുസൂക്ഷിക്കുമാറാണ് ഗണേ ശന്റെ ധന്യജീവിതം. അവനെച്ചൊല്ലി, തങ്ങളുടെ ആനയെച്ചൊല്ലി, അഭിമാനത്തോടെ നെഞ്ചുവി രിച്ച് നിൽക്കാനുള്ള അവസരങ്ങളല്ലാതെ അപമാ നഭാരത്തോടെ ആരുടേയും മുന്നിൽ തലകുനിച്ച് നിൽക്കേണ്ട ഒരവസരംപോലും പുല്ലുകുളങ്ങര ഗണേശൻ ഇന്നോളം അവന്റെ ഉടയോൻമാരായ കരക്കാർക്ക് നൽകിയിട്ടില്ലെന്നത് പകൽപോലെ, പാലുപോലെ നല്ല വെളുവെളുത്ത സത്യം.

ആനയും മനുഷ്യനുമായുള്ള അടുപ്പവും അപൂർവങ്ങളല്ലാത്ത സംഘർഷങ്ങളും മറ്റെന്ന ത്തേക്കാളുമേറെ ഇന്ന് സജീവ ചർച്ചാവിഷയമാ ണെങ്കിലും ഗണേശനാനയും അവന്റെ ദേശക്കാ രുമായുള്ള പൊന്നിഷ്ടം അഗ്നിശുദ്ധി തെളിയിച്ച് ലോകത്തിന്റെ മുഴുവൻ മുന്നിൽ ഉച്ചൈസ്തരം പ്രഖ്യാപിക്കപ്പെട്ട അവസരങ്ങൾ അനവധിയാണ്. അതിലൊന്നാണ് അച്ചൻകോവിൽ വനമേഖല യിൽ വച്ചുണ്ടായ ഒരനുഭവം. അതൊരിക്കലും പുല്ലുകുളങ്ങരക്കാർക്ക് മറക്കാനാവുന്നതല്ല. കായംകുളത്തെത്തി മൂന്നോനാലോ വർഷ ങ്ങൾക്കുള്ളിൽ തന്നെയാണ് സംഭവം. ഉത്സവക്കാ ലം കഴിയുന്നതോടെ അന്നൊക്കെ ചോരത്തിള പ്പിന്റെ നടുത്തളത്തിൽ നിൽക്കുന്ന ഇളമുറക്കാ രനെ ചെറിയ കൂപ്പുപണികൾക്കായി അയ യ്ക്കുന്ന പതിവുണ്ടായിരുന്നു. അങ്ങനെയൊരി ക്കൽ ഒരു കൂപ്പുപണിക്കാലത്ത് പണിയെല്ലാംക ഴിഞ്ഞ് വൈകുന്നേരം മറ്റ് ഏതാനും ആനകളെ യെന്നപോലെ അവനേയും ഒരു മരത്തിൽ തളച്ച് പാപ്പാന്മാർ കൂടാരം കയറി. പക്ഷേ, പതിവിൻപടി അടുത്തനാൾ ആനയെ അഴിക്കാൻ എത്തുമ്പോൾ ആന കിടന്നിടത്ത് ചങ്ങലമാത്രം ബാക്കി കിടപ്പു ണ്ട്!

'കണ്ടവരുണ്ടോ' എന്നു ചോദിച്ച് ഫോട്ടോ സഹിതം പത്രത്തിൽ പരസ്യം ചെയ്തതുകൊണ്ട് കാടുകയറിപ്പോയ ആനയെ കണ്ടുകിട്ടില്ലല്ലോ; അതിനാൽ ഗണേശനെ കണ്ടെത്താനുള്ള ദ്രുത കർമസേനയും ഒട്ടും സമയംകളയാതെ കാടുക

യറി. ചങ്ങല വലിച്ചിഴച്ച് ആനകയറിപ്പോയ വഴിയിലെ ചതഞ്ഞൊടിഞ്ഞ ചെടികളും പുല്ലുംനോക്കി, ചങ്ങലപ്പാടുനോക്കി അവസാനം അവർ അവന്റെ ദൃഷ്ടിപഥത്തിലെത്തുമ്പോൾ അവിടെ രണ്ടുപേർ ഒരു തല്ലിപ്പിടുത്തംകളിക്കുള്ള വട്ടംകൂട്ടലിലായിരുന്നു. അവിടെയപ്പോൾ അവനോടൊപ്പം മറ്റൊരാൾ കൂടിയുണ്ടായിരുന്നു. ഏതാണ്ട് ഗണേശന്റെ അതേ പ്രായംതന്നെയുള്ള ഒരു കാട്ടാന! ഒറ്റയാനായൊരു കാട്ടുകൊമ്പൻ. അവനാണ് ചങ്ങല വലിച്ചുപൊട്ടിച്ച് ഗണേശനേയുംകൊണ്ട് കാടുകയറിയിരിക്കുന്നത്. അല്ലെങ്കിൽ നിത്യമായ അടിമത്തത്തിൽ നിന്നും സ്വാതന്ത്ര്യത്തിന്റെ ഹരിതകമ്പളത്തിലേക്ക് തലകുത്തിച്ചാടാൻ ഗണേശന് പ്രേരണയും പ്രചോദനവുമായിരിക്കുന്നത്. ഒരു പക്ഷേ, അവൻ യാദൃച്ഛികമായി ഒരു സഹജീവിയുടെ ദുരവസ്ഥകണ്ട്, അവസാനമില്ലാത്ത അടിമത്തംകണ്ട് മനസ്സലിവുതോന്നി സഹായഹസ്തവുമായി എത്തിയ വഴിപോക്കനാവാം. അല്ലെങ്കിൽ കുഞ്ഞുഗണേശൻ എങ്ങനെയോ കോടനാട് ആനക്കൂട്ടിലേക്ക് എത്തും മുമ്പേയുള്ള വാനവാസകാലത്ത് അവനൊപ്പം തല്ലിപ്പിടുത്തം കളിച്ചും തലകുത്തിച്ചാടിയും ബാല്യത്തെ ഉത്സവമാക്കിമാറ്റിയ പഴയൊരു കളിക്കൂട്ടുകാരനുമാവാം. ഇതിലാരായാലും ശരി, അവൻ ഒരാൺകുട്ടി തന്നെയായിരുന്നു. നമ്മുടെ ഗണേശ വിമോചന സമരസംഘത്തിന് ഒട്ടും താമസിയാതെ അവനത് ബോധ്യപ്പെടുത്തിക്കൊടുക്കുകയും ചെയ്തു. 'ഗണേശാ, മോനെ... ഇങ്ങോട്ടു പോരടാ' എന്നുംപറഞ്ഞ് അധികാരപൂർവം കടന്നുചെന്ന ഗണേശരക്ഷാസേനയുടെ നേർക്ക് കൊടുങ്കാറ്റുപോലവൻ അലറിത്തിമിർത്ത് വന്നപ്പോൾ, എലിവാണം കത്തിച്ചുവിട്ടതുപോലായിരുന്നു പതിനെട്ടുപേർ നാൽപത്തെട്ടു വഴിക്ക് ഓടിയത്. എന്നിട്ട് കൂട്ടുകാരന്റെ കൈയുംപിടിച്ച് അവൻ കൂടുതൽ ഉൾക്കാട്ടിലേക്ക് ഓടിമറയുകയും ചെയ്തു.

കാട്ടുവീരന്റെ കണ്ണുകളിൽ അപ്പോൾ ധാർമികരോഷത്തിന്റെ കനൽക്കട്ടകളാണ് എരിഞ്ഞിരുന്നതെങ്കിൽ പാവം ഗണേശൻ അപ്പോഴും തന്നെ തിരഞ്ഞുവന്ന നാട്ടുകാരെ തെല്ലൊരു കുറ്റബോധത്തോടെ ഇടയ്ക്കിടെ ഒളികണ്ണിട്ട് നോക്കിക്കൊണ്ടായിരുന്നു മടിച്ചുമടിച്ച് ഓടിയത്. ഒരിക്കലുമൊരിക്കലും പൊരുത്തപ്പെടാനും ഒന്നിക്കാനുമാവാത്ത രണ്ട് സ്നേഹത്തുരുത്തുകൾക്ക് മധ്യേ, ആരെ തള്ളണം ആരെ കൊള്ളണം എന്നറിയാത്ത സങ്കടക്കടലിലായിരുന്നിരിക്കണം അപ്പോൾ പുല്ലുകുളങ്ങര ഗണേശൻ.

ആദിവാസി മൂപ്പന് ദക്ഷിണവച്ച് അനുഗ്രഹവും സഹായവും തേടിയാണ് അടുത്തവട്ടം ദൗത്യസംഘം കൈയേറ്റക്കാരനെതിരെ രംഗത്തിറങ്ങിയത്. അതേൽക്കുകയും ചെയ്തു. നാലുപാടും നിന്ന് ആളും ആരവവും പെരുമ്പറ മുഴക്കങ്ങളുമായി സംഘം ആനകൾക്കുചുറ്റും കൂടിയപ്പോൾ കാട്ടുകൊമ്പൻ തെല്ല് പരിഭ്രമിച്ചു. രക്ഷപ്പെടണോ അതോ പ്രിയപ്പെട്ട നാട്ടുകാർക്കൊപ്പം നാട്ടിലേക്ക് തിരിച്ചുപോണോ എന്ന് ഉറപ്പിക്കാനാവാതെ ഗണേശന്റെ മനസ്സ് ചാഞ്ചാടുകയും കൂടി ചെയ്തപ്പോൾ പോരാട്ടവീര്യം തീർച്ചയായും ദുർബലപ്പെട്ടിട്ടുമുണ്ടാകും. 'രണ്ടും കൽപിച്ച് നീ എന്നോടൊപ്പം പോരുന്നോ അതോ ദുഷ്ടമനുഷ്യർ കൽപിക്കുന്ന നിത്യനരകത്തിലേക്ക് മടങ്ങാനാണോ നിന്റെ തീരുമാനം. രണ്ടിലൊന്ന് ഇപ്പോ ഇവിടെ വച്ച് തീരുമാനിക്കണം' എന്ന കാട്ടുതോഴന്റെ അന്ത്യശാസനത്തിനുമുന്നിൽ ഗണേശൻ ഇടറുന്ന ഹൃദയത്തോടെ വിറയ്ക്കുന്ന ചുണ്ടുകളോടെ ഇത്രമാത്രം പറഞ്ഞുകാണും.

'തോഴാ, ഒന്നുമാത്രം എനിക്കറിയാം. എന്നെ അടിമയെന്നോ മടയനെന്നോ നീ വിളിച്ചേക്കാം. പക്ഷേ വയ്യ. അവരുടെ സ്നേഹത്തേയും ഇക്കാലമത്രയും ഞാൻ തിന്ന ചോറിനേയും തള്ളിപ്പറയാൻ എനിക്കാവില്ല. ഞാൻ മടങ്ങിപ്പോകുന്നത് ഒരിക്കലും ഒരു നരകത്തിലേക്കല്ല. അവിടെ എന്നെ സ്നേഹിക്കാൻ മാത്രമറിയുന്ന എന്റെ പ്രിയപ്പെട്ടവരുണ്ട്; എന്റെ പുല്ലുകുളങ്ങരക്കാരുണ്ട്'. അത്രയുംപറഞ്ഞ് പിന്നെയൊരിക്കൽകൂടി സുഹൃത്തിന്റെ മുഖത്തേക്ക് നോക്കുവാനുള്ള ധൈര്യമില്ലാതെ പുല്ലുകുളങ്ങര ഗണേശൻ അവന്റെ നാട്ടുകാർക്കുനേരെ ചുവടുകൾ വച്ചിട്ടുണ്ടാകും. പക്ഷേ, ആ പഴയ കൂട്ടുകാരൻ ഇന്നും കാട്ടിൽ വിഹരിക്കുന്നുണ്ടോ, അതോ ആനക്കൊമ്പിനുവേണ്ടി ക്രൂരതയുടെ കാഞ്ചിവലിക്കുന്ന

കാട്ടുകള്ളൻമാരുടെ തോക്കിന് ഇരയായിട്ടുണ്ടോ, അതുമല്ലെങ്കിൽ കുറച്ചു വൈകിയാണെങ്കിലും മറ്റൊരു നാട്ടാനയായി ഏതെങ്കിലും ഉത്സവപ്പറമ്പുകളിലൊക്കെവച്ച് ഗണേശനുമായി ഇപ്പോഴും സൗഹൃദം പങ്കിടുന്നുണ്ടോ എന്നതൊക്കെ ഗണേശനുമാത്രം അറിഞ്ഞേക്കാവുന്ന രഹസ്യങ്ങൾ.

പക്ഷേ, ഒന്നു സത്യം. അടിമയെപ്പോലെ ഒരു നൂറ്റാണ്ട് ജീവിക്കുന്നതിലും ഭേദം,; ആണൊരുത്തനായി, ആനയായി സ്വാതന്ത്ര്യത്തോടെ ജീവിക്കുന്നതുതന്നെയാണ് യഥാർഥ ധീരതയെന്ന് വിശ്വസിക്കുകയും സ്വന്തം ജീവൻ പണയംവച്ചാണെങ്കിൽക്കൂടി കൂട്ടുകാരനെ തടങ്കൽപാളയത്തിൽ നിന്ന് രക്ഷിക്കാൻ രണ്ടും കൽപിച്ചിറങ്ങിയ ആ കളിക്കൂട്ടുകാരനെ കുറിച്ചോർക്കുമ്പോൾ പുല്ലുകുളങ്ങര ഗണേശന്റെ ഹൃദയം അഭിമാനംകൊണ്ട് തുടിക്കുന്നുണ്ടാവും; കണ്ണുകൾ അറിയാതെ നനയുന്നുണ്ടാവും.

വഴക്കിന്റേയും വക്കാണത്തിന്റേയും പിശകൻ വഴികൾ ഈ ആനപ്പിറപ്പിന് അത്ര പരിചിതമേഖലയല്ലെന്ന് മാത്രമല്ല, അന്തംവിട്ട് ഇവനൊന്ന് ഓടിയിട്ടുള്ള സന്ദർഭങ്ങൾതന്നെ വിരളം. അതുകൊണ്ടുകൂടിയാകാം അപൂർവങ്ങളിൽ അപൂർവങ്ങളായ ആ ഗണേശോട്ടങ്ങൾ നാളും പക്കവും സഹിതം അവന്റെ ആരാധകർക്കും വേണ്ടപ്പെട്ടവർക്കും മനഃപാഠമാണ്.

പുല്ലുകുളങ്ങരയിൽ എത്തി ഒരുവർഷം തികയുംമുമ്പേയായിരുന്നു കന്നിയോട്ടം. പുതിയ നാട്ടിലേക്ക് പറിച്ചുനട്ടപ്പെട്ട്, എല്ലാവരോടുമൊന്ന് ഇണങ്ങിവരാൻ തുടങ്ങുന്ന സമയം; എന്നുവച്ചാൽ ആരുമായും ഇത്തിരി വിടവിട്ടുമാത്രം ഇടപഴകേണ്ടതുമായ പരീക്ഷണ കാലം. അന്ന് ക്ഷേത്രത്തിനു മുന്നിലെ കുളത്തിന്റെ ഓരംചേർത്ത് കിടത്തി കുട്ടിക്കൊമ്പനെ കുളിപ്പിക്കുകയാണ് പാപ്പാൻമാരും അത്യാവശ്യം ചില നാട്ടുകാരും. തേച്ചുരച്ചുള്ള കുളിയുടെ സുഖാലസ്യത്തിൽ ഗണേശകുമാരൻ അസ്വദിച്ച് കിടക്കുന്നു. പെട്ടന്നായിരുന്നു അടിവയറ്റിൽ നിന്നും ഒരാന്തൽ. അല്ല സ്വന്തം വയറിനു കീഴെനിന്നും ഒരു ഭൂമികുലുക്കം. എന്താണ് സംഭവിക്കുന്നതെന്നും ഈ ഭൂമികുലുക്കം കഴിയുമ്പോൾ തന്നോടൊപ്പം ഈ ഭൂമിയിൽ ആരൊക്കെ അവശേഷിക്കും എന്നൊന്നും ചിന്തിക്കാൻ നിൽക്കാതെ പൂക്കുലപോലെ വിറച്ചുകൊണ്ട് ഗണേശവീരൻ എഴുന്നേറ്റ് തിരിഞ്ഞു നോക്കാതെ കത്തിച്ചുവച്ചൊരോട്ടം! ഓടിയെന്നു മാത്രമല്ല, പോണപോക്കിൽ നാടായനാടുമുഴുവൻ പറന്നുതൂറുകയും ചെയ്തു.

ആനയെ കുളിപ്പിക്കാൻ കിടത്തിയിരുന്നിടത്ത് മണ്ണിൽ പുതഞ്ഞുകിടന്നിരുന്ന ഒരാമശ്ശാർ വൈകിയുണർന്ന് എഴുന്നേറ്റ് കുളത്തിലേക്കിറങ്ങാൻ നോക്കിയപ്പോഴുണ്ടായ പുകിലാണ് പാവം ഗണേശന്റെ പേടിക്കും ഓട്ടത്തിനും പിന്നെ ഇമ്മിണിവലിയൊരു 'രണ്ടി'നും കാരണമായത്. പക്ഷേ, പറഞ്ഞിട്ടെന്തു ഫലം. ഇപ്പോഴും ഇത്തിരിയില്ലാത്ത ഏതെങ്കിലും പിള്ളേർ 'പോടാ പേടിച്ചുതൂറി' യെന്ന് ഗണേശനെ മുഖത്തുനോക്കി വിളിച്ചാൽ അവൻ നാണിച്ചു തലതാഴ്ത്തും. കാഴ്ചയിൽ അസ്സലൊരു സുമോ ഗുസ്തിക്കാരനെപ്പോലെ ഇവനാളൊരു 'ഒന്നൊന്നര' ആനയാണെങ്കിലും കൈയിലിരുപ്പിന്റെ കാര്യത്തിൽ യഥാർഥ ഗാന്ധിയനെന്നോ ബുദ്ധഭിക്ഷുവെന്നോ വേണം ഈ ആരോഗ്യദൃഢഗാത്രനെ വിശേഷിപ്പിക്കേണ്ടത്.

അമ്മായിയമ്മ താടിക്കിട്ട് തട്ടിയാലും കിറിക്കിട്ട് കുത്തിയാലും ശരി, തിരിഞ്ഞ് 'കമാന്ന്' ഒരക്ഷരംപോലും ഉരിയാടാനറിയാത്ത, സർവംസഹയായൊരു സീരിയൽ നായികയെപ്പോലെയാണ് നമ്മുടെയീ ആൺപാവം എന്നുപറഞ്ഞാൽ അതിലൊട്ടും അതിശയോക്തിയില്ല. ക്ഷമ, വിവേകം, വിട്ടുവീഴ്ച-പുല്ലുകുളങ്ങര ഗണേശൻ എന്ന ആനപ്പേരിന് അങ്ങനേയും ചില അർഥങ്ങളുണ്ട്; പര്യായങ്ങളുണ്ട്. വലിയ മനസ്സിന്റെ നന്മയെന്ന് വിചാരിച്ചുകൊള്ളുക. കാര്യമൊക്കെ ശരിതന്നെ, പക്ഷേ അവന്റെ വായിൽ കൈയിട്ട് പല്ലിന്റെ മൂർച്ച പരിശോധിക്കാമെന്നൊക്കെ വിചാരമുണ്ടെങ്കിൽ അതു കണ്ട് ചുമ്മാ വായുംപൊളിച്ച് നിന്നുകൊടുക്കാൻ എന്തായാലും ഗണേശനെ നോക്കേണ്ട. അതായത് ക്ഷമയുടെ നെല്ലിപ്പടി കടക്കുന്ന ചില നേരങ്ങളിൽ, വേണ്ടിവന്നാൽ നെടുമുടി വേണുവും വില്ലനായിക്കളയും എന്നു പറയാവുന്നപോലെ ഗണേശനും പ്രതികരിച്ചെന്നുവരും. ഇരിക്കേണ്ടവർ ഇരിക്കേണ്ടിടത്ത് ഇരിക്കാതെ ദാദാപ്പീസ് കളി

ക്കാനെത്തിയാൽ ചിലപ്പോൾ അവർക്ക് അർഹമായൊരു ഇരിപ്പിടം കണ്ടെത്തി ഉപചാരപൂർവം പട്ടാഭിഷേകം നടത്തുവാൻ പുല്ലുകുളങ്ങര ഗണേശൻ മുൻകൈയെടുത്തെന്നുവരും.

ഒരിക്കൽ നാലഞ്ചു പിള്ളേരെ ഒന്നിച്ചു കണ്ടപ്പോൾ രതീഷെന്ന രണ്ടാം പാപ്പാന് പതിവില്ലാത്തൊരു പവറും പത്രാസും. കുറേ നേരമൊക്കെ ക്ഷമിച്ചുനോക്കി. പക്ഷേ, രക്ഷയില്ല. രക്ഷയില്ലെന്നു പറഞ്ഞാൽ, നിലത്തെങ്ങുമല്ല കക്ഷി. എങ്കിൽപ്പിന്നെ എന്തിനും ഒരു മരുന്നുവേണമല്ലോ. ഗണേശൻ അവസാനം ആ മരുന്ന് പുറത്തെടുക്കുകതന്നെ ചെയ്തു. ഒന്നാമൻ സമയത്തിന് ഓടിയെത്തി വിലക്കിയില്ലായിരുന്നെങ്കിൽ അന്നത്തേതുകൊണ്ട് രണ്ടാമന്റെ കളികൾ ഗണേശൻ തീർത്തു കൊടുക്കുമായിരുന്നു.

അതുപോലെ പാപ്പാൻമാരെ ഏഴയലത്തുപോലും അടുപ്പിക്കാത്ത മദപ്പാടുകാലത്തും അവൻ ചിലർക്കൊക്കെ ചില സ്വാതന്ത്ര്യം അനുവദിച്ചുകൊടുക്കും. ആനയെ തളയ്ക്കുന്ന തറിയുടെ തൊട്ടുചേർന്ന് താമസിക്കുന്ന ഗോപാലകൃഷ്ണൻ ചേട്ടനാണ് ആ മൂന്നുമാസക്കാലം അവന്റെ കാര്യങ്ങളെല്ലാം നോക്കുന്നത്. പക്ഷേ, തീറ്റിക്കലും പുന്നാരിപ്പിക്കലുമൊക്കെയായി, ആന മദപ്പാടിൽ നിൽക്കുകയാണെന്നുപോലുമോർക്കാതെ ശല്യക്കാരായി മാറുന്ന ചില അയ്യപ്പബൈജുമാർ, അവർ ചിലപ്പോൾ ഇത്തിരി ചോരയൊലിപ്പിച്ചുകൊണ്ടായിരിക്കും ആനപ്പറമ്പ് വിടേണ്ടിവരുന്നത്. അതൊരു ഓർമപ്പെടുത്തലാണ്. മദപ്പാട് കാലത്തിലെങ്കിലും ഗണേശൻ ഒരാനയായി മാറുമെന്ന ഓർമപ്പെടുത്തൽ.

ഉത്സവങ്ങളായ ഉത്സവങ്ങളെല്ലാം കഴിഞ്ഞാണ് ഗണേശന്റെ മദപ്പാട്. എല്ലാവർഷവും അത് കിറുകൃത്യവുമാണ്. ജൂലൈ ആദ്യവാരം ആനയെ കെട്ടിയുറപ്പിച്ചാൽ മൂന്നുമാസം ശരിക്കും നിന്നൊലിക്കും. ചിലപ്പോൾ അത് മൂന്നരമാസംവരെ നീണ്ടുവെന്നും വരാം. ഏതാണ്ട് മൂന്ന് ദശാബ്ദത്തിലേറെ നീളുന്ന പുല്ലുകുളങ്ങര വാസത്തിനിടയിൽ ഇതേവരെ രണ്ടേരണ്ട് പാപ്പാൻമാർ മാത്രമേ ഗണേശനെ കൊണ്ടുനടന്നിട്ടുള്ളൂ. ആരുകണ്ടാലും കൊതിയോടെ നോക്കിനിന്നുപോകുന്ന ഗണേശന്റെ ആരോഗ്യരഹസ്യവും ഈ മനസ്സാക്ഷി സൂക്ഷിപ്പുകാരുടെ സ്ഥിരതാമസം തന്നെയാകാം.

ചില പെൺകുട്ടികൾ അവരുടെ നീണ്ടുചുരുണ്ട കേശഭാരം അഴിച്ചിട്ടു നടന്നാൽ ചില ഏഷണിക്കാരുടെ കരിങ്കണ്ണ് തട്ടാൻ അതു മതിയെന്ന് മുത്തശ്ശിമാർ ഓർമപ്പെടുത്താറുണ്ട്. അതുപോലെയാണ് ഗണേശന്റെ തുമ്പിക്കൈയുടെ കാര്യം. കണ്ടാൽ ആരും കണ്ണെടുക്കാതെ നോക്കിനിന്നുപോകുന്നതാണ് നീണ്ടുചുരുണ്ട് നിലത്തിഴയുന്ന തുമ്പിക്കൈ. ഗണേശന്റെ നീണ്ടുചുരുണ്ട ഈ തുമ്പിക്കൈയ്ക്കുമുണ്ട് മരണത്തിൽ നിന്നും കഷ്ടിച്ച് രക്ഷപ്പെട്ടൊരുകഥ. ഒരിക്കൽ അതിനും കണ്ണുതട്ടി. ഒട്ടും താമസിയാതെ അതിനുള്ള പണിയും കിട്ടി. ഗണേശന്റെ തുമ്പിയിൽ കാണുന്ന വലിയ മുറിപ്പാട് അതിന്റെ ബാക്കിപത്രമാണ്.

പുല്ലുകുളങ്ങരയിലേക്ക് എത്തുംമുമ്പ് പഴയ ഉടമയുടെ വീട്ടിൽ നിൽക്കുമ്പോഴാണ് സംഭവം. അന്ന് ശശിയെന്നൊരു പാപ്പാനാണ് കുട്ടിക്കൊമ്പന്റെ വഴികാട്ടി. നല്ലൊരു പനമരം ഒത്തുകിട്ടിയപ്പോൾ ആനക്കുട്ടന് തിന്നാൻ പാകത്തിന് അത് കൈക്കോടാലിക്കൊണ്ട് വെട്ടിയരിഞ്ഞ് ഇട്ടുകൊടുക്കുകയായിരുന്നു ശശി. പക്ഷേ, പാപ്പാന്റെ ശ്രദ്ധ അൽപമൊന്ന് പാളിയ നിമിഷം തീറ്റപ്രാന്തൻ തുമ്പിക്കൈ നീട്ടിയതും കോടാലിയുടെ വെട്ടേറ്റ് തുമ്പിക്കൈ തൂങ്ങിയതും നിമിഷംകൊണ്ടായിരുന്നു. കുടംകണക്കിനാണ് ചോരചാടിയത്. വേറെ ഏത് ആനയായിരുന്നെങ്കിലും ആ മരണവെപ്രാളത്തിന് പാപ്പാന്റെ പണിക്കുറ്റം അപ്പൊഴേ തീർക്കുമായിരുന്നു. പക്ഷേ, പാവം ഗണേശൻ വലിയവായിൽ അലറിവിളിച്ചുകൊണ്ട് കുറച്ചുദൂരം ഓടിയതല്ലാതെ അപ്പോഴും അരുതാത്തതൊന്നും ചെയ്തില്ല. പിന്നെ ആനയെ എല്ലാവരുംചേർന്ന് പിടിച്ചുനിർത്തി, പച്ചമാംസത്തിൽ സൂചിയും നൂലും കോർത്ത് തുമ്പിക്കൈ തുന്നിച്ചേർത്തെടുത്തു. അതുകഴിഞ്ഞ് രണ്ടുമൂന്നു മാസക്കാലം തുമ്പിക്കൈകൊണ്ട് ചോറുപോലും എടുക്കാൻ സമ്മതിക്കാതെ, എല്ലാം ഉരുട്ടി വായിൽ വച്ചുകൊടുത്താണ് അവന്റെ ഐശ്വര്യമായ തുമ്പിക്കൈ രക്ഷിച്ചെടുത്തത്.

ഉത്സവയെഴുന്നെള്ളിപ്പുകളിൽ ആനയ്ക്കും ആൾക്കൂട്ടത്തിനുമിടയ്ക്കുള്ള ഒരതിർവരമ്പും വിഭജനരേഖയുമൊക്കെയാണ് പലപ്പോഴും തീവെട്ടിയും വിളക്കുമൊക്കെ. തീയോടുള്ള ആനകളുടെ അടിസ്ഥാനഭയം തന്നെയാവാം ആനകളുടെ നിയന്ത്രണരേഖകളിൽ തീയ്ക്ക് ഇത്രയുമധികം പ്രാധാന്യം കൽപിക്കപ്പെടുവാനുള്ള കാരണം. എങ്കിലും എഴുന്നെള്ളിപ്പുകൾക്കിടെ ഇടയുന്ന ആനകളിൽനിന്നും അപൂർവമായിട്ടെങ്കിലും വിളക്കുപിടുത്തക്കാരും തീവെട്ടിപിടുത്തക്കാരും വെളിച്ചപ്പാടുമൊക്കെ ആക്രമണമേൽക്കേണ്ടിവന്നിട്ടുള്ള സന്ദർഭങ്ങളും വിരളമല്ല. പക്ഷേ, ഗാന്ധിയനും സർവോദയ സംഘക്കാരനുമായ പുല്ലുകുളങ്ങര ഗണേശൻ കഥാനായകനാകുമ്പോൾ, അവിടെ അവന്റെ ജീവിതകഥയിൽ രക്ഷയുടേയും രക്ഷിക്കലിന്റേതുമല്ലാതെ ശിക്ഷയുടെ ഏടുകൾ കണ്ടെത്തുവാനാവില്ലല്ലോ. എങ്കിലും സ്വന്തം ജീവൻ പണയംവച്ച് ആരുടെയെങ്കിലും ജീവൻ രക്ഷിച്ചിട്ടുള്ള സന്ദർഭങ്ങൾ കാര്യമായിട്ടൊന്നുമില്ല. പണയംവയ്ക്കുന്നതും വിറ്റുതുലയ്ക്കുന്നതുമൊക്കെ സ്വന്തമായി സമ്പാദിച്ചിട്ടുള്ളവയാകണമെന്നും ദൈവംതന്ന ജീവനെടുത്ത് ചുമ്മാതങ്ങ് പണയംവയ്ക്കാൻ നമുക്കെന്തധികാരമെന്നുമാകാം സാഹസപ്രിയനല്ലാത്ത പുല്ലുകുളങ്ങര ഗണേശന്റെ ന്യായമായ സംശയവും ചോദ്യവും.

'അണ്ണാറക്കണ്ണനും തന്നാലായ'തെന്ന് പറഞ്ഞതുപോലെ ഒരിക്കൽ ഈ ഗണേശനും തന്നെക്കൊണ്ടായതുപോലെ ഒരാളുടെ രക്ഷയ്ക്കെത്തിയ അനുഭവം അവന്റെ ആത്മകഥയിലുണ്ട്. പണ്ടൊരിക്കൽ ഒരെഴുന്നെള്ളത്തിനിടയ്ക്കാണ് എന്തുംവരട്ടെയെന്ന ചങ്കൂറ്റത്തോടെ, മുൻപിൻ നോക്കാതെ പുല്ലുകുളങ്ങര ഗണേശൻ ചരിത്രപ്രസിദ്ധമായ ആ രക്ഷാപ്രവർത്തനത്തിന് രണ്ടും കൽപിച്ചിറങ്ങിയത്. അന്നും പതിവുപോലൊരു എഴുന്നെള്ളത്ത്. കായംകുളത്തുനിന്നും കുറച്ചു ദൂരെയുള്ള ഒരമ്പലത്തിലാണ് സംഭവം. അന്ന് ആനയ്ക്കുമുമ്പിൽ അമ്പലത്തിലെ കനപ്പെട്ട തിരുവാഭരണപ്പെട്ടിയും തലയിലേറ്റിക്കൊണ്ട് ക്ഷേത്ര വെളിച്ചപ്പാടും ചുവടുവയ്ക്കുന്നുണ്ട്. അതും ചുമ്മാതുള്ള ചുവടുവയ്പ്പല്ല, ദൈവികചൈതന്യം ആവേശിച്ചാലെന്നപോലുള്ള കലിയാട്ടച്ചുവടുകൾ. ഭയഭക്തിബഹുമാനത്തോടെ ഭക്തജനസംഘവും ഒപ്പമുണ്ട്. പെട്ടന്നാണ് ഗണേശന്റെ കണ്ണുകൾ അതു കണ്ടുപിടിച്ചത്. അഹങ്കാരിയും താന്തോന്നിയും അൽപബുദ്ധിയുമായ ഒരു എട്ടുകാലി ആരെയും കൂസാതെ വെളിച്ചപ്പാടിന്റെ മുതുകിൽ രാജ്യഭരണം നടത്തുന്നു. എന്നുവച്ചാൽ തേരാപ്പാര മിന്തിക്കളിക്കുന്നു എന്നു ചുരുക്കം. കലിയാട്ടത്തിനിടയിലെ പാതിവെളിവുവച്ചാണെങ്കിലും ശരി, എട്ടുകാലിയുടെ പരാക്രമം തിരിച്ചറിഞ്ഞ വെളിച്ചപ്പാട് തന്നെക്കൊണ്ടാവതുപോലെ അതിനെ വീഴ്ത്തിക്കളയുവാൻ പണിയെടുക്കുന്നുണ്ട്. പക്ഷേ, പറഞ്ഞിട്ടെന്തുഫലം? ഒരു കൈയിൽ തിരുവാഭരണപ്പെട്ടി, മറുകൈയിൽ പള്ളിവാള്. എട്ടുകാലിയാണെങ്കിൽ ഒട്ടും വിട്ടുകൊടുക്കാനുള്ള ഭാവത്തിലുമല്ല. ഏച്ചുംപേച്ചുമില്ലാത്ത എട്ടുകാലി ഏത് അസ്ഥാനത്തേക്കാണ് ഓടിക്കയറുകയെന്ന് നിശ്ചയമില്ലാതെ പാവം വെളിച്ചപ്പാട് കിടന്ന് ഞെളിപിരികൊള്ളുകയാണെങ്കിലും വെളിച്ചപ്പാടിന്റെ തിരുവിളയാട്ടം അതിന്റെ പാരമ്യത്തിലെത്തുകയാണെന്ന് തെറ്റിദ്ധരിച്ച് ഭക്തർ അത്രയുംകൂടി ഉച്ചത്തിൽ ആർപ്പുവിളിക്കുകയും കുരവയിടുകയുമാണ് ചെയ്യുന്നത്.

'അല്ലാ, ഉള്ളകാര്യം ഇയാൾക്ക് വാ തുറന്ന് പറഞ്ഞാലെന്താ'ണെന്ന് ഗണേശൻ അറിയാതെ തന്നെ ചോദിച്ചുപോയി. സത്യത്തിൽ എട്ടുകാലിയിരുന്ന് നുരച്ചുപുളയുന്നത് വെളിച്ചപ്പാടിന്റെ മുതുകിലാണെങ്കിലും ആ അശ്രീകരം കാരണമുണ്ടായ തിക്കുമുട്ടലും ഓക്കാനവും തിരതള്ളിയത് പാവം ഗണേശന്റെയുള്ളിലായിരുന്നു. എത്രനേരമെന്നുവച്ചാ അതു കണ്ടുനിൽക്കുക. കളരിപരമ്പരദൈവങ്ങളേയും പുല്ലുകുളങ്ങര ശാസ്താവിനേയും മനസ്സിൽ ധ്യാനിച്ച് കണ്ണുകൾ രണ്ടും ഇറുക്കിയടച്ച് അവസാനം അവൻ അതുതന്നെ ചെയ്തു. തുമ്പിക്കൈയുടെ അറ്റത്തെ തുണിക്കൈകൊണ്ട് തീവ്രവാദിയെ തൂക്കിയെടുത്ത് ഒരേറ്! അതുമതി ഗണേശന്.

പിന്നേ, പണ്ടാരാണ്ടുടെയോ ദേഹത്തിരുന്ന ഒരെട്ടുകാലിയെ ആന തോണ്ടിക്കളഞ്ഞതിനാണോ ഇത്രേം ആനമുട്ടൻ മുഴുപ്പിൽ കൊട്ടി

ഗ്ഘോഷിക്കുന്നതെന്ന് നിങ്ങളിൽ ഏതാനും ചില അസൂയക്കാർക്കെങ്കിലും തോന്നിയേക്കാം. പക്ഷേ, അന്നേരം അതിന്റെ വിലയെന്തായിരുന്നെന്ന് അറിയണമെങ്കിൽ ആ വെളിച്ചപ്പാടിനോടുതന്നെ ചോദിക്കണം. അല്ലെങ്കിൽ എന്തിനാ സംഭവം നടന്ന് അധികദിവസം കഴിയും മുമ്പേ അദ്ദേഹം കാഴ്ചക്കുലയും മറ്റു മധുരക്കൂട്ടുകളുമായി ഗണേശനെ കാണാൻ പുല്ലുകുളങ്ങരയിൽ എത്തിയത്.

ദക്ഷിണകേരളത്തിൽ, വിശേഷിച്ചും ആലപ്പുഴ, കൊല്ലം, പത്തനംതിട്ട, കോട്ടയം ജില്ലകളിലുള്ള മഹാക്ഷേത്രങ്ങളിലെ ഉത്സവങ്ങളിൽ പുല്ലുകുളങ്ങര ഗണേശന്റെ തിരുസാന്നിധ്യം ഇന്ന് ഒരലങ്കാരവും ആഭരണച്ചാർത്തുമായി മാറിയിരിക്കുന്നു. ലോറികയറ്റമെന്ന പരീക്ഷണത്തിന് നിൽക്കാത്ത ഗണേശന് നടന്നെത്താവുന്ന ദൂരങ്ങൾക്ക് ഒരു പരിധിയുണ്ടല്ലോ. അതിനാൽ അവന്റെ ഭരണത്തിനു കീഴിലുള്ള സാമ്രാജ്യാതിർത്തികൾക്ക് അതിന്റേതായ പരിമിതികൾ ഉണ്ടെന്നുമാത്രം.

അൽപബുദ്ധികളായ മനുഷ്യരുടെ പരാക്രമങ്ങളോട് പ്രതികരിക്കാൻ നിന്നാൽ ഒരാനയ്ക്ക് അതിനല്ലേ നേരമുണ്ടാകൂ എന്നതാവാം ഗണേശന്റെ വിചാരധാര. പക്ഷേ, മനുഷ്യരോട് മാത്രമല്ല തന്നോട് കൊമ്പുകോർക്കാനെത്തിയ വമ്പൻമാരോടുപോലും ക്ഷമിച്ച് സ്വന്തം തട്ടകത്തിന്റെ മാനംകാത്ത മഹത്തായ പാരമ്പര്യവും ഗണേശന്റെ പുല്ലുകുളങ്ങരക്കാർ അഭിമാനപൂർവം ഹൃദയത്തിൽ കൊത്തിവച്ചിട്ടുണ്ടാവും.

ആറേഴു വർഷംമുമ്പ് പുല്ലുകുളങ്ങര ക്ഷേത്രത്തിലെ എട്ടാമുത്സവമാണ് കഥാസന്ദർഭം. കൊക്കിൽ ഉയിരുള്ള കാലത്തോളം തന്റെ മാത്രം അവകാശവും അധികാരവുമായ പുല്ലുകുളങ്ങര ശാസ്താവിന്റെ തിടമ്പുമേറ്റി ഗണേശൻ മറ്റു കൂട്ടാനകളോടൊപ്പം പ്രദക്ഷിണംവച്ച് ക്ഷേത്രനടയിലേക്കെത്തുകയാണ്. മറ്റാനകളുടെ കൂട്ടത്തിൽ ഇന്നത്തെ കൊല്ലം റാവു ആനയുമുണ്ട്. യാതൊരു കാരണവും പ്രകോപനവുമില്ലാതെ പെട്ടന്ന് റാവുകയറി ഗണേശന്റെ പള്ളനോക്കി ഒരു കുത്ത്. അകാരണവും അപ്രതീക്ഷിതവുമായ റാവുവിന്റെ ആക്രമണത്തിനു മുന്നിൽ, അതുകണ്ടുനിന്ന മറ്റാ

▼ ഗണേശൻ, നെറ്റിപ്പട്ടമണിഞ്ഞ് ആരാധകർക്കു നടുവിൽ...

നകളെല്ലാം നാലും നാലുവഴി ചിതറിപ്പാഞ്ഞു. പക്ഷേ, പിന്നിൽ നിന്നുള്ള കുത്തുകിട്ടിയ ആ നിമിഷം, സ്വയമറിയാതെയെന്നോണം ഒന്ന് അലറിപ്പിടഞ്ഞ് വെട്ടിത്തിരിഞ്ഞതല്ലാതെ യാതൊരു കുഴപ്പത്തിനും ഓട്ടത്തിനും ഒന്നും ഗണേശൻ തയ്യാറായില്ല.

തിടമ്പ് താഴെ വീഴാതെയും തിടമ്പുപിടിച്ചവരെ പരിഭ്രാന്തിയിലാഴ്ത്താതെയും സമയോചിതമായ വിവേകം പ്രകടിപ്പിച്ച ഗണേശന്റെ ക്ഷമയേയും കാര്യവിവരത്തേയുംപറ്റി പറയുമ്പോൾ ദേശക്കാർ സ്വയം മറക്കും. 'ഇതിലെന്തിത്ര പറയാനിരിക്കുന്നു. തറവാട്ടിൽ ഒരു നല്ല കാര്യം നടക്കുമ്പോൾ വരത്തന്മാർ അത് ചളമാക്കാൻ ശ്രമിച്ചാലും ക്ഷമിക്കേണ്ടതും പൊറുക്കേണ്ടതും വീട്ടിലുള്ളവരല്ലേ'യെന്നാവും ഗണേശൻ ചിന്തിച്ചത്.

പുല്ലുകുളങ്ങര ഗണേശൻ ആനയെന്നതിനു പകരം ഒരു മനുഷ്യനായാണ് ജനിച്ചിരുന്നതെങ്കിൽ തീർച്ചയായും അവൻ ഇതിനകം സർക്കാർ

സർവീസിൽ കയറിപ്പറ്റിക്കഴിയുമായിരുന്നു. എന്തെന്നാൽ എടുപ്പിലും നടപ്പിലുമൊക്കെ അത്യാവശ്യം ചില സർക്കാർ ജീവനക്കാരിലെങ്കിലും കണ്ടുവരാറുള്ള ആ അടിസ്ഥാന സ്വഭാവം-'മെല്ലെപ്പോക്ക് നയം' ഗണേശന്റെ കൂടപ്പിറപ്പ് തന്നെയാണ്. ഇനി മനസ്സില്ലാമനസ്സോടെയാണെങ്കിലും വല്ലപ്പോഴുമൊന്ന് ഇടഞ്ഞോടാമെന്ന് വിചാരിച്ചാലോ അപ്പോഴും അതൊന്ന് അംഗീകരിച്ച് കൊടുക്കാനുള്ള മനസ്സ് പൊതുജനം കാണിച്ചിട്ടുവേണ്ടേ. 'ദേ ആനക്കാരനെ കാണാഞ്ഞിട്ടൊള്ള വിഷമത്തിലാണെന്ന് തോന്നുന്നു. ഒരാന ഇത്തിരി സ്പീഡിൽ വലിഞ്ഞുനടന്ന് വരുന്നുണ്ട്' എന്നൊക്കെയാവും അപ്പോഴും അവരുടെ പ്രതികരണം. ലോകം മുഴുവൻ കുലുക്കിവിറപ്പിച്ച് ചവിട്ടിത്തുള്ളി ഒരാനമുട്ടൻ, കഷ്ടപ്പെട്ട് വലിഞ്ഞോടുമ്പോഴും കണ്ടുനിൽക്കുന്ന ജനത്തിന് അതങ്ങോട്ട് കണ്ണിൽ പിടിക്കത്തില്ല. ഇത്തിരി വലിഞ്ഞ് നടക്കുകയാണത്രേ! ചുമ്മാതാണോ ഇനിയിമ്മാതിരി അഭ്യാസത്തിന് തന്നെക്കിട്ടില്ലെന്ന് പ്രഖ്യാപിച്ച് പുല്ലുകുളങ്ങരയാന കോലൊടിച്ച് ജീവിക്കുന്നത്.

ഇനി ഗണേശൻ ദേഹമനങ്ങി ഒന്നോടുന്നത് കണ്ടിട്ടുതന്നെ കാര്യമെന്നാണെങ്കിൽ അതിനൊരൊറ്റ വഴിയേയുള്ളൂ. ഒരു പഴക്കുലയുടെ പ്രലോഭനവുമായി അവന്റെ മുന്നേ ഏതെങ്കിലും ഒരു പരിചയക്കാരൻ ഓടുക. അപ്പോൾ ഈ ആവിയെഞ്ചിനും മെല്ലെമെല്ലെ ചൂടുപിടിച്ച് 'ചടകുട'വച്ച് അനക്കംവയ്ക്കും.

ഇതിനും പുറമേ, നടന്നുവിഷമിക്കുമ്പോൾ പാപ്പാൻമാരെ പറ്റിക്കാനുള്ള മറ്റൊരു സൂത്രംകൂടി ഗണേശന്റെ കൈയിലുണ്ട്. വിസ്തരിച്ച് ഒരു മൂത്രമൊഴിക്കലിനുള്ള മുന്നൊരുക്കംപോലെ പിൻകാല് രണ്ടും കവച്ച് അവനങ്ങനെ ഒരു ഉടായ്പ് നിൽപ് നിൽക്കും.

പുല്ലുകുളങ്ങരയിലെ പിള്ളേർക്കു കളിക്കാൻ കുന്നിക്കുരുവും മഞ്ചാടിക്കുരുവും സമയത്ത് കണ്ടില്ലെങ്കിൽ ഗണേശനാനയെ ഒന്നടുത്തുകിട്ടിയാലും മതിയെന്നത് പരസ്യമായ രഹസ്യം. കാരണം, അവന്റെ മസ്തകത്തിലേയും തുമ്പിക്കൈയിലേയും പുള്ളികൾ എണ്ണിയിട്ടായാലും അവർക്ക് തൽക്കാലം കാര്യം നടത്താം. എണ്ണിയതുതന്നെ പിന്നെയുമെണ്ണാതിരിക്കുവാനും എണ്ണം തെറ്റിപ്പോകാതിരിക്കുവാനും അനങ്ങാതെ, ഉരിയാടാതെ അങ്ങനെയങ്ങ് നിന്നുകൊടുക്കാൻ ഗണേശനും കൃത്യമായിട്ടറിയാം. ഇനിയിപ്പോൾ നിനച്ചിരിക്കാത്ത നേരത്ത് പെട്ടന്നൊരു മഴവന്നാൽ കുടയെടുത്തിട്ടില്ലെങ്കിലും പുല്ലുകുളങ്ങരക്കാർക്ക് വിഷമിക്കാനില്ല. അടുത്തെങ്ങാനും ഗണേശനാന നിൽപ്പുണ്ടെങ്കിൽ അവരുടെ കാര്യം കുശാൽ. അവർ അവന്റെ ചുവട്ടിൽ കയറിനിന്നുകൊള്ളും.

പുല്ലിനും കുളങ്ങൾക്കും തീരെ പഞ്ഞമില്ലാത്ത പുല്ലുകുളങ്ങരയിൽ, ഗണേശന് പുല്ലിനും തീറ്റയ്ക്കുമൊന്നും ഒട്ടും പഞ്ഞമില്ല. പക്ഷേ, പുല്ലുപറിച്ച് വെള്ളത്തിൽ നന്നായി കഴുകിക്കുടഞ്ഞ് സ്വന്തം കാലിലിട്ട് രണ്ടോമൂന്നോ വട്ടം അടിച്ചുലച്ചേ ഗണേശൻ അത് അകത്താക്കാറുള്ളൂ. അതു കാണുമ്പോൾ അവന്റെ നാട്ടുകാർക്ക് അളവറ്റ ആഹ്ലാദവും അഭിമാനവുമാണ്. 'കണ്ടോ, അവന്റെ പോച്ച (പുല്ല്) തീറ്റി കണ്ടോ. വൃത്തീം വെടിപ്പും എന്താന്ന് ഗണേശനെ കണ്ടുപഠിക്കണം'. കൈകഴുകാതെ ഓടിവന്ന് നേരെ തീൻമേശയ്ക്ക് മുന്നിലിരിക്കുന്ന പുല്ലുകുളങ്ങരയിലെ കുഞ്ഞുങ്ങളോട് വീട്ടുകാർ ഗണേശനെ മാതൃകയാക്കാനാണത്രെ ഉപദേശിക്കാറുള്ളത്.

ആനച്ചങ്ങലയുടെ കിലുകിലുക്കം കേൾക്കുന്ന മാത്രയിൽതന്നെ കുരയ്ക്കുവാൻ തുടങ്ങുന്ന നായകൾ നാട്ടിൻപുറങ്ങളിലെ പതിവുകാഴ്ചയാണ്. പക്ഷേ ഗണേശനെ കാൺകെ നാടുമുഴുവനുമുള്ള നായകൾക്കെല്ലാം ഒരാവശ്യവുമില്ലാത്ത ത്രയും അസൂയയും ആക്രോശവുമാണ്. സത്യത്തിൽ ഈ ലോകത്ത് ഗണേശന് ഇത്തിരിയെങ്കിലും വൈരാഗ്യമുള്ള ജീവിവർഗം നായകളാണ്. പ്രത്യേകിച്ചും പെട്ടന്ന് പിന്നിൽനിന്നും കുരച്ചുകൊണ്ടോടിയെത്തുന്ന നായ്ക്കളെ ഗണേശനിത്തിരി ഭയമാണ്. പക്ഷേ, അതു പുറത്തറിഞ്ഞാൽ അപമാനമല്ലേ. അതുകൊണ്ടാകാം അവറ്റകൾക്കിട്ട് നല്ലൊരേറ് കൊടുക്കാനുള്ള അവസരങ്ങൾ അവൻ നഷ്ടപ്പെടുത്താറേയില്ല.

ഈ ലക്ഷണോത്തമന്റെ അഴകും ആരോഗ്യവും കണ്ട് അസൂയമൂത്ത് ഇവനെ അപായപ്പെടുത്താൻ ശ്രമിച്ചിട്ടുള്ള വില്ലന്മാരിൽ പ്രധാനികൾ

മോട്ടോർ വണ്ടികൾ തന്നെയായിരുന്നു. ആദ്യത്തെ വാഹനാപകടം നീണ്ടകരയിൽ വച്ചായിരുന്നെങ്കിൽ രണ്ടാമത്തേത് ചവറയിൽ വച്ചും. എന്നാൽ, ഏഷണിക്കണ്ണുകൾ ഗണേശന്റെ ആയുർരേഖയിൽ വിള്ളൽ വീഴ്ത്താൻ ശ്രമിച്ചിട്ടുണ്ടെങ്കിലും പുല്ലുകുളങ്ങര ഗണേശൻ അക്ഷരാർഥത്തിൽ മരണത്തെ മുഖാമുഖം കണ്ട ജാതകദോഷം അതായത് കണ്ടകശനി, അത് ഇതിനൊക്കെയപ്പുറം മറ്റൊന്നായിരുന്നു.

ഒന്നര മൈലപ്പുറത്തൊരു തോടുണ്ടെങ്കിൽ അവിടെ മുതൽക്കേ ഉടുമുണ്ട് പൊക്കിപ്പിടിക്കുന്ന ചില 'കണക്കുകൂട്ടി' ജീവിതക്കാരെപ്പോലെ, ഏറെ സൂക്ഷിച്ചും കണ്ടും മാത്രം ചുവടുവയ്ക്കാറുള്ള ഗണേശന് പറ്റിയ വലിയൊരബദ്ധം. തഴവായ്ക്കടുത്ത് ഒരുത്സവത്തിന് എത്തിയതായിരുന്നു കഥാനായകനായ പുല്ലുകുളങ്ങര ഗണേശനും പാപ്പാൻമാരെന്ന പക്കമേളക്കാരും. നടത്തത്തിനിടെ ഇത്തിരി വഴിലാഭം നോക്കി പാപ്പാൻമാർ ആനയേയുംകൊണ്ട് ഒരു വയലിലെ കുറുക്കുവഴിയേ തിരിച്ചു. കാഴ്ചയിൽ ശരിക്കും ഉണങ്ങിവരണ്ടൊരു വയൽപോലെ തോന്നിക്കുന്ന ആ പ്രദേശം, വർഷങ്ങളായി ചളിയും മണ്ണുംവീണ് നികന്നുകിടക്കുന്ന ഒരു ചതുപ്പായിരുന്നു. എന്താണ് സംഭവിക്കുന്നതെന്ന് പാപ്പാൻമാർ തിരിച്ചറിഞ്ഞ് പ്രതികരിക്കുംമുമ്പേ നടന്നുവന്ന അതേ വേഗത്തിൽ ചതുപ്പിലേക്കിറങ്ങിയ ആന താഴാൻ തുടങ്ങി. വന്നുപെട്ട വയ്യാവേലിയിൽ നിന്ന് വലിഞ്ഞു കയറാൻ ഗണേശൻ കിണഞ്ഞു ശ്രമിക്കുന്നുണ്ടെങ്കിലും അത്രയുംകൂടി താഴ്ചയിലേക്ക് ആഴ്ന്നുപോകുകയായിരുന്നു. സംഭവമറിഞ്ഞ് നാട്ടുകാർ ഓടിക്കൂടി. ആളും ബഹളവുമായി; കരച്ചിലും പ്രാർഥനയുമായി. പക്ഷേ, പറഞ്ഞിട്ടെന്തു ഫലം? ഓടിക്കൂടിയവരെല്ലാം നിസ്സഹായരായി വെറുതേ നോക്കിനിൽക്കാമെന്നല്ലാതെ വേറെന്തു ചെയ്യാൻ. താഴ്ന്നുതാഴ്ന്ന് ആനയിപ്പോൾ മൂക്കോളം ചെളിയിൽ മുങ്ങിക്കഴിഞ്ഞു. അധികം വൈകാതെ കണ്ണുകളും ഉയർത്തിപ്പിടിക്കാൻ ശ്രമിക്കുന്ന തലയുമെല്ലാം ചെളിയിലാകും. എങ്കിലും അവസാന ശ്വാസംവരെ പൊരുതുകതന്നെ. അതിനാൽ മുങ്ങിക്കൊണ്ടിരിക്കുന്നതിനിടയ്ക്കും തുമ്പിക്കൈ ഉയർത്തിപ്പിടിക്കുവാൻ ഗണേശൻ പ്രത്യേകം ശ്രദ്ധിച്ചിരുന്നു.

ഇതിനിടെ വിവരം കാട്ടുതീപോലെ പുല്ലുകുളങ്ങരയിലും പടർന്നുകത്തി. കുറേപ്പേർ തഴവയിലേക്കാണ് കത്തിച്ചുവിട്ടതെങ്കിൽ ബാക്കിയുള്ളവർ പുല്ലുകുളങ്ങര ക്ഷേത്രത്തിലേക്കു പാഞ്ഞു- നെയ്‌വിളക്കും ശരണംവിളികളുമായി ശാസ്താവിനെയും രക്ഷാപ്രവർത്തനത്തിന് കൂടെക്കൂട്ടി. മുൻകാലുകൾ നിലത്തുറപ്പിച്ച് പിൻകാലുകൾ ഉയർത്താമെന്നുവച്ചാൽ മുൻഭാഗം കുറേക്കൂടി ചെളിയിലേക്ക് അമരും. ഇനി പിൻഭാഗം ഉറപ്പിച്ച് പൊന്താമെന്ന് വച്ചാലും ഇതുതന്നെ ഫലം.

'ഗണേശാ, മോനേ, കുട്ടാ, എണീക്കെടാ രക്ഷപ്പെടടാ' എന്നെല്ലാം വലിയവായിൽ കരഞ്ഞുവിളിച്ച് ജനക്കൂട്ടം പ്രോത്സാഹിപ്പിക്കുകയും ആവേശം പകരുകയും ചെയ്യുന്നുണ്ടെങ്കിലും തന്റെ കർമകാണ്ഡങ്ങൾ, ജീവിതനിയോഗങ്ങൾ ഇവിടംകൊണ്ട് തീരുകയാണെന്ന് അവനുമേതാണ്ട് ഉറപ്പിച്ചു കാണണം. പിറന്നുവീണ കാടിനേയും അമ്മിഞ്ഞയൂട്ടിയ പൊന്നമ്മയേയും അവസാനം തന്നെ മനുഷ്യബന്ധനത്തിൽ നിന്ന് രക്ഷിക്കാനെത്തിയ വനവാസി യോദ്ധാവിനെക്കുറിച്ചുമെല്ലാം തീരെ ചെറിയ നേരത്തിനുള്ളിൽ ഒന്നൊന്നായി ഓർമിച്ചുകാണണം. ഇന്നത്തെപ്പോലെ ക്രെയിനും ഖലാസി സംഘവുമൊന്നും ഓടിയെത്തുന്ന കാലമല്ലല്ലോ അത്. പ്രാർഥനയുടേയും ആത്മവിശ്വാസത്തിന്റേയും പിടിവള്ളിയിലാണ് ആ ആൺപാവം ആ നേരമത്രയും തന്റെ ജീവനെ പിടിച്ചു കിടത്തിയത്.

അതിനിടെ ഏതാനും പുല്ലുകുളങ്ങരക്കാരും അങ്ങോട്ടെത്തിയിരുന്നു. വന്നപാടെ ചെളിയിലേക്ക് ചാടി ഗണേശനെ വലിച്ചുകയറ്റാനാണ് അവർ തയ്യാറായതെങ്കിലും തഴവാക്കാർ ആ അതിസാഹസത്തിന് കൂട്ടുനിൽക്കാതെ അവരെ പിടിച്ച് കരയ്ക്കിരുത്തി. പക്ഷേ, ഗണേശന്റെ മരണവെപ്രാളം കണ്ടുനിൽക്കാനാവാതെ കൂട്ടത്തിൽ പ്രായമുള്ള ഒരാളുടെ തൊണ്ടക്കുഴിയിൽ നിന്നും സ്വയമറിയാതെന്നോണം ആദ്യം ഒരു ശരണംവിളി ഉയർന്നു. 'സ്വാമിയേ ശരണമയ്യപ്പാ... ധർമശാസ്താവേ ശരണമയ്യപ്പാ...' നിമിഷങ്ങൾക്കകം

അതെല്ലാവരും ഏറ്റുവിളിക്കാനും തുടങ്ങി. ഗണേശനെ സംബന്ധിച്ച് ആ ശരണംവിളികൾക്ക് അപ്പോൾ മറ്റെന്തിനേക്കാളും ശക്തിയുണ്ടായിരുന്നിരിക്കണം.

ജീവിതത്തിൽ ഇന്നോളം അറിഞ്ഞുകൊണ്ടൊരു തെറ്റും ചെയ്തിട്ടില്ല. ചെയ്യാവുന്ന സൽപ്രവൃത്തികളും പുണ്യകർമങ്ങളുമൊക്കെ ചെയ്തിട്ടുണ്ടുതാനും. ദൈവങ്ങളായ ദൈവങ്ങളെയെല്ലാം ശിരസ്സിലേറ്റുന്നതിലും വലിയ പുണ്യകർമം വേറെയുണ്ടോ. പക്ഷേ, പറഞ്ഞിട്ടെന്തു ഫലം? ആപത്സന്ധിയിൽ ആ ദൈവങ്ങളും രക്ഷയ്ക്കെത്തുന്നില്ലല്ലോ എന്ന് ഓർത്തപ്പോൾ ഗണേശന്റെ ഉള്ളം ധാർമികരോഷത്താൽ തിളച്ചുതൂവിക്കാണണം. മരണത്തിന്റെ വായിൽനിന്ന് രക്ഷിക്കാത്തവർ, പക്ഷേ ചിലപ്പോൾ തന്റെ അവസാന നിമിഷങ്ങളിൽ ആകാശത്തുനിന്നും പുഷ്പവൃഷ്ടി നടത്തുവാൻ ഒത്തുകൂടിയേക്കാം. എങ്കിൽ അതു കണ്ടുകൊണ്ടുതന്നെ കണ്ണടച്ചേക്കാമെന്ന് ഗണേശൻ ചിന്തിച്ചോ എന്തോ.

അവനേതായാലും ഒരു മലക്കംമറിയാനുള്ള തയ്യാറെടുപ്പോടെ, ആരും പറയാതെതന്നെ കാലുകളിൽ ഒട്ടും ബലംകൊടുക്കാതെ ചന്തികുത്തി നേരേ പിന്നോട്ടങ്ങിരുന്നു. അറ്റകൈക്ക് അങ്ങനെയൊരു പ്രകടനം, കണ്ടുനിന്ന പൊതുജനത്തിന്റെ വിദൂരഭാവനയിൽപോലും ഉണ്ടായിരുന്നില്ല. ചന്തികുത്തി ചെളിയിലേക്കമർന്നപ്പോൾ ആദ്യം മുൻകാലുകൾ പൊന്തിക്കിട്ടി. എന്നിട്ടവിടെയിരുന്നുകൊണ്ടൊരു വെട്ടിത്തിരിയൽ! കാലപാശവുമായെത്തി ഗണേശനെ കൂട്ടിക്കൊണ്ടുപോകാനുള്ള നേരവും സമയവും കുറിച്ച് കാത്തിരുന്ന സാക്ഷാൽ കാലൻതിരുവടിയെ ഇളിഭ്യനാക്കിക്കൊണ്ട് നിമിഷനേരംകൊണ്ടാണ് ഗണേശൻ മരണത്തെ തോൽപിച്ച് കരയ്ക്ക് കയറിയത്. അതുംകഴിഞ്ഞ് തഴവാക്ഷേത്രത്തിനടുത്തുള്ള കിണറ്റുകരയിൽകൊണ്ടുപോയി കുളിപ്പിച്ചപ്പോൾ വലിയൊരു കുളം വെട്ടിക്കയറ്റിയ ചേറും ചെളിയുമായിരുന്നു അവിടം മുഴുവൻ.

ആദ്യം ഒരൽപം ആശങ്ക ഉയർത്തി കടന്നുവരികയും പിന്നെപ്പിന്നെ ആരും പ്രതീക്ഷിക്കാത്ത ഉയരങ്ങളിലേക്ക് നടന്നുകയറുകയും ചെയ്ത ഒരു പതിനാറ് നഖക്കാരന്റെ ജീവിതപ്പടവുകളിൽ അധികമാരുമറിയാതെ ഒരുപാടൊരുപാട് മുഹൂർത്തങ്ങളും നിർന്നിമേഷനിമിഷങ്ങളും എന്നും അകമ്പടിയായുണ്ടായിരുന്നു. തെക്കൻ കേരളത്തിലെ പ്രധാന ക്ഷേത്രങ്ങളിലെല്ലാം പുല്ലുകുളങ്ങര ഗണേശൻ ഇന്ന് ആഭിജാത്യത്തിന്റേയും ആനച്ചന്തത്തിന്റേയും കൺകണ്ട രൂപമായി പരിലസിക്കുകയാണ്. ഉയരത്തിലും തലയെടുപ്പിലും ഗണേശനേക്കാൾ ഇത്തിരിമേലെ നിൽക്കുന്ന ആനവിദ്വാന്മാർ ഒപ്പത്തിനൊപ്പം അണിനിരന്നാലും ശരി, ആനച്ചന്തത്തിന്റെ അതുല്യതേജസ്സിനുടമയായ പ്രതിപുരുഷനെ ഉത്സവക്കമ്മിറ്റികളും ആരാധകരും പട്ടുംവളയും നൽകിത്തന്നെ വരവേൽക്കാൻ മറക്കാറില്ല. ഉത്സവനഗരികളുടെ പ്രിയങ്കരനായ ഗണേശന് പട്ടങ്ങളും പട്ടാഭിഷേകങ്ങളും പുത്തരിയല്ല. കൊല്ലം പട്ടത്താനം സുബ്രഹ്മണ്യ ക്ഷേത്രത്തിൽ നടന്ന പട്ടാഭിഷേകം ഗണേശന്റെ ജീവിതയാത്രയിൽ എന്നെന്നും ഓർത്തുവയ്ക്കാൻ പാകത്തിലുള്ള ഒന്നായിരുന്നു.

പാമ്പാടി രാജൻ, ഊട്ടോളി രാജശേഖരൻ, തൃക്കടവൂർ ശിവരാജു, പുത്തൻകുളം അനന്തപദ്മനാഭൻ, ഗുരുജിയിൽ അനന്തപദ്മനാഭൻ, പള്ളത്താംകുളങ്ങര ഗിരീശൻ തുടങ്ങി അമ്പതിലേറെ ഗജവീരന്മാർ ഒത്തുചേർന്ന ഗജസംഗമത്തോടനുബന്ധിച്ച് ഗജസാമ്രാട്ട് പട്ടം നൽകിയാണ് അന്ന് ഗണേശൻ ആദരിക്കപ്പെട്ടത്. പക്ഷേ, ഗണേശന്റെ അഴകിനും ആരോഗ്യത്തിനും ആകാരപ്പെരുമയ്ക്കും എല്ലാത്തിനുമുപരി സ്വഭാവമഹിമയ്ക്കുമുള്ള അംഗീകാരങ്ങളായി അവനെത്തേടിയെത്തുന്ന, കാത്തിരിക്കുന്ന അനേകമനേകം പട്ടാഭിഷേകങ്ങളിൽ ഒന്നുമാത്രമാകാം പട്ടത്താനത്തേത്.

ലോറിയിൽ കയറില്ലെന്നതാണ് പുല്ലുകുളങ്ങര ഗണേശന്റെ ഇന്നത്തെ ഏറ്റവും വലിയ പ്രശ്നം, അഥവാ അവനും ആഗോളപ്രശസ്തിക്കും ഇടയ്ക്കുള്ള ഏക തടസ്സം. നടന്നെത്താവുന്ന ദൂരങ്ങൾ, പറഞ്ഞ സമയത്ത് കൃത്യമായി എത്തിച്ചേരാവുന്ന ഉത്സവങ്ങൾ അത്രയും മാത്രമേ തൽക്കാലം ഗണേശന്റെ അജണ്ടയിലുള്ളൂ. തന്നെ ലോറിയിൽ കയറ്റാൻ ശ്രമിച്ച് അല്ലെങ്കിൽ ലോറിയിൽ കയറാൻ ശ്രമിച്ച് വെറുതേയെന്തിനാ ഒരു

ലോറിയുടെ കാര്യം 'കട്ടപ്പൊക'യാക്കുന്നതെന്ന് ഗണേശൻ ചിന്തിക്കുന്നുണ്ടാകും. ഇത്രയും വലിഞ്ഞു നടന്നിട്ടുതന്നെ ശരീരത്തിന്റെ കാര്യം ഇങ്ങനാ. അപ്പം ആകെയുള്ള ഒരു വ്യായാമവും കൂടി ഇല്ലാതാക്കി ലോറിയിൽ കയറി അങ്ങോട്ടു മിങ്ങോട്ടും പോകാൻ തുടങ്ങിയാൽ പിന്നെ പ്രഷറും ഷുഗറും എന്നുവേണ്ട ലോകത്തുള്ള സകലമാന മാരണരോഗങ്ങളുംകൂടി വട്ടമിട്ട്, കിടന്നിടത്തു നിന്നും ഒന്നെഴുന്നേൽക്കണമെങ്കിൽതന്നെ ക്രെയിൻ വിളിക്കേണ്ട അവസ്ഥ വന്നേക്കാമെന്ന് ഇവൻ ഭയപ്പെടുന്നുണ്ടാകും.

പുല്ലുകുളങ്ങര ഗണേശൻ ലോറിയിൽ കയറിയാലും ഇല്ലെങ്കിലും ശരി, അവൻ തൃശ്ശൂർപ്പൂരമടക്കമുള്ള ഉത്സവമാമാങ്കങ്ങൾക്കായി കച്ചമുറുക്കിയാലും ഇല്ലെങ്കിലും ശരി, ഗണേശനെന്ന ആനക്കേമന്റെ കനപ്പെട്ട സംഭാവനകൾ, വീരചരിതങ്ങൾ അത് ഇതിനകം ആനക്കേരളം നെഞ്ചോടു ചേർത്തു കഴിഞ്ഞിരിക്കുന്നു.

തലമുറകൾക്ക് ഓർത്തുവയ്ക്കാൻ, നാട്ടാനയായാൽ അവനിങ്ങനെ വേണമെന്ന് കുഞ്ഞിക്കിടാങ്ങൾക്ക് തൊട്ടുകാണിച്ചുകൊടുക്കാൻ, മടിശ്ശീലയിൽ സ്നേഹത്തിന്റെ വാത്സല്യത്തിന്റെ നാരങ്ങാമിഠായികളും നിലക്കടലകളും സൂക്ഷിച്ച് നടകൊള്ളുന്ന കളിയച്ഛനെപ്പോലെ, കുഞ്ഞുങ്ങളുടെ പ്രിയപ്പെട്ട വല്യമ്മാവനെപ്പോലെ ഗണേശൻ മുന്നോട്ടുതന്നെ...

***

മലയാലപ്പുഴ രാജൻ

ശാസ്താവും മാളികപ്പുറവും ആനപ്പുറത്തേറുമ്പോൾ

▼ മലയാലപ്പുഴ രാജൻ

നാടായ നാടു മുഴുവൻ ഇപ്പോൾ ആനക്കമ്പമാണ്. പേരുകേട്ട ക്ഷേത്രങ്ങളിലേയും പേര് കേൾപ്പിക്കണമെന്നുള്ള ക്ഷേത്രങ്ങളിലേയും ഉത്സവച്ചെലവുകളുടെ നല്ലൊരു ശതമാനവും ആനക്കാര്യങ്ങൾക്കായി നീക്കിവയ്ക്കപ്പെടുന്ന 'ആനക്കാലം'. പണ്ടൊക്കെ എഴുന്നെള്ളിപ്പിനും പറയെടുപ്പിനും തലക്കെട്ട് കെട്ടാൻ നേരമാകുമ്പോൾ കുളിച്ചെങ്കിൽ കുളിച്ചു, എന്തെങ്കിലും കിട്ടിയാൽ കഴിച്ചു എന്നമട്ടിൽ ഉറക്കം തൂങ്ങുന്ന കണ്ണുകളുമായി വാടിക്കുഴഞ്ഞാണ് ആനകൾ വന്നുകയറാറുണ്ടായിരുന്നതെങ്കിൽ ഇന്നിപ്പോൾ ഗജകേസരികൾക്കെല്ലാം ചുവന്ന പരവതാനി വിരിച്ചിട്ടുള്ള സ്വീകരണമാണ്. ചെമ്പട്ട് വിരിച്ച പാതയിലൂടെ പുഷ്പവൃഷ്ടികൾ ഏറ്റുവാങ്ങി രാജകീയ പ്രൗഢിയോടെയാണ് ആനത്താരങ്ങൾ ഉത്സവനഗരികളിലേക്ക് എഴുന്നെള്ളുന്നത്. ചുരുക്കിപ്പറഞ്ഞാൽ ആനപ്പുറത്തേറി വിലസാൻ കാത്തുനിൽക്കുന്ന ദൈവത്തിടമ്പുകളേക്കാൾ വലിയ ദൈവങ്ങളും താരങ്ങളുമായി ആനകൾ അക്ഷരാർഥത്തിൽ കത്തിജ്ജ്വലിക്കുന്നു.

മൂന്നോ നാലോ വർഷങ്ങൾക്കപ്പുറംവരെ ആനക്കമ്പമെന്നത് വെറും കേട്ടുകേൾവി മാത്രമായിരുന്ന ഇട്ടാവട്ടം നാട്ടുമ്പുറങ്ങളുടെ ഇന്നത്തെ കഥയാണ് മേൽച്ചൊന്നതെങ്കിൽ, പണ്ടുപണ്ടു മുതലേ ആനപ്രേമം ആത്മാവിൽ അലിഞ്ഞു ചേർന്ന ഒരു ദേശത്തിന്റെ കഥയെന്തായിരിക്കും? അങ്ങനെ, രക്തത്തിൽ ഹീമോഗ്ലോബിന്റെ അളവ് ഇത്തിരി കുറഞ്ഞാലും തരക്കേടില്ല, ആനക്കമ്പം വിട്ടുകൊണ്ടുള്ള ഒരു കളിക്കും തയ്യാറില്ലെന്ന വിശ്വാസപ്രമാണക്കാരാണ് കൊച്ചി മഹാരാജ്യത്തെ രാജനഗരിക്കാർ. എന്നുവച്ചാൽ തൃപ്പൂണിത്തുറക്കാർ. ദേശക്കാരുടെ കഥയെന്തിനു പറയുന്നു. ദേശാധിപനായ സാക്ഷാൽ പൂർണത്രയീശന്റെ കാര്യം തന്നെയെടുത്താൽ മതിയല്ലോ.

ഒരിക്കൽ വില്വമംഗലം സ്വാമിയാർ പൂർണത്രയീശനെ ദർശനംചെയ്ത് സായൂജ്യമടയണമെന്ന ഉദ്ദേശ്യത്തോടെ വൃശ്ചികോത്സവവേളയിൽ ക്ഷേത്രത്തിലെത്തുന്നു. പക്ഷേ സ്വാമിയാർ തൊഴുതുവിളിച്ചിട്ടും മനമുരുകി പ്രാർഥിച്ചിട്ടും ഭഗ

വാന്റെ രൂപംമാത്രം കൺമുന്നിൽ തെളിയുന്നില്ല. അങ്ങനെവിട്ടാൽ പറ്റില്ലല്ലോ. കാത്തുകാത്ത് തൃക്കൺപാർക്കാൻ ഇത്രയും ദൂരംയാത്രചെയ്തു വന്നിട്ടും, കാണാതെപോകേണ്ടിവന്നാൽ അത് വില്വമംഗലം സ്വാമിയാർക്കും മോശമല്ലേ. ഒടുവിൽ തേടിപ്പിടിച്ച് ചെല്ലുമ്പോഴുണ്ട് ഉത്സവത്തിന് എഴുന്നെള്ളിച്ചു നിൽക്കുന്ന പതിനഞ്ചാനകളുടെ പുറത്ത്, ഒന്നിന്റെ മുകളിൽനിന്ന് അടുത്തതിന്റെ മുകളിലേക്കെന്ന മട്ടിൽ ചാടിച്ചാടി കളിക്കുകയാണ്. ഒരു കൊച്ചുകുട്ടിയുടെ രൂപത്തിൽ ആനപ്രേമിയായ പൂർണത്രയീശൻ.

തൃപ്പൂണിത്തുറയിലെ, ക്ഷേത്രങ്ങളുടെക്ഷേത്രമായ പൂർണത്രയീശന്റെ സവിധത്തിൽ ആനക്കാര്യങ്ങൾക്ക് മറ്റെന്തിനേക്കാളുമേറെ പ്രാമുഖ്യം പതിറ്റാണ്ടുകൾക്ക് മുമ്പേയുള്ളതാണെങ്കിലും അതിനു ചുറ്റുവട്ടത്തുള്ള കുറേയേറെ ക്ഷേത്രങ്ങളിൽ, ആനകൾ അമരത്തുനിന്ന് തുഴയെറിയാൻ തുടങ്ങിയിട്ട് അധികനാളുകളായിട്ടില്ല. എങ്കിലും താമരംകുളങ്ങര, മരട്, ചക്കംകുളങ്ങര, മുതുകുളങ്ങര, പോട്ടയിൽ ഭഗവതി തുടങ്ങിയ പല ക്ഷേത്രങ്ങളിലും പേരുകേട്ട ഗജവീരന്മാരെ തേടിപ്പിടിച്ചു കൊണ്ടുവന്ന് ഉത്സവം കെങ്കേമമാക്കുന്ന പ്രവണത കഴിഞ്ഞ കുറേവർഷങ്ങളായി തകൃതിയായി മുന്നേറുകയായിരുന്നു. ആ നിരയിലേക്ക് ഏറ്റവുമൊടുവിലായി കടന്നുവന്നവരാണ് പള്ളിപ്പറമ്പുകാവുകാർ. അന്നുമിന്നും വെടിക്കെട്ടാണ് അവരുടെയൊരു ആവേശം. വെടിക്കെട്ട് എന്നുപറഞ്ഞാൽ കൂട്ടവെടി. എങ്കിലും ഒടുവിൽ അവരും ആനത്താരയിലേക്കെത്തി.

പള്ളിപ്പറമ്പുകാവിലെ പുത്തൻകൂറ്റുകാരായ ആനക്കമ്പക്കാർ സ്റ്റൈൽമന്നൻ രജനീകാന്തിന്റെ ആരാധകരാണോ എന്നറിയില്ല. പക്ഷേ ഒന്നുറപ്പ്; ആരാധകരെ അടിമുടി ഇളക്കിമറിക്കുന്ന രജനിയുടെ പറപറപ്പൻ ഡയലോഗുകളിലൊന്ന് ഇവർ ആപ്തവാക്യവും ജീവശ്വാസവുമായി ഏറ്റെടുത്തിരിക്കുന്നു. ഏതെന്നു ചോദിച്ചാൽ, അത് അതുതന്നെ! 'ലേറ്റായ് വന്താലും ലേറ്റസ്റ്റായ് വരുവേൻ'. പള്ളിപ്പറമ്പുകാവുകാരുടെ മനസ്സിലിരിപ്പ് മനസ്സിലായില്ലേ?

അങ്ങനെയിരിക്കെ, രണ്ട് പതിറ്റാണ്ടു കാലമായി ശബരിമല അയ്യപ്പന്റെ തിടമ്പേറ്റിവരുന്ന ഗജശ്രേഷ്ഠനെ; മലയാലപ്പുഴ രാജനെന്ന മാണിക്യത്തെ കൂട്ടിക്കൊണ്ടുവരികയെന്ന ലക്ഷ്യവുമായി പള്ളിപ്പറമ്പുകാർ രണ്ടും കൽപിച്ചിറങ്ങുമ്പോൾ, ആനക്കാര്യങ്ങളുടെ അപ്പോസ്തലന്മാർ എന്ന് മേനിനടിക്കുന്ന ചിലർ അവരെ തിരുത്താനൊരുങ്ങി-'വേണ്ട മക്കളേ, അതുമാത്രം നോക്കണ്ട. ഒന്നാമത് തിരുവിതാംകൂർ ദേവസ്വം ബോർഡിന്റെ ആന! അവർ വടക്കോട്ടൊന്നും ആനയെ വിടില്ല. രണ്ടാമത് അവിടത്തെ ആനകൾ വണ്ടിയിൽ കയറുകയുമില്ല'. ചുരുക്കത്തിൽ ആ കട്ടിലുകണ്ട് പനിക്കേണ്ട എന്നായിരുന്നു പള്ളിപ്പറമ്പുകാവിലെ ചെറുപ്പക്കാരോട് ആനക്കാര്യങ്ങളിലെ വല്യേട്ടൻമാരുടെ സ്നേഹോപദേശം.

നൂറുനൂറ് തടസ്സങ്ങളുടേയും പ്രശ്നങ്ങളുടേയും വൻ തിരമാലകൾ മുറിച്ചുകടന്നാണ് അവസാനം അവരത് യാഥാർഥ്യമാക്കിയത്; മലയാലപ്പുഴ രാജനെ തൃപ്പൂണിത്തുറയിൽ കൊണ്ടുവന്നത്. കേരളമങ്ങോളമിങ്ങോളമുള്ള ആനച്ചന്തങ്ങളെ നാടായനാടുമുഴുവൻ ഇന്ന് പട്ടും വളയും നൽകി സിംഹാസനങ്ങളിൽ അവരോധിക്കുന്ന കാലത്ത്, ഗജരാജപട്ടങ്ങളും ഗജസാമ്രാട്ട് പദവികളും നിത്യത്തൊഴിലഭ്യാസമാകുന്ന ഇക്കാലത്ത്, പത്തനംതിട്ട ജില്ലയുടെ കിഴക്കേയറ്റത്തുള്ള മലയാലപ്പുഴയിൽ നിന്നും തൃപ്പൂണിത്തുറ പള്ളിപ്പറമ്പുകാവിലേക്കുള്ള മലയാലപ്പുഴ രാജന്റെ എഴുന്നെള്ളത്തിനും അവനായി കാത്തുവച്ച വരവേൽപിനും അസാധാരണമാംവിധം പ്രാധാന്യവും പ്രസക്തിയുമുണ്ട്. മധ്യതിരുവിതാംകൂറിന്റെ ഇത്തിരി മണ്ണിലും ഏതാനും ക്ഷേത്രങ്ങളിലും മാത്രം ഒതുങ്ങിനിന്നിരുന്ന ഈ സഹ്യപുത്രനെ ആനക്കേരളത്തിന്റെ നടുമുറ്റത്തേക്ക് കയറ്റിനിർത്തി, അവനെ അരിയിട്ട് വാഴിക്കാൻ നിമിത്തമായത് തൃപ്പൂണിത്തുറക്കാരുടെ പ്രത്യേക താത്പര്യം തന്നെയായിരുന്നു. മറ്റൊരർഥത്തിൽ ആനക്കേരളത്തിന്റെ മണിപ്പന്തലിലേക്ക് തൃപ്പൂണിത്തുറക്കാർ മലയാലപ്പുഴ രാജനെന്ന സർവഗുണസമ്പന്നനെ കൈപിടിച്ച് കൂട്ടിക്കൊണ്ടുവരികയായിരുന്നു.

തിരുവിതാംകൂർ ദേവസ്വം ബോർഡിന്റെ അഭിമാനഭാജനമായ ഗജകേസരി മലയാലപ്പുഴ രാജൻ അങ്ങനെയാണ് തൃപ്പൂണിത്തുറയിലേക്ക് എഴുന്നെള്ളിയത്. തിരുവിതാംകൂറിന്റെ മണ്ണുവിട്ട് ഇന്നോളം മറ്റൊരു ദേശത്തും കാലുകുത്തിയിട്ടില്ലാത്ത മലയാലപ്പുഴ രാജന്റെ ആദ്യത്തെ കൊച്ചി സന്ദർശനം. അതാണവിടെ സംഭവിച്ചത്. ലോകം മുഴുവൻ കീർത്തികേട്ട ശബരിമലയുടെ ചൈതന്യകാന്തിയായി തിളങ്ങിയിട്ടും ലോകത്തിന്റെ നെറുകയിലേക്ക് കയറിനിൽക്കാൻ അവസാനം അവനും ഒരു ഗജരാജപ്പട്ടം വേണ്ടിവന്നു.

മധ്യതിരുവിതാംകൂറിന്റെ കോഹിനൂർരത്നമാണ് മലയാലപ്പുഴ രാജൻ. പാമ്പാടി രാജന്റെ പ്രൗഢിയും ഈരാറ്റുപേട്ട അയ്യപ്പന്റെ സൗമ്യതയും ഒത്തുചേർന്നൊരു പച്ചമലയാളി. അഥവാ സഹ്യപുത്രൻ. ലക്ഷണപ്പെരുക്കങ്ങളുടേയും അഴകളവുകളുടേയും സമ്പന്നതകൊണ്ട് മറ്റുപല സമകാലികരെയും അസൂയാലുക്കളാക്കിമാറ്റുന്ന ആനക്കുബേരൻ.

മുഖം മനസ്സിന്റെ കണ്ണാടിയെന്നല്ലേ നമ്മൾ മനുഷ്യവീരന്മാരുടെ കണ്ടുപിടുത്തം. മലയാലപ്പുഴ രാജന്റെ തിരുമുഖം തെല്ലുനേരം നോക്കിനിന്നാൽ പിന്നെ നമ്മളും വേണ്ടാത്ത വേവലാതികൾക്കൊന്നും അടിപ്പെടില്ല. അഴകളവുകൾ കൊണ്ടും അതുല്യസുന്ദരമായ ആനച്ചന്തം കൊണ്ടും ഏതൊരു ഉയരക്കേമനേയും നിഷ്പ്രഭമാക്കാൻപോന്ന തറവാടി; അതാണ് രാജൻ. എന്നാൽ ഉയരം ഒട്ടും കുറവല്ലതാനും. ഒൻപതര അടിക്ക് മേലേയെത്തും അവന്റെ ഉയരച്ചന്തം.

ഉയർന്ന വായൂകുംഭവും നല്ല തലക്കുന്നിയും വീണെടുത്ത കൊമ്പുകളും നിലംപറ്റുന്ന തുമ്പിക്കൈയും ഇവന്റെ മുഖശ്രീയാണ്. അത്യപൂർവമെന്ന് വിശേഷിപ്പിക്കാൻപോന്ന, തൃകോണാകൃതിയിലുള്ളവയാണ് സുന്ദരവദനന്റെ ചെവികൾ. വളവുകളും തിരിവുകളുമൊന്നുമില്ലാത്ത നല്ലൊന്നാന്തരം വടിവൊത്ത വാല്! പക്ഷേ, കേരളത്തിലെ ആയിരത്തോളംവരുന്ന നാട്ടാനകളിൽനിന്നും ഈ മലയാലപ്പുഴക്കാരൻ ചെറുപ്പക്കാരനെ വേറിട്ടുനിർത്തുന്ന ലക്ഷണമെന്തെന്നു ചോദിച്ചാൽ അതൊന്നേയുള്ളു; അവന്റെ കണ്ണുകൾ.

ആനകൾക്ക് അവരുടെ ശരീരവലിപ്പത്തെക്കുറിച്ച് ബോധ്യമുണ്ടായാൽ അഹങ്കാരംമൂത്ത് അവർ കണ്ണിൽകണ്ടതെല്ലാം തച്ചുതകർക്കാൻ ഇറങ്ങിപ്പുറപ്പെടുമെന്നു ഭയന്നാണ് ദൈവം അവർക്ക് ചെറിയ കണ്ണുകളും ആ കണ്ണുകളിൽ നിന്നും ശരീരവലിപ്പം മറയ്ക്കാൻ പാകത്തിൽ മുറംപോലുള്ള വലിയ ചെവികളും നൽകിയതെന്നൊരു വിവക്ഷയുണ്ട്. എന്നാൽ ഈ ആനമുട്ടൻ ശരീരമല്ല, അതിന്റപ്പുറത്തെ കേമത്തമെന്തെങ്കിലും ഉണ്ടെങ്കിൽ അതു കണ്ടാലും ശരി, പെട്ടന്നൊന്നും ചഞ്ചലപ്പെടുന്നതും അഹങ്കരിക്കുന്നതുമല്ല രാജന്റെ മനസ്സെന്ന് ദൈവത്തിനുതന്നെ തോന്നിക്കാണും. രാജനോടെന്തായാലും ദൈവംതമ്പുരാന് തികഞ്ഞ വിശ്വാസമാണ്. ജീവികളിൽവച്ചുതന്നെ ഏറ്റവുംവലിയ കണ്ണുകളുള്ള ജീവി പശുവാണെന്ന് പറയപ്പെടുന്നു. പക്ഷേ, പശുവിന്റേതിനേക്കാൾ വലിയ കണ്ണുകളാണ് രാജന്.

ആളെത്ര പഞ്ചപാവമായാലും ശരി, അവൻ കണ്ണുരുട്ടി ആരുടെയെങ്കിലും നേരേ നോക്കിയാൽ, നിന്നനിൽപ്പിൽ നിക്കറിൽതന്നെ മുള്ളിപ്പോയേക്കാമെന്ന് ചുരുക്കം. എടുപ്പിലും നടപ്പിലും മാത്രമല്ല, പെരുമാറ്റത്തിലും നടപടികളിലുമൊക്കെ ഏറെയേറെ സവിശേഷതകളുള്ള ആനയാണ് മലയാലപ്പുഴ രാജൻ.

അപൂർവങ്ങളിൽ അപൂർവമെന്ന് വിശേഷിപ്പിക്കാവുന്ന മറ്റൊരു സവിശേഷത കൂടിയുണ്ട് രാജന്. മറ്റാനകളിൽ നിന്നും വ്യത്യസ്തമായി, മദപ്പാടുകാലത്തെ ഞെളിഞ്ഞുനിൽപാണത്. ആയിരത്തിൽ ഒരാനയൊക്കെമാത്രമേ ഇങ്ങനെ ഞെളിഞ്ഞ് നിൽക്കാറുള്ളു എന്ന് പറയപ്പെടുന്നു. വിശപ്പാണ് ഏറ്റവും വലിയ ദൗർബല്യം. എപ്പോഴും എന്തെങ്കിലുമൊക്കെ ചവച്ചുകൊണ്ടിരിക്കണം.

കേവലം അഞ്ചുവയസ്സ് പ്രായത്തിൽ കാട്ടിൽ നിന്നും നാട്ടിലെത്തിയ സഹ്യപുത്രൻ, കിഴക്കൻ മലമേഖലയിൽപ്പെട്ട പൊതയെന്ന സ്ഥലത്തെ വാരിക്കുഴിയിൽ വീണാണ് കോന്നി ആനക്കളരിയിൽ എത്തിയത്. പക്ഷേ, ആനക്കൂട്ടിലും അവൻ

ആറുമാസം മാത്രമേ നിന്നുള്ളൂ; നിൽക്കേണ്ടി വന്നുള്ളൂ. അതിനകം ലക്ഷണയുക്തനായ ആ മിടുമിടുക്കനെത്തേടി മലയാലപ്പുഴ ദേശക്കാരും തിരുവിതാംകൂർ ദേവസ്വംബോർഡും ഒറ്റമനസ്സോടെ എത്തി. 1976-ലാണ് നാട്ടുകാരുടേയും ദേവസ്വം ബോർഡിന്റേയും സംയുക്താഭിമുഖ്യത്തിൽ ആ ആറുവയസ്സുകാരനെ മലയാലപ്പുഴ ക്ഷേത്രത്തിൽ നടയ്ക്കിരുത്തിയത്.

പത്തനംതിട്ട ജില്ലയിലെ ചിരപുരാതനവും പ്രശസ്തവുമായ ക്ഷേത്രമാണ് മലയാലപ്പുഴ. കുറെയേറെ വർഷങ്ങൾക്കു മുമ്പുവരെ കൊടുങ്കാടിന് മദ്ധ്യേയായിരുന്നു ഈ ക്ഷേത്രം. ശക്തിസ്വരൂപിണിയാണ് മലയാലപ്പുഴ ഭഗവതി. തിരുവിതാംകൂർ ദേവസ്വം ബോർഡിന്റെ ഏറ്റവുമധികം നടവരവുള്ള ക്ഷേത്രങ്ങളിൽ ഒന്ന് എന്ന പ്രത്യേകതയും ഇതിനുണ്ട്.

മലയാലപ്പുഴ രാജൻ ദേവിയുടെ സന്നിധിയിലെത്തുന്നതിനു മുമ്പും ക്ഷേത്രത്തിന് ഒരാനയുണ്ടായിരുന്നു; ഒരു പെണ്ണാന. ദേവത കുടിയിരിക്കുന്ന കോവിലിലെ ആനയും ഒരു പെണ്ണാളായിക്കൊള്ളട്ടെയെന്നാവും അന്നത്തെ കാര്യക്കാർ ആലോചിച്ചത്. പിന്നെ അവളുടെ കാലം കഴിഞ്ഞപ്പോൾ നാട്ടുകാരും ദേവസ്വം ബോർഡും ചിന്തിച്ചത് മറിച്ചും-ശക്തിസ്വരൂപിണിയുടെ സാരഥിയായി, ശക്തിസ്വരൂപനായ ഒരു കൊമ്പൻതന്നെയിരിക്കട്ടെ. അങ്ങനെയാണ് ആറാം വയസ്സിൽ രാജനെന്ന കുട്ടിക്കൊമ്പൻ മലയാലപ്പുഴയിലേക്ക് വലതുകാൽ വച്ചുവരുന്നത്.

നിലത്തുവീണാൽ കുറഞ്ഞത് ഒരഞ്ചെട്ട് തവണയെങ്കിലും ചാടിമറിഞ്ഞതിനുശേഷം മാത്രം എവിടെയെങ്കിലും ഒരിടത്ത് അടങ്ങിയൊതുങ്ങിക്കിടക്കാൻ കഴിയുന്ന, ഒരു റബ്ബർ പന്തുപോലെ സദാ തുള്ളിത്തെറിച്ചു നടക്കുന്ന കുസൃതിക്കുരുന്ന്; അഥവാ വികൃതിക്ക് കൈയുംകാലും വച്ചവൻ. അതായിരുന്നു പഴയ രാജൻ. അവന്റെ കളിതമാശകളുടെ മൂർച്ചയേറുമ്പോൾ, അന്നത്തെ ദേവസ്വം ജീവനക്കാരും ചില നാട്ടുകാരുമൊക്കെ ആശങ്ക പ്രകടിപ്പിക്കും-'ഇതിങ്ങനെ പോയാൽ നാടിന് ചീത്തപ്പേര് കേൾപ്പിക്കുമോ എന്നാ പേടി'!

അപ്പോൾ അവന്റെ വളവും തിരിവുമില്ലാത്ത വാലും പാണ്ടും പുള്ളികളുമേതുമില്ലാത്ത മേലണ്ണാക്കും കാണിച്ചുകൊടുത്തുകൊണ്ട് അന്നത്തെ പാപ്പാൻ കൃഷ്ണപിള്ള അമ്മാവൻ പറയുമായിരുന്നു. 'എയ്, ഒന്നും പേടിക്കാനില്ല, ഇതീപ്രായത്തിന്റെ കളികളല്ലേ? ഇത്തിരി കാര്യഗൗരവം വന്നുകഴിഞ്ഞാൽ ഇവനെപ്പോലെയൊരു നല്ലസ്വഭാവക്കാരൻ വേറെ കാണില്ല. മാത്രമല്ല, ലക്ഷണം വച്ചുനോക്കിയാൽ നാളെയൊരു കാലത്ത് ചിലപ്പോൾ നിങ്ങളീ നാടും നാട്ടുകാരുമൊക്കെ നാലാളുടെ മുമ്പിൽ അറിയപ്പെടാൻ പോകുന്നത് ഈ ആനക്കുരുന്നിന്റെ പേരിലായിരിക്കും'.

പഴയ പാപ്പാന്റെ വാക്കുകൾ അച്ചട്ടായി. മലയാലപ്പുഴയെന്ന നാടുതന്നെ ഇതാ ഇന്നിവന്റെ പേരിൽ അറിയപ്പെടുന്നു. സ്വഭാവത്തിലും രാജൻ ഇന്നോളം വേണ്ടാതീനങ്ങൾക്കൊന്നും പോയിട്ടില്ല. ഒരിടത്തും ചീത്തപ്പേര് കേൾപ്പിച്ചിട്ടില്ല. ചുരുക്കത്തിൽ അലവലാതിത്തരങ്ങളൊന്നും തൊട്ടുതീണ്ടിയിട്ടില്ലാത്ത മര്യാദപുരുഷോത്തമൻ.

മലയാലപ്പുഴ ക്ഷേത്രത്തിൽ മുപ്പത്തിയാറ് വർഷംമുമ്പ് നടയ്ക്കിരുത്തപ്പെട്ട രാജൻ, പിന്നീട് ആരുകണ്ടാലും മോഹിക്കുന്ന ആണൊരുത്തനായി വളർന്നു വലുതായി; തിരുവിതാംകൂർ ദേവസ്വം ബോർഡിന്റെ ആനച്ചന്തങ്ങളിലെ വൈഡൂര്യത്തിളക്കമായി. മാത്രമല്ല ദേവസ്വം ബോർഡിന്റെ ആനകളിൽ ഏറ്റവുമധികം ഉത്സവങ്ങളിൽ പങ്കെടുക്കുന്ന ആനയെന്ന പദവിയും അവനുതന്നെ സ്വന്തം. ശരാശരി നൂറ്റിയിരുപത്തഞ്ചിലേറെ എഴുന്നെള്ളിപ്പുകളിൽ വരെ രാജൻ നായകത്വം വഹിച്ചു വരുന്നു. പക്ഷേ, ഇതിനെല്ലാമപ്പുറം മലയാലപ്പുഴ രാജനെ ലോകംമുഴുവനുമുള്ള ആനക്കമ്പക്കാരുടെ മാനസപുത്രനായി മാറ്റുന്ന മഹത്ത്വം മറ്റൊന്നാണ്. ശബരിമല ശാസ്താവിന്റെ സ്വന്തക്കാരൻ അല്ലെങ്കിൽ കലിയുഗവരദനെ ശിരസ്സിലേറ്റുന്നവൻ എന്ന സൽകീർത്തി.

രണ്ടോ മൂന്നോ വർഷം അടുപ്പിച്ച് മലചവിട്ടിക്കഴിഞ്ഞാൽ പിന്നെ, അടുത്തയാണ്ടുമുതൽ അസ്സൽ പെരിയസ്വാമി കളിക്കാൻ തയ്യാറാകുന്ന

വരാണ് നമ്മളിൽ നല്ലൊരുപങ്ക് മലയാളികളും. പക്ഷേ, പെരിയസ്വാമിമാരുടേയും ഗുരുസ്വാമിമാരുടേയും വിലയറിയണമെങ്കിൽ നമ്മൾ ആന്ധ്രയിൽനിന്നും കർണാടകയിൽ നിന്നും തമിഴ്നാട്ടിൽ നിന്നുമൊക്കെയെത്തുന്ന തീർഥാടകസംഘങ്ങളെ കാണണം. പക്ഷേ, ശബരിമലയിലെ ചിട്ടകളും രീതികളും മറ്റാരെക്കാളും അസ്സലായി മനഃപാഠമാക്കിയിട്ടുള്ള ഒരു ഗുരുസ്വാമിയാണ് മലയാലപ്പുഴ രാജൻ.

രാജൻസ്വാമി മലചവിട്ടാൻ തുടങ്ങിയിട്ട് കൃത്യം രണ്ടു പതിറ്റാണ്ട് പിന്നിട്ടുകഴിഞ്ഞു. 1986 മുതലാണ് രാജൻ ശബരിമല ഡ്യൂട്ടിക്കായി നിയോഗിക്കപ്പെടുന്നത്. കാട്ടിൽനിന്നും മനുഷ്യർ പിടിച്ചുകൊണ്ടുവന്ന ഒരാന, കാനനമധ്യത്തിലുള്ള മഹാക്ഷേത്രത്തിലേക്ക് കല്ലും മുള്ളും ചവിട്ടി എഴുന്നെള്ളിപ്പിന് എത്തുകയെന്നാൽ വിചാരിക്കുന്നപോലെ അത് അത്ര നിസ്സാര ഏർപ്പാടല്ല. മലകയറിയെത്തുന്നതും മലയിറങ്ങുന്നതുമെല്ലാം മണ്ണു നുള്ളിയിടാൻ ഇത്തിരി സ്ഥലം പോലും ബാക്കിയില്ലെന്ന് പറഞ്ഞമാതിരി തിളച്ചു തൂവുന്ന മനുഷ്യർക്കിടയിലൂടെയാണ്. അതിനിടെ ബെല്ലും ബ്രേക്കുമില്ലാതെ 'ഡോളീ ഡോളീ' എന്ന വായ്പ്പാട്ടും പാടി, അവശരായവരെയും തടികൊണ്ട് വലയുന്നവരെയുമെല്ലാം തലയിൽ ചുമന്നു ഇടിച്ചുകുത്തിവരുന്ന ഡോളി ചുമട്ടുകാർ. അവരുടെ പരക്കംപാച്ചിലിനിടയിൽ ഒരുമാതിരിപ്പെട്ട അയ്യപ്പൻമാരൊക്കെ തെന്നിത്തെറിച്ച് മാറിക്കൊടുത്തുകൊള്ളും. പക്ഷേ, നേരേവന്നു ചാടുന്നത് കണ്ണുമിഴിച്ച് തുറിച്ചുനോക്കുന്ന ഒരു കിടുകിടിലൻ ആനയുടെ മുന്നിലേക്കാണെങ്കിലോ? വലഞ്ഞുപോകില്ലേ?

അതുകഴിഞ്ഞാൽപിന്നെ ശബരിമലയിലെ റാപ്പിഡ് ആക്ഷൻ ഫോഴ്സ് എന്നുപറയാവുന്ന കഴുത സ്വാമിമാർ. പമ്പ മുതൽ എല്ലാരുമെല്ലാരും സ്വാമിമാരല്ലേ. പിന്നാലെ മന്ദംമന്ദം എഴുന്നെള്ളുന്നത് ഒരാനക്കൊമ്പനാണെന്ന ഭാവംപോലുമില്ലാതെ, കണ്ടഭാവംപോലും കാണിക്കാതെ ആടിക്കുഴഞ്ഞാണ് കഴുതകളെന്ന ആസ്സാമികളുടെ എഴുന്നെള്ളത്ത്. എന്തുചെയ്യാം ഗ്രഹണനേരത്ത് ഞാഞ്ഞൂലിനും സീൽക്കാരമെന്ന് പറഞ്ഞതുപോലെ എല്ലാം സഹിച്ചല്ലേ പറ്റൂ.

ഇതിനുംപുറമെ വേറൊരു മാരണമുണ്ട്. ആനയെ കാണുമ്പോൾതന്നെ 'അയ്യാ, നമ്മ ഗണപതി' എന്നുംപറഞ്ഞ് നാലുകാലിൽ വീഴുന്നവരാണ് തമിഴരും തെലുങ്കരുമൊക്കെ. അപ്പോൾ ശബരിമല ശാസ്താവിന്റെ പ്രതിപുരുഷൻതന്നെ നേർമുന്നിൽ വന്നുനിന്നാലുള്ള കാര്യം പറയണോ. പറഞ്ഞുതീരും മുമ്പായിരിക്കും കാലിനിടയിലൂടെയും കൊമ്പിനു താഴെക്കൂടിയുമെല്ലാം അവർ തൊട്ടുതൊഴുതുകൊണ്ട് ചാടിയോടുന്നത്.

മറ്റേതൊരാനയാണെങ്കിലും, പേടിച്ചുവിറച്ച് പെട്ടെന്ന് എന്തെങ്കിലും കൈയബദ്ധം കാട്ടിപ്പോകുന്ന നിമിഷങ്ങൾ. പക്ഷേ, പാവം രാജൻ സ്വാമി എല്ലാം സഹിച്ച് കടിച്ചുപിടിച്ച് നിൽക്കും; എല്ലാം തന്റെ പൊന്നുതമ്പുരാനുവേണ്ടി. ഇതെല്ലാം സഹിക്കാം. രാത്രി, ആനയെ കാട്ടിലിത്തിരി ഒഴിഞ്ഞിടംനോക്കി മാറ്റിക്കെട്ടുമ്പോഴാണ് അതിലും വലിയ പ്രശ്നങ്ങൾ ഉരുണ്ടുകൂടുന്നത്. മനുഷ്യരുടെ കങ്കാണിപ്പണി ചെയ്യുന്നവനെന്നുംവിളിച്ച് ഭീഷണികളുമായി ചില കാട്ടുകൊമ്പന്മാരെത്തും. ഒപ്പം പ്രണയത്തിന്റെ മൻമഥശരങ്ങളുമായി കാട്ടുമങ്കകളും. മണ്ഡലവ്രതമായതിനാൽ ബ്രഹ്മചര്യം തെറ്റിക്കാനും നിവൃത്തിയില്ല.

മലയാലപ്പുഴയിൽ നടയ്ക്കിരുത്തപ്പെട്ട ആന കലിയുഗവരദന്റെ സ്വന്തം പയ്യനായി മാറിയത് ഭാഗ്യംകൊണ്ടു മാത്രമാണെന്ന് ചിലരെങ്കിലും പറഞ്ഞേക്കാം. ശബരിമലയോട് ഏറ്റവുമടുത്താണ് മലയാലപ്പുഴയെന്നും അതുകൊണ്ടാണ് മലയാലപ്പുഴ രാജൻ ഈ സ്ഥാനത്തേക്കെത്തിയതെന്നും അസൂയാലുക്കളും പറയാറുണ്ട്. എന്നാൽ അതല്ല വാസ്തവം. മലയാലപ്പുഴയുടെ ആനയാണെങ്കിലും മലയാലപ്പുഴയിൽ വെള്ളത്തിന് കുറച്ച് പ്രയാസമുള്ളതിനാൽ ആനയുടെ കുളിയും കുടിയുമെല്ലാം മുൻനിർത്തി വർഷത്തിൽ അധികസമയവും അവൻ ആറന്മുള ക്ഷേത്രപരിസരത്താണ് ക്യാമ്പ് ചെയ്യാറുള്ളത്. ആറന്മുളയിൽ അവിടത്തെ സ്വന്തം ആനകളായ ആറന്മുള മോഹനനും പാർഥസാരഥിയും ഒപ്പമുണ്ട്. എങ്കിലും ഇന്നുവരെ

അവരെയാരെയും ശബരിമല ഡ്യൂട്ടിക്കു വിടാൻ ദേവസ്വം ബോർഡധികൃതർക്ക് ധൈര്യം വന്നിട്ടില്ല. അപ്പോൾ ഒന്നുറപ്പ്. വെറും ഭാഗ്യവും സമീപവാസിയെന്ന പരിഗണനയുമൊന്നുമല്ല രാജനെ ശബരിമലയുടെ സ്വന്തക്കാരനാക്കുന്നത്. അതിനപ്പുറം അവന്റെ, പത്തരമാറ്റിന്റെ തിളക്കമുള്ള സൽസ്വഭാവമാവാം.

'കണ്ണില്ലാതാകുമ്പോഴേ കണ്ണിന്റെ വിലയറിയൂ' എന്ന് പറയുന്നമാതിരി, ശാന്തസ്വരൂപനായ മലയാലപ്പുഴ ആനയുടെ വിലയും ഗുണവും ഒരിക്കൽ വേണ്ടപ്പെട്ടവരെല്ലാം അനുഭവംകൊണ്ട് പഠിക്കുകയും ചെയ്തു.

പത്തിരുപത് കൊല്ലക്കാലത്തിനിടയിൽ ഒരേയൊരു വർഷം മാത്രമാണ് അവൻ അയ്യപ്പസന്നിധിയിൽ നിന്നും ഒഴിവാക്കപ്പെട്ടത്. പകരം, അക്കുറി ഒരു ചെറുബാല്യക്കാരനാണ് നറുക്കു വീണത്. ചോരത്തിളപ്പിന്റെ ആവേശത്തിൽ അവനോ അവന്റെ ആനക്കാരനോ ആ സ്ഥാനം ചോദിച്ചുമേടിക്കുകയായിരുന്നു എന്നും പറയപ്പെടുന്നു. ഹരിപ്പാട് ക്ഷേത്രത്തിലെ കുട്ടിക്കൊമ്പനായ സ്കന്ദനായിരുന്നു കഥാപാത്രം. കുട്ടിക്കൊമ്പനെന്നു പറയുന്നതിനേക്കാൾ കുട്ടിക്കുറുമ്പൻ എന്നു വിളിക്കുന്നതാവും കൂടുതൽ ശരി. പക്ഷേ, മലമുകളിലെ മഞ്ഞും ആളും ബഹളവുമെല്ലാം അധികരിച്ചതോടെ സ്കന്ദന്റെ നിയന്ത്രണം കൈവിട്ടു. അയ്യപ്പന്റെ തിടമ്പ് ശിരസ്സിലേറ്റി പ്രദക്ഷിണം ചെയ്യുന്നതിനിടെ ആന തെറ്റി.

പിന്നീടിന്നോളം ശബരീശ്വരനെ ശിരസ്സിലേറ്റാൻ ആര് എന്ന ചോദ്യത്തിന് മലയാലപ്പുഴ രാജനെന്ന ഒരേയൊരുത്തരമല്ലാതെ മറ്റൊരു നാമവും ദേവസ്വം ഭാരവാഹികളുടെ നാവിൻതുമ്പിൽ നിന്നുമുയർന്നിട്ടില്ല. മലയാലപ്പുഴ ദേവിയുടെ ദാസനായി നടയ്ക്കിരുത്തപ്പെട്ടവൻ, എങ്ങനെ പുലിത്തോഴന്റെ വാഹനമായി എന്നു ചോദിച്ചാൽ, അതിലിത്തിരി ഭാഗ്യത്തിന്റെ പിന്തുണയും ഇല്ലാതില്ല. മലയാലപ്പുഴ രാജന്റെ ഭാഗ്യം, അല്ലെങ്കിൽ മറ്റൊരുവന്റെ ദൗർഭാഗ്യം- രാജന്റെ ഈ നിയോഗത്തെ അങ്ങനെയും വിശേഷിപ്പിക്കാം.

ശബരിമലയോട് താരതമ്യം ചെയ്താൽ അത്രത്തോളം പേരും പെരുമയുമില്ലാത്ത ക്ഷേത്രങ്ങൾക്കുവരെ സ്വന്തമായി ആനകളുള്ളപ്പോൾ എന്തുകൊണ്ട് ശബരിമലയിലേക്ക് പുറമേനിന്നും ആനയെ കടംകൊള്ളേണ്ടിവരുന്നു എന്നത് തികച്ചും ന്യായമായ ചോദ്യമാണ്. ശബരിമലയ്ക്ക് ആനയില്ലാതിരുന്നിട്ടല്ല, പക്ഷേ അവകാശപ്പെട്ടവന് അതിനുള്ള യോഗമില്ലാതെപോയി. ശബരിമലയിലും ഒരാനയുണ്ടായിരുന്നു. വെറുമൊരാനയല്ല, ചുണ്ടിൽ വെള്ളിക്കരണ്ടിയുമായി പിറന്നവൻ എന്നു പറയുംപോലെ, പ്രശസ്തിയുടെ ചിറകിലേറി വന്നവൻ. അവനാണ് മണികണ്ഠൻ.

പ്രശസ്ത ചലച്ചിത്രനടി കെ.ആർ. വിജയയാണ് ശബരിമലയിൽ അവനെ നടയ്ക്കിരുത്തിയത്. അവനാണ് ഇന്നത്തെ ഓമല്ലൂർ മണികണ്ഠൻ. പക്ഷേ, മനുഷ്യരുടെ കൽപനകൾക്കും ധാർഷ്ട്യത്തിനും മുന്നിൽ അങ്ങനെയൊന്നും മുട്ടുവളയ്ക്കാൻ തയ്യാറില്ലാതിരുന്ന മണികണ്ഠന് എന്നും അവറ്റകളുടെ തീട്ടൂരങ്ങളെ പുറംകാൽകൊണ്ടു തട്ടിയെറിയാനായിരുന്നു തിടുക്കം. ഓമല്ലൂർ മണികണ്ഠനുമായുള്ള കലാപത്തിനിടയിൽ പൊലിഞ്ഞത് അഞ്ചോളം പാപ്പാന്മാരുടെ ജീവനുകൾ! ഫലമോ, അഴിക്കാനാളില്ലാതെ കെട്ടിയിടപ്പെട്ട മരത്തിനുചുറ്റും അവന് ജീവപര്യന്തം തടവുശിക്ഷയും. അനേക വർഷങ്ങൾക്കു ശേഷമാണ് ഈയിടെ ഓമല്ലൂർ മണികണ്ഠന് ചങ്ങലയിൽ നിന്നും ഇത്തിരിയെങ്കിലും വിടുതൽ നേടിയത്. ഓമല്ലൂർ മണികണ്ഠൻ നിൽക്കേണ്ട നിലപാട് തറകളിലൂടെയാണ് ഇപ്പോൾ മലയാലപ്പുഴ രാജൻ ചുവട് വയ്ക്കുന്നത്. ഓമല്ലൂർ മണികണ്ഠന്റെ നഷ്ടസൗഭാഗ്യങ്ങളാണ് മലയാലപ്പുഴ രാജനെ സുവർണഭാഗ്യങ്ങളിലേക്കുള്ള നിമിത്തമാകുന്നത്.

വയറുവിശന്നാൽ നാണക്കേടും മാനക്കേടുമൊന്നും വിചാരിക്കാതെ കക്ഷി ചില നേരങ്ങളിൽ വഴിയേപോകുന്നവർക്കു നേരെവരെ കൈനീട്ടിയെന്ന് വരും. കൈനീട്ടലു മാത്രമാണോ, 'അമ്മാ വല്ലതും തായേ' എന്നമട്ടിൽ 'കിക്കിക്കീ' എന്ന് കീറാനും മടിയില്ല. രണ്ടു പഴത്തിനുവേണ്ടി

അല്ലെങ്കിൽ അതുംപോട്ടെ ചിലപ്പോൾ നാല് പ്ലാവിലക്കുവേണ്ടിവരെ കീയംകീയം വിളിക്കാനും മടിയില്ല. വയറുനിറച്ച് എന്തെങ്കിലും കഴിക്കുക എന്നിട്ട് അവനവന് പറഞ്ഞിട്ടുള്ള പണിയെന്തെങ്കിലും ഉണ്ടെങ്കിൽ അതുംചെയ്തിട്ട് എവിടെയെങ്കിലും മാറിക്കിടന്നുറങ്ങുക. അതാണ് പ്രത്യയശാസ്ത്രം.

തീറ്റപോലെതന്നെ ഉറക്കവും അവന് ഏറെ സുഖമുള്ളൊരു വ്യായാമമാണ്. എപ്പോൾ എവിടെക്കിടന്നുറങ്ങാനും തയ്യാർ. സാധാരണ ആനകളൊക്കെ പലപ്പോഴും തിരക്കുള്ള ഉത്സവപ്പറമ്പുകളിലും മറ്റും സമാധാനമായി കിടന്നുറങ്ങാൻ മടിക്കുമ്പോൾ, രാത്രിയെന്നും പകലെന്നും വ്യത്യാസമില്ലാതെ രാജൻ അതിനൊരുക്കമാണ്. പക്ഷേ അവനെ പിടിച്ചുകിടത്തിയിട്ട് ചാച്ചിക്കോ എന്നും പറഞ്ഞ് പാപ്പാനും ഒന്ന് തൊട്ടുതൊട്ടിരിക്കണമെന്നു മാത്രം.

കുടി ഒരു ശീലമല്ല, പക്ഷേ, ആരെങ്കിലും ഇത്തിരിയധികം സ്നേഹത്തോടെ രണ്ടുതുള്ളി നാവിൽ ഇറ്റിച്ചാൽ അവനത് തട്ടിക്കളയാനും പോകാറില്ല.

നാടാർ വാസു, പരമേശ്വരൻ നായർ, രാമചന്ദ്രൻ നായർ, കൃഷ്ണപിള്ള അമ്മാവൻ പിന്നെ ഇപ്പോഴൊപ്പമുള്ള സി.എൻ. ശിവരാമൻ എന്നിവരാണ് മലയാലപ്പുഴയിലെ ആനരാജനൊപ്പം ഏറ്റവും കൂടുതൽ കാലം നിന്നിട്ടുള്ളവർ.

ക്ഷത്രിയഗണത്തിൽപ്പെട്ട ആനയാണ് മലയാലപ്പുഴ രാജൻ എന്നു വിവക്ഷ. ക്ഷത്രിയഗണത്തിൽപ്പെടുന്നവർ വെള്ളം കുടിക്കാൻ പറ്റിയ പുഴ കണ്ടാൽ വെള്ളത്തിൽ ഇറങ്ങിനിന്നേ വെള്ളം കുടിക്കുകയുള്ളൂ. ബ്രാഹ്മണരാണെങ്കിൽ വെള്ളത്തിലിറങ്ങിനിന്ന് കൈയും പിന്നെ കൈയിൽ വെള്ളമെടുത്ത് മുഖവും നനച്ച ശേഷമാണ് കുടിക്കുന്നത്. വൈശ്യരാവട്ടെ വെള്ളത്തിലേക്കിറങ്ങാതെ കരയിൽ നിന്നുകൊണ്ടുതന്നെ കുടിക്കാനാവും ശ്രമിക്കുക. ശൂദ്രൻമാരായ ആനകൾ വെള്ളം കണ്ടാൽ ചാടിയിറങ്ങി കളിച്ചുകുളിക്കും ഒപ്പം കുടിയുംകൂടി നടത്തുമെന്നും പറയപ്പെടുന്നു.

അൽപം തലക്കനമുള്ളവരും അഭിമാനികളുമാണെങ്കിലും ഒരാളെ വിശ്വസിച്ചാൽ അവസാനം വരെ അയാളോട് കൂറ് പുലർത്തുകയെന്നതും ചതിക്കാതിരിക്കുന്നതും ക്ഷത്രിയഗണത്തിൽപ്പെട്ട ആനകളുടെ പ്രത്യേകതയാണ്. ശബരിമലയുടെ കാര്യക്കാരനും ധർമശാസ്താവിന്റെ വളരെ വേണ്ടപ്പെട്ടവനുമാണെങ്കിലും രാജൻ ശബരിഗിരീശന്റെ തിടമ്പെടുക്കുന്നത് മാർച്ചുമാസം നടക്കുന്ന ശബരിമല ആറാട്ടുത്സവത്തിനാണ്. പക്ഷേ, മണ്ഡലകാലത്ത് അവന് ഒട്ടും പ്രാധാന്യം കുറയാത്ത മറ്റൊരു നിയോഗമുണ്ട്. മണികണ്ഠസ്വാമിയെ സംബന്ധിച്ചിടത്തോളം മറ്റെന്തിനേക്കാളും പ്രാധാന്യമുള്ള ഒരു മുഹൂർത്തത്തിന്റെ സാരഥ്യമാവും അപ്പോൾ മലയാലപ്പുഴ രാജന്.

മഹിഷിയെന്ന അസുരസ്ത്രീയ്ക്ക് മണികണ്ഠൻ മോക്ഷമേകിയതും മാനസാന്തരംവന്ന് മണികണ്ഠനെ മനസ്സാവരിച്ച്, അസുരഭാവത്തിൽ നിന്നും ദൈവികത്വത്തിലേക്ക് ഉയർന്ന മഹിഷി, പട്ടമഹഷിയാകാനുള്ള വരം ചോദിച്ചതും അറിയാത്തവർ ചുരുക്കം. എന്നെങ്കിലും ശബരിമലയിലേക്ക് ഒരു കന്നി അയ്യപ്പൻ എത്താത്ത വർഷമുണ്ടായാൽ, അന്ന് താൻ വരണമാല്യം ചാർത്തിക്കൊള്ളാമെന്ന വാഗ്ദാനം നൽകി ശാസ്താവ് മഹിഷിയെ മാളികപ്പുറത്തമ്മയാക്കി വാഴിച്ചിരിക്കുന്ന കഥയും പ്രസിദ്ധമാണല്ലോ.

ശബരിഗിരീശന്റെ വരപ്രകാരം എല്ലാ വർഷവും മകരവിളക്ക് ദർശിച്ചുകഴിയുമ്പോൾ തന്നെ മാളികപ്പുറത്തമ്മ സമയം പാഴാക്കാതെ മലയാലപ്പുഴ രാജന്റെ പുറത്തേറി അയ്യപ്പന്റെ നടയിലെത്തും.

താനിപ്പോഴും കാത്തിരിക്കുന്നു എന്നുള്ള ഓർമപ്പെടുത്തലുമായി ഭഗവാനെ മുഖം കാണിക്കുന്ന ആ ചടങ്ങ് നാലുനാൾ ആവർത്തിക്കും. എന്നിട്ട് അഞ്ചാം നാളാണ് സർവാഭരണ വിഭൂഷിതയായി ശരംകുത്തിയിലേക്കുള്ള യാത്രയ്ക്കിറങ്ങുന്നത്. ആ യാത്രയ്ക്ക് ഏറെ പ്രാധാന്യമുണ്ട്. എന്തെന്നാൽ ശരംകുത്തിയിൽ, കന്നി അയ്യപ്പൻമാർ കുത്തിവച്ചിട്ടുള്ള ശരങ്ങൾ നോക്കിയാണല്ലോ മണ്ഡലക്കാലത്ത് എത്ര കന്നി അയ്യപ്പ

ന്മാർ മലചവിട്ടാനെത്തിയെന്ന് നിർണയിക്കപ്പെടുന്നത്. അപ്പോൾ മാളികപ്പുറത്തുനിന്നും ശരംകുത്തിവരെയുള്ള മാളികപ്പുറത്തമ്മയുടെ ആ യാത്രയ്ക്ക് അക്ഷരാർഥത്തിൽ ഒരു കല്യാണയാത്രയുടെ നിറപ്പകിട്ടും മേളക്കൊഴുപ്പും ഉണ്ടാവുക തികച്ചും സ്വാഭാവികം. ആ യാത്ര മാളികപ്പുറത്തമ്മയ്ക്ക് മാത്രമല്ല, മാളികപ്പുറത്തമ്മയുടെ സാരഥിയാകുന്ന മലയാലപ്പുഴ രാജനും വികാരവിക്ഷുബ്ധ മുഹൂർത്തമാണ്.

ഓരോ വട്ടവും പ്രതീക്ഷയുടെ ഒരായിരം ചെമ്പനീർപ്പൂവുകൾ കോർത്തെടുത്ത വരണമാല്യവുമായി മാളികപ്പുറത്തമ്മ ശരംകുത്തിയിലേക്കെത്തുന്നതിനും പിന്നെ ആയിരക്കണക്കായ ശരങ്ങൾ കണ്ട് നിരാശയിൽ മുങ്ങി കദനഭാരത്തോടെ നിറകണ്ണുകളുമായി തിരിച്ച് മലകയറി മാളികപ്പുറത്തെ നിത്യകന്യകാപ്പട്ടത്തിലേക്ക് മടങ്ങുന്നതിനുമെല്ലാം മലയാലപ്പുഴ രാജൻ എത്രയോ വർഷങ്ങളായി സാക്ഷ്യം വഹിക്കുന്നു. ശബരിമലയുടെ പേരും പുകഴും നാൾക്കുനാൾ പാറിപ്പറക്കണം. ഓരോ വട്ടവും ലക്ഷക്കണക്കായ പുതുഭക്തർ അയ്യപ്പദർശനം തേടി മലചവിട്ടണം എന്ന് ആഗ്രഹിക്കുമ്പോൾതന്നെ പാവം മാളികപ്പുറത്തമ്മയുടെ മനസ്സുരുക്കവും ഗദ്ഗദങ്ങളും ഓർക്കുമ്പോൾ, ഒരിക്കലെങ്കിലും കന്നി അയ്യപ്പന്മാർ മലചവിട്ടാത്ത ഒരു മണ്ഡലക്കാലമുണ്ടായെങ്കിൽ എന്ന് അവനും ആഗ്രഹിച്ചിട്ടുണ്ടാവില്ലേ? പാവം ആ ആനമനസ്സും പ്രാർഥിച്ചിട്ടുണ്ടാവില്ലേ? എന്തെന്നാൽ ബ്രഹ്മചര്യത്തിന്റെ നോവും നീറ്റലും, പ്രത്യേകിച്ചും അടിച്ചേൽപിക്കപ്പെട്ട ബ്രഹ്മചര്യത്തിന്റെ അകംപുകച്ചിലുകൾ മറ്റാരേക്കാളും നന്നായിട്ടറിയാവുന്നവരാണല്ലോ നമ്മുടെ നാട്ടാനകൾ.

മാളികപ്പുറത്തുനിന്നും ശരംകുത്തിവരെയുള്ള യാത്ര അക്ഷരാർഥത്തിൽ താളമേളസമൃദ്ധമാണെങ്കിൽ നൈരാശ്യത്തിൽ മുങ്ങിത്താഴ്ന്നുള്ള തിരിച്ചുപോക്ക് തികച്ചും മൗനനിബദ്ധമാണ്. ആരും ആരോടും മിണ്ടാതെ, വാദ്യമേളങ്ങളുടെ നാവ് മരവിച്ചുള്ള ആ മൗനയാത്രയിൽ മലയാലപ്പുഴ രാജന്റെ ചങ്ങലയൊച്ചകൾ മാത്രമാകും നിശബ്ദതയെ ഇടയ്ക്കെങ്കിലുമൊന്ന് കുത്തിക്കീറുന്നത്.

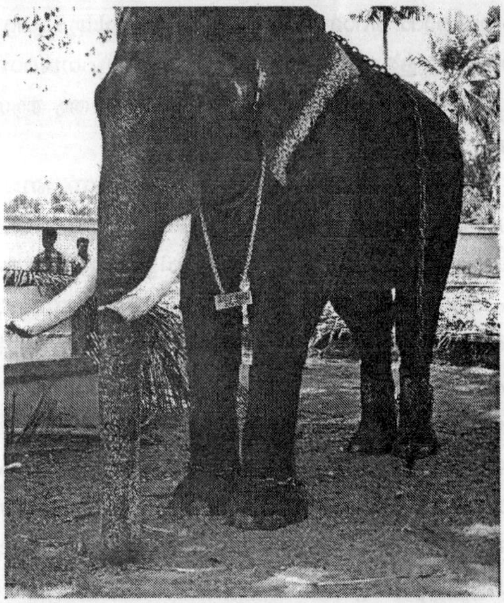

▼ രാജൻ: സൗഭാഗ്യങ്ങളുടെ കളിത്തോഴൻ

ഏതാനും വർഷം മുമ്പുവരെ മണ്ഡലകാലത്തുതന്നെയായിരുന്നു ശബരിമലയിലേയും ഉത്സവമെങ്കിൽ, ഇപ്പോൾ അയ്യപ്പന്റെ ഉത്സവം വിഷുവിന് മുമ്പായിട്ടാണ് നടത്തപ്പെടുന്നത്. ആ സമയത്താണ് മലയാലപ്പുഴ രാജൻ സോപാനത്തിൽ കടന്നുനിന്ന് അയ്യപ്പന്റെ തിടമ്പേറ്റുന്നതും പിന്നെ പമ്പയിലെ ആറാട്ടിനായി അയ്യപ്പനുമായി മലയിറങ്ങുന്നതും.

എല്ലാമുണ്ടെങ്കിലും, എല്ലാം തികഞ്ഞവനെങ്കിലും ചിലർ അവരർഹിക്കുന്ന ഉയരത്തിലേക്കും അംഗീകാരങ്ങളിലേക്കും എത്തിപ്പെടുന്നത് ചിലപ്പോൾ തീരെ പ്രതീക്ഷിക്കാത്ത നേരത്തായിരിക്കും. തീർത്തും അപ്രതീക്ഷിതമായ ഒരു കോണിൽ നിന്നാവും അതിനുള്ള അദ്ഭുതസ്പർശം അവരെത്തേടിയെത്തുന്നതും. മലയാലപ്പുഴ ദേവിയുടെ മാനസപുത്രനും കലിയുഗവരദനായ സാക്ഷാൽ ശബരിമല ധർമശാസ്താവിന്റെ മുഖ്യസാരഥിയുമായിരുന്നിട്ടും പള്ളിപ്പറമ്പ് ദേവസ്വം സമർപിച്ച ഗജരാജപ്പട്ടം വേണ്ടിവന്നു മിന്നിൽപ്പിണരിന്റെ വേഗത്തിൽ ഇവൻ പ്രശസ്തിയിലേക്ക് കുതിക്കാൻ. മറ്റൊരർഥത്തിൽ മലയാലപ്പുഴ രാജനെന്ന ഗജസേനാപതിയുടെ ശിരോലിഖിതംതന്നെ മാറ്റി

യെഴുതാൻ പോന്നത്ര സ്വാധീനശക്തിയും പ്രസക്തിയുമുള്ളതായിരുന്നു 'രാജനൊരു ഗജരാജപ്പട്ടം' എന്ന പള്ളിപ്പറമ്പുകാവുകാരുടെ ആ ആശയം.

പള്ളിപ്പറമ്പുകാർ അവരുടെ ഫ്ളെക്സ് ബോർഡുകളിൽ ആലേഖനം ചെയ്തിരുന്നപോലെ, ദൈവം രാജനഗരിയിൽ നേരിട്ട് എത്തിയതുപോലെ, അതായത് ശബരിമല ധർമശാസ്താവ് നേരെ തൃപ്പൂണിത്തുറയിൽ വന്നിറങ്ങിയാലെന്നപോലെയായിരുന്നു രാജൻ ആടിയുലഞ്ഞു നടന്ന രാജവീഥികൾക്കിരുവശവും അസുലഭനിർവൃതിയോടെ ജനം തിങ്ങിനിറഞ്ഞത്. വഴിനീളെ പുഷ്പവൃഷ്ടി നടത്തിയും പടലക്കണക്കിന് പഴങ്ങൾ അവനുവേണ്ടി കാത്തുവച്ചും ആരാധകർ തിരുവിതാംകൂറിന്റെ വലിയ പടത്തലവനെ സ്നേഹാദരങ്ങൾ കൊണ്ട് വീർപ്പുമുട്ടിച്ചത്. ദേവസ്വം ബോർഡ് സർവീസിൽ നിന്നും റിട്ടയർ ചെയ്യാൻ കഷ്ടിച്ച് ഒന്നൊന്നര വർഷം മാത്രം അവശേഷിക്കുന്ന, രാജന്റെ പാപ്പാൻ ശിവരാമനെ സംബന്ധിച്ച് തനിക്ക് ലഭിക്കുന്ന ഒരു പദ്മഭൂഷൻ അവാർഡിനുമപ്പുറത്തായിരുന്നു മലയാലപ്പുഴ രാജന്റെ ഈ പട്ടാഭിഷേകം.

കിരീടധാരണച്ചടങ്ങിന് ആശംസ നേരാനും പട്ടം ചാർത്തുവാനും കാലേകൂട്ടി എത്തിച്ചേർന്നിരിക്കുന്നവരെ കണ്ടപ്പോൾ രാജന് പിന്നെയും അദ്ഭുതമായിക്കാണണം. സ്ഥലം MLA, മുൻസിപ്പൽ ചെയർപേഴ്സൺ, കൗൺസിലർമാർ, ദേവസ്വം ബോർഡ് മെമ്പർ അങ്ങനെയങ്ങനെ പ്രധാനപ്പെട്ടവരുടെ ഒരു നെടുങ്കൻ നിര. 'ഈശ്വരാ, ഈ കൊച്ചുകേരളത്തിൽ ഒരാനയ്ക്കും ഇത്ര മേൽ വിലയോ. എല്ലാം മലയാലപ്പുഴ ഭഗവതിയുടേയും ശബരിമല ശാസ്താവിന്റേയും കൃപാകടാക്ഷം' എന്നുതന്നെ വിചാരിക്കാനാകും അംഗീകാരത്തിന്റെ സുവർണനിമിഷങ്ങളിലും മലയാലപ്പുഴ രാജന് താത്പര്യം. ഒപ്പം പള്ളിപ്പറമ്പ് കാവിലമ്മയോട് തീർത്താൽ തീരാത്ത കടപ്പാടും. സ്ഥലം MLA കെ. ബാബുവാണ് പള്ളിപ്പറമ്പുദേശത്തിനുവേണ്ടി അവന്റെ കഴുത്തിൽ പട്ടം ചാർത്തിക്കൊടുത്തത്.

പള്ളിപ്പറമ്പുകാവുകാർ ഗജരാജപ്പട്ടവും ഉത്സവത്തിടമ്പും മാത്രമല്ല, അവനുവേണ്ടി മറ്റൊരു മരുന്നൂട്ട്കൂടി കരുതിവച്ചിട്ടുണ്ടായിരുന്നു. മരുന്നൂട്ട് എന്നുപറഞ്ഞാൽ ഒന്നാന്തരം കരിമരുന്ന് പ്രയോഗം. (ആനയുടെ ധൈര്യം പരീക്ഷിക്കാൻപോന്ന ഒന്നാന്തരം ഒരവസരം). നാടുമുഴുവൻ നടുങ്ങുന്ന വെടിക്കെട്ടിന് രാജൻ ഇതിനുമുമ്പും പലപല ക്ഷേത്രങ്ങളിലും സാക്ഷിയായിട്ടുണ്ടെങ്കിലും, ലോകം മുഴുവനുമുള്ള കതിനാവെടികൾ സംഘടിപ്പിച്ചുകൊണ്ടു വന്നിട്ടുള്ള ഇത്രയും വലിയൊരു കൂട്ടവെടി, അതൊരുപക്ഷേ അവന്റെ ജീവിതത്തിൽതന്നെ ആദ്യത്തെ അനുഭവമായിരിക്കും.

മലയാലപ്പുഴ രാജനോടുള്ള ആദരസൂചകമായിട്ടാവാം ഇക്കുറി ഒരാനയുടെ തിരുമുഖത്തിന്റെ രൂപത്തിലായിരുന്നു കതിന നിരത്തലിനുള്ള ഡിസൈൻ രൂപകൽപന ചെയ്യപ്പെട്ടിരുന്നത്. ഒന്നൊന്നായി കതിനകൾക്ക് തീകൊളുത്തി, ആർപ്പുവിളികളോടെ അതിനൊപ്പം അടിച്ചുപൊളിച്ച് ഉന്മാദത്തിരകളിലാറാടി, കതിനാവെടികളുടെ സമാപന സമ്മേളന നഗറിലേക്ക് ഇരമ്പിയാർത്തെത്തുന്നതും പൊട്ടിത്തുടങ്ങുന്ന കതിനകൾക്കൊപ്പം നടക്കുന്നതും പള്ളിപ്പറമ്പുകാവ് തട്ടകത്തിലെ സന്തതികൾക്കെല്ലാം ഇന്നുമെന്നും ഒരേപോലെ ആവേശമാണ്. പൊട്ടിപ്പൊട്ടിയുള്ള അവസാനത്തെയാ കൂട്ടപ്പൊരിച്ചിൽ കൺകുളിർക്കെ കാണുകയും കാതുനിറച്ചു കേൾക്കുകയുമെന്നത് നാട്ടുകാർക്ക് അമൃതേത്തിന് സമാനമാണ്.

പക്ഷേ, ഒരാനപ്പരിപാടിയുടെ അണിയറക്കാരായ ഞങ്ങളുടെ മനസ്സ് ഓടിയത് മറ്റൊരു വഴിയ്ക്കായിരുന്നു. വാനവും ഭൂമിയും ഒരുപോലെ ഞെട്ടിവിറച്ച്, ചിലപ്പോൾ 'ഇയർഡ്രം'വരെ അടിച്ചുപോയേക്കാവുന്ന ആ കൂട്ടപ്പൊരിച്ചിൽ വേളയിൽ ഒരാനയുടെ പ്രതികരണം എങ്ങനെയായിരിക്കും. എങ്ങനെയാവും അവൻ ആ നിമിഷങ്ങളെ നേരിടുക. അതറിയാനും പകർത്താനുമായിരുന്നു കൗതുകം.

ഓടിക്കിതച്ചുചെന്ന് മലയാലപ്പുഴ വീരന്റെ പാപ്പാൻ ശിവരാമനോട് കാര്യം അവതരിപ്പിച്ചപ്പോൾ 'ഓ, ഇത്രയേള്ളോ. എന്റെ മക്കളേ,

ഞങ്ങടെ പിള്ള ഇതെത്ര കണ്ടിരിക്കുന്നു' എന്ന ഭാവമായിരുന്നു അദ്ദേഹത്തിന്. 'ദേ കണ്ടോ' എന്ന മട്ടിൽ അദ്ദേഹം അവന്റെ ചങ്ങലയഴിച്ചങ്ങനെ നിന്നു. പൊട്ടൽ അങ്ങനെ പൊട്ടിപ്പൊട്ടി ലോകത്തിന്റെ മേൽക്കൂരയും നെഞ്ചുങ്കൂടിന്റെ നിരപ്പലകളും ഒന്നിച്ച് നടുങ്ങിത്തെറിക്കാൻ തുടങ്ങിയപ്പോൾ ആ നേരമത്രയും അക്ഷോഭ്യനായി നിലകൊണ്ട മലയാലപ്പുഴ രാജരാജേശ്വരന്റെ മട്ടും ഭാവവും മാറി. ലങ്കാപുരിയിൽ വാലിന് തീപിടിച്ച ഹനുമാനെപ്പോലെ അവൻ എങ്ങോട്ടോടണമെന്നും ഏത് പാതാളത്തിൽ പോയി തടികഴിച്ചിലാക്കണമെന്നുമറിയാതെ പ്രാണവെപ്രാളം പിടിച്ച് കുതറിയപ്പോൾ പാപ്പാന്മാരും ഇത്തിരിയൊന്ന് വിരണ്ടു. ഒടുവിൽ കഴുത്തിലെ ചങ്ങലയിൽ തൂങ്ങിക്കിടന്ന് ആശ്വസിപ്പിച്ചും സമാധാനിപ്പിച്ചുമാണ് അവനെ ഒരുവിധമൊന്ന് പിടിച്ചുനിർത്തിയത്. ഇത്തിരി പേടിച്ചുപോയെന്നത് സത്യം. പക്ഷേ, ഈ പേടിവല്ലതും പേടിയാണോ; ഒരിക്കലുമല്ല. മലയാലപ്പുഴ രാജനെന്ന ഗജരാജാവിന്റെ പേരിനും പെരുമയ്ക്കും ധൈര്യത്തിനും മുന്നിൽ പണ്ടൊരിക്കൽ അഞ്ചാറ് കതിനകൾ പൊട്ടിയപ്പോൾ അവനിത്തിരി പേടിച്ചുപോയെന്നതായിരിക്കില്ല ചരിത്രത്തിന് പറയാനുള്ളത്.

മുന്നിൽനിന്ന് നോക്കിയാൽ അതിഗംഭീരമാണെങ്കിലും അതായത് മുന്നരങ്ങ് ഒന്നാന്തരമാണെങ്കിലും ആ ഭംഗി അത്രകണ്ട് പുറകോട്ട് തോന്നില്ല. ഇടനീളം കുറവായതാണ് ഇതിനുള്ള പ്രധാനകാരണം. പിന്നിൽനിന്നും നോക്കിയാൽ ഉള്ളതിലും കുറച്ച് ചെറുതായി തോന്നുകയും ചെയ്യും. അങ്ങനെയൊരു ന്യൂനതയേ രാജനെപറ്റിപ്പറയാനുള്ളൂ. പിന്നെ നഖങ്ങൾ പതിനാറാണെന്നതും.

അവസാന ശ്വാസംവരെ നീളുന്ന പ്രണയത്തിന്റേയും കാത്തിരിപ്പിന്റേയും പ്രതിരൂപമായ മാളികപ്പുറത്തമ്മയുടെ തപ്തനിശ്വാസങ്ങളും ഏറ്റുവാങ്ങി ഇക്കുറിയെങ്കിലും മാംഗല്യം നടക്കുമോയെന്നറിയാൻ കല്യാണമേളവുമായി മലയിറങ്ങി ശരംകുത്തിവരെ നീങ്ങുന്ന മലയാലപ്പുഴ രാജൻ. അവന്റെ ദിനങ്ങൾ വരാനിരിക്കുന്നതേയുള്ളു. അവൻ കത്തിക്കയറാൻ തുടങ്ങുന്നതേയുള്ളു.

***

ചുള്ളിപ്പറമ്പിൽ വിഷ്ണുശങ്കർ

ചില തലപ്പൊക്കമത്സര ചിന്തകൾ...

▼ ചുള്ളിപ്പറമ്പിൽ വിഷ്ണുശങ്കർ

ജന്മസിദ്ധമായി കിട്ടിയ തലയെടുപ്പും മനുഷ്യർക്കുപോലും അസൂയതോന്നുന്ന മത്സരവീര്യവുമായി ഒരാനപ്പതിപ്പ്. മത്സരപ്പൂരങ്ങളേയും തലപ്പൊക്ക മത്സരവേദികളേയും ആവേശത്തിന്റെ അലകടലാക്കി മാറ്റുവാൻപോന്ന ഒരദ്ഭുതപ്പിറവി- വിഷ്ണുശങ്കർ. പ്രളയജലത്തിൽ ലോകം മുഴുവൻ ഒഴുകിയൊലിച്ച് അങ്ങ് അലിഞ്ഞലിഞ്ഞില്ലാതായാലും ശരി, ഏതിനും മേലെ ഈരേഴ് പതിനാല് ലോകങ്ങൾക്കും മേലെ തന്റെ ശിരസ്സ് ഉയർന്നു തന്നെ നിൽക്കണമെന്ന വാശിയും വീറുമുള്ള യുവകേസരി ചുള്ളിപ്പറമ്പിൽ വിഷ്ണുശങ്കർ.

ഉത്തർപ്രദേശിൽനിന്നും കൊല്ലത്തെ ആന വ്യാപാരി പുത്തൻകുളം ഷാജിവഴി മലയാളത്തിരുമുറ്റത്തേക്ക് എത്തിയവൻ. ചുള്ളിപ്പറമ്പിൽ വീട്ടിൽ ശശിധറിന്റെ മാനസപുത്രൻ. തലയെടുപ്പിന്റേയും തലപ്പൊക്കമത്സരങ്ങളുടേയും ലോകത്ത് പുതുപുത്തൻ രാജസൂയങ്ങൾക്കിറങ്ങി പുറപ്പെട്ടുകഴിഞ്ഞ വിഷ്ണുശങ്കർ ഇന്ന് ചുള്ളിപ്പറമ്പ് വീടിന്റെ മാത്രമല്ല എങ്ങണ്ടിയൂർ ദേശത്തിന്റെ കീർത്തിചക്രമാണ്.

കൊടുങ്കാറ്റ് കണക്കെ പാഞ്ഞുകയറി ഇരിപ്പിടം ഉറപ്പിക്കുവാൻ വെറും അഞ്ചോ ആറോ വർഷത്തെ സേവനംകൊണ്ടുതന്നെ ഈ ഇരുപത്തിയേഴുകാരന് കഴിഞ്ഞുവെങ്കിൽ അതിനിവനെ പ്രാപ്തനാക്കുന്നതും അതുതന്നെ-ആകാശമിടിഞ്ഞു വീണാലും തന്റെ ശിരസ്സ് എന്നും എപ്പോഴും ഉയർന്നുപന്തലിച്ചുതന്നെ നിൽക്കണമെന്നുള്ള ഒരാനമനസ്സിന്റെ നിശ്ചയദാർഢ്യം; അഥവാ വിട്ടുവീഴ്ചയില്ലായ്മ. നന്നേ ചെറുപ്രായത്തിൽതന്നെ മലയാളക്കരയിലെ എണ്ണംപറഞ്ഞ ആനച്ചന്തങ്ങളെ കണ്ണുനിറച്ചു കണ്ടാസ്വദിക്കുകയും അങ്ങനെ കരതീർന്നൊരാനക്കമ്പക്കാരനായി ഒരുവേള എട്ടാനകളുടെവരെ സ്വന്തക്കാരനാകുകയും ചെയ്ത ശശിധറിന് ഇപ്പോൾ വിഷ്ണുശങ്കറിനെക്കൂടാതെ സൂര്യൻ, ശ്രീരാം എന്ന രണ്ട് ആനകൾകൂടിയുണ്ട്. ഇതിൽ സൂര്യനാന ഉയരക്കാര്യത്തിൽ കേരളത്തിലെതന്നെ രണ്ടാമത്തെ ഗജരാജനാണ്.

തലയെടുപ്പും മെയ്യഴകും തന്നെയാണ്

വിഷ്ണുശങ്കറിന്റെ പ്രധാന പരിഗണനയെങ്കിലും വായ്ക്കും കൈയ്ക്കും വിശ്രമമില്ലാതെ ഉള്ളനേരം മുഴുവൻനിന്ന് വെട്ടിവിഴുങ്ങുന്ന ഒരു ശാപ്പാട്ടുരാമനല്ല വിഷ്ണുശങ്കർ. കൊഴുത്തുരുണ്ട ഒരു സുമോഗുസ്തിക്കാരനെപ്പോലെ ഊത്തവയറും ചാടി നാട്ടുകാരെക്കൊണ്ട് 'അമ്പട ഭീമാ' എന്നു പറയിക്കുവാനും അവന് അശേഷം താത്പര്യമില്ല. ഉള്ള മസിലൊക്കെ അതിന്റെ ഇരട്ടിയാക്കി ഉരുട്ടിപ്പെരുപ്പിച്ച്, എന്നിട്ടത് നാട്ടുകാരായ നാട്ടുകാരെ മുഴുവൻ കാണിക്കുവാൻ പാകത്തിലുള്ള ഒരു ടീഷർട്ടുമിട്ട് ചെത്തിച്ചിന്തേരിട്ട് നടക്കാനും കഴിയുമെങ്കിൽ അതുംകൂടി വലിച്ചൂകീറി ബെയർബോജിയും കാണിക്കാൻ ഇഷ്ടപ്പെടുന്ന ഒരാന സൽമാൻഖാൻ; അതാണിവൻ.

നമ്മൾ മലയാളികൾ ഏറെക്കാലം അറിഞ്ഞാരാധിക്കുകയും പിന്നെ ആളില്ലല്ലോയെന്ന ധൈര്യത്തിൽ തെല്ല് മുനവച്ച് കളിയാക്കിച്ചിരിക്കുകയും ചെയ്ത ആ പ്രസിദ്ധമായ 'ജയൻ ടച്ച്' ഇവന്റെ ഓരോ ചലനത്തിലും നമുക്ക് തൊട്ടെടുക്കാം. സ്വയമറിയാതെയൊന്ന് തുമ്മുമ്പോൾപോലും തന്റെ ശിരസ്സ് ആരുടെ മുന്നിലും നമിക്കാൻ പാടില്ലെന്ന മട്ടിലുള്ള ഒരു ബലംപിടുത്തം! 'ഒരു പാമ്പൻപാലം കണ്ടിരുന്നെങ്കിൽ ഒടിച്ച് പല്ലുകുത്താമായിരുന്നു' എന്ന രീതിയിലുള്ള ആ മസിലുപിടുത്തം. അത് ഇവന്റെ എടുപ്പിലും നടപ്പിലും മാത്രമല്ല രക്തത്തിൽതന്നെ അലിഞ്ഞുചേർന്നിട്ടുള്ളതാണ്.

എന്തെങ്കിലുമൊന്ന് ചെയ്യണമെന്ന് ഉറപ്പിച്ചാൽ പഞ്ചാഗ്നിമധ്യേ പന്തീരാണ്ടുകൊല്ലം ഒറ്റക്കാലിൽ തപസ്സുചെയ്തിട്ടായാലും അതു സാധിച്ചിരിക്കും ഈ ആന. ഇനിയെന്തെങ്കിലും ചെയ്യേണ്ടന്ന് തീരുമാനിച്ചാലോ പിന്നെ അവന്റെയൊരു കൈയോ കാലോ വെട്ടിയെടുത്തെന്ന് പറഞ്ഞാലുംശരി, അവൻ പിടിച്ച മുയലിന് അപ്പോഴും മൂന്നു കൊമ്പുകൾതന്നെയുണ്ടാവും. തല്ലിയും കുത്തിയും നെല്ലിടയെങ്കിലും അവന്റെ മനസ്സൊന്നിളക്കാമെന്നാണെങ്കിൽ അതിനു ശ്രമിക്കുന്നവർക്ക് വിഷ്ണുശങ്കർതന്നെ ഒരു പൊൻമോതിരമിട്ടു തരും. അതാണ് ഈ ക്ഷോഭിക്കുന്ന യുവത്വത്തിന്റെ ഒരു മട്ടും മാതിരിയും. ഇതൊക്കെ കേട്ട് ഇവനാളെന്തോ വലിയ തീവ്രവാദിയാണെന്നൊന്നുംകേറി ധരിച്ചുകളയല്ലേ. ചില കാര്യങ്ങളിൽ ചില വാശിയും ചിട്ടയും. നിങ്ങൾ അതിനെ പിടിവാശിയെന്നൊക്കെ ചിലപ്പോൾ വിളിച്ചെന്നിരിക്കും. പ്രത്യേകിച്ചും അവന്റെ ഏതഭ്യാസവും ഒട്ടൊക്കെ വകവച്ചുകൊടുക്കപ്പെടുന്ന ചുള്ളിപ്പറമ്പിൽ വീട്ടിലെ ആനത്തറിയിലാണെങ്കിൽ അനാവശ്യമായ വിട്ടുവീഴ്ചയെന്നത് വിഷ്ണുവിന്റെ നിഘണ്ടുവിൽ പോലുമുണ്ടാവില്ല.

കുളിപ്പിക്കുവാനായി ഇരുത്തിയാൽ പിന്നെ മേല് തേയ്ക്കുവാൻ അപ്പോൾതന്നെ കിടന്നിരിക്കണമെന്നുള്ളത് ഇവന്റെ പണ്ടുമുതൽക്കേയുള്ള ഒരു ശീലമാണ്. രണ്ടാം പാപ്പാൻ പഠിച്ചപണി പതിനെട്ടും പയറ്റിയാലും വാശിയിലാശാൻ അങ്ങനെ ആട്ടുകല്ലിന് കാറ്റുപിടിച്ചതുമാതിരി ഒറ്റയിരിപ്പിരിക്കും. 'ആനയുടേയോ ആനക്കാരന്റേയോ, ആരുടെ വാശിക്കാണ് മൂർച്ച കൂടുതൽ' എന്ന തർക്കം അവസാനം സാമ-ദാന-ഭേദവും കഴിഞ്ഞ് ദണ്ഡോപാസനയിലേക്കു നീങ്ങുമ്പോൾ ഒന്നാം പാപ്പാൻ ഇടപെടും. അപ്പോൾ ഒന്നാം പാപ്പാന്റെ ഒരു വിളിക്കും ഒരു തലോടലിനും മുന്നിൽ മനസ്സുനിറഞ്ഞ് അവൻ വഴങ്ങിക്കൊടുക്കും.

വിഷ്ണുവിന്റെ വാശി വീട്ടുമുറ്റത്തുള്ള വെറും തിണ്ണമിടുക്കു മാത്രമാണെന്നു വിചാരിക്കേണ്ട. പി.എഫിന്റേയും ഗ്രാറ്റുവിറ്റിയുടേയും പിന്നെ കാഷ്വൽ ലീവുകളുടേയും കാര്യത്തിലൊക്കെ തികഞ്ഞ അവകാശബോധമുള്ള അസ്സൽ ഒരു അധ്വാനവർഗ പ്രതിനിധിതന്നെയാണിവൻ. ഇന്നിപ്പോൾ പേരും പെരുമയുമായതോടെ വിഷ്ണുവിന്റെ ദിനങ്ങൾക്ക് തിരക്കേറിയിരിക്കുന്നു. സീസൺ തുടങ്ങിയാൽ തലയെടുപ്പിന്റെ തനിപ്പിടിക്കാരന് നിന്നുതിരിയാൻ നേരമില്ലാത്തത്രയും തിരക്ക്. പക്ഷേ, എത്രയൊക്കെ തിരക്കാണെന്നു പറഞ്ഞാലുംശരി, വിഷ്ണുവിനും അവന്റെ ഉടമകൾക്കും ഒരുകാര്യത്തിൽ തികഞ്ഞ നിർബന്ധമുണ്ട്. ആഴ്ചയിൽ ഒരു ദിവസം അവന് അവധിയാണ്. എല്ലാ ജോലികളിൽനിന്നും അന്ന് പൂർണവിടുതൽ. എന്നുമാത്രമല്ല ആന നിൽക്കുന്നത് എത്ര ദൂരെയായിരുന്നാലും ശരി, ആ അവധിദിവസം അവനെ തറവാട്ടുവളപ്പിലേക്ക്

കൊണ്ടുവരും. അതിപ്പൊ ലോറിപിടിച്ചോ, വിമാനം പിടിച്ചോ എന്നതൊക്കെ ഉടമയുടെ തല വേദന. വീട്ടുവളപ്പിലേക്കെത്തേണ്ട താമസം വിഷ്ണു കുംഭകർണസേവയ്ക്കായി കിടന്നുകഴിഞ്ഞിരിക്കും. മറ്റെവിടെ കിടന്നാലും ചെറിയൊരനക്കം കേട്ടാൽപോലും കൂടെക്കൂടെ ചാടിയെഴുന്നേൽക്കാറുള്ള ഇവൻ, വീട്ടിലോ തന്റെ സ്ഥിരം ആനത്തറിയിലോ ആണെങ്കിൽ ശ്രീമൂലസ്ഥാനത്ത് വെയിലടിക്കുന്ന നേരംവരെയൊക്കെ ചിലപ്പോൾ എല്ലാം മറന്നുറങ്ങിക്കളയും.

ഒരു ഹിമാലയപർവതം ഒന്നായിട്ടിങ്ങോട്ട് കുറ്റിയുംപറിച്ച് മല്ലിനുവന്നാലും തിരിഞ്ഞോടില്ലാത്ത ഇവനും ഒരു ദൗർബല്യമുണ്ട്. മൂന്നാമതൊരാളോട് പറയാൻപോലും വിഷ്ണുവിന് പോക്കണംകേടുള്ള ഒരു ദൗർബല്യം-എലികൾ. ലോകത്തിലെ ഏറ്റവും വലിയ കരസേനയുടെ സർവസൈന്യാധിപനാണെന്നതു ശരിതന്നെ. പക്ഷേ, ടോയ്‌ലെറ്റിലിരിക്കുമ്പോഴായാൽ കൂടി ഒരെട്ടുകാലിയുടെ പൊടിക്കുഞ്ഞിനെയെങ്ങാനും കണ്ടുപോയാൽ പേടിച്ചരണ്ട് വലിയവായിൽ കരഞ്ഞുവിളിച്ചു കൊണ്ടോടുന്ന ശിക്കാരിശംഭുവിനെപ്പോലെയാണ് എലികൾക്കുമുന്നിൽ ഈ വില്ലാദിവീരൻ വിഷ്ണുശങ്കർ. ഒരെലിയെങ്ങാനും ആനപ്പറമ്പിലൂടെ ഓടിയാൽമതി, രണഭൂമിയിൽ രഥചക്രങ്ങൾ പുതഞ്ഞുപോയ കർണനെപ്പോലെ അവൻ എല്ലാ വിദ്യകളും മറന്ന് അസ്തപ്രജ്ഞനായി പഞ്ചപുച്ഛമടക്കി നിൽക്കും.

ഒരുനാൾ കളിച്ചും ചിരിച്ചും സ്വയംമറന്ന് വിഷ്ണുവിനെ കെട്ടിയ ആനത്തറിയിലേക്ക് കയറിവന്ന ഒരു ചുണ്ടെലിയാണ് എല്ലാത്തിനും കാരണക്കാരൻ. ലോകത്തുള്ള സകല ചരാചരങ്ങളേയും വിറ്റ് കാശും പോക്കറ്റിലിട്ടു നടക്കുന്ന മനുഷ്യപുംഗവന്മാർവരെ നല്ലനേരം നോക്കിയേ തന്റെ നേരേ കടന്നുവരാറുള്ളൂ. അപ്പോഴാണ് ഇത്തിരിയില്ലാത്ത ഒരു കടുംരോഹിണിച്ചുണ്ടെലിയുടെ വക കൃഷ്ണനാട്ടം. തലക്കനത്തിനും തലയെടുപ്പിനും കൈയും കാലും വച്ച വിഷ്ണുശങ്കറുണ്ടോ അതങ്ങ് വകവച്ചുകൊടുക്കുന്നു. ചെറിയൊരു മരുന്നുതന്നെ അവനു കൂടതലാണ്. അതിനാൽ തുമ്പിക്കൈ നീട്ടി ഒന്ന് വിരട്ടി വിട്ടേക്കാമെന്നായി മനോഗതം. ഒരിഷ്ടിക ഫാക്ടറിയുടെ പടുകൂറ്റൻ പുകക്കുഴൽ തലകുത്തിമറിഞ്ഞ് തന്റെ പിന്നാലെ പാഞ്ഞുവരുന്നതു കണ്ട് പാവം ചുണ്ടെലി നല്ല ജീവനുംകൊണ്ട് നെട്ടോട്ടമോടിയത് കണ്ണുകൾ ഇറുക്കിയടച്ചുകൊണ്ടുതന്നെയാവണം. തപ്പിത്തടഞ്ഞായാലും ആദ്യം പിടുത്തം കിട്ടിയ മരത്തിൽ തന്നെ തത്തിപ്പിടിച്ച് വലിഞ്ഞുകയറുകയും ചെയ്തു. പക്ഷേ, പകുതിയോളം വച്ചടിച്ചു കയറിക്കഴിഞ്ഞപ്പോഴാ വൻമരമാകപ്പാടെ നിന്ന് കുലുങ്ങി വിറയ്ക്കുന്നു. കഷ്ടകാലത്തിന് പാവം മൂഷികശ്രേഷ്ഠൻ ഓടിക്കയറിയത്. നമ്മുടെ വിഷ്ണുശങ്കറിന്റെ നെടുനെടുങ്കൻ കാലിൽ തന്നെ!

ഒരു ചൊറിയൻ പുഴു നുരച്ചുപുളയ്ക്കുന്നതുപോലെ എലി നേരെ സ്വന്തം ദേഹത്തേക്കുതന്നെ ഓടിക്കയറിയതോടെ കരിവീരശിരോമണിയുടേയും 'ആപ്പീസു'പൂട്ടി. കഷ്ടകാലത്തിനിവനെങ്ങാനും ചെവിയിലേക്ക് കയറിപ്പോയാൽ തീർന്നില്ലേ! എങ്ങനെങ്കിലും ഈ അശ്രീകരത്തെ ഒന്നു കുടഞ്ഞുതെറിപ്പിക്കുവാനായി വിഷ്ണുശങ്കറിന്റെ ഭഗീരഥപ്രയത്നം. താഴെപ്പോയാൽ ഈയാന തന്നെ ചവിട്ടിയരച്ച് തവിടുപൊടിയാക്കുമെന്ന് ഉറപ്പുള്ള ഗണപതി വാഹനൻ, അള്ളിപ്പിടിച്ചുതന്നെയിരുന്നു. അപ്പോൾ തുമ്പികൊണ്ടു പിടിച്ചോ വാലുകൊണ്ടടിച്ചോ കാന്താരിവിത്തിനെ പറത്താനായി വിഷ്ണുവിന്റെ ശ്രമം. എലിയെപ്പേടിച്ച് ഇല്ലം ചുടുകയെന്ന് പണ്ടാരാണ്ടോ പറഞ്ഞതുപോലെ ആനയെപ്പേടിച്ച് എലിയപ്പോൾ ആനപ്പുറം അങ്ങാടിപ്പുറമാക്കി മാറ്റിക്കൊണ്ട് ഒരോട്ടപ്പന്തയത്തിനുതന്നെ വാലിന് തീകൊളുത്തി.

പോരേ പൂരം- ആനത്തറിയിൽ വീണുകിടന്നുരുണ്ട ധൈര്യവാൻ 'അയ്യോ, ആരെങ്കിലും ഓടിവായോ, ഈ മഹാപാപിയെന്നെ കൊല്ലാക്കൊല ചെയ്യുന്നേ' എന്ന മട്ടിൽ അലറിവിളിച്ച് ഒരു നാടുമുഴുവൻ വിപ്ലവം സൃഷ്ടിച്ചു. അന്ന് എങ്ങനെയോ എലി, എലിയുടെ പാട്ടിന് പറപറന്നശേഷം തൂറിമെഴുകി നിന്ന വിഷ്ണുശങ്കറിനു ചുറ്റും എങ്ങണ്ടിയൂർ ദേശം മുഴുവൻ മൂക്കത്ത് വിരലുവച്ച് കളിയാക്കി നിന്നു.

ഒന്നാം പാപ്പാനെമാത്രം വകവച്ചുകൊടു

ക്കുന്ന, തികച്ചും ഒറ്റച്ചട്ടക്കാരനായ ഒരാന തന്നെയായിരുന്നു ഈയടുത്തകാലം വരെ വിഷ്ണുശങ്കർ. എങ്ങണ്ടിയൂരിലെ ചുള്ളിപ്പറമ്പിൽ വീട്ടിലേക്ക് ഇവൻ എത്തിച്ചേർന്ന കാലംമുതൽ ഒപ്പമുള്ളയാളാണ് പാപ്പാൻ സതീഷ്. ഒരുമാതിരിപ്പെട്ടവരുടെ മുന്നിലൊന്നും തലകുനിക്കുവാൻ തയ്യാറില്ലാത്ത വിഷ്ണുശങ്കറിനും പാപ്പാൻ സതീഷിനുമിടയ്ക്കുള്ളത് അടിയുടേയും വടിയുടേയും മർക്കടമുഷ്ടികളേക്കാളേറെ സ്നേഹത്തിന്റേയും ശ്രദ്ധയുടേയും തൊടുമധുരങ്ങൾ തന്നെയാണ്; സതീഷ് വടിയെടുക്കേണ്ടിവരുന്ന സന്ദർഭങ്ങൾ വിരളവും.

ഇടക്കാലത്ത് സതീഷിനൊപ്പം സഹായിയായി കൂടെയുണ്ടായിരുന്നത് അയാളുടെ അളിയനായ മറ്റൊരു സതീഷ് ആയിരുന്നു. ഒന്നാമന്റെ സ്വന്തക്കാരനാണെന്ന ബലത്തിൽ ആ സതീഷും ഇടയ്ക്കൊക്കെ കൊമ്പിൽപിടിച്ച് നടത്താറുണ്ടായിരുന്നെങ്കിലും ആന ആ കാര്യം അത്രയ്ക്കൊ ന്നും അംഗീകരിച്ചിട്ടില്ലായിരുന്നു.

ഒരിക്കൽ ഉത്സവം കഴിഞ്ഞുള്ള മടക്കയാത്ര. ഒന്നാമൻ അങ്ങോട്ടോ ഇങ്ങോട്ടോ മാറിയനേരം. ജനക്കൂട്ടത്തിനു മധ്യേവച്ച് എന്തോ പിടിവാദത്തിൽ ഉറച്ചുനിന്ന വിഷ്ണുവിനെ എങ്ങനേയും അനുസരണ പഠിപ്പിക്കണമെന്ന തീരുമാനത്തിലെത്തിക്കാണണം ആ സഹായി. പക്ഷേ, പറഞ്ഞു തീരുന്നതിന് മുമ്പേയായിരുന്നു വിഷ്ണുവിന്റെ ഒരു കുരുത്തക്കേട്. അയാളുടെ കാലുകൾക്കിടയിലൂടെ കൊമ്പുകൾ ചായിച്ച് കോരിയെറിഞ്ഞു. പക്ഷേ, കൂടുതലൊന്നും സംഭവിക്കുംമുമ്പേ ഒന്നാമനോടിയെത്തി. 'എന്താടാ ഈ കാണിച്ചതെന്ന്' ചോദിച്ചപ്പോൾ പിന്നെ വഴക്കിനും വക്കാണത്തിനുമൊന്നും നിൽക്കാതെ ഒപ്പം ചെല്ലുകയും ചെയ്തു.

തന്റെ അളിയന് സംഭവിച്ച ആ അപകടം ഒന്നാമൻ സതീഷിനും ഒരു ഷോക്കായി. ആന കാട്ടിയ അനുസരണക്കേടിന്റെ ശിക്ഷയെന്നോണം അവനിട്ട് നാലുപൂശ് കൊടുക്കേണ്ടത് അത്യാവശ്യമാണ്. പക്ഷേ, വിഷ്ണുവിനെ കണ്ണുമടച്ചങ്ങ് ശിക്ഷിക്കുവാൻ സതീഷിന് മനസ്സുവരുന്നുമില്ല. കാര്യം കാണിച്ചതൽപം കടന്ന കൈയാണെങ്കിലും അവനും താനുമായി ഇക്കാലമത്രയും തോളിൽ കൈയിട്ടുകൊണ്ടുള്ള ചങ്ങാത്തത്തിൽ ഒരു ഉലച്ചിൽ വേണ്ട. പക്ഷേ, കൈയിലിരിപ്പിന്റെ തോന്ന്യാക്ഷരങ്ങൾക്ക് രണ്ട് കൊടുക്കാതെയും പറ്റില്ല. കാരണം, താനെന്തു കാണിച്ചാലും ഇവരതൊക്കെ സഹിച്ചോളുമെന്ന തോന്നലിൽ മൂപ്പരിതൊരു ശൈലിയാക്കാനും പാടില്ലല്ലോ.

അങ്ങനെ സതീഷിന്റെകൂടി താത്പര്യപ്രകാരമാണ് കൃഷ്ണൻകുട്ടി ഇവന്റെ ചുമതലയേറ്റെടുക്കാൻ എത്തിയത്. സതീഷ് സ്ഥലത്തുനിന്നും മാറിക്കൊടുക്കുകയും ചെയ്തു. കാരണം, തന്റെ ഒന്നാമൻ മുന്നിൽ നിൽക്കുമ്പോൾ തലപോയെന്നു പറഞ്ഞാലും ഒറ്റച്ചട്ടക്കാരനായ ഒരാന പുതിയൊരാളിന്റെ വായ്ത്താരികൾക്ക് മുന്നിൽ വഴങ്ങുന്ന പ്രശ്നമില്ലല്ലോ. പക്ഷേ, ആരൊക്കെ മാറിനിന്നിട്ടും മറഞ്ഞുനിന്നിട്ടും കാര്യമെന്ത്. കൃഷ്ണനും കൂട്ടരും ചേർന്നുള്ള കെട്ടിയഴിക്കൽ കർമം മഹത്തായ രണ്ടാം ദിവസത്തിലേക്ക് കടന്നിട്ടും കേളന് യാതൊരു കുലക്കവുമില്ല. 'പക്ഷേ, നിങ്ങൾ എത്രപേർ വട്ടംകൂടി നിന്ന് കെട്ടിയിട്ടടിച്ചാലും, ഇനിയതല്ല വാലോ കാലോ വെട്ടിമുറിച്ചോണ്ടുപോയാലും ശരി, 'അപ്പക്കണ്ടവനെ അപ്പാ' എന്നു വിളിക്കാൻ ഈ വിഷ്ണുവിനെ കിട്ടില്ല' എന്ന വാശിയോടെ അവൻ ഉറച്ചുനിന്നു. എത്ര തല്ലിയാലും ശരി, തൂണിൽ കെട്ടിയിട്ട് തലവഴി മിശറുംകൂട് ചൊരിഞ്ഞാലും ശരി ഒന്നു കരയനോ കാലുപിടിക്കാനോ തയ്യാറാകാതെ കാരണവൻമാരുടെ മുഖത്തേക്ക് തുറിച്ചു നോക്കിക്കൊണ്ടു നിന്ന്, രണ്ടടിയടിക്കാൻ വരുന്നവരുടെ കൈയിൽനിന്നും നാലടി കൂടുതൽ മേടിക്കുന്ന ചില തെറിതെറിപ്പൻ ആമ്പിള്ളേരെപ്പോലുള്ള സമീപനം. ഉടമയായ ശശിധറും വിഷ്ണുവിനോട് ഏറെ സ്നേഹമുള്ള വീട്ടമ്മ മിനിയുമൊക്കെ പലവട്ടം വന്നു പറഞ്ഞുനോക്കി. 'മോനേ വിഷ്ണു, നിന്നെയിനി ആരും ഒന്നും ചെയ്യില്ല. അവര് പറയുംപോലെ ഒന്നു കിടന്നേക്ക്'. ഒടുവിൽ ആ ഉറപ്പിലും ജാമ്യത്തിലുമാവണം വിഷ്ണുശങ്കർ പുതിയ പാപ്പാനുമുന്നിൽ ഒന്ന് മുട്ടുമടക്കിക്കൊടുത്തത്. പക്ഷേ, അപ്പോഴേക്കും അവൻ ഏറ്റുവാങ്ങേണ്ടിവന്ന ഇടികളും കുത്തുകളും കുറേ കടു

ത്തുപോയിരുന്നു.

അങ്ങനെയിരിക്കെ, ചക്കുമരശ്ശേരി തലപ്പൊക്ക മത്സരത്തിന് കർണനുമായി പടവെട്ടുകയെന്ന അപൂർവദൗത്യത്തിനുള്ള ക്ഷണപ്പത്രവും അങ്കപ്പണവുമായി ചക്കുമരശ്ശേരിയിലെ തെക്കേ ചേരുവാരക്കാർ ഒരിക്കൽക്കൂടി അവനെത്തേടിയെത്തി. വിഷ്ണുശങ്കറെന്ന പോരാളിയുടെ രക്തം തിളയ്ക്കാൻ ഇതിൽപരം വേറെയെന്തെങ്കിലും വേണോ. അവസാന നിമിഷംവരെ ഇഞ്ചോടിഞ്ച് പൊരുതിയിട്ടും കണ്ടുനിന്നവരെ മുഴുവൻ ആവേശക്കൊടുമുടികളിലേക്ക് എടുത്തുയർത്തിയിട്ടും കർണനോട് പക്ഷപാതം കാട്ടിയ മത്സരം കഴിഞ്ഞിട്ട് വർഷമൊന്ന് തികയാൻപോകുന്നു എന്ന സത്യം ഒരു ഞെട്ടലോടെയും ഉൾക്കിടലത്തോടെയും അപ്പോഴാകണം വിഷ്ണുശങ്കറും ഓർത്തത്. രണ്ടാമതൊരിക്കൽക്കൂടി അതേ അങ്കത്തട്ടിലേക്ക് ആനയിക്കാൻ ചക്കുമരശ്ശേരിക്കാർ തയ്യാറാകുകയെന്നതുതന്നെ അപൂർവങ്ങളിൽ അത്യപൂർവം.

വിഷ്ണുശങ്കറിന്റെ കാലിലെ മുറിവുകളെക്കുറിച്ചും അവന്റെ മാനസിക പിരിമുറക്കങ്ങളെക്കുറിച്ചും തികഞ്ഞ ധാരണയുണ്ടായിരുന്ന ഉടമ ശശിധറിനുപോലും ഇക്കുറിയവനെ മത്സരത്തിനയക്കുന്നതിനോട് അത്ര താത്പര്യമുണ്ടായിരുന്നില്ല. പക്ഷേ, വിഷ്ണുശങ്കർ അപ്പോഴേ അതുറപ്പിച്ച് കഴിഞ്ഞിരുന്നു. കാലല്ല, തലതന്നെയില്ലെന്നുപറഞ്ഞാലും കർണനോട് പകരംവീട്ടാൻ കിട്ടുന്ന ഒരവസരം നഷ്ടപ്പെടുത്താനോ, ഒരിക്കലുമില്ല. ചക്കുമരശ്ശേരിയിലേക്ക് ഒരിക്കൽക്കൂടി ക്ഷണം കിട്ടിയപ്പോൾതന്നെ മത്സരത്തിൽ താൻ പാതിദൂരം താണ്ടിക്കഴിഞ്ഞിരിക്കുന്നുവെന്ന് അവന് ഉറപ്പാകുകയും ചെയ്തു.

പിന്നീടുള്ള ചുരുക്കംചില ദിവസങ്ങൾ ഊർജിത പരിശീലനത്തിന്റേയും കായകൽപചികിത്സകളുടേയുമൊക്കെയായിരുന്നു. വിഷ്ണുശങ്കർ തന്നെയാണ് മത്സരിക്കാൻ എത്തുകയെന്ന കാര്യം അവസാനനിമിഷംവരെ തെക്കേ ചേരുവാരക്കാർ പരമരഹസ്യമായി സൂക്ഷിച്ചു. രാത്രിയുടെ അന്ത്യയാമങ്ങളൊന്നിൽ അതീവരഹസ്യമായാണ് ഇളമുറത്തമ്പുരാനെ അവർ തട്ടകത്തിലേക്ക് എത്തിച്ചതും.

മറുഭാഗത്ത് കർണനാകട്ടെ മൂത്തകുന്നം പാലം മുതൽ കൊട്ടുകുരവയോടും താളമേളങ്ങളോടുമൊക്കെയാണ് സ്വീകരിക്കപ്പെട്ടത്. പത്താം വട്ടവും വിജയപീഠത്തിലേറാൻ പോകുന്ന കർണനുവേണ്ടി, ജയിച്ചുകഴിഞ്ഞ് പത്രമോഫീസുകളിൽ എത്തിക്കേണ്ട പ്രസ്റിലീസുകൾ കാലേകൂട്ടിത്തന്നെ തയ്യാറാക്കി വച്ചിരുന്നു. മത്സരത്തിനുള്ള ഗജവീരന്മാർ എത്രയുംവേഗം ഗ്രൗണ്ടിൽ എത്തിച്ചേരുകയെന്ന സന്ദേശവുമായി ഗണേശകുമാരമംഗലം ക്ഷേത്രത്തിലെ കതിനാവെടികൾ മൂന്നുവട്ടം തീതുപ്പി! മൂത്തകുന്നം വരാപ്പുഴ റോഡിലെ ആ കൊച്ചു ക്ഷേത്രവും ക്ഷേത്രമൈതാനവും അപ്പോഴേക്കും തലപ്പൊക്കമത്സരത്തിന്റെ ആവേശം നെഞ്ചിലേറ്റുവാങ്ങി, നാനാദേശങ്ങളിൽ നിന്നും ആർത്തലച്ചിരമ്പിയെത്തിയ ആനക്കമ്പക്കാരുടെ നിയന്ത്രണത്തിലായിക്കഴിഞ്ഞിരുന്നു.

കർണനെന്ന സാമൂതിരിപ്പാടുതന്നെയാണ് കാലാകാലങ്ങളായി താൻ കുത്തകയാക്കി വച്ചിരിക്കുന്ന നിലപാടുതറയിലേക്ക് ആദ്യം കയറി നിലയുറപ്പിച്ചത്. അനന്തരം ഒരു ചാവേർപ്പോരാളിയെപ്പോലെ വിഷ്ണുവും. പൂർണമായി ഉണങ്ങിയിട്ടില്ലാത്ത കാൽവ്രണങ്ങളിൽ കറുത്ത തുണി മൂടിക്കെട്ടി, രണാങ്കണത്തിൽ തലയുയർത്തിപ്പിടിച്ച് നിൽക്കുമ്പോൾ വിഷ്ണുവിന്റെ മനസ്സിൽ കാലിലെ മുറിവിന്റെ വേദനപോലുള്ള നിസ്സാരപ്രശ്നങ്ങൾക്കൊന്നും സ്ഥാനമുണ്ടായിരുന്നില്ല. പിന്നെയോ, പോയവർഷം കപ്പിനും ചുണ്ടിനുമിടയിൽ നിന്ന് കർണൻ റാഞ്ചിക്കൊണ്ടുപോയ കിരീടവും മത്സരവിജയത്തിനുശേഷം തന്നെയൊന്ന് ഗൗനിക്കുകപോലും ചെയ്യാതെ അവൻ മണമണാ വെട്ടിയടിച്ച ഒരുകുലപ്പഴവുമായിരുന്നു.

ആനക്കാർക്കും പൊതുജനത്തിനുമൊന്നും ഒരു പിടിപാടുമില്ലാത്ത കടുകട്ടിയായ നിയമങ്ങളും നിയന്ത്രണങ്ങളുമുള്ളതാണ് ചക്കുമരശ്ശേരിയിലെ മത്സരനിബന്ധനകൾ. സ്വന്തം ശരീരവലിപ്പത്തേക്കാളേറെ ആനകൾ സ്വയം മനസ്സുകൊണ്ട് മത്സരിക്കേണ്ടുന്ന നിബന്ധനകൾ. ഇവിടെ ഉത്തേജനങ്ങൾക്കും ഉപജാപസംഘങ്ങൾക്കുമൊന്നും പുല്ലുവിലപോലുമില്ല. പരസഹായ

മില്ലാതെ പത്തുമിനിറ്റ് നീളുന്ന മത്സരത്തിന്, ഏറ്റവുമധികം സമയം തലയെടുപ്പോടെ, നിൽക്കുന്നിടത്തുനിന്നും ഇളകാതെ ശിരസ്സുയർത്തിപ്പിടിച്ച് നെഞ്ചുവിരിച്ച് നിൽക്കുന്നവനാണ് ഇവിടെ പട്ടും വളയും പട്ടാഭിഷേകവും ലഭിക്കുന്നത്.

മത്സരത്തിന്റെ ബെല്ലുയരേണ്ട താമസം ഇക്കുറി വിഷ്ണുശങ്കറിന് സ്ഥലജലവിഭ്രാന്തിയൊന്നും അശ്ശേഷമുണ്ടായില്ല. താൻ ഇക്കാലമത്രയും മനസ്സിൽ വച്ചാരാധിച്ച സാക്ഷാൽ മംഗലാംകുന്ന് കർണന്റെ കണ്ണുകളിലേക്ക് അവനും ഒന്നു തറപ്പിച്ചു നോക്കിക്കാണണം. 'ആശാനേ, ആരാധന വേറെ; അടരാട്ടം വേറെ. ഇവിടെയെനിക്ക് ഒറ്റ ലക്ഷ്യമേയുള്ളൂ. ആശാനെ തോൽപിക്കുക!' അത്രയും നിശ്ചയദാർഢ്യത്തോടെയായിരുന്നു വിഷ്ണുശങ്കറിന്റെ രണ്ടും കൽപിച്ചുള്ള നിൽപ്പ്. 'ഒന്നുപോടാ കൊച്ചനേ, നിന്നെപ്പോലെ എത്രയെത്ര മുടിചൂടാമന്നന്മാരെ ഈ കർണൻ കണ്ടിരിക്കുന്നു' എന്നഭാവേന കർണനും അവനെയൊന്ന് ഇരുത്തി നോക്കിക്കാണണം. പക്ഷേ, കർണമഹാഗുരു അപ്പോഴും വെറുതെയൊന്ന് ചിരിച്ചതേയുള്ളൂ. അതാണ് കർണന്റെ രീതി. ആദ്യമാദ്യം അൽപമൊന്നയച്ചുകൊടുക്കും. അതു കാൺകെ ആവേശം കയറി കഴുത്തു പൊന്തിക്കുന്ന പ്രതിയോഗി കുറച്ചുകഴിയുമ്പോൾ വസന്തരോഗം വന്ന് തൂങ്ങിത്തൂങ്ങി നിൽക്കുന്ന കോഴികളെപ്പോലെ മെല്ലെമെല്ലെ തല താഴ്ത്താനും തുടങ്ങും. കർണനെന്ന വില്ലാദിവീരൻ അപ്പോഴും ചാഞ്ചാട്ടമില്ലാത്ത ഹിമവാനെപ്പോലെ തലയുയർത്തിത്തന്നെ നിൽക്കുന്നുണ്ടാവും. കർണന്റെ ആരാധകർ ഇവിടെ പ്രതീക്ഷിച്ചതും മറിച്ചല്ല.

മംഗലാംകുന്ന് കർണനെത്തന്നെ ഒരേസമയം മാതൃകയും ലക്ഷ്യവുമാക്കി സങ്കൽപിച്ച് അടവും തടയും അഭ്യസിച്ച പുതുരക്തമുണ്ടോ പതറുന്നു. ഫിനിഷിംഗ് ലൈനിലേക്ക് ഇഞ്ചോടിഞ്ച് പൊരുതിക്കയറി ഓരോ തുഴയും വാരിയെറിഞ്ഞ് മുന്നേറുന്ന പുന്നമടക്കായലിലെ കരിനാഗങ്ങളെപ്പോലെ കരിവീരവമ്പൻമാർ കത്തിക്കയറുന്നതിനിടെ ഫൈനൽ ബെൽ മുഴങ്ങി. അന്തിമവിധി മൈക്കിലൂടെ ഉയരും മുമ്പേതന്നെ വിഷ്ണുശങ്കറിന്റെ ആരാധകർ ആഘോഷവും ആർപ്പുവിളികളും തുടങ്ങിക്കഴിഞ്ഞിരുന്നു! എന്തെന്നാൽ ഇക്കുറി ഈ വീരാദിവീരന് വിജയം നിഷേധിക്കുവാൻ ലോകത്തൊരുശക്തിക്കും കഴിയില്ലെന്ന് അവർക്ക് അത്രമേൽ ഉറപ്പായിരുന്നു. പിന്നെ ഔപചാരികത മാത്രം. ഒരു ദശകത്തിന്റെ വിജയക്കുതിപ്പിനൊടുവിൽ അട്ടിമറിയുടെ കതിനാവെടികൾ ഒന്നിച്ച് ചിന്നിച്ചിതറി. വിജയം വിഷ്ണുശങ്കറിന്!

ചക്കുമരശ്ശേരി തലപ്പൊക്ക മത്സരം അക്ഷരാർഥത്തിൽ പുതിയൊരു ചക്രവർത്തിയുടെ പട്ടാഭിഷേകമായിരുന്നു. അപരാജിതമായി നിറഞ്ഞുകത്തിയ ഒരു കാലഘട്ടത്തിന്റെ അർധവിരാമവും. വെട്ടിപ്പിടിച്ച വിജയത്തിന്റെ വീരശൃംഖലയുമായി സ്വന്തം മണ്ണിലെത്തിയ നാടിന്റെ വീരപുത്രനെ ഗജരാജപ്പട്ടം നൽകിയാണ് എങ്ങണ്ടിയൂർ വാസികൾ വരവേറ്റത്. സത്യത്തിൽ ഇനിയെത്ര പട്ടാഭിഷേകങ്ങൾ കാത്തിരിക്കുന്നു...

***

മുതുമല രതി

മാതൃവാത്സല്യത്തിന്റെ മറ്റൊരു എഴുതാക്കഥ

തമിഴ്നാട്ടിലെ നീലഗിരി ജില്ലയിൽ നിലമ്പൂർ -മൈസൂർ റൂട്ടിലായാണ് മുതുമല ആനക്ക്യാമ്പ്. ആണും പെണ്ണും കുഞ്ഞുകുട്ടിപരാധീനങ്ങളുമൊക്കെയായി ഇരുപത്തഞ്ചോളം ആനകൾ തകർത്തുല്ലസിച്ച് ജീവിതം ആഘോഷമാക്കിമാറ്റുന്ന മുതുമലക്യാമ്പിന്റെ മുഖപ്രസാദവും മുഖമുദ്രയുമെന്ന് പറയുന്നത് സ്വാതന്ത്ര്യമാണ്. മുതുമല ക്യാമ്പിലെ അന്തേവാസികളാകാൻ ഭാഗ്യം ചെയ്ത ആനപ്പിറവികളെ നാട്ടാനകളെന്ന് വിളിക്കണോ അതോ കാട്ടാനകൾ എന്ന് വിളിക്കണോ എന്നു ചോദിച്ചാൽ, ഒരേസമയം ഇവർ ഈ രണ്ടു ഗണത്തിലും ഉൾപ്പെടുന്നു എന്നതാണ് യാഥാർഥ്യം.

നമ്മുടെ ശരാശരി നാട്ടാനകളേക്കാൾ ഒരുപാടൊരുപാട് സ്വാതന്ത്ര്യവും, ഒപ്പം ജീവനും ജീവിതത്തിനും ഏതൊരു കാട്ടാനയേക്കാളുമേറെ സുരക്ഷിതത്വവും സംരക്ഷണവും ഇവിടെ ലഭിക്കുന്നു. അതാണിവരുടെ സൗഭാഗ്യം. അതിരുകളില്ലാത്ത ആകാശവും അനന്തകോടി സ്വപ്നങ്ങളും മാത്രമല്ല ഇവർക്കു മുന്നിൽ വിശാലമായുള്ളത്. അസുലഭസുന്ദരമായ ഈ ഭൂമി ഇവർക്ക് അക്ഷരാർഥത്തിൽ ഒരേദൻ തോട്ടമാകുന്നു. എന്നാലോ, ഇണക്കവും ഇഷ്ടവും പ്രേമവും പ്രണയവും കാമവും കാമനയുമൊന്നും ഇവർക്കിവിടെ വിലക്കപ്പെട്ട കനികളാകുന്നുമില്ല.

കണ്ണുള്ളതു കാണാനും കാതുള്ളത് കേൾക്കാനുമാണെങ്കിൽ, ദൈവംതമ്പുരാൻ ഈ തിരുവയർ നൽകിയനുഗ്രഹിച്ചിരിക്കുന്നത് വെറുതെ വാരിവലിച്ചു തിന്ന് വീർപ്പിക്കാൻവേണ്ടി മാത്രമല്ല, വല്ലപ്പോഴുമൊക്കെ ഒന്ന് ഗർഭം ധരിക്കാനുമാണെന്ന കാര്യം, ഏതു പുരപ്പുറത്തുകയറി നിന്നും വിളിച്ചുകൂവുവാൻ ഇവിടത്തെ വീരാംഗനകൾക്ക്

യാതൊരു സങ്കോചവുമില്ല. ആദർശം വെറും പ്രസംഗങ്ങളിൽ ഒതുക്കാതെ പ്രവൃത്തിയിലും പിന്തുടരുന്നവർ, അഞ്ചും എട്ടും പത്തും പന്ത്രണ്ടും തവണയൊക്കെയാണ് ഇവിടെ പെറ്റുകൂട്ടുന്നത്.

ഇങ്ങനെ മത്സരിച്ച് പെറ്റുകൂട്ടുന്നതിനിടയിൽ, ആനയ്ക്ക് പൈതങ്ങളെ പോറ്റിവളർത്താൻ നേരം കിട്ടുമോ എന്നു ചോദിച്ചാൽ, മുതുമലയിലെ അമ്മമാർക്ക് അതിനെപ്പറ്റി തെല്ലും വേവലാതിയില്ല. ആരുടെ കുഞ്ഞുങ്ങളായാലും അവരെയെല്ലാം സ്വന്തം വയറ്റിൽ പിറന്ന പൈതങ്ങളേക്കാളേറെ സ്നേഹിച്ചും കൊഞ്ചിച്ചും നോക്കി വളർത്താൻ അവർക്കിവിടെയൊരു പോറ്റമ്മയുണ്ട്. എല്ലാക്കുഞ്ഞുങ്ങളുടെയും നാട്ടുകാരുടെയും മുഴുവൻ അമ്മയാണവൾ– പന്ത്രണ്ടു മക്കളെ പ്രസവിച്ചിട്ടും മാതൃത്വത്തിന്റെ അലിവും നിറവും ചോരാതെ നിറഞ്ഞുതുളുമ്പുന്ന രതിയെന്ന പോറ്റമ്മ. രതിയുടെ മാതൃവാത്സല്യത്തിന് ഉദാഹരണങ്ങൾ ഏറെയുണ്ട്. രണ്ടുവയസ്സുകാരൻ ബൊമ്മനായിരുന്നു ഏറ്റവുമൊടുവിൽ രതിയമ്മയുടെ സൻമനസ്സ് നുകരുവാൻ അവസരമുണ്ടായവൻ.

അച്ഛനമ്മമാർ നഷ്ടപ്പെട്ട് അനാഥനായ ബൊമ്മന്റെ കടന്നുവരവ്, ഒരു കഥയേക്കാൾ കാൽപനികമായിരുന്നു. മുതുമലക്കാടുകളിൽ, വിധിയുടെ ക്രൂരത നിമിത്തമെന്ന് പറയാനാവും വിധം അനാഥനാക്കപ്പെട്ട ഒരു കാട്ടാനക്കുട്ടിയായിരുന്നു കേവലം രണ്ടുവയസ്സ് പ്രായം മാത്രമുണ്ടായിരുന്ന ബൊമ്മൻ. എട്ടും പൊട്ടും തിരിയാത്ത പ്രായത്തിൽ, എങ്ങനെയോ അച്ഛനമ്മമാർ നഷ്ടപ്പെട്ട ഒരു പാവത്താൻ. സ്വന്തമായി തീറ്റതേടിപ്പോകാനറിയാത്ത പ്രായത്തിൽ, അമ്മിഞ്ഞപ്പാലിനായി ഉള്ള് പൊരിഞ്ഞ നേരങ്ങളിൽ എന്തുചെയ്യണമെന്നറിയാതെ, ആരെ ശരണം പ്രാപിക്കണമെന്നറിയാതെ, ഒത്തിരിയാനകളുടേയും അതിനേക്കാളേറെ മനുഷ്യരുടേയും പിന്നാലെ അവൻ നടന്നിട്ടുണ്ട്.

വഴിയരികിൽ ഉപേക്ഷിക്കപ്പെടുന്ന പാവം പൂച്ചക്കുട്ടികളും നായക്കുഞ്ഞുങ്ങളും വഴിപോക്കരുടെ പിന്നാലെ സഹായാഭ്യർഥനയുടെ ദീനാലാപങ്ങളുമായി അങ്ങോട്ടും ഇങ്ങോട്ടും അലഞ്ഞുതിരിയാറുള്ളതുപോലെ പലരുടേയും പിന്നാലെ അവനും നടന്നു. പക്ഷേ, ആരുമാരും അതുകേട്ടില്ല; അല്ലെങ്കിൽ കേട്ടതായി ഭാവിച്ചില്ല. കാട്ടാനകളും നാട്ടാനകളുമെന്ന ഭേദമൊന്നും അവനോടുള്ള അവഗണനയ്ക്ക് ഉണ്ടായിരുന്നില്ല. കാട്ടാനക്കുട്ടിയെ ക്യാമ്പിലേക്ക് പിടിച്ചുകൊണ്ടുവരുവാൻ നിയമപ്രശ്നങ്ങളും ഒരു പരിധിവരെ തടസ്സമായി.

ഒരിക്കൽ ക്യാമ്പിൽ നിന്നും കാട്ടിലേക്ക് 'വിട്ടുതീറ്റ'യ്ക്കായി ഇറങ്ങിയ രതിയുടെ കാതുകളിലും പാവം ബൊമ്മന്റെ തളർന്നവശമായ തേങ്ങൽ വീണിട്ടുണ്ടാവും. പൊരിയുന്ന കുഞ്ഞിന്റെ ദീനസ്വരങ്ങൾക്കു മുന്നിൽ അവൾക്ക് ഒരു നിയമവും പ്രശ്നമായിക്കാണില്ല. പിന്നെയൊരൊറ്റ നിമിഷം പോലും കളയാതെ തീറ്റയും കുടിയും എല്ലാം മതിയാക്കി ആ നല്ലമ്മ അവനെത്തേടി, അവന്റെ കരച്ചിലിനെ പിൻപറ്റി ചെന്നിട്ടുണ്ടാവണം. എന്തായാലും അന്ന് വൈകിട്ട് കാട്ടിലെ നടന്നുതീറ്റ മതിയാക്കി ക്യാമ്പിലേക്കെത്തിയ രതിയോടൊപ്പം, അവളുടെ നിഴൽപറ്റി ആ രണ്ടുവയസ്സുകാരനും ഉണ്ടായിരുന്നു. മനുഷ്യനും നിയമങ്ങളും തോറ്റിടത്ത് രതി ജയിച്ചു.

ഇടക്കാലത്ത് നഷ്ടപ്പെട്ടതൊക്കെയും അന്യമായതൊക്കെയും ദൈവം രതിയെന്ന പോറ്റമ്മയുടെ രൂപത്തിൽ കനിഞ്ഞു നൽകിയപ്പോൾ പാവം ബൊമ്മന് അവന്റെ മുന്നിലെ പോറ്റമ്മ അക്ഷരാർഥത്തിൽ തന്നെ കൺകണ്ട ദൈവമായി മാറി. ഉറവ വറ്റിയിരുന്ന രതിയുടെ അകിടിൽ അവൻ നൊട്ടിനുണഞ്ഞു. ആ അനാഥന്റെ ആത്മാവിൽനിന്നുള്ള മുറവിളിക്കുമുന്നിൽ, ആ അറുപതുകാരിയുടെ മുലകൾ ഒരുവട്ടംകൂടി ചുരത്തിയോ എന്നറിയില്ല. പക്ഷേ, നിറഞ്ഞു ചുരത്തിയ അവളുടെ മാതൃവാത്സല്യം, ബൊമ്മന് ഈ ജൻമംമുഴുവൻ ചവുട്ടിയുറപ്പിച്ച് ഇവിടെ നിൽക്കാൻ ധാരാളമായിരുന്നു.

ഒടുവിൽ ബൊമ്മൻ വളർന്ന് അവന്റെ ബാലാരിഷ്ടതകളെല്ലാം അകന്നുമാറിത്തുടങ്ങി. അവനെ അവന്റെ പോറ്റമ്മയിൽ നിന്നും വേർപിരിക്കേണ്ട നേരം വന്നപ്പോൾ മുതുമല ആനക്യാമ്പിലെ അധികൃതരുടെ എല്ലാ പ്രതീക്ഷകളും കണക്കുകൂട്ടലുകളും തെറ്റി. മുതുമലയിൽ ഇതിനകം അനേകമനേകം അമ്മമാരേയും മക്കളേയും

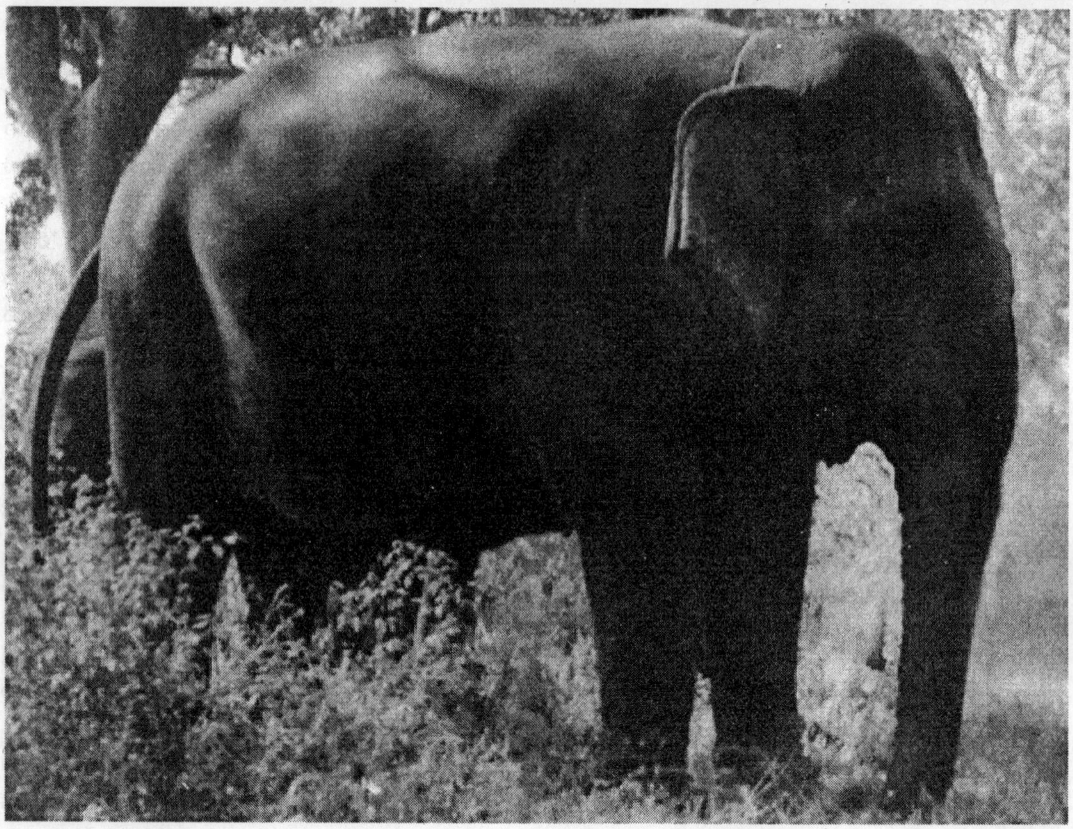

മുതുമല രതി

തമ്മിൽ പിരിച്ചിട്ടുണ്ടെങ്കിലും രതിയിൽ നിന്നും ബൊമ്മനെ അടർത്തിമാറ്റുകയെന്നത് കരളുനുറുക്കുന്ന ഒരനുഭവം തന്നെയായി. അമ്മയെക്കാണാതെ ബൊമ്മൻ ചങ്ങലക്കെട്ടിൽകിടന്ന് മരണവെപ്രാളം കാട്ടിയപ്പോൾ ദൂരെയൊരു ക്യാമ്പിലേക്ക് മാറ്റപ്പെട്ട രതി ദിവസങ്ങളോളം ഭക്ഷണവും വെള്ളവും ഉപേക്ഷിച്ച് പരിപൂർണ്ണ നിരാഹാരം അനുഷ്ഠിച്ചുകളഞ്ഞു.

കുടുംബാസൂത്രണത്തിന് പ്രോത്സാഹനമായി ഇടക്കാലത്ത് സർക്കാർ നൽകിയിരുന്ന ബക്കറ്റിനും റേഡിയോയ്ക്കും ക്യാഷ് അവാർഡിനുമൊക്കെ എന്നും പുറംതിരിഞ്ഞു നിന്നിട്ടുള്ള ചരിത്രമേയുള്ളൂ മുതുമലയിലെ സുന്ദരൻമാർക്കും സുന്ദരികൾക്കും. ബക്കറ്റും റേഡിയോയുമെല്ലാം വാങ്ങി കൂടെക്കൂടെ ഇവരും ആഘോഷിക്കാറുണ്ട്. പക്ഷേ, അത് പ്രസവം നിർത്തുന്നതിന്റെ പേരിലല്ല, മറിച്ച് ഓരോ പ്രസവത്തിന്റെയും ഭാഗമായിട്ടാണെന്ന് മാത്രം. കുഞ്ഞുപിറന്നതിനായാലും മരിച്ച് വായ്ക്കരിയിടുന്നതിനായാലും പാട്ടും നൃത്തവുമായി ആഘോഷിക്കുകയെന്നതാണല്ലോ ദ്രാവിഡപ്പതിവ്!

ആദ്യത്തെ കൺമണിമുതൽ ഏറ്റവുമൊടുവിലായി പ്രസവിച്ചതുവരെ- പന്ത്രണ്ടുമക്കൾ- പന്ത്രണ്ടുവട്ടം ഇങ്ങനെ രതിയും ആഘോഷിച്ചിട്ടുണ്ട്. ഈ സന്തോഷത്തിനിടയിലും രണ്ടു മക്കളുടെ മരണം ഈയമ്മയുടെ മനസ്സിൽ ഒരിക്കലും മാറാത്ത നീറ്റലായി കരുവാളിച്ചുകിടക്കുന്നുമുണ്ട്. ബാക്കിയുള്ളവരൊക്കെ തണ്ടുംതടിയും വച്ച് 'തനിക്കുതാൻ' പോന്നവരായി അവരവരുടെ ലോകത്ത് മുന്നേറുന്നു. ഇടയ്ക്ക് ഒന്നോരണ്ടോ മക്കളെ തമിഴ്നാട് സർക്കാർ ക്ഷേത്രങ്ങൾക്ക് നൽകിയതൊഴിച്ചാൽ, രതിയുടെ മക്കളിൽ പലരും ഈ ക്യാമ്പിൽ തന്നെയുണ്ട്. മക്കളിൽ ചിലർക്കെങ്കിലും മക്കളും മക്കളുടെ മക്കളുമായിക്കഴിഞ്ഞു.

ആ കണക്കിൽ രതിയിന്നൊരു മുത്തശ്ശിയുമാണ്. 'ഏറ്റവും അധികം പെറ്റിട്ടുള്ളവൾ' എന്ന റെക്കോർഡിനായി രതിയും ഒന്നു പൊരുതി നോക്കിയതാണ്. പതിമൂന്നുവട്ടം പ്രസവിച്ച പഴയൊരു താരയുടെ പേരിലാണ് നിലവിലുള്ള റെക്കോർഡ്. പന്ത്രണ്ടിലെത്തിയപ്പോഴേക്കും രതി കിതച്ചു; അഥവാ അവൾക്കീ പണി മടുത്തു. പ്രസവിക്കാതെയും അമ്മയാവാമല്ലോ എന്ന വിശാലസത്യം അവിടം മുതലാവാം അവളുടെ മനസ്സിലുടക്കിയത്. പിന്നെ ക്യാമ്പിൽ പിന്നുവീഴുന്ന ഓരോ ആനക്കുട്ടിയും അവൾക്ക് പിറക്കാതെപോയ മക്കളായി. പ്രസവിക്കുകയെന്ന ഒരേയൊരു ജോലി മര്യാദയ്ക്ക് നിർവഹിച്ചുകഴിഞ്ഞാൽ ക്യാമ്പിലെ ഏത് പെറ്റമ്മയ്ക്കും കൈകഴുകി മാറി നിൽക്കാം. പിന്നെ, മക്കളെ വളർത്തി, ലോകനീതികൾ അവർക്ക് ചൊല്ലിക്കൊടുത്തും തല്ലിക്കൊടുത്തും അഭ്യസിപ്പിക്കേണ്ടത് പോറ്റമ്മയുടെ ചുമതലയാണ്. ബൊമ്മനുമായി വഴിപിരിയേണ്ടിവന്ന നീറ്റലിലും ശൂന്യതയിലും ഏറെക്കാലം തപിക്കുന്ന മനസ്സുമായി കഴിഞ്ഞിരുന്ന രതിയമ്മയുടെ ജീവിതത്തിലേക്ക് അങ്ങനെയിരിക്കുമ്പോഴാണ് താരയെന്ന പുന്നാരമുത്ത് കടന്നുവരുന്നത്. അങ്ങനെയാണ് രതി താരയുടേയും പോറ്റമ്മയാകുന്നത്.

അടുത്തവീട്ടിലെ കുട്ടിക്ക് സ്വന്തം കുട്ടിയേക്കാൾ ഒന്നരമാർക്ക് കൂടുതൽ കിട്ടിപ്പോയാൽ, ഊണും ഉറക്കവും നഷ്ടപ്പെടുന്ന ഇന്നത്തെ അമ്മമാർക്കിടയിൽ, അനിതരസാധാരണമായ ഒരമ്മമനസ്സാണ് രതിയെന്ന എഴുപത്തൊന്നുകാരിയുടേത്. ലോകത്തുള്ള മറ്റെല്ലാ പെണ്ണുങ്ങളിൽ നിന്നും രതിയെ വ്യത്യസ്തയാക്കുന്നതും ഇതാണ്. കഴിഞ്ഞ ഒന്നൊന്നരവർഷമായി രതിക്ക് ഊണും ഉറക്കവുമൊക്കെ നഷ്ടമായിക്കഴിഞ്ഞിരിക്കുന്നു. അല്ലെങ്കിൽ അവൾ അതെല്ലാം മാറ്റിവച്ചിരിക്കുന്നു. കാരണം, മറ്റൊരു വയറ്റിൽ പിറന്ന ഒന്നരവയസ്സുകാരി താരയാണ്, ഇന്ന് രതിയെന്ന പോറ്റമ്മയുടെ സർവസ്വവും.

ഉറക്കത്തിൽ അവളൊന്ന് പേടിച്ചുകരഞ്ഞാൽ, അവളുടെ കുഞ്ഞിക്കാലിൽ ഒരു മുള്ളുതറച്ചാൽ, അവളുടെ നിഷ്കളങ്കതയുടെ നേർക്കൊരു കരിങ്കണ്ണ് നീണ്ടാൽ, ഉള്ളുപിടയ്ക്കുന്നതും ഉറക്കമില്ലാതാകുന്നതും ഈ പോറ്റമ്മയുടേതാണ്. മുട്ടിയുരുമ്മി, ഓരോ ചുവടുവയ്പ്പിലും തന്റെ വളർത്തുമകളെ തുമ്പിയാൽ തൊട്ടുഴിഞ്ഞ്, ലോകത്തിന്റെ കന്നംതിരിവുകളും കാപട്യങ്ങളും അവൾക്ക് ചൊല്ലിക്കൊടുത്ത് ഏതു നേരവും രതി താരയുടെ ചുറ്റുവട്ടത്തു തന്നെയുണ്ടാകും.

രാവിലെയും വൈകുന്നേരവുമുള്ള സർക്കാർവക റേഷൻ ഭക്ഷണം കഴിഞ്ഞാൽ മുതുമലക്യാമ്പിലെ ആനകളെ, കാലിൽ ഓരോ നീട്ടുചങ്ങല മാത്രമിട്ട് കാട്ടിൽ മേയാൻ വിടുകയാണ് പതിവ്. മേയാൻ വിടുന്ന ആനകളെ ഒരു നിശ്ചിത ദൂരംവരെ പാപ്പാൻമാരും പിന്തുടരും. തിന്നാനും കുടിക്കാനുമുള്ള ഇടം ആനകൾ നിശ്ചയിച്ചുകഴിഞ്ഞു എന്നുറപ്പായാൽ, പിന്നെയവർക്ക് മടങ്ങിപ്പോരാം. പിന്നെ, അടുത്ത ഭക്ഷണത്തിന്റെ നേരത്ത് മാത്രം അവരെ അന്വേഷിച്ച് ചെന്നാൽ മതി. രതിയും കാമാക്ഷിയും ഭാമയും കുഞ്ഞുതാരയുമടങ്ങുന്ന പെൺകൂട്ടത്തിന്റെ കാര്യത്തിൽ പാപ്പാൻമാർക്ക് യാതൊരു ഉത്കണ്ഠയും ആവശ്യമില്ല. കാരണം, എല്ലാത്തിന്റേയും ചുമതലക്കാരിയായി കാരണവത്തി രതിയുണ്ട്.

കാമാക്ഷിയാണ് താരയുടെ പെറ്റമ്മ. കാമാക്ഷിയുടെ സന്താനവല്ലരിയിൽ വിരിഞ്ഞ ഏഴാമത്തെ മുത്താണ് താര. കൂട്ടത്തിൽ ഉയരക്കാരി ഭാമയാണ്. തടിച്ചുരുണ്ട് പൊക്കംകുറഞ്ഞ ചിന്താമഗ്ന, രതി താരയുടെ കണ്ണും മനസ്സുമായി, കാര്യഗൗരവക്കാരിയായ പോറ്റമ്മ ഇരുപത്തിനാല് മണിക്കൂറും ശ്രദ്ധിക്കുമ്പോൾ, കാമാക്ഷിയെന്ന പെറ്റമ്മയ്ക്ക് പിന്നൊന്നും ശ്രദ്ധിക്കേണ്ടതില്ല. താരയ്ക്ക് എന്തിനും ഏതിനും പോറ്റമ്മ മതി. പിന്നെ, അമ്മയെപറ്റി അവൾ ഓർക്കുന്നത് ചുണ്ടിൽ അമ്മിഞ്ഞപ്പാലിന്റെ മധുരം കിനിയുന്ന നേരങ്ങളിൽ മാത്രം.

പോറ്റമ്മയും താരയുമായുള്ള കളിയും ചിരിയുമൊക്കെ, കണ്ടിരിക്കുന്നതു തന്നെ രസമാണ്. പെറ്റമ്മ ദൂരെ മാറിനിന്ന് ഇളംനാമ്പുകളും ഗുണമുള്ളവയും നോക്കി തിരഞ്ഞുപിടിച്ച് ശാപ്പിടുമ്പോഴും, താര രതിയമ്മയ്ക്കടുത്തുതന്നെ നിൽക്കും. ഏതൊക്കെ തിന്നാം, ഏതൊക്കെ തിന്നരുതെന്ന ഗുണപാഠകഥകളും സാരോപദേ

ശങ്ങളുമായി രതിയമ്മ അവൾക്ക് ഓരോന്നും തൊട്ടുകാണിച്ച് പറഞ്ഞുകൊടുക്കും. പക്ഷേ, രതിയും താരയുമായുള്ള സ്നേഹാധിക്യം കാഴ്ചക്കാർക്ക് ബഹുരസമാണെങ്കിലും ആനക്കാർക്ക് അതു കാണുമ്പോൾ സങ്കടമാണ്. പോറ്റമ്മയേയും മകളേയും പിരിക്കേണ്ടിവരുമ്പോഴുള്ള അവസ്ഥയേക്കുറിച്ചോർക്കുമ്പോഴാണ് ആനക്കാർക്ക് വിഷമം. തന്നിൽ നിന്നും മകളെ ബലമായി പിടിച്ചുമാറ്റുന്ന അവസ്ഥ താങ്ങാനാവാതെ അലറിക്കരയുന്ന അമ്മയെ സമാധാനിപ്പിക്കാൻ, അവളെ സാധാരണജീവിതത്തിലേക്ക് തിരിച്ചുകൊണ്ടുവരാൻ വേണ്ടി കിലോമീറ്ററുകൾക്കപ്പുറത്തുള്ള മറ്റൊരു ക്യാമ്പിലേക്ക് മാറ്റേണ്ടിവരും.

അരുമക്കുഞ്ഞുങ്ങളോടൊത്തുള്ള അതിരുകളില്ലാത്ത സ്നേഹത്തിന്റെ പൂനിലാമഴയിൽ നിന്നും, മുതുമലക്യാമ്പിന്റെ അധികൃതർ വന്ന് പതിവുള്ളതിലും സ്നേഹലാളനകളോടെ 'രതീ, നമുക്കൊരിടംവരെ പോയിട്ട് വരാം' എന്നു പറയുമ്പോൾത്തന്നെ രതിക്ക് മനസ്സിലാവും, കുഞ്ഞിനെ തന്നിൽനിന്നും പിരിക്കുവാനുള്ള തീരുമാനം അവർ എടുത്തുകഴിഞ്ഞെന്ന്. കാരണം ഒന്നുരണ്ടുമല്ല, താൻ പെറ്റ പന്ത്രണ്ടു മക്കളിൽ അകാലത്തിൽ പൊലിഞ്ഞ രണ്ടുപേരൊഴികെ പത്തുപേരോടും അവൾക്കങ്ങനെയല്ലെ പിരിയേണ്ടി വന്നിട്ടുള്ളത്.

ആദ്യം സ്വന്തം പൊക്കിൾകൊടിയിൽ ചുറ്റിപ്പിടിച്ചും പിന്നെ മാറിലെ ചൂടേറ്റും വളരുന്ന സ്വന്തം മക്കളെ പിരിയുവാനുള്ള ഏതൊരമ്മയുടേയും വേദനയും വിരഹദുഃഖവും ലോകത്തിന് മനസ്സിലാകും. പക്ഷേ, രതിയുടെ കാര്യം അതാണോ? ഒരു പക്ഷേ, ഇവൾ ലോകത്തിലെ മുഴുവൻ മക്കളുടേയും ആകുലതകളും പിടച്ചിലുകളും കൈനീട്ടിവാങ്ങാൻ വേണ്ടി മാത്രം പിറവിയെടുത്തിട്ടുള്ള ഒരു ജൻമമാവണം. അല്ലെങ്കിൽ എന്തിനാണ് ആരോരുമില്ലാത്ത ബൊമ്മനെന്ന കാട്ടാനക്കുട്ടിയുടെ അനാഥദുഃഖം ഇവൾ സ്വന്തം ദുഃഖംതന്നെയായി മനസ്സിലേക്കാവാഹിച്ചെടുത്തത്? ഇപ്പോൾ താരയെ പോറ്റുന്നത്?

കുറച്ചുമുതിർന്നതിനു ശേഷം മാത്രം തനിക്കു കിട്ടിയ ബൊമ്മനെ പിരിയാൻ രതി അത്രയേറെ വിഷമിച്ചെങ്കിൽ, പെറ്റുവീണ നാൾമുതൽ അവളോടൊപ്പമുള്ള താരയെ പിരിക്കുന്നത് എത്രമേൽ കഠിനമായിരിക്കുമെന്ന ആശങ്കയിലും ആകുലതയിലുമാണ് ക്യാമ്പധികൃതർ.

▼ രതി (ഇടത്ത്) ക്യാമ്പിലെ മറ്റാനകളോടൊത്ത്

ലോകത്തുള്ള സകല അമ്മമാർക്കും മാതൃകയായി, മാതൃത്വമെന്ന വാക്കിന്റെ അർഥവും വ്യാപ്തിയും നരാധിപത്യലോകത്തിന് പഠിപ്പിച്ചുകൊടുത്തുകൊണ്ട് പാവം രതിയമ്മ ഇപ്പോഴും കാത്തിരിക്കുന്നു. ഇനിയുമൊരായിരം മക്കൾക്ക് താരാട്ടു പാടിയുറക്കുവാനും താലോലിച്ച് വളർത്തുവാനുമുള്ള മനസ്സുമായി...

പിൻകുറിപ്പ്: ബൊമ്മനെയെന്നപോലെ ഒടുവിൽ താരക്കുട്ടിയേയും രതിയിൽനിന്നു പിരിച്ചു. പെറ്റമ്മയായ കാമാക്ഷിയിൽനിന്നു പിരിച്ചപ്പോഴും കാര്യമായ പ്രശ്നങ്ങളുണ്ടാക്കാതിരുന്ന താര, പക്ഷേ രതിയമ്മയോട് വിടപറയേണ്ട മുഹൂർത്തമെത്തിയപ്പോൾ അലറിവിളിച്ച് ഏഴു ലോകവും വിറപ്പിച്ചുകൊണ്ടാണ് പിൻവാങ്ങിയത്. പാവം രതിയുടെ കാര്യം പറയേണ്ടല്ലോ. ആ അമ്മമനസ്സ് ഇപ്പോഴും കാത്തിരിക്കുകയാണ്– കനിവും വാത്സല്യവും അവശ്യംവേണ്ടുന്ന ഒരു കുഞ്ഞിക്കുരുന്നിന്റെ കടന്നുവരവിനായി.

***

രവിപുരം ഗോവിന്ദൻ

കൊലവിളികൾക്കു നടുവിൽനിന്നും ഹൃദയവിശാലതയിലേക്ക്

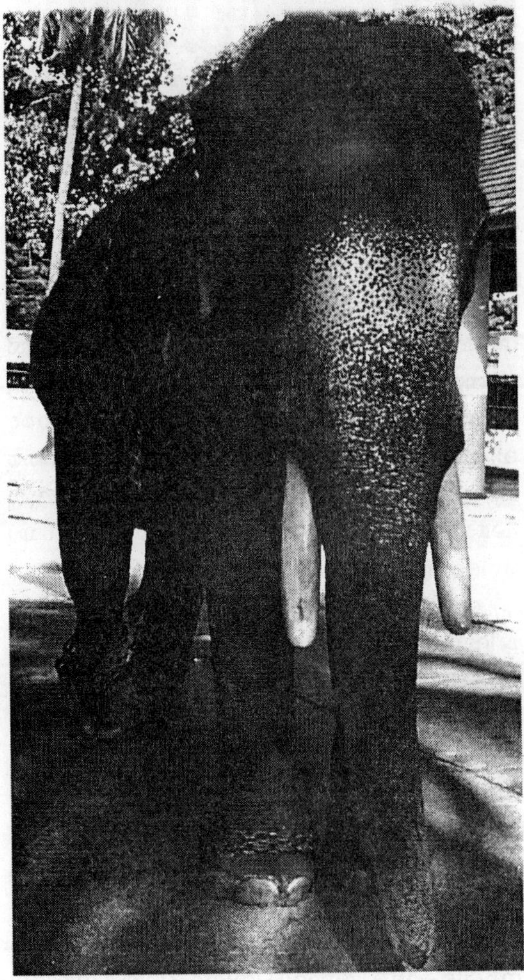

▼ രവിപുരം ഗോവിന്ദൻ

എറണാകുളം നഗരഹൃദയത്തിൽ, ഷേണായിസ് ജംഗ്ഷനിൽ നിന്നും കെ.എസ്.ആർ.ടി.സി. സ്റ്റാൻഡിലേക്ക് 'അമ്മൻകോവിൽ' എന്ന പേരിലൊരു റോഡുണ്ട്. ആർക്കും ആരെയും ശ്രദ്ധിക്കാൻ സാവകാശമില്ലാതെ, വാലിന് തീ പിടിച്ചതുപോലെ ജനം പരക്കംപായുന്ന ഒരു തെരുവ്. തിരക്കുകൾക്കിടയിലും കോവിലിലെ അമ്മനോട് ആവലാതികൾ വിളമ്പുന്ന ചിലർ, സാനിട്ടറി കടയിലെ വിലപേശലുകൾ, ജെന്റ്സ് ബ്യൂട്ടീകെയർ സെന്ററിലെ സൗന്ദര്യാന്വേഷണ പരീക്ഷണങ്ങൾ... എല്ലാം പതിവിൻപടി നീങ്ങുന്നു. പക്ഷേ, കുറച്ച് വർഷങ്ങൾക്കുമുമ്പ്, 2003 ജനുവരിയിൽ ഒരു ദിവസം ഈ തെരുവിന്റെ മുഖം പൊടുന്നനെ കറുത്ത് കരുവാളിച്ച് പോയി. ഭയം മാത്രമായിരുന്നു അന്നീ തെരുവിന്റെ ഒരേയൊരു വികാരം.

കൊച്ചിൻ ദേവസ്വം ബോർഡിന്റെ ഗോവിന്ദൻ എന്ന ആന തന്റെ ഒന്നാം പാപ്പാനായിരുന്ന ഗോപാലകൃഷ്ണൻ നായരെ അതിദാരുണമാംവിധം അരുംകൊല ചെയ്തത് ഈ തെരുവിൽ വച്ചായിരുന്നു. കേരളത്തെ നടുക്കിയ ഒരു കൊലപാതകം. ആനയുടമയും ആനക്കരാറുകാരനുമായ ബാലകൃഷ്ണ ഷേണായിയുടെ വീടിനുമുന്നിൽ വച്ചാണ് ആ ദുർമരണം നടന്നത്. ഐതിഹ്യമാലകളിലെ ആനക്കഥകളേക്കാൾ ദുരൂഹവും പ്രതീകാത്മകവും പ്രതികാരതീക്ഷ്ണവുമായ ആ ചോരക്കഥയിലെ പ്രതിനായകനാണ് ഗോവിന്ദൻ എന്ന രവിപുരം ഗോവിന്ദൻ.

നാടിനെ നടുക്കിയ കൊലപാതകം നടത്തുകയും തുടർന്ന് മണിക്കൂറുകളോളം നഗരത്തെ ഉത്കണ്ഠയുടേയും ഭീതിയുടേയും മുൾമുനയിൽ നിർത്തുകയും ചെയ്ത ആനയുടെ സംഹാരതാണ്ഡവങ്ങൾ ഒരൊറ്റ രാത്രി ഇരുട്ടിവെളുക്കും മുമ്പേ കേരളത്തിൽ പാട്ടായി. ഗോവിന്ദൻ എന്ന ശരാശരിക്കാരനാന പാപ്പാനേയും കൊമ്പിൽ തൂക്കി കൊലവിളി നടത്തുന്ന ബഹുവർണച്ചിത്രങ്ങൾ പത്രങ്ങളായ പത്രങ്ങളുടെയൊക്കെ ഒന്നാം പേജിൽ ഇടംപിടിച്ചു.

ചാനലുകൾ അവന്റെ അങ്കക്കലിയും നരനായാട്ടും വീര്യമൊട്ടും ചോർന്നുപോകാതെ തത്സ

മയം പ്രധാനവാർത്തകളായി ലോകത്തിനു മുന്നിൽ തുറന്നുവച്ചു. 'കണ്ടാലും കൊണ്ടാലും എന്തും രണ്ടു നാളിനപ്പുറം' മനസ്സിൽ സൂക്ഷിച്ചു വയ്ക്കാൻ തയ്യാറില്ലാത്ത മലയാളിയുടെ മനസ്സുകളിൽ, രവിപുരം ഗോവിന്ദൻ എന്ന നാമം അങ്ങനെ കല്ലിൽ കൊത്തിവച്ചതുപോലെ സ്ഥിര പ്രതിഷ്ഠ നേടിയെടുത്തു.

പതിവുപോലെ ആനയേയും വഴിനടത്തിവന്ന പാപ്പാൻ ഗോപാലകൃഷ്ണൻ അമ്മൻകോവിൽ റോഡിലുള്ള ഷേണായിയുടെ വീട്ടിൽ കയറിയതായിരുന്നു. ആ വഴി വരുമ്പോൾ എപ്പോഴവിടെ കയറിയാലും ആനകൾക്ക് പഴമോ ശർക്കരയോ അങ്ങനെ എന്തെങ്കിലും തൊടുമധുരം കൊടുക്കാറുണ്ട്. പക്ഷേ, അന്ന് ഷേണായി സ്ഥലത്തില്ലായിരുന്നു. പ്രതീക്ഷിച്ചെത്തിയ പതിവ് തൊടുമധുരം ലഭിക്കാത്ത നിരാശയിൽ മനസ്സുനൊന്ത ആനയെ നിർബന്ധപൂർവം തിരിച്ചുകൊണ്ടുപോകുവാൻ ശ്രമിക്കുന്നതിനിടെ, കുപിതനായ ഗോവിന്ദൻ പൊടുന്നനെ പാപ്പാനു നേർക്ക് തിരിയുകയും ഷേണായിയുടെ വീടിന്റെ ഭിത്തിയിൽ ചേർത്തുവച്ച് ഞെരിച്ചു കൊലപ്പെടുത്തുകയും ചെയ്തു!

ഇതിനെത്തുടർന്ന് നമ്മുടെ പ്രധാന പത്രമാധ്യമങ്ങളും ആനുകാലിക പ്രസിദ്ധീകരണങ്ങളും ആനയുടേയും ആനക്കാരന്റേയും ദുരിതപർവങ്ങളിലേക്ക് കണ്ണയയ്ക്കുവാൻ നിർബന്ധിതരായി. കുറഞ്ഞപക്ഷം 'ആനയും പാപ്പാനും' എന്ന രണ്ടു ഗതികെട്ട ജന്മങ്ങൾ ദൈവത്തിന്റെ സ്വന്തം നാട്ടിൽ ഏതുതരം ജീവിതമാണ് ജീവിച്ചുതീർക്കുന്നതെന്ന് ചിന്തിക്കുവാനെങ്കിലും ഗോവിന്ദന്റെ കലാപം നിമിത്തമായി. എന്നാൽ, സഹ്യനേക്കാൾ തലയെടുപ്പും നിളയേക്കാൾ ആർദ്രതയുമുള്ള നമ്മുടെ നാട്ടാനകളെന്ന ജീവിവർഗത്തേയും വലിയ ശരീരവും ചെറിയ കണ്ണുകളുമുള്ള അവരെ വഴിനടത്താൻ വിധിക്കപ്പെട്ട ആനപാപ്പാന്മാർ എന്ന തൊഴിലാളിവർഗത്തേയും അധികനാൾ കഴിയുന്നതിനുമുമ്പേ മാധ്യമലോകം ഇടവഴിയിലെവിടെയോ കൈവിടുകയും മറന്നുകളയുകയും ചെയ്യും. ഇക്കാര്യത്തിലും അതു സംഭവിച്ചു.

ആനയേയുംകൊണ്ട് അന്ന് ഗോപാലകൃഷ്ണൻ എത്തുമ്പോൾ ദൗർഭാഗ്യവശാൽ ഷേണായി വീട്ടിലുണ്ടായിരുന്നില്ല. ഒരർഥത്തിൽ അതായിരുന്നു എല്ലാത്തിനും നിമിത്തമായത്. നാട്ടാനകളിൽ നല്ലൊരുപങ്കും പ്രശ്നക്കാരാവുന്നതിന്റെ കാരണങ്ങളും അതിനുള്ള ഉത്തരങ്ങളും വിഭിന്നമാണ്. ആനയുടെ തീർത്തും ദുരൂഹമായ സ്വഭാവപരിണാമങ്ങൾപോലെ തന്നെയാണിത്; ഒരു കടംകഥപോലെ.

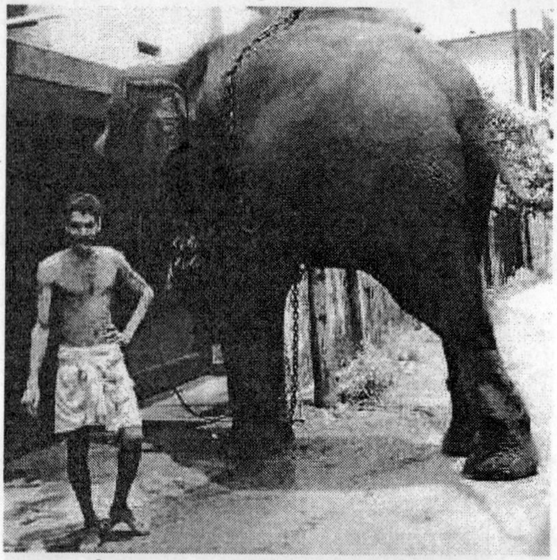

▼ ഗോവിന്ദനൊപ്പം പാപ്പാൻ ഗോപാലകൃഷ്ണൻ

ആനയുടെ ആരോഗ്യവും ആനക്കാരന്റെ ജീവനും അവഗണിച്ച്, അമ്പലക്കമ്മറ്റികളുമായി പാട്ടക്കാർ ഉണ്ടാക്കുന്ന എഴുന്നെള്ളിപ്പ് കരാറുളാണ് പലപ്പോഴും നമ്മുടെ ഉത്സവപ്പറമ്പുകളെ ദുരന്തഭൂമികളാക്കി മാറ്റുന്നത്. ഒരു ഉത്സവസീസണിലേക്ക് ആനയുടമയിൽ നിന്നും നിശ്ചിത തുകയ്ക്ക് ആനയെ കരാർപ്രകാരം വാങ്ങുന്ന ഏജന്റാണ് പാട്ടക്കാർ. പാട്ടത്തിന് വാങ്ങുന്ന ആനയെക്കൊണ്ട് കഴിയുന്നത്ര പൂരമെടുപ്പിക്കുന്നതാണ് പാട്ടക്കാരന്റെ നേട്ടം. പഴം കൊടുക്കാതെ സൂചികൊണ്ട് നോവിച്ചതിന്, പഴയകഥയിലെ തുന്നൽക്കാരന്റെ തലയിൽ വെള്ളം ഒഴിച്ചവനെപോലെ, ആന ഒന്ന് ചൊടിക്കുമ്പോൾ ഹോമിക്കപ്പെടുന്നത് വിലപ്പെട്ട ഒരു മനഷ്യജന്മമാവം.

കൊലപാതകസമയത്ത് ഗോവിന്ദൻ തികഞ്ഞ മദപ്പാടിലായിരുന്നു. പാട്ടക്കാരനെന്ന് തെറ്റിദ്ധരിച്ച് അന്ന് പല മാധ്യമങ്ങളും ബാലകൃഷ്ണഷേണാ

യിയെ പ്രതിസ്ഥാനത്തു നിർത്തിയതുമാണ്. പക്ഷേ, ദേവസ്വത്തിന്റെ ആനകളെ വർഷാവർഷ ത്തേക്ക് പാട്ടത്തിന് കൊടുക്കാറില്ലെന്നും ഷേണായി പാട്ടക്കാരനല്ലെന്നതുമായിരുന്നു യാഥാർഥ്യം. ഉത്സവപ്പറമ്പുകളിൽ നിന്ന് ഉത്സവ പ്പറമ്പുകളിലേക്കുള്ള വിശ്രമമില്ലാത്ത മരണപ്പാച്ചി ലിനിടയ്ക്കായിരുന്നില്ല ഗോവിന്ദൻ കടുംകൈ ചെയ്തത്. ദേവസ്വത്തിന്റെ ആനയായ അവനെ ആരും പാട്ടത്തിന് എടുത്തിരുന്നുമില്ല.

അന്ന് ഗോവിന്ദനേയുംകൊണ്ട് പാപ്പാന്മാർ ഗേറ്റുകടന്നു വരുമ്പോൾ ഷേണായിയുടെ ഭാര്യയും അമ്മയും സഹായിയും മാത്രമാണ് വീട്ടി ലുണ്ടായിരുന്നത്. ആനയുടെ ചങ്ങല ശബ്ദംകേട്ട് മുകളിലത്തെ മട്ടുപ്പാവിൽ വന്ന് നോക്കുകയായി രുന്നു ബാലകൃഷ്ണഷേണായിയുടെ ഭാര്യ. അത് ജീവിതാന്ത്യംവരെ മനസ്സിനെ പിടിച്ചുലയ്ക്കുന്ന ദുരന്തക്കാഴ്ചയുമായി.

ആനയേയുംകൊണ്ട് ഗോപാലകൃഷ്ണൻ ഗേറ്റു കടന്നുവരുമ്പോൾ രണ്ടാം പാപ്പാൻ മുകളി ലുണ്ടായിരുന്നു. ഇലക്ട്രിക് ലൈനാണെന്ന് രണ്ടാം പാപ്പാൻ തെറ്റിദ്ധരിച്ച ടെലിഫോൺ വയ റായിരുന്നു കഥയിലെ യഥാർഥവില്ലൻ. ആനയെ ഒന്നു പുറകോട്ടെടുക്കണമെന്ന് രണ്ടാം പാപ്പാൻ ആവശ്യപ്പെട്ടപ്പോൾ ഗോപാലകൃഷ്ണൻ അതി നുള്ള വായ്ത്താരി പറഞ്ഞുകാണണം. തനിക്ക് പതിവുള്ള, അവകാശമായ മധുരംപോലും നിഷേധിക്കുകയാണ് തന്റെ ശിക്ഷകനായ മനുഷ്യൻ എന്ന കാലുഷ്യത്തിൽ ആന സ്വയം മറന്നുപോയിരിക്കാം. പാപ്പാനെ തുമ്പിയിലും കൊമ്പിലുമായി കൂട്ടിപ്പിടിച്ചുയർത്തി ഭിത്തിയിൽ ചേർത്തുവച്ച് മസ്തകംകൊണ്ട് ഞെരിക്കുകയാ യിരുന്നു. നിമിഷങ്ങൾക്കകം ശരീരം നിലത്തിട്ട പ്പോൾ എല്ലാം കഴിഞ്ഞിരുന്നു. ആ ഞെരിച്ചമർത്ത ലിന്റെ ബാക്കിപത്രമെന്നോണം കുറേക്കാലം വീടിന്റെ ചുമരിൽ ചോരപ്പാടുകൾ മായാതെ കിട ന്നിരുന്നു. മുകളിലിരുന്ന രണ്ടാം പാപ്പാനെയും തുമ്പികൊണ്ട് അടിച്ചുവീഴ്ത്താൻ ശ്രമിച്ചതാണ്. പക്ഷേ, ആയുസ്സിന്റെ ബലവും മനസ്സാന്നി ധ്യവുംകൊണ്ട് അയാൾ ആനപ്പുറത്തുനിന്നും മതിലിനപ്പുറത്തേക്ക് ചാടി രക്ഷപ്പെടുകയായി രുന്നു

ആനയുടെ ബുദ്ധിശക്തി ഒരു മനുഷ്യന്റേ തിനു സമമെന്നാണ് പഴമക്കാർ പറയാറുള്ളത്. ഒരു കുട്ടിയുടെ നിഷ്കളങ്കമായ വൈകാരികത യത്രെ ആനയുടേയും. ഒരു ചെറുനുള്ളലിൽ വാടു കയും ഒരു ചെറുതലോടലിൽ തരളമായി മിഴിവി ടർത്തുകയും ചെയ്യുന്ന കുട്ടിമനസ്സ്. അതാണ് ആന. സ്നേഹവും ക്രോധവും ആഹ്ലാദവും വിഷാദവുമെല്ലാം അവിടെ ഞൊടിയിടയിൽ മാറി മറിയും. ക്ഷണികമായ പ്രേരണയിൽ ആന ഓരോന്ന് ചെയ്യും. ചെയ്തത് തെറ്റായെന്ന് ബോധ്യമായാൽ കുഞ്ഞുങ്ങളുടെ നിഷ്കളങ്കത യോടെ പശ്ചാത്തപിക്കുകയും ചെയ്യും. കൊലപാ തകത്തിന്റെ കുറ്റപത്രവും വാങ്ങി, ഭ്രാന്തിന്റെയും പശ്ചാത്താപത്തിന്റെയും കൊടുങ്കാടുകൾ ഉലയുന്ന മനസ്സുമായി ആനപ്പറമ്പിൽ ബന്ധന സ്ഥനായ ഗോവിന്ദൻ, ദിവസങ്ങളോളം വെള്ളവും തീറ്റയും എടുക്കാതെ ഒരേ നിൽപായിരുന്നത്രെ!

'ആനച്ചോറ് കൊലച്ചോറെ'ന്ന താളാത്മകമായ വായ്ത്താരിയിൽ എല്ലാ ദുരന്തങ്ങളും നിസ്സാരവ ത്കരിക്കപ്പെടുന്നു. ആയുസ്സറുതിയോളം പീഡന ങ്ങൾ സഹിച്ച് ആന അന്ത്യവിധികൾ ഏറ്റുവാങ്ങു ന്നതും ആനയുടെ പ്രതികാരത്തിൽ ആനക്കാരൻ കൊല്ലപ്പെടുന്നതുമെല്ലാം മലയാളിക്ക് ഇന്ന് വിവാ ദങ്ങളും അഴിമതികളുംപോലെ ശീലമായിക്കഴി ഞ്ഞു. പൂരപ്പറമ്പുകളിലെ മരണക്കിണറും മായാ ജാലങ്ങളുംപോലെ നമ്മൾ പൊതുജനത്തിന് പാപ്പാന്മാരുടെ ദുർമരണങ്ങളും അനേകം ഉത്സ വക്കാഴ്ചകളിൽ ഒന്നുമാത്രം.

കാരണമെന്തായാലും യഥാർഥ കാരണക്കാർ ആരായിരുന്നാലും സമൂഹത്തിന്റെ കണ്ണിൽ കുറ്റ ക്കാർ അവർ മാത്രം- ആനപാപ്പാന്മാർ (ചത്തത് കീചകനെങ്കിൽ കൊന്നത് ഭീമൻ തന്നെയെന്നെ പഴമൊഴിപോലെ). പക്ഷേ, സത്യം പലപ്പോഴും സ്വപ്നത്തേക്കാളും മുൻവിധികളേക്കാളുമപ്പുറ ത്തായിരിക്കുമെന്നതാണ് യാഥാർഥ്യം. എന്തേ ഗോവിന്ദൻമാർ ഇങ്ങനെ കൊലയാനകളാകുന്നു? മനുഷ്യന്റെ വിചാരണകളും വിധിയെഴുത്തുകളും അപ്രസക്തമാകുന്ന ഈ ഭൂമികയിൽ, തിരഞ്ഞാൽ കണ്ടെത്തുന്ന ഉത്തരങ്ങൾ തീർത്തും വിഭിന്നം.

ആനക്കാര്യത്തിൽ അനുഭവസമ്പന്നനായ ഷേണായിയുടെ ഭാഷയിൽ ഗോപാലകൃഷ്ണൻ എന്ന ഹതഭാഗ്യൻ ആനയെ അകാരണമായും അനാവശ്യമായും മർദ്ദിക്കുന്ന ഗണത്തിലായിരുന്നില്ല. ആനയെ നന്നായി നോക്കിയിരുന്ന ഒരു പാവം മനുഷ്യൻ. ഒരു പാപ്പാനെ കൊലചെയ്ത ചരിത്രമുള്ള ഗോവിന്ദനേയുംകൊണ്ട് ആ മദക്കോളുകാലത്ത് തൃപ്പൂണിത്തുറയിൽ നിന്നും എറണാകുളംവരെ വഴിനടത്താൻ തോന്നിയത് ബുദ്ധിമോശവും.

കൊലവിളിയും കൊലയ്ക്കുശേഷമുള്ള രോഷപ്രകടനങ്ങളുംകൊണ്ട് പ്രതിനായകവേഷത്തിന്റെ മൂർത്തിമദ്ഭാവമായിമാറിയ ഗോവിന്ദൻ പാപ്പാനോടുള്ള പകവീട്ടലൊഴിച്ചാൽ തികച്ചും ശാന്തനായിരുന്നു. ഒരു കാർ കുത്തിമറിക്കാനും മോട്ടോർബൈക്ക് പന്തുതട്ടാനും ശ്രമിച്ചതൊഴിച്ചാൽ കാര്യമായ പ്രശ്നങ്ങളൊന്നും അവനുണ്ടാക്കിയില്ല. പക്ഷേ, കുറച്ചുസമയത്തേക്ക് മാത്രമാണെങ്കിലും മനുഷ്യന്റെ അധീശത്വം മറികടന്ന് സ്വയംഭരണം പ്രഖ്യാപിച്ച ഗോവിന്ദൻ, ഒരു പഴക്കട അപ്പാടെ തിന്നുതീർക്കുവാൻ മറന്നില്ല. ഒരു പൂ മാത്രം ചോദിച്ച കുട്ടിക്ക് ഒരു വസന്തം മുഴുവൻ കിട്ടിയ ആർത്തിയോടെ; ധിക്കാരത്തോടെ.

പുഷ്ടിയുള്ള ആനയ്ക്ക് വർഷത്തിലൊരിക്കൽ മദപ്പാടുണ്ടാകും. ചെവിക്ക് മുകളിലെ കന്നക്കുഴിയിൽ നിന്നും മദജലം ഒലിക്കും. (തലയുടെ ഇരുവശത്തും കവിളസ്ഥിക്ക് തൊട്ടുമുകളിൽ ചെവിക്കും കണ്ണിനുമിടയിലാണ് ആനയുടെ മദഗ്രന്ഥി). ആനയുടെ മാത്രം പ്രത്യേകതയെന്ന് പറയാവുന്ന ഈ അപൂർവ ലൈംഗികാവസ്ഥയിൽ ബോധാവബോധങ്ങളുടെ നിലയില്ലാക്കയങ്ങളിലേക്ക് കൂപ്പുകുത്തുന്ന ആനമനസ്സ് തീർത്തും അനിശ്ചിതമായിരിക്കും. തിരയടിച്ചാർക്കുന്ന കടൽപോലെ ചലനാത്മകമായിരിക്കും. ആ മതിഭ്രമത്തിൽ ആന അക്രമാസക്തനാകും. ദാരുണമായ കൊലപാതകത്തിനുശേഷം മണിക്കൂറുകളോളം തന്റെ പാപ്പാന്റെ ജഡത്തെ പ്രാകൃതമായ പകയോടെ പന്തടിക്കുക മാത്രമല്ല, ചില ശരീരഭാഗങ്ങൾ ഗോവിന്ദൻ അകത്താക്കുകയുമുണ്ടായി. ഭ്രാന്തിന്റെ ഉച്ചഘട്ടത്തിലെ സ്ഥലജലവിഭ്രാന്തിയോ, അതോ ആനകളിലെ അസുരവിത്തോ ഇവൻ എന്നു ചോദിച്ചാൽ അതവന്റെ ജന്മദോഷമെന്ന് സമർത്ഥിച്ച് വേണമെങ്കിൽ ആനകളിലെ ചാതുർവർണ്യത്തിന്റെ വേരുകൾ ചികയാം.

ദിവസങ്ങളായി മദക്കോളിലായിരുന്ന ഗോവിന്ദൻ തൃപ്പൂണിത്തുറ ക്ഷേത്രത്തിലെ ആനപ്പറമ്പിൽ നിൽക്കുകയായിരുന്നു. ഉത്സവത്തിനെത്തുന്ന പത്തുപതിനഞ്ചാനകളെക്കൂടി ആനപ്പറമ്പിൽ കെട്ടണം. അവർക്കിടയിൽ ഈ മദയാന ഒരു പ്രശ്നമാകരുത്. അതിനുവേണ്ടിയാണത്രെ പാപ്പാൻ അവനേയുംകൊണ്ട് എറണാകുളത്തേക്ക് തിരിച്ചത്. അത് പാവം പാപ്പാന്റെ അവസാന യാത്രയുമായി. ആനകൾ മനസ്സറിഞ്ഞു ചെയ്യുന്നതല്ല ഇത്തരം കൊലപാതകങ്ങളിൽ പലതും. മദപ്പാടിന്റെ ഉന്മാദം ആനയുടെ ഓർമയിലേക്ക് ഭീകരമായ ഇരുൾവീഴ്ത്തും. വർഷങ്ങളായി ഊട്ടിവളർത്തിയ സ്നേഹവായ്പ്പുകൾ അപ്പോൾ മറന്നുപോകും.

ഡിസംബർ മുതൽ മേയ് വരെയാണ് കൂടുതൽ ആനകളിലും മദലക്ഷണങ്ങൾ കാണാറുള്ളത്. ദൗർഭാഗ്യവശാൽ ഈ കാലയളവിൽതന്നെയാണ് പൂരങ്ങളുടേയും ഉത്സവങ്ങളുടേയും കേളികൊട്ടുയരുന്നത്. ഗോപാലകൃഷ്ണൻനായരുടെ കൊലപാതകത്തിന് നാലുവർഷം മുമ്പും ഗോവിന്ദൻ ഷേണായിയുടെ വീട്ടിൽവച്ചുതന്നെ ഒന്നിടഞ്ഞിട്ടുണ്ട്. ഒരു ഗജമേള കഴിഞ്ഞ് പതിവിൻപടി ഷേണായിയുടെ വീട്ടിലെത്തിയതായിരുന്നു ഗോവിന്ദൻ. ഷേണായിയും, സഹായിയും ഡ്രൈവറുമായിരുന്ന ഗിരിയും ഷേണായിയുടെ വീടുവരെ ഗോവിന്ദന്റെ പുറത്തിരുന്ന് യാത്രചെയ്താണ് എത്തിയത്. അർഹതയില്ലാത്തിടത്ത് വലിഞ്ഞുകയറിയതിന്റെ വൈരാഗ്യമോ എന്തോ, ആനയുടെ മുന്നിലൂടെ ഗിരി നടന്ന തക്കത്തിന് ഗോവിന്ദൻ കുതിച്ചുചാടി. മുടിനാരിഴ വ്യത്യാസത്തിൽ ഗിരി രക്ഷപ്പെട്ടു. ഗോവിന്ദന്റെ കൊമ്പുകൾ തുളച്ചുകയറിയ പാട് ഷേണായിയുടെ പഴയവീട് പൊളിക്കുംവരെ ഭിത്തിയിൽ മായാതെ കിടന്നിരുന്നു.

ഓരോ കൊലപാതകങ്ങൾക്കുശേഷവും ഭീകരമായ ഭേദ്യങ്ങളും ശിക്ഷാവിധികളുമാണ് കൊലയാനകളെ കാത്തിരിക്കുന്നത്. ആനയും

പാപ്പാനും തമ്മിലുള്ള ബന്ധത്തിന്റെ ഹരിശ്രീ തുടങ്ങുന്നതുതന്നെ ഭേദ്യം ചെയ്യലിലൂടെയാണ്. ഗജഗവേഷകർ മുതൽ ആനപാപ്പാൻമാർവരെ ഈ ചടങ്ങിനെ 'കെട്ടിയഴിക്കൽ' എന്നുപറയും- അധിനിവേശസ്ഥാനത്തിനായി പുതിയ പാപ്പാൻ നടത്തുന്ന ബലപ്രയോഗം! പഴയ പാപ്പാൻ ആനയുടെ മനസ്സിൽ അവശേഷിപ്പിച്ചുപോയ ശൂന്യതയിലേക്കുള്ള ഇടിച്ചുകയറ്റം! അതാണ് കെട്ടിയഴിക്കൽ

ഗോവിന്ദൻ അങ്കക്കലിപൂണ്ട് നിന്നപ്പോൾ പതിവുപോലെ അവരെത്തി- മയക്കുവെടി സംഘം. 'അരിയും തിന്ന് ആശാരിച്ചിയെ കടിച്ചിട്ടും മുറുമുറുപ്പ് മാറാതെ' കന്നംതിരിഞ്ഞ് കളിച്ച ഗോവിന്ദനുനേർക്ക് ഡോക്ടർ ജേക്കബ് ചീരൻ കൃത്യമായി ഉന്നംപിടിച്ചു. കൊള്ളേണ്ടത് കൊള്ളേണ്ടിടത്ത് കൊണ്ടപ്പോൾ വഴക്കാളി പിന്നെ വഴിക്ക് വരാമെന്നായി. മയക്കുവെടിയുടെ തരിപ്പിലും ആദ്യം ആന തന്റെ രക്ഷകനെത്തേടി ഓടിയെത്തിയത് ഷേണായിയുടെ വീട്ടിലേക്ക് തന്നെയായിരുന്നു. കുറച്ചു നിമിഷങ്ങൾക്കുമുമ്പ് തന്റെ രക്ഷകനെ, താൻതന്നെ കൊന്ന് പഴന്തുണിപ്പരുവത്തിലാക്കിയത് അതിനകം ആനയുടെ കുട്ടിമനസ്സ് മറന്നിട്ടുണ്ടാകും. പിന്നെ അനിവാര്യമായ കീഴടങ്ങലും അജ്ഞാതമാം ആനപ്പറമ്പിലേക്കുള്ള പിൻവാങ്ങലും.

ചാനലുകൾ മത്സരിച്ച് സംപ്രേഷണം ചെയ്ത ഗോവിന്ദന്റെ ക്രൂരകൃത്യങ്ങളുടെ ദൃശ്യങ്ങൾ സി.ഡി.യായി പിന്നീട് കുറേക്കാലം കാസറ്റുകടകളിലും സുലഭമായിരുന്നു. ഇവിടെയുള്ള ആനകളിൽ നല്ലൊരുപങ്കും ഗോവിന്ദനേക്കാൾ കൂടുതൽ കൊലക്കേസുകളിലെ പ്രതികളാണെന്നും ഒന്നല്ല പലവട്ടം അവരുടെ കൊമ്പുകളിൽ മനുഷ്യജീവൻ കോർത്തിട്ടുള്ളതുമാണെന്ന സത്യം പാവം ജനത്തിന് അറിയില്ല. അവരുടെ കൊലകളും കൊലവിളിയും പുലകുളിയുമൊന്നും തുറന്നുപിടിച്ച ക്യാമറകൾക്ക് മുന്നിലായിരുന്നില്ലെന്നു മാത്രം.

2003 ആഗസ്റ്റ് മാസത്തിലെ എറണാകുളം പൊന്നേത്തുകാവ് ഗജമേള. അന്ന് രവിപുരം ഗോവിന്ദൻ തന്റെ പാപ്പാനെ വകവരുത്തിയിട്ട് മാസങ്ങൾ കഴിയുന്നതേയുണ്ടായിരുന്നുള്ളൂ. പാറമേക്കാവ് പരമേശ്വരൻ, പള്ളത്താംകുളങ്ങര ഗിരീശൻ, പാമ്പാടി രാജൻ, അരുൺ ശിവകുമാർ തുടങ്ങിയ അമ്പതിലേറെ ഗജരാജാക്കന്മാർ അണിനിരക്കുന്ന ഗജമേളയിൽ, അവരുടെയൊക്കെ കൊമ്പുകൾക്ക് നേരെ താഴെ ചെന്നുനിന്ന് ഫോട്ടോ എടുക്കാൻ ധൈര്യം പ്രകടിപ്പിച്ച ഫോട്ടോഗ്രാഫർമാർ രവിപുരം ഗോവിന്ദന്റെ അടുത്തുനിന്നും പിന്മാറി; പേടിച്ചിട്ട് മാത്രം.

ഗോപാലകൃഷ്ണന്റെ കൊലപാതകത്തിനുശേഷം ദേവസ്വംബോർഡ് പാപ്പാനായ രവിയാണ് ഗോവിന്ദനെ കൈയേറ്റത്. ഒരർഥത്തിൽ രവിപുരം ഗോവിന്ദന്റെ ഭാഗ്യമാണ് റാന്നിക്കടുത്തുള്ള പെരിനാട് സ്വദേശിയായ രവി. കരളുനുറുങ്ങുന്ന കൊലപാതകങ്ങൾക്കുശേഷം ഗോവിന്ദനെ കൊടിയ മർദ്ദനങ്ങൾക്കും അങ്ങനെ പെടുമരണത്തിനും വിട്ടുകൊടുക്കാതെ സാധാരണ ജീവിതത്തിലേക്ക് കൊമ്പിൽപിടിച്ച് നയിക്കുന്ന രക്ഷകൻ.

രവിപുരം ക്ഷേത്രത്തിൽ നടയ്ക്കിരുത്തപ്പെടുന്നതിന് മുമ്പുതന്നെ ഗോവിന്ദന്റെ പാപ്പാനായിരുന്നു രവി. ഒരിക്കൽ ദേവസ്വംബോർഡ് രവിക്ക് സസ്പെൻഷൻ നൽകിയപ്പോഴുണ്ടായ ഒഴിവിലേക്ക് കയറിയാണ് ഗോപാലകൃഷ്ണൻ ജീവൻ വെടിഞ്ഞതെങ്കിൽ, രവിപുരം ഗോവിന്ദന്റെ ആദ്യ കൊലപാതകം രവിയുടെ കൺമുന്നിൽവച്ചുതന്നെയായിരുന്നു. എറണാകുളം വൈറ്റിലയ്ക്കടുത്തുവച്ച് കൊച്ചിൻ ദേവസ്വത്തിലെതന്നെ ചന്ദ്രശേഖരനാനയുടെ പാപ്പാനായിരുന്ന രാധ എന്ന രാധാകൃഷ്ണനാണ് അന്ന് ഗോവിന്ദന്റെ കൊമ്പിൽ കോർക്കപ്പെട്ടത്. രണ്ടു കൊലപാതകങ്ങൾക്കുശേഷവും രവി ചെന്ന് വിളിച്ചപ്പോൾ ഗോവിന്ദൻ 'താനൊന്നുമറിഞ്ഞില്ലേ' എന്ന മട്ടിൽ കൂടെപ്പോരുകയായിരുന്നു.

ഗോപാലകൃഷ്ണന്റെ അരുംകൊലയ്ക്ക് ശേഷം രവിയും ഗോവിന്ദനും ഒരു പരസ്യചിത്രത്തിൽ അഭിനയിക്കുകയും ചെയ്തു. എറണാകുളം ഭാഗത്ത്, നല്ല സ്വഭാവശുദ്ധിയും പാപ്പാൻ പറയുന്നത് അപ്പാടെ അനുസരിക്കുകയും ചെയ്യുന്ന ആനയ്ക്കുവേണ്ടിയുള്ള പരസ്യചിത്രനിർമാതാക്കളുടെ അന്വേഷണമാണ് ഒടുവിൽ ഗോവിന്ദ

നിൽ എത്തിനിന്നത്. ആനയും പാപ്പാനും നടന്നു പോകവേ എതിരേവരുന്ന വാഹനം പാപ്പാന്റെ വസ്ത്രങ്ങളിൽ ചെളിതെറിപ്പിക്കുന്നു. ആന ഒട്ടും മടിക്കാതെ ഒരു വാഷിങ്ങ്പൗഡർ പൊട്ടിച്ച് കുളത്തിൽ കലക്കുകയും പാപ്പാന്റെ മുണ്ടുരിഞ്ഞ് കുളത്തിലിട്ട് അലക്കിവെളുപ്പിച്ചെടുക്കുന്നതുമായിരുന്നു വാഷിങ്ങ്പൗഡറിനുവേണ്ടി തയ്യാറാക്കിയ പരസ്യചിത്രത്തിന്റെ ഇതിവൃത്തം. പക്ഷേ ആ നല്ല നാളുകൾ ഇനി ഓർമയാകുന്നു. സസ്പെൻഷൻവാങ്ങി ഒരിക്കൽക്കൂടി രവി-ഗോവിന്ദൻ ബന്ധം വഴിപിരിയുന്നു. അനിവാര്യമായ ഒരു വേർപിരിയൽ. ആപത്ഘട്ടത്തിൽ പ്രത്യക്ഷദൈവത്തെപ്പോലെ ഗോവിന്ദന്റെ രക്ഷയ്ക്കെത്താറുള്ള രവിയുടെ സസ്പെൻഷന് ചില കാരണങ്ങളുണ്ട്. 'താൽക്കാലികമായ ഒഴിച്ചുനിർത്തലിന്' ഉപരിയായി ഈ വിഷയം ഏറെ പ്രസക്തിയുള്ളതാണ്. എന്തെന്നാൽ ഇത് കേരളത്തിലെ ആയിരക്കണക്കായ ആനപാപ്പാന്മാരുടെ പ്രശ്നസങ്കീർണമായ ജീവിതത്തിന്റെ പരിച്ഛേദം തന്നെയാണ്. ലോകത്തിലെ ഏറ്റവും സാഹസികമായ തൊഴിൽരംഗങ്ങളിൽ ഒന്നിലെ അപകടകരവും അനാരോഗ്യകരവുമായ കിടമത്സരങ്ങളുടേയും ചതിക്കുഴികളുടേയും കഥകൾ കൂടിയാണത്.

ഇന്ന് കേരളത്തിൽ അരങ്ങുവാഴുന്ന മിക്ക ആനകളേയുംപോലെ ഗോവിന്ദനേയും ബീഹാറിൽ നിന്നാണ് ഇറക്കുമതി ചെയ്തത്. ഇരുപത് വർഷംമുമ്പ് പി.ഡി. ദിവാകരമേനോൻ എന്ന ഭക്തൻ തൃശ്ശൂർ എഴുത്തച്ഛൻഗ്രൂപ്പിൽ നിന്നും വാങ്ങിയാണ് എറണാകുളം രവിപുരം ക്ഷേത്രത്തിൽ ഇവനെ നടയ്ക്കിരുത്തിയത്. അനന്തരം ഗോവിന്ദൻ, രവിപുരം ഗോവിന്ദനായി.

നടയ്ക്കിരുത്തുന്നതിന് രണ്ടുവർഷം മുമ്പു തന്നെ കുറുമ്പനായ ഗോവിന്ദന്റെ കണ്ണും മനസ്സുമായി കൂടെയുണ്ടായിരുന്ന രവിയും അങ്ങനെ കൊച്ചിൻ ദേവസ്വം ജീവനക്കാരനായി. സിരകളിൽ വെടിമരുന്നിന്റെ തരിപ്പ് ഇരമ്പുന്ന പ്രായത്തിന്റെ ചോരത്തിളപ്പും ഒന്നുപറഞ്ഞ് രണ്ടാമത്തേതിന് തോക്കെടുക്കുന്ന ബീഹാറി ഠാക്കുർമാരുടെ കൈയിലിരിപ്പുമുള്ള ഗോവിന്ദനൊപ്പം ഇണങ്ങിയും പിണങ്ങിയും കൊടുത്തും മേടിച്ചും രവി നാളുകൾ നീക്കി, നടവഴികൾ താണ്ടി. ഗോവിന്ദന്റെ ചട്ടക്കാരായി ഇടയ്ക്ക് മറ്റുചിലർ കയറിയിറങ്ങിയെങ്കിലും രവി തന്നെയായിരുന്നു അധികപക്ഷവും അവന്റെ തോട്ടിയും വടിയും കൈയാളിയിരുന്നത്.

"കൊല്ലപ്പെട്ട ഗോപാലകൃഷ്ണന് ഇവനെ അഴിച്ചുകൊടുത്തത് ഞാനാണ്. ഇവനെ എനിക്കറിയാം" എന്ന് വല്ലാതെ ധൈര്യം പ്രകടിപ്പിച്ചുകൊണ്ട് രവി പറയുമ്പോഴും അടക്കിയാലും അടങ്ങാത്ത മറ്റൊരു വികാരം ആ നോക്കിലും വാക്കിലും നിഴലിച്ചുകിടപ്പുണ്ട്. ആനയെന്ന വന്യമൃഗത്തിന്റെ തീർത്തും അനിശ്ചിതമായ ഇടച്ചിലുകളെക്കുറിച്ചുള്ള ഭയം. അത് ഈ നാട്ടിലെ ആയിരക്കണക്കായ ആനക്കാരുടെ ഹൃദയത്തിൽ അലിഞ്ഞുചേർന്നിട്ടുണ്ട്. ഒരു ചാൺ വയറിനുവേണ്ടിയുള്ള ജീവൻമരണപോരാട്ടത്തിനിടയിൽ അതിവർ ഒരിക്കലും സമ്മതിച്ചുതരില്ലെങ്കിൽകൂടി അതാണ് സത്യം. എപ്പോഴാണ് തരംമാറുന്നതെന്നറിയാത്ത, സ്വതവേ പ്രശ്നക്കാരനായ ഒരാന. ഒപ്പം മനഃപൂർവം പ്രകോപനം സൃഷ്ടിക്കുന്ന സഹപ്രവർത്തകർ. പുതിയൊരാനയോടൊപ്പം തന്റെ ഇടപാടുകൾ ആരംഭിക്കുന്ന പാപ്പാന്റെ ഉള്ളം പിടയ്ക്കുവാൻ ഇതിലേറെയെന്തുവേണം.

രവിയുടെ സസ്പെൻഷന്റെ കാരണംതേടി തൃപ്പൂണിത്തുറ പൂർണത്രയീശക്ഷേത്രാങ്കണത്തിൽ എത്തിയപ്പോൾ കാത്തിരുന്നത് മറ്റൊരാനയുടെ ദുരന്തകഥയായിരുന്നു-മരണവക്ത്രത്തോളം ചെല്ലുകയും സാഹസികനായ ഒരു പാപ്പാന്റെ വലിയ മനസ്സുകൊണ്ടുമാത്രം ജീവിതത്തിലേക്ക് തിരിച്ചു നടക്കുകയും ചെയ്ത തമ്പുരാൻ നാരായണൻ എന്ന നാരായണനാനയുടെ ഇനിയും അനുഭവിച്ചുതീരാത്ത ദുരന്തങ്ങളുടെ ബാക്കിപത്രം.

തൃശ്ശൂർപ്പൂരം എന്നപോലെ ആനക്കമ്പവും ഈ ദേശത്തിന്റെ രക്തത്തിൽ തന്നെയുണ്ട്. അന്നും ഇന്നും പതിനഞ്ചാനകളുടെ ദിവസങ്ങൾ നീളുന്ന എഴുന്നെള്ളിപ്പാണ് പൂർണത്രയീശക്ഷേത്രത്തിലെ സവിശേഷത. പണ്ട് പതിനഞ്ചാനകൾക്കും തനിത്തങ്കത്തിന്റെ തലയിൽകെട്ടായിരുന്നു. എറണാകുളം-ഷൊർണൂർ റെയിൽപ്പാ

▼ ശ്രീപൂർണത്രയീശക്ഷേത്രം വലിയവിളക്കുവേളയിൽ

തയ്ക്ക് ആവശ്യമായ ഭാരിച്ച ധനം കണ്ടെത്താനാകാതെ വന്നപ്പോൾ, പ്രജാക്ഷേമതൽപരനായ രാമവർമ മഹാരാജാവ് പൂർണത്രയീശന്റെ സ്വന്തമായ സ്വർണനെറ്റിപ്പട്ടങ്ങളിൽ പതിനാലെണ്ണം വിൽപന നടത്തിയാണത്രെ റെയിൽപ്പാത യാഥാർഥ്യമാക്കിയത്.

രവിപുരം ഗോവിന്ദനും തമ്പുരാൻ നാരായണനും കൊച്ചുശ്രീരാമനുമാണ് ഇന്ന് തൃപ്പൂണിത്തുറ ക്ഷേത്രത്തിലുള്ള ആനകൾ. 1983-ൽ പടിഞ്ഞാറേ കോവിലകത്ത് കൊച്ചനിയൻ തമ്പുരാൻ പൂർണത്രയീശന്റെ മുന്നിൽ നടയ്ക്കിരുത്തിയ ലക്ഷണം തികഞ്ഞ ഗജവീരനാണ് നാൽപതു കഴിഞ്ഞ നാരായണൻ. അടിയ്ക്കടി പാപ്പാന്മാരെ മാറ്റിക്കൊണ്ടിരുന്നതിന്റെ ജീവിക്കുന്ന രക്തസാക്ഷിയെന്ന് ഇവനെ വിശേഷിപ്പിക്കാം.

തൃപ്പൂണിത്തുറയിൽ നിന്നും തമ്പുരാൻ നാരായണനെ തൃശ്ശൂർ ഡിവിഷനിലേക്ക് സ്ഥലംമാറ്റുന്നതോടെയാണ് അവന്റെ ശനിദശ തുടങ്ങുന്നത്. തൃപ്പൂണിത്തുറയിലും ഉത്സവനഗരികളിലും സൗമ്യഗാംഭീര്യത്തിന്റെ തങ്കത്തിളക്കമായി ഒരുകാലത്ത് നിറഞ്ഞുകത്തിയ നാരായണൻ പോകെപ്പോകെ കവലച്ചട്ടമ്പിയുടെ കത്തിവേഷത്തിലേക്ക് തരംതാഴ്ത്തപ്പെട്ടു. പിന്നെ കേരളത്തിൽ 'ബ്രേക്ക്' ഘടിപ്പിച്ച ഒരേയൊരാനയെന്ന ദുരന്തത്തിലേക്കും അവൻ നിലംപതിച്ചു. ഉത്തരേന്ത്യൻ മാതൃകയിലുള്ള മുള്ളുബെൽറ്റാണ് 'ബ്രേക്ക്' എന്നപേരിൽ അറിയപ്പെടുന്നത്. കാലുകളിൽ ഇടുന്ന ബെൽറ്റിൽ മുള്ളാണികൾ ഘടിപ്പിച്ചിരിക്കും. അതിന്റെ നിയന്ത്രണം മുകളിലിരിക്കുന്ന പാപ്പാന്റെ കൈയിലും. പാപ്പാൻ ബ്രേക്ക് പിടിച്ചാൽ ബെൽറ്റിലെ മുള്ളാണികൾ ആനയുടെ പച്ചമാംസത്തിലേക്ക് ആഴ്ന്നിറങ്ങും.

വാക്കയിൽ കൈമൾ, ബീഹാറിൽ നിന്നും കൊണ്ടുവന്ന വിജയനാനയാണ് നാരായണൻ. തമ്പുരാൻ നടയ്ക്കിരുത്തിയ ആനയായതിനാൽ പിന്നീട് 'തമ്പുരാൻ നാരായണ'നായി. തൃപ്പൂണിത്തുറയിൽ നടയ്ക്കിരുത്തപ്പെട്ട നാരായണനൊപ്പമാണ് ഗോവിന്ദനാൽ കൊല്ലപ്പെട്ട ഗോപാലകൃഷ്ണൻ കൊച്ചിൻ ദേവസ്വത്തിൽ എത്തുന്നത്. അന്ന് ഗോപാലകൃഷ്ണൻ ഇത്തിരിപോന്ന ഒരു വടിയുടെ ബലത്തിലായിരുന്നു നാരായണനേയുംകൊണ്ട് വഴിനടന്നത്. ഒരിക്കൽ കേരളത്തിലെ ഏറ്റവും തലയെടുപ്പുള്ള മംഗലാംകുന്ന് കർണനോടുപോലും മത്സരിച്ച് നാരായണൻ പള്ളുരുത്തി അഴകിയകാവിൽ തിടമ്പ് എടുക്കാനുള്ള അർഹത പിടിച്ചുമേടിച്ചിട്ടുണ്ട്. തൃശ്ശൂർപ്പൂരത്തിന് കൂട്ടാനയായും മികവ് തെളിയിച്ചിട്ടുണ്ട് ഈ കേമൻ. നാരായണനെ ഗോപാലകൃഷ്ണന് ഏൽപിച്ചുകൊടുത്തശേഷം മാവേലിക്കര മധുവിന്റെ ചട്ടക്കാരനായി മാറിയ ഇവന്റെ ആദ്യപാപ്പാൻ വേണുവാകട്ടെ പിൽക്കാലത്ത് മാവേലിക്കര മധുവിനാൽതന്നെ കൊലചെയ്യപ്പെട്ടു; അതും സ്വന്തം മകന്റെ കൺമുന്നിൽവച്ച്.

ഏറെക്കാലത്തിനുശേഷം നാരായണന്റെ കാലിൽനിന്നും മുള്ളുബെൽറ്റ് അഴിച്ചുമാറ്റിക്കൊണ്ടാണ് നാരായണന്റെ മനസ്സിൽ ഉണ്ണി എന്ന പാപ്പാൻ ഇടംതേടിയത്. തൃശ്ശൂർ ഗ്രൂപ്പിൽ നിന്നും തൃപ്പൂണിത്തുറയിലേക്കാണ് പിന്നെ ഉണ്ണിയും നാരായണനും പോരുന്നത്. നാരായണന്റെ പുനർജന്മമായിരുന്നു അത്. സ്വന്തം ജീവനും ജീവിതവും പണയംവച്ച് നാരായണന് പുനർജന്മമേകുന്നതിൽ മനസ്സുവച്ച ഉണ്ണിക്ക് തൃപ്പൂണിത്തുറ ദേവസ്വവും ജനങ്ങളും തികഞ്ഞ പിന്തുണയാണ് നൽകിയത്. അതേ തമ്പുരാൻ നാരായണനെ മൃഗീയമായി പീഡിപ്പിക്കുവാൻ കൂട്ടുനിന്നു എന്ന പ്രശ്നമാണ് രവിയുടെ സസ്പെൻഷന് നിമിത്തമായത്. രവിയുടെ ഒഴിവിലേക്കെത്തിയ പാപ്പാനെയാണ് ഇതിനുമുമ്പ് ഗോവിന്ദൻ കൊലചെയ്തത്. ഒരിക്കൽകൂടി പുതിയ ദൗത്യവുമായി

▼ തമ്പുരാൻ നാരായണൻ

പുതിയ പാപ്പാൻ എത്തിയിരിക്കുന്നു. തൃശ്ശൂർ സ്വദേശിയായ പ്രമോദാണ് ഗോവിന്ദന്റെ പുതിയ ചട്ടക്കാരൻ. പണ്ട് ചന്ദ്രശേഖരനാനയുടേയും പാപ്പാനായിരുന്നിട്ടുണ്ട് പ്രമോദ്.

നിങ്ങൾ വായിച്ചിട്ടുള്ള ഏത് കാൽപനിക കഥകളേക്കാളും വല്ലാത്ത ഉൾപ്പിരിവുകൾ നിറഞ്ഞ സമസ്യയാണ് ആനക്കാരന്റെ ജീവിതം. പക്ഷേ, സ്വന്തം മക്കളെത്തന്നെ തോട്ടിയും വടിയും കൊടുത്ത് ആനകൾക്കു മുന്നിലേക്ക് പറഞ്ഞുവിടുന്നവർക്ക്, ആരേക്കാളുമേറെ ആനകളെ സ്നേഹിക്കുകയും പോറ്റുകയും ചെയ്യുന്ന മനുഷ്യർക്ക് ആനയുടെ വർഗശത്രുക്കളാവാൻ കഴിയുമോ? എങ്ങനെയാണവർക്ക് ആനകളുടെ പീഡകരാകാൻ കഴിയുന്നത്. മുകളിലിരുന്ന രണ്ടാം പാപ്പാൻ ആവശ്യപ്പെട്ടപ്രകാരം ആനയെ പിന്നോട്ടെടുക്കുമ്പോഴാണ് ഗോപാലകൃഷ്ണൻ കൊല്ലപ്പെടുന്നതെന്ന് സൂചിപ്പിച്ചല്ലോ. അന്ന് ആനപ്പുറത്തിരുന്ന രണ്ടാം പാപ്പാൻ ഇപ്പോൾ ആനയുമായി ബന്ധമില്ലാത്ത ഒരു കേസിൽ സബ്ജയിലിലാണ്.

നല്ല നീരൊലിപ്പിന്റെ മദപ്പാടുകാലത്ത് ആനയുമായി വഴിനടക്കാൻ സ്ഥിരവരുമാനക്കാരായ ദേവസ്വം പാപ്പാൻമാരെപ്പോലും പ്രേരിപ്പിക്കുന്നത് പുറംക്ഷേത്രങ്ങളിൽ എഴുന്നെള്ളിപ്പിന് കൊണ്ടുപോയാൽ ലഭിക്കുന്ന അധികം വരുമാനമത്രെ! മറ്റാരേക്കാളും ഗോവിന്ദനെ അടുത്തറിയാവുന്ന രവി അന്ന് ഗോപാലകൃഷ്ണനെ വിലക്കിയതാണ്. പക്ഷേ, ആനയിലുള്ള അമിതവിശ്വാസം കൊണ്ടാകാം, മദനീരൊലിക്കുന്ന ആനയേയും കൊണ്ട് പിറ്റേന്ന് പാപ്പാൻ മരണത്തിലേക്കുതന്നെ നടന്നു. ഒരിക്കൽ ആനയുടെ പിടുത്തത്തിൽ നിന്നും കഷ്ടിച്ച് രക്ഷപ്പെട്ട നടുക്കത്തിലും ദേഷ്യത്തിലും 'പാപ്പാന് എഴുതേണ്ടിവരുമെടാ' എന്നു പറഞ്ഞ പോലീസ് ഉദ്യോഗസ്ഥൻപോലും അന്നത്തെ ഉള്ളുരുകുന്ന ആ ദൃശ്യംകണ്ട് അറിയാതെ തേങ്ങിപ്പോയി.

അമ്മൻകോവിൽ റോഡിൽവച്ച്, ഗോവിന്ദനാൽ വധിക്കപ്പെടുന്നതിനു രണ്ടുനാൾ മുമ്പ്, തൃപ്പൂണിത്തുറയിൽ നിന്നും ഗോവിന്ദനേയും കൊണ്ടുപോകുകയായിരുന്നു ഗോപാലകൃഷ്ണൻ. എന്തിന്റെ പേരിലോ പാപ്പാൻ ഒന്നിടഞ്ഞ് ആളും ബഹളവുമായപ്പോൾ പോലീസെത്തി. ആനയെ മാറ്റാൻ കൽപിച്ചെങ്കിലും വഴങ്ങാനുള്ള മനസ്സായിരുന്നില്ല അപ്പോൾ പാപ്പാന്റേത്. കുപിതനായ എസ്.ഐ ഗോപാലകൃഷ്ണന്റെ നേർക്ക് ചൊടിച്ചുകൊണ്ടടുത്തതും 'ഇങ്ങോട്ടെടുത്തോടാ മോനേ' എന്നുമാത്രമേ ഗോപാലകൃഷ്ണന് പറയേണ്ടിവന്നുള്ളൂ. തുമ്പിയിൽ കോരിയെടുക്കാനായി എസ്.ഐ യുടെ നേർക്ക് ഗോവിന്ദൻ എടുത്തുചാടി. ആനയ്ക്കെന്ത് പോലീസും പട്ടാളവും? അഭ്യാസിയായ എസ്.ഐ ഭാഗ്യത്തിന് രക്ഷപ്പെട്ടു. പക്ഷേ പഠിച്ചപണി പതിനെട്ടും പയറ്റിയിട്ടും പോലീസുകാർക്ക് അന്ന് ഗോപാലകൃഷ്ണനെ അറസ്റ്റ് ചെയ്തുകൊണ്ടു പോകാനായില്ല. കാലു

കൾക്കിടയിൽ കയറിനിന്ന് രക്ഷതേടിയ തന്റെ പാപ്പാനെ ആർക്കും വിട്ടുകൊടുക്കാതെ ആന മണിക്കൂറുകളോളം കണ്ണിലെ കൃഷ്ണ മണിപോലെ കാത്തുസൂക്ഷിച്ചു.

വൈകിട്ട് പോലീസ് സ്റ്റേഷനിൽ ഹാജരാക്കപ്പെട്ട പാപ്പാൻ ഒടുവിൽ തിരിച്ചെത്തിയശേഷം ഗോവിന്ദന്റെ തുമ്പിക്കൈയിൽ കെട്ടിപ്പിടിച്ച് ഒത്തിരി പതംപറഞ്ഞ് കരയുകയും ചെയ്തു. ആ ദിനങ്ങളിലും നല്ല മദപ്പാടിലായിരുന്നു ഗോവിന്ദൻ.

ആനയെ മയക്കുവെടി വയ്ക്കുന്നതും വെടിയേറ്റ് മയങ്ങിയ ആനയെ വലിച്ചിഴയ്ക്കുന്നതും മയക്കത്തിൽ നിന്ന് മോചിപ്പിക്കുവാൻ ജലധാര നടത്തുന്നതുമെല്ലാം മലയാളികൾക്ക് ഇന്ന് ഉത്സവക്കാഴ്ചകളുടെ എരിവും പുളിയുംപോലെ മാത്രമായിരിക്കുന്നു. 2003 ജനുവരി 22-ാം തീയതിയിൽ, മൂന്നുമണിക്കൂർ നേരം ഒരു ഫുട്ബോൾ മത്സരം കാണുന്ന ക്രൂരസന്തോഷത്തോടെയും ആവേശത്തോടെയുമാണ് ജനം രവിപുരം ഗോവിന്ദന്റെ ഇടയലും പിന്നീടു നടന്ന അങ്കക്കലിയും കണ്ടുനിന്നത്. തമ്മിൽത്തല്ല്, കൊലപാതകം എന്നിവ കണ്ടുരസിക്കാനുള്ള മലയാളികളുടെ ക്രൂരമനോഗതത്തിനുദാഹരണമായി ഗോവിന്ദൻ, പാപ്പാൻ ഗോപാലകൃഷ്ണനെ കൊലപ്പെടുത്തുന്നതിന്റെ ദൃശ്യങ്ങളടങ്ങിയ സി.ഡിക്കു ലഭിച്ച പ്രചാരം. പല വീടുകളിലും മറയോടെയും അല്ലാതെയും പലരും അതു കണ്ടുരസിച്ചു.

ഒരുനിമിഷത്തെ ബോധസ്തംഭനത്തിന് ഒരായുസ്സ് കൊണ്ടുമാറാത്ത കുറ്റമാണ് ഗോവിന്ദന്റെ തലയിൽ എല്ലാവരും ചാർത്തിക്കൊടുത്തത്. ഒരു നിമിഷമെങ്കിലും വിവേചനബുദ്ധി കൈമോശം വന്നിട്ടില്ലാത്തവർ ഈ ഭൂമുഖത്തുണ്ടോ? ഉണ്ടെങ്കിൽ അവർ ഗോവിന്ദനെ കല്ലെറിയട്ടെ.

ഒരു കൊലപാതകംകൊണ്ട് ഗോവിന്ദന് കുപ്രസിദ്ധി ലഭിച്ചു. ഗോപാലകൃഷ്ണന്റെ കുടുംബത്തിന് തീരാനഷ്ടമുണ്ടായി. ആന-പാപ്പാൻ ബന്ധത്തിന്റെ അകംപൊരുളുകളെപ്പറ്റി മനസ്സിലാക്കാനാഗ്രഹിക്കുന്നവർക്ക് പഠനവിധേയമാക്കാവുന്ന കഥയാണിത്. അങ്ങനെയുള്ളവർ ഈ കടംകഥയുടെ ഉത്തരം നമുക്ക് പറഞ്ഞുതരട്ടെ! അങ്ങനെ മേലിൽ ഇത്തരം സംഭവങ്ങൾ ആവർത്തിക്കാതിരിക്കട്ടെ! എന്തായാലും ഗോവിന്ദൻ സ്വഃനവീകരണത്തിന്റെ പാതയിലാണ്.

***

തിരുവാണിക്കാവ് ജയറാംകണ്ണൻ

താരത്തിന്റെ സ്വന്തം 'ആന'ത്താരം

▼ തിരുവാണിക്കാവ് ജയറാംകണ്ണൻ

പ്രശസ്തനായ ഉടമയുടെ പ്രശസ്തനായ ആന. അതാണ് ചലച്ചിത്രനടനായ ജയറാമിന്റെ സ്വന്തം ജയറാം കണ്ണൻ. കേരളത്തിലെ കോടനാട് ആനക്കൂട്ടിൽ നിന്നും ഉത്തരേന്ത്യയിലെ സർക്കസുകമ്പനിക്കാർ ലേലത്തിൽ പിടിച്ചുകൊണ്ടുപോയ ആനയാണിത്. അനേക വർഷങ്ങൾക്കുശേഷം, അനേക കൈകൾ മാറിമറിഞ്ഞ്, ഒടുവിൽ ജയറാമിന്റെ സ്വന്തമാവുന്നതുവരെയുള്ള കണ്ണന്റെ വഴികൾക്ക് ഒട്ടേറെ വളവുകളും തിരിവുകളുമുണ്ടായിരുന്നു.

കേരളത്തിലെ ആനപ്പന്തിയിൽ നിന്നും പച്ചമലയാളത്തിൽ ഹൃദിസ്ഥമാക്കിയ ആനച്ചട്ടങ്ങളുടെ പാഠാവലികളെല്ലാം ഉത്തരേന്ത്യയിലെ സർക്കസ് കമ്പനിയിൽ ഒരൊറ്റ ദിവസംകൊണ്ട് ശുദ്ധശൂന്യമായ കഥയാണിത്. പഠനം പാതിവഴിയിൽ ഉപേക്ഷിച്ച ആന സർക്കസ് കൂടാരത്തിൽ ചെന്നുപെട്ടാലുള്ള അവസ്ഥ പറയണോ. പിന്നെയെല്ലാം ഒന്നേന്ന് ഹിന്ദിയിൽ തുടങ്ങണം. പുതിയ ഭാഷയ്ക്കു പുറമേ ഓട്ടം, ചാട്ടം, സൈക്കിൾ ചവിട്ടൽ, ജീപ്പോടിക്കൽ- അങ്ങനെ ഒരാനയെക്കൊണ്ട് ചെയ്യിക്കാൻ പാടില്ലാത്തത് എന്തൊക്കെയുണ്ടോ സർക്കസുകാർക്ക് അതുമാത്രം മതി. പരിശീലകന്റെ നിർദ്ദേശങ്ങൾക്കനുസരിച്ച് ചാടിക്കളിക്കാൻ ഒരു കുഞ്ഞിരാമൻ! ടിക്കറ്റെടുത്ത് കുറേ മനുഷ്യൻമാർ അകത്തുകയറിക്കഴിഞ്ഞാൽ പിന്നെ ചാട്ടവാറിന്റെ ബലത്തിൽ ഓരോ ഗൊപ്പയുമാർ റിങ്ങിലിറങ്ങും. ആനയും പൂച്ചയും പുലിയും കരടിയുമൊക്കെ പിന്നെയാ ശുപ്പാണ്ടിമാരുടെ 'ഗോഗ്വാ' വിളികൾക്കനുസരിച്ച് ചാടിക്കളിക്കുന്ന കുഞ്ഞിരാമൻമാരാവണം.

ഒന്നുംരണ്ടുമല്ല, നീണ്ട പതിനഞ്ചുവർഷമാണ് ഇവൻ സർക്കസ് കൂടാരത്തിനുള്ളിൽ വീർപ്പുമുട്ടി കഴിച്ചുകൂട്ടിയത്. ആകെയുള്ള മെച്ചം ഇന്ത്യ മുഴുവൻ കണ്ടുവെന്നതാണ്. അതിനിടെ ജനിച്ചുവളർന്ന മലയാളനാട്ടിലേക്കും പലവട്ടം വന്നു.

ഒരിടത്തുനിന്നും അടുത്ത താവളം തേടിയുള്ള സർക്കസ് സംഘത്തിന്റെ യാത്രകൾക്കിടയിൽ, കേരളത്തിൽവച്ചിവൻ പലപ്പോഴും നെറ്റിപ്പട്ടംകെട്ടി ഉത്സവക്കാഴ്ചകളുടെ ഊർജപ്രവാഹമായി തലയുയർത്തിപ്പിടിച്ചു നിൽക്കുന്ന ഒത്തിരി ആനച്ചന്തങ്ങളേയും കാണുകയുണ്ടായി. കരുത്തിന്റേയും ആണത്തത്തിന്റേയും പ്രതിരൂപമെന്നോണം ജനക്കൂട്ടത്തെ ഭ്രമിപ്പിച്ച് നിൽക്കുന്ന ഉത്സവനഗരിയിലെ ആനകളെവിടെ, കുളിയും തേവാരവുമൊന്നുമില്ലാതെ വരണ്ടുണങ്ങി ചെമ്പൻ കരടികളെപ്പോലെ നിൽക്കുന്ന സർക്ക

സിലെ ആനകളെവിടെ!

ഒരുനാൾ എങ്കിൽ ഒരുനാൾ, തനിക്കും ഇതുപോലെ ഉത്സവപ്പറമ്പിലെ പൊന്നിൻവെളിച്ചത്തിൽ ആറാടി നിൽക്കുവാൻ കഴിഞ്ഞിരുന്നെങ്കിൽ എന്നിവൻ ആഗ്രഹിച്ചിട്ടുണ്ടാവണം. പക്ഷേ, ഓരോ വട്ടവും സർക്കസ്‌വണ്ടി വീണ്ടും കേരളാതിർത്തി താണ്ടി വടക്കോട്ട് മടങ്ങിപ്പോകുമ്പോൾ, കണ്ണീരൊഴുക്കുവാനേ കഴിയൂ.

ആനകൾ, പ്രത്യേകിച്ചും കൊമ്പൻമാർ ഒരു പരിധിക്കപ്പുറം വളർന്നുകഴിഞ്ഞാൽ സർക്കസുകാർക്ക് പ്രശ്നമാവും. ആന മദപ്പാടിലായിക്കഴിഞ്ഞാൽ, സർക്കസ്‌സംഘം ഒരിടത്തുനിന്നും കളി മതിയാക്കി മറ്റൊരിടത്തേക്ക് നീങ്ങിയാലും ആനയെ കൂടെക്കൊണ്ടുപോകുവാൻ കഴിയാതെ വരും. അതിനാൽ കൊമ്പനാനകൾ മദലക്ഷണങ്ങൾ കാട്ടിത്തുടങ്ങുമ്പോൾതന്നെ കഴിയുന്നതും വേഗം വിറ്റ് തടിയൂരാറാണ് ഇവരുടെ പതിവ്. അങ്ങനെയാണ് നാഷണൽ സർക്കസിലെ ജീപ്പോട്ട വിദഗ്ധനായിരുന്ന മുന്നയ്ക്ക് സർക്കസ് കൂടാരത്തിനു പുറത്തുള്ള ലോകത്തേക്ക് ഒരു വാതിൽ തുറന്നുകിട്ടുന്നത്. ആയിടെ കമ്പിനിയിൽ ഒന്നുരണ്ടാനകൾ പ്രസവിക്കുകയും ചെയ്തു. സ്വാഭാവികമായും നാലഞ്ച് പിടിച്ചികൾക്കിടയിലെ സുകുമാരകളേബരനായി വിലസിയ നമ്മുടെ കണ്ണനെന്ന മുന്നതന്നെയാവണം ആ ദിവ്യഗർഭങ്ങളുടെ കാരണഭൂതൻ.

എന്തായാലും ഇങ്ങനെയൊക്കെയായി. സർക്കസെങ്കിൽ സർക്കസ്; ഇനിയിപ്പോൾ പെണ്ണും പിടക്കോഴിയുമൊക്കെയായി ഇവിടെത്തന്നെ കൂടാമെന്ന് മനസ്സിൽ തീരുമാനിച്ച് ഒരു ധാരണയിലൊക്കെ എത്തിച്ചേർന്ന നേരത്താണ് തീർത്തും അപ്രതീക്ഷിതമായി മുന്നയ്ക്ക് വിടുതൽനോട്ടീസ് ലഭിക്കുന്നത്. പിടിച്ചപിടിയാലെ, ക്രാങ്ങാട് നമ്പൂതിരിയാണ് ഇവനെ കേരളത്തിലേക്ക് കൂട്ടിക്കൊണ്ടു പോരുന്നത്. നമ്പൂതിരിയിൽ നിന്നാണ് കണ്ണനെ ജയറാം വാങ്ങുന്നത്.

ആനക്കമ്പക്കാരനായ ജയറാമിന്റെ പ്രിയപ്പെട്ട കണ്ണനാനയെപ്പറ്റി, ആനപ്രേമികൾക്കിടയിലും ചില വാർത്താമാധ്യമങ്ങളിലും ഈയിടെ ഒരു വാർത്ത പ്രചരിച്ചു. ജയറാം തന്റെ ആനയെ തൃശ്ശൂരുള്ള ചിലർക്ക് വിൽപനനടത്തിയെന്നും അതല്ല പെരുമ്പിലാവ് തിരുവാണിക്കാവ് ക്ഷേത്രത്തിൽ നടയ്ക്കിരുത്തിയെന്നുമൊക്കെയായിരുന്നു ആ വാർത്തകളുടെ പൊരുൾ. പെരുമ്പാവൂർ കണ്ണൻ എന്ന പേരിനുപകരം തിരുവാണിക്കാവ് ജയറാംകണ്ണൻ എന്ന പുതിയ പേരിലെഴുതിയ ലോക്കറ്റുമായി ആന ഉത്സവവേദികളിലേക്ക് ഇറങ്ങുകയും ചെയ്തപ്പോൾ സംശയങ്ങൾ ബലപ്പെടുകയും ചെയ്തു. പക്ഷേ ജയറാം ആനയെ വിൽക്കുകയായിരുന്നില്ല. മറിച്ച് താൻ എല്ലായ്പ്പോഴും മദ്രാസിലും ഷൂട്ടിംഗ് ലൊക്കേഷനുകളിലുമായിരിക്കുമെന്നതിനാൽ, കണ്ണന്റെ കാര്യങ്ങൾ ശ്രദ്ധയോടെ നോക്കുവാൻ തയ്യാറുള്ള തിരുവാണിക്കാവ് ദേവസ്വവുമായി ഉടമസ്ഥാവകാശം പങ്കുവയ്ക്കുകയായിരുന്നു. അങ്ങനെയാണിവൻ തിരുവാണിക്കാവിൽ എത്തിയത്.

കുറുമ്പിലാവ് തിരുവാണിക്കാവ് ക്ഷേത്രത്തിൽ എത്തി അധികനാൾ കഴിയുംമുമ്പേ കണ്ണൻ തന്റെ സ്വതസ്സിദ്ധമായ, അപൂർവമായ സൗഹൃദസൂത്രങ്ങളിലൂടെ 'ജയറാമിന്റെ കണ്ണൻ' എന്ന നിലയിൽ നിന്നും തിരുവാണിക്കാവുകാരുടെ സ്വന്തം കണ്ണൻ എന്ന അവസ്ഥയിലേക്ക് മാറിക്കഴിഞ്ഞിരുന്നു. ക്ഷേത്രത്തിലെ പൂജയ്ക്കും ചടങ്ങുകൾക്കും തുള്ളിയുറയുന്ന വെളിച്ചപ്പാടിന്റെ പിന്നാലെ ഒരു ഭക്തജനസംഘം ക്ഷേത്രത്തിന് വലംവയ്ക്കാനുണ്ടാവും. അപ്പോൾ കണ്ണൻ തിരുവാണിക്കാവിലുള്ള ദിവസമാണെങ്കിൽ, വെളിച്ചപ്പാട് കുറച്ച് നെല്ലും അരിയും ഉഴിഞ്ഞ് അവനെ ക്ഷണിക്കേണ്ട താമസം, കണ്ണനും പ്രദക്ഷിണസംഘത്തിലൊരാളായി അവർക്ക് പിന്നാലെ കൂടും. തിരുവാണിക്കാവിലെ ഇത്തിരിയില്ലാത്ത ഇളംപൈതങ്ങൾക്കുപോലും കൊമ്പിൽപിടിച്ച് നടത്താവുന്നത്ര കളിചിരി തമാശകളിലേക്ക് കണ്ണന്റെ സൗഹൃദവലയം വികസിക്കുകയും ചെയ്തു.

ക്ഷേത്രപരിസരത്ത് താമസിക്കുന്ന വെളിച്ചപ്പാടിന്റെ നാലുവയസ്സുകാരൻ മകൻ അപ്പുവും കണ്ണനുമായുള്ള ബന്ധത്തിന്റെ ഇഴയടുപ്പം അത്തരത്തിൽ ഒന്നാണ്. രാവിലെ അമ്പലത്തിലെത്തിയാൽ നാക്കിലയിൽ കുറച്ച് അതിമധുരപ്പായ

സവും എടുത്ത് അപ്പു നേരെ കണ്ണന്റെ താടച്ചുവട്ടിലേക്ക് ഓടും. ആനവായിൽ അരവണപ്പായസത്തിന്റെ തിരുമധുരം അലിഞ്ഞിറങ്ങേണ്ട താമസം, പിന്നെ അമ്പതുകഴിഞ്ഞ അപ്പാവിയും നാലുവയസ്സുകാരനുമായുള്ള ഒളിച്ചുംകണ്ടും കളികളും തല്ലിപ്പിടുത്തം കളികളുമൊക്കെ ഒന്നിനുപിന്നാലെ ഒന്നായി അരങ്ങേറിക്കൊണ്ടേയിരിക്കും.

പ്രശസ്ത നടനായ ജയറാമെന്ന ഉടമയുടെ സ്വാധീനത്തിലല്ലേ, കണ്ണനാന ഇത്രയും ആളാവുന്നതെന്ന് ആരാനും ചോദിച്ചാൽ, അങ്ങനെയൊന്നും അവനത് സമ്മതിച്ചുതരില്ല. 'സിനിമാപിടുത്തമൊക്കെ നമ്മളും കുറേ കണ്ടതാ ചങ്ങാതി. ആ നമ്പരൊന്നും ഇങ്ങോട്ടിറക്കേണ്ട' എന്നാവും അൽപം ഉടക്കിൽ അവന്റെ പ്രതികരണം. 'ഏറ്റവും കുറഞ്ഞകാലംകൊണ്ട് ഏറ്റവും കൂടുതൽ സിനിമകളിൽ നായകനായ മലയാളനടൻ' എന്ന വിശേഷണം ജയറാമിന് അവകാശപ്പെട്ടതാണെങ്കിലും ചലച്ചിത്രാഭിനയത്തിന്റെ കാര്യത്തിൽ ജയറാംകണ്ണൻ കേരളത്തിലെ മറ്റേത് ആനകളേക്കാളും ബഹുദൂരം മുന്നിലാണ്.

ഒന്നുംരണ്ടുമല്ല, മുപ്പതിലേറെ സിനിമകളിലാണ് ഇവൻ തന്റെ ഭാവാഭിനയപാടവം പുറത്തെടുത്ത് കസറിയിട്ടുള്ളത്. സിനിമയിൽ ആനയ്ക്കൊരു റോൾ വരുമ്പോൾ, അത് നമ്മുടെ ജയറാമിന്റെ ആനയ്ക്ക് കൊടുക്കാമെന്ന പരിഗണനയിലും ശിപാർശയിലുമാണ് ഇവന്റെയീനേട്ടം എന്നുകരുതിയാൽ തെറ്റി. ധൈര്യമായി അടുത്തു നിൽക്കുവാനും വേണമെങ്കിൽ പുറത്ത് വലിഞ്ഞു കയറുവാനും ആരെയും അനുവദിക്കുന്ന ഇവന്റെ സ്വഭാവമാണ് സിനിമയിൽ അവസരം കിട്ടുന്നതിന്റെ കാരണം. തന്റെ ഉടയോനായ ജയറാം മാത്രമല്ല, മമ്മൂട്ടിയോ ഷീലാമ്മയോ എന്നല്ല, സാക്ഷാൽ നയൻതാര തന്നെ തട്ടിയുരുമ്മി വലിഞ്ഞുകയറിയാലും ഈ കേളന് യാതൊരു മനസ്സിളക്കവുമില്ല.

മടി, അലസത എന്നീ വാക്കുകൾക്ക് പുതിയൊരു പര്യായംകൂടി സൃഷ്ടിക്കണമെന്നുണ്ടെങ്കിൽ രണ്ടാമതൊന്നാലോചിക്കാതെ തന്നെ ജയറാം കണ്ണനെന്ന് ധൈര്യമായിട്ടെഴുതാം. തൊഴിലില്ലായ്മാവേതനവും വാങ്ങി വെറുതേയിരിക്കുവാൻ ഒരവസരം കിട്ടിയാൽ അതായിരിക്കും ഇഷ്ടനേറ്റവും ഇഷ്ടം. മെയ്യനങ്ങി പണിയെടുക്കുന്ന കാര്യം പോട്ടെ. അവനവന്റെ കാര്യത്തിനായാൽപോലും അറിഞ്ഞൊന്ന് നടക്കാൻതന്നെ കുഴിമടി. എന്നിട്ടും 'പട്ടാഭിഷേകം' സിനിമയ്ക്കുവേണ്ടി നടത്തിയ ആനയോട്ട മത്സരത്തിൽ ഒന്നാമനായത് കണ്ണനാണെന്ന് കേട്ടാൽ ആരും ഞെട്ടരുത്. എന്തെന്നാൽ പിന്നിൽ നിന്നും നോക്കുമ്പോഴാണ് അവന്റെ ഒന്നാം സ്ഥാനം എന്നൊരു വിവക്ഷ ആ വരികൾക്കിടയിൽ നിന്നും കൂട്ടിവായിച്ചുകൊള്ളണം.

മടിയോടൊപ്പം അൽപം പേടികൂടിയുണ്ട്

കണ്ണനാനയ്ക്ക്. അനേകവർഷങ്ങളായി കണ്ണനോടൊപ്പം ഉണ്ടായിരുന്ന കുട്ടപ്പൻനായർക്കു പകരം ഇപ്പോൾ പ്രേമനാണ് പുതിയ പാപ്പാൻ. പേരുമാറ്റം എന്നതുപോലെ തന്നെ ജയറാമും തിരുവാണിക്കാവുകാരുമായുള്ള നീക്കുപോക്കുകളുടെ ഭാഗമാണ് ഈ പാപ്പാൻ മാറ്റവും. അനേകവർഷം ഒപ്പമുണ്ടായിരുന്ന പാപ്പാൻ മാറി, പുതിയൊരാൾ വരുമ്പോൾ കെട്ടിയഴിക്കലെന്ന പേരിലുള്ള കാര്യമായ പീഡനമുറകൾ തന്നെ വേണ്ടിവരുമെന്നാണ് പലരും പ്രതീക്ഷിച്ചത്. കണ്ണന്റെ മനസ്സിൽ കുട്ടപ്പൻ നായർ എന്ന പഴയപാപ്പാൻ അവശേഷിപ്പിച്ചുപോയ ശൂന്യതയിലേക്ക് പെട്ടന്നൊരു 'കടന്നിരിക്കൽ' പ്രേമനെന്ന കൃശഗാത്രനെക്കൊണ്ട് അത്രയെളുപ്പമൊന്നും സാധ്യമാവില്ലെന്നും പലരും കണക്കുകൂട്ടി. പ്രേമനാവട്ടെ ഒരു പരീക്ഷണമെന്നനിലയിൽ ചെറിയൊരു വടിയുമെടുത്ത് നേരെ ആനയുടെ മുന്നിൽചെന്ന് തറപ്പിച്ചൊന്നു പറഞ്ഞു- "ഇരിയാനേ..." പക്ഷേ, തർക്കുത്തരംപോലെ ഒരു തലയാട്ടലും സീൽക്കാരവുമായിരുന്നു ആനയുടെ മറുപടി. എന്നാൽ, അടി പൊട്ടിയതും വലിയവായിൽ കരഞ്ഞുവിളിച്ചുകൊണ്ട് ആനയിരുന്നുകഴിഞ്ഞതും ഒന്നിച്ചായിരുന്നു. ആനയും ആനക്കാരനുമായി ചിലപ്പോൾ ദിവസങ്ങളോളംതന്നെ നീണ്ടുനിൽക്കുന്ന 'കൂട്ടപ്പൊരിച്ചിലിന്റെ കെട്ടിയഴിക്കൽ' കാണാൻ കാത്തുനിന്നവരെയെല്ലാം നിരാശരാക്കിക്കൊണ്ട് ആ അധികാരക്കൈമാറ്റം നിശ്ശബ്ദവിപ്ലവമായി മാറി. ആ അടിയുടെ പേടിയും സങ്കടവും മാറ്റാൻ പ്രേമനെന്ന പാപ്പാന് പിന്നെ ദിവസങ്ങളോളം കണ്ണനെ തലോടിയും തൊട്ടുഴിഞ്ഞും ആശ്വസിപ്പിക്കേണ്ടി വന്നു.

തന്റെ ആനയുടെ സുഖത്തിനും സന്തോഷത്തിനും ശരിയായ പരിചരണത്തിനും വേണ്ടി അവന്റെ ഉടമസ്ഥാവകാശംപോലും പങ്കുവയ്ക്കാൻ തയ്യാറായ ജയറാമിന് ഒന്നു സമാധാനിക്കാം. ശരിയായ കൈകളിൽ തന്നെയാണ് അവനെ ഏൽപിച്ചിരിക്കുന്നത്.

▼ ജയറാമും മക്കളും കണ്ണനോടൊത്ത്...

ഇരിങ്ങാലക്കുട കൂടൽമാണിക്യക്ഷേത്രോത്സവത്തിന് എത്രവലിയ ആനകളുണ്ടെങ്കിലും പതിനഞ്ചുദിവസവും രാത്രി, ഉത്സവത്തിടമ്പ് കണ്ണനുമാത്രം അവകാശപ്പെട്ടതാണ്. അവിടത്തുകാർക്ക് ഇവനെ ഞരമ്പിന് പിടിച്ച വിശ്വാസമാണ്. അല്ലെങ്കിൽ ഇവനോടൊരഭിനിവേശം.

ഇപ്പോൾ കാളിദാസനോടും ചക്കിയോടുമൊപ്പം (ജയറാമിന്റെ മക്കൾ) ഒഴിവുകാലം ആസ്വദിക്കുവാൻ മദിരാശിയിൽ നിന്നും കണ്ണന്റെ അടുത്തെത്തുന്ന ജയറാമിന്റെയും പാർവതിയുടേയും സന്തുഷ്ടജീവിതവും അതിലെ അസുലഭ മുഹൂർത്തങ്ങളുമാണ് ഇവന്റെ സന്തോഷം. ജയറാം ഇടയ്ക്കിടെ ഇവന്റെ പാപ്പാനെ ഓർമിപ്പിക്കും. "പ്രേമാ അവനെ അടിയ്ക്ക്യോന്നും ചെയ്യരുത്. വെറും പാവ്വാ... നമ്മുടെ സ്വന്തം കുട്ട്യേപ്പോലെ തന്നെ നോക്കിക്കോണം." പാപ്പാൻ അത് അക്ഷരംപ്രതി അനുസരിക്കുകയും ചെയ്യും. ഇതാണ് ജയറാം കണ്ണന്റെ സൗഭാഗ്യവും. ഒരിക്കലും എത്തിപ്പെടില്ലെന്ന് വിചാരിച്ച ഉയരത്തിലാണ് ജയറാം കണ്ണൻ ഇന്ന് വിരാജിക്കുന്നത്.

***

കിടങ്ങൂർ സേതുലക്ഷ്മി

മാധ്യമങ്ങൾ പേറെടുത്തു; ആനയിപ്പോഴും പാൽചുരത്തുന്ന കന്യക

ഒരാന ഒരു ദിവസംകൊണ്ട് പ്രശസ്തിയുടെ അപ്രതീക്ഷിത തലങ്ങളിലേക്ക് കുതിച്ചു. പിന്നാലെ വിവാദ കോലാഹലങ്ങളുടെ പരമ്പര തന്നെയുണ്ടായി. വിഷയം 'ഗർഭ'മായിരുന്നതിനാൽ വ്യാഖ്യാനങ്ങൾ പലവഴിക്കുപോയി. ഇങ്ങനെ പ്രശസ്തി കൈവരിച്ച ആന കേരളത്തിൽ ആദ്യമായിരിക്കും. അങ്ങനെയൊരു ആനപ്പെൺകൊടിയുടെ കഥയാണ് ഈ അധ്യായത്തിൽ.

ഞാറ്റുവേലക്കുളിരും തിരുവാതിര തുടിച്ചുകുളിയുമൊക്കെ നന്നായി അറിഞ്ഞനുഭവിച്ചിട്ടുള്ള ഒരു അസ്സൽ മലയാളിമങ്ക. അവളാണ് സേതുലക്ഷ്മി; കോടനാട് കൂട്ടിൽ നിന്നും ലേലത്തിൽ വിൽക്കപ്പെട്ടു. കോന്നിക്കടുത്തുള്ള ചേരിയിൽ കുടുംബക്കാരാണ് ഇവളെ ലേലത്തിൽ പിടിച്ചത്. അന്ന് 'ചേരിയിൽ പിടിയാന' എന്നാണ് അറിയപ്പെട്ടിരുന്നത്. ചേരിയിൽവീട്ടിലെ പൂമുഖവാതിൽക്കൽ മുപ്പതുവർഷക്കാലം പരിലസിച്ചു. അനന്തരം ഏതുവീട്ടിലേയുംപോലെ, അവളുടെ രക്ഷകയായ തറവാട്ടമ്മയുടെ മരണം. ഏതാനയുടേയും കാര്യത്തിലെന്നപോലെ ഇവിടെയും പടിയിറക്കത്തിനുള്ള ഒരു നിമിത്തം. പിന്നെ, കോഴിക്കോട്ട് യൂണിവേഴ്സിറ്റിക്കടുത്തുള്ള സ്കൂൾ ഹെഡ്മാസ്റ്ററായ കുഞ്ഞുമോനാണ് ഇവളുടെ സ്വന്തക്കാരനായത്. ചേരിയിൽ വീട്ടിലുണ്ടായിരുന്ന നിലയും വിലയുമൊന്നും പ്രതീക്ഷിക്കേണ്ടെന്ന് അവൾക്കുതന്നെ അറിയാമായിരുന്നെങ്കിലും കോഴിക്കോട്ടുകാരുടെ മനസ്സിൽ തനിക്ക് വെറുമൊരു വേലക്കാരിയുടെ സ്ഥാനം മാത്രമേയുള്ളൂവെന്ന് അധികം വൈകാതെ തന്നെ ബോധ്യമായി.

എന്നും കരിയും പുകയും മാത്രം നിറഞ്ഞ അടുക്കളക്കൂടിൽ അടച്ചുമൂടിക്കിടക്കാൻ വിധിക്കപ്പെട്ട ഒരടുക്കളക്കാരി. കർണാടകയിലെ തടിക്കൂപ്പുകളായിരുന്നു അവൾക്കുമുന്നിൽ ചെയ്താലും ചെയ്താലും ഒരിക്കലും പണിതീരാത്ത അടുക്കളയായതെന്നുമാത്രം. അഞ്ചുവർഷത്തോളം അങ്ങനെ ആരോരുമറിയാത്ത ലോകത്ത് ചോരനീരാക്കി. (കോഴിക്കോട്-മലപ്പുറം ഭാഗങ്ങളിലുള്ള

നല്ലൊരു ശതമാനം ആനകളും ഇങ്ങനെ കർണാടകയിലെ തടിക്കൂപ്പുകളിൽ അടിമപ്പണിചെയ്യാൻ വിധിക്കപ്പെട്ടവരാണ്). ഒടുവിൽ ഉള്ള ചോരയെല്ലാം ഊറ്റിയെടുത്ത്, വിളറിവെളുത്ത് പണിയൊന്നും എടുക്കാനാവാതെ വാടിത്തളർന്ന ആനയെ തിരിച്ചുവിളിക്കുന്നു. വിശ്രമത്തിനല്ല; മറ്റൊരു വിൽപനയ്ക്കായി. ആനപരിപാലനത്തേക്കാൾ ആനക്കച്ചവടത്തിൽ ശ്രദ്ധകേന്ദ്രീകരിച്ച കോതമംഗലം പല്ലാരിമംഗലത്തേക്ക് അങ്ങനെയാണ് ഇവളെത്തുന്നത്. പക്ഷേ, അവിടെയെത്തി അധികം വൈകാതെ പലരും ഒരുകാര്യം ശ്രദ്ധിച്ചുതുടങ്ങി. ആരോഗ്യസ്ഥിതി അത്ര മെച്ചമല്ലെങ്കിലും പതിവിൽ കവിഞ്ഞ് കാര്യമായിട്ടൊന്നും കഴിക്കുന്നില്ലെങ്കിലും ആനയുടെ വയറ്റിനകത്തൊരു മുഴുമുഴുപ്പ് ഇല്ലേയെന്ന സന്ദേഹം. ആന ഗർഭിണിയാണോയെന്ന സംശയം ബാക്കി നിൽക്കെ, പല്ലാരിമംഗലത്തെത്തിയ തൃശ്ശൂർകാരനായ ആനഡോക്ടർക്കും ഏതാണ്ടതേ അഭിപ്രായംതന്നെ. സേതുലക്ഷ്മിക്ക് 'വിശേഷ'മുണ്ടെന്ന വിവരം ആനക്കാർക്കിടയിൽ പരന്നുതുടങ്ങുന്നത് അവിടം മുതലായിരുന്നു.

ഗർഭിണിയാണെന്ന വിവരമറിഞ്ഞിട്ടോ അല്ലാതെയോ, തിരുവനന്തപുരത്ത് നിന്നുമൊരാൾ സേതുലക്ഷ്മിയെ തേടിയെത്തി. ഗുരുജിയിൽ പ്രശാന്ത് എന്ന ചെറുപ്പക്കാരൻ. തന്റെ കൈയിലുണ്ടായിരുന്ന ഒരു മോഴയാനക്കുട്ടിയേയും ഒപ്പം നല്ലൊരു തുകയും കൊടുത്താണ് പ്രശാന്ത്, സേതുലക്ഷ്മിയെ അനന്തപുരിയിലേക്കാനയിക്കുന്നത്. പ്രശാന്ത് കൊടുത്ത വില പരിഗണിച്ചാൽ, ആന ഗർഭിണിയാണെന്ന വിശ്വാസത്തിലാണ് കച്ചവടം ഉറപ്പിച്ചതെന്ന് അനുമാനിക്കേണ്ടിവരും. ആദ്യം ചെന്നുകണ്ടശേഷം ആറുമാസംകൂടി കാത്തിരുന്ന ശേഷമാണ് പ്രശാന്ത് ഇവളെ വാങ്ങിയത്. സേതുലക്ഷ്മിക്കപ്പോൾ പ്രായം എങ്ങനെ നോക്കിയാലും അമ്പതിനുമേലുണ്ടാവും. അങ്ങനെ സേതുലക്ഷ്മി ഗുരുജിയിൽ സേതുലക്ഷ്മിയായി.

സാക്ഷാൽ അനന്തപദ്മനാഭന്റെ തിരുമുറ്റത്ത്, അനന്തപുരിയുടെ അമ്മത്തൊട്ടിലിലേക്ക് ഒരു പൊന്നുംകുടുക്കയെ പെറ്റിടുവാനുള്ള അപൂർവ നിയോഗവുമായി നിൽക്കെ, ഗുരുജിയിൽ സേതുലക്ഷ്മിയുടെ ഉരുണ്ടുകളിക്കുന്ന തിരുവയറിൽ തൊട്ടുഴിഞ്ഞുകൊണ്ട് ഉടമയായ ചെറുപ്പക്കാരൻ മറ്റുചില കാര്യങ്ങൾകൂടി പ്രഖ്യാപിച്ചു എന്നതായി പത്രവാർത്തകൾ! ആനപ്രസവം ക്യാമറയിൽ പകർത്തുവാൻ ഡിസ്കവറി ചാനലുകാർ നാലു ലക്ഷം വാഗ്ദാനം ചെയ്തിട്ടുണ്ടത്രെ! ആനക്കുട്ടിയിടുന്ന കണ്ടിവെണ്ണയ്ക്ക് ആയുർവേദക്കമ്പനി വക ലക്ഷങ്ങൾ വേറെയും. അങ്ങനെയങ്ങനെ സേതുലക്ഷ്മിയുടെ തിരുവയറൊഴിയൽ ഒരു മഹാസംഭവം തന്നെയാകാൻ പോകുന്നുവെന്ന മട്ടിലായി വാർത്തകൾ.

പത്രങ്ങളിലും ചാനലുകളിലും ആനപ്രസവത്തിന്റെ കൗതുകവാർത്തകൾ വന്നുകൊണ്ടേയിരുന്നു. എങ്കിൽപ്പിന്നെ വിദേശമാധ്യമഭീകരന്മാർ എത്തുംമുമ്പേ അവളുടെ ഗർഭരക്ഷവാർത്തകളും എണ്ണതേച്ചുകുളിയുമെല്ലാം ചൂടോടെ റിപ്പോർട്ടു ചെയ്ത് മത്സരിക്കാമെന്നായി സ്വദേശി മാധ്യമങ്ങൾ. പൊടിപ്പും തൊങ്ങലും വച്ച്, ആനയുടമ അവതരിപ്പിച്ച കഥാതന്തു വികസിപ്പിച്ച്, സെക്സും സ്റ്റണ്ടും വയലൻസും എല്ലാം ചേരുംപടി ചേർത്ത് അവർ മുഴുനീളത്തിരക്കഥകൾ മെനഞ്ഞെടുത്തു.

തിരുവിതാംകൂറിന്റെ കിഴക്കൻമേഖലയിൽ നൂറ്റാണ്ടുകൾക്കു മുമ്പുമുതലേ ആനകൾക്കും ആനക്കാര്യങ്ങൾക്കും അതുല്യ പ്രാധാന്യമുണ്ടായിരുന്ന മണ്ണാണ് കിടങ്ങൂർ സുബ്രഹ്മണ്യക്ഷേത്രം. രണ്ടു നൂറ്റാണ്ടുകൾക്കപ്പുറം ഈ ക്ഷേത്രത്തിന്റെ സ്വന്തമായിരുന്ന കണ്ടൻകോരൻ എന്ന ഗജരാജനെപ്പറ്റി കൊട്ടാരത്തിൽ ശങ്കുണ്ണിയുടെ ഐതിഹ്യമാലയിൽ കാര്യമായി പരാമർശമുണ്ട്. അക്കാലത്ത് കേരളത്തിലെ അതികായന്മാരിൽ ഒരുവൻ എന്നുപറയപ്പെട്ടിരുന്ന കണ്ടങ്കോരനെ, തിരുവിതാംകൂർ കൊട്ടാരത്തിന്റെ ഒറ്റക്കൽമണ്ഡപ നിർമാണപ്രവർത്തനങ്ങൾക്കായി മാർത്താണ്ഡവർമ മഹാരാജാവ് പ്രത്യേകം വരുത്തിച്ചു എന്നാണ് ചരിത്രം. ഈ നിർമാണപ്രവർത്തനങ്ങൾക്കിടയിൽ അനാരോഗ്യം മൂലമോ അസുഖം ബാധിച്ചോ ചരിയാനിടയായ കണ്ടങ്കോരനോടുള്ള നന്ദിസൂചകമായും മറ്റൊരർഥത്തിൽ പ്രായശ്ചിത്ത

മായും രാജാവ് പണികഴിപ്പിച്ചുകൊടുത്തതാണ് കിടങ്ങൂർ ക്ഷേത്രത്തിലെ പേരുകേട്ട ഊട്ടുപുര.

കണ്ടങ്കോരനുശേഷവും കിടങ്ങൂർ ആനക്കാര്യങ്ങളാൽ സമ്പന്നമായിരുന്നു. എങ്കിലും ക്ഷേത്രത്തിന്റെ സ്വന്തമായിരുന്ന ആനകൾ, നാട്ടുകാരുടെ കണ്ണിലുണ്ണികളായിട്ടുപോലും ചില പ്രത്യേകാവസരങ്ങളിൽ ഇവിടെ നിന്നും വിറ്റുപോകുവാൻ ഇടയായിട്ടുണ്ട്. പാർക്കാടി ക്ഷേത്രത്തിലേക്ക് വിറ്റ കിടങ്ങൂർ കൃഷ്ണൻകുട്ടിയായിരുന്നു ഈ നിരയിലെ ഒടുവിലത്തെ ആന. വലിയ എതിർപ്പിനു കാരണമായ ഈ ആനക്കടത്തലിൽ ചരടുവലിച്ച ആനക്കാരനെ നാട്ടുകാർ പിന്നീട് ഏറെക്കാലം കിടങ്ങൂർ പഞ്ചായത്തിൽ കാലുകുത്താൻ പോലും അനുവദിച്ചില്ലെന്നും പറയപ്പെടുന്നു. കിടങ്ങൂരിന്റെ ആനപ്പെരുമകൾ ഇന്ന് ഒരർത്ഥത്തിൽ പൊയ്പ്പോയ വസന്തങ്ങൾ മാത്രം. പുതിയൊരാനയ്ക്കും ആനക്കാഴ്ചയ്ക്കുമായുള്ള കിടങ്ങൂരിലെ ആനപ്രേമികളായ പുതിയ തലമുറയുടെ പ്രതീക്ഷാനിർഭരമായ കാത്തിരിപ്പിനിടയിൽ തീർത്തും അപ്രതീക്ഷിതമായി ഒരാന, കിടങ്ങൂരിനേയും വാർത്തകളുടെ പ്രഭവകേന്ദ്രമാക്കിക്കൊണ്ടിരിക്കുന്നു.

കിടങ്ങൂർ ക്ഷേത്രത്തിലേക്ക് ഒരാനയെ വാങ്ങുവാൻ നാട്ടുകാരായ ചെറുപ്പക്കാർ ഊണും ഉറക്കവുമില്ലാതെയെന്നോണം തലപുകയ്ക്കുന്നതിനിടെ, ആരുമറിയാതെയാണ് പെട്ടന്നൊരുനാൾ ഒരു പിടിയാന കിടങ്ങൂരിലേക്കെത്തിച്ചേരുന്നത്. തിരുവനന്തപുരംകാരൻ പ്രശാന്തിൽ നിന്നുമാണ് തെക്കനാട്ട് ജോസ് സേതുലക്ഷ്മിയെ വാങ്ങി കിടങ്ങൂർ സേതുലക്ഷ്മിയാക്കുന്നത്. കിടങ്ങൂരെ അറിയപ്പെടുന്നൊരു വ്യവസായ പ്രമുഖനായ തെക്കനാട്ട് ജോസ് ഒരാനയെ വാങ്ങി വീട്ടിൽ നിർത്തിയിരിക്കുന്നു എന്നു കേട്ടപ്പോൾ പലർക്കുമാദ്യം അതത്ര വിശ്വാസമായില്ല. എന്തെന്നാൽ തെക്കനാട്ടു ജോസിന് അങ്ങനെയൊരാനക്കമ്പം ഉള്ളതായി നാളിതുവരെ നാട്ടുകാരാരും അറിഞ്ഞിട്ടില്ല.

കൊണ്ടുവന്നിരിക്കുന്നത് ഒരു പിടിയാനയെ ആണെന്നുകൂടി കേട്ടപ്പോൾ തെക്കനാട്ട് വീട്ടിലെ നവാതിഥിയെ ഓടിച്ചെന്നൊന്ന് കാണുവാൻ തിടുക്കംകൂട്ടിയവരുടെ മനസ്സുകൾപോലും മെല്ലെ പിന്നോട്ടടിച്ചു. പക്ഷേ, അപ്പോഴും അവർക്കിത്തിരി സംശയം ബാക്കിനിന്നു. പിടിയാനയെ മേടിച്ച് അതിനെ പണിക്കുവിട്ട് കിട്ടുന്ന കാശിന്റെയൊന്നും ആവശ്യമുള്ള കക്ഷിയല്ല ജോസ്. മനസ്സുവച്ചാൽ ഇന്നാട്ടിലെ ഏത് കൊടികെട്ടിയ കൊമ്പനേയും വീട്ടിൽ കൊണ്ടുക്കെട്ടാനുള്ള ധനവുമുണ്ട്. എന്നിട്ടും പഴയ അമേരിക്കൻ എം.ബി.എ. ക്കാരനായ ജോസ് ഒരു പിടിയാനയെ വാങ്ങണമെങ്കിൽ അതിലെന്തെങ്കിലും കാണാതിരിക്കില്ലെന്ന് അവർക്കുറപ്പായിരുന്നു.

ഊഹാപോഹങ്ങൾക്കും കൂലംകഷമായ നാൽക്കവലചർച്ചകൾക്കും ഇടയിൽ തെക്കനാട്ടു വീട്ടിലെ പുത്തൻ ആനപ്പെണ്ണും ആനക്കച്ചവടത്തിൽ ഇടനിലക്കാരനായി നിന്ന മൂന്നാമനും കിടങ്ങൂർ ക്ഷേത്രമുറ്റത്തേക്ക് എത്തുമ്പോഴാണ് നാട്ടുകാരാക്കഥയറിയുന്നത്-ആന ഗർഭിണിയാണ്. പ്രഥമദർശനത്തിൽ ആന ആളത്ര നിസ്സാരക്കാരിയല്ലെന്ന് അവർക്ക് ബോധ്യമായി. അങ്ങനെ വീരനായിക ഒരൊറ്റ രാത്രി ഇരുട്ടിവെളുത്തപ്പോൾ കിടങ്ങൂരുകാരുടെ പ്രിയങ്കരിയായി മാറി. അവളുടെ കുളിയും നടയും വയറ്റിലെ തുടുതുടുപ്പുമെല്ലാമായി പിന്നെയാ നാട്ടുകാരുടെ പ്രാദേശിക വാർത്തകൾ. രാവിലെയെഴുന്നേറ്റാൽ അൽപം നടത്തം. പിന്നെ ഇഞ്ചയും കുഴമ്പുമൊക്കെ തരാതരംപോലെ തേച്ചുപിടിപ്പിച്ച് വിസ്തരിച്ചുള്ള കുളി. കുളികഴിഞ്ഞുവന്നാൽ ഗർഭിണിപ്പെണ്ണുങ്ങൾക്കുള്ള പ്രത്യേക വിഭവങ്ങൾ!

സത്യത്തിൽ നീരാട്ടിനായി കുറച്ചകലെ പന്നഗം തോട്ടിലേക്കുള്ള യാത്രയ്ക്കിടയിലാണ് ഇവളെ നാട്ടുകാർക്കൊന്ന് കാണാൻ കിട്ടുന്നതു തന്നെ. കുളികഴിഞ്ഞുവന്നാൽ പിന്നെ തെക്കനാട്ട് വീട്ടുവളപ്പിൽ രണ്ടേരണ്ട് ജോലികളേയുള്ളൂ-ഭക്ഷണവും വിശ്രമവും. കുളിക്കുവാനുള്ള സേതുലക്ഷ്മിയുടെ ഗമനം ഒരു മെല്ലപ്പോക്കുതന്നെയാണ്. വയറ്റിൽ വിശപ്പ് ആന്താൻ തുടങ്ങുമ്പോൾ കുളികഴിഞ്ഞുള്ള തിരിച്ചുനടപ്പിന് ഇത്തിരി വേഗം കൂടും.

'ഗർഭിണിയായ ഒരാനയെ വിൽക്കാനുണ്ട്' എന്ന പത്രപ്പരസ്യം കണ്ടപ്പോൾ ഒരാനക്കുട്ടി വീട്ടുമുറ്റത്ത് ഓടിനടക്കുന്നതിലുള്ള രസമാലോചിച്ച

പ്പോഴാവാം എങ്കിലവളെ അങ്ങ് വാങ്ങാമെന്ന തീരുമാനവുമായി ജോസുകുട്ടി അനന്തപുരിക്ക് തിരിക്കുന്നത്. ആനയിൽ നിന്നുള്ള ലാഭനഷ്ടങ്ങളേക്കാളുപരി ഇത്തിരി കൗതുകത്തിനും അതിന്റെ പേരിലുള്ള സന്തോഷത്തിനും മാത്രം പ്രാധാന്യം കൽപിച്ച ജോസുകുട്ടി, അതുകൊണ്ടു തന്നെ കാര്യമായ വിലപേശലുകൾക്കൊന്നും നിൽക്കാതെ അവളുടെ നിറവയർകണ്ട് ബോധിച്ച് നേരെയിങ്ങ് കൂട്ടിക്കൊണ്ടു പോരുകയും ചെയ്തു.

പക്ഷേ, തെക്കനാട്ട് വീടും കിടങ്ങൂർ ദേശവും സേതുലക്ഷ്മിയുടെ പ്രസവത്തിനായി കണ്ണിലെണ്ണയൊഴിച്ച് കാത്തിരിക്കുന്നതിനിടെ അപ്രതീക്ഷിതമായ വെള്ളിടിപോലെ ഒരു വാർത്ത ഉയരുന്നു- ആനയക്ക് ഗർഭമുണ്ടെന്ന കളവ് പ്രചരിപ്പിച്ച് ഉടമ കച്ചവടം നടത്തുകയായിരുന്നെന്നും ഈ സത്യം പുറത്തുപറഞ്ഞ ആനപാപ്പാനെ മർദ്ദിച്ച കുറ്റത്തിന് ഉടമയെ അറസ്റ്റ് ചെയ്തു എന്നുമായിരുന്നു ഞെട്ടിക്കുന്ന വാർത്ത. സംഭവകഥയിലെ കേന്ദ്ര കഥാപാത്രങ്ങൾ മറ്റാരുമല്ല സേതുലക്ഷ്മിയും അവളുടെ പഴയ ഉടമയായിരുന്ന ഗുരുജിയിൽ പ്രശാന്തുംതന്നെ. പരാതിക്കാർ, ഗുരുജിയിൽ പ്രശാന്തിന്റെ ആനക്കാർ തന്നെയായിരുന്നു. കാള പെറ്റുവെന്ന് തീർത്തുകേൾക്കുവാനുള്ള ക്ഷമപോലുമില്ലാതെ ക്യാമറയും തൂക്കി ആദ്യം സേതുലക്ഷ്മിയുടെ പേറ്റുനോവുകൾ പ്രസിദ്ധീകരിക്കാൻ മത്സരിച്ചവർ, പിന്നെയൊട്ടും അമാന്തിച്ചില്ല. എല്ലാവരുടേയും ശ്രദ്ധ പൊടുന്നനെ വ്യാജഗർഭപ്രചാരണത്തിലേക്കായി.

ചുരുക്കത്തിൽ സേതുലക്ഷ്മിയുടെ പ്രസവത്തിനായി നല്ല നാളുംകുറിച്ച് കാത്തിരിക്കുന്നവർക്കും ആനഗർഭവാർത്തകൾ ആഘോഷമായി കൊണ്ടാടിയ മാധ്യമലോകത്തിനും മുന്നിൽ സേതുലക്ഷ്മിക്ക് സത്യത്തിൽ ഗർഭമുണ്ടോ ഇല്ലയോ എന്നതായി പ്രധാന വാർത്തയും പ്രശ്നവും. കൗരവസഭയിൽ വസ്ത്രാക്ഷേപം ചെയ്യപ്പെട്ട പാഞ്ചാലിയെപ്പോലെ, ആഢ്യന്മാരുടെ സ്മാർത്ത വിചാരങ്ങൾക്ക് നിന്നുകൊടുക്കേണ്ടിവന്ന കുറിയേടത്ത് താത്രിയെപ്പോലെ സേതുലക്ഷ്മി നിന്ന് വിയർക്കാതെവിയർത്തു. ആരെങ്കിലും വന്ന് അരുമയായൊന്ന് തൊട്ടുഴിഞ്ഞാൽ പെട്ടന്ന് ചാഞ്ഞു കൊടുക്കുന്ന മനസ്സാണ് സേതുലക്ഷ്മിയുടേത്. അതുകൊണ്ടുതന്നെയാവാം അവളിപ്പോൾ വീർത്ത വയറുമായി ലോകരുടെ മുഴുവൻ കരിങ്കണ്ണുകൾക്കും പരദൂഷണങ്ങൾക്കുമെല്ലാം പാത്രമാകാൻ നിർബന്ധിതയായിരിക്കുന്നത്.

കാര്യം ആനപ്രസവമെന്ന് കേൾക്കുമ്പോൾ സംഗതി മഹാരസമാണ്. തള്ളയേയും കുട്ടിയേയും കുട്ടിക്കളികളേയുമൊക്കെ എത്രകണ്ടാലും മതിവരുകയില്ല. പക്ഷേ, ആനപ്രസവത്തിനുള്ള തയ്യാറെടുപ്പുകളും, പിന്നെ ഗർഭകാലത്തും പ്രസവാനന്തരമുള്ള ശുശ്രൂഷയുടേയും രക്ഷയുടേയുമൊക്കെ ചെലവുകളും കണക്കിലെടുത്താൽ ഇതങ്ങനെ വിചാരിക്കുന്നത്ര നിസ്സാര കാര്യമല്ല.

പിടിയാനയ്ക്ക് ഗർഭമുണ്ടെന്ന് ഉറപ്പിച്ചുകഴിഞ്ഞാൽ കഴിയുന്നത്ര വിശ്രമവും രക്ഷയും കൊടുക്കണം. എഴുന്നെള്ളിപ്പിൽ നിന്നായാലും തടിപ്പണിയിൽ നിന്നായാലും പിന്നീട് ആനയിൽ നിന്നുള്ള വരുമാനം ഒന്നും പ്രതീക്ഷിക്കേണ്ടന്ന് ചുരുക്കം.

21-24 മാസമാണ് ആനയുടെ ഗർഭകാലം. പ്രസവം കഴിഞ്ഞാലും ഒന്നൊന്നര വർഷക്കാലം ആനയെ പണിക്കൊന്നും വിടാനാവില്ല. ഫലത്തിൽ മൂന്നുമൂന്നര വർഷം വീട്ടിൽ വെറുതെ നിർത്തി തീറ്റകൊടുക്കേണ്ടിവരും. കുറച്ചുകാലം മുമ്പ് കോട്ടയം ജില്ലയിലെ കുറുപ്പന്തറയ്ക്കടുത്ത് ആൻഡമാനിൽ നിന്നും ഒരു ഗർഭിണിയെത്തിയിരുന്നു. ഗർഭിണിപ്പെണ്ണുങ്ങളും അത്യാവശ്യം ജോലിയൊക്കെ ചെയ്യാറുണ്ടല്ലോയെന്ന വിശ്വാസത്തിലാകും ആനയുടമ അവളെ നാട്ടിലെ അല്ലറചില്ലറ പണികൾക്കൊക്കെ പറഞ്ഞുവിട്ടു. പക്ഷേ, പെട്ടന്നൊരുനാൾ രക്തസ്രാവം തുടങ്ങുകയും ഇരുപത്തിനാല് മണിക്കൂറിനുള്ളിൽ ഗർഭിണിയാന മരിക്കുകയും ചെയ്തു.

നിത്യേനയുള്ള പനമ്പട്ടയും ചോറും മറ്റു ഗർഭ-പ്രസവരക്ഷക്കൂട്ടുകളും ഔഷധങ്ങളുമടക്കം ലക്ഷങ്ങൾതന്നെ ഗർഭിണിയാനകൾക്കായി മൂന്നുമൂന്നര വർഷംകൊണ്ട് ചെലവാകും. 'ആന പ്രസവിച്ചാൽ കുട്ടിയാനയ്ക്ക് ഇന്ന് നല്ല വിലയല്ലേയെന്ന ചോദ്യം' സ്വാഭാവികമാണ്. പക്ഷേ, രണ്ടു വയസ്സുവരെയെങ്കിലും ആനക്കുട്ടി ബാലാരിഷ്ട

തകളുടെ കടമ്പ കടന്നു ആയുസ്സോടെയും ആരോഗ്യത്തോടെയും നിലനിൽക്കുകയെന്നതിൽ ഒരുപാട് പ്രതിസന്ധികളുണ്ട്. ചെറിയ പ്രായത്തിലുള്ള ആനക്കുട്ടികളുടെ മരണനിരക്ക്, പ്രത്യേകിച്ചും മനുഷ്യരുടെ പരിചരണത്തിലുള്ളവയുടെ മരണനിരക്ക് വളരെ കൂടുതലായിരിക്കും. ഇതൊക്കെകൊണ്ടാണ് നല്ലൊരു ശതമാനം ആനയുടമകളും ആനപ്രസവമെന്ന ഭാഗ്യപരീക്ഷണത്തിന് മനസ്സറയ്ക്കുന്നത്. ഇതിനു പുറമേ ആന വീട്ടിൽ പ്രസവിക്കുന്നത് അത്ര ശുഭകരമല്ലെന്ന പണ്ടുമുതൽക്കേയുള്ള അന്ധവിശ്വാസവും. (കുറച്ചുനാളുകൾക്കു മുമ്പ് കേരളത്തിൽ ചില ആന പ്രസവങ്ങൾ നടന്നിരുന്നു. പുത്തൻകുളത്തുള്ള ലക്ഷ്മിയും കുമളിയിലുള്ള സുന്ദരിയും ഇങ്ങനെ ശ്രദ്ധ പിടിച്ചുപറ്റിയ പിടിയാനകളാണ്).

ഏതു പ്രശ്നത്തിലെ പ്രതിക്കും പ്രതിനായകനും പറയാൻ ഒരു മറുവാക്കും സമാധാനവുമുണ്ടായിരിക്കും. പക്ഷേ, പതിനാററച്ചാണും കടന്ന് തെല്ലു വീർത്തുപോയ സേതുലക്ഷ്മിയുടെ വയർ ഇത്രവലിയ പ്രശ്നമാകുമെന്നും ഒരു നാടിന്റെ കാതടപ്പിക്കുവാൻപോന്ന വിഷയമാകുമെന്നുമൊക്കെ ആരും വിചാരിച്ചിട്ടുണ്ടാവില്ല. ഒരുപക്ഷേ ഈ വയറുവീർക്കൽ നായകളിലും മനുഷ്യരിലും കണ്ടുവരാറുള്ള ഗുമ്മൻ അഥവാ സ്യൂഡോപ്രഗെൻസിയാണെന്ന (കുഞ്ഞില്ലാ ഗർഭം) വാദവുമുണ്ട്. പണ്ട് മാനന്തവാടിക്കടുത്ത് പ്രസവത്തിനായി മൂന്നുവർഷത്തോളം കാത്ത്, ഒടുവിൽ എല്ലാവരേയും പറ്റിച്ച ഒരു പിടിയാനയുടെ വ്യാജ ഗർഭക്കഥയും ചരിത്രത്തിലുണ്ട്.

സ്കാനിങ്ങ് നടത്തിയാൽ ആനയുടെ ഗർഭം നിർണയിക്കാം. പക്ഷേ, ആനയെ സ്കാൻ ചെയ്യുവാനുള്ള സംവിധാനം കേരളത്തിലില്ല. ആനയുടെ ഗർഭപരിശോധനയ്ക്കായി ആരും തങ്ങളെ സമീപിച്ചിട്ടില്ലെന്നാണ് വിദഗ്ധ ഡോക്ടർമാരുടെ അഭിപ്രായം. ഗർഭനിർണയത്തിനായി നിലവിലുള്ള രക്തപരിശോധനകിറ്റുകൾ മനുഷ്യർക്കുള്ളതാണെന്നും അതിൻപ്രകാരമുള്ള പരിശോധന

▼ പുത്തൻകുളം ലക്ഷ്മിയും മകൻ ശിവനും

കൾ ആനകളിൽ കൃത്യമായിക്കൊള്ളണമെന്നില്ലെന്നും അവർ അഭിപ്രായപ്പെടുന്നു.

തർക്കവിതർക്കങ്ങൾ നീളുമ്പോഴും കഥ തീരുന്നില്ല. ആനയ്ക്ക് ഗർഭമില്ലെന്ന് ആദ്യം പറയുകയും ഗുരുജിയിൽ പ്രശാന്തിനെതിരെ പരാതിസമർപ്പിക്കുകയും ചെയ്ത ആനപാപ്പാൻ കളംമാറ്റിചവിട്ടി. അതെല്ലാം ആനയുടമയോടുള്ള വിരോധം തീർക്കുവാൻ പോലീസ് തന്നെക്കൊണ്ട് നിർബന്ധപൂർവം പറയിക്കുകയായിരുന്നു എന്ന പരാതിയുമായി പത്രസമ്മേളനം നടത്തുകയും ഡി.ജി.പി. ക്ക് പരാതി നൽകുകയും ചെയ്തു. ഇത്രയൊക്കെയായിട്ടും മാസങ്ങൾ ഒട്ടേറെ കഴിഞ്ഞിട്ടും സേതുലക്ഷ്മിക്ക് പ്രസവിക്കാനുള്ള മട്ടും ഭാവവും ഒന്നുമില്ല. അപ്പോൾ ഒരു ചോദ്യം ബാക്കി. ഗർഭമില്ലെങ്കിൽ സേതുലക്ഷ്മിയുടെ ഗർഭഗൃഹത്തിൽ എന്താണ് കുടിയിരിക്കുന്നത്. ആനക്കാരൻ കറന്നെടുക്കുമ്പോൾ മുലഞെട്ടുകൾ ചുരുത്തുന്ന ദ്രാവകം അമ്മിഞ്ഞപ്പാലിന്റെ ആദ്യമധുരമല്ലെങ്കിൽ മറ്റെന്താണ്. ആർക്കുമറിയില്ല. കൊട്ടിഗ്ഘോഷിക്കപ്പെടുന്ന അത്യാധുനിക വെറ്ററിനറി സയൻസും വഴിമുട്ടി നിൽക്കുന്നു.

പിൻകുറുപ്പ്: സേതുലക്ഷ്മി ഇപ്പോഴും പ്രസവിച്ചിട്ടില്ല. ഇവൾക്കുചുറ്റും ഇപ്പോൾ മാധ്യമലോകത്തിന്റെ വെള്ളിവെളിച്ചമോ, വിവാദങ്ങളുടെ കോലാഹല വലയമോ ഒന്നുമില്ല. പഴയതുപോലെ കൂപ്പുകളിലേയും തടിമില്ലുകളിലേയും കാഠിന്യമേറിയ പണികൾ സേതുലക്ഷ്മിയെ കാത്തിരിക്കുന്നു.

***

അനുബന്ധം:

മേൽവിലാസങ്ങൾ

തിരുവനന്തപുരം

നെയ്യാറ്റിൻകര മോഹൻ
ജി. രാധാകൃഷ്ണൻ നായർ
മഠത്തിൽ വീട്,
ഫോർട്ട് നെയ്യാറ്റിൻകര,
ഫോൺ: 9388421595

ഐരൂർ ഗണേശൻ
പ്രകാശ്. എസ്.
ചിലങ്ക, ഐരൂർ, വർക്കല
ഫോൺ: 0470-2601080, 9447344222

ഗുരുജിയിൽ അനന്തപദ്മനാഭൻ/ ശിവനാരായണൻ
ഗുരുജി പ്രശാന്ത്, കളത്തുവ വീട്
മണികണ്ഠേശ്വരം, പേരൂർക്കട

വെഞ്ഞാറമ്മൂട് ശേഖരൻ
കെ. കൃഷ്ണൻപോറ്റി
ശ്രീകൃഷ്ണവിലാസം
വെഞ്ഞാറമ്മൂട്
ഫോൺ: 0472-2870657, 9947096074

പാറശ്ശാല ശിവശങ്കരൻ
പാറശ്ശാല മഹാദേവക്ഷേത്രം
0471-2202625, 9895037739

വേണാട്ടുമഠത്തിൽ ശ്യാം
വി.ആർ. ഷാജിമോൻ
പാല ടിമ്പേഴ്സ്
കാരയ്ക്കാമണ്ഡപം
ഫോൺ: 0471-2490538

കുളത്തൂർ മഹാദേവൻ
അഡ്വ. രാജാറാം
പ്ലാമൂട്ടുക്കട, അമരവിള
ഫോൺ: 0471-2215179

കൊല്ലം

മാധവൻകുട്ടി/ഗിരിജാപ്രസാദ്/ ഗണപതി/ഗജലക്ഷ്മി/രാജ്കുമാർ
കെ. ഓമനക്കുട്ടൻപിള്ള
ഗജലക്ഷ്മി, ഇടവട്ടം
വെള്ളിമൺ. ഫോൺ: 9447048995

പാലയ്ക്കത്തറ റാവു/പരശുരാമൻ/ അഭിമന്യു/ഗണപതി
അഡ്വ. വി. ശ്യാമപ്രസാദ്
പദ്മശ്രീ, കുരീപ്പുഴ ഈസ്റ്റ്
കാവനാട്. ഫോൺ: 0474-2793252

ആതിര വിനോദ്
എം.ഡി. രവി
ആതിര, തേവള്ളി
ഫോൺ: 0474-2794847

കീഴൂട്ട് വിശ്വനാഥൻ
കെ.ബി.ഗണേഷ്കുമാർ
കീഴൂട്ട്, വാളകം, കൊട്ടാരക്കര
ഫോൺ: 9847060003

പാർഥസാരഥി
ആർ.അരുൺ, അരുണിമ, മയ്യനാട്
ഫോൺ: 0474-2555560, 9846576655

പനയ്ക്കൽ കാർത്തികേയൻ/ മോഹൻ
എ.കെ.സനൽകുമാർ
പനയ്ക്കൽ, സൗത്ത് പരവൂർ
ഫോൺ: 0474-2513344, 9947146644

മോഹൻദാസ്
ആർ.ബാലകൃഷ്ണപിള്ള
വാളകം, കൊട്ടാരക്കര

വവ്വാക്കാവ് ശേഖരൻ
എം. സുകുമാരൻ
സുധാലയം, ചങ്ങംകുളങ്ങര
വവ്വാക്കാവ്
ഫോൺ: 0474-2640441, 9447206941

പുത്തൻകുളം മഹാദേവൻ/ അർജുനൻ/അനന്തപദ്മനാഭൻ
വി. ഷാജി
കാവേരി, പുത്തൻകുളം, ഭൂതക്കുളം
ഫോൺ: 9847144946, 0474-2512176

തടത്താവിള സുരേഷ്
ചന്ദ്രചൂഡൻപിള്ള
തടത്താവിള വീട്, ഭൂതക്കുളം
പരവൂർ, പാരിപ്പള്ളി
ഫോൺ: 0474-2514454, 9447251970

തൃക്കടവൂർ ശിവരാജു
ശ്രീമഹാദേവ ക്ഷേത്രം
തൃക്കടവൂർ

നെടുമൺകാവ് ശിവശങ്കരൻ
എൻ. സോമൻ
ബിനുഭവൻ, വെളിയം
നെടുമൺകാവ്
ഫോൺ: 0474-2465120, 94467196515

സെക്രട്ടറി
മിന്നുംതോട്ടിൽ ദേവസ്വം
ചവറ പി.ഒ., പന്മന

സെക്രട്ടറി
സ്വതന്ത്ര നായർ കരയോഗം
പരിമാണം, ചവറ

സെക്രട്ടറി
കരദേവസ്വം, ശക്തികുളങ്ങര

സെക്രട്ടറി,
തെക്കുംഭാഗം എൻ.എസ്.എസ്.
കരയോഗം
സൗത്ത് പരവൂർ

ദിനകരൻ (ഉണ്ണി)
വട്ടവിള വീട്, പുത്തൻകുളം
സൗത്ത്പരവൂർ

ഗോപാലകൃഷ്ണപിള്ള
പ്ലാവിള വീട്
ഉളിയനാട് പി.ഒ., ചാത്തന്നൂർ

വിശ്വംഭരൻ
ജോയിഭവൻ
പുത്തൻകുളം
സൗത്ത് പരവൂർ

ഗോപാലകൃഷ്ണപിള്ള
സിന്ധുഭവൻ, മീനാട്
ചാത്തന്നൂർ

മോഹൻകുമാർ
ഡെപ്യൂട്ടി ഡയറക്ടർ
ഉപാസന ഹോസ്പിറ്റൽ

സെക്രട്ടറി
അയ്യൻ കോയിക്കൽ ശാസ്താംകോട്ട്
ശാസ്താംകോട്ട് കോയിവിള, ചവറ

പത്തനംതിട്ട

തിരുവല്ല [illegible]
രാധിക ശ്രീകുമാർ
പടിഞ്ഞാറെ പൂന്തോട്ടം
മതിൽഭാഗം, തിരുവല്ല
ഫോൺ: 0469-2601404, 9961221445

കൊടുമൺ കണ്ണൻ/മുരുകൻ/വിനായകൻ/വിഷ്ണു/ഗണേശൻ
എം.കെ.രാധാകൃഷ്ണപൈ
കെല്ലിൽവീട്, കൊടുമൺ.പി.ഒ
ഫോൺ: 0473-4285513, 9447223261

രാജേന്ദ്രൻ/ശിവശങ്കരൻ
എ.ഈ. രാമകൃഷ്ണക്കുറുപ്പ്
വെണ്ടത്ത്, മണക്കാല പി.ഒ.
അടൂർ
ഫോൺ: 0473-42331655, 9447088389
ആർ.വിജയനുണ്ണിത്താൻ
മൗട്ടത്ത്
മണക്കാല പി.ഒ.
അടൂർ
ഫോൺ: 0473-4231679, 9447088389

കൊടുമൺ ദീപു/ഗണപതി/രാജ/ഗജേന്ദ്രൻ/അയ്യപ്പൻ
കുഞ്ഞുമോൻ
കല്ലൂർക്കാട്ടിൽ വീട്, ദീപുഭവനം
കൊടുമൺ പി.ഒ.
ഫോൺ: 0473-4285313, 9447116285

രാമചന്ദ്രൻ
സി.ജി.സന്തോഷ്കുമാർ
ചക്കിട്ടയിൽ വീട്
ചെറുകോൽ പി.ഒ., കോഴഞ്ചേരി
ഫോൺ: 0468-2311106, 9446910238

മല്ലപ്പള്ളി ഗണപതി/പാർഥൻ
പ്രമോദ്.ബി.പിള്ള
കൈപ്പട്ട് തെക്കേതിൽ വീട്
മല്ലപ്പള്ളി വെസ്റ്റ് പി.ഒ.
ഫോൺ: 0469-2782743, 9447249679

രഘുനാഥൻ പി.എൻ
ചെമ്മാറപളളിയിൽ
കുളത്തൂർ
വായ്പ്പൂർ

ആലപ്പുഴ

പുല്ലുകുളങ്ങര ഗണേശൻ
പുല്ലുകുളങ്ങര ദേവസ്വം
കണ്ടല്ലൂർ, കായംകുളം
ഫോൺ: 0479-2431010

ജയശ്രീ
മന്മഥൻ നായർ
പണിക്കശ്ശേരി മഠം
തൈക്കാട്ടുശ്ശേരി, ചേർത്തല
ഫോൺ: 9447208096

രാജശേഖരൻ/ഗംഗപ്രസാദ്
റിബു സക്കറിയ
ആർ.ആർ. വില്ല, തഴക്കര പി.ഒ.
വഴുവാടി, മാവേലിക്കര
ഫോൺ: 0479-2306038, 9847339384

കുളമാക്കിൽ കുട്ടിക്കൃഷ്ണൻ/ഗണപതി
ജി. കൃഷ്ണപ്രസാദ്
കുളമാക്കിൽ വീട്
കാട്ടൂർ പി.ഒ.
ഫോൺ: 0477-2248330, 9349404953

വാത്തുപറമ്പിൽ ഗണേശൻ
എസ്. അജയകുമാർ
വാത്തുപറമ്പിൽ വീട്
എസ്.എൽ.പുരം പി.ഒ., ചേർത്തല
ഫോൺ: 0478-2864646, 9446308646

കണ്ണേഴത്ത് സോമൻ
പി. അരവിന്ദാക്ഷൻ
കണ്ണേഴത്ത്, പള്ളിപ്പുറം, ചേർത്തല
ഫോൺ: 0478-2532278, 9388909780

കോയിപ്പുറത്ത് മണികണ്ഠൻ
കെ.ആർ.ഗോപാലകൃഷ്ണപിള്ള
കോയിപ്പുറത്ത് വീട്
വെണ്മണിതാഴം പി.ഒ.
ഫോൺ: 0479-2353788, 9961944799

പാറുക്കുട്ടി
ഗ്രേസി ജേക്കബ്
തെക്കേടത്ത് കോയിക്കൽ
വെണ്മണി, ചെങ്ങന്നൂർ
ഫോൺ: 0479-2352248

മാവേലിക്കര ഗണപതി/കുട്ടിക്കൃഷ്ണൻ
അഡ്വ. എം. സലിം
സലിംനികേത്, മാവേലിക്കര
ഫോൺ: 0479-2302255, 9447487676

മുതുകുളം രാജശേഖരൻ
എൻ.കെ. മധു ഉണ്ണിത്താൻ
നെടുംപുറത്ത് വീട്, മുതുകുളം
ഫോൺ: 0479-3294141

കോട്ടയം

ഇത്തിത്താനം ഗുരുവായൂരപ്പൻ
മഞ്ജീഷ്. ആർ. നായർ
ഭവാനി ഭവൻ
ഇത്തിത്താനം പി.ഒ., ചങ്ങനാശ്ശേരി
ഫോൺ: 9442660243

കിരൺ നാരായണൻകുട്ടി/കിരൺ കണ്ണൻ/കിരൺ ഗണപതി
എം. മധു
പുത്തൻപുരയ്ക്കൽ വീട്
നാഗമ്പടം

കാഞ്ഞിരക്കാട്ട് ശേഖരൻ/ഗജേന്ദ്രൻ
ബാബു നമ്പൂതിരി
സംഗതൻ, മണ്ണക്കനാട് പി.ഒ.
കുറവിലങ്ങാട്
ഫോൺ: 0488-2251163, 9447227089

പാമ്പാടി രാജൻ/സുന്ദരൻ
റോബിറ്റ് എം. തോമസ്
മുടങ്കല്ലുങ്കൽ വീട്
സൗത്ത് പാമ്പാടി പി.ഒ.
ഫോൺ: 0481-2507071, 9446821112

വേമ്പനാട് അർജുനൻ/നകുലൻ
പുഷ്പദാസ്
പുഷ്പാലയം
കുടവെച്ചൂർ പി.ഒ., വൈക്കം
ഫോൺ: 0482-9277377, 9447300874

പാലാ രാമചന്ദ്രൻ
മാത്യു ജോസഫ്
അരീക്കൽ വീട്
പാലാ.
ഫോൺ: 0482-2215314, 9447258314

വാരിക്കാട്ട് കാർത്തികേയൻ
വി. സവിൻകുമാർ
വാരിക്കാട്ട് വീട്
സൗത്ത് പാമ്പാടി പി.ഒ.
ഫോൺ: 0481-2506118, 9447306554

തോട്ടുചാലിൽ ഗോവിന്ദൻകുട്ടി
സി. വേണു
തോട്ടുചാലിൽ വീട്
ഇളനാട് പി.ഒ., വയല
ഫോൺ: 0482-2251341, 9447456712

ഉഷശ്രീ ശങ്കരൻകുട്ടി
പി.എസ്. രവീന്ദ്രൻ നായർ
ഉഷശ്രീ വീട്
അരുമാനൂർ റോഡ്, ഏറ്റുമാനൂർ
ഫോൺ: 2536209, 9447909602

ഉണ്ണിപ്പിള്ളി കാളിദാസൻ/ഗണേശൻ
ഹരിപ്രസാദ് വി. നായർ
ഉണ്ണിപ്പിള്ളിൽ, ഇടനാട് പി.ഒ., പാല
ഫോൺ: 0482-2258912, 9447128855

പുതുപ്പള്ളി അർജുനൻ
കെ.പി. ചാക്കോ
പപ്പാലപ്പറമ്പിൽ വീട്
പുതുപ്പള്ളി പി.ഒ.
ഫോൺ: 0481-2463397, 9446563397

തോട്ടുചാലിൽ ബോലോനാഥ്
സി. ദേവൻ
തോട്ടുചാലിൽ വീട്
ഇളനാട് പി.ഒ, വയല
ഫോൺ: 0482-2251341, 9447400894

മഞ്ഞക്കടമ്പിൽ വിനോദ്
ഷാജി ജോസഫ്
മഞ്ഞക്കടമ്പിൽ വീട്
കരൂർ പി.ഒ., പാല
ഫോൺ: 0482-2211944, 9447456619

ഉണ്ണികൃഷ്ണൻ
പി.ജെ. വർക്കി
നടയ്ക്കൽ (പന്തപ്ലാക്കൽ) വീട്
വെളനിലം പി.ഒ., കുട്ടിയ്ക്കൽ
ഫോൺ: 04828-272401, 9447088339

തേക്കുംതോട്ടം ഗംഗാധരൻ/ രാമചന്ദ്രൻ/അയ്യപ്പൻ/മീനാക്ഷി/മീര
ഹാജി കെ.എ. മുഹമ്മദ് സലിം
തേക്കുംതോട്ടം, എരുമേലി
ഫോൺ: 9447501458

പ്ലാത്തോട്ടം അക്ബർ
പി.റ്റി. ജോസഫ്
പ്ലാത്തോട്ടംവീട്, മണിയാംകുന്ന്
പൂഞ്ഞാർ പി.ഒ.
ഫോൺ: 0482-2285162

പനിച്ചേക്കുന്നേൽ മാധവൻ/ മോനിഷ (തങ്ക)
പി.എം. ഇസ്മയിൽ
പനിച്ചേക്കുന്നേൽ വീട്
മുണ്ടക്കയം പി.ഒ., പൈങ്ങാന
ഫോൺ: 04828-274163, 9446939013

ഇളങ്കാവ് വിഷ്ണു നാരായണൻ
ഇത്തിത്താനം സേവാസമിതി
ഇളങ്കാവ്, മലകുന്നം പി.ഒ.
ചങ്ങനാശ്ശേരി
ഫോൺ: 0481-2720919, 9249430980

പുതുപ്പള്ളി കേശവൻ
പോത്തൻ വർഗ്ഗീസ്
പാപ്പാലപ്പറമ്പിൽ വീട്
പരിയാരം പി.ഒ.
ഫോൺ: 0481-2462857, 9447124627

ചിറയ്ക്കാട്ട് വേണുഗോപാൽ/ ആദിശങ്കരൻ
സി.എൻ. മോഹൻലാൽ
ചിറയ്ക്കാട്ട് വീട്
ഏലംപള്ളി പി.ഒ.
ആനിക്കാട്
ഫോൺ: 9495446549

പ്ലാത്തോട്ടം ബാബു
ടോമി തോമസ്
പ്ലാത്തോട്ടം
പൂഞ്ഞാർ സൗത്ത് പി.ഒ.
ഫോൺ: 0482-2285115

വാഴയിൽ അനന്തപദ്മനാഭൻ/ പരമേശ്വരൻ
ബെന്നി ആന്റണി
വാഴയിൽ വീട്
നെരിയങ്ങാനം പി.ഒ.
ഫോൺ: 0482-2239086, 9447506720

ഗോവിന്ദൻകുട്ടി
പി.എച്ച്. അബ്ദുൾ കരീം
പഴയംപള്ളിൽ വീട്
പൂഞ്ഞാർ പി.ഒ., മറ്റക്കാട്
ഫോൺ: 0482-2274177, 9447174987

രാമചന്ദ്രൻ
പി.എസ്. മുഹമ്മദ് യൂസഫ്
പുളിത്തോട്ടിൽ വീട്
നടയ്ക്കൽ പി.ഒ.
ഈരാറ്റുപേട്ട
ഫോൺ: 0482-2273994, 9447571874

ഈരാറ്റുപേട്ട അയ്യപ്പൻ
തോമസ് പി. തോമസ്
വെള്ളിക്കുന്നേൽ
ചരവൻപറമ്പിൽ വീട്
നടയ്ക്കൽ പി.ഒ., ഈരാറ്റുപേട്ട
ഫോൺ: 0482-2275343, 9995370788

ശങ്കരൻകുട്ടി/ശിവൻ/രാമചന്ദ്രൻ/ ധർമപ്രസാദ്/ശ്രീനിവാസൻ/മീന/ ലക്ഷ്മി/ബോലെ/സരോജിനി
ഒ.എസ്. ബാബു
ഊളയ്ക്കാമറ്റത്തിൽ വീട്
തോട്ടയ്ക്കാട്,
ഫോൺ: 0481-2463447, 9495735105

പ്ലാത്തോട്ടം സുന്ദരി/കണ്ണൻ/ ബീനാമ്മ/ഇന്ദിര
ജോർജ് തോമസ്
പ്ലാത്തോട്ടത്തിൽ വീട്
പൂഞ്ഞാർ സൗത്ത് പി.ഒ., മുക്കുഴി
ഫോൺ: 0482-2285123, 9447240994

മുണ്ടയ്ക്കൽ രവിശങ്കർ
എം.ജി.ശ്രീജിത്ത്
മുണ്ടയ്ക്കൽ വീട്, എലിക്കുളം പി.ഒ.
ഫോൺ: 0482-226355, 9447571965

മുളക്കുളം മോഹനൻ
കെ.കെ.ഗോപാലകൃഷ്ണൻ നായർ
കിഴക്കേ മാളിയേക്കൽ വീട്
മുളക്കുളം പി.ഒ, പെരുവ
ഫോൺ: 0482-9251097, 9447761487

മാന്തറ ഉണ്ണിക്കുട്ടൻ
കെ.ടി.ജോർജ്
കൊച്ചുകണ്ടത്തിങ്കര
നരിയനാണി പി.ഒ
മാന്തറ, പൊൻകുന്നം
ഫോൺ: 0482-8221464, 9447121464

കാഞ്ഞിരപ്പള്ളി കേശവൻ/ വിനായകൻ
തോമസ് മാത്യു, മടയ്ക്കൽ വീട്
കാപ്പാട് പി.ഒ., കാഞ്ഞിരപ്പള്ളി
ഫോൺ: 0482-8235139, 9447036467

കങ്ങഴ നാരായണൻകുട്ടി/ ഉണ്ണികൃഷ്ണൻ
മുഹമ്മദ് അൻസാരി
വല്ലജാട്ടിൽ വീട്, കങ്ങഴ പി.ഒ.
പത്തനാട്.
ഫോൺ: 0481-2494043, 9446125249

വാഴൂർ വിജയലക്ഷ്മി
വിശ്വനാഥൻ നായർ
കൊണ്ടങ്കൽ, വാഴൂർ
ഫോൺ: 0481-2455990, 9447653940

തട്ടാംപറമ്പിൽ രാജീവ് അമ്പാറ
ജിൻസ് തട്ടാംപറമ്പിൽ
തട്ടാംപറമ്പിൽ വീട്
മേളംപാറ പി.ഒ., പാല
ഫോൺ: 0482-2237166, 9447333598

ശങ്കരൻകുട്ടി
എം.ജെ.ചാക്കോ
മണ്ണാമലയിൽ
പേരൂർ പി.ഒ.
ഫോൺ: 0481-2790228

തോട്ടയ്ക്കാട് കമലകൃഷ്ണൻ/
അർജുനൻ/കണ്ണൻ
ഒ.എസ്.വർഗ്ഗീസ്
ഊളക്കമറ്റത്തിൽ
തോട്ടയ്ക്കാട് പി.ഒ.
ഫോൺ: 0481-2463251, 9446201905

അനിൽ ബാബു
എ.വി.റെജിമേനോൻ
ആനനിലയിൽ വീട്
അമയന്നൂർ
ഫോൺ: 0481-2544680, 9447144680

ചാപ്പമറ്റം കൃഷ്ണൻകുട്ടി
ചാപ്പമറ്റം
ചിറക്കടവ്, പൊൻകുന്നം

സലിം
ചേരിൽ വീട്, പത്തനാട്, കങ്ങഴ

അഡ്വ. മധുസൂദനക്കുറുപ്പ്
വിശ്വനാഥക്ഷേത്രം
കങ്ങഴ, പത്തനാട്

അജി
മാനേജർ,
പെരുന്ന സുബ്രഹ്മണ്യ ക്ഷേത്രം
ചങ്ങനാശ്ശേരി

വി.ആർ. സജിമോൻ
ഉച്ചാട്ടുമറ്റത്തിൽ വീട്
അലനാട് പി.ഒ., പാല

അഡ്വ. രാജേഷ് പല്ലാട്ട്
പള്ളത്ത് വീട്

മേലാമ്പ്ര പി.ഒ., പാല
ഫോൺ: 0482-2237411, 9447234229

ലെജി സി. ജോൺ
നെല്ലിമൂട്ടിൽ വീട്
മുട്ടമ്പലം പി.ഒ.

എം.പി.എബ്രഹാം
ഓലക്കര വീട്
പാറംപുഴ പി.ഒ.
ഫോൺ: 0481-2571048

ഇടുക്കി

തൊടുപുഴ ഉണ്ണിക്കൃഷ്ണൻ/
അയ്യപ്പൻകുട്ടി, റോസ്‌ലി
ജോസഫ് സെബാസ്റ്റ്യൻ (ബേബി)
എടോട്ടുവീട്
കോടിക്കുളം, തൊടുപുഴ
ഫോൺ: 9447522176

മുണ്ടയ്ക്കൽ ശിവപ്രസാദ്
രാജേഷ് ചന്ദ്രൻ
മുണ്ടയ്ക്കൽ വീട്
ഡയറ്റിന് സമീപം
തൊടുപുഴ
ഫോൺ: 0486-2220816, 9447067501

ലക്ഷ്മി
എം.എ.അസീസ്
മാഞ്ഞുമറ്റത്തിൽ വീട്
കരിമണ്ണൂർ, തൊടുപുഴ
ഫോൺ: 9447917907

ശ്രീഅയ്യപ്പൻ
ജോൺസൺ. റ്റി.സി.
തരണിയിൽ വീട്
അരിക്കുഴ പി.ഒ.
തൊടുപുഴ
ഫോൺ: 04862-278332, 9447828128

കാളക്കുത്തൻ കണ്ണൻ
വി.എം.അൻസാരി
വടക്കയിൽ വീട്
മുതലക്കോടം പി.ഒ., തൊടുപുഴ
ഫോൺ: 0486-2225370, 9447395370

കണ്ണൻ
എം.പി.അബ്ബാസ്
മരവെട്ടിയ്ക്കൽ വീട്
മുതലക്കുളം പി.ഒ., തൊടുപുഴ
ഫോൺ: 0486-2227992

ലക്ഷ്മി/ശങ്കരൻകുട്ടി
ഷാബിൻ സി. ജബ്ബാർ
ചീങ്കല്ലേൽ വീട്
മുതലക്കോടം പി.ഒ.
തൊടുപുഴ, സി.ബി.കെ.
ഫോൺ: 223970, 9447214951

എറണാകുളം

ഇലവുംതടത്തിൽ ഉണ്ണിക്കൃഷ്ണൻ
ഷാമോൻ ഹനീഫ
ഇലവുംതടത്തിൽ വീട്
കാട്ടുകര, മടക്കത്താനം
ഫോൺ: 9446805336, 9446932550

മണികണ്ഠൻ
പവിൻ ജോസ്
മിറ്റനരാനിയ്ക്കൽ വീട്
നെടുമ്പാശ്ശേരി പി.ഒ., ആലുവ
ഫോൺ: 9447328223

ലക്ഷ്മി
കെ.കെ. ജോർജ്
കണ്ണങ്കനാമാലിൽ വീട്
തൃക്കാരിയൂർ പി.ഒ.
കോതമംഗലം
ഫോൺ: 9446740755

തെച്ചിക്കോട്ടുകാവ് രാമചന്ദ്രൻ/
ദേവീദാസൻ
എം.എസ്. നാരായണൻ
പ്രസിഡന്റ്, തെച്ചിക്കോട്ടുകാവ് ദേവസ്വം
പേരാമംഗലം
ഫോൺ: 211327

അരുൺ അയ്യപ്പൻ
റ്റി.എൻ. അരുൺകുമാർ
വിഷ്ണുവിജയം
പെരുമ്പാവൂർ
ഫോൺ: 0484-2523763

അർജുനൻ
അസ്സീസ്
പാണ്ടിയാരപ്പിള്ളിൽ
മുടവൂർ പി.ഒ.
മൂവാറ്റുപുഴ
ഫോൺ: 9447742619

തോട്ടത്തിക്കുളം ഗോപാലൻ
റ്റി.കെ. അനസ്
തോട്ടത്തിക്കുളം, കോതമംഗലം
ഫോൺ: 2825040

മണികണ്ഠൻ
എം.എം. ഇബ്രാഹിം
മുകളേൽ വീട്
പെരുമ്പാവൂർ
ഫോൺ: 0484-2527878

തോട്ടത്തിക്കുളം ഗോപാലൻ
റ്റി.എ. മുഹമ്മദ്
തോട്ടത്തിക്കുളം
തോട്ടങ്ങൽ വീട്
എരമല്ലൂർ, കുറ്റിലഞ്ഞി
കോതമംഗലം

ശ്രീഹരി
ശ്രീപൂർണ്ണത്രയീശ സേവാസംഘം
തൃപ്പൂണിത്തുറ

ഉണ്ണികൃഷ്ണൻ/പ്രസാദ്
കെ.എച്ച്. മാഹിൻകുട്ടി
കാരോത്തുക്കുടി
പി.പി. റോഡ്
പെരുമ്പാവൂർ
ഫോൺ: 0484-2523871, 9447816602

ചെറായി കൃഷ്ണപ്രസാദ്
എം. ബാലചന്ദ്രമേനോൻ
മരമിറ്റത്ത് വീട്
ചെറായി പി.ഒ.
ഫോൺ: 0484-2417295, 9447145627

എടവനക്കാട് ശ്രീപരമേശ്വരൻ
നായർ ഫ്രണ്ട്സ് അസോസിയേഷൻ
എടവനക്കാട്
ഫോൺ: 0484-2488169, 9447145627

നായരമ്പലം ബാലകൃഷ്ണൻ/ രാജശേഖരൻ/രാമൻകുട്ടി
നായർ സർവീസ് അസോസിയേഷൻ
നായരമ്പലം പി.ഒ.
ഫോൺ: 0484-2493241, 9447083241

പട്ടിമറ്റം രാമൻകുട്ടി
സി.കെ. സലീം
ബസ്റ്റ് വുഡ് ഇൻഡസ്ട്രീസ്
പട്ടിമറ്റം
ഫോൺ: 0484-2688363, 9447052404

ശശീന്ദ്രൻ
എം.സി. ജോസ്
മെനച്ചേരി ടിമ്പർ ഡിപ്പോ
പറവൂർ ജംഗ്ഷൻ, ആലുവ
ഫോൺ: 0484-2604817, 9447458529

കടവിലാൻ അപ്പു
എം.എം. മുജീബ് റഹ്മാൻ
മൂക്കടകടവിൽ
മുടിക്കൽ പി.ഒ.
പെരുമ്പാവൂർ
ഫോൺ: 0484-3268950, 9447736134

ഫൗസിയ മഹേഷ്
റ്റി.എം. അബ്ദുൾ നാസർ
മുടിക്കൽ പി.ഒ., പെരുമ്പാവൂർ
ഫോൺ: 2528611, 9447128611

രമണി
സണ്ണി വർഗ്ഗീസ്
കൂട്ടംതടത്തിൽ വീട്
ഒലിയപ്പുറം പി.ഒ.
കൂത്താട്ടുകുളം
വാളിയപ്പാടം
ഫോൺ: 0485-2875523, 9847971499

ഷേണായി ചന്ദ്രശേഖരൻ/ ശ്രീനിവാസൻ
കെ.വി. ബാലകൃഷ്ണഷേണായി
41/193 ബി, അമ്മൻകോവിൽ റോഡ്
കൊച്ചി
ഫോൺ: 0484-2391058, 9847059764

പോളക്കുളത്ത് വിഷ്ണുനാരായണൻ
കൃഷ്ണലാൽ
പോളക്കുളത്ത് വീട്
പാലാരിവട്ടം, കൊച്ചി-25
ഫോൺ: 0484-2345362, 984701111

ചക്കാലക്കുടിയിൽ ബാലകൃഷ്ണൻ
സോണി ജോൺ
ചക്കാലക്കുടിയിൽ വീട്
കല്ലൂർക്കാട് പി.ഒ., മുവാറ്റുപുഴ
ഫോൺ: 0485-2289251, 9447214575

ബ്രാഹ്മണിവീട്ടിൽ ഗണപതി/ പാർഥസാരഥി
പി.ആർ. ശശിധരൻ
പടിഞ്ഞാറെ ബ്രാഹ്മണിവീട്
ഇളമക്കര പി.ഒ.
ഫോൺ: 9388476235

മുവാറ്റുപുഴ ചന്ദ്രു/ശ്രീഅയ്യപ്പൻ
കെ.എം. സ്കറിയ
കൊല്ലറയ്ക്കൽ വീട്
സൗത്ത് മാറാടി പി.ഒ.
മുവാറ്റുപുഴ
ഫോൺ: 0485-22835108, 9447135108

പള്ളത്താംകുളങ്ങര ഗിരീശൻ
സുധൻ പെരുവിറ്റത്ത്
പെരുവിറ്റത്ത് വീട്
കരുമാല്ലൂർ പി.ഒ., ആലങ്ങാട്ട് (വഴി)
ഫോൺ: 9447130471, 9895548145

മധുരപ്പുറം കണ്ണൻ
പി.സി. ബാബുരാജ്
റിട്ട. പോസ്റ്റ്മാസ്റ്റർ ജനറൽ
കൃഷ്ണാദി ലെയിൻ
ശിവരാമമേനോൻ റോഡ്, കൊച്ചി
ഫോൺ: 0484-2405673, 9447460866

അപ്പു
ആൽബർട്ട് ജോസ്
പ്ലാത്തോട്ടം വീട്
ആരക്കുഴ, മൂവാറ്റുപുഴ
ഫോൺ: 9447315076

കരിയത്ത് മഹാദേവൻ
വേണി കരിയത്ത്
കരിയത്ത് വീട്, നന്ദികുളങ്ങര
മാന്നാനം, പറവൂർ പി.ഒ.
ഫോൺ: 0484-2442063

പല്ലാരിമംഗലം കണ്ണൻ/കുഞ്ചു
നബീൽ എം.നാസർ/
എം.എം. നസറുദ്ദീൻ
മുകളേൽ വീട്, കൂവലൂർ പി.ഒ
പോത്താനിക്കാട്, പല്ലാരിമംഗലം
ഫോൺ: 9744049629, 0485-2563559

വാഴക്കാലായിൽ മോത്തിപ്രസാദ്
വി.കെ. പൗലോസ്
വാഴക്കാലായിൽ വീട്
കുന്നയ്ക്കാൽ പി.ഒ
വാളകം, മൂവാറ്റുപുഴ
ഫോൺ: 0484-2734003 ,9349156058

എറണാകുളം അരുൺകുമാർ
മനോജ് മാത്യു
കുട്ടിയാനി, കുമാരനാശാൻ നഗർ
കടവന്ത്ര
ഫോൺ: 9895888199

ഹമീദ് എം.എ.
മോനിക്കാട്ടിൽവീട്
ചെറുവട്ടൂർ, കോതമംഗലം

ഡാർവിൻ ജോസ്
മൗളിക്കുടി വീട്
കുറുപ്പംപടി, പെരുമ്പാവൂർ

എം.ഡി. പപ്പു
മേനച്ചേരി ടിമ്പർ ഡിപ്പോ
പറവൂർ ജംഗ്ഷൻ, ആലുവ-8

റ്റി.എസ്. മുഹമ്മദ്
എം.ജെ. ടിമ്പേഴ്സ്
പുളിഞ്ചോട്, പട്ടിമറ്റം

സെക്രട്ടറി
വടക്കേക്കര എച്ച്.എം.ഡി.പി.സഭ
മുത്തകുന്നം പി.ഒ.
ഫോൺ: 0484-2482360

തൃശ്ശൂർ

കാളിദാസൻ
ഒളരിക്കര ദേവസ്വം
ഒളരിക്കര, പുല്ലഴി പി.ഒ.
ഫോൺ: 0487-2360380

ചിറയ്ക്കൽ കാളിദാസൻ/മഹാദേവൻ
മധു ചിറയ്ക്കൽ
പള്ളിയാന വീട്, അന്നകര പി.ഒ.
ഫോൺ: 9447087955

കുറ്റനാട് രാജശേഖരൻ
പി. ശ്രീധരൻ
പയ്യീട് വീട്, കുറ്റനാട് പി.ഒ.

പാറന്നൂർ നന്ദൻ
നന്ദകുമാർ പാറയിൽ
പാറയിൽ വീട്, കീരംകുളങ്ങര
ഫോൺ: 2333155

ഇരിങ്ങപ്പുറം പ്രകാശ് ശങ്കർ
നിഥിൻ പ്രകാശ്
മത്രംകോട്ട് വീട്
ഇരിങ്ങപ്പുറം പി.ഒ., ഗുരുവായൂർ

മുവാറ്റുപുഴ അയ്യപ്പൻ
പി.കെ. യൂസഫ്
പൊന്നപാലയിൽ വീട്
പെരുമറ്റം, പുതുപ്പാടി പി.ഒ.
ഫോൺ: 0485-2815098

തിരുവുള്ളക്കാവ് മണികണ്ഠൻ
സെക്രട്ടറി, തിരുവുള്ളക്കാവ് ദേവസ്വം
ചേർപ്പ്

തായംകാവ് മണികണ്ഠൻ
പ്രസിഡന്റ്, തായംകാവ് ദേവസ്വം
ചുണ്ടൽ. ഫോൺ: 04885-237474

ചെമ്മങ്ങാട്ട് പരമേശ്വരൻ
സി.കെ. കൃഷ്ണൻ ഭട്ടതിരിപ്പാട്
ചെമ്മങ്ങാട്ട് മന
അടാട്ട് പി.ഒ.
ഫോൺ: 0487-2305481

സാജ്പ്രസാദ്
കുമാരൻ
സാജ് ടിംബേഴ്സ്, ചേർപ്പ്
ഫോൺ: 9447043375

നന്തിലത്ത് അർജുനൻ
ഗോപു നന്തിലത്ത്
പുത്തോല പി.ഒ.
ഫോൺ: 0487-2428351

കുറ്റനാട് രാജശേഖരൻ/അയ്യപ്പൻ
അഡ്വ. സതീന്ദ്രൻ
ലക്ഷ്മി, അയ്യന്തോൾ പി.ഒ.
ഫോൺ: 0487-2386749

ഊട്ടോളി രാജശേഖരൻ/മഹാദേവൻ
അനുകൃഷ്ണൻ
ഊട്ടോളി വീട്, ആമ്പല്ലൂർ
ഫോൺ: 9895332754

ചേലൂർ രാമചന്ദ്രൻ
ഡോ. രാമദാസ് ചേലൂർ
ഗോകുൽ, ചെമ്പുകാവ്

ഊട്ടോളി അയ്യപ്പൻ/കൃഷ്ണൻകുട്ടി
ഊട്ടോളി വീട്, പുതുക്കാട് പി.ഒ.
ഫോൺ: 9447251678

പുതുശ്ശേരി പ്രഭു
കെ.ബി. ഹനീഫ
കുറുപ്പംവീട്ടിൽ വീട്
പുതുശ്ശേരി പി.ഒ., ചുണ്ടൽ
ഫോൺ: 04885221425

ബാസ്റ്റ്യൻ വിനയശങ്കർ/ വിനയചന്ദ്രൻ
പി.ആർ. ആന്റണി
തെക്കിനയത്ത് വീട്
പെരിമ്പുളിശ്ശേരി പി.ഒ., ചേർപ്പ്
ഫോൺ: 9447043054

എഴുത്തച്ഛൻ ശ്രീനിവാസൻ
പി.എസ്. ജയഗോപാൽ
അനുഗ്രഹ, ഉദയനഗർ
ഫോൺ: 0487-2384594
പി.എസ്. വേണുഗോപാൽ

കൃഷ്ണ
കുറുവത്ത് ലെയിൻ
ഫോൺ: 2388539, 2334604

ഇടക്കളത്തൂർ ദുർഗാശങ്കർ
ഭാസ്കരൻ നായർ
പുളിഞ്ചേരി വീട്
ഇടക്കളത്തൂർ പി.ഒ.
ഫോൺ: 2286262

പെരുമ്പാവൂർ ജയറാം കണ്ണൻ
കെ. ഗോപാലകൃഷ്ണൻ
തെഞ്ചത്ത് വീട്
കുരുമ്പിലാവ് പി.ഒ.
ഫോൺ: 9447201058

വില്ലടം കൃഷ്ണൻ
എം.കെ. മുരളീധരൻ
മുളയ്ക്കൽ വീട്, വില്ലടം പി.ഒ
ആർ.വി. പുരം
ഫോൺ: 0487-2695797

തെക്കേമഠം മേഘാർജുനൻ
റ്റി.വി. സുരേഷ്
തെക്കേമഠം ടൗൺഹാൾ റോഡ്
ഇരിങ്ങാലക്കുട
ഫോൺ: 9961986392

തെക്കാട്ടവിട്ടനൂർ സുന്ദരൻ
തെക്കാട്ട് വീട്
അവിട്ടനൂർ പി.ഒ.
ഇരിങ്ങാലക്കുട
ഫോൺ: 0487-2827620

പട്ടത്ത് ശ്രീകൃഷ്ണൻ
അശോക് കുമാർ
പട്ടത്ത് വീട്, കിഴുപിള്ളിക്കര
പെരിങ്ങോട്ടുകര

കരുവന്തല കാളിദാസൻ
വിജയൻ നമ്പൂതിരി
കണിപയ്യൂർമന
കരുവന്തല ദേവസ്വം
എനമാക്കൽ, വെങ്കിടങ്ങ്

നടുവത്തുമന വിനയൻ
നടുവത്തു ശ്യാംകുമാർ
നടുവത്തുമന, കുട്ടംകുളങ്ങര

ചെമ്പൂത്ര ദേവീദാസൻ
ഉണ്ണിക്കൃഷ്ണൻ
ചെമ്പൂത്ര കൊടുവല്ലൂർക്കാവ്

ഭഗവതീക്ഷേത്രം, പട്ടിക്കാട്

തിരുവമ്പാടി കുട്ടിശങ്കരൻ
സി.എൽ. ഡേവിസ്
ചിറ്റിലപ്പിള്ളി വീട്
മിഷൻ കോർട്ടേഴ്സ്

അടിയാട്ട് അയ്യപ്പൻ
റ്റി.എ. സുന്ദർമേനോൻ
സ്വാതി, ചെമ്പുകാവ്
ഫോൺ: 9895033119

ഇടക്കുന്നി അർജുനൻ
ഇ. ഉണ്ണിക്യഷ്ണവാര്യർ
ഇടക്കുന്നി വാര്യർ
ടെമ്പിൾനട റോഡ്
ഉള്ളൂർ പി.ഒ.
ഫോൺ: 0487-2352069, 9495170688

വെട്ടത്ത് ഗോവിന്ദൻകുട്ടി
രാധാകൃഷ്ണൻ നായർ
വെട്ടത്ത് വീട്
വരുണ, വിയ്യൂർ
ഫോൺ: 0487-2335762, 9447991438

പാമ്പാംപൂട്ട് ശിവൻ
വത്സൻ ചമ്പക്കര
ചമ്പക്കര വീട്
ചാലക്കുടി
ഫോൺ: 0480-2700008, 9744011008

നാകേരിമന വാസുദേവൻ
എൻ. വാസുദേവൻ നമ്പൂതിരി
നാകേരിമന
രോഹിണി ടൂറിസ്റ്റ് ഹോം, ഗുരുവായൂർ
ഫോൺ: 0487-2553930

ചെമ്പുകാവ് വിജയ് കണ്ണൻ
കെ. മഹേഷ്
വടക്കൂട്ട് വീട്, ചെമ്പുകാവ്
ഫോൺ: 0487-2338254, 984604070

വയലൂർ ദേവസ്വം പരമേശ്വരൻ
ജാതവേദൻ നമ്പൂതിരി
ട്രസ്റ്റി, വയലൂർ ദേവസ്വം
വയലൂർ പി.ഒ., നെല്ലായി
ഫോൺ: 0480-2724995, 9447380730

**പുതൃക്കോവിൽ ഗണപതി/
പാർഥസാരഥി/വിനായകൻ/
കർണൻ/കണ്ണൻ/
ഒളരി ശ്രീഹരി**

കെ. കമലാക്ഷൻ
കണ്ടംകുമരത്ത് വീട്
ഗാന്ധിനഗൾ, പനമുക്ക് പി.ഒ.
നെടുപുഴ
ഫോൺ: 0487-2448427, 9349744040

ഒളരി ഗണപതി/വിനായകൻ
റ്റി.റ്റി. ജോസഫ്
തൈക്കാടൻ വീട്
രാമവർമപുരം പി.ഒ., വില്ലടം
ഫോൺ: 0487-2695902, 9447668961

കോഴിപ്പറമ്പിൽ അയ്യപ്പൻ
ഋഷി
പോളക്കുളം വീട്, ചെമ്പുകാവ്
ഫോൺ: 9447520905

നടുവത്തുമന വിനയൻ
ശ്യാം നമ്പൂതിരി
നടുവത്ത് മന, കുട്ടംകുളങ്ങര
പുങ്കുന്നം
ഫോൺ: 0487-2383092, 9446033092

ചിറയ്ക്കൽ പരമേശ്വരൻ
സി. രാധാകൃഷ്ണക്കൈമൾ
പള്ളിയാന വീട്, അന്നകര പി.ഒ.
ചിറയ്ക്കൽ, പൂവത്തൂർ
ഫോൺ: 9447525027

പി. അനിൽകുമാർ
ശ്രീലക്ഷ്മി
നേതാജി ലെയിൻ, ചേറ്റുപുഴ
ഫോൺ: 9349744041

പി. അഷറഫ്
ചേലാട് വീട്
പള്ളിക്കൽ ബസാർ പി.ഒ.

പി.എസ്. നന്ദഗോപാൽ
ഐശ്വര്യ
തിരുവമ്പാടി

എം.കെ. ഗോപിനാഥൻ
മാഞ്ചേരിവീട്
കൈപ്പറമ്പ്

നാരായണൻ നമ്പൂതിരി
പുമുള്ളിമന
പെരിങ്ങോട്, കുറ്റനാട്

കെ.ബി. സുന്ദരൻ
കണ്ടമ്പുള്ളി വീട്, കൂനമൂച്ചി

കെ.ബി. സുനിൽകുമാർ
കണ്ടമ്പുള്ളി വീട്
പെലക്കാട്ട്പയ്യൂർ, കുനമൂച്ചി

വത്സൻ
പാപ്പനംകോട്ടുക്ഷേത്രം
ചാലക്കുടി

വി.ആർ. ശ്രീകുമാർ
വരിയമ്പത്ത് വീട്
മുളംകുന്നത്തുകാവ്

പാലക്കാട്

ചാത്തപുരം ഗണപതി (വിഷ്ണു)
സി.എ. വരദരാജൻ
1/400, ചാത്തപുരം വില്ലേജ്
കൽപ്പാത്തി പി.ഒ.
ഫോൺ: 9447625556

കുറുവട്ടൂർ വിഘ്നേഷ്
ആനന്ദമണി
(കുറുവത്തൂർ സ്വാമി)
മാങ്കുളം വീട്
തിരുവഴിയോട്
ഫോൺ: 9447169248

**മംഗലാംകുന്ന് കർണൻ/
ഗണപതി/അയ്യപ്പൻ**
എം.എ. പരമേശ്വരൻ
മംഗലാംകുന്ന്
കാട്ടുകുളം പി.ഒ.
ഫോൺ: 0466-2260603, 9447067607

മനിശ്ശേരി രഘുറാം/അർജുനൻ
വി. ഹരിദാസ്
വടക്കൂട്ട് വീട്
ഒറ്റപ്പാലം
ഫോൺ: 9447192514

ചെത്തല്ലൂർ മുരളി
കെ. മുരളിപ്രകാശ്
കുന്നയങ്കാട്ടിൽ വീട്
ചെത്തല്ലൂർ പി.ഒ.
ഫോൺ: 0492-4234429, 9447734429

കോതരമന ഗണേശൻ
വി.എം. കൃഷ്ണൻ നമ്പൂതിരിപ്പാട്
വേങ്ങാട്ടൂർമന
കോതചിറ
ഫോൺ: 0466-2256127

കോഴിക്കോട്

ഇന്ദിര/അയ്യപ്പൻ
മുജീബ് റഹ്മാൻ
മേപ്പള്ളി വെള്ളിമണ്ണ
താമരശ്ശേരി
ഫോൺ: 0495-2281752

ലൈല/വേലായുധൻ/മുത്തു
ഇബ്രാഹിം എം.കെ.
മേപ്പള്ളികുടിൽ വീട്
വെള്ളിമണ്ണ
താമരശ്ശേരി
ഫോൺ: 0495-2282945

വാസുദേവൻ/കുട്ടികൃഷ്ണൻ
കെ.പി. മുഹമ്മദ്
കൈത്തേരിചാലിൽ
ഇരിങ്ങത്ത് മേപ്പൂർ
പയ്യോളി
ഫോൺ: 0496-2240156

പൊന്നരം കുട്ടികൃഷ്ണൻ/
ഗജേന്ദ്രൻ/ബാലുശ്ശേരി വിജയലക്ഷ്മി
പ്രഭാകരൻ പി.
ഗായത്രി വൈകുണ്ഡം
ബാലുശ്ശേരി
ഫോൺ: 9447637321

ശ്രീലകം വിഘ്നരാജ്/ശ്രീദേവി
കളപ്പുരയിൽ രവീന്ദ്രൻ
ശ്രീലകംവീട്
കൊയിലാണ്ടി
ഫോൺ: 9846331009

വാസുദേവൻ
കെ.പി. കുഞ്ഞഹമ്മദ്
കൈദേളിചാലിൽ, ഇരിങ്ങത്ത്
ഫോൺ: 0496-2240156

ഭദ്രൻ
കെ. ഉല്ലാസ്കുമാർ
കിനസുള്ളത്തിൽ വീട്
ബാലുശ്ശേരി പി.ഒ.
ഫോൺ: 9447948969

ബാലുശ്ശേരി ധനഞ്ജയൻ/വിഷ്ണു
ഇ.കെ. ഗോവിന്ദൻ ചെട്ടിയാർ
കല്യാണി, ബാലുശ്ശേരി
ഫോൺ: 0496-2642332

കാവേരി
സി.കെ. കുഞ്ഞിമുഹമ്മദ്
ചാക്കരുകണ്ടി വീട്
വെളിമണ്ണ പി.ഒ.
താമരശ്ശേരി
ഫോൺ: 9447886324

ഉണ്ണി മോയിൻ ഹാജി
നൂലടമേൽ വീട്
വെള്ളിമണ്ണ പി.ഒ.

ജി.സി. സുനിൽകുമാർ
കല്യാൺ ഹൗസ്
ബാലുശ്ശേരി

അബ്ദുൾ വാരിസ്
പൊയിൽ വീട്
വെളിമെണ്ണ പി.ഒ.
താമരശ്ശേരി

ഷാജി ഇ.കെ.
കല്യാൺ ഹൗസ്
ബാലുശ്ശേരി

പ്രഹ്ലാദൻ പി.പി.
തൈക്കാണ്ടിപോയൽ വീട്
പനങ്ങാട്
ബാലുശ്ശേരി
ഫോൺ: 9495612530

മലപ്പുറം/വയനാട്

ശാന്തി
ഷിബു ജോസഫ്
സെന്റ് ജോസഫ് വുഡ് പ്രോഡക്സ്
കൂളിവയൽ
ചെറുകത്തൂർ പി.ഒ.
ഫോൺ: 9447140305

വി.എം. രാജപ്പൻ
വടക്കേക്കര, കാക്കവയൽ

പി. കോയ
ഇല്ലിക്കൽ വീട്
പള്ളിക്കൽ ബസാർ

പി. മുഹമ്മദ്കോയ/പി. ഹുസൈൻ
കാരപ്പറമ്പിൽ വീട്
പള്ളിക്കൽ പി.ഒ.
ഫോൺ: 0494-2404230

കണ്ണൂർ

ഗോപാലൻ
സി.പി. നിയാസ്
സി.കെ. ഹൗസ്
പൊയ്യനാട് പി.ഒ.
മമ്പറം, തലശ്ശേരി
ഫോൺ: 0490-2382426

കൊട്ടിയൂർ ചന്ദ്രശേഖരൻ
ശ്രീ കൊട്ടിയൂർ ദേവസ്വം
കൊട്ടിയൂർ
ഫോൺ: 9947263810

ഗണേശൻ
ജോർജ് ജോസഫ് (വക്കച്ചൻ)
പുല്ലാട്ട് വീട്
കരിവഞ്ചാൽ
ആലക്കോട്, തളിപ്പറമ്പ്
ഫോൺ: 9447685513

വി.വി. അബൂട്ടി
ഒലയംവാടി.

ഡോക്ടർമാർ

ഡോ. കെ.സി. പണിക്കർ
ശാരദവിഹാർ
തൃശ്ശൂർ-21
ഫോൺ: 9447155035

ഡോ. ജേക്കബ്
എലിഫന്റ് സ്കാഡ്
ദയ, കൊല്ലം.

ഡോ. ഏബ്രഹാം തരകൻ
ഡോർ നമ്പർ 37/2875
പുണോത്ത് റോഡ്
കലൂർ
കൊച്ചിൻ-17

ഡോ. രാധാകൃഷ്ണക്കൈമൾ
അന്നകര
ഫോൺ: 9447525027

***

വിവരങ്ങൾക്ക് കടപ്പാട്: മധു ചിറയ്ക്കൽ,
ബാലകൃഷ്ണ ഷേണായി